കലാവിമർശം

മാർക്സിസ്റ്റ് മാനദണ്ഡം

kalavimarsam : marxist manadandam

•

edited by
raveendran

•

first chintha edition
july 2012

•

typesetting
megha

•

published
chintha publishers, thiruvananthapuram

•

•

cover
prasoon

•

വിതരണം

ദേശാഭിമാനി ബുക്ക് ഹൗസ്

H O തിരുവനന്തപുരം-695 035
www.chinthapublishers.com
chinthapublishers@gmail.com

ബ്രാഞ്ചുകൾ

ഹെഡ്ഡാഫീസ് കുന്നുകുഴി • ഓവർബ്രിഡ്ജ് തിരുവനന്തപുരം • കെ എസ് ആർ ടി സി ബസ് സ്റ്റേഷൻ ആലപ്പുഴ • കെ എസ് ആർ ടി സി ബസ് സ്റ്റേഷൻ എറണാകുളം • മച്ചിങ്ങൽ ലെയ്ൻ തൃശൂർ • ഐ ജി റോഡ് കോഴിക്കോട് • കെ എസ് ആർ ടി സി ബസ് സ്റ്റേഷൻ കോഴിക്കോട് • എൻ ജി ഒ യൂണിയൻ ബിൽഡിങ് കണ്ണൂർ • സെൻട്രൽ ബസ് ടെർമിനൽ കോംപ്ലക്സ് താവക്കര കണ്ണൂർ

CO - 1780 / 2960

കലാവിമർശം

മാർക്സിസ്റ്റ് മാനദണ്ഡം

എഡിറ്റർ:
രവീന്ദ്രൻ

ചിന്ത പബ്ലിഷേഴ്സ്
തിരുവനന്തപുരം-695 035

രവീന്ദ്രൻ (1945–2011)

ചിന്ത രവി എന്ന പേരിലറിയപ്പെടുന്ന രവീന്ദ്രൻ കോഴിക്കോട് ജില്ലയിലെ കണ്ണാടിക്കലിൽ ജനിച്ചു. പിതാവ് കുന്നുമ്മൽ കൃഷ്ണൻ. മാതാവ് ലക്ഷ്മി. മലബാർ ക്രിസ്ത്യൻ കോളേജിലെ വിദ്യാഭ്യാസത്തിനുശേഷം മുംബൈയിൽനിന്നും ജേണലിസം കോഴ്സ് പാസായി. ഇടതുപക്ഷ ചിന്താഗതിയും കലാസാഹിത്യാഭിമുഖ്യവും സഞ്ചാരതൃഷ്ണയും രവീന്ദ്രന് അനേകം സുഹൃത്തുക്കളെ നേടിക്കൊടുത്തു. *കലാകൗമുദി*യിലും *ചിന്ത വാരിക*യിലും എഡിറ്റോറിയൽ അംഗമായി പ്രവർത്തിച്ചു. പ്രധാനകൃതികൾ: *അതിരാണിപ്പൂക്കൾ, എന്റെ യാത്രകൾ, അകലങ്ങളിലെ മനുഷ്യൻ, സിനിമയുടെ രാഷ്ട്രീയം. ഹരിജൻ, ഇനിയും മരിച്ചിട്ടില്ലാത്ത നമ്മൾ, ഒരേ തൂവൽപ്പക്ഷികൾ* എന്നീ സിനിമകൾ സംവിധാനം ചെയ്തു.

ഭാര്യ : എൻ ചന്ദ്രിക
(സാമൂഹികപരിഷ്കരണരംഗത്ത്
വ്യക്തി മുദ്രപതിപ്പിച്ച
ദേവകി നിലയങ്ങോടിന്റെ മകൾ)

മകൻ : തഥാഗതൻ

ഉള്ളടക്കം

ഭാവിയെ കരുപ്പിടിപ്പിക്കുകയും എല്ലാം എല്ലാ കാലത്തേക്കുമായി പരിഹരിക്കുകയുമല്ല നമ്മുടെ പണി എന്ന് അംഗീകരിച്ചാൽ പിന്നെ ഉടനെ നാം ചെയ്യേണ്ടത് എന്താണെന്ന് കൂടുതൽ വ്യക്തമാവും: നിലനിൽക്കുന്ന എല്ലാറ്റിനെയും നിർദാക്ഷിണ്യമായി വിമർശിക്കുക. ഈ ശ്രമങ്ങൾ അതെത്തിച്ചേരുന്ന നിഗമനങ്ങളെ ഭയക്കില്ല. നിലനിൽക്കുന്നതും നിലവിൽ വരാനിടയുള്ളതുമായ അധികാരശക്തികളുമായി ഉണ്ടായേക്കാവുന്ന സംഘട്ടനത്തെ അത്രപോലും ഭയക്കില്ല. ഈ രണ്ടർഥത്തിലും ഈ വിമർശനം നിർദാക്ഷിണ്യമായിരിക്കും.

– കാൾ മാർക്സ്

പ്രസാധകക്കുറിപ്പ്

മാർക്സിയൻ സൗന്ദര്യദർശനവുമായി ബന്ധപ്പെട്ട് മലയാളത്തിലുണ്ടായ ഏറ്റവും ഗഹനമായ രചനയാണ് രവീന്ദ്രൻ എഡിറ്റ് ചെയ്ത *കലാവിമർശം: മാർക്സിസ്റ്റ് മാനദണ്ഡം* എന്ന കൃതി. സിനിമയെ പ്രത്യയശാസ്ത്രപരമായി വിശകലനം ചെയ്യുന്ന പഠനാർഹമായ തന്റെ രണ്ടു ലേഖനങ്ങൾ അദ്ദേഹം ഈ കൃതിയിൽ ഉൾക്കൊള്ളിച്ചിട്ടുണ്ട്. അതുപോലെതന്നെ ഇതര ലേഖകരുടെ ലേഖനങ്ങളെ വിലയിരുത്തിക്കൊണ്ട് രവീന്ദ്രൻ തയാറാക്കിയ ആമുഖപഠനവും ശ്രദ്ധേയമാണ്. സാഹിത്യം, ചിത്രകല, സിനിമ തുടങ്ങിയ വിഭിന്ന സർഗാത്മകമേഖലകളിലേക്ക് വിടർന്ന് പരിലസിക്കുന്ന മാർക്സിയൻ ചിന്തയുടെ ലാവണ്യശാസ്ത്രവും ജീവിതാവബോധവും വിപ്ലവാത്മകതയും വിശകലനം ചെയ്യാനാണ് ലേഖകരെല്ലാം ഈ ഗ്രന്ഥത്തിൽ ശ്രമിച്ചിട്ടുള്ളത്. മലയാളത്തിലെ പ്രഗത്ഭരായ എഴുത്തുകാരുടെ അപൂർവമായ ഒരു സംഘംചേരൽകൂടിയാണ് ഇത്. സച്ചിദാനന്ദൻ, ബി രാജീവൻ, പി ഗോവിന്ദപ്പിള്ള, എൻ എസ് മാധവൻ, ബാലചന്ദ്രൻ ചുള്ളിക്കാട് തുടങ്ങിയവരുടെ പഠനങ്ങൾ സ്വതന്ത്രചിന്തയുടെ സ്വച്ഛന്ദമായ പ്രവാഹത്തിലൂടെ വിപ്ലവാത്മകമായ ഒരു ജീവിതദർശനത്തിന്റെ ചൂടും ചൂരും പങ്കുവെക്കുന്നുണ്ട്. ഇരുപത്തഞ്ച് വർഷങ്ങൾക്കുമുമ്പ് മലയാളത്തിൽ പ്രസിദ്ധീകരിക്കപ്പെട്ട ഈ ഗ്രന്ഥം ചിന്ത പബ്ലിഷേഴ്സ് പുനഃപ്രസിദ്ധീകരിക്കുകയാണ്. ഈ ഗ്രന്ഥം രചിക്കപ്പെട്ടതിനുശേഷം മാർക്സിയൻ ചിന്താലോകം ഗണ്യമായി വികസിച്ചിരിക്കുന്നു. അതുകൊണ്ടുതന്നെ സ്വാഭാവികമായും ഇതിലെ പല നിഗമനങ്ങളും അതിന്റെ സ്രഷ്ടാക്കൾ പോലും കൈ വെടിഞ്ഞിരിക്കാം. എന്നിരിക്കിലും മാർക്സിസമെന്നത് ഒരു തുറന്ന ദർശനമാണെന്ന് അംഗീകരിക്കപ്പെടുന്ന ഈ കാലഘട്ടത്തിൽ, ബഹുസ്വരമായ ചിന്താപ്രവാഹങ്ങളെ നിരോധി

ക്കുന്ന അധിനിവേശത്വത്തോട് നിരന്തരം കലഹിക്കുന്ന മാർക്സിസ്റ്റുബോധത്തിന്റെ സാംസ്കാരികാന്തരീക്ഷത്തിൽ, നിലവിലുള്ള എല്ലാറ്റിനെയും നിർദാക്ഷിണ്യം വിമർശിക്കുന്ന മാർക്സിന്റെ വിപ്ലവാത്മകത ഉയർത്തിപ്പിടിക്കുന്ന ധൈഷണികരിൽ അനുസ്യൂതമായി നടക്കുന്ന സർഗസംവാദങ്ങൾക്ക് പ്രചോദനം നൽകാൻ സഹായിക്കുമെന്ന പ്രതീക്ഷയോടെ ഈ ഗ്രന്ഥം വായനക്കാർക്കായി സസന്തോഷം സമർപ്പിക്കുന്നു.

ചിന്ത പബ്ലിഷേഴ്സ്

പുതിയ പതിപ്പിന്റെ അവതാരിക

എൻ എസ് മാധവൻ

കലാവിമർശം: മാർക്സിസ്റ്റ് മാനദണ്ഡം ആദ്യമായി പ്രസിദ്ധീകരിച്ചതിനുശേഷം രണ്ടര ദശകം കഴിഞ്ഞിരിക്കുന്നു. ശാസ്ത്രസാങ്കേതിക രംഗത്തിലും കലയിലും രാഷ്ട്രീയത്തിലും ലോകം കീഴ്മേൽ മറിഞ്ഞിരിക്കുന്നു. ഭൂമിശാസ്ത്രപരമായി ഇടതുലോകം അന്നത്തെക്കാൾ വല്ലാതെ ചുരുങ്ങിയിരിക്കുന്നു. ഈ മാറ്റങ്ങളുടെ എല്ലാം നടുവിൽ രവീന്ദ്രൻ സമ്പാദകനായി പ്രസിദ്ധീകരിച്ച *കലാവിമർശം: മാർക്സിസ്റ്റ് മാനദണ്ഡ*ത്തിലെ ലേഖനങ്ങളിലൂടെ അന്തർവാഹിനിയായി ഒഴുകുന്ന മാർക്സിസ്റ്റ്ചിന്ത; പുസ്തകത്തിന് ഇരുപത്തിയൊന്നാം നൂറ്റാണ്ടിലും കാലികപ്രാധാന്യം നൽകുന്നു.

1983 ന്റെ ആദ്യത്തെ ദിവസം, ജനുവരി 1 വിവരസാങ്കേതികവിദ്യയിലെ ഏറ്റവും വലിയ വിപ്ലവമായ ഇന്റർനെറ്റ് പിറന്ന ദിവസമായി കണക്കാക്കുന്നു. ശീതയുദ്ധം മൂർച്ഛിച്ച ആ വർഷത്തിലാണ് അമേരിക്കയുടെ പ്രസിഡന്റ് റോണാൾഡ് റീഗൺ സോവിയറ്റ് യൂണിയനെ 'പാപസാമ്രാജ്യം' എന്നു വിളിക്കുന്നത്. മിസൈലുകളെ ആകാശത്തു വച്ചു തകർക്കുന്ന നക്ഷത്രയുദ്ധത്തിന്റെ രൂപരേഖ റീഗൺ അവതരിപ്പിച്ച ആ വർഷം തന്നെ പലതവണ ആണവപരീക്ഷണങ്ങൾ നടത്തി. അമേരിക്കയിൽ ആറ്റംബോബ് ഇടുമോ എന്നു ചോദിച്ചു കത്തെഴുതിയ സ്കൂൾ വിദ്യാർഥിനിയെ സോവിയറ്റ് കമ്യൂണിസ്റ്റ് പാർട്ടി ജനറൽ സെക്രട്ടറി ആൻഡ്രോപോവ് സമാശ്വസിപ്പിച്ചു റഷ്യയിലേക്ക് ക്ഷണിച്ചുകൊണ്ട് മറുപടി നൽകി. എന്നാൽ ശീതസമരത്തിന്റെ രക്തരൂഷിതമായ ഒരു രണാങ്കണം അഫ്ഗാനിസ്ഥാനിൽ ഉണ്ടായിരുന്നു. അഫ്ഗാനികളെ മുൻനിർത്തി അമേരിക്ക പരോക്ഷമായും സോവിയറ്റ് യൂണിയൻ നേരിട്ടും നടത്തിയ യുദ്ധത്തിൽ പട്ടാളക്കാർക്ക് പുറമേ ലക്ഷക്കണക്കിനു മുസ്ലീം നാഗരി

കരും മരിച്ചു. ചൈനയിൽ ജനജീവിതം കീഴ്മേൽ മറിച്ച സാംസ്കാരിക വിപ്ലവത്തിന്റെ അലയടികൾ ശമിച്ചു തുടങ്ങിയിരുന്നു. പ്രതിവിപ്ലവകാരികളായി കുറ്റം ചുമത്തപ്പെട്ട 'നാൽവർ കൂട്ട'ത്തിലെ പ്രധാനിയും മൗവിന്റെ വിധവയും ആയ ജിയാങ് ജിങ്ങിന്റെ വധശിക്ഷ ചൈനയിലെ സുപ്രീം കോടതി, ജീവപര്യന്തമാക്കി മാറ്റിയതും ആ വർഷത്തിലാണ്.

1983 ലാണ് സോവിയറ്റ് ബ്ലോക്കിന്റെ അകത്ത്, കമ്യൂണിസ്റ്റ് പാർട്ടിയുമായി ബന്ധമില്ലാത്ത ആദ്യത്തെ ട്രേഡ് യൂണിയൻ സ്ഥാപിച്ച പോളണ്ടിലെ ലെച്ച് വലൈസയ്ക്ക് സമാധാനത്തിനുള്ള നോബൽ പുരസ്കാരം ലഭിച്ചത്. മൈക്കൽ ജാക്സൺ ആദ്യമായി നൃത്തത്തിലൂടെ 'ചന്ദ്രനിലെ ചുവടുകൾ' അവതരിപ്പിച്ച വർഷവും അതു തന്നെ. റീഗന്റെ അമേരിക്ക ക്യൂബയോട് സാമീപ്യം പുലർത്തിയിരുന്ന ഗ്രെനഡ ദ്വീപ് ആക്രമിച്ചു കീഴ്പ്പെടുത്തിയതും സംഭവബഹുലമായ 1983 ലാണ്. ആസാമിലെ നെല്ലി ഗ്രാമത്തിൽ ഏതാണ്ട് 3000 മുസ്ലീമുകൾ ആ വർഷം ഫെബ്രുവരിയിൽ വർഗീയകലാപത്തിൽ വധിക്കപ്പെട്ടു. അതേ വർഷം ഇന്ത്യ ലണ്ടനിൽ വച്ചു ക്രിക്കറ്റിൽ ലോകകപ്പ് നേടിയത് ആ കളിയെ ജനകീയമാക്കിയതിനു പുറമെ അതിലേക്ക് വൻ മൂലധനം ഒഴുകുന്നതിനും കാരണമായി.

രവീന്ദ്രൻ; *കലാവിമർശം: മാർക്സിസ്റ്റ് മാനദണ്ഡം* എഡിറ്റ് ചെയ്യാൻ ഇരിക്കുമ്പോൾ രാഷ്ട്രീയ സാംസ്കാരിക പരിസരങ്ങൾ ഏതാണ്ട് മേൽ വിവരിച്ച മട്ടിലായിരുന്നു. എഡിറ്ററുടെ കുറിപ്പ് അദ്ദേഹം തുടങ്ങുന്നതു തന്നെ പത്രപ്രവർത്തനം, സിനിമ, ആത്മീയത, സാഹിത്യം കലാസൃഷ്ടികൾ തുടങ്ങിയ പരോക്ഷമായ മാധ്യമങ്ങളിലൂടെ എങ്ങനെ രാഷ്ട്രീയം പ്രസരിക്കുന്നു എന്ന് ചൂണ്ടിക്കാണിച്ചുകൊണ്ടാണ്. രാഷ്ട്രീയ പീഡനത്തിനു പല രൂപങ്ങളും പ്രയോഗതലങ്ങളും ഉണ്ട്. പൊലീസ്ലാത്തിയുടെയോ വെടിയുണ്ടകളുടെയോ മതഭ്രാന്തിന്റെ വെട്ടുകത്തികളുടെയോ രൂപങ്ങളിൽ മാത്രമല്ല അവ പ്രവർത്തിക്കുന്നത്. പലപ്പോഴും വർത്തമാന പത്രങ്ങളുടെയും കലാസൃഷ്ടികളുടെയും മതപ്രഭാഷണങ്ങളുടെയും ഭാഷാശൈലിയുടെ തന്നെയും രൂപങ്ങളിലാവാം അവ സമൂഹത്തിന്റെ കോശങ്ങളിൽ കയ്യേറ്റം ചെയ്യുന്നത്.

1983 ൽ രവീന്ദ്രൻ പേരെടുത്തു പറഞ്ഞ മാധ്യമങ്ങളുടെ കൂട്ടത്തിൽ ഇന്റർനെറ്റും ടി വിയും ചേർത്താൽ, അധീശവർഗത്തിന്റെ അധികാര സംരക്ഷണദൗത്യങ്ങൾ നിർവഹിക്കുന്നവയാണവ എന്ന് വർത്തമാന സംഭവങ്ങൾ വ്യക്തമാക്കുന്നു.

കലാവിമർശം: മാർക്സിസ്റ്റ് മാനദണ്ഡം എന്ന പുസ്തകത്തിന്റെ ദൗത്യം എന്താണെന്നും അതിന്റെ അന്തർലീനമായ രാഷ്ട്രീയം എന്താണെന്നും ആമുഖമായി രവീന്ദ്രൻ പറയുന്നത് ഇപ്രകാരമാണ്. 'എല്ലാ സാംസ്കാരിക പ്രതിഭാസങ്ങൾക്കും സാമ്പത്തികവും അതുവഴി രാഷ്ട്രീയവുമായ അടിത്തറകൾ ഉണ്ടെന്നതിനാൽ രാഷ്ട്രീയ നിരപേക്ഷകമായ സാംസ്കാരിക വിമർശനശ്രമങ്ങൾ നിരർഥകമാണ്. വിവിധ സാംസ്കാരികമേഖലകളെ പുരസ്കരിച്ച് കലാവിനിമയത്തിന്റെയും ബോധവൽക്ക

രണത്തിന്റെയും പ്രശ്നങ്ങൾ ചർച്ചചെയ്യുന്ന ഏതാനും പ്രബന്ധങ്ങളുടെ സമാഹാരമാണ് ഈ പുസ്തകം.'

*കലാവിമർശം: മാർക്സിസ്റ്റ് മാനദണ്ഡ*ത്തിന്റെ മറ്റൊരു ഊർജസ്രോതസ്സ്, അതു പ്രസിദ്ധീകരിച്ച 'നിള ബുക്സി'ന്റെ സംഘാടകനുമായ ഡോ. ടി കെ രാമചന്ദ്രൻ ആയിരുന്നു. അദ്ദേഹത്തിന്റെ 'സാംസ്കാരിക വിമർശനത്തിന്റെ വ്യാപ്തിയും പ്രസക്തിയും' എന്ന പ്രബന്ധം അന്നുവരെയുള്ള മാർക്സിസ്റ്റ് ചിന്തയുടെയും മാർക്സിസ്റ്റ് കലാവിമർശനത്തിന്റെയും ക്രോഡീകരണത്തിനും ഉപരിയായി വർത്തമാനകാല രാഷ്ട്രീയത്തിന്റെ പ്രത്യേകിച്ചും അത് വിവിധ കലാരൂപങ്ങളിൽ കൂടി ബഹിർസ്ഫുരിക്കുന്നതിനെ പറ്റിയുള്ള ഗഹനമായ പഠനമാണ്. 'യഥാർഥ ചരിത്രജ്ഞാനം ആപത്തിന്റെ നിമിഷത്തിൽ മനസിലൂടെ മിന്നിമറയുന്ന ഒരു സ്മരണയെ കയ്യെത്തി പിടിക്കലാണ്.' എന്ന വാൾട്ടർ ബെഞ്ചമിന്റെ വാക്കുകൾ ഉദ്ധരിച്ചുകൊണ്ടാണ് രാമചന്ദ്രൻ തന്റെ പഠനം ആരംഭിക്കുന്നത്. എന്നാൽ ബെഞ്ചമിന്റെ ഈ ഭൂതകാലദർശനത്തിനു ദ്വന്ദ്വാത്മക സ്വഭാവമുണ്ടെന്ന് പെട്ടെന്നുതന്നെ അദ്ദേഹം ഓർമിപ്പിക്കുന്നു. രാമചന്ദ്രന്റെ വാക്കുകളിൽ, 'ഓരോ കാലഘട്ടത്തിലും വിപ്ലവത്തെ മുന്നോട്ടു കൊണ്ടുപോകാനുള്ള സമരങ്ങളോടൊപ്പം തന്നെ വിപ്ലവപൈതൃകം യാഥാസ്ഥിതികതയുടെ പിടിയിൽപ്പെടാതെ സംരക്ഷിക്കാനായി നിതാന്ത ജാഗരൂകത പുലർത്തേണ്ടി വരുന്നു.'

മാർക്സ് എംഗൽസ് ചിന്തയിൽ തുടങ്ങി യൂറോപ്യൻ മാർക്സിസത്തെക്കുറിച്ച് രാമചന്ദ്രൻ വരയ്ക്കുന്ന ബൃഹത് ചിത്രത്തിൽ; വിപ്ലവകരമായ പല ആന്ദോളനങ്ങളുടെ നടുവിൽ വച്ച് എഴുതിയ ലൂക്കാച്ചിന്റെ പ്രസാദാത്മകതയും സോവിയറ്റ് ഭരണകൂടം സോഷ്യൽ ഫാസിസമായി അധഃപതിക്കുന്നതിനെ പറ്റിയെഴുതുന്ന അഡോർണോയുടെ ദുരന്തദർശനവും കാണാം. സെൻസർമാരുടെ കണ്ണുവെട്ടിക്കുവാൻ *ജയിൽ നോട്ടുപുസ്തക*ങ്ങളിൽ ഗ്രാംഷി ഉപയോഗിക്കുന്ന ഗൂഢസംജ്ഞകളെ കുറിച്ചു രാമചന്ദ്രൻ വിശദമായി പ്രതിപാദിക്കുന്നു. അത്രയ്ക്ക് സൂക്ഷ്മമായിരുന്നു ആ പഠനം.

ഈ വിവരണം രാമചന്ദ്രന്റെ ലേഖനം മാർക്സിസ്റ്റ് ചിന്താധാരയിലെ വിവിധ സരണികളെക്കുറിച്ചുള്ള ചുരുക്കെഴുത്താണെന്നു തോന്നിപ്പിച്ചിട്ടുണ്ടെങ്കിൽ തെറ്റ് എന്റേതാണ്. സാംസ്കാരികവിമർശനത്തിന്റെ വ്യാപ്തിയും പ്രസക്തിയും അത്യന്തം വിമർശനാത്മകമായ ഉപന്യാസം ആയിരുന്നു. ഒരു ഉദാഹരണം: അഡോർണോയുടെ; എന്നും കീഴടക്കപ്പെട്ടവരുടെ ഭാഗത്തേക്കാൾ ന്യായം വിജയികളുടെ ഭാഗത്താണെന്ന് വിശ്വസിക്കാൻ നിർബന്ധിതരാവുന്ന കാലത്തെക്കുറിച്ചുള്ള പരാമർശം ഇവിടെ പ്രസക്തമാണ്.

കലാവിമർശം: മാർക്സിസ്റ്റ് മാനദണ്ഡം എന്ന പുസ്തകത്തിലെ എല്ലാ ഉപന്യാസങ്ങളിലും മാർക്സിസ്റ്റ് ചിന്തയും അന്നത്തെ കേരളത്തിലെ സാംസ്കാരിക രാഷ്ട്രീയ ചുറ്റുപാടുകളും ഊടും പാവുമായി

ഇഴപിരിഞ്ഞു കിടക്കുന്നതു കാണാം. അതിവേഗത്തിൽ ക്ഷേത്രദർശന ത്തിനു പോകുന്ന ചപലചിത്തനായ ഭരണാധികാരിയെ മാധ്യമങ്ങൾ കൊണ്ടാടുന്നതിനെപ്പറ്റി രവീന്ദ്രൻ എഴുതുമ്പോൾ, ഡോ. ടി കെ രാമച ന്ദ്രൻ ട്രാൻസ്പോർട്ട് സമരം വരുമ്പോൾ ട്രാൻസ്പോർട്ട് ജീവനക്കാർ ഒഴിച്ചു ബാക്കി എല്ലാവരും, അതുപോലെ ഇലക്ട്രിസിറ്റി ബോർഡ് സമരം വരുമ്പോൾ അവിടത്തെ ജീവനക്കാർ ഒഴിച്ചു ബാക്കി എല്ലാവരും 'ജന'മാകുന്ന പ്രതിഭാസത്തെക്കുറിച്ചും എഴുതുന്നു. മുരളീധരന്റെ ലേഖ നത്തിൽ രംഗനാഥനന്ദ ആർട്ട് ഫിലിമാണെങ്കിൽ ചിന്മയാനന്ദയുടെ പ്രഭാ ഷണങ്ങൾ കമേഴ്സ്യൽ സിനിമയെയാണ് ഓർമിപ്പിക്കുന്നതെന്നു പറ യുമ്പോൾ 'ആത്മീയത'യുടെ വൈവിധ്യമാർന്ന വിന്യാസങ്ങൾ നമുക്ക് പെട്ടെന്നു മനസിലാവുന്നു.

ഈ പുസ്തകം പ്രസിദ്ധീകരിച്ച് ആറുവർഷം തികയുന്നതിനു മുൻപ്, 1989 ൽ ബെർലിൻ മതിൽ വീണു. പിന്നെ സോവിയറ്റ് യൂണി യൻ വിഘടിക്കുകയും ഇറ്റാലിയൻ കമ്യൂണിസ്റ്റ് പാർട്ടിപോലുള്ള വലിയ തൊഴിലാളി വർഗപ്രസ്ഥാനങ്ങൾ ഇല്ലാതാകുകയും ചെയ്തു. ഇന്ത്യയി ലാകട്ടെ ബംഗാളിലും കേരളത്തിലും ഇടതുപക്ഷപാർട്ടികൾക്ക് ഭരണം നഷ്ടപ്പെട്ടു. 2009 ലെ തിരഞ്ഞെടുപ്പിൽ ഈ പാർട്ടികൾക്ക് കിട്ടിയ സീറ്റു കളിലും ഗണ്യമായ കുറവ് ഉണ്ടായി.

ഇത്തരം ഒരു ചരിത്രസന്ധിയിൽ മാർക്സിസ്റ്റ് ചിന്തയുടെ പ്രസക്തി നശിച്ചുവെന്ന് ഒരു മുതലാളിയും (ലെഹ്മാൻ ബ്രദേർസ് ആണു സത്യം) – പറയുമെന്ന് തോന്നുന്നില്ല. സംഭവിച്ചിരിക്കുന്നതു മറ്റൊന്നാണ്. ഇടതു പക്ഷപ്രാമാണികത്വത്തിനു സാരമായ കുറവുണ്ടായപ്പോൾ അതു ജന ജീവിതത്തെ ബാധിച്ചു. 1983 ൽ ഡോ. ടി കെ രാമചന്ദ്രൻ സൂചിപ്പിച്ചതു പോലെ, ഇടതുപക്ഷ ആശയങ്ങൾ സ്വാംശീകരിച്ച മട്ടിൽ അന്നത്തെ ഭര ണകൂടം അതിന്റെ സാമ്പത്തികനയങ്ങളിൽ പുരോഗമനനാട്യം കാഴ്ച വച്ചിരുന്നു. ഇന്നാകട്ടെ ആ സൗമ്യമായ മുഖംമൂടിയും അടർന്നു വീണി രിക്കുന്നു. നവഉദാരവാദം പാവപ്പെട്ടവരെ കൂടുതൽ പാവപ്പെട്ടവരാക്കി എന്നു മാത്രമല്ല പലപ്പോഴും പിണങ്ങളും ആക്കി.

'ഇതിനെല്ലാം ഉപരി', ആദ്യ പതിപ്പിനുവേണ്ടി രവീന്ദ്രൻ എഴുതിയ മുഖക്കുറിപ്പിൽനിന്ന് ഉദ്ധരിക്കട്ടെ. 'സാംസ്കാരികാവബോധത്തിന്റെ മണ്ഡലത്തിൽ സ്ഥാപിക്കപ്പെട്ടുകൊണ്ടിരുന്ന ഇടതുപക്ഷപ്രാമാണികത്വ ത്തിന് അപചയം സംഭവിച്ചുവെന്നതു തന്നെ, കഴിഞ്ഞ ഏതാനും ദശക ങ്ങളിൽ ഇടതുപക്ഷശക്തികളുടെ നേതൃത്വത്തിൽ നടന്ന സൈദ്ധാന്തിക പ്രയോഗത്തിന് എവിടെയോ സാരമായ പോരായ്മയുണ്ടായിരിക്കുന്നു വെന്നു സൂചിപ്പിക്കുന്നു.'

രണ്ടര ദശകങ്ങൾക്കു ശേഷം രവീന്ദ്രന്റെ ഈ വാക്കുകളിലെ ഉൾനോവ് അതുപോലെയോ അതിനേക്കാൾ കൂടുതലായോ നിലനിൽക്കു ന്നു. അത്തരം ഒരു ഘട്ടത്തിലാണ് മലയാളത്തിൽ മാർക്സിസ്റ്റ് പഠന

ത്തിൽ പുതിയ വഴി തെളിച്ച *കലാവിമർശം: മാർക്സിസ്റ്റ് മാനദണ്ഡ*ത്തിന്റെ രണ്ടാം പതിപ്പ് ചിന്ത പബ്ലിഷേഴ്സ് പ്രസിദ്ധീകരിക്കുന്നത്.

ജൂലൈ ഒരു ക്രൂരമായ മാസമാണ്. കഴിഞ്ഞ വർഷം ജൂലൈ നാലിന് രവീന്ദ്രൻ നിര്യാതനായി. അതിനു മൂന്നു വർഷം മുൻപ്, ജൂലായ് 22 ന് രാമചന്ദ്രൻ പോയി. 1995 ഡിസംബറിലാണു *കലാവിമർശം: മാർക്സിസ്റ്റ് മാനദണ്ഡ*ത്തിലെ ആത്മീയതയെക്കുറിച്ച് ഉജ്ചലമായ ഉപന്യാസം എഴുതിയ ഡോ. എം മുരളീധരൻ 37–ാമത്തെ വയസിൽ അന്തരിക്കുന്നത്. ഈ മൂന്നു സുഹൃത്തുക്കളുടെ സ്മരണ പുസ്തകത്തിന്റെ രണ്ടാംപതിപ്പിലൂടെ നിലനിർത്തുന്നതിന് ഒരുങ്ങിയ ചിന്ത പബ്ലിഷേഴ്സിനോട് എന്റെ വ്യക്തിപരമായ നന്ദി പറയാൻ ഈ അവസരം ഉപയോഗിക്കുന്നു. 'ചിന്ത രവി' എന്നറിയുന്ന ഈ പുസ്തകത്തിന്റെ എഡിറ്ററുടെ ഒന്നാം ചരമ വാർഷികത്തിലാണ് ചിന്ത പബ്ലിഷേഴ്സ് പുസ്തകത്തിന്റെ പ്രസാധനം നടത്തുന്നതെന്നത് ഈ വേളയെ അർഥഗർഭമാക്കുന്നു.

ഇടതുപക്ഷ പ്രാമാണികത്വത്തിന്റെ അപചയത്തെപ്പറ്റി രവീന്ദ്രന്റെ വാക്കുകളോട് കൂട്ടി വായിക്കേണ്ടത് ഡോ. ടി കെ രാമചന്ദ്രൻ തന്റെ ഉപന്യാസം ഉപസംഹരിക്കുവാൻ ഉപയോഗിച്ച മാർക്സിന്റെ ഈ വാക്കുകളാണ്. 'അപമാനബോധവും ഒരുതരം വിപ്ലവമാണ്, ഉള്ളിലേക്ക് തിരിയുന്ന ഒരുതരം രോഷമാണ്. ഒരു രാഷ്ട്രത്തിനു മുഴുവൻ യഥാർഥത്തിൽ ഈ അപമാനബോധം ഉണ്ടാക്കുകയാണെങ്കിൽ അത് കുതിക്കാൻ ഒരുങ്ങി നിൽക്കുന്ന സിംഹത്തെ പോലെയാകും.'

ആമുഖം

'രാഷ്ട്രീയ പീഡന'ത്തിനു പല രൂപങ്ങളും പ്രയോഗതലങ്ങളുമുണ്ട്. പൊലീസ് ലാത്തിയുടെയോ വെടിയുണ്ടകളുടെയോ മതഭ്രാന്തിന്റെ വെട്ടുകത്തികളുടെയോ രൂപങ്ങളിൽ മാത്രമല്ല അവ പ്രവർത്തിക്കുന്നത്. പലപ്പോഴും വർത്തമാന പത്രങ്ങളുടെയും കലാസൃഷ്ടികളുടെയും മത പ്രഭാഷണങ്ങളുടെയും ഭാഷാശൈലിയുടെ തന്നെയും രൂപങ്ങളിലാവും അവ സമൂഹത്തിന്റെ കോശങ്ങളിൽ കയ്യേറ്റം ചെയ്യുന്നത്. രൂപങ്ങൾ ഇങ്ങനെ വ്യത്യസ്തമാവാമെങ്കിലും അധീശവർഗത്തിന്റെ അധികാര സംരക്ഷണ ദൗത്യത്തിൽ അവ ഭിന്നോന്മുഖങ്ങളല്ല. അന്യോന്യം നികത്തി നിശിതമാക്കപ്പെടുന്ന ഒരു പ്രത്യാക്രമണ പ്രവർത്തനത്തിന്റെ സംയുക്ത പ്രകൃതമാണ് അവയ്ക്കുള്ളത്.

രണ്ടാമത് പറഞ്ഞ രൂപത്തിലുള്ള പീഡനം വ്യാപകമായിക്കൊണ്ടിരിക്കുന്ന സാഹചര്യമാണ് നമ്മുടേത്. മർദനതന്ത്രങ്ങളെ സംബന്ധിച്ചിടത്തോളം ശാരീരികദണ്ഡനത്തെക്കാൾ ഫലപ്രദമായ ഈ രീതി നമ്മുടെ ബോധത്തെയും സംസ്കാരത്തെയും അതിന്റെ സഹജാവസ്ഥകളിൽ നിന്ന് അന്യമാക്കിക്കഴിഞ്ഞിരിക്കുന്നു. അനേകലക്ഷം കോപ്പികൾ പ്രചരിക്കുന്ന ഏതാനും വൻകിട പത്രങ്ങളാണ് നമ്മുടെ പ്രധാന സാമൂഹിക വിനിമയോപാധി. അവ നിർബാധമായി വൃത്താന്തങ്ങൾ മലിനീകരിച്ചുകൊണ്ടിരിക്കുന്നു. ഭരണാധികാരത്തിന്റെ തിരുവായ് നോക്കിനിൽക്കുന്നതാണ് പത്രധർമം എന്ന് കരുതുന്ന ഈ 'പൊതുജനജിഹ്വകൾ' അധികാരധാർഷ്ട്യത്തിന്റെ ജൽപ്പനങ്ങളും അതിലും പ്രകോപനകരമായ അതിന്റെ അപഹാസ്യതകളും വാർത്തകളുടെ ഒരു ബൃഹദ്ഘടനയിൽ അന്വയിച്ച് നിർഗുണങ്ങളായ വെറും വൃത്താന്തോക്തികളാക്കി വിന്യസിപ്പിക്കുന്നു. വൻകിട പത്രങ്ങളെ സംബന്ധിച്ചിടത്തോളം വാർത്താവി

ന്യാസങ്ങളിലെ വിവേചനവൈകല്യം ഏതാണ്ട് അംഗീകൃതവും വ്യവസ്ഥാപിതവുമായിക്കഴിഞ്ഞിട്ടുണ്ട്. അനേകസഹസ്രം തൊഴിലാളികളെ ബാധിക്കുന്ന ഒരു പണിമുടക്കിന്റെ വാർത്തയെക്കാൾ അതുകൊണ്ട് പത്രങ്ങൾക്ക് പ്രധാനം, ചപലചിത്തനായ ഒരു ഭരണാധികാരിയുടെ ക്ഷേത്രദർശനമാണെന്ന് വരുന്നു. പൊതുജീവിതത്തിൽ, പ്രതിഷേധത്തിന്റെ വല്ലപ്പോഴും ഉണ്ടാവുന്ന ഉണർവുകൾ ഇത്തരം വിവേചന വൈകല്യത്താൽ വിനിമയം ചെയ്യപ്പെടാതെ പോവുന്നു. സെൻസേഷണലിസത്തിലും കഥാഖ്യാനത്തിലും ഊന്നുന്ന റിപ്പോർട്ടിങ് ശൈലി വർത്തമാനപ്പത്രങ്ങളെ ഫലത്തിൽ വൃത്താന്തങ്ങളുടെ ഒരു സ്വച്ഛന്ദ ലോകമാക്കി ദൂരീകരിച്ചിട്ടുണ്ട്. യാഥാർഥ്യത്തിൽനിന്നുള്ള ഈ അന്യപ്പെടലിന് തീർച്ചയായും പ്രത്യയശാസ്ത്രവിവക്ഷകളുണ്ട്. റിപ്പോർട്ട് ചെയ്യുകവഴി അധീശവർഗത്തിനുവേണ്ടി നിർവഹിക്കുന്ന പ്രത്യയശാസ്ത്രസേവനം തന്നെയാണ് റിപ്പോർട്ട് ചെയ്യാതിരിക്കുകവഴിയും പത്രങ്ങൾ നിർവഹിക്കുന്നത്.

സംസ്കാരം ഒരു വൻ വ്യവസായമായി മാറിക്കഴിഞ്ഞതോടെ സിനിമ, നോവൽ, നാടകം എന്നിങ്ങനെ 'ജനപ്രിയ' കലകളുടെ ഒരു വേലിയേറ്റംതന്നെ ഉണ്ടായിട്ടുണ്ട്. യഥാർഥ ജനകീയ കലയ്ക്ക് എല്ലായ്പ്പോഴും വിപരീതം നിൽക്കുന്ന ഈ ജനപ്രിയ കലാസൃഷ്ടികൾ ബോധമലിനീകരണത്തിന്റെ കാര്യത്തിൽ വർത്തമാനപ്പത്രങ്ങളിൽനിന്ന് തെല്ലും വ്യത്യസ്തമല്ല. അധീശവർഗത്തിന്റെ മർദക സ്വഭാവമുള്ള പ്രത്യയശാസ്ത്രബോധത്തെ സാധൂകരിക്കുകയും സംരക്ഷിക്കുകയുമാണ് അവയുടെ ധർമമെന്ന്, ഈ കലാസൃഷ്ടികളെ ലളിതമായ ഒരു വിശകലനത്തിന് വിധേയമാക്കുമ്പോൾതന്നെ വ്യക്തമാവുന്നു. സാമ്പ്രദായികമായ ആഖ്യാനരൂപങ്ങളുടെയും ജടിലോക്തികളായി അന്യംനിന്നുപോയ വിനിമയ ശൈലികളുടെയും ചതുരങ്ങളിൽനിന്ന് അവ അതിസമർഥമായി ഒരു ആന്തരികഭാഷ സംസാരിക്കുന്നു. വർഗതാൽപ്പര്യങ്ങളുടെ വിഷമൂറിയ ഒരു അന്യമൊഴിയാണത്.

ഈശ്വരാരാധനയുടേതും മതാനുഷ്ഠാനങ്ങളുടേതുമായ ഒരു സുവർണസംസ്കാരത്തെ പുനരാവാഹനം ചെയ്യാനുള്ള സംഘടിത ശ്രമമാണ് നാം നേരിട്ടുകൊണ്ടിരിക്കുന്ന ആപൽക്കരമായ മറ്റൊരു പ്രവണത. ഒരിക്കൽ സാമൂഹികഘടനയിൽ തങ്ങൾക്കുണ്ടായിരുന്ന സാമ്പത്തികമായ അധീശത്വം നഷ്ടപ്പെട്ട ഒരു വർഗം അതിന്റെ പിന്തള്ളപ്പെട്ട സാംസ്കാരികപ്രാമാണികത്വം (hegemony) പുനഃസ്ഥാപിക്കുവാൻ പ്രകടിപ്പിക്കുന്ന ഈ വെമ്പലിന് ഭീതിദമായ രാഷ്ട്രീയാന്തർഗതങ്ങളുണ്ട്. നഷ്ടപ്പെട്ട ഫ്യൂഡൽ ദേശീയ, സാംസ്കാരിക ബോധത്തിന്റെ പുനരാവാഹനശ്രമങ്ങളുടെ ഭാഗമായാണ് യൂറോപ്പിൽ ഫാസിസം ആദ്യമായി അവതരിച്ചത്. ക്ഷേത്രങ്ങളുടെയും മതാനുഷ്ഠാനങ്ങളുടെയും പുനരുദ്ധാരണയത്നങ്ങൾ വഴിയും ദിനംപ്രതിയെന്നോണം പെരുകിക്കൊണ്ടിരിക്കുന്ന മതപ്രചാരണ പ്രഭാഷണങ്ങൾ, സപ്താഹം വായനകൾ എന്നിവ വഴിയും ഏറെയൊന്നും ഭിന്നമല്ലാത്ത ഒരു ഫണ്ടമെന്റലിസത്തിന്റെ വിഷവാതക

മാണ് നമുക്ക് ചുറ്റും വ്യാപിച്ചുകൊണ്ടിരിക്കുന്നത്. ഭാഷാശൈലിയുടെ കാര്യത്തിലും ഗഹനമായ അന്യവൽക്കരണം സംഭവിച്ചിട്ടുണ്ട്, ഫാസിസ്റ്റ് രാഷ്ട്രീയവും ധർമോപദേശവും സംസാരിക്കുന്നത് ഒരേ ഭാഷയാണെന്ന് വരുമ്പോഴും അതേ ഭാഷ തന്നെയാണ് സാഹിത്യ കലാനിരൂപണങ്ങളിൽ ആവർത്തിക്കപ്പെടുന്നതെന്ന് വരുമ്പോഴും ശബ്ദാർഥങ്ങൾക്ക് സംഭവിച്ച കെടുതി എത്രമാത്രം ഗൗരവമാണെന്ന് ബോധ്യമാവും.

സാംസ്കാരികരംഗത്തെ അപചയം ഭാഗികമല്ല, മൊത്തം സാമൂഹിക, രാഷ്ട്രീയ ജീവിതത്തിന്റെ വിശാലഭൂമികയിൽ നിബന്ധിച്ച് മാത്രമേ ഈ അവസ്ഥയെ സമീപിക്കുവാൻ നിർവാഹമുള്ളൂ. തൊട്ടുമുമ്പുള്ള മൂന്നുനാല് ദശകങ്ങൾക്കിടയ്ക്ക് വേരോടിയിരുന്ന ഒരു സാംസ്കാരിക സ്വരൂപത്തിൽനിന്നുള്ള പിന്മാറ്റമാണ് ഇപ്പോൾ നടന്നുകൊണ്ടിരിക്കുന്നത് എന്നത് ഈ പ്രതിലോമ പ്രവണതയുടെ സാമ്പത്തികവും രാഷ്ട്രീയവുമായ പശ്ചാത്തലപ്രകൃതം തിരിച്ചറിയുന്നതിന് സഹായകമാവും. അമ്പതുകളിലും അറുപതുകളിലും മറ്റും അധീശവർഗ പ്രത്യയശാസ്ത്ര താൽപ്പര്യങ്ങളെ പ്രതിരോധിച്ചുനിന്ന ഒരു ഇടതുപക്ഷ സംസ്കാരത്തിന് ഭാഗികമായെങ്കിലും മുൻതൂക്കമുണ്ടായിരുന്നു. ആ ഇടക്കാലത്തെ കലാസാഹിത്യരചനകളിലും നാടകം, സിനിമ തുടങ്ങിയ ബഹുജന മാധ്യമങ്ങളിലും ചെറുത്തുനിൽപ്പിന്റേതായ ഒരു അവബോധം പ്രകടമായി ത്തന്നെ പ്രചരിച്ചുകൊണ്ടിരുന്നു. നിലപാടുകളെയും ശൈലികളെയും സംബന്ധിച്ച വിവാദങ്ങൾ എന്തുതന്നെയായാലും ജീവൽസാഹിത്യം, ജനകീയ നാടകവേദി തുടങ്ങിയ പ്രസ്ഥാനങ്ങൾ ഒരതിർത്തിവരെയെങ്കിലും പീഡിതവർഗത്തിന്റെ സാംസ്കാരികനായകത്വം സ്ഥാപിക്കുവാനുള്ള ശ്രമങ്ങളെ നയിച്ചു. സാംസ്കാരികരംഗത്തെ ഈ മുൻതൂക്കത്തിന് സമാന്തരമായി ഇടതുപക്ഷരാഷ്ട്രീയ അവബോധത്തിന്റെ പ്രാബല്യമുണ്ടായിരുന്നുവെന്നത് യാദൃച്ഛികമല്ല. പ്രതിലോമ രാഷ്ട്രീയശക്തികളുടെ വളർച്ചയും അതിന് അനുബന്ധമായി സാംസ്കാരികരംഗത്ത് നടന്നുകൊണ്ടിരിക്കുന്ന അന്യവൽക്കരണവും എന്തുകൊണ്ട് എന്ന അപഗ്രഥനാത്മകമായ വീണ്ടുവിചാരം അനിവാര്യമായും ഒരു സാമ്പത്തിക, രാഷ്ട്രീയ, സൈദ്ധാന്തിക ചർച്ചയിൽ ചെന്നുചേരും. അത്തരമൊരു ചർച്ച ഈ ആമുഖക്കുറിപ്പിന്റെ വിഷയ പരിമിതിയിൽപ്പെടുന്നില്ല. പക്ഷേ, എല്ലാ സാംസ്കാരിക പ്രതിഭാസങ്ങൾക്കും സാമ്പത്തികവും അതുവഴി രാഷ്ട്രീയവുമായ അടിത്തറകൾ ഉണ്ടെന്നതിനാൽ രാഷ്ട്രീയനിരപേക്ഷമായ സാംസ്കാരിക വിമർശനശ്രമങ്ങൾ നിരർഥകമാണ്.

വിവിധ സാംസ്കാരിക മേഖലകളെ പുരസ്കരിച്ച് കലാവിനിമയത്തിന്റെയും ബോധവൽക്കരണത്തിന്റെയും പ്രശ്നങ്ങൾ ചർച്ചചെയ്യുന്ന ഏതാനും പ്രബന്ധങ്ങളുടെ സമാഹാരമാണ് ഈ പുസ്തകം. മിക്ക പ്രബന്ധങ്ങളും സാമാന്യമല്ലാത്ത, വിശേഷ പഠനങ്ങളായോ കൂടുതൽ ബൃഹത്തായ പഠനങ്ങൾക്കായുള്ള ആമുഖ ശ്രമങ്ങളായോ ആണ് നിരൂപിക്കപ്പെട്ടിട്ടുള്ളത്. താരതമ്യേന സൈദ്ധാന്തികസ്വഭാവമുള്ള ആദ്യഭാഗത്തെ

പ്രബന്ധങ്ങളിൽ വിശകലനം ചെയ്യപ്പെടുന്ന പരികൽപ്പനകൾ കൂടുതൽ വിശദീകരിക്കുവാൻ ശ്രമിക്കുന്ന ദൃഷ്ടാന്തപഠനങ്ങളാണ് പുസ്തകത്തിന്റെ രണ്ടാം ഭാഗത്തിൽ ചേർത്തിട്ടുള്ളത്. പൊതുവെ ഈ പഠന പ്രബന്ധങ്ങളിലെ അപഗ്രഥന രീതികൾക്കും നിഗമനങ്ങൾക്കും മാർക്സിയൻ ദർശനങ്ങളുടെ അവലംബമുണ്ട്. മാർക്സിസ്റ്റ് മാനദണ്ഡം എന്ന സങ്കൽപ്പത്തെക്കുറിച്ചുതന്നെ തെല്ല് വിശദീകരിക്കേണ്ടിയിരിക്കുന്നു. എന്തെന്നാൽ മാർക്സിന്റെയും എംഗൽസിന്റെയും ബൃഹത്തായ രചനകളിൽ നിഷ്കൃഷ്ടങ്ങളായ കലാ–സൗന്ദര്യശാസ്ത്രസങ്കൽപ്പനങ്ങളും നിഗമനങ്ങളും അവതരിപ്പിക്കുവാനുള്ള പരിശ്രമങ്ങൾ വിരളമാണ്. 'മാർക്സിയൻ സൗന്ദര്യശാസ്ത്രം' എന്ന വിഷയ കൽപ്പന, അതുകൊണ്ട് ഒരു അളവോളം സംശയാസ്പദമാവുന്നുണ്ട്. പക്ഷേ, മാർക്സിയൻ ദർശനത്തിന്റെ സമഗ്രസ്വഭാവമുള്ള ഭൂമിക എല്ലാ ജീവിത വ്യാപാരങ്ങളെയും അധികരിക്കുന്നുവെന്നതിനാൽ ആ ജീവിതദർശനത്തിന്റെ ആധാരങ്ങളിൽ നിരൂപിക്കപ്പെടാവുന്ന സൗന്ദര്യശാസ്ത്രപരികൽപ്പനകളുടെ സാധ്യത നിരാകരിക്കാവുന്നതല്ല.

എന്നാൽ പ്രസിദ്ധങ്ങളായ ചില കൃതികളെക്കുറിച്ചും സുഹൃത്തുക്കളുടെ സൃഷ്ടികളെക്കുറിച്ചും മാർക്സും എംഗൽസും തങ്ങളിലും സ്നേഹിതന്മാരുമായും നടത്തിയ എഴുത്തുകുത്തുകളിൽ വെളിപ്പെടുന്ന അവരുടെ കലാ, സാഹിത്യസങ്കൽപ്പങ്ങളും ലെനിൻ, ഗോർക്കി, ലൂനാചാഴ്സ്കി എന്നിവരുടെ രചനകളിലെ സൈദ്ധാന്തിക പഠനങ്ങളുമാണ്, ജനകീയ കലയെക്കുറിച്ചും ജനകീയ സംസ്കാരത്തെക്കുറിച്ചുമുള്ള ചർച്ചകളിൽ പ്രധാനമായും ഇതേവരെ ഇവിടെ മാർഗദർശകമായി അവലംബിക്കപ്പെട്ടു പോന്നിട്ടുള്ളത്. പ്രചാരണസാഹിത്യമെന്നും പ്രചാരണകലയെന്നും മറ്റും ആക്ഷേപിക്കപ്പെട്ട ഒരു ഇനം 'ഇടതുപക്ഷ' സൃഷ്ടികൾക്ക് സൈദ്ധാന്തികാംഗീകാരം നൽകാൻ ശ്രമിച്ചുവെന്നതിനാൽതന്നെ ഒരർഥത്തിൽ ഈ പാരമ്പര്യത്തിന്റെ ധാരണകൾ തീർത്തും അക്ലിഷ്ടമായിരുന്നു എന്ന് അവകാശപ്പെടുവാൻ വയ്യ. വിശേഷിച്ചും പ്രസ്തുത പാരമ്പര്യത്തിന്റെ അടിസ്ഥാനത്തിൽ കേരളത്തിൽ നടന്ന സാഹിത്യചർച്ചകളും തൊഴിലാളി സംസ്കാരത്തെ സംബന്ധിച്ച വിവാദങ്ങളും അപര്യാപ്തമായ ഒരു സൈദ്ധാന്തിക സ്വാംശീകരണത്തിന്റെ പരിമിതികൾ വെളിപ്പെടുത്തിക്കൊണ്ടേയിരുന്നു. അടുത്തകാലത്ത് പുരോഗമന സാഹിത്യത്തെച്ചൊല്ലിയുണ്ടായ പല ചർച്ചകളും ഈ പൊതുവായ അബദ്ധതാളത്തിൽ തന്നെയായിരുന്നു. "കലാകാരന്റെ പ്രതിബദ്ധത" ബാഹ്യപ്രേരിതമായ ഒരു മുൻ ഉപാധിയെന്ന നിലയിൽ ചർച്ച ചെയ്യപ്പെടുക എന്ന നിരർഥകവും യുക്തിരഹിതവും ആയ വ്യായാമത്തിന് ഇടയാക്കിയതും മുമ്പ് പറഞ്ഞ പാരമ്പര്യത്തിന്റെ അവ്യക്ത ധാരണകളാണ്. ഇതിനെല്ലാമുപരി സാംസ്കാരികാവബോധത്തിന്റെ മണ്ഡലത്തിൽ സ്ഥാപിക്കപ്പെട്ടുകൊണ്ടിരുന്ന ഇടതുപക്ഷ പ്രാമാണികത്വത്തിന് അപചയം സംഭവിച്ചുവെന്നതുതന്നെ, കഴിഞ്ഞ ഏതാനും ദശകങ്ങളിൽ ഇടതുപക്ഷ

ശക്തികളുടെ നേതൃത്വത്തിൽ നടന്ന സൈദ്ധാന്തിക പ്രയോഗത്തിന് എവിടെയോ സാരമായ പോരായ്മയുണ്ടായിരിക്കുന്നുവെന്ന് സൂചിപ്പിക്കുന്നു.

"കലാകാരന്മാരേ, നിങ്ങൾ ഏതു ചേരിയിൽ?" എന്ന് ചോദിച്ച, നേരത്തെ പരാമർശിച്ച പാരമ്പര്യത്തെ തീർത്തും നിരാകരിക്കാതെയും എന്നാൽ ഇതര സാമൂഹികശാസ്ത്ര മേഖലകളിൽ പ്രയോഗിക്കപ്പെട്ട മാർക്സിയൻ അപഗ്രഥന രീതികളെ അവലംബിച്ചുകൊണ്ട് പാശ്ചാത്യ ചിന്തകന്മാർ വിനിമയത്തിന്റെയും സൗന്ദര്യശാസ്ത്രത്തിന്റെ തന്നെയും രംഗങ്ങളിൽ നടത്തിയതും നടത്തിക്കൊണ്ടിരിക്കുന്നതുമായ ആധുനിക പഠനങ്ങളുടെയും അവർ എത്തിച്ചേർന്നിരിക്കുന്ന പരികൽപ്പനകളുടെയും ഉള്ളടക്കം ഉൾക്കൊണ്ടുകൊണ്ട് കലാസാംസ്കാരികസമസ്യകളെ സമീപിക്കുന്ന ഒരു രീതിയാണ് ഈ സമാഹാരത്തിലെ മിക്ക പ്രബന്ധങ്ങളും സ്വീകരിച്ചിട്ടുള്ളത്. മാർക്സിസം രീതിശാസ്ത്രമോ പ്രത്യയശാസ്ത്രമോ ദർശനമോ എന്നെല്ലാമുള്ള വിവാദങ്ങളിൽ പ്രത്യക്ഷമായി പക്ഷം ചേരുന്നില്ലെങ്കിലും ആ വിവാദങ്ങളുടെ ഗൗരവവും പ്രസക്തിയും ഇവിടെ തെല്ലും കുറച്ചു കാണുന്നില്ല. എന്നുമല്ല, മനുഷ്യവിജ്ഞാനത്തിന്റെ വിവിധ ശാഖകളിൽ മാർക്സിസ്റ്റ് പരികൽപ്പനകൾ ആർജിച്ചുകൊണ്ടിരിക്കുന്ന അനിഷേധ്യമായ സാംഗത്യത്തെക്കുറിച്ചും തൽഫലമായി ഉണ്ടായിക്കൊണ്ടിരിക്കുന്ന സജീവമായ ചർച്ചകളെക്കുറിച്ചും വളരെ വിനീതമായ അളവിലെങ്കിലും ഈ പ്രബന്ധങ്ങളിൽ ആനുഷംഗികമായി പരാമർശിക്കപ്പെടുന്നുമുണ്ട്. സാമൂഹിക–നരവംശ ശാസ്ത്രങ്ങൾ, സാമ്പത്തിക ശാസ്ത്രം എന്നിവയെ സംബന്ധിച്ച് പ്രയോഗിക്കപ്പെടുന്ന മാർക്സിയൻ സങ്കൽപ്പനങ്ങൾ അഥവാ സൈദ്ധാന്തിക സമീപനരീതികൾ ഭാഗികമായെങ്കിലും പ്രയോഗിക്കപ്പെടുന്നുവെന്നതിനാൽ ഈ പ്രബന്ധങ്ങൾ അവ കൈകാര്യം ചെയ്യുന്ന കലാ, വിനിമയ, സാംസ്കാരിക പ്രശ്നങ്ങളെ സംബന്ധിച്ച് ഈയിടെ മലയാളത്തിൽ ഉണ്ടായിട്ടുള്ള ചർച്ചകളിൽനിന്ന് സാമാന്യേന വ്യത്യസ്തമായി നിൽക്കും. അലംഭാവപൂർവമായ ഒരു പ്രസ്താവമായി ഇത് തെറ്റിദ്ധരിക്കരുത്. പ്രകൃത വിഷയങ്ങളുടെ ചർച്ചയിൽ നിലനിൽക്കുന്ന ഒരു ഇതര സാധ്യതയുടെ സൂചന ഈ പ്രബന്ധങ്ങളിൽ ഉണ്ടെന്നു മാത്രമേ ഉദ്ദേശിക്കുന്നുള്ളൂ.

വിശാലമായ അർഥത്തിൽ മാർക്സിയൻ പ്രശ്നപരിപ്രേക്ഷ്യത്തിന്റെ പൊതുദർശനമണ്ഡലം എല്ലാ പ്രബന്ധ കർത്താക്കളും പങ്കിടുന്നുവെന്നതാണ് അവരെല്ലാം ഒരു സമാഹാരത്തിൽ സമ്മേളിച്ചതിന് കാരണം. സമകാലീന ഇന്ത്യൻ ചിത്രകലയെ പുരസ്കരിച്ച് ആർ നന്ദകുമാർ എഴുതിയതുപോലുള്ള ഒരു പഠനം അടിസ്ഥാന മാർക്സിയൻ വീക്ഷണങ്ങളെ നിരുപാധികം അവലംബിക്കുന്നതിലേറെ സാമൂഹികശാസ്ത്രത്തിന്റെയും നരവംശശാസ്ത്രത്തിന്റെയും ചരിത്രവിശകലനത്തിന്റെയും ആധുനിക നിഗമനങ്ങൾ വാദമുഖങ്ങളായി സ്വീകരിക്കുന്നുവെങ്കിലും മാർക്സിയൻ പ്രശ്നപരിപ്രേക്ഷ്യത്തിന്റെ ആത്യന്തിക ധാരണകളിൽത്തന്നെ ഉറച്ചു നിൽക്കുന്നുവെന്ന് കാണാം. പ്രാഥമികമായും ഒരു ചർച്ചയിൽ പങ്കെടു

ത്തുകൊണ്ടെഴുതിയ ബി രാജീവിന്റെ ലേഖനം ഒഴിവാക്കാനാവാത്ത ചില സാങ്കേതിക വൈഷമ്യങ്ങൾ കാരണം അതേപോലെയാണ് ഇവിടെ ചേർത്തിട്ടുള്ളത്. പ്രസ്തുതചർച്ചയിൽ ഉണ്ടായിരുന്ന മറ്റുചില ലേഖനങ്ങളുടെ സന്ദർഭത്തിൽ മാത്രം പ്രസക്തമായ ചില വാദങ്ങൾ അതുകൊണ്ട് അവിചാരിതമായി ഇവിടേയും ആവർത്തിക്കപ്പെട്ടിരിക്കുന്നു. അത് ഉദ്ദേശ്യപൂർവമല്ല. എൻ എസ് മാധവന്റെയും ടി കെ രാമചന്ദ്രന്റെയും പ്രബന്ധങ്ങൾ മുൻകൂട്ടി ഉദ്ദേശിക്കപ്പെട്ടിരുന്ന വിഷയവ്യാപ്തിയത്രയും വിശദീകരിക്കുന്നില്ലെന്ന അർഥത്തിൽ അപൂർണങ്ങളാണെന്ന് കരുതാം. പക്ഷേ, അതിവിപുലമാവാനിടയുള്ള ഒരു ചർച്ചാപഠനത്തിന്റെ ആമുഖക്കുറിപ്പെന്ന നിലയ്ക്ക് അവയുടെ ഉള്ളടക്കത്തിൽ വാദങ്ങളുടെ ഒരു സ്വാശ്രയത്വപൂർത്തി ഉണ്ടായിട്ടുണ്ട്.

ഭാഷാശൈലിയുടെ കാര്യത്തിൽ ഈ സമാഹാരത്തിലെ പ്രബന്ധങ്ങൾ അവയുടെ എഴുത്തുകാർക്ക് ചേരുംവിധം തങ്ങളിൽ വ്യത്യസ്തമാണെങ്കിലും എഴുതിയും പ്രസംഗിച്ചും വായിച്ചും നമുക്കിടയിൽ പഴകിയ പരിചിതമായ ഭാഷ പൊതുവെ ഈ പ്രബന്ധങ്ങളിൽ വിടർന്നു വികസിച്ച് നിൽപ്പില്ല. അതുകൊണ്ട് അപരിചിതമായ പദാവലികളുടെയും ശബ്ദാർഥങ്ങളുടെയും പ്രതിബന്ധങ്ങൾ അനുഭവപ്പെടാനിടയുണ്ട്. ഭാഷ പ്രത്യയശാസ്ത്രനിർമുക്തമല്ല. അതത് കാലങ്ങളിൽ അത് നിലവിലിരിക്കുന്ന (പ്രാമാണികത്വം സ്ഥാപിച്ചുനിൽക്കുന്ന) അധീശവർഗ പ്രത്യയശാസ്ത്രത്തിന്റെ ആയുധമാണ്. അധീശവർഗം പ്രചരിപ്പിക്കുന്ന പ്രത്യയശാസ്ത്രപരമായ അവ(പ)ബോധത്തെ നിരസിക്കുവാൻ സന്നദ്ധമാവുമ്പോൾ ആ അവബോധത്തിന്റെ അകവും പുറവുമായി നിൽക്കുന്ന ഭാഷയും അതുകൊണ്ട് അനിവാര്യമായി നിരസിക്കപ്പെടുന്നു. ഭാഷ, പ്രത്യയശാസ്ത്രബോധത്താൽ മലിനീകരിക്കപ്പെടാത്ത, യാഥാർഥ്യത്തിന്റെ ഭാഷയാണെന്നതിനാലും അതിന് നിശ്ചിതവും സ്വച്ഛന്ദവുമായ ഒരു സത്തയോ വർത്തനമോ ഇല്ലെന്നതിനാലും പ്രത്യയശാസ്ത്ര ശിക്ഷിതമായ വ്യാജാവബോധത്തിന്റെ ഭാഷ അന്യംനിന്ന് പോവുന്നതിൽ വിലപിക്കേണ്ടതില്ലെന്ന് തോന്നുന്നു. പക്ഷേ, ഒരു വാക്കും അവസാനവാക്കല്ല എന്നതുകൊണ്ടുതന്നെ ഈ സമാഹാരത്തിലെ ഭാഷയും തികച്ചും അന്യൂനമല്ല.

രവീന്ദ്രൻ

ആധിപത്യത്തിനെതിരെ പൊരുതുകയും കപടാവബോധങ്ങളെന്നു താൻ നിർവചിച്ച പ്രത്യയശാസ്ത്രങ്ങളുടെ അന്ത്യംകുറിച്ച യാഥാർഥ്യത്തെ നേരിട്ടു സ്പർശിച്ചറിയുന്ന ഒരു രീതിസംഹിതയ്ക്കു ജന്മം നൽകുകയും ചെയ്ത മഹാദാർശനികനായി മാർക്സിനെ തിരിച്ചറിയുന്നവരെ സംബന്ധിച്ചിടത്തോളം, അസ്തിത്വത്തിന്റെ ഒരു മണ്ഡലവും മാർക്സിസത്തിനു ബാഹ്യമല്ല.

മാർക്സിന്റെ ആനുഷംഗികമായ ചില സാഹിത്യപരാമർശങ്ങളുടെ ദുർബലമായ അടിത്തറയിൽ ഒരു സൗന്ദര്യശാസ്ത്രം പടുത്തുയർത്തുന്നതിന്റെ ആശാസ്യതതന്നെ ചോദ്യം ചെയ്യുന്നവരുണ്ട്. അവർ രണ്ടു കാര്യങ്ങൾ അവഗണിക്കുന്നു. ഒന്ന്: മാർക്സിന്റെ സാഹിത്യപരാമർശങ്ങൾ അവർ കരുതുംപോലെ ആനുഷംഗികമല്ല. കൗമാരകവിതകളും ഗവേഷണബിരുദപ്രബന്ധവും മുതൽ മൂലധനം വരെയുള്ള കൃതികളിൽ മാർക്സ് നൽകുന്ന സാഹിത്യസൂചനകൾക്കും അഭിപ്രായപ്രകടനങ്ങൾക്കും അപൂർവമായ പ്രാധാന്യവും അനുസ്യൂതിയുമുണ്ട്. അന്യവൽക്കരണം ഏറെയൊന്നും ബാധിക്കാത്ത സർഗാത്മകമായ അധ്വാനമണ്ഡലമെന്ന നിലയിൽ കലയ്ക്ക് അത്യുന്നതമായൊരു സ്ഥാനമാണ് മാർക്സ് സ്വജീവിതത്തിലും കൃതികളിലും നൽകിയിരുന്നത്.[1] രണ്ട്: മാർക്സിന്റെ ലോകവീക്ഷണവും

---

1. എസ് എസ് പ്രാവേറിന്റെ *Karl Marx and World Literature* (1978) എന്ന പഠനം ഈ വഴിക്കുള്ള ഒരു സഫലപരിശ്രമമാണ്. പി ദെമെറ്റ്സ്, ഡി മക്‌ലെല്ലാൻ, എസ് മൊറാവ്സ്കി, എസ് ഹൂക്ക്, ഡബ്ലിയു എം ജോൺസ്റ്റൺ എന്നിവരും ഈ ദിശയിൽ ഗണ്യമായ സംഭാവന നൽകിയിട്ടുണ്ട്.

ജീവദർശനവും ഇതര ജീവിതമണ്ഡലങ്ങൾക്കെന്നപോലെ കലയ്ക്കും പ്രസക്തമാണ്. 1844-ലെ കൈയെഴുത്തു പ്രതികൾ, രാഷ്ട്രീയ സമ്പദ്ശാസ്ത്രവിമൃഷ്ടി, അടിസ്ഥാനങ്ങൾ, മൂലധനം, അധിമൂല്യസിദ്ധാന്തങ്ങൾ തുടങ്ങിയ കൃതികളിൽ കലയും അധ്വാനവും തമ്മിലുള്ള ബന്ധം, കലയുടെ സാമൂഹികവും സർഗാത്മകവുമായ വശങ്ങൾ, സൗന്ദര്യാനുഭവത്തിന്റെ സാമൂഹിക സ്വഭാവം, കലയുടെ വർഗപരമായ ഉൽപ്പത്തിയും വർഗരഹിതമായ നിലനിൽപ്പും മുതലാളിത്ത സമൂഹത്തിൽ വിൽപ്പനച്ചരക്കാക്കപ്പെടുന്ന കലയുടെ വിപര്യയം, കലയുടെ കാലികതയും കാലാതീതത്വവും, കലയും അന്യവൽക്കരണവും തുടങ്ങിയ മൗലിക സൗന്ദര്യശാസ്ത്രപ്രശ്നങ്ങൾ നേരിട്ടുതന്നെ മാർക്സ് ചർച്ചാവിധേയമാക്കുന്നുണ്ട്. മനുഷ്യജീവിതത്തിന്റെ സൗന്ദര്യാത്മകമാനത്തെക്കുറിച്ചും മനുഷ്യനെ മനുഷ്യനാക്കുന്ന സ്വാത്മസൃഷ്ടിയായ കലയെക്കുറിച്ചുമുള്ള തീവ്രബോധം, കലയെ അസ്തിത്വത്തിന്റെ ഒരു ഉപോൽപ്പന്നം മാത്രമായി വെട്ടിച്ചുരുക്കുന്ന ശുദ്ധകലാവാദികൾക്കെതിരെ, അതിനെ സംസ്കാരത്തിന്റെ ഏറ്റവുമുയർന്ന ബിന്ദുവിൽ പ്രതിഷ്ഠിക്കാൻ മാർക്സിനെ പ്രേരിപ്പിച്ചു. മാർക്സിന്റെ ലോകവീക്ഷണത്തെത്തന്നെ ആധാരമാക്കി ഒരു സമ്പൂർണ സൗന്ദര്യവിജ്ഞാനീയത്തിന്റെ അടിത്തറകൾ നിർമിക്കാനുള്ള ശ്രദ്ധേയമായ ചില പരിശ്രമങ്ങൾ, വിശേഷിച്ചും കഴിഞ്ഞ രണ്ടു ദശകങ്ങളിൽ, വിവിധ ഭാഷകളിൽ നടന്നിട്ടുണ്ട്.[2] ഇവകൂടി മനസിൽ വെച്ചുകൊണ്ട്, മാർക്സിന്റെതന്നെ കൃതികളെ അടിസ്ഥാനമായി സ്വീകരിച്ച് മാർക്സിയൻ സാഹിത്യസങ്കൽപ്പങ്ങളും സൗന്ദര്യധാരണകളും കണ്ടെത്തി നമ്മുടെ ഭാഷയിലെ മാർക്സിസ്റ്റ് വിമർശനപാരമ്പര്യത്തെ തിരുത്താനും പുതുക്കാനുമുള്ള ഒരെളിയ സംരംഭമാണ് ഈ ലേഖനം.

---

2. ഇക്കൂട്ടത്തിൽ പ്രത്യേകം ശ്രദ്ധേയമായ കൃതികളാണ് എച്ച് കോഹിന്റെ *Marxism and Aesthetics* (1962), ഏൺസ്റ്റ് ഫിഷെറുടെ *The Necessity of Art* (1963), *Art against Ideology* (1970), എച്ച് ഗല്ലാസിന്റെ *Marxist theory of Literature* (1964), മിഖായേൽ ലിഫ്ഷിത്സിന്റെ *Karl Marx and Aesthetics* (1967), റയ്മൊണ്ട് വില്യംസിന്റെ *Marxism and Literature*, പിയെറി മാഷെറിയുടെ *Towards A Theory of Literary Production* (1971), ഹെർബർട്ട് മാർക്യൂസിയുടെ *Philosophy of Aesthetics* (1972), എച്ച് ആർവോണിന്റെ *Marxist Aesthetics*, അദോൾഫോസാഞ്ചെസ് വാസ്കെസിന്റെ *Art and Society* (1973), ആർ എസ്കാർപിറ്റിന്റെ *Sociology of Literature* (1971), ലൂഷ്യെൻ ഗോൾഡ്മാന്റെ *Hidden God* (1964), *Towards a Sociology of the Novel* (1975), വാൾട്ടർ ബെഞ്ചമിന്റെ *Illuminations* (1970), ഫ്രെഡ്രിക് ജെയ്മിസൺന്റെ *Marxism and Form* (1971) തുടങ്ങിയവ. അൽത്യൂസറിന്റെ സൗന്ദര്യശാസ്ത്രലേഖനങ്ങളും അവഗണിച്ചുകൂടാ.

1

സൃഷ്ടി, സ്വാതന്ത്ര്യം, സൗന്ദര്യം വൈരുധ്യാത്മക നിരൂപണത്തിന് ഒരാമുഖം

സച്ചിദാനന്ദൻ

ബാല്യം മുതൽതന്നെ മാർക്സിന്റെ വ്യക്തിജീവിതത്തിന്റെ ഒരു മുഖ്യഭാഗമായിരുന്നു സാഹിത്യം. കാൾ പറയുന്ന ആകർഷകമായ കഥകൾക്കുവേണ്ടി അവനുണ്ടാക്കിയ വൃത്തികെട്ട കേക്കു തിന്നാനും അവന് ഓടിക്കാൻ പാകത്തിൽ കുതിരകളായി കുനിഞ്ഞു കൊടുക്കാനുംവരെ സഹോദരികൾ തയാറായിരുന്നുവെന്ന് മാർക്സിന്റെ മകളായ എലീനോർ ഓർമിക്കുന്നു. ബാല്യത്തിൽത്തന്നെ സിസെറോ, ടാസിറ്റസ്, ഹോമർ, സൊഫൊക്ലിസ്, പ്ലേറ്റോ, തുസിഡൈഡിസ് തുടങ്ങിയവരുടെ കൃതികൾ കാണാതെ പറയുകയും ഹാസ്യകവിതകൾ രചിക്കുകയും ചെയ്ത് കാൾ സഹപാഠികളെ ഭയപ്പെടുത്തുമായിരുന്നു. വിറ്റസ് ലോവേഴ്സ് എന്ന സരസനായ അധ്യാപകന്റെ പ്രേരണയിൽ ഓവിഡിന്റെ ഒരു കൃതി പരിഭാഷപ്പെടുത്താൻ ശ്രമിക്കുകയും പിതാവിന് പതിനെട്ടാം നൂറ്റാണ്ടിലെ ജർമൻ ക്ലാസിക്കുകളോടുണ്ടായിരുന്ന ആഭിമുഖ്യം പങ്കുവയ്ക്കുകയും പിൽക്കാലത്ത് ശ്വശുരനായിത്തീർന്ന അയൽക്കാരൻ വെസ്റ്റ് ഫാലെൻ പ്രഭുവിൽനിന്ന് ഷേക്സ്പിയർ നാടകങ്ങൾ ആസ്വദിച്ചുശീലിക്കുകയും ചെയ്ത മാർക്സ് സാഹിത്യവിഷയങ്ങളിൽ സ്കൂളിൽ മുൻപന്തിയിൽ നിന്നതിൽ അത്ഭുതമില്ല. 1835 ൽ സ്കൂൾ വിടുതൽ പരീക്ഷയ്ക്കെഴുതിയ *ഒരു കർമമണ്ഡലം തിരഞ്ഞെടുക്കുന്നതിനെക്കുറിച്ച് ഒരു യുവാവിന്റെ വിചിന്തനങ്ങൾ* എന്ന പ്രബന്ധത്തിൽ ഒരു സാഹിത്യകാരനാകുന്നതിനെക്കുറിച്ചും മാർക്സ് സൂചിപ്പിക്കുന്നുണ്ട്. ജോലിവിഭജനം മനുഷ്യജീവിതത്തെ ശിഥിലീകരിക്കുന്നതിനെക്കുറിച്ചും അസ്തിത്വത്തിന്റെ സത്യവും സമഗ്രതയും പുനഃസ്ഥാപിക്കേണ്ടതിന്റെ ആവശ്യകതയെക്കുറിച്ചും മാർക്സ് ഇതിൽ പറയുന്നു. ബോണിലും ബർലിനിലും സർവകലാശാലാഭ്യസനം നടത്തുമ്പോഴും മാർക്സ് നിയമവും തത്വചിന്തയും ചരിത്രവും പഠിക്കുന്നതോ

ടൊപ്പം സാഹിത്യവും പഠിച്ചു. എ ഡബ്ലിയു ഷ്ലെഗെൽ, എഫ് ജി വെൽക്കെർ, ബ്രൂണോ ബോവെർ എന്നീ അധ്യാപകരും ലെസിങ്, സോൾഗെർ, വിങ്ക്ൾമാൻ തുടങ്ങിയ സൗന്ദര്യശാസ്ത്രജ്ഞരും മാർക്സിനെ സ്വാധീനിക്കാനിടയായത് ഇക്കാലത്തായിരുന്നു. ഇതേകാലത്ത് അദ്ദേഹം കവിതാരചനയും ആരംഭിച്ചു. സ്വപിതാവിനു സമർപ്പിക്കപ്പെട്ട രണ്ടു കവിതകളിലൊന്നായ *കവിത*യിൽ കവിയുടെ ബാഹ്യപ്രചോദനം, അഭ്യാസബലം, കവിതയുടെ വൈരുധ്യാത്മകസ്വഭാവം, രൂപത്തിന്റെ പ്രാധാന്യം – ഇവയെക്കുറിച്ചുള്ള സൂചനകളുണ്ട്. ഭാവഗീതാത്മകതയിലും ആത്മരതിയിലും മുഴുകി, ജർമൻ കാൽപ്പനിക കവിതയുടെ ഓജസില്ലാത്ത അനുരണനങ്ങൾ സൃഷ്ടിക്കുന്ന ഒരു കവികിശോരന്റെ രചനകളായേ അദ്ദേഹത്തിന്റെ *കവി, നിശാപ്രണയം* തുടങ്ങിയ ആദ്യകവിതകളെയും ജെന്നിയെ അഭിസംബോധന ചെയ്യുന്ന ഗീതകപരമ്പരയെയും കാണേണ്ടതുള്ളൂ. എങ്കിലും ചില പിൽക്കാലകവിതകളിൽ കാൽപ്പനികതയോടുള്ള അവിശ്വാസവും മൗലികഭാവനയുടെ മിന്നലാട്ടങ്ങളും കാണുന്നുണ്ട്. പ്രൊമെത്യൂസിനോടും ജൂപ്പിറ്ററോടും ബന്ധമുള്ള ഒരു അഹംബോധം പ്രകടിപ്പിക്കുന്ന *മനുഷ്യാഭിമാന*മെന്ന കവിത സാമൂഹികാനുഷ്ഠാനത്തോടുള്ള ആഭിമുഖ്യവും നാഗരികജീവിതത്തിലെ അന്യവൽക്കരണത്തെ കീഴ്പ്പെടുത്താനുള്ള അഭിവാഞ്ഛയും ആവിഷ്കരിക്കുന്നു. തന്റെ പരിഹാസകവനങ്ങളിൽ, ഉപരിവർഗത്തിന്റെ കപട സഹൃദയത്വത്തെയും നാടകത്തിലെ നാച്ചുറലിസത്തെയും അദ്ദേഹം കണക്കിനു കളിയാക്കുന്നുണ്ട്. അരികിലിരുന്നു 'ബാലേ' കാണുന്ന പൊങ്ങച്ചക്കാരി "നൃത്തം മനോഹരം അല്ലേ?" എന്നു ചോദിക്കുമ്പോൾ നീരസത്തോടെ "ഇന്നത്തെ പത്രത്തിൽ എന്തുണ്ടു വിശേഷം?" എന്നു തിരിച്ചുചോദിച്ച് നിശ്ശബ്ദനായി കലാസ്വാദനത്തിൽ മുഴുകുകയും കുരങ്ങ് ചുവരിന്മേൽ മൂത്രമൊഴിക്കുന്നത് അതേപടി കാണിക്കാതിരുന്നതൊഴിച്ചാൽ കളിക്ക് 'സ്വാഭാവികത' ഒട്ടും കുറവില്ലെന്ന് 'നാച്ചുറലിസ'ത്തെ പരിഹസിക്കുകയും ചെയ്യുന്ന ഒരു കവിയെ ഇവയിൽ കാണാം. 1837 ൽ എഴുതാനാരംഭിച്ച *ഹെലിക്സും തേളും* എന്ന അപൂർണമായ ഹാസ്യനോവലിൽ മാർക്സ് ഹെഗലിനെ വിമർശിക്കാൻ തുടങ്ങുന്നതിന്റെ സൂചനയുണ്ട്. ഇതേ കാലത്തെഴുതിയ ഒരു ദുരന്തനാടകത്തിൽ, തരംകിട്ടുമ്പോഴൊക്കെ "ലയ"വും "ആത്മാവും" വാരിവിതറുന്ന കാൽപ്പനികരെ മാർക്സ് പരിഹസിക്കുന്നു. 37 ൽ പിതാവിനയച്ച ഒരു കത്തിൽ തന്റെ ഈ സാഹിത്യസൃഷ്ടികളെ മാർക്സ് ക്രൂരമായി വിമർശിക്കുന്നുണ്ട്; തന്റെ കവിതകളുടെ മിഥ്യാടനങ്ങൾ, കൃത്രിമമായ ബുദ്ധിപരത, ധ്വനിരാഹിത്യം, നോവലിന്റെ കൃത്രിമഹാസ്യം, നാടകത്തിന്റെ കപടസങ്കൽപ്പനം ഇവയെ വിമർശിക്കുന്ന ഈ കത്തിൽ പിന്നീട് മാർക്സ് വികസിപ്പിച്ച ചില നിരൂപണതത്വങ്ങളുടെ പ്രവചനങ്ങളുണ്ട്: സാഹിത്യം കഴിയുന്നത്ര യാഥാർഥ്യത്തോടടുത്ത് നിൽക്കണം; അതിന് രൂപസാന്ദ്രതയും ധ്വന്യാത്മകതയും വേണം; വാഗ്ധാടി കവിഭാവനയ്ക്കു പകരംനിൽക്കില്ല, കേവലമായ 'ഫോർമലി

സം' കലയുടെ ശത്രുവാണ്; മഹത്തായ രചനകളെ പുതിയ രചനകൾക്ക് ഉരകല്ലായി ഉപയോഗിക്കാം — ഇങ്ങനെ.

തനിക്ക് കവിയാകാൻ കഴിയില്ലെന്നു ബോധ്യപ്പെട്ട മാർക്സ് ഈശ്വര വിശ്വാസത്തെ ആക്രമിച്ചുകൊണ്ട് ഒരപൂർണ പ്രഹസനംകൂടി പരീക്ഷിച്ച ശേഷം സാഹിത്യത്തെയും തത്വചിന്തയെയും സമന്വയിക്കാനുള്ള യത്നങ്ങളാണു നടത്തിയത്. *ഡിമോക്രിറ്റസിന്റെയും എപ്പിക്യൂറസിന്റെയും പ്രകൃതിതത്വവാദങ്ങളിലെ അന്തരം* എന്ന ഗവേഷണ ബിരുദ പ്രബന്ധം ഇത്തരമൊരു ശ്രമമാണ്. സാഹിത്യത്തിന്റെ ധർമത്തെക്കുറിച്ച് മാർക്സിനുണ്ടായിരുന്ന സങ്കൽപ്പം ഇതിൽ വ്യക്തമാകുന്നുണ്ട്. ബന്ധനസ്ഥനായ പ്രൊമെത്യൂസ്, ദൈവങ്ങളുടെ സേവകനായിരുന്ന ഹെർമിസിനോടു പറയുന്ന ഈസ്കിലസിന്റെ വാക്യം മാർക്സ് ഉദ്ധരിക്കുന്നു:

> ഒരു കാര്യം ഉറപ്പിച്ചേക്കൂ - എന്റെ ഈ ദുരവസ്ഥ നിന്റെ അടിമത്തത്തിനു ഞാൻ കൈമാറുകയില്ല. പിതാവായ സിയൂസിന്റെ വിശ്വസ്ത ഭൃത്യനായിരിക്കുന്നതിനെക്കാൾ നന്ന് ഈ പാറയുടെ അടിമയായിരിക്കുന്നത്.

പ്രൊമെത്യൂസിന്റെ ഈ സ്വാതന്ത്ര്യബോധം കലാപത്തിന്റെ ശതകങ്ങളിലൂടെ മനുഷ്യനെ സംബോധന ചെയ്യുന്നതായി മാർക്സ് കാണുന്നു. പ്രൊമെത്യൂസ് കഥയെ സമകാലിക തത്വചിന്തയുടെ അവസ്ഥയ്ക്കൊരു പ്രതീകമാക്കിക്കൊണ്ട് മനുഷ്യന്റെ ആത്മബോധത്തെ ഏറ്റവും വലിയ ദിവ്യത്വമായി അംഗീകരിക്കുകയാണ് അദ്ദേഹമിവിടെ. അരിസ്റ്റോട്ടിലിനുശേഷമുള്ള യവനതത്വചിന്ത അതിഭൗതിക ധ്യാനത്തിൽനിന്നു പ്രായോഗിക നീതിയിലേക്കു തിരിഞ്ഞതുപോലെ, ഹെഗലിലൂടെ ധ്യാനാത്മകധർമം പൂർത്തീകരിച്ച ജർമൻ തത്വചിന്ത ഇനി അനുഷ്ഠാനത്തിന്റെ തലത്തിലേക്കു തിരിയണമെന്ന് അദ്ദേഹം സൂചിപ്പിക്കുന്നു. "റൂസ്സോ, വോൾട്ടെയർ, ഫോൾബാഹ്, ലെസിങ്, ഹെയ്നേ, ഹെഗൽ എന്നിവർ ഒരൊറ്റ വ്യക്തിയിൽ സമ്മേളിച്ച"താണ് ഡോക്ടർ മാർക്സ് എന്ന് ഇക്കാലത്തെ മാർക്സിനെക്കുറിച്ച് ഒരു കത്തിൽ മോസസ് ഹെസ് എഴുതുന്നുണ്ട്: മാർക്സ് നിലയുറപ്പിച്ചിരുന്നത് യൂറോപ്യൻ നവോത്ഥാനത്തിന്റെ പൈതൃകത്തിലാണ് എന്നാണിതിന്റെ പൊരുൾ. ഹോമറുടെ സുഘടിത സുന്ദര ലോകം എപ്പിക്യൂറസിനു മുമ്പത്തേതാണെന്നും എപ്പിക്യൂറസിന്റെ അധൃഷ്യരും സ്വയംപൂർണരുമായ ദേവതമാർ യവനശിൽപ്പകലയിലെ ദേവതാസങ്കൽപ്പങ്ങളാണെന്നും ലുക്രീഷ്യസ് ചിത്രീകരിക്കുന്നത് എപ്പിക്യൂറസിനു ശേഷമുള്ള ഒരു ലോകമാണെന്നും പ്രബന്ധം നിരീക്ഷിക്കുന്നു. ലുക്രീഷ്യസിന്റെ ഈശ്വരരഹിതമായ ധീരസാഹസിക പ്രപഞ്ചത്തെ സാക്ഷിനിർത്തിക്കൊണ്ട്, വലിയ എഴുത്തുകാർ സ്വന്തം കാലത്തിന്റെ ആത്മാവ് അനാവരണം ചെയ്യുന്നവരാണെന്ന് അതു പറയുന്നു. തന്റെ കാഴ്ചപ്പാടുകൾ ഉത്തമ സാഹിത്യകൃതികളെ ഉദ്ധരിച്ചു സമർഥിക്കുന്ന മാർക്സിന്റെ സമ്പ്രദായം ഈ പ്രബന്ധത്തിലുടനീളമു

ണ്ട്. 1841 ഏപ്രിലിൽ ഡോക്ടറേറ്റ് നേടിയശേഷം ഒരു നാടക മാസിക നടത്താനുള്ള തന്റെ ശ്രമം മാർക്സ് ഉപേക്ഷിച്ചുവെങ്കിലും നാടകവും കവിതയും നോവലും അവസാനകാലംവരെ മാർക്സിന്റെ പ്രഥമ പ്രണയങ്ങളിലൊന്നായിത്തുടർന്നു. അദ്ദേഹത്തിന്റെ വിവിധ കൃതികൾ, അദ്ദേഹത്തിന് പാണ്ഡിത്യമുണ്ടായിരുന്ന റഷ്യൻ, ജർമൻ സ്പാനിഷ്, ഗ്രീക്ക്, ലാറ്റിൻ, ഫ്രഞ്ച്, ഇംഗ്ലീഷ്, ഇറ്റാലിയൻ എന്നീ ഭാഷകളിലെ പ്രസിദ്ധവും അപ്രസിദ്ധവുമായ സാഹിത്യകൃതികളെ എങ്ങനെ പ്രയോജനപ്പെടുത്തുന്നുവെന്ന് *കാൾ മാർക്സും വിശ്വസാഹിത്യവും* എന്ന ഗവേഷണകൃതിയിൽ എസ് എസ് പ്രാവേർ വിശദീകരിക്കുന്നുണ്ട്. നമ്മുടെ ലക്ഷ്യം മാർക്സിന്റെ സൗന്ദര്യ വിജ്ഞാനീയമായതിനാൽ അത്തരം സൂക്ഷ്മാംശങ്ങളിലേക്ക് ഇവിടെ കടക്കുന്നില്ല. മാർക്സിന്റെ കൗമാരത്തെക്കുറിച്ച് ചില സൂചനകൾ നൽകിയത്, സാഹിത്യം അദ്ദേഹം തത്വചിന്തയെ പിന്തുണക്കാനായി പിൽക്കാലത്തു പഠിച്ചുണ്ടാക്കിയതല്ലെന്നും വാസനാപരമായിത്തന്നെ അതദ്ദേഹത്തെ സ്വാധീനിക്കുകയും വ്യക്തിത്വരൂപീകരണത്തിൽ കേന്ദ്രപ്രാധാന്യമുള്ളൊരു പങ്കുവഹിക്കുകയും ചെയ്തിരുന്നുവെന്നും ചൂണ്ടിക്കാണിക്കുവാൻ മാത്രമാണ്.[1]

2

സൗന്ദര്യശാസ്ത്രവിചിന്തനങ്ങളിൽ മാർക്സിന്റെ വഴികാട്ടികൾ ആരെല്ലാമായിരുന്നുവെന്നു കണ്ടെത്തുവാൻ ശ്രമിക്കുന്ന ലൂക്കാച്ച്, ലിഫ്ഷിത്സ്, പസൂറാ എന്നീ പണ്ഡിതന്മാർ കാന്റ്, വിങ്കൾമാൻ, ലെസിങ്, ഗൊയ്ഥേ, ഷില്ലർ, ഷ്ലെഗെൽ, ഹെഗൽ തുടങ്ങിയ പേരുകളിൽ ചെന്നുമുട്ടുന്നുണ്ട്. 'അന്യവൽക്കൃതമായ' കലയെക്കുറിച്ച് ഗെയോർഗ് ഫോഴ്സ്റ്റർ, ഫിഹ്തേ എന്നിവരുടെ വിചാരങ്ങളും ജർമൻകാരല്ലാത്ത പ്ലേറ്റോവും അരിസ്റ്റോട്ടിലും മുതൽ റൂസോവും ദിദെറോവും വരെയുള്ളവരുടെ സാഹിത്യപരവും സാമൂഹികവുമായ വിചിന്തനങ്ങളും മാർക്സിനെ സ്വാധീനിച്ചിട്ടുണ്ട്.[2] ഒരില കണ്ടാൽ മരം മുഴുവനോടെ സങ്കൽപ്പിക്കാൻ കഴിയുമായിരുന്ന മാർക്സിന് ഇവരുടെ എല്ലാ കൃതികളും വായിക്കാതെതന്നെ പൊതുവായ ചിന്താഗതികൾ ഊഹിക്കാൻ പ്രയാസമുണ്ടായിരുന്നില്ല. 1842 -ൽ പത്രപ്രവർത്തനരംഗത്തേക്ക് കാലൂന്നിയ മാർക്സിന്റെ ആദ്യലേ

1. എച്ച് പി ആദംസിന്റെ *Karl Marx in His Earlier Writings* (London 1940), ഐ ബെർളിന്റെ *Karl Marx : His Life and Environment* (Oxford, 1963), എസ് ഹൂക്കിന്റെ *From Hegel to Marx* (New Yourk, 1938), ഡേവിഡ് മക്‌ലെല്ലാനിന്റെ *Marx before Marxism* (Harmonds worth, 1972) പ്രോഗ്രസ് പബ്ലിഷേഴ്സിന്റെ *Karl Marx : A Biography* (Moscow, 1977) – ഇവയിൽ വിശദാംശങ്ങളുണ്ട്.
2. സൗന്ദര്യശാസ്ത്ര വിഷയത്തിൽ മാർക്സിനെ സ്വാധീനിച്ചവരെക്കുറിച്ചൊരു നല്ല വിവരണത്തിന് എൽ ബക്സൻ ഡാൾ, എസ് മൊറാവ്സ്കി എന്നിവർ എഡിറ്റു ചെയ്ത *Marx and Engels on Literature and Art* (St. Louis, 1973) കാണുക (പേജുകൾ 40–45).

ഖനംതന്നെ സെൻസർഷിപ്പിനെതിരെ ശൈലീസ്വാതന്ത്ര്യം സംരക്ഷിക്കാനുള്ള ഒരാഹ്വാനമായിരുന്നു. സെൻസർമാരുടെ ഇടപെടൽമൂലം അത് ജർമനിയിൽ പ്രകാശിപ്പിക്കാൻ കഴിഞ്ഞില്ല. പിന്നത്തെ വർഷം സ്വിറ്റ്സർലന്റിൽനിന്ന് ആർനോൾഡ് റൂഷ് പുറത്തിറക്കിയ *അനെക്ഡോട്ടാ* എന്ന സമാഹാരത്തിലാണ് അതു പ്രത്യക്ഷപ്പെട്ടത്. മാർക്സിന്റെ ശൈലി രൂപപ്പെട്ടതും സാമൂഹികസമ്പദ്വ്യവസ്ഥയും പ്രൊഫെഷനൽ എഴുത്തുകാരും തമ്മിലുള്ള ബന്ധം അദ്ദേഹം പരസ്യമായി അപഗ്രഥിക്കാനാരംഭിച്ചതും *റൈനിസ്ഹ്സെയ്റ്റുങ്* (ഏതാണ്ട്, *ജർമൻ ഗസറ്റ്* എന്നർഥം) എന്ന സ്വതന്ത്രവൃത്താന്ത പത്രത്തിലെ സ്റ്റാഫംഗമെന്ന നിലയിൽ അതിലെഴുതിയ ലേഖനങ്ങളിലൂടെയായിരുന്നു. എഴുത്തുകാരന് ജീവിക്കാനും എഴുതാനും ഒരു ജീവനോപായം അനിവാര്യമാണ്. എന്നാൽ അയാളുടെ ജീവിതവും എഴുത്തും ജീവനോപായത്തിനുവേണ്ടി ആയിക്കൂടാ എന്ന ദ്ദേഹം ഒരു ലേഖനത്തിൽ പറയുന്നു. ബെറാങ്ഗെർ എന്ന കവിയെ ഉദ്ധരിച്ചുകൊണ്ട് കവിത ഒരു ലക്ഷ്യത്തിനുള്ള മാർഗമായിക്കൂടെന്നദ്ദേഹം പ്രസ്താവിക്കുന്നു.

> ഒരെഴുത്തുകാരൻ തന്റെ രചനകളെ ഒരു ലക്ഷ്യത്തിനുള്ള മാർഗമായി കരുതുന്നില്ല. അവ തന്നെയാണ് അവയുടെ ലക്ഷ്യം. അവയുടെ നിലനിൽപ്പിനുവേണ്ടി ആവശ്യമെങ്കിൽ സ്വന്തം നിലനിൽപ്പ് ബലികഴിക്കാൻപോലും അയാൾ തയാറാകും: അത്രയ്ക്കും അവ അവനവനോ അപരർക്കോ വേണ്ടിയുള്ള ഒരു മാർഗമല്ലാതിരിക്കുന്നു.[1]

പത്രപ്രവർത്തനത്തിലെ ആദ്യസ്വാതന്ത്ര്യം, ഒരു വ്യാപാരമാകാതിരിക്കാനുള്ള അതിന്റെ സ്വാതന്ത്ര്യമാണെന്നും അതിനെ ഒരു ജീവനോപാധിയാക്കി അധഃപതിപ്പിക്കുന്നവന് അത്തരം ഒരസ്തിത്വംതന്നെ തക്കതായ ശിക്ഷയാണെന്നും മാർക്സ് തുടർന്നുപറയുന്നു. കവിയുടെ സൃഷ്ടി അന്യവൽക്കരണം ബാധിക്കാത്ത ഒരു സർഗകർമമാണെന്നും വാണിജ്യസമ്മർദങ്ങൾക്കു വിധേയമാകുമ്പോഴും വാണിജ്യമൂല്യങ്ങളെ സേവിക്കാതിരിക്കുവാൻ കവിതയ്ക്കു സ്വാതന്ത്ര്യമുണ്ടെന്നും മാർക്സ് സൂചിപ്പിക്കുന്നു. എന്നാൽ സാഹിത്യം പീഡകരുടെ കൈയിൽ ഒരു മർദനോപാധിയായി മാറാമെന്നും അദ്ദേഹം കാണാതിരിക്കുന്നില്ല. സാഹിത്യത്തെ യാഥാർഥ്യം വ്യക്തമാക്കാനുപയോഗിക്കുന്നതിനുപകരം അവ്യക്തമാക്കാനുപയോഗിക്കുന്നവരെ മാർക്സ് വിമർശിക്കുന്നു. ഷില്ലറുടെനേരെ മുമ്പ് അദ്ദേഹം ഈ ആരോപണമുന്നയിച്ചിരുന്നു. ഇപ്പോൾ ഗുസ്തവ് യുഗോ എന്ന എഴുത്തുകാരനാണ് ശരവ്യനാകുന്നത്. 'സ്നേഹാധിക്യം'കൊണ്ട് ശത്രുവിന്റെ കൈ നീരുവരുംവരെ അമർത്തുന്നതുപോലെ കവിത ചില

1. Rheinische Zeitung, 1842 tabv 19 : *Marx, Engels : Collected Works,* Vol. I. 70-71 (ഇനി മുതൽ MEW).

പ്പോൾ മൃഗീയതയെ വൈകാരികമായി ന്യായീകരിക്കുന്നു. "നില നിൽക്കുന്ന എല്ലാറ്റിന്റേയും വിമർശന"മാണ് നമ്മുടെ ധർമമെന്ന് 1843ൽ ആർനോൾഡ് റൂഷിന്നെഴുതുമ്പോൾ, നാടക-കാവ്യാദികൾ ജീവിതത്തെ ക്കുറിച്ചു ചിലപ്പോൾ നൽകുന്ന കപടബോധങ്ങൾകൂടി മാർക്സിന്റെ മന സിലുണ്ടായിരുന്നിരിക്കണം. വനംകൊള്ളയെപ്പറ്റിയുള്ളൊരു ലേഖനത്തി ലാണ് 'പ്രത്യയശാസ്ത്ര'മെന്ന പദം മാർക്സ് ആദ്യമായി ഉപയോഗി ക്കുന്നത്. 'കപടാവബോധം' (false consiousness) എന്ന അർഥമാണ് ഇവിടെ മാർക്സ് ആ പദത്തിനു കൽപ്പിക്കുന്നത്. സമൂഹത്തിലെ ഏതെ ങ്കിലും സംഘമോ വർഗമോ സ്വന്തം താൽപ്പര്യങ്ങൾ സംരക്ഷിക്കാനോ ആനുകൂല്യങ്ങൾ ന്യായീകരിക്കാനോ ആയി പ്രചരിപ്പിക്കുന്ന മിഥ്യാ ബോധമാണ് 'പ്രത്യയശാസ്ത്രം.' അങ്ങനെ അത് വർഗതാൽപ്പര്യങ്ങ ളെയും ഭൗതിക വ്യവസ്ഥകളെയും പ്രതിഫലിപ്പിക്കുന്നു.

പത്രപ്രവർത്തനകാലത്തെ മാർക്സിന്റെ മറ്റൊരു കണ്ടുപിടുത്തം ഭാഷയെ സംബന്ധിച്ചാണ്. മിതവും മൃദുലവുമായ ബിംബങ്ങളിൽ സംസാരിക്കുന്ന പഴയ കവികളുടെ ഭാഷ, പരുഷമായ ആധുനിക യാഥാർഥ്യം അവതരിപ്പിക്കാൻ അപര്യാപ്തമാണെന്നും അതിന് ശക്ത മായ ഒരു പുതിയ ഭാഷ വേണമെന്നും അദ്ദേഹം പറയുന്നു. ശുദ്ധസൗന്ദ ര്യവാദികളുടെ മിഥ്യാലാവണ്യത്തെ തിരസ്കരിക്കുകയും കാൽപ്പനിക രുടെ നിഗൂഢവൽക്കരണങ്ങളെ സംശയിക്കുകയും തന്റെ പത്രപംക്തി കളിൽനിന്ന് വെറും പ്രചാരണത്തിനായെഴുതപ്പെടുന്ന സാഹിത്യത്തെ അകറ്റിനിർത്തുകയും അതേസമയം പ്രതിഭയും ആത്മാർഥതയുമുള്ള ഗയോർഗ് ഹെർവേഗിനെപ്പോലുള്ള ജനകീയകവികളെ പ്രോത്സാഹിപ്പി ക്കുകയും ചെയ്യുന്ന അന്വേഷകനും കലാപകാരിയുമായ ഒരു മാർക്സി ന്റെ ചിത്രമാണ് *ജർമൻഗസറ്റി*ന്റെ താളുകളിൽനിന്നു നമുക്കു ലഭിക്കു ന്നത്.

1843-ൽ ആ പത്രത്തിലെ ജോലി രാജിവെച്ച് ജെന്നി വോൺ വെസ്റ്റ് ഫാലനെ വിവാഹം കഴിച്ചശേഷം മാർക്സ് കൂടുതലായി ചരിത്രത്തി ലേക്കും രാഷ്ട്രീയ സിദ്ധാന്തത്തിലേക്കും തിരിയുന്നു. ഹെഗലിന്റെ രാഷ് ട്രീയ-നിയമവീക്ഷണങ്ങളുടെ വിമർശനം അദ്ദേഹം മിക്കപ്പോഴും ആരംഭി ക്കുന്നത് ഹെഗേലിയൻ ഭാഷാഘടനയുടെ യുക്തിയെയും വ്യാകരണ ത്തെയും അപഗ്രഥിച്ചുകൊണ്ടാണ്. ഷാറ്റൂബ്രിയങ്, റൂസോ, മൊണ്ടെ സ്ക്യൂ, മക്കിയാവെല്ലി തുടങ്ങിയവരുടെ കൃതികൾ മാർക്സ് ശ്രദ്ധിച്ചു പഠിക്കുന്നത് ഇക്കാലത്താണ്. എല്ലാറ്റിനെയും ചരക്കാക്കി മാറ്റാനുള്ള പണത്തിന്റെ മാന്ത്രികസിദ്ധിയെക്കുറിച്ച് *യഹൂദപ്രശ്നത്തെപ്പറ്റി* എന്ന ലേഖനത്തിലദ്ദേഹം പറയുന്നുണ്ട്. സമൂഹത്തിൽ പണത്തിന്റെ ആധിപ ത്യമേറുംതോറും കലയോടുള്ള പുച്ഛം വർധിക്കുന്നുവെന്നും പത്തൊ മ്പതാം നൂറ്റാണ്ടിലെ മുതലാളിത്തം, അധ്വാനത്തിന്റെ ഇതര ഉൽപ്പന്നങ്ങ ളിൽ നിന്നെന്നപോലെ കലാചൈതൃകത്തിൽനിന്നും മനുഷ്യരെ അകറ്റു ന്നുവെന്നും ലേഖനം നിരീക്ഷിക്കുന്നു. വിവരണാത്മകനോവലുകൾക്ക്

ചരിത്രത്തോടൊപ്പംതന്നെ സ്ഥാനം നൽകാൻ മാർക്സ് തയാറാകുന്നുണ്ടിവിടെ. സമൂഹത്തിൽ മിഥോളജിയുടെ പങ്കു നിർവചിക്കുന്ന ഒരു ഭാഗം *ഹെഗലിയൻ തത്വചിന്താവിമൃഷ്ടിക്കെഴുതിയ* മുഖവുരയിൽ കാണാം. പ്രാക്തനജനതകൾ തങ്ങളുടെ പൂർവചരിത്രം ഭാവനയിലൂടെ, അവരുടെ മിഥോളജിയിലൂടെ ആണ് ജീവിച്ചിരുന്നത്. ഈ മിഥോളജിയെ സാഹിത്യം വിമർശനാത്മകമായി ഉപയോഗിക്കുന്നതിനുദാഹരണമായി ഈസ്കിലസിന്റെ നാടകങ്ങൾ അദ്ദേഹമെടുത്തുകാട്ടുന്നു.

1844 ൽ പ്രത്യക്ഷപ്പെട്ട 'നെയ്ത്തുകാരുടെ ഗാനം', ഹെയ്നേയുടെ *സൈലേഷ്യൻ നെയ്ത്തുകാർ* എന്നീ കവിതകൾ മാർക്സിനെ പ്രത്യേകം ആകർഷിക്കുകയുണ്ടായി. പഴയ നാടോടിപ്പാട്ടിൽനിന്ന് പുതിയ തൊഴിലാളിവർഗ കവിതയിലേക്കുള്ള പരിവർത്തനത്തിന്റെ ആദ്യകിരണങ്ങൾ ഇവയിലദ്ദേഹം ദർശിച്ചു. ശൈലിയെ ഉള്ളടക്കത്തെക്കാൾ പ്രധാനമായിക്കാണുന്ന സമ്പ്രദായത്തെ അദ്ദേഹം വിമർശിച്ചു:

> ഓരോ വിഷയത്തിലും തങ്ങളുടെ ശൈലിയുടെ ഒരു വിളംബരത്തിനുള്ള അവസരം കണ്ടെത്തുന്നവർ കേവലം രൂപപരമായ ഈ പ്രവർത്തനം കൊണ്ടുതന്നെ തലതിരിഞ്ഞു ഒരുള്ളടക്കത്തിലേക്കു നയിക്കപ്പെടും. ഈ തലതിരിഞ്ഞ ഉള്ളടക്കം, തിരിച്ച് അതിന്റെ രൂപത്തിൽ വൈകൃതത്തിന്റെ മുദ്രയർപ്പിക്കുകയും ചെയ്യും.[1]

പൊള്ളയായ ആത്മരതിയിൽ മുങ്ങിയ ആർനോൾഡ് റൂഷിന്റെ 'റെഡിമെയ്ഡ്' വായ്ത്താരിയെ മാർക്സ് പരിഹസിക്കുന്നു. "രൂപത്തിന് ഒരു മൂല്യവുമില്ല – അത് ഉള്ളടക്കത്തിന്റെ രൂപമല്ലെങ്കിൽ" എന്ന മാർക്സിന്റെ 1842 ലെ പ്രസ്താവവും ലാവണ്യവാദത്തോടും ഫോർമലിസത്തോടും അദ്ദേഹം പുലർത്തിയ അവിശ്വാസവും ഈ വിമർശനത്തോടു ചേർത്തു കാണേണ്ടതുണ്ട്.

3

മാർക്സിയൻ തത്വചിന്തയുടെ പരിണാമത്തിൽ കേന്ദ്ര പ്രാധാന്യമുള്ള 1844 ലെ *പാരീസ് കയ്യെഴുത്തുപ്രതി*കളെന്നറിയപ്പെടുന്ന സാമ്പത്തിക തത്വശാസ്ത്രക്കുറിപ്പുകൾ സൗന്ദര്യശാസ്ത്രപ്രശ്നങ്ങൾ വിവിധ തലങ്ങളിൽ കൈകാര്യം ചെയ്യുന്നുണ്ട്. 'മൃഗങ്ങളും ഉൽപ്പാദിപ്പിക്കുന്നുണ്ട്; ശരി. തേനീച്ചകളും നീർനായ്ക്കളും ഉറുമ്പുകളും പോലുള്ള ജന്തുക്കൾ സ്വയംതന്നെ കൂടുകളും മാളങ്ങളും നിർമിക്കുന്നു. എന്നാൽ ജന്തു അതിനോ അതിന്റെ സന്തതിക്കോ ഉടനടി ആവശ്യമുള്ളതു മാത്രമേ ഉൽപ്പാദിപ്പിക്കുന്നുള്ളൂ. അതിന്റെ ഉൽപ്പാദനം ഏകപക്ഷീയമാണ്. മനുഷ്യന്റേതാകട്ടെ, സാർവജനീനവും. അത് ആസന്നമായ ഭൗതികാവശ്യ

1. MEW, I, 405.

ത്തിന്റെ സമ്മർദത്തിലേ ഉൽപ്പാദനത്തിലേർപ്പെടുന്നുള്ളൂ. മനുഷ്യനാക ട്ടെ, ഭൗതികാവശ്യത്തിൽനിന്നു മുക്തനായിരിക്കുമ്പോഴും ഉൽപ്പാദിപ്പി ക്കുന്നു. ജന്തു അതുൾപ്പെടുന്ന വംശത്തിന്റെ മാനദണ്ഡവും ആവശ്യവു മനുസരിച്ച് വസ്തുക്കൾക്കു രൂപം നൽകുമ്പോൾ, മനുഷ്യന് ഓരോ വംശ ത്തിന്റെയും മാനദണ്ഡത്തിനൊപ്പിച്ച് ഉൽപ്പാദിപ്പിക്കാനറിയാം, വസ്തു വിന്റെ സ്വന്തം മാനദണ്ഡം എല്ലായിടത്തും പ്രയോഗിക്കാനറിയാം. അതി നാൽ മനുഷ്യൻ സൗന്ദര്യത്തിന്റെ നിയമങ്ങളനുസരിച്ചും വസ്തുക്കൾക്കു രൂപം നൽകുന്നു."[1] കല സവിശേഷമായ മാനുഷികാവശ്യങ്ങളിൽനിന്ന് ഉടലെടുക്കുകയും കേവലം ഭൗതികവും സാമ്പത്തികവുമായ ആവശ്യ ങ്ങൾക്കപ്പുറം പോവുകയും ചെയ്യുന്നു. ഒപ്പം സവിശേഷമായ ആവശ്യ ങ്ങളെ തൃപ്തിപ്പെടുത്തുകവഴി കല ആ ആവശ്യങ്ങളെ സൃഷ്ടിക്കുകയും ശക്തിപ്പെടുത്തുകയുംകൂടി ചെയ്യുന്നു. "വസ്തുനിഷ്ഠമായി വികസിപ്പി ച്ചെടുത്ത മനുഷ്യന്റെ സത്തായ അസ്തിത്വത്തിലൂടെ മാത്രമേ മനുഷ്യന്റെ ആത്മനിഷ്ഠമായ ഐന്ദ്രിയതയുടെ സമൃദ്ധി -- സംഗീതമാസ്വദിക്കുന്ന കാത്, രൂപഭംഗി ദർശിക്കുന്ന കണ്ണ്, ചുരുക്കത്തിൽ മാനുഷികമായി സംതൃ പ്തി നേടുന്ന ഇന്ദ്രിയങ്ങൾ, മനുഷ്യന്റെ നിർണായകമായ സിദ്ധികളെന്ന നിലയിൽ സ്വയം ഉറപ്പിച്ചെടുക്കുന്ന ഇന്ദ്രിയങ്ങൾ—ഉടലെടുക്കുകയോ പരിപോഷിപ്പിക്കപ്പെടുകയോ ചെയ്യുന്നുള്ളൂ. കാരണം, പഞ്ചേന്ദ്രിയങ്ങൾ മാത്രമല്ല, മനസിന്റെ ഇന്ദ്രിയങ്ങളെന്നു വിളിക്കപ്പെടുന്ന പ്രായോഗിക ബോധങ്ങളും (ഇച്ഛ, സ്നേഹം തുടങ്ങിയവ) ഒറ്റവാക്കിൽ പറഞ്ഞാൽ മാനുഷികമായ ഇന്ദ്രിയം, ഇന്ദ്രിയങ്ങളുടെ മാനുഷികത–അതിന്റെ വിഷ യമായ മനുഷ്യവൽക്കൃതപ്രകൃതി കാരണമാണ് ഉയിരെടുക്കുന്നത്. പഞ്ചേന്ദ്രിയങ്ങളുടെ രൂപീകരണം ഇന്നോളമുള്ള ലോകചരിത്രത്തിന്റെ മുഴുവൻ സൃഷ്ടിയാണ്."[2]

മനുഷ്യാസ്തിത്വത്തിന് ഒരു സൗന്ദര്യാത്മകമാനമുണ്ടെന്നും ഇത് ചരിത്രപരമായി വികസിക്കുന്ന ഒന്നാണെന്നും മനുഷ്യേന്ദ്രിയങ്ങൾ ജന്തു വിന്റെ ഇന്ദ്രിയങ്ങളിൽനിന്നും ഭിന്നമായി മാനുഷികത നേടുന്നത്, വാൻ ഖോവിന്റെ മഞ്ഞയും ഓറഞ്ചിന്റെ മഞ്ഞയും തിരിച്ചറിയുന്ന കണ്ണും കല്യാണീരാഗത്തിൽ ഒരപശ്രുതി വന്നാൽ തിരിച്ചറിയുന്ന കാതും രുചി കൊണ്ടുമാത്രം ഓരോതരം ചായയും വീഞ്ഞും വ്യവച്ഛേദിച്ചു മനസിലാ ക്കുന്ന നാവും കുഞ്ഞിന്റെയും പൂവിന്റെയും പട്ടിന്റെയും മാർദവം തൊട്ട റിയുന്ന ത്വക്കും ഗന്ധങ്ങളുടെ ഒരു സമ്മിശ്രത്തിൽനിന്ന് പെട്രോളിന്റെയും കരിയുന്ന റബറിന്റെയും അത്തറിന്റെയും ഗന്ധം വെവ്വേറെ പറയുന്ന മൂക്കും ജന്മംകൊള്ളുന്നത് മാനുഷികവൽക്കരിക്കപ്പെട്ട പ്രകൃതിയിലൂടെ യാണെന്നും മാർക്സ് ഇവിടെ കണ്ടെത്തുന്നു. മുതലാളിത്തസമൂഹ ത്തിന്റെ ചരിത്രപരവും സാമ്പത്തികവുമായ സാഹചര്യത്തിൽ ശിഥിലീ

1. *Economic and Philosophical Manuscripts of 1844* (London, 1973 ഇനി EPM).
2. EPM.

കൃതനായ മനുഷ്യനെ ഒരിക്കൽക്കൂടി സമ്പൂർണനായിക്കാണാനുള്ള ശ്രമത്തിലാണ്, മനുഷ്യാസ്തിത്വത്തിൽ സൗന്ദര്യാത്മകമണ്ഡലത്തിനുള്ള കേന്ദ്രപ്രാധാന്യം മാർക്സ് തിരിച്ചറിയുന്നത്. മനുഷ്യൻ സ്രഷ്ടാവായതുകൊണ്ടുതന്നെ അവന് ലോകത്തെ സൗന്ദര്യവൽക്കരിക്കാതെ വയ്യ. അവന് ഇതു കഴിയാതെ വരുന്നത് അവന് മൃഗമാകേണ്ടി വരുമ്പോഴാണ്. മുതലാളിത്തത്തിൽ അധ്വാനം വിൽക്കേണ്ടിവരുന്ന, അവനവനെ വിൽക്കേണ്ടിവരുന്ന, തൊഴിലാളിയുടെ അവസ്ഥ ഇതാണ്. മനുഷ്യൻ എത്രത്തോളം കഴിവുകൾ ദൈവത്തിലാരോപിക്കുന്നുവോ അത്രത്തോളം കഴിവുകൾ മനുഷ്യനു നഷ്ടപ്പെടുന്നു. മതത്തിൽ സംഭവിക്കുന്നത് ഇതാണെങ്കിൽ, മുതലാളിത്തത്തിൽ തൊഴിലാളി എത്രകണ്ട് ഉൽപ്പാദിപ്പിക്കുന്നുവോ അത്രകണ്ട് കുറച്ചേ അവനു ഉപഭോഗത്തിനു ലഭിക്കുന്നുള്ളൂ. അവൻ എത്ര കൂടുതൽ മൂല്യങ്ങൾ സൃഷ്ടിക്കുന്നുവോ, അത്ര കൂടുതൽ അന്തസും മൂല്യവും അവനു നഷ്ടമാകുന്നു. ഉൽപ്പന്നം സുന്ദരമാകുന്തോറും തൊഴിലാളി വിരൂപനാകുന്നു. ഉൽപ്പന്നം പരിഷ്കൃതമാകുന്തോറും തൊഴിലാളി പ്രാകൃതനാകുന്നു. അധ്വാനം ശക്തമാകുന്തോറും അധ്വാനി ദുർബലനാകുന്നു. അങ്ങനെ തൊഴിലാളി മറ്റാർക്കോവേണ്ടി ഉൽപ്പാദിപ്പിക്കുന്നു, മറ്റാരുടെയോ പദ്ധതികൾ പൂർത്തീകരിക്കുന്നു, അധ്വാനം ആത്മാവിഷ്കാരമാകുന്നതിനുപകരം അടിമത്തമായി മാറുന്നു.

> ഓരോ മനുഷ്യനും സ്വന്തം സ്വാർഥപരമായ ആഗ്രഹങ്ങൾ തൃപ്തിപ്പെടുത്തുവാൻവേണ്ടി മറ്റുള്ളവരെ കീഴ്പ്പെടുത്താൻ കഴിയുന്ന ഒരന്യ വസ്തുവിനെ വിളിച്ചുണർത്തുന്നു. വസ്തുക്കളുടെ സംഖ്യ വർധിക്കുന്നതോടെ മനുഷ്യനെ കീഴടക്കുന്ന ആ അന്യജീവികളുടെ ലോകവും വളരുന്നു. ഓരോ പുതിയ ഉൽപ്പന്നവും മനുഷ്യർക്ക് പരസ്പരം വഞ്ചിക്കാനും കൊള്ളയടിക്കാനുമുള്ള ഒരു പുതിയ മാർഗമായി മാറാനുള്ള സാധ്യത ഉൾക്കൊള്ളുന്നു..... ഉൽപ്പന്നങ്ങളുടെയും ആവശ്യങ്ങളുടെയും വിപുലീകരണം മനുഷ്യനെ ആത്മനിഷ്ഠമായി, മൃഗീയവും കപടവും അസ്വാഭാവികവും ഭാവനാത്മകവുമായ ആർത്തികൾ കണ്ടുപിടിക്കുന്ന, എപ്പോഴും കണക്കുകൂട്ടുന്ന, ഒരടിമയാക്കി മാറ്റുന്നു.

ഇങ്ങനെ ഈ അന്യവൽക്കരണം വിശദീകരിക്കപ്പെട്ടിട്ടുണ്ട്[1]. ഈ അന്യവൽക്കരണം കലയെയും ചിലപ്പോൾ ബാധിക്കുന്നുണ്ട്. മുതലാളിത്തത്തിൽ കല 'പ്രയോജനകര'മായിത്തോന്നുന്നത് അതൊരു ചരക്കാകുമ്പോൾ, ലാഭഹേതുവാകുമ്പോൾ മാത്രമാണ്. അങ്ങനെ വാണിഭത്തിന്റെ ആവശ്യ-വിതരണനിയമങ്ങൾ കലാകാരനെ സ്വാധീനിക്കാൻ ശ്രമിക്കുന്നു; വിപണിയെ നിയന്ത്രിക്കുന്നവരുടെ താൽപ്പര്യങ്ങളും ആശയാഭിരുചികളും കലാകാരനെ കീഴ്പ്പെടുത്താൻ യത്നിക്കുന്നു. ഒന്നാം

1. Istvan Maszaros : *Marx's Theory of Alienation* (London, 1970).

തരം കലാകാരന്മാർ ഈ പ്രലോഭനത്തെ അതിജീവിച്ച് പ്രതിഭയുടെ പ്രതാപംകൊണ്ടുതന്നെ സത്യദർശനസമർഥരായിത്തീരുന്നു. എന്നാൽ, 'ശരാശരി' എഴുത്തുകാർ കമ്പോളത്തിനായി, അതിന്റെ അഭിരുചികളനുസരിച്ചു സൃഷ്ടിക്കുന്നു. താണ അഭിരുചിയെ പ്രീണിപ്പിച്ച് അവർ താണ അഭിരുചി വളർത്തുകയും ചെയ്യുന്നു. 'ജനപ്രിയ' ചലച്ചിത്രകാരന്മാരും 'പൈങ്കിളി നോവലിസ്റ്റുകളും ചെയ്യുന്നതുപോലെ. ഇവിടെ, അധ്വാനം പോലെതന്നെ കലയും വിൽപ്പനച്ചരക്കാകുന്നു; കല ആത്മാവിഷ്കാരമാകേണ്ടതിനുപകരം കലാകാരന്റെ സർഗാത്മകതയുടെ വിപരീതമായി, ആത്മനിഷേധമായി, മാറുന്നു. കലാകാരൻ തന്റെ ഉൽപ്പന്നത്തിൽ പൂർണമായും സ്വയം കണ്ടെത്തുന്നതിനുപകരം തനിക്കന്യമായ അംശങ്ങൾ കണ്ടെത്തുന്നു. ഭൗതികമായ 'പ്രയോജനപരത' കലയെ ഭരിക്കുമ്പോൾ കലയുടെ സത്തതന്നെ നിഷേധിക്കപ്പെടുന്നു. കാരണം, മറ്റുൽപ്പന്നങ്ങളെപ്പോലെ മനുഷ്യന്റെ ചില ഭൗതികാവശ്യങ്ങളെയല്ല കല തൃപ്തിപ്പെടുത്തുന്നത്, വസ്തുനിഷ്ഠലോകത്തിൽ സ്വയം ആവിഷ്കരിക്കാനും ആത്മസ്ഥാപനം നടത്താനുമുള്ള മനുഷ്യന്റെ പൊതുവായ ആവശ്യത്തെയാണ്. മുതലാളിത്തം കലയെ 'ഉൽപ്പാദനത്തിന്റെ പൊതുനിയമ'ത്തിനു വിധേയമാക്കുന്നതുകൊണ്ട്, അതു കലയുടെ ശത്രുവാകുന്നു. മുതലാളിത്തത്തിലും യഥാർഥ കലാകാരൻ പട്ടിണിയും ഭ്രഷ്ടും ഏറ്റുവാങ്ങിക്കൊണ്ട് കമ്പോളനിയമങ്ങളെ ധിക്കരിക്കുന്നു. മറ്റുൽപ്പന്നങ്ങളുടെ വിധിയിൽനിന്ന് തന്റെ കലയെ സംരക്ഷിക്കാൻ പൊരുതുന്നു. എങ്കിലും ഈ അന്യവൽക്കരണത്തിന്റെപ്രഭവം കലയ്ക്കു പുറത്താണെന്നും സാമൂഹ്യവും സാമ്പത്തികവുമായ ഒരു പ്രതിഭാസമാണതെന്നും സാമൂഹികബന്ധങ്ങളിലെ ഒരു മൗലികപരിവർത്തനത്തിലൂടെ മാത്രമേ അധ്വാനത്തിന് മാനുഷികതയും കലയ്ക്ക് ആത്മീയതയും തിരിച്ചുനേടാൻ കഴിയൂ എന്നും കണ്ടെത്താനിടവരുമ്പോൾ അയാൾ സാമൂഹികവിമോചനത്തിന്റെ പക്ഷത്തു നിൽക്കുന്നു; അങ്ങനെ ലോകപരിവർത്തനത്തിനായി ആത്മപരിവർത്തനം സാധിക്കുന്നു. കലയുടെ മോചനം മനുഷ്യരാശിയുടെതന്നെ മോചനത്തിന്റെ ഭാഗമായി മാറുന്നു.

തന്റെ അളവിനൊത്ത ഒരു ലോകം സൃഷ്ടിക്കുവാനായി പ്രകൃതിയെ പാകപ്പെടുത്താൻ കഴിയുന്ന മനുഷ്യന്റെ ചരിത്രപരവും സാമൂഹികവുമായ അസ്തിത്വത്തിന്റെ അടിസ്ഥാനമായ അനുഷ്ഠാനം (Praxis) തന്നെയാണ് അവന് യാഥാർഥ്യവുമായുള്ള സൗന്ദര്യാത്മക ബന്ധത്തിന്റെയും അടിസ്ഥാനം. വിഷയി (subject)യുടെ വസ്തുനിഷ്ഠവൽക്കരിക്കപ്പെട്ട ഒരു വിപുലനമായി, ഇന്ദ്രിയപ്രവർത്തനമായി, അനുഷ്ഠാനവും ഉൽപ്പന്നവുമായി കലാവസ്തുവിനെ കാണുന്നിടത്താണ് വൈരുധ്യാത്മക ഭൗതികവാദം ആശയവാദത്തിലും കേവല ഭൗതികവാദത്തിലുംനിന്നു വ്യത്യസ്തമായിരിക്കുന്നത്. ലോകവുമായി മനുഷ്യൻ സർഗാത്മകവും സൗന്ദര്യാത്മകവുമായി ബന്ധം സ്ഥാപിക്കുന്ന കലാസൃഷ്ടിയിൽ, കർതൃനിഷ്ഠമായിരുന്നത് വസ്തുനിഷ്ഠമായി (വസ്തുവായിത്തന്നെ) മാറുന്നു; വിഷയം

(object) വിഷയമായി മാറുന്നു. വിഷയിയുടെ വസ്തുനിഷ്ഠവൽക്കൃതമായ ഈ ആവിഷ്കാരം കർതൃനിഷ്ഠതയെ, സ്രഷ്ടാവിനെ അതിജീവിച്ച് അപരർക്കുംകൂടി പങ്കിടാവുന്ന ഒന്നായിരിക്കുന്നു. അങ്ങനെ കലാസൃഷ്ടി, വിഷയി സ്വയം ആവിഷ്കരിക്കുകയും ബാഹ്യവൽക്കരിക്കുകയും തന്നെത്തന്നെ തിരിച്ചറിയുകയും ചെയ്യുന്ന ഒരു വസ്തുവായി നിലനിൽക്കുന്നു. ഇവിടെ കലാകാരൻ സ്വയം അന്യവൽക്കരിക്കുകയല്ല, (alienate) വസ്തുനിഷ്ഠവൽക്കരിക്കുകയാണ് (objectify) ചെയ്യുന്നത്. മനുഷ്യന് സ്വയം സാക്ഷാൽക്കരിക്കുവാൻ അവനവനു വെളിയിൽ കടക്കേണ്ടതുണ്ട്. അവനവനെ വസ്തുനിഷ്ഠവൽക്കരിക്കേണ്ടതുണ്ട്. ഇത് മനുഷ്യനുമാത്രമുള്ള ഒരു സവിശേഷസിദ്ധിയാണ്. ഈ സിദ്ധിയുടെ പ്രകാശനത്തിലൂടെ മനുഷ്യനെ മനുഷ്യവൽക്കരിക്കുന്നതിൽ കല കേന്ദ്രപ്രാധാന്യം നേടുന്നു.

ഈ വസ്തുനിഷ്ഠവൽക്കരണസിദ്ധിയെ അന്യവൽക്കരണത്തിൽ നിന്നു തിരിച്ചറിയാൻ കഴിയാതെപോയതായിരുന്നു ഹെഗേലിയൻ സൗന്ദര്യശാസ്ത്രത്തിന്റെ ദൗർബല്യം. മാർക്സ് ഹെഗലിന്റെ 'ചൈതന്യത്തിന്റെ പ്രതിഭാസവിജ്ഞാനീയ' (phenomenology of the spirit)ത്തെ വിമർശിക്കുന്നത് ഈ അടിസ്ഥാനത്തിലാണ്. മനുഷ്യനെന്നാൽ അധ്വാനമാണ്; അധ്വാനത്തിലൂടെയാണ് മനുഷ്യൻ സ്വയം ഉൽപ്പാദിപ്പിക്കുകയും സൃഷ്ടിക്കുകയും ചെയ്യുന്നത് – ഈ വീക്ഷണത്തിൽ മാർക്സ് ഹെഗലിനോടു യോജിക്കുന്നു. എന്നാൽ അധ്വാനത്തെ യഥാർഥവും പ്രായോഗികവും ചരിത്രപരവുമായി കാണുന്നതിൽ ഹെഗൽ പരാജയപ്പെടുന്നു. സ്വകാര്യസ്വത്തിലും അന്യവൽക്കൃതമായ അധ്വാനത്തിലും അടിയുറച്ച ഒരു സമൂഹത്തിൽ, അധ്വാനംതന്നെ സർഗാത്മകതയുടെ വിപരീതമായി, ഭാരവും പീഡനവുമായി, മാറാമെന്ന് ഹെഗൽ കാണുന്നില്ല. അധ്വാനത്തെ "ചൈതന്യ" (spirit)ത്തിന്റെ വസ്തുനിഷ്ഠവൽക്കരണമായിക്കാണുകവഴി അധ്വാനത്തിന്റെ ആത്മീയമല്ലാത്ത മൂർത്തരൂപങ്ങളെ ഹെഗൽ അവഗണിച്ചു. മനുഷ്യൻ ഒരേസമയം വിഷയവും വിഷയിയുമാണ്; എത്രത്തോളം സ്വയം വസ്തുനിഷ്ഠവൽക്കരിക്കുന്നോ അത്രത്തോളം അയാൾ മനുഷ്യത്വം നേടുന്നു. വിഷയത്തിന്റെ നിലനിൽപ്പുതന്നെ വിഷയിക്ക് അന്യവും ബാഹ്യവുമായ ഒന്നിന്റെ നിലനിൽപ്പാണെന്ന് ഹെഗൽ കരുതുന്നു. എന്നാൽ വസ്തുവിന്റെ നിലനിൽപ്പിന്റെ ഗുണവും ദോഷവും മാർക്സ് കണ്ടു. ഒരു വിഷയിയുടെ വസ്തുനിഷ്ഠവൽക്കരണമെന്ന നിലയിൽ അധ്വാനം, കല, ശാസ്ത്രം എന്നിവയുടെ നിലനിൽപ്പ് നല്ല കാര്യമാണ്. എന്നാൽ മുതലാളിത്തസമൂഹത്തിൽ അന്യവൽക്കരിക്കപ്പെട്ട അധ്വാനം മനുഷ്യനെതിരെ തിരിയുന്ന നിഷേധാത്മകമായ ഒരു വസ്തുനിഷ്ഠതയ്ക്കു ജന്മം നൽകുന്നു. വസ്തുനിഷ്ഠവൽക്കരണം എല്ലാ അധ്വാനത്തിനും സഹജമാണ്; എന്നാൽ അന്യവൽക്കരണം അതിന് സ്വകാര്യസ്വത്തുടമാസമ്പ്രദായത്തിൽ വരുന്ന ഒരു ക്രൂരവിപര്യയമാണ്. സ്വയം മനുഷ്യവൽക്കരിക്കുന്ന പ്രകൃതിയുടെ ഒരംശമാണ് മനുഷ്യൻ; പ്രകൃതിയുടെ ഭാഗമായിരുന്നുകൊണ്ടുതന്നെ അവൻ രണ്ടു രീതിയിൽ പ്രകൃതിക്ക് അതീ

തനായിത്തീരുന്നു: ബാഹ്യമായി, പ്രകൃതിയിൽ പ്രവർത്തിച്ച് അതിനെ ഒരു മാനുഷിക യാഥാർത്ഥ്യമാക്കുകവഴി; ആന്തിരകമായി, തന്റെ വാസനാപരമായ മൃഗീയാസ്തിത്വത്തെ കീഴ്പ്പെടുത്തി സ്വപ്രകൃതിയെത്തന്നെ പരിവർത്തനപ്പെടുത്തുകവഴി. വസ്തുനിഷ്ഠവൽക്കരണസിദ്ധി മനുഷ്യനെ ഒരിക്കൽ പ്രാകൃതത്വത്തിൽനിന്നു മനുഷ്യത്വത്തിലേക്കുയർത്തി; അകന്നുനിന്ന് നിരീക്ഷിക്കാനും അറിയാനും സൃഷ്ടിക്കാനും അതവനെ പ്രാപ്തനാക്കി. എന്നാൽ അധ്വാനത്തെ വിൽപ്പനച്ചരക്കാക്കുന്ന മുതലാളിത്തം, അന്യവൽക്കരണത്തിന്റെ രൂപത്തിൽ അവനെ പിന്നെയും മൃഗമാക്കുന്നു. മൗലികമായും പ്രകൃതിയുടെ മാനുഷികവൽക്കരണമാണ് അധ്വാനം – ഭൗതികാധ്വാനം സ്വന്തം ഭൗതികാവശ്യങ്ങളെ തൃപ്തിപ്പെടുത്താനായി പ്രകൃതിയെ മാറ്റിയും മെരുക്കിയുമെടുക്കുന്നു; ധൈഷണികവും കലാപരവുമായ അധ്വാനം, മനുഷ്യലക്ഷ്യങ്ങളെയോ ഇച്ഛയെയോ ആശയങ്ങളെയോ ഭാവനയെയോ വസ്തുനിഷ്ഠവൽക്കരിക്കുകവഴി മനുഷ്യസത്തയെ ആവിഷ്കരിക്കുന്നു. അധ്വാനവും കലയും തമ്മിൽ അടിസ്ഥാനപരമായി യാതൊരു വൈരുധ്യവുമില്ല. അധ്വാനം അന്യവൽകൃതമാകുമ്പോൾ മാത്രമാണ് അത് കലയുടെ വിപരീതധ്രുവത്തിൽ നിൽക്കുന്നത്. എന്നാൽ അധ്വാനത്തെയും കലയെയും തീർത്തും അഭിന്നമായിക്കാണുന്നതും ശരിയല്ല. അവ രണ്ടുതരം ആവശ്യങ്ങളെയാണ് തൃപ്തിപ്പെടുത്തുന്നത്. അധ്വാനം പ്രായോഗികമായ ഭൗതികാവശ്യങ്ങളുടെ പൂരണമാണ്; കല മനുഷ്യസത്തയും വസ്തുവുമായുള്ള ബന്ധം വെളിവാക്കി ആത്മീയമായൊരാവശ്യം നിറവേറ്റുന്നു. അധ്വാനം സർഗാത്മകമാകുന്തോറും കലയോടടുക്കുന്നു. കലയുടെ പ്രയോജനം ഏതെങ്കിലും പ്രത്യേകമായ ഒരു ഭൗതികാവശ്യം നിർവഹിക്കാനുള്ള അതിന്റെ കഴിവില്ലാ കണ്ടെത്തേണ്ടത്; എല്ലാറ്റിനെയും മാനുഷികവൽക്കരിച്ച് താൻ സൃഷ്ടിച്ച വസ്തുനിഷ്ഠലോകത്തിൽ സ്വയം കണ്ടെത്താനും തന്റെ ആത്മമുദ്ര ലോകത്തിൽ പതിക്കുവാനുമുള്ള മനുഷ്യന്റെ സാമാന്യമായ ആവശ്യമാണ്, കല നിറവേറ്റുന്നത്. അധ്വാനം 'പ്രയോജനകര'വും കല 'പവിത്രമായ ആനന്ദവും' 'ശുദ്ധലീലയും' ആയിരിക്കുന്നുവെന്നു കാന്റ് പറഞ്ഞു. എന്നാൽ മാർക്സ് പറയുക അവ രണ്ടും പ്രയോജനകരമാണ് എന്നാണ് – ഭൗതികാധ്വാനത്തിൽ ഏകപക്ഷീയവും സങ്കുചിതവുമാണ് ആ പ്രയോജനമെങ്കിൽ, കലയിൽ അത് വിശാലവും ആത്മീയവുമാണ്. അധ്വാനത്തിന്റെ ആത്മീയാംശത്തെ ഭൗതികവും പ്രത്യേകവുമായ പ്രയോജനപരതയിൽനിന്നു മോചിപ്പിച്ച് മാനുഷികവും സാമാന്യവുമായ പ്രയോജനമാക്കുകയാണ് കല ചെയ്യുന്നത്.

ഹെഗൽ മനുഷ്യനെ 'ചിന്തിക്കുന്ന ജീവി'യായിക്കണ്ടു. ഇന്ദ്രിയാനുഭൂതികളുള്ള ജീവിയെന്ന നിലയ്ക്കുകൂടി മനുഷ്യൻ സവിശേഷനാണെന്ന് മാർക്സ് കണ്ടു. വസ്തുക്കളെക്കുറിച്ചുള്ള മാനുഷികബോധം മനുഷ്യന്റെ ഇന്ദ്രിയങ്ങളിൽ മാത്രമേ നിലനിൽക്കുന്നുള്ളൂ. "സംഗീതാത്മകമല്ലാത്ത ചെവിക്ക് ഏറ്റവും മനോരഞ്ജകമായ സംഗീതം നിരർഥകമാണ്."

വസ്തുനിഷ്ഠ ലോകത്തിൽ ഇന്ദ്രിയങ്ങൾ മനുഷ്യനെ ആത്മജ്ഞാനത്തിനും ആത്മസ്ഥാപനത്തിനും സഹായിക്കുന്നു. "ഇന്ദ്രിയങ്ങൾ അവയുടെ അനുഷ്ഠാനത്തിൽ നേരിട്ട് തത്ത്വജ്ഞാനികളായി മാറിയിരിക്കുന്നു." സൗന്ദര്യബോധം ഉടലെടുക്കുന്നത് മനുഷ്യന്റെ ആത്മപ്രക്ഷേപണത്തിൽനിന്നാണ്. *കയ്യെഴുത്തുപ്രതികൾ* പറയുന്നു:

> സംഗീതം ആദ്യം മനുഷ്യന്റെ സംഗീതബോധത്തെ ഉണർത്തണം.... സൈദ്ധാന്തികമായും പ്രായോഗികമായും മനുഷ്യസത്തയുടെ മൂർത്തവികാസം ഈ ലക്ഷ്യം നേടാനാവശ്യമാണ്. മനുഷ്യേന്ദ്രിയങ്ങളെ ശരിക്കും മാനുഷികമാക്കുവാൻ, മാനുഷികവും പ്രാകൃതികവുമായ നിലനിൽപ്പിന്റെ മുഴുവൻ സമൃദ്ധിക്കും അനുഗുണമായ ആ മാനുഷികേന്ദ്രിയത്തെ സൃഷ്ടിക്കുവാൻ.[1]

മനുഷ്യന്റെ ഐന്ദ്രിയതയുടെ സവിശേഷരൂപമാണ് സൗന്ദര്യബോധം. വസ്തുക്കൾക്ക് സ്വയമില്ലാത്ത മാനുഷികമായ ഒരർഥം നൽകി അസംസ്കൃതവസ്തുക്കളെ മനുഷ്യൻ സംസ്കൃതവും സുന്ദരവുമായ വസ്തുക്കളായി പുനഃസ്വരൂപിക്കുന്നു. പ്രകൃതിയെ ഭീകരമായ ഒരന്യ ശക്തിയായിക്കണ്ട പ്രാകൃതമനുഷ്യന് പ്രകൃതി സുന്ദരമായിരുന്നിരിക്കാനിടയില്ല; കീഴ്പ്പെടുത്തേണ്ട ഒരു ശത്രുവായാണ് അവൻ പ്രകൃതിയെ കണ്ടതെന്ന് ഗുഹാചിത്രങ്ങളും മറ്റും തെളിയിക്കുന്നു. പ്രകൃതിയെ മനുഷ്യവൽക്കരിച്ച് സ്വന്തം ലോകവുമായി ഉദ്ഗ്രഥിക്കുമ്പോഴേ അത് സുന്ദരമായി മാറുന്നുള്ളൂ. മാനുഷികവും സാമൂഹികവുമായി പ്രാധാന്യം നേടുമ്പോഴേ പ്രകൃതിയിലെ പ്രതിഭാസങ്ങൾ 'സുന്ദര'മാകുന്നുള്ളൂ. അതേസമയം അത് കേവലം കർതൃനിഷ്ഠമല്ല. അതിന് ഭൗതികമായൊരടിത്തറയുണ്ട്. ഇന്ദ്രിയവേദ്യമായ ചില സ്വാഭാവികഗുണങ്ങളുടെ സവിശേഷമായൊരു സമന്വയം വഴിയാണ് അത് മാനുഷിക പ്രാധാന്യം നേടുന്നത്. കലകളിലാകട്ടെ, ഓരോ ഇന്ദ്രിയവും അതതിന്റെ വസ്തുവിനെ കണ്ടെത്തുന്നു. ഓരോ ഇന്ദ്രിയത്തിനും അതിന്റെ വിഷയമുണ്ട്. ഓരോ വിഷയത്തിനും അതിന്റെ ഇന്ദ്രിയവും. കണ്ണിന്റെ വിഷയം ചെവിയുടെ വിഷയത്തിൽനിന്നു വ്യത്യസ്തമാണ്. അങ്ങനെ വസ്തുക്കളും ഇന്ദ്രിയങ്ങളും തമ്മിലുള്ള ബന്ധങ്ങൾ ചിത്രകലയുടെയും സംഗീതത്തിന്റെയും മറ്റുമായി വേർതിരിയുന്നു. ഓരോ കലയ്ക്കും അതതിന്റെ ഇന്ദ്രിയപരിധികൾ അംഗീകരിച്ചേ മതിയാവൂ. ചിത്രകലയും സംഗീതവും വെട്ടിച്ചുരുക്കാൻ കഴിയാത്ത രണ്ടു വ്യത്യസ്ത രൂപങ്ങളാണ്.

> മനുഷ്യൻ മനുഷ്യനാണെന്നും ലോകത്തോടുള്ള അവന്റെ ബന്ധം മാനുഷികമാണെന്നും നമുക്കു സങ്കൽപ്പിക്കുക. എങ്കിൽ സ്നേഹം സ്നേഹവുമായേ കൈമാറാൻ കഴിയൂ, വിശ്വാസം വിശ്വാസവു

1. MEW – അനുബന്ധഭാഗങ്ങൾ – 1, 541–2.

> മായി, ഇങ്ങനെ. കല ആസ്വദിക്കണമെങ്കിൽ നിങ്ങൾ കലാപരമായി നൈപുണ്യംനേടിയ ഒരാളായിരിക്കണം. മറ്റുള്ളവരെ സ്വാധീനിക്കാൻ നിങ്ങൾക്കാഗ്രഹമുണ്ടെങ്കിൽ നിങ്ങൾ മറ്റുള്ളവരിൽ ഉണർവും ഉത്സാഹവുമുണ്ടാക്കാൻ കഴിവുള്ള ഒരാളായിരിക്കണം. പ്രകൃതിയോടും മനുഷ്യനോടുമുള്ള നിങ്ങളുടെ ഓരോ ബന്ധവും നിങ്ങളുടെ ഇച്ഛയുടെ വിഷയത്തിന്, നിങ്ങളുടെ യഥാർഥവ്യക്തി ജീവിതത്തിന്, അനുഗുണമായ സവിശേഷമായ ഒരാവിഷ്ക്കാരമായിരിക്കണം.[1]

(ഇതിലെ ആദ്യവാചകം ലയൊണൽ ട്രില്ലിങ് ആവർത്തിക്കുന്നുണ്ട്.[2] മനുഷ്യൻ മനുഷ്യനല്ലാതെയായിപ്പോകുമെന്ന ഈ ഭയം പത്തൊമ്പതാം നൂറ്റാണ്ടിലെ ചിന്തകരിൽ മുഴുവനുണ്ടായിരുന്നു. "മനുഷ്യന്റെ യഥാർഥ സമ്പൂർണത കിടക്കുന്നത് അവന് എന്തുണ്ട് എന്നതിലല്ല, അവൻ എന്താണ് എന്നതിലാണ്" എന്നു പറയുന്ന ഓസ്കർ വൈൽഡിനെയും "സംസ്കാരമെന്നാൽ ഉണ്ടാക്കലല്ല, ആയിരിക്കലും ആയിത്തീരലുമാണ്" എന്നുപറയുന്ന മാത്യു ആർനോൾഡിനെയും ട്രില്ലിങ് തന്റെ വ്യാഖ്യാനത്തിൽ ഉദ്ധരിക്കുന്നു.) കണ്ണും കാതും സൗന്ദര്യാസ്വാദനപ്രാപ്തി നേടിയത് സാമൂഹികവും ചരിത്രപരവുമായ ഒരു ദീർഘ പ്രക്രിയയിലൂടെ ആയതുകൊണ്ടും വിഷയിയായ മനുഷ്യൻ ഒരു സമൂഹജീവിയായതുകൊണ്ടും ഇന്ദ്രിയവും വിഷയവും തമ്മിലുള്ള ബന്ധം ഒരു സാമൂഹികബന്ധംകൂടിയാണ്. ഏകാന്തതയിൽപ്പോലും മനുഷ്യൻ മറ്റു മനുഷ്യരുമായി ബന്ധപ്പെട്ടിരിക്കുന്നു. മാർക്സിന്റെ ഭാഷയിൽ, "വ്യക്തിതന്നെയാണ് സമൂഹജീവി." സൗന്ദര്യനിയമമനുസരിച്ചു നിർമിക്കപ്പെടുന്ന കലയും സാമൂഹികമായേ തീരൂ. മാർക്സിസം കല സാമൂഹികമാണെന്നു പറയുന്നത് ഇത്രയും ആഴമേറിയ അർഥത്തിലാണ്; തത്വജ്ഞരായ ഇന്ദ്രിയങ്ങളും മാനുഷികമാക്കപ്പെട്ട വസ്തുക്കളും തമ്മിലുള്ള ഒരു പ്രതിപ്രവർത്തനത്തിൽനിന്നാണ് അതു പിറവികൊള്ളുന്നതെന്ന അർഥത്തിൽ. യാന്ത്രിക ഭൗതികവാദികൾ വ്യാഖ്യാനിക്കുംപോലെ കല ഒരാൾക്കൂട്ടത്തിന്റെ സൃഷ്ടിയോ ആൾക്കൂട്ടത്തിനുവേണ്ടിയുള്ളതോ ആണെന്ന അർഥത്തിലല്ല. വ്യക്തിവാദികൾ ഉയർത്തിപ്പിടിക്കുന്ന 'വ്യക്തി' തന്നെ സാമൂഹികനാണെന്ന് – അയാളുടെ ഇന്ദ്രിയങ്ങളും അനുഭൂതികളും ഓർമകളും മാധ്യമങ്ങളും സാമൂഹികമാണെന്ന് – ആണ് മാർക്സ് പറയുന്നത്. തീർത്തും നിർസാമൂഹികനായ ആ 'കേവലവിശുദ്ധ വ്യക്തി' ബൂർഷ്വാ വ്യഷ്ടിവാദിയുടെ ഭാവനയിൽമാത്രം നിലനിൽക്കുന്ന ഒരമൂർത്തവികല സ്വത്വമാണ്.

പ്ലേറ്റോ, പ്ലോട്ടിനസ്, ഹെഗൽ തുടങ്ങിയ ആശയവാദികൾ സൗന്ദര്യാത്മകതയെ ഏതോ 'പ്രാപഞ്ചികസത്ത'യുടെ ഗുണമോ പ്രകാശനമോ

1. അതുതന്നെ, 567.
2. L Trilling : *Sincerity and Authenticity* (London, 1972) P. 124-5.

ആയി കണ്ടു – അങ്ങനെ സൗന്ദര്യത്തിന്റെ വസ്തുനിഷ്ഠതയെ ആശയവാദപരമായിക്കാണുകയും സൗന്ദര്യത്തിന്റെ അടിസ്ഥാനവും മുൻവ്യവസ്ഥയുമായ ഭൗതികയാഥാർഥ്യത്തെ അവഗണിക്കുകയും ചെയ്തു. അങ്ങനെ സൗന്ദര്യം മനുഷ്യാതീത (ദൈവിക)മായി. ആധുനിക ആശയവാദികൾ സൗന്ദര്യാത്മകതയെ മനുഷ്യന്റെ വ്യക്തിബോധത്തിന്റെ മാത്രം സൃഷ്ടിയായിക്കാണുന്നു, വസ്തുഗുണത്തിൽനിന്നും അതിനെ തീർത്തും വേർപിരിക്കുന്നു. ഇവർ സൗന്ദര്യത്തിന്റെ വസ്തുനിഷ്ഠത തീർത്തും നിഷേധിച്ച് അതിനെ കേവലം ആത്മനിഷ്ഠമായ പ്രവർത്തനെത്തിന്റെ സൃഷ്ടിയായിക്കാണുന്നു. അരിസ്റ്റോട്ടിൽ, സ്പിനോസാ, ദിദെറൊ, ലെസിങ്, ചെർണിഷേവ്സ്കി തുടങ്ങിയവരാകട്ടെ, സൗന്ദര്യത്തെ വസ്തുക്കളുടെതന്നെ ഒരു ഗുണമായിക്കണ്ടു. സമതുലനം, ആനുപാതികത്വം, താളം തുടങ്ങി വസ്തുക്കളുടെ രൂപപരമായ ചില ഗുണങ്ങളിലാണ് അവർ സൗന്ദര്യാവിഷ്കാരം കണ്ടെത്തിയത്. ആശയവാദികളിൽനിന്നും കേവലഭൗതികവാദികളിൽനിന്നും വ്യത്യസ്തനായി മാർക്സ് സൗന്ദര്യത്തെക്കാണുന്നത് വസ്തുവും പ്രേക്ഷകനും തമ്മിലുള്ള ബന്ധത്തിലാണ്. സൗന്ദര്യം ആത്മാവിന്റെ ഒരു വിസർജനമോ വസ്തുവിന്റെ ഒരു ഭൗതികഗുണമോ അല്ല; മാനുഷികതയ്ക്കുപുറത്ത് അതിനു നിലനിൽപ്പില്ല. പ്രകൃതി തന്നെയും നമുക്ക്, മാനുഷികവൽക്കരിക്കപ്പെട്ട പ്രകൃതിയാണ്. അപ്പോൾ കലാസൗന്ദര്യവും പ്രകൃതിസൗന്ദര്യവും സാമൂഹികാനുഷ്ഠാനത്തിലൂടെ, വസ്തുനിഷ്ഠലോകവുമായുള്ള ബന്ധത്തിലൂടെ, മനുഷ്യൻ സൃഷ്ടിക്കുന്നവയാണ് – അവ ബ്രഹ്മസൃഷ്ടമോ കേവലം വസ്തുസൃഷ്ടമോ കേവലം ആത്മസൃഷ്ടമോ അല്ല. ഹെഗൽ അനുഷ്ഠാനത്തെ ആത്മീയം മാത്രമാക്കിയും കേവലഭൗതികവാദികൾ ഭൗതികം മാത്രമാക്കിയും ചുരുക്കുമ്പോൾ, വൈരുധ്യാത്മക ഭൗതികവാദി കലയെ മനുഷ്യാധ്വാനത്തിന്റെ ഏറ്റവുമുയർന്ന സർഗാത്മക രൂപമായിക്കാണുന്നു.

1844 ലെ *കയ്യെഴുത്തു പ്രതികളി*ലും മാർക്സ് തന്റെ കാൽപ്പനിക വിരുദ്ധ നിലപാടുകൾ വികസിപ്പിക്കുന്നുണ്ട്. സെർവാന്തെസിനെയും ഷേക്സ്പിയറെയും ഗൊയ്ഥേയെയും തന്റെകൂടെ അണിനിരത്തിക്കൊണ്ട്, പത്തൊമ്പതാം ശതകത്തിലെ നാടുവാഴിത്തത്തിനും പ്രാങ്-മുതലാളിത്ത ജർമനിക്കും ചുറ്റും കാൽപ്പനിക സാഹിത്യകാരന്മാർ നെയ്തെടുത്ത സുവർണ പരിവേഷം മാർക്സ് പിച്ചിച്ചീന്തുന്നു. ആറു കുതിരകളെ വാങ്ങാൻ പണമുള്ളവന് ഇരുപത്തിനാലു കാലുകൾ ലഭിക്കുന്നു എന്ന *ഫോസ്റ്റി*ലെ മെഫിസ്റ്റോഫിലിസിന്റെ പ്രഭാഷണവും ഒരു കുടന്ന സ്വർണം കറുപ്പിനെ വെളുപ്പും ചീത്തയെ നല്ലതും തെറ്റിനെ ശരിയും താഴ്ന്നതിനെ ഉയർന്നതും വൃദ്ധനെ യുവാവും ഭീരുവിനെ ധീരനുമാക്കി മാറ്റുമെന്ന ഷേക്സ്പിയറിന്റെ *ടൈമൺ ഓഫ് ആഥെൻസി*ലെ വരികളും ഉദ്ധരിച്ചുകൊണ്ട് ധനത്തിന്റെ ആസുരശക്തി അദ്ദേഹം വെളിപ്പെടുത്തുന്നു. ഷില്ലറുടെ *മനുഷ്യന്റെ സൗന്ദര്യശാസ്ത്രവിദ്യാഭ്യാസത്തെക്കു*

റിച്ച് എന്ന പ്രബന്ധത്തിൽ ജോലിവിഭജനവും വിശേഷവൽക്കരണവും വരുത്തിത്തീർക്കുന്ന മനുഷ്യത്വ നഷ്ടത്തെക്കുറിച്ചു പറയുന്ന ഭാഗം മാർക്സിന്റെ വീക്ഷണങ്ങളെ ഗണ്യമായി സ്വാധീനിച്ചിരിക്കണം. ഡേവിഡ് മക്‌ലെല്ലാൻ സൂചിപ്പിക്കുംപോലെ,[1] മാർക്സിന്റെ ചിന്തയുടെ മൂന്നു പ്രധാന ഘടകങ്ങളായി എംഗൽസ് കണ്ട ജർമൻ ആശയവാദതത്വചിന്തയും ഫ്രഞ്ച് സോഷ്യലിസവും ഇംഗ്ലീഷ് സമ്പദ്ശാസ്ത്രവും ഈ *കയ്യെഴുത്തു പ്രതികളിൽ* ആദ്യമായൊത്തുചേരുന്നു.

4

'വോർ വാർട്സ്' എന്ന ജർമൻ ഭാഷാപത്രത്തിലെഴുതിയ ചില ലേഖനങ്ങളുടെ പേരിൽ പ്രഷ്യയുടെ സമ്മർദംമൂലം ഫ്രാൻസിൽനിന്നു പുറത്താക്കപ്പെട്ട് 1845 ഫെബ്രുവരിയിൽ ബ്രസൽസിലേക്ക് പുറപ്പെടുമ്പോൾ മാർക്സിന്റെ പെട്ടിയിൽ *വിശുദ്ധകുടുംബം* (*The Holy family*) എന്ന പുസ്തകത്തിന്റെ കയ്യെഴുത്തു പ്രതിയുണ്ടായിരുന്നു. രാഷ്ട്രീയപ്രവർത്തനങ്ങളുടെ ഒരു പുതിയ ഘട്ടത്തിന് – യൂറോപ്യൻ ബുദ്ധിജീവികളുമായുള്ള സംവാദം, എംഗൽസുമൊന്നിച്ച് ഇംഗ്ലണ്ടിലൊരു പര്യടനം, സോഷ്യലിസ്റ്റ് യോഗങ്ങളിലെ പ്രഭാഷണങ്ങൾ, 'കമ്യൂണിസ്റ്റ് ലീഗി'ലെ അംഗത്വം, 'വർക്കേഴ്സ് സൊസൈറ്റി'യുടെ സംഘാടനം – തൊട്ടു മുമ്പെഴുതപ്പെട്ട *വിശുദ്ധകുടുംബ* (1844)ത്തിൽ മാർക്സും എംഗൽസും ചേർന്നെഴുതിയ ഒരവതാരികയും 'യങ് ഹെഗലിയനിസ'ത്തെക്കുറിച്ച് മാർക്സ് എഴുതിയ ചില ലേഖനങ്ങളുമാണ് മുഖ്യമായും ഉള്ളത്. ബ്രൂണോ ബോവർ സ്ഥാപിച്ച *ലിറ്ററി ഗസറ്റ്* എന്ന നിരൂപണ മാസികയിലെ ലേഖനങ്ങളുടെ വിമർശനത്തിലൂടെ മാർക്സ് നവഹെഗലിയന്മാരുടെ ധ്യാനാത്മക ആശയവാദ (Speculative Idealism)ത്തെ ആക്രമിക്കുന്നു. ഏഷ് ഷെൻ സൂ എഴുതിയ *പാരീസിന്റെ നിഗൂഢതകൾ (The Mysteries of Paris)* എന്ന നോവലിന്റെ പ്രസിദ്ധമായ വിമർശനം ഈ പുസ്തകത്തിലാണുള്ളത്. ഈ നോവൽ ഫ്രഞ്ച് മൂലത്തിലും ജർമൻ വിവർത്തനത്തിലും ഏറെ കോളിളക്കമുണ്ടാക്കിയിരുന്നു. *ലിറ്ററി ഗസ്റ്റിൽ* 'സേലിഗാ' എന്ന തൂലികാനാമത്തിൽ ഒരു സിക്ലിൻസ്കി ഈ നോവലിനെഴുതിയ നിരൂപണമാണ് മാർക്സിനെ പ്രകോപിപ്പിച്ചത്. വീരസാഹസികതകളും അസംഭവ്യതകളും അതിഭാവുകത്വവും കലർന്ന 'ടൈപ്പ്' കഥാപാത്രങ്ങളിലൂടെ സാമൂഹികസുവിശേഷ പ്രസംഗങ്ങൾ നടത്തുന്ന ഈ നോവൽ മാർക്സിനെ ആകർഷിക്കുകയും വെറുപ്പിക്കുകയും ചെയ്തു.

നോവലിനെക്കുറിച്ചുള്ള മാർക്സിന്റെ പഠനം അഞ്ചുതലങ്ങളിൽ മുന്നേറുന്നതായി എസ് എസ് പ്രാവേർ[2] ചൂണ്ടിക്കാട്ടുന്നു. ഒന്നാമതായി 'സേലിഗാ'യുടെ വ്യാഖ്യാനവും നോവലിലെ സംഭവങ്ങളും തമ്മിലുള്ള

1. D Mc Lellan : *Marx before Marxism* (Harmondsworth, 1972).
2. S S Prawer : *Karl Marx and World Literature* (Oxford, 1978) (P. 88-93).

പൊരുത്തക്കേടുകൾ മാർക്സ് എടുത്തുകാട്ടുന്നു. ലളിതസംഭവങ്ങളെ തന്റെ ഹെഗേലിയൻ ദർശനത്തിനു പാകമാക്കാനായി ദുർവ്യാഖ്യാനിക്കുന്നു. ഫ്രഞ്ച് നാഗരികജീവിതത്തെക്കുറിച്ചുള്ള അജ്ഞതമൂലം പല ഭാഗങ്ങളുടെയും അർഥധ്വനികൾ തെറ്റിദ്ധരിക്കുന്നു, അനേകം കഥാപാത്രങ്ങളെ ഒന്നിച്ചുകൊണ്ടുവരുന്ന ബാൾറൂം രംഗം പോലുള്ള സാഹിത്യസമ്പ്രദായ (Conventions)ങ്ങളുടെ ശക്തി അവഗണിക്കുന്നു, വെറും ലോകോക്തികളെ മഹാദർശനങ്ങളായി പരിഗണിക്കുന്നു, നോവലിസ്റ്റു തന്നെ നൽകുന്ന തെറ്റായ വിശദീകരണങ്ങൾ മുഖവിലയ്ക്കെടുക്കുന്നു. നോവലിസ്റ്റിന്റെ പ്രഖ്യാപിത സാമൂഹികലക്ഷ്യത്തെ വിമർശിക്കാതെ വിടുന്നു, നോവലിന്റെ സാഹിത്യപ്രാധാന്യത്തെ പെരുപ്പിച്ചു കാണുന്നു. അവ്യക്തചിന്തകളെ വികൃതഭാഷയിലവതരിപ്പിക്കുന്നു – നിരൂപകനെതിരായ മാർക്സിന്റെ പ്രധാന ആരോപണങ്ങൾ ഇവയാണ്.

രണ്ടാമതായി, നോവലിസ്റ്റ് നോവലിലൂടെ പറയുന്ന കാര്യങ്ങളും വാസ്തവത്തിൽ നോവൽ സ്വയം കാണിച്ചുതരുന്ന കാര്യങ്ങളും തമ്മിലുള്ള അന്തരം മാർക്സ് വിശദീകരിക്കുന്നു. റോഡോൾഫ് – ഡി – ഗെറോൾസ്റ്റീൻ എന്ന നായകനെ നീതിക്കായി പ്രവർത്തിക്കുന്ന ഒരാദർശ പുരുഷനായാണ് സേലിഗാ മനസിലാക്കുന്നത്. എന്നാൽ ധർമത്തിന്റെ മുഖംമൂടിയണിഞ്ഞ് സ്വാർഥതാൽപ്പര്യങ്ങൾക്കായി പ്രവർത്തിക്കുന്ന ദുഷ്ടനായ ഒരു ജർമൻ യുവരാജാവാണയാൾ എന്ന് വസ്തുനിഷ്ഠമായൊരപഗ്രഥനം കാണിക്കുന്നു – അങ്ങനെ നായകൻ നോവലിസ്റ്റിന്റെ ലക്ഷ്യങ്ങളെ വെല്ലുവിളിക്കുന്നു. 'നല്ലവനായ റോഡോൾഫ്' വാസ്തവത്തിൽ പ്രതികാരമോഹിയും രക്തദാഹിയുമായ ഒരു കപടനാട്യക്കാരനായിരിക്കുന്നു. വായനക്കാരുടെ അധമവികാരങ്ങളെ ഭാവനാത്മകമായി പ്രീണിപ്പിക്കുക, അവയൊക്കെ മഹത്താണെന്നു വിശ്വസിക്കാനവരെ സഹായിക്കുക – ഇതു രണ്ടും ചെയ്യുന്നതുകൊണ്ടാണ് നോവൽ അത്രമേൽ 'ജനപ്രിയ'മായിത്തീർന്നതെന്ന് മാർക്സ് കണ്ടെത്തുന്നു. ലെഷോറിഞ്ഞ്യു എന്ന കഥാപാത്രം ധാർമികമായി വളരുകയാണെന്ന് നോവലിസ്റ്റ് കരുതുന്നു; സ്വതന്ത്രനായിരുന്ന ഒരു മനുഷ്യൻ ഒരു കാവൽനായയായി മാറുകയാണ് ശരിക്കും സംഭവിക്കുന്നത്. ഫ്ളുദ്–മേരീ എന്ന മുഖ്യസ്ത്രീകഥാപാത്രത്തെ ആദ്യം ധീരമായവതരിപ്പിച്ചശേഷം അതിനു പ്രായശ്ചിത്തം ചെയ്യാനെന്നോണം നോവലിസ്റ്റ് അവളെ നായകന്റെ കൈയിലേൽപ്പിക്കുന്നു. അങ്ങനെ "എല്ലാ കിഴവന്മാരുടെയും കിഴവികളുടെയും പാരീസിലെ പൊലീസ് സേനയുടെയും അംഗീകൃത മതത്തിന്റെയും" ഹെഗേലിയൻ ആശയവാദികളുടെയും കൈയടി വാങ്ങുന്നു. സൂ വായനക്കാരുടെ യാഥാസ്ഥിതിക സദാചാരത്തെയും മൃഗീയവാസനകളെയും ഒന്നിച്ചു തൃപ്തിപ്പെടുത്തുന്നു. സ്കൂൾ മാസ്റ്റർ എന്ന കഥാപാത്രത്തെ നീചപാത്രങ്ങൾക്കു മുമ്പിൽ മുട്ടുകുത്തിക്കുകയും അന്ധനാക്കുകയും ചെയ്തുകൊണ്ട് മതപുരോഹിതരുടെ കുറ്റവിചാരണകളെയും ഏകാന്തത്തടവു നിയമത്തെയും നോവലിസ്റ്റ് ന്യായീകരിക്കുന്നു. മനുഷ്യരുടെ

പതനത്തിൽ അഭിരമിക്കുന്ന നീചമനസാണ് എഴുത്തുകാരന്റേത്. ഫ്രോയ്ഡ് പിൽക്കാലത്ത് ഈഡിപ്പസിന്റെ വിധി അപഗ്രഥിച്ച അതേ മനഃശാസ്ത്രപരമായ ഉൾക്കാഴ്ച മാർക്സ് പ്രദർശിപ്പിക്കുന്നു: "സ്കൂൾ മാസ്റ്റർ തന്റെ ശക്തി ദുർവിനിയോഗം ചെയ്തിരിക്കുന്നു. അതിനാൽ റോഡോൾഫ് അതിനെ മരവിപ്പിച്ച് അംഗഭംഗപ്പെടുത്തി നശിപ്പിക്കുന്നു..... ഒറീജിനിസ് തന്റെമേൽ തന്നെ അടിച്ചേൽപ്പിച്ച ശിക്ഷയാണ് സ്കൂൾ മാസ്റ്ററുടെമേൽ റോഡോൾഫ് അടിച്ചേൽപ്പിക്കുന്നത്. അയാൾ അവനെ ഷണ്ഡനാക്കുന്നു; ഉൽപ്പാദനേന്ദ്രിയമായ കണ്ണ് അവനിൽനിന്നു തട്ടിപ്പറിക്കുന്നു– "കണ്ണ് ശരീരത്തിന്റെ വെളിച്ചമാണ്."[1]

മൂന്നാമതായി, മാർക്സ് നോവലിനെ അതു വെളിപ്പെടുത്തുന്നതായി ഭാവിക്കുന്ന സമകാലീന യാഥാർഥ്യത്തിന്റെ 'നിഗൂഢത'കളുടെ മുമ്പിലേക്കാനയിക്കുന്നു. ജെറേമി ബന്താം, ഫൗറിയർ എന്നിവരുടെ ആശയങ്ങളെയും ചിലപ്പോൾ പ്രയോജനങ്ങളെയും നോവലിസ്റ്റ് കടമെടുക്കുന്നതു ചൂണ്ടിക്കാണിച്ചശേഷം, വായനക്കാരുടെ മുൻവിധികൾക്കൊത്ത് അയാൾ യാഥാർഥ്യത്തെ തെറ്റായി അവതരിപ്പിക്കുന്നതെങ്ങനെയെന്ന് മാർക്സ് വിശദീകരിക്കുന്നു. റിഗോലെത് എന്ന കഥാപാത്രം വിവാഹമെന്ന സ്ഥാപനത്തെ പുച്ഛിക്കുകയും ഒരു വിദ്യാർഥിയും ഒരു തൊഴിലാളിയുമായി സ്വതന്ത്രബന്ധം പുലർത്തുകയും ചെയ്യുന്നുണ്ട്. ഈ ബന്ധങ്ങൾവഴി കപട സദാചാരക്കാരിയും സങ്കുചിതമനസ്കയുമായ ബൂർഷ്വാ വീട്ടമ്മയ്ക്ക് അവൾ ഒരു വിപരീതമായിത്തീരുന്നുണ്ട്. എന്നാൽ സൂ അവളുടെ ഈ വശം മറച്ചുവെച്ച്, ബൂർഷ്വാസിക്ക് ഇഷ്ടപ്പെടുംമട്ടിൽ അവളെ ആദർശവൽക്കരിക്കുന്നു. കോപിഷ്ഠനായ തൊഴിലാളി 'മോറെൽ' "പണക്കാർക്ക് ദാരിദ്ര്യം എന്തെന്നറിയാത്തതാണു ദൗർഭാഗ്യം" എന്ന് ആത്മഗതം ചെയ്യുന്നത് ഒരു മഹത്തായ സത്യപ്രസ്താവമായി സേലിഗാ വാഴ്ത്തുന്നു. ബൂർഷ്വാ സാമ്പത്തിക ശാസ്ത്രജ്ഞന്മാർ ദാരിദ്ര്യത്തെ വിശദമായി അപഗ്രഥിക്കുകയും ഇന്നത്തെ സ്ഥിതിഗതികൾ മാറിയാൽ നഷ്ടം വരുമെന്നതുകൊണ്ട് ദാരിദ്ര്യം അതേപടി നിലനിർത്താൻ തീരുമാനിക്കുകയും ചെയ്ത ഒരുകാലത്ത് ഈ ആത്മഗതം ഒരു ചരിത്രാഭാസം മാത്രമാണെന്ന് മാർക്സ് പ്രസ്താവിക്കുന്നു.

നാലാമതായി, നോവലിസ്റ്റ് വിശദീകരിക്കുകയും നായകൻ നടപ്പിൽ വരുത്തുകയും ചെയ്യുന്ന 'സാമൂഹികപരിഷ്കാര'ങ്ങളുടെ പൊള്ളത്തരം മാർക്സ് അനാവരണം ചെയ്യുന്നു. ഒരു മാതൃകാകൃഷിത്തോട്ടം മുതൽ തൊഴിലില്ലാത്തവർക്ക് പലിശയില്ലാതെ വായ്പ നൽകുന്ന ഒരു ബാങ്കുവരെയുള്ള ഈ പദ്ധതികൾ, സാമ്പത്തിക പ്രക്രിയകളെക്കുറിച്ച് തികഞ്ഞ അജ്ഞതയിൽനിന്നുണ്ടാകുന്ന മൂഢസങ്കൽപ്പങ്ങൾ മാത്രമാണെന്നദ്ദേഹം വിശദീകരിക്കുന്നു.

അഞ്ചാമതായി കഥാപാത്രങ്ങളെ സ്വതന്ത്രമായി വിടുന്നതിനുപകരം നോവലിസ്റ്റ് നേരിട്ടു സംസാരിക്കുന്നതിനെ മാർക്സ് വിമർശിക്കുന്നു.

1. MEW - 11 : 188 - 89.

പ്രവൃത്തികളിലൂടെ നോവലിസ്റ്റ് ആവിഷ്കരിക്കേണ്ടിയിരുന്നത് പ്രഭാഷണങ്ങളിലൂടെ പാത്രങ്ങൾ പറഞ്ഞുതീർക്കുന്നു. സ്രഷ്ടാവിനു വേണ്ടിയുള്ള ഈ ലക്ഷ്യപ്രഖ്യാപനങ്ങളും പാത്രങ്ങളുടെ യഥാർഥ പ്രവർത്തനങ്ങളും മിക്കപ്പോഴും പൊരുത്തപ്പെടാതെ പോകുന്നു. ഒരുവശത്ത് ധർമ പ്രഘോഷണങ്ങൾ നടത്തുന്ന എഴുത്തുകാരൻ തന്നെ. "ഏകാന്തത്തടവിന്റെ ഇരുട്ടും വിശപ്പും ദാഹവും എന്നെ ശുദ്ധീകരിച്ചിരിക്കുന്നു" എന്ന് സ്കൂൾമാസ്റ്ററെക്കൊണ്ട് പറയിച്ച് തടവറകളെ പുണ്യസ്ഥലങ്ങളാക്കുന്നു. നോവലിസ്റ്റിന്റെ ചിന്താ–വികാരങ്ങളുടെ പ്രാകൃതത്വങ്ങളും പ്രാകൃത സാഹിത്യസങ്കേതങ്ങളും ചേർന്നാണ് ഇത്തരം വൈരുധ്യങ്ങൾക്കു ജന്മം നൽകുന്നത്. തന്റെ നായകന്റെ ആചാര്യന്മാരായി നോവലിസ്റ്റ് അവതരിപ്പിക്കുന്നവരിൽ ബുദ്ധിമാനായ പോളിഡോറി ദുഷ്ടനും ശിഷ്യനായ മർഫ് വിഡ്ഢിയുമായത് യാദൃച്ഛികമല്ല.

ജനപ്രിയ നോവലിന്റെ അപഗ്രഥത്തിന് ഒരുത്തമമാതൃകയാണ് മാർക്സിന്റെ ഈ നോവൽ പഠനം. തന്റെ വിപുലമായ സാഹിത്യപരിചയവും ജീവിതനിരീക്ഷണവും ദാർശനിക–സാമ്പത്തിക വിജ്ഞാനവുമെല്ലാം മാർക്സ് ഇവിടെ പ്രയോജനപ്പെടുത്തുന്നു. യാഥാർഥ്യവുമായി സൂവിന്റെ നോവലിനെ താരതമ്യം ചെയ്യുമ്പോഴും ഒരു വസ്തുവിനെ അതിന്റെ 'പ്രതിഫലന'വുമായി താരതമ്യപ്പെടുത്തുംപോലെ പ്രാകൃതമായ രീതിയല്ല മാർക്സ് അവലംബിക്കുന്നത്. മനുഷ്യർ യാഥാർഥ്യത്തെ വ്യാഖ്യാനിക്കുന്ന വിവിധ രീതികളെ പ്രയോജനപ്പെടുത്തുന്ന ഒരു സങ്കീർണവ്യാഖ്യാനമെന്ന നിലയ്ക്കാണ് അദ്ദേഹം നോവലിനെ സമീപിക്കുന്നത്. കഥാപാത്രങ്ങൾ നോവലിസ്റ്റിന്റെ പാവകളായിക്കൂടാ. അവർ ഒരേസമയം വ്യക്തികളും സമൂഹപ്രതിനിധികളുമാകണം, എഴുത്തുകാരന്റെ ബോധപൂർവമായ ലക്ഷ്യവും അയാളവതരിപ്പിക്കുന്ന യാഥാർഥ്യവും വിരുദ്ധമാകാം, രചയിതാവിനെക്കാൾ രചനയെ വിശ്വസിക്കുകയാണുനന്ന്. ഇങ്ങനെ ചില സൗന്ദര്യശാസ്ത്രപരമായ നിഗമനങ്ങളിലാണ് മാർക്സ് ഇവിടെ എത്തുന്നത്. തീവ്രമായ ജീവിതാസ്വാദനം, അജയ്യമായ ഇച്ഛാശക്തി, സ്ഥിരോത്സാഹം, ചൈതന്യവത്തായ ധൈഷണികസിദ്ധികൾ – ഇങ്ങനെ മാർക്സ് വിലമതിച്ച മൂല്യങ്ങളെക്കൂടി ഈ അപഗ്രഥനത്തിൽ വെളിപ്പെടുത്തുന്നുവെന്ന്, ഷേക്സ്പിയറിനെയും ഈസ്കില്ലസിനെയും കുറിച്ചുള്ള അഭിപ്രായപ്രകടനങ്ങളിലും മാർക്സ് ഈ മൂല്യങ്ങളോട് ആദരവു കാണിക്കുന്നുവെന്നും സ്റ്റെഫാൻ മൊറാവ് സ്കി[1] പറയുന്നു.

സൗന്ദര്യതത്വാന്വേഷികളെ സംബന്ധിച്ചിടത്തോളം ശ്രദ്ധേയമായ രണ്ടു കാര്യങ്ങൾകൂടി *വിശുദ്ധകുടുംബ*ത്തിലുണ്ട്. ഒന്ന്: ഫ്രാൻസിലും ഇംഗ്ലണ്ടിലും അധഃകൃതവർഗങ്ങളിൽനിന്നുയർന്നുവരുന്ന പുതിയ ഗദ്യസാഹിത്യത്തെയും കവിതയെയും ഹെഗേലിയന്മാർ ഉയർത്തിപ്പിടിക്കുന്ന

1. *Marx and Engels on Literature and Art,* P. 36.

ആഢ്യമ്മന്യസാഹിത്യത്തിനെതിരായ ഒരു നവശക്തിയെന്ന നിലയിൽ മാർക്സും എംഗൽസും സ്വാഗതം ചെയ്യുന്നു. 'സൈലേഷ്യൻ നെയ്ത്തുകാരെ' മാർക്സ് അഭിനന്ദിച്ചതിന്റെ തുടർച്ചയായി വേണം ഇതിനെ കാണുവാൻ. രണ്ട്: സാഹിത്യത്തെക്കുറിച്ചുള്ള യോഗാത്മകമായ 'പ്രചോദന' സിദ്ധാന്തത്തോടും ഒപ്പംതന്നെ കൃതിയെ രചയിതാവിൽനിന്നു തീർത്തും വേർപെടുത്തിക്കാണുന്ന 'നിർവ്യക്തിക' സിദ്ധാന്തങ്ങളോടും മാർക്സും എംഗൽസും ഇവിടെ എന്നെന്നേക്കുമായി വിടപറയുന്നു. സാഹിത്യം മനുഷ്യരോടു സംസാരിക്കുന്നത് അവരെക്കുറിച്ചും അവർ ജീവിക്കുകയും രൂപപ്പെടുത്തുകയും ചെയ്യുന്ന സാമൂഹികവും ചരിത്രപരവുമായ ലോകത്തെക്കുറിച്ചുംതന്നെയാണ്. സാഹിത്യത്തിൽ യാഥാർഥ്യത്തിനു സംഭവിക്കുന്ന കലാപരമായ പരിവർത്തനവും ഉദാത്തീകരണവും ഇതിഹാസബദ്ധനായ വ്യക്തിതന്നെ വരുത്തിത്തീർക്കുന്നതാണ്. അതിൽ ദിവ്യമോ നിഗൂഢമോ ആയി ഒന്നുംതന്നെ ഇല്ല.

5

മാർക്സിന്റെ മരണാനന്തരം പ്രസിദ്ധീകരിക്കപ്പെട്ടതും പിൽക്കാലത്ത് *ഫോയർ ബാഹ് തീസിസുകൾ* എന്ന പേരിലറിയപ്പെട്ടതുമായ പതിനൊന്നു നിരീക്ഷണങ്ങൾ എഴുതപ്പെട്ടത് 1845 ലാണ്. ഇതിലെ പ്രഥമ സങ്കൽപ്പനം സാഹിത്യപഠനത്തെ സംബന്ധിച്ചിടത്തോളം സവിശേഷ പ്രസക്തിയുള്ളതാണ്:

> മുൻകാലത്തെ എല്ലാ ഭൗതികവാദത്തിന്റെയും (ഫോയർ ബാഹിന്റേതടക്കം) മുഖ്യദൗർബല്യം, വസ്തുക്കളെ, യാഥാർഥ്യത്തെ, ഇന്ദ്രിയപ്രപഞ്ചത്തെ, ഐന്ദ്രിയരായ മനുഷ്യരുടെ പ്രവൃത്തിയായി, പ്രായോഗിക പ്രവർത്തനമായി, ആത്മനിഷ്ഠമായി, കാണാതെ, നിരീക്ഷിക്കാനുള്ള വസ്തുക്കളുടെ രൂപത്തിൽമാത്രം സങ്കൽപ്പിക്കുന്നുവെന്നതാണ്. അതിനാൽ ഭൗതികവാദത്തിനു വിരുദ്ധമായി, യഥാർഥമായ ഇന്ദ്രിയ പ്രവർത്തനത്തെ അതേപടി അറിഞ്ഞുകൂടാത്ത ആശയവാദം ഈ അനുഷ്ഠാനവശത്തെ അമൂർത്തമായി വികസിപ്പിച്ചു. ചിന്താവിഷയങ്ങളിൽനിന്നു ശരിക്കും വ്യത്യസ്തമായിരിക്കുന്ന ഇന്ദ്രിയവിഷയങ്ങളുണ്ടാകണമെന്ന് ഫോയർബാഹ് ആഗ്രഹിക്കുന്നു. എന്നാൽ മനുഷ്യപ്രവർത്തനത്തെത്തന്നെ വസ്തുനിഷ്ഠപ്രവർത്തനമായി അദ്ദേഹം മനസിലാക്കുന്നില്ല.[1]

എക്കാലത്തെയും യാന്ത്രികഭൗതികവാദത്തിന്റെ മൗലികമായ പരിമിതിയിലേക്കു വിരൽചൂണ്ടുന്നതാണ് ഈ നിരീക്ഷണം. സാഹിത്യത്തെയും ബാഹ്യമായ ഏതോ 'ഭൗതിക' യാഥാർഥ്യത്തിന്റെ മരവിച്ച

1. കാൾമാർക്സ് : *Selected Writings in Sociology and Social Philosophy.* (Harmondsworth, 1963) P. 82.

'പ്രതിഫലന'മായിക്കാണുന്നതു തെറ്റാണ്. വസ്തുനിഷ്ഠതയുടെയും ആത്മനിഷ്ഠതയുടെയും ഒരു സമന്വയമാണത്. പ്രത്യേകമായ ഒരു മാനസികാവസ്ഥയോടെ, സവിശേഷ രീതിയിൽ, ഇന്ദ്രിയങ്ങളിലൂടെ മനസിലാക്കപ്പെടുന്ന ഒരു ലോകമാണതിലുള്ളത്. സാഹിത്യത്തിന്റെ സൃഷ്ടിക്കും ആസ്വാദനത്തിനും ഇതു ബാധകമാണ്. സാഹിത്യസ്രഷ്ടാക്കളും സഹൃദയരും സാഹചര്യത്തിന്റെ നിഷ്ക്രിയരായ ഇരകളല്ല, അവർ അവരവരെയും ലോകത്തെയും മാറ്റുന്ന പ്രവർത്തനത്തിലേർപ്പെട്ടിരിക്കുന്നവരാണ്; എല്ലാ പ്രവർത്തനവും സാമൂഹികപ്രവർത്തനമാണ്.

> മനുഷ്യസത്ത ഓരോ പ്രത്യേക വ്യക്തിയിലും അടങ്ങിയിരിക്കുന്ന ഒരമൂർത്തതയല്ല. മനുഷ്യന്റെ യഥാർഥ പ്രകൃതി സാമൂഹ്യബന്ധങ്ങളുടെ ഒരു സംഗമമാണ്. താൻ അപഗ്രഥിക്കുന്ന അമൂർത്തവ്യക്തി ഒരു പ്രത്യേക സാമൂഹികരൂപത്തിലുൾപ്പെടുന്നുവെന്ന് ഫോയർബാഹ് കാണുന്നില്ല.[1]

പത്താം തീസിസിൽ മാർക്സ് ഇങ്ങനെ കൂട്ടിച്ചേർക്കുന്നു: "പഴയ ഭൗതികവാദത്തിന്റെ നിലപാട് സിവിൽ സമൂഹത്തിന്റേതാണ്; പുതിയതിന്റെ നിലപാട് മനുഷ്യസമൂഹത്തിന്റേതാണ്, സാമൂഹികവൽക്കൃതമായ മനുഷ്യത്വത്തിന്റേത്." ഭാവിയെക്കുറിച്ചുള്ള തന്റെ കാഴ്ചപ്പാട് മാർക്സ് വികസിപ്പിക്കാൻ തുടങ്ങിയിരുന്നതിന്റെ സൂചന ഇവിടെയുണ്ട്. സാഹിത്യത്തെ ആ ആദർശവുമായി ബന്ധപ്പെടുത്തി നോക്കിക്കാണണമെന്നദ്ദേഹം കരുതി. മഹത്തായ സാഹിത്യം വെറും കൈമാറ്റ മൂല്യങ്ങളെ അതിജീവിച്ച് പിറക്കാനിരിക്കുന്ന സമൂഹത്തിന്റെ മൂല്യങ്ങളെ പ്രവചിച്ചുകൊണ്ടോ പുരോഗതിയെ തടയുന്ന ശക്തികളെ വെളിപ്പെടുത്തിക്കൊണ്ടോ ആ ആദർശലോകത്തിന്റെ നിർമിതിയെ സഹായിക്കുന്നു. "തത്വചിന്തകർ ലോകത്തെ പലവിധത്തിൽ വ്യാഖ്യാനിച്ചിട്ടേയുള്ളൂ, അതിനെ മാറ്റുകയെന്നതാണു കാര്യം" എന്നെഴുതുമ്പോൾ മാർക്സ് അനുഷ്ഠാനത്തിനു നൽകുന്ന ഊന്നൽ, സാഹിത്യാസ്വാദനത്തിലും അദ്ദേഹം നൽകിയിരുന്നു. കേവലമായ മനനമോ, ജ്ഞാനത്തിനായുള്ള ജ്ഞാനമോ ആയിരുന്നില്ല മാർക്സ് മുന്നിൽ കണ്ട ലക്ഷ്യം; ഉത്തമമായ ജീവിതവും പ്രവർത്തനവുമായിരുന്നു.

*ഫോയർബാഹ് തീസിസു*കളുടെ കയ്യെഴുത്തുപ്രതിയുടെ അവസാനത്തെ രണ്ടു പേജിൽ മാർക്സ് ഇങ്ങനെ കുറിച്ചിട്ടിരിക്കുന്നു: "പ്രകൃതിശാസ്ത്രവും ചരിത്രവും. രാഷ്ട്രീയത്തിന്റേത്, നിയമത്തിന്റേത്, സയൻസിന്റേത്–കലയുടേത്, മതത്തിന്റേത്–ഇങ്ങനെ ചരിത്രമില്ല." കലയ്ക്കു ചരിത്രമില്ലെന്നു പറയുമ്പോൾ, കലാചരിത്രം മനുഷ്യാധ്വാനത്തിന്റെ മുഴുവൻ ചരിത്രത്തിന്റെയും ഭാഗമാണെന്നാണ് മാർക്സ് ഉദ്ദേശിക്കുന്നത്. ഈ പ്രമേയം മാർക്സും എംഗൽസും ചേർന്നെഴുതിയ *ജർമൻ പ്രത്യയ*

1. അതേ പുസ്തകം. പേജ് : 83.

*ശാസ്ത്ര*ത്തിൽ വിശദമായി പ്രതിപാദിക്കപ്പെടുന്നുണ്ട്. ഫോയർബാഹ്, ബ്രൂണോ ബോവർ, മാർക്സ് സ്റ്റേണർ എന്നിവരെയും ഹെഗലിനു ശേഷമുള്ള ഇതര ജർമൻ ചിന്തകരെയും വിമർശിക്കുന്ന ഈ കൃതി എഴുതപ്പെട്ടത് 1845–46 കാലത്താണ്. ജർമൻ തത്വചിന്തയും ജർമനിയിലെ ജീവിതവും തമ്മിലുള്ള ബന്ധത്തെക്കുറിച്ചു വിചാരപ്പെട്ടിട്ടില്ലാത്ത ഈ ചിന്തകർ സ്വർഗത്തിൽനിന്നു ഭൂമിയിലേക്കിറങ്ങി വരികയാണെന്നും, പുതിയ തത്വചിന്ത ഭൂമിയിൽനിന്നു സ്വർഗത്തിലേക്കുയരുകയാണു വേണ്ടതെന്നും മാർക്സും എംഗൽസും പറയുന്നു.

> ജീവിതത്തെ ബോധം നിർണയിക്കുകയല്ല ചെയ്യുന്നത്. ബോധത്തെ ജീവിതം നിർണയിക്കുകയാണ്. ഒന്നാമത്തെ സമീപനം സ്വീകരിക്കുന്നവർ ബോധത്തെ ജീവിക്കുന്ന വ്യക്തിയായിക്കരുതി, അതിൽനിന്നു തുടങ്ങുന്നു. രണ്ടാമത്തേതു സ്വീകരിക്കുന്നവരോ, ജീവനുള്ള യഥാർഥ മനുഷ്യരിൽനിന്നുതന്നെ തുടങ്ങുകയും ബോധത്തെ അവരുടെ ബോധം മാത്രമായിക്കരുതുകയും ചെയ്യുന്നു.[1]

അവനവനെയും പരിസരത്തെയും ഒന്നിച്ചുമാറ്റുന്നതാണ് വിപ്ലവാനുഷ്ഠാനം. ഈ വിപ്ലവാനുഷ്ഠാനത്തിലൂടെ ഒരു വർഗത്തിൽ പിറന്നയാൾക്ക് ആ വർഗത്തിന്റെ പരിമിതികളിൽനിന്നു പുറത്തുകടക്കാൻ കഴിയും. 'കമ്യൂണിസ്റ്റവബോധം' അധ്വാനിവർഗത്തെ ആസ്പദമാക്കിയാണു നിലനിൽക്കുന്നതെങ്കിലും "തൊഴിലാളിവർഗത്തിന്റെ അവസ്ഥയെക്കുറിച്ചുള്ള മനനത്തിലൂടെ ഇതര വർഗങ്ങളിലും" ഈ ബോധം വികസിക്കാമെന്ന് *ജർമൻ പ്രത്യയശാസ്ത്രം* പറയുന്നു. എല്ലാ മനുഷ്യരും സാഹചര്യത്തിന്റെ ഉൽപ്പന്നങ്ങളാണ്. എന്നാൽ എല്ലാവരിലും സ്വന്തം സാഹചര്യങ്ങളെ മാറ്റാനുള്ള പ്രാപ്തിയുമുണ്ട്. ഈ പരിവർത്തന പ്രസ്ഥാനത്തിൽ വെറുതെ വ്യവസ്ഥിതിക്കു കീഴ്പ്പെടുന്നവർക്കു നിഷേധിക്കപ്പെട്ട ഉൾക്കാഴ്ചകൾ അവർ നേടുന്നു.[2]

ജർമൻ പ്രത്യയശാസ്ത്രം പ്രത്യയശാസ്ത്രത്തെ (Ideology) കാണുന്നത് 'യഥാർഥ ജീവിതപ്രക്രിയ'യുടെ 'പ്രതിധ്വനികളും' 'വികീർണ പ്രതിഫലന'ങ്ങളുമായാണ്. ക്യാമറയുടെ 'നെഗറ്റീവി'ലെന്നപോലെ പ്രത്യയശാസ്ത്രത്തിൽ മനുഷ്യയാഥാർഥ്യം തലതിരിഞ്ഞു കാണപ്പെടുന്നു. (ഇവിടെ മാർക്സ് ഉപയോഗിക്കുന്ന 'പ്രതിഫലന'– mirroring, reflecting –ബിംബങ്ങൾ മാർക്സിനു നേരിട്ടു ബന്ധമുണ്ടായിരുന്ന ഒരൊറ്റ കൃതിയിലും സാഹിത്യത്തെ പരാമർശിക്കുവാൻ ഉപയോഗിക്കുന്നില്ലെന്ന് ഒരു സമീപകാല പഠനത്തിൽ വി കാർ ബൂസിക്കി വ്യക്തമാക്കിയിട്ടുണ്ട്. മാർക്സും എംഗൽസും 'പ്രത്യയശാസ്ത്ര'ത്തെ എങ്ങനെ കാണുന്നുവെന്ന്

---

1. അതേ പുസ്തകം, പേജ് : 90.
2. Marx and Engels *: German Ideology* (London, 1970) P. 22-23.

മറ്റൊരു ശ്രദ്ധേയമായ പഠനം വിശദീകരിക്കുന്നു.[1] ഭാഗികവും വിഘടിതവുമായി മനസിലാക്കപ്പെട്ട യാഥാർഥ്യത്തിൽനിന്നാണ് പ്രത്യയശാസ്ത്രങ്ങളാരംഭിക്കുന്നത്. അധികാരികൾക്ക് അംഗീകരിക്കാവുന്നതും അവർ തന്നെ തിരഞ്ഞെടുക്കുന്നതുമായ, മുമ്പേ നിലനിൽക്കുന്ന ചില മാതൃകകളിലൂടെ യാഥാർഥ്യത്തിന് അവ അപവർത്തനം (refraction) സംഭവിപ്പിക്കുന്നു. അധീശവർഗങ്ങളെക്കുറിച്ച് മിഥ്യാസങ്കൽപ്പങ്ങൾ സൃഷ്ടിച്ച് പീഡിതരുടെ സഹകരണവും വിധേയത്വവും നേടാൻ അവ സഹായിക്കുന്നു. സ്വന്തം മുൻവിധികൾക്കൊപ്പിച്ച് അമൂർത്തവും അയഥാർഥവും സാങ്കൽപ്പികവുമായ സിദ്ധാന്തങ്ങൾക്കു രൂപംനൽകി അവ പ്രായോഗിക പ്രവർത്തനങ്ങളെ വികലമാക്കുന്നു. ചിലപ്പോഴൊക്കെ പ്രത്യയശാസ്ത്രങ്ങൾ പുരോഗതിയുടെ ഉപകരണങ്ങളാകാമെന്ന് മാർക്സ് കാണുന്നുണ്ട്. ജർമൻ ആശയവാദം അനുഷ്ഠാനത്തെ അതിഭൗതികതലത്തിൽ പ്രതിഷ്ഠിച്ചുവെങ്കിലും പിന്നീട് മാർക്സിന്റേതന്നെ വിപ്ലവസിദ്ധാന്തത്തിനാധാരമായ, വൈരുധ്യാത്മക പരിവർത്ത സങ്കൽപ്പവും അത് ആവിഷ്കരിച്ചുവല്ലോ. സത്യത്തെ വളച്ചൊടിക്കെത്തന്നെ പ്രത്യയശാസ്ത്രങ്ങൾ ഒരു പ്രത്യേക ഗ്രൂപ്പിന്റെയോ വർഗത്തിന്റെയോ പ്രവർത്തനത്തിനാവശ്യമായ 'സംഘടനാമൂല്യങ്ങൾ' നൽകുന്നുവെന്നും മാർക്സും എംഗൽസും ഉപദർശിച്ചു. "അഭിപ്രായങ്ങളും പ്രസ്താവങ്ങളും നിർദേശങ്ങളും ആശയസംഹിതകളും അവയുടെ മുഖവിലക്കെടുത്തുകൂടാ: ആവിഷ്കരിക്കുന്നയാളുടെ ജീവിതാവസ്ഥയുടെ വെളിച്ചത്തിൽവേണം അവയെ വ്യാഖ്യാനിക്കുവാൻ."[2] പ്രത്യയശാസ്ത്രത്തെക്കുറിച്ചുള്ള ഈ സങ്കൽപ്പം, ആശയ-നിരീക്ഷണ-വ്യാഖ്യാനങ്ങൾക്കു പിറകിലെ ജീവിതവ്യവസ്ഥകൂടി പരിഗണിക്കുവാൻ മനുഷ്യരെ പ്രേരിപ്പിച്ചിട്ടുണ്ട്. ഒരെഴുത്തുകാരൻ പിറന്നുവീഴുന്ന 'പ്രത്യയശാസ്ത്രമണ്ഡല' (ideological field) മെന്തെന്നു കണ്ടെത്തുവാൻ അൽത്യൂസറിനെപ്പോലുള്ള സൈദ്ധാന്തികരെ അതു പ്രേരിപ്പിച്ചു. കലയെ പ്രത്യയശാസ്ത്രവുമായി ബന്ധപ്പെടുത്തി അൽത്യൂസർ പറയുന്നു: "യഥാർഥകലയെ പ്രത്യയശാസ്ത്രങ്ങളിലൊന്നായി ഞാനെണ്ണുന്നില്ല; കലയ്ക്ക് തീർച്ചയായും പ്രത്യയശാസ്ത്രവുമായി സവിശേഷവും സുവ്യക്തവുമായ ഒരു ബന്ധമുണ്ടെങ്കിലും."[3] ശരിയായ കല നമുക്കു നൽകുന്നത് കൃത്യമായൊരർഥത്തിൽ ഒരറിവല്ല; അതിനാൽ അതു ശാസ്ത്രവിജ്ഞാനത്തിനുപകരം നിൽക്കുന്നില്ല. എന്നാൽ കല നൽകുന്നതെന്തോ, അതിന് അറിവുമായി ഒരു ബന്ധമുണ്ട് - താദാത്മ്യത്തിന്റേതല്ലാത്ത, വ്യത്യാസത്തിന്റേതായ, ഒരു ബന്ധം. കല യാഥാർഥ്യത്തെ സൂചിപ്പിക്കുന്ന എന്തോ ഒന്ന് നമുക്കു 'കാണിച്ചുതരുന്നു' അഥവാ 'അനുഭവിപ്പിക്കുന്നു.' ഒരു 'കാഴ്ച'യുടെയോ 'പ്രേക്ഷണ'ത്തിന്റെയോ

1. Henry Lefebvre : *The Sociology of Marx* (Harmondsworth, 1972).
2. Karl Manheim : *Ideology and Utopia* (London, 1960) P. 50.
3. Louis Althusser : *Lenin and Philosophy and other Essays* (A Letter on Art. P. 221-27) London 1971.

'അനുഭവ'ത്തിന്റെയോ രൂപത്തിൽ കല നമുക്കു കാണിച്ചുതരുന്നത് അതിനു ജന്മം നൽകി അതിനെ സ്നാനം ചെയ്യിച്ച്, കലയെന്ന നിലയിൽ അതിനു വിമുക്തിനൽകി, അതിന്റെ ധ്വനിയായി നിൽക്കുന്ന പ്രത്യയശാസ്ത്രത്തെയാണ് എന്ന് അൽത്യൂസർ പറയും. ബാൽസാക്ക്, ടോൾസ്റ്റോയ്, സോൾ ഷെനിത്സിൻ – ഇവരൊക്കെ സ്വന്തം കൃതികൾക്ക് ഈണമായിത്തീർന്ന ഒരു വീക്ഷണം നമുക്കു കാട്ടിത്തരുന്നു. ആ കൃതികൾക്കു പിറവിനൽകിയ പ്രത്യയശാസ്ത്രത്തിൽനിന്നുള്ള ഒരു പിന്മാറ്റത്തിലൂടെ ആന്തരികമായി ഒരു ദൂരവൽക്കരണം (internal distantiation) സാധിച്ചാണ് ഈ വീക്ഷണത്തിനു ജന്മം നൽകുന്നത്. അങ്ങനെ 'അകത്തു'നിന്ന്, ആന്തരികമായ ഒരകലത്തിൽനിന്ന്, നിലനിൽക്കുന്ന പ്രത്യയശാസ്ത്രത്തെ അവ നമുക്കനുഭവപ്പെടുത്തിത്തരുന്നു. അവർ വിവരിക്കുന്ന ലോകത്തിന്റെ 'ജ്ഞാനം' നൽകുകയല്ല, ആ ലോകത്തിന്റെ പ്രത്യയശാസ്ത്രത്തിന്റെ യാഥാർഥ്യം നമ്മെ അനുഭവിപ്പിക്കുകയാണ് എഴുത്തുകാർ ചെയ്യുന്നത്. എല്ലാ മനുഷ്യകർമങ്ങളിലും പ്രത്യയശാസ്ത്രം കടന്നുവരുന്നതുകൊണ്ട് മനുഷ്യാസ്തിത്വത്തിന്റെ ജീവിക്കപ്പെടുന്ന അനുഭവംതന്നെയാകുന്നു അത്. അതുകൊണ്ടാണ് വ്യഷ്ടിജീവിതാനുഭവങ്ങളുൾക്കൊള്ളുന്ന വലിയ നോവലുകൾ നമുക്കു പ്രത്യയശാസ്ത്രത്തെ 'കാണിച്ചു'തരുന്നത്. വ്യക്തിയും ജീവിതാനുഭവവും പ്രത്യയശാസ്ത്രവുമെല്ലാം കലയ്ക്കും ശാസ്ത്രത്തിനും വിഷയമാണെന്നും അവ രണ്ടു മണ്ഡലങ്ങളിലല്ല വ്യാപരിക്കുന്നതെന്നും ഒന്നിനെത്തന്നെ രണ്ടു രൂപങ്ങളിൽ നൽകുകയാണെന്നും അൽത്യൂസർ പറയുന്നു: കല 'അനുഭവം' നൽകുന്നു, ശാസ്ത്രം 'അറിവ്' അഥവാ 'പരികൽപ്പനകൾ' (concepts) നൽകുന്നു. സോൾഷെനിത്സിന്റെ നോവലുകൾ വ്യക്തിപൂജയെയും അതിന്റെ തിക്തഫലങ്ങളെയുംകുറിച്ചുള്ള 'അറിവല്ല' നൽകുന്നത്. 'അറിവെ'ന്നാൽ ആ നോവലുകളിലെ അനുഭവത്തിനു ജന്മം നൽകുന്ന സങ്കീർണപ്രക്രിയകളെ സംബന്ധിച്ച താത്വികജ്ഞാനമാണ്. സ്പിനോസയുടെ ഭാഷയിൽ കല–ഫലങ്ങൾ, നിഗമനങ്ങൾ മാത്രം നൽകുന്നു. ഹേതുക്കൾ അഥവാ പരിസരങ്ങൾ നൽകുന്നില്ല. 'ജ്ഞാന'മാകട്ടെ ഹേതുക്കളിൽനിന്ന്, ഫലങ്ങളുണ്ടാകുന്ന പ്രക്രിയകൾ കാട്ടിത്തരുന്നു. അതുകൊണ്ടാണ് സാഹിത്യത്തിൽ ജ്ഞാനാത്മകമായ വിശകലനമോ പരിഹാരനിർദേശങ്ങളോ ആവശ്യമോ സാധ്യമോ അല്ലാത്തത്.

കലാപരമായ 'രൂപ'ത്തിൽ പൊതിഞ്ഞ പ്രത്യയശാസ്ത്രമാണ് സാഹിത്യമെന്ന യാന്ത്രിക മാർക്സിസ്റ്റുകളുടെ സങ്കൽപ്പനം ശരിയല്ലെന്ന് ബോധ്യപ്പെടുമ്പോൾ അൽത്തൂസെറിന്റെ ഈ നിഗമനത്തിനുമപ്പുറം നമുക്കു പോകേണ്ടിവരും. ഒരേ യാഥാർഥ്യത്തെത്തന്നെ രണ്ടു രൂപങ്ങളിൽ നൽകുകയല്ല കലയും ശാസ്ത്രവും ചെയ്യുന്നത് – ഏതായാലും മാർക്സ് അങ്ങനെ കരുതുന്നില്ല. വലിയൊരളവോളം യാന്ത്രികവാദിയായ അൽത്യൂസർ, കലയുടെ വിഷയം ശാസ്ത്രത്തിന്റെ വിഷയമായ വസ്തുനിഷ്ഠ യാഥാർഥ്യമല്ലെന്നും മനുഷ്യവൽക്കരിക്കപ്പെട്ട യാഥാർഥ്യം – ആത്മനിഷ്ഠമായി പുനഃസൃഷ്ടിക്കപ്പെട്ട മറ്റൊരു യാഥാർഥ്യം – ആണെന്നും മനസിലാക്കുന്നില്ല. നാം മുമ്പു കണ്ട, മാർക്സിന്റെ *പാരീസ് കയ്യെ*

*ഴുത്തുപ്രതി*കളുടെ നിഗമനത്തിനു വിരുദ്ധമാണ് അദ്ദേഹത്തിന്റെ നിഗമനം. സാഹിത്യം അതതുകാലത്ത് അധികാരത്തിലിരിക്കുന്നവരുടെ പ്രത്യയശാസ്ത്രങ്ങളുടെ പ്രതിഫലനമാണെന്നാണ് ഹീന (vulgar) മാർക്സിസ്റ്റുകൾ കരുതുന്നത്. എന്നാൽ ലോകത്തിന്നോളമുണ്ടായിട്ടുള്ള മഹത്തായ സാഹിത്യം മുഴുവൻ ഈ ധാരണയെ വെല്ലുവിളിക്കുന്നു – കപടാവബോധങ്ങളെ തുളച്ചുകടന്ന് അവ സത്യം കാട്ടിത്തരുന്നു. ഈയർഥത്തിലാണ് ഏൺസ്റ്റ് ഫിഷർ കലയെ പ്രത്യയശാസ്ത്രത്തിനെതിരായി നിർത്തുന്നത്.[1] യവനദുരന്തനാടകകൃത്തുക്കൾ മുതൽ 'അസംബന്ധ' നാടകകൃത്തുക്കൾ വരെയുള്ള പ്രധാന സാഹിത്യകാരന്മാരെല്ലാംതന്നെ അധീശവർഗത്തിന്റെ ശുഭാപ്തിവിശ്വാസത്തെ അലോസരപ്പെടുത്തി സത്യം വെളിപ്പെടുത്തിയവരാണ്. പ്രത്യയശാസ്ത്രം നമ്മിൽനിന്നു മറച്ചുവയ്ക്കുന്ന യാഥാർഥ്യം അങ്ങനെ കല വെളിപ്പെടുത്തുന്നു. കല പ്രത്യയശാസ്ത്രപരമായ മിഥ്യാബോധത്തിൽനിന്നു നമ്മെ മോചിപ്പിക്കുന്നുവെന്ന് പിയെറി മാഷെറിയും അഭിപ്രായപ്പെടുന്നുണ്ട്. കലയെയും പ്രത്യയശാസ്ത്രത്തെയും ബന്ധിപ്പിക്കുകയും അകറ്റുകയും ചെയ്യുന്ന തത്വം കണ്ടെത്താൻ സാഹിത്യകൃതിയെ ഒരു രൂപഘടന (formal structure)യായി മനസിലാക്കണമെന്നും മാഷെറിക്ക് അഭിപ്രായമുണ്ട്.

ജർമൻ പ്രത്യയശാസ്ത്രം ഇങ്ങനെ ഓരോ കാലഘട്ടത്തിലും നിലനിൽക്കുന്നതോ നൽകപ്പെടുന്നതോ ആയ വിചാര-വികാര പദ്ധതികളെക്കുറിച്ച്, ചില പ്രശ്നങ്ങളുടെ അഭാവവും മറ്റു ചിലവയുടെ സാന്നിധ്യവുംകൊണ്ട് ശ്രദ്ധേയമായ അവയുടെ സവിശേഷമായ സമസ്യാപരിസരത്തെ (problematique)ക്കുറിച്ച്, ചോദ്യം ചോദിക്കാൻ ചിന്തകർക്ക് പ്രേരണയായിട്ടുണ്ട്. പ്രത്യേകകൃതികളും വിചാരപദ്ധതികളും എങ്ങനെ ബൃഹത്തായ പ്രത്യയശാസ്ത്രമണ്ഡലവുമായി ബന്ധപ്പെട്ടിരിക്കുന്നുവെന്നും പ്രത്യേക ദേശ-കാലങ്ങളിലെ സാമൂഹിക-സാമ്പത്തിക-രാഷ്ട്രീയ ഘടനയോട് ഇവ രണ്ടും എങ്ങനെ ബന്ധപ്പെട്ടിരിക്കുന്നുവെന്നുമുള്ള അന്വേഷണങ്ങൾക്കും അതു പ്രചോദനം നൽകിയിട്ടുണ്ട്.[2] മാർക്സിന്റെ രാഷ്ട്രീയ സിദ്ധാന്തങ്ങളെ അംഗീകരിക്കാത്ത സാമൂഹ്യചിന്തകരും സാഹിത്യനിരൂപകരുംകൂടി ഈ ഉൾക്കാഴ്ച കൂടുതൽ കൂടുതലായി പ്രയോജനപ്പെടുത്തിവരുന്നു.[3]

ഭാഷയെന്നാൽ മറ്റു മനുഷ്യർക്കുവേണ്ടിക്കൂടി നിലനിൽക്കുന്ന ഒരു

1. E Fischer : *Art against Ideology* (Harmondsworth, 1970).
2 അൽത്യൂസറിന്റെ *For Marx* (Harmondsworth, 1969). 62-ാം പേജ് മുതലുള്ള ഭാഗങ്ങൾ കാണുക. ലൂഷ്യെൻ ഗോൾഡ്മാന്റെ കൃതികൾ – *The Human Sciences and Philosophy* (London, 1961). *The Hidden God* (1964). *Towards a Sociology of the Novel* (1975) ഇവ നല്ല മാതൃകകളാണ്.
3 ഇയാൻ വാട്ടിന്റെ *The Rise of the Novel* (London, 1947), ജോർജ് സ്റ്റീനറുടെ *Languages and Silence* (London, 1967), ലോറൻസ് ലാങ്ഗറുടെ *Literature and the Holocaust* (Yale, 1980), റൊളാങ് ബാർഥെസിന്റെ *Writing Degree Zero* (London, 1967) തുടങ്ങിയവ പെട്ടെന്നോർമ വരുന്ന ചില ഉദാഹരണങ്ങളാണ്. മാർക്സിസ്റ്റ് ലക്ഷണശാസ്ത്ര (semiology)വും ഈ വഴിയിൽ ഏറെ മുന്നേറിയിട്ടുണ്ട്.

പ്രായോഗിക ബോധമാണെന്നും അതിനാൽത്തന്നെ ഒരാളെ സംബന്ധിച്ച് വ്യക്തിപരമായും അതു നിലനിൽക്കുന്നുവെന്നും ബോധത്തെപ്പോലെ തന്നെ, അപരരുമായുള്ള സംവാദത്തിന്റെ അനിവാര്യതയിൽനിന്നാണ് അതുത്ഭവിക്കുന്നതെന്നുമുള്ള ആശയം മാർക്സ് അവതരിപ്പിക്കുന്നത് *ജർമൻ പ്രത്യയശാസ്ത്ര*ത്തിൽതന്നെയാണ്. സാഹിത്യസൃഷ്ടികളിൽ ഭാഷാപരമായ അന്വേഷണങ്ങൾ ഒരു സവിശേഷ മാനുഷികാവശ്യം നിറവേറ്റുകയും അങ്ങനെ ഇതര പ്രവൃത്തികളിലൂടെ തൃപ്തി നേടേണ്ട പുതിയ ആവശ്യങ്ങൾ മുന്നോട്ടുവെക്കുകയും ചെയ്യുന്നുണ്ടെന്ന് മാർക്സ് കരുതുന്നു. ഒരു മാർക്സിയൻശൈലീശാസ്ത്രം (stylistics) ആരംഭിക്കേണ്ടത് ഈ സിദ്ധാന്തത്തിൽനിന്നാണെന്നെനിക്കു തോന്നുന്നു. ശൈലിയെ വ്യക്തിയുടേതുമാത്രമായ ഒരു കൗതുകമായി വെട്ടിച്ചുരുക്കുന്ന ബൂർഷ്വാ ശൈലീശാസ്ത്രത്തിനെതിരെ, ശൈലികളെ ഒരു സവിശേഷ സാമൂഹിക–സാഹിത്യസന്ദർഭത്തിന്റെ ആവശ്യം നിറവേറ്റുകയും പുതിയ ആവശ്യങ്ങൾ സൃഷ്ടിക്കുകയും ചെയ്യുന്ന ബോധങ്ങളായി അവതരിപ്പിക്കാൻ ഈ ശൈലീശാസ്ത്രത്തിനു കഴിയണം. ചിത്രകലയെക്കുറിച്ചു സംസാരിക്കുമ്പോൾ, റാഫേലിന്റെ കല ഫ്ളോറന്റൈൻ സ്വാധീനത്തിലെ റോമിന്റെ പൂക്കാലവുമായും ലിയോനാർഡോവിന്റേത് ഫ്ളോറൻസിന്റെതന്നെ പരിതോവസ്ഥകളുമായും ടീഷ്യന്റേത് വെനീസിന്റെ വ്യത്യസ്ത വികാസരൂപവുമായും ബന്ധപ്പെട്ടിരിക്കുന്നത് മാർക്സ് ചൂണ്ടിക്കാണിക്കുന്നുണ്ട്. കലയിലെ സാങ്കേതിക മുന്നേറ്റങ്ങൾ, സാമൂഹികസംവിധാനം, പ്രാദേശിക ജോലി വിഭജനം, ആ പ്രദേശവുമായി ബന്ധമുള്ള ഇതര രാജ്യങ്ങളിലെ ജോലിവിഭജനം, കലാകാരനിൽനിന്ന് സമൂഹം ആവശ്യപ്പെടുന്ന മാനദണ്ഡങ്ങൾ, വിദ്യാഭ്യാസത്തിന്റെ നിലവാരം – ഒരു കലാകാരന്റെ രചനാശൈലി ഇവയെല്ലാമായിക്കൂടി ബന്ധപ്പെട്ടുകിടക്കുന്നു. ചിന്തയുടെ ആസന്നയാഥാർഥ്യമാണ് ഭാഷ. ചിന്തയെയും ഭാഷയെയും ചരിത്രത്തിലും സമൂഹത്തിലുംനിന്നു വെട്ടിയകറ്റി ഒരു സ്വച്ഛന്ദ (autonomous) തലത്തിലേക്കു മാറ്റുകയാണ് ജർമൻ തത്വചിന്തകരധികവും ചെയ്യുന്നതെന്ന് മാർക്സ് പരാതിപ്പെടുന്നു. തത്വചിന്തകർക്കെന്നപോലെ എഴുത്തുകാർക്കും ഈ പ്രസ്താവം ബാധകമാണ്. കാരണം, സാഹിത്യത്തിലെ 'ഫോമലിസ'ത്തിലും സംഭവിക്കുന്നത് ഇതുതന്നെയാണ്. അവിടെ ഭാഷ യാഥാർഥ്യവുമായി ബന്ധം വിച്ഛേദിക്കുന്നു; ശൈലി സ്വയം പ്രധാനമാകുന്നു. ഒരു പ്രത്യേക സന്ദർഭത്തിൽ പ്രത്യേകമായൊരാവശ്യം നിറവേറ്റാനായി ഉണ്ടായ രൂപവും ശൈലിയും മറ്റൊരു സന്ദർഭത്തിൽ യാന്ത്രികമായി അനുവർത്തിക്കപ്പെടുന്നു.

6

കവിത മനുഷ്യവംശത്തിന്റെ മാതൃഭാഷയാണെന്ന ദൃഢവിശ്വാസം മാർക്സ് പല സന്ദർഭങ്ങളിലും ആവർത്തിച്ചു പ്രഖ്യാപിക്കുന്നുണ്ട്. വിക്കോ, ഹാമാൻ, ഹേർഡെർ തുടങ്ങിയവരോടൊപ്പമാണ് ഇവിടെ മാർക്

സിന്റെ നില. അസ്തിത്വപരമായി വിഭിന്നമായ അവസ്ഥകളിലും മഹത്തായ വികാരങ്ങളുടെ സ്വാധീനത്തിൽ കവിതയുടെ ഉറവുകൾ വീണ്ടും വീണ്ടും കുതിച്ചുവരുമെന്നും ആധുനിക ലോകത്തിനെന്നപോലെ അനഭ്യസ്ത സമുദായങ്ങൾക്കും ഇതു ബാധകമാണെന്നും അദ്ദേഹം കരുതി. ധനസമ്പാദനത്തിനും പിടിച്ചുപറിക്കും മാത്രമായി സമർപ്പിക്കപ്പെട്ട ജീവിതം അത്തരം സർഗസ്രോതസുകളെ വറ്റിച്ചുകളയുന്നു. മനുഷ്യനെ മനുഷ്യനാക്കുന്ന അംശത്തെ കൊന്നുകളയുന്ന അത്തരം അസ്തിത്വം ആത്മഹത്യയ്ക്കു തുല്യമാണ്. അതിനാൽ തന്റെ കാലത്തെ യൂറോപ്പിലെ സാമൂഹികവ്യവസ്ഥിതിയെ പിന്തുണയ്ക്കുന്ന ബുദ്ധിജീവികൾ മനുഷ്യവംശത്തിന്റെ സാംസ്കാരികമായ ആത്മഹത്യയ്ക്കു കൂട്ടുനിൽക്കുന്നവരാണെന്ന് മാർക്സ് കണ്ടു. ഇതിന്റെ ഫലമായി തന്റെ ജർമനിയിൽ ചില പ്രാക്തന പ്രവണതകൾ സാഹിത്യത്തിൽ പുനരുദ്ധരിക്കപ്പെടുന്നതായി അദ്ദേഹം കണ്ടെത്തി. പതിനാറാം നൂറ്റാണ്ടിലെ ജർമനിയിലുണ്ടായിരുന്ന 'സൂബിസാഹിത്യം' ഇങ്ങനെ തിരിച്ചുവന്ന ഒരു പ്രവണതയാണ്. നാട്യപ്രധാനവും ഉപരിപ്ലവവും ആത്മപ്രദർശനപരവും പ്രതിവിപ്ലവത്തെക്കുറിച്ചു രോഷംകൊള്ളുമ്പോൾതന്നെ പ്രതിലോമപരവും സദാചാരപ്രസംഗം ചെയ്കെത്തന്നെ അധാർമികവുമായ ഈ പ്രവണതയ്ക്കു പിറകിലുള്ളത്, അതിന് ആദ്യം ജന്മംനൽകിയ സാഹചര്യങ്ങളുടെ വ്യത്യസ്തമായൊരു തിരിച്ചുവരവാണെന്ന് മാർക്സ് പറയുന്നു. 15–ഉം 16–ഉം നൂറ്റാണ്ടുകളിലെ മതനവീകരണത്തോടൊപ്പമുണ്ടായ സാമൂഹികപരിവർത്തനത്തിനു സാമാന്യമായ ഒരു പരിവർത്തനം തന്റെ കാലത്തെ ജർമനിയിലും സംഭവിക്കുന്നതദ്ദേഹം ദർശിച്ചു. പതിനെട്ടാം നൂറ്റാണ്ടിലെ ആദർശാത്മക ഗ്രാമീണസാഹിത്യവും (idyllic literature) ഇത്തരത്തിൽ തിരിച്ചുവരുന്നതദ്ദേഹം കണ്ടു. ചരിത്രപരമായ ജീർണതയെ പ്രതിരോധിക്കുവാനെന്ന ഭാവേന നടത്തുന്ന ഒരു പലായനമായാണ് ഗൊയ്ഥെയുടെ *ഹെർമനും ഡൊറോത്തിയ*യുമുൾപ്പെടെയുള്ള ഗ്രാമീണാഖ്യാനങ്ങളെ മാർക്സ് വ്യാഖ്യാനിച്ചത്. അസ്വസ്ഥമായ സംക്രമണഘട്ടങ്ങളോട് മധ്യവർഗം പ്രതികരിക്കുന്ന രണ്ടു രീതികളാണ് ഈ രണ്ടു പ്രവണതകളുമെന്നദ്ദേഹം വിശ്വസിച്ചു.

കാൾ മാർക്സിന്റെ ധൈഷണിക പരിണാമത്തിൽ വലിയൊരു പങ്കു വഹിച്ചയാളായിരുന്നു പിയെറി ജോസഫ് പ്രൂഥോൺ. പ്രൂഥോണിന്റെ *ദാരിദ്ര്യത്തിന്റെ തത്വചിന്ത*യെ എതിർത്തുകൊണ്ടാണ് മാർക്സ് 1847 ൽ *തത്വചിന്തയുടെ ദാരിദ്ര്യം* എഴുതിയത്. പ്രൂഥോണിന്റെ ചിന്താരീതി ഹെഗെലിയൻ ആശയവാദമാണ്. അദ്ദേഹത്തിന് ചരിത്രം മനുഷ്യരുടെ 'കറ' പുരളാത്ത ആശയങ്ങളുടെ മാത്രം 'പവിത്ര' ചരിത്രമാണ്, അദ്ദേഹം മനുഷ്യനെക്കാണുന്നത് 'സനാതനയുക്തി' അഥവാ 'ആശയം' സ്വന്തം വികാസത്തിനായുപയോഗിക്കുന്ന ഒരുപകരണമായാണ് – ഇതാണ് മാർക്സിന്റെ വിമർശനത്തിന്റെ കാതൽ. സാഹിത്യത്തെയും ജീവിതത്തെയും പരസ്പരം തെറ്റിദ്ധരിക്കരുതെന്ന് മാർക്സ് ഇവിടെ

നിഷ്കർഷിക്കുന്നുണ്ട് – പ്രൂധോൺ സമൂഹത്തെ മുഴുവൻ പ്രൊമെത്തിയൂസ് എന്ന പുരാണകഥാപാത്രമായി അവതരിപ്പിക്കുന്നു – സമുദായത്തെ ഒന്നിച്ച് ഇങ്ങനെ ഒറ്റ കഥാപാത്രമായിക്കാണുന്നത്, സങ്കീർണവും വിഭക്തവുമായ ഒരു യാഥാർഥ്യത്തിന്റെ സ്ഥാനത്ത് ഒരു വെറും നിഴലിനെ പ്രതിഷ്ഠിക്കുംപോലെയാണ്. മിത്ത് സിദ്ധാന്തത്തിന്റെ സ്ഥാനമേറ്റെടുക്കുമ്പോൾ സത്യം ദൃഷ്ടാന്തകഥകളിലും ഗൂഢയോഗാത്മകതയിലും മുങ്ങിപ്പോകുന്നുവെന്ന് മാർക്സ് ഇതേക്കുറിച്ച് പറയുന്നു. സാഹിത്യത്തെ ഒരേസമയം ചരിത്രപരവും കാലാതിവർത്തിയുമായ ഒരുൽപ്പന്നമായിക്കാണണം. ഉപഭോക്താക്കളുടെ രുചികൾ കൃത്രിമമായി സൃഷ്ടിക്കപ്പെടുന്നതുപോലെ സാഹിത്യാഭിരുചികളിലും മാധ്യമങ്ങൾക്ക് കൃത്രിമ പരിവർത്തനങ്ങൾ വരുത്താനാവുമെന്നും സ്വകാര്യതാൽപ്പര്യങ്ങളുടെപോലും രൂപവും ഉള്ളടക്കവും സാക്ഷാൽക്കാരമാർഗവും നിർണയിക്കുന്നത് സാമൂഹികപരിതഃസ്ഥിതികളാണെന്നും *തത്വചിന്തയുടെ ദാരിദ്ര്യ*ത്തിന്റെ മറ്റൊരു ഭാഗത്ത് മാർക്സ് നിരീക്ഷിക്കുന്നു.

ലിഖിതവും അലിഖിതവുമായ സാഹിത്യത്തിലും പ്രസിദ്ധീകരണത്തിലും നാടകാനുഷ്ഠാനത്തിലും നിന്നുള്ള ബിംബങ്ങളും രൂപകങ്ങളും കൊണ്ടു സമൃദ്ധവും *ബൈബിളി*നെ അനുസ്മരിപ്പിക്കുന്നതുമായ ഭാഷ കൊണ്ടും ആശയാവതരണത്തിന്റെ രൂക്ഷതകൊണ്ടും ശ്രദ്ധേയമായ *കമ്യൂണിസ്റ്റ് മാനിഫെസ്റ്റോ* ആദ്യമായി പ്രസിദ്ധീകരിക്കപ്പെട്ടത് 1848 ഫെബ്രുവരിയിലായിരുന്നു – ലണ്ടനിൽ. കാൽപ്പനിക മിഥ്യകൾക്ക് കമ്പോളത്തിന്റെ യാഥാർഥ്യങ്ങളെ മൂടിവെക്കാനാവില്ലെന്ന് ഇവിടെയും മാർക്സും എംഗൽസും താക്കീതുനൽകുന്നു.

> ഇതേവരെ ബഹുമാനിക്കപ്പെടുകയും ഭക്ത്യാദരപുരസരം ആരാധിക്കപ്പെടുകയും ചെയ്തിരുന്ന എല്ലാ ജോലികളുടെയും പരിവേഷം മുതലാളിവർഗം ഉരിഞ്ഞുകളഞ്ഞിരിക്കുന്നു. വൈദ്യനെയും വക്കീലിനെയും പുരോഹിതനെയും കവിയെയും ശാസ്ത്രജ്ഞനെയും അത് അതിന്റെ കൂലിവേലക്കാരാക്കി മാറ്റിയിരിക്കുന്നു.[1]

കവിതപോലും വിൽപ്പനച്ചരക്കായി മാറുന്ന ഒരു ലോകത്തിന്റെ ഭീകരതയിൽ സാഹിത്യം പുതിയ ആശയും ആശയവും ശക്തിയും നൽകുന്നതിനുപകരം മനുഷ്യരെ തളർത്തുകയും നിരുത്സാഹപ്പെടുത്തുകയും ചെയ്യുന്നു. ചുരുക്കംചില അപവാദങ്ങളൊഴിച്ചാൽ സോഷ്യലിസ്റ്റ്–കമ്യൂണിസ്റ്റ് ലേബലുകളിൽ പ്രചരിക്കുന്ന പ്രസിദ്ധീകരണങ്ങളും ഈ ദുസ്സാഹിത്യത്തിന്റെ മണ്ഡലത്തിലാണെന്ന് *മാനിഫെസ്റ്റോ* പറയുന്നു. എന്നാൽ മനുഷ്യബോധം മാറുമ്പോൾ സാഹിത്യവും മാറുമെന്ന് മാർക്സും എംഗൽസും പ്രതീക്ഷിക്കുന്നുണ്ട്. ലോകവിപണിയുടെ ചൂഷണത്തിലൂടെ മുതലാളിവർഗം ഉൽപ്പാദനോപഭോഗങ്ങൾക്ക് നൽകിയിരിക്കുന്ന

1. Marx and Engels : *Selected works,* Vol I (Moscow, 1969) P. 111.

സാർവലൗകികസ്വഭാവം, ദേശീയ സങ്കുചിതത്വങ്ങളെ അസാധ്യമാക്കുന്നു. ചരിത്രം ലോകചരിത്രമാകുമ്പോൾ സാഹിത്യം ലോകസാഹിത്യമായും മാറുന്നു. ജർമൻ കാൽപ്പനികരുടെയോ തോമസ് കാർലൈലിന്റെയോ ഏകപക്ഷീയമായ മുതലാളിത്ത വിദ്വേഷം മാർക്സിനെ ബാധിക്കുന്നില്ല. പത്തൊമ്പതാം നൂറ്റാണ്ടിലെ മുതലാളിത്തത്തിന്റെ പുരോഗമനപരമായ വശങ്ങൾകൂടി മാർക്സ് കാണുന്നു. *മാനിഫെസ്റ്റോ* ഒരു കർമാഹ്വാനമായതിനാൽ, സമരങ്ങളെ മുഴുവൻ രണ്ടു വർഗങ്ങളിലേക്കു ചുരുക്കിയെടുക്കുന്ന ഒരു ലളിതവൽക്കരണം അതിലുണ്ട്. എങ്കിലും എഴുത്തുകാർക്ക് വർഗപരിമിതികളെ ഉല്ലംഘിച്ച് ഉപരിവർഗാശയങ്ങളെ ചെറുക്കാനാവുമെന്ന് മാനിഫെസ്റ്റോ കാണാതിരിക്കുന്നില്ല. "ബൂർഷ്വാസിയുടെ ഒരു ഭാഗം തൊഴിലാളിവർഗത്തിന്റെകൂടെച്ചേരു"മെന്ന് അത് പറയുന്നുണ്ടല്ലോ. ചരിത്രത്തെക്കുറിച്ചുള്ള സമഗ്രസൈദ്ധാന്തിക ബോധത്തിലൂടെ ബൂർഷ്വാ കലാകാരനും ബുദ്ധിജീവിയും സ്വന്തം വർഗത്തിന്റെ ചങ്ങലകളിൽനിന്നു വിടുതി നേടുന്നു. ഇത്തരക്കാരുടെ വീക്ഷണത്തിൽനിന്നുകൊണ്ടാണല്ലോ *മാനിഫെസ്റ്റോ*തന്നെ ബൂർഷ്വാസിയെ അഭിമുഖീകരിക്കുന്നത്. എംഗൽസിന്റെ ഒരു 'ധാർമിക പ്രഭാഷണ'ത്തിൽനിന്നാണാരംഭിക്കുന്നതെങ്കിലും *മാനിഫെസ്റ്റോവി*ന്റെ ശരിയായ രചയിതാവ് മാർക്സു തന്നെയായിരുന്നുവെന്ന് കയ്യെഴുത്തുപ്രതികളും ശൈലീപഠനവും തെളിയിച്ചിട്ടുണ്ട്.

നാടുകടത്തലുകൾക്കും ബോംബാക്രമണങ്ങൾക്കും കൂട്ടക്കൊലകൾക്കും മുന്നിൽ അലങ്കാരബഹുലമായ പ്രഭാഷണങ്ങളുടെയും വ്യർഥോത്സാഹങ്ങളുടെയും യുഗം അസ്തമിക്കുന്നത് മാർക്സ് കണ്ടു. യൂറോപ്യൻ കാൽപ്പനികത മനോജ്ഞ പദങ്ങളുടെ മേഘങ്ങൾക്കിടയിൽ ഉപരിവർഗത്തിന്റെ അഹന്തയും മൃഗീയതയും ഭൗതികേച്ഛകളും ഒളിപ്പിച്ചുവെക്കുന്നുവെന്ന്, ലാ മാർട്ടിനെ ഉദാഹരണമാക്കി അദ്ദേഹം സമർഥിക്കുന്നത്, കൊളോണിൽനിന്നാരംഭിച്ച *നവജർമൻ ഗസറ്റി*ലെ ലേഖനങ്ങളിൽ കാണാം. സാമൂഹിക പീഡനങ്ങൾ ഇങ്ങനെ കവികളുടെ ദിവ്യപരിവേഷം വലിച്ചുകീറുന്നതോടൊപ്പം ഫെർഡിനാൻഡ് ഫ്രെയ്‌ലിഗ്രാഫിനെപ്പോലെ പുതിയ എഴുത്തുകാർ വിപ്ലവപക്ഷത്തേക്കു നീങ്ങുന്നതും മാർക്സ് കണ്ടു. ഒരു വർഗസമരം നടക്കുന്നതേയില്ലെന്ന മിഥ്യാധാരണ പരത്തി, അതിൽ വിജയിക്കേണ്ട വർഗങ്ങളെ മയക്കുകയും പരാജയപ്പെടേണ്ട വർഗങ്ങൾക്ക് കപട സുരക്ഷിതത്വം നൽകുകയുമാണ് കാൽപ്പനികർ ചെയ്തത്. രണ്ടാം ഫ്രഞ്ചുറിപ്പബ്ലിക്കിന്റെ സ്ഥാപനത്തിൽ ലാ മാർട്ടിൻ വഹിച്ച പങ്ക് ഒരു ദുസ്സൂചനയാണെന്ന് ഫ്രാൻസിലെ വർഗസമരങ്ങളിൽ മാർക്സ് എഴുതി. ദോമെർ, ഓവർബാഹ് എന്നിങ്ങനെ കർഷകരെ കാൽപ്പനികവൽക്കരിച്ച് ഗ്രാമീണജീവിതത്തെ ആദർശവൽക്കരിച്ച 'ഗ്രാമീണ കഥാ'കൃത്തുക്കളെ അദ്ദേഹം വീണ്ടും രൂക്ഷമായി ആക്ഷേപിച്ചു. ആദർശവൽക്കരണങ്ങളെ പൊതുവെ അദ്ദേഹം വെറുത്തിരുന്നുവെന്ന് റഫേലിനെതിരെ റെംബ്രാന്റിന്റെ, ചിത്രീകരണരീതിയെയും

ഷില്ലർക്കെതിരെ ഷേക്സ്പിയറിന്റെ കഥാപാത്രാവതരണരീതിയെയും കുറിച്ചുള്ള അദ്ദേഹത്തിന്റെ അവതരണങ്ങളിൽനിന്നും വ്യക്തമാകുന്നു. എപ്പോഴും ദൈവികതയെ മാനുഷികതകൊണ്ടെതിരിടുന്നതായിരുന്നു മാർക്സിന്റെ തത്വചിന്തയെന്നപോലെ സൗന്ദര്യശാസ്ത്രവും.

സാഹിത്യത്തിന്റെ കപടബോധങ്ങൾക്കെതിരായ താക്കീതുകൾ *ലൂയി ബോണപ്പാർട്ടിന്റെ പതിനെട്ടാം ബ്ര്യൂമെർ* എന്ന കൃതിയിലും മാർക്സ് തുടരുന്നുണ്ട്.

> പത്തൊമ്പതാം നൂറ്റാണ്ടിലെ സാമൂഹിക വിപ്ലവത്തിന് ഭാവിയിൽ നിന്നേ അതിന്റെ കവിത വലിച്ചെടുക്കാനാവൂ, ഭൂതത്തിൽനിന്നാവില്ല. ഭൂതകാലത്തെക്കുറിച്ചുള്ള എല്ലാ അന്ധവിശ്വാസവും ഉരിഞ്ഞുകളയാതെ അതിനു സ്വയം സമാരംഭിക്കാനാവില്ല. പഴയ വിപ്ലവങ്ങൾക്ക് സ്വന്തം ഉള്ളടക്കത്തെക്കുറിച്ച് സ്വയം പ്രലോഭിപ്പിക്കുവാൻ ലോക-ചരിത്രപരമായ സ്മരണകൾ വേണമായിരുന്നു. പത്തൊമ്പതാം നൂറ്റാണ്ടിലെ വിപ്ലവം അതിന്റെതന്നെ ഉള്ളടക്കത്തിലെത്തിച്ചേരണമെങ്കിൽ മരിച്ചവരെ അടക്കം ചെയ്യുവാൻ മരിച്ചവരെ അനുവദിക്കണം. അവിടെ ശൈലി ഉള്ളടക്കത്തിനപ്പുറം പോയി; ഇവിടെ ഉള്ളടക്കം ശൈലിക്കപ്പുറം പോകുന്നു.[1]

ഇന്നത്തെ യുദ്ധങ്ങൾ ജയിക്കാൻ പോയ വർഷത്തെ പടച്ചട്ട പോരെന്നു മാർക്സ് വിശ്വസിക്കുന്നു. അന്യവൽക്കൃതമല്ലാത്ത ഒരു സമൂഹത്തെക്കുറിച്ചുള്ള സ്വപ്നത്തിൽനിന്നു പ്രചോദനം നേടണമെന്നു പറയുമ്പോൾ, ഭൂതകാലത്തെ സാഹിത്യ-സംസ്കാര പൈതൃകങ്ങളെ നിഷേധിക്കുകയോ വിസ്മരിക്കുകയോ ചെയ്യണമെന്നല്ല മാർക്സ് ഉദ്ദേശിക്കുന്നത്. *പതിനെട്ടാം ബ്ര്യൂമെറിൽ* ഉടനീളം വേദപുസ്തകത്തിലെ 'ഈജിപ്തിന്റെ മാംസഭാജനങ്ങ'ളെ - ശാമുവേൽ, സോൾ, ദാവീദ് - ആണ് മാർക്സ് ഓർമിപ്പിക്കുന്നത്.

മാർക്സിന്റെ പദ്ധതിയിൽ, ഷ്ലോമോ ആവിനേരി[2] തന്റെ ഒരു ലേഖനത്തിൽ വാദിക്കുന്നതുപോലെ, ബുദ്ധിജീവികളുടെ വർഗം മുൻകൂട്ടി നിർണയിക്കപ്പെട്ട ഒന്നല്ല. മുതലാളിവർഗത്തിലോ തൊഴിലാളിവർഗത്തിലോപെടുന്നില്ല; സ്വന്തം തിരഞ്ഞെടുപ്പിലൂടെ തങ്ങൾക്കിഷ്ടപ്പെട്ട വർഗത്തിന്റെ ഭാഗധേയത്തിൽ പങ്കുചേരുകയാണ് അവർ ചെയ്യുന്നത്. അതിനാൽ, സാമ്പത്തികമായി ഉയർന്ന വർഗത്തിൽ ജനിച്ച ഒരെഴുത്തുകാരന് താഴ്ന്ന വർഗവുമായി താദാത്മ്യം പ്രാപിക്കാനും താഴ്ന്ന സാമ്പത്തികവർഗത്തിൽ ജനിച്ചയാൾക്ക് ഉപരിവർഗതാൽപ്പര്യങ്ങളെ പ്രതിനിധാനം ചെയ്യാനും കഴിയും. സാഹിത്യത്തിലെ വ്യക്തിപൂജയും 'സാഹിത്യവ്യവസായ'വും തമ്മിലുള്ള ബന്ധം മാർക്സ് ഇക്കാലത്തെ പല കത്തു

1. അതേ ഗ്രന്ഥം P. 400.
2. S. Avineri, *Marx and the Intellectuals* (1967).

കളിലും ലേഖനങ്ങളിലും എടുത്തുകാണിക്കുന്നുണ്ട്. കിങ്കെൽ, ആർനോൾഡ് റൂഷ് എന്നീ ഉപരിപ്ലവ മധ്യവർഗസാഹിത്യകാരന്മാരെ മാതൃകയാക്കി; മാധ്യമങ്ങളിലൂടെ നടക്കുന്ന സാഹിത്യ വ്യവസായത്തെയും അതിന്റെ വാണിജ്യപരമായ ലക്ഷ്യങ്ങളെയും അദ്ദേഹം ആക്രമിക്കുന്നു. ഷേക്സ്പിയറിന് ഒരു 'തത്വചിന്താപദ്ധതി' ഇല്ലാത്തതിനാൽ അദ്ദേഹം ഒരു നാടകീയ കവിയല്ലെന്നുപറഞ്ഞ റൂഷിനെ 'ഒരു മരത്തലയൻ' എന്നദ്ദേഹം കളിയാക്കുന്നു. സാഹിത്യത്തിൽനിന്ന് 'തത്വചിന്താ പദ്ധതികൾ' പ്രതീക്ഷിക്കുന്നവർക്കെതിരായ ഒരു താക്കീതാണ് എംഗൽസിനെഴുതിയ ഈ കത്തിലുള്ളത്. തത്വചിന്താപരമായ അനുസ്യൂതിയും ധാരണയും ഒരിക്കലും ഒരു സാഹിത്യഗുണമായി മാർക്സ് കരുതിയിരുന്നില്ല. ബുദ്ധിയോടും ധാർമികതയോടും മാത്രമല്ല കണ്ണിനോടും കാതിനോടും അഭ്യർഥന നടത്തുന്ന ഒരു ദൃശ്യ-ശബ്ദ രൂപമായിക്കൂടി മാർക്സ് സാഹിത്യത്തെ കണ്ടിരുന്നു. കവിതയും നോവലും നാടകവും ഉറക്കെ വായിക്കുന്നതിലും കവിത ശ്രദ്ധാപൂർവം അച്ചടിക്കുന്നതിലും അദ്ദേഹം താൽപ്പര്യം കാണിച്ചിരുന്നുവെന്നതിന് മക്കളുടെ ഓർമക്കുറിപ്പുകളിലും കത്തുകളിലും ധാരാളം തെളിവുകളുണ്ട്.

7

1858-'59 കാലത്ത് കവി ഫ്രെയ്ലിഗ്രാഫ് മാർക്സിനും എംഗൽസിനും ഒരു നാടകത്തിന്റെ പ്രതികളയച്ചുകൊടുത്തു. ലാസല്ലേ എഴുതിയ *ഫ്രാൻസ് വോൺ സിക്കിംഗെൽ* എന്ന നാടകമായിരുന്നു അത്. നാടകത്തെക്കുറിച്ചുള്ള മാർക്സിന്റെ വിശകലനം അദ്ദേഹത്തിന്റെ സാഹിത്യനിരൂപണത്തിനൊരു നല്ല മാതൃകയെന്ന നിലയിലും ദുരന്തനാടകത്തെക്കുറിച്ചുള്ള മാർക്സിയൻ സങ്കൽപ്പത്തിന്റെ അവതരണമെന്ന നിലയിലും ശ്രദ്ധിക്കപ്പെട്ടിട്ടുണ്ട്. 1859 ഏപ്രിൽ 19-ന് മാർക്സ് നാടകകൃത്തിനെഴുതിയ ഒരു കത്താണിത്; എംഗൽസും സ്വതന്ത്രമായി മറ്റൊരു കത്ത് ലാസല്ലേക്ക് അയയ്ക്കുകയുണ്ടായി. ചരിത്രപരമായ ആ ദുരന്തനാടക (historical tragedy)ത്തിന്റെ രചന, ക്രിയാംശം, വികാരഘടന ഇവയെ സാമാന്യമായി പ്രശംസിക്കുകയും ലാസല്ലേയുടെ പദ്യത്തിന്റെ ഭംഗിക്കുറവിന് ഒരു ചെറുനർമത്തോടെ മാപ്പു നൽകുകയും ആധുനിക ദുരന്തത്തെ വിപ്ലവവുമായി ബന്ധപ്പെടുത്തി ആവിഷ്കരിച്ചതിന് അംഗീകാരം നൽകുകയും ചെയ്തശേഷം മാർക്സ്, നാടകത്തിന്റെ ദൗർബല്യങ്ങൾ അവതരിപ്പിക്കുന്നു. 1522-'23 കാലത്ത് രാഷ്ട്രീയ സൈനിക നേതാവായ ഫ്രാൻസ് വോൺ സിക്കിംഗെൽ, അദ്ദേഹത്തിന്റെതന്നെ വർഗത്തിന്റെ-താഴ്ന്ന പ്രഭുവർഗം-താത്വികവക്താവും ഹ്യൂമനിസ്റ്റ് ചിന്തകനുമായ ഉൾറിച്, വോൺഹൂട്ടെൻ എന്നിവരുടെ നേതൃത്വത്തിൽ നടന്ന റൈനിലെ കുലീനയോദ്ധാ (knight)ക്കളുടെ ഒരു കലാപമാണ് നാടകത്തിന്റെ പ്രതിപാദ്യം. രാജാവിനുകീഴിൽ പ്രഭുക്കൾക്ക് ഒരുതരം ജനാധിപത്യം സാധ്യമാക്കുവാനുള്ള സമരമായിരുന്നു അത്. എന്നാൽ യുവരാജാക്കന്മാർക്കെതിരായ

സമരത്തിൽ അവർ പരാജയപ്പെട്ടു; നേതാക്കളിരുവരും വധിക്കപ്പെട്ടു. (കർഷകരെ തങ്ങളുടെ ഭാഗത്തേക്കാനയിക്കാൻ കഴിയാത്തതായിരുന്നു അവരുടെ തോൽവിക്കു മുഖ്യകാരണമെന്ന് *ജർമനിയിലെ കർഷകയുദ്ധ* മെന്ന കൃതിയിൽ എംഗൽസ് പറയുന്നു). ലാസല്ലേയുടെ നായകന്റെ സാമൂഹികപദവി തന്നെയാണ് അയാളെ പരാജിതനാക്കുന്നതെന്ന് മാർക്സ് പറയുന്നു. ഗൊയ്ഥേയുടെ ഗോറ്റ്സ് വോൺ ബെർളി ഷിംഗൻ എന്ന നായകനെപ്പോലെ ഒരു 'ഡോൺക്വിക്സോട്ട്' ആണ് ഇയാളും. ഒരു 'നൈറ്റ്' ആയിരിക്കുകയെന്ന വർഗപരിമിതിയെ അതിലംഘിച്ച് നാഗരികരോടും കർഷകരോടും സമരാഭ്യർഥന നടത്താൻ സിക്കിംഗെനു കഴിയുന്നില്ല; അയാളുടെ തോൽവി അനിവാര്യവും സുനിശ്ചിതവുമാണ്. സിക്കിംഗെനും ഹൂട്ടെനും യഥാർഥത്തിൽ പ്രതിലോമവർഗ താൽപ്പര്യങ്ങളെ പ്രതിനിധാനം ചെയ്കയും വിപ്ലവാശയങ്ങളുടെ വക്താക്കളായി സ്വയം വിപ്ലവകാരികളാണെന്നു കരുതുകയും ചെയ്തു. വിപ്ലവത്തെയും ഐക്യത്തെയും കുറിച്ചുള്ള അവരുടെ പ്രഭാഷണങ്ങൾക്കു പിറകിൽ പഴയ കുലീനവർഗത്തിന്റെ അധികാരദാഹം ഒളിഞ്ഞിരിക്കുന്നു. പശ്ചാത്തലത്തിൽ പട്ടണങ്ങളിലെ വിപ്ലവവർഗങ്ങളുടെയും കർഷകരുടെയും പ്രതിനിധികളെ നാടകത്തിൽ അവതരിപ്പിക്കാതിരുന്നത് തെറ്റായെന്ന് മാർക്സ് പറയുന്നുണ്ട്. അങ്ങനെ ചെയ്തിരുന്നെങ്കിൽ ജനകീയൈക്യം പോലുള്ള ആധുനികാശയങ്ങളാവിഷ്കരിക്കാൻ ലാസല്ലേക്കു കഴിയുമായിരുന്നു. നാടകകൃത്ത് തന്റെ കഥാപാത്രങ്ങളെ "കാലഘട്ടത്തിന്റെ ആത്മാവെ"ന്ന് അദ്ദേഹം കരുതുന്ന ചില ധാരണകളുടെ യാന്ത്രിക വക്താക്കളാക്കിച്ചുരുക്കി, അവരുടെ സ്വാഭാവികവും സ്വച്ഛന്ദവുമായ വികാസം പരിമിതപ്പെടുത്തുന്നു. പാത്രങ്ങളെപ്പറ്റിയുള്ള തന്റെ വ്യാഖ്യാനങ്ങൾ നാടകകൃത്ത് അവരുടെതന്നെ വായിൽ തിരുകി അവരുടെ ഏകീഭാവം നഷ്ടപ്പെടുത്തുന്നു. പാത്രങ്ങളുടെ സങ്കീർണതകൾ വേണ്ടപോലെ ആവിഷ്കരിക്കാത്തതിനാൽ അവ അമൂർത്തമായിപ്പോകുന്നു – ഹൂട്ടെൻ ഒരുദാഹരണമാണ്. വ്യക്തിപ്രഭാവത്തിന്റേതായ ഒരു യുഗത്തിൽ ഇത് അക്ഷന്തവ്യമാണെന്ന് മാർക്സ് പറയുന്നു.

മനുഷ്യനെക്കുറിച്ചുള്ള 'സമഗ്രവിജ്ഞാന'ത്തിലേക്ക് സാഹിത്യത്തെക്കൂടി ലയിപ്പിക്കുവാനുള്ള മാർക്സിന്റെ ശ്രമത്തിൽ ഈ കത്ത് ഒരു പ്രധാന ഘട്ടം കുറിക്കുന്നു – *രാഷ്ട്രീയസമ്പദ്ശാസ്ത്രവിമൃഷ്ടി*യുടെയും ('An Introduction to the Critique of Political Economy') 1857–'59 കാലത്തെ 'കുറിപ്പുകളു'ടെയും (Grundrisse) അവതാരികകളിൽ മാർക്സ് ഈ യത്നം മുന്നോട്ടു കൊണ്ടുപോകുന്നുണ്ട്. മൃദുലമെന്ന ഭാവേന മാർക്സ് ലാസല്ലേക്കെതിരെ അവതരിപ്പിക്കുന്ന വിമർശനങ്ങൾ വാസ്തവത്തിൽ വളരെ രൂക്ഷമാണ്. നാടകമെഴുതുന്നതിൽ ലാസല്ലേക്ക് ഉണ്ടായിരുന്ന ലക്ഷ്യങ്ങളും നാടകത്തിൽ സാക്ഷാൽക്കരിക്കപ്പെടുന്ന ലക്ഷ്യങ്ങളും തമ്മിലുള്ള വൈരുധ്യമാണ് മാർക്സിന്റെ ചർച്ചാവിഷയം. ഇതു തെളിയിക്കുന്നതിനിടയിൽ സാഹിത്യത്തെ സംബന്ധിച്ച മൂന്നു

കാര്യങ്ങൾ മാർക്സ് അവതരിപ്പിക്കുന്നുണ്ട്. ഒന്ന്: പലരും തെറ്റിദ്ധരിക്കാറുള്ളതുപോലെ, പീഡിതവർഗത്തിനു നീതി ലഭിക്കാനായി സമരം ചെയ്തു പരാജയപ്പെടുന്നവർ മാത്രമാണ് ആധുനിക ദുരന്തനായകന്മാരെന്ന് മാർക്സ് കരുതുന്നില്ല. ഗൊയ്ഥേയുടെ ബെർളി ഷിംഗനെ അദ്ദേഹം അംഗീകരിക്കുന്നത് അതുകൊണ്ടാണ്. പുതിയ സാമൂഹികക്രമത്തിനെതിരായ സമരത്തിൽ അടിഞ്ഞമർന്നു പോകുന്ന പഴയ സാമൂഹികക്രമത്തിന്റെ പ്രതിനിധിക്കും ദുരന്തനായകനാകാൻ അർഹതയുണ്ട്. മാർക്സ് രണ്ടാമതൊരുതരം ദുരന്തനായകനെക്കൂടിക്കാണുന്നുവെന്നു മാത്രം – സമയം പാകപ്പെടുംമുമ്പേ പ്രത്യക്ഷപ്പെടുന്ന വിപ്ലവകാരി. എംഗൽസിന്റെ *ജർമൻ കർഷക യുദ്ധത്തിൽ* വിവരിക്കപ്പെടുന്ന തോമസ് മുൻസെൻ ഇത്തരത്തിൽ സാഹസികനായൊരു ദുരന്തനായകന്റെ മാതൃകയാണെന്ന് മാർക്സ് ചൂണ്ടിക്കാട്ടുന്നു. എന്നാൽ ലാസല്ലേ കരുതുംപോലെ ഇത്തരമൊരു വിപ്ലവകാരിയായിരുന്നില്ല സിക്കിംഗെൽ. രണ്ട് : അവർക്കു ജന്മം നൽകിയതോ, പിന്നീട് അവർ തിരഞ്ഞെടുത്തതോ ആയ വർഗത്തിന്റെ സവിശേഷവീക്ഷണങ്ങളും വികാരങ്ങളും സ്വന്തം കൃതികളാവിഷ്കരിച്ച് പ്രത്യയശാസ്ത്രങ്ങൾ സൂചിപ്പിക്കുവാൻ എഴുത്തുകാർക്കു കഴിയും. പത്തൊമ്പതാം നൂറ്റാണ്ടിലെ മിതവാദികളുടെ സാംസ്കാരിക നായകനായിരുന്ന ഹൂട്ടെൻ എന്ന ചരിത്രപുരുഷനെ, കഥാപാത്രത്തെ, അത്തരത്തിലേ മനസിലാക്കാൻ കഴിയൂ. മൂന്ന് : സിക്കിംഗെൽ, ചരിത്രത്താൽ നീതീകരിക്കപ്പെടുന്ന ഒരു 'ഡോൺ ക്വിക്സോട്ട്' ആണെന്നു പറയുമ്പോൾ, സെർവാന്തസിനെപ്പോലൊരു വലിയ സാഹിത്യകാരന് ഏതു കാലത്തും ആവർത്തിച്ചു പ്രത്യക്ഷപ്പെടാവുന്ന ചില ജീവിതമാതൃകകൾ ഭാവന ചെയ്യാൻ കഴിയുമെന്നുകൂടി ധ്വനിപ്പിക്കുകയാണു മാർക്സ്. ചരിത്രം മാറാം, വ്യവസ്ഥ മാറാം, നീതീകരണങ്ങളുടെ മട്ടുമാറാം; എങ്കിലും പതിനാറാം നൂറ്റാണ്ടിലെ സ്പെയിനിലെന്നപോലെ പത്തൊമ്പതാം നൂറ്റാണ്ടിലെ ജർമനിയിലും ഒരു 'ഡോൺക്വിക്സോട്ടി'ന് അവതരിക്കാൻ കഴിയും. അങ്ങനെകൂടി മഹത്തായ കല കാലാതിവർത്തിയായ പ്രസക്തി നേടുന്നു.

ദുരന്തനാടകത്തെക്കുറിച്ചുള്ള മാർക്സിന്റെ സങ്കൽപ്പനത്തിനൊരു ദൃഷ്ടാന്തമാണ് ഈ അപഗ്രഥനം. പ്ലേറ്റോ ട്രാജഡിയെ കലയുടെ താഴ്ന്ന പടിയിലാണു വെച്ചത്; മനുഷ്യന്റെ ഏറ്റവും നാണംകെട്ട വശവുമായി – വൈകാരികതയുമായി – ബന്ധപ്പെട്ടതാണ് അതെന്ന പേരിൽ. യുക്തിയുടെ നിയമങ്ങളെ വൈകാരിക ചോദനകൾ കീഴ്പ്പെടുത്താതിരിക്കാനൊരു മുൻകരുതലെന്ന നിലയിൽ പ്ലേറ്റോ തന്റെ ആദർശ റിപ്പബ്ലിക്കിൽ നിന്ന് അതിനെ ഒഴിച്ചുനിർത്തി. സ്വഭാവരൂപീകരണത്തിലും മാനസിക ശിക്ഷണത്തിലുമുള്ള ദുരന്തനാടകത്തിന്റെ മൂല്യവും മഹത്വവും അരിസ്റ്റോട്ടിൽ തെളിയിച്ചു. മനുഷ്യരെ യഥാർഥ മനുഷ്യരെക്കാളുയർന്നവരായി ചിത്രീകരിക്കുന്ന ദുരന്തനാടകം കലയുടെ അധിത്യകയാണെന്നദ്ദേഹം വിശ്വസിച്ചു. സംഘർഷത്തിന്റെ തീക്ഷ്ണതകൊണ്ടുമാത്രം ദുരന്ത

പരിതഃസ്ഥിതിയുണ്ടാവില്ല. സൗഖ്യത്തിൽനിന്നു വിപത്തിലേക്കുള്ള പരിണാമത്തിനു നിദാനമായ നിർണായകമായൊരു സംഘർഷമേ ദുരന്താവസ്ഥ സൃഷ്ടിക്കൂ. ദുരന്തനായകൻ അനിവാര്യമായിത്തന്നെ അപകടത്തിലേക്കു നടന്നടുക്കുന്നവനാണ്; സമര–സംഘർഷങ്ങളിൽ ഈ ദുരന്തത്തിന്റെ സൂചന മുൻകൂട്ടി നൽകപ്പെടുന്നു. (ഇത്തരം ഒരന്ത്യത്തിന്റെ സാന്നിധ്യം ഹെഗലും ചൂണ്ടിക്കാട്ടിയിരുന്നു) ലക്ഷ്യങ്ങളുടെ സാർവത്രിക സ്വഭാവംമൂലം, സംഘർഷത്തിലേർപ്പെടുന്നവർക്ക് സന്ധിയിലെത്താൻ കഴിയുന്നില്ല. അവർ മരണംവരെ പൊരുതുന്നു. എന്നാൽ ലക്ഷ്യങ്ങൾ വലിച്ചെറിയാനുമാവില്ല; മനുഷ്യനെ മനുഷ്യനാക്കുന്ന ലക്ഷ്യങ്ങളാണവ. സ്വന്തം മൃത്യുതന്നെ വിലയായി ആവശ്യപ്പെടുന്ന ഒരു ലക്ഷ്യത്തിനായുള്ള സമരത്തിലൂടെ മാത്രമേ തന്റെ മാനുഷികതയെ ആവിഷ്കരിച്ചുറപ്പിക്കാനാവൂ എന്നതാണ് ദുരന്തനായകന്റെ അവസ്ഥ. അയാളുടെ ത്യാഗം തന്റെ സത്തയുടെ സ്ഥിരീകരണമാണ്; അങ്ങനെ അത് ആത്മബലിയെക്കാൾ വിജയമായിരിക്കുന്നു. തന്റെ ലക്ഷ്യങ്ങളുടെ സാർവത്രികത തെളിയിച്ചുകൊണ്ട് തന്റെ മനുഷ്യത്വത്തെയും അതു തെളിയിക്കുന്നു. മൗലികവും അപരിഹാര്യവുമായൊരു സംഘർഷമാണ് ദുരന്തത്തിന്റെ പ്രകൃതമെന്ന് ഹെഗൽ കണ്ടു. സന്ധികളും പരിഹാരങ്ങളുമെല്ലാം സമരത്തിന്റെ, അങ്ങനെ മനുഷ്യന്റെയും തിരസ്കാരത്തിലേക്കു നയിക്കും. തന്റെ ലക്ഷ്യം ഉപേക്ഷിക്കാൻ കഴിയാതിരിക്കുക, മരണമോ തോൽവിയോ ഏറ്റുവാങ്ങാതെ സാഹ്ലാദം ആ ലക്ഷ്യത്തിലെത്തിച്ചേരാൻ കഴിയാതിരിക്കുക, സമരം നിർത്തിവെയ്ക്കാൻ കഴിയാതിരിക്കുക – ഈ മൂന്നു കഴിവുകേടുകളിൽനിന്നാണ് ദുരന്തസംഘർഷമുണ്ടാകുന്നത്. വിപ്ലവാത്മകദുരന്തത്തിലാകട്ടെ, സംഘർഷം വ്യക്തികൾ തമ്മിലോ വ്യക്തികളും സമുദായവും തമ്മിലോ അല്ല, സാമൂഹികവർഗങ്ങളോ ശക്തികളോ തമ്മിലാണ്. വിപ്ലവത്തിന്റെ പ്രശ്നങ്ങൾ പരാജയവുമായി ബന്ധപ്പെടുത്തി അവതരിപ്പിക്കുകയാണ് ഇത്തരം നാടകം ചെയ്യേണ്ടത്. യഥാർഥവിപ്ലവശക്തികളുടെ അഭാവത്തിൽ ശരിക്കും വിപ്ലവകരമായ ഒരു ദുരന്തസംഘർഷമുണ്ടാവുക സാധ്യമല്ല. ആ ശക്തികളെ അവഗണിച്ചതുകൊണ്ടാണ് ലാസല്ലേക്ക് യോധ്യകലാപത്തെ മാത്രം ആശ്രയിക്കേണ്ടി വന്നത്. വിപ്ലവാത്മക ദുരന്തനാടകത്തിൽ മനുഷ്യന്റെ കഴിവുകേട് ചരിത്രപരമാണ്. നായകന് അതു മറികടക്കാനാവുന്നില്ല. ലാസല്ലേയുടെ നാടകത്തിൽ കൃഷീവലരും താഴ്ന്ന പ്രഭുവർഗവും തമ്മിലുള്ള ഒരു സഖ്യത്തിനേ യുവരാജാക്കന്മാരെ തോൽപ്പിക്കാനാവൂ; എന്നാൽ ഇവർ തമ്മിലുള്ള വർഗവൈരുധ്യം അത്തരമൊരു സഖ്യം അസാധ്യമാക്കുന്നു. ചില ലക്ഷ്യങ്ങൾ നേടുകയെന്നത് ചരിത്രപരമായി ആവശ്യമായി വരിക, ആ ലക്ഷ്യങ്ങൾ നേടാൻ സാഹചര്യം അനുവദിക്കാതെയുമിരിക്കുക – ആധുനിക ദുരന്തനാടകത്തിന്റെ സംഘർഷമിതാണ്. വർഗപരമായ കാരണങ്ങളാൽ ചരിത്രപരമായിത്തന്നെ സാക്ഷാൽക്കരിക്കാൻ അസാധ്യമായ ലക്ഷ്യങ്ങൾ പ്രസ്ഥാനത്തിനു നൽകുമ്പോഴാണ് വിപ്ലവത്തിന്റെ പരാജയം തുടങ്ങുന്നത്. എന്നാൽ ലാസ

ല്ലേക്ക് സിക്കിംഗെൽ–ഹൂട്ടെന്മാരുടെ പരാജയത്തെ വൈയക്തികതലത്തിലേ കാണാനാകുന്നുള്ളൂ. ആശയവാദിയായതിനാൽ ആത്മനിഷ്ഠതലങ്ങളിൽ മാത്രമാണ് അദ്ദേഹം യുക്തികൾ തിരക്കുന്നത്. അതുകൊണ്ടുതന്നെയാണ് അധഃകൃതവർഗങ്ങളുടെ സമരത്തിനും കർഷകനേതാവായ മുൻസെറിനും അദ്ദേഹം പ്രാധാന്യം കൽപ്പിക്കാത്തതും. ഹെഗലിന്റെ ശിഷ്യനാണ് ലാസല്ലേ; എന്നാൽ ഹെഗലിൽ തന്നെയുള്ള, സ്വാതന്ത്ര്യവും അനിവാര്യതയും തമ്മിലുള്ള വൈരുധ്യാത്മകതയെന്ന തത്വം അവഗണിച്ച് തന്റെ നായകന്മാരെ ആത്മനിഷ്ഠമായ കുറ്റബോധത്തിൽ കുരുക്കിയിടുന്നു. കൗശലം, അഹന്ത, ആദർശരാഹിത്യം–ഇവയാണ് നാടകത്തിൽ സിക്കിംഗെന്റെ പതനഹേതുക്കൾ. ഈ സ്വഭാവങ്ങളുടെതന്നെ ചരിത്ര–വർഗ സാഹചര്യങ്ങൾ നാടകകൃത്തു കാണുന്നില്ല. അങ്ങനെ ലാസല്ലേ ഷേക്സ്പിയറിന്റേതിനേക്കാൾ ഷില്ലറുടെ രീതി അനുകരിക്കുന്നു. ഷേക്സ്പിയറിന്റെ കഥാപാത്രങ്ങൾ രക്തവും മാംസവുമുള്ള മനുഷ്യരാണ്; യഥാർഥ മനുഷ്യർ തമ്മിലും ഭൗതികതാൽപ്പര്യങ്ങൾ തമ്മിലുമാണ് അവിടെ സമരം. ഷില്ലർ കഥാപാത്രങ്ങളെ ആശയങ്ങളുടെ അമൂർത്തവക്താക്കളാക്കി തരംതാഴ്ത്തുന്നു; അവിടെ സമരം ആശയങ്ങൾ തമ്മിൽ മാത്രമാണ്. ദുരന്തസംഘർഷം, വിപ്ലവസംഘർഷമുൾപ്പെടെ, വെറും ആശയമത്സരമല്ല. അതിന് യഥാർഥ ജീവിതത്തിന്റെയും ചരിത്രത്തിന്റെയും വൈരുധ്യങ്ങളിൽ വേരുകളുണ്ട്. ലാസല്ലേയുടെ സൗന്ദര്യദർശനം, അദ്ദേഹത്തിന്റെ രാഷ്ട്രീയമായ അവസരവാദവുമായി ബന്ധപ്പെട്ടിരിക്കുന്നു. പ്രഷ്യയുടെയും ബിസ്മാർക്കിന്റെയും താൽപ്പര്യങ്ങൾക്കു യോജിച്ച ഒരു നിലപാടെടുക്കുവാനാണ് ലാസല്ലേ ജർമൻ തൊഴിലാളി വർഗത്തെ നിർബന്ധിച്ചത്.

8

*ന്യൂയോർക്ക് ഡെയ്‌ലി ട്രിബ്യൂണി*ന്റെ യൂറോപ്യൻ ലേഖകനെന്ന നിലയിൽ 1852–'62 കാലത്ത് മാർക്സ് എഴുതിയ ലേഖനങ്ങൾ രാഷ്ട്രീയവും കലയുമായുള്ള ബന്ധത്തെക്കുറിച്ച് തന്റെ ആശയങ്ങൾ വികസിപ്പിക്കുന്നുണ്ട്. രാഷ്ട്രീയത്തിലും സാഹിത്യത്തിലും ഒരുപോലെ പ്രത്യക്ഷപ്പെടുന്ന ചില 'ദേശീയശൈലി'കളെക്കുറിച്ച് മാർക്സ് ചില ലേഖനങ്ങളിൽ സൂചിപ്പിക്കുന്നു. കാൽഡെറോണിന്റെയും സ്പാനിഷ് സൈനികജൂണ്ടയുടെ നേതാവായിരുന്ന കിന്റാനായുടെയും ശൈലികളിൽ അത്യുക്തിയുടെയും അതിവാചാലതയുടെയുമായ ഒരു പൊതുസ്പാനിഷ് പാരമ്പര്യം മാർക്സ് കാണുന്നു; ഗാരിബാൾഡിയുടെ പൊതുപ്രസംഗങ്ങളെ ദാന്തേയും മക്കിയാവെല്ലിയുമായി അദ്ദേഹം ബന്ധിപ്പിക്കുന്നു. എന്നാൽ ഈ 'ദേശീയശൈലികൾ' ഒരു നിത്യബന്ധനമൊന്നുമല്ല, ഇവയെ തികച്ചും നവീകരിക്കുവാൻ പുതിയ എഴുത്തുകാർക്കു കഴിയും. ഇറ്റലിയിൽ മസീനി ഇതു ചെയ്തുവെന്ന് മാർക്സ് കരുതി.

1857 ലാണ് *ട്രിബ്യൂണി*ന്റെ പത്രാധിപർ ചാൾസ് ഡാനാ, താൻ എഡി

റ്റുചെയ്യുന്ന സർവവിജ്ഞാനകോശത്തിലേക്ക് 'സൗന്ദര്യശാസ്ത്ര'ത്തെക്കുറിച്ചൊരു ലേഖനം നൽകാൻ കാൾ മാർക്സിനോടാവശ്യപ്പെട്ടത്. ഒരൊറ്റപേജിൽ ഒരു സൗന്ദര്യശാസ്ത്രമെഴുതാനുള്ള ഈ ആവശ്യത്തെ മാർക്സ് ചിരിച്ചുതള്ളിയെങ്കിലും ആ വഴിയിൽ ചില പുതിയ അന്വേഷണങ്ങൾക്കിതു വഴിയൊരുക്കി. ഫ്രീഡ്റിഹ് തിയൊദോർ വിഷറുടെ *ഈസ്തെറ്റിക്* എന്ന പുസ്തകവും ഒരു വിജ്ഞാനകോശലേഖനവും വായിച്ച് മാർക്സ് എഴുതിയ കുറിപ്പുകൾ ഗയോർഗ് ലൂക്കാച്ച് വിശദമായി അപഗ്രഥിച്ചിട്ടുണ്ട്.[1] കുറിപ്പുകളുടെ മൂന്നു സവിശേഷതകൾ ലൂക്കാച്ച് എടുത്തുപറയുന്നു. ഒന്ന്: വിഷറുടെ നാലു വാല്യമുള്ള സൗന്ദര്യശാസ്ത്രകൃതിയുടെ സമഗ്രഘടനയിലും ക്രമത്തിലും മാർക്സ് താൽപ്പര്യമെടുക്കുന്നു. വിഷയങ്ങളുടെ വിസ്തൃതികൊണ്ടും സ്വന്തം സമ്പദ്ശാസ്ത്രകൃതിക്കൊരു മാതൃകയെന്ന നിലയിലും ഈ കൃതി മാർക്സിനെ ആകർഷിച്ചു. രണ്ട് : വസ്തുനിഷ്ഠതയും ആത്മനിഷ്ഠതയും കെട്ടുപിണയുകയും സൗന്ദര്യത്തിന്റെ മുഹൂർത്തങ്ങൾ സൃഷ്ടിക്കുകയും ചെയ്യുന്ന ഭാഗങ്ങളിൽ മാർക്സ് ഏറെ താൽപ്പര്യമെടുത്തു. വസ്തുക്കളുടെ നിജപ്രകൃതിയും അവയുടെ സൗന്ദര്യാത്മകപ്രാധാന്യവും തമ്മിലുള്ള ബന്ധങ്ങളെക്കുറിച്ചു ചിന്തിക്കാൻ ഇതു മാർക്സിനെ പ്രേരിപ്പിച്ചു. ഇത്തരം വിഷയങ്ങളെക്കുറിച്ചുള്ള കാന്റിന്റെ നിരീക്ഷണങ്ങൾ മാർക്സ് വിഷറുടെ കൃതിയിൽനിന്നു ശേഖരിച്ചു. മൂന്ന് : മാർക്സിനെ ഏറ്റവുമാകർഷിച്ചത് 'മിത്തി'നെക്കുറിച്ചുള്ള വിഷറുടെ വിശദീകരണമാണ്. മിത്തിനെ മാഞ്ഞുപോയ ഒരു പ്രത്യേക ലോകചരിത്രയുഗത്തിന്റെ ആവിഷ്കാരമായിക്കാണുന്ന ഹെഗലിന്റെ രീതിയാണ് വിഷറും പിന്തുടരുന്നത്. ഇരുവരും ആധുനികകാലത്തിന്റെ 'സ്വതന്ത്ര, ലൗകികഭാവന'യെ പൂർവയുഗങ്ങളുടെ 'മതാത്മക ഭാവന'യുമായി താരതമ്യപ്പെടുത്തുന്നുണ്ട്. ഈ ആശയങ്ങൾ *ഗ്രുൺഡ്രിസി*ന്റെ മുഖവുരയെഴുതുമ്പോൾ മാർക്സിന്റെ മനസിലുണ്ടായിരുന്നുവെന്നതു വ്യക്തമാണ്.

വിഷറുടെ കൃതികൾ കാന്റിന്റെ മാത്രമല്ല, ഷില്ലറുടെയും കൃതികളുമായി മാർക്സിനെ അടുപ്പിച്ചുവെന്ന് ലിഫ്ഷിത്സ് രേഖപ്പെടുത്തുന്നുണ്ട്.[2] ഷില്ലറിൽനിന്ന് വിഷർ ഉദ്ധരിക്കുന്ന ഒരു ഭാഗം മാർക്സ് അംഗീകാരപൂർവം തന്റെ കുറിപ്പുകളിൽ പകർത്തുന്നു:

> സൗന്ദര്യം ഒരേസമയം ഒരു വസ്തുവും ആത്മനിഷ്ഠമായൊരവസ്ഥയുമാണ്. നാം നിരൂപണം ചെയ്യുമ്പോൾ അതു രൂപമാണ്; ഒപ്പം, നാമതനുഭവിക്കുമ്പോൾ അത് ജീവിതമാണ്. ഒരേസമയം അത് നമ്മുടെ അസ്തിത്വത്തിന്റെ ഒരവസ്ഥയും നമ്മുടെ സൃഷ്ടിയുമാണ്.

---

1. Georg Lukacs : *Karl Marx and F.th Vischer* (Berlin, 1954) പ്രവേറിന്റെ വ്യാഖ്യാനങ്ങൾ.
2. M Lifshitz : *The Philosophy of the Art of Karl Marx* (London, 1973) 95-97.

മുൻകാലത്ത് താൻ ഹൃദിസ്ഥമാക്കിയിരുന്ന ഹെഗലിയൻ സൗന്ദര്യവിചിന്തനങ്ങളെക്കുറിച്ച് ഇതു മാർക്സിനെ ഓർമിപ്പിച്ചിരിക്കുന്നു. 'അനുപാതം' (measure), 'അനുപാതരാഹിത്യം' (measurelessness) ഇങ്ങനെയുള്ള ഹെഗേലിയൻ സങ്കൽപ്പങ്ങൾ മാർക്സിന്റെ സൗന്ദര്യശാസ്ത്രവിചിന്തനത്തെ മാത്രമല്ല, സമ്പദ്ശാസ്ത്രവിചാരത്തെയും സ്വാധീനിച്ചിരുന്നു – *മൂലധന*ത്തിൽപോലും ഇത് ഗണ്യമായി സ്വാധീനം ചെലുത്തുന്നുണ്ട്. തന്റെ *സമ്പദ്ശാസ്ത്രവിമുഷ്ടി* തയാറാക്കാനായി 1857 ആഗസ്റ്റുമുതൽ ആറുമാസക്കാലം ഏഴു നോട്ടുപുസ്തകങ്ങളിലായി മാർക്സ് തയാറാക്കിയ കയ്യെഴുത്തുപ്രതികളും കുറിപ്പുകളും രാഷ്ട്രീയ സമ്പദ്ശാസ്ത്രവിമൃഷ്ടിയുടെ അടിത്തറകൾ – *ഗ്രുൺഡ്രിസ്* എന്നപേരിൽ 1939 ൽ മാത്രമാണ് പ്രസിദ്ധീകരിക്കപ്പെട്ടത്. സാഹിത്യത്തിന്റെ പ്രവാചകധർമത്തിലേക്ക് ഉൾക്കാഴ്ച നൽകുന്ന പല ഭാഗങ്ങളും ഈ കൃതിയിലുണ്ട് – റോബിൻസൺ ക്രൂസോവിന്റെ ഏകാന്തതയെ പത്തൊമ്പതാം നൂറ്റാണ്ടിലെ സിവിൽ സമൂഹത്തിന്റെ സാമുദായികമായ അന്യവൽക്കരണത്തിന്റെ പ്രവചനമായി കാണുന്ന ഭാഗം ഒരുദാഹരണമാണ്. *പാരീസ് കയ്യെഴുത്തുപ്രതികളിൽ* തുടക്കം കുറിച്ചിരുന്ന ചില ആശയങ്ങൾ *ഗ്രുൺഡ്രിസ്* മുന്നോട്ട് കൊണ്ടുപോകുന്നതായി കാണുന്നു. കലയും മനുഷ്യന്റെ ആവശ്യങ്ങളുമായുള്ള ബന്ധം അത്തരത്തിലൊന്നാണ്.

> ഉൽപ്പാദനം ആവശ്യത്തിനനുസരിച്ചുള്ള വിഭവങ്ങൾ നൽകുക മാത്രമല്ല, വിഭവങ്ങൾക്കുള്ള ആവശ്യം സൃഷ്ടിക്കുകയും ചെയ്യുന്നുണ്ട്.... ഒരു വസ്തു ആവശ്യമാണെന്ന് ഉപഭോക്താവിനു തോന്നിക്കുന്നത് ഒരു വസ്തുവിന്റെ പ്രേക്ഷണമാണ്. കലാവസ്തുക്കളും–മറ്റ് ഉൽപ്പന്നങ്ങളെപ്പോലെ–കല ആസ്വാദിക്കുന്ന, സൗന്ദര്യാസ്വാദനശേഷിയുള്ള, ഒരു സമുദായം സൃഷ്ടിക്കുന്നു. അങ്ങനെ ഉൽപ്പാദനം വിഷയിക്ക് ഒരു വിഷയം സൃഷ്ടിക്കുക മാത്രമല്ല, വിഷയത്തിന് ഒരു വിഷയിയെ സൃഷ്ടിക്കുകകൂടി ചെയ്യുന്നു.[1]

കല അഭിരുചിയെക്കൂടി സൃഷ്ടിക്കുന്നു. കല സൃഷ്ടിക്കുകയും ആസ്വദിക്കുകയും ചെയ്യുന്ന സമുദായത്തിന്റെ ഭൗതികോൽപ്പാദനരീതികൾപോലെതന്നെ വർഗഘടനയും പരിശോധനാർഹമാണെന്ന് മാർക്സ് തുടർന്ന് അഭിപ്രായപ്പെടുന്നു. കലയുടെ മാത്രമായ സവിശേഷതകൾ അദ്ദേഹം കാണാതിരിക്കുന്നുവെന്ന് ഇതിനർഥമില്ല. ഭൗതികോൽപ്പാദനത്തിന്റെയും കലയുടെയും വികാസത്തിന്റെ അസമമായ ബന്ധത്തെക്കുറിച്ചുള്ള പരാമർശം ഇതിനു തെളിവാണ്. ചില കാലഘട്ടങ്ങളിൽ സമൂഹത്തിന്റെ പൊതുവികാസഘട്ടവുമായി താരതമ്യപ്പെടുത്തുമ്പോൾ കല വളരെ മുന്നേറിയിരുന്നതായി കാണാം–ഗ്രീക്കുകാരുടെയും ഷേക്സ്പിയറുടെയും കാര്യം മാർക്സ് ഉദാഹരണമായെടുക്കുന്നു. മഹാകാവ്യ

1. *Grundrisse* (Harmondsworth, 1973) P. 92.

ങ്ങളും മറ്റും അവയുടെ പൗരാണിക രൂപത്തിൽ ഇന്നുണ്ടാവുകതന്നെ അസാധ്യമാണ്. വികാസത്തിന്റെ താഴ്ന്ന ദശകളിൽ മാത്രം അസാധ്യമാകുന്ന സാഹിത്യരൂപങ്ങളിലൊന്നാണ് മഹാകാവ്യം (epic). ഗ്രീക്കു കലയുടെ അടിത്തറ ഗ്രീക്ക് മിഥോളജിയാണ്. ഗ്രീക്കു ഭാവനയുടെ അന്തർധാരയായി നിൽക്കുന്ന, പ്രകൃതിയെയും സാമൂഹികബന്ധങ്ങളെയും കുറിച്ചുള്ള കാഴ്ചപ്പാട്–അതുകൊണ്ട് ഗ്രീക്ക് മിഥോളജിയും–ഓട്ടോമാറ്റിക് യന്ത്രങ്ങളുടെയും റെയിൽവെയുടെയും ടെലഗ്രാഫിന്റെയും കാലത്ത് സാധ്യമല്ല. ബാങ്കുകളുടെയും അന്തർദേശീയ വിപണിയുടെയും വൈദ്യുതിയുടെയും യുഗത്തിൽ വൾക്കനും ജൂപ്പിറ്റർക്കും ഹെർമിസിനും ഒരു സാധ്യതയുമില്ല.

> എല്ലാ മിഥോളജിയും പ്രകൃതിശക്തികളെ ഭാവനാത്മകമായി, ഭാവനകൊണ്ട്, കീഴ്പ്പെടുത്തുകയും നിയന്ത്രിക്കുകയും രൂപപ്പെടുത്തുകയുമാണ് ചെയ്യുന്നത്. അതുകൊണ്ട് (പ്രകൃതിശക്തിയെ) ശരിക്കും കീഴ്പ്പെടുത്തിക്കഴിഞ്ഞാൽ അത് അപ്രത്യക്ഷമാകുന്നു. ജനകീയ ഭാവനയുടെ അബോധമായ കലാത്മകപ്രവർത്തനത്തിലൂടെ ഉരുത്തിരിഞ്ഞ പ്രകൃതിയും സാമൂഹികരൂപങ്ങളുമാണ് യവനേതിഹാസങ്ങളിലുള്ളത്. അതില്ലാതെ ഗ്രീക്ക് കലയും സാധ്യമല്ല. മറ്റു മിഥോളജികൾക്കും ഗ്രീക്കു കലയുടെ അടിത്തറയാവാൻ കഴിയില്ല. എങ്കിലും ഒരു മിഥോളജിയുടെ ഗർഭപാത്രത്തിൽനിന്നേ ഗ്രീക്കുകല പിറവിയെടുക്കൂ.[2]

ജലവൈദ്യുതപദ്ധതികളുടെ കാലത്ത് വരുണൻ അപ്രസക്തനാകുന്നു; ഇന്ദ്രന്റെ വജ്രായുധത്തിന് ന്യൂട്രോൺ ബോംബിന്റെ യുഗത്തിൽ നിലനിൽക്കാനാവില്ല. നമ്മുടെ കാലത്ത് ഒരു മിഥോളജിയും അതിനെ ആധാരമാക്കിയുള്ള മഹാകാവ്യങ്ങളും അസാധ്യമാകുന്നത് ഇങ്ങനെയാണ്. നിഗൂഢവും അജ്ഞാതവുമായിരുന്ന ഒരു ലോകത്തിൽ പ്രവർത്തിക്കുന്ന ശക്തികളുടെ രൂപാന്തരങ്ങളായിരുന്നു ദൈവങ്ങൾ. പ്രകൃതിശക്തികളുമായി ഇണങ്ങിപ്പോകാനുള്ള മനുഷ്യന്റെ മാർഗമായിരുന്നു മിഥോളജി. പ്രകൃതിശക്തികളുടെ നിഗൂഢതകൾ അനാച്ഛാദനം ചെയ്യപ്പെടുകയും അവ മനുഷ്യനു വഴങ്ങുകയും ചെയ്യുന്നതോടെ ആ ആവശ്യം ഇല്ലാതാകുന്നു. ജനതയുടെ ജീവിക്കുന്ന പൈതൃകങ്ങൾക്കകത്തേ കവികൾക്ക് പ്രവർത്തിക്കാനാകൂ; മിഥോളജി നിർജീവമാകുന്നതോടെ, അതിൽനിന്ന് ഊർജം സ്വീകരിക്കുന്ന സാഹിത്യരൂപങ്ങളും നിശ്ചലമായിപ്പോകുന്നു.

സാഹിത്യത്തെ ഇങ്ങനെ കൃതികളുടെയും രൂപങ്ങളുടെയും കവികളുടെയും വീക്ഷണത്തിൽ കണ്ടശേഷം മാർക്സ് വായനക്കാരന്റെ വീക്ഷണത്തിലേക്കു വരുന്നു. ഗ്രീക്കുകലയും ഗ്രീക്കു മഹാകാവ്യങ്ങളും ഇന്നും കലാപരമായ ആനന്ദം നൽകുകയും കലയുടെ ഉന്നതമാതൃക

---

2. അതേ പുസ്തകം, പേജ് 110–111 കാണുക.

കളും മാനദണ്ഡങ്ങളുമായി പ്രകീർത്തിക്കപ്പെടുകയും ചെയ്യുന്നത് എന്തു കൊണ്ടാണ്? മാർക്സിന്റെ അഭിപ്രായത്തിൽ, യവനകല പ്രതിനിധാനം ചെയ്യുന്നത് മനുഷ്യവംശത്തിന്റെ ചരിത്രപരമായ ബാല്യകാലത്തെയാണ്. വ്യക്തികൾ സ്വന്തം ബാല്യത്തോടു പുലർത്തുന്ന ഗൃഹാതുരത്വം മനുഷ്യർ ആ മനോഹരകാലത്തെക്കുറിച്ചു പുലർത്തുന്നു. ഗ്രീക്കുകലയ്ക്കു ജന്മം നൽകിയ പരിതോവസ്ഥകൾ ഇനി മടങ്ങിവരില്ലെന്നതിനാൽ, അത് ഏകാന്തവും അപൂർവവുമായ മഹത്വം കൈവരിച്ച് പുരുഷാന്തരങ്ങളെ ആകർഷിക്കുന്നു. ഗ്രീക്കുകാർ 'ആരോഗ്യമുള്ള കുട്ടിക'ളായിരുന്നതിനാൽ അവരുടെ കലയ്ക്ക് വൈശിഷ്ട്യം വർധിച്ചെന്നും മാർക്സ് കൂട്ടിച്ചേർക്കുന്നു. ഉൽപ്പാദനത്തിന്റെ ലക്ഷ്യം മനുഷ്യൻ തന്നെയായിരിക്കുന്ന പഴയ സാമൂഹികരൂപീകരണങ്ങൾ, അത് പണമായി മാറിയിരിക്കുന്ന നമ്മുടെ സമൂഹത്തെക്കാൾ എത്രയോ മെച്ചമായിരുന്നു എന്ന തോന്നലാണ് പഴയ കലയോടുള്ള ആകർഷണത്തിന്റെ ഒരു നിദാനമായി അദ്ദേഹം കാണുന്നത്-അങ്ങനെ നാം ആഗ്രഹിക്കുന്ന ഭാവിയെക്കുറിച്ചൊരു ദർശനവും അതിലടങ്ങിയിരിക്കുന്നു-മനുഷ്യശക്തികളുടെ സമ്പൂർണവികാസത്തെ, പൂർണതയെ, കുറിച്ചുള്ള ഒരു വികാരം തന്നെയാണ് പഴയ കൃതികൾ നമുക്കു നൽകുന്നത്.

സാഹിത്യത്തിലെ യുഗങ്ങളെ ബാല്യവും യൗവനവും മറ്റുമായി കാണുന്ന സമ്പ്രദായം പ്ലേറ്റോ മുതൽ ഹെഗൽവരെയുള്ള തത്വചിന്തകരിൽ കാണുന്നതുതന്നെയാണ്. ഗ്രീക്കുകലയെ 'ബാല്യ'കലയായി കാണുമ്പോൾ അതിന്റെ സൂക്ഷ്മതയും സങ്കീർണതയും രൂപഗരിമയും ദാർശനികപക്വതയും മാർക്സ് അവഗണിക്കുകയാണെന്ന് പരാതിക്കവകാശമുണ്ടെങ്കിലും ഏൺസ്റ്റ് ഫിഷർ പറയുംപോലെ, അവികസിതമായ ഒരു സാമൂഹികയുഗത്തിന്റെ കലയെ മനുഷ്യചരിത്രത്തിലെ ഒരു മുഖ്യ സന്ദർഭമായിക്കാണുകയും ആ ചരിത്രഘട്ടത്തിനപ്പുറവും അതിനു സ്വാധീനമുണ്ടെന്നു തിരിച്ചറിയുകയും ചെയ്തതാണ് ഈ നിരീക്ഷണത്തിൽ ശ്രദ്ധേയമായിട്ടുള്ളത്. കാലം വ്യവസ്ഥപ്പെടുത്തിയ കലയിലും കാലാതീതമായ മാനുഷിക സ്വഭാവങ്ങളുണ്ട്. ഫ്രെഡ്രിക് ജെയിംസൺ ഈയിടെ നടത്തിയ ഒരഭിമുഖസംഭാഷണത്തിൽ[1] ഈ ആശയം വിശദമാക്കുന്നുണ്ട്. ഒരു കലാസൃഷ്ടിയെ മഹത്താക്കുന്നത് അതുൾക്കൊള്ളുകയും പരിഹരിക്കുകയും ചെയ്യുന്ന വൈരുധ്യങ്ങളുടെ സൂക്ഷ്മതയും നാനാത്വവുമാണ്. ബീഥോവന്റെ ഒമ്പതാം സിംഫണി ഒരു പ്രത്യേകാവസ്ഥയുടെ സൃഷ്ടി (situation-specific)യാണ്; എന്നാൽ ഒരിക്കൽ ആകർഷകമായിരുന്ന പല സംഗീതരചനകളും അപ്രസക്തമായിക്കഴിഞ്ഞിട്ടും ഈ സിംഫണി പ്രസക്തമായിത്തുടരുന്നു. ഒരിക്കൽ ഇത് പരിഹരിക്കാൻ ശ്രമിച്ച വൈരുധ്യങ്ങൾക്ക് ഇന്നത്തെ വൈരുധ്യങ്ങളുമായുള്ള

1. ഡോ. അയ്യപ്പപ്പണിക്കരുമായി 1982-ൽ നടത്തിയ സംഭാഷണം (*ഉത്തരം*, 2-3 ലക്കങ്ങൾ).

സമാനതകളാണ് ഇതിനു കാരണം. ഗംഭീരമായ ബൂർഷ്വാ വിപ്ലവത്തിന്റെ മുഹൂർത്തം, നമ്മുടെ ഭാവനയിൽ ഇന്നും അതിനുള്ള മാതൃകാപരമായ മൂല്യം, നമ്മുടെ വിപ്ലവസങ്കൽപ്പം നിർണയിക്കുന്നതിൽ അതിനുള്ള സ്വാധീനം– ഇതെല്ലാം ഇതിനെ അതിന്റെ തുടർച്ചയാക്കുന്നു.

ഒരിക്കൽ യവനജനതയുടെ ജീവിതരീതിതന്നെയായിരുന്ന ഗ്രീക്കുമിഥോളജിയും. മനുഷ്യരുടെ അസാക്ഷാൽക്കൃതശക്തികളുടെ മഹാബിംബങ്ങളായിരുന്ന ഗ്രീക്കുദൈവങ്ങളും അവരെയുൾക്കൊള്ളുന്ന ബ്രഹ്മാണ്ഡസങ്കൽപ്പനങ്ങളും മറ്റും മതത്തിന്റെ ഭാഗമായി മാറിയതോടെ പ്രത്യയശാസ്ത്രങ്ങളായിത്തീർന്ന് സൗന്ദര്യവും ചൈതന്യവും നഷ്ടപ്പെടുത്തിയെന്ന് മാർക്സ് പറയുന്നു. എന്നാൽ മാർക്സ് തന്നെയും യൂറോപ്പിലെയും ഏഷ്യയിലെയും മതങ്ങൾക്കടിയിൽക്കിടക്കുന്ന ഒരു അവസ്ഥാന്തരസങ്കൽപ്പമാണ് വികസിപ്പിക്കുന്നതെന്ന് അഭിപ്രായമുള്ള പണ്ഡിതരുമുണ്ട്. മിഴ്സിയാ എലിയാദേ പറയുന്നു :

> ഏഷ്യാറ്റിക്–മെഡിറ്ററേനിയൻ ലോകത്തിലെ അവസ്ഥാന്തരസംബന്ധിയായ മിത്തുകളിലൊരെണ്ണം മാർക്സ് എടുത്തു വികസിപ്പിക്കുന്നുണ്ട്. സ്വന്തം പീഡനങ്ങളിലൂടെ ലോകത്തിന്റെ അവസ്ഥാപരമായ സ്ഥിതി മാറ്റിമറിക്കാനായി നിയുക്തരായ നീതിമാന്മാരുടെ പങ്കാണ് ഇത് ('തിരഞ്ഞെടുക്കപ്പെട്ടവൻ', 'അനുഗൃഹീതൻ', 'പാപരഹിതൻ', 'നിയുക്തൻ'; നമ്മുടെ കാലത്ത് തൊഴിലാളിവർഗം). വാസ്തവത്തിൽ മാർക്സിന്റെ വർഗരഹിത സമുദായത്തോടും തുടർന്ന് ചരിത്രപരമായ സംഘർഷങ്ങളുടെ തിരോധാനത്തോടും ഏറ്റവുമടുത്തുവരുന്ന പൂർവസങ്കൽപ്പം ചരിത്രത്തിന്റെ 'ആദിയിലോ അന്ത്യത്തിലോ' പ്രത്യക്ഷമാകുന്നതായി പാരമ്പര്യം പറയുന്ന 'സുവർണയുഗ'ത്തിലാണുള്ളത്.[1]

നീതിക്കായുള്ള ആഹ്വാനവും നിലനിൽക്കുന്ന സമൂഹത്തിനെതിരായ രൂക്ഷവിമർശനവും നന്മ–തിന്മകൾ തമ്മിലുള്ള യുദ്ധത്തെക്കുറിച്ചുള്ള ദർശനവും ഇന്നത്തെ രീതിയിലുള്ള ചരിത്രപ്രക്രിയകളുടെ സമ്പൂർണമായ അവസാനത്തെക്കുറിച്ചുള്ള പ്രത്യാശയും നിറഞ്ഞ മാർക്സിന്റെ പിൽക്കാല കൃതികളിൽ ഹീബ്രൂപ്രവാചകരുടെ പൈതൃകം ആരെങ്കിലും കണ്ടെത്തിയാൽ അത്ഭുതപ്പെടാനില്ല. ക്ലാസിക്കൽ മിഥോളജിയുടെയും ക്രിസ്തീയ മിഥോളജിയുടെയും കാലത്തിനുശേഷം 'പാശ്ചാത്യാവബോധത്തിൽ വേരുപിടിച്ച മൂന്നാമത്തെ പ്രധാന മിഥോളജി' എന്ന് ജോർജ് സ്റ്റീനർ *ദി ടവർ ഓഫ് ബേബൽ* എന്ന ഗ്രന്ഥത്തിൽ മാർക്സിസത്തെ വിശേഷിപ്പിക്കുന്നത് ഓർത്തുപോകുന്നു. മുൻ മിഥോളജികൾ നൂറ്റാണ്ടുകളിലൂടെ അനേകകോടി മനുഷ്യർ രൂപപ്പെടുത്തിയതായിരുന്നുവെങ്കിൽ, മനുഷ്യാവസ്ഥയെയും ചരിത്രപരിണാമത്തെയുംകുറിച്ചുള്ള

1. M Eliade : *The Sacred and the Profane : The Nature of Religion* (New York, 1959) P. 206 - 207.

മാർക്സിയൻ സങ്കൽപ്പം, കുറച്ചു മനുഷ്യർ നൂറ്റാണ്ടുകളുടെ വൈരുധ്യങ്ങൾ കടഞ്ഞുസ്വരൂപിച്ചതാണെന്ന വ്യത്യാസം അദ്ദേഹം കാണുന്നുണ്ട്. സ്വന്തം മൂല്യസംഹിതയും ലോകവീക്ഷണവും ദുരന്തങ്ങളും ബലികളും ഇതിഹാസങ്ങളും വിശ്വാസനിന്ദകരുമെല്ലാമുള്ള ഒരു സംഘവിശ്വാസമെന്ന നിലയിലാണ് അതിന് വലിയ കലാകാരന്മാരെ ആകർഷിക്കാൻ കഴിയുന്നതെന്നും സ്റ്റീനർ പറയുന്നു. ഈ സങ്കൽപ്പത്തെ മാർക്സ് തന്നെ അംഗീകരിക്കുമായിരുന്നോ എന്ന കാര്യം സംശയമാണ് – മാർക്സിസത്തിന്റെതന്നെ ചരിത്രപരിണാമങ്ങളെയും വരട്ടുതത്വവാദ വിരോധത്തെയും ഈ സങ്കൽപ്പം പരിഗണിക്കുന്നില്ലല്ലോ.

കലയും അധ്വാനവും തമ്മിലുള്ള ബന്ധത്തെക്കുറിച്ചും *ഗ്രുൺഗ്രിസ്* പുനഃപ്രതിപാദിക്കുന്നുണ്ട്. കൂലിവേലയിൽ "അധ്വാനത്തിന് കലയുടെ സ്വഭാവം നഷ്ടമാകുന്നു" എന്ന് മൂന്നാം നോട്ടുപുസ്തകത്തിൽ മാർക്സ് നിരീക്ഷിക്കുന്നു. സവിശേഷ വൈദഗ്ധ്യം അമൂർത്തവും സാമാന്യവുമാകുമ്പോൾ അധ്വാനം രൂപശ്രദ്ധയില്ലാത്ത വെറും ഭൗതികപ്രവർത്തനമാകുന്നു. കൂലിവേലയും കലയും തമ്മിലുള്ള മൗലികവൈരുധ്യം രണ്ടാമധ്യായത്തിൽ മാർക്സ് അപഗ്രഥിക്കുന്നു – ഉൽപ്പാദനത്തിന്റെ ഭൗതിക വ്യവസ്ഥകളുടെ നിയന്ത്രണം ഉൽപ്പാദകരിൽനിന്ന് എടുത്തുമാറ്റപ്പെടുന്നതോടെ അധ്വാനം ഔപചാരികമായ ഒരു കൃത്യനിർവഹണം മാത്രമായി മാറുന്നു; സർഗാത്മകത നഷ്ടപ്പെട്ട വെറും 'വഴിപാട്.' ഈ അന്യവൽക്കരണം തൊഴിലാളിയുടെ അധ്വാനം, ഉൽപ്പാദനോപകരണങ്ങൾ, ഉൽപ്പാദനവസ്തുക്കൾ, ഉൽപ്പന്നം–ഇവയെയെല്ലാം ബാധിച്ച് ഭൗതികവും ആത്മീയവുമായ ദാരിദ്ര്യത്തിനു വഴിവെക്കുന്നു. അധ്വാനം അമൂർത്തവും ആത്മനിഷ്ഠവും മാത്രമായി മാറുമ്പോൾ, വസ്തുനിഷ്ഠമായ സമ്പന്നത മുഴുവൻ നഷ്ടപ്പെട്ട് അത് സമ്പൂർണ ദാരിദ്ര്യം തന്നെയാകുന്നു. മധ്യയുഗത്തിലെ കൈവേലക്കാരുടെ അധ്വാനം സർഗാത്മകമായിരുന്നു. അത് പ്രയോജനമുക്തമായിരുന്നില്ലെങ്കിലും സ്വതന്ത്രമായിരുന്നു. അധ്വാനിയുടെ മാനുഷിക സിദ്ധികളെ വസ്തുനിഷ്ഠവൽക്കരിച്ചിരുന്നു. സ്വന്തം പ്രവൃത്തിയോടും ഉൽപ്പന്നങ്ങളോടുമുള്ള മാനുഷിക സമീപനമാണ് അധ്വാനത്തെ സർഗാത്മകവും ആത്മീയവുമാക്കുന്നത്. എന്നാൽ മുതലാളിത്തലോകത്തിൽ അധ്വാനം യാന്ത്രികവും മനുഷ്യത്വഹീനവുമാകുമ്പോൾ കല മാത്രം സ്വാതന്ത്ര്യത്തിന്റെയും സർഗാത്മകതയുടെയും മണ്ഡലമായി പ്രത്യക്ഷപ്പെടുന്നു. കാന്റും ആദംസ്മിത്തും അധ്വാനത്തെ പാരതന്ത്ര്യത്തിന്റെയും കലയെ സ്വാതന്ത്ര്യത്തിന്റെയും മണ്ഡലങ്ങളായിക്കാണുന്നത് ഇതുകൊണ്ടാണ്. കലാവസ്തുക്കൾപോലും ചരക്കുകളായിമാറി പരതന്ത്രമാകുമെന്നവർക്ക് സങ്കൽപ്പിക്കാൻ കഴിഞ്ഞില്ല. യഥാർഥകലാസൃഷ്ടി അതുല്യമാണ്, ആവർത്തിക്കാനാകത്തതാണ്; കമ്പോളച്ചരക്കാകുന്നതോടെ ഈ സ്വഭാവം കലയ്ക്കു നഷ്ടപ്പെടുന്നു. അതുകൊണ്ടാണ് മുതലാളിത്തം കലയുടെ ശത്രുവാണെന്ന് മാർക്സ് പ്രഖ്യാപിച്ചത്. മുതലാളിത്തത്തിന്റെ ഉൽപ്പാദനനിയമം കലയെയും അധ്വാനത്തെയും

തീർത്തും അകറ്റുന്നു. ഒപ്പം രണ്ടിനെയും അന്യവൽക്കൃതമായ അധ്വാനമെന്ന സാമ്പത്തിക രൂപത്തിലേക്കു ചുരുക്കിയെടുക്കാനുള്ള പ്രവണത പ്രദർശിപ്പിക്കുകയും ചെയ്തു.

9

'അടിത്തറ' (base)യെയും ഉപരിഘടന (super structure)യെയും കുറിച്ച് മാർക്സ് *ജർമൻ പ്രത്യയശാസ്ത്രത്തിലും കമ്യൂണിസ്റ്റ് മാനിഫെസ്റ്റോവിലും* സൂചിപ്പിച്ചിരുന്നുവെങ്കിലും ഈ സങ്കൽപ്പങ്ങൾ അദ്ദേഹം വിശദീകരിക്കുന്നത് 1859 ലെ *രാഷ്ട്രീയസമ്പദ്ശാസ്ത്രത്തിന്റെ വിമൃഷ്ടിയിലേക്ക്* എന്ന കൃതിയുടെ ആമുഖത്തിലാണ്.

> സാമൂഹ്യോൽപ്പാദനത്തിലേർപ്പെടുന്ന മനുഷ്യർ അവരുടെ ഇച്ഛയിൽനിന്നു സ്വതന്ത്രമായ, ചില സവിശേഷ ഉൽപ്പാദനബന്ധങ്ങളിൽ പ്രവേശിക്കുന്നു. ഈ ഉൽപ്പാദനബന്ധങ്ങൾ അവരുടെ ഭൗതികമായ ഉൽപ്പാദനശക്തികളുടെ വികാസത്തിലെ ഒരു സവിശേഷാവസ്ഥയെ കുറിക്കുന്നു. ഈ ഉൽപ്പാദനബന്ധങ്ങളുടെ ആകത്തുകയാണ് സമൂഹത്തിന്റെ സാമ്പത്തികഘടന. ഈ യഥാർഥ അടിത്തറയിന്മേലാണ് സാമൂഹികബോധത്തിന്റെ സവിശേഷ രൂപങ്ങളെക്കുറിക്കുന്ന നിയമപരവും രാഷ്ട്രീയവുമായ ഉപരിഘടനകളുയരുന്നത്. ഭൗതികജീവിതത്തിന്റെ ഉൽപ്പാദനരീതി ജീവിതത്തിന്റെ സാമൂഹിക–രാഷ്ട്രീയ–ധൈഷണിക പ്രക്രിയയെ ആകെ വ്യവസ്ഥപ്പെടുത്തുന്നു. മനുഷ്യരുടെ ബോധം അവരുടെ അസ്തിത്വത്തെ നിർണയിക്കുകയല്ല, മറിച്ച് അവരുടെ സാമൂഹികാസ്തിത്വം അവരുടെ ബോധത്തെ നിർണയിക്കുകയാണു ചെയ്യുന്നത്.[1]

ഉൽപ്പാദനബന്ധങ്ങൾ ചങ്ങലകളായിത്തീരുമ്പോൾ സാമൂഹികവിപ്ലവം സംഭവിക്കുന്നു; സാമ്പത്തികാടിത്തറ മാറുമ്പോൾ വമ്പിച്ച ഉപരിഘടന മുഴുവൻ തന്നെയും 'ഒരുവിധം വേഗത്തിൽ' മാറുന്നു. എങ്കിലും സാമ്പത്തിക പരിണാമത്തിന്റെ നിയമങ്ങളെ പ്രകൃതിശാസ്ത്രത്തിന്റെ കണിശതയോടെ നിർണയിക്കാൻ കഴിയുമ്പോൾ, ഇവയെക്കുറിച്ചു മനുഷ്യർ ബോധവാന്മാരാകുന്ന പ്രത്യയശാസ്ത്രരൂപങ്ങളെ അത്ര കണിശമായി നിർവചിക്കാനാവില്ലെന്ന് മാർക്സ് പറയുന്നുണ്ട്. ഒരു കാലഘട്ടത്തെ, അതിനെക്കുറിച്ച് അതുതന്നെ പുലർത്തുന്ന ബോധംകൊണ്ടല്ല, ഭൗതികജീവിതത്തിന്റെ വൈരുധ്യങ്ങളുടെ അടിസ്ഥാനത്തിലാണ് വിലയിരുത്തേണ്ടത്.

'ഉപരിഘടന', 'അടിത്തറ' എന്നീ രൂപകങ്ങളുടെ അപര്യാപ്തത മാർക്സിനുതന്നെ ഏറെക്കുറെ അനുഭവപ്പെട്ടിരുന്നിരിക്കണം. പലവിധ

1. MEW - XIII P. 8, 9.

ത്തിൽ ഇതു പരിഹരിക്കാൻ അദ്ദേഹം ശ്രമിക്കുന്നുണ്ട്. സാമ്പത്തികാടിത്തറ മാറുമ്പോൾ ഉപരിഘടന 'ഒരുവിധം വേഗത്തിൽ' മാറുന്നു എന്ന പ്രയോഗത്തിന് റെയ്മൊണ്ട് വില്യംസ് വലിയ പ്രാധാന്യം കൽപ്പിക്കുന്നുണ്ട്. മനുഷ്യബോധത്തിന്റെ മണ്ഡലമായതുകൊണ്ടുതന്നെ ഉപരിഘടന സങ്കീർണമാണ്; അതിൽ ഒട്ടേറെ രൂപങ്ങളുണ്ട്. അത് ഏതു സമയത്തും പഴയതിന്റെ അവശിഷ്ടങ്ങളും പുതിയതിനോടുള്ള പ്രതികരണങ്ങളും ഉൾക്കൊള്ളുന്നതുവഴി ചരിത്രപരമായി വർത്തിക്കുന്നു; മറ്റൊരു വശത്ത് ഇതിനെ മറച്ചുവെച്ച് വർത്തമാനത്തെ യുക്തിവൽക്കരിക്കാനുള്ള ശ്രമങ്ങളും അതുൾക്കൊള്ളുന്നു. ഈ സങ്കീർണത മുഴുവൻ ആ പ്രയോഗത്തിൽ മാർക്സ് ഒതുക്കിവെച്ചിട്ടുണ്ടെന്ന് വില്യംസ് പറയുന്നു.[1] ഏതായാലും *ജർമൻ പ്രത്യയശാസ്ത്ര*ത്തിൽ ഈ രണ്ടു ഘടകങ്ങളുടെയും പ്രതിപ്രവർത്തനത്തെ ഉൾക്കൊള്ളാനാകാത്തവിധം ഖണ്ഡിതമായിപ്പോയി ഇവയുടെ അവതരണമെന്നു പറയാതെ വയ്യ. എംഗൽസ് തന്നെ അന്ത്യകാലത്ത് ജോസഫ് ബ്ലോഹിനും ഹാൻസ് സ്റ്റാർക്കെൻബുർഗിനും എഴുതിയ കത്തുകളിൽ ഈ ലളിതവൽക്കരണം തിരുത്താൻ ശ്രമിക്കുന്നുണ്ട്. പല ഘട്ടങ്ങളിലും 'ഉപരിഘടന' 'അടിത്തറ'യുടെ രൂപനിർണയത്തിൽ മുഖ്യപങ്കുതന്നെ വഹിക്കാറുണ്ടെന്ന് എംഗൽസ് പറയുന്നു. ആത്യന്തികവും സാമാന്യവുമായി സാമ്പത്തികമായ അനിവാര്യതയാണ് നിർണായകം എന്നു മാത്രമേ മാർക്സും താനും ഉദ്ദേശിച്ചിരുന്നുള്ളൂ എന്നും 'ഉപരിഘടന'യിലെ രാഷ്ട്രീയം, നിയമം, കല, സാഹിത്യം, മതം, തത്വചിന്ത മുതലായ വിവിധ ഘടകങ്ങൾതന്നെ പരസ്പരം പ്രതിപ്രവർത്തിക്കുന്നുണ്ടെന്നും എംഗൽസ് വ്യക്തമാക്കുന്നു. മെഹ്റിങ്ങിനെഴുതിയ ഒരു കത്തിൽ, തന്ത്രപരമായ കാരണങ്ങൾകൊണ്ടാകാം 'ഉപരിഘടന'യും 'അടിത്തറ'യും തമ്മിലുള്ള പ്രതിപ്രവർത്തനത്തിന്റെ പ്രശ്നം മാർക്സ് വിട്ടുകളഞ്ഞതെന്നും എംഗൽസ് സൂചിപ്പിക്കുന്നുണ്ട് – ജർമൻ ആശയവാദത്തിന്റെ ദൃഢപൈതൃകത്തോടേറ്റുമുട്ടുമ്പോൾ സാമൂഹികാസ്തിത്വത്തിന്റെ നിർണായകമായ പങ്ക് ഊന്നിപ്പറയേണ്ടതാവശ്യമായിരുന്നു.

പക്ഷേ, മാർക്സ് ഈ 'അടിത്തറ–ഉപരിഘടന' മാതൃക തീർത്തും ഉപേക്ഷിക്കുന്നതായിക്കാണുന്നില്ല. *മൂലധന*ത്തിന്റെ ആദ്യഭാഗത്ത് അദ്ദേഹം വീണ്ടും അതിനെ ന്യായീകരിക്കുന്നുണ്ട്. സാഹിത്യത്തെയും കലയെയും കുറിച്ചു സംസാരിക്കുമ്പോൾ പിന്നീടൊരിക്കലും 'ഉപരിഘടന'യെന്ന പദം മാർക്സ് ഉപയോഗിക്കുന്നില്ലെന്നു മാത്രം. ആധുനിക വിമർശകർക്കിടയിൽ ഈ ശൈലിയെ വാശിയോടെ ഉയർത്തിപ്പിടിക്കുന്നവരും (ഉദാ: വാർട്ടർ ബെഞ്ചമിൻ) രൂക്ഷമായി വിമർശിക്കുന്നവരും (ഉദാ: ജെ പ്ലാമെനാറ്റ്സ്) ഉണ്ട്. മനുഷ്യന്റെ കലാപരമായ നേട്ടങ്ങളും സാമ്പത്തിക ജീവിതവും തമ്മിലുള്ള ബന്ധം പരിശോധിക്കുമ്പോൾ മാർക്സ് ഒരിക്കലും കലയെ തരംതാഴ്ത്തിക്കാണിക്കണമെന്നുദ്ദേശിച്ചിട്ടില്ല; മറിച്ച്,

1. R Williams : *Culture and Society* 1780-1950 (Harmondsworth, 1961) P. 259.

മഹത്തായ സംഭവങ്ങൾക്ക് നിസ്സാരമായ ഹേതുക്കൾ കണ്ടെത്തുന്നവരെ എതിർക്കുകയാണദ്ദേഹം ചെയ്തത്. കലയുടെ ഉൾക്കാഴ്ചകൾ ശാസ്ത്ര ങ്ങളുടേതിൽനിന്നു വ്യത്യസ്തമാണെന്നും കൂടുതൽ വളച്ചൊടിക്കപ്പെടാവുന്നവയാണെന്നും മാർക്സ് കണ്ടു. കല പൂർണമായും സ്വച്ഛന്ദമായൊരു മണ്ഡലമല്ലെന്നും സാമൂഹികസാമ്പത്തികലോകത്തിലെ സംഘർഷ–സംക്രമണങ്ങളെക്കുറിച്ച് മനുഷ്യർ ബോധവാന്മാരാവുകയും അതാവിഷ്കരിക്കുകയും ചെയ്യുന്ന ഒരു മാർഗംകൂടിയാണെന്നും അദ്ദേഹം കണ്ടെത്തി – 'ഉപരിഘടന'യെക്കുറിച്ചുള്ള മാർക്സിന്റെ സങ്കൽപ്പത്തിൽ കലയെക്കുറിച്ചുള്ള സൂചനകൾ ഇത്രയുമാണ്. ബൂർഷ്വാസമൂഹത്തിനകത്ത് വികസിക്കുന്ന ഉൽപ്പാദനശക്തികൾ സാമൂഹ്യോൽപ്പാദനത്തിലെ വൈരുധ്യം പരിഹരിക്കാനുള്ള ഭൗതിക സാഹചര്യമൊരുക്കുമെന്നും അതോടെ മനുഷ്യന്റെ പ്രാഗ്ചരിത്രം (pre-history) അവസാനിക്കുമെന്നും മാർക്സ് പറയുന്നു. ഈ പ്രാഗ്ചരിത്രം അവസാനിക്കുന്നതോടെ ആദം സ്മിത്തിന്റെയും റിക്കാഡോവിന്റെയും സമ്പദ്ശാസ്ത്രം അപ്രസക്തമാകുംപോലെ, 'അടിത്തറ–ഉപരിഘടന' മാതൃകയിൽ ധ്വനിപ്പിക്കപ്പെടുന്ന സാംസ്കാരികാശ്രിതത്വവും അവസാനിക്കുമെന്ന് മാർക്സ് ഉദ്ദേശിക്കുന്നുണ്ടാകാം. ഏതു തരത്തിൽ നോക്കിയാലും ആശയവാദികളെ നേരിടുമ്പോൾ ഈ മാതൃക ചിലപ്പോഴൊക്കെ ഉപകാരപ്രദമാണെന്നുവരികിലും ഇതു ഗുണത്തേക്കാളേറെ ദോഷമാണു ചെയ്തിട്ടുള്ളതെന്നു പറയാതെ വയ്യ. നമ്മുടെ കാലത്ത് ഈ മാതൃക അപര്യാപ്തമായിത്തീർന്നതിനുള്ള പ്രധാന കാരണം അടിത്തറയിലെ പ്രതിഭാസങ്ങളുടെ വൻതോതിലുള്ള സംസ്കാരവൽക്കരണമാണെന്ന് ഫ്രെഡ്രിക് ജെയിംസൺ മുൻപറഞ്ഞ സംഭാഷണത്തിൽ അഭിപ്രായപ്പെടുന്നുണ്ട്. പിൽക്കാലമുതലാളിത്ത (late capitalism) യുഗത്തിൽ, വാർത്തകളുടെയും സന്ദേശങ്ങളുടെയും ബിംബങ്ങളുടെയും ഒരു സ്ഫോടനം തന്നെ സംഭവിച്ചിട്ടുണ്ട് – തന്മൂലം ക്ലാസിക്കൽ വിവരണ മാതൃകകളെ നിരസിക്കേണ്ടതാണെന്ന ഏൺസ്റ്റ് മെൻഡലിന്റെ വീക്ഷണം ശക്തി നേടിയിരിക്കുന്നു. മുമ്പ് മൂലധനത്തെ ചെറുത്തുനിന്ന രണ്ടു പ്രധാന ശക്തികളായിരുന്നു മൂന്നാം ലോകത്തിലെ കൃഷിയും ഒന്നാം ലോകത്തിലെ സാംസ്കാരികാവബോധവും. ഇന്ന് മൂലധനം രണ്ടിനെയും കീഴടക്കിയിരിക്കുന്നു. മാധ്യമങ്ങളും പരസ്യങ്ങളും മറ്റുംവഴി മനസിന്റെ അബോധതലത്തെവരെ മൂലധനം 'കോളണൈസ്' ചെയ്തിരിക്കുന്നു. പുതിയൊരു സാംസ്കാരിക രാഷ്ട്രീയം (cultural politics) ഇതിൽനിന്നുടലെടുക്കുന്നു; സംസ്കാരം കേവലം ഒരു 'ഉപരിഘടന'യല്ലാതായിരിക്കുന്നു.

10

'ഗ്രുൺഡ്രിസ്' തയാറാക്കുമ്പോൾ തന്റെ 'സമ്പദ്ശാസ്ത്ര'ത്തെ ആറു ഭാഗങ്ങളായിത്തിരിക്കുവാനായിരുന്നു മാർക്സിന്റെ പദ്ധതി. അതിൽ ഒന്നാം ഭാഗത്തിന്റെ പേരായിരുന്നു *മൂലധനം*. ഇതിന്റെതന്നെ

ആദ്യഭാഗമായിരുന്നു 1859 ൽ പ്രസിദ്ധീകരിച്ച *രാഷ്ട്രീയ സമ്പദ്ശാസ്ത്ര വിമൃഷ്ടി (Critique of Political Economy).* രണ്ടാം ഭാഗമായ *മൂലധനം-പൊതുവെ (Capital in general)* എഴുതിവന്നപ്പോൾ, അച്ചടിച്ചാൽ മൂവായിരം പേജ് വരാവുന്ന ഒരു കയ്യെഴുത്തുപ്രതിയായിത്തീർന്നു. അതിന്റെ പ്രസിദ്ധീകരണം ദുസ്സാധ്യമായതിനാൽ മാർക്സ് നേരിട്ട് *മൂലധനം (Capital)* എഴുതാൻ തുടങ്ങി. മൂന്നു വാല്യം ആദ്യരൂപത്തിൽ തയാറായപ്പോൾ മാർക്സ് ഒന്നാം വാല്യത്തിന്റെ അന്ത്യരൂപം തയാറാക്കാൻ തുടങ്ങി. പിന്നെയുള്ള രണ്ടു വാല്യങ്ങളുടെയും അന്ത്യരൂപം തയാറാക്കാനോ, തുടർന്ന് ആസൂത്രണം ചെയ്തിരുന്ന ഭാഗങ്ങളെഴുതാനോ അദ്ദേഹത്തിനു സമയം കിട്ടിയില്ല. ഇപ്പോഴുള്ള *മൂലധന*ത്തിന്റെ ആദ്യവാല്യം മാത്രമാണ് പൂർണരൂപത്തിലുള്ളത്. കാൾ കൗത്സ്കിയും എംഗൽസും ചേർന്ന് എഡിറ്റുചെയ്ത രണ്ടും മൂന്നും വാല്യങ്ങൾ അപൂർണമാണ്. വലുപ്പംമൂലം പ്രസിദ്ധീകരിക്കേണ്ടെന്നുവെച്ച കയ്യെഴുത്തുപ്രതികൾ *മൂലധന*ത്തിന്റെ നാലാം വാല്യമെന്ന നിലയിൽ *അധിമൂല്യസിദ്ധാന്തങ്ങൾ (Theories of Surplus Value)* എന്ന ശീർഷകത്തിൽ, 1905 ൽ കൗത്സ്കി പ്രസിദ്ധീകരിച്ചു.[1]

മാർക്സിന്റെ ഈ പക്വകൃതി അദ്ദേഹത്തിന്റെ ആദ്യകാല രചനകളിലെ ഹ്യൂമനിസത്തിനു വിരുദ്ധമായി. പഴയ ഗ്രീക്കുകാർ ഗണിതത്തെയും ഗലീലിയോ ഭൗതികത്തെയുമെന്നപോലെ, ചരിത്രത്തിന്റെ ഭൂഖണ്ഡത്തെ ശാസ്ത്രീയ വിജ്ഞാനത്തിനുകീഴിൽ കൊണ്ടുവരുന്നുവെന്നുള്ള അൽത്യൂസറിന്റെ വാദം[2] സ്വീകാര്യമായിത്തോന്നുന്നില്ല. ആദ്യകാല മാർക്സിനുവേണ്ടി വാദിക്കുന്ന പൂർവയൂറോപ്യൻ മാർക്സിസ്റ്റുകളാരുടെയും മധ്യകാല മാർക്സിനുവേണ്ടി നിലകൊള്ളുന്ന ഫ്രെഡ്രിക് ജെയിംസൺന്റെയും നിലപാടുകളും ഇതിന്റെ മറുവശംതന്നെയാണ്. സൗന്ദര്യശാസ്ത്രത്തെ സംബന്ധിച്ചിടത്തോളം ആദ്യകാല മാർക്സിനു സവിശേഷ പ്രാധാന്യമുണ്ടെങ്കിലും മാർക്സിന്റെ കൃതികളിൽ പൊതുവെ കാണുന്നത് മൂന്നായി വെട്ടിമുറിക്കാൻ പ്രയാസമായ വിധത്തിൽ അനുസ്യൂതവും അനുക്രമവുമായ ഒരു പരിണാമമാണ്. *പാരീസ് കയ്യെഴുത്തുപ്രതികൾ* വായിക്കാതെ *മൂലധന*ത്തിന്റെ ജീവതത്വശാസ്ത്രപരമായ (ontological) പ്രാധാന്യം മനസിലാക്കാനാവില്ല; ആദ്യകൃതികളെ നിരാകരിക്കുന്നതുകൊണ്ടുതന്നെയാണ് അൽത്യൂസറും മറ്റും പുതിയൊരുതരം ശാസ്ത്രവാദത്തിലും പോസിറ്റിവിസത്തിലും ചെന്നെത്തുന്നതും.[3] അതേതായാലും *മൂലധനം* മാർക്സിന് ആദ്യംമുതലേ പ്രിയപ്പെട്ട പ്രമേയ

1. D Mc Lellan : *The Thought of Karl Marx.* 84–85 കാണുക.
2. Louis Althusser : *Lenin and Philosophy* (London, 1971) യിലെ മരിയാ മക്കിയോച്ചിയുമായുള്ള അഭിമുഖസംഭാഷണവും (11–22) *മൂലധനം* ഒന്നാം വാല്യത്തിനുള്ള ആമുഖവും (71–106) ശ്രദ്ധിക്കുക.
3. അൽത്തൂസെറിന്റെ യാന്ത്രിക പദ്ധതിയുടെ ഒരു രൂക്ഷവിമർശനത്തിന് ഇ പി തോംസൺന്റെ *The Poverty of Theory and other Essays* (London 1979) കാണുക.

ങ്ങൾ വികസിപ്പിക്കുകയും പ്രിയപ്പെട്ട സാഹിത്യകൃതികളിൽ പരതുകയും ചെയ്യുന്നുണ്ടെന്നത് അനിഷേധ്യമാണ്. *മൂലധനം* മൂന്നാം വാല്യത്തിൽ അധ്വാനത്തെക്കുറിച്ചു പരാമർശിക്കുമ്പോൾ മാർക്സ് കലയെ ഒഴിച്ചു നിർത്തുന്നു: "അതു ഞങ്ങളുടെ പ്രമേയത്തിന്റെ ഭാഗമല്ല" എന്നദ്ദേഹ മെഴുതുന്നു. ഒന്നാം വാല്യത്തിൽ, മാർക്സ് ഒടുവിൽ ഉൾപ്പെടുത്തേണ്ടെ ന്നുവച്ച ആറാമധ്യായത്തിൽ സാഹിത്യ–കലകളെ 'ഭൗതികേതരമായ ഉൽപ്പാദന'മെന്നു വിശേഷിപ്പിക്കുന്നുണ്ട്. എങ്കിലും ഇതും ചരക്കുൽപ്പാദി പ്പിക്കുന്നതിനാൽ, ഉൽപ്പാദനത്തിന്റെ ഒരു 'സംക്രമണരൂപം' (transitional form) ആണിത്. പുസ്തകക്കച്ചവടക്കാരനെ സമ്പന്നനാക്കുന്നിടത്തോളം എഴുത്തുകാരനും ഒരു 'ഉൽപ്പാദകത്തൊഴിലാളി'യാണ്. മാനസികാധ്വാന ത്തിന്റെ ഈ ഉൽപ്പന്നങ്ങൾ അവയുടെ യഥാർഥ മൂല്യത്തെക്കാൾ എത്ര യോ താഴ്ന്നവിലയ്ക്കു വിൽക്കപ്പെടുന്നു. ആദ്യമായി ഉൽപ്പാദിപ്പിക്കാൻ അവ വേണ്ടിവരുന്ന സമയത്തിന്റെ വളരെ ചെറിയൊരംശമേ അതു പുന രുൽപ്പാദിപ്പിക്കാൻ വേണ്ടിവരുന്നുള്ളൂ എന്നതാണിതിനു കാരണം. ഒരേ തരം അധ്വാനംതന്നെ 'ഉൽപ്പാദനക്ഷമവും' 'ഉൽപ്പാദനക്ഷമമല്ലാത്ത തു'മാകാവുന്ന സന്ദർഭങ്ങളുണ്ട്. അഞ്ചുപവന് *പറുദീസാ നഷ്ടം (Paradise lost)* എഴുതിക്കൊടുത്ത മിൽട്ടൺ 'ഉൽപ്പാദനക്ഷമതയുള്ള ഒരു തൊഴിലാളി' അല്ലായിരുന്നു; എന്നാൽ പുസ്തകവ്യാപാരിക്കായി യാന്ത്രി കമായി നിലവാരം കുറഞ്ഞ പുസ്തകങ്ങളെഴുതിക്കൊടുക്കുന്നയാൾ 'ഉൽപ്പാദകത്തൊഴിലാളി'യാണ്. "പട്ടുനൂൽപ്പുഴുവിനെ പട്ടുണ്ടാക്കാൻ പ്രേരിപ്പിക്കുന്ന അതേ കാരണമാണ് മിൽട്ടണെ *പറുദീസാനഷ്ട*മെഴു താൻ പ്രേരിപ്പിച്ചത്. അത് അദ്ദേഹത്തിന് അത്രമേൽ സഹജമായൊരു പ്രവർത്തനമായിരുന്നു. പിന്നീട് ഉൽപ്പന്നം അഞ്ചുപവന് അദ്ദേഹം വിൽക്കുകയാണുണ്ടായത്."[1] എന്നാൽ ലീപ്സിഗിൽ പുസ്തകവ്യാപാ രിക്കായി പാഠപുസ്തകങ്ങളും വിജ്ഞാനകോശങ്ങളും 'ഗൈഡു'കളും മറ്റും പണത്തിന് എഴുതിക്കൊടുക്കുന്ന 'സാംസ്കാരികത്തൊഴിലാളി' മൂലധനത്തിന്റെ കൂലിക്കാരൻതന്നെയാണ്; അയാളുടെ ഉൽപ്പന്നം ആദ്യം മുതലേ മൂലധനത്തിനു കീഴ്പ്പെട്ടിരിക്കുന്നു; മൂലധനം പ്രയോജനപ്പെടു ത്തലാണതിന്റെ ലക്ഷ്യം. സ്വന്തം മുൻകയ്യിൽ പാട്ടുപാടി പ്രതിഫലം പറ്റുന്ന പാട്ടുകാരി 'ഉൽപ്പാദകത്തൊഴിലാളി'യല്ല; എന്നാൽ മറ്റൊരു സംഗീ തക്കമ്പനിക്കാരൻ അവളെക്കൊണ്ടു പാടിച്ച് ലാഭം നേടുമ്പോൾ അവളു ടേത് 'ഉൽപ്പാദകാധ്വാന'മാകുന്നു. മഹത്തായ കലയെ 'ഉൽപ്പാദനക്ഷമ മല്ലാത്തത്' എന്നും വിലകുറഞ്ഞ കച്ചവടകലയെ 'ഉൽപ്പാദനക്ഷമ'മെന്നും വിശേഷിപ്പിക്കുമ്പോൾ മാർക്സ് മാനുഷികപ്രവർത്തനങ്ങളെ മുഴുവൻ വിൽപ്പനവിലയിലേക്കും ലാഭമൂല്യത്തിലേക്കും വെട്ടിച്ചുരുക്കുന്ന ബൂർഷ്വാ സാമ്പത്തികശാസ്ത്രജ്ഞരുടെ പ്രയോജനവാദത്തെ വെല്ലുവിളിക്കുക യായിരുന്നു – കാരണം, ബൂർഷ്വായുടെ വിചാരം എല്ലാ ധർമങ്ങളും

1. MEW XXVI (i) 377.

ബൂർഷ്വാസിക്കുവേണ്ടി സമ്പത്തുൽപ്പാദിപ്പിക്കാനുള്ളതാണെന്നാണ്. "മുതലാളിത്തോൽപ്പാദനം ചിലതരം ധൈഷണികോൽപ്പാദനത്തിനോട് – ഉദാ, കലയും കവിതയും – ശത്രുത പുലർത്തുന്നു" എന്ന് 'അധിമൂല്യസിദ്ധാന്തങ്ങ'ളിൽ മാർക്സ് പറയുന്നുണ്ട്.

യൂറോപ്യൻ നവോത്ഥാനത്തിന്റെ പൈതൃകത്തോട് ആഭിമുഖ്യം പുലർത്തുമ്പോൾത്തന്നെ അതിന്റെ ചില പ്രാകൃതസങ്കൽപ്പങ്ങളെ മാർക്സ് പരിഹസിക്കുന്നുണ്ട് – കല അനുസ്യൂതം പുരോഗമിച്ചുകൊണ്ടിരിക്കുകയാണെന്ന വിശ്വാസം ഒരുദാഹരണം. സാങ്കേതികപരിജ്ഞാനത്തിലെ മുന്നേറ്റത്തോടൊപ്പം കലയിലും മുന്നേറ്റമുണ്ടാകുമെന്നത് മിഥ്യാധാരണയാണെന്ന് മാർക്സ് പറയുന്നു. അതുകൊണ്ടാണ് വോൾട്ടയറിന്റെ *ഹെൻറിയാഡേ* ഹോമറുടെ *ഇലിയഡ്ഢി*നെക്കാൾ മെച്ചപ്പെട്ടതല്ലാതിരിക്കുന്നത്.

മിൽടണിന്റെ കാലത്തെങ്കിലും ശരിയായ കവിയുടെ അധ്വാനം കമ്പോളമൂല്യത്തിൽനിന്ന് സ്വതന്ത്രവും അനന്യവൽക്കൃതവുമായിരുന്നു. അത്തരം കവികൾ സ്വന്തം ആത്മസത്തയിൽനിന്ന് കവിത സൃഷ്ടിക്കുന്നു. കവിതയെ ലാഭമുണ്ടാക്കുന്ന ചരക്കായി മാറ്റുന്ന പണി മറ്റുള്ളവർക്കു വിട്ടുകൊടുക്കുന്നു. ഇതുമായി ബന്ധപ്പെടുത്തിയാണ് *മൂലധനം* മൂന്നാം ഭാഗത്തിൽ മാർക്സ് സ്വാതന്ത്ര്യത്തിന്റെ മണ്ഡലത്തെ നിർവചിക്കുന്നത്:

> അനിവാര്യതയാൽ നിർണയിക്കപ്പെടുന്ന അധ്വാനവും ഭൗതികപരിഗണനകളും അവസാനിക്കുന്നിടത്തേ ശരിക്കും സ്വാതന്ത്ര്യത്തിന്റെ മണ്ഡലം ആരംഭിക്കുന്നുള്ളൂ. അതിനാൽ സഹജപ്രകൃതികൊണ്ടുതന്നെ അത് ശരിയായ ഭൗതികോൽപ്പാദനത്തിന്റെ മണ്ഡലത്തിനപ്പുറമാണ് കിടക്കുന്നത്.[1]

ഭൗതികമായ അനിവാര്യതയുടെ മണ്ഡലം മനുഷ്യന്റെ ആവശ്യങ്ങൾ വർധിക്കുന്നതനുസരിച്ച് വികസിക്കുന്നു; ഉൽപ്പാദനശക്തികളും ഇതനുസരിച്ചു പെരുകുന്നു. ഈ മണ്ഡലത്തിൽ 'സ്വാതന്ത്ര്യ'ത്തിനു പരിമിതമായൊരർഥമേയുള്ളൂ. ഉൽപ്പാദകരായ, സമൂഹവൽക്കൃതരായ, മനുഷ്യർ പ്രകൃതിയുമായുള്ള അവരുടെ കൈമാറ്റങ്ങളെ യുക്തിപൂർവം നിയന്ത്രിക്കുകയും അവരുടെ പൊതുനിയന്ത്രണത്തിൽ കൊണ്ടുവരികയും ചെയ്യുന്നു. മാനുഷികോർജം ഏറ്റവും കുറച്ചു ചെലവിട്ട് സ്വന്തം മാനുഷിക പ്രകൃതിക്ക് ഏറ്റവും അനുയോജ്യവും അനുകൂലവുമായ രീതിയിൽ അവരിതു നേടിയെടുക്കുന്നു. ഈ 'സ്വാതന്ത്ര്യം' അനിവാര്യതയുടെ മണ്ഡലത്തിൽത്തന്നെയാണ്.

> അതിനപ്പുറമാണ് ശരിയായ സ്വാതന്ത്ര്യത്തിന്റെ മണ്ഡലം, മനുഷ്യശക്തിയുടെ അതിനുവേണ്ടിത്തന്നെയുള്ള വികാസം, ആരംഭി

1. MEW - XXV : 828.

> ക്കുന്നത്. എന്നിരുന്നാലും അതിന് അനിവാര്യതയുടെ മണ്ഡലത്തെ അടിസ്ഥാനമാക്കിക്കൊണ്ടേ വിടർന്നു വികസിക്കാൻ കഴിയൂ. അതിന്റെ മൗലികപരിസരം, തൊഴിൽദിവസത്തിന്റെ ദൈർഘ്യം കുറയ്ക്കലാണ്.[1]

അന്യവൽക്കരണത്തെക്കുറിച്ച് *പാരീസ് കയ്യെഴുത്തുപ്രതികളി*ലവതരിപ്പിച്ച വിശദീകരണത്തിന്റെ പൂർത്തീകരണമാണിവിടെയുള്ളത് – അന്യവൽക്കരണത്തെ എങ്ങനെ കീഴ്പ്പെടുത്താമെന്നതിനെക്കുറിച്ചുള്ള സ്വപ്നം; മനുഷ്യന് അധ്വാനം ഒഴിവാക്കാനാവില്ലെങ്കിലും സാമ്പത്തികമായ അനീതിയിലും ചരക്കുകളുടെ ആരാധനയിലും ലോഭത്തിലും നിന്ന് അവൻ മുക്തനാവുന്ന ഒരു പുതിയ ക്രമത്തിനും മനുഷ്യസാധ്യതകളുടെ സമ്പൂർണവികാസത്തിനും വേണ്ടിയുള്ള ആഹ്വാനം. ആധുനികസമൂഹം, അത്തരമൊരു വികാസത്തിനാവശ്യമായ സമ്പത്തും സാധ്യതകളും സൃഷ്ടിച്ചു കഴിഞ്ഞിട്ടുണ്ടെന്ന് മാർക്സ് കരുതുന്നു; എന്നാൽ ആ വികാസത്തെ പുഷ്ടിപ്പെടുത്താനല്ല തളർത്താനാണ് ഇന്ന് അതുപയോഗിക്കപ്പെടുന്നത്. തൊട്ടതിനെയെല്ലാം ചരക്കാക്കുകവഴി പ്രകൃതിയോടും കലയോടുമുള്ള മാനുഷിക പ്രതികരണങ്ങളെ ചൂഷകസമൂഹം വികൃതമാക്കി. എന്നാൽ കല അതിന്റെ നിലനിൽപ്പിന്റെ സവിശേഷരീതികൊണ്ടുതന്നെ ഈ വിഗ്രഹവൽക്കരണത്തെ ചെറുക്കുന്നു. യഥാർഥ കലാകാരന്മാർക്ക് ആധുനിക പരിതഃസ്ഥിതിയിൽപോലും അധീശവർഗത്തിന്റെ കൂലിയടിമയായി മാറാതിരിക്കാൻ കഴിയുന്നുണ്ടല്ലോ. കൈവേലക്കാരെക്കുറിച്ച് “അതിപ്പോഴും പകുതി കലാപരമാണ്. അതിന്റെ ലക്ഷ്യം അതിൽത്തന്നെയാണ്” എന്ന് മാർക്സ് പറയുന്നു. കലാസാഹിത്യങ്ങൾ സ്വതന്ത്രമായി സൃഷ്ടിക്കാനും ആസ്വദിക്കാനുമുള്ള മനുഷ്യന്റെ കഴിവിന്റെ സൂചനയായി ഇന്നും നിലനിൽക്കുന്നു. മനുഷ്യന്റെ ഭാവിയെക്കുറിച്ച് പ്രത്യാശിക്കാൻ പഠിപ്പിക്കുന്നു. *രാഷ്ട്രീയസമ്പദ്ശാസ്ത്രവിമൃഷ്ടി*യിൽ സാഹിത്യത്തെയും പ്രത്യയശാസ്ത്രത്തെയും കാണുന്നതുപോലെയല്ല ‘അധിമൂല്യസിദ്ധാന്തങ്ങളി’ൽ ഇവയെ മാർക്സ് കാണുന്നത്. പഴയ നിലപാടിന്റെ അവ്യക്തത തിരുത്തിക്കൊണ്ട്, വർഗപ്രത്യയശാസ്ത്രത്തെയും സ്വതന്ത്ര ധൈഷണികോൽപ്പാദനത്തെയും വേർതിരിച്ചുതന്നെ കാണുന്നു മാർക്സ് ഇവിടെ. ഒരു വിരുദ്ധ സാമൂഹികക്രമത്തിലും കല ആപേക്ഷികമായി സ്വാച്ഛന്ദ്യം പുലർത്തുന്നു. ഭൗതികമായ ‘അടിത്തറ’യെക്കുറിച്ചുള്ള ലളിത ധാരണകളും മാർക്സ് ഉപേക്ഷിക്കുന്നുണ്ട്. ഭൗതികവും ധൈഷണികവുമായ ഉൽപ്പാദനങ്ങളുടെ പരസ്പര പ്രതിപ്രവർത്തനങ്ങളും ‘അധിമൂല്യസിദ്ധാന്തങ്ങൾ’ വിശദീകരിക്കുന്നു. ഒരേ സാമ്പത്തികാടിത്തറയിൽ തന്നെ അനുഭവപരിതഃസ്ഥിതികളും പ്രകൃത്യവസ്ഥകളും ഗോത്രപരമായ ചേരുവകളും ചരിത്രപരമായ ബാഹ്യസ്വാധീനങ്ങളും മൂലം അനന്തമായ തത്വങ്ങളും വൈവിധ്യങ്ങളുമുണ്ടാകാമെന്നും പരിതഃസ്ഥിതികളുടെ

1. അതേ കൃതി, അതേ പേജ്.

വിശദവിശകലനത്തിലൂടെ മാത്രമേ ഇവ വ്യക്തമാകൂ എന്നും മാർക്സ് കാണുന്നു. സത്യം സമീപസ്ഥമായ പ്രത്യക്ഷാനുഭവങ്ങളെക്കാളെത്രയോ ആഴത്തിലാണെന്ന വിശ്വാസം പക്വമതിയാകുംതോറും മാർക്സിൽ ഉറച്ചുവരുന്നുണ്ട്. വലിയ കലാകാരന്മാർ അന്തർജ്ഞാനംകൊണ്ടും സൈദ്ധാന്തിക-ദാർശനിക സാമർഥ്യങ്ങളുള്ളവർ വിചിന്തനംകൊണ്ടും സത്യം കുഴിച്ചെടുക്കുന്നു. ഇവിടെ ഹെഗലിന്റെയും കാൽപ്പനികരുടെയും നിലപാടിനോട് മാർക്സ് കൂടുതൽ അടുത്തുവരുന്നുവെന്ന് പ്രാവേർ അഭിപ്രായപ്പെടുന്നു. വലിയ എഴുത്തുകാർ തങ്ങളുടെ ബോധപൂർവമായ സമീപനാഭിപ്രായങ്ങൾക്ക് അതീതരായിത്തീരാമെന്നതിന് ബാൽസാക്കിനെയാണ് മാർക്സ് ഉദാഹരിക്കുന്നത് - വിശേഷിച്ചും തന്റെ അന്ത്യനോവലായ *കർഷക* (*The Peasants*)രിൽ. ചെറുകർഷകർ തങ്ങൾക്കു വായ്പ നൽകുന്ന ലോഭികളായ ഹുണ്ടികക്കാർക്കുവേണ്ടി, അധ്വാനത്തിനു മൂല്യമില്ലെന്നു കരുതി, നടത്തുന്ന സേവനങ്ങൾ ബൽസാക്ക് ഇതിൽ കൃത്യമായി വിവരിക്കുന്നു.

> ഹുണ്ടികക്കാരനാകട്ടെ, ഒറ്റക്കല്ലുകൊണ്ട് രണ്ട് പക്ഷിയെക്കൊല്ലുന്നു: അയാൾ കൂലിച്ചെലവു ലാഭിക്കുന്നു, സ്വന്തം വയലിൽ പണിയെടുക്കാൻ കഴിയാത്തതിനാൽ ആഴത്തിലാഴത്തിൽ നാശത്തിലേക്കു വലിച്ചിഴയ്ക്കപ്പെടുന്ന കർഷകനെ ഇനി രക്ഷപ്പെടാനേ കഴിയാത്തവിധം കടത്തിന്റെ ചിലന്തിവലയിൽ കുരുക്കുകയും ചെയ്യുന്നു.[1]

തന്റെ കണ്ടുപിടുത്തങ്ങൾക്ക് ഇങ്ങനെ ഒരു വലിയ നോവലിസ്റ്റിൽനിന്നു സ്ഥിരീകരണം ലഭിക്കുന്നത് മാർക്സിനെ വ്യക്തമായും ആഹ്ലാദിപ്പിക്കുന്നുണ്ട്. ഈ ഉൾക്കാഴ്ചകളെ മുൻനിർത്തി, ഉപഭോഗഭ്രാന്തിനെ (Consumerism) പ്രോത്സാഹിപ്പിക്കുന്ന പോൾ-ഡി കോക്ക് എന്ന ജനപ്രിയനോവലിസ്റ്റിനെ നന്നായൊന്നു പരിഹസിക്കാനും അദ്ദേഹം മറക്കുന്നില്ല.

മാർക്സുതന്നെ അന്തിമരൂപം നൽകി പ്രസിദ്ധീകരിച്ച *മൂലധനം* ഒന്നാംവാല്യം സാഹിത്യത്തിന്റെ പ്രവാചകവും ജ്ഞാനപരവുമായ അംശങ്ങളെക്കുറിച്ചു പിന്നെയും പരാമർശിക്കുന്നുണ്ട്. മാതൃകകൾ, ടൈപ്പുകൾ, പിൽക്കാല മനുഷ്യവികാസങ്ങളുടെ സൂചനകൾ-ഇവയ്ക്കായി മാർക്സ് സാഹിത്യത്തിലേക്കു തിരിയുന്നു. ദാന്തേയുടെ *നരക*ത്തിലെ ('Inferno' - Divine Comedy) നരകവർണന വിക്ടോറിയൻ യുഗത്തിലെ തീപ്പെട്ടിക്കമ്പനികൾക്കു ചേരുമെന്നും ഷേക്സ്പിയർകഥാപാത്രമായ ഡോഗ്ബെറി പത്തൊമ്പതാം നൂറ്റാണ്ടിലെ സമ്പദ്ശാസ്ത്ര പ്രൊഫസർമാരെ ഓർമിപ്പിക്കുന്നുവെന്നും ഹോമറിന്റെ ഒഡീസിയൂസ് അധോലോക യാത്രയിൽക്കണ്ട പീഡിതരായ പരേതാത്മാക്കളെ തന്റെ കാല

1. MEW, XXV, 49.

ത്തെ തൊഴിലാളികളോടു താരതമ്യപ്പെടുത്താമെന്നും മാർക്സ് പറയുന്നത് ശ്രദ്ധിക്കുക. ഇടയഗാനങ്ങളോടും ഗ്രാമീണാദർശകാവ്യങ്ങളോടുമുള്ള തന്റെ വിപ്രതിപത്തി ഗെസ്നർ, ഓവർബാഹ് എന്നീ എഴുത്തുകാരെ ഉദാഹരിച്ച് മാർക്സ് വീണ്ടും പ്രകടിപ്പിക്കുന്നു. മാനുഷികാധ്വാനത്തെക്കുറിച്ചുള്ള വികസിച്ച മാർക്സിയൻ സങ്കൽപ്പത്തിന്റെ പശ്ചാത്തലത്തിൽ വേണം *മൂലധന*ത്തിൽ നിറഞ്ഞുകിടക്കുന്ന ലോകസാഹിത്യസൂചനകളെ വിലയിരുത്തുക. അധ്വാനത്തെ അതിനെ സവിശേഷമായും മനുഷ്യന്റേതാക്കുന്ന രൂപങ്ങളിൽ നാം മുൻകൂട്ടിക്കാണുന്നു. എട്ടുകാലി നെയ്ത്തുകാരനും തേനീച്ച വാസ്തുശിൽപ്പിക്കും സമാനമായ പ്രവർത്തനങ്ങൾ നടത്തുന്നുണ്ട്.

> എന്നാൽ ഏറ്റവും ചീത്ത വാസ്തുശിൽപ്പിയെപ്പോലും ഏറ്റവും നല്ല തേനീച്ചയിൽനിന്നു വ്യത്യസ്തനാക്കുന്നത് ഇതാണ് – വാസ്തുശിൽപ്പി, മെഴുകിൽ വാർക്കുംമുമ്പേതന്നെ കൂട് സ്വന്തം തലച്ചോറിൽ ഉയർത്തിക്കഴിഞ്ഞിരിക്കുന്നു. അധ്വാനക്രിയയുടെ അന്ത്യത്തിൽ നിൽക്കുന്ന ഫലം, മുമ്പേ, ആരംഭത്തിൽതന്നെ, അധ്വാനിയുടെ ഭാവനയിൽ ഒരാദർശമായി നിലനിന്നിരുന്നു. ഈ പ്രക്രിയ, പണിയെടുക്കുന്ന ശരീരാവയവങ്ങൾക്കുപുറമേ ഒന്നുകൂടി ആവശ്യപ്പെടുന്നുണ്ട്–ക്രിയയിലുടനീളം അധ്വാനിയുടെ ഇച്ഛ അവന്റെ ലക്ഷ്യവുമായി ഇണങ്ങിനിൽക്കണം. ഇതാവിഷ്കരിക്കപ്പെടുന്നത് സൂക്ഷ്മശ്രദ്ധയുടെ രൂപത്തിലാണ്. തന്റെ അധ്വാനത്തിന്റെ ഉള്ളടക്കത്തിലും അതു നിർവഹിക്കുന്ന രീതിയിലുമുള്ള ആഹ്ലാദം അവനെ എത്ര കുറച്ചുമാത്രമേ ചലിപ്പിക്കുന്നുള്ളുവോ അത്രയും കൂടുതൽ പ്രയാസപ്പെട്ടു മാത്രമേ അവന് അതിൽ ശ്രദ്ധചെലുത്താൻ കഴിയൂ. കാരണം, സ്വന്തം കായിക–മാനസികസിദ്ധികളുടെ പ്രകടനമാവശ്യപ്പെടുന്ന ഒന്നെന്ന നിലയിൽ അത്രയും കുറച്ചേ അവൻ അതാസ്വദിക്കുന്നുള്ളൂ.[1]

മഹത്തായ സാഹിത്യത്തിന്റെ സൃഷ്ടിയും ആസ്വാദനവും അവയ്ക്കുസമയം കാണാനാവുന്ന ഭാഗ്യശാലികളെ, മൃഗങ്ങളിൽനിന്നും വളരെ ഉയർന്ന രീതിയിൽ സ്വന്തം മാനസികസിദ്ധികളുടെ ലീല കണ്ടാസ്വദിക്കാൻ സഹായിക്കുന്നു. ഈ മഹത്തായ മാനുഷികസംതൃപ്തി, മറ്റു പലരോടുമൊപ്പം പത്തൊമ്പതാം നൂറ്റാണ്ടിലെ ഫാക്ടറിത്തൊഴിലാളിക്കും നിഷേധിക്കപ്പെട്ടിരിക്കുന്നു.

കലയും മുതലാളിത്തവും തമ്മിലുള്ള വൈരുധ്യത്തെക്കുറിച്ചുള്ള മാർക്സിയൻ സിദ്ധാന്തം, സർഗസ്വാതന്ത്ര്യത്തെ മൂർത്തമായി മനസിലാക്കുവാൻ നമ്മെ സഹായിക്കുന്ന ഒന്നാണ്. കലാകാരന്റെ സർഗസ്വാതന്ത്ര്യം, മറ്റേതു സ്വാതന്ത്ര്യത്തെയുംപോലെ, അനിവാര്യതയുമായി വൈരു

1. അതേ കൃതി, XXIII, 193.

ധ്യാത്മകമായ ഐക്യം പുലർത്തുന്ന ഒന്നാണ്. അല്ലാതെ, ആശയവാദികൾ അമൂർത്തമായി സങ്കൽപ്പിക്കുംപോലെ തീർത്തും കേവലവും സമൂഹമുക്തവുമായ ഒന്നല്ല. കലാകാരൻ എത്രമാത്രം സർഗാത്മകവ്യക്തിത്വമുള്ള ആളായാലും ആ വ്യക്തിത്വം അയാളുടെ സാമൂഹ്യാസ്തിത്വത്തിന്റെ വ്യക്തിത്വമായതിനാൽ, അയാളുടെ സമൂഹവും ചരിത്രവും സംസ്കാരവും പ്രത്യയശാസ്ത്രവും അയാളെ സ്വാധീനിക്കാതിരിക്കില്ല. പലപ്പോഴും വളരെ ഹീനമായ ആശ്രിതത്വങ്ങളെ മറച്ചുവെക്കുന്നതിനായി ആശയവാദികളുയർത്തിക്കാട്ടുന്ന ആഢ്യസ്വാതന്ത്ര്യമല്ല, മനുഷ്യർക്കിടയിലെ മനുഷ്യന്റെ, പരിമതികളുള്ള, സ്വാതന്ത്ര്യമാണയാളുടേത്. സാമൂഹികവും ആത്മീയവും പ്രത്യയശാസ്ത്രപരവുമായ ചിട്ടപ്പെടുത്തൽ (conditioning), യാഥാർഥ്യവുമായി കലാകാരൻ പുലർത്തുന്ന ബന്ധത്തിന്റെ തലവും രീതിയും തന്റെ അസംസ്കൃതവസ്തുക്കളുടെയും മാധ്യമത്തിന്റെയുംമേൽ അയാൾ നേടുന്ന അധീശത്വത്തിന്റെ തോത്, ദേശീയവും കലാപരവുമായ പാരമ്പര്യങ്ങൾ-ഇങ്ങനെ വിവിധ രൂപങ്ങളിലാണ് ഈ പരിമിതികൾ പ്രത്യക്ഷമാകുന്നത്. ഈ വ്യവസ്ഥപ്പെടുത്തലിനെ അതിജീവിക്കാൻ കലാകാരന് എത്രത്തോളം കഴിയുന്നുവോ അത്രത്തോളം അയാൾ സ്വവ്യക്തിത്വം സ്ഥാപിച്ചെടുക്കുന്നു (ഉദാഹരണത്തിന്, നൽകപ്പെട്ട യാഥാർഥ്യത്തിന്റെ സൗന്ദര്യാത്മകമായ രൂപാന്തരീകരണം, വർഗപരവും ദേശീയവും ചരിത്രപരവുമായ ചിട്ടപ്പെടുത്തലിൽനിന്ന് സാർവലൗകികവും സാർവകാലികവുമായ ചില മാനുഷിക തലങ്ങളിലേക്കുള്ള പ്രയാണം) കലാകാരന്റെ സ്വാതന്ത്ര്യം മുൻകൂട്ടി നൽകപ്പെട്ട ഒന്നല്ല, അനിവാര്യതകളെ കീഴ്പ്പെടുത്തി അയാൾ നേടിയെടുക്കേണ്ട ഒന്നാണ്. ഈ അനിവാര്യതകൾ തത്വത്തിൽ സർഗസ്വാതന്ത്ര്യത്തിനു വിരുദ്ധമായി വർത്തിക്കുന്നില്ലെന്നും അനിവാര്യതകളെ മനസിലാക്കിയും കീഴ്പ്പെടുത്തിയും മാത്രമേ സ്വവ്യക്തിത്വം സ്ഥാപിച്ച് 'സർഗസ്വാതന്ത്ര്യത്തെ മൂർത്ത'മായി സാക്ഷാൽക്കരിക്കാനാവൂ എന്നുമാണ് ഇതിൽനിന്നു വരുന്നത്. അങ്ങനെ മഹത്തായ കലാസൃഷ്ടികളെല്ലാംതന്നെ മനുഷ്യന്റെ സർഗസ്വാതന്ത്ര്യത്തിന്റെ മൂർത്തവും യഥാർഥവുമായ ആവിഷ്കാരങ്ങളായിരിക്കുന്നു. സിദ്ധമായ ഒരു വസ്തുവിനെ നൂതനവും മാനഷികവുമായ ഒന്നാക്കി മാറ്റുകയാണ് കലാസൃഷ്ടി. അതിൽ വിഷയി സ്വന്തം വിഷയവൽക്കരിച്ച് സ്വയം തിരിച്ചറിയുകയും ഒപ്പം മറ്റുള്ളവർക്കും തിരിച്ചറിയാറാക്കുകയും ചെയ്യുന്നു. വസ്തുനിഷ്ഠവൽക്കരണവും സംവേദനവുമാണ് സ്രഷ്ടാവിന്റെ ആവശ്യങ്ങൾ. അവ സാധിക്കുവാൻ അയാൾ തന്റെ സർഗാത്മകതയെ പ്രവർത്തിപ്പിക്കണം, തനിക്കും മറ്റുള്ളവർക്കുമായി നിലനിൽക്കുന്ന ഒരു വസ്തു സൃഷ്ടിക്കണം. കലാകാരൻ തന്റെ ആന്തരികാവശ്യത്തിനനുസരിച്ചാണ് സൃഷ്ടിക്കുന്നതെന്നതുകൊണ്ട്, ഉപജീവനം നേടുകയെന്ന ലക്ഷ്യത്തോടെ സൃഷ്ടിക്കപ്പെടുന്ന കല ബാഹ്യമായൊരാവശ്യത്തെ തൃപ്തിപ്പെടുത്തി കലയല്ലാതാകുന്നു-കലാകാരൻ മറ്റൊരാൾക്കായി, വിപണിക്കായി, സൃഷ്ടിക്കുമ്പോൾ അയാളും പ്രസാധ

കനും തമ്മിലുള്ള ബന്ധം തൊഴിലാളി–മുതലാളി ബന്ധംപോലൊന്നായി മാറുന്നു; വിപണിയുടെ ആവശ്യങ്ങളും അഭിരുചികളും നിയമങ്ങളും അയാളെ ഭരിക്കുന്നു, തന്റെ സവിശേഷമായ സർഗാത്മകവ്യക്തിത്വം അയാൾ അടിയറവെയ്ക്കുന്നു; അധ്വാനം ആത്മശൂന്യവും ഔപചാരികവുമായി മാറുന്നു. മുതലാളിത്ത ഭൗതികോൽപ്പാദനത്തിന്റെ നിയമങ്ങൾ കലയിലേക്കും ബാധിക്കുന്നതോടെ കല ചരക്കും കലാകാരൻ കൂലിവേലക്കാരനുമാകുന്നു.

മുതലാളിത്തത്തിന് കലയുമായുള്ള രണ്ടു വൈരുധ്യങ്ങൾ മാർക്സ് ചൂണ്ടിക്കാണിച്ചു: മുതലാളിത്ത സമ്പദ്വ്യവസ്ഥയുടെതന്നെ സ്വഭാവത്തിൽ നിന്നുവരുന്നതാണ് ഒന്ന്; കലയുടെ സർഗസത്തയെത്തന്നെ ബാധിക്കുന്നതാണ് മറ്റേത്. അതേസമയം മുതലാളിത്തത്തിനു കീഴിൽ കലയുടെ വികാസം നിലയ്ക്കുകയല്ല, ഔന്നത്യങ്ങൾ നേടുകയാണു ചെയ്തതെന്നും മാർക്സ് കണ്ടു. പത്തൊമ്പതാം നൂറ്റാണ്ടിലും അതിനു മുമ്പുമായി വലിയ കലാകാരന്മാരുണ്ടായി–സെർവാന്തെസ്, ഷേക്സ്പിയർ, ഗൊയ്ഥേ, ഡിക്കെൻസ്, ബാൽസാക്ക്, മൊപ്പങ്, ബെയ്ഥോവെൻ, ബ്രാംസ്. (നമ്മുടെ നൂറ്റാണ്ടിലും ഈ പരമ്പര നിലച്ചിട്ടില്ല, സിനിമപോലെ പുതിയ കലകൾ തന്നെയും മുതലാളിത്ത സാങ്കേതികവിദ്യയുടെ ഫലമായി ഉണ്ടായിട്ടുണ്ടല്ലോ.) അങ്ങനെ വരുമ്പോൾ, മാർക്സ് പറയുന്നത് എല്ലാ കലയെയും കുറിച്ചല്ല. മുതലാളിത്തത്തിന്റെ ഭൗതികോൽപ്പാദനനിയമത്താൽ ഭരിക്കപ്പെടുന്ന 'ജനപ്രിയകല'യെക്കുറിച്ചാണെന്നു വ്യക്തം. സാമ്പത്തികവികസനം ദുർബലമായ മുതലാളിത്ത രാജ്യങ്ങളിൽ കലാകാരന്മാർക്ക് കലാപരമായ പ്രവർത്തനംകൊണ്ടു മാത്രം ജീവിക്കാൻ കഴിയുന്നില്ല. അവരുടെ ഉൽപ്പാദനം വിപണിക്കുവേണ്ടിയല്ല എന്നതു തന്നെയാണതിനു കാരണം. സാമ്പത്തികമായി വികസിച്ച മുതലാളിത്ത രാജ്യങ്ങളിലും ഒട്ടേറെ എഴുത്തുകാരും കലാകാരന്മാരും കലയെ ഒരുപജീവനമാർഗമാക്കി വരുന്നുണ്ടെങ്കിലും അമച്വർ കലാകാരന്മാരുടെയും എഴുത്തുകാരുടെയും സ്വതന്ത്ര ഗ്രൂപ്പുകളും അവിടങ്ങളിൽ നിലനിൽക്കുന്നു. ഭൗതികോൽപ്പാദനം മുതലാളിത്തരൂപം സ്വീകരിക്കുംതോറും വിദ്യാഭ്യാസം, കല, ശാസ്ത്രം തുടങ്ങിയവയ്ക്ക് ആ രൂപം നൽകാൻ അതു ശ്രമിക്കുന്നു. എങ്കിലും യഥാർഥകല ഇതിനെ പ്രതിരോധിക്കാനുള്ള സമരത്തിലേർപ്പെട്ടിരിക്കയും ചെയ്യുന്നു. (താരതമ്യേന കുറച്ച് ഉത്തമാസ്വാദകരെക്കൊണ്ടു തൃപ്തിപ്പെടുന്ന കവിതയും നൃത്തവും മറ്റും ഇതര കലകളെക്കാൾ കൂടുതലായി മുതലാളിത്തത്തെ പ്രതിരോധിക്കുന്നു. എങ്കിലും ചലച്ചിത്രംപോലെ കൂടുതൽ മൂലധനവും ഉപഭോഗവും വിതരണശൃംഖലയും ആവശ്യമായ കലകളിൽപ്പോലും ഒരുപിടി കലാകാരന്മാർ സർഗാത്മകത ഉയർത്തിപ്പിടിക്കുന്നുണ്ടല്ലോ. സിനിമയിൽ ഏതായാലും അവാങ്–ഗാദ് കലാകാരന്മാർ, നിയമം തെളിയിക്കുന്ന അപവാദങ്ങൾ മാത്രമാണ്–ഹോളിവുഡ് സിനിമാ വ്യവസായത്തിന്റെ തൊണ്ണൂറ്റഞ്ചു ശതമാനവും നിയന്ത്രിക്കുന്ന എട്ടു വൻകമ്പനികളുമായി ബന്ധമില്ലാത്ത കലാ

കാരന്മാർ മാത്രമേ ഇങ്ങനെ 'ജെനർ' ചിത്രങ്ങളിൽനിന്നു മുക്തരായിരിക്കുന്നുള്ളൂ). ഹോളിവുഡ് മാതൃകയിലുള്ള സിനിമകളും പോപ് സംഗീതവും റൊമാൻസ് നോവലുകളും മറ്റും മുതലാളിത്തം സൃഷ്ടിച്ച കലകളാണ്, ആസ്വാദകരെ ഉപഭോക്താക്കളാക്കി മാറ്റുകയും മനുഷ്യരെ വ്യക്തികളാക്കി ഉയർത്താതെ ആൾക്കൂട്ടമായി നിർത്തി അതുമായി ഇണങ്ങിച്ചേരാൻ പ്രേരിപ്പിക്കുകയും യഥാർഥമനുഷ്യലോകത്തിന്റെ ഒരു ദർശനംപോലും അസാധ്യമാക്കിത്തീർത്ത്, സ്വന്തം അന്യവൽക്കരണം തിരിച്ചറിഞ്ഞ് അതിനെതിരെ പൊരുതാനുള്ള സാധ്യതതന്നെ സാധാരണ മനുഷ്യനു നൽകാതിരിക്കുകയുമാണ് മുതലാളിത്തകലയുടെ വർഗപരമായ ലക്ഷ്യം.

മാർക്സ് സങ്കൽപ്പിക്കുന്ന ഭാവിയിൽ എല്ലാ മഹത്തായ കലയ്ക്കും സ്ഥാനമുണ്ട്. സമ്പൂർണനായൊരു മനുഷ്യന്റെ പിറവിയായിരുന്നു അദ്ദേഹത്തിന്റെ സ്വപ്നം.

> ഭാഗികനായ വ്യക്തിയുടെ, ഭാഗികമായ സാമൂഹികധർമം നിറവേറ്റുന്നയാളുടെ സ്ഥാനത്ത് പൂർണവികാസം പ്രാപിച്ച, വിവിധ സാമൂഹികധർമങ്ങളെ ഒന്നിനുപിറകേ ഒന്നായുള്ള കർമാനുഷ്ഠാനങ്ങളായിക്കാണുന്ന വ്യക്തിയെ പ്രതിഷ്ഠിക്കുകയെന്നത്.... ഒരു ജീവന്മരണ പ്രശ്നമായി മാറുന്നു.[1]

ഈ സ്വപ്നം യാഥാർഥ്യമായി മാറ്റുവാൻ സാഹിത്യത്തെക്കാൾ ശക്തമായ ആയുധങ്ങൾ വേണ്ടിവരുമെന്ന് മാർക്സിനറിയാമായിരുന്നു. എന്നാൽ പഴയതിന്റെ കുറവുകൾ ചൂണ്ടിക്കാട്ടി വരാനിരിക്കുന്ന സമഗ്രാസ്തിത്വത്തിന്റെ പ്രാഗ്ദർശനങ്ങൾ നൽകി മനുഷ്യരെ സൂക്ഷ്മരീതികളിൽ സാമൂഹികസംക്രമണത്തിനു സന്നദ്ധരാക്കാൻ സാഹിത്യത്തിനു കഴിയുമെന്നദ്ദേഹം വിശ്വസിച്ചു.

ഉപസംഹാരം

ഒരു വൈരുധ്യാത്മക നിരൂപണത്തിനുവേണ്ടി

നമ്മുടെ അന്വേഷണത്തിന്റെ നിഗമനങ്ങൾ സംക്ഷേപിക്കുകയും ചില വർത്തമാന സൗന്ദര്യശാസ്ത്ര പ്രശ്നങ്ങളിൽ അവയുടെ പ്രസക്തി സൂചിപ്പിക്കുകയുമാണ് ഇനി ചെയ്യാനുള്ളത്.

1. വിഷയി (subject)യും വിഷയ (object)വുമായുള്ള ഒരു സവിശേഷബന്ധത്തിലൂടെ വിഷയി അസംസ്കൃതവസ്തുവിന് ഭാവനാത്മകമായ ഒരു രൂപം നൽകി മാറ്റിയെടുക്കുമ്പോഴാണ് പുതിയ ഒരു വസ്തു, സൗന്ദര്യാത്മകവസ്തു, ഉണ്ടാകുന്നത്. ഇതിലൂടെ വിഷയിയുടെ മാനുഷിക സമ്പന്നത മുഴുവൻ 'വസ്തുനിഷ്ഠവൽക്കരിക്ക'പ്പെടുന്നു. ഈ സൗന്ദര്യാത്മകബന്ധത്തിന് ഒരു സാമൂഹികസ്വഭാവമുണ്ട്. അധ്വാനത്തി

---

1. അതേ കൃതി, XXIII 637.

ലൂടെ പ്രകൃതിയെ മനുഷ്യവൽക്കരിക്കുകയും മനുഷ്യാസ്തിത്വത്തെ വസ്തുനിഷ്ഠവൽക്കരിക്കുകയും ചെയ്യുന്ന പ്രക്രിയയിലൂടെയാണ് ഈ ബന്ധം വികസിക്കുന്നത്. അങ്ങനെ സൗന്ദര്യത്തിനും ചരിത്രപരത കൈവരുന്നു.

2. മനുഷ്യാധ്വാനത്തിന്റെ ഉന്നത രൂപമായ കലയിലാണ് യാഥാർഥ്യത്തിന്റെ സൗന്ദര്യാത്മക സ്വാംശീകരണം ഉച്ചഘട്ടത്തിലെത്തുന്നത്. മൂർത്തവും പ്രത്യക്ഷവും അനുഭവവേദ്യവുമായ ഒരു വസ്തുവിൽ സ്വന്തം സത്തയുടെ ശക്തികളെ ആവിഷ്കരിക്കുവാനുള്ള കലാകാരന്റെ ആന്തരികത്വരയെ തൃപ്തിപ്പെടുത്തുകയാണ് കല ചെയ്യുന്നത്. അധ്വാനത്തിന്റെ ഉൽപ്പന്നങ്ങളുടെ സങ്കുചിതമായ ഭൗതിക പ്രയോജനത്തിൽനിന്നും മുക്തിനേടി വസ്തുനിഷ്ഠവൽക്കരണത്തിന്റെയും മനുഷ്യാസ്തിത്വപ്രഖ്യാപനത്തിന്റെയും ഉദാത്തതലത്തിലേക്ക് കല ഉയരുന്നു. അധ്വാനത്തിന്റെ മറ്റു ഉൽപ്പന്നങ്ങളിൽ ഭാഗികമായി മാത്രം സാക്ഷാൽക്കരിക്കപ്പെടുന്ന മാനുഷികത, കലയിൽ പൂർണസാക്ഷാൽക്കാരം കണ്ടെത്തുന്നു. ഫോയർബാഹ് കലയെക്കുറിച്ചുള്ള ചർച്ച മനനത്തിൽനിന്നാരംഭിക്കുമ്പോൾ, മാർക്സ് അനുഷ്ഠാനത്തിൽനിന്നാരംഭിക്കുന്നു. ആത്മസാക്ഷാൽക്കാരോന്മുഖവും ആനന്ദദായകവും സർഗാത്മകവുമായ അനുഷ്ഠാനമാണ് കല. എല്ലാ അധ്വാനവും കലയെപ്പോലെ സർഗാത്മകമാകണമെന്നും മുതലാളിത്തത്തിൽ ഔപചാരികകൃത്യനിർവഹണമായി അധഃപതിച്ച അധ്വാനം പഴയ കൈവേലക്കാരുടെ കാലത്തെ ആഹ്ലാദം വീണ്ടെടുക്കണമെന്നും മാർക്സ് ആഗ്രഹിച്ചു. അധ്വാനമണ്ഡലത്തിന് ഇന്നു നഷ്ടപ്പെട്ടിരിക്കുന്ന ആത്മീയ സമൃദ്ധിയുടെ യഥാർഥ മണ്ഡലമായാണ് മാർക്സ് കലയെ കണ്ടത്. “സൗന്ദര്യത്തിന്റെ നിയമങ്ങളനുസരിച്ചു സൃഷ്ടിക്കുന്ന”തുകൊണ്ടാണ്, വാസനകൊണ്ട് ഭൗതികാവശ്യങ്ങൾ നിറവേറ്റാൻ മാത്രം സൃഷ്ടിക്കുന്ന ജന്തുക്കളിൽനിന്ന് മനുഷ്യൻ വ്യത്യസ്തനാകുന്നത്. ഗാജോ പെട്രോവിക്കിന്റെ ഭാഷയിൽ, മാർക്സ് സാഹിത്യത്തെ കാണുന്നത് “മനുഷ്യൻ സ്വന്തം ലോകത്തെയും അവനവനെയും സൃഷ്ടിക്കുകയും പരിവർത്തനപ്പെടുത്തുകയും ചെയ്യുന്ന പ്രപഞ്ചസൃഷ്ടിയുടെയും ആത്മസൃഷ്ടിയുടെയും ഒരു പ്രവർത്തന”[1]മായിട്ടാണ്.

3. കലയുടെ ലക്ഷ്യം അതിനു പുറത്തല്ല മാർക്സ് അന്വേഷിക്കുന്നത്. കലാസൃഷ്ടി പട്ടുനൂൽപ്പുഴു നൂൽ നൂൽക്കുംപോലുള്ള ഒരു ക്രിയയാണെന്നു പറയുകയും ബാഹ്യസമ്മർദത്തെക്കാൾ അന്തഃപ്രേരണയിലൂന്നുകയും കലയെ ചരക്കാക്കി മാറ്റാൻ ശ്രമിക്കുന്ന ബൂർഷ്വാസിക്കെതിരെ കലയുടെ തനിമ ഉയർത്തിപ്പിടിക്കുകയും ചെയ്യുമ്പോൾ മാർക്സ് കലയുടെ പ്രായോഗിക പ്രയോജനത്തെക്കാൾ ആത്മീയധർമത്തെയാണ് പ്രധാനമായിക്കാണുന്നത്. ശുദ്ധകലാവാദികൾ കലയുടെ അബോധാംശത്തെ ഏകപക്ഷീയമായി ഊന്നുകയും ദൈവിക പ്രചോദത്തിൽ വിശ്വ

1. G Petrovic : *Marx in the Mid - twentieth Century* (New York, 1967).

സിക്കുകയും സൗന്ദര്യത്തെ ആസ്വാദകന്റെ മാത്രം സൃഷ്ടിയായിക്കാണുകയും കലയുടെ സാമൂഹികവും ചരിത്രപരവുമായ സ്വഭാവത്തെ അവഗണിക്കുകയും ചെയ്യുന്നു; കേവല ഭൗതികവാദികൾ കലയെ മറ്റെന്തിന്റെയോ ഉപകരണമായിക്കാണുകയും സൗന്ദര്യത്തെ വസ്തുവിൽ മാത്രം ദർശിക്കുകയും കലയുടെ ആത്മനിഷ്ഠതയെ അവഗണിക്കുകയും ചെയ്യുന്നു. എന്നാൽ മാർക്സ് കലാസൗന്ദര്യത്തെ കലാവസ്തുവും ആസ്വാദകനുമായുള്ള പ്രതിപ്രവർത്തനത്തിന്റെ സൃഷ്ടിയായിക്കാണുന്നു. അത് വ്യക്തിയാണ് സൃഷ്ടിക്കുന്നത്. ഈ വ്യക്തി സാമൂഹികനാണ്. അതിനാൽ കലയും സാമൂഹികമാണ്; ആകയാൽത്തന്നെ ചരിത്രപരവുമാണ്.

4. ഭൗതികപ്രയോജനത്തിൽനിന്നും മുക്തിനേടി മനുഷ്യാസ്തിത്വത്തിന്റെ തന്നെ പ്രഖ്യാപനമായി മാറുമ്പോഴാണ് കല ശരിക്കും മാനുഷികമാകുന്നതെന്നു വിശ്വസിച്ചിരുന്നതുകൊണ്ട്, കലയെ സംബന്ധിച്ച സങ്കുചിതമായ ഉപകരണവാദത്തിന് മാർക്സ് എതിരായിരുന്നു. കലയെ 'ഉപകരണ'മാക്കി മാറ്റുന്നത് മുതലാളിത്തത്തിന്റെ സമ്പ്രദായമാണ്; കലയെ ആത്മാവിഷ്കാരമാക്കി മാറ്റുകയാണ് മാർക്സിസത്തിന്റെ ലക്ഷ്യം. പ്രകടമായ പ്രചാരണപരതയ്ക്ക് മാർക്സ് തീർത്തും എതിരായിരുന്നു. കലാകാരൻ പരിഹാര നിർദേശങ്ങൾ നടത്തണമെന്ന് അദ്ദേഹമോ എംഗൽസോ ഒരിക്കലും പ്രതീക്ഷിച്ചിരുന്നില്ല. നിർഭാഗ്യവശാൽ, ആദ്യകാല സാമൂഹിക സൗന്ദര്യശാസ്ത്രജ്ഞർ ഇതു ശരിക്കും ഉൾക്കൊള്ളാതെ പോയി. കലയ്ക്ക് സാമൂഹിക-വർഗതാൽപ്പര്യങ്ങളുമായുള്ള ബന്ധം എടുത്തുകാണിച്ച ഫ്രാൻസിലെ പോൾ ലഫാർഗ്, കല യാഥാർഥ്യത്തെ ആവിഷ്കരിക്കുന്ന സമ്പ്രദായത്തിന്റെ സവിശേഷത കാണാതെപോയി. ജർമനിയിലെ ഫ്രാൻസ് മെഹ്റിങ്, ശുദ്ധകലാനാട്യങ്ങളെ ആക്രമിച്ച് കലയെ 'ഉപരിഘടന'യിൽ പ്രതിഷ്ഠിക്കുകയും ഒപ്പം കലയെ 'സ്വതന്ത്ര'മാക്കുവാൻ കാന്റിന്റെ രൂപമാത്രവാദവുമായി കൂട്ടുചേരുകയും ചെയ്തു. ഉള്ളടക്കത്തെയും രൂപത്തെയും വെട്ടിമുറിക്കുകമൂലം സാമൂഹികമായ ഒരു നിർണയവാദ (determination)ത്തിനും കാന്റിയൻ ഫോർമലിസത്തിനുമിടയിൽ മെഹ്റിങ് കുടുങ്ങിപ്പോയി. റഷ്യയിലെ ജി വി പ്ലീഹാനൊഫ്[1] പ്രാകൃതകലയുടെ ശ്രദ്ധേയമായ പഠനകലയും സാമൂഹികജീവിതവും തമ്മിലുള്ള ബന്ധം സാമൂഹികശാസ്ത്രപരമായി വിശദമാക്കി; എന്നാൽ പ്രാഥമികമായും എംഗൽസിലൂടെ മാർക്സിസത്തെ മനസിലാക്കിയതിനാലാകാം, സൗന്ദര്യബോധത്തെ ജീവശാസ്ത്രപരമായി മാത്രം കാണുകയും കലയുടെ ആപേക്ഷികസ്വാച്ഛന്ദ്യം കാണാതെ പോവുകയും കലയെ ജീവിതത്തിന്റെ യാന്ത്രിക പ്രതിഫലനമായി ദർശിക്കുകയും ചെയ്ത് ഒരുതരം പ്രയോജനവാദത്തിലെത്തിച്ചേർന്നു. മാർക്സിസ്റ്റ് സൗന്ദര്യശാസ്ത്രത്തെ, പല മലയാള വിമർശകരും മനസിലാ

1. *Letters without Address Art and Social Life* (London, 1953).

ക്കുന്നതുപോലെ കലയുടെ സാമൂഹികശാസ്ത്രം മാത്രമായി വെട്ടിച്ചുരുക്കുന്നതിൽ പ്ലീഹാനൊഫിന്റെ പങ്ക് വളരെ വലുതാണ്. ടോൾസ്റ്റോയിയെക്കുറിച്ചുള്ള ലെനിന്റെ പഠനങ്ങൾ മാർക്സിന്റെ ഉൾക്കാഴ്ചകളെ സമർഥമായി പ്രയോജനപ്പെടുത്തുന്നുണ്ട്. എന്നാൽ തന്റെ *പാർട്ടിസംഘടനയും പാർട്ടിസാഹിത്യവും* എന്ന കൃതിയിൽ, സാഹിത്യത്തിന്റെ 'പക്ഷപാതിത്വ'ത്തെക്കുറിച്ചുള്ള എംഗൽസിന്റെ വീക്ഷണത്തെ, സാഹിത്യത്തിന് 'പാർട്ടിസ്പിരിറ്റ്' ഉണ്ടാകണമെന്ന രൂപത്തിൽ അദ്ദേഹം അവതരിപ്പിച്ചത് ധാരാളം ദുർവ്യാഖ്യാനങ്ങൾക്കിടം നൽകി. ഇതിൽപ്പറയുന്ന 'സാഹിത്യം' 'സാഹിത്യ'മെന്ന ലളിതകലയല്ലാ എന്ന് ക്രൂപ്സ്കായയുടെ കത്തിലൂടെ വെളിപ്പെട്ടിട്ടുണ്ട്. ഇത് പ്രശ്നത്തെ കുറച്ചുകൂടി സങ്കീർണമാക്കുന്നതേയുള്ളൂ; രണ്ടുതരം സാഹിത്യങ്ങളെക്കുറിച്ചുള്ള ഈ സങ്കൽപ്പം മാർക്സിന്റെ സങ്കൽപ്പവുമായി ചേരുന്നതല്ല. താൻ അപരിഹാര്യമായിക്കണ്ട ഒരു വൈരുധ്യത്തെ കൃത്രിമമായി പരിഹരിക്കാനുള്ള ശ്രമമായേ ഇതിനെ കാണാനാവൂ–റായ്മൊണ്ട് വില്യംസ്, ജോൺബെർഗെർ എന്നിവരും ഹ്രസ്വകാല പ്രയോജനമുള്ളതും ദീർഘകാല പ്രസക്തിയുള്ളതുമായ രണ്ടുതരം കലകളെക്കുറിച്ചു പറയുന്നുണ്ട്. സൗന്ദര്യശാസ്ത്രത്തിൽ പ്രചാരണപരമായ കലയ്ക്ക് ഒരിടം കണ്ടെത്തുവാനുള്ള വികലയത്നങ്ങളാണിവ. പിൽക്കാലത്ത് സ്റ്റാലിനും ഷ്ഡാനൊഫും ചെയ്തപോലെ സാഹിത്യരൂപങ്ങളെ കടിഞ്ഞാണിടുവാനോ യാന്ത്രികമായി സമീകരിക്കുവാനോ 'ഭൂരിപക്ഷ' പ്രകാരം കാര്യങ്ങൾ തീരുമാനിക്കാനോ ലെനിൻ ഒരിക്കലും മുതിർന്നില്ലെന്ന് ഏതായാലും കാണേണ്ടതുണ്ട്. ലെനിനും ലൂനാച്ചാർസ്കിയും സാഹിത്യ–കലകളിൽ വൈവിധ്യത്തിന്റെ അനിവാര്യത ഊന്നിപ്പറഞ്ഞു: ഈ സമീപനംമൂലം വിപ്ലവത്തിനു തൊട്ടുപിറകേയുള്ള വർഷങ്ങളിൽ റഷ്യ കലയുടെ ഒരു പുതിയ വസന്താരംഭം കണ്ടു. സൗന്ദര്യശാസ്ത്രത്തെക്കുറിച്ചും ആരോഗ്യകരമായ വാദപ്രതിവാദങ്ങൾ നടന്നു; മിഖായെൽ ലിഫ്ഷിത്സ് ഇവ സമാഹരിച്ചിട്ടുണ്ടല്ലോ. "യാഥാർഥ്യത്തിന്റെ ആവിഷ്കരണത്തിൽ ഭ്രമാത്മകതയും ശൈലീകരണവും എല്ലാത്തരം ആവിഷ്കാരസ്വാതന്ത്ര്യവും പ്രധാനമായൊരു പങ്കു വഹിക്കുന്നു"വെന്ന് ലൂനാച്ചാർസ്കി വാദിച്ചു.[1] എന്നാൽ ലെനിന്റെ തെറ്റായ 'പ്രതിഫലനസിദ്ധാന്തം' കലയിലേക്കു യാന്ത്രികമായി വ്യാപിപ്പിക്കുകയാണ് മറ്റു റഷ്യൻ വിമർശകരധികവും ചെയ്തത്. സോഷ്യലിസ്റ്റ് റിയലിസം സ്ഥാപനവൽക്കരിക്കപ്പെട്ടപ്പോൾ അത് ആവിഷ്കാരസ്വാതന്ത്ര്യത്തിന് ഒരു കൂച്ചുവിലങ്ങായിത്തീർന്നു. കലാകാരന്മാർക്ക് കണിശമായ കൽപ്പനകളും മാതൃകകളും നൽകപ്പെട്ടു. വ്യക്തിപൂജയുടെ വർഷങ്ങളിൽ വരട്ടുവാദവും വിഭാഗീയതയും സൗന്ദര്യശാസ്ത്രത്തെ കീഴ്പ്പെടുത്തി; ലെനിൻ 'പ്രോലിറ്റേറിയൻ കല'യുടെ വരട്ടുവാദത്തെ തള്ളിക്കളഞ്ഞിരുന്നുവെങ്കിലും സ്റ്റാലിനും ഷ്ഡാനൊഫും[2] 'തൊഴിലാളിവർഗകല

1. A V Lunacharsky : *Articles on Soviet Literature* (Moscow, 1958).
2. A A Zhdanov : *On Literature, Music and Philosophy* (London, 1950) കാണുക.

യുടെ പേരിൽ പാർട്ടിയുടെയും നേതാവിന്റെയും സ്തുതിഗീതങ്ങൾ രചിക്കാൻ എഴുത്തുകാരെ നിർബന്ധിച്ചു. കൃത്രിമമായ വീരാരാധനയും കപടശുഭാപ്തിവിശ്വാസവും സാഹിത്യത്തെ അയഥാർഥമാക്കി. കല ഭരണകൂടത്തിന്റെ പ്രചാരണോപാധിയാക്കപ്പെട്ടതോടെ ഒട്ടേറെ കലാകാരന്മാർ വധിക്കപ്പെട്ടു, ചിലർ തടവിലായി, ചിലർക്ക് നാടുവിടേണ്ടി വന്നു. പിൽക്കാലത്ത് ചൈനയിൽ മൗ സെ ദൊങ്ങും തന്റെ *യെനാൻ പ്രസംഗങ്ങ*ളിൽ കലയെ സംബന്ധിച്ച് നിയന്ത്രണപരവും (normative) ഉപകരണവാദപരവുമായ ഒരു നിലപാടാണ് സ്വീകരിച്ചത് – സ്റ്റാലിനെക്കുറിച്ചുള്ള മൗവിന്റെ വിലയിരുത്തലുമായി യോജിച്ചുപോകുന്ന ഒരു സമീപനമായിരുന്നു അത്. "നൂറു പൂക്കൾ വിടരട്ടെ" എന്ന അദ്ദേഹത്തിന്റെ പ്രസ്താവം നടപ്പിൽ വരുത്തിയതായി ഒരു തെളിവും ഏകതാനവും ഉപരിപ്ലവവുമായ ചൈനീസ് വിപ്ലവാനന്തരസാഹിത്യം നൽകുന്നില്ല. 'സോഷ്യലിസ്റ്റ് റിയലിസ'ത്തിന്റെ പേരിൽ ഭരണകൂടത്തിന്റെ പരിപാടികളുടെ പ്രചാരണം, പാർട്ടി ബ്യൂറോക്രാറ്റുകളുടെ പ്രകീർത്തനം, ക്രൂരമായ ഇല്ലായ്മകളുടെ കപടമായ ആദർശവൽക്കരണം – മൗവിന്റെ കാലത്തെ 'ചൈനീസ് ലിറ്ററേച്ചറി'ന്റെ ലക്കങ്ങൾ കാഴ്ചവെയ്ക്കുന്ന പ്രവണതകൾ ഇവയാണ്. ചിത്രകല ഒന്നുകിൽ പാരമ്പര്യാനുസാരിയായ പ്രകൃതിദൃശ്യചിത്രണങ്ങളിലോ അല്ലെങ്കിൽ രാഷ്ട്രീയ നേതാക്കളുടെ വൻ ഛായാചിത്രങ്ങളിലോ ഒതുങ്ങിനിൽക്കുന്നതായിക്കാണുന്നു. സാംസ്കാരിക വിപ്ലവകാലത്തെ കലാവീക്ഷണം, ഷ്ഡാനൊഫിന്റേതിൽനിന്ന് ഒട്ടും ഭിന്നമായിരുന്നില്ല. ഉപകരണവാദം അതിന്റെ പ്രാകൃതപാരമ്യത്തിലെത്തി. ഒട്ടേറെ എഴുത്തുകാർ നിശ്ശബ്ദരാക്കപ്പെട്ടു, പലരും തടവിലായി, ഒട്ടേറെപ്പേർ ഉന്മൂലനം ചെയ്യപ്പെട്ടു; മൗവിസം 'നാൽവരുടെ' കൈയിൽ നിയോ–സ്റ്റാലിനിസം തന്നെയായി മാറി. ശുദ്ധകലാവാദത്തെക്കാൾ കലയുടെ സത്തയ്ക്ക് വിപൽക്കരമാണ് മാർക്സിസ്റ്റ് സൗന്ദര്യശാസ്ത്രത്തിന്റെ ഈ തലതിരിഞ്ഞ രൂപങ്ങൾ. റഷ്യൻ–ചൈനീസ് വിപ്ലവങ്ങളുടെ സമഗ്രമായൊരു മാർക്സിസ്റ്റ് വിമൃഷ്ടി (critique) തന്നെ ഇവയുടെ വിശകലനത്തിൽനിന്ന് ആരംഭിക്കാനാവും. ക്രിസ്റ്റഫർ കോഡ്വെല്ലിനെപ്പോലെ മുപ്പതുകളിലുയർന്നുവന്ന വിമർശകരിൽ ആശയവാദവും പ്രയോജനവാദവും പരസ്പരം ലയിച്ചുചേരാതെ നിലനിൽക്കുന്നു.[1] മനുഷ്യവാസനകളെ പൊതുവെ സാമൂഹികാവശ്യങ്ങൾക്കായി തിരിച്ചുവിടുകയാണ് കവിത ചെയ്യുന്നതെന്ന് കൊയ്ത്തുപാട്ടിന്റെ ഉദാഹരണം കാണിച്ചു പ്രസ്താവിക്കുമ്പോൾ കോഡ്വെൽ പ്രയോജനവാദിയാണ്; നമ്മുടെ ആത്മാവിനെ പ്രപഞ്ചത്തിലേക്കു പ്രക്ഷേപിച്ചു അതിനെ യഥേഷ്ടം മാറ്റിയെടുക്കുന്ന മാന്ത്രികവിളക്കാണ് കല എന്നു പറയുമ്പോൾ അദ്ദേഹം കാൽപ്പനികനാവുന്നു – ഷെല്ലിയുടെയും ഷ്ഡാനൊഫിന്റെയും ആത്മാവുകൾ ഒന്നിച്ചുചേർന്നപോലെ. കലയും യാഥാർഥ്യവുമായുള്ള വൈരുധ്യാത്മക

1. *Illusion and Reality* (London, 1937), *Studies in a Dying Culture* (1938), *Romance and Realism a Princeton* (1970) ഇവ കാണുക.

ബന്ധം അദ്ദേഹത്തിനു കാണാനാകുന്നില്ല. അതേസമയം കോഡ്വെൽ തുടങ്ങിവെച്ച മറ്റൊരു മഹാപ്രയത്നം ആദരവർഹിക്കുന്നുണ്ട്. ഫ്രോയ്ഡിയൻ മനഃശാസ്ത്രത്തെ മാർക്സിയൻ സാമൂഹികശാസ്ത്രത്തിലേക്കു പ്രക്ഷേപിക്കാനുള്ള ഒരു ശ്രമമാണത്. അതിലദ്ദേഹം വിജയിച്ചെന്നു പറയാനാവില്ലെങ്കിലും ഒരു കാലഘട്ടത്തിൽ ഇംഗ്ലണ്ടിലുണ്ടായ ഒരു നവോത്ഥാനത്തിന്റെ–ഓഡൻ, സ്റ്റീഫൻസ്പെൻഡർ, ഡേ ലൂയിസ് – സൈദ്ധാന്തികനായിരുന്നു അദ്ദേഹം – ആ ദർശനവൈരുധ്യങ്ങൾ തന്നെ ഒടുവിൽ ഈ എഴുത്തുകാരെയെല്ലാം മറുവശത്തുകൊണ്ടെത്തിച്ചുവെങ്കിലും കോഡ്വെല്ലിനെപ്പോലെ സാഹിത്യത്തെ 'സമൂഹത്തിന്റെ ഉൽപ്പാദനോർജ്ജ'ത്തിന്റെ ആവിഷ്കാരമായിക്കാണുന്നവരായാണ് ജോർജ് തോംസൺ, ആലിക്വെസ്റ്റ്[1] തുടങ്ങിയവരും നിരൂപണമാരംഭിക്കുന്നത്. ഈ 'ഊർജം' അനുവാചകരിലേക്കു പകർന്ന് അവരിലും കല ഇത്തരം 'ഊർജം' സൃഷ്ടിക്കുന്നുവെന്ന് അവർ പറയുന്നു. 'ഊർജ'മെന്ന പദം തന്നെ ദുരൂഹമായാണ് ഇവിടെ ഉപയോഗിക്കപ്പെടുന്നത്. 'ഉപകരണ' വാദവും കാൽപ്പനികമായ ആശയവാദവും ഒരേ തെറ്റിന്റെ രണ്ടു പുറങ്ങളാണ്.

5. കലയെ ഒരു ജ്ഞാന (cognition) രൂപമായിക്കൂടി മാർക്സ് കാണുന്നുണ്ട്. ചാൾസ് ഡിക്കെൻസിന്റെ നോവലുകൾ ഏത് ഇംഗ്ലീഷ് സാമൂഹിക–സാമ്പത്തിക–ചരിത്ര വിദഗ്ധനെയുംകാൾ നന്നായി അക്കാലത്തെ യാഥാർഥ്യം വെളിപ്പെടുത്തുന്നുവെന്നദ്ദേഹം പറയുന്നതു ശ്രദ്ധിക്കുക. ഓരോ യുഗത്തിലെയും ജീവിതാവസ്ഥകളും സാമൂഹികബന്ധങ്ങളും വിചാര–വികാരരീതികളും മനസിലാക്കുവാനായി വീണ്ടും വീണ്ടും മാർക്സ് സാഹിത്യത്തിലേക്കു തിരിയുന്നുമുണ്ട്. ടോൾസ്റ്റോയിയുടെ മിസ്റ്റിസിസം റഷ്യൻവിപ്ലവത്തിന്റെ ചില മുഖ്യസ്വഭാവങ്ങൾ വെളിപ്പെടുത്തുവാൻ അദ്ദേഹത്തിനു തടസമായില്ല എന്നു നിരീക്ഷിക്കുന്ന ലെനിനും ബൽസാക്കിന്റെ *ഹ്യൂമൻ കോമെഡി* അദ്ദേഹത്തിന്റെ രാജഭക്തിയെ അതിശയിച്ച് ജീർണിക്കുന്ന പ്രഭുവർഗത്തെ തുറന്നു കാട്ടുന്നുവെന്ന് പറയുന്ന എംഗൽസും സാഹിത്യത്തിന്റെ ജ്ഞാനമൂല്യത്തെ അംഗീകരിക്കുകയാണ്. കേവലം പ്രത്യയശാസ്ത്രപരമായി കലയെക്കാണുന്ന രീതിയെ ചെറുക്കുവാനായി പല നവീന മാർക്സിസ്റ്റ് വിമർശകരും കലയെ ഒരു വിജ്ഞാനരൂപമായി അവതരിപ്പിക്കുന്നുണ്ട്. എന്നാൽ ജ്ഞാനസിദ്ധാന്തപരമായ ഒരു ദാർശനികഗണത്തെ (an epistemological category) ഒരു സൗന്ദര്യശാസ്ത്രഗണത്തിലേക്ക് യാന്ത്രികമായി പരിവർത്തനപ്പെടുത്തുന്നതല്ല കലയുടെ സമ്പ്രദായമെന്ന് എടുത്തു പറഞ്ഞേ തീരൂ. ഒരു വൃക്ഷത്തെക്കുറിച്ചുള്ള ചിത്രത്തിലോ കവിതയിലോ സസ്യശാസ്ത്രജ്ഞന്റെ വൃക്ഷമല്ല, മനുഷ്യവൽക്കരിക്കപ്പെട്ട വൃക്ഷമാണ് പ്രത്യക്ഷപ്പെടുന്നത്.

---

1. George Thomson : *Aeschylus and Athens* (London, 1941), *Marxism and Poetry* (1946) ഇവയും Alick West : *Crisis and Criticism* (1937) കാണുക.

ശാസ്ത്രവും തത്വചിന്തയും പരികൽപ്പന (concepts)കളിലൂടെ യാഥാർത്ഥ്യം പ്രതിഫലിപ്പിക്കുമ്പോൾ കല ബിംബ (images)ങ്ങളിലൂടെ അതു ചെയ്യുന്നു എന്നായിരുന്നു പഴയ ധാരണ. കലയുടെ പ്രമേയത്തെ മതത്തിന്റെയും തത്വചിന്തയുടെയും പ്രമേയം തന്നെയായാണ് ഹെഗൽ കണ്ടത്. കല 'ആശയ' (idea)ത്തിന്റെ ഇന്ദ്രിയപരമായ ആവിഷ്കാരം മാത്രമാണെന്നും തത്വചിന്തയിലാണ് 'ആശയം' പരികൽപ്പനകളായി പവിത്രാവസ്ഥയിൽ പ്രത്യക്ഷമാകുന്നതെന്നും ഹെഗൽ വാദിച്ചു. കലയും ശാസ്ത്രവും യാഥാർഥ്യമറിയാനുള്ള രണ്ടു വഴികളാണെന്നും അവയുടെ രൂപങ്ങൾ വ്യത്യസ്തമാണെങ്കിലും ലക്ഷ്യവും ഉള്ളടക്കവും ഒന്നാണെന്നും വാദിക്കുന്ന മാർക്സിയൻ ചിന്തകരും ഉണ്ട്. എന്നാൽ 'ബിംബങ്ങളിലൂടെ ചിന്തിക്കുന്ന' ഒരു വിജ്ഞാനരൂപം മാത്രമായി കലയെ കണ്ടുകൂടാ. സ്വയം വികലമോ വിശ്ലഥമോ ആയ ഒരു യാഥാർഥ്യം പ്രതിഫലിപ്പിക്കുവാൻ ഭ്രമാത്മകത (fantasy)യും പ്രതീകാത്മകത(symbolism)യും സാരോപദേശകഥ (parable)യും ഉപയോഗിക്കുകയാണുത്തമമെന്ന് കാഫ്കയെ ഉദാഹരണമാക്കി ഏൺസ്റ്റ് ഫിഷർ സമർഥിക്കുന്നുണ്ടല്ലോ. രൂപത്തിൽ മാത്രമാണ് വ്യത്യാസമെങ്കിൽ, സാമൂഹികബോധത്തിന്റെ ഇതരരൂപങ്ങളുമായി കലയ്ക്കുള്ള വ്യത്യാസം ബാഹ്യം മാത്രമാകണം; അപ്പോൾ കലയ്ക്ക് സവിശേഷമായൊരു പ്രമേയമുണ്ട്–മനുഷ്യൻ, മനുഷ്യജീവിതം. കവിതയുടെ പ്രത്യക്ഷപ്രമേയം കടലോ മരമോ നക്ഷത്രമോ ആകട്ടെ, ഇവയുടെ മനുഷ്യനുമായുള്ള ബന്ധങ്ങളും മാനവീകൃതരൂപങ്ങളുമാണ് കലയുടെ ആത്യന്തിക പ്രമേയം–കവികൾ എന്തിനെക്കുറിച്ചെഴുതിയാലും 'മനുഷ്യകഥാനുഗായികൾ' തന്നെ. വസ്തുനിഷ്ഠസത്തയിൽ യാഥാർഥ്യത്തെക്കുറിച്ചുള്ള ജ്ഞാനം നൽകുന്നത് സയൻസാണ്; അതിനു മനുഷ്യനുമായുള്ള ബന്ധത്തെക്കുറിച്ച് അനുഭൂതി ജ്ഞാനം നൽകുന്നതാണ് കല. കല ആത്മനിഷ്ഠമാകുന്നതിവിടെയാണ്. ശാസ്ത്രം മരത്തെക്കുറിച്ചു പറയുന്നു; അതിന്റെ ജീവശാസ്ത്രപരമായ ധർമം, രൂപം തുടങ്ങിയവയെക്കുറിച്ച്. കല മനുഷ്യന്റെ മരത്തെക്കുറിച്ചു പറയുന്നു. വിഷയം മനുഷ്യൻ തന്നെയായാലും സ്ഥിതി വ്യത്യസ്തമല്ല. ദസ്തയേവ്സ്കി മനഃശാസ്ത്രകാര്യങ്ങൾ ആവർത്തിച്ചു പറയുകയോ ബാൽസാക്ക് *മൂലധന*ത്തിന്റെ ആശയങ്ങൾ വിശദീകരിക്കുകയോ അല്ല ചെയ്യുന്നത്. കല മനുഷ്യബന്ധങ്ങളെ നോക്കിക്കാണുന്നത് അവയുടെ സാമാന്യതയിലല്ല, പ്രത്യേകതയിലാണ്. സാമാന്യവും പ്രത്യേകവും സവിശേഷമായൊരു രീതിയിൽ ലയിച്ചുചേരുന്ന തരത്തിൽ ജീവനുള്ള മൂർത്തമനുഷ്യരെയും മനുഷ്യസന്ദർഭങ്ങളെയും കുറിച്ചാണ് കല സംസാരിക്കുന്നത്. തൊട്ടുമുന്നിൽ തനിക്കു നൽകപ്പെട്ടിരിക്കുന്ന മൂർത്ത യാഥാർഥ്യം കലാകാരൻ കാണുന്നുണ്ട്; എന്നാൽ അയാൾ അതിനെ വെറുതേ പുനരുൽപ്പാദിപ്പിക്കുകയോ പകർത്തുകയോ അല്ല; അതിൽനിന്ന് സാർവജനീനമായൊരു തലത്തിലേക്കുയർന്ന് അയാൾ വീണ്ടും മൂർത്തയാഥാർഥ്യത്തിലേക്കു വരുന്നു. ഈ പുതിയ, കലാപരമായ, മൂർത്തത, അനുകരണമല്ല; സൃഷ്ടി

തന്നെയാണ്. കല ബാഹ്യയാഥാർത്ഥ്യത്തിന്റെ മുകുരപ്രതിബിംബമല്ല. ഒരു നൂതന യാഥാർത്ഥ്യത്തിന്റെ സൃഷ്ടിയാണ്. കലാപരമായ ജ്ഞാനവും ഇങ്ങനെ പുതിയൊരു യാഥാർത്ഥ്യത്തിലൂടെ ലഭിക്കുന്നതാണ്. അതിനാൽ എത്രത്തോളം 'സൃഷ്ടി'യായി മാറുന്നുവോ അത്രത്തോളം കല ജ്ഞാനവുമാകുന്നു. സത്യത്തെ സേവിക്കുവാനും മനുഷ്യാവസ്ഥയുടെ സത്ത വെളിവാക്കുവാനും അപ്പോഴേ അതിനു കഴിയൂ.

6. സാഹിത്യത്തിന്റെ വൈജ്ഞാനികമൂല്യം മാർക്സ് അംഗീകരിച്ചിരുന്നുവെങ്കിലും സാഹിത്യത്തെ അതിന്റെ അമൂർത്തവും ധൈഷണികവുമായ 'ഉള്ളടക്ക'മോ, സദാചാരസംഹിതകളോവെച്ച് അളക്കുന്ന സമ്പ്രദായത്തെ അദ്ദേഹം വെറുത്തു. ഒരു തത്വചിന്താപദ്ധതിക്കും കഴിയാനാകാത്ത വിധത്തിൽ സമഗ്രമനുഷ്യനോട് അഭ്യർത്ഥന നടത്തുന്നു സാഹിത്യം. സർഗപ്രതിഭയും ധൈഷണികവും നൈതികവുമായ ഉൾക്കാഴ്ചയും സംയോജിക്കുമ്പോഴേ മഹത്തായ സാഹിത്യമുണ്ടാകുന്നുള്ളൂ. ഇത്തരം സാഹിത്യത്തെ അധികൃതവും (authorised) സമർത്ഥവും (competent) എന്നദ്ദേഹം വിളിച്ചു. പകരം വെറുതേ അംഗീകാരയോഗ്യമായ ആശയങ്ങൾ നിരത്തുകയോ, വെറും രൂപകൽപ്പനകൾ കെട്ടിയുണ്ടാക്കുകയോ ചെയ്യുന്ന സാഹിത്യത്തെ അനധികൃതം (unauthorised), അസമർത്ഥം (incompetent) എന്നു വിശേഷിപ്പിക്കുകയും ചെയ്തു. സാഹിത്യരൂപത്തിന്റെയും ഭാഷയുടെയും പ്രാധാന്യം അദ്ദേഹം നന്നായി തിരിച്ചറിഞ്ഞിരുന്നു. രൂപം അതിന്റെ ഉള്ളടക്കത്തിന്റെ രൂപമാകണമെന്നദ്ദേഹം പറഞ്ഞെന്നു മാത്രം. രൂപ–ഭാവങ്ങൾ കലാസൃഷ്ടിയിൽ വെവ്വേറെ നിലനിൽക്കുന്നതേയില്ല. ഒരു പ്രത്യേക ഉള്ളടക്കവും ഒരു പ്രത്യേക രൂപസാധ്യതയും തമ്മിലുള്ള ബന്ധം മനസിലാക്കുന്നതിനായി നാമുപയോഗിക്കുന്ന വൈരുധ്യാത്മക സങ്കൽപ്പനങ്ങൾ മാത്രമാണവ; വിശകലനത്തിനുള്ള ഉപാധികൾ മാത്രം. പകരം അവയെ അന്യോന്യം അകറ്റിനിർത്തി രണ്ടു സൗന്ദര്യശാസ്ത്രങ്ങൾ സൃഷ്ടിക്കുകയാണ് 'ഉള്ളടക്ക'ത്തിലൂന്നുന്ന യാന്ത്രിക ഭൗതികവാദവും 'രൂപ'ത്തിലൂന്നുന്ന ഫോർമലിസവും ചെയ്യുന്നത്. രണ്ടും ഭാഗികമാണ്, അബദ്ധവുമാണ്.

7. സാഹിത്യം 'ദൈവിക പ്രചോദന'ത്തിന്റെ ഫലമല്ല; അതീന്ദ്രിയ മണ്ഡലങ്ങളല്ല അതിന്റെ വിഷയം. അത് ലൗകികമായൊരുൽപ്പന്നമാണ്. ദൈവങ്ങളെയും മാലാഖമാരെയും സ്വർഗനരകങ്ങളെയുംകുറിച്ച്, ഡാന്റേയും മിൽട്ടണും ചെയ്യുംപോലെ, സംസാരിച്ചാലും ഭൂമിയിലെ മനുഷ്യാവസ്ഥയുടെ തന്നെ സൂക്ഷ്മവും സമാന്തരവുമായ ഒരു സന്നിവേശമായിരിക്കാനേ അതിനു കഴിയൂ. അതു സൃഷ്ടിക്കുന്നവരും ആസ്വദിക്കുന്നവരും സാമൂഹികവും ചരിത്രപരവുമായ വ്യവസ്ഥകൾക്കു വിധേയമാണ്; എങ്കിലും അവർ ആപേക്ഷികമായി സ്വാതന്ത്ര്യമനുഭവിക്കുന്നു. സാഹിത്യത്തെക്കുറിച്ചുള്ള നിർവ്യക്തികസിദ്ധാന്തങ്ങളിലും വ്യക്തിവാദസിദ്ധാന്തങ്ങളിലും മാർക്സ് വിശ്വസിച്ചില്ല. വ്യക്തിയുടെ ഉൽപ്പന്നമായിരിക്കെത്തന്നെ അതിന് സാർവജനീനമായ പ്രാതിനിധ്യ സ്വഭാവമുണ്ട്–

ആവർത്തിക്കപ്പെടുന്ന മാനുഷിക സന്ദർഭങ്ങളും അവസ്ഥകളും ശാശ്വതഭാവങ്ങളും സത്യങ്ങളും അതിൽ തെളിഞ്ഞുനിൽക്കുന്നു.

8. സാഹിത്യകാരന്മാർ വർഗങ്ങളുമായി വിവിധ രീതികളിൽ ബന്ധപ്പെട്ടിരിക്കുന്നു. അവർ ചാഞ്ചാടുന്ന അതിദരിദ്ര ബുദ്ധിജീവി (lumpen intellectuals)കളാവാം. അധീശവർഗത്തിന്റെയോ ഒരധികാരസംഘത്തിന്റെയോ കൂലിക്കാരാവാം–അറിഞ്ഞോ അറിയാതെയോ അത്തരമൊന്നിന്റെ ആദർശങ്ങളും താൽപ്പര്യങ്ങളും ലോകവീക്ഷണങ്ങളും ആത്മചിത്രങ്ങളും മിഥ്യാഭ്രമങ്ങളും ഭീതി–വിദ്വേഷങ്ങളും അവർ ആവിഷ്കരിച്ചെന്നുവരാം. ജന്മവും ജീവിതവുംകൊണ്ട് തങ്ങൾ ഉൾപ്പെട്ടിരിക്കുന്ന വർഗത്തിൽനിന്ന് ബോധപൂർവം മോചനംനേടി മറ്റൊരു വർഗത്തിന്റെ വീക്ഷണം സ്വാംശീകരിച്ചെന്നുവരാം. ബോധപൂർവം ഒരു വർഗവുമായി താദാത്മ്യം കൊള്ളുമ്പോൾത്തന്നെ, യാഥാർഥ്യത്തെ സത്യസന്ധമായി ആവിഷ്കരിക്കുന്നതിലൂടെ, അബോധപൂർവം, എഴുത്തുകാരൻ ആ വർഗത്തിനെതിരായ നിലപാടെടുക്കുകയും കൃതികൾ ഗ്രന്ഥകാരന്റെ വിശ്വാസാഭിപ്രായങ്ങൾക്കു വിരുദ്ധമാവുകയും ചെയ്യാം. വലിയ എഴുത്തുകാർ ഇങ്ങനെ വർഗപരിമിതികളെ വലിയൊരളവോളം ഉല്ലംഘിച്ച് സത്യം കണ്ടവരാണ്. അങ്ങനെ മഹത്തായ സാഹിത്യം വർഗസമൂഹത്തിൽപ്പോലും താരതമ്യേന അന്യവൽക്കൃതമല്ലാത്ത അധ്വാനത്തിന്റെയും സ്വാതന്ത്ര്യത്തിന്റെയും മണ്ഡലമായി നിലകൊള്ളുന്നു. വർഗങ്ങൾക്കപ്പുറമുള്ള മനുഷ്യന്റെ മാനുഷികതയുടെ ഒരു പ്രകാശനം. ഈ ആപേക്ഷിക സ്വാതന്ത്ര്യംമൂലം, മുതലാളിത്തത്തിന്റെ കടുത്ത പ്രലോഭനങ്ങൾമൂലം ചെറിയ സാഹിത്യകാരന്മാർ ജീവിക്കാൻവേണ്ടി എഴുതാൻ നിർബന്ധിക്കപ്പെടുമ്പോഴും പ്രതിഭാശാലികൾ എഴുതാൻവേണ്ടി ജീവിക്കുകയും പട്ടിണിയും നാടുകടത്തലും ഏറ്റുവാങ്ങിക്കൊണ്ടുപോലും പ്രലോഭനങ്ങളെ അതിജീവിക്കുകയും ചെയ്യുന്നു.

9. എന്നാൽ സൃഷ്ടിയുടെ മുഹൂർത്തത്തിനുശേഷം, സാഹിത്യം ഒരു പുസ്തകമോ നാടകമോ ഒക്കെയായി മാറുമ്പോൾ അത് സമൂഹത്തിന്റെ ഉൽപ്പാദന–ഉപഭോഗരീതികളെ നിയന്ത്രിക്കപ്പെടുന്ന ഒരു ചരക്കുകൂടിയായിത്തീരുന്നു. അതിന്റെ 'ഉള്ളടക്ക'ത്തെ അതു നേരിട്ടു ബാധിക്കുന്നില്ലെങ്കിലും അതിന് മറ്റൊരു 'ഉപയോഗ'മുണ്ടാകുന്നു. ബൂർഷ്വാ വിദ്യാഭ്യാസക്രമത്തിൽ പാഠപുസ്തകമാക്കപ്പെടുന്ന വിപ്ലവാത്മകകൃതിക്കുകൂടി ഒരു മൂല്യനഷ്ടം സംഭവിക്കുന്നു. ആ കൃതിയെ സാധൂകരിക്കുകയും അംഗീകരിക്കുകയും ചെയ്യുന്നതോടെ അതിന്റെ മുനമടക്കാമെന്നുകൂടി ഉപരിവർഗം കണക്കുകൂട്ടുന്നുണ്ട്. നീഗ്രോ സാഹിത്യം അമേരിക്കൻ സർവകലാശാലകളിൽ പ്രത്യേകപഠനവിഷയമായി മാറിയിട്ടുണ്ട്; ആധുനിക വിപ്ലവാത്മക സാഹിത്യവും ലോകമെങ്ങും പാഠപുസ്തകങ്ങളാകുന്നുണ്ട്. ഈ 'ആഗിരണ'പ്രക്രിയ ഒരുവശത്ത് ജനങ്ങളുടെ സാമാന്യചിന്തയിൽ കലാപചിന്തകൾ കടന്നുകൂടാൻ പ്രേരകമായേക്കാം; മറുവശത്ത് ഈ ആഗിരണത്തിലൂടെത്തന്നെ അതിന്റെ കലാപസ്വഭാവം മങ്ങി

പ്പോവുകയും ചെയ്യുന്നു. പ്രസാധനമണ്ഡലവും ഇങ്ങനെ മുതലാളിത്ത സാമ്പത്തിക നിയമങ്ങൾക്കു കീഴ്പ്പെട്ടിരിക്കുന്നു. പ്രസാധകർ പണം നൽകി അച്ചടിച്ച് പരസ്യംചെയ്ത് തുറന്ന വിപണിയിൽ വിറ്റ് പുസ്തകത്തെ ലാഭംനൽകുന്ന ഒരു വസ്തുവാക്കി മാറ്റുന്നു. ഇതിനാൽതന്നെ, തങ്ങൾക്കു പറ്റിയ ആശയങ്ങൾ പ്രചരിപ്പിക്കുന്ന ഒരു ചെറിയ എഴുത്തുകാരനെ പ്രസാധകരും മാധ്യമങ്ങളും ജനപ്രിയസാഹിത്യകാരന്മാരാക്കി മാറ്റിയെന്നുവരാം–'ബെസ്റ്റ്സെല്ലറു'കളുടെ കഥ മിക്കപ്പോഴും ഇതാണല്ലോ. എഴുത്തുകാരന്റെ ഈ പരാധീനതയെക്കുറിച്ച് മാർക്സ് പല കൃതികളിലും പല സമീപനങ്ങളാണവലംബിക്കുന്നത്. ചിലയിടത്ത് ഈ സാമ്പത്തികഘടകം അദ്ദേഹം ആവശ്യത്തിലേറെ ഊന്നുന്നുണ്ടെങ്കിൽ, അത്, വാൾട്ടർ ബെഞ്ചമിൻ പറയുംപോലെ 'വിവാദമൂല്യ' (combat value) ത്തിനുവേണ്ടിയാണ്–ജർമൻ ആശയവാദികളെ ചൊടിപ്പിക്കാനും എതിർക്കാനുംവേണ്ടി.

10. (1) 'അടിത്തറ' – 'ഉപരിഘടന' എന്ന രൂപമാതൃക മാർക്സ് നടത്തിയ ഒരു രൂപകാത്മക പരീക്ഷണമെന്ന നിലയിലേ കാണേണ്ടതുള്ളൂ. സാഹിത്യത്തെക്കുറിച്ച് ഈ മാതൃക ഒരിക്കലും കണിശവും യാന്ത്രികവുമായി അദ്ദേഹം പിന്തുടർന്നിരുന്നില്ല. പുതിയ സാമൂഹികാനുഭവങ്ങളും ആവശ്യങ്ങളും ഒരു കൃതിക്ക് ആദ്യാസ്വാദകർ കണ്ടിട്ടില്ലാതിരുന്ന പുതിയ അർഥ–മാനങ്ങൾ നൽകാമെന്നും മനുഷ്യവംശകഥയിലെ ഒരു മുഹൂർത്തമെന്ന നിലയിൽക്കൂടി അത് ഭാവിതലമുറകളെ ആകർഷിച്ചുകൊണ്ടിരിക്കുമെന്നും അദ്ദേഹം കണ്ടു. മനുഷ്യന്റെ സാമൂഹിക–സാമ്പത്തിക പുരോഗതിയെയും സാഹിത്യ പുരോഗതിയെയും യാന്ത്രികമായി ബന്ധപ്പെടുത്തിയില്ല മാർക്സ്–ഗ്രീക്ക് മഹാകാവ്യങ്ങളെ അന്യാദൃശമായ സാഹിത്യമാതൃകകളായി അവതരിപ്പിക്കുന്നതുതന്നെ ഉദാഹരണം. ചില സാഹിത്യ രൂപങ്ങൾതന്നെ ചില കാലങ്ങളിൽ മാത്രമേ ഉണ്ടാകൂ എന്നുകൂടി ഇതു വ്യക്തമാക്കുന്നു. സാമ്പത്തിക–സാംസ്കാരിക മണ്ഡലങ്ങളുടെ അസമവികാസത്തെക്കുറിച്ചുള്ള ഈ സിദ്ധാന്തം, പരുക്കൻ 'പുരോഗമന സിദ്ധാന്ത'ത്തിൽനിന്ന് മാർക്സിനെ രക്ഷിച്ചു. കലാമേന്മയും സാമൂഹികസമത്വവും തമ്മിൽ തെറ്റിദ്ധരിക്കാതിരുന്നതുകൊണ്ട് ഗ്രീസിലെ അടിമയുടമ സമൂഹത്തിലും യൂറോപ്യൻ മധ്യകാലത്തെ നാടുവാഴിത്ത ക്രിസ്തീയ സമൂഹത്തിലും പത്തൊമ്പതാം നൂറ്റാണ്ടിലെ മുതലാളിത്തസമൂഹത്തിലുമുണ്ടായ സാഹിത്യരചനകളുടെ മൗലിക ഗൗരവം തിരിച്ചറിയാൻ മാർക്സിനു കഴിഞ്ഞു.

10. (2) എന്നാൽ, ജോർജ് ലിക്തീമിന്റെ ഭാഷയിൽ[1] "തത്വചിന്തയും ശാസ്ത്രവും സുതാര്യമാക്കിമാറ്റിയ ലോകത്തിൽ കലയുടെ വിധിയെക്കുറിച്ച് ഹെഗൽ പുലർത്തിയ നിരാശതാബോധം" മാർക്സിനെ ബാധിച്ചിരുന്നില്ല. ഓരോ സാമൂഹികപരിവർത്തനവും പുതിയ കലാസാധ്യത

1. G Lichtheim : *Lukacs* (London 1970).

കൾ സൃഷ്ടിക്കുമെന്നും മനുഷ്യർ മോചിതരാകുന്നതോടെ, ദൈനംദിന ജീവിതസമരങ്ങളാൽ മുരടിച്ചുപോയ അവരുടെ കലാവാസനകൾ വീണ്ടും തളിരിടുമെന്നും സിവിൽ സമൂഹത്തിന്റെ വൈരുധ്യത്തിന്റെ പ്രകാശനമായ രാഷ്ട്രീയാധികാരം വേരറ്റുപോകുന്നതോടെ – കമ്യൂണിസ്റ്റ് സമുദായത്തിൽ – ഉന്നതവും പ്രബുദ്ധവുമായൊരു നവീനസാഹിത്യം വികസിച്ചു വരുമെന്നും അദ്ദേഹം വിശ്വസിച്ചു. സാങ്കേതികവികാസം മനുഷ്യന് കൂടുതൽ ഒഴിവുസമയം നൽകും. ഗതാഗത–വിനിമയ മാധ്യമങ്ങൾ അന്തർദേശീയമായ ആശയാനുഭവക്കൈമാറ്റങ്ങൾക്കു വേഗം കൂട്ടും. അതോടെ എന്നത്തെക്കാളും മഹത്തായ ഒരു ലോകസാഹിത്യത്തിന്റെ സാധ്യത തെളിയും – തന്റെ കാലത്തുതന്നെ ഇതിനു തുടക്കം കുറിച്ചിട്ടുണ്ടെന്നു മാർക്സ് കരുതി.

10. (3) അപ്പോൾ, സാമൂഹികമായ പതനഘട്ടങ്ങൾ കലയിലും പതനഘട്ടങ്ങളായിരിക്കുമെന്ന സിദ്ധാന്തം മാർക്സിസ്റ്റുവിരുദ്ധമാണ്. ഷ്ഡാനൊഫിനെപ്പോലുള്ള ഉപരിപ്ലവബുദ്ധികൾ ജീർണിക്കുന്ന സമൂഹം സൃഷ്ടിക്കുന്ന കലയും ജീർണമായിരിക്കുമെന്നു വാദിക്കുകയുണ്ടായി. മലയാളത്തിലും പല വൾഗർ മാർക്സിസ്റ്റു ചിന്തകരും ഈ ജീർണതാ (decadence) സിദ്ധാന്തത്തെ ഉയർത്തിപ്പിടിച്ച് ആധുനികസാഹിത്യത്തെ എതിർത്തുകാണുന്നുണ്ട്. ഈ സിദ്ധാന്തം ശരിയാണെങ്കിൽ സോഫൊക്ലിസിനെയും ദാന്തെയെയും ഗൊയ്ഥെയെയും ഹെയ്നെയെയും ഇഷ്ടപ്പെട്ട മാർക്സിന് തെറ്റുപറ്റിയിരിക്കണം – ഇവരെല്ലാം ജീർണിക്കുന്ന അധീശവർഗങ്ങളിൽനിന്നു വന്നവരും പതനഘട്ടങ്ങളിൽ പ്രത്യക്ഷപ്പെട്ടവരുമാണല്ലോ. എന്നാൽ ജോയ്സ്, കാഫ്ക, പ്രൂസ്റ്റ്, ബെക്കെറ്റ്, എലിയറ്റ്, യോനെസ്കോ, പിന്റർ തുടങ്ങിയ ആധുനിക സാഹിത്യകാരന്മാരെയും മത്തീസ്, സെസാൻ, വാൻഖോഖ്, ഗൊഗൈൻ, ഷഗാൾ, കാൻഡിൻസ്കി തുടങ്ങിയ ആധുനിക ചിത്രകാരന്മാരെയും ഹെൻറി മൂർ, ബാർബറാ ഹെപ്വർഥ്, ബ്രാൻക്യൂസി, ലിപ്ചിത്സ് തുടങ്ങിയ ആധുനിക ശിൽപ്പികളെയും ബെർഗ്മാൻ അന്റോണിയോനി, കുറൊസാവാ, പൊളാൻസ്കി തുടങ്ങിയ ചലച്ചിത്രകാരന്മാരെയും (ആധുനിക 'സോഷ്യലിസ്റ്റ്' കലാകാരന്മാരെ വിട്ട് ചില ചിരപരിചിതമായ ഉദാഹരണങ്ങൾ മാത്രമെടുക്കുകയാണിവിടെ) ഒന്നിച്ച് "ജീർണ" കലാകാരന്മാരായി എഴുതിത്തള്ളുന്ന സമ്പ്രദായത്തെ മാർക്സിസം ന്യായീകരിക്കുന്നില്ല. തീർച്ചയായും മുതലാളിത്ത സമൂഹത്തിന്റെ പ്രകീർത്തനം ജീർണംതന്നെയാണ്: എന്നാൽ അത്തരം സമൂഹങ്ങളിലെ ജീവിതത്തിന്റെ കുടിലതയും അയുക്തികതയും ഉദ്യോഗസ്ഥമേധാവിത്വവും അന്യവൽക്കൃതവും രോഗാതുരവുമായ മനുഷ്യബന്ധങ്ങളും ചിത്രീകരിക്കുകയോ, ഒരു പ്രേക്ഷണവിപ്ലവത്തിലൂടെ യാഥാസ്ഥിതിക പ്രേക്ഷണരീതികൾക്കു പരിക്കേൽപ്പിക്കുകയോ ചെയ്യുന്ന ഇക്കൂട്ടർ എങ്ങനെയാണ് മുതലാളിത്തത്തിന്റെ പ്രകീർത്തകരാവുക? മറിച്ച്, അവർ അതിന്റെ അർബുദഗ്രസ്തമായ അകക്കാമ്പ് അനാവരണം ചെയ്യുകയാണ്, ചികിത്സനിശ്ചയിക്കുന്നി

ല്ലെങ്കിലും രോഗനിർണയത്തെ അവർ നിശ്ചയമായും സഹായിക്കുന്നു. ജീർണതയെ തുറന്നുകാട്ടുകയും വെല്ലുവിളിക്കുകയും ചെയ്യുന്ന സാഹിത്യം ജീർണസാഹിത്യമല്ല. സൃഷ്ടിക്കാനും നവീകരിക്കാനും വിമർശിക്കാനുമുള്ള കഴിവു നശിച്ച കലയാണ് ജീർണകല. ഭരണകൂടത്തിന്റെ പ്രത്യയശാസ്ത്ര ദുർവ്യാഖ്യാനങ്ങൾക്കനുസൃതമായി മൃതയാഥാർഥ്യം വരച്ചുവെക്കുന്ന കലയെ 'ജീർണകല'യെന്നു പറയാം. റഷ്യയിലും ചൈനയിലും വിപ്ലവാനന്തരമുണ്ടായ 'സോഷ്യലിസ്റ്റു റിയലിസ്റ്റു' കലയിൽ തൊണ്ണൂറു ശതമാനവും ഇത്തരം ജീർണകലയാണ്. പുതുതായി ഒന്നും സൃഷ്ടിക്കാത്ത, ഒരു വിമർശനവും സാധിക്കാത്ത, കലാഭാസം. മറിച്ച്, മുതലാളിത്തനാഗരികതയുടെയും ഉദ്യോഗസ്ഥ മേധാവിത്വത്തിന്റെയും നരകം നമുക്കനുഭവപ്പെടുത്തിത്തരുന്ന കാഫ്കയും ബെക്കെററും ബെർഗ്മാനും മുതലാളിത്തത്തിന്റെ ഏറ്റവും പരിഷ്കൃതരൂപമെന്ന നിലയിൽ ഇന്ന് റഷ്യയിലും ചൈനയിലും മറ്റും നിലവിലിരിക്കുന്ന പുതിയ തരം ഭരണകൂട മുതലാളിത്തത്തിൻ കീഴിലുള്ള ജീവിതം നമുക്കനുഭവപ്പെടുത്തിത്തരുന്ന സോൾഷെനിത്സിനും മാർക്സിസ്റ്റ് അനുഷ്ഠാനത്തിന്റെ മാർക്സിസ്റ്റ് വിമർശകരായ സനൂസി, യാൻക്സോ, വൈദാ, ബ്രെഹ്ത് തുടങ്ങിയവരോടൊപ്പം അനിവാര്യമായ വിമർശകധർമത്തിലൂടെ വിവിധ രൂപങ്ങളിലുള്ള ഫാസിസത്തെ ആക്ഷേപിക്കുന്നവരാണ്. ജീർണതയെക്കുറിച്ചുള്ള ഒരു കലാസൃഷ്ടി, മനുഷ്യന്റെ സർഗാത്മകത ജീർണതയ്ക്കുമേൽ നേടിയ അധീശത്വത്തിന്റെ തെളിവാണ്.

11. ആധുനിക കലയോട് മാർക്സിസ്റ്റ് നിരൂപകൻ സ്വീകരിക്കേണ്ട സമീപനത്തെക്കുറിച്ചു പറയുമ്പോൾ, അതിനെ വെറുതേ അംഗീകരിക്കണമെന്നു വാദിക്കുകയല്ല ഇവിടെ. ആശയവാദികളായ നിരൂപകരുടെ സമീപനത്തിൽനിന്ന് ഇത് ആറു തരത്തിൽ വ്യത്യാസപ്പെട്ടിരിക്കുന്നു: ഒന്ന്, ആധുനിക കലാകാരന്മാർ സ്വന്തം സൃഷ്ടികളെക്കുറിച്ച് ലേഖന-ചർച്ചാ-പ്രഭാഷണ രൂപങ്ങളിൽ നടത്തുന്ന തത്വവൽക്കരണങ്ങളും ആശയവാദികളായ നിരൂപകർ അവയുടെ ചുവടുപിടിച്ചുതന്നെ നടത്തുന്ന വ്യാഖ്യാനങ്ങളും മാർക്സിസ്റ്റ് നിരൂപകൻ അതേപടി അംഗീകരിക്കുന്നില്ല; നവീന കലയിൽ അബോധാംശം പലപ്പോഴും മുന്തിനിൽക്കുന്നതിനാൽ സ്രഷ്ടാവ് സൃഷ്ടിയെക്കുറിച്ചു പുലർത്തുന്ന ബോധം കപടമായിക്കൂടെന്നില്ല; ആശയവാദികളായ നിരൂപകരാകട്ടെ, സൃഷ്ടികളുടെ ചരിത്രപരതയെ അവഗണിക്കുന്നതിനാൽ ഭൗതികമായ ഉള്ളടക്കങ്ങളെ അധിഭൗതികമായി അവതരിപ്പിക്കുന്നു-കാഫ്കയുടെ കൃതികളുടെ പ്രമേയം ഈശ്വരനും മനുഷ്യനും തമ്മിലുള്ള ബന്ധമാണെന്നു പറയുംപോലെ. രണ്ട്, ആധുനിക കല ഒരു പ്രത്യേക സാമൂഹിക-ചരിത്രപശ്ചാത്തലത്തിൽ നിന്നുടലെടുക്കുന്നതാണെന്നും അതിന്റെ ഉൽക്കണ്ഠങ്ങൾ ലൗകികമാണെന്നും അത് ചില മൂർത്ത മനുഷ്യാവസ്ഥകളെക്കുറിച്ചാണു സംസാരിക്കുന്നതെന്നും അപഗ്രഥനങ്ങളിലൂടെ മാർക്സിസ്റ്റ് നിരൂപകൻ വ്യക്തമാക്കുന്നു. മൂന്ന്, ആധുനികതയുടെ അനിവാര്യത അംഗീകരിക്കു

കയും സർഗാത്മകത കണ്ടെത്തുകയും ചെയ്യുമ്പോൾത്തന്നെ, ആധുനിക കലാകാരന്മാരുടെ സൃഷ്ടികൾ തകരുന്ന അടിത്തറകളെക്കുറിച്ചു മാത്രം സംസാരിക്കുന്നതിനാൽ ഭാഗികമാണെന്നും ആസുരതയ്ക്കെതിരെ ഉയർത്തെഴുന്നേൽക്കുന്ന ശക്തികളെക്കാണാത്തതിനാൽ അവരുടെ ദർശനം അസമഗ്രമാണെന്നും അയാൾ വിമർശനമുന്നയിക്കുന്നു. നാല്, ആദ്യകാലത്ത് ആധുനികതയ്ക്കുണ്ടായിരുന്ന വിധ്വംസക ശക്തി-അഡോണോയും മറ്റും ബെക്കെററിനെ ഇതിന്റെ മാതൃകയായിക്കാണുന്നുണ്ടല്ലോ-തന്നെയും ഇന്ന് സാധൂകരണത്തിലൂടെ (legitimation) അതിനു നഷ്ടമായിക്കൊണ്ടിരിക്കുന്നുവെന്ന് അയാൾ ചൂണ്ടിക്കാട്ടുന്നു. 'ക്ലാസിക്കൽ മോഡേണിസം' ഒരട്ടിമറിയായി ബൂർഷ്വാസിക്കു തോന്നിയിരുന്നു. കാരണം, അന്ന് അതൊരു ഉപധാര (marginal) മാത്രമായിരുന്നു. ഇന്ന് ആധുനിക ചിത്രങ്ങൾ വാണിജ്യപരസ്യങ്ങളിലും കെട്ടിടങ്ങളുടെയും തുണികളുടെയും മറ്റും ഡിസൈനുകളിലും പ്രത്യക്ഷപ്പെട്ട് 'അംഗീകൃത'മായിരിക്കുന്നു; പുസ്തകങ്ങൾ പാഠ്യപദ്ധതിയുടെ ഭാഗമായി അവയുടെ ആദ്യധർമത്തിനു വിരുദ്ധമായൊരു ധർമത്തിലേക്കു നീങ്ങുന്നു. സാമൂഹികശാസ്ത്രപരമായ ഈ സാധൂകരണ പ്രതിഭാസത്തെയും അതിന്റെ സൂക്ഷ്മധ്വനികളെയും മാർക്സിസ്റ്റ് നിരൂപകൻ അപഗ്രഥിക്കുന്നു. അഞ്ച്, ഈ കപടോപയോഗത്തെയും വാണിജ്യവൽക്കരണത്തെയും കലാകാരന്മാരുടെ തെറ്റായ ആത്മധാരണ (self-understanding)യെയും ചെറുക്കുവാനുള്ള ഏകമാർഗം കലാകാരന്മാർ ഇവയെക്കുറിച്ച്-തങ്ങളുടെ സൃഷ്ടിയുടെ പിറകിലെ സാമൂഹിക-ചരിത്ര പ്രതിഭാസങ്ങളെക്കുറിച്ച്-കൂടുതൽ കൂടുതൽ ബോധവാന്മാരായി മാറുകമാത്രമാണെന്ന് അയാൾ അഭിപ്രായപ്പെടുന്നു. ശുദ്ധലാവണ്യവാദികളെയും യാന്ത്രികജീർണതാവാദികളെയും ആക്രമിച്ചുകൊണ്ട്, ചരിത്രബോധം പുലർത്തുന്ന, മാനുഷികതയോട് അഗാധമായി പ്രതിജ്ഞാബദ്ധമായ, ഒരു കലയ്ക്കായി അയാൾ വാദിക്കുന്നു. അത് ബ്രെഹ്റ്റ് ചെയ്തപോലെ കലയുടെ അധ്യാപനധർമത്തെയും ആനന്ദദായകത്വത്തെയും സമന്വയിച്ചുകൊണ്ടാകാം, പുതിയൊരു വിശാല യഥാതഥ്യത്തിനായി വാദിച്ചുകൊണ്ടുമാകാം. ആറ്, 'അടിത്തറ'യും 'ഉപരിഘടന'യും തമ്മിലുള്ള അതിർവരമ്പുകൾ അഴിഞ്ഞുപോവുകയും മുമ്പ് 'ഉപരിഘടന'യായി കാണപ്പെട്ട പലതും മാധ്യമവിപ്ലവത്തിലൂടെ 'അടിത്തറ'യുടെ ഭാഗമാവുകയും ചെയ്യുമ്പോൾ, പ്രതിരോധത്തിന്റേതായ ഒരു സാംസ്കാരിക രാഷ്ട്രീയ (a cultural politics of resistance)ത്തിനാവശ്യമായ സൈദ്ധാന്തിക പരിസരമൊരുക്കുവാൻ അയാൾ ബാധ്യസ്ഥനാണ്. പുതിയ കലാ-സാഹിത്യങ്ങൾ അതിൽനിന്നേ ഉറവെടുക്കുകയുള്ളൂ.

12. കലയ്ക്കുമാത്രമായി ഒരു ചരിത്രമുണ്ടെന്ന് മാർക്സ് കരുതുന്നില്ല. പക്വമതിയാകുംതോറും കലയെ സ്വാധീനിക്കുന്ന കലാ-ബാഹ്യഘടകത്തെക്കുറിച്ച്-സ്റ്റെഫാൻ മൊറാവ്സ്കി ഇതിനെ കലയുടെ ചരിത്രോത്ഭൂതവശം, allogenetic aspect എന്നു വിളിക്കുന്നു-അദ്ദേഹം കൂടു

തൽ ബോധവാനായിവന്നു. ഒരു കൃതി മറ്റൊരു കൃതിയെ ബാധിക്കുന്ന തരത്തിലുള്ള കലയുടെ സ്വന്തം ചരിത്രം–സ്വയോത്ഭൂതവശം, idiogenetic aspect–അദ്ദേഹം അവഗണിച്ചുവെന്നിതിനർഥമില്ല. എങ്കിലും ആദ്യത്തേതിനദ്ദേഹം പ്രത്യേക പ്രാധാന്യം നൽകി. സാമൂഹികവും ചരിത്രപരവുമായ പ്രക്രിയകളുടെ മൂശയ്ക്കുള്ളിലിരുന്നുള്ള ആത്മസാക്ഷാൽക്കാരത്തിലേക്കുള്ള അനുക്രമ വികാസത്തിൽ മനുഷ്യൻ നടത്തുന്ന സാംസ്കാരികപ്രവർത്തനമായാണ് സൗന്ദര്യാത്മക പ്രതിഭാസങ്ങളെ മാർക്സ് കാണുന്നത്. കല, അതിന്റെ സൃഷ്ടിക്ക്, സംസ്കാരത്തിന്റെ മറ്റാവിഷ്കരണങ്ങളെ ആശ്രയിക്കുന്നു; സൃഷ്ടിക്കപ്പെട്ടശേഷം ആ മണ്ഡലങ്ങളെ തിരിച്ചു സ്വാധീനിക്കുകയും ചെയ്യുന്നു. ഈ പരസ്പരാശ്രിതത്വവും പ്രതിപ്രവർത്തനവും രണ്ടു തലങ്ങളിൽ നടക്കുന്നു. ഒന്ന്, ഒരു പ്രത്യേക സന്ദർഭത്തിൽ സാമൂഹികഘടനയ്ക്കു കുറുകേ അവ സംഭവിക്കുന്നു (synchronic); രണ്ട്, ചരിത്രപ്രക്രിയയുടെ ഒരു ഭാഗമെന്ന നിലയിൽ ഭൂതത്താൽ സ്വാധീനിക്കപ്പെടുകയും ഭാവിസംസ്കാരത്തെ സ്വാധീനിക്കുകയും ചെയ്യുന്നു (diachronic). വർഗസമൂഹത്തിന്റെ പൊതുവായ വൈരുധ്യങ്ങളും വികാസഗതികളും പ്രത്യയശാസ്ത്രപരമായ വീക്ഷണങ്ങളെ സങ്കീർണരീതികളിൽ സ്വാധീനിക്കുന്നു; ഇവയുടെ വികാസപതനങ്ങൾ കലകളെയും സൗന്ദര്യബോധങ്ങളെയും മാറ്റങ്ങൾക്കു പ്രേരിപ്പിക്കുന്നു.

ഓരോ ചരിത്രഘട്ടത്തിന്റെയും അദ്വിതീയസ്വഭാവം മാർക്സിനറിയാമായിരുന്നു. എങ്കിലും കലയിലെ ചില ഘട്ടങ്ങൾ തമ്മിൽ, ചരിത്രവികാസത്തിന്റെ സമാനതകളുടെ ഫലമായി, സമാനതകളുണ്ടാകാമെന്നദ്ദേഹം കണ്ടു. ഇത്തരം സാദൃശ്യങ്ങൾ മൂലമാണ് ചില ഘട്ടങ്ങളിൽ ഏതെങ്കിലും പൂർവഘട്ടത്തിന്റെ സാഹിത്യം പുനരുദ്ധരിക്കപ്പെടുന്നത്. ജർമനിയിൽ നാട്യപ്രധാനവും ഉപരിപ്ലവവുമായ 'ബൂബിസാഹിത്യ'ത്തിന്റെ തിരിച്ചുവരവിനെക്കുറിച്ച് അദ്ദേഹം പറഞ്ഞത് നാം ശ്രദ്ധിച്ചുവല്ലോ. ഇംഗ്ലീഷ് കാൽപ്പനികർ സ്പെൻസറിലേക്കും മിൽട്ടണിലേക്കും മടങ്ങിയത്, നവോത്ഥാന യൂറോപ്പിൽ പ്രാചീനഗ്രീക്ക് സാഹിത്യത്തിന്റെ സ്വാധീനം, ആധുനിക ഇംഗ്ലണ്ടിൽ വില്യം ബ്ലെയ്ക്കിന്റെ പുനരവതരണം – ഇവ നമുക്കു കൂട്ടിച്ചേർക്കാവുന്ന ഉദാഹരണങ്ങളാണ്. എന്നാൽ ഇവ വെറും ആവർത്തനങ്ങളല്ലാ, വ്യത്യസ്തമായ പുനരാവിഷ്കാരങ്ങളാണ്; ഈ വ്യത്യാസങ്ങളും സാധർമ്യങ്ങളോളംതന്നെ പ്രധാനമാണ്.

13. പ്രത്യയശാസ്ത്രങ്ങളുമായി കലയുടെ സൂക്ഷ്മബന്ധങ്ങൾ കാണുമ്പോൾതന്നെ, കലാസൃഷ്ടികളെ കേവലമൊരു പ്രത്യയശാസ്ത്ര പ്രതിഭാസമായി മാർക്സ് വെട്ടിച്ചുരുക്കുന്നില്ല. കലാകാരന്റെ രാഷ്ട്രീയ–നൈതിക നിലപാടുകൾ, സ്വന്തമായ നിയമങ്ങളുള്ള ഒരു സമഗ്ര സൗന്ദര്യഘടനയിൽ ഉദ്ഗ്രഥിക്കപ്പെട്ടിരിക്കുന്നു. ഈ രൂപീകരണംമൂലം കലാസൃഷ്ടിക്ക് തനതായ ഒരാഭ്യന്തരയുക്തിയും ആപേക്ഷിക സ്വാച്ഛന്ദ്യവും കൈവരുന്നു. മനുഷ്യവർഗത്തിന്റെ സാമൂഹികവിഭജനത്തെ ആവിഷ്ക

രിക്കെത്തന്നെ കല കാലത്തിനും വർഗത്തിനും കുറുകേ ജനതകളെ ബന്ധിപ്പിക്കുന്ന ഒരു പാലം പണിയുന്നു; അങ്ങനെ ഭാവിയിലെ നവ സമൂഹത്തിൽ മാത്രം യാഥാർത്ഥ്യമാകാൻ പോകുന്ന വർഗരഹിതമായ ഒരു മനുഷ്യഭാഗധേയത്തിന്റെ മുൻകൂർ ദർശനം അതുൾക്കൊള്ളുന്നു. യവനകല അടിമത്തത്തിന്റെ പ്രത്യയശാസ്ത്രത്തെ അതിജീവിച്ചതു പോലെ നമ്മുടെ കാലത്തെ കല മുതലാളിത്തപ്രത്യയശാസ്ത്രത്തെയും അതിജീവിക്കും. പ്രത്യയശാസ്ത്രങ്ങൾ മാറിമാറി വരുമ്പോഴും ശരിയായ കല ജീവിച്ചുകൊണ്ടേയിരിക്കുന്നു എന്ന ചരിത്രസത്യംതന്നെ കലയുടെ ഈ അതീത സ്വഭാവം തെളിയിക്കുന്നുണ്ടല്ലോ. സോഷ്യലിസ്റ്റ് സമൂഹം വന്നുചേർന്നാലും പഴയ കാലങ്ങളിലെ മഹത്തായ കല മുഴുവൻ, പുതിയ കലയോടൊപ്പം നിലനിൽക്കും. കൃത്രിമമായി അവയെ 'നിരോധിക്കാനു'ള്ള യത്നങ്ങൾ–ചൈനയിലും മറ്റും നടന്നതുപോലെ–കലയെക്കുറിച്ചുള്ള തെറ്റായ സങ്കൽപ്പങ്ങളിൽനിന്നു വരുന്നതാണ്. കലയുടെ ഈ സാർവജനീനത, ആശയവാദികൾ പറയുംപോലെ ഏതോ 'അമൂർത്ത സനാതനസത്ത'യല്ല; പ്രത്യേകത്തിനകത്ത്, അതിലൂടെ പ്രകടമാകുന്ന മാനുഷികമായ സാർവജനീനതയാണ്. യാന്ത്രിക സാമൂഹികവാദം കലയെ പ്രത്യയശാസ്ത്രമായി വെട്ടിച്ചുരുക്കുന്നു; കേവലാശയവാദം കലയെ പ്രത്യയശാസ്ത്രത്തിൽനിന്ന് തീർത്തും വെട്ടിമാറ്റുന്നു. രണ്ടും വൈരുധ്യാത്മകമല്ലാത്ത സമീപനങ്ങളാണ്.

14. ദുരന്തകൃതികളെ മാർക്സ് ഒരിക്കലും സാഹിത്യത്തിന്റെ സാധ്യതകളിൽ നിന്നൊഴിച്ചുനിർത്തിയിരുന്നില്ല. ശുഭാപ്തിവിശ്വാസം പ്രചരിപ്പിക്കുന്ന കൃതികളെ മാത്രം പ്രോത്സാഹിപ്പിക്കുന്ന ഔദ്യോഗിക സമ്പ്രദായത്തിന് അദ്ദേഹത്തിന്റെ പിന്തുണയില്ല. യഥാർഥവിപ്ലവശക്തികളുടെ സാന്നിധ്യത്തിലേ വിപ്ലവപരമായ ദുരന്തസംഘർഷങ്ങളുണ്ടാകൂ എന്നും പഴയ ദുരന്തത്തിലെ വൈയക്തികദൗർബല്യങ്ങൾക്കുപകരം ചരിത്രപരമായ പരിമിതികളാണ് വിപ്ലവാത്മക ദുരന്തനാടകങ്ങളിൽ പരാജയഹേതുവാകേണ്ടതെന്നും അദ്ദേഹം വിശ്വസിച്ചു. ആശയങ്ങളുടെ അമൂർത്ത സമരം ചിത്രീകരിക്കുന്ന ഷില്ലറുടെ രീതിയെക്കാൾ മൂർത്തമനുഷ്യരുടെ സംഘർഷം ആവിഷ്കരിക്കുന്ന ഷേക്സ്പിയറുടെ രീതിയായിരുന്നു മാർക്സിന് പ്രിയങ്കരം. അടിച്ചമർത്തപ്പെട്ടതും പരാജയപ്പെട്ടതുമായ വിപ്ലവങ്ങളുടേതായ നമ്മുടെ കാലം ദുരന്തനാടകങ്ങൾക്കു ധാരാളം സാധ്യതയുള്ളതാണ്.

15. മിഥോളജികൾ പ്രകൃതിശക്തികളെ ഭാവനാത്മകമായി കീഴ്പ്പെടുത്തുകയും രൂപം നൽകുകയുമാണ് ചെയ്യുന്നത്. ജനകീയഭാവനയുടെ അബോധമായ കലാത്മക പ്രവർത്തനത്തിലൂടെ ഉരുത്തിരിഞ്ഞ പ്രകൃതിയും സാമൂഹികരൂപങ്ങളുമടങ്ങിയ യവനമിഥോളജിയാണ് പ്രാചീന യവനകലയ്ക്കാധാരം. എന്നാൽ പ്രകൃതിശക്തികളുടെ നിഗൂഢതകൾ അനാച്ഛാദനം ചെയ്യപ്പെടുന്നതോടെ, അവ മെരുങ്ങുന്നതോടെ, മിഥോളജി അപ്രസക്തമാകുന്നു. അതിനാൽ ഗ്രീക്കു കലയും പ്രാചീന മഹാകാവ്യ

ങ്ങളും ഇന്ന് ആവർത്തിക്കുക സാധ്യമല്ല. മിത്തിക്കൽ ഭാവന ഇന്നും പ്രസക്തമാണോ? ചരിത്രപരവും സാമൂഹികവും പ്രത്യയശാസ്ത്രപരവുമായ പ്രതിരോധത്തിന്റെ അനവധി തലങ്ങളിലൂടെ കടന്നുപോയ ശേഷമാണ് ഇന്ന് അതു പ്രത്യക്ഷമാകുന്നത്. അതിനാൽ അതു തീർത്തും വ്യത്യസ്തമായ രൂപം കൈക്കൊള്ളുന്നു. പ്രാകൃതസമൂഹത്തിലെ മിത്ത് ഇന്നത്തെ മിത്തിക്കൽ ഭാവനയിൽ എത്ര വിദൂരവും വ്യത്യസ്തവുമാണെന്നു കാണിക്കുകയാണ്, അല്ലാതെ ഒരു യൂണിയൻ സമൂഹമനസിന്റെ അഖണ്ഡമായ അനുസ്യൂതി ഈ രണ്ടു സമൂഹങ്ങളും തമ്മിൽ സ്ഥാപിക്കുകയല്ല 'മിത്ത് വിമർശന' (myth criticism)ത്തിന്റെ ധർമമെന്ന ഫ്രെഡ്രിക് ജെയിംസണിന്റെ നിരീക്ഷണം അർഥവത്താണ്.

16. ഏ്ഷെൻ സൂവിന്റെ *പാരീസിന്റെ നിഗൂഢതകൾ* അപഗ്രഥിക്കുമ്പോൾ മാർക്സ് കണ്ണുകുത്തിപ്പൊട്ടിക്കലിനെ വന്ധ്യംകരണമായിക്കാണുകയും ഫ്രോയ്ഡിയൻ മനഃശാസ്ത്രവീക്ഷണത്തിന്റെ പ്രാഗ്ദർശനം നൽകുകയും ചെയ്യുന്നതായി നാം കണ്ടുവല്ലോ. പിൽക്കാലത്ത് കോഡ്വെല്ലിനെപ്പോലുള്ള നിരൂപകർ ഫ്രോയ്ഡിയൻ ഉൾക്കാഴ്ചകൾ പ്രയോജനപ്പെടുത്താൻ നടത്തിയ ശ്രമവും പരാമർശിക്കപ്പെട്ടു. എന്നാൽ അക്കാലത്തെല്ലാം, മാർക്സിസവും മനഃശാസ്ത്രവും പരസ്പരവിരുദ്ധമാണെന്ന്, അഥവാ രണ്ടും രണ്ടു വ്യത്യസ്ത യാഥാർഥ്യങ്ങളെക്കുറിച്ചാണു സംസാരിക്കുന്നതെന്ന് കരുതപ്പെട്ടിരുന്നു. മാർക്സിസവും മനഃശാസ്ത്രവും ഒരുപോലെ അടഞ്ഞതായിരുന്നു. എന്നാൽ ഇന്നു രണ്ടും കൂടുതൽ മൃദുലമായിട്ടുണ്ട്; പരസ്പരം മനസിലാക്കാനാരംഭിച്ചിട്ടുണ്ട്. പണ്ടത്തെപ്പോലെ കൃത്രിമമായ ഒരു കൂട്ടിച്ചേർപ്പു കൂടാതെതന്നെ പരസ്പരം ധാരണകൾ കൈമാറുന്നുണ്ട്. മാർക്സിസവും മനഃശാസ്ത്രവും രണ്ടു വ്യത്യസ്ത യാഥാർഥ്യങ്ങളെക്കുറിച്ചല്ല, ഒരേ യാഥാർഥ്യത്തിന്റെ രണ്ടു മാനങ്ങളെക്കുറിച്ചാണ് സംസാരിക്കുന്നതെന്നും 'പ്രത്യയശാസ്ത്രം' അബോധമനസിനെക്കൂടി ഉൾക്കൊള്ളാവുന്നത്ര വിശാലമാണെന്നും വെളിവാക്കപ്പെട്ടിരിക്കുന്നു. ജെയിംസൺ (*The Political Unconscious*) പറയുംപോലെ, മൂലധനം അബോധമനസിനെക്കൂടി കോളണൈസ് ചെയ്തിരിക്കുന്നു; മാധ്യമങ്ങളിലൂടെ അത് അതിനു പറ്റിയ ബിംബങ്ങൾ സൃഷ്ടിച്ചുകൊണ്ടിരിക്കുന്നു; പരസ്യങ്ങളുടെയും കച്ചവടകലയുടെയും അടിത്തറതന്നെ ഇങ്ങനെ 'കോളണൈസ്' ചെയ്യപ്പെട്ട അബോധമനസാണ്. അതുകൊണ്ട് ഇന്ന് ഫാസിസത്തിന്റെ അപഗ്രഥനത്തിലും വിരുദ്ധ–ബിംബങ്ങളുടെ (counter-images) സൃഷ്ടിയിലും മനഃശാസ്ത്രം പ്രധാനമായി വന്നിട്ടുണ്ട്. ജെയിംസൺന്റെ *രാഷ്ട്രീയ–അബോധമനസും* വീൽഹെം റീഹിന്റെ *ഫാസിസത്തിന്റെ ജനമനഃശാസ്ത്രവും* സാർത്രിന്റെയും ആർ ഡി ലെയിങ്ങിന്റെയും മനഃശാസ്ത്രസംബന്ധമായ കൃതികളും രാഷ്ട്രീയമായിക്കൂടി പ്രാധാന്യമുള്ളവയാണല്ലോ. മാർക്സിസത്തിന്റെ ഈ മണ്ഡലത്തിലെ ആദ്യകർമം മനഃശാസ്ത്രത്തെ ചരിത്രവൽക്കരിക്കുകയെന്നതാണ്.

17. മാർക്സ് സാഹിത്യത്തെക്കുറിച്ച് പറയുമ്പോൾ ഒരിക്കൽപ്പോലും 'കണ്ണാടി'യുടെയോ 'പ്രതിബിംബ'ത്തിന്റെയോ രൂപകം ഉപയോഗിക്കുന്നില്ല. ഭാഷയെയും തത്വചിന്തയെയും കുറിച്ചു പറയുമ്പോൾ ഇവ ഉപയോഗിക്കുന്നുണ്ടെങ്കിലും "യഥാർഥ സാമൂഹികാവസ്ഥകളിലുള്ള യഥാർഥ മനുഷ്യരെ"ക്കുറിച്ചുള്ള ഉൽക്കണ്ഠമൂലം ഹോമറും ഈസ്കിലസും മുതൽ പുഷ്കിനും ബാൽസാക്കുംവരെയുള്ള എഴുത്തുകാരുടെ രചനകളിൽ വിവിധ കാലങ്ങളിലെ സമൂഹസംഘടനാരീതികൾക്കും അനുഭവരീതികൾക്കുമായി മാർക്സ് തിരയുന്നുണ്ടെന്നുള്ളതു ശരി തന്നെ. എന്നാൽ എഴുത്തുകാരൻ സൃഷ്ടിക്കുന്ന ലോകത്തെ, അയാൾ അറിഞ്ഞ ജീവിതത്തിന്റെ ഒരു ലളിതപ്രതിഫലനമായി അദ്ദേഹം തെറ്റിദ്ധരിച്ചിരുന്നില്ല. യഥാർഥജീവിതത്തിൽ യാദൃച്ഛികാംശങ്ങൾ കുന്നുകൂടി മറച്ചുകളയുന്ന പ്രക്രിയകളെ വ്യക്തമാക്കുവാനായി എഴുത്തുകാരൻ പ്രാതിനിധ്യസ്വഭാവമുള്ള അംശങ്ങളെ തിരഞ്ഞെടുക്കുന്നുണ്ട്, ഉദാത്തീകരിക്കുന്നുണ്ട്, കലയിലൂടെ സംക്രമിപ്പിക്കുന്നുണ്ട്. എന്നാൽ ഇത് അമൂർത്തമായ സാമാന്യവൽക്കരണമല്ല. വ്യക്തിത്വവും മാതൃകാപരത (typicality)യും സവിശേഷതയുമുള്ള പാത്രങ്ങളെയാണ് സ്വന്തം ഉച്ചഭാഷിണികളെയല്ല എഴുത്തുകാരൻ സൃഷ്ടിക്കേണ്ടത്. അങ്ങനെയാണ് ബാൽസാക്കിന്റെയും ഡിക്കൻസിന്റെയും കഥാപാത്രങ്ങൾ ഒരേസമയം ഫ്രാൻസിലെയും ഇംഗ്ലണ്ടിലെയും ഒരു പ്രത്യേക സന്ദർഭത്തിലെ ജീവിതത്തിന്റെയും സാമാന്യമനുഷ്യപ്രകൃതിയുടെയും പ്രതിനിധികളായി, 'സാർവലൗകിക മൂർത്തി' (concrete universal)കളായിത്തീരുന്നത്.

18. (1) സാഹിത്യനിരൂപണപരമായ സന്ദർഭങ്ങളിൽ മാർക്സ് ഒരിക്കലും 'റിയലിസം' എന്ന വാക്കുപയോഗിക്കുന്നില്ലെങ്കിലും പൊതുവെ 1844 നു ശേഷമുള്ള കൃതികളിൽ അദ്ദേഹം വികസിപ്പിക്കുന്നത് ഒരു റിയലിസ്റ്റ് സൗന്ദര്യശാസ്ത്രംതന്നെയാണെന്നു പറയാം. എന്നാൽ ഈ റിയലിസം ഒരിക്കലും 'നാച്ചുറലിസ'മായിരുന്നില്ല–'ജീവിതത്തിന്റെ ചോര പൊടിയുന്ന ഏടുകളോട് അദ്ദേഹത്തിനു തീരെ ആഭിമുഖ്യമില്ലായിരുന്നു. 'അറബിക്കഥക'ളും മേരി ഷെല്ലിയുടെ *ഫ്രാങ്കെൻസ്റ്റീനും* ഹോഫ്മന്റെ *കൊച്ചുസാക്സും*പോലെ ഭ്രമാത്മകത (fantasy)യുൾക്കൊണ്ട കൃതികളും അദ്ദേഹമാസ്വദിച്ചു, അവയിൽ മനുഷ്യാനുഭവത്തിന്റെതന്നെ ഒന്നാംതരം പ്രതീകങ്ങൾ കണ്ടെത്തി. സാഹിത്യത്തിന് രേഖാമൂല്യത്തോടൊപ്പം പ്രതീകാത്മകമൂല്യവും അദ്ദേഹം കൽപ്പിച്ചു.

(2) നിർഭാഗ്യവശാൽ, മാർക്സിന്റെ ബൃഹത്തായ റിയലിസ്റ്റ് സങ്കൽപ്പത്തെ ആധുനികവികാസങ്ങൾകൂടി കണക്കിലെടുത്തു വിപുലീകരിക്കേണ്ടതിനുപകരം വെട്ടിച്ചുരുക്കുകയാണ് പിൻഗാമികളിൽ ചിലർ ചെയ്തത്. 'ബോധ'ത്തെ 'കണ്ണാടി'യോടുപമിച്ചത് ലെനിന്റെ ദൗർഭാഗ്യകരമായ ഒരബദ്ധമായിരുന്നു, ദാർശനികചിന്തയും കലാപരമായ ആവിഷ്കാരവും കൂടിക്കുഴയാൻ അതിടയാക്കി. തുടർന്നു റിയലിസത്തിന് രണ്ടുതരം ദുർവ്യാഖ്യാനങ്ങളുണ്ടായി–ഒരു വശത്ത് സൂക്ഷ്മസത്യത്തെക്കാൾ

സംഭവങ്ങളുടെ ബാഹ്യവിവരണത്തിനു പ്രാധാന്യം നൽകുന്ന 'ഫോട്ടോഗ്രാഫിക് റിയലിസം' അഥവാ 'നാച്ചുറലിസ'മായി അതു വ്യാഖ്യാനിക്കപ്പെട്ടു. മറുവശത്ത് ജീവിതാവസ്ഥകളെ അവയെന്താണോ അവയായിത്തന്നെ ആവിഷ്കരിക്കുന്നതിനുപകരം, അവ എന്തായിരിക്കണമെന്ന മുൻകൂർ സങ്കൽപ്പത്തിനൊപ്പിച്ച് മൃതശൈലികളവതരിപ്പിക്കുന്ന 'സോഷ്യലിസ്റ്റ് റിയലിസ'മെന്ന് തെറ്റായി വിളിക്കപ്പെട്ട 'സോഷ്യലിസ്റ്റ് ആശയവാദ'മായി അതു മാറി. സ്റ്റാലിൻഘട്ടത്തിൽ എഴുത്തുകാർ നുണ പറയാൻ നിർബന്ധിക്കപ്പെട്ടു; കണ്ടതു പറഞ്ഞവർ വേട്ടയാടപ്പെട്ടു, ചിലർ നാടുവിട്ടു, ചിലർ ആത്മഹത്യയിൽ അഭയം തേടി; ഐസെൻസ്റ്റീനിനെപ്പോലെ ചില കലാകാരന്മാർ മാത്രം നുണപറയാതെ പിടിച്ചുനിന്നു. മൗവിന്റെ ചൈനയിലും–സ്റ്റാലിൻ എഴുപതു ശതമാനം ശരിയാണെന്നായിരുന്നല്ലോ മൗവിന്റെ വിശ്വാസം–ഏറെക്കുറെ ഇത്തരമൊരു കപടബോധത്തിന്റെ സാഹിത്യമാണ് ഔദ്യോഗികമായി അംഗീകാരവും പ്രചാരവും നേടിയത്.

(3) നമ്മുടെ കാലത്തുണ്ടായ രണ്ടുതരം സാഹിത്യവികാസങ്ങളും ഈ 'നാച്ചുറലിസ്റ്റ്' സങ്കൽപ്പത്തെ നിഷേധിക്കുന്നവയാണ്. ഒരുവശത്ത് ബൂർഷ്വാ ലോകത്തെ പ്രമുഖരായ അവാങ്ഗാർദ് സാഹിത്യകാരന്മാർ അവരുടെ വ്യവസ്ഥിതിയെ തുറന്നുകാട്ടുന്ന പുതിയ സാഹിത്യരീതികൾക്കു ജന്മം നൽകി. തോമസ്മൻ, കാഫ്ക, കസാൻദ്സാക്കിസ്, ബെക്കെറ്റ്, പിന്റർ, യോനെസ്കോ, ആൽബീ, റോബ്ഗ്രിയേ തുടങ്ങിയവർ ഉദാഹരണം. മറുവശത്ത് വിപ്ലവാഭിമുഖ്യമുള്ള പ്രതിജ്ഞാബദ്ധസാഹിത്യകാരന്മാർ നാച്ചുറലിസം വിട്ട് പുതിയ ശൈലികൾ തേടി–ബ്രഹ്ത്: എക്സ്പ്രഷനിസവും സാരോപദേശകഥാരീതിയും, മയക്കൊവ്സ്കി: ഫ്യൂച്ചറിസം, എല്വാദും അരഗങ്ങും നെരൂദയും: സർറിയലിസം, മാർക്കേസിന്റെ പ്രത്യാഖ്യാനശൈലി. ഈ രണ്ടു കൂട്ടരും മാർക്സ് ഉദ്ദേശിച്ച ബൃഹദ് അർഥത്തിൽ 'റിയലിസ്റ്റുകൾ' തന്നെയാണ്. അതിനാൽ 'തോമസ്മനോ കാഫ്കയോ' എന്ന ലൂക്കാച്ചിന്റെ ചോദ്യം ഒരു വ്യാജപ്രശ്നമാണ്. രണ്ടു രീതികളിൽ യാഥാർഥ്യത്തെ അവതരിപ്പിക്കുന്ന വലിയ നോവലിസ്റ്റുകളാണവർ. ഹോമർ, ഷേക്സ്പിയർ തുടങ്ങിയവരുടെ 'ക്ലാസിക്കൽ റിയലിസം', ടോൾസ്റ്റോയ്, ഗൊയ്ഥേ, ബാൽസാക്, തോമസ്മൻ തുടങ്ങിയവരുടെ 'വിമർശനാത്മകറിയലിസം', ഗോർക്കി, ലൂഷുൺ തുടങ്ങിയവരുടെ 'സോഷ്യലിസ്റ്റ് റിയലിസം' – ഇവയെ ലൂക്കാച്ച് അംഗീകരിക്കുന്നു. യൂറോപ്യൻ റിയലിസത്തെക്കുറിച്ച് വലിയ ഉൾക്കാഴ്ചകൾ അദ്ദേഹം നൽകുന്നുണ്ടെങ്കിലും[1] ഒരു സൃഷ്ടിയുടെ 'സൗന്ദര്യാത്മകത' അപ്രധാനമാണെന്നും അതു ജനജീവിതത്തെ ആധികാരികമായി പ്രതിഫലിപ്പിക്കുന്നുണ്ടോ എന്നതാണ് മുഖ്യമെന്നും (*ദ ഹിസ്റ്റോറിക്കൽ നോവൽ*) പറയുമ്പോൾ 'സൗന്ദര്യാത്മകത'യെക്കുറിച്ച് ലൂക്കാച്ച് ഒരു ബൂർഷ്വാസങ്കൽപ്പ

1. *The Theory of the Novel* (1920), *The Historical Novel* (1962), *The meaning of Contemporary Realism* (1963), *Studies in European Realism* (1972) എന്നീ കൃതികൾ കാണുക.

മാണവതരിപ്പിക്കുന്നത്– 'സൗന്ദര്യ'ത്തെ ശൈലീ–സങ്കേതങ്ങളുടെ പ്രശ്നമായിച്ചുരുക്കുന്നു അദ്ദേഹം. 'റിയലിസ'ത്തെയും ചില പൂർവമാതൃകകളിലൊതുക്കിനിർത്താനദ്ദേഹം ശ്രമിക്കുന്നു. ജർമനിയെ ഫാസിസത്തിലേക്കു നയിച്ച അയുക്തിക പൈതൃകത്തിനെതിരെ മാർക്സിസവും ബൂർഷ്വാ ഹ്യൂമനിസവും ചേർന്നുണ്ടാക്കിയ ബുദ്ധിജീവിമുന്നണിയുടെ പ്രതിനിധിയായ ലൂക്കാച്ചിനെ ജർമൻ ക്ലാസിക്കൽ ഹ്യൂമനിസ്റ്റ് നിരൂപണപൈതൃകത്തിൽ നിർത്തുന്നു, ലിക്തീം.[1] യുദ്ധം–സമാധാനം, പുരോഗമനവാദം–പരാജയവാദം, ഇത്തരം ലളിത വിപരീതങ്ങളാണദ്ദേഹത്തെ ഭരിക്കുന്നതെന്നും താൽക്കാലിക രാഷ്ട്രീയ സ്വാധീനത്താൽ തരംതാണ കൃതികളെയും അദ്ദേഹം ഉയർത്തിപ്പിടിച്ചുവെന്നും മറ്റൊരു വിമർശകനും ആക്ഷേപിക്കുന്നുണ്ട്.[2] ഏതായാലും ലൂക്കാച്ചിന്റെ റിയലിസ്റ്റ് സങ്കൽപ്പത്തെ നാം ഏറെ വികസിപ്പിക്കേണ്ടിയിരിക്കുന്നു. ലൂക്കാച്ച് റിയലിസത്തിന് ഒരു ഫോർമലിസ്റ്റ് നിർവചനം നൽകുകയാണെന്നും പഴയ നല്ല കാലങ്ങളിലേക്കു മടങ്ങുന്നതിനുപകരം പുതിയ ചീത്ത കാലങ്ങളിൽനിന്നു തുടങ്ങുകയാണു വേണ്ടതെന്നും തങ്ങൾക്ക് അധീശത്വം നേടാവുന്ന രൂപങ്ങളിൽ മനുഷ്യർക്കു യാഥാർഥ്യത്തെ ആവിഷ്കരിച്ചു കൊടുക്കുകയാണാവശ്യമെന്നും വാദിക്കുന്ന ബെർതോൾട്ട് ബ്രഹ്ത്, വാൾട്ടർ ബെഞ്ചമിൻ എന്നിവരുടെ ഭാഗത്താണ് മാർക്സ് നിൽക്കുവാനിട. പ്രത്യക്ഷ യാഥാർഥ്യത്തെ കലാകാരൻ താനാവിഷ്കരിക്കാനുദ്ദേശിക്കുന്ന മനുഷ്യലോകത്തിന്റെ ഉൾക്കാഴ്ചകളായി പരിവർത്തിപ്പിക്കേണ്ടതുണ്ട്. ഇതിന് പ്രത്യക്ഷ രൂപങ്ങൾ തടസം നിന്നെന്നുപോലും വരാം. അതിനാൽ റിയലിസം ഇന്ന് പുനരാവിഷ്കാര (representation) തലത്തിൽനിന്ന് രൂപസംക്രമണ (transfiguration) തലത്തിലേക്കു മാറേണ്ടതുണ്ട്, യഥാർഥ രൂപങ്ങളെ പുനരാഗിരണം ചെയ്ത് അവയെ ഒരു ഉയർന്ന സമന്വയത്തിലെത്തിച്ച്; വൈരുധ്യാത്മകമായി, വെറും പുനരാവിഷ്കാരത്തെ അതിശയിക്കേണ്ടതുണ്ട്; സ്ഥൂലത്തിൽനിന്ന് സൂക്ഷ്മഘടനകളിലേക്കും സത്തകളിലേക്കും ബന്ധങ്ങളിലേക്കും പോകേണ്ടതുണ്ട്. റോഷേർ ഗറോദി[3] പറയുംപോലെ, "മനുഷ്യയാഥാർഥ്യത്തിന്റെ വികാസത്തിനു പരിധികളില്ല." അതുകൊണ്ടാണദ്ദേഹം 'അതിരില്ലാത്ത ഒരു റിയലിസ' (realism without boundaries)ത്തിനായി വാദിക്കുന്നത്–കാഫ്കയും പികാസോയും സാന്ത്ജോൺ പെഴ്സിയും ഉൾപ്പെടുന്ന ഒരു റിയലിസം; നീസ്വെസ്റ്റ്നിയുടെ ശിൽപ്പകലയിലെ സഹനത്തിന്റെയും അതിജീവനത്തിന്റെയും ആവിഷ്കാരം വിശദീകരിക്കുന്ന ജോൺ ബെർഗെർ, ക്രിമോണിനിയുടെ അമൂർത്തചിത്രങ്ങളിൽ, വസ്തു–സ്ഥല–കാലബന്ധങ്ങൾ എങ്ങനെ മനുഷ്യബോധത്തെ വിപ്ലവാത്മകമായി നവീകരിക്കുന്നുവെന്നു കാണിച്ചുതരുന്ന

1. C. Lichtheim : *Lukacs* (1970).
2. Terry Eagleton : *Marxism and Literature* (London, 1978).
3. Roger Garaudy : *Philosophical Materialism and Artistic Realism* (EUROPE No. 419-20).

അൽത്തൂസെർ, കാഫ്കയ്ക്കായി വാദിക്കുകയും അദ്ദേഹത്തിന്റെ കൃതികൾ പഠിക്കുകയും ചെയ്യുന്ന ഏണസ്റ്റ്ഫിഷറും വാസ്ക്കെസും നിലനിൽക്കുന്ന രചനകളിൽനിന്ന് റിയലിസത്തെ അതേപടി അടർത്തിയെടുക്കുകയല്ല വേണ്ടത്, പകരം പഴയതും പുതിയതും പരീക്ഷിച്ചതും പരീക്ഷിക്കാത്തതും കലയിൽനിന്നുണ്ടായതും മറ്റിടങ്ങളിൽനിന്നുണ്ടായതുമായ എല്ലാ മാർഗവും ഉപയോഗിക്കുകയാണ്' എന്നഭിപ്രായപ്പെട്ട ബ്രഹ്ത്[1]–ഇവരെല്ലാം റിയലിസത്തെക്കുറിച്ചുള്ള സങ്കുചിത സങ്കൽപ്പങ്ങളെ വെല്ലുവിളിക്കുന്ന മാർക്സിസ്റ്റുകാരാണ്. നവീന മാർക്സിസ്റ്റു നിരൂപകൻ നിസ്സംശയമായും ഇക്കാര്യത്തിൽ ഇവരുടെകൂടെ നിലയുറപ്പിക്കുന്നു.

19. അന്യവൽക്കരണത്തിന്റെ ക്രൂരത അനുഭവിപ്പിക്കുകയും പരോക്ഷമായി അതു മറികടക്കാൻ നമ്മോടഭ്യർഥിക്കുകയുമാണ് കാഫ്കയെപ്പോലുള്ള എഴുത്തുകാർ ചെയ്യുന്നത്; ഈ അവസ്ഥയെ ഒരു പടികൂടി വസ്തുനിഷ്ഠവൽക്കരിച്ച് (ഒരു വസ്തുനിഷ്ഠവൽക്കരണം ഏതു കലാസൃഷ്ടിയിലുമുണ്ടെന്നു നാം കണ്ടല്ലോ) അവതരിപ്പിക്കുകയും മറ്റൊരു വ്യവസ്ഥയുടെ സാധ്യതകൂടി കാണിച്ചുതരികയും ചെയ്യുകയാണ് പ്രതിജ്ഞാബദ്ധരായ കലാകാരന്മാർ–ബ്രഹ്ത്, ഗോർക്കി, ലൂഷുൺ, മാർക്കേസ്, നെരൂദാ, വയെഹോ, പാർറാ, നിക്കാളാസ്ഗിയെൻ, ബ്യൂനുവൽ, ഗൊദാർദ്, ഐസെൻസ്റ്റീൻ, യാൻക്സോ, ഫാബ്രി, ഒറോസ്കോ, സിക്വീറോയ്സ്..... അനുഷ്ഠിക്കുന്ന ധർമം. കാൽപ്പനികതയ്ക്കെതിരായി ഉയർന്നുവരുന്ന ഈ പുതിയ കലയുടെ ആദ്യകിരണങ്ങളെ മാർക്സ് സ്വാഗതം ചെയ്തിരുന്നുവെന്ന് ഹെയ്നേ, ഹെർവേഖ്, ഫ്രെയ്ലിഗ്രാഥ് തുടങ്ങിയ കവികളെ അദ്ദേഹം അഭിനന്ദിച്ചിരുന്നതിൽനിന്നും മനസിലാക്കാം. ഈ പുതിയ, ഉയർന്ന, മാനുഷികമായ കലയുടെ അപഗ്രഥനവും അതിന് അനുകൂലമായ ഒരു സാംസ്കാരിക–സൈദ്ധാന്തിക പരിസരത്തിന്റെ സൃഷ്ടിയുമാണ് നവീന മാർക്സിസ്റ്റ് നിരൂപകരുടെ രാഷ്ട്രീയ കർത്തവ്യം.

20. മാർക്സിസ്റ്റ് വിമർശനത്തിനെതിരായ ഒരു പ്രധാനപരാതി അത് ഒരു കലാസൃഷ്ടിയുടെ മൂല്യനിർണയത്തെ സഹായിക്കുന്നില്ല എന്നതാണ്. എന്നാൽ ഒരു സൗന്ദര്യശാസ്ത്രത്തിന്റെ ലക്ഷ്യം ചില മാതൃകകൾ നൽകുകയോ, നല്ല സൃഷ്ടിയുടെ നിയമനിർമാണം നടത്തുകയോ അല്ല. ആദ്യം വരുന്നത് ഒരു കലാസൃഷ്ടിയിലൂടെ നാം ജീവിച്ചുതീർക്കുന്ന അനുഭവമാണ്–അത് നമ്മെ ആകർഷിക്കാം, വികർഷിക്കാം. പിന്നീട് ഈ അനുഭവത്തെ വിശദീകരിക്കുകയാണ്, മൂല്യം മുൻകൂട്ടി നിർണയിക്കുകയല്ല, ഒരു സാഹിത്യസിദ്ധാന്തം ചെയ്യുന്നത്. ഒരു കൃതിയുടെ അപ്രതി

1. John Berger : *Art and Revolution* (Harmondsworth 1970), L-Althusser: *Lenin and Philosophy and other Essays* (London, 1971), E. Fischer: *Art against Ideology* (Harmondsworth, 1970), A S Vasquez : *Art and Society* (London, 1973), B Brecht : *On Theatre* (London, 1978) – ഇവ കാണുക.

രോധ്യമായ ആഘാതം നമ്മിലേറെപ്പേർ അനുഭവിച്ചശേഷം നമ്മുടെ ചരിത്രപരമായ അവസ്ഥയിലെ ഏതു സവിശേഷഘടകമാണ് നമ്മെ അതിലേക്കാകർഷിച്ചതെന്നു വിമർശനം കണ്ടെത്തുന്നു. അത് നമുക്കായി ഏതേതു സൂക്ഷ്മ–സ്ഥൂലവൈരുധ്യങ്ങളാണു പരിഹരിച്ചത്, ഈ പ്രതികരണത്തെ നാം എങ്ങനെ വിശദീകരിക്കുന്നു–ഇവിടെയാണ് മൂല്യാപഗ്രഥനം വരുന്നത്. ഈ മൂല്യവിശകലനത്തിനു മാർക്സിസ്റ്റു വിമർശനം സമർഥമാണെന്ന് എത്രയോ രചനകളിലൂടെ തെളിയിക്കപ്പെട്ടു കഴിഞ്ഞിട്ടുമുണ്ട്. വാസ്തവത്തിൽ, ഭാവഗീതത്തിന്റെ അടിത്തറയിൽ പണിതുയർത്തപ്പെട്ടതുമൂലം ഭാഷാശിൽപ്പത്തിന് പരമപ്രാധാന്യം കൽപ്പിക്കുന്ന 'ന്യൂക്രിട്ടിസിസ'മാണ് ആഖ്യാനസാഹിത്യത്തിനുമുമ്പിൽ പരാജയപ്പെടുകയും സാഹിത്യത്തെ ഒരൊറ്റ ഘടകത്തിലേക്കു വെട്ടിച്ചുരുക്കുന്ന (reductive) സമീപനം സ്വീകരിച്ച് മൂല്യാപഗ്രഥനത്തിന് അസമർഥമാവുകയും ചെയ്തിരിക്കുന്നത്.

21. വൈരുധ്യാത്മക നിരൂപണം, ജെയിംസൺ മുമ്പുപറഞ്ഞ അഭിമുഖസംഭാഷണത്തിൽ വ്യക്തമാക്കുന്നതുപോലെ, വിമർശനശൈലികളുടെ വൻകമ്പോളത്തിലെ പല ശൈലികളിലൊന്നു മാത്രമല്ല. ഫ്രോയ്ഡിയനിസം, ലീവിസിസം, മിത്തുവിമർശനം, യൂങ്ങിയൻ ആദിരൂപാത്മക നിരൂപണം, സെമിയോളജി, നരവംശശാസ്ത്രവിമർശനം, സ്ട്രക്ചറലിസം, പോസ്റ്റ്–സ്ട്രക്ചറലിസം ഇങ്ങനെയുള്ള നിരൂപണരീതികളെത്തന്നെ മനസിലാക്കാനും ചരിത്രപരമായി വിലയിരുത്താനും സഹായിക്കുന്നതിനാൽ, വൈരുധ്യാത്മകവിമർശനം വിമർശനങ്ങളുടെ വിമർശനമായിരിക്കുന്നു. ഇത്തരം നിരൂപകരും അറിഞ്ഞോ അറിയാതെയോ രാഷ്ട്രീയത്തെയും ചരിത്രത്തെയും കുറിച്ചുതന്നെയാണ് സംസാരിക്കുന്നതെന്ന് അതു വെളിപ്പെടുത്തുന്നു. സംസ്കാരത്തിന്റെ ഭൗതികമായ അന്തർഭാഗത്തിൽ നാം ചെന്നു മുട്ടുന്നിടത്തുനിന്നാണ് വൈരുധ്യാത്മക വിമർശനത്തിന്റെ ആരംഭം; ആ ഭൗതികാടിസ്ഥാനത്തെക്കുറിച്ച് അതു നമ്മെ ഓർമിപ്പിക്കുന്നു. വൈരുധ്യാത്മക രീതിയെന്നാൽ ധൈഷണിക ഗണങ്ങളുടെ നിരന്തരമായ ഉൽപ്പാദനവും വിലയനവുമാണ്. ചരിത്രപരമായ പ്രതിഭാസങ്ങളെ അപഗ്രഥിക്കുകവഴിയും അവ മുമ്പു മനസിലാക്കപ്പെട്ടിരുന്ന സമ്പ്രദായങ്ങളെ ഇല്ലാതാക്കുകവഴിയും–രണ്ടുതരത്തിൽ–അതു ചരിത്രപരമായിരിക്കുന്നു. ഈ ചരിത്രപരതയിലൂന്നി, ആശയവാദത്തിനും യാന്ത്രിക ഭൗതികവാദത്തിനുമെതിരായി, ആധുനിക കലയെ വിശകലനം ചെയ്യുകയും ഒരു പ്രതി–സംസ്കാരത്തിന്റെയും സാഹിത്യത്തിന്റെയും രൂപരേഖയൊരുക്കുകയുമാണ് ഇന്നത്തെ വൈരുധ്യാത്മക നിരൂപണത്തിന്റെ സാംസ്കാരിക–രാഷ്ട്രീയ ധർമം.

2

കലയും പ്രത്യയശാസ്ത്രവും

ബി രാജീവൻ

പത്തുമുപ്പതു കൊല്ലംമുമ്പ്, പുരോഗമന സാഹിത്യപ്രസ്ഥാനം സജീവമായിരുന്ന കാലത്ത് കുട്ടികൃഷ്ണമാരാർ ഇങ്ങനെ എഴുതി:

"ചിരന്തനരായ ഭാരതീയ വിദ്വജ്ജനങ്ങൾ സാഹിത്യത്തെ കേവലം ഒരു കലയായിട്ടല്ല, വേദങ്ങൾ, പുരാണങ്ങൾ എന്നിവയോടൊപ്പം ജ്ഞാന വിജ്ഞാന പ്രധാനമായ ഒരു വിദ്യയായിട്ടാണ് പരിഗണിച്ചിരിക്കുന്നത്. വേദം പ്രഭുസമ്മിതം, പുരാണം സുഹൃത്സമ്മിതം, കാവ്യം കാന്താ സമ്മിതം ഇത്യാദി വ്യവഹാരങ്ങൾ ശ്രദ്ധിക്കുക." ഭാരതീയ വിദ്വജ്ജനങ്ങളുടെ ചുവടുപിടിച്ച് സ്വന്തം സാഹിത്യകലാദർശനം സ്ഥാപിച്ചുകൊണ്ട് മാരാർ ഇങ്ങനെ ഉപസംഹരിച്ചു. "എന്നിട്ട് വിദ്യയും സംസ്കാരവും അവയ്ക്കുവേണ്ടിയല്ല വയറ്റിനുവേണ്ടിയാണ്, ഒരുറുപ്പിക സമ്പാദ്യമുള്ളവന് പത്തുറുപ്പിക സമ്പാദ്യമുള്ളവരോട് തീരാപ്പക വളർത്തുവാൻ വേണ്ടിയാണ് എന്ന് തീർച്ചപ്പെടുത്തുന്നെങ്കിൽ അങ്ങ് തീർച്ചപ്പെടുത്തട്ടെ."

മുപ്പതിലേറെ കൊല്ലം നീണ്ടുനിന്ന വാദപ്രതിവാദങ്ങൾക്കുശേഷം നമ്മൾ അങ്ങനെതന്നെ തീർച്ചപ്പെടുത്തിയോ! മാരാരുടെ ശൈലിയിൽ മാത്രം ചില മാറ്റങ്ങൾ വരുത്തിയാൽ ഏതാണ്ടങ്ങനെതന്നെ തീർച്ചപ്പെടുത്തിക്കഴിഞ്ഞിട്ടുമുണ്ട്. പുരോഗമന സാഹിത്യ പ്രസ്ഥാനത്തിനുള്ളിൽ നടന്ന ആശയസംഘട്ടനങ്ങളുടെ സാമൂഹികകാരണങ്ങൾ വിശദീകരിച്ചുകൊണ്ടും ആ സംഘട്ടനങ്ങളുടെ തിരകളടങ്ങി ശാന്തമായപ്പോൾ ഉയർന്നുവന്ന നിഗമനങ്ങൾ സമാഹരിച്ചുകൊണ്ടും ഇ എം എസ് നമ്പൂതിരിപ്പാടവതരിപ്പിച്ച പ്രബന്ധത്തിലെ മർമപ്രധാനമായ ഒരാശയം ഇതാണ്:

> ധർമാദർശ പ്രചരണമാണ് പൗരാണിക ഭാരതീയ സാഹിത്യകാരന്മാർ തങ്ങളുടെ കടമയായി കണക്കാക്കിയിരുന്നത്. ഗുരുവിനെ

പ്പോലെ ഉപദേശിക്കുന്ന വേദം, രാജാവിനെപ്പോലെ ശാസിക്കുന്ന ശാസ്ത്രം, ഭാര്യയെപ്പോലെ അനുനയിപ്പിക്കുന്ന കാവ്യം എന്നീ മൂന്നും ഒരേ ധർമാദർശപ്രചാരണമാണ് ചെയ്യുന്നതെന്ന കലാമർമ ശാസ്ത്രത്തെ ആസ്പദമാക്കിയാണ് പൗരാണിക ഭാരതീയ കവികൾ രചന നടത്തിയിരുന്നത്.

ധർമാദർശ പ്രചരണത്തിനുള്ള ഉപകരണമായി സാഹിത്യത്തെ ഉപയോഗിക്കുക എന്ന പൗരാണിക ഭാരതീയാശയം ഇന്നത്തെ കാലസ്ഥിതിക്കൊത്ത് പ്രയോഗിക്കുകയാണ് ജീവൽ-പുരോഗമന സാഹിത്യപ്രസ്ഥാനങ്ങൾ ചെയ്തത്.

ഇങ്ങനെ ഭാരതീയ വിദ്വജ്ജനങ്ങൾ നിവർത്തിക്കൊടുത്ത ഒരേ കലാമർമശാസ്ത്രത്തിന്റെ കുടക്കീഴിൽ ഇ എം എസ് നമ്പൂതിരിപ്പാടും കുട്ടിക്കൃഷ്ണമാരാരും വന്നുചേർന്നു നിൽക്കുന്ന കാഴ്ച ഒരു ക്ഷണനേരത്തേക്ക് തോന്നുന്ന ഭ്രമകൽപ്പനയാകാം. ധർമാദർശ പ്രചാരണത്തിനുള്ള ഉപകരണമാണ് സാഹിത്യം എന്ന സാമാന്യ തത്വത്തിന്റെ കാര്യത്തിൽ മാത്രമെ തങ്ങൾ ഐക്യപ്പെടുന്നുള്ളൂ-എന്നും അതുതന്നെ ഇ എം എസിനും മാരാർക്കും ഒരുപോലെ അവകാശമുള്ള ഭാരതീയ പൈതൃകത്തിന്റെ സ്വാംശീകരണം മാത്രമാണെന്നും തങ്ങൾ പ്രചരിപ്പിക്കാനുദ്ദേശിക്കുന്ന ധർമാദർശങ്ങൾ ധ്രുവാന്തരമുള്ളവയാകയാൽ ഇപ്പോഴും പണ്ടേപ്പോലെ വിരുദ്ധ ചേരികളിൽ തന്നെയാണെന്നും സമർഥിച്ച് നമ്മെ മായാഭ്രമത്തിൽനിന്നു മുക്തരാക്കാൻ ശ്രമിച്ചേക്കാം. മാരാർ സാഹിത്യകലയെ കണ്ടത് വ്യക്തിമനസിനെ ആധ്യാത്മികമായി സംസ്കരിക്കാൻ പോന്ന ഒരുപായമായിട്ടാണല്ലോ. അതുകൊണ്ടുതന്നെ മാരാർ പ്രചരിപ്പിക്കാൻ ശ്രമിച്ച ധർമാദർശം ആശയവാദപരവും പിന്തിരിപ്പനുമാണെന്നു പറയാം. നേരേമറിച്ച് ദേശീയ സ്വാതന്ത്ര്യം, ജനാധിപത്യം, സോഷ്യലിസം എന്നിവയിലേക്ക് നീങ്ങുന്ന ആധുനികയുഗത്തിന്റെ ധർമപ്രചാരണോപകരണമായിട്ടാണ് നമ്പൂതിരിപ്പാട് പുരോഗമന സാഹിത്യത്തെ കാണുന്നത്. ഇപ്പോൾ, മാരാരും നമ്പൂതിരിപ്പാടും ഒരേ കുടക്കീഴിൽ നിൽക്കുന്നു എന്നു നാം കണ്ടത് വെറുമൊരു മായാമോഹമായിരുന്നു എന്ന് തെളിയിക്കപ്പെടാനാവശ്യമായ യുക്തികൾ വെളിപ്പെട്ടുകഴിഞ്ഞു. പക്ഷേ, ഇത്തരം യുക്തികൾകൊണ്ടു മാത്രം മായാമുഗ്ധനായ ഒരു സംസാരിക്ക് ആ ഭ്രമദൃശ്യം മാഞ്ഞ് സത്യദർശനം കിട്ടുമോയെന്നു സംശയം തോന്നുന്നു.

ആശാന്റെ പരിമിതവൃത്തം

മേൽപ്പറഞ്ഞ ഭാരതീയ കലാമർമശാസ്ത്രമനുസരിച്ച് കവികളുടെ യഥാർഥ ധർമം അതാതുകാലത്തെ ധർമാദർശങ്ങൾ പ്രചരിപ്പിക്കുക എന്നതാണ്. "ഇപ്രകാരമാണ് പൗരാണിക ഭാരതീയ കവികൾ രചന നടത്തിയിരുന്നത്." "ഈ മാതൃകയെ പിന്തുടർന്ന് മലയാളകൃതിയും രചിക്കാനാണ് ചെറുശ്ശേരി, തുഞ്ചൻ, കുഞ്ചൻ എന്നീ സാഹിത്യനായക

ന്മാർ ശ്രമിച്ചത്." ഈ പൗരാണിക ഭാരതീയ തത്വം *ദുരവസ്ഥ*യിലൂടെ പ്രയോഗത്തിൽ വരുത്തുകയാണ് കുമാരനാശാനും ചെയ്തത്. അപ്പോൾ ഇതുതന്നെയാവണമല്ലോ ആ കലാമർമ ശാസ്ത്രമനുസരിച്ച് കുമാരനാശാനെ യഥാർഥ കവിയാക്കുന്ന വസ്തുത.

എന്നാൽ കുമാരനാശാന്റെ ധർമാദർശ പ്രചാരണം ജാതി നിർമാർജനമെന്ന പരിമിതവൃത്തത്തിൽ ഒതുങ്ങിനിന്നു എന്ന മറ്റൊരു വസ്തുതയും ഇ എം എസ് കണ്ടെത്തുന്നുണ്ട്. അതായത് ആശാൻ, വള്ളത്തോളിനെപ്പോലെ ജാതിനിർമാർജനമടക്കം സാമൂഹികവും രാഷ്ട്രീയവുമായി പ്രാധാന്യമുള്ള ധർമാദർശങ്ങൾ മുഴുവൻ പ്രചരിപ്പിക്കുന്നതിനുള്ള ഉപാധിയായി തന്റെ കവിതാരചനയെ മാറ്റിയില്ല. അങ്ങനെ വരുമ്പോൾ പ്രഖ്യാപിത കലാമർമ ശാസ്ത്രപ്രകാരം ആ പരിമിതവൃത്തത്തിൽ ഒതുങ്ങി നിൽക്കുന്നതുമാവണമല്ലോ ആശാന്റെ യഥാർഥ കവിത്വം. ജാതിനിർമാർജനമൊഴികെ സാമൂഹികവും രാഷ്ട്രീയവുമായി പ്രാധാന്യമുള്ള തന്റെ കാലത്തിന്റെ ധർമാദർശങ്ങളെ ആശാൻ തള്ളിക്കളഞ്ഞുവെങ്കിൽ, ആശാന്റെ യഥാർഥ കവിത്വം വ്യാപരിച്ച ആ പരിമിത വൃത്തത്തിന്റെ പരിമിതി നമുക്കൂഹിക്കാവുന്നതേയുള്ളൂ.

ദേശാഭിമാനമുള്ള ബുദ്ധിജീവികളുടെ എല്ലാം ഞരമ്പുകളിൽ ചോര തിളച്ചു തുടങ്ങിയിരുന്ന കാലം. ആശാന്റെ പരിമിതവൃത്തത്തിനപ്പുറത്ത് ആശാനേക്കാൾ ധർമാദർശബോധമുള്ള കവികൾ ദേശാഭിമാനഭരിതമായ പദ്യങ്ങൾ നിർമിക്കാൻ തുടങ്ങിയിരുന്ന കാലം. വള്ളത്തോൾതന്നെ 1910 മുതൽ '24 വരെയുള്ള കാലത്ത്, അതായത് ആശാൻ ജീവിച്ചിരുന്ന കാലത്തുതന്നെ *സാഹിത്യമഞ്ജരി*യിൽ സമാഹരിച്ച കവിതകൾ മിക്കതും എഴുതിക്കഴിഞ്ഞിരുന്നു. എന്നിട്ടും വള്ളത്തോളിനെ അപേക്ഷിച്ച് ഇംഗ്ലീഷ് ഭാഷയും സാഹിത്യവും പഠിച്ച, യൂറോപ്പിലെ വിപ്ലവങ്ങളുടെ ചരിത്രമറിയാവുന്ന, ദേശീയ സ്വാതന്ത്ര്യബോധത്തിന്റെ വിത്തുകൾ ആദ്യം മുളച്ച ബംഗാളിൽ താമസിച്ച, കുമാരനാശാൻ അന്നത്തെ ആ വിശ്വാസ ധർമാദർശങ്ങളെ വിട്ട് ഒരു പരിമിതവൃത്തത്തിലേക്ക് തന്റെ യഥാർഥ കവിത്വത്തെ ചുരുക്കിക്കളഞ്ഞത് കഷ്ടമായിപ്പോയി. മറിച്ചായിരുന്നെങ്കിൽ 'വള്ളത്തോൾ സ്കൂൾ' പോലെ ദേശീയ സ്വാതന്ത്ര്യത്തിനും ജനാധിപത്യത്തിനും ഒക്കെ വേണ്ടി പോരാടിയ ഒരു 'ആശാൻ സ്കൂളിന്റെ' സ്ഥാപകനായി അദ്ദേഹത്തെ ചരിത്രം എന്നും കൊണ്ടാടുമായിരുന്നു. പക്ഷേ, എന്തു ചെയ്യാം.

ഇനി, ആശാന് ഒരു പരിമിതവൃത്തമെങ്കിലും നേടിക്കൊടുക്കാനുതകിയ, പുരോഗമന സാഹിത്യത്തിന്റെ മുന്നോടി സൃഷ്ടിച്ച കവിയെന്നുള്ള സ്ഥാനമെങ്കിലും കിട്ടാൻ സഹായിച്ച, കൃതി *ദുരവസ്ഥ*യാണല്ലോ. ഉൽക്കൃഷ്ടമായ ധർമാദർശത്തെ പുരസ്കരിച്ചുള്ള 'കൃത്യബോധത്താൽ പ്രേരിതനായിട്ട്' തന്റെ മറ്റു കൃതികളെ അപേക്ഷിച്ച് 'വിലക്ഷണരീതിയിലുള്ള' ആ കാവ്യം ആശാനെഴുതിയതുകൊണ്ടാണല്ലോ, അതിനെ 'പുരോഗമന സാഹിത്യത്തിന്റെ മുന്നോടി' എന്ന് ഇ എം എസ് വിശേഷിപ്പിക്കുന്നത്.

എന്തായിരുന്നു ആ ധർമാദർശം? ആശാന് വിപ്ലവകരമായ ജാതിനിർമാർജനത്തിന്റേതായ ഒരു പരിമിതവൃത്തമെങ്കിലും കൽപ്പിച്ചനുവദിച്ചു കൊടുക്കാൻവേണ്ടി എന്തിന് ആശാൻ തുറന്നുപറഞ്ഞ ആ ധർമാദർശത്തിന്റെ സത്യസ്ഥിതി നമ്മൾ മറച്ചുവെയ്ക്കണം? ആശാനെ ഒരു പരിമിത വൃത്തത്തിലാക്കാൻ പ്രേരിപ്പിച്ച ദേശീയ സ്വാതന്ത്ര്യം, ജനാധിപത്യ വ്യവസ്ഥ, സാമൂഹികസമത്വം മുതലായ ധർമാദർശങ്ങളുടെ മാനദണ്ഡംവെച്ചു നോക്കുമ്പോൾ ജാതിനിർമാർജനമെന്ന പരിമിതവൃത്തത്തിൽപോലും പുരോഗമനത്തിന്റെ മുന്നോടി എന്നു വിശേഷിപ്പിക്കാൻ മാത്രം പുരോഗമനസ്വഭാവം ഉള്ളതായിരുന്നോ *ദുരവസ്ഥ* എന്ന കൃതിയെഴുതാൻ ആശാനെ പ്രേരിപ്പിച്ച ധർമാദർശബോധം? ചാത്തൻ എന്ന പുലയനെയും സാവിത്രിയെന്ന അന്തർജനത്തെയും ഗത്യന്തരമില്ലാത്ത ഘട്ടത്തിലാണെങ്കിലും മിശ്രവിവാഹം ചെയ്യിച്ച് ജാതിമതഭേദമില്ലാത്ത മനുഷ്യരെല്ലാം ഏകോദര സഹോദരങ്ങളെപ്പോലെ കഴിയുന്ന സമത്വസുന്ദരമായ ഒരു ലോകം സൃഷ്ടിക്കുന്നതിനുള്ള മാതൃക കാണിക്കുക എന്നതായിരുന്നോ ആശാനെ *ദുരവസ്ഥ* എഴുതാൻ പ്രേരിപ്പിച്ച ഉൽക്കൃഷ്ടമായ ധർമാദർശബോധം? അങ്ങനെയാണെങ്കിൽ *ദുരവസ്ഥ*യിൽ മുട്ടിനു മുട്ടിനു പറയുന്ന 'ക്രൂര മഹമ്മദരെ' ആരുടെ കൂട്ടത്തിൽ ചേർക്കും. മുഹമ്മദീയൻ മനുഷ്യരല്ലെന്ന് വരുമോ? ആശാനെ സംബന്ധിച്ചിടത്തോളം അവർ മനുഷ്യരല്ല, ദുഷ്ട മഹമ്മദ രാക്ഷസന്മാരാണ്. ഈ രാക്ഷസന്മാർ വെളിയിൽനിന്ന് വന്നവരൊന്നുമല്ല; അവർ ഇവിടെത്തന്നെ ഉള്ളവരായിരുന്നു, ഹിന്ദുക്കളായിരുന്നു. ആ ഹിന്ദുക്കളാണ് പിന്നീട് രാക്ഷസന്മാരായി മാറിയത്. ഇങ്ങനെ രാക്ഷസോൽപ്പത്തിയും ആശാൻ വിശദമാക്കുന്നുണ്ട്. അത്തരം രാക്ഷസന്മാരിനിയും പെരുകാതിരിക്കണമെങ്കിൽ, അവർ കൂട്ടത്തോടെ വന്ന് ഹിന്ദുധർമത്തെ പാടെ തകർത്തുകളയാതിരിക്കണമെങ്കിൽ ഹിന്ദുമതത്തെ ആഭ്യന്തരമായി നവീകരിക്കണം. അതിന്, പുലയനും ഈഴവനും ബ്രാഹ്മണനും ഒരേ തട്ടിൽ ഒരുമിച്ചങ്ങനെ ഇരിക്കാൻ കഴിയണം.

ഹിന്ദുമത പുനഃസംഘടന ആയിരുന്നില്ല ആശാന്റെ ലക്ഷ്യമെന്നും മറിച്ച് അത് ജാതി നിർമാർജനത്തിനുള്ള ഒരടവ് മാത്രമായിരുന്നു എന്നും പറയാൻ നോക്കിയാൽ അതിനും ആശാൻ സമ്മതിക്കില്ല. *ദുരവസ്ഥ*യ്ക്കുള്ള മുഖവുരയിൽ തന്നെ പ്രേരിപ്പിച്ച ധർമാദർശമെന്തെന്ന് സംശയത്തിനിടയില്ലാത്തവണ്ണം ആശാൻ വ്യക്തമായി പറഞ്ഞിട്ടുണ്ട്. ഇതാണ് ആശാന്റെ വാക്കുകൾ:

> തെക്കേ മലയാം ജില്ലയിൽ 1097 ചിങ്ങത്തിൽ ആരംഭിച്ച മാപ്പിള ലഹള കേരള ചരിത്രത്തിൽ രക്തരൂക്ഷിതമായ ഒരധ്യായത്തെ രചിച്ചിരിക്കയാണല്ലോ...... ലഹളയുടെ വായിൽനിന്ന് അതിന്റെ നാവിന്റെ പരുപരുപ്പും വീരപ്പല്ലിന്റെ മൂർച്ചയും നല്ലവണ്ണം അറിഞ്ഞ് ഇപ്പോൾ വിശകലിതമായി വെളിയിൽ വമിക്കപ്പെട്ടിരിക്കുന്ന ഹിന്ദുസമുദായം, പുരാതനമായ ഒരു നാഗരികതയുടെ പ്രാതിനിധ്യം വഹിക്കുന്ന ഒന്നാണെന്നുള്ളത് ശരിതന്നെ. എന്നാൽ നവീനാദർശം

> അനുസരിച്ചു നോക്കിയാൽ ഈ സമുദായം ഇന്നും ശൈശവാവസ്ഥയിൽ ഇരിക്കുകയാണെന്നുള്ളതും സമ്മതിച്ചേ തീരൂ. ഈ മഹാവിപത്തിന്റെയും ഇതു പഠിപ്പിച്ച പാഠങ്ങളിൽ ചിലതിന്റെയും ഓർമയെ സമുദായത്തിന്റെ പുനഃസംഘടനയ്ക്ക് പ്രേരകമാകത്തക്കവണ്ണം നിലനിർത്തണമെന്നുള്ളതാണ് *ദുരവസ്ഥ* എന്ന പേരിന്റെ അടിയിൽ കാണുന്ന പാട്ടിന്റെ വിനീതമായ ഉദ്ദേശ്യം.

ഇതായിരുന്നു ആശാൻ ഉൽക്കൃഷ്ടമായി കണ്ട ധർമാദർശം. ചാത്തന്റെയും സാവിത്രിയുടെയും മിശ്രവിവാഹമാകട്ടെ, ഹിന്ദുസമുദായത്തിന്റെ പുനഃസംഘടനയ്ക്ക് പ്രേരകമാകത്തക്കവണ്ണം മാപ്പിളലഹള പഠിപ്പിച്ച പാഠങ്ങളിൽ ഒന്നുമാത്രമാണുതാനും. "ഇതിലെ നായികാ–നായകന്മാരുടെ ഘടനതന്നെ ഗത്യന്തരമില്ലാത്ത പതനത്തിൽ സംഭവിച്ചതാണെ"ന്ന് മുഖവുരയിൽ ആശാൻ തുറന്നുപറയുന്നുമുണ്ട്.

അപ്പോൾ ദേശീയ സ്വാതന്ത്ര്യമെന്ന ധർമാദർശപ്രചരണം കൈവിട്ട് ഒരു പരിമിതവൃത്തത്തിലേക്ക് ചുരുങ്ങിയ ആശാൻ അവിടെത്തന്നെ വിപുലവും വിപ്ലവകരവുമായ ജാതി നിർമാർജനത്തെയല്ല, അതിലും ചുരുങ്ങിയ ഹിന്ദുമത നവീകരണമെന്ന ഒരു വിഭാഗീയാശയത്തെയാണ് സ്വന്തം ധർമാദർശമായിക്കണ്ട് പ്രചരിപ്പിക്കാൻ തുടങ്ങിയതെന്നു വരുന്നു.

ഇനി ആശാനെ പരിമിതവൃത്തത്തിലാക്കിയ അതേ വീക്ഷണത്തിലൂടെ വീണ്ടും പരിമിതമായിത്തീർന്ന ആ വൃത്തത്തിനുള്ളിലേക്ക് നോക്കാം. ഉത്തരേന്ത്യയിലുയർന്നുവന്ന, മതസഹിഷ്ണുതനിറഞ്ഞ ഹിന്ദുസമുദായത്തെ പൂർണമായി ഉൾക്കൊള്ളുന്ന ഏതെങ്കിലും ഹിന്ദുമതനവോത്ഥാന പ്രസ്ഥാനത്തിന്റെ സമഗ്രത ആശാന്റെ വിഭാഗീയമായ ഈ ഹിന്ദുധർമവ്യഗ്രതയ്ക്കുണ്ടായിരുന്നോ? നമ്പൂതിരിയും നായരും തുടങ്ങി പുലയനും ആദിവാസിയും വരെയുള്ള ഹിന്ദുസമുദായത്തിന്റെ സമ്പൂർണനവോത്ഥാനമായിരുന്നോ അതോ ഈഴവസമുദായ സമുദ്ധാരണമായിരുന്നോ ആശാനെ പ്രചോദിപ്പിച്ച ശക്തി? സ്വജാതിസ്നേഹം ഒരു വികാരമായിക്കഴിഞ്ഞിരുന്ന ആശാന്റെ പ്രവർത്തനമേഖല ഈഴവസമുദായം മാത്രമായിരുന്നു. അപ്പോൾ ഹിന്ദുസമുദായത്തിന്റെ പുനഃസംഘടന മൊത്തം ഹിന്ദുക്കളുടെ ആവശ്യമെന്നതിനെക്കാൾ ഈഴവജാതിയുടെ ഉയർച്ചയ്ക്കാവശ്യമായ ഒരുപായമായാണ് ആശാൻ കണ്ടത്.

ആശാൻ ഒരു പരിമിതവൃത്തത്തിൽ കുനിഞ്ഞുനിന്നപ്പോൾ വള്ളത്തോൾ ലോകത്തിന്റെ സാമൂഹിക–രാഷ്ട്രീയ വിശാലത മുഴുവൻ തലയുയർത്തി കണ്ടു എന്നു പറയാൻ പ്രേരിപ്പിക്കുന്ന വീക്ഷണത്തിന് സായിപ്പിൽനിന്ന് പട്ടും വളയും വാങ്ങിയ ആശാന്റെ രാജഭക്തി അതിസങ്കുചിതമായ ഒരു ധർമാദർശത്തിന്റെ പ്രകാശനമായിരുന്നു എന്നു കരുതാൻ വേറെ യുക്തികൾ വേണ്ട. സ്വദേശാഭിമാനി രാമകൃഷ്ണപിള്ളയെ നാടുകടത്തിയപ്പോൾ, ദിവാൻ രാജഗോപാലാചാരിയുടെ മിത്രംകൂടിയായിരുന്ന ആശാൻ പ്രകടിപ്പിച്ച രാജഭക്തി, ആ വീക്ഷണത്തിൽ നിശ്ചയമായും ആശാന്റെ പരിമിതവൃത്തത്തിന്റെ പരിമിതി വീണ്ടും ചുരുക്കിക്കളയുന്നു.

ഇനി, ഇതെല്ലാം മറച്ചുവെച്ച്, ജാതിനിർമാർജനമെന്ന ധർമാദർശ പ്രചാരണത്തിന് തന്റെ കാവ്യകലയെ ഉപകരണമാക്കിക്കൊണ്ട് പുരോഗമന സാഹിത്യത്തിനു തുടക്കംകുറിച്ച കവിയായിരുന്നു കുമാരനാശാൻ എന്നുപറയാൻ നോക്കിയാൽ അതിനു പഴുതില്ല. കുമാരനാശാൻ തന്റെ വിപ്ലവകരമായ മിശ്രവിവാഹകൃതി രചിക്കുന്നതിന് ഒരു ദശാബ്ദത്തിനു മുമ്പുതന്നെ പുലയക്കുടിലുകളിൽപ്പോലും പരക്കെ പാടിപ്പോന്ന പണ്ഡിറ്റ് കെ പി കുറുപ്പിന്റെ *ജാതിക്കുമ്മി* പോലുള്ള കൃതികൾ രചിക്കപ്പെട്ടുകഴിഞ്ഞിരുന്നു. കറുപ്പൻ സ്വജാതിക്കാരെ മാത്രം സംഘടിപ്പിച്ച ആളുമായിരുന്നില്ല. ഒരു തികഞ്ഞ സംസ്കൃത പണ്ഡിതനായിരുന്നിട്ടുകൂടി കറുപ്പൻ പുലയരെ സംഘടിപ്പിക്കുകയും അവർക്കു പാടാവുന്ന കവിതകളെഴുതുകയും ചെയ്തു. *ദുരവസ്ഥ*യ്ക്കും എത്രയോ മുമ്പ് കറുപ്പൻ ജന്മം കൊടുത്ത 'കൊച്ചാലു' എന്ന പുലയനായിരിക്കണം ഒരുപക്ഷേ, മലയാള നാടകവേദിയിൽ ആദ്യം കയറിനിന്ന് സ്വാതന്ത്ര്യത്തിനുവേണ്ടി ശബ്ദിച്ച അധഃകൃതൻ. ഹിന്ദുസമുദായ പുനഃസംഘടനയാണ് തന്റെ ലക്ഷ്യമെന്നു തുറന്നു പറഞ്ഞുകൊണ്ട് ആശാൻ *ദുരവസ്ഥ* എഴുതുന്നതിനും മുമ്പ് അതിനേക്കാൾ എത്രയോ ഉയർന്ന രാഷ്ട്രീയബോധവും വീക്ഷണവിശാലതയുമുള്ള പദ്യങ്ങൾ സഹോദരനയ്യപ്പൻ എഴുതിക്കഴിഞ്ഞിരുന്നു. റഷ്യൻ വിപ്ലവം നടന്നതിന്റെ തൊട്ടടുത്ത വർഷംതന്നെ "രക്തലിപിയിൽ ചരിത്രത്തിൻ ശാസനം കണ്ടീലയോ" എന്ന് ആ മഹാസംഭവത്തെ ചൂണ്ടിക്കാണിച്ചുകൊണ്ട് റഷ്യയിൽ നടന്നതുപോലെ ഒരു വിപ്ലവത്തിന്റെ രോമാഞ്ചജനകമായ രംഗങ്ങൾ "രചിപ്പിൻ വേഗം നിങ്ങളിവിടെ സഖാക്കളേ" എന്ന് സഹോദരനയ്യപ്പൻ ജനങ്ങളെ ആഹ്വാനംചെയ്തുകഴിഞ്ഞിരുന്നു. അങ്ങനെ ആശാനെ പരിമിതവൃത്തത്തിൽ കാണുന്ന പുരോഗമനവീക്ഷണത്തിന് ഇക്കാര്യത്തിലും ആശാന്റെ പരിമിതി ബോധ്യപ്പെടാവുന്നതേയുള്ളൂ.

അപരിമേയമായ പരിമിതവൃത്തം

ആശാനു കൽപ്പിച്ചുകിട്ടിയ ആ പരിമിതവൃത്തത്തിന്റെ കാര്യംതന്നെ പരുങ്ങലിലാണെന്നു നാം കണ്ടുകഴിഞ്ഞു.

എന്നിട്ടും എന്തുകൊണ്ടു കുമാരനാശാൻ കേരളം കണ്ടിട്ടുള്ള ഏറ്റവും വലിയ കവികളിൽ ഒരാളായിരിക്കുന്നു? എന്തുകൊണ്ട് ആശാൻ കവിത ഇന്നും മലയാളികളുടെ മനസിൽ ഒരു സജീവശക്തിയായി നിൽക്കുന്നു?

ദുരവസ്ഥ തന്നെയെടുക്കുക. ആശാൻ പഠിച്ചുവെച്ച കാവ്യസങ്കൽപ്പങ്ങൾ വിലക്ഷണമെന്നു മുദ്രകുത്തിമാറ്റിയ കവിതയാണ് *ദുരവസ്ഥ.* "സാഹിത്യസംബന്ധമായ വലിയ ഉൽക്കർഷമൊന്നുമില്ലായ്ക"യാൽ, "സഹൃദയരായ വായനക്കാർ അനുകമ്പാപൂർവം നിരീക്ഷിക്കണ"മെന്ന് വായനക്കാരോടിരന്നുകൊണ്ടാണ് ആശാൻ *ദുരവസ്ഥ* എന്ന പാട്ടുപാടിത്തുടങ്ങുന്നത്. എന്നാൽ ഇന്നു ചാത്തന്റെയും സാവിത്രിയുടെയും കഥ

കേരളീയരുടെ സംസ്കാരികാവബോധത്തിൽ അനശ്വര ജീവിതം നേടിയ ഒരൈതിഹ്യ കഥയായി മാറിയിരിക്കുന്നു. തലമുറ തലമുറയായി മുതിർന്ന വരിൽനിന്നു കുഞ്ഞുങ്ങളിലേക്കങ്ങനെ പകർന്നു പകർന്നു പോന്ന, കണ്ണു നീരിലും ചിരിയിലും കുതിർന്ന ജീവിതസമരപ്രവാഹത്തിൽനിന്ന് സമൂഹ ചേതന വാറ്റിയെടുത്ത്, സൂക്ഷിച്ചുപോരുന്ന നല്ല ഓർമകളിൽ ഒട്ടും തിളക്കം കുറയാത്ത ഒന്നായി മലയാളിയുടെ മനസിൽ ആ കഥ മാറിക്കഴി ഞ്ഞിരിക്കുന്നു. ആശാന്റെ കാവ്യശാസ്ത്രബോധംതന്നെ വിലക്ഷണമായി ക്കരുതിയ ആ കഥ മലയാളികളുടെ 'മിത്താ'യി മാറിയത് ചാത്തനോടും സാവിത്രിയോടും അനുകമ്പ കാട്ടണമെന്ന് കവി അവരോടിരന്നതുകൊ ണ്ടാണോ? ആശാൻതന്നെ പറയുംപോലെ ഹിന്ദുസമുദായത്തിന്റെ പുനഃ സംഘടനയ്ക്ക് പ്രേരകമായ ഒരു ഗുണപാഠമായി അതു നിലനിർത്ത പ്പെട്ടതുകൊണ്ടാണോ? ആശാൻ എന്ന ഈഴവനേതാവിന്റെ ബോധപൂർവ മായ ഈ ധർമാദർശങ്ങളുടെ ഉപകരണങ്ങൾ മാത്രമായിരുന്നു ചാത്തനും സാവിത്രിയുമെങ്കിൽ, അവർ അവരുടെ ഉപയോഗം കഴിയുന്നതോടെ ആ പുസ്തകത്താളുകളിൽ ചത്തൊടുങ്ങുമായിരുന്നു.

എന്നാൽ, അവരുടെ കഥ ഇന്നു ഗ്രന്ഥശാലയിൽനിന്നു ചികഞ്ഞെ ടുക്കേണ്ട ഒരു സാമൂഹികശാസ്ത്രരേഖയല്ല. അവർ മലയാളികളിൽ ജീവി ക്കുന്നു. നമ്മുടെ വിഭാഗീയവും തിക്തവും പരുഷവുമായ ദൈനംദിന ജീവിതചലനങ്ങൾക്കെല്ലാമിടയിൽ ഐക്യത്തിന്റെയും വിമോചനത്തി ന്റെയും അന്തപ്രേരണകളിൽ ചാത്തന്റെയും സാവിത്രിയുടെയും ഹൃദയം സൂക്ഷ്മമായി സ്പന്ദിച്ചുകൊണ്ടിരിക്കുന്നു. ഇതെങ്ങനെ സംഭവിച്ചു?

ആശാന്റെ ഇഷ്ടാനിഷ്ടങ്ങൾക്കും ധർമാദർശമിഥ്യകൾക്കും അതീതമായി, അടിത്തട്ടുരുകി ഉയർന്ന് മുകൾത്തട്ടു പൊട്ടിത്തെറിക്കുന്ന സംഘർഷ പൂർണമായ ഒരു സാമൂഹികാവസ്ഥയുടെ, അനന്തവൈരുധ്യ ങ്ങളും സൂക്ഷ്മസ്ഥൂല സങ്കീർണതകളുമുൾക്കൊള്ളുന്ന മൂർത്തജീവിത ത്തെ, അതിന്റെ സൂക്ഷ്മബീജത്തെ, താനറിയാതെ തന്റെ മാനുഷിക ശരീരത്തിൽ പകർത്തി, തന്റെ ഞരമ്പിലൊഴുകുന്ന അന്നോളമുള്ള മനു ഷ്യന്റെ സാംസ്കാരികാനുഭൂതികളുടെ രക്തംകൊടുത്തു വളർത്തി, സ്വന്തം ഛായയിൽ ആശാൻ ലോകത്തേക്കു പറഞ്ഞുവിട്ട ആ ജീവിത ത്തിന്റെ മറ്റൊരു മൂർത്തിയാണ് *ദുരവസ്ഥ* എന്ന കലാസൃഷ്ടി. മാരാ രുടെ അനുയായികൾക്ക് ഭാരതീയ വിദ്വജ്ജനങ്ങളിൽനിന്നു കൈമാറിക്കി ട്ടിയ സാഹിത്യശാസ്ത്രക്കണ്ണടയ്ക്കുമുന്നിൽ അത് വിരൂപമായി തോന്നാം. ആശാനും സ്വന്തം സൃഷ്ടിയെ കണ്ടപ്പോൾ ആ കണ്ണട എടുത്തുമാറ്റാൻ മറന്നുപോയല്ലോ. ആശാൻ തന്റെ ധർമാദർശപ്പരസ്യത്തിൽ വരച്ചു ചേർത്ത മിശ്രവിവാഹ ദമ്പതികളുടെ ചിത്രമായി *ദുരവസ്ഥ*യെ കാണുന്ന വർ, ആശാൻ ആശയപ്പരസ്യത്തിനു നല്ലൊരു മാതൃക സൃഷ്ടിച്ചിരി ക്കുന്നു എന്നതുകൊണ്ട് അതിനെ പുകഴ്ത്തുകയും ചെയ്യുന്നു. ഇങ്ങനെ കണ്ണടവെച്ചവരും കാഴ്ച കുറഞ്ഞവരും ആ കൃതിയെച്ചൊല്ലി തമ്മിലടി ച്ചുകൊള്ളട്ടെ. അവർക്ക് മനുഷ്യജീവിതത്തിൽ പ്രതിപ്രവർത്തിച്ച് അനു

ക്ഷണം നവീകരിക്കുന്ന ആ സചേതന ഘടനയുടെ സർഗഭാവം കാണാനാവില്ല.

മുഖവുരയിൽ പ്രസ്താവിക്കുന്നതുപോലെ, മാപ്പിള ലഹളയെന്ന മഹാവിപത്ത് ഹിന്ദുസമുദായത്തെ പഠിപ്പിക്കുന്ന ഒരു പാഠത്തിന്റെ മാതൃക ആശാൻ *ദുരവസ്ഥ*യിൽ ബോധപൂർവം നിബന്ധിച്ചിട്ടുണ്ട്. അതിങ്ങനെയാണ്:

ഹിന്ദുധർമം ജാതിമൂലം അങ്ങേയറ്റം അധഃപതിച്ചു. അനാചാര ജടിലമായ ആ നമ്പൂതിരി മതത്തിന്റെ കോട്ടയിൽനിന്ന് മതംമാറി പുറത്തുചാടിയ മഹമ്മദരാക്ഷസന്മാർ ആ കോട്ടയെത്തന്നെ തിരിഞ്ഞാക്രമിക്കുന്നു; അതിന്റെ ഭൗതികവും ആത്മീയവുമായ എല്ലാ മൂല്യങ്ങളേയും നിർദയം ചവിട്ടി അരയ്ക്കുന്നു. ആ ജാതിക്കോട്ടയുടെ കേന്ദ്രസ്ഥാനത്തുനിന്ന്, അതിന്റെ സമസ്ത മൂല്യങ്ങളും ഹൃദയത്തിൽ സൂക്ഷിക്കുന്ന ഒരു കന്യക ആക്രമണത്തിൽനിന്ന് യദൃച്ഛയാ രക്ഷപ്പെട്ട് പ്രാണരക്ഷയ്ക്കുവേണ്ടി, ജാതിയാൽ അധഃകൃതരിൽ അധഃകൃതനാക്കപ്പെട്ട, മൃഗത്തെക്കാൾ നിന്ദ്യനാക്കപ്പെട്ട ഒരുവനെ അഭയം പ്രാപിക്കുന്നു. മരണത്തിലേക്കല്ലാതെ, ഈ ഭൂമിയിൽ മടങ്ങിപ്പോവാൻ ഒരിടവുമില്ലാത്തവിധം സ്വന്തം ജീവിതത്തിന്റെ ഗതി സമ്പൂർണമായി തടയപ്പെട്ട ആ സന്ദിഗ്ധ സന്ധിയിൽ, തനിക്ക് കാണാൻപോലും കുളിക്കേണ്ടവനെങ്കിലും ഹൃദയശുദ്ധിയുള്ള ആ യുവാവിനോടൊപ്പം ഒരു പുതിയജീവിതം തുടങ്ങാൻ അവൾ തീരുമാനിക്കുന്നു. ഈ തീരുമാനത്തിലെത്താൻ സ്വന്തം ആഢ്യബ്രാഹ്മണ്യത്തെ അവൾ ഉടച്ചുവാർക്കുന്നു; ജാതിബദ്ധമായ സ്വന്തം മൂല്യബോധത്തെ ഒരു നവീന ഹൈന്ദവ മൂല്യബോധമായി അവൾ പുനഃസൃഷ്ടിക്കുന്നു. ജാതിക്കോട്ടയുടെ ക്ഷുദ്രത, ആഢ്യത്വത്തിന്റെ ക്ഷണികത എല്ലാം ഒരൊറ്റ രാത്രിയിൽ തിങ്ങിഞെരുങ്ങി അവൾക്കു മുന്നിൽ വെളിപ്പെടുകയുണ്ടായി. അവളുടെ വർത്തമാനത്തിനുപിന്നിൽ കത്തിയമരുന്ന ആഢ്യത്വത്തിന്റെ ക്ഷുദ്രത, മുന്നിൽ സ്വച്ഛമായ മനുഷ്യത്വത്തിന്റെ ആർദ്രത; പിന്നിൽ ഓർമയായി ത്തീർന്ന ഭൗതികസമൃദ്ധി, മുന്നിൽ യഥാർഥമായി നിൽക്കുന്ന ഹൃദയവിശുദ്ധി. ഈ വിരുദ്ധഭാവസംഘർഷത്തിലൂടെ പുതുജന്മം നേടുന്ന പുതിയ മനുഷ്യസ്ത്രീയാണ് ചാത്തനെ സ്വയംവരിക്കുന്ന സാവിത്രി. ഭൗതികമായ ജാതിക്കോട്ടയിൽനിന്നും സ്വന്തംശരീരത്തെ പുറത്തു കടത്തിക്കൊണ്ടുപോരുന്ന ആശാന്റെ ഈ മാനസപുത്രി അവളുടെ ഉള്ളിലൂടെ ജാതിക്കോട്ടയിൽ നിന്നുകൂടി സ്വയം വിമുക്തയാകുന്നതോടെ, ജാതീകൃതഭേദങ്ങളില്ലാത്ത സമത്വപൂർണമായ അതിപുരാതന ഹൈന്ദവ ജീവിതത്തെക്കുറിച്ചുള്ള ആശാന്റെ സ്വപ്നം അവളിൽ സാക്ഷാൽക്കരിക്കപ്പെടുന്നു. അവൾക്കിനി ജാതിയില്ല. അവൾ നമ്പൂതിരിയല്ല. ചാത്തൻ പുലയനല്ല. ആശാൻ സൃഷ്ടിച്ചെടുത്ത കാവ്യസംസ്കാരത്തിന്റെ നീതിക്കുമുന്നിൽ അവരുടെ വേഴ്ച ഒരു മിശ്രവിവാഹമേയല്ല. സ്വച്ഛന്ദമായ പരസ്പര സമർപ്പണം മാത്രമാണത്.

ഇങ്ങനെ ഹിന്ദുമതത്തിന്റെ തകർച്ചയ്ക്കു കാരണമായി അതുതന്നെ സൃഷ്ടിച്ചുവിട്ട ജാതിവ്യവസ്ഥയുടെ 'രാക്ഷസീയ' വിസ്ഫോടനത്തിൽ

നിന്ന് ഹിന്ദുധർമം മോചിപ്പിക്കപ്പെടണമെങ്കിൽ ആ ജാതിവ്യവസ്ഥയിൽ നിന്നുതന്നെ ഹിന്ദുധർമം സ്വയം വിമോചിപ്പിക്കപ്പെടണം എന്നുള്ളതാകുന്നു *ദുരവസ്ഥ* എന്ന പേരിന്റെ അടിയിൽ കാണുന്ന പാട്ടിന്റെ വിനീതമായ പാഠം.

ആശാൻ ബോധപൂർവം നടത്തിയ ധർമാദർശപ്രേരിതമായ കാവ്യരചനയുടെ സാഫല്യത്തെക്കുറിച്ചാണ് ഇപ്പറഞ്ഞത്. എന്നാൽ ആശാന്റെ ആദർശബോധത്തിന്റെ പരിമിതവൃത്തത്തിലൊതുങ്ങുന്നതായിരുന്നു ആ കാവ്യമെങ്കിൽ, അതായത്, യാഥാർഥ്യത്തെ ആശയങ്ങളായി ഗ്രഹിക്കുന്നതിനുള്ള ആശാന്റെ ചരിത്രപരമായ പരിമിതികളിൽനിന്ന് രൂപപ്പെട്ട പ്രത്യയശാസ്ത്രമിഥ്യകൾക്കുള്ളിൽ അതിനെ സേവിച്ചുകൊണ്ടുമാത്രം നിൽക്കുന്ന ഒരു കൃതിയായിരുന്നു *ദുരവസ്ഥ*യെങ്കിൽ അത് അതിന്റെ കാലികമായ സേവനം കഴിയുന്നതോടെ വിസ്മരിക്കപ്പെടുമായിരുന്നു. ആശാനോ ആശാൻ പ്രതിനിധീകരിക്കുന്ന വർഗമോ അക്കാലത്തെ കേരളീയ മനുഷ്യജീവിതത്തിന്റെ യാഥാർഥ്യത്തെക്കുറിച്ച് സ്വരൂപിച്ച ആദർശങ്ങളുടെ അതിരുകളെ ആ കൃതി തകർത്തു. അത് ആദർശമിഥ്യകളെ നിഷേധിച്ച് ജീവിതത്തിന്റെ സങ്കീർണതയോട് സംവദിച്ചു.

എങ്ങനെ?

*ദുരവസ്ഥ*യുടെ രചനയിൽ ആശാന്റെ ബോധപൂർവമായ ശ്രദ്ധ മുഴുവൻ അതിലെ കേന്ദ്ര കഥാപാത്രത്തിലാണ്; സാവിത്രിയിലാണ്; അവളുടെ ആത്മാവിനെ ചൂഴുന്ന പഴമയുടെ തോടുപൊട്ടിച്ച് ഒരു പുതിയ സ്ത്രീയായി പുറത്തേക്ക് പറന്നുവരാനുതകുന്ന പുതുചിറകുകൾ മുളപ്പിച്ചെടുക്കുന്നതിലാണ്; ആ സ്വാഭാവികപരിണാമത്തിനാവശ്യമായ ഭാവസംഘർഷങ്ങളുടെ ഊർജം ഉൽപ്പാദിപ്പിക്കുന്നതിലാണ്. എന്നാൽ കഥാപാത്രത്തിന്റെ ആത്മപരിവർത്തനമെന്ന ഈ ഏകാന്തരേഖയിൽനിന്ന് അതിനും അടിയിലുള്ള പ്രബന്ധവ്യാപിയായ കാവ്യാനുഭവത്തിന്റെ തലത്തിലേക്ക് നാം കടക്കുമ്പോൾ കാവ്യമാകെ നിറഞ്ഞുനിന്ന സാവിത്രിയെ പിന്തള്ളിക്കൊണ്ട് അവളുടെ വാക്കുകളിലൂടെ മാത്രം നാമറിയുകയും ഒടുവിലൊരൽപ്പനേരം നേരിൽ കാണുകയും ചെയ്യുന്ന ചാത്തൻ മുന്നിലേക്കുയർന്നു വരുന്നതു കാണാം. ജാതിപരമായ അപകർഷബോധത്തിലടിഞ്ഞുറച്ച് ജാഡ്യത്തോടടുത്ത, നിർവികാരതയും നിഷ്ക്രിയതയും കൊണ്ട് നിസ്തേജനനായ ആ കുറിയ ചാത്തൻ സാവിത്രിയെ പിന്തള്ളി മുന്നിലേക്ക് വരുന്നു എന്നോ? ഭാവഭരിതനാവേണ്ട ഒരുജ്ജ്വലനിമിഷത്തിൽപോലും ആണത്തമില്ലാതെ തണുത്തുനിന്ന ആ ചാത്തനോ? ആ ചാത്തൻ തന്നെ. പക്ഷേ, സാവിത്രിയുടെ ചിന്തയിലോ ആശാന്റെ വാക്കുകളിലോ മാത്രമൊതുങ്ങുന്ന ഒരു ചാത്തനല്ല പ്രബന്ധ സമഗ്രതയിൽ നിറഞ്ഞുനിൽക്കുന്ന ചാത്തൻ. അവൻ നിർവികാരനോ നിഷ്ക്രിയനോ നിസ്തേജനോ അല്ല. സാവിത്രി ആ ഭയങ്കര രാത്രിയിൽ കാണുന്ന കാഴ്ചയുണ്ടല്ലോ. കൊടുവാളും കത്തികളുമോങ്ങി കത്തിക്കാളുന്ന പന്തങ്ങളുമായി അലറിയടുത്ത്, നൂറ്റാണ്ടുകളുടെ ജഡനിദ്രയെ ആകാശം പൊട്ടു

മാറുച്ചത്തിൽ ഭേദിച്ച്, പൂർവശിഖയും പൂണൂലുമണിഞ്ഞ ക്ഷുദ്രതയുടെ മേൽ താണ്ഡവമാടുന്ന ആ സംഹാരമൂർത്തിയുണ്ടല്ലോ, അത് ബാഹ്യ മായ ചങ്ങലകൾ പൊട്ടിച്ചെറിഞ്ഞ് ഒരായിരം ചാത്തന്മാരുടെ ഉടലാണ്ടു വന്ന ഈ ചാത്തന്റെ അടിമത്തത്തിന്റെ വിമുക്ത രൂപമല്ലാതെ മറ്റെ ന്താണ്? അത് ചാത്തനല്ലാതെ മറ്റാരാണ്?

ബാഹ്യമായ ചങ്ങലകൾ പൊട്ടിച്ച സ്വന്തം പ്രതിനിധികളിലൂടെ ചാത്തൻ സാവിത്രിയുടെ ഇല്ലം തല്ലിപ്പൊളിച്ച് തീവെക്കുന്നതോടെ അവളും ബാഹ്യമായി വിമുക്തയാകുന്നു. ഹൃദയശൂന്യമായ ഭൗതിക സമൃദ്ധിയുടെ നടുവിൽ ഏതോ ഒരു വിടന് കൈമാറ്റം ചെയ്യപ്പെടാൻ വേണ്ടി കൊഴുപ്പിക്കപ്പെട്ടുകൊണ്ടിരുന്ന ഒരു മാംസപിണ്ഡമായിരുന്നു അവൾ. ഇല്ലത്തിന്റെ ചുവരുകൾ സ്ത്രീയുടെ അടിമത്തത്തിന്റെ കോട്ട കളായിരുന്നു. സ്വന്തം സ്ത്രീത്വത്തെ മോചിപ്പിക്കാൻ ആ കോട്ടയ്ക്കു ള്ളിൽ സാവിത്രിക്ക് യാതൊരുപാധികളുമില്ല. ഭൗതികശക്തികളാൽ, പ്രകൃതിയുമായുള്ള മനുഷ്യബന്ധത്തിന്റെ വികാസത്താൽ ബാഹ്യമായ ചങ്ങലകൾ പൊട്ടിച്ചുകളഞ്ഞ പുരുഷൻ വേണ്ടിവന്നു ആ കോട്ടകൾ തല്ലി പ്പൊളിച്ച് സ്ത്രീയെ മോചിപ്പിക്കാൻ.

പക്ഷേ, കത്തിയമരുന്ന ഇല്ലത്തുനിന്ന് സ്വന്തം ശരീരം ഒളിച്ചു പുറത്തു കടത്തിക്കൊണ്ടുപോരുന്ന സാവിത്രി അപ്പോഴും ആ കോട്ടയ്ക്കു ള്ളിൽനിന്ന് തെറിച്ചു പുറത്തുവീണ ഒരു ഭോഗവസ്തു മാത്രമായിരുന്നു. സ്വയം കണ്ടെത്താൻ കണ്ണ് വിടർന്നിട്ടില്ലാത്ത സ്ത്രീയായിരുന്നു. വേട്ട ക്കാരിൽ കൊതിയേറ്റുന്ന സ്വന്തം ഇറച്ചിയുംകൊണ്ട് പായുന്ന മാനിനെ പ്പോലെ സ്വന്തം ശരീരവുമായി ആ ഇരുട്ടിലൂടെ പാഞ്ഞുപോയ സാവിത്രി. അവൾ ചെന്ന് ചേരുന്നതാകട്ടെ അവളെ ബാഹ്യമായി മോചിപ്പിച്ച സംഹാ രശക്തിയുടെ ആന്തരിക ജാഡ്യത്തിന്റെ മൂർത്തിക്കു മുന്നിലും. സമൂഹ ത്തിന്റെ സർഗവികാസത്തെ തടഞ്ഞുനിർത്തുന്ന ശക്തികൾക്കുമേൽ സംഹാരജ്വാലയായിനിന്ന ചാത്തൻ ഇവിടെ ഒരു പുതിയ മനുഷ്യത്വത്തെ സൃഷ്ടിച്ചെടുക്കുന്ന ശാന്തതയായി, സൗമ്യമായ ഭാവോഷ്മളതയായി സ്വയം മാറുന്നത് കാണുക.

ചാത്തന്റെ കുടിലിലെത്തുന്നതുവരെ സാവിത്രി ഇരുട്ടിലൂടെ മരണ ത്തിലേക്ക് പായുകയായിരുന്നു. ചാത്തന്റെ കുടിലിൽ എത്തിക്കഴിഞ്ഞ ഓരോ നിമിഷവും മരണത്തിൽനിന്ന് ജീവിതത്തിലേക്ക് പിടിച്ചുകയറുക യായിരുന്നു. അവൾ ജീവിതത്തിലേക്ക് മടങ്ങിവന്നുകൊണ്ടിരുന്നത് ഒരാ ഢ്യബ്രാഹ്മണസന്തതിയായിട്ടല്ല, കൂട്ടുകുടുംബത്തിലെ കൈമാറ്റം ചെയ്യ പ്പെടാവുന്ന ഒരുപഭോഗവസ്തുവായിട്ടല്ല, സ്വയം സ്വന്തം ജീവിതം തിര ഞ്ഞെടുക്കാനുള്ള സന്ദിഗ്ധതയിൽ തന്നിൽ കെട്ടിയേൽപ്പിക്കപ്പെട്ട നിർജീവ സ്ത്രീസങ്കൽപ്പത്തെ ഉരച്ചുരച്ച് ഒരു പുതുരൂപം സൃഷ്ടിക്കു ന്നതിലുള്ള വേദനയും ആനന്ദവും അനുഭവിക്കുന്ന ഒരു പെണ്ണായിട്ടാ ണ്, സ്വയം കണ്ടെത്താൻ തുടങ്ങിയ സ്ത്രീയായിട്ടാണ്. ആത്മഹത്യ യെക്കുറിച്ചും ചാത്തന്റെ കുടിലിൽനിന്ന് മടങ്ങിപ്പോവാനുള്ള തടസങ്ങ

ളെക്കുറിച്ചും സാവിത്രി പറയുന്ന യുക്തികളിൽ വാസ്തവത്തിൽ വെറും ഗത്യന്തരമില്ലായ്മ മാത്രമാണോ ഉള്ളത്? വാച്യാർഥം അതുതന്നെ. എന്നാൽ അവളറിയാതെ അവളുടെ ഉള്ളിലെവിടെയോ രൂപംകൊണ്ടു കഴിഞ്ഞ ഒരു തീരുമാനത്തോട് പൊരുത്തപ്പെടാൻ പോരുംവിധം സ്വയം ന്യായീകരിച്ച് സ്വന്തം യുക്തിബോധത്തെ സജ്ജമാക്കുന്ന ഈ പെണ്ണിന്റെ വാക്കുകളിലുടനീളം ഭൂതകാലസ്മരണകളും ഭാവി ചിന്തകളും തമ്മിൽ, ജീവിതനിഷേധവും ജീവിതാഭിമുഖ്യവും തമ്മിൽ വേദനനിറഞ്ഞ ഒരു മൽപ്പിടുത്തം നടക്കുന്നുണ്ട്. ആ കുടിലിൽ വന്ന നാൾതൊട്ട് ചാത്തന്റെ ഓരോ ചലനവും അവൾ അവൾക്കുവേണ്ടി ചെയ്യുന്ന ഓരോ കൃത്യവും അവൾ അറിയാതെ ശ്രദ്ധിക്കുകയായിരുന്നു. ആഴത്തിൽ വീണുപോയ അവൾ പതുക്കെപ്പതുക്കെ ജീവിതത്തിന്റെ നേർക്ക് മുഖം തിരിച്ച്, പിന്നെപ്പിന്നെ മനസുകൊണ്ടറിയാതെ ചാത്തന്റെ കൈപിടിച്ച്, സ്വയം യുക്തികൾ മെനഞ്ഞ് കരുത്തുനേടി ഒടുവിൽ ജീവിതത്തിന്റെ ഭൂമിയിൽ ചാത്തന്റെ കൈപിടിച്ച് കയറിനിൽക്കുന്നു. ഇങ്ങനെ സാവിത്രി ചാത്തനിലൂടെ വിമുക്തയാകുമ്പോൾ ചാത്തൻ സാവിത്രിയിലൂടെ സ്വയം മാറുകയായിരുന്നു.

സ്വന്തം മനുഷ്യത്വംതന്നെ മറന്നുപോയ മൃഗതുല്യനായ ഒരടിമ അന്തിവെയിലിലെ പൂമരവും താമരപൂക്കുന്ന പൊയ്കയും കണ്ട് ഭാവഗ്രസ്ഥനാവാൻ മാത്രം, വീട്ടിൽ തനിച്ചിരിക്കുന്ന പെണ്ണിനുവേണ്ടി താനറിയാതെ പൂമൊട്ടു പറിച്ച്, അവൾക്കു സമ്മാനിക്കാനുള്ള ആ പൂവായി സ്വയം മാറാൻ മാത്രം മനുഷ്യനായി വളരുക; അതൊരു ചെറിയ കാര്യമല്ല. അവന്റെയുള്ളിൽ തലമുറകളായി ചുറ്റിച്ചുറ്റി കിടക്കുന്ന എത്രയെത്ര ചങ്ങലകൾ അവന്റെയുള്ളിലിരുന്ന് സാവിത്രി രാകിരാകി മുറിച്ചിരിക്കണം. തലമുറകളായി നിലച്ചുപോയ എത്രയോ സൂക്ഷ്മ ഭാവസംവേദനങ്ങളെ അവൾ അവന്റെയുള്ളിലിരുന്ന് അവനറിയാതെ തൊട്ടുതൊട്ടുണർത്തിയിരിക്കണം.

അങ്ങനെ ശരീരങ്ങൾ കൊണ്ടടുത്താണെങ്കിലും ആന്തരികപാരതന്ത്ര്യത്താൽ വിദൂരതയിലേക്ക് വികർഷിക്കപ്പെട്ട രണ്ടു മനുഷ്യജീവികൾ അനുനിമിഷം പരസ്പരം പ്രതിപ്രവർത്തിച്ച്, അന്യോന്യം മോചിപ്പിക്കുന്നതിലൂടെ സ്വന്തം സ്ത്രീത്വവും പൗരുഷവും കണ്ടെത്തി, സ്വന്തം സർഗാത്മകമായ മനുഷ്യാസ്തിത്വത്തിന്റെ സൗന്ദര്യം സാക്ഷാൽക്കരിക്കുന്നു.

സാവിത്രിയുടെ സ്വഗതാഖ്യാനത്തിന്റെ ബാഹ്യശിൽപ്പത്തിലൂടെ ആ കൃതി മൂർത്തമായി അനുഭവിക്കുന്ന ഏതൊരാളും ഈ വിപരീത ഭാവപ്രവാഹത്തിൽ തന്നെത്തന്നെ എടുത്തിടുന്നതിലൂടെ തന്റെമേൽ എടുത്തവയ്ക്കപ്പെട്ട ജീവിതത്തിന്റെ വികൃതമിഥ്യകൾക്കെതിരെ പൊരുതുകയാണ് ചെയ്യുന്നത്. ജാതിയാലോ മതത്താലോ സ്വാർഥത്താലോ മറയ്ക്കപ്പെട്ട തന്റെ യഥാർഥ മനുഷ്യരൂപത്തിന്റെ സൗന്ദര്യം വെട്ടിത്തെളിച്ചെടുക്കാൻ, സ്വയം മാറ്റിത്തീർക്കാൻ പ്രവർത്തിക്കുകയാണ് ചെയ്യുന്നത്. തുടക്കത്തിലും ഒടുവിലും ഭാവസന്ധികളിലും ഗ്രീക്കുനാടകങ്ങളിലെ കോറ

സെന്നപോലെ കാവ്യത്തിലേക്കു കടന്നുവരുന്ന കവി ഭാവാവിഷ്ടനായ അനുവാചകനിൽ ഞെട്ടിയുണരുന്ന അവന്റെ ബോധത്തിന്റെ പ്രതിനിധിയാകുന്നു.

*ദുരവസ്ഥ*യിൽ സംഹാരവും പ്രണയവും കൂട്ടിക്കൊരുത്തിരിക്കുന്നു. തണുത്തുറഞ്ഞ നിഷ്ക്രിയത ഊഷ്മളവും സാന്ദ്രവുമായ ഗംഭീര ക്രിയയാകുന്നു. ബാഹ്യമായ സംഹാരതാണ്ഡവം തണുത്തുറഞ്ഞുപോകുന്നു. അങ്ങനെ ക്രിയയും നിഷ്ക്രിയതയും അകംപുറമായി തിരിഞ്ഞുവീഴുന്ന വിരുദ്ധ വികാസത്തിലൂടെ, പഴമയെ നശിപ്പിക്കുകയും പുതുമയെ സൃഷ്ടിക്കുകയും ചെയ്യുന്ന മനുഷ്യത്വത്തിന്റെ ബാഹ്യവും ആന്തരികവുമായ സർഗാത്മക കലാപത്തെ, തന്റെ കാലത്തിന്റെ ആശയാദർശങ്ങളാൽ പ്രച്ഛന്നമാക്കപ്പെട്ട സത്യത്തിന്റെ സൂക്ഷ്മ മാനുഷികരൂപത്തെ, ആശാൻ തന്റെ കാവ്യകലയിൽ മൂർത്തമായി സൃഷ്ടിച്ചുവെച്ചിരിക്കുന്നു. അതാകട്ടെ ഒരമൂർത്ത ധർമാദർശത്തിനുമേൽ കവി നടത്തിയ കരകൗശലവിദ്യ അല്ലതാനും.

ഭാരതീയ കലയും ധർമാദർശവും

ഇ എം എസും മാരാരും എടുത്തുദ്ധരിക്കുന്ന ഭാരതീയ സാഹിത്യ പാരമ്പര്യമനുസരിച്ച് ഭാസനും കാളിദാസനും ശൂദ്രകനുമൊക്കെ അവരുടെ കാലത്തെ ധർമാദർശങ്ങളെ പ്രചരിപ്പിക്കാൻ സ്വന്തം കലാസിദ്ധികളെ എടുത്തുപയോഗിച്ച കവികളായിരിക്കണമല്ലോ. അവരുടെ കാലത്തെ വേദശാസ്ത്രങ്ങളനുശാസിക്കുന്ന ധർമാദർശങ്ങൾക്ക് ഭാര്യയെപ്പോലെ അനുനയിപ്പിച്ചു പ്രചരിപ്പിക്കാൻപോന്ന കാവ്യരൂപങ്ങൾ സൃഷ്ടിച്ചതുകൊണ്ടാണോ ആ കവികൾ മഹാന്മാരായിരിക്കുന്നത്?

കാളിദാസൻ പ്രചരിപ്പിക്കേണ്ടിയിരുന്ന ധർമാദർശം വർണാശ്രമ ധർമത്തിന്റേതാണ്. വർണാശ്രമ ധർമത്തെ തന്റെ രാജ്യപാലനത്തിനുള്ള അടിസ്ഥാനവ്യവസ്ഥയായി സ്വീകരിച്ച ഒരു ഗുപ്തരാജാവിന്റെ സദസിനെ അലങ്കരിച്ച കവിയായിരുന്നല്ലോ കാളിദാസൻ. ബുദ്ധമതത്തിന്റെ പടർച്ചയിൽ തളർന്നുപോയ ബ്രാഹ്മണധർമം മൗര്യന്മാർക്കുശേഷം വീണ്ടും വേരുറപ്പിക്കാൻ തുടങ്ങിയ കാലമായിരുന്നു അത്. അപ്പോഴേക്കും ആ ധർമം മുകളിൽനിന്നടിച്ചേൽപ്പിക്കുന്ന ഒരന്യശക്തിയായി ദുഷിക്കാതെ തരമില്ല. കാളിദാസൻ ആ ദുഷ്ടധർമത്തിന്റെ പ്രചാരകനായിരുന്നതുകൊണ്ടാണ് കാളിദാസനായതെന്ന്, ആ കൃതികളിലൂടെ അവയുടെ കൊട്ടാരവേഷങ്ങളഴിച്ചുമാറ്റി അന്നത്തെ രാജധർമത്താൽ പീഡിതമായ ഇന്ത്യൻ ജീവിതത്തിന്റെ ഭാവസ്പന്ദങ്ങളിൽ കാതോർക്കാൻ കഴിയുന്നവരാരും പറയില്ല.

തൊഴിൽ വിഭജനത്തിലൂടെ വിഘടിച്ചുപോയ മനുഷ്യന്റെ സത്തയെയും അസ്തിത്വത്തെയും അയഥാർഥമായി യോജിപ്പിക്കാനുള്ള, ആ വിഘടിതാവസ്ഥയെ സ്വധർമവിഹിതമായി ജീവിതത്തിന്മേൽ ആരോപിക്കാനുള്ള 'യോഗ'ത്തിന്റെ ജനകീയ രൂപമാണ് വർണാശ്രമവ്യവസ്ഥ.

മനുഷ്യരുടെ ജീവിതത്തെ ജനനം മുതൽ മരണംവരെ നീണ്ടുനിൽക്കുന്ന ആത്മബോധമറ്റ ഒരു നാടകാഭിനയമാക്കി മാറ്റുന്ന, ഒരു നീണ്ട അനുഷ്ഠാനമാക്കി മാറ്റുന്ന ബലപ്രയോഗമാണത്. ഈ ആത്മീയ ബലപ്രയോഗത്തിന്റെ, ജീവിതമെന്ന അനുഷ്ഠാനനാടകത്തിന്റെ ഇരുമ്പുകൂട്ടിൽ അകപ്പെട്ടുപോയ പ്രാചീന ഇന്ത്യൻ ജീവിതം ഒടുവിൽ അയഥാർഥവും നിഷേധാത്മകവുമായ മോചനമാർഗങ്ങൾതേടി ജീർണിച്ചുപോയതിന്റെ കഥയാണ് കാളിദാസന്റെ *രഘുവംശം. കുമാരസംഭവ*മാകട്ടെ ദേവീദേവന്മാരെ തമ്മിൽ വിവാഹം കഴിപ്പിക്കുന്ന ഉത്തരഭാരതത്തിലെ കർഷകരുടെ ഉർവരതാനുഷ്ഠാനത്തെ വന്ധ്യമായിത്തീർന്ന ഒരു കാലഘട്ടത്തിന്റെ അജ്ഞാത പ്രേരണകളാൽ കാളിദാസൻ ഒരിക്കൽക്കൂടി അനുഷ്ഠിച്ചതിന്റെ രേഖയാകുന്നു. *അഭിജ്ഞാനശാകുന്തള*മെഴുതിയ കാളിദാസൻ ആ കൃതിയുടെ വാച്യാർഥംമാത്രം കാണുന്നവർക്ക് കാലത്തിന്റെ ദാസനാകാം; ധർമാദർശം കാണുന്നവർക്ക് ഒരു രാജാവിന്റെ ധർമശ്രദ്ധയുടെ മാറ്റുരച്ചുകാട്ടാനുള്ള വേദിയൊരുക്കിയ ധർമനിഷ്ഠനുമാകാം. എന്നാൽ സ്വയം ജീവിക്കുന്ന ഗ്രാമത്തിന്റെയും പരോപജീവിയായ നഗരത്തിന്റെയും വിരുദ്ധ ജീവിതക്രമങ്ങളിൽ സ്വധർമബദ്ധരായിത്തീർന്ന മനുഷ്യരുടെ ദുരന്തത്തെ, അവരുടെ തെറ്റിപ്പിരിഞ്ഞബോധവും ഇച്ഛയും തമ്മിലുള്ള ദുരന്തപൂർണമായ സംഘർഷത്തെ സാങ്കൽപ്പികമായി നിഷേധിച്ച് മനുഷ്യസ്വാതന്ത്ര്യത്തെ ഒരഭൗമയാഥാർഥ്യമായി സ്വപ്നം കാണുകയാണ് ശാകുന്തളത്തിൽ കാളിദാസൻ ചെയ്യുന്നത്. മാനുഷികമായ ഹൃദയബന്ധങ്ങൾക്ക് വികലമാവാതെ നിലനിൽക്കാൻ ഇടമില്ലാത്തിധം ഭൂമി അന്നത്രയ്ക്കു പരതന്ത്രമായിരുന്നു.

അങ്ങനെ കാളിദാസൻ തന്റെ കാലത്തെ വേദവും ശാസ്ത്രവും അനുശാസിച്ച ധർമങ്ങളെ സ്വന്തം കലാസൃഷ്ടികളിലൂടെ പ്രചരിപ്പിക്കുകയായിരുന്നില്ല, മറിച്ച് അവയെ ആഴത്തിൽ നിഷേധിക്കുകയായിരുന്നു. കാളിദാസന്റെ കലയിൽ ആ നിഷേധം എങ്ങനെ പ്രവർത്തിക്കുന്നു എന്ന് വിശദീകരിക്കാനുള്ള സന്ദർഭം ഇതല്ലല്ലോ.

ചുരുക്കമിതാണ്: ഭാരതീയസംസ്കാരമെന്നൊന്ന് അതിന്റെ സാക്ഷാൽക്കാരം കണ്ടെത്തിയ കവികളിൽവെച്ച് ഒരൊറ്റ മഹാപ്രതിഭയെങ്കിലും യഥാർഥത്തിൽ വേദത്തെയും ശാസ്ത്രത്തെയും ഏറ്റുപാടുകയുണ്ടായില്ല. സ്വന്തം ശരീരംകൊണ്ട് രാജസദസുകളെ അലങ്കരിക്കുമ്പോൾ പോലും വേദശാസ്ത്രാദിപഠനംകൊണ്ട് സ്വന്തം ബുദ്ധി ആ രാജകീയ ധർമങ്ങൾക്ക് അടിപ്പെട്ടിരിക്കുമ്പോൾപോലും അവർ സ്വന്തം കാവ്യങ്ങളുടെ വാച്യാർഥത്തിനപ്പുറം സ്വധർമകർമപരതന്ത്രമായ ഒരു ജനതയുടെ സ്വാതന്ത്ര്യത്തിന്റെ സ്വപ്നസാമ്രാജ്യം സൃഷ്ടിക്കുകയായിരുന്നു. ജീവിതം ജീവിതത്തിന്മേൽ എടുത്തുവയ്ക്കപ്പെട്ട സ്വധർമങ്ങളുടെ ഭാരമേറിയ ഒരനുഷ്ഠാനപടലമായി സ്വയം തെറ്റിദ്ധരിക്കാൻ ബാധ്യസ്ഥമായ ഒരു ജനതയുടെ അവശേഷിക്കുന്ന മനുഷ്യത്വത്തിന്റെ നേർത്തുപോയ ഹൃദയമിടിപ്പുകളെ സ്വന്തം പെരുമ്പറകളിലേറ്റുവാങ്ങി രാജസദസുകളിൽ

കൊട്ടിത്തിമിർത്ത മഹാധീരന്മാരായിരുന്നു അവർ. വാക്കുകളുടെ യുക്തി പരമായ അർഥതലത്തിൽ അവരുടെ കഥകൾ രാജാക്കന്മാരെക്കുറിച്ചുള്ള കഥകളായിരുന്നു. ആ ധീരോദാത്തന്മാരും അതിപ്രതാപഗുണശാലികളും അതുകേട്ടു പുളകംകൊണ്ടിരിക്കണം. എന്നാൽ കാവ്യകലയുടെ ഉജ്വലാ വതാരങ്ങളെന്ന നിലയിൽ രാജാവും പുരോഹിതനും ഒരുമിച്ചുപറഞ്ഞ ധർമത്തിന്റെ, ജീവിതത്തെ ഒരു സാമാന്യവ്യവസ്ഥയിൽ തളച്ചിടാൻ ശ്രമിച്ച വരണ്ട തത്വത്തൊണ്ടുകളുടെ മഹാനിഷേധങ്ങളായിരുന്നു അവ.

എന്നാൽ പൗരോഹിത്യത്തിന്റെയും രാജകീയാധികാരത്തിന്റെയും ധർമാദർശങ്ങളെ ഏറ്റുപാടിയ നൂറുകണക്കിന് കവികളും ഭാരതത്തിലു ണ്ടായിട്ടുണ്ട്. വർണാശ്രമ ധർമങ്ങളുടെ അലംഘനീയത എടുത്തുകാട്ടി രാജാക്കന്മാരുടെ ധീരോദാത്തത പാടിപ്പുകഴ്ത്തി വേദത്തിന്റെയും ശാസ് ത്രത്തിന്റെയും മൂല്യങ്ങൾക്കു മുമ്പിൽ ശിരസും ആത്മാവും നമിച്ച് കാവ്യ രചന നടത്തിയ ആ പണ്ഡിതന്മാരുടെ കഥയെന്തായി? നമ്മുടെ സംസ് കാരത്തിൽ ഒരു മുദ്രയും പതിപ്പിക്കാൻ കഴിയാതെ മരിച്ചുപോയ ആ കവികളും അവരുടെ കാവ്യങ്ങളും വേദത്തിന്റെയും ശാസ്ത്രത്തിന്റെയും ധർമത്തെ ഭാര്യയെപ്പോലെ അനുനയിപ്പിച്ച് ബോധിപ്പിക്കാൻ ശ്രമിച്ചുവ ല്ലോ. കാളിദാസൻ *ശാകുന്തള*മെഴുതിയപ്പോൾ വിശാഖദത്തൻ *ദേവീചന്ദ്ര ഗുപ്ത*മെഴുതി. ആ കൊട്ടാരംനാടകത്തിന്റെ ഗതിയെന്തായി? ഗുപ്തരാജാ ക്കന്മാരുടെ ചരിത്രമെഴുതാനുള്ള ഒരു സാമഗ്രിയായി; അത്രതന്നെ.

ഒരു കാവ്യം നിലനിൽക്കുന്ന ധർമാദർശമിഥ്യാവലയങ്ങളെ എത്ര ആഴത്തിൽ നിഷേധിക്കുന്നുവോ അത്രത്തോളമുയരത്തിൽ അത് മനു ഷ്യസ്വാതന്ത്ര്യത്തെ സാക്ഷാൽക്കരിക്കുന്നു. അതുകൊണ്ട് മാത്രമാണ് *രാമായണ*വും *ഭാരത*വും ഭാരതീയസംസ്കാരത്തിന്റെ ഭിന്നഘട്ടങ്ങളിൽ അതാതു കാലത്തെ സ്വാതന്ത്ര്യബോധത്തിന്റെ ഭിന്നമാനങ്ങൾക്കൊത്ത് അനായാസമായി ഭാവരൂപാന്തരംനേടി ഇന്നും നിലനിന്നുപോരുന്നത്.

രക്തബന്ധത്തിൽ അധിഷ്ഠിതമായ ഗോത്രജീവിതമൂല്യങ്ങളെ ബന്ധുക്കളുടെ രക്തംകൊണ്ടുതന്നെ എന്നേക്കുമായി മായ്ച്ചുകളയാൻ ശ്രമിക്കുന്ന മനുഷ്യന്റെ കഥയാണ് *മഹാഭാരതം*. എന്നാൽ ആ കാലിക മായ മൂല്യനിഷേധംകൊണ്ടു നേടാവുന്ന സ്വാതന്ത്ര്യത്തിന്റെ മിഥ്യാവലയ ങ്ങളെക്കൂടി തകർത്തിട്ടേ ആ കൃതി അവസാനിക്കുന്നുള്ളൂ.

ഗോത്രധർമാവശിഷ്ടത്താൽ, ബഹുഭാര്യത്വത്താൽ, ആവിഷ്ടനായ സ്വന്തം പിതാവിന്റെ പാപംമൂലം കാട്ടിൽ പോകേണ്ടിവന്ന രാമൻ; ബാലി യുടെയും രാവണന്റെയും ഗോത്രധർമത്തെ ഭൗതികമായി തകർത്ത്, മടങ്ങിവന്ന് ഗർഭസ്ഥമായ സ്വന്തം രക്തത്തെതന്നെ നിഷേധിച്ച് ആ ഗോത്ര ധർമത്തിന്റെ ഒടുക്കത്തെ ആത്മീയ കളങ്കശങ്കയെക്കൂടി ഒടുക്കിയിട്ടേ അട ങ്ങുന്നുള്ളൂ. ഗോത്രധർമത്തെ മുറിച്ച് രാമൻ നേടുന്ന സ്വാതന്ത്ര്യത്തെ വർണിക്കുമ്പോൾതന്നെ, അതിന്റെ മാറ്റൊലിയെന്നോണം, ആ സ്വാത ന്ത്ര്യത്തെപ്പോലും പാരതന്ത്ര്യമാക്കുന്ന, ജീവിതത്തിന്റെ സർഗവികാസ ത്തിൽ സ്പർശിക്കുന്ന മറ്റൊരു സ്വാതന്ത്ര്യബോധം *രാമായണ*ത്തിൽ നിറഞ്ഞുനിൽക്കുന്നു.

അങ്ങനെ ഈ ഇതിഹാസകാവ്യങ്ങൾ കാലികമായ ഒരു ധാർമിക മിഥ്യയെ നിഷേധിച്ചുകൊണ്ട് ഉയർന്നുവരുന്ന മറ്റൊരു മിഥ്യയുടെ പക്ഷം പിടിക്കുമ്പോൾതന്നെ, ആ മിഥ്യാനിഷേധത്തെ വീണ്ടും നിഷേധിച്ച് ജീവിതത്തിന്റെ സത്യത്തെ പുനഃസൃഷ്ടിക്കുന്നു; സത്യത്തെയും സൗന്ദര്യത്തെയും ഐക്യപ്പെടുത്തുന്നു.

*രാമായണ*വും *ഭാരത*വും അവയുടെ പൂർവധർമങ്ങളെ നിഷേധിച്ച് ആവിഷ്കരിച്ച ധർമങ്ങൾ ഒരന്യശക്തിയായി ജീവിതത്തിന്മേലടിച്ചേൽപ്പിക്കപ്പെടാൻ തുടങ്ങുമ്പോൾ അതേ *രാമായണ ഭാരത*ങ്ങളിലൂടെത്തന്നെ അവയുടെ ധർമാദർശങ്ങളെ വീണ്ടും നിഷേധിക്കാൻ ഇടം കൊടുക്കത്തക്കവിധം അത്ര അഗാധ വിശാലമാണ്. അത്ര യാഥാർഥ്യനിഷ്ഠമാണ് അവയുടെ സ്വാതന്ത്ര്യസങ്കൽപ്പം. ഓരോ കാലഘട്ടവും നിലനിൽക്കുന്ന ധർമാദർശങ്ങളെ നിഷേധിക്കാൻവേണ്ടി വീണ്ടും വീണ്ടും അവയെ സർഗാത്മകമായി വ്യാഖ്യാനിക്കുകയുണ്ടായല്ലോ. ഭാസന്റെ *പ്രതിമാനാടക*വും *ഊരുഭംഗ*വും കാളിദാസന്റെ *ശാകുന്തള*വും *മേഘസന്ദേശ*വും എല്ലാം ഇത്തരത്തിലുള്ള സർഗാത്മകനിഷേധത്തെ ഉൾക്കൊള്ളുന്ന *രാമായണഭാരത*ങ്ങളുടെ പുനർ വ്യാഖ്യാനങ്ങൾ തന്നെയായിരുന്നു.

സ്വധർമഭാരത്തിനടിയിൽപ്പെട്ട് വിഘടിച്ചുപോയ ഇന്ത്യക്കാരന്റെ ജീവിതസ്വാതന്ത്ര്യം ഇന്ത്യയ്ക്കുമേൽ ബാഷ്പീകരിച്ചു നിൽക്കുന്ന ആ മേഘമാർഗത്തിന്റെ രണ്ടറ്റത്തും ആര്യധർമത്തിന്റെ വിജയത്തിനുവേണ്ടി നിത്യവിരഹികളായിത്തീർന്ന രാമന്റെയും സീതയുടെയും ആത്മാക്കളെ ആവാഹിച്ചു നിർത്തി, ആ ധർമത്തിനുമേൽ മാനുഷികഭാവങ്ങളുടെ വിജയം പ്രഖ്യാപിക്കുകയായിരുന്നില്ലേ കാളിദാസൻ ചെയ്തത്? കാളിദാസൻ *മേഘസന്ദേശ*ത്തിൽ മനഃപൂർവം ഇങ്ങനെയൊരു രഹസ്യം ഒളിപ്പിച്ചുവെച്ചിരിക്കുന്നു എന്നല്ല ഇതിനർഥം; ആ കൃതിയുടെ ആഴത്തിൽ ഒരു ഭാരതീയന് അതനുഭവിക്കാൻ കഴിയുമെന്ന് മാത്രമാണ്. *മഹാഭാരത*ത്തിന്റെയും *രാമായണ*ത്തിന്റെയും പുനരാഖ്യാനങ്ങളെല്ലാം പുനർ വ്യാഖ്യാനങ്ങൾ കൂടിയായിരുന്നു എന്നോർക്കണം.

എഴുത്തച്ഛന്റെ കലയും ധർമാദർശവും

ഇ എം എസ് പറയുന്ന പൗരാണിക കലാ മർമശാസ്ത്രമനുസരിച്ച് എഴുത്തച്ഛൻ ജന്മിനാടുവാഴിത്തത്തിന്റെ ആധ്യാത്മികാധാരമായ ബ്രാഹ്മണമതത്തിന്റെ ധർമാദർശപ്രചാരകൻ ആയിരുന്നിരിക്കണമല്ലോ. 16–ാം നൂറ്റാണ്ടിൽ ജീർണത പൂർണമായിക്കഴിഞ്ഞിരുന്ന ആ ധർമാദർശം പ്രചരിപ്പിക്കാൻ എഴുത്തച്ഛൻ തന്റെ കാവ്യകലയെ എടുത്തുപയോഗിച്ചെന്നോ? ഇ എം എസിന്റെ കാവ്യപാരായണത്തിന് നാടുവാഴിത്ത സംസ്കാരത്തിന്റെ സഞ്ചിതപ്രകാശനമായിട്ടുമാത്രമേ എഴുത്തച്ഛൻകവിതയെ കാണാൻ കഴിയൂ. ഹിന്ദുമതത്തിന്റെ വർണവ്യവസ്ഥയിൽ ദൃഢമായി വിശ്വസിച്ചിരുന്ന കവിയാണ് എഴുത്തച്ഛൻ. ബ്രഹ്മാവിന്റെ പാദത്തിൽനിന്നു പിറന്ന ശൂദ്രൻ–

"ദാസനായ് ദ്വിജകുല പാദസേവയും ചെയ്തു
വാസനയാലേ തോഷാം വൃത്തിയും രക്ഷിക്കേണം"

മാത്രമല്ല,

"അക്ഷരാനഭിജ്ഞത്വമജ്ഞത്വം മൂഢത്വവും
അക്ഷര വ്യക്തി വിഹീനാലാപങ്ങളുമെല്ലാം"

ശൂദ്രധർമങ്ങളാണെന്ന് എഴുത്തച്ഛൻ എഴുതിവെച്ചിട്ടുമുണ്ട്.

എന്നിട്ടും കേരളം കണ്ടിട്ടുള്ളതിൽവെച്ച് ഏറ്റവും മഹാനായ കവിയായി അദ്ദേഹത്തെ കേരളീയർ കൊണ്ടാടുന്നതെന്തേ? ഇതിനുത്തരം കണ്ടെത്താൻ എഴുത്തച്ഛന്റെ കാവ്യങ്ങളിലെവിടെല്ലാം നാടുവാഴിത്ത വിരുദ്ധാശയങ്ങളുണ്ടെന്ന് ചികഞ്ഞുനോക്കി, ആ കവിത വളരുന്ന ശക്തികളുടെകൂടെ ആയിരുന്നോ അതോ തകരുന്ന ശക്തികളുടെകൂടെ ആയിരുന്നോ എന്ന് നിർണയിക്കാൻ ശ്രമിച്ചാൽ നടക്കില്ല. മാത്രമല്ല, അങ്ങനെ ചെയ്താൽ മലയാള ഭാഷയ്ക്കുതന്നെ അക്ഷര വ്യക്തതയുണ്ടാക്കിക്കൊടുത്ത അഭിജ്ഞനും ജ്ഞാനിയുമായിരുന്ന ആ മഹാൻ സംബന്ധവും സദ്യയൂണുമായി നടന്ന അന്നത്തെ മൂഢപണ്ഡിതന്മാരായ ബ്രാഹ്മണർക്ക് പാദസേവ ചെയ്ത ഒരു ശൂദ്രനായിരുന്നു എന്നു കണ്ടെത്തേണ്ടതായും വരും. ബ്രാഹ്മണ മേധാവിത്വത്തെയും നാടുവാഴിത്തത്തെയും കുറിച്ചുള്ള താത്വികനിഗമനങ്ങളുടെ അടിസ്ഥാനത്തിൽ എഴുത്തച്ഛനെഴുതിയ വരികൾ മുഴുവൻ ഒരു കമ്പ്യൂട്ടർ പ്രോസസ് ചെയ്യുന്നു എന്നു കരുതുക. എഴുത്തച്ഛന്റെ കവിത നാടുവാഴിത്ത സംസ്കാരത്തിന്റെ ധർമാദർശ പ്രകാശനംതന്നെ ആണെന്നാവും ആ യന്ത്രം കൃത്യമായി പറയുന്ന ഉത്തരം. കാരണം, കമ്പ്യൂട്ടറിനു വാച്യാർഥം മാത്രമേ അറിയൂ. ഒരിക്കലും യന്ത്രങ്ങൾക്ക് കവിത വായിക്കാനാവില്ല. അത് മനുഷ്യനു മാത്രമേ കഴിയൂ. പ്രപഞ്ചത്തെ അനന്തമായി ഭാവന ചെയ്യാൻ കഴിയുന്ന, അതുകൊണ്ടുതന്നെ സ്വയം അനന്തതയായി മാറുന്ന മനുഷ്യമനസിനുമാത്രമേ അതുകഴിയൂ. ഓരോ മലയാളവാക്കിലും യന്ത്രത്തിനർഥം പറയാൻ കഴിയുന്ന അതിന്റെ വാച്യാർഥത്തിനപ്പുറം മലയാളികൾ തലമുറകളുടെ ജീവിതാനുഭവങ്ങളിലൂടെ സൃഷ്ടിച്ചെടുത്ത ഒരു ഭാവസമുദ്രം അലയടിക്കുന്നുണ്ട്. ഒരു യഥാർഥ മലയാളി എഴുത്തച്ഛന്റെ കവിതകളിൽ അതനുഭവിക്കുന്നു. അതുകൊണ്ടുതന്നെയാണ് എഴുത്തച്ഛന്റെ വാക്കുകൾ നാടുവാഴിത്ത സംസ്കാരത്തിന്റെ തത്വശാസ്ത്രം ബോധപൂർവം ഓതിക്കൊടുത്തിട്ടും നാടുവാഴിത്തത്തിന്റെ സങ്കുചിത വലയങ്ങൾക്കുള്ളിൽ കിടന്ന് കുതറി ചങ്ങലപൊട്ടിച്ചുകുതിക്കുന്ന മലയാളിയുടെ ദേശീയൈക്യത്തിന്റെ കരുത്ത് ആ കവിതകളിലൂടെ സ്വന്തം സിരകളിൽ പ്രതിസ്പന്ദിപ്പിക്കാൻ ഒരു മലയാളിക്ക് ഇന്നും കഴിയുന്നത്.

ആനന്ദതീർഥന്റെയും ഭട്ടഭാസ്കരന്റെയും വേദപുരാണവ്യാഖ്യാനങ്ങൾ വിജ്ഞാനേശ്വരന്റെയും ഹേമാദ്രിയുടെയും സ്മൃതിവ്യാഖ്യാനങ്ങൾ ഇവയെല്ലാംകൊണ്ട് സ്വന്തം ധർമാദർശങ്ങളെ വീണ്ടും ഉറപ്പിക്കാൻ ശ്രമിച്ച, ജാതിമർദനത്തിൽ അധിഷ്ഠിതമായ ബ്രാഹ്മണമേധാവിത്വത്തിനെ

തിരെ ഉയർന്ന കൈവേലക്കാരുടെയും നാട്ടിൻപുറങ്ങളിലെ പാവപ്പെട്ട കൃഷിക്കാരുടെയും കലാപങ്ങൾക്ക് ആധ്യാത്മികഭാവം പകർന്ന തുക്കാറാമിന്റെയും രാംദാസിന്റെയും കബീറിന്റെയും നാമദേവിന്റെയും പരമ്പരയിൽപ്പെട്ട കവിയായിരുന്നു എഴുത്തച്ഛൻ എന്നോർക്കണം. ഈ ഭക്തന്റെ കാവ്യകല തന്റെ ബോധസീമയിൽ നിലനിൽക്കുന്ന ഈശ്വരസങ്കൽപ്പത്തെ മറികടന്ന് അതിനപ്പുറം 'ഇരപ്പനും ദാഹകനു'മടക്കം എല്ലാ മനുഷ്യരുടെയും അന്യവൽകൃത പ്രതീകമായ ഒരു പുതിയ ഈശ്വരനെ സൃഷ്ടിച്ചെടുക്കുകയുണ്ടായി. ഈ സൃഷ്ടി നടന്നത് വാച്യാർഥത്തിന്റെ തലത്തിലായിരുന്നില്ല.

സംസ്കൃത കവിതയുടെ ഭാവകേന്ദ്രീകരണോപാധികളെ കൈവെടിഞ്ഞ് സംഘനൃത്തത്തിന്റെ ഭാവവികേന്ദ്രീകരണത്തെ ആശ്രയിച്ച്, അതിൽ മലയാളിക്കുപകരം മലയാളവാക്കുകളെ പ്രതിഷ്ഠിച്ച്, പരസ്പരം മുട്ടിപ്പിരിഞ്ഞ് സ്വയം നവീകരിക്കുന്ന വാക്കുകളിലൂടെ മലയാളിയെത്തന്നെ നവീകരിക്കുന്നതായിരുന്നു എഴുത്തച്ഛന്റെ കല. മലയാളവാക്കുകളുടെ ഭാവധാനശക്തിയെ കേരളം പണ്ടൊരിക്കലും കണ്ടിട്ടില്ലാത്തവിധം വികസിപ്പിച്ച് മലയാളികളുടെ മൂകഭാവങ്ങൾക്ക് മോക്ഷംകൊടുത്ത കലയായിരുന്നു അത്. അങ്ങനെ നൂറ്റാണ്ടുകളായി കേരളീയ ജീവിതത്തിനു മേൽ വന്നുപതിച്ച ഒരന്യസംസ്കാരത്തിന്റെ തണുത്തുറഞ്ഞ ഉപരിതലഘടനയെ ശിഥിലമാക്കിയ, കേരള സംസ്കാരത്തിന്റെ സർഗസ്ഫോടനമായിരുന്നു എഴുത്തച്ഛന്റെ കവിത. ആ അന്യസംസ്കാരത്തിന്റെ സമസ്ത ധർമാദർശങ്ങളെയും അത് കേരളീയന്റെ വാങ്മയ ശരീരംകൊണ്ട് ആഴത്തിൽ നിഷേധിച്ചുകളഞ്ഞു. ആ കവിതയെ നാടുവാഴിത്ത സംസ്കാരത്തിന്റെ ധർമാദർശപ്രചരണോപകരണമായി കാണുന്ന കമ്പ്യൂട്ടർ നിരീക്ഷണത്തിന് മലയാളികൾ ഒരിക്കലും മാപ്പു കൊടുക്കില്ല. ഇങ്ങനെയെല്ലാം പറഞ്ഞുകഴിഞ്ഞാലും കല ധർമാദർശ പ്രചരണത്തിന് കലാകാരന്മാർ എടുത്തുപയോഗിക്കുന്ന കരകൗശല വിദ്യയാണ് എന്ന വാദം മറ്റൊരു തരത്തിൽ വീണ്ടും ഉയർന്നുവരാം. മഹാന്മാരായ കവികൾ അവരുടെ കാലത്തെ സാമാന്യവൽക്കരിക്കപ്പെട്ട ധർമാദർശങ്ങളെ നിഷേധിച്ച്, ബോധപൂർവമല്ലാതെതന്നെ ഉയർന്നുവരുന്ന ഒരു പുതിയ ധർമാദർശം പ്രചരിപ്പിക്കാനുള്ള ഉപകരണമായി സ്വന്തം കലാസിദ്ധികളെ ഉപയോഗിക്കുക തന്നെയാണല്ലോ ചെയ്തത്. കുമാരനാശാനേയും എഴുത്തച്ഛനേയും മറ്റും പരാമർശിക്കുന്ന വാക്യങ്ങളിൽ ഒരു ചെറിയ മാറ്റം വരുത്തിയാൽ കാര്യം കഴിഞ്ഞല്ലോ, എന്നു വാദിക്കാം. ഇതിനുവേണ്ടി, വേദവും ശാസ്ത്രവും കാവ്യവും ഒരേ ധർമത്തെയാണ് പ്രചരിപ്പിക്കുന്നത് എന്ന പ്രസ്താവനയെ, വേദത്തെയും ശാസ്ത്രത്തെയുംപോലെ കാവ്യവും ധർമാദർശപ്രചരണം നടത്തുന്നു എന്ന് ഭേദപ്പെടുത്തിയാൽ മതിയാകും.

അങ്ങനെയാണെങ്കിൽ മനുഷ്യൻ ഇന്നുവരെ സൃഷ്ടിച്ചിട്ടുള്ള കലാസൃഷ്ടികളിൽ ഏറ്റവും ഉൽക്കൃഷ്ടമായവയെല്ലാം എന്തുകൊണ്ട് അവയ്ക്കു ജന്മം നൽകിയ കലാകാരന്മാർ പരമ സത്യമെന്നു കരുതി പൂർണ

മായി വിശ്വസിച്ചിരുന്ന അവരുടെ ധർമാദർശങ്ങളുടെ പ്രചാരണോപാധികളെന്നനിലയിൽ നിലനിൽക്കുന്നില്ലേ? മാത്രമല്ല, എന്തുകൊണ്ട് ആ കലാസൃഷ്ടികൾ അവയുടെ സ്രഷ്ടാക്കളുടെ ധർമാദർശ വിശ്വാസവലയം ഭേദിച്ച് പലപ്പോഴും ആ വിശ്വാസങ്ങൾക്കുനേരെ വിപരീതമായി നിൽക്കുന്ന സങ്കീർണ യാഥാർഥ്യത്തെ പ്രതിനിധീകരിക്കുന്നു? നിലനിൽക്കുന്ന ധർമാദർശ മിഥ്യകളെപ്പോലും ബോധപൂർവം മറികടക്കാൻ കഴിയാതെ അവയുടെ വക്താക്കളാണെന്നു സ്വയം ഭാവിച്ചിട്ടും എന്തുകൊണ്ട് അവരുടെ കലാസൃഷ്ടികൾ ഈവിധം അവരുടെ ബോധനിയന്ത്രണം വിട്ടുയർന്നുപോയി?

നിലനിൽക്കുന്ന ധർമാദർശങ്ങളെ ബോധപൂർവം നിഷേധിച്ചുകൊണ്ട് ഉയർന്നുവരുന്ന ഒരു പുത്തൻ ധർമാദർശത്തിന്റെ പക്ഷംപിടിച്ച കലാകാരന്മാരുടെ സൃഷ്ടികൾതന്നെ എന്തുകൊണ്ട് ആ പുത്തൻ ധർമാദർശത്തിന്റെ കാലികപ്രസക്തിയെ അതിജീവിച്ച് നിലനിന്നു പോരുന്നു? എന്തുകൊണ്ട് ആ ധർമാദർശങ്ങളെ വാചാലമായി തള്ളിക്കളയുന്ന അവയുടെ ശത്രുക്കൾപോലും ആ കലാസൃഷ്ടികളുടെ അനുഭവസത്യത്തിനു മുന്നിൽ മൂകരായിപ്പോകുന്നു?

ആയിരത്താണ്ടുകൾക്ക് മുമ്പ് ഉദിച്ചസ്തമിച്ചുപോയ ധർമാദർശങ്ങളാൽ പ്രേരിതരായി അന്നത്തെ കലാകാരന്മാർ ചെയ്ത സൃഷ്ടികൾ ഇന്നും എന്തുകൊണ്ട് നമ്മോടൊപ്പം ജീവിക്കുന്നു?

ഒരു സാഹിത്യസൃഷ്ടിയിലെ ആശയം ഗ്രഹിച്ചാൽ മതിയെങ്കിൽ അത് ശ്രദ്ധിച്ച് ഒരു തവണ വായിച്ചാൽ മതിയാകും. എന്നാൽ അതിലെ ആശയങ്ങളെല്ലാം ഗ്രഹിച്ചുകഴിഞ്ഞാലും നാമെന്തുകൊണ്ട് അത് വീണ്ടും വീണ്ടും വായിക്കുന്നു? ഓരോതവണ വായിക്കുമ്പോഴും അതിലെ ആശയങ്ങൾക്കോ നമ്മുടെ ആശയങ്ങൾക്കോ ഒരു മാറ്റവും വന്നിട്ടില്ലെങ്കിൽക്കൂടി എന്തുകൊണ്ടാണത് പുതുമ നിറഞ്ഞ ഒരനുഭവമായിരിക്കുന്നത്? മാർക്സ് അദ്ദേഹത്തിന്റെ ജീവിതകാലം മുഴുവൻ എസ്കിലസിന്റെയും ഷേക്സ്പിയറുടെയും കൃതികൾ ആവർത്തിച്ചാവർത്തിച്ച് ഒരു നൂറുവട്ടം വായിച്ചത് അവർ പ്രചരിപ്പിക്കാനുദ്ദേശിച്ചിരുന്ന ധർമാദർശങ്ങൾ അവസാനംവരെ പിടികിട്ടാതിരുന്നതുകൊണ്ടാണോ?

ഇനി, ഇതിനൊരു മറുവശമുണ്ട്. മനുഷ്യൻ പിന്നിട്ടുപോന്ന ഓരോ ചരിത്രഘട്ടത്തിലും അവർ അവരുടെ ജീവിതത്തോട് ചേർത്തുപിടിച്ച് കൊണ്ടുപോന്ന കലാസൃഷ്ടികളോടൊപ്പം രചിക്കപ്പെട്ട, അതേ ധർമാദർശങ്ങൾ ഏറ്റുപാടുന്ന പതിനായിരക്കണക്കിന് കൃതികളുണ്ടായല്ലോ. അവയെല്ലാം ഇന്നെന്തേ കേവലം മൃതമായ ചരിത്രസാമഗ്രികളായി മാറി? ധർമാദർശനിർഭരമായ എത്രയോ കൃതികൾ, ആ ധർമാദർശം പുരോഗതിയുടേതോ അധോഗതിയുടേതോ ആകട്ടെ, ഒരു തവണ വായിച്ച് അർഥം ഗ്രഹിച്ചുകഴിഞ്ഞാൽ, പിന്നെയും മെനക്കെട്ട് ഒന്നുകൂടി വായിച്ചാൽ പോലും എന്തുകൊണ്ട് അതേ ആശയത്തിൽ കവിഞ്ഞൊന്നും കിട്ടാനില്ലാത്ത ജഡവസ്തുക്കളായിപ്പോകുന്നു? അവ നിർമിച്ചവർക്ക് ധർമാദർശ

ജ്ഞാനം കുറഞ്ഞതുകൊണ്ടാണോ? അവർക്ക് പാണ്ഡിത്യം കുറഞ്ഞതുകൊണ്ടാണോ? അവർക്ക് അലങ്കാരനിർമാണ ചാതുര്യമില്ലാത്തതുകൊണ്ടാണോ? ആ കൃതികളുടെ നിഷ്കൃഷ്ടമായ രൂപഭദ്രതയ്ക്ക് ഊനം തട്ടിയതുകൊണ്ടാണോ? ചരിത്രഗവേഷകന്റെ ഗ്രന്ഥശേഖരത്തിൽ ഒന്ന് പരതിനോക്കൂ; ഉൽക്കൃഷ്ടമായ ധർമാദർശങ്ങൾ നിറഞ്ഞ സന്ധി-സന്ധ്യംഗപ്പൊരുത്തമൊത്ത അലങ്കാരവേലകൾ തികഞ്ഞ എത്രയെണ്ണം വേണമെങ്കിലും ആ പുരാവസ്തുക്കളുടെ കൂട്ടത്തിൽനിന്ന് കണ്ടുകിട്ടും.

വ്യവസ്ഥാപിത ധർമാദർശങ്ങളെ നിഷേധിച്ചുകൊണ്ട് ഉയർന്നുവരുന്ന പുതിയ ധർമാദർശം പ്രചരിപ്പിക്കാനുള്ള ഉപകരണമാണ് യഥാർഥ കല എന്ന് കടത്തിപ്പറഞ്ഞാൽക്കൂടി ഈ ചോദ്യങ്ങൾക്കെല്ലാം ഉത്തരം നൽകാൻ അങ്ങനെയൊരു സിദ്ധാന്തത്തിന് കഴിയുമോ? ഇനി ഇതിന് നേർവിപരീതമായി നിൽക്കുന്ന ഒരു സിദ്ധാന്തമുണ്ടല്ലോ. ജീവിതത്തോട് ധാർമികമായി യാതൊരു വിധത്തിലും ബന്ധമില്ലാത്ത, ജീവിതത്തിനു വെളിയിൽ നിൽക്കുന്ന, മറ്റൊരു കേവല സ്വയംപര്യാപ്തഘടനയാണ് കല എന്ന സിദ്ധാന്തം. അതിനു കഴിയുമോ ഈ ചോദ്യങ്ങൾക്കും ഇതിനോടനുബന്ധപ്പെട്ട ഒരു നൂറു ചോദ്യങ്ങൾക്കും ഉത്തരംപറയാൻ?

കലാസിദ്ധാന്തങ്ങൾ

രാഷ്ട്രീയമായി സംഘടിപ്പിക്കപ്പെട്ട ഒരു സമൂഹത്തിന്റെ ഭദ്രതയ്ക്കും പുരോഗതിക്കും കലാകാരന്മാരോട് എന്തു നയമാണ് സ്വീകരിക്കേണ്ടതെന്ന് രണ്ടായിരത്തി നാനൂറ് കൊല്ലംമുമ്പ് പ്ലേറ്റോ പറഞ്ഞിട്ടുണ്ട്. ധാർമികവും അധാർമികവുമായ രണ്ടുതരം കലകളെ പ്ലേറ്റോ വേർതിരിക്കുന്നു. സാഹിത്യം സാഹിത്യത്തിനുവേണ്ടി എന്നു വാദിക്കുന്നവരുടെ നേരെ കലാകാരന് വലിയ ബഹുമാനമൊന്നുമില്ലെന്നു മാത്രമേ ഇ എം എസ് പറയുന്നുള്ളൂ. എന്നാൽ കേവലം ആനന്ദത്തിനുവേണ്ടി മാത്രം ആനന്ദം സൃഷ്ടിക്കുന്ന കല നിഷിദ്ധമായ പാപകർമമാണെന്നുതന്നെ പ്ലേറ്റോ പറഞ്ഞു. അതുകൊണ്ട് പ്ലേറ്റോ ഇങ്ങനെ ചോദിക്കുകയും ഇപ്രകാരം വിധിക്കുകയും ചെയ്തു:

> എല്ലാ തരത്തിലുംപെട്ട കലാകാരന്മാരെ നമ്മുടെ മേൽനോട്ടത്തിന് വിധേയരാക്കി..... കലാപരമായ എല്ലാ പ്രവർത്തനങ്ങളിലും നീചത, അനിയന്ത്രിതത്വം, ക്ഷുദ്രത, അരോചകത്വം മുതലായവയുടെ മുദ്രകൾ പതിപ്പിക്കുകയും ചെയ്യുന്നത് നിരോധിക്കേണ്ടതല്ലേ? ഇത് അനുസരിക്കാൻ തയാറില്ലാത്തവർ നമ്മുടെ നഗരത്തിനുള്ളിൽ കലാവ്യാപാരത്തിൽ ഏർപ്പെടുന്നത് അനുവദനീയമല്ല.

ആയിരക്കണക്കിന് വർഷങ്ങളുടെ അന്തരംകൊണ്ടുണ്ടാകുന്ന മറ്റു കാര്യങ്ങൾ മാറ്റിനിർത്തിയാൽ, ലോകത്ത് ഒരു പുസ്തകത്തിലും കാണാത്തതെന്നുപറഞ്ഞ് ഇ എം എസ് അവതരിപ്പിക്കുന്ന കലാസിദ്ധാന്തത്തിന്റെ കാതലായ വശം പ്ലേറ്റോയുടെ വാക്കുകളിൽത്തന്നെ അടങ്ങിയിരിക്കുന്നു

എന്നതാണ് സത്യം. പ്ലേറ്റോയുടെ കലാസിദ്ധാന്തത്തിന് മറ്റൊരു വശം കൂടിയുണ്ട്. സ്വന്തം കലാസിദ്ധാന്തത്തിന്റെ പേരിൽ താനെഴുതിയ കവിതകൾ മുഴുവൻ കത്തിച്ചുകളഞ്ഞ കവിയായിരുന്ന പ്ലേറ്റോയ്ക്ക്, അതാതു കാലത്തെ ധർമാദർശങ്ങളെ ഏറ്റുപാടുന്ന ഒരു യന്ത്രമാണ് കവി എന്നു വിശ്വസിക്കാൻ കഴിഞ്ഞില്ല. കലാകാരന്റെ സർഗാത്മകത എന്തെന്ന് പ്ലേറ്റോയ്ക്ക് നന്നായറിയാമായിരുന്നു. തന്റെ ആദർശ റിപ്പബ്ലിക്കിന്റെ സൈദ്ധാന്തിക ശാന്തിയെ ഭഞ്ജിച്ചേക്കാവുന്ന ആ ശക്തിയെത്തന്നെയാണ് പ്ലേറ്റോ ഏറ്റവുമധികം പേടിച്ചതും.

തത്വത്തിൽ ഇതുതന്നെ ആയിരുന്നില്ലേ മധ്യകാല ക്രൈസ്തവസഭയുടെ ധർമാദർശ പ്രചോദിതമായ കലാസിദ്ധാന്തവും? നാമിന്നറിയുന്ന ഗ്രീക്കോ റോമൻ കലകളുടെ സകല സൗഭാഗ്യങ്ങളെയും നൂറ്റാണ്ടുകളിലേക്ക് മണ്ണിനടിയിൽ കുഴിച്ചുമൂടിക്കൊണ്ട്, ഇങ്ങിനിവരാതവണ്ണം പേഗനിസത്തെ ചവിട്ടടിയിലാഴ്ത്തിക്കൊണ്ട്, ഉയർന്നുവന്ന ആദ്യകാല ക്രിസ്തുമതത്തിന്റെ പുരോഗമനപരമായ ധർമാദർശത്തെയും പിന്നീടതു കൈവരിച്ച കർക്കശത്വത്തെയും കുറിച്ച് ചരിത്രമറിയാവുന്നവരോട് പറയേണ്ടതില്ല. *ബൈബിളി*ന്റെ സ്വതന്ത്ര വ്യാഖ്യാനങ്ങൾപോലും അന്ന് തടയപ്പെട്ടിരുന്നു. പിന്നെ കലാസൃഷ്ടികളുടെ കാര്യം പറയാനില്ലല്ലോ.

അടിമുടി ജീർണിച്ചുപോയ മധ്യകാലക്രിസ്തുമതത്തെ പിളർന്നുകൊണ്ടുയർന്നുവന്ന കാലസ്ഥിതിക്കൊത്ത ഒരേയൊരു പുരോഗമന ധർമാദർശമായിരുന്നല്ലോ പ്രൊട്ടസ്റ്റന്റിസം. ആ പുരോഗമന ധർമാദർശത്തിന്റെ കലാദർശനത്തോളം വിശുദ്ധമായ ഒന്ന് ലോകത്തെവിടെയാണുണ്ടായിട്ടുള്ളത്? അശ്ലീലത്തിന്റെ നിഴൽ വീശിയേക്കാമെന്നു ഭയന്ന് കവിതതന്നെ നിഷിദ്ധമാണെന്നു കരുതിയ ഇംഗ്ലീഷ് പ്യൂരിട്ടാനിസത്തിന്റെ ധർമാദർശം പ്രസിദ്ധമാണല്ലോ. ഫിലിപ് സിഡ്നിക്ക് കവിതയ്ക്കുവേണ്ടി ക്ഷമാപണമെഴുതേണ്ടിവന്നതും പിന്നീട് ഷെല്ലിക്ക് കവിതയുടെ പക്ഷംപിടിച്ച് വാദിക്കേണ്ടിവന്നതുമായ ആ പ്രസിദ്ധമായ സംവാദങ്ങളുടെ വിഷയം ഇതൊന്നുമാത്രമായിരുന്നു–കവിതയും ധർമാദർശങ്ങളും തമ്മിലുള്ള ബന്ധം.

ഉൽക്കൃഷ്ടമായ വിചാരവികാരങ്ങൾ പകർന്ന് മനുഷ്യരെ ധാർമികമായി ഉദ്ബുദ്ധരാക്കുന്നതിനുള്ള ഉത്തമമായ ഉപാധിയാണ് കല എന്ന് റസ്കിനും ടോൾസ്റ്റോയിയും പിന്നീട് വാദിച്ചു സമർഥിക്കുകയുണ്ടായി. തന്റെ ധർമാദർശപരിധിയിലൊതുങ്ങാത്ത കലാകാരന്മാരെ ടോൾസ്റ്റോയിയും നാടുകടത്തി. അക്കൂട്ടത്തിൽ എംഗിൽസും ഡാന്റേയും ഷേക്സ്പിയറുമുണ്ടായിരുന്നു. അതിനുശേഷം ടോൾസ്റ്റോയിയുടെ കലാദർശനം ഗാന്ധിയെ സ്വാധീനിച്ചു. ഗാന്ധിയിൽനിന്ന് അത് ഇന്ദിരാഗാന്ധിക്കും കിട്ടി. ഇരുപതിനപരിപാടി എന്ന 'പുരോഗമനപരമായ ധർമാദർശം' പ്രചരിപ്പിക്കാനുള്ള ഉപകരണമായിത്തീരുന്നതിൽനിന്നും സ്വന്തം കലാസൃഷ്ടികളെ മോചിപ്പിക്കാൻ ശ്രമിച്ച കലാകാരന്മാർക്ക് എന്തു സംഭവിച്ചു എന്നു നാം കണ്ടുകഴിഞ്ഞു. ഇപ്പോഴിതാ പോളണ്ടിൽ സോവിയറ്റ് സോഷ്യലിസ്റ്റ് പട്ടാളത്തിന്റെ ധർമാദർശം പ്രചരിപ്പിക്കാൻ കൂട്ടാക്കാത്ത ആന്ദ്രേവൈദ

വീട്ടുതടങ്കലിൽ കഴിയേണ്ടിവന്നതും ഒടുവിൽ പിറന്ന നാട് വിട്ടുപോകേണ്ടിവന്നതും ഇതേ കലാസിദ്ധാന്തത്തിന്റെ പിൻബലത്തോടെയാണല്ലോ.

അങ്ങനെ ഉയർന്നുവരുന്ന വ്യവസ്ഥയുടെ ധർമാദർശങ്ങളും തകരുന്ന വ്യവസ്ഥയുടെ ധർമാദർശങ്ങളും തമ്മിൽ ചരിത്രത്തിലുടനീളം പരസ്പരം നടത്തിപ്പോന്ന ബലപ്രയോഗത്തോളംതന്നെ സുദീർഘമാണ് ഈ കലാസിദ്ധാന്തത്തിന്റെയും ചരിത്രം.

ഒരു പുതിയ ശക്തിയുടെ ഉദയംകൊണ്ടു മാത്രം സാധ്യമാകുമായിരുന്ന, പരസ്പരം കലഹിച്ചും ഒറ്റപ്പെട്ടും കഴിഞ്ഞിരുന്ന ഗ്രീക്കുനഗര രാഷ്ട്രങ്ങളുടെ പുരോഗതി പ്ലേറ്റോ ദാർശനികമായി സ്വപ്നംകണ്ടു. തന്റെ ധർമാദർശത്തിനിണങ്ങാത്ത കലയെ പ്ലേറ്റോ പുറത്താക്കിയത് മനുഷ്യന്റെ പുരോഗതിക്കുവേണ്ടിയായിരുന്നു. മഹത്തായ പൗരാണിക റോമൻ സംസ്കാരത്തിന്റെ ശിരസിൽ കാൽ ചവിട്ടിക്കൊണ്ടുയിർത്തെഴുന്നേറ്റ അടിമ, അവന്റെ സ്വർഗരാജ്യത്തെക്കുറിച്ചുള്ള സ്വപ്നങ്ങളിൽ കളങ്കമേൽപ്പിക്കുന്ന ഒന്നും വെച്ചുപൊറുപ്പിച്ചില്ല. ഏതു മഹത്തായ കലയേക്കാളും അവനു വലുത് അവന്റെ ജീവിതമായിരുന്നു; സ്വാതന്ത്ര്യമായിരുന്നു. പിന്നീട് ക്രൈസ്തവ നാടുവാഴിത്തത്തിൻകീഴിൽ നൂറ്റാണ്ടുകളോളം ശ്വാസംമുട്ടിക്കഴിഞ്ഞ അടിയാന്മാരും കൈവേലക്കാരും ലൂഥറിന്റെ നേതൃത്വത്തിൽ കലാപം ചെയ്തപ്പോൾ അവരുടെ സ്വാതന്ത്ര്യബോധത്തിന്റെ സാരാംശമായ, പുത്തൻ ക്രിസ്തുമതത്തിന്റെ ധർമാദർശത്തിലൊതുങ്ങാത്ത ഏതു മഹത്തായ കലയും അധമമായിരുന്നു. സ്വന്തം സ്വാതന്ത്ര്യത്തെക്കാൾ വലുതായിരുന്നില്ല അവർക്കു കല. ബൂർഷ്വാ ദേശീയവിപ്ലവങ്ങളുടെ എല്ലാം ധർമാദർശം ജനാധിപത്യ സ്വാതന്ത്ര്യത്തേയും മനുഷ്യത്വത്തെയുംകുറിച്ചുള്ള സ്വപ്നങ്ങളിൽ അധിഷ്ഠിതമായിരുന്നു. താൻ തന്നെക്കുറിച്ചു ഭാവനചെയ്യുന്ന തന്റെ രൂപത്തിൽമാത്രം മനുഷ്യരാശിയെ മുഴുവൻ കാണുന്ന, തന്റെ സ്വാതന്ത്ര്യം മനുഷ്യരുടെ മുഴുവൻ സ്വാതന്ത്ര്യമാണെന്നു തെറ്റിദ്ധരിക്കുന്ന ബൂർഷ്വാസിക്ക് അവന്റെ ജീവിതത്തെക്കാൾ മഹത്തായി ഒന്നുമില്ല. അതുകൊണ്ടുതന്നെ സൈദ്ധാന്തിക തലത്തിൽ അവന് ജീവിതം എന്തുകൊണ്ടും കലയേക്കാൾ മഹത്തരമാണ്. അവന് കലയും ശാസ്ത്രവുമെല്ലാം അവന്റെ മഹത്വവും സ്വാതന്ത്ര്യവും നേടിയെടുക്കാനും സംരക്ഷിക്കാനുമുള്ള ജീവിതബാഹ്യമായ ഉപകരണങ്ങൾ മാത്രം.

ഓരോ കാലത്തും സ്വാതന്ത്ര്യത്തിനും പുരോഗതിക്കുംവേണ്ടി കല സ്വന്തം ധർമാദർശത്തിന് കീഴ്പ്പെട്ടിരിക്കണമെന്നു വാദിച്ചുകൊണ്ട് ഉയർന്നുവന്ന വിപ്ലവകാരിയായ വർഗങ്ങൾ പിന്നീട് അധീശശക്തിയായി മാറുമ്പോൾ, സ്വന്തം വ്യവസ്ഥയെ ശാശ്വതീകരിക്കാനുള്ള വ്യാമോഹത്താൽ, ഇതേ കലാസിദ്ധാന്തംതന്നെ മുറുകെപ്പിടിച്ചുകൊണ്ട് ജീവിതത്തിന്റെ പുരോഗതിയെ മുഴുവൻ കർക്കശമായി തളച്ചിടാൻ ശ്രമിക്കുന്നു. മധ്യകാല നാടുവാഴിത്തത്തിലും ഫാസിസമായി മാറിയ മുതലാളിത്തത്തിലും സാമ്രാജ്യത്വത്തിലും ഇതാണ് നാം കാണുന്നത്.

ഓരോ കാലത്തും ഉയർന്നുവന്നു പുലർന്നുപോന്ന ധർമാദർശങ്ങളും കലയും തമ്മിൽ പൊരുത്തപ്പെടുത്താനാവാത്ത, അഥവാ ബാഹ്യസമ്മർദംകൊണ്ടുമാത്രം കൂട്ടിച്ചേർക്കാൻ കഴിയുന്ന, ഒരു വൈപരീത്യം നിലനിന്നിരുന്നു എന്നാണ് ഈ ചരിത്രാനുഭവങ്ങൾ നമ്മെ ബോധ്യപ്പെടുത്തുന്നത്.

എന്താണ് ഈ വൈപരീത്യത്തിനു കാരണം?

പ്രത്യയശാസ്ത്രമിഥ്യ

ഒരാൾ, തന്റെ ഭൗതികസാഹചര്യങ്ങളിൽ നിന്നാർജിക്കാൻ കഴിഞ്ഞ പരിമിതബോധം വച്ചുകൊണ്ട്, തന്നെക്കുറിച്ചുതന്നെ സ്വന്തം ഭാവനയിൽ ഒരു ചിത്രം രൂപപ്പെടുത്തുകയും ആ ഭാവനയിൽ കണ്ട ആളാണ് താനെന്നു ധരിച്ച് ജീവിക്കാൻ തുടങ്ങുകയും ചെയ്യുമ്പോൾ അയാൾ ജീവിക്കുന്നത് അയാളുടെ ഭാവനയിലുള്ള മനുഷ്യനായിട്ടാണ്. അയാൾ തന്നെക്കുറിച്ചു തനിക്കുള്ള സങ്കൽപ്പത്തിനുള്ളിൽ കയറിയാണു ജീവിക്കുന്നത്. എന്നാൽ അയാൾ യഥാർഥത്തിൽ നിലനിൽക്കുന്നതാകട്ടെ, അയാളുടെ ഭാവനയ്ക്കുപുറത്തുള്ള സങ്കീർണമായ ഒരു ലോകത്തിലാണ്. അതുകൊണ്ടുതന്നെ അയാളുടെ ശാരീരികവും മാനസികവും സാമൂഹികവുമായ യാഥാർഥ്യങ്ങളോട് അയാൾക്കു നിരന്തരം ഏറ്റുമുട്ടേണ്ടതായി വരും. ഈ ഏറ്റുമുട്ടലിൽ തന്നെക്കുറിച്ചുള്ള സങ്കൽപ്പംതന്നെ അയാൾ മാറ്റാൻ കൂട്ടാക്കുന്നില്ലെങ്കിൽ നിരവധി സംഘർഷങ്ങൾ അയാൾക്കനുഭവിക്കേണ്ടതായി വരും. ആ സംഘർഷങ്ങളൊഴിവാക്കാൻ പിന്നെ അയാൾക്കൊരു വഴിയേ ഉള്ളൂ. സ്വന്തം സങ്കൽപ്പത്തിനൊത്തു ജീവിക്കുന്ന തന്നെ പിടിച്ചുവലിച്ചു ചീന്തിക്കളയാൻ ശ്രമിക്കുന്ന ബാഹ്യവും ആന്തരികവുമായ യാഥാർഥ്യങ്ങളെ നിരോധിക്കുക. ഈ യാഥാർഥ്യങ്ങളാവട്ടെ, സ്വന്തം ഭാവനയ്ക്കുള്ളിൽ ജീവിക്കുന്ന അയാളുടെ നിയന്ത്രണങ്ങൾക്കു പുറത്താണുതാനും. അപ്പോൾ ഫലത്തിൽ അയാളുടെ നിയന്ത്രണം അയാൾ അയാൾക്കുനേരെ പ്രയോഗിക്കുന്ന നിയന്ത്രണം മാത്രമായിത്തീരുന്നു. സ്വന്തം ഭാവനയിൽനിന്നു രൂപപ്പെട്ടു, തന്റെ ജീവിതം തകർന്നുപോകാതെ കാത്തുരക്ഷിക്കാൻവേണ്ടി അയാൾക്ക് ആത്മനിയന്ത്രണത്തിന്റെ ഒരു നൂറു ചട്ടങ്ങൾ തന്റെ മേൽത്തന്നെ അടിച്ചേൽപ്പിക്കേണ്ടതായി വരുന്നു.

ഇതുപോലെതന്നെ മനുഷ്യചരിത്രത്തിന്റെ ഓരോ ഘട്ടവും അതിനെക്കുറിച്ചു തന്നെ സ്വയം ഭാവന ചെയ്തിട്ടുണ്ട്. യാഥാർഥ്യങ്ങളെ യാഥാർഥ്യങ്ങളെന്നനിലയിൽ കണ്ടെത്താനോ അംഗീകരിക്കാനോ കഴിയാതെ സ്വന്തം ഭാവനയ്ക്കുള്ളിൽത്തന്നെ ജീവിച്ചിട്ടുണ്ട്. ആ മിഥ്യകളെ മുറുകെപ്പിടിച്ചുകൊണ്ട് അവയെ സ്ഥാപിക്കാനോ സംരക്ഷിക്കാനോവേണ്ടി നൂറു നൂറു ജീവിത തത്വങ്ങൾ സ്വയം അടിച്ചേൽപ്പിക്കുകയും അവയ്ക്കെതിരായവയെ ചെറുക്കുകയും ചെയ്തിട്ടുണ്ട്.

പൗരാണിക ഗ്രീസിനെ ഞെരിച്ചിരുന്ന യാഥാർഥ്യങ്ങളുടെ അപഗ്രഥനത്തിൽനിന്നു രൂപപ്പെട്ടതായിരുന്നില്ല, മറിച്ച് ആ യാഥാർഥ്യങ്ങൾക്കു

ള്ളിൽ കിടന്നുഞെരിഞ്ഞ ഒരു മനുഷ്യന്റെ ഉള്ളിൽ രൂപംകൊണ്ട ആശയങ്ങളെ ബാഹ്യ യാഥാർത്ഥ്യങ്ങളുടെ മേൽ ആരോപിക്കാൻ ശ്രമിച്ചതിന്റെ ഫലമായിരുന്നു പ്ലേറ്റോയുടെ ധർമാദർശം. അടിമവ്യവസ്ഥയുടെ യാഥാർത്ഥ്യത്തിന്റെ നിഷേധമല്ല ക്രിസ്തുധർമം. അടിമകൾക്ക് അന്നു ഭാവന ചെയ്യാൻ കഴിയുമായിരുന്ന ഒരു ലോകവും ജീവിതവുമാണ് അതിന്റെ ഉള്ളടക്കം. യൂറോപ്യൻ നാടുവാഴിത്തത്തിന്റെ മൂർത്ത യാഥാർത്ഥ്യങ്ങൾക്കെതിരായ കലാപമായിരുന്നില്ല പ്രത്യക്ഷത്തിൽ മതനവീകരണ പ്രസ്ഥാനം. മർദിതരായ കർഷകരുടെയും കൈവേലക്കാരുടെയും സ്വാതന്ത്ര്യബോധത്തിന് ഉന്നതാദർശങ്ങളുള്ള ഒരു മതത്തിന്റെ രൂപത്തിൽ മാത്രമേ അന്നു പ്രകാശിക്കാൻ കഴിയുമായിരുന്നുള്ളൂ. അവരുടെ ഭാവനയിൽ നിലനിന്ന ഒരു പുതിയ ലോകത്തിന്റെ ഭാവനാപരമായ പരിധിയിൽത്തന്നെ ഒതുങ്ങുന്നതായിരുന്നു അവരുടെ സ്വാതന്ത്ര്യബോധമെന്നർഥം. അവർ യഥാർഥത്തിൽ സ്വാതന്ത്ര്യത്തിനുവേണ്ടി സമരം ചെയ്തപ്പോൾ, അവരെ സംബന്ധിച്ചിടത്തോളം ക്രിസ്തുമതത്തിന്റെ വിശുദ്ധിക്കുവേണ്ടിയാണ് സമരം ചെയ്തത്. ഇതുപോലെ ബൂർഷ്വാസി യഥാർഥത്തിൽ സ്വന്തം സാമ്പത്തിക സ്വാതന്ത്ര്യത്തിനുവേണ്ടി സമരം ചെയ്തപ്പോൾ സ്വാതന്ത്ര്യത്തെക്കുറിച്ചുള്ള സ്വന്തം സങ്കൽപ്പത്തിനുവേണ്ടിയാണ് സമരം ചെയ്തത്. സ്വന്തം ഭാവനയിലുള്ള മനുഷ്യസങ്കൽപ്പത്തെ അവർ സാർവജനീനമായ ഒരു യാഥാർഥ്യമായിക്കണ്ടു. ആ സാങ്കൽപ്പിക മനുഷ്യന്റെ മോചനം, യഥാർഥത്തിൽ സ്വന്തം ഭൗതികമോചനം, എല്ലാ മനുഷ്യരുടെയും മോചനമായിക്കണ്ടുകൊണ്ട്, സമത്വത്തിന്റെതും സാഹോദര്യത്തിന്റെതും സ്വാതന്ത്ര്യത്തിന്റെതുമായ സിദ്ധാന്തങ്ങളാവിഷ്കരിച്ചു. അങ്ങനെ ദൈവത്തിന്റെ രൂപത്തിൽ അന്യവൽക്കരിക്കപ്പെട്ട മനുഷ്യൻ കേന്ദ്രമായുള്ള ശുദ്ധമതത്തിന്റെ സ്ഥാനത്ത്, മനുഷ്യരൂപത്തിൽത്തന്നെ അന്യവൽക്കരിക്കപ്പെട്ട മനുഷ്യൻ കേന്ദ്രമായുള്ള പുതിയ രാഷ്ട്രീയമതം നിലവിൽവന്നു. നിശ്ചയമായും ഇതൊരു പുരോഗതിയായിരുന്നു.

ഇതിൽനിന്നു വ്യക്തമാകുന്നതെന്താണ്?

മനുഷ്യരുടെ ഭൗതികമായ അസ്തിത്വവും അതു ഗ്രഹിക്കാനുള്ള അവരുടെ ബോധവും തമ്മിൽ ഒരു വൈരുധ്യം നിലനിന്നിരുന്നു എന്നാണ്. സ്വയം കണ്ടെത്താൻ കഴിയാത്ത മനുഷ്യൻ ഓരോ കാലത്തും അവനെ തെറ്റായി കണ്ടെത്തി. ഭാവനയിൽ സ്വയം കണ്ടെത്തുന്നതിലൂടെ അവർ ആ വൈരുധ്യം പരിഹരിക്കാൻ ശ്രമിച്ചു. ഇങ്ങനെ ഭൗതികമായ അസ്തിത്വത്തെ ഭാവനാപരമായ അസ്തിത്വമാക്കി മാറ്റുന്നതിലൂടെ അസ്തിത്വവും ബോധവും തമ്മിലുള്ള വൈരുധ്യം പരിഹരിക്കാൻ മനുഷ്യൻ സൃഷ്ടിച്ച ഉപാധിയാണ് പ്രത്യയശാസ്ത്രം (ideology).

മിഥ്യയെ മറികടക്കുന്ന യാഥാർഥ്യം

സ്വന്തം അസ്തിത്വത്തെ ഗ്രഹിക്കാനുള്ള മനുഷ്യബോധത്തിന്റെ പരിമിതിയിൽനിന്നുയർന്ന അപരിമേയമായ ഭാവനാസൃഷ്ടികൾ യാഥാർഥ്യ

ത്തെ പരിമിതമായി മാത്രമേ ഉൾക്കൊള്ളുന്നുള്ളൂ. അതുകൊണ്ടുതന്നെ ഓരോ പ്രത്യയശാസ്ത്രവും യഥാർഥത്തിൽ പരിമിതമാണ്. ആ പരിമിത പ്രത്യയശാസ്ത്രത്തിനുള്ളിൽ ജീവിക്കുന്ന മനുഷ്യന്റെ ഭൗതികചലനങ്ങളുടെ പരിമിതവൃത്തം വരച്ചുകാട്ടുന്ന നൈതിക രേഖകളാണ് ഓരോ കാലത്തേയും ധർമാദർശങ്ങൾ. എന്നാൽ, ആ പരിമിതാദർശങ്ങൾക്കകത്തു നിന്നുകൊണ്ടു മാത്രമേ മനുഷ്യന് അപരിമേയമായി വികസിക്കാൻ കഴിയൂ. അപരിമേയമായ ഭാവനാവിലാസങ്ങളെ അപരിമേയമായ യാഥാർഥ്യങ്ങളാക്കി മാറ്റാൻ കഴിയൂ.

സ്വയം കണ്ടെത്താത്ത മനുഷ്യന്റെ പരിമിതിയുടെ പ്രകാശനവും ആ പരിമിതിയെക്കുറിച്ചുള്ള ഭാവനാപരമായ വിലാപവുമായ പ്രത്യയശാസ്ത്രമുൾക്കൊള്ളുന്ന ധർമാദർശവും പരിമിതമായതുകൊണ്ടുതന്നെ അത് ജീവിതത്തിന്മേലെടുത്തുവെയ്ക്കപ്പെട്ട ഒരു കേവലസിദ്ധാന്തം (dogma) ആയേ മതിയാകൂ.

മനുഷ്യർ മാന്ത്രികമോ മതപരമോ രാഷ്ട്രീയമോ ആയ ഏതെങ്കിലും പ്രത്യയശാസ്ത്രത്തിനു കീഴ്പ്പെട്ടിരുന്നപ്പോൾതന്നെ അവർ യഥാർഥത്തിൽ പ്രകൃതിയെ മാറ്റിത്തീർക്കുകയായിരുന്നു. അവർ അവരെത്തന്നെ പുനഃസൃഷ്ടിക്കുകയായിരുന്നു. അങ്ങനെ സ്വന്തം പരിമിതമായ പ്രത്യയശാസ്ത്രത്തിനുള്ളിൽ നിന്നുകൊണ്ടാണെങ്കിലും അവയുടെ സങ്കുചിത ധർമാദർശങ്ങൾക്കു വഴങ്ങിക്കൊണ്ടാണെങ്കിലും മനുഷ്യൻ ഈ ഭൂമിയിൽ യഥാർഥമായി സൃഷ്ടിച്ചിട്ടുള്ളതെല്ലാം മനുഷ്യരാശിയുടെ പരമ്പരാഗതമായ അപാര സമ്പത്താകുന്നു. കലയും ശാസ്ത്രവും സൃഷ്ടിച്ച മാനുഷികമായ പ്രകൃതിയിലേക്കാണ് പ്രാകൃതികമായ മനുഷ്യത്വത്തിലേക്കാണ് ഓരോ തലമുറയും പിറന്നുവീഴുന്നത്.

അതിനാൽ, പരിമിതമായ മിഥ്യകളിലൂടെ മാത്രം അപരിമിതമായ സത്യസൗന്ദര്യങ്ങളെ സാക്ഷാൽക്കരിക്കാൻ കഴിയുന്ന മനുഷ്യ ചരിത്രത്തിന്റെ പരിമിതിയാണ് ഓരോ കാലത്തും ഉയർന്നുവന്ന പരിമിതമായ ധർമാദർശമിഥ്യകളും ആ മിഥ്യകൾക്ക് കീഴടങ്ങുമ്പോൾപോലും അവയെ മറികടക്കുന്ന കലയും തമ്മിലുള്ള വൈപരീത്യത്തിനു കാരണം.

ഇങ്ങനെ പറയുമ്പോൾ നിശ്ചയമായും ഒരു ചോദ്യം ഉയർന്നുവരാം: കല ആ പരിമിതമായ പ്രത്യയശാസ്ത്രമിഥ്യയിൽത്തന്നെ ഉൾപ്പെടുന്നതല്ലേ? പ്രത്യയശാസ്ത്രത്തിന്റെ പരിമിതിയെ മറികടക്കുന്ന ഒരു ഭൗതിക യാഥാർഥ്യമാണോ അത്? കല മനുഷ്യന്റെ മറ്റെല്ലാ വ്യാപാരങ്ങളേയും പോലെ ഓരോ കാലത്തേയും പ്രത്യയശാസ്ത്രമിഥ്യകൾക്ക് കീഴ്പ്പെട്ടിരുന്നു എന്നതു സത്യമാണ്. എന്നാൽ മനുഷ്യൻ സൃഷ്ടിച്ച ഭൗതിക യാഥാർഥ്യങ്ങളുടെ നൈരന്തര്യം ആ മിഥ്യകളെ മറികടന്നതുപോലെ കലയും അതിന് ജന്മം നൽകിയ മനുഷ്യരുടെ ധർമാദർശ മിഥ്യകളെ മറികടന്നിട്ടുണ്ട്. ഓരോ ധർമാദർശവും പരിമിതമായ ഒരു കേവലസിദ്ധാന്തമാണ്: ജീവിതത്തിന്മേൽ എടുത്തുവയ്ക്കപ്പെട്ട അമൂർത്താശയമാണ്. ഒരു കലാസൃഷ്ടി അമൂർത്തമായ ഒരു കേവല സിദ്ധാന്തമല്ല; മൂർത്തമായ ഒരു ഭൗതികയാഥാർഥ്യമാണ്. എന്തുകൊണ്ട്?

സൗന്ദര്യത്തിന്റെ യാഥാർഥ്യം

മനുഷ്യൻ ഭൂമിയിൽ സൃഷ്ടിക്കുന്നതെല്ലാം അവന്റെതന്നെ അസ്തിത്വത്തിന്റെ വാസ്തുവൽക്കരണമല്ലാതെ മറ്റൊന്നുമാകാൻ തരമില്ല. കിളി കൂടുകൂട്ടുന്നതും ചിലന്തി വല നെയ്യുന്നതും അവയുടെ ജൈവവ്യാപാരങ്ങളെന്ന നിലയ്ക്കാണ്. കൂടും വലയും അവയുടെ ജൈവശരീരത്തിന്റെ വസ്തുവൽക്കരണമാണ്. എന്നാൽ ഒരു കിളി കിളിമാത്രമാണ്. അതിന് അതിന്റെ കൂടുമാത്രമേ കൂട്ടാൻ കഴിയൂ. ഒരു ചിലന്തിക്കും മുക്കുവന്റെ വല നെയ്യാനാവില്ല. ജന്തുക്കൾ സ്വന്തം ജൈവപ്രകൃതിയെമാത്രം വസ്തുവൽക്കരിക്കുന്നു.

മനുഷ്യന്റെ അസ്തിത്വം പ്രകൃതിദത്തമായ ജൈവാസ്തിത്വമല്ല; പ്രകൃതിയിൽ പ്രതിപ്രവർത്തിക്കുന്നതിലൂടെ ആർജിച്ച സാമൂഹികാസ്തിത്വമാണ്. ജന്തുക്കളുടെ സാമൂഹികരൂപമാകട്ടെ, അവയുടെ ജൈവജീവിതത്തിന്റെ ബാഹ്യഘടനമാത്രം. മനുഷ്യന്റെ സാമൂഹികാസ്തിത്വം തുടക്കത്തിൽ ശാരീരികമാണ്. പ്രാകൃതസമൂഹം കുറേ മനുഷ്യശരീരങ്ങളുടെ വെറും കൂട്ടമല്ല. പ്രകൃതിക്കെതിരെ കേന്ദ്രീകരിക്കപ്പെട്ട ശരീരാന്തര സംക്രമിതമായ ഒരൊറ്റയസ്തിത്വമാണ്. ഓരോ ആൾക്കും മറ്റുള്ളവരുടെ ശരീരങ്ങൾ അയാളുടെ ശരീരത്തിന്റെ തുടർച്ചയാണ്. അങ്ങനെ സ്വന്തം ജൈവശരീരത്തിന്റെ പരിമിതികളെ മറികടക്കുന്ന മനുഷ്യൻ ഉപകരണങ്ങളിലൂടെ സ്വന്തം അവയവങ്ങളുടെ അജൈവമായ തുടർച്ച സൃഷ്ടിക്കുന്നു. ഭാഷ മനുഷ്യന്റെ സാമൂഹികാസ്തിത്വത്തിന്റെ അജൈവമായ ഒരവയവമാണ്; ഉപകരണമാണ്. അതോടെ മനുഷ്യന്റെ സാമൂഹികാസ്തിത്വം ശാരീരികം മാത്രമല്ലാതാകുന്നു. സാമൂഹികാസ്തിത്വം ബോധമായിത്തീരുന്നു, അസ്തിത്വം സത്തയായി മാറുന്നു. ബോധത്തിന്റെ ക്രിയാത്മകരൂപമായ ഭാഷയിലൂടെ ഓരോ വ്യക്തിയുടെ ബോധത്തിലും മറ്റെല്ലാ വ്യക്തിബോധങ്ങളും കുടികൊള്ളുന്നു. അങ്ങനെ സത്തയിൽ സാമാന്യവും പ്രകാശനത്തിൽ വിശേഷവും, സത്തയിൽ ആപേക്ഷികവും അനുഭവത്തിൽ കേവലവുമായ വ്യക്തിത്വബോധം രൂപമെടുക്കുന്നു.

ഇങ്ങനെ ക്രിയാത്മകമായ ബോധം സ്വന്തം മാനുഷികശരീരത്തിന്റെ അവയവമാകയാൽ ബോധം ഉൾക്കൊള്ളുന്ന പ്രകൃതി മുഴുവൻ മനുഷ്യന്റെ ശരീരമായിത്തീരുന്നു. പ്രകൃതി മനുഷ്യശരീരത്തിന്റെ അജൈവമായ തുടർച്ചയായിത്തീരുന്നു. ഒരു കിളി കൂടുകൂട്ടുമ്പോൾ അതിന്റെ ജൈവശരീരത്തെ വസ്തുവൽക്കരിക്കുന്നതുപോലെ സഹജമായി മനുഷ്യന് അവന്റെ അജൈവശരീരത്തെ വസ്തുവൽക്കരിക്കാൻ കഴിയും. എന്നാൽ മനുഷ്യന് അവന്റെ കൂടുമാത്രമല്ല, അവന്റെ അജൈവ ശരീരമായി മാറിക്കഴിഞ്ഞ ഭൗതികപ്രകൃതിയിൽനിന്ന് അതുവരെ പ്രകൃതിയിലില്ലാതിരുന്ന കൂടുകൾപോലും ഭൗതികമായി സൃഷ്ടിക്കാൻ കഴിയും. അതായത് പ്രകൃതിയിൽ പണ്ടില്ലാതിരുന്ന ഒന്നിനെ സൃഷ്ടിക്കുന്നതിലൂടെ പ്രകൃതിയെത്തന്നെ പണ്ടില്ലാത്ത ഒരു പ്രകൃതിയാക്കി മാറ്റാൻ കഴി

യും. ഇങ്ങനെ പണ്ടൊരിക്കലും ഉണ്ടായിട്ടില്ലാത്ത ഒന്നിനെ സൃഷ്ടിക്കുന്നതിലൂടെയാണ് മനുഷ്യൻ പ്രകൃതിയെ മാറ്റിത്തീർക്കുന്നത്. അല്ലാതെ വസ്തുവാദികൾ കരുതുംപോലെ, വസ്തുക്കളെ മാറ്റിവയ്ക്കുകയും കൂട്ടിച്ചേർക്കുകയുമല്ല പ്രകൃതിയെ മാറ്റിത്തീർക്കൽ.

ഭിന്ന സ്ഥലകാലവിദൂരതകളെ ഉൾക്കൊള്ളുന്ന പ്രകൃതിഘടകങ്ങളെ ഐക്യപ്പെടുത്തി ഒരു പുതിയ സ്ഥലകാലഐക്യം സൃഷ്ടിച്ചുകൊണ്ടാണ്, പ്രകൃതിയുടെ ആപേക്ഷികതയിൽ ഒരു കേവലത സൃഷ്ടിച്ചുകൊണ്ടാണ്, പദാർഥത്തിന്റെ സാമാന്യതയിൽ ഒരു സവിശേഷത സൃഷ്ടിച്ചുകൊണ്ടാണ് മനുഷ്യൻ അവന്റെ അസ്തിത്വത്തെ വസ്തുവൽക്കരിക്കുന്നത്. അങ്ങനെ സ്വയം ആവിഷ്കരിക്കുന്നതിലൂടെ പ്രകൃതിയെ മാറ്റിത്തീർക്കുക എന്നത് ഒരു സർഗവ്യാപാരമാണെന്നർഥം. മനുഷ്യന്റെ അജൈവശരീരത്തെ, പ്രകൃതിയെ പുനഃസൃഷ്ടിക്കുന്ന ഈ സർഗവ്യാപാരം അവന്റെ അസ്തിത്വത്തിന്റെതന്നെ സർഗാവിഷ്കാരമാണ്; പ്രകൃതിയുടെ പുനഃസൃഷ്ടി അവന്റെതന്നെ പുനഃസൃഷ്ടിയാണ്. പ്രകൃതിയെ മാറ്റിത്തീർക്കുന്ന മനുഷ്യൻ അവനേയും മാറ്റിത്തീർക്കുകയാണ്. അപ്പോൾ മനുഷ്യൻ അവന്റെ അസ്തിത്വത്തെ വസ്തുവൽക്കരിക്കുന്നു എന്നുപറഞ്ഞാലർഥം മനുഷ്യൻ ഒരേസമയം അവനെയും അവന്റെ പ്രകൃതിയെയും മൂർത്തമായി മാറ്റിത്തീർക്കുന്നു എന്നാണ്; ഭൗതികമായി പുനഃസൃഷ്ടിക്കുന്നു എന്നാണ്. മൂർത്തമായ ഈ ആത്മവസ്തു ഐക്യത്തിലൂടെ നടക്കുന്ന പ്രകൃതിയുടെ പുനഃസൃഷ്ടിയിൽ പണ്ടില്ലാത്ത ഒന്നു സൃഷ്ടിക്കപ്പെടുന്നതോടൊപ്പം പണ്ടില്ലാത്ത ഒരു മനുഷ്യനും സൃഷ്ടിക്കപ്പെടുന്നു. അങ്ങനെ പ്രകൃതിയിൽ തികച്ചും നവീനമായി ഒന്നു സൃഷ്ടിക്കുന്ന മനുഷ്യൻ അതിൽ തന്റെ അസ്തിത്വത്തിന്റെ സർഗാത്മകതയെ സാക്ഷാൽക്കരിക്കുന്നു. അതിലൂടെ തന്റെ സർഗാത്മകമായ അസ്തിത്വം അനുഭവിക്കുന്നു. സർഗാത്മകമായ അസ്തിത്വത്തിന്റെ ബോധമാണ് സൗന്ദര്യം. അതിനാൽ സത്യവും സൗന്ദര്യവും രണ്ടല്ല. ആത്മീയവാദികൾ കരുതുംപോലെ ഒന്നുതന്നെയല്ല. അനന്യമായ ഒരേ മാനുഷിക യാഥാർഥ്യത്തിന്റെതന്നെ വിരുദ്ധ പ്രകാശനങ്ങളാണവ.

പ്രകൃതിയോടുള്ള ജന്തുസഹജമായ ബന്ധത്തിൽ തുടങ്ങി സാമൂഹികാസ്തിത്വം കൈവരിച്ചുകഴിഞ്ഞ മനുഷ്യനിൽ അടങ്ങിയിരിക്കുന്ന അനിവാര്യ സാധ്യതയെക്കുറിച്ചാണ് ഈ പറഞ്ഞത്. ഈ സാധ്യത സത്യമായിത്തീരണമെങ്കിൽ പ്രകൃതിയുടെ മുന്നിലുള്ള സ്വന്തം അപകർഷതയെ മൂടിവയ്ക്കുന്ന മിഥ്യാദർശനങ്ങളെ മനുഷ്യൻ മറികടക്കേണ്ടതുണ്ട്; ദൈവത്തിലേക്കോ രാജാവിലേക്കോ നേതാവിലേക്കോ അന്യവൽക്കരിക്കപ്പെട്ടു മാത്രം നിൽക്കുന്ന സ്വന്തം ഇച്ഛാശക്തിയെ തിരിച്ചെടുക്കേണ്ടതുണ്ട്; ചൂഷകനോ ചൂഷിതനോ ആയി വിഭജിക്കപ്പെട്ടുമാത്രം നിലനിൽക്കാൻ കഴിയുന്ന ഭൗതിക പരിമിതികളെ തരണംചെയ്യേണ്ടതുണ്ട്. മനുഷ്യൻ ആന്തരികവും ബാഹ്യവുമായി പ്രകൃതിയോളം സമ്പന്നനാവേണ്ടതുണ്ട്; പ്രകൃതി മനുഷ്യനോളം സംസ്കരിക്കപ്പെടേണ്ടതായുമുണ്ട്. ദരിദ്രവും

വിഭജിതവും അന്യവൽക്കൃതവും മിഥ്യാവൃതവുമായ വർഗസമൂഹ ത്തിന്റെ ചരിത്രത്തിലുടനീളം ഈ സാധ്യതയും ഇപ്പറഞ്ഞ പരിമിതി കൾക്കുള്ളിലൂടെ മാത്രമേ വെളിപ്പെടുന്നുള്ളൂ.

വർഗവിഭജിത സമൂഹത്തിൽ തൊഴിലുകളായി ജീവിതം വിഭജിക്ക പ്പെടുകയാൽ മനുഷ്യന്റെ ജീവിതവും ബോധവും അധ്വാനവും അമൂർത്ത ചിന്തയുമായി വേർതിരിയുന്നു. സ്വയം നിലനിർത്താൻ വേണ്ടി മനു ഷ്യർക്ക് അവരെത്തന്നെ മൃഗങ്ങളോ കമ്പ്യൂട്ടറുകളോ ആക്കി പ്രവർത്തി പ്പിക്കേണ്ടിവരുന്നു. അധ്വാനിക്കാത്തവർ സ്വന്തം നിഷ്ക്രിയമായ നില നിൽപ്പിനെ കവർന്നെടുക്കപ്പെട്ട ജീവിതങ്ങൾകൊണ്ടു ചലിപ്പിക്കുന്നു. പുറ ത്തുനിന്നടിച്ചേൽപ്പിക്കപ്പെടുന്ന നിർദേശങ്ങൾക്കനുസരിച്ചാണെങ്കിലും ശരീരംകൊണ്ടും തലച്ചോറുകൊണ്ടും അധ്വാനിക്കുന്ന മനുഷ്യർ അപ്പോഴും പ്രകൃതിയെ മാറ്റിത്തീർക്കുന്നുണ്ട്. ഇങ്ങനെ ഉപകരണങ്ങ ളാക്കി മാറ്റപ്പെട്ടവയുടെ ജീവിതത്തിൽനിന്ന് ജീവിതത്തിന്റെ സർഗാത്മ കത എടുത്തുമാറ്റപ്പെടുന്നു. പ്രകൃതിയെ മാറ്റിത്തീർക്കുന്നതോടൊപ്പം തന്നെത്തന്നെ മാറ്റിത്തീർക്കുന്നതിന്റെ ഐക്യത്തിൽ കുടികൊള്ളുന്ന മനുഷ്യജീവിതത്തിന്റെ സർഗാത്മകത വിഭജിക്കപ്പെടുന്നു. ഉപകരണമാ യിത്തീരുന്ന ജീവിതത്തിൽനിന്ന് എടുത്തുമാറ്റപ്പെടുന്ന സർഗവ്യാപാരം വിഭജിക്കപ്പെട്ട് വേറെ വേറെ മേഖലകളിൽ കേന്ദ്രീകരിക്കപ്പെടുകയും സർഗാത്മക ശാസ്ത്രത്തിന്റെയും കലയുടെയും വിരുദ്ധ ലോകങ്ങൾ രൂപപ്പെടുകയും ചെയ്യുന്നു.

അതോടെ സ്വയം മാറ്റിത്തീർക്കുക, സ്വയം പുനഃസൃഷ്ടിക്കുക എന്ന യഥാർഥവും മൂർത്തവുമായ വ്യാപാരം അധ്വാനത്തിൽനിന്നന്യപ്പെട്ട് പ്രത്യേകം അനുഷ്ഠിക്കേണ്ട ഒരു പ്രക്രിയയായി വിശേഷവൽക്കരിക്കപ്പെ ടുന്നു.

തൊഴിൽ വിഭജനത്തിന്റെ ബാഹ്യസമ്മർദത്താൽ മനുഷ്യന്റെ ആന്ത രികമായ സവിശേഷതകൾ ചില വ്യക്തികളിൽ കേന്ദ്രീകരിക്കപ്പെടുന്ന തോടെ, ലൗകിക വ്യാപാരങ്ങളിൽനിന്നടർന്നുമാറുന്ന സർഗപ്രക്രിയ ഇത്തരം വ്യക്തികളിൽ വന്നുചേരുന്നു. ഓരോ കാലത്തേയും ഉയരു ന്നതോ തകരുന്നതോ ആയ ധർമാദർശമിഥ്യകൾക്കു കീഴ്പ്പെട്ടുകൊണ്ടു തന്നെ, ആ മിഥ്യകൾക്കതീതമായി മനുഷ്യൻ യഥാർഥത്തിൽ മാറ്റിത്തീർ ക്കുന്ന പ്രകൃതിയോടൊപ്പം തന്നെത്തന്നെ മാറ്റിത്തീർക്കാൻ, സർഗശക്തി കേന്ദ്രീകരിക്കപ്പെട്ട ഒരു വ്യക്തി ഒരുമ്പെട്ടുപോവുന്നു. അയാൾ തന്റെ അജൈവശരീരത്തിന്റെ ഉപാധികളിലൂടെ സ്വയം പുനഃസൃഷ്ടിക്കുന്നു; തന്നെത്തന്നെ മൂർത്തമായി വസ്തുവൽക്കരിക്കുന്നു.

ബാഹ്യപ്രകൃതിയിൽ മനുഷ്യൻ നേരിട്ടുനടത്തുന്ന പ്രവർത്തനങ്ങ ളിൽനിന്ന് വെട്ടിമാറ്റപ്പെട്ടവനാണയാൾ. ഏതെങ്കിലുമൊരു ധർമാദർശ ത്തിന്റെ മിഥ്യയ്ക്കു കീഴ്പ്പെട്ടുകൊണ്ടുമാത്രമാണയാൾ ജീവിക്കുന്നത്. അതുകൊണ്ട് ആ ധർമാദർശങ്ങളാൽ പ്രേരിതനായി താൻ നടത്തുന്ന സർഗവ്യാപാരം യഥാർഥത്തിൽ എന്തെന്നയാളറിയുന്നില്ല. ധർമാദർശ

മിഥ്യകളിലൂടെ, ആ മിഥ്യകൾക്കപ്പുറം പ്രകൃതിയെ യഥാർഥത്തിൽ മാറ്റിത്തീർക്കുന്ന മനുഷ്യനോടൊപ്പം സ്വയം മാറ്റിത്തീർക്കപ്പെട്ട യഥാർഥ മനുഷ്യനെയാണയാൾ സൃഷ്ടിച്ചിരിക്കുന്നത് എന്ന കാര്യം അയാളറിയുന്നില്ല. സമൂഹത്തിന്റെ വിഘടിതാസ്തിത്വത്തിൽ, അതിൽ നിന്നുയരുന്ന ആദർശമിഥ്യകളിൽ സ്വയം മറഞ്ഞുകൊണ്ടു മാത്രമേ അയാൾക്കതു ചെയ്യാൻ കഴിയൂ. എന്നാൽ തന്റെ സർഗവ്യാപാരത്തിലൂടെ, യഥാർഥ മനുഷ്യനെ പുനഃസൃഷ്ടിക്കുന്നതിലൂടെ തന്റെ മിഥ്യാവ്രതമായ ലൗകികാസ്തിത്വത്തെ അയാൾ മറികടന്നിരിക്കുന്നു. പ്രകൃതിയോടു ബന്ധപ്പെടുന്ന യഥാർഥ മനുഷ്യനെയാണയാൾ പുനഃസൃഷ്ടിച്ചിരിക്കുന്നത്. അത് അയാളുടെ മിഥ്യാ വ്യക്തിത്വമല്ല, അന്യവൽക്കൃതമായ ഏകാന്താസ്തിത്വമല്ല. സ്വന്തം ബോധത്തിൽ അയാൾ അങ്ങനെ തന്നെയാണെങ്കിൽപോലും സർഗപ്രവർത്തനത്തിൽ അയാൾ അങ്ങനെയല്ലാതാവുന്നു. സമൂഹം പുറത്തുനിന്നേൽപ്പിച്ചുകൊടുത്ത സ്വാർഥമയമായ ഒരു മിഥ്യാ വ്യക്തിത്വത്തിന്റെ ചുമട്ടുകാരനായി, അതു താൻ തന്നെയാണെന്നു ധരിച്ച് ജീവിതം നയിക്കുന്ന അയാൾ ആ ചുമട് ദൂരെക്കളഞ്ഞ് തന്റെ മനുഷ്യവ്യക്തിത്വത്തെ പുനഃസൃഷ്ടിച്ച് സാക്ഷാൽക്കരിക്കുന്നതിലൂടെ യഥാർഥ കലാകാരനാവുന്നു. അയാളുടെ സൃഷ്ടി യഥാർഥ കലാസൃഷ്ടിയുമാകുന്നു.

ഈ കലാകാരനെപ്പോലെ തന്നെ അയാളുടെ കലാസൃഷ്ടിയെ അഭിമുഖീകരിക്കുന്ന ജനങ്ങളും അവരുടെ കാലത്തിന്റെ പ്രത്യയശാസ്ത മിഥ്യകളിലൂടെ മാത്രം ജീവിക്കുന്നവരാണ്. ആ ജീവിതത്തിന്റെ ധർമാദർശബോധത്തിനുള്ളിൽ നിന്നുകൊണ്ടു തന്നെയാണ് അവരും കലാസൃഷ്ടിയിലേക്കു കടക്കുന്നത്.

ഭക്തനായ എഴുത്തച്ഛനെപ്പോലെതന്നെ ഭക്തരായിരുന്നല്ലോ അന്ന് ആ കാവ്യങ്ങൾ വായിച്ചവരും. എഴുത്തച്ഛന്റെ വാക്കുകളിലൂടെ ഭക്തിയിൽ ലയിച്ച് സ്വന്തം ഇഷ്ടദേവതകളെ കൺമുന്നിൽ കണ്ടപ്പോൾ, ദൈവവിശ്വാസത്തിലൂടെ മാത്രം പ്രകാശിപ്പിക്കാൻ കഴിയുന്ന സ്വന്തം അസ്തിത്വത്തിന്റെ യഥാർഥ രൂപത്തെ, പ്രകൃതിയിൽ നിലനിൽക്കുന്ന സ്വന്തം മനുഷ്യജീവിതത്തെ, അവർ സാക്ഷാൽക്കരിക്കുകയായിരുന്നു. എഴുത്തച്ഛൻ ചെയ്തതുപോലെതന്നെ ആ കൃതികൾ വായിക്കുന്ന ഓരോരുത്തരും സ്വയം ദൈവമായി മാറുകയായിരുന്നു. സ്വന്തം ഇച്ഛാശക്തിയെ ദൈവത്തിലൂടെമാത്രം കാണാൻ കഴിയുന്നവർക്ക് ദൈവങ്ങളുടെ രൂപത്തിലല്ലാതെ സ്വയം പുനഃസൃഷ്ടിക്കാനാവില്ല. പക്ഷേ, അപ്പോഴും അവർ അവരെത്തന്നെ മാറ്റിത്തീർക്കുകയായിരുന്നു. ശ്രീനാരായണൻ പ്രതിഷ്ഠിച്ച ഈഴവശിവൻ വിമോചിതനായ അധഃകൃതന്റെ അന്യവൽക്കൃത പ്രതീകമായിരുന്നു. എന്നാൽ അതിനും എത്രയോമുമ്പ് എഴുത്തച്ഛൻ ആർക്കും തൊടാവുന്ന ദൈവത്തെ സൃഷ്ടിച്ചു.

രാമനും കൃഷ്ണനുമൊക്കെ പുരാണ കഥാപാത്രങ്ങൾ മാത്രമാണെന്നു വിശ്വസിക്കുന്ന ഒരാൾക്കും, എഴുത്തച്ഛന്റെ കൃതികൾ ഓരോ തവണ വായിക്കുമ്പോഴും പുതിയ അനുഭവമായിത്തീരുന്നു. കാരണം,

ആ കൃതിയിലെ ധർമാദർശങ്ങൾ വായിച്ചു മനസിലാക്കുകയല്ല അയാൾ ചെയ്യുന്നത്; വാക്കുകളിലേക്കും അവയുണ്ടാക്കുന്ന മൂർത്ത സന്ദർഭങ്ങളിലേക്കും ആ സന്ദർഭങ്ങളിൽപ്പെട്ട കഥാപാത്രങ്ങളിലേക്കും സ്വയം സന്നിവേശിച്ച്, സംഭവപരമ്പരകളിലൂടെ അനുക്ഷണം നവീകരിക്കപ്പെട്ട്, സ്വന്തം അസ്തിത്വത്തെ അഴിച്ചുകൂട്ടി മറ്റൊന്നാക്കുകയാണ് അയാൾ ചെയ്യുന്നത്. വാക്കുകളിലൂടെ സ്വന്തം ദൈവത്തെ സൃഷ്ടിച്ചെടുക്കുന്ന അയാൾ, സ്വയം ദൈവമായി സൃഷ്ടിക്കപ്പെടുന്ന അയാൾ, ആ ദൈവം ഒരു പഴങ്കഥയാണെന്നറിഞ്ഞിട്ടും ആ കാവ്യം അയാൾക്കു പഴയതല്ലാതാവുന്നത് ആ ദൈവവേഷത്തിനുള്ളിൽ മനുഷ്യൻ മറഞ്ഞിരിക്കുന്നതുകൊണ്ടാണ്; ആ മനുഷ്യനായി മാറാൻ അയാൾക്കു കഴിയുന്നതുകൊണ്ടാണ്.

ദൈവവിശ്വാസമില്ലെങ്കിലും തന്റെമേൽ കെട്ടിവയ്ക്കപ്പെട്ട ഒരു ജീവിതത്തിന്റെ ചുമട്ടുകാരനാണയാളും. വാക്കുകളിൽ സ്വയം സംക്രമിച്ച്, സ്വയം കാവ്യമായി, കാവ്യത്തിന്റെ മന്ദവും ചടുലവുമായ ചലന സംഘർഷങ്ങളെ സ്വന്തം ചലനമാക്കി മാറ്റി, ആ ദൈവരൂപത്തിനുള്ളിൽ മറഞ്ഞിരിക്കുന്ന മനുഷ്യനായി താൻതന്നെ മാറുന്ന മൂർത്തമായ പ്രകിയയിൽ തന്റെ മിഥ്യാ വ്യക്തിത്വത്തിന്റെ ചുമടുകളെല്ലാം അയാൾ കുടഞ്ഞുകളയുന്നു. മിഥ്യയായ തന്റെ ഇച്ഛാശക്തിക്കുപകരം ദൈവത്തിലെ മനുഷ്യനിലൂടെ യഥാർഥമായ സ്വന്തം ഇച്ഛാശക്തിയെ അയാൾ കണ്ടെത്തുന്നു. ഓരോ തവണ വായിക്കുമ്പോഴും മിഥ്യാവലയങ്ങൾ ഭേദിച്ച തന്റെ യഥാർഥ മനുഷ്യത്വം, അനുക്ഷണം മാറ്റിത്തീർക്കപ്പെടുന്ന ഒരു പ്രക്രിയയായി അയാൾക്കനുഭവപ്പെടുന്നു. സ്വന്തം സൗന്ദര്യത്തെ സത്യമായി കണ്ടെത്തുന്നു. അതിലൂടെ സ്വന്തം ജീവിതത്തിന്റെ വൈരൂപ്യങ്ങൾക്കെതിരേ അയാൾ കാവ്യത്തിലുടനീളം കലഹിക്കുന്നു. അയാൾക്ക് ആ കാവ്യം അമൂർത്താശയങ്ങൾ എഴുതിവെച്ച ഒരു പുസ്തകമല്ല; സജീവവും മൂർത്തവുമായ ഒരു സംഭവ ഘടനയുടെ വാങ്മയശിൽപ്പമാണ്.

അങ്ങനെ, യഥാർഥ കലാസൃഷ്ടികൾ ധർമാദർശ പ്രചാരണത്തിനുള്ള ഉപകരണങ്ങളല്ലാത്തതുകൊണ്ടാണ്, മറിച്ച് അതാതു കാലത്തെ ധർമാദർശങ്ങളെ ഭേദിച്ച്, സാധ്യമായ മനുഷ്യ യാഥാർഥ്യത്തെ എടുത്തുകാണിക്കുന്ന മൂർത്തസംഭവമായതുകൊണ്ടാണ് അവ നിത്യനൂതനങ്ങളായിരിക്കുന്നത്. ടോൾസ്റ്റോയിയും ബൽസാക്കും സ്വന്തം വിശ്വാസങ്ങൾ കൊണ്ട് തകരുന്ന വ്യവസ്ഥയുടെ ധർമാദർശങ്ങൾക്ക് കീഴ്പ്പെട്ടിരുന്നിട്ടും അവരുടെ കലാസൃഷ്ടികൾ ആ ധർമാദർശങ്ങളെ അതിജീവിച്ചു നിലനിൽക്കുന്നത് അതുകൊണ്ടാണ്. പ്ലേറ്റോയുടെയും മധ്യകാലക്രിസ്തുമതത്തിന്റെയും പ്യൂരിറ്റാനിസത്തിന്റെയും ധർമാദർശ വിലക്കുകളെ അക്കാലത്തെല്ലാമുണ്ടായ യഥാർഥ കലാസൃഷ്ടികൾ മറികടന്നുനിലനിന്നുപോരുന്നതും അതുകൊണ്ടാണ്. ഹിന്ദുമത പുനഃസംഘടന എന്ന ആശാന്റെ ധർമാദർശത്തെ നിഷേധിച്ച് *ദുരവസ്ഥ* മലയാളികളുടെ 'മിത്താ'യി മാറിയതും മറ്റൊന്നുകൊണ്ടുമല്ല.

ഒരു പരിമിതപ്രത്യയശാസ്ത്രത്തിനുള്ളിൽ ഒതുങ്ങിനിന്നിട്ടും കലാ

കാരന് ആ പ്രത്യയശാസ്ത്രത്തെ മറികടക്കാൻപോന്ന കല സൃഷ്ടിക്കാൻ കഴിയുന്നതെങ്ങനെ? ഒരു പരിമിതമിഥ്യയോട് പ്രതിബദ്ധനായിരുന്നുകൊണ്ട് അതിനെ നിഷേധിക്കാൻ കഴിയുന്നതെങ്ങനെ?

ഇതിന് ഒരുത്തരമേയുള്ളൂ. താൻ ഏതു പ്രത്യയശാസ്ത്രമിഥ്യയ്ക്കുള്ളിലാണോ നിലനിൽക്കുന്നത് അതിനോടുതന്നെയുള്ള സമ്പൂർണമായ ആത്മ സമർപ്പണമാണതിനു കാരണം. കേൾക്കുന്ന മാത്രയിൽ ഇതൊരു പൊരുത്തക്കേടായി തോന്നാം. ഒരു പ്രത്യയശാസ്ത്രത്തിന് സ്വയം പരിപൂർണമായി സമർപ്പിക്കുക എന്നിട്ട് അതിനെ നിഷേധിക്കുന്ന കലാസൃഷ്ടി ചെയ്യുക; ഇതെങ്ങനെ സാധ്യമാകും?

ഒരു പ്രത്യയശാസ്ത്രത്തോടുള്ള പരിപൂർണമായ ആത്മസമർപ്പണമെന്നു പറയുന്നത് ബുദ്ധിപരമായ ഒരു വിശ്വാസമല്ല; സ്വന്തം യഥാർഥ മനോഭാവങ്ങളേയും അനുഭവസത്യങ്ങളേയും ഒരു കപടവിശ്വാസം കൊണ്ട് മൂടി ആ പ്രത്യയശാസ്ത്രത്തിന് സ്വന്തം നിലനിൽപ്പിനെ ബുദ്ധി കൊണ്ട് അടിമപ്പെടുത്തലല്ല.

ഓരോ പ്രത്യയശാസ്ത്രമിഥ്യയും രംഗത്തുവന്നിട്ടുള്ളത്, ജീവിതത്തിന്റെയും പ്രകൃതിയുടെയും പരമസത്യം അതു മാത്രമാണെന്ന് സ്വയം അവകാശപ്പെട്ടുകൊണ്ടാണ്. ഉയരുന്നതോ തകരുന്നതോ ആയ ഏതൊരു വ്യവസ്ഥയുടെ വിശ്വാസപ്രമാണത്തിനുള്ളിലാണെങ്കിലും കലാകാരൻ അത് പരമസത്യം തന്നെയാണെന്നു വിശ്വസിച്ചുകൊണ്ട് തന്റെ അസ്തിത്വത്തിന്റെ ഒരു തരിമ്പും ബാക്കിവയ്ക്കാതെ, തന്റെ ഏറ്റവും സ്വകാര്യമായ അവസ്ഥയെപ്പോലും താൻ സത്യമാണെന്നു കരുതുന്ന ആദർശങ്ങൾക്കു സമർപ്പിച്ച് സ്വയം സത്യമായിത്തീരാൻ തന്റെ ആന്തരികമായ സത്യസന്ധതകൊണ്ടുതന്നെ ആഗ്രഹിച്ചുപോകുന്നു. പക്ഷേ, അയാൾ വിശ്വസിക്കുന്ന ജീവിതാദർശം ജീവിതത്തിന്റെ സങ്കീർണമായ സത്യമല്ല, സത്യത്തെക്കുറിച്ചുള്ള സങ്കൽപ്പമാണ്. ആ സങ്കൽപ്പങ്ങൾക്കപ്പുറം നിൽക്കുന്ന പ്രകൃതിയുടെയും മനുഷ്യന്റെയും മാനുഷിക യാഥാർഥ്യങ്ങളോട് തന്റെ ജീവിതംകൊണ്ടുതന്നെ സംവദിക്കാനുള്ള ശ്രമത്തിൽ, സ്വന്തം നിലനിൽപ്പിന്റെ ആഴത്തിൽ, അയാൾ തന്റെ ആത്മാർഥമായ വിശ്വാസമിഥ്യകളുമായി ഒരു കടുത്ത മൽപ്പിടുത്തത്തിലേർപ്പെടുന്നുണ്ട്. മിഥ്യയും യാഥാർഥ്യവും തമ്മിലുള്ള, ബോധവും അസ്തിത്വവും തമ്മിലുള്ള ഈ സംഘർഷത്തിൽ മിഥ്യകളെ മറികടന്ന്, തന്റെ അസ്തിത്വത്തിന്റെ മാനുഷികസത്യത്തെ അയാൾ കലാസൃഷ്ടിയിലൂടെ സാക്ഷാൽക്കരിക്കുന്നു. സ്വന്തം സങ്കൽപ്പത്തിനുള്ളിൽ ഒതുങ്ങിനിന്നു തന്നെത്തന്നെ അയാൾ മാറ്റിത്തീർക്കുകയായിരുന്നു, തന്റെ മുൻധാരണകളെ മുഴുവൻ തെറ്റിച്ചുകൊണ്ട് സ്വന്തം അജൈവശരീരത്തിൽനിന്ന്, പ്രകൃതിയിൽനിന്ന്, ഒരു പുതിയ മനുഷ്യനെ സൃഷ്ടിക്കുകയായിരുന്നു. തന്റെ സർഗാത്മകമായ മനുഷ്യാസ്തിത്വത്തെ അയാൾ കണ്ടെത്തുകയായിരുന്നു.

എഴുത്തച്ഛൻ ഭക്തിയുടെ മിഥ്യയിലായിരുന്നു. ആ മിഥ്യയിലൂടെ എഴുത്തച്ഛൻ തന്റെ ഇഷ്ടദേവതയ്ക്ക് തന്നെത്തന്നെ സമ്പൂർണമായി സമർപ്പി

ച്ചു. ജീവിതത്തിന്റെ പരമസത്യമായി താൻ കണ്ട ആ മിഥ്യയിലൂടെ എഴുത്തച്ഛൻ സ്വയം സത്യത്തിനു സമർപ്പിക്കുകയായിരുന്നു. എന്നാൽ ജീവിതത്തിന്റെ സത്യം ആ മിഥ്യയ്ക്കുൾക്കൊള്ളാവുന്നതിലും എത്രയോ സങ്കീർണവും വിശാലവുമാണ്. പക്ഷേ, തന്റെ സത്യമായ നിലനിൽപ്പിനെ സമ്പൂർണമായി ആ മിഥ്യയ്ക്ക് സമർപ്പിച്ചതിലൂടെ, ജീവിതസത്യം താങ്ങാനാവാത്ത ആ പരിമിതമായ മിഥ്യയെ എഴുത്തച്ഛൻ താനറിയാതെ തകർത്തുകളഞ്ഞു.

പുനഃസംഘടിതമായ ഹിന്ദുമതം മനുഷ്യയാഥാർഥ്യത്തെ പൂർണമായി പ്രതിനിധീകരിക്കുമെന്ന് കുമാരനാശാൻ വിശ്വസിച്ചു. ആ മിഥ്യയ്ക്ക് ആശാൻ തന്റെ മാനുഷികാനുഭവങ്ങളെ ആത്മാർഥമായി സമർപ്പിക്കുകയും അതിലൂടെ, മനുഷ്യജീവിതത്തിന്റെ സൗന്ദര്യത്തെ പൂർണമായി ഉൾക്കൊള്ളാൻ കഴിയാത്ത ആ മിഥ്യയെ തകർക്കുകയും ജീവിതത്തിന്റെ സർഗാത്മകമായ സത്യത്തോട് സ്വയം ഐക്യപ്പെടുകയും ചെയ്തു. അങ്ങനെ ആശാൻ തന്റെ മിഥ്യാവൃതമായ അസ്തിത്വത്തെ അറിയാതെ മാറ്റിത്തീർത്തുകളഞ്ഞു.

ഇത്തരം വ്യവസ്ഥാപിതമോ സംഘടിതമോ ആയ ഒരു പ്രത്യയശാസ്ത്രത്തിലും തനിക്ക് വിശ്വാസമില്ല എന്ന് സ്വയം ധരിക്കുന്ന കലാകാരന്റെ കാര്യത്തിൽ ഇതെങ്ങനെയാണ് ശരിയാവുന്നത്?

ജീവിതത്തെക്കുറിച്ചുള്ള ഒരു സാമാന്യവൽക്കരിക്കപ്പെട്ട മിഥ്യയിൽ അയാൾ വിശ്വസിക്കുന്നില്ല എന്നത് ശരിയാവാം. പക്ഷേ, അപ്പോഴും അയാൾക്ക് അയാളെക്കുറിച്ചൊരു സങ്കൽപ്പമുണ്ടാവും. ആ സങ്കൽപ്പമാകട്ടെ അയാളുടെ സങ്കീർണമായ സാഹചര്യങ്ങളിൽനിന്ന് രൂപപ്പെട്ടതുമാവും. അപ്പോഴും അയാൾക്കൊരു പ്രത്യയശാസ്ത്രമുണ്ട്. ഏതെങ്കിലുമൊരു സാമാന്യവീക്ഷണത്തിന് അയാൾ കൊടുക്കുന്ന വ്യാഖ്യാനമോ പാഠഭേദമോ ആകാം അത്. അയാൾ യഥാർഥ കലാകാരനാണെങ്കിൽ അതിനോടുള്ള അഗാധമായ പ്രതിബദ്ധതയിലൂടെത്തന്നെ അതിന്റെ മിഥ്യകളെ തകർത്ത് ജീവിതത്തിന്റെ സത്യത്തോളമെത്തുകയും ചെയ്യും.

സ്വകാര്യജീവിതംകൊണ്ടും സ്വന്തം മാനസിക യാഥാർഥ്യംകൊണ്ടും മറ്റൊന്നായിരിക്കെ നാട്ടുനടപ്പനുസരിച്ച് ഏതെങ്കിലുമൊരു പുരോഗമനാശയത്തിൽ ബുദ്ധിപരമായി വിശ്വസിക്കുകയും താൻ അതിൽ വിശ്വസിക്കുന്നു എന്ന് സ്വയം വിശ്വസിപ്പിച്ച് ഒരാൾ കലാസൃഷ്ടി നടത്തുകയും ചെയ്യുന്നു എന്നു കരുതുക. അപ്പോൾ സ്വന്തം ആശയങ്ങൾകൊണ്ട് അയാൾ സ്വയം മറച്ചുവയ്ക്കുന്നതുപോലെതന്നെ, സ്വന്തം ജീവിതത്തിൽ നിന്നുയരാത്ത ആശയങ്ങളുടെ നിർവികാരതയെ സ്വന്തം കലാസൃഷ്ടികൊണ്ട് അയാൾ മറച്ചുവയ്ക്കാൻ ശ്രമിക്കുകയാണ് ചെയ്യുന്നത്. അങ്ങനെ അമൂർത്താശയങ്ങളെ അലങ്കരിക്കാനുള്ള കരകൗശലമായി സ്വന്തം സർഗശക്തിയെ അയാൾ അന്യവൽക്കരിക്കുന്നു. അയാൾ ഒരു യഥാർഥ കലാകാരനാണെങ്കിൽ, ആ അന്യവൽക്കൃതമായ സർഗവ്യാപാരത്തിൽപോലും പുരോഗമനാശയങ്ങൾകൊണ്ട് മറച്ചുവയ്ക്കുന്ന

യഥാർഥവിശ്വാസങ്ങളും ജീവിതസത്യങ്ങളും തമ്മിൽ ഏറ്റുമുട്ടുന്നതിലൂടെ, തന്റെ അസ്തിത്വത്തെ സത്യമായി സാക്ഷാൽക്കരിക്കാൻ അയാൾക്ക് കഴിഞ്ഞു എന്നു വരാം. അങ്ങനെയല്ലെങ്കിൽ, കാമാതുരനായ ഒരു മാന്യൻ തന്റെ മാന്യതയുടെ കവചം ഭദ്രവും സുന്ദരവുമായി സൂക്ഷിക്കാൻവേണ്ടി ജീവിതോർജം മുഴുവൻ ചെലവിട്ട് മാന്യനായിത്തന്നെ ഇരിക്കുന്നതുപോലെ, സ്വന്തം യാഥാർഥ്യത്തെ മറച്ചുവയ്ക്കുന്ന അമൂർത്താശയങ്ങളുടെ അസ്ഥികൂടത്തെ മാംസളമാക്കുന്നതിനുവേണ്ടി സ്വന്തം കഴിവുകൾ മുഴുവൻ വിനിയോഗിച്ച്, ദുർബല വികാരങ്ങൾകൊണ്ട് കരകൗശലപ്പണി നടത്തുന്ന ഒരു വിദ്വാനായി അയാൾ ഒടുങ്ങി എന്നും വരാം.

മുതലാളിത്ത മിഥ്യ

മിഥ്യയും യാഥാർഥ്യവും തമ്മിൽ, പരിമിതമായ പ്രത്യയശാസ്ത്രവും ജീവിതത്തിന്റെ സങ്കീർണസത്യവും തമ്മിൽ, ജീവിതത്തിന്മേലെടുത്തുവയ്ക്കപ്പെട്ട സിദ്ധാന്തവും ജീവിതത്തിന്റെ യഥാർഥവികാസവും തമ്മിൽ, പഴയ വർഗസമൂഹങ്ങളിലെല്ലാം നിലനിന്ന വൈരുധ്യം ഇനി പരിഹരിക്കാതെ വഴിയില്ലെന്നുവരുംവിധം ഏറ്റവും രൂക്ഷമായി മൂർച്ഛിച്ചത് മുതലാളിത്തസമൂഹത്തിലാണ്. അവിടെ അത് ധർമാദർശവും കലയും തമ്മിലുള്ള വൈരുധ്യമായിട്ടു മാത്രമല്ല പ്രകടമായത്. മനുഷ്യജീവിതത്തിന്റെ സമസ്തതലങ്ങളിലും ആ വൈരുധ്യം പ്രകടമായി. സിദ്ധാന്തവും പ്രയോഗവും തമ്മിൽ മുറിഞ്ഞുമാറി. അടിമത്തസമൂഹത്തിലോ ഫ്യൂഡൽസമൂഹത്തിലോ വേർപിരിഞ്ഞ സിദ്ധാന്തവും പ്രയോഗവും, മിഥ്യയും യാഥാർഥ്യവും, ബാഹ്യമായ ബലപ്രയോഗംകൊണ്ടോ ആന്തരികമായ അന്ധവിശ്വാസംകൊണ്ടോ കൂട്ടിച്ചേർക്കപ്പെട്ടിരുന്നു. ബൂർഷ്വാസമൂഹത്തിന് ഇതൊരു വിധത്തിലും പൊരുത്തപ്പെടുത്താനായില്ല. സിദ്ധാന്തങ്ങളിലും ആദർശങ്ങളിലും ആത്മാർഥമായി വിശ്വസിക്കുമ്പോൾതന്നെ ഓരോ മനുഷ്യരും അവയ്ക്ക് വിപരീതമായി പ്രവർത്തിച്ചേ മതിയാകൂ എന്ന സ്ഥിതി വന്നുചേർന്നു. സിദ്ധാന്തങ്ങളുടെയും ആദർശങ്ങളുടെയും പരിമിതിയെ ജീവിതയാഥാർഥ്യങ്ങൾ തകർത്തുകളഞ്ഞു എന്നർഥം. ധർമാദർശങ്ങളുടെ പൊരുത്തപ്പെടുത്താനാവാത്തതും ആദ്യം മുതൽക്കേ ബലംപ്രയോഗിച്ച് കൂട്ടിച്ചേർത്ത് മറച്ചുവച്ചിരുന്നതുമായ ആന്തരിക വൈപരീത്യത്തെ ജീവിതയാഥാർഥ്യം അവസാനമായി തുറന്നു കാട്ടിക്കൊടുത്തു. ജീവിതത്തെ യഥാർഥത്തിൽ പരതന്ത്രമാക്കുന്ന പ്രവർത്തനങ്ങളിൽ സദാ വ്യാപരിച്ചുകൊണ്ട് സ്വാതന്ത്ര്യത്തിനുവേണ്ടി ബൂർഷ്വാസമൂഹം ഘോരമായി വാദിച്ചു. അസമത്വം പെരുപ്പിക്കാൻവേണ്ടി അക്ഷീണം പരിശ്രമിക്കുമ്പോഴൊക്കെ അത് സമത്വത്തെക്കുറിച്ച് സംസാരിച്ചുകൊണ്ടേയിരുന്നു; സ്വന്തം സഹോദരന്റെ മുതുകിൽ കയറിയിരുന്നുകൊണ്ട് സാഹോദര്യത്തിന്റെ മഹത്വം ഘോഷിച്ചു. പാഠപുസ്തകങ്ങളിൽ അഹിംസയും സത്യവും കാരുണ്യവും; ജീവിതത്തിൽ ചോരയും കൊള്ളയും കള്ളക്കച്ചവടവും. എല്ലാ

വരും സ്വന്തം കുഞ്ഞുങ്ങളെ സദാചാരം പഠിപ്പിക്കുന്ന മാന്യന്മാർ; എന്നിട്ടും വ്യഭിചാരവും ജാരസംസർഗവും പെരുകിക്കൊണ്ടേയിരുന്നു.

ഇങ്ങനെ ജീവിതത്തിന്മേലെടുത്തുവയ്ക്കപ്പെട്ട ധർമാദർശങ്ങളും ജീവിത യാഥാർഥ്യങ്ങളും തമ്മിലുള്ള തെറ്റിപ്പിരിയൽ പൂർണമാകുന്നതോടെ, ഓരോ കാലത്തേയും ധർമാദർശങ്ങൾ പ്രചരിപ്പിക്കാനുള്ള ഉപകരണമാണ് കല എന്ന സിദ്ധാന്തവും സ്വന്തം കേവല വൈപരീത്യത്തെ പൂർണമായി തുറന്നുകാട്ടുന്നു.

കേവല വൈപരീത്യം

ജീവിതത്തിന്മേലെടുത്തുവയ്ക്കപ്പെട്ട ധർമാദർശങ്ങളൊന്നും ജീവിതയാഥാർഥ്യങ്ങളുടെ ധർമാദർശങ്ങളായിരുന്നില്ല എന്നു പറഞ്ഞല്ലോ. അതുകൊണ്ടുതന്നെ ജീവിതം അന്നൊക്കെ വീക്ഷിക്കപ്പെട്ടത് ആ കേവല ധർമാദർശങ്ങളെ കൃത്യമായി അനുഷ്ഠിക്കാനുള്ള ഉപകരണമായിട്ടാണ്. ഓരോ വ്യക്തിയുടേയും ജീവിതം ആ ജീവിതത്തിന്മേൽ എടുത്തുവയ്ക്കപ്പെട്ട ധർമാദർശങ്ങളെ സാക്ഷാൽക്കരിക്കുന്നതിനുവേണ്ടി എടുത്തുപയോഗിക്കാനുള്ള ഉപകരണമായിരുന്നു. ഇങ്ങനെ ജീവിതത്തെതന്നെ ധർമാനുഷ്ഠാനത്തിനുള്ള ഉപകരണമായിക്കാണുന്ന ജീവിതദർശനത്തിന്, കലയെന്നല്ല ജീവിതത്തിന്റെ പരിധിയിലുള്ള മറ്റെന്തിനേയും അങ്ങനെ കണ്ടേ മതിയാവൂ.

ജീവിതം ധർമാദർശസാക്ഷാൽക്കാരത്തിനുള്ള ഉപകരണമാണെന്നു പറയുമ്പോൾ, ധർമാദർശമെന്ന കേവലാശയവും ജീവിതമെന്ന ഭൗതിക യാഥാർഥ്യവും കൃത്രിമമായി കൂട്ടിച്ചേർക്കപ്പെടുകയാണു ചെയ്യുന്നത്. ഇത്തരം ജീവിതവീക്ഷണങ്ങൾ ഭൗതികയാഥാർഥ്യത്തെ മറച്ചുവയ്ക്കുന്ന കേവലാശയവാദങ്ങളാണ്. അതുകൊണ്ടുതന്നെ പ്രച്ഛന്നമായ ദ്വൈതവാദങ്ങളുമാണ്. പ്രച്ഛന്നമായ ദ്വൈതവാദത്തിന് കേവലാശയവാദമായി നിൽക്കാൻ കഴിയുന്നതുപോലെ, സന്ദർഭമനുസരിച്ച് കേവല ഭൗതിക വാദമായും മാറാൻ കഴിയും. അപ്പോഴും ആ ഭൗതികവാദം ആശയവാദത്തെ മറച്ചുവയ്ക്കുന്ന ഒന്നാവാതെവയ്യ.

ഒരു ധർമാദർശം ജീവിതത്തിൽ നടപ്പാക്കണം എന്ന് ഒരാൾ ഒരു കേവലാശയത്തിന്റെ പക്ഷത്തുനിന്നു വാദിക്കുമ്പോൾ അത് ആശയവാദമാണ്; ജീവിതത്തിന്റെമേൽ ഒരമൂർത്താശയം അടിച്ചേൽപ്പിക്കുകയാണ്. മറിച്ച് ഒരാൾ ഭൗതികജീവിതത്തിന്റെ പക്ഷത്തു നിന്നുകൊണ്ട്, ഒരമൂർത്താശയത്തിലേക്ക് ജീവിതത്തെ വികസിപ്പിക്കണം എന്നു വാദിക്കുമ്പോൾ അയാൾ കേവലഭൗതികവാദിയാണ്. ഭൗതികജീവിതത്തെ തന്റെ ആശയത്തിനനുസരിച്ച് രൂപപ്പെടുത്തണമെന്നാണയാൾ പറയുന്നത്. ഒരാൾ ആശയവാദത്തിന്റെ ഭാഷ തുറന്നു സംസാരിക്കുമ്പോൾ, മറ്റേയാൾ ആശയവാദം മറച്ചുവെച്ച് പുറമേ ഭൗതികവാദം പറയുന്നു. ആദ്യം പറഞ്ഞതായിരുന്നു മതങ്ങളടക്കമുള്ള എല്ലാ ആശയവാദ ധർമാദർശങ്ങളുടേയും നിലപാട്. രണ്ടാമതു പറഞ്ഞത് ബൂർഷ്വാഭൗതികവാദത്തിന്റെ നില

പാടും. ഭൗതികവാദികളായ യൂറോപ്പിലെ സാങ്കൽപ്പിക സോഷ്യലിസ്റ്റുകളെല്ലാം സ്വന്തം ഉള്ളിലുള്ള ഒരു കേവലാശയത്തിലേക്ക് സമൂഹത്തെ വികസിപ്പിച്ചെടുക്കാൻ ശ്രമിക്കുന്നവരായിരുന്നല്ലോ.

ഇങ്ങനെ സ്വന്തം വിപരീതത്തെ ഉള്ളിൽ മറച്ചുവയ്ക്കുന്ന ഏതു ജീവിത വീക്ഷണത്തിനും പ്രയോഗത്തിൽ ആ മറച്ചുവയ്ക്കപ്പെട്ട വിപരീതമായി മാറുകയോ അതിനെ ഉൽപ്പാദിപ്പിക്കുകയോ ചെയ്യേണ്ടിവരുന്നു എന്നതാണു ദയനീയം. ക്രിസ്തുമതത്തിന്റെ വിശുദ്ധ ധർമാദർശങ്ങൾക്കെതിരെ മിണ്ടുന്നവരെപ്പോലും ചുട്ടുകൊന്ന മധ്യകാല ക്രിസ്തുമതത്തിലെ പാതിരിമാരുടെയും കന്യാസ്ത്രീകളുടെയും ഭൗതികജീവിതം എന്തായിരുന്നു എന്നു നമുക്കറിയാം. അതുപോലെതന്നെ യുക്തിയിലും ശാസ്ത്രത്തിലും അധിഷ്ഠിതമായ ഒരു പുതിയ സമൂഹം കെട്ടിപ്പടുക്കാൻ ശ്രമിച്ച ഭൗതികവാദപരമായ മുതലാളിത്ത സാമൂഹികവീക്ഷണം ഉൽപ്പാദിപ്പിച്ചതെന്താണ്? തികഞ്ഞ വ്യക്തിവാദം: സമൂഹത്തിൽ നിന്നൊറ്റപ്പെട്ട ഒരു കേവലവ്യക്തിയെക്കുറിച്ചുള്ള സങ്കൽപ്പം. അതിനാൽ ആശയവാദവും കേവല ഭൗതികവാദവും പരസ്പരം മറച്ചുപിടിക്കുന്ന ഒരേ വീക്ഷണം തന്നെയാണെന്നു വരുന്നു.

പരസ്പരം മറച്ചുവയ്ക്കുകയും പ്രയോഗത്തിൽ നേർ വിപരീതത്തെ ഉൽപ്പാദിപ്പിക്കുകയും ചെയ്യുന്ന ജീവിതവീക്ഷണത്തിന്റെ കലാദർശനവും അങ്ങനെതന്നെ ആകാനേ വഴിയുള്ളൂ. കല അതാതുകാലത്തെ ധർമാദർശങ്ങൾ പ്രചരിപ്പിക്കാൻവേണ്ടി എടുത്തുപയോഗിക്കാനുള്ള ഒരുപകരണമാണ് എന്ന് ആശയവാദി പറഞ്ഞാലും ഭൗതികവാദി പറഞ്ഞാലും അങ്ങനെ പറയുന്നതിലൂടെ രണ്ടു കൂട്ടരും ഒരു കാര്യം സമ്മതിക്കുകയാണു ചെയ്യുന്നത്. അതായത്, ധർമാദർശവും അതിനുവേണ്ടി എടുത്തുപയോഗിക്കാനുള്ള കലയും രണ്ടാണെന്ന്; ധർമാദർശത്തിൽനിന്ന് വേറിട്ട് കലയ്ക്കൊരസ്തിത്വമുണ്ടെന്ന്. അപ്പോൾ ഒരു ധർമാദർശവും പ്രചരിപ്പിക്കാതെ, എപ്പോൾ വേണമെങ്കിലും എടുത്തുപയോഗിക്കാവുന്ന പാകത്തിൽ അങ്ങനെ വെറുതേ നിൽക്കുമ്പോൾ അതെന്തു കലയാണ്? അതാണ് കേവലമായ കല. ഒരു പ്രത്യേക കലാസൃഷ്ടിയുടെ കാര്യത്തിലാണെങ്കിൽ അത് ഒരു കേവലമായ കലാസൃഷ്ടി. കേവലമായ കലാസൃഷ്ടി എന്നു പറഞ്ഞാൽ കലാസൃഷ്ടി മാത്രമായ കലാസൃഷ്ടി. അതാണ് കലയ്ക്കുവേണ്ടിയുള്ള കല.

ഏതു മരുന്നും പൊതിഞ്ഞുകൊടുക്കാൻ പറ്റിയ പഞ്ചസാരയാണ് കലയെങ്കിൽ, മരുന്നു പൊതിയാത്തപ്പോഴും മരുന്നിന്റെ സഹായം കൂടാതെ പഞ്ചസാര ഭരണിയിൽത്തന്നെ ഇരിക്കണമല്ലോ. മാത്രമല്ല, പഞ്ചസാര പൊതിഞ്ഞ് മരുന്നു കൊടുക്കണമെങ്കിൽ, മരുന്നുണ്ടാക്കുന്നതിനു മുമ്പ് എടുത്തു പൊതിഞ്ഞു കൊടുക്കാൻ പാകത്തിൽ പഞ്ചസാര അങ്ങനെ ഇരിക്കുകയും വേണം. അപ്പോൾ മരുന്നിൽനിന്നു വേറിട്ട് പഞ്ചസാരയ്ക്കു പഞ്ചസാര എന്ന നിലയിൽ സ്വതന്ത്രമായ ഒരു നിലനിൽപ്പുണ്ടെന്ന് ഏതു വൈദ്യനും സമ്മതിക്കാതെ തരമില്ല. അതിനാൽ ധർമാ

ദർശപ്രചരണത്തിനുവേണ്ടി എടുത്തുപയോഗിക്കാനുള്ളതാണ് കലയെന്ന് ഒരാൾ എത്ര തറപ്പിച്ചു പറയുന്നുവോ അത്രയും തറപ്പിച്ച് അയാൾ മറ്റൊരു കാര്യംകൂടി മൗനമായിപ്പറയുന്നുണ്ട്; ആദർശനിരപേക്ഷമായി, കേവലമായി നിലനിൽക്കുന്ന ഒന്നാണ് കല എന്ന്.

പരിതഃസ്ഥിതികളുടെയും പരിശീലനത്തിന്റെയും സൃഷ്ടിയാണ് മനുഷ്യൻ എന്നുമാത്രം പറഞ്ഞ ഭൗതികവാദം അതിന്റെ നേർ വിപരീതത്തെ, പരിതഃസ്ഥിതികളിൽനിന്ന് വിമുക്തമായ ഒരു കേവല മനുഷ്യസങ്കൽപ്പത്തെ ഉൽപ്പാദിപ്പിച്ചു എന്നു പറഞ്ഞല്ലോ. അതുപോലെതന്നെ കല ധർമാദർശപ്രചരണത്തിനുള്ള ഉപകരണമാണെന്ന് വാദിക്കുന്ന ഭൗതികവാദത്തിനും അതിന്റെ പരമശത്രുവിനെ, കലയ്ക്കുവേണ്ടിയാണെന്ന കേവല സങ്കൽപ്പത്തെ സ്വന്തം ഉള്ളിൽ ചുമന്ന്, കാലം ചെല്ലുന്തോറും സ്വയം വിമർശനത്തിന്റെ അയഞ്ഞ കുപ്പായങ്ങളിട്ടു നടക്കേണ്ടിവരുന്നു. കൗത്സ്കിയും ബേൺസ്റ്റൈനും കലയോടുള്ള സെക്ടേറിയൻ സമീപനത്തെ ചൊല്ലി സ്വയംവിമർശനത്തിനൊന്നും നിൽക്കാതെ, ആ മറച്ചുവെച്ചിരുന്ന കേവല കലാദർശനത്തെ ഒടുവിൽ പുറത്തുവിടുക തന്നെ ചെയ്തു. കല മാർക്സിസത്തിലൊതുങ്ങുന്നതല്ലെന്നു കണ്ട്, കല കലയ്ക്കുവേണ്ടി എന്ന വാദത്തിന് ദാർശനികാടിസ്ഥാനം കൊടുത്ത കാന്റിയൻ ആശയവാദത്തിന് അവർ കലയെ വിട്ടുകൊടുത്തു.

കല കലയ്ക്കുവേണ്ടിയാണെന്ന വാദത്തിനും ഇതു ബാധകമാണ്. അതും ആ വാദത്തിലടങ്ങിയിരിക്കുന്ന സ്വയം വൈപരീത്യത്തെ മറച്ചുവയ്ക്കുന്നുണ്ട്. കല ശുദ്ധവും കേവലവുമായി വെറുതേ അങ്ങനെയിരിക്കുകയാണെങ്കിൽ നിശ്ചയമായും അതെടുത്ത് നല്ല കാര്യങ്ങൾക്കുപയോഗിക്കാമെന്നും വാദിക്കാം; ചീത്തക്കാര്യങ്ങൾക്കുപയോഗിക്കുന്നതിനെ എതിർക്കുകയും ചെയ്യാം. അപ്പോൾ കല കലയ്ക്കുവേണ്ടിയാണെ വാദം തന്നെ, അങ്ങനെയൊരു കലയെ എന്തിനും എടുത്തുപയോഗിക്കുകയും ചെയ്യാം എന്ന ഉപകരണവാദത്തെ അനിവാര്യമായും ഉൽപ്പാദിപ്പിച്ചേ മതിയാകൂ.

ഒന്നിന്റെതന്നെ രണ്ടുവശങ്ങളെ തിരിച്ചും മറിച്ചും കാണിക്കാനല്ലാതെ, കേവല വിപരീതങ്ങളായി സ്വയം അങ്ങോട്ടുമിങ്ങോട്ടും മാറാനല്ലാതെ, ഈ വൈപരീത്യത്തെ തന്നെ തരണംചെയ്യുന്നതിലൂടെ മറ്റൊന്നായി മാറാൻ കഴിയാത്ത സാമാന്യബുദ്ധിയുടെ യുക്തി (commonsense logic) പരികൽപ്പനകളുടെ ദയനീയ പരിമിതിയാണിത്.

ഉപകരണവാദത്തിന്റെ ആത്മാവ്

ധർമാദർശപ്രചരണത്തിന് എടുത്തുപയോഗിക്കാൻ പാകത്തിൽ, ആ ധർമാദർശങ്ങളിൽനിന്ന് ഭിന്നമായി നിൽക്കുന്ന കല, കലയ്ക്കുവേണ്ടിയുള്ള കലയാണെന്നു സമ്മതിച്ചുകൊടുക്കാൻ, അങ്ങനെ സ്വന്തം ആന്തരിക വൈപരീത്യത്തെ തുറന്നു സമ്മതിക്കാൻ ഒരുപകരണവാദിക്കു കഴിയില്ല. അപ്പോൾ പിന്നെ, ധർമാദർശത്തിൽനിന്ന് വേറിട്ടുനിൽക്കുന്ന ആ

ഉപകരണത്തെ, ശുദ്ധമായി നിൽക്കുന്ന ഒന്നല്ലാത്ത, വേറെ എന്തെങ്കിലുമൊന്നായി കണ്ടേ മതിയാവൂ. അങ്ങനെ കാണാനുള്ള ശ്രമത്തിൽ, അത് ധർമാദർശങ്ങൾ പ്രചരിപ്പിക്കുന്ന കലാകാരന്റെ ഒരു പ്രത്യേക കഴിവാണെന്ന് പറയേണ്ടിവരുന്നു. ആ കഴിവും അയാൾക്ക് പ്രചരിപ്പിക്കാനുള്ള ധർമാദർശവും രണ്ടാണെന്ന് വീണ്ടും സമ്മതിക്കേണ്ടതായിവരുന്നു; ആ കഴിവ് ധർമാദർശബാഹ്യവും അതുകൊണ്ടുതന്നെ ചരിത്രബാഹ്യവുമായ ഒരു കേവലസിദ്ധിയാണെന്ന് ഏറ്റുപറയേണ്ടതായി വരുന്നു.

മറ്റൊരിടത്ത് ആശാനെയും വെണ്മണിയെയും താരതമ്യം ചെയ്യുമ്പോൾ ഇ എം എസ് തന്റെ ഈ കേവല കലാവീക്ഷണം തുറന്നുസമ്മതിക്കുന്നുമുണ്ട്. ആ താരതമ്യം ഇങ്ങനെയാണ്:

> കലാപരമായ കഴിവുകൾ മാത്രമെടുത്തു പരിശോധിച്ചാൽ ആശാനെക്കാളൊട്ടും താഴെയല്ലാത്ത ഒരു നിലയിലെത്താവുന്ന ഒരാളായിരുന്നു പൂരപ്രബന്ധകർത്താവ്. പക്ഷേ, മണ്ണടിയാൻ പോകുന്ന ഒരു സാമൂഹ്യവ്യവസ്ഥയുടെ ചീഞ്ഞുനാറുന്ന നടപടികളെ അയവിറക്കാനാണ് അദ്ദേഹം തന്റെ കഴിവുകളെ എടുത്തുപയോഗിച്ചത്. ആശാനാകട്ടെ, ആ വ്യവസ്ഥയുടെ വേരറുത്തുകളയുന്നതിനുള്ള ആയുധങ്ങൾ ഊട്ടിയുണ്ടാക്കുവാനാണ് തന്റെ കഴിവുകൾ ഉപയോഗിച്ചത്. (ആശാൻ പ്രഭാഷണത്തിന് ഒരനുബന്ധം 1)

ആശാനും വെണ്മണിയും എന്തിനുവേണ്ടി അവരുടെ കലാപരമായ കഴിവുകളെ എടുത്തുപയോഗിച്ചു എന്നതിന്റെ അടിസ്ഥാനത്തിൽ ഭിന്നരായിരിക്കുമ്പോൾ, കലാകാരന്മാരെന്ന നിലയിൽ ഏതാണ്ടു തുല്യരാണെന്നാണ് ഈ പറഞ്ഞതിന്റെ ചുരുക്കം.

ആശാനും വെണ്മണിയും നമ്മുടെ മുന്നിൽ പ്രസക്തരാവുന്നതുതന്നെ എന്തുകൊണ്ടാണ്? അവർ കവികളായതുകൊണ്ടാണ്; അതായത് കലാകാരന്മാരായതുകൊണ്ടാണ്. ആ മേഖലയിൽ അവർ ഏതാണ്ട് തുല്യരാണ് എന്നു പറഞ്ഞുകഴിഞ്ഞാൽ പിന്നെ ബാക്കിയുള്ളത് അവരുടെ ആശയങ്ങളും അഭിപ്രായങ്ങളുമാണ്. അവയുടെ പേരിൽ അവരെ താരതമ്യം ചെയ്യണമെങ്കിൽ അവർ ആവശ്യം കലാകാരന്മാരായിരിക്കണമെന്നുമില്ല; ലേഖനമെഴുത്തുകാരോ പ്രസംഗക്കാരോ മാത്രമായാലും മതിയായിരുന്നു.

അപ്പോൾ കലാകാരന്മാരെന്ന നിലയിൽ അവരെ താരതമ്യം ചെയ്യുന്നുവെന്ന ഭാവത്തിൽ, അവരുടെ ആശയങ്ങളെയും അഭിപ്രായങ്ങളെയും താരതമ്യം ചെയ്തു വിധിയെഴുതി കലാകാരന്മാരെന്ന നിലയിൽ അവർ തുല്യരാകുന്നതുകൊണ്ട് കുഴപ്പമൊന്നുമില്ലെന്ന് ധരിക്കുന്ന ഒരു കലാദർശനത്തിന്, കലയെ ആശയങ്ങൾക്കും അഭിപ്രായങ്ങൾക്കും പുറത്തുനിൽക്കുന്ന ഒരു കേവലോപാധിയായേ കാണാൻ കഴിയൂ. അതായത്, കലയെ ചരിത്രവികാസത്തിനു വെളിയിൽ നിൽക്കുന്ന വ്യക്തിനിഷ്ഠമായ ഒരമൂർത്ത ഗുണമായി മാത്രമേ കാണാൻ കഴിയൂ.

കാലചക്രഭ്രമത്തിൽപ്പെട്ടുകിടന്ന ആശാന്റെയും വെണ്മണിയുടെയും കർമബദ്ധമായ ശരീരങ്ങൾ രണ്ടും അത്യന്തം ഭിന്നമാണെങ്കിലും ആ ശരീരങ്ങളിൽ കുടികൊണ്ട കാലാതീതമായ കേവലാത്മാവ് ഒന്നുതന്നെ, എന്നു പറയുന്നതു പോലെയാണിത്. എന്നാൽ ഇവിടെ അത് ആ പഴയ ജീവാത്മാവായിട്ടല്ല വരുന്നത്, ആർക്കുവേണ്ടിയും എടുത്തുപയോഗിക്കാവുന്ന അധ്വാനശക്തിയായി അമൂർത്തീകരിക്കപ്പെട്ട മനുഷ്യന്റെ സർഗശക്തിയുടെ രൂപത്തിലാണ്; കമ്പോളത്തിൽ വിൽക്കാവുന്ന കരകൗശലത്തിന്റെ രൂപത്തിലാണ്. അതിനാൽ അവർക്ക് കല കരകൗശലമാകുന്നു.

ഇനി, എന്താണ് ഈ കരകൗശലമെന്ന് നോക്കാം.

കരകൗശലം

ഒരു മനുഷ്യവ്യക്തിയിൽ അടങ്ങിയിരിക്കുന്ന ശാരീരികവും മാനസികവുമായ കഴിവുകളെയും അവയുടെ വികാസ സാധ്യതകളെയും വേറെ വേറെയാക്കി, അവയോരോന്നും വ്യത്യസ്ത വ്യക്തികളുടെ തൊഴിലുകളാക്കുന്നതോടെ, അങ്ങനെ നാനാമുഖമായ സാധ്യതകളുള്ള അവരുടെ സമഗ്രജീവിതത്തെ അവയിലേതെങ്കിലുമൊരു ഘടകം സമഗ്രമായി ഗ്രസിക്കുന്നതോടെ, അവരുടെ ജീവിതം അവരുടേതല്ലാതാവുകയും അവരെ അഭിമുഖീകരിക്കുന്ന ഒരു ബാധ്യതയായി ബാഹ്യവൽക്കരിക്കപ്പെടുകയും ചെയ്യുക എന്നത് തൊഴിൽ വിഭജനത്തിന്റെ അനിവാര്യഫലമാണ്. ജീവിതത്തിന്റെ ബഹുമുഖമായ നൈസർഗിക പ്രകാശനത്തെ ഏതെങ്കിലുമൊരു തൊഴിൽ സ്ഥാനഭ്രഷ്ടമാക്കുമ്പോൾ, ആ തൊഴിലിനെ സംബന്ധിച്ചിടത്തോളം അനാവശ്യമായിത്തീരുന്ന സർഗശക്തി, ആ തൊഴിലായി മാറിക്കഴിഞ്ഞ ജീവിതത്തിന്റെ നിലനിൽപ്പിനും അവശ്യം വേണ്ടതല്ലാത്ത ഒരു ഘടകമായിത്തീരുന്നു. അങ്ങനെ, എടുത്തുവയ്ക്കപ്പെട്ട ഒരു തൊഴിലിന്റെ നിഷ്കൃഷ്ട പരിധിയിൽനിന്ന് സർഗാത്മകമായ ജീവിതം ഒരന്യഘടകമായി പുറന്തള്ളപ്പെടുകയും പുറത്തുനിന്നെടുത്തണിഞ്ഞ ഒരലങ്കാരംപോലെ ദയനീയമായി ജീവിതത്തിന്മേൽ പറ്റിക്കൂടുകയും ചെയ്യുമ്പോഴാണ് മനുഷ്യന്റെ സർഗവാസനകൾ കേവലം കരകൗശലങ്ങളായി അധഃപതിക്കുന്നത്. സാമൂഹികമായ തൊഴിൽവിഭജനത്തിൽ മനുഷ്യന്റെ സർഗസിദ്ധികൾ ചില വ്യക്തികളിൽ കേന്ദ്രീകരിക്കുന്നുണ്ടെങ്കിലും മറ്റു പ്രത്യേക തൊഴിലുകൾക്കടിപ്പെട്ടവരെ പൂർണമായി വിട്ടുപോകാൻ മടിക്കുന്ന മനുഷ്യന്റെ സർഗവാസനകളുടെ മൂകവിലാപമാണ് അവരുടെ തൊഴിലുകളിൽ ചുറ്റിപ്പറ്റി നിൽക്കുന്ന കരവിരുതുകൾ.

ഗിൽഡുകളിലോ ഇന്ത്യൻ ഗ്രാമസമുദായത്തിലോ ഒരു പ്രത്യേക കൈവേലക്കാരന് അവന്റെ ഉൽപ്പന്നത്തിൽത്തന്നെ വൈവിധ്യമോ വൈചിത്ര്യമോ വരുത്തി തന്റെ സർഗശക്തിയെ ആലങ്കാരികമായിട്ടെങ്കിലും വിനിയോഗിച്ചാശ്വസിക്കാനുള്ള സ്വാതന്ത്ര്യമുണ്ടായിരുന്നു. മാത്രമല്ല, പരമ്പരാഗതമായ കുലത്തൊഴിലുകളെ സ്വന്തം ജീവിതത്തിൽ അലി

യിച്ചുചേർക്കാനും അങ്ങനെ ഒരു കരകൗശലജീവിയായി മാറാനും അയാൾക്കു കഴിഞ്ഞിരുന്നു. എന്നാൽ ഓരോ ഉൽപ്പന്നവും മോടിപിടിപ്പിക്കുന്നതിനുള്ള കരകൗശലവിദ്യ വീണ്ടും ഒരു പ്രത്യേക തൊഴിലായി പിരിയാനുള്ള സാധ്യതയാണ് ഇതിലൂടെ നിലവിൽ വന്നത്. നിർമാണത്തൊഴിലുകളുടെ ആവിർഭാവത്തോടെ ഇത് യഥാർഥത്തിൽ നിലവിൽ വരികയും ചെയ്തു. പഴയ കരകൗശലക്കാരനായ കൈത്തൊഴിൽകാരനെ അവന്റെ ശരീരത്തിന്റെ ഭാഗമായിക്കഴിഞ്ഞിരുന്ന പണിയായുധങ്ങളിൽനിന്ന് നിർമാണം (manufacture) ഒറ്റപ്പെടുത്തി മാറ്റിനിർത്തി. പിന്നെ കരകൗശലം അവനിൽ അവശേഷിക്കുന്ന ഒരു കേവലസിദ്ധിയാണ്. അതോടെ കരകൗശലം ഏതു തൊഴിലുടമയ്ക്കും എടുത്തുപയോഗിക്കാവുന്ന അമൂർത്തമായ അധ്വാനശക്തിയായി മാറി.

കരകൗശലം തന്നെ മറ്റൊരു കൈത്തൊഴിലായി വിഭജിക്കപ്പെട്ടതിന്റെ സാമൂഹികരൂപങ്ങൾ, ഉൽപ്പന്നങ്ങൾ ചരക്കുകളായി മാറുന്നതോടൊപ്പംതന്നെ ഉടലെടുത്തു കഴിഞ്ഞിരുന്നു. അവരാണ് കരകൗശലക്കാരായ കലാകാരന്മാർ. അതാതു കാലത്തെ ധർമാദർശപ്രചാരണത്തിന് അവരും സ്വന്തം കരകൗശലം എടുത്തുപയോഗിച്ചിട്ടുണ്ട്; രാജാക്കന്മാർക്കും പ്രഭുക്കന്മാർക്കും മംഗളപത്രങ്ങളെഴുതിയിട്ടുണ്ട്. നാട്ടിൽ കാണാൻ കൊള്ളാവുന്ന പെണ്ണുങ്ങളെയൊക്കെ വേറെ വേറെ വർണിച്ചിട്ടുണ്ട്; ദൈവങ്ങളെ നീട്ടിപ്പിടിച്ച് വാഴ്ത്തിയിട്ടുണ്ട്. പക്ഷേ, ഭോഗോപകരണങ്ങളായി അന്യവൽക്കരിക്കപ്പെട്ട ഇന്ദ്രിയങ്ങളെ ഉപരിപ്ലവമായി രമിപ്പിക്കുന്നതിൽ ഒതുങ്ങിനിന്നു, അവരുടെ കരകൗശലവിദ്യകൾ. അതുകൊണ്ടാണ് കവിയായ കാളിദാസന്റെ *മേഘസന്ദേശം* അനേക നൂറ്റാണ്ടുകൾക്കു ശേഷവും നമ്മുടെ മുന്നിൽ സജീവമായി നിൽക്കുമ്പോൾ, അതിനെത്തുടർന്നുണ്ടായ ഒരായിരം കരകൗശലസന്ദേശങ്ങൾ ചരിത്ര സാമഗ്രികളായിപ്പോയത്. അതുകൊണ്ടാണ് അവ, ക്ഷണികമായ ഐന്ദ്രിയഭോഗമായി കലാസ്വാദനത്തെ തെറ്റിദ്ധരിക്കുന്ന ദുർബലാത്മാക്കൾക്ക് ഒറ്റയ്ക്കിരുന്നു ചൊല്ലി പഴയ വേശ്യകളുടെ രൂപഭംഗി നുണയാനുള്ള ഉപകരണങ്ങളായിപ്പോയത്. അവ രചിച്ചവർ കവികളായിരുന്നില്ല, ശ്ലോകനിർമാണചതുരന്മാരായിരുന്നു. ആശാൻ കവിയായിരുന്നു; വെണ്മണി ശ്ലോകനിർമാണ ചതുരനായ ഒരു കരകൗശലക്കാരനും.

മനുഷ്യർതന്നെ യന്ത്രങ്ങളായി പ്രവർത്തിക്കുന്ന നിർമാണത്തിന്റെ സംഘടിതശിൽപ്പത്തെ യന്ത്രങ്ങൾ ഏറ്റെടുത്തതോടെ കരകൗശലക്കാരന്റെ കേവലസിദ്ധികൾ തികച്ചും നിരാശ്രയമായിത്തീർന്നു. ആർക്കും എന്തിനും എടുത്തുപയോഗിക്കാവുന്ന തന്റെ അമൂർത്തമായ ചരക്കുമായി അയാൾ തൊഴിൽക്കമ്പോളത്തിലലയാൻ തുടങ്ങി. ഉൽപ്പന്നങ്ങൾക്ക് പ്രലോഭനീയമായ ഡിസൈനുകൾ ഉണ്ടാക്കുന്നതിനും ഏതു കള്ളച്ചരക്കും ബഹുകേമമാണെന്ന് തോന്നിക്കത്തക്കവിധം പരസ്യങ്ങൾ പടയ്ക്കുന്നതിനും മുതലാളിക്കുവേണ്ടി ഒടുവിലയാൾ സ്വന്തം കഴിവുകൾ എടുത്തുപയോഗിക്കേണ്ടതായി വരുന്നു. അങ്ങനെ മനുഷ്യനിൽനിന്നു

ബാഹ്യവൽക്കരിച്ചു വേറിട്ടു വേറിട്ടു വന്ന അവന്റെ സർഗശക്തിയുടെ അവസാനത്തെ തരിമ്പും മൂലധനത്തിൽ കേന്ദ്രീകരിക്കുന്നതിനുവേണ്ടി മത്സരിക്കുന്ന ഏതു ശക്തിക്കും അവന് തന്റെ കഴിവുകൾ മാറിമാറി വിൽക്കാൻ കഴിയും. വെളിയിൽനിന്നു കിട്ടുന്ന ഓർഡറുകൾക്കനുസരിച്ച് പണത്തിനുവേണ്ടി ഏതാശയവും പ്രചരിപ്പിക്കാൻ തന്റെ കരകൗശലത്തെ അങ്ങനെയൊരാൾ എടുത്തുപയോഗിച്ചെന്നു വരാം. അതുപോലെ താൻ തന്നെ ബുദ്ധിപരമായി വിശ്വസിക്കുന്ന ഒരാശയത്തിന്റെ ഓർഡർ അനുസരിച്ചും അയാൾക്കു സ്വന്തം കഴിവുകൾ എടുത്തുപയോഗിക്കാൻ കഴിയും. സ്വന്തം ചോരയുടെ താപനില ഒരു ഡിഗ്രിപോലുമുയരാതെ അതു തിളച്ചുമറിയുന്ന പ്രതീതിയുണ്ടാക്കാൻ അയാൾക്കു കഴിയും. ബുദ്ധികൊണ്ടു ന്യായീകരിക്കാൻ കഴിയുന്ന സ്വന്തം വിശ്വാസക്കാലുമാറ്റങ്ങളെ മാറിമാറി അലങ്കരിച്ചവതരിപ്പിക്കാൻ അയാൾക്കു കഴിയും. സ്വന്തം ഉള്ളിലേക്കു തിരിഞ്ഞുനോക്കുകയേ വേണ്ടാത്ത ഈ കരകൗശലക്കാരന് പേടികൊണ്ടുനിറഞ്ഞ തന്റെ മനസിനെ കൈകൊണ്ടു നെയ്തെടുത്ത വീരകഥകളിൽ മൂടി, തന്നേയും നാട്ടുകാരേയും ഒരേസമയം വഞ്ചിക്കാൻ കഴിയും; സ്വാർഥംകൊണ്ടു കല്ലിച്ച തന്റെ ഹൃദയത്തെ മനുഷ്യസ്നേഹം തുന്നിച്ചേർത്ത തിളങ്ങുന്ന കാവ്യത്തരങ്ങളിൽ പൊതിഞ്ഞുകാട്ടാൻ കഴിയും. സ്വന്തം കരകൗശലത്തെ എടുത്തുപയോഗിക്കുന്ന ഈ വിദ്യകളൊക്കെ നാം നിത്യവും കാണുന്നതാണ്.

കരകൗശലവും സംസ്കാര വ്യവസായവും

എന്തും പ്രചരിപ്പിക്കാനുള്ള ഉപകരണമായി അന്യവൽക്കരിക്കപ്പെട്ടു കഴിഞ്ഞ മനുഷ്യന്റെ കലാപരമായ കഴിവുകളെ, ഇന്നു നോക്കുമ്പോൾ മുതലാളിത്തം പരിമിതമായി മാത്രമേ ഉപയോഗപ്പെടുത്തിയിട്ടുള്ളൂ എന്നു കാണാം. ഉൽപ്പന്നങ്ങളുടെ മോഡലുകളുണ്ടാക്കാനോ പരസ്യത്തിനോ സ്വന്തം രാഷ്ട്രീയാശയങ്ങളെ ആകർഷകമാക്കാനോ വേണ്ടിയാണ് അവരതുപയോഗിച്ചത്. എന്നാൽ സാമ്രാജ്യത്വമായി വികസിച്ചുകഴിഞ്ഞ മുതലാളിത്തമാകട്ടെ, മനുഷ്യന്റെ എടുത്തുപയോഗിക്കാവുന്ന ഈ കലാപരമായ കഴിവുകളെത്തന്നെ ഒരു ഉൽപ്പാദനശക്തിയാക്കി മാറ്റിയിരിക്കുന്നു. മനുഷ്യന്റെ ശാസ്ത്രസിദ്ധികളെ മുതലാളിത്തം അധ്വാനത്തിൽനിന്നു വ്യതിരിക്തമായ ഒരുൽപ്പാദനശക്തിയാക്കി മാറ്റുകയുണ്ടായല്ലോ. അതുപോലെതന്നെ ആധുനിക മുതലാളിത്തം ജീവിതത്തിൽനിന്നന്യപ്പെട്ട കലാപരമായ കഴിവുകളെ മനുഷ്യചരിത്രം ഇന്നുവരെ കണ്ടിട്ടില്ലാത്ത വിധം ഭീകരമായ ഒരു വ്യവസായത്തിന്റെ, സംസ്കാര വ്യവസായത്തിന്റെ, ഭൗതികാടിസ്ഥാനമാക്കി മാറ്റിത്തീർത്തിരിക്കുന്നു.

ചലച്ചിത്ര വ്യവസായം, ശൃംഖലിതമായ പത്രവ്യവസായം, ഭൗമാന്തരീക്ഷത്തെ ആശയപ്രസരംകൊണ്ടു നിറയ്ക്കുന്ന റേഡിയോയും ടെലിവിഷനും ഇവയ്ക്കാവശ്യമായ മറ്റു വ്യവസായങ്ങൾ, ഇവ ജനങ്ങളിൽ സൃഷ്ടിക്കുന്ന കൃത്രിമാവശ്യങ്ങളിൽ നിന്നുടലെടുക്കുന്ന ഒരു നൂറു വ്യവ

സായങ്ങൾ വേറെ. ഈ വമ്പിച്ച യാന്ത്രികഘടനയുടെ അവസാനഘടകം, ജനങ്ങളെ പിടികൂടുന്ന പ്രവർത്തകഘടകം, അംഗഭംഗംവന്ന മനുഷ്യന്റെ സർഗസിദ്ധിയുടെ വികൃതാവയവങ്ങളാണ്; എന്തിനും എടുത്തുപയോഗിക്കാൻ പാകത്തിൽ അടർത്തിമാറ്റിയ ആ കലാപരമായ കഴിവുകളാണ്.

പ്രത്യക്ഷമായ ജീവസന്ധാരണോപായമെന്ന നിലയ്ക്കോ, പരോക്ഷമായി ഉൽപ്പാദനോപകരണമെന്ന നിലയ്ക്കോ അല്ലാതെ മാനസികാവശ്യങ്ങളെ തൃപ്തിപ്പെടുത്തുന്ന ഈ സാംസ്കാരികച്ചരക്കുകൾ (cultural commodity) ഉപഭോക്താക്കളിൽ എങ്ങനെ പ്രവർത്തിക്കുന്നു എന്നുകൂടി വ്യക്തമാക്കുമ്പോഴേ ചിത്രം പൂർത്തിയാകൂ.

യാഥാർത്ഥ്യബോധത്തിനു പകരം എടുത്തുവയ്ക്കപ്പെട്ട ഒരു സാങ്കൽപ്പിക യാഥാർത്ഥ്യബോധമായിരുന്നല്ലോ മതം. സ്വന്തം സത്തയെ കണ്ടെത്താൻ കഴിയാത്ത മനുഷ്യസമൂഹം സ്വപ്നാത്മകമായി സ്വയം കണ്ടെത്തുകയായിരുന്നു. ഒരു യഥാർഥ മതവിശ്വാസി ജീവിക്കുന്നത് മതമെന്ന സ്വപ്നത്തിനുള്ളിലാണ്. സ്വന്തം സ്വപ്നത്തിൽ ശാരീരികമായി പങ്കെടുക്കുന്ന ഒരു സ്വപ്നാടകനെപ്പോലെയാണ് അയാൾ ഈ ലോകത്തു ജീവിക്കുന്നത്. സ്വപ്നം കാണുവാൻ താൻ സ്വപ്നത്തിനുള്ളിലാണെന്നറിയുന്നില്ലല്ലോ. അതിനാൽ ആത്മബോധം മറഞ്ഞ ഒരു നാടനെപ്പോലെ വേഷങ്ങളും ക്രിയകളുമായി സ്വന്തം സ്വപ്നനാടകത്തിൽ അയാൾ ജീവിച്ചു മരിക്കുന്നു. ഇത്തരം സംഘടിത സ്വപ്നങ്ങൾക്ക് നിലനിൽക്കാൻ പോന്ന സാമൂഹികരൂപങ്ങൾ തകരുകയും പകരം ആന്തരികബന്ധമറ്റ, ബാഹ്യസമ്മർദത്താൽ മാത്രം പരസ്പരം ബന്ധിപ്പിക്കപ്പെടുന്ന ആൾക്കൂട്ട സമൂഹം നിലവിൽ വരികയും ചെയ്തപ്പോൾ, സാങ്കൽപ്പികമായ ഒരർഥം ജീവിതത്തിനാരോപിക്കാൻ പോന്ന പുതിയ സ്വപ്നങ്ങൾ ആവശ്യമായിത്തീർന്നു. മുതലാളിത്തത്തിന്റെ ആരംഭത്തിൽ പഴയ മതങ്ങൾതന്നെ പുതിയ രൂപമെടുത്ത് ഈ ആവശ്യം നിറവേറ്റിയിരുന്നു. എന്നാൽ ബാഹ്യമായി തടുത്തുകൂട്ടപ്പെടുകയും ആന്തരികമായി ഒറ്റയാക്കപ്പെടുകയും ചെയ്യുന്ന മനുഷ്യരുടെ ഒരു പുതിയ മതം; സ്വന്തം മാനുഷിക ശക്തികൾ അമൂർത്തീകരിക്കപ്പെടുകയും അതുതന്നെ ഉപഭോഗവസ്തുക്കളായി ജീവിതത്തിന്മേൽ ബാഹ്യമായി കെട്ടിയേൽപ്പിക്കപ്പെടുകയും ചെയ്യുന്നവരുടെ ഒരു പുതിയ മതം; ലഹരിപദാർഥങ്ങൾ സുലഭമെങ്കിലും അവയെപ്പോലെ ഇന്ദ്രിയങ്ങളെ ജഡമാക്കാത്ത, ഉണർന്നിരിക്കുമ്പോൾതന്നെ ഉറങ്ങാനും ആ ഉണർവിലെ ഉറക്കത്തിൽ സ്വപ്നം കാണാനും ആ സ്വപ്നത്തിലേക്കങ്ങനെ സ്വയം നടന്നിറങ്ങി ജീവിതം നയിക്കാനുമുതകുന്ന ഒരു പുതിയ മയക്കുമരുന്ന്, സംസ്കാരവ്യവസായം അങ്ങനെയൊന്നിന്റെ സാധ്യതയെ നന്നായി മുതലെടുത്തു. കോളനി രാജ്യങ്ങൾ ഈ സംസ്കാരച്ചരക്കുകളുടെ വമ്പിച്ച വിപണികളായി മാറി.

കളർഫിലിം ഉൽപ്പാദനം തുടങ്ങി ചലച്ചിത്ര നിർമാണംവരെ, സാമ്രാജ്യത്വമൂലധനത്തിനും ദേശീയകള്ളപ്പണത്തിനും മുതൽകൂട്ടുന്ന ചരക്കിന്റെ അന്തിമരൂപം ദരിദ്രമായ ഗ്രാമങ്ങളിൽപ്പോലും ഉപഭോക്താക്ക

ളുടെ തിക്കും തിരക്കുമുണ്ടാക്കുന്നു. അത് ഈ ലോകത്തെ തല തിരിച്ചു പിടിച്ച ഒരു സ്വപ്നലോകത്തിലേക്ക് അവരെ കൈപിടിച്ചു കയറ്റുന്നു. ജീവിതത്തിൽ നിഷേധിക്കപ്പെട്ടവ, ജീവിതത്തിൽ നഷ്ടപ്പെട്ടവ, ജീവിതത്തിൽ എത്ര കൊതിച്ചാലും കിട്ടാത്തവ, അതെല്ലാം ആ സ്വപ്നലോകത്തിൽ സുലഭമായിരിക്കുന്നു. കഥാപാത്രങ്ങളുമായല്ല, ആ ലോകത്തിലെ മാതൃകാമനുഷ്യരായ നടീനടന്മാരുമായി സാത്മ്യം പ്രാപിച്ച് ആ സ്വപ്നത്തിലേക്ക് അവർ നടന്നിറങ്ങുന്നു. കുടിക്കാൻ പാകത്തിൽ മദ്യം കൂട്ടിക്കൊടുക്കുന്ന ലാഘവത്തോടെ, അതെത്രമാത്രം ലഹരിയുണ്ടാക്കുമെന്ന് ഏതാണ്ടുറപ്പു പറയാൻ കഴിയുന്നതുപോലെ, കൃത്യമായ ചേരുവകൾ ചേർത്ത് കൂട്ടിയുണ്ടാക്കുന്ന സ്വപ്നലോകത്തിൽ അവർ സ്വന്തം മൂല്യബോധവും സൗന്ദര്യബോധവും സാക്ഷാൽക്കരിക്കുന്നു. മനുഷ്യനു ഭാവന ചെയ്യാൻ കഴിയുന്ന പൂർണമായ മനുഷ്യസങ്കൽപ്പം ഈശ്വരനാകുന്നതുപോലെ, മനുഷ്യൻ പിന്നെ ആ ഈശ്വരനാകാൻ ശ്രമിക്കുന്നതുപോലെ, വെള്ളിത്തിരയിലെ ദൈവങ്ങളെ വേഷത്തിലും ഭാഷയിലും ചലനങ്ങളിലും അവർ ഉത്തമ മാതൃകകളാക്കുന്നു. ആ ദൈവങ്ങൾതന്നെ മറ്റു ചരക്കുകളുടെ പരസ്യങ്ങളിൽ വന്ന് അവരെ മാടിവിളിക്കുന്നു. ഭൗതിക ജീവിതത്തിന്റെ യാഥാർഥ്യങ്ങൾ തിരിച്ചറിയാൻ കഴിയാത്ത വിധം സ്വപ്നവും ജീവിതവും തമ്മിൽ അവർക്ക് മാറിപ്പോകുന്നു. ബോധത്തിൽ നിറഞ്ഞ മിഥ്യയെ അവർ സ്വന്തം ജീവിതംകൊണ്ട് വികൃതമായി അനുകരിക്കുന്നു; ജീവിതത്തെ ആ മതാത്മക മിഥ്യകൊണ്ട് മൂടുന്നു. വെള്ളിത്തിരയിലെ ദൈവത്തെ, ആത്മാവില്ലാത്ത ആത്മീയമൂർത്തിയെ, അവരുടെ ആധ്യാത്മിക നേതാവിനെ, നാടുഭരിക്കാൻ അവർ തിരഞ്ഞെടുത്തു പോകുന്നു. ഒരു ദൈവംതന്നെ വെള്ളിത്തിരയിലും മന്ത്രിക്കസേരയിലും ഒരേ ഭാവത്തിൽ പ്രത്യക്ഷപ്പെട്ട് നാടും ഹൃദയവും ഭരിക്കുന്നു.

സാംസ്കാരികച്ചരക്ക് മനുഷ്യരിൽ പ്രവർത്തിക്കുന്ന ഒരു മാതൃകയാണിപ്പറഞ്ഞത്. അനുനിമിഷം പുറത്തിറങ്ങിക്കൊണ്ടിരിക്കുന്ന ലക്ഷോപലക്ഷം പത്ര–മാസികകൾ, റേഡിയോ ടെലിവിഷൻ പ്രക്ഷേപണങ്ങൾ, ഇവയെല്ലാം അസംഖ്യം ശൈലികളിൽ മനുഷ്യരെ വലയം ചെയ്തു പ്രവർത്തിച്ചുകൊണ്ടിരിക്കുന്നു.

അങ്ങനെ എന്തിനും എടുത്തുപയോഗിക്കാൻ പാകത്തിലുള്ള കേവലസിദ്ധിയായി കലയെ കാണുന്നത്, ഹൃദയമില്ലാത്ത ഒരു ലോകത്തിന്റെ ഹൃദയമായി, ആത്മാവില്ലാത്ത ഒരവസ്ഥയുടെ ആത്മാവായി, ജനങ്ങളെ മയക്കുന്ന കറുപ്പായി, പുതിയ മുതലാളിത്തത്തിന്റെ മതമായി കലയെ മാറ്റിത്തീർക്കുന്നതിന്റെ ദർശനമാണെന്നു വരുന്നു.

കലയ്ക്കുവേണ്ടിയുള്ള കല

പ്രകൃതിയെ മാറ്റിത്തീർക്കുന്നതോടൊപ്പം അതിൽനിന്നു വിഘടിച്ചിട്ടാണെങ്കിലും മനുഷ്യന് അവനെത്തന്നെ പുനഃസൃഷ്ടിക്കാനുള്ള സർഗശക്തിയെ കമ്പോളത്തിൽ വിലപേശി വിൽക്കാവുന്ന കരകൗശലമായി

കാണുന്ന കലാദർശനത്തിനു വിപരീതമായി, കല ചരിത്രത്തിനും സമൂഹത്തിനും വെളിയിൽ നിൽക്കുന്ന ഒരു കേവല പ്രതിഭാസമാണെന്ന വാദം നിലനിന്നേ മതിയാവൂ എന്നു പറഞ്ഞല്ലോ. ഇനി ആ വാദത്തിന്റെ ഉറവിടം എന്താണെന്നു നോക്കാം.

ഉൽപ്പന്നങ്ങളുടെ അവസാന മിനുക്കുപണികൾപോലും യന്ത്രങ്ങൾ ഏറ്റെടുക്കുന്നതോടെ തൊഴിൽക്കമ്പോളത്തിലെത്തുന്ന കൈവേലക്കാരന്, യന്ത്രത്തോട് തന്നെ കൂട്ടിച്ചേർക്കുന്ന ഏതെങ്കിലും ഒരു ജോലി കിട്ടുന്നു. തന്റെ ഓരോ ഉൽപ്പന്നവും ഒന്നിൽനിന്നു മറ്റൊന്നു ഭിന്നമാകുംവിധം മൗലികത്വമുള്ളതാവണമെന്നു കരുതി പണ്ടു പണി ചെയ്തിരുന്ന അയാളുടെ കൺമുന്നിൽ, അതേ ഉൽപ്പന്നം ഏകരൂപമായി അതിവേഗത്തിൽ യന്ത്രം പടച്ചുകൂട്ടിക്കൊണ്ടിരിക്കുന്നു. അയാളുടെ ജീവിതംതന്നെ യാന്ത്രികമായിക്കഴിഞ്ഞതിനിടയിൽ അതൊന്നുമറിയാതെ നാളുകൾ പോകുന്നു.

അങ്ങനെയിരിക്കെ ഒരൊഴിവുദിവസം തന്റെ കൈകൾ പെരുമാറി പാടുവീണ, അയാളറിയാത്ത ഒരു വേദനയോടെ വീടിന്റെ കോണിലെവിടെയോ വലിച്ചെറിഞ്ഞ, തന്റെ പ്രിയപ്പെട്ട പഴയ തൊഴിലുപകരണങ്ങളെ അയാൾ പൊടിതുടച്ചെടുത്തു എന്നു വരാം. അങ്ങനെ സ്വന്തം കൈകളും അവയ്ക്കിണങ്ങിയിരുന്ന ആ ഉപകരണങ്ങളും വളരെക്കാലത്തിനുശേഷം വീണ്ടും കണ്ടുമുട്ടുമ്പോൾ, അയാളറിയാതെ താൻ പണ്ടുണ്ടാക്കിയിരുന്ന ഒരു സാധനം ഒന്നുണ്ടാക്കാൻ നോക്കി എന്നു വരാം. രാത്രി വൈകുംവരെ അതിന്റെ പണിയിലങ്ങനെ അയാൾ മുഴുകിയിരുന്നേക്കാം. കുറഞ്ഞ വിലയ്ക്ക് കമ്പോളത്തിൽ വാങ്ങാൻ കിട്ടുന്ന ആ സാധനം എന്തിനാണിത്ര ബുദ്ധിമുട്ടി ഉണ്ടാക്കുന്നതെന്നാരെങ്കിലും അപ്പോൾ അയാളോടു ചോദിച്ചാൽ അയാൾ പെട്ടെന്നൊന്നു കുഴങ്ങിപ്പോകും. സ്വന്തം ഉപയോഗത്തിനെന്നോ മറ്റോ പിന്നീട് ഉത്തരം പറഞ്ഞേക്കാമെങ്കിലും കമ്പോളത്തിൽ സുലഭമായ ആ സാധനം ഉണ്ടാക്കുന്നതെന്തിനാണെന്ന് സത്യത്തിൽ അയാൾക്കറിയില്ല. പിന്നീട് അതെന്തുചെയ്താലും അയാളതുണ്ടാക്കിയത് അതുണ്ടാക്കാൻവേണ്ടി മാത്രമാണ്. അതുണ്ടാക്കുന്ന പ്രവർത്തനത്തിൽ മുഴുകുന്നതിൽ മാത്രമായിരുന്നു അയാൾക്കു താൽപ്പര്യം. അപ്പോൾ തന്റെ സാധാരണഗതിയിലുള്ള ദൈനംദിനാധ്വാനത്തിൽനിന്ന് ഭിന്നമായി തന്റെ അധ്വാനത്തിന്റെ മറ്റൊരു മുഖം പ്രകാശിപ്പിക്കുന്നതിലാണയാൾക്കു താൽപ്പര്യം. അതായത് വളരെക്കാലമായി ഏതൊരു ചരക്കിന്റേയും വിനിമയമൂല്യമായി നിരന്തരം അമൂർത്തീകരിക്കപ്പെട്ടുകൊണ്ടിരിക്കുന്ന തന്റെ അധ്വാനത്തെ മൂർത്തമായ അധ്വാനം മാത്രമാക്കി നിർത്തുന്നതിൽ അയാൾ ആഹ്ലാദിക്കുന്നു. അന്യവൽക്കരിക്കപ്പെട്ട അധ്വാനപ്രക്രിയയുടെ വ്യർഥമായ കലാപമാണത്. അയാളുടെ മൂർത്തപ്രവർത്തനം പ്രവർത്തനത്തിനുവേണ്ടി മാത്രമാകയാൽ അത് അമൂർത്തീകരണത്തിനെതിരായ മറ്റൊരു മൂർത്തീകരണമായിത്തീരുന്നു; ഗൃഹാതുരന്റെ പലായനമായിത്തീരുന്നു.

കലാസൃഷ്ടികൾ കരകൗശലസൃഷ്ടികളായി കമ്പോളത്തിലെത്തുമ്പോൾ സംഭവിക്കുന്നതെന്താണ്? കലാസൃഷ്ടികൾക്ക് കലാസൃഷ്ടികളെന്ന നിലയിൽ നിർവഹിക്കാൻ കഴിയുന്ന ഉപയോഗമൂല്യത്തിന്റെ സ്വതന്ത്രമായ നിലനിൽപ്പ് നഷ്ടമാവുന്നു. കമ്പോളത്തിലെ മറ്റേതു ചരക്കുമായും കൈമാറ്റം ചെയ്യപ്പെടാൻ പറ്റുന്ന ഒരു വിനിമയമൂല്യമായി അത് അമൂർത്തീകരിക്കപ്പെടുന്നു. പിന്നെ അത് അതിൽത്തന്നെ അസ്തിത്വമില്ലാത്ത, അതുമായി കൈമാറ്റം ചെയ്യപ്പെടുന്ന, മറ്റേതൊരു ചരക്കിന്റേയും അസ്തിത്വമാകുന്നു.

അങ്ങനെയൊരവസ്ഥയിൽ കലാസൃഷ്ടിയുടെ കലാസൃഷ്ടി എന്ന നിലവിലുള്ള അസ്തിത്വം, അതിന്റെ യഥാർഥമായ ഉപയോഗം വീണ്ടെടുക്കാൻ, കലയെ അപ്പോഴും തന്റെ ജീവിതത്തിന്റെ ഭാഗമായി കാണുന്ന കലാകാരൻ ബാധ്യസ്ഥനാകുന്നു. തന്റെ സൃഷ്ടിയെ ഒരു വിനിമയമൂല്യമാക്കി അമൂർത്തീകരിക്കുന്ന സാഹചര്യത്തിൽനിന്ന് അയാൾ കലയെ മോചിപ്പിക്കാൻ ശ്രമിക്കുന്നു. യഥാർഥത്തിൽ ജീവിതത്തിന്റെ കേന്ദ്രത്തിൽ പ്രവർത്തിക്കുന്ന കലയെ മോചിപ്പിക്കാൻ, ആ കേന്ദ്രംതന്നെ നഷ്ടപ്പെട്ടുപോയ മനുഷ്യജീവിതത്തെ മോചിപ്പിക്കാതെ കഴിയില്ലെന്നിരിക്കെ, കലയെ മാത്രം മോചിപ്പിക്കാൻ ശ്രമിക്കുന്ന കലാകാരന് തന്നെത്തന്നെ ഒരു സാങ്കൽപ്പിക വിമോചിതമേഖലയിൽ പ്രതിഷ്ഠിക്കേണ്ടതായി വരുന്നു. ആ സാങ്കൽപ്പിക സ്വാതന്ത്ര്യത്തിലിരുന്ന് അയാൾ സൃഷ്ടിക്കുന്ന കലയാകട്ടെ, അന്തരീക്ഷത്തിന്റെ അശുദ്ധികളിൽനിന്ന് രക്ഷനേടാൻ ശുദ്ധവായുമാത്രം നിറച്ച പഴുതുകളില്ലാത്ത ഒരറയ്ക്കുള്ളിൽ സ്വയം അടയ്ക്കപ്പെട്ടവനെപ്പോലെ, സ്വപ്രകൃതിയിൽനിന്നും അന്യവൽക്കരിക്കപ്പെടുകയും ചെയ്യുന്നു. അങ്ങനെ എല്ലാറ്റിനേയും കമ്പോളച്ചരക്കാക്കി അമൂർത്തീകരിക്കുന്ന സാമൂഹികാന്തരീക്ഷത്തോടുള്ള കലാകാരന്റെ കലാപം കലയെ സമൂഹത്തിൽനിന്നുതന്നെ അമൂർത്തീകരിക്കുന്നതിൽ ചെന്നെത്തുന്നു. ഇത്തരം കലാസൃഷ്ടികളാണ് 'കല കലയ്ക്കുവേണ്ടി' എന്ന വാദത്തിനാസ്പദം.

ഇങ്ങനെയുള്ള കലാസൃഷ്ടികളും കലാകാരന്റെ സർഗവ്യാപാരത്തിന്റെ സാങ്കൽപ്പിക വിമോചിതമേഖലയ്ക്കുപുറത്ത് ചരക്കുതന്നെ. എന്നാൽ സംസ്കാരച്ചരക്കുൽപ്പാദിപ്പിക്കുന്ന ഒരു സ്ഥാപനത്തിലെ കരകൗശലക്കാരനായ ഒരു കലാകാരന്റേതുപോലെ അയാളുടെ പ്രവർത്തനം നേരിട്ടു മൂലധനത്തിന് കീഴ്പ്പെടുന്നില്ല. സംവിധായകൻ ആടാൻ പറയുമ്പോൾ ആടുകയും പാടാൻ പറയുമ്പോൾ പാടുകയും ചെയ്യുന്ന കലാരംഗത്തെ ഒരു തൊഴിലാളിയെപ്പോലെയല്ലല്ലോ വീട്ടിലിരുന്ന് കവിതയെഴുതുന്ന കവി. എന്നാൽ കമ്പോളകല എന്ന ലേബലിൽത്തന്നെ രംഗത്തുവരുന്ന കലാവൈകൃതങ്ങളേക്കാൾ, കമ്പോള പ്രവണതയെ ചെറുക്കുന്ന കലാസൃഷ്ടികൾക്ക് കമ്പോളവില എപ്പോഴും ഏറിയിരിക്കും എന്നതാണ് രസകരമായ വസ്തുത. അതുകൊണ്ട്, അത്തരം കലാസൃഷ്ടികൾ കമ്പോളാടിസ്ഥാനത്തിൽ ഉൽപ്പാദിപ്പിക്കുന്നതിനുവേണ്ടി മുതലിറക്കാൻ

മുതലാളിമാർ തയാറാവുകയും ചെയ്യും. ഏറ്റവും വിദഗ്ധരായ കരകൗശലക്കാരെയാണ് അവരതിനു നിയോഗിക്കുക. സ്വന്തം ഉള്ളിലുള്ള ബുദ്ധിജീവിസഹജമായ അമൂർത്താശയങ്ങളുടെ മൃതശരീരത്തിൽ കടുത്ത സർഗവേദന അനുഭവിക്കുന്നുവെന്ന് നാട്യത്തോടെ ഇവർ ബാഹ്യാലങ്കാരങ്ങൾ വെച്ചുകെട്ടിക്കൊടുക്കുന്നു. ഇങ്ങനെയുള്ള ചലച്ചിത്രങ്ങളും നാടകങ്ങളും കവിതകളും നമ്മുടെ നാട്ടിലും സുലഭമായിക്കഴിഞ്ഞിരിക്കുന്നു. അങ്ങനെ സംസ്കാര വ്യവസായം കലയ്ക്കുവേണ്ടിയുള്ള കലയേയും കമ്പോളച്ചരക്കാക്കുന്നുവെന്നു മാത്രമല്ല അതിന്റെ അനുകരണങ്ങൾ നിർമിച്ച് ആ കമ്പോളത്തെ വിപുലീകരിക്കുകയും ചെയ്യുന്നു.

രൂപഭാവവൈരുധ്യം

സ്വയം മറികടക്കാനാവാത്ത കേവല വിപരീതങ്ങളായി പിരിഞ്ഞ് വന്ധ്യമായി പരസ്പരം സ്ഥാനം മാറിക്കൊണ്ടിരിക്കുന്ന ബൂർഷ്വാമിഥ്യയുടെ കലാദർശനത്തിന്റെ രണ്ടു വശങ്ങളെക്കുറിച്ചും പറഞ്ഞുകഴിഞ്ഞു. ഇതേ കേവല വൈപരീത്യംതന്നെ രൂപഭാവങ്ങളെ ആസ്പദമാക്കി കലയെക്കുറിച്ചു ചർച്ച ചെയ്യുമ്പോഴും വ്യക്തമായി വരുന്നു.

കല ഏതാശയവും പ്രചരിപ്പിക്കാൻപോന്ന ഒരുപകരണമാണെന്നു വാദിക്കുന്നവരെ സംബന്ധിച്ചിടത്തോളം രൂപവും ഭാവവും രണ്ടും രണ്ടാണ്. ഇ എം എസ് അതു തുറന്നു പറയുന്നുമുണ്ട്. അങ്ങനെ പറഞ്ഞേ മതിയാവൂ. കാരണം, കലയുടെ രൂപവും ഭാവവും തമ്മിലുള്ള ബന്ധം ഈ വാദത്തെ സംബന്ധിച്ചിടത്തോളം പാത്രവും പാനീയവും തമ്മിലുള്ള ബന്ധമാണ്. ഏതു പാനീയവും നിറയ്ക്കാൻ പറ്റിയ ഒരു പാത്രംപോലെയാണിവർക്ക് കല. കലയുടെ രൂപവും അതിൽ നിറയ്ക്കാനുള്ള ഭാവവും സാമൂഹികജീവിത ചലനങ്ങളിൽനിന്നുടലെടുക്കുന്നു എന്നു പറഞ്ഞാൽത്തന്നെ, അവ തമ്മിലുള്ള ബന്ധത്തെക്കുറിച്ചുള്ള സങ്കൽപ്പത്തിനു മാറ്റം വരുന്നില്ല; പാത്രവും പാനീയവും രണ്ടും രണ്ടുതന്നെ.

ഇങ്ങനെ രൂപവും ഭാവവും രണ്ടും രണ്ടാണെന്ന സങ്കൽപ്പം ഏതൊരു വസ്തുവിന്റേയും രൂപഭാവങ്ങൾ തമ്മിലുള്ള അനന്യതയും വൈപരീത്യവും കണ്ടെത്താൻ കഴിയാതിരുന്ന, യാഥാർഥ്യങ്ങളെ കണ്ണിൽപ്പെടുന്ന മട്ടിൽ മനസിലാക്കാനല്ലാതെ അവയുടെ യഥാർഥ സത്തയിലേക്ക് കടന്നുചെല്ലാൻ കഴിയാതിരുന്ന പ്രാകൃതമായ ഉപരിതല യുക്തിബോധത്തിന്റെ സന്തതിയാണ്. പ്രാചീന ശിലായുഗം മുതൽ മുതലാളിത്തം വരെ ആ രൂപഭാവ സങ്കൽപ്പം ഭിന്നശൈലികളിൽ പ്രകാശിപ്പിക്കപ്പെട്ടുപോന്നിട്ടുണ്ട്. ആത്മാവും ശരീരവും രണ്ടാണെന്നും മനുഷ്യൻ മരിക്കുമ്പോൾ ശരീരമെന്ന രൂപംവിട്ട് കേവലമായ ആത്മാവ് പറന്നുപോകുന്നുവെന്നും വീണ്ടും ആ ആത്മാവ് മറ്റൊരു ശരീരത്തിന്റെ ബാഹ്യരൂപം സ്വീകരിക്കുന്നുവെന്നുമുള്ള, എത്രയോ പ്രാകൃതമായ ഒരു ധാരണയ്ക്കടിയിൽ വർത്തിക്കുന്നത് രൂപ ഭാവബന്ധത്തെക്കുറിച്ചുള്ള ഈ ഉപരിപ്ലവ സങ്കൽപ്പമാണ്.

എന്നാൽ ആത്മാവ് ശരീരത്തെയെന്നപോലെ, മുൻകൂട്ടി നിർണയിക്കപ്പെട്ട ഒരമൂർത്താശയത്തിന് എടുത്തണിയാനുള്ളതാണ് കലയുടെ ബാഹ്യരൂപമെന്നു ധരിക്കുന്ന ഉപയോഗവാദപരമായ കലാവീക്ഷണത്തിന്റെ ഭൗതികാടിസ്ഥാനം മുതലാളിത്ത സാമ്പത്തിക ബന്ധങ്ങൾ തന്നെയാണ്. മനുഷ്യരെയും വസ്തുക്കളെയും അവയുടെ സഹജമായ രൂപഭാവ ഐക്യം തള്ളിക്കളഞ്ഞ് സാമാന്യമായ ഒരു ഭാവത്തിന്റെ സവിശേഷ രൂപമാതൃകകളാക്കി മാറ്റുകയാണ് മുതലാളിത്തം ചെയ്യുന്നത്. മുതലുടമയ്ക്ക് അധ്വാനിക്കുന്ന മനുഷ്യർ, മൂലധനത്തിന് വിനിമയം ചെയ്യാൻ പാകത്തിലുള്ള അമൂർത്തവും സാമാന്യവുമായ അധ്വാനശക്തി എന്ന ഭാവത്തിന്റെ ബാഹ്യരൂപങ്ങൾ മാത്രമാണ്. കമ്പോളത്തിലെത്തുന്ന ഏതുൽപ്പന്നത്തിന്റേയും ഭാവം അത്രയും അമൂർത്താധ്വാനമുൾക്കൊള്ളുന്ന മറ്റേതൊരുൽപ്പന്നത്തിന്റെയും ഭാവത്തിനു തുല്യമാണ്. ആ ഭാവത്തിന്റെ ബാഹ്യരൂപങ്ങൾ മാത്രമാണ് ആ വസ്തുക്കൾ. പൂക്കച്ചവടക്കാരൻ വിൽക്കാൻ വെച്ചിരിക്കുന്നത് സ്വന്തം രൂപഭാവഐക്യമാർന്നു ശോഭിക്കുന്ന നാനാപുഷ്പങ്ങളല്ല. ഒരു വണ്ടിച്ചാണകത്തിനോ ഒരു വൈക്കോൽത്തുറുവിനോ പകരം നിൽക്കാവുന്ന പൂവിൽനിന്നന്യമായ ഒരമൂർത്തസത്തയുടെ തൽക്കാലമൂർത്തിമാത്രമാണ് അയാൾക്കു പൂക്കൾ. രത്നവ്യാപാരി രത്നം പെട്ടിയിൽ പൂട്ടി സൂക്ഷിക്കുന്നത് ആ രത്നത്തിന്റെ സൗന്ദര്യമൂല്യത്തോടുള്ള സ്നേഹംകൊണ്ടല്ല, ആ രത്നത്തിന്റെ രൂപത്തിൽ കുടികൊള്ളുന്ന മറ്റൊരാത്മാവിന്റെ മഹിമയോർത്തിട്ടാണ്. പ്രപഞ്ചവും മനുഷ്യനുമെല്ലാം ഒരൊറ്റ കേവലാത്മാവിന്റെ മൂർത്തീകരണമാണെന്ന് ഹെഗൽ പറഞ്ഞത് എത്രയോ ശരിയാണ്! അപ്പോൾ പിന്നെ, വേദവും ശാസ്ത്രവുമുൾക്കൊള്ളുന്ന ഒരേയൊരു ധർമാദർശംതന്നെ, ആ അമൂർത്ത സാമാന്യസത്തതന്നെ കലയുടെ മൂർത്തരൂപത്തിലും വന്നു നിറയാതിരിക്കുന്നതെങ്ങനെ, ഒരു കലാസൃഷ്ടിയുടെ രൂപവും ഭാവവും രണ്ടും രണ്ടല്ലാതിരിക്കുന്നതെങ്ങനെ!

പ്രകൃതിപ്രതിഭാസങ്ങളെല്ലാം ഒരേയൊരു സാമാന്യസത്തയുടെ ബാഹ്യരൂപങ്ങൾ മാത്രമാണെന്ന് എല്ലാ ആശയവാദികളും ഭൗതികവാദികളും വിശ്വസിച്ചിരുന്നു. എന്നാൽ പ്രകൃതിയുടെ സത്ത പ്രകൃതിതന്നെയാണെന്ന് മാർക്സ് സ്ഥാപിച്ചു. അതിനാൽ മാർക്സിസം പ്രകൃതിയിലുള്ള ഓരോ വസ്തുവിന്റേയും രൂപഭാവബന്ധത്തെ കാണുന്നത് സാമാന്യമായ ഒരു സത്തയും അതിന്റെ ഭിന്നരൂപങ്ങളും എന്ന നിലയ്ക്കല്ല. ഓരോ വസ്തുവും അതിന്റേതായ ഭാവരൂപഐക്യത്തോടെ നിലനിൽക്കുന്ന മൂർത്തയാഥാർഥ്യമാകുന്നുവെന്ന നിലയ്ക്കാണ്. ഒരു വസ്തുവിന്റെ രൂപവും ഭാവവും രണ്ടല്ല. രൂപഭാവങ്ങൾ അനന്യമാണ്, അനന്യമായതുകൊണ്ട് അവ ഒന്നുതന്നെയല്ല, ഒന്നായിരിക്കെത്തന്നെ രണ്ടുമാണ്. ആത്മാവും ശരീരവും രണ്ടാണെന്നുകാണുന്ന യുക്തിബോധത്തിന് ഈ ഭാഷ മനസിലാക്കാൻ ബുദ്ധിമുട്ടാണ്. ഒരു വസ്തുവിന്റെ രൂപവും ഭാവവും ഒരേ യാഥാർഥ്യംതന്നെയാണെന്നും ആ യാഥാർഥ്യത്തിന്റെ

വിരുദ്ധ പ്രകാശനങ്ങളാണ്, അഥവാ വിപരീതങ്ങളായി പ്രതിഭാസിക്കുന്നതാണ് രൂപഭാവങ്ങൾ എന്നുമാണ് ഈ പറഞ്ഞതിന്റെ ചുരുക്കം. ഇതാണ് രൂപഭാവബന്ധത്തെക്കുറിച്ചുള്ള വൈരുധ്യവാദപരമായ ധാരണ.

ഓരോ കലാസൃഷ്ടിക്കും അതിന്റേതുമാത്രമായ ഒരു സവിശേഷ ഭാവവും ആ ഭാവത്തിന്റെതന്നെ വിരുദ്ധപ്രകാശനമായ അതിന്റേതായ ഒരു രൂപവുമുണ്ട്. അതുകൊണ്ടുതന്നെയാണ് ഓരോ കലാസൃഷ്ടിയും മനുഷ്യജീവിതചലനത്തിന്റെ മൂർത്തികളായിരിക്കുന്നത്. ഒരു നർത്തകൻ അരങ്ങത്തുവന്നാടുമ്പോൾ അത് കാണുന്നവരെല്ലാം വിപരീതരൂപേണ അതേ നൃത്തം ചെയ്യുകയാണ്; പാട്ടുകാരൻ പാടുമ്പോൾ അതിൽ ലയിക്കുന്നവരെല്ലാം അതേ പാട്ടു പാടുകയാണ്. ഒരു ശബ്ദം ഗ്രഹിക്കാനുള്ള കഴിവ് അതേ ശബ്ദം പുറപ്പെടുവിക്കാനുള്ള കഴിവിന്റെതന്നെ വിരുദ്ധ രൂപമാണ്. കാവ്യത്തിലെ വാക്കുകളിലൂടെ, ആ വാക്കുകളിൽ കുടികൊള്ളുന്ന മൂർത്ത മാനുഷികഭാവങ്ങളിലൂടെ, കവിയോടൊപ്പം വായനക്കാരനും നിരന്തരം ചലിക്കുകയാണ്. ഇന്ദ്രിയങ്ങളുടെ വിശേഷവൽക്കരണത്തിലൂടെ കലകൾ ഭിന്നമായെങ്കിലും എല്ലാറ്റിലുമുള്ള മനുഷ്യന്റെ മൂർത്തമായ ചലനമാണ്, മിഥ്യാ വ്യക്തിത്വത്തിന്റെ കവചങ്ങൾ പിളർന്ന് ഭിന്നശരീരങ്ങളും ഭിന്നബോധങ്ങളും പരസ്പരം സംക്രമിച്ച് സാമൂഹിക സത്തയുടെ വിശ്വരൂപത്തിലലിഞ്ഞ് യഥാർഥവ്യക്തിത്വം പുനഃസൃഷ്ടിക്കാനുതകുന്ന സംഘടിതമൂർത്ത ചലനത്തിന്റെ വിശേഷവൽക്കൃതഘടനയാണ്, ഓരോ കലാസൃഷ്ടിയും. അതുകൊണ്ട് നാം കേൾക്കുന്ന ഒരു ചെണ്ടമേളത്തിൽ ആ താളത്തിനൊത്തിളകിയാടിയ മനുഷ്യശരീരം മുഴുവനുമുണ്ട്, ആ ഇളകിയാട്ടത്തിൽ ഒന്നു ചേർന്നാടിയ നൂറുകണക്കിന് മനുഷ്യശരീരങ്ങളുണ്ട്, അവർ വെച്ച ചുവടുകളും ആ ചുവടുകൾക്കൊത്ത് അവർ പാടിയിരുന്ന പാട്ടുകളുമുണ്ട്. ആ പാട്ടിൽ പടർന്ന അവരുടെ ഹൃദയങ്ങളുണ്ട്, അങ്ങനെ പാട്ടും ആട്ടവും താളവും മേളിച്ചൊന്നാകുന്ന ഒരു സംഘടിതാസ്തിത്വത്തിന്റെ സ്വയം നവീകരണക്രിയ മുഴുവനുമുണ്ട്. ഒരാൾ ഇന്നൊരു താളഘടന സൃഷ്ടിക്കുമ്പോൾ ഈ ചലനസമ്പത്ത് മുഴുവൻ എടുത്തു പുനഃസംഘടിപ്പിച്ച് ഒരു പുതിയ മാനുഷികചലനം സൃഷ്ടിക്കുകയാണ് ചെയ്യുന്നത്. വാക്കുകളിലൂടെയും നാദങ്ങളിലൂടെയും വർണങ്ങളിലൂടെയും എല്ലാ കലാകാരന്മാരും ഇതാണ് ചെയ്യുന്നത്. അങ്ങനെയുള്ള ഓരോ കലാസൃഷ്ടിക്കും മൂർത്തമായ മാനുഷികചലനത്തിന്റേതായ ഒരു ഭാവവും ആ ഭാവത്തിന്റെ സുസംഘടിതമായ ഘടനയെ പ്രകാശിപ്പിക്കുന്ന ഒരു രൂപവുമുണ്ടാകും. കലാസൃഷ്ടിയുടെ ഭാവവും രൂപവും രണ്ടല്ല, ഒരേയൊരു യാഥാർഥ്യത്തിന്റെ വിരുദ്ധ പ്രകാശനങ്ങൾ മാത്രം.

സവിശേഷമായ ഭാവരൂപങ്ങളുടെ ഐക്യമുള്ള മനുഷ്യചലനത്തിന്റെ സൂക്ഷ്മമായ മൂർത്തരൂപം എന്ന നിലയിലാണ് ഓരോ കലാസൃഷ്ടിയും സാമൂഹികജീവിതമെന്ന ബൃഹത്ചലനത്തിന്റെ കേന്ദ്രത്തിൽ പ്രവർത്തിക്കുന്നത്. സ്വന്തം രൂപഭാവഐക്യമുള്ള ഒരു മൂർത്തശക്തി എന്ന നിലയിൽ മാത്രമേ സാമൂഹികജീവിതത്തിന്റെ രൂപഭാവവൈരുധ്യത്തിൽ,

പ്രകൃതി–മനുഷ്യവൈരുധ്യത്തിൽ, വർഗസമരത്തിൽ കടന്നു പ്രവർത്തിക്കാനും പ്രകൃതിയെ മാറ്റിത്തീർക്കാൻ പോന്നവിധം മനുഷ്യരെത്തന്നെ മാറ്റിത്തീർക്കുന്നതിലൂടെ അവരുടെ വിരൂപമായ അസ്തിത്വത്തിന്റെ തോടുപിളർന്ന് സ്വയം സുന്ദരന്മാരായി ഉയർന്നുവരാനുതകുന്ന സൗന്ദര്യബോധത്തിന്റെ മൂർത്തബീജങ്ങൾ അവരിൽ വിതയ്ക്കാനും കഴിയൂ. ഇങ്ങനെ ശാസ്ത്രമെന്നപോലെ കലയും അതിൽനിന്നൊട്ടും താഴെയല്ലാതെ മനുഷ്യചരിത്രത്തിന്റെ വികാസത്തിൽ വഹിച്ച പങ്ക് ഓരോ കാലത്തുമുണ്ടായ യഥാർഥ കലാസൃഷ്ടികൾ എടുത്തുകാട്ടി വിവരിക്കാവുന്നതേയുള്ളൂ.

കല അമൂർത്തമായ ഭാവത്തിന്റെ രൂപമാണെന്നും അതല്ല കല രൂപം മാത്രമാണെന്നും വാദിച്ചുനിന്ന കേവല വിപരീതവീക്ഷണങ്ങളെ രണ്ടിനേയും കൃത്രിമമായി കൂട്ടിച്ചേർക്കാൻ ശ്രമിച്ച ദ്വൈതവാദിയായിരുന്നു മുണ്ടശ്ശേരി. മുണ്ടശ്ശേരിയെ സംബന്ധിച്ചിടത്തോളം, ഓരോ കാലത്തേയും സാമൂഹികജീവിതം വാരിയിട്ടുകൊടുത്താൽ അതിൽനിന്ന് ഭാവവും രസവും ഉൽപ്പാദിപ്പിക്കുന്ന നിശ്ചിത ഘടനയോടുകൂടിയ ഒരു യാന്ത്രിക രൂപശിൽപ്പമായിരുന്നു കല. ആ യന്ത്രത്തിനെന്തെങ്കിലും തകരാറുണ്ടെങ്കിൽ എത്ര ജീവിതം വാരിയിട്ടു കൊടുത്താലും അതുൽപ്പാദിപ്പിക്കുന്ന രസഭാവങ്ങൾക്കു ഗുണം കുറയും. മാത്രമല്ല, ആ യന്ത്രത്തിന്റെ രൂപഘടന ഭദ്രമായി കാത്തുസൂക്ഷിച്ചില്ലെങ്കിൽ അത് രസഭാവങ്ങളുൽപ്പാദിപ്പിക്കുകയുമില്ല. അതുകൊണ്ടാണ് കല കലയാകണമെങ്കിൽ അതിന്റെ രൂപം ഭദ്രമായിരിക്കണമെന്ന് മുണ്ടശ്ശേരി വാദിച്ചത്. അസംസ്കൃത സാധനമില്ലാതെ യന്ത്രം മാത്രമുണ്ടായിട്ട് കാര്യമില്ലെന്നും മുണ്ടശ്ശേരിക്കറിയാമായിരുന്നു. അതുകൊണ്ട് ജീവിതമെന്ന അസംസ്കൃതവസ്തുവും വേണം, അതിൽനിന്ന് ഭാവരസങ്ങൾ മാറ്റിയെടുക്കാൻ പോന്ന നിഷ്കൃഷ്ടമായ രൂപഘടനയുള്ള യന്ത്രവും വേണം. ജീവിതത്തിന്മേൽ ആ യന്ത്രം പ്രവർത്തിച്ച് കലയുണ്ടാകണമെങ്കിൽ ആ യന്ത്രത്തിന്റെ നില നിശ്ചയമായും ഭദ്രമായിരിക്കുകയും വേണം. അതുകൊണ്ടാണ് മുണ്ടശ്ശേരി കലാസൃഷ്ടിയുടെ രൂപഭദ്രതയ്ക്കുവേണ്ടി വാദിച്ചത്. അക്കാലത്തെ ഭാവവാദികളെയും രൂപവാദികളെയും പോലെതന്നെ ഈ രൂപഭദ്രതക്കാരനും കലയും ജീവിതവും തമ്മിലുള്ള യഥാർഥബന്ധമെന്തെന്ന് കണ്ടെത്താൻ കഴിയാതിരുന്നതുകൊണ്ടുതന്നെ കലയുടെ രൂപവും ഭാവവും തമ്മിലുള്ള ബന്ധം എന്തെന്നു കണ്ടെത്താനും കഴിഞ്ഞില്ല എന്നു ചുരുക്കം.

യാഥാർഥ്യത്തിന്റെ പ്രത്യയശാസ്ത്രവും കലയും

സ്വന്തം പ്രത്യയശാസ്ത്രമിഥ്യയ്ക്കുള്ളിൽ കുടുങ്ങിക്കിടക്കുകയും ജീവിതയാഥാർഥ്യങ്ങളെ മുഴുവൻ അതിനുള്ളിൽ പിടിച്ചു ബന്ധിക്കാൻ ശ്രമിക്കുകയും ചെയ്ത പഴയ വർഗ ധർമാദർശങ്ങളുടെ ഏകപക്ഷീയത നിരന്തരം ഉൽപ്പാദിപ്പിച്ചുകൊണ്ടിരിക്കുന്ന കേവല വിപരീതങ്ങളിൽപ്പെട്ട് അങ്ങോട്ടുമിങ്ങോട്ടും ചാടിക്കളിച്ചുകൊണ്ടിരിക്കുന്ന കലാദർശനങ്ങളുടെ

ദയനീയ പരിഹാസ്യതയെ മറികടക്കണമെങ്കിൽ, സ്വന്തം പ്രത്യയശാസ്ത്രത്തെ മാത്രം യാഥാർഥ്യമായിക്കണ്ടിരുന്ന മനുഷ്യൻ യാഥാർഥ്യത്തിന്റെ പ്രത്യയശാസ്ത്രത്തിലേക്കുയരേണ്ടതുണ്ട്. യാഥാർഥ്യമെന്നത് ആരോ പണിതുവെച്ച ഒരു പ്രപഞ്ചത്തിന്റെ വസ്തുനിഷ്ഠതയല്ല. മിഥ്യകളിലൂടെ മനുഷ്യൻ സൃഷ്ടിച്ച മാനുഷിക യാഥാർഥ്യങ്ങളുടെ മിഥ്യകളിൽനിന്നുള്ള മോചനം മാത്രമാണത്.

സ്വന്തം മിഥ്യകൾക്കുള്ളിൽ മാത്രം തളയ്ക്കപ്പെട്ടിരുന്ന വർഗങ്ങളെല്ലാം സമരം ചെയ്തത് സ്വന്തം വിജയത്തിനുവേണ്ടി മാത്രമായിരുന്നു. സ്വന്തം വിജയത്തെ മറ്റുള്ളവരുടെമേൽ അടിച്ചേൽപ്പിച്ച് സ്വയം യജമാനന്മാരാകാൻവേണ്ടി മാത്രമായിരുന്നു. ഒരു യജമാനനു സ്വയം വിമോചിതനാകാനാവില്ല. യജമാനൻ അടിമയുടെ വിപരീതരൂപം മാത്രമാണ്. ഒരു യജമാനൻ സ്വന്തം അടിമകളെ മോചിപ്പിച്ചാൽ അയാളും അവരുടെ കൂട്ടത്തിൽ ഒരാളാകും; മറ്റൊരു യജമാനൻ അയാളുടെ സ്ഥാനത്തു വരും. അങ്ങനെയൊരു സ്ഥിതി, മനുഷ്യന് പ്രകൃതിയോട് സ്ഥാപിക്കാൻ കഴിഞ്ഞ ബന്ധത്തിന്റെ പരിമിതി സ്വന്തം സാമൂഹികാസ്തിത്വത്തിന്റെ പരിമിതിയായി, അടിമയുമുടമയുമായി വിഘടിച്ചുമാത്രം നിൽക്കാൻ കഴിയുന്ന സ്വന്തം രൂപവൈകൃതമായി, മനുഷ്യനിലേക്കുതന്നെ തിരിഞ്ഞതുകൊണ്ടുണ്ടായതാണ്. എങ്കിലും പ്രവൃത്തി വിഭജനത്തിലൂടെ സ്വയം ശിഥിലീകരിച്ച് മനുഷ്യൻ പ്രകൃതിയിലേക്ക് കൂടുതൽ ആഴത്തിൽ ഇറങ്ങുകയായിരുന്നു.

തൊഴിലുകൾ വിഭജിച്ച് ഒരുകൂട്ടം മനുഷ്യർക്ക് സ്വന്തം ജൈവോർജം തന്നെ കമ്പോളത്തിൽ അളന്നു വിൽക്കേണ്ട ഘട്ടമെത്തിയപ്പോഴേക്കും മനുഷ്യന് പ്രകൃതിയോടുള്ള ബന്ധം ഇനിയും അടിമയുമുടമയുമായി സ്വയം വിഘടിച്ചു നിൽക്കേണ്ടാത്തവിധം സമ്പന്നമായി കഴിഞ്ഞിരുന്നു. സ്വയം വിഭജിച്ചും ശിഥിലീകരിച്ചും മനുഷ്യരാശി അന്നോളമനുഭവിച്ച അപകർഷത മുഴുവൻ, സ്വയം നഷ്ടപ്പെടൽ മുഴുവൻ, ഒരു വിഭാഗം മനുഷ്യരിൽ കേന്ദ്രീകരിക്കുകയും അവർ അത് തങ്ങളുടെ അവസ്ഥയായി തിരിച്ചറിയുകയും ചെയ്യുമ്പോൾ സിവിൽ സമുദായത്തെ പിരിച്ചുവിട്ട് മനുഷ്യസമുദായം സ്ഥാപിക്കുന്നതിലൂടെ സ്വയം വിമോചിതരാകാനുള്ള സാധ്യത നിലവിൽ വരുന്നു. അങ്ങനെ മനുഷ്യരാശിയുടെ സാർവത്രിക ബന്ധനത്തെ സ്വന്തം ബന്ധനത്തിൽ കണ്ടെത്തുന്ന വർഗമാണ് തൊഴിലാളിവർഗം. അതുകൊണ്ടുതന്നെ തൊഴിലാളിവർഗം ശത്രുവർഗത്തിന്മേൽ സ്വന്തം പ്രത്യേകാധികാരം നടപ്പാക്കി സ്വയം അധികാരിവർഗമായിത്തീരാൻ ശ്രമിക്കുന്ന ഒരു വർഗമല്ല. ഇന്നോളം ഒരു വർഗം മറ്റൊരു വർഗത്തിന്റെമേൽ അധികാരം ചെലുത്തി ഭരിച്ചുപോന്ന പാരമ്പര്യത്തെത്തന്നെ ഇല്ലാതാക്കാൻ ശ്രമിക്കുന്ന വർഗമാണത്. അത് മനുഷ്യസഹജമായ അതിന്റെ പദവിയല്ലാതെ ചരിത്രപരമായ പ്രത്യേക പദവിയൊന്നും ആവശ്യപ്പെടുന്നില്ല.

അതിനാൽ തൊഴിലാളിവർഗം പഴയ വർഗങ്ങളെപ്പോലെ സ്വന്തം

വർഗതാൽപ്പര്യങ്ങൾക്കുള്ളിൽ സ്വയം തളഞ്ഞുകിടക്കുന്നു, സ്വന്തം പ്രത്യയശാസ്ത്ര മിഥ്യയ്ക്കുള്ളിൽ എല്ലാ സത്യത്തേയും ബന്ധിക്കുന്ന, സ്വന്തം നിലനിൽപ്പിനുള്ളിൽ സ്വയം മറഞ്ഞുപോകുന്ന ഒരു വർഗമല്ല. ഒരു വർഗമെന്ന നിലയിലുള്ള സ്വന്തം വിഭാഗീയ താൽപ്പര്യങ്ങളെ അത് മറികടക്കുന്നു. അതുകൊണ്ടുതന്നെ സ്വന്തം പ്രത്യയശാസ്ത്രത്തെ സമൂഹത്തെ മുഴുവൻ വിമോചിപ്പിക്കുന്നതിലൂടെ സ്വയം മോചനം തേടുന്നതിനുള്ള പ്രത്യയശാസ്ത്രമായി കാണുന്നു. അത് സ്വന്തം മിഥ്യയ്ക്കുള്ളിൽ യാഥാർഥ്യങ്ങളെ തളച്ചിടുന്നില്ല, സ്വന്തം മിഥ്യയ്ക്കൊത്ത് യാഥാർഥ്യങ്ങളെ വെട്ടിമുറിച്ച് രൂപപ്പെടുത്തുന്നുമില്ല, മറിച്ച് നിലനിൽക്കുന്ന മിഥ്യകളെ നീക്കംചെയ്യാനുള്ള സ്ഥിതിവിശേഷം സൃഷ്ടിക്കാനാവശ്യമായ പ്രത്യയശാസ്ത്രം മാത്രമാണ് അതിന്റേത്. അതായത് തൊഴിലാളിവർഗത്തെ സംബന്ധിച്ചിടത്തോളം മിഥ്യകളെ നീക്കം ചെയ്യുക എന്നാൽ മിഥ്യകളില്ലാതെ നിലനിൽക്കാനുള്ള ഒരു സാഹചര്യം സൃഷ്ടിക്കുക എന്നാണ്. എന്നുപറഞ്ഞാൽ സ്വയം മിഥ്യകളിൽനിന്ന് മോചനം നേടുക എന്നു കൂടിയാണർഥം. അതിനാൽ തൊഴിലാളിവർഗത്തിന്റെ പ്രത്യയശാസ്ത്രം സ്വയം മറികടക്കുന്ന പ്രത്യയശാസ്ത്രമാണ്, പ്രത്യയശാസ്ത്രപരതയ്ക്കെതിരായ പ്രത്യയശാസ്ത്രമാണ്. അത് വർഗങ്ങളെ ഇല്ലാതാക്കാൻവേണ്ടി സമരം ചെയ്യുന്ന ഒരു വർഗത്തിന്റെ പ്രത്യയശാസ്ത്രമായിരിക്കേ മനുഷ്യരാശിയുടെ മുഴുവൻ വിമോചനത്തിന്റെ പ്രത്യയശാസ്ത്രമായിരിക്കുകയും ചെയ്യുന്നു. അങ്ങനെ സ്വന്തം വിഭാഗീയ മിഥ്യയ്ക്കുള്ളിൽ ഒതുങ്ങുകയോ അല്ലെങ്കിൽ എല്ലാ മിഥ്യയ്ക്കും സ്വയം അതീതമാണെന്ന് നടിക്കുകയോ ചെയ്യുന്ന പഴയ വർഗവീക്ഷണങ്ങളുടെ കേവല വൈപരീത്യത്തെ മറികടക്കുന്നു. വൈപരീത്യത്തെ മറച്ചുവയ്ക്കുന്ന കേവലതയ്ക്കു പകരം അത് ഒരേസമയം ഐക്യത്തിലും വൈപരീത്യത്തിലും വർത്തിക്കുന്ന മറ്റൊന്നായി മാറുന്നു.

സ്വന്തം വർഗത്തിന്റെ വിഭാഗീയ താൽപ്പര്യങ്ങളിൽനിന്ന് രൂപംകൊള്ളുന്ന മിഥ്യകളെ ലോകത്തിന്റെമേൽ അടിച്ചേൽപ്പിക്കുന്നത് സ്വയം തിരിച്ചറിഞ്ഞ തൊഴിലാളിവർഗത്തിന്റെ ലക്ഷണമല്ല. ഒന്നിന് മറ്റൊന്നിനോടുള്ള ഐക്യം കണ്ടെത്താനാവാതെ വിപരീതങ്ങൾ മാത്രമായി നിന്ന പഴയ വർഗങ്ങളുടെ നിലപാടാണത്. മുതലാളിയുടെ കേവല വിപരീതം മാത്രമായ, മുതലാളി മൂലധനത്തിന്മേലെന്നപോലെ സ്വന്തം അധ്വാനശക്തിയെന്ന ചരക്കിന്മേൽ സ്വകാര്യ ഉടമസ്ഥത നിലനിർത്തിക്കൊണ്ടിരിക്കുന്ന തൊഴിലാളിയുടെ വീക്ഷണമാണത്. തൊഴിലാളിയും മുതലാളിയും ഒരേ വൈരുധ്യത്തിന്റെ രണ്ടു വശങ്ങളാണെന്ന് തിരിച്ചറിയാത്ത തൊഴിലാളിവർഗം സ്വയം തിരിച്ചറിയാത്ത തൊഴിലാളിവർഗമാണ്. അത് അതിന്റെ വിഭാഗീയ മിഥ്യകളിലേക്ക് പഴയ വർഗങ്ങളെപ്പോലെതന്നെ ലോകത്തെ ബലമായി പിടിച്ചൊതുക്കാൻ ശ്രമിക്കും. മനുഷ്യനിന്നോളം സൃഷ്ടിച്ച യാഥാർഥ്യങ്ങളെ മുഴുവൻ, ശാസ്ത്രത്തെയും കലയെയുമെല്ലാം സ്വന്തം അമൂർത്തമിഥ്യയുടെ പേരിൽ അമർച്ചചെയ്യാൻ ശ്രമിക്കും.

അങ്ങനെ ഷേക്സ്പിയറും ബിഥോവനും ചുട്ടുകരിക്കപ്പെട്ടു. ആ വിഭാഗീയവീക്ഷണത്തിന്റെ വളയം അങ്ങനെ ചെറുതായി ചെറുതായി ഒടുവിൽ അതിന്റെ വിപരീതമാകും, വളയമില്ലായ്മയാകും. ആ വളയമില്ലായ്മ സങ്കുചിത വിഭാഗീയതയ്ക്കു പകരം മിഥ്യയായ ഒരു സാർവലൗകിക മനുഷ്യസ്നേഹമായിത്തീരും. അങ്ങനെ അവർ മനുഷ്യസ്നേഹം മാർക്സിസത്തിന് പുറത്താണെന്ന് കണ്ടുപിടുത്തം നടത്തും. ബുദ്ധിപരമായ ആശയങ്ങളെ അമൂർത്തരൂപങ്ങൾകൊണ്ടലങ്കരിക്കുന്ന എല്ലാ കലാസൃഷ്ടികളേയും അവർ കൊണ്ടാടിത്തുടങ്ങും.

യഥാർഥ തൊഴിലാളിവർഗ കലാദർശനം മനുഷ്യനിന്നോളം സൃഷ്ടിച്ച യഥാർഥമായ കലാസമ്പത്തു മുഴുവൻ ഉൾക്കൊള്ളുന്ന ഒന്നായിരുന്നു. അത് മറ്റെല്ലാ മിഥ്യാദർശനങ്ങളേയും എതിർക്കുന്നത് സ്വന്തമായ ഒരു മിഥ്യാദർശനത്തിന്റെ പേരിലായിരിക്കില്ല, യാഥാർഥ്യങ്ങളെ അംഗീകരിക്കാൻവേണ്ടിയായിരിക്കും. അതിനാൽ ഏതു മിഥ്യയിലൂടെയും രൂപംകൊള്ളുന്ന കലാസൃഷ്ടിയെ, അതൊരു യഥാർഥ കലാസൃഷ്ടിയാണെങ്കിൽ, അത് സൃഷ്ടിച്ചവനുതന്നെ അറിഞ്ഞുകൂടാത്ത അതിന്റെ യാഥാർഥ്യമെടുത്തുകാട്ടി ആ മിഥ്യയെത്തന്നെ തകർക്കാൻ കഴിയും. പക്ഷേ, സ്വയം മിഥ്യയ്ക്കുള്ളിലകപ്പെട്ടവർക്ക് കലാസൃഷ്ടികളോടുള്ള ഈ യാഥാർഥ്യനിഷ്ഠമായ സമീപനം ഒരിക്കലും സാധ്യമല്ല. അവർക്ക് കല സ്വന്തം മിഥ്യകൾ പ്രചരിപ്പിക്കാനുള്ള ഉപകരണമായിരുന്നേ മതിയാവൂ.

കുട്ടിക്കൃഷ്ണമാരാർക്ക് താനുൽക്കൃഷ്ടമെന്ന് കരുതിയ ധർമാദർശത്തെ അത് ഗ്രഹിക്കുന്നവനറിയാതെ അകത്തുകടത്താൻ പാകത്തിൽ അവനെ പാട്ടിലാക്കി നിർത്താനുള്ള ഒരുപകരണമായിരുന്നു കല; ഇ എം എസിന് കാലസ്ഥിതിക്കൊത്ത തന്റെ ധർമാദർശം പ്രചരിപ്പിക്കാൻ വേണ്ടി എടുത്തുപയോഗിക്കാനുള്ള ഉപകരണവും. അവരുടെ ധർമാദർശങ്ങൾ ഭിന്നമാണെങ്കിലും അവരുടെ കലാധർമാദർശമൊന്നാണ്. കലാധർമാദർശം ഒന്നാവുക എന്നു പറഞ്ഞാൽ ജീവിതവും കലയും തമ്മിലുള്ള ബന്ധത്തെക്കുറിച്ച് അവർക്ക് അഭിപ്രായഭിന്നതയില്ല എന്നർഥം. ജീവിതവും കലയും തമ്മിലുള്ള ബന്ധത്തെക്കുറിച്ച് ഒരു വീക്ഷണമുടലെടുക്കുന്നതാകട്ടെ ജീവിതത്തെക്കുറിച്ചുള്ള വീക്ഷണത്തിൽനിന്നാണ്. അപ്പോൾ മാരാരുടെയും ഇ എം എസിന്റെയും ജീവിതവീക്ഷണം ഒന്നാണെന്നോ? പ്ലേറ്റോയുടെയും കോംതെയുടെയും ജീവിതവീക്ഷണം ഒന്നായിരുന്നോ? ഒരാൾ തികഞ്ഞ ആശയവാദി, മറ്റെയാൾ തികഞ്ഞ വസ്തുവാദി. എന്നിട്ടും അവരെ ലോകം കേവല തത്വജ്ഞാനികളുടെ കൂട്ടത്തിലാണ് പെടുത്തുന്നത്. അതിന്റെ അർഥം മനുഷ്യനെക്കുറിച്ചുള്ള മൗലിക വീക്ഷണത്തിൽ അവർ എവിടെയോ ഐക്യപ്പെടുന്നുണ്ടെന്നാണല്ലോ. ഇപ്പോൾ മാരാരും ഇ എം എസും ഒരേ കുടക്കീഴിൽ വന്നുനിൽക്കുന്നതായി തുടക്കത്തിൽ കണ്ടത് വെറുമൊരു ഭ്രമകൽപ്പനയല്ലെന്ന് കണ്ണിന് നല്ല കാഴ്ചയുള്ളവർക്ക് കാണാനാകും എന്നു കരുതുന്നു.

ഇനി ആ ഭാരതീയ വിദ്വജ്ജനങ്ങളുടെ കലാദർശനംതന്നെ എന്തെ

ന്നുനോക്കാം. ഭരതമുനി മുതൽ ജഗന്നാഥപണ്ഡിത രാജൻവരെ, രണ്ടായിരമാണ്ടോളം നീണ്ടുനിൽക്കുന്ന ലോകത്തിലെ ഏറ്റവും മഹത്തായ ഒരു കലാസിദ്ധാന്തചർച്ചയാണത്. അതാകട്ടെ, ഒരുവശത്ത് സത്യസൗന്ദര്യങ്ങളെ കേവലമായി ഐക്യപ്പെടുത്തുന്ന ശുദ്ധമായ ആത്മീയവാദവും മറുവശത്ത് അലങ്കാരവാദവുമാണ്. മൂർത്തജീവിതത്തിൽനിന്നന്യവൽക്കരിക്കപ്പെട്ട ഒരേ ആശയവാദത്തിന്റെ തിരിച്ചും മറിച്ചുമിട്ട വശങ്ങളാണവ. ഒരുവശത്ത് രസവും ധ്വനിയും ഔചിത്യവും മറുവശത്ത് അലങ്കാരവും വക്രോക്തിയും രീതിയും. ഇനി ആദ്യം പറഞ്ഞത് കലയിലെ ശുദ്ധ ആത്മീയവാദികൾക്കും രണ്ടാമത് പറഞ്ഞത് ഉപകരണവാദികൾക്കും മാറിമാറി എടുത്തുപയോഗിക്കാം. ഒരുവശത്തു പിടിച്ച് മറുവശത്തെത്തുകയും ചെയ്യാം. മാരാർക്കും ഇ എം എസിനും ഉപയോഗപ്പെടുത്താം. എന്നാൽ സ്വയം മറികടക്കാനാവാത്തതിന്റെ ദൗർബല്യത്തിൽ പിടിച്ച് സ്വയം ന്യായീകരിക്കാൻ നോക്കാതെ അതിന്റെ ദൗർബല്യത്തെ പരിഹരിക്കുകയാണ് ഒരു മാർക്സിസ്റ്റിന്റെ കടമ. ഭരതൻ, ആനന്ദവർധനൻ, ക്ഷേമേന്ദ്രൻ, അഭിനവഗുപ്തൻ എന്നിവരിലൂടെ വികസിക്കുന്ന ഒരു ധാരയിൽ, ലോകത്ത് മറ്റെവിടെയും കാണാൻ കിട്ടാത്തവിധം കലയുടെ പരമമായ യാഥാർഥ്യത്തെക്കുറിച്ചുള്ള സൂക്ഷ്മചിന്തകൾ തലതിരിഞ്ഞുകിടക്കുന്നുണ്ട്. അത് നേരെ വായിക്കാൻ പഠിക്കുമ്പോൾ മാത്രമേ നാം നമ്മുടെ പൗരാണിക പാരമ്പര്യത്തെ കാലസ്ഥിതിക്കൊത്തതാക്കുന്നുള്ളൂ. അല്ലെങ്കിൽ പഴയതുതന്നെ എടുത്ത് വീണ്ടും വിളമ്പി പഴമയെ നിലനിർത്താം. മാരാരും ഇ എം എസും ചെയ്തത് അതാണല്ലോ.

കലയും പ്രത്യയശാസ്ത്രവും തമ്മിലുള്ള ബന്ധത്തെക്കുറിച്ച് തനിക്കുള്ള സങ്കൽപ്പം, അതായത് അതാതുകാലത്തെ ചർച്ചാദർശ പ്രചരണത്തിനുള്ള ഉപകരണമാണ് കല എന്ന സിദ്ധാന്തം അവതരിപ്പിച്ചുകൊണ്ട്, അതിന് ഭാരതീയ വിദ്വജ്ജനങ്ങളുടെ സർട്ടിഫിക്കറ്റുകൂടി ഹാജരാക്കുന്നതോടെ ഇനി അതിനേക്കുറിച്ചാർക്കും സംശയിക്കാനൊന്നുമില്ലല്ലോ എന്ന സംതൃപ്തഭാവത്തിൽ, അതിന്മേലാണല്ലോ ഇ എം എസ് തന്റെ ആശയങ്ങൾ കെട്ടിയുയർത്തുന്നത്. എന്നാൽ കലാസിദ്ധാന്തത്തോട് അടിസ്ഥാനപരമായി വിയോജിക്കുന്ന ഒരാൾക്ക്, കലയും പ്രത്യയശാസ്ത്രവും തമ്മിലുള്ള ബന്ധത്തിൽ ഐക്യത്തോടൊപ്പം വൈരുധ്യവും കാണുന്ന ഒരാൾക്ക് അതിനെക്കുറിച്ചുതന്നെ എഴുതാതെ നിവൃത്തിയില്ലെന്നു വരുന്നു. അങ്ങനെ എഴുതുന്നതിലൂടെ മാത്രമേ പുരോഗമന സാഹിത്യപ്രസ്ഥാനത്തിന്റെ കലാദർശനവും അത്തരമൊരു കലാദർശനത്തെ ഉൾക്കൊള്ളുന്ന പ്രത്യയശാസ്ത്രവും ആ പ്രത്യയശാസ്ത്രത്തിന്റെ വർഗസ്വഭാവവും കണ്ടെത്താൻ കഴിയൂ എന്നു വരുന്നു.

അതിനാൽ പുരോഗമന സാഹിത്യപ്രസ്ഥാനം നിശ്ചയമായും പുരോഗമനപരമായിരുന്നു. തമ്പുരാക്കന്മാരുടെ സ്വകാര്യ വിനോദോപാധികൾ മാത്രമായിരുന്ന കലയെയും സാഹിത്യത്തെയും കേരളത്തിലെ ജനസാമാന്യത്തിന്റെ പൊതുസ്വത്താക്കിത്തീർക്കുന്നതിൽ അതു വഹിച്ച പങ്ക്

മറക്കാനാവാത്തതാണ്. നാടുവാഴിത്തത്തിന്റെ ബന്ധനങ്ങൾ ഭേദിച്ചുകൊണ്ട്, അതിന്റെ മൂല്യങ്ങളെ ചവിട്ടിത്തേച്ചുകൊണ്ട് മുന്നോട്ടുവന്ന ജനവിഭാഗങ്ങൾക്ക് അവരുടെ ജീവിതസ്വാതന്ത്ര്യമായിരുന്നു വലുത്. കലയും സാഹിത്യവുമെന്നല്ല, മറ്റെന്തും അവർ സ്വന്തം സ്വാതന്ത്ര്യത്തിനുവേണ്ടി എടുത്ത് ഉപകരണങ്ങളാക്കും. ചരിത്രത്തിൽ ഇതിനുള്ള മാതൃകകൾ നേരത്തെ എടുത്തുകാണിച്ചതാണ്. അവർക്ക് കല ജീവിതപുരോഗതിക്ക് യഥാർഥത്തിൽ എങ്ങനെയാണുതകുന്നതെന്ന് കണ്ടെത്തുകയായിരുന്നില്ല പ്രശ്നം; അവരുടെ സ്വാതന്ത്ര്യം മാത്രമായിരുന്നു പ്രശ്നം. അതിനനുസരിച്ച് അവർ ഒരു കലാസിദ്ധാന്തത്തിന് ജന്മം കൊടുക്കുകയും ചെയ്തു. അതാണ് പുരോഗമന സാഹിത്യപ്രസ്ഥാനത്തിന്റെ ഉപകരണവാദപരമായ കലാദർശനം.

എന്നാൽ ഇന്ന് ഒരു വർഗത്തിന്റെ വിഭാഗീയ വിമോചനത്തിനുതകുന്ന ഒരു കലാദർശനമല്ല ആവശ്യം. ഒരു വർഗത്തിന്റെ വിഭാഗീയ വീക്ഷണങ്ങളിലേക്ക് യാഥാർഥ്യങ്ങളെ പിടിച്ചു തളയ്ക്കാൻ ശ്രമിക്കുന്ന ഒരു കലാദർശനമല്ല ആവശ്യം. ആ ജന്മനിഷ്ഠമായ ആശയങ്ങൾക്കുപരി മനുഷ്യരാശി ഇന്നോളം സൃഷ്ടിച്ചതും സൃഷ്ടിച്ചുകൊണ്ടിരിക്കുന്നതുമായ യഥാർഥ ഭൗതിക സാംസ്കാരിക സമ്പത്തു മുഴുവൻ ഉച്ചനീചത്വമില്ലാതെ എല്ലാവർക്കും ഒരുപോലെ സ്വായത്തമാകാനുതകുന്ന, അതിനുവേണ്ടി പൊരുതാൻ ബാധ്യസ്ഥമായ ഒരു വർഗത്തിന്റെ കലാദർശനമാണാവശ്യം.

അതല്ല, സാമൂഹിക തിന്മകളെ തുറന്നുകാട്ടുന്നതിനുവേണ്ടി പുരോഗമന കലാസാഹിത്യസിദ്ധാന്തത്തെതന്നെ ഇനിയും ഉദ്ധരിച്ചേ കഴിയൂ എങ്കിൽ അതിനുവേണ്ടി നാം പ്രത്യേകിച്ച് പാടുപെടേണ്ട കാര്യമൊന്നുമില്ല. കള്ളപ്പണക്കാരും ഹൂണ്ടികക്കാരും ഉത്സാഹിച്ചൊത്തു ചേർന്ന് നാമെത്ര വിചാരിച്ചാലും കഴിയാത്തവിധം ദശലക്ഷക്കണക്കിന് ചെലവാക്കി, അഴിമതിയെയും ഉദ്യോഗസ്ഥ മേധാവിത്വത്തെയും ജാതിമത ചിന്തയെയും ജന്മി–മുതലാളി ചൂഷണത്തെയും നഗ്നമായി തുറന്നു കാട്ടുന്ന *ഈനാടും അങ്ങാടിയും* പോലുള്ള ചലച്ചിത്രങ്ങൾ നിർമിച്ച് ആഴ്ചതോറും പുറത്തിറക്കി ലക്ഷക്കണക്കിനു ജനങ്ങളെ ആകർഷിച്ച് കയ്യടിവാങ്ങി നൂറും നൂറ്റിയമ്പതും ദിവസം അഖണ്ഡമായി നാടുനീളെ പ്രദർശിപ്പിച്ചുവരുന്നുണ്ടല്ലോ. മന്ത്രിമാരുടെയും രാഷ്ട്രീയക്കാരുടെയും ഉദ്യോഗസ്ഥന്മാരുടെയും അഴിമതികൾ ഏറ്റവും നന്നായി തുറന്നുകാട്ടുന്ന ചിത്രങ്ങളാണെങ്കിൽ ഗവൺമെന്റുതന്നെ ഉദാരമായ നികുതിയിളവനുവദിച്ച് ജനങ്ങളെ അതു കാണാൻ നന്നായി പ്രോത്സാഹിപ്പിക്കുന്നുമുണ്ട്. ഇതിൽപ്പരം എന്തുവേണം?

3

മാർക്സിസ്റ്റ് സൗന്ദര്യശാസ്ത്രം ഉത്ഭവവും വളർച്ചയും

പി ഗോവിന്ദപ്പിള്ള

പടിഞ്ഞാറൻ ഭാഷകളിൽ Aesthetics എന്ന പദംകൊണ്ട് വ്യവഹരിക്കുന്ന സങ്കൽപ്പത്തെയാണ് നാം സൗന്ദര്യശാസ്ത്രം എന്നു പറയുന്നത്–മറ്റൊരു രീതിയിൽ പറഞ്ഞാൽ കലയുടെ സിദ്ധാന്തം. കലാസൃഷ്ടിയെയും ആസ്വാദനത്തെയും നിയന്ത്രിക്കുന്ന നിയമങ്ങളാണ് സൗന്ദര്യശാസ്ത്രത്തിന്റെ വിജയം. ദാർശനികചിന്തയുടെ ഉത്ഭവം മുതലേ അതിന്റെ ഭാഗമായി സൗന്ദര്യശാസ്ത്രം ഉടലെടുത്തു. ബാബിലോൺ, ഈജിപ്ത്, ഇന്ത്യ, ചൈന, ഗ്രീസ്, റോം തുടങ്ങിയ പ്രാചീന സംസ്കാരങ്ങളുടെ കേന്ദ്രങ്ങളെല്ലാം കലയുടെ കേദാരങ്ങളായിരുന്നതിനു പുറമേ കലാസിദ്ധാന്തങ്ങൾക്ക് ജന്മം നൽകുകയും ചെയ്തു. ക്രിസ്തുവിന് തൊട്ടുമുമ്പുള്ള നൂറ്റാണ്ടുകളിൽ ഗ്രീസിൽ അരിസ്തോത്‌ലും (പോയറ്റിക്സ്) ഇന്ത്യയിൽ ഭരതമുനിയും (നാട്യശാസ്ത്രം) മറ്റും അതുവരെ വളർന്നുവന്ന സൗന്ദര്യശാസ്ത്രസങ്കൽപ്പങ്ങൾക്ക് ഊടും പാവും നൽകി അവയെ ഒരു ക്രോഡീകൃത സിദ്ധാന്തത്തിന്റെ നിലയിലേക്കുയർത്തി.

അങ്ങനെ കഴിഞ്ഞ രണ്ടായിരത്തഞ്ഞൂറു വർഷത്തെ ചിട്ടപ്പെടുത്തിയ ചരിത്രം സൗന്ദര്യശാസ്ത്രത്തിനുണ്ട്, പത്തൊമ്പതാം നൂറ്റാണ്ടിൽ വിചാരവിപ്ലവത്തിനും വിപ്ലവവിചാരത്തിനും അടിത്തറ പാകിയ കാൾ മാർക്സിന്റെയും ഫ്രെഡറിക് എംഗൽസിന്റെയും മഹനീയ സംഭാവനകൾ മറ്റെല്ലാ മേഖലകളിലും എന്നതുപോലെ സൗന്ദര്യശാസ്ത്രത്തിലും വിപ്ലവത്തിന് ബീജാവാപം ചെയ്തു.

എന്നാൽ വാസ്തവം പറഞ്ഞാൽ മാർക്സോ എംഗൽസോ സൗന്ദര്യശാസ്ത്രം സംബന്ധിച്ച പൂർണഗ്രന്ഥങ്ങളോ പ്രബന്ധങ്ങളോ ഒന്നും രചിച്ചിട്ടില്ല. പ്രാചീനവും അർവാചീനവുമായ വിവിധ ഭാഷകളിൽ അത്ഭുതാവഹമായ അവഗാഹം നേടിയിരുന്ന അവർക്ക് വിശ്വസാഹിത്യപ്രപഞ്ചം

അറിവിന്റെയും ആനന്ദത്തിന്റെയും ഉറവിടമായിരുന്നു. സമകാലിക സാഹിത്യകൃതികളും ആചാര്യന്മാർ അവഗണിച്ചിരുന്നില്ല.

തങ്ങൾ വായിച്ച കൃതികളെക്കുറിച്ച് പരസ്പരവും മറ്റു സഖാക്കളുമായി കത്തുകൾ മുഖേനയും അഭിപ്രായങ്ങൾ കൈമാറുക മാർക്സിന്റെയും എംഗൽസിന്റെയും പതിവായിരുന്നു. തങ്ങളുടെ കൃതികളുമായി സമീപിക്കുന്ന യുവസാഹിത്യകാരന്മാർക്ക് ഉപദേശ നിർദേശങ്ങൾ നൽകാനും അവർ ശ്രദ്ധിച്ചിരുന്നു. അങ്ങനെ അഭിപ്രായമാരാഞ്ഞവരിൽ മിന്നാ കൗത്സ്കി, മാർഗരറ്റ് ഹാർക്നസ് തുടങ്ങിയ യുവപ്രതിഭകളോടൊപ്പം ജർമൻ സോഷ്യൽ ഡെമോക്രാറ്റ് നേതാവ് ഫെർഡിനാന്റ് ലെസാലിനെപ്പോലുള്ള പ്രഗത്ഭരും ഉണ്ടായിരുന്നു. ജർമൻ റൊമാന്റിക് റിയലിസ്റ്റ് മഹാകവി ഹെൻറിക് ഹൈനെയെപ്പോലെ ചിലർ മാർക്സ് കുടുംബത്തിന്റെ അടുത്ത സുഹൃത്തുക്കളുമായിരുന്നു. ഇവരെല്ലാമായുള്ള എഴുത്തുകുത്തുകൾക്ക് പുറമേ തങ്ങളുടെ പഠനക്കുറിപ്പുകളിൽനിന്നു തുടങ്ങി *മൂലധനം* പോലുള്ള ബൃഹത് കൃതികളിൽ വരെ കലാസാഹിത്യ സംബന്ധിയായ അനേകം പരാമർശങ്ങൾ അവർ നടത്തിയിട്ടുണ്ട്. സുപ്രസിദ്ധ ഫ്രഞ്ച് റിയലിസ്റ്റ് നോവലിസ്റ്റായ ബൽസാക്കിനെ കുറിച്ചൊരു ഗ്രന്ഥമെഴുതാൻ മാർക്സ് ആഗ്രഹിച്ചിരുന്നു. കൃത്യാന്തര ബാഹുല്യത്താൽ അതു നടന്നില്ലെങ്കിലും മാർക്സിന്റേയും എംഗൽസിന്റേയും കൃതികളിൽ കാണുന്ന ബൽസാക്കിനെക്കുറിച്ചുള്ള പരാമർശങ്ങൾ വളരെ വിലപ്പെട്ട സൗന്ദര്യശാസ്ത്രസിദ്ധാന്തങ്ങൾ ഉൾക്കൊള്ളുന്നവയാണ്. കലാസാഹിത്യത്തെയും സൗന്ദര്യശാസ്ത്രത്തെയും സംബന്ധിച്ച്, പ്രഥമ ശാസ്ത്രീയ സോഷ്യലിസ്റ്റ് ആചാര്യന്മാരുടെ അഭിപ്രായങ്ങൾ ഇങ്ങനെ ശിഥില ചിന്തകളുടെ രൂപത്തിലാണ് കിട്ടിയിട്ടുള്ളതെങ്കിലും അവ നൽകുന്ന ഉൾക്കാഴ്ചയും അവ നൽകുന്ന രൂപരേഖയും പിൽക്കാലസൗന്ദര്യശാസ്ത്ര ചിന്തകർക്ക് രത്നഖനിയായിട്ടാണ് അനുഭവപ്പെട്ടിട്ടുള്ളത്.

കഴിഞ്ഞ കാൽ നൂറ്റാണ്ടുകാലത്ത് മാർക്സിസ്റ്റ് രാഷ്ട്രീയ പ്രസ്ഥാനത്തിനെന്നപോലെ, മാർക്സിസ്റ്റ് വൈജ്ഞാനിക ശാഖകൾക്കു കൈവന്ന സാർവത്രികമായ സ്വാധീനശക്തിയും അംഗീകാരവും അഭൂതപൂർവവും അത്ഭുതാവഹവുമാണ്. സോഷ്യലിസ്റ്റിതരലോകത്ത് ഇപ്പോഴും സാംസ്കാരികാധിപത്യം തുടരുന്ന പടിഞ്ഞാറൻ പണ്ഡിതന്മാരും അവരുടെ മാറ്റൊലികളായി കാലയാപനം നടത്തുന്ന 'മൂന്നാം ലോകവിദഗ്ധന്മാരും' പണ്ടത്തെപ്പോലെ മാർക്സിനെയും മാർക്സിസത്തെയും നേരിട്ട് കടന്നാക്രമിക്കാനോ, അപ്രസക്തമെന്നു വിധിച്ച് അവഗണിക്കാനോ ഇപ്പോൾ സാധാരണയായി തുനിയാറില്ല. മാർക്സും എംഗൽസും ഏറ്റവും കൂടുതൽ കൈകാര്യം ചെയ്തിരുന്ന രാഷ്ട്രീയ-സാമ്പത്തിക വിഷയങ്ങളെക്കുറിച്ചുള്ള ബൃഹത്ഗ്രന്ഥങ്ങളിൽപ്പോലും-പ്രൊഫസർ ജോവാൻ റോബിൻസൺ ഒരിക്കൽ ചൂണ്ടിക്കാട്ടിയതുപോലെ-മാർക്സിനെയും എംഗൽസിനെയും അപ്പാടെ അവഗണിക്കുകയോ ഒരു പദക്കുറിപ്പിലോ മറ്റോ ഒതുക്കി കലാശിപ്പിക്കുകയോ ആയിരുന്നു പണ്ടത്തെ ബൂഷ്വാ

പണ്ഡിതന്മാരുടെ പതിവ്, പിന്നീട് "മാർക്സിസം കാലഹരണപ്പെട്ടു" എന്ന് സ്ഥാപിക്കാനായി ഒന്നിനുപിറകെ ഒന്നായി തടിയൻ പുസ്തകങ്ങൾ വാർത്തുവിടുന്ന വ്യവസായം പുഷ്ടിപ്രാപിച്ചു. ഇപ്പോൾ അതും ഏതാണ്ടൊന്നടങ്ങിയമട്ടാണ്. മാർക്സിസത്തോടുള്ള എതിർപ്പുകളെല്ലാം അവസാനിച്ചു എന്നല്ല ഇതുകൊണ്ടർഥമാക്കുന്നത്. അത് പണ്ടേപ്പോലെ തന്നെ ഇപ്പോഴും തുടരുന്നുണ്ട്. എന്നാൽ മാർക്സിസത്തിനു കൈവന്നിരിക്കുന്ന സാർവത്രികമായ അംഗീകാരംമൂലം എതിർപ്പിന്റെ അടവുകൾ ആകെ മാറിയിരിക്കുകയാണെന്നുമാത്രം. ഇപ്പോഴത്തെ കമ്യൂണിസ്റ്റു പ്രസ്ഥാനവും മാർക്സിസ്റ്റുകളും 'യഥാർഥ' മാർക്സിനെയും അദ്ദേഹത്തിന്റെ ചിന്താഗതിയെയും കണ്ടറിഞ്ഞവരല്ല എന്നാണ് ഈ പുതിയ അടവുകാരിൽ ചിലരുടെ പക്ഷം, (എറിക്ഫ്രോം, ഹെർബർട്ട് മാർക്വീസ് തുടങ്ങിയ 'ഫ്രാങ്ക്ഫർട്ട്' സ്കൂളുകാരാണ് ഈ വാദത്തിന്റെ പ്രധാന വക്താക്കൾ). മൗവും സ്റ്റാലിനും മാത്രമല്ല, ലെനിൻപോലും യഥാർഥ മാർക്സിനെ കണ്ടറിഞ്ഞവരല്ല എന്ന് ഇക്കൂട്ടർ വാദിക്കുന്നു. ചിലർ ഒരു പടികൂടി മുന്നോട്ടുപോയി എംഗൽസുപോലും മാർക്സിസത്തിന്റെ യഥാർഥസത്ത മനസിലാക്കിയിരുന്നില്ലെന്ന് ആരോപിക്കുന്നുണ്ട്. ഈ വാദം പോയിപ്പോയി യഥാർഥ മാർക്സിസം മാർക്സിന്റെ ആദ്യകാല കൃതികളിലാണ് ഉള്ളതെന്നും പ്രായം ചെന്നതോടെ മാർക്സ് തന്റെ യൗവനകാലത്തെ മാനവികതയും ആദർശശുദ്ധിയുമെല്ലാം കളഞ്ഞുകുളിച്ചു എന്നും മറ്റുമുള്ള നിഗമനങ്ങളിൽ ചിലരെ കൊണ്ടെത്തിക്കുന്നുണ്ട്. അങ്ങനെ മാർക്സിസത്തിൽത്തന്നെ "യുവമാർക്സും വയസൻ മാർക്സും" തമ്മിൽ ഒരു വൈരുധ്യം നിലനിൽക്കുന്നുണ്ട് എന്ന വാദം അനേകം പണ്ഡിതന്മാർ ഗൗരവബോധത്തോടെ ആവർത്തിക്കുന്ന ഒരു കാലംകൂടിയാണിത്. മാർക്സിസവുമായുള്ള ഒരു തുറന്ന സംഘട്ടനത്തിന്റെ വ്യർഥത കൂടുതൽ കൂടുതൽ വ്യക്തമായി വരുന്ന സാഹചര്യത്തിൽ ബൂർഷ്വാചിന്തകർ അവലംബിച്ചിരിക്കുന്ന ഒരുതരം ബൗദ്ധിക ഗറില്ലാ പോരാട്ടമാണ് ഈ വാദങ്ങളെല്ലാംതന്നെ. കാലത്തിന്റെ തേയ്മാനവും യുക്തിയുടെ അപചയവും കാരണം നിൽക്കക്കള്ളിയില്ലാതായ യാഥാസ്ഥിതികസിദ്ധാന്ത സമുച്ചയങ്ങളുടെ ഒടുവിലത്തെ പ്രതിരോധ നിരയാണ് ഇത്.

ഈ പശ്ചാത്തലത്തിൽ മാർക്സിയൻ സൗന്ദര്യശാസ്ത്രചിന്തയും പല ദുർഘടങ്ങളെയും നേരിടുന്നുണ്ട്. കഴിഞ്ഞ ഏതാനും വർഷങ്ങളായി മാർക്സിയൻ സൗന്ദര്യശാസ്ത്രചിന്തയെക്കുറിച്ചുള്ള ഗ്രന്ഥങ്ങൾ പെരുമഴപോലെയാണ് പെയ്തിറങ്ങുന്നത്. മാർക്സും എംഗൽസും സൗന്ദര്യശാസ്ത്രത്തെക്കുറിച്ച് സമ്പൂർണമായ കൃതികളൊന്നും രചിച്ചിട്ടില്ലാത്ത സ്ഥിതിക്ക്, ഈ വിഷയത്തെക്കുറിച്ച് പിന്നീടെഴുതിയവർക്കിടയിൽ പരസ്പരവിരുദ്ധമായ ആശയഗതികൾ ഉണ്ടാകുന്നതിൽ അത്ഭുതപ്പെടേണ്ടതില്ല. മാർക്സും എംഗൽസും അത്യന്തം വിശദമായി കൈകാര്യം ചെയ്തിട്ടുള്ള സാമ്പത്തിക-രാഷ്ട്രീയ പ്രശ്നങ്ങളെക്കുറിച്ചുപോലും ധാരാളം വിവാദങ്ങൾ നിലവിലിരിക്കെ, സൗന്ദര്യശാസ്ത്രചിന്തയെക്കുറിച്ച് സകല മാർക്സിസ്റ്റുകാരും ഒരേപോലെ അംഗീകരിക്കുന്ന സിദ്ധാന്തങ്ങൾ വിരള

മാകുന്നത് സ്വാഭാവികംതന്നെ. കഴിഞ്ഞ അര നൂറ്റാണ്ടുകാലത്ത് മാർക്സിസ്റ്റ് സൗന്ദര്യശാസ്ത്രരംഗത്ത് ഗഹനമായ സംഭാവനകൾ നൽകിയ ഗ്യേർഗി ലൂക്കാച്ചും ബെർത്തോൾത് ബ്രഹ്ത്തും തമ്മിലുണ്ടായിരുന്ന താത്വികഭിന്നതകൾ കുറച്ചൊന്നുമായിരുന്നില്ല. ജർമൻ മാർക്സിസ്റ്റ് സൗന്ദര്യശാസ്ത്രചിന്തകനായ വാൾട്ടർ ബഞ്ചമിൻ, ബ്രഹ്ത്തിന്റെ വ്യാഖ്യാതാവും സമർഥകനുമായിരുന്നു എങ്കിൽ, ലൂക്കാച്ചിന്റെ പക്ഷത്തും പ്രഗത്ഭരായ പലരും അണിനിരക്കുകയുണ്ടായി. ഫ്രഞ്ച് മാർക്സിസ്റ്റു ചിന്തകനായ ലൂയി അൽത്തൂസറും അദ്ദേഹത്തിന്റെ ശിഷ്യന്മാരും അവതരിപ്പിക്കുന്ന സാഹിത്യ-കലാ സിദ്ധാന്തങ്ങൾ മറ്റു മിക്ക മാർക്സിസ്റ്റ് ചിന്തകരുടെ സമീപനങ്ങളിൽനിന്നും അതീവ ഭിന്നമാണ്. മാക്സിംഗോർക്കിയുടെ കാലം മുതൽ മാർക്സിസ്റ്റ് സൗന്ദര്യശാസ്ത്രചിന്തയുടെ കാതലായി പരിഗണിക്കപ്പെട്ടുപോന്ന സോഷ്യലിസ്റ്റ്-റിയലിസ്റ്റ് സിദ്ധാന്തത്തെ വെല്ലുവിളിക്കുന്നവരായി പലരും ഇന്ന് ഔദ്യോഗിക മാർക്സിസ്റ്റു പാർട്ടികൾക്കുള്ളിൽത്തന്നെയുണ്ട്. ക്യൂബ ഉൾപ്പെടെ ലാറ്റിനമേരിക്കയിലും ആഫ്രിക്കയിലും സാഹിത്യ-കലാപ്രവർത്തനത്തിൽ ഏർപ്പെട്ടിരിക്കുന്നവരുടെ വിശിഷ്ട സിനിമകൾ, ചിത്രങ്ങൾ, പ്രതിമാശിൽപ്പങ്ങൾ, കഥകൾ, കവിതകൾ, നാടകങ്ങൾ മുതലായവയെ ഒരു ഒറ്റയടിപ്പാതയിൽക്കൂടി മാർക്സിസ്റ്റു ചിന്തയെ നയിക്കാൻ ശ്രമിക്കുന്നവർക്ക് ഉൾക്കൊള്ളാനോ വ്യാഖ്യാനിക്കാനോ കഴിയുകയില്ല. രാഷ്ട്രീയ-സാമൂഹിക-സൈനിക പ്രവർത്തനങ്ങളും അവയുടെയെല്ലാം അടിയൊഴുക്കായ വർഗസമരങ്ങളും വൈരുധ്യവും വ്യാപ്തിയുംമൂലം സങ്കീർണമാകുമ്പോൾ, മാർക്സിസ്റ്റു വിപ്ലവശാസ്ത്രത്തിലും പ്രവർത്തനശൈലിയിലും ആ വൈരുധ്യങ്ങളും വ്യാപ്തിയും പ്രതിഫലിച്ചേ തീരൂ. അതനുസരിച്ച് മാർക്സിസം നിരന്തരമായി വളരുകയും വികസിക്കുകയും ചെയ്യുന്നു. അതുകൊണ്ടാണ് മാർക്സിസം ഒരു വരട്ടുതത്വമല്ലെന്നും (dogma), നിരന്തരം വളർന്നുകൊണ്ടിരിക്കുന്ന ഒരു സജീവ പ്രതിഭാസമാണെന്നും മാർക്സുതൊട്ടുള്ള ആചാര്യന്മാർ നമ്മെ പഠിപ്പിച്ചു പോന്നിട്ടുള്ളത്. പറയേണ്ടതും അറിയേണ്ടതുമായ എല്ലാറ്റിന്റെയും അവസാന വാക്ക് തങ്ങളുടെ മതഗ്രന്ഥങ്ങളിൽ- *ഗീത*യിൽ, അല്ലെങ്കിൽ *ബൈബിളി*ൽ, അല്ലെങ്കിൽ *ഖുർആനിൽ* അടങ്ങിക്കിടപ്പുണ്ടെന്നും ഇനി പുതുതായി അവയിലൊന്നും കൂട്ടിച്ചേർക്കാനില്ലെന്നും കരുതുന്ന മതവിശ്വാസികളെപ്പോലെയല്ല, മാർക്സിസ്റ്റുകാർ മാർക്സിന്റെയും എംഗൽസിന്റെയും മറ്റും ഗ്രന്ഥങ്ങളെ കാണുന്നത്. സാമ്പത്തിക-രാഷ്ട്രീയ പ്രശ്നങ്ങളിൽപ്പോലും അവസ്ഥ ഇതായിരിക്കെ, സൗന്ദര്യശാസ്ത്രം തുടങ്ങിയ മേഖലകളിൽ ഇതു മറിച്ചാവാൻ തരമില്ലല്ലോ.

1

'മാർക്സിന്റെയും എംഗൽസിന്റെയും കാൽപ്പാടുകൾ പിന്തുടർന്നു പത്തൊമ്പതാം നൂറ്റാണ്ടിൽത്തന്നെ മാർക്സിയൻ സൗന്ദര്യശാസ്ത്രത്തിന് ഗണ്യമായ സംഭാവന നൽകിയവരിൽ മൂന്നുപേരാണ് ശ്രദ്ധേയർ.

ഇറ്റലിക്കാരനായ അന്തോണിയോ ലാബ്രിയോള (1843–1904), ജർമൻകാര നായ ഫ്രാൻസ് മെഹ്റിങ് (1846–1919), റഷ്യക്കാരനായ ഗ്യേർഗി വാലന്റീ നോവിച്ച് പ്ലഹനോവ് (1856–1918) എന്നിവരാണവർ. ലാബ്രിയോള ആദ്യ ത്തെ ഇറ്റാലിയൻ സോഷ്യലിസ്റ്റായി അറിയപ്പെടുമ്പോൾ മെഹ്റിങ് മാർക് സിന്റെ ആദ്യത്തെ ആധികാരിക ജീവചരിത്രകർത്താവായി പ്രസിദ്ധി നേടി. പ്ലഹനോവാകട്ടെ റഷ്യൻ മാർക്സിസത്തിന്റെ പിതാവായി പ്രകീർ ത്തിക്കപ്പെടുന്നു. ചരിത്രത്തെ സംബന്ധിച്ച ഭൗതിക സിദ്ധാന്തത്തെപ്പറ്റി (*on the materialist conception of history* - 1895) എന്ന ലാബ്രിയോ ളയുടെ പ്രധാന പുസ്തകം മാർക്സിസ്റ്റ് ദർശനത്തെ സംബന്ധിച്ച് എംഗൽസിനു ശേഷമുണ്ടായ ആദ്യത്തെ സമഗ്രകൃതിയാണ്. മാർക്സിസ്റ്റ് സാമൂഹികദർശനത്തിന്റെ കാതലായ 'അടിത്തറയും മേൽപ്പുരയും' എന്ന സങ്കല്പത്തിന്റെ വിവിധ വശങ്ങൾ ലാബ്രിയോള ചർച്ചചെയ്യുമ്പോൾ അതിൽ അനിവാര്യമായി കലയും പരിഗണിക്കപ്പെടുന്നു. സമൂഹത്തിന്റെ സാമ്പത്തിക അടിത്തറയിൽ കെട്ടിപ്പടുക്കുന്ന മേൽപ്പുരയുടെ ഭാഗമാ ണല്ലോ മതം, നിയമം ദർശനം മുതലായവപോലെ കലയും. അനേകം ലേഖനങ്ങൾക്കുപുറമെ സാഹിത്യദർശനം സംബന്ധിച്ച ഏതാനും വില പ്പെട്ട ഗ്രന്ഥങ്ങൾ മെഹ്റിങ് എഴുതിയിട്ടുണ്ട്. മെഹ്റിങ്ങിന്റെ ചില ഗ്രന്ഥ ങ്ങളെ എംഗൽസുതന്നെ മുക്തകണ്ഠനായി പ്രശംസിച്ചിട്ടുണ്ട്. ജർമൻ സൗന്ദര്യശാസ്ത്രദാർശനികനായ ജി ഇ ലെസിങ് (1729–1781) കവിയും സൗന്ദര്യോപാസകനുമായ ജെ എഫ് ഷില്ലർ (1759–1805) മുതലായവ രെക്കുറിച്ച് മെഹ്റിങ് എഴുതിയ പൂർണഗ്രന്ഥങ്ങൾ ഇംഗ്ലീഷിൽ കിട്ടാനി ല്ല. 1898–99ൽ മെഹ്റിങ് പ്രസിദ്ധീകരിച്ച സൗന്ദര്യശാസ്ത്രാന്വേഷണം (Aesthetical Search) മാർക്സിസ്റ്റു വിദ്യാർഥികൾ അവഗണിച്ചുകൂടാ.

ഇമ്മാനുവൽ കാന്തിന്റെ ആശയവാദപരമായ സൗന്ദര്യസിദ്ധാന്തം, 'കല കലയ്ക്കുവേണ്ടി' എന്ന വികൃതവാദം, 19–ാം നൂറ്റാണ്ടിൽ യൂറോ പ്പിൽ ഉയർന്നുവന്ന സ്വഭാവവാദം മുതലായവയെ നിശിതമായി മെഹ്റിങ് വിമർശിച്ചു തള്ളുന്നു.

1917–ലെ മഹത്തായ ഒക്ടോബർ സോഷ്യലിസ്റ്റു വിപ്ലവത്തെ കാൾ കൗത്സ്കിയെപ്പോലെ എതിർക്കാൻ മെഹ്റിങ് തയാറായില്ലെങ്കിലും വിപ്ലവത്തിൽ പാർട്ടിക്കുള്ള പങ്ക് മുതലായ പ്രശ്നങ്ങളിൽ അദ്ദേഹം പത റിയിരുന്നു. പലപ്പോഴും പ്ലഹനോവിനെപ്പോലെ യാന്ത്രിക ഭൗതികവാദം അദ്ദേഹത്തിന്റെ കൃതികളെ കീഴ്പ്പെടുത്തിയിരുന്നതായി കാണാം. എങ്കി ലും മാർക്സിസ്റ്റു സൗന്ദര്യശാസ്ത്രത്തിലെ ആദ്യപഥികരിൽപ്പെട്ട മെഹ് റിങ്ങിന്റെ കൃതികൾ ഇപ്പോഴും പഠനാർഹമാണ്.

മാർക്സിന്റെയും എംഗൽസിന്റെയും പിന്തുടർച്ചക്കാരായി രംഗത്തു ണ്ടായിരുന്നവരിൽ ഏറ്റവും പ്രമുഖൻ, റഷ്യൻ മാർക്സിസത്തിന്റെ സ്ഥാപകനേതാവായി ലെനിൻ അംഗീകരിച്ചിരുന്ന, ഗ്യേർഗി വാലന്റീ നോവിച്ച് പ്ലഹനോവ് (1856–1918) ആണ്. രാഷ്ട്രീയ–വിപ്ലവ പ്രശ്നങ്ങളിൽ എന്നപോലെതന്നെ ദാർശനിക പ്രശ്നങ്ങളിലും പിൽക്കാലത്ത് ഇരുവരും

തമ്മിൽ ഇടഞ്ഞിട്ടുണ്ടെങ്കിലും പ്ലഹനോവിന്റെ ആദ്യകാല സംഭാവനകളെക്കുറിച്ച് ലെനിന് എക്കാലവും മതിപ്പു മാത്രമേ ഉണ്ടായിരുന്നിട്ടുള്ളൂ. ഇപ്പോഴും പ്ലഹനോവിന്റെ കൃതികൾ സോവിയറ്റ് യൂണിയനിലും പുറത്തും മാർക്സിസ്റ്റുകാർ വായിക്കുകയും പഠിക്കുകയും ചെയ്യുന്നു. മാർക്സിസ്റ്റ് ചിന്തയുടെ വികാസത്തിന് പ്ലഹനോവ് നൽകിയ ഗണ്യമായ സംഭാവനകളിൽ സൗന്ദര്യശാസ്ത്രത്തെക്കുറിച്ചുള്ള ചിന്തകളും പ്രധാന സ്ഥാനം അർഹിക്കുന്നു. മാർക്സിസ്റ്റ് വീക്ഷണത്തിൽ സാഹിത്യ–കലാ പ്രശ്നങ്ങളെക്കുറിച്ച് ഒട്ടേറെ ചിന്തിക്കുകയും അനേകം കൃതികൾ രചിക്കുകയും ചെയ്ത പ്ലഹനോവിനെ മറികടന്നുകൊണ്ട് ഈ വിഷയത്തെക്കുറിച്ച് ആർക്കും പഠിക്കാൻ ആവുകയില്ല.

വിപ്ലവപ്രവർത്തനങ്ങളിൽ ഏർപ്പെടുകമൂലം 24–ാമത്തെ വയസിൽ തന്നെ നാടുവിടേണ്ടിവന്ന പ്ലഹനോവ് അവശേഷിച്ച ജീവിതകാലം മുഴുവനും അന്യനാടുകളിൽ ആണ് കഴിച്ചുകൂട്ടിയത്. ഇക്കാലമെല്ലാം റഷ്യയിലെ തൊഴിലാളിവർഗ പ്രസ്ഥാനവുമായി നിരന്തരമായ ബന്ധം പുലർത്തുകയും അവിടത്തെ രാഷ്ട്രീയ സമരങ്ങളിൽ പങ്കെടുക്കുകയും ചെയ്തുപോന്നു. അതോടൊപ്പംതന്നെ പടിഞ്ഞാറൻ ഭാഷകൾ പഠിക്കാനും അവിടങ്ങളിലെ രാഷ്ട്രീയ–സാമൂഹിക–സാമ്പത്തിക പ്രവർത്തനങ്ങളുമായി ഇടപഴകാനും അദ്ദേഹം ശ്രദ്ധിച്ചു. 1903–ൽ റഷ്യയിലെ തൊഴിലാളിവർഗ പ്രസ്ഥാനം ബോൾഷെവിക്കുകാരും മെൻഷെവിക്കുകാരുമായി ഭിന്നിച്ചപ്പോൾ, മെൻഷെവിക് പക്ഷത്തിലാണ് പ്ലഹനോവ് ചേർന്നുനിന്നത്. പക്ഷേ, അതിനു മുമ്പുതന്നെ പ്ലഹനോവിന്റെ കാലഹരണം വരാത്ത മുഖ്യകൃതികൾ എല്ലാം പുറത്തുവന്നിരുന്നു. *ചരിത്രത്തെ സംബന്ധിച്ച അദ്വൈതവീക്ഷണത്തിന്റെ വികാസം* (1895)[1], *ഭൗതികവാദ ചരിത്രസംബന്ധമായ ഉപന്യാസങ്ങൾ* (1896)[2], *ചരിത്രത്തിൽ വ്യക്തിക്കുള്ള പങ്ക്* (1898)[3] മുതലായവയാണ് അദ്ദേഹത്തിന്റെ പ്രധാന ദാർശനിക കൃതികൾ. സാഹിത്യകലാസിദ്ധാന്തം അഥവാ സൗന്ദര്യശാസ്ത്രം സംബന്ധിച്ച് പല കുറിപ്പുകളും ലേഖനങ്ങളും കത്തുകളും പ്ലഹനോവിന്റേതായിട്ടുണ്ടെങ്കിലും പൂർണമായ ഗ്രന്ഥങ്ങളായി പുറത്തുവന്നിട്ടുള്ളത് മൂന്നെണ്ണമാണ്. അവയിൽ ആദ്യത്തേത് 1899 ൽ പ്രസിദ്ധീകരിച്ച *മേൽവിലാസമില്ലാത്ത കത്തു*

1. *The Development of the Monist View of History,* Georgi Plekhanov : *Selected Philosophical Works* (Moscow, Progress Publishers, 1974) വോള്യം 1 (പേജുകൾ 486–703) നോക്കുക. (ഇനിമുതൽ SPW എന്ന ചുരുക്കപ്പേർ മാത്രം കൊടുക്കുന്നു – എഡിറ്റർ)
2. *Essays on the History of Materialism* SPW, II, പേജുകൾ : 31–182. *On the Materialist Understanding of History* (പേജുകൾ 222–250), *Some Remarks on History* (പേജുകൾ 211–221), *The Materialist Understanding of History* (പേജുകൾ 596–627) തുടങ്ങിയ കൃതികളും ഈ വാല്യത്തിൽ സമാഹൃതമായിട്ടുണ്ട് – എഡിറ്റർ.
3. *On the Question of the Individuals role in History, SPW*, II, (പേജുകൾ 283–315).

കൾ (Unaddressed Letters)[1] ആണ്. അടുത്തത് ഫ്രഞ്ച് നാടക സാഹിത്യത്തെയും 18–ാം നൂറ്റാണ്ടിലെ ചിത്രകലയെയും സാമൂഹികശാസ്ത്ര വീക്ഷണത്തിലൂടെ വിലയിരുത്തുന്ന ഒരു വിലപ്പെട്ട കൃതിയാണ്. 1905 ൽ പ്രസിദ്ധീകരിക്കപ്പെട്ട ഈ ഗ്രന്ഥത്തിന്റെ പേര് ഇംഗ്ലീഷിൽ ഇതാണ് : *French Dramatic Literature and Eighteenth century Painting from Sociological point of view.*[2] 1912 ൽ പ്രസിദ്ധീകരിച്ച മൂന്നാമത്തെ പുസ്തകത്തിന്റെ പേര് *കലയും സാമൂഹ്യജീവിതവും* എന്നാണ് (*Art and Social Life*)[3] ഈയിടെയായി മാർക്സിസ്റ്റ് സൗന്ദര്യശാസ്ത്രചിന്ത വ്യാപിച്ചുതുടങ്ങിയിരിക്കുന്ന വിവിധ തലങ്ങളെയും മേഖലകളെയും എല്ലാം പ്ലഹനോവ് കൈകാര്യം ചെയ്യുന്നില്ല. അതിൽ വിസ്മയിക്കാനവകാശവുമില്ല. മാർക്സിസ്റ്റ്–സൗന്ദര്യശാസ്ത്ര ചിന്ത രൂപംകൊണ്ടുവന്ന ആദ്യകാലത്തെ ചില അടിസ്ഥാന ധാരണകൾ ഉറപ്പിക്കാനാണ് സ്വാഭാവികമായും ഒരാദ്യ പഥികനായ പ്ലഹനോവ് പരിശ്രമിക്കുന്നത്. അതിലദ്ദേഹം ഒട്ടൊക്കെ വിജയിക്കുകയും പിന്മുറക്കാർക്കു പണിതുയർത്താനുള്ള സങ്കീർണവും വൈവിധ്യമാർന്നതുമായ ചിന്താസൗധത്തിന് ഭദ്രമായ അടിത്തറ പാകുകയും ചെയ്തു.

അങ്ങനെ *മേൽവിലാസമില്ലാത്ത കത്തുകൾ* എന്ന സമാഹാരത്തിലെ ആദ്യത്തെ ലേഖനത്തിൽ പ്ലഹനോവ് കൈകാര്യം ചെയ്യുന്നത് "കല എന്നാലെന്ത്?" എന്നും "സൗന്ദര്യബോധത്തിന്റെ ഉറവിടമെവിടെ?" എന്നുമുള്ള അടിസ്ഥാന പ്രശ്നങ്ങളാണ്. *കല എന്നാലെന്ത്* എന്ന ലിയോ ടോൾസ്റ്റോയിയുടെ പ്രസിദ്ധമായ പ്രബന്ധത്തെ പരാമർശിച്ചുകൊണ്ടാണ് പ്ലഹനോവ് തന്റെ വാദമുഖങ്ങളുടെ ചുരുൾ നിവർത്തുന്നത്. സാധാരണ വാക്കുകൾ വിചാരങ്ങൾ വിനിമയം ചെയ്യുമ്പോൾ കല വികാരങ്ങൾ സംവേദനം ചെയ്യുന്നു എന്ന ടോൾസ്റ്റോയിയുടെ വാദം പ്ലഹനോവ് നിരാകരിക്കുന്നു. കലയിൽ വിചാരത്തെയും വികാരത്തെയും അങ്ങനെ വേർതിരിക്കുന്നത് യാന്ത്രികവും അയഥാർഥവും ആണെന്നത്രെ പ്ലഹനോവിന്റെ വാദം. വികാരാംശം മുറ്റിയ കവിതയുടെ മാധ്യമംതന്നെ വാക്കുകളായിരിക്കെ ഇത്തരം ഒരു വേർതിരിക്കൽ അസംബന്ധമാണ്. കല മനുഷ്യർ തമ്മിലുള്ള സംവേദനത്തിന്റെ ഒരു സവിശേഷ രൂപമാണെന്ന ടോൾസ്റ്റോ

---

1. *Unaddressed Letters, SPW* V (പേജുകൾ 263–359). *SPW* (1981)വിൽ നാലു കത്തുകളായാണ് ഇത് സമാഹരിച്ചിട്ടുള്ളത്. പഴയ പതിപ്പുകളിൽ 3–ാം കത്തായി കൊടുത്തിരുന്ന ഭാഗം "രണ്ടാം കത്തിന്റെ" ഉപസംഹാരമാണെന്നും 5, 6 കത്തുകൾ ഒരൊറ്റ പ്രമേയത്താൽ നിബന്ധിതമായതുകൊണ്ട് ഒരു കത്തായി കാണുന്നതാവും ഉചിതമെന്നുമുള്ള പണ്ഡിതമതത്തിന്റെ അടിസ്ഥാനത്തിലാണ് ഈ മാറ്റം വരുത്തിയിട്ടുള്ളത് – എഡിറ്റർ.
2. *SPW*, V (പേജുകൾ 374–397).
3. *SPW*, V (പേജുകൾ 631–688). SPW അഞ്ചാം വാള്യത്തിൽ സമാഹൃതമായിരിക്കുന്ന *(Notes for a Lecture on Art* (പേജുകൾ 360–373). *Tolstoy and Nature* (പേജുകൾ 559–562), *Karl Marx and Lev Tolstoy* (പേജുകൾ 572–589), *N G Chernyshewsky's Aesthetic Theory* (പേജുകൾ, 222–262) എന്നിവയും ശ്രദ്ധേയമാണ് – എഡിറ്റർ.

യിയുടെ വാദം അവിതർക്കിതം തന്നെ. എന്നാൽ വിചാര-വികാരങ്ങൾ തമ്മിലുണ്ടെന്നു ടോൾസ്റ്റോയി ധരിക്കുന്ന ഈ ദ്വിത്വം അയഥാർഥമാണ്. പ്ലഹനോവ് പറയുന്നു:

> കല മനുഷ്യരുടെ വികാരങ്ങൾ മാത്രമേ പ്രകടിപ്പിക്കൂ എന്ന വാദം ശരിയല്ല. കല വികാരങ്ങൾക്കൊപ്പം വിചാരങ്ങൾക്കും രൂപം നൽകുന്നു. എന്നാൽ കല അവ ആവിഷ്ക്കരിക്കുന്നത് അമൂർത്തമായിട്ടല്ല. സജീവ പ്രതിരൂപങ്ങളിലൂടെയാണെന്നു മാത്രം. കലയെ മറ്റുള്ളവയിൽനിന്ന് വേർതിരിച്ചു കാട്ടുന്ന സവിശേഷതയും ഇതുതന്നെ. സ്വയം അനുഭവിച്ച ഒരു വികാരം മറ്റുള്ളവർക്ക് പകരാനായി തന്നിൽതന്നെ അത് പുനരാവിഷ്കരിച്ച് ചില ബാഹ്യചേഷ്ടകളിലൂടെയും അടയാളങ്ങളിലൂടെയും പ്രകടിപ്പിക്കുമ്പോഴാണ് കലയുടെ ആരംഭം എന്ന് ടോൾസ്റ്റോയി അഭിപ്രായപ്പെടുന്നു. തന്റെ ചുറ്റുപാടുകളുടെ സ്വാധീനത്തിൽ അനുഭവപ്പെടുന്ന വികാരവിചാരങ്ങൾ സ്വയം പുനരാവിഷ്ക്കരിച്ച് വ്യക്തമായ പ്രതിരൂപങ്ങളിലൂടെ അവ പ്രകടിപ്പിക്കുമ്പോഴാണ് കലയുടെ തുടക്കം എന്ന് ഞാൻ വിശ്വസിക്കുന്നു. തന്റെ പുനർവിചാരത്തിനും പുനരനുഭവത്തിനും വിധേയമായ വസ്തുതകളാണ് അയാൾ മറ്റുള്ളവർക്കു പകർന്നുകൊടുക്കുന്നത്. ഭൂരിപക്ഷം സന്ദർഭങ്ങളിലും ഇതാണ് സംഭവിക്കുക എന്ന് എടുത്തുപറയേണ്ടതായിട്ടില്ല. കല ഒരു സാമൂഹിക പ്രതിഭാസമാണ്.

ടോൾസ്റ്റോയിയുടെ *യുദ്ധവും സമാധാനവും* എന്ന ആഖ്യായികയിൽ ഒരിടത്ത് മതബോധത്തെയും കലയെയും കൂട്ടിയിണക്കുന്ന ഒരു പരാമർശമുണ്ട്.

> എന്താണ് നന്മ, എന്താണ് തിന്മ എന്നതിനെക്കുറിച്ച് സമൂഹത്തിലെ സകലമാനപേർക്കും ബാധകമായ ഒരു മതബോധം എല്ലാ സമൂഹത്തിലും എല്ലാ കാലഘട്ടങ്ങളിലും എല്ലായ്പ്പോഴും കാണപ്പെടുന്നു. ഈ മതബോധമാണ് കലയിലൂടെ പകരുന്ന വികാരങ്ങളുടെ മൂല്യനിർണയം നിർവഹിക്കുന്നത്.

ഈ വാദം അംഗീകരിക്കുന്നില്ലെങ്കിലും തികച്ചും പരിഗണനാർഹമായ ഒന്നാണെന്ന് പ്ലഹനോവും സമ്മതിക്കുന്നു. മാനവവികാസ ചരിത്രത്തിൽ കലയ്ക്കുള്ള പങ്കെന്ത് എന്ന പ്രശ്നത്തിലേക്ക് ടോൾസ്റ്റോയിയുടെ പരാമർശം നമ്മെ നയിക്കുന്നു. മതപരമായാലും മറ്റു തരത്തിലുള്ളവയായാലും ചില ആശയങ്ങളാണ് ചരിത്രഗതിയെ നിർണയിക്കുന്നത് എന്ന പൂർവസങ്കൽപ്പമാണ് ടോൾസ്റ്റോയിയുടെ വാദത്തിലുള്ളത്. അദ്ദേഹം തെരഞ്ഞുപിടിച്ചിരിക്കുന്ന നിർണായകാശയം മതത്തിന്റേതാണെന്ന് മാത്രം. മതവിശ്വാസികളല്ലാത്ത ആശയവാദികൾ 'സ്വാതന്ത്ര്യ

വാഞ്ഛ', 'പുരോഗമനേച്ഛ', 'പൂർണതയിലേക്കുള്ള പ്രയാണത്വര' മുതലായ ആശയങ്ങൾ മതബോധത്തിന്റെ സ്ഥാനത്ത് പ്രതിഷ്ഠിക്കുന്നു. 18ാം നൂറ്റാണ്ടിലെ വിപ്ലവകാരികളായിരുന്ന ഫ്രഞ്ച് എൻസൈക്ലോപീഡിസ്റ്റുകളും സെയിന്റ് സിമോൺ, ആഗസ്ത് കോങ്ത് മുതലായവരും ഇത്തരം ആശയവാദത്തിൽനിന്ന് വിമുക്തരായിരുന്നില്ല എന്ന് പ്ലഹനോവ് ചൂണ്ടിക്കാട്ടുന്നു. പ്രാചീന യവനരുടെ സാമൂഹിക വ്യവസ്ഥ അവരുടെ മതവിശ്വാസങ്ങളിലാണ് കെട്ടിപ്പടുത്തിരുന്നത് എന്ന് സെയിന്റ് സിമോൺ പറയുന്നതിനെ പ്രാചീന യവനരുടെ ഭൗതികജീവിതത്തിന്റെ പ്രതിഫലനം മാത്രമായിരുന്നു അവരുടെ വിവിധ മതവിശ്വാസങ്ങൾ എന്ന് പ്ലഹനോവ് തിരുത്തുന്നു. അതുപോലെതന്നെ "ആത്യന്തിക വിശകലനത്തിൽ സാമൂഹിക വ്യവസ്ഥയാകെ നിലകൊള്ളുന്നത്, ഈ അഭിപ്രായഗതികളെ അടിസ്ഥാനപ്പെടുത്തിയാണെന്ന ആഗസ്ത് കോങ്തിന്റെ വാദം ഫ്രഞ്ച് എൻസൈക്ലോപീഡിസ്റ്റുകളുടെ മാറ്റൊലി മാത്ര"മാണെന്ന് അദ്ദേഹം തറപ്പിച്ചു പറയുന്നു.

അസ്തിത്വമാണ് ബോധത്തെ നിർണയിക്കുന്നത് എന്നും നേരെ മറിച്ചല്ല എന്നും ഉള്ള ഭൗതികവാദ നിലപാടിൽ നിന്നാണ് പ്ലഹാനോവിന്റെ തർക്കം. അത് കുറ്റമറ്റതുമാണ്. പ്രഥമവും പ്രധാനവുമായി ഇതാണ് അവസ്ഥയെങ്കിലും ബോധം സാമൂഹികാവസ്ഥയേയും അതിന്റെ ചലനങ്ങളേയും ബാധിക്കുമെന്ന വസ്തുത പ്ലഹനോവ് ഇവിടെ ഊന്നിപ്പറയുന്നില്ല. ചർച്ച പ്രധാനമായും കലയെയും സാഹിത്യത്തെയും കുറിച്ചാകുമ്പോൾ അക്കാര്യംകൂടി എടുത്തുപറയുന്നതായിരുന്നു കൂടുതൽ നന്ന് എന്ന വിമർശനം വേണമെങ്കിൽ ഉന്നയിക്കാം. എന്നാൽ പ്ലഹനോവിന്റെ ശ്രദ്ധ കേന്ദ്രീകരിക്കുന്നത് നഗ്നമായ ആശയവാദാതിപ്രസരത്തെ നേരിടുന്നതിലാണ് എന്നുകൂടി ഓർക്കണം.

ഈ പ്രശ്നത്തിന്റെ തന്നെ തുടർച്ചയായി കുറേക്കൂടി ഗഹനമായ ഒന്നാണ് പ്ലഹനോവിന്റെ ശ്രദ്ധയെ ആകർഷിക്കുന്നത്. മനുഷ്യന്റെ സൗന്ദര്യബോധത്തിന്റെ ഉറവിടമെന്ത്? അതിനെ സ്വാധീനിക്കുന്ന ഘടകങ്ങൾ ഏവ? പക്ഷി–മൃഗാദികളിൽ പരക്കെ കാണപ്പെടുന്ന സൗന്ദര്യബോധത്തിന്റെ തുടർച്ചയാണ് മനുഷ്യനിലും പ്രകടമാകുന്നത് എന്ന ചാൾസ് ഡാർവിന്റെ വാദം പ്ലഹനോവ് വിശദമായി വിശകലനം ചെയ്ത് തിരസ്കരിക്കുന്നു. ആൺ മയിലിന്റെ മനോഹരമായ പീലികളിൽ ആകൃഷ്ടയാകുന്ന മയിൽപ്പേട എല്ലാവർക്കും സുപരിചിതയാണ്. പുംസ്കോകിലത്തിന്റെ ഗാനമാധുരിയിൽ മതിമയങ്ങുന്ന കുയിൽപ്പേടയും അതുപോലുള്ള നിരവധി ഉദാഹരണങ്ങളും *മനുഷ്യാവതാരവും ലൈംഗിക നിർധാരണവും* എന്ന ഡാർവിന്റെ കൃതിയിൽ സുലഭമാണ്. അവയിൽനിന്നെല്ലാം അദ്ദേഹം ചെന്നെത്തുന്ന നിഗമനം സൗന്ദര്യബോധം ഒരു "ബയോളജിക്കൽ ഇൻസ്റ്റിങ്റ്റ്" (ജീവശാസ്ത്രാധിഷ്ഠിതമോ സർവജന്തു സാധാരണമോ ആയ വാസനാവിശേഷം) ആണെന്നത്രേ. പ്ലഹനോവ് ഈ വാദം തിരസ്ക്കരിക്കുകയും മനുഷ്യന്റെ സൗന്ദര്യബോധം സാമൂഹിക

വികാസാധിഷ്ഠിതമാണെന്നു വാദിക്കുകയും ചെയ്യുന്നു. ഇതു സ്ഥാപിക്കാൻ പല തെളിവുകളും നിരത്തുന്ന പ്ലഹനോവ് ഡാർവിന്റെതന്നെ പരാമർശങ്ങളിലെ ചില വൈരുധ്യങ്ങൾ ചൂണ്ടിക്കാട്ടുന്നു. ആഭരണങ്ങളോടും മറ്റ് ശരീരാലങ്കാരങ്ങളോടും പ്രായേണ അപരിഷ്കൃതരായി കരുതപ്പെടുന്ന കാപ്പിരികളുടെയും പരിഷ്കൃതരായി കരുതപ്പെടുന്ന യൂറോപ്യന്മാരുടെയും ഇഷ്ടാനിഷ്ടങ്ങളിൽ ഉള്ള വ്യത്യാസങ്ങളെക്കുറിച്ച് ഡാർവിൻ പരാമർശിക്കുന്നുണ്ട്. ഈ വ്യത്യാസങ്ങൾക്കടിസ്ഥാനം കാപ്പിരികളുടെ അപരിഷ്കൃതത്വവും ഡാർവിന്റെ സഹപൗരന്മാരുടെ പരിഷ്കൃതത്വവും ആണെന്നദ്ദേഹം വാദിക്കുമ്പോൾ വാസ്തവത്തിൽ മനുഷ്യ സൗന്ദര്യബോധത്തെ നിർണയിക്കുന്നതിൽ സാമൂഹിക വികസനത്തിനുള്ള പങ്കിനെ അദ്ദേഹം ഭംഗ്യന്തരേണ അംഗീകരിക്കുകയാണ്. ആഫ്രിക്കക്കാരെയും തെക്കേ അമേരിക്കയിലെ ഗോത്രവർഗക്കാരെയും യൂറോപ്യന്മാരുമായി താരതമ്യപ്പെടുത്തുമ്പോൾ പരിണാമശ്രേണിയിൽ താഴ്ന്ന തലത്തിലാണ് നിലകൊള്ളുന്നതെന്ന ഡാർവിന്റെ സൂചനകൾ പ്ലഹനോവ് അംഗീകരിക്കുന്നില്ല. അവരും യൂറോപ്യന്മാരും ഒരുപോലെ വികാസം പ്രാപിച്ച സമൂഹ മനുഷ്യരാണ്. സാമൂഹികവികാസത്തിന്റെ പല ഘട്ടങ്ങളിലാണവർ നിലകൊള്ളുന്നതെന്ന് സമ്മതിക്കാൻ പ്ലഹനോവിനു വിഷമമില്ല. ആഫ്രിക്കയിലും ലാറ്റിനമേരിക്കയിലും ആദിമവാസികൾ പച്ചകുത്തുന്നതും ചുണ്ടും മറ്റ് അവയവങ്ങളും തുളച്ച് ആഭരണം അണിയുന്നതും വികൃതമെന്ന് ഡാർവിന്റെ നാട്ടുകാർക്ക് തോന്നുന്ന, വലിയ കല്ലുമാലകൾ ധരിക്കുന്നതും മറ്റും അപരിഷ്കൃതമാരുടെ മൃഗീയ പ്രവണതകളായി പുച്ഛിച്ച് തള്ളാനും പ്ലഹനോവിന് മനസില്ല.

അവയ്ക്കെല്ലാം അവരുടെ ജീവസന്ധാരണവുമായി ബന്ധപ്പെട്ട അർഥവും പ്രാധാന്യവും ഉണ്ടെന്ന് പ്ലഹനോവ് ചൂണ്ടിക്കാട്ടുന്നു. പ്രത്യേക ആചാരവിശേഷങ്ങളെയും അലങ്കാരവൈവിധ്യങ്ങളെയും പറ്റി പറയുമ്പോൾ പരിഷ്കൃതരെന്നഭിമാനിക്കുന്ന പടിഞ്ഞാറന്മാരുടെ സമ്പ്രദായങ്ങൾ മറ്റ് പലർക്കും പരിഹാസ്യമായനുഭവപ്പെട്ടുകൂടെന്നില്ല. ഏതായാലും സർവജന്തു സഹജമായ സൗന്ദര്യബോധത്തിന്റെ തുടർച്ചയല്ല മനുഷ്യരുടേത് എന്നു കാണാൻ വിഷമമില്ല. പ്ലഹനോവ് പറയുന്നു:

> മനുഷ്യർക്കും അതുപോലെ മറ്റു ജന്തുക്കൾക്കും സൗന്ദര്യാസ്വാദനവാസനയുണ്ട്. അതായത് ചില വസ്തുക്കളുടെയോ പ്രതിഭാസങ്ങളുടെയോ സ്വാധീനത്തിൽ അവർക്ക് സവിശേഷമായ ആനന്ദാനുഭൂതി ഉണ്ടാകാനുള്ള കഴിവുണ്ട് (സൗന്ദര്യബോധം). എന്നാൽ ഏതുതരം വസ്തുക്കളും പ്രതിഭാസങ്ങളും ആണ് അവർക്ക് ആനന്ദം പകരുവാൻ ഉതകുക എന്നത് അവർ വളരുകയും ജീവിക്കുകയും പ്രവർത്തിക്കുകയും ചെയ്യുന്ന അവസ്ഥാവിശേഷങ്ങളെ ആശ്രയിച്ചിരിക്കുന്നു. മനുഷ്യന് സൗന്ദര്യാഭിരുചിയും സങ്കൽപ്പങ്ങളും ഉണ്ടാകുന്നത് അവന്റെ മനുഷ്യസ്വഭാവം മൂലമാണ്. അവനെ ചൂഴുന്ന സാഹചര്യമാണ് ഈ കഴിവിനെ

യാഥാർത്ഥ്യമായി മാറ്റുന്നത്. ഒരു സമൂഹമനുഷ്യൻ (അതായത് ഒരു പ്രത്യേക സമൂഹം അല്ലെങ്കിൽ ജനത അല്ലെങ്കിൽ വർഗം) ഏതെങ്കിലും സവിശേഷ സൗന്ദര്യാനുഭൂതിയുടെയോ സങ്കൽപ്പത്തിന്റെയോ ഉടമ ആയിരിക്കുന്നത് എന്തുകൊണ്ട്? അതേപോലെ മറ്റേതെങ്കിലും സമൂഹത്തിലോ ജനതയിലോ വർഗത്തിലോ പെട്ട സമൂഹമനുഷ്യന്റെ അഭിരുചി മേൽപ്പറഞ്ഞതിൽനിന്നും എന്തുകൊണ്ടും വ്യത്യസ്തമായിരിക്കുന്നു. അതെല്ലാം അതാത് സാമൂഹിക മനുഷ്യന്റെ ജീവിതസാഹചര്യത്തെ ആശ്രയിച്ച് പ്രകടമാകുന്ന വ്യത്യസ്തതകളാണ്.

മനുഷ്യന്റെ ജീവിതസാഹചര്യം എന്നു പറയുമ്പോൾ അവന്റെ ഉപജീവനമാർഗവും അതിനായി കരുപ്പിടിക്കുന്ന സാമൂഹികവ്യവസ്ഥയും ഉൾപ്പെടും. ഉപജീവനമാർഗങ്ങൾ, അതായത് ഇരതേടാനും ഉൽപ്പാദിപ്പിക്കാനുമുള്ള മാർഗങ്ങൾ മാറുന്നതോടെ–അതായത് വേട്ടക്കാരായി അലയുന്ന സമൂഹം കൃഷിക്കാരായി ഒരിടത്ത് തമ്പടിച്ചു കൂടുമ്പോൾ, അല്ലെങ്കിൽ ഗ്രാമീണ കർഷകരായി കഴിഞ്ഞവർ നഗരങ്ങളിൽ എത്തി പുകക്കുഴലുകൾക്ക് കീഴെ യന്ത്രങ്ങളുമായി മല്ലടിച്ച് പുതിയ ജീവസന്ധാരണത്തിനുള്ള ഉപാധികൾ കണ്ടെത്തുമ്പോൾ–അവരുടെ ജീവിത സാഹചര്യം കീഴ്മേൽ മറിയുകയും പുതിയ സദാചാരനിബന്ധനകളും മൂല്യബോധവും മറ്റും രൂപംകൊള്ളുകയും ചെയ്യുന്നു. ഒരേ സമൂഹത്തിൽ തന്നെ വിവിധ വർഗങ്ങളിൽപ്പെട്ടവർക്ക് വ്യത്യസ്തമായ സൗന്ദര്യബോധാഭിരുചിയും ആചാരക്രമങ്ങളും കൈവരുന്നതിന്റെ ഉദാഹരണങ്ങൾ യൂറോപ്യൻ ചരിത്രത്തിൽനിന്നും പ്ലഹനോവ് ഉദ്ധരിച്ച് ബോധ്യപ്പെടുത്തുന്നു. മനുഷ്യന്റെ കൂട്ടായ അധ്വാനവും അതിന്റെ താളലയങ്ങളും താളലയനിബദ്ധമായ കലാബോധത്തിന് അടിത്തറ പാകുന്നതെങ്ങനെ എന്നും പ്ലഹനോവ് കാണിച്ചുതരുന്നുണ്ട്. തന്റെ പണിയായുധങ്ങളോട് പണിക്കാരന് ഉണ്ടാകുന്ന ആത്മബന്ധം എങ്ങനെയാണ് അതിനനുസൃതമായ രൂപശിൽപ്പബോധം സൃഷ്ടിക്കുന്നതെന്നും പ്ലഹനോവ് പറഞ്ഞു തരുന്നു. ഈ പ്രശ്നങ്ങളിൽ എല്ലാം കഴിഞ്ഞ നൂറ്റാണ്ടിന്റെ അവസാനപാദത്തിലും ഈ നൂറ്റാണ്ടിന്റെ ആരംഭത്തിലും നിലവിലിരുന്ന ആശയവാദത്തെയും വികലധാരണകളെയും തിരുത്താൻ പ്ലഹനോവിന്റെ യുക്തിയുക്തമായ വാദങ്ങളും വിശദീകരണങ്ങളും ഒട്ടൊന്നുമല്ല ഉപകരിച്ചിട്ടുള്ളത്.

ആദിമവാസികളുടെ കലയെക്കുറിച്ച് പ്രതിപാദിക്കുന്ന രണ്ടാമത്തെ കത്തിൽ ഈ കാര്യങ്ങളിലേക്ക് കുറേക്കൂടി ആഴത്തിൽ പ്രവേശിക്കുവാൻ പ്ലഹനോവിന് അവസരം ലഭിക്കുന്നു. സൗന്ദര്യാഭിരുചിയുടെയും കലാവാസനയുടെയും മൂലം തേടുന്നവർക്ക് ആദിമജനതയുടെ ജീവിതാനുഭവങ്ങൾ ഒരു രത്നഖനി ആണ്. തുടർന്ന് ആറാമത്തെ–അവസാന–കത്തുവരെയുള്ള പ്രബന്ധങ്ങളിൽ എല്ലാം ആദിമജനതയുടെ പ്രശ്നങ്ങൾ വീണ്ടും വീണ്ടും പ്ലഹനോവ് പരാമർശിക്കുന്നു. അവരുടെ ആട്ടവും പാട്ടും

ചിത്രവും മുഖംമൂടികളും ഉത്സവങ്ങളും എല്ലാം ക്രാന്തദർശിയായ പ്ലഹനോവിന് കലയുടെ വിശാല ലോകത്തിലേക്കുള്ള ജനാലകൾ ആയിട്ടാണ് അനുഭവപ്പെടുന്നത്. പ്ലഹനോവിനുശേഷം ആദിമജനതയുടെ കലകളെയും ആചാരവിശേഷങ്ങളെയും കുറിച്ച് നരവംശശാസ്ത്രജ്ഞന്മാരും മറ്റും വളരെയേറെ പഠിക്കുകയും എഴുതുകയും ചെയ്തിട്ടുണ്ട്. എന്നാൽ പ്ലഹനോവ് എഴുതുന്ന കാലത്ത് അതൊരു പുതിയ വിഷയമായിരുന്നു. അങ്ങനെ ആദിമ കലാപഠനത്തിൽ (പ്രിമിറ്റീവ് ആർട്ട്) പ്ലഹനോവ് ആദ്യപഥികരിൽപ്പെടുന്നു.

കലയും സാമൂഹ്യജീവിതവും എന്ന പ്ലഹനോവിന്റെ പ്രബന്ധം ഇപ്പോഴും കാലഹരണപ്പെടാത്ത വിലപ്പെട്ട ഒരു കൃതിയാണ്. അതിൽ ആദ്യം പ്ലഹനോവ് എടുക്കുന്ന വിഷയം അദ്ദേഹത്തിന്റെ കാലത്തുതന്നെ, അതായത് മുക്കാൽ നൂറ്റാണ്ടിനുമുമ്പുതന്നെ, അഴിഞ്ഞാടിത്തുടങ്ങിയ 'കല കലയ്ക്കുവേണ്ടി' എന്ന വാദമാണ്. കല കലയ്ക്കുവേണ്ടി, എന്ന വാദം കലയെ യാഥാസ്ഥിതിക വ്യവസ്ഥയ്ക്ക് അടിമപ്പെടുത്താൻ ശ്രമിക്കുന്നവരുടെ മുദ്രാവാക്യം ആയിട്ടാണ് പരിണമിച്ചിരിക്കുന്നത് എന്നതിൽ പ്ലഹനോവിന് സംശയം ഉണ്ടായിരുന്നില്ല. എന്നാൽ അങ്ങനെ അടച്ചാക്ഷേപിച്ചിട്ടും ലാഘവബുദ്ധിയോടെ അദ്ദേഹം പിന്മാറുന്നുമില്ല. കല കലയ്ക്കുവേണ്ടി എന്ന മുദ്രാവാക്യത്തിന്റെ ഉത്ഭവവും ഒരു നൂറ്റാണ്ട് കാലത്തെ നീണ്ട ചരിത്രവും പരിശോധിച്ച് അതിനനുഭവപ്പെട്ട വിധിവൈപരീത്യങ്ങളെ പ്ലഹനോവ് വിലയിരുത്തുന്നു. കഴിഞ്ഞ നൂറ്റാണ്ടാദ്യം ജീവിച്ചിരുന്ന റഷ്യൻ മഹാകവി പുഷ്കിൻ (1782–1856) ആദ്യം കല വിപ്ലവത്തിന് എന്ന ആവേശകരമായ പ്രഖ്യാപനവുമായി രംഗത്തു വന്നശേഷം പിന്നീട് കല കലയ്ക്കുവേണ്ടി എന്ന് വാദിക്കാൻ തുടങ്ങിയതിന്റെ കാരണങ്ങൾ പ്ലഹനോവ് പരിശോധിക്കുന്നു. 1825 ഡിസംബർ 14–ാം തീയതി നടന്ന പരാജയപ്പെട്ട സാറിസ്റ്റ് വിരുദ്ധ കലാപത്തിന്റെ അനുഭാവി ആയിരുന്നു പുഷ്കിൻ. കലാപം പരാജയപ്പെടുകയും ഭീകരമായി മർദനവാഴ്ച ആരംഭിക്കുകയും ചെയ്തതോടെ കവികളും സാഹിത്യകാരന്മാരും എല്ലാം വ്യവസ്ഥാപിതഭരണത്തിന്റെയും മാടമ്പികളുടെയും കുഴലൂത്തുകാരായിക്കൊള്ളണം എന്നു വന്നു. അതിനെതിരായ തലതിരിഞ്ഞ പ്രതിഷേധമായിട്ടാണ് കല കലയ്ക്കുവേണ്ടി എന്ന വാദത്തിലേക്ക് പുഷ്കിൻ വഴുതിപ്പോയത്. അന്നന്ന് വാഴുന്നവരെ വാഴ്ത്തുവാൻ തയാറില്ലാത്ത മറ്റു പല സാഹിത്യകാരന്മാരും കല കലയ്ക്കുവേണ്ടി എന്ന മുദ്രാവാക്യത്തിന്റെ മറവിലാണ് അഭയം തേടിയത്. അങ്ങനെ ഇപ്പോൾ സാമൂഹിക യാഥാസ്ഥിതികരുടെ കൊടിയടയാളമായ ഈ മുദ്രാവാക്യത്തിന്റെ മറ്റൊരു ചിത്രം പ്ലഹനോവ് വരച്ചുകാട്ടുന്നു.

പിൽക്കാലത്ത് പേരെടുത്ത ക്നൂത് ഹാംസൺ എന്ന യാഥാസ്ഥിതിക സാഹിത്യകാരൻ, സോവിയറ്റ് യൂണിയന്റെ പ്രഥമ സാംസ്കാരിക വകുപ്പുമന്ത്രി ആയി ഉയർന്ന ലൂണാ ചാഴ്സ്കി തുടങ്ങിയ പലരേയും പ്ലഹനോവ് പ്രതിക്കൂട്ടിൽ കയറ്റുന്നുണ്ട്. പിൽക്കാലത്ത് വിവാദ വിഷയ

ങ്ങളായ കാൽപ്പനികത, വ്യക്തിവാദം, ആധുനികത, മിസ്റ്റിസിസം മുതലായ പ്രശ്നങ്ങളും ദൂരക്കാഴ്ചയോടെ പ്ലഹനോവ് പരിഗണിക്കുന്നു. സാഹിത്യത്തിലെ മിസ്റ്റിസിസത്തെപ്പറ്റി പ്ലഹനോവ് പറയുന്നു:

> യുക്തിയുടെ ബദ്ധശത്രുവാണ് മിസ്റ്റിസിസം. എന്നാൽ മിസ്റ്റിസിസത്തിന് വഴങ്ങുന്ന ആൾ മാത്രമല്ല യുക്തിയുടെ ശത്രു. ഒരു തെറ്റായ ആശയത്തിനുവേണ്ടി ഏതെങ്കിലും കാരണത്താലോ ഏതെങ്കിലും രൂപത്തിലോ വാദിക്കുന്ന ആളും അത്തരക്കാരനാണ്. തെറ്റായ ഒരാശയം കലാസൃഷ്ടിയുടെ അടിസ്ഥാനമാകുമ്പോൾ, ആ ആശയം അതിന്റെ സൗന്ദര്യാത്മകഗുണത്തെ അനിവാര്യമായും കുറയ്ക്കുന്ന ആന്തരിക വൈരുധ്യങ്ങൾ പകരുന്നു. അടിസ്ഥാനപരമായ ആശയം തെറ്റായതുകൊണ്ട് മോശമായിപ്പോയ ഒരു കലാസൃഷ്ടിയുടെ ഉദാഹരണമെന്ന നിലയ്ക്ക് *രാജ്യകവാടം* എന്ന ക്നൂത് ഹാംസന്റെ നാടകത്തെക്കുറിച്ച് ഞാൻ മുമ്പൊരിക്കൽ പരാമർശിച്ചതാണ്.

ഹാംസൻ പ്ലഹനോവിനുശേഷം രണ്ടാം ലോകമഹായുദ്ധത്തെയും അതിജീവിച്ച ആളാണ് (1859–1952). നോബൽ സമ്മാനിതനായ ഈ നോർവെക്കാരൻ നാസികളുടെ പരസ്യ പ്രചാരകനായി അധഃപതിച്ചതിനും ലോകം സാക്ഷ്യം വഹിച്ചു. *മേൽവിലാസമില്ലാത്ത കത്തുകളിലെ* ആദ്യലേഖനത്തിലെ പ്രമേയമായ "കലയിലെ ആശയം" ഈ പുസ്തകത്തിലും പ്ലഹനോവ് ചർച്ച ചെയ്യുന്നുണ്ട്. അദ്ദേഹം എഴുതുന്നു:

> ആശയങ്ങൾ തീരെ അടങ്ങാത്ത കലാസൃഷ്ടി എന്നൊന്ന് ഇല്ലെന്ന് നേരത്തെ ഞാൻ പറഞ്ഞല്ലോ. എന്നാൽ അതേസമയംതന്നെ ഏതുതരം ആശയത്തിനും കലാസൃഷ്ടികളുടെ അടിത്തറയാകാൻ സാധ്യമല്ലെന്നും ഞാൻ പറഞ്ഞു. മനുഷ്യർ തമ്മിലുള്ള സമ്പർക്കത്തെ സഹായിക്കുന്നതെന്തോ, അതിന് മാത്രമേ കലാകാരന് യഥാർഥമായ പ്രചോദനം ഏകാൻ കഴിയൂ. ഇത്തരം സമ്പർക്കത്തിന്റെ പരിധി നിർണയിക്കുന്നത് കലാകാരനല്ല, അയാൾകൂടി ഉൾപ്പെടുന്ന സമൂഹത്തിന്റെ ഒട്ടാകെയുള്ള സാംസ്കാരിക നിലവാരമാണ്. എന്നാൽ വർഗങ്ങളായി വേർതിരിഞ്ഞിട്ടുള്ള ഒരു സമൂഹത്തിൽ ആ വർഗങ്ങളെയും അതാതു സമയത്ത് അവ ഓരോന്നും എത്തിച്ചേർന്നിട്ടുള്ള വികാസദശയെയും കൂടി ആശ്രയിച്ചിരിക്കുന്ന ഒരു സംഗതിയാണിത്. ബൂർഷ്വാസി വൈദികവും വൈദികേതരവും ആയ കുലീന വർഗത്തിന്റെ നുകത്തിൽനിന്ന് മോചനം നേടാൻ ശ്രമിച്ചുകൊണ്ടിരുന്നപ്പോൾ, അതായത് സ്വയമൊരു വിപ്ലവവർഗം ആയിരുന്നപ്പോൾ, അത് അധ്വാനിക്കുന്ന മുഴുവൻ ബഹുജനങ്ങളുടേയും നേതാവായിരുന്നു. അത് അവരോടൊപ്പം ഒരൊറ്റ മൂന്നാം ശ്രേണി (എസ്റ്റേറ്റ്) ആയി വർധിച്ചു. അക്കാ

ലത്ത് ബൂർഷ്വാസിയുടെ പ്രമുഖരായ പ്രത്യയ ശാസ്ത്രജ്ഞർ വിശേഷാവകാശങ്ങൾ ഉള്ളവരൊഴികെ ബാക്കിയുള്ള മുഴുവൻ രാഷ്ട്രത്തിന്റെയും പ്രത്യയശാസ്ത്രജ്ഞർ കൂടി ആയിരുന്നു. മറ്റൊരു വിധത്തിൽ പറഞ്ഞാൽ ബൂർഷ്വാ വീക്ഷണത്തിലൂടെയുള്ള കലാസൃഷ്ടികൾക്ക് മാധ്യമമായിരുന്ന സമ്പർക്കത്തിന്റെ പരിധികൾ താരതമ്യേന വിപുലമായിരുന്നു. എന്നാൽ ബൂർഷ്വാസിയുടെ താൽപ്പര്യങ്ങൾ അധ്വാനിക്കുന്ന ബഹുജനങ്ങളുടെ ആകെയുള്ള താൽപ്പര്യങ്ങൾ അല്ലാതായപ്പോൾ, വിശേഷിച്ച് അവ തൊഴിലാളി വർഗത്തിന്റെ താൽപ്പര്യങ്ങളുമായി ഏറ്റുമുട്ടിയപ്പോൾ, ഈ സമ്പർക്കത്തിന്റെ പരിധികൾ ഗണ്യമായി ചുരുങ്ങി. തനിക്കു നഷ്ടപ്പെട്ട പണത്തെപ്പറ്റി പാടാൻ ഒരു പിശുക്കന് സാധ്യമല്ലെന്നാണല്ലോ കസ്കിൻ പറഞ്ഞിട്ടുള്ളത്. എന്നാൽ ഇപ്പോൾ ബൂർഷ്വാസിയുടെ മനോഭാവം തന്റെ നിധിയെ ഓർത്ത് വിലപിക്കുന്ന പിശുക്കന്റെ മനോഭാവത്തിന് സദൃശം ആകാൻ തുടങ്ങി..... ഭരണാധികാരിവർഗം അതിന്റെ നാശത്തിന് പരിപക്വം ആകുംതോറും ആ വർഗത്തിന്റെ പ്രത്യയശാസ്ത്രത്തിന് അതിന്റെ നൈസർഗിക മൂല്യം നഷ്ടപ്പെടുന്നു. അതിന്റെ വൈകാരിക അനുഭവത്തിൽനിന്നും ജനിച്ച കല അധഃപതിച്ചുപോകുന്നു.

അങ്ങനെ സാഹിത്യ കലാ ചരിത്രത്തിൽ ബൂർഷ്വാസിക്കുണ്ടായ അഭ്യുന്നതിയുടെയും അപചയത്തിന്റെയും കാര്യകാരണങ്ങൾ പ്ലെഹനോവ് നിരത്തിവയ്ക്കുന്നു. അതുപോലെതന്നെ കാൽപ്പനിക പ്രസ്ഥാനത്തിന്റെ ഉയർച്ചയും താഴ്ചയും ചരിത്രപരമായി പ്ലെഹനോവ് വിശകലനം ചെയ്യുന്നു. കാൽപ്പനികതയ്ക്ക് വെല്ലുവിളിയായി ഉയർന്ന യാഥാർഥ്യ വാദത്തെയും ആ യാഥാർഥ്യവാദ പ്രസ്ഥാനത്തിന്റെ ഭാഗമായി ജനിച്ച് പിന്നീട് വഴിതെറ്റിപ്പോയ എമിലിസോളയുടെ നേട്ടവും കോട്ടവും പ്ലെഹനോവിന്റെ സൂക്ഷ്മദൃഷ്ടി കണ്ടറിയുന്നുണ്ട്.

കലയും സാമൂഹ്യ ജീവിതം എന്ന പ്ലെഹനോവിന്റെ ഒരു കൃതി മാത്രമേ മലയാളത്തിൽ വന്നിട്ടുള്ളൂ. ഗോപാലകൃഷ്ണൻ വിവർത്തനം ചെയ്ത് മോസ്കോവിൽനിന്ന് പ്രസിദ്ധീകരിച്ചതാണത്. (*ചരിത്രത്തിൽ വ്യക്തിക്കുള്ള പങ്ക്* എന്ന ലഘുലേഖയും മലയാളത്തിൽ വന്നിട്ടുണ്ട്. എന്നാൽ അതിൽ സൗന്ദര്യശാസ്ത്രത്തെക്കുറിച്ച് പ്രസക്തമായ പരാമർശങ്ങൾ അധികം ഒന്നുമില്ല.) 18–ാം നൂറ്റാണ്ടിലെ ഫ്രഞ്ച് നാടകസാഹിത്യത്തെയും ചിത്രകലയെയും സംബന്ധിച്ച സുപ്രധാനഗ്രന്ഥം ഇംഗ്ലീഷിൽപോലും അടുത്തയിടെയാണ് വന്നുകണ്ടത്. സാഹിത്യകലാ ചരിത്രപഠനത്തിന് ഗണ്യമായ ഒരു സംഭാവനയാണ് ഇത്. ചിത്രകലയെ സംബന്ധിച്ച മാർക്സിസ്റ്റ് പഠനങ്ങൾ ഇപ്പോഴും ഇംഗ്ലീഷിൽ (മലയാളത്തിലെ കാര്യം പറയണ്ടല്ലോ) വിരളമായിരിക്കെ ഈ ഗ്രന്ഥത്തിന്റെ ക്ലാസിക് പ്രാധാന്യം എടുത്തുപറയേണ്ടതുണ്ട്. സിഡ്നി–ഫിംഗിൾ സ്റ്റൈനിന്റെ *Realism in Art* തുടങ്ങിയ കൈവിരലിൽ എണ്ണാവുന്ന പുസ്തകങ്ങളേ

ഈ വിഷയത്തിൽ നമുക്ക് ലഭിച്ചിട്ടുള്ളൂ. മെക്സിക്കോവിലും ക്യൂബയിലും മറ്റുചില ലാറ്റിനമേരിക്കൻ രാഷ്ട്രങ്ങളിലും പിക്കാസോവിന്റെ ഫ്രാൻസിലും മറ്റും മാർക്സിസ്റ്റ്-തൊഴിലാളിവർഗ ചിത്രകാരന്മാർ ഗണ്യമായ സർഗസംഭാവനകൾ കലയ്ക്ക് നൽകിയിട്ടുണ്ടെങ്കിലും അതു പലതും വേണ്ടത്ര മാർക്സിസ്റ്റ് പഠനത്തിന് വിധേയമായിട്ടില്ല. മെക്സിക്കൻ കമ്യൂണിസ്റ്റ് പാർട്ടിയുടെ സെക്രട്ടറി ആയി സേവനം അനുഷ്ഠിക്കുന്ന സെകിറോസിനെപ്പോലുള്ള യുഗപ്രഭാവന്മാർ ആയ ചിത്രകാരന്മാർക്ക് ആധുനിക തൊഴിലാളിവർഗ പ്രസ്ഥാനം ജന്മം നൽകിയിട്ടുണ്ട്. എന്നാൽ അമൂർത്തകല എന്ന വിശേഷണത്തിൽപ്പെടുത്തി ചിത്രകലാരംഗത്തെ പല പുത്തൻ പരീക്ഷണങ്ങളേയും അപലപിക്കുന്ന ഒരു വാസന ഒരു വിഭാഗം മാർക്സിസ്റ്റ് വിമർശകർക്ക് ഉണ്ടായിരുന്നതായിരിക്കാം ഈ കുറവിനുള്ള ഒരു കാരണം. എന്നാൽ വളരെ നേരത്തെതന്നെ ഈ രംഗത്ത് വിജയകരമായി പ്രവർത്തിച്ച പ്ലഹനോവിന്റെ സംഭാവന അതുകൊണ്ട് സവിശേഷ ശ്രദ്ധയാകർഷിക്കുന്നു. 19-ാം നൂറ്റാണ്ടിന്റെ അവസാനപാദത്തിൽ ഫ്രാൻസിൽ രൂപംകൊണ്ട വിവിധ ചിത്രകലാ പ്രസ്ഥാനങ്ങളിൽ ഗുസ്താവ് കൂർബെ (1819–77) എന്ന പാരീസ് കമ്യൂൺ പോരാളിയും ഉണ്ടായിരുന്നു എന്ന വസ്തുത പലരും വിസ്മരിച്ചു പോകുന്നു. കൂർബെയാണ് ചിത്രകലാരംഗത്ത് യാഥാർത്ഥ്യവാദത്തിന്റെ (Realism) – ഒരു പക്ഷേ, കലാരംഗത്തെതന്നെ യാഥാർത്ഥ്യവാദത്തിന്റെ–സ്ഥാപകൻ. ദേശീയ സ്വഭാവവിശേഷങ്ങൾ ലിഖിത കലയേക്കാൾ കൂടുതൽ ചിത്രകലയിലും പ്രതിമാശിൽപ്പത്തിലും പ്രതിഫലിക്കുന്നതുമൂലം സാർവദേശീയ ചിത്രകലയിൽ അനിവാര്യമായി പ്രകടമാകുന്ന വൈവിധ്യവും സങ്കീർണതയുംകൂടി ഈ അവഗണനയ്ക്ക് വഴിവെച്ചിരിക്കുവാൻ ഇടയുണ്ട്. എന്നാൽ ധനികരുടെ സ്വീകരണമുറിയിലും സാധാരണക്കാരന് അനഭിഗമ്യമായ വിലപിടിച്ച ആൽബങ്ങളിലുംനിന്ന് മെക്സിക്കൻ ചിത്രകാരന്മാർ ചെയ്തതുപോലെ ചിത്രകലയെ തെരുവിലേക്ക് ഇറക്കിക്കൊണ്ടുവന്നേ മതിയാകൂ. അതിനുള്ള യത്നത്തിൽ ഏർപ്പെട്ടിരിക്കുന്ന പുരോഗമന ചിത്രകലാകാരന്മാർക്കും കലാവിദ്യാർഥികൾക്കും ഫ്രഞ്ച് ചിത്രകലയുടെ ഒരു സവിശേഷ ഘട്ടത്തെ സാമൂഹിക-ശാസ്ത്രദൃഷ്ടിയോടെ പരിശോധിക്കുന്ന പ്ലഹനോവിന്റെ കൃതി വിലപ്പെട്ട ഒരു പാഠപുസ്തകമാണ്.

"കല കലയ്ക്കുവേണ്ടി" എന്ന സിദ്ധാന്തത്തെ കഠിനമായി എതിർക്കുന്ന പ്ലഹനോവ് കലാമേന്മ ഉപേക്ഷിച്ചു പാർട്ടി പ്രചാരണമോ മറ്റേതെങ്കിലും വികൃതമായ പ്രചാരവേലയോ കലയിൽ കുത്തിത്തിരുകുന്നതിനെ ശക്തിയായി അപലപിച്ചുവന്നു. മാക്സിം ഗോർക്കിയുടെ പേരുകേട്ട *അമ്മ* എന്ന ആഖ്യായികയിൽപ്പോലും പാർട്ടിപ്രചാരണത്തിന് മുൻതൂക്കം നൽകിയിരുന്നില്ലേയെന്ന് അദ്ദേഹം സംശയിച്ചു. ഇതൽപ്പം അതിർകടന്ന വാദമായിപ്പോയെങ്കിലും കലയുടെ ഉള്ളടക്കത്തിനെന്നപോലെ രൂപസൗഷ്ഠവത്തിനും പ്രാധാന്യം കൊടുക്കണമെന്നത് അദ്ദേഹത്തിന്റെ നിർ

ബന്ധബുദ്ധിക്കുദാഹരണമാണ്. സാഹിത്യനിരൂപകനായിരുന്ന പ്ലഹ നോവ് തികഞ്ഞ ഒരു സഹൃദയൻകൂടിയായിരുന്നു എന്നതു വ്യക്തം.

ചരിത്രപരമായ ഭൗതികവാദത്തിന്റെ അടിസ്ഥാനത്തിൽ മാർക്സി യൻ സൗന്ദര്യശാസ്ത്രസൗധം കെട്ടിപ്പടുക്കുന്നതിന് അവിസ്മരണീയ മായ സംഭാവനകൾ നൽകിയ ഗ്യേർഗി പ്ലഹനോവിന് രാഷ്ട്രീയത്തിലെ ന്നതുപോലെ സൗന്ദര്യശാസ്ത്രസിദ്ധാന്തത്തിലും ചില പാകപ്പിഴകൾ വന്നുപോയിട്ടുണ്ട്. ഒരുഭാഗത്ത് യാന്ത്രിക ഭൗതികവാദത്തിന്റെയെന്നതു പോലെ മറുഭാഗത്ത് ആശയവാദത്തിന്റെയും ആത്മനിഷ്ഠയുടെയും സ്വാധീനം പ്ലഹനോവിന്റെ ചില പരാമർശങ്ങളെ വികലമാക്കി. 19 ാം നൂറ്റാണ്ടിലെ പ്രാങ് മാർക്സിസ്റ്റ് വിപ്ലവചിന്തകരായിരുന്ന വി ജി ബലിൻസ്കി (1811–1848), എൻ ജി ചെർണിഷെവ്സ്കി (1828–1898), എൻ എദ് ബ്രൊല്യുബോവ് (1836–1861) മുതലായവരുടെ പാരമ്പര്യം വിമർശ നാത്മകമായി ഉപയോഗപ്പെടുത്തിയ പ്ലഹനോവ് ചിലപ്പോൾ അവരുടെ പരിമിതികളിലേക്ക് സ്വയം വീണുപോവുകയും ചിലപ്പോൾ അവരുടെ ശരിയായ സമീപനങ്ങളെ ഖണ്ഡിക്കുകയും ചെയ്തു.

“നിങ്ങൾക്ക് നിങ്ങളുടേതായ കവിതയുണ്ടാകണം; നിങ്ങളുടേതായ പാട്ടും പദ്യവുമെല്ലാം, അവയിലാണ് നിങ്ങളുടെ സ്വന്തം ദുഃഖവും പ്രത്യാ ശകളും പ്രതീക്ഷകളും കണ്ടെത്തേണ്ടതെ”ന്ന്[1] തൊഴിലാളിവർഗത്തെ അഭിസംബോധന ചെയ്ത് വ്യക്തമായി പ്രസ്താവിച്ച പ്ലഹനോവ് വിജ്ഞാനോദ്ദീപനത്തിനായി കലയും സാഹിത്യവും പ്രയോജനപ്പെട ണം എന്നു പറഞ്ഞ ചെർണിഷെവ്സ്കിയെ വിമർശിച്ചത് ശരിയായില്ല എന്ന പക്ഷക്കാരുണ്ട്. ‘ജന്മസിദ്ധമായ കലാവാസന’ എന്ന സിദ്ധാന്തം ആവിഷ്കരിക്കുമ്പോൾ ഇമ്മാനുവൽ കാന്തിന്റെ ആശയവാദ നില പാടിലേക്ക് അദ്ദേഹം വഴുതുന്നില്ലേ എന്നു സംശയിക്കുന്നവരും ഉണ്ട്. പക്ഷിമൃഗാദികളുടെ സൗന്ദര്യബോധത്തിന്റെ തുടർച്ചയാണ് അവ യിൽനിന്നും പരിണാമം പ്രാപിച്ച മനുഷ്യന്റെ സൗന്ദര്യബോധവും എന്ന ചാൾസ് ഡാർവിന്റെ വാദമുഖങ്ങളോട് ആഭിമുഖ്യം പ്രകടിപ്പിക്കുമ്പോൾ പരിണാമപ്രക്രിയയിൽ മനുഷ്യന്റെ സവിശേഷസ്ഥാനം പ്ലഹനോവ് മറ ക്കുന്നു. മനുഷ്യപരിണാമത്തിൽ സാമൂഹികാധ്വാനത്തിനുള്ള പങ്കും പരി ണാമപ്രക്രിയയിൽ മനുഷ്യന്റെ ആവിർഭാവം ഗുണപരമായ എടുത്തു ചാട്ടമാണെന്ന വസ്തുതയും വേണ്ടത്ര കാണാതെ യാന്ത്രിക ഭൗതിക വാദത്തിന് പ്ലഹനോവ് അടിമയായിപ്പോകുന്നില്ലേ എന്നും പിൽക്കാല മാർക്സിസ്റ്റ് ചിന്തകർ സംശയിക്കുന്നു.

ഈ കുറവുകളൊക്കെ ചൂണ്ടിക്കാണിക്കാനുണ്ടെങ്കിലും മാർക്സിസ്റ്റ് സൗന്ദര്യശാസ്ത്രപുരോഗതിയിൽ പ്ലഹനോവിനുള്ള അനുപമമായ പ്രാമാ ണ്യം ആരും നിഷേധിക്കുമെന്ന് തോന്നുന്നില്ല.

മേൽപ്പറഞ്ഞ മൂവരുടെ ഘട്ടംകഴിഞ്ഞ് മാർക്സിസ്റ്റു സൗന്ദര്യശാ സ്ത്രവികാസത്തിന്റെ മൂന്നാം ഘട്ടത്തിലേക്ക് പ്രവേശിക്കുമ്പോഴും മൂന്നു

1. *കലയും സാമൂഹ്യജീവിതവും SPW* V, പേജുകൾ 631–687.

പേരുടെ പേരുകളാണ് മുന്തിനിൽക്കുന്നത്: വി ഐ ലെനിൻ (1870–1924), മാക്സിംഗോർക്കി (1868–1936), എ വി ലുനാചാഴ്സ്കി (1873–1933).

ഇവരിൽ പ്രഥമ സോഷ്യലിസ്റ്റ് രാഷ്ട്രത്തിന്റെ സ്ഥാപകനായ ലെനിൻ, മാർക്സും എംഗൽസും കഴിഞ്ഞാൽ മാർക്സിസത്തിന്റെ സിദ്ധാന്തത്തിലും പ്രഥമഗണനീയനാണെന്ന് പറയേണ്ടതില്ലല്ലോ. മാക്സിംഗോർക്കിയാകട്ടെ, ഇതുവരെ നാം ചർച്ചചെയ്തവരിൽനിന്നെല്ലാം ഒരർഥത്തിൽ വ്യത്യസ്തനുമാണ്. പ്രഥമവും പ്രധാനവുമായി അദ്ദേഹം വിശ്വപ്രശസ്തനായ ഒരു സാഹിത്യകാരൻ കൂടിയായിരുന്നു. സാഹിത്യവിമർശനപരവും സൈദ്ധാന്തികവുമായ അദ്ദേഹത്തിന്റെ കൃതികൾ മൊത്തം കൃതികളുടെ വളരെ ചെറിയ ഒരംശമേ ആകുന്നുള്ളൂതാനും – ഏതാനും പ്രഭാഷണങ്ങൾ, പ്രബന്ധങ്ങൾ, കുറിപ്പുകൾ അത്രമാത്രം. എങ്കിലും അവ മാർക്സിസ്റ്റ് സൗന്ദര്യശാസ്ത്രവികാസത്തിൽ ശ്രദ്ധേയമായ സംഭാവനകൾ നൽകുന്നുണ്ട്. പ്രാങ്വിപ്ലവകാലത്തുതന്നെ പ്രതിഭാശാലിയായ മാർക്സിസ്റ്റു നിരൂപകനും ചിന്തകനും പ്രക്ഷോഭകനും എന്ന് പേരുനേടിയ ലുനാചാഴ്സ്കി സോവിയറ്റു യൂണിയന്റെ പ്രഥമവിദ്യാഭ്യാസ ജനകീയ കമ്മിസാറു (മന്ത്രി)മായിരുന്നു. ലെനിന്റെ ഉത്തമസുഹൃത്തായിരുന്ന ലുനാചാഴ്സ്കി ലെനിനുമായി സൈദ്ധാന്തികരംഗത്ത് ഇണങ്ങിയും പിണങ്ങിയും ചരിത്രം സൃഷ്ടിച്ച ചിന്തകനാണ്.

ഒളിവിലും തെളിവിലും വെളിനാട്ടിലുമായി അത്യന്തം തിരക്കേറിയ വിപ്ലവപ്രവർത്തനത്തിനിടയിലും പ്രഥമ സോഷ്യലിസ്റ്റു രാഷ്ട്രത്തിന്റെ മുഖ്യ ഭരണാധികാരിയായി അവരോധിക്കപ്പെട്ടതിനുശേഷവും സാഹിത്യകലാദികളിലുള്ള താൽപ്പര്യം അൽപ്പംപോലും ഊനംകൂടാതെ ലെനിൻ തുടർന്നുവന്നു. മരണശയ്യയിൽ പതിച്ചതിനുശേഷവും ഉത്തമസാഹിത്യകൃതികൾ വായിച്ചുകേൾക്കാൻ അദ്ദേഹം ആവശ്യപ്പെടുമായിരുന്നു. അവസാനകാലത്തെ ഒരനുഭവം ഭാര്യ ക്രൂപ്സ്കായ ഇങ്ങനെ രേഖപ്പെടുത്തുന്നു:

> മരിക്കുന്നതിന് രണ്ടുദിവസം മുമ്പ്, വൈകീട്ട്, ഞാൻ അദ്ദേഹത്തിന് ജാക്ക്ലണ്ടന്റെ കഥകൾ വായിച്ചുകൊടുത്തു. ആ പുസ്തകം ഇപ്പോഴും അവിടെയിരിപ്പുണ്ട്, ആ മുറിയിലെ മേശമേൽ. അതിന്റെ പേർ *ജീവിതപ്രേമം* (*Love for Life*) – കരുത്തേറിയ ഒരു കഥ. വിശപ്പിൽ നീറിമരിക്കുന്ന ഒരു രോഗി. ഒരൊറ്റ ജീവിയെപ്പോലും കാണാനില്ലാത്ത ഒരു വിസ്തൃത ഹിമഭൂമിയിൽക്കൂടി അയാൾ ഇഴഞ്ഞുനീങ്ങുകയാണ്. അടുത്തുള്ള വലിയ ഒരു നദിയിലേക്കയാൾ നിരങ്ങിയെത്തുന്നു. നിരങ്ങുന്തോറും അവശേഷിച്ച ഊർജവും ഊറിപ്പോകുന്നു. എങ്കിലും അയാൾ സർവശക്തിയും സംഭരിച്ച് ഇഴഞ്ഞുനീങ്ങുന്നു. അയാളോടൊപ്പം അയാളെപ്പോലെതന്നെ വിശന്നു വലഞ്ഞ് പുറകെ ഇഴഞ്ഞെത്താൻ പാടുപെടുന്ന ഒരു ചെന്നായയുമുണ്ട്. അവസാനം ആ മത്സരത്തിൽ മനുഷ്യൻതന്നെ

ജയിച്ചു. പകുതി ബോധംകെട്ടും പകുതി മരിച്ചും അയാൾ ലക്ഷ്യത്തിലെത്തി. ഇലീച്ചിന് ആ കഥ വളരെ ഇഷ്ടമായി. പിറ്റേദിവസം അതേ പുസ്തകത്തിലെ മറ്റൊരു കഥ വായിച്ചു കേൾപ്പിക്കുവാൻ ആവശ്യപ്പെട്ടു. പക്ഷേ, ജാക്ക്ലണ്ടന്റെ കഥകൾ ചിലത് ഉത്തമങ്ങളാണെങ്കിൽ മറ്റുചിലവ ദുർബലങ്ങളാണ്. നേരത്തെ പറഞ്ഞ കഥയിൽനിന്നും തികച്ചും വ്യത്യസ്തമായ ഒന്നായിരുന്നു ഇത്. ബൂർഷ്വാ സദാചാരപരതയെ പ്രകീർത്തിക്കുന്ന ഒരു കഥ. ധാന്യം നിറച്ച കപ്പലിന്റെ ഉടമയോട് ധാന്യം ആദായത്തിന് വിട്ടുകൊടുക്കാമെന്ന് കപ്പിത്താൻ വാഗ്ദാനം ചെയ്യുന്നു. ആ വാഗ്ദാനനിർവഹണത്തിനായി അയാൾ സ്വന്തം ജീവിതംതന്നെ ആഹൂതി ചെയ്തു. ഇലീച്ച് പരിഹസിച്ചു ചിരിച്ചുകളഞ്ഞു. പുറംകൈകൊണ്ട് 'വേണ്ട, വേണ്ട' എന്ന് ആംഗ്യം കാട്ടി.[1]

അങ്ങനെ അന്ത്യദിവസങ്ങൾവരെ സാഹിത്യാദി കലകളിൽ താൽപ്പര്യം പ്രകടിപ്പിച്ചുപോന്ന ലെനിൻ പല റഷ്യൻ കലാകാരന്മാരേയും കലാവിമർശകന്മാരേയുംകുറിച്ച് എഴുതുകയും ചെയ്തിട്ടുണ്ട്. ഹെർസൻ, ബലിൻസ്കി, ചെർണിഷെവ്സ്കി, എൻ എദ് ബ്രെല്യുബോവ്, സാൽടികോവ്-ഷെഡ്റീൻ, തുർഗനീവ്, ലിയോ ടോൾസ്റ്റോയ് തുടങ്ങിയവരെല്ലാം ലെനിന്റെ പഠനത്തിനും ലേഖനങ്ങൾക്കും വിഷയമായി.[2] അതിൽ ടോൾസ്റ്റോയിയുടെ മരണത്തെത്തുടർന്നെഴുതിയ വിലയിരുത്തൽ പ്രത്യേകം ശ്രദ്ധയാകർഷിക്കുന്നു. പ്രത്യേക ചില സാഹചര്യങ്ങളിൽ പ്രത്യേക ചില തത്വങ്ങൾ ഊന്നിപ്പറയുവാനുദ്ദേശിച്ചുകൊണ്ട് 1905 ൽ ലെനിൻ എഴുതിയ *പാർട്ടി സംഘടനയും പാർട്ടിസാഹിത്യവും*[3] എന്ന ലേഖനത്തിലെ ചില പരാമർശങ്ങളെ–പ്രത്യേകിച്ചും സാഹിത്യത്തിന്റെ കക്ഷിപക്ഷപാതത്തെ–എടുത്തുപിടിച്ച് ലെനിനെ സാഹിത്യവിമർശനത്തിലെ 'സെക്ടേറിയനാ'ക്കി ചിത്രീകരിക്കാൻ ചില ശ്രമങ്ങൾ ചിലർ നടത്തിവരുന്നുണ്ട്. ഈ വാദം തികച്ചും നിരർഥകമാണെന്ന് ടോൾസ്റ്റോയിയെ വസ്തുനിഷ്ഠമായി വിലയിരുത്തി, അദ്ദേഹത്തിന്റെ കൃതികളെ റഷ്യൻവിപ്ലവത്തിന്റെ കണ്ണാടിയെന്ന് വിശേഷിപ്പിക്കുന്ന ലേഖനം[4] തെളിയിക്കുന്നു.

1. *Reminiscences of Lenin by His Relatives* (Moscow, Progress Publishers, 1956) പേജുകൾ 206–7.
2. ലെനിന്റെ കലയെയും സാഹിത്യത്തെയും സംബന്ധിക്കുന്ന ലേഖനങ്ങളും പരാമർശങ്ങളും *Lenin On Literature and Art* (Moscow : Progress Publishers, 1967) എന്ന കൃതിയിൽ സമാഹരിക്കപ്പെട്ടിട്ടുണ്ട് – എഡിറ്റർ.
3. V I Lenin : *Collected Works* (Moscow, Progress Publishers, 1972 edn) വാല്യം X, പേജുകൾ : 44–49. (ഇനി : *LCW*).
4. Leo Tolstoy as Mirror of the Russion Revolution *LCW,* XV, പേജുകൾ, 202–209. L N Tolstoy (*LCW,* XVI പേജുകൾ 323–327); L N Tolstoy and the Modern Labour Movement (*LCW,* XVI, പേജുകൾ 330–32), Leo Tolstoy and his Epoch (*LCW,* XVII, പേജുകൾ 49–53) എന്നിവയും ഇവിടെ സംഗതമാണ്–എഡിറ്റർ.

ടോൾസ്റ്റോയി ആത്മനിഷ്ഠമായി എന്തൊക്കെ വിപ്ലവവിരുദ്ധാശയങ്ങൾ വച്ചുപുലർത്തിയിരുന്നാലും അദ്ദേഹത്തിന്റെ കൃതികൾ ആ പരിമിതിയെ മുറിച്ചുകടക്കുന്നതെങ്ങനെയെന്നു വിവരിക്കുന്ന ലേഖനം മാർക്സിസ്റ്റു സാഹിത്യവിമർശനത്തിലെ ഒരു ക്ലാസിക് രേഖയാണ്. യാഥാസ്ഥിതിക നായിരുന്ന ബാൽസാക്കിന്റെ വസ്തുനിഷ്ഠമായ റിയലിസ്റ്റിക് കൃതികളെ പ്രകീർത്തിച്ച മാർക്സിന്റെയും എംഗൽസിന്റെയും പാരമ്പര്യം മുറുകെ പ്പിടിച്ചുകൊണ്ടാണ് ലെനിൻ ടോൾസ്റ്റോയിയെ പ്രകീർത്തിച്ചതും.

മാക്സിം ഗോർക്കിയുടെ കൃതികളെ ഖണ്ഡനപരമായും മണ്ഡന പരമായും നിരൂപണം ചെയ്ത് അദ്ദേഹത്തിനു മാർഗനിദർശനം നൽകാ നും ലെനിൻ യത്നിച്ചു.[1] തന്റെ സാഹിത്യപരിശ്രമങ്ങളിൽ ലെനിന്റെ സഹായം എത്ര വിലപ്പെട്ടതായിരുന്നുവെന്ന് ഗോർക്കി പിൽക്കാലത്തു സമ്മതിച്ചിട്ടുണ്ട്.

ലൂനാചാഴ്സ്കിയാകട്ടെ, റഷ്യൻ എഴുത്തുകാരെയെന്നപോലെ പല മറുനാടൻ സാഹിത്യകാരന്മാരെയും വിമർശനവിഷയമാക്കിയിട്ടുണ്ട്. ബേക്കൺ, ഷേക്സ്പിയർ, ജൊനാതൻ സ്വിഫ്റ്റ്, ഹെന്രിക് ഹൈനെ, മാർസൽ പ്രൗസ്റ്റ്, ബർണാഡ്ഷാ തുടങ്ങിയ പലരെയുംകുറിച്ചുള്ള ലൂനാ ചാഴ്സ്കിയുടെ കുറിപ്പുകളും ലേഖനങ്ങളും മാർക്സിസ്റ്റു നിരൂപണ രംഗത്തിന് ആഴം എന്നതുപോലെ പരപ്പും നൽകി.

1928 ൽ 'മാർക്സിസ്റ്റു നിരൂപണപ്രശ്നങ്ങൾ സംബന്ധിച്ച തീസി സുകൾ' എന്ന പേരിൽ ലൂനാചാഴ്സ്കി എഴുതിയ രേഖ സോഷ്യലിസ്റ്റു വിപ്ലവം വിജയിച്ച് നിർമാണപ്രവർത്തനങ്ങളിലേക്കു നീങ്ങിയ ഒരു രാഷ്ട്ര ത്തിന്റെ കലാ സാഹിത്യ മാനദണ്ഡങ്ങൾ അവതരിപ്പിക്കുന്നു. അവയിൽ ചില പരാമർശങ്ങൾക്ക് കാലഹരണദോഷം ഉണ്ട്. മറ്റു ചിലവയാകട്ടെ സോഷ്യലിസ്റ്റു വിപ്ലവം വിജയിച്ച രാഷ്ട്രങ്ങൾക്കേ ബാധകമാകൂ. എങ്കി ലും ഈ പരിമിതികൾ കണക്കിലെടുത്തുകഴിഞ്ഞാൽ എല്ലാ രാഷ്ട്ര ങ്ങൾക്കും കലാസാഹിത്യ ശാഖകൾക്കും പ്രസക്തമായ സിദ്ധാന്തങ്ങൾ അവയിൽ ഉൾക്കൊള്ളുന്നുണ്ടെന്നുകാണാം. അതുപോലെതന്നെ *ചെർണിഷെവ്സ്കിയുടെ ധർമശാസ്ത്രവും സൗന്ദര്യശാസ്ത്രവും : ഒരു സമകാലിക വിലയിരുത്തൽ* എന്ന ലൂനാചാഴ്സ്കിയുടെ പ്രബന്ധവും വളരെ പ്രാധാന്യമർഹിക്കുന്നു.

സ്വന്തമായി സർഗാത്മകകൃതികൾ രചിക്കുന്നതോടെ മറ്റു സാഹി ത്യകാരന്മാർക്ക് മാർഗനിർദേശം നൽകാനും മറ്റു കൃതികളെ വിലയിരു ത്താനും ഗോർക്കി മനസിരുത്തി. ടോൾസ്റ്റോയ്, സ്റ്റെഫാൻസ്വെയ്ഗ്, എച്ച് ജി വെൽസ്, റൊമാങ് റൊളാങ്, ലെനിൻ, സ്റ്റാലിൻ, ഷൊളൊഖോവ്,

1. ഗോർക്കിയെക്കുറിച്ചുള്ള പരാമർശങ്ങളും ഗോർക്കിക്ക് എഴുതിയ കത്തുകളും *LCW* വാല്യങ്ങളിൽ സമാഹരിച്ചിട്ടുണ്ട്. *The Bourgeois Press Fable About the Expulsion of Gorky (LCW,* XVI, പേജ് 106), February 25, 1908 *(LCW,* XIII, പേജുകൾ : 448 –54) November 13 (14?) 1913 (*LCW* വാല്യം 35–പേജുകൾ 121–24) എന്നീ തീയതി കളിൽ എഴുതിയ കത്തുകളും പ്രത്യേകിച്ചും പ്രസക്തമാണ് – എഡിറ്റർ.

മയക്കോവ്സ്കി മുതലായവരുമായുള്ള ഗോർക്കിയുടെ എഴുത്തു കുത്തുകളിലും അദ്ദേഹത്തിന്റെ സാഹിത്യകലാദർശനങ്ങൾ ചർച്ചാവിഷയമായിട്ടുണ്ട്. 1934 ൽ ചേർന്ന സോവിയറ്റ് എഴുത്തുകാരുടെ ഒന്നാംകോൺഗ്രസിൽ ഗോർക്കി ചെയ്ത അദ്ധ്യക്ഷപ്രസംഗം മാർക്സിസ്റ്റു കലാസിദ്ധാന്തത്തിന് വലിയൊരു മുതൽക്കൂട്ടാണ്. വിപ്ലവത്തിനുശേഷം 1930–32 വരെ പ്രവർത്തിച്ചിരുന്ന നിരവധി സോവിയറ്റുസാഹിത്യസംഘടനകൾ–പ്രത്യേകിച്ചും അവയിലേറ്റവും വലിയ സംഘടനയായിരുന്ന തൊഴിലാളിവർഗ സാഹിത്യസംഘടന (RAPP) – വരുത്തിയ യാന്ത്രികവാദപരവും അരാജകവാദപരവും സെക്ടേറിയനും ആയ തെറ്റുകൾ മനസിൽ വെച്ചുകൊണ്ടാണ് ഗോർക്കി പ്രസംഗം തയാറാക്കിയത് എന്ന് 1920 കളിലെ സോവിയറ്റു സാഹിത്യപുരോഗതി നിരീക്ഷിക്കുന്നവർക്ക് ബോധ്യമാവും. അവയോടൊപ്പം ലിയോൺ ട്രോത്സ്കിയുടെ *സാഹിത്യവും വിപ്ലവവും* എന്ന കൃതിയെയും നിരർഥകമായ ചില വിതണ്ഡവാദങ്ങളെയും പ്രത്യേകം പേരെടുത്തു പറയാതെ ഗോർക്കി ഖണ്ഡിക്കുന്നുണ്ട്.

മൂന്നാം ഘട്ടത്തിന്റെ ഉത്തരാർധത്തിൽ രൂപംകൊണ്ടതാണ് സുപ്രസിദ്ധമായ 'സോഷ്യലിസ്റ്റ് റിയലിസം' എന്ന വിപ്ലവസാഹിത്യസിദ്ധാന്തം. അതിന്റെ ഉന്നതനായ വ്യാഖ്യാതാവും പ്രയോക്താവുമായിട്ടാണ് ഗോർക്കി അറിയപ്പെടുന്നത്.

വാസ്തവം പറഞ്ഞാൽ അങ്ങനെയൊരു സിദ്ധാന്തം ആരെങ്കിലും കണ്ടുപിടിച്ചതിനുശേഷം അതിനനുസരിച്ച് എഴുതിക്കൊള്ളണമെന്ന് ആർക്കും ഉത്തരവുകൊടുക്കുകയല്ല ഉണ്ടായത്. 1910 ാമാണ്ടോടുകൂടി– അതിനു തൊട്ടുമുമ്പും പിമ്പുമായി–റിയലിസ്റ്റ് സാഹിത്യരംഗത്ത് ഒരു പുത്തൻപ്രവണത പ്രത്യക്ഷപ്പെട്ടു. അനീതിയും ചൂഷണവും നിറഞ്ഞ സാമൂഹികവ്യവസ്ഥയെ അതേപ്രകാരം സത്യസന്ധമായി ചിത്രീകരിച്ചാൽമാത്രം പോരെന്നും അതിൽനിന്നും കൂടുതൽ നീതിയുക്തമായ സാമൂഹികവ്യവസ്ഥയിലേക്കുള്ള നീക്കത്തെയും സാധ്യതയെയുംകൂടി സൂചിപ്പിക്കണമെന്നുമാണ് ഈ പുതിയ വീക്ഷണക്കാരുടെ പക്ഷം. റഷ്യയിലെ ഗോർക്കി, അമേരിക്കയിലെ അപ്തൺ സിംക്ലെയർ, റോബർട്ട് റസൽ മുതലായ ഏതാനും പ്രതിഭാശാലികളാണ് മുതലാളിത്തവ്യവസ്ഥയെ കഠിനമായി വിമർശിക്കുന്നതോടൊപ്പം പുതിയ സോഷ്യലിസ്റ്റു വ്യവസ്ഥയ്ക്കായുള്ള പരിശ്രമങ്ങളെക്കൂടി ചിത്രീകരിക്കുന്ന നോവലുകളും കഥകളും രചിക്കാൻ തുടങ്ങിയത്. അതോടുകൂടി ബൽസാക്ക്, സ്റ്റെന്താൾ, മിസിസ് ഗാസ്കൽ, ഡിക്കൻസ് മുതലായവരെ 'വിമർശനാത്മകയഥാതഥ വാദികൾ' (ക്രിട്ടിക്കൽ റിയലിസ്റ്റ്സ്) എന്നു വ്യവഹരിക്കാൻ തുടങ്ങി. വിപ്ലവാനന്തരറഷ്യയിൽ ഈ സോഷ്യലിസ്റ്റ്റിയലിസ്റ്റ് പ്രവണതയുടെ പ്രയോക്താക്കൾ ഏറിയേറി വന്നു – ഷൊളൊഖോവ്, മയക്കോവ്സ്കി, ഓസ്ത്രോവ്സ്കി, ഫെദെൽ മുതലായവർ.

ഒരു സാഹിത്യകലാസിദ്ധാന്തമെന്ന നിലയിൽ സോഷ്യലിസ്റ്റ് റിയലിസത്തിന് അംഗീകാരം നൽകിയ മഹായോഗമായിരുന്നു 1934 ലെ

സോവിയറ്റ് എഴുത്തുകാരുടെ ഒന്നാം കോൺഗ്രസ്. അതോടുകൂടി മാർക്സിസ്റ്റ് സൗന്ദര്യശാസ്ത്രത്തിന് പ്രായപൂർത്തി എത്തി എന്ന് സമർഥിക്കാം.

1934 നുശേഷം മാർക്സിസ്റ്റ് സൗന്ദര്യശാസ്ത്രം വളരെയേറെ വളർന്നു. 1930 കളിൽത്തന്നെ ലൂക്കാച്ച്, ഗ്രാംഷി, ബ്രഹ്ത്, ഫോക്സ്, കാഡ്വൽ, ബെൻജമിൻ തുടങ്ങിയവർ യൂറോപ്പിലും മൗ, ലൂഷുൻ, കമോജൊ തുടങ്ങിയവർ ചൈനയിലും ലോർക്ക, നെരൂദ തുടങ്ങിയവർ സ്പാനിഷ് രാഷ്ട്രങ്ങളിലും ഒരു പുതിയ നാലാം ഘട്ടത്തിന്റെ വിത്തു പാകിക്കഴിഞ്ഞിരുന്നു.

2

മറ്റു യൂറോപ്യൻ രാഷ്ട്രങ്ങളെ അപേക്ഷിച്ച് ബ്രിട്ടൻ വളരെ കുറച്ചേ മാർക്സിസ്റ്റ് ചിന്തയുടെ വളർച്ചയ്ക്ക് സംഭാവന ചെയ്തിട്ടുള്ളൂ എന്ന ധാരണ എങ്ങനെയോ പരന്നിട്ടുണ്ട്. ദീർഘകാലം മാർക്സും എംഗൽസും ബ്രിട്ടനിൽ താമസിച്ചാണ് അവരുടെ മഹദ്ഗ്രന്ഥങ്ങൾ എഴുതിയതും ലോകതൊഴിലാളിവർഗ വിപ്ലവപ്രസ്ഥാനത്തിന് നേതൃത്വം നൽകിയതും. എങ്കിലും മാർക്സിസം ബ്രിട്ടീഷ് ചിന്തയിലോ, ജീവിതത്തിലോ വേണ്ടത്ര–ജർമനി, ഇറ്റലി, ഫ്രാൻസ് തുടങ്ങിയ രാജ്യങ്ങളിലെന്നപോലെ–വേരോടിയില്ലെന്ന വിമർശനം പലരും ഉന്നയിക്കാറുണ്ട്. വ്യവസായവൽക്കരണത്തിനും ട്രേഡ്യൂണിയനിസത്തിനും സാമ്പത്തിക ശാസ്ത്രസിദ്ധാന്തങ്ങൾക്കും മറ്റുമെന്നപോലെ ആധുനിക സാമ്രാജ്യത്വത്തിന്റെ സൃഷ്ടിയായ 'തൊഴിലാളി പ്രഭു' (labour aristocracy) വർഗത്തിന്റെ അരങ്ങേറ്റത്തിനും ആദ്യം സാക്ഷ്യം വഹിച്ചത് ബ്രിട്ടനാണ്. സ്വാഭാവികമെന്നോണം 'ഫാബിയനിസം' എന്ന പേരിൽ മിതവാദ സോഷ്യലിസം തൊഴിലാളി പ്രസ്ഥാനത്തെ വിഴുങ്ങിയതും ആദ്യം ബ്രിട്ടനിലാണ്. ഇക്കാരണങ്ങളാൽ ബ്രിട്ടീഷ് തൊഴിലാളി സംഘടനകളിലെന്നല്ല സർവകലാശാല വൃത്തങ്ങളിലും മാർക്സിസം ഒട്ടൊക്കെ അസ്പൃശ്യമായി കരുതിപ്പോന്നു. 1930 കളിൽ തൊഴിലാളിവർഗ പ്രസ്ഥാനത്തിലും 1960 കളുടെ മധ്യത്തോടെ ബ്രിട്ടീഷ് സർവകലാശാലകളിലും മാർക്സിസത്തിന്റെ പുതിയ മുന്നേറ്റങ്ങൾ തുടങ്ങിയെന്നത് അവിതർക്കിതമാണ്. എങ്കിലും ബ്രിട്ടനിലെ അംഗീകൃത, അതായത് എസ്റ്റാബ്ലിഷ്മെന്റുമായി ബന്ധപ്പെട്ട, ചിന്താപദ്ധതികളിൽ മാർക്സിസം പ്രായേണ അവഗണിക്കപ്പെട്ടുവന്നു. പ്രൊഫ. ജൊവാൻ റോബിൻസൻ ചൂണ്ടിക്കാട്ടിയപോലെ,[1] ഒരു ശരാശരി ഉശിരൻ ട്രേഡ് യൂണിയൻ പ്രവർത്തകനറിയാവുന്ന പതിവുകാര്യങ്ങൾപോലും 'കണ്ടുപിടിക്കാൻ' പതിറ്റാണ്ടുകൾ ഗവേഷണം നടത്തി ജീവിതം തുലയ്ക്കുന്ന അക്കാദമീഷ്യന്മാർ ബ്രിട്ടനിൽ വിരളമല്ല. ചിലപ്പോൾ അവർ മാർക്സിസ്റ്റ് സങ്കൽപ്പങ്ങൾ അതേപടി മോഷ്ടിച്ചശേഷം

1. *An Essay on Marxism Economics* (London, Allen and Unwin).

മാർക്സിനെയും എംഗൽസിനെയും ഏതെങ്കിലും ഒരു അടിക്കുറിപ്പിൽ ഒതുക്കി തള്ളുകയും ചെയ്യാറുണ്ട്.

ഈ വസ്തുതകളൊക്കെ ശരിയെങ്കിലും മാർക്സിസ്റ്റ് ചിന്തയുടെ ഉത്ഭവത്തിലും വികാസത്തിലും ബ്രിട്ടൻ വഹിച്ച പങ്ക് നിസ്സാരമല്ല. മാർക്സിസത്തിന്റെ മൂന്ന് ഉറവിടങ്ങളായി ലെനിൻ ചൂണ്ടിക്കാട്ടുന്നത് ജർമൻ ക്ലാസിക്കൽ ദർശനവും ഫ്രഞ്ച് സോഷ്യലിസവും ബ്രിട്ടീഷ് അർഥശാസ്ത്രവുമാണ് – ആദംസ്മിത്ത്, റിക്കാർഡോ തുടങ്ങിയവർ അടിത്തറ പാകിയ ബ്രിട്ടീഷ് അർഥശാസ്ത്രം. അതുപോലെതന്നെ 1840 കളിൽ ബ്രിട്ടീഷ് തൊഴിലാളിവർഗം വളർത്തിയെടുത്ത ഐതിഹാസികമായ 'ചാർട്ടിസ്റ്റ്' പ്രസ്ഥാനം വിശ്വവിപ്ലവ പ്രസ്ഥാനത്തിന്റെ വികാസത്തിലും മാർക്സിന്റെ ചിന്തയിലും വഹിച്ച പങ്ക് ഗണനീയമാണ്. 19 ാം നൂറ്റാണ്ടിന്റെ ആദ്യപകുതിയിലെ ബ്രിട്ടീഷ് തൊഴിലാളിവർഗത്തിന്റെ സാമ്പത്തിക സാമൂഹികവ്യവസ്ഥിതിയെക്കുറിച്ച് എംഗൽസ് ഒരു പ്രാമാണിക ഗ്രന്ഥം എഴുതിയതും ആകസ്മികമായിരുന്നില്ല. രജനീപാംദത്ത് (*ചരിത്രം, രാഷ്ട്രമീമാംസ*), മോറിസ് റോബ് (*അർഥശാസ്ത്രം*), മോറിസ് കോൺഫോർത്ത്, ജോൺലെവിസ് (*ദർശനം*), ഗോർഡൻ ചൈൽഡ് (*പുരാവസ്തു ഗവേഷണം),* എറിക് ഹോബ്സ്ബോം, ക്രിസ്തഫർ ഹിൽ, അലൻമോർട്ടൻ (*ചരിത്രം*), ജെ ഡി ബർണാൽ, ജോസഫ് നീഡ്ഹാം (*ശാസ്ത്രം*) തുടങ്ങി ഡസൻകണക്കിന് മാർക്സിസ്റ്റു പ്രതിഭാശാലികൾ ബ്രിട്ടന്റെ ആദ്യകാല വിപ്ലവചിന്താപാരമ്പര്യം ഉൾക്കൊള്ളുകയും ഈ നൂറ്റാണ്ടിൽ ഉജ്ജ്വലമായ സംഭാവനകൾ നൽകി പരിപോഷിപ്പിക്കുകയും ചെയ്തു. ബ്രിട്ടനിലെ മാർക്സിസ്റ്റു രാഷ്ട്രീയപ്രസ്ഥാനത്തിന്റെ ദൗർബല്യത്തിന്റെ പേരിൽ ഈ വിപ്ലവപ്രതിഭകൾ ലോകത്തിനു നൽകിയ മഹനീയസംഭാവന മറച്ചുവെക്കാൻ കഴിയില്ല.

ഇതുപോലെതന്നെയാണ് ബ്രിട്ടീഷ് മാർക്സിസ്റ്റു സൗന്ദര്യശാസ്ത്രത്തിന്റെ പുരോഗതിയും. നീണ്ട ഇടവേളകളോടുകൂടിയാണെങ്കിലും ഇടയ്ക്കിടെയായി ബ്രിട്ടനിൽ ഉയർന്നുവന്ന മാർക്സിസ്റ്റു സൗന്ദര്യശാസ്ത്രത്തിന്റെ ആവിഷ്കർത്താക്കളെ ലോകത്തിനവഗണിക്കാൻ കഴിയില്ല.

ബ്രിട്ടീഷ് മാർക്സിസ്റ്റു സൗന്ദര്യശാസ്ത്രജ്ഞന്മാരുടെ ആദ്യപഥികനായി അംഗീകരിക്കപ്പെടുന്നത് കഴിഞ്ഞ നൂറ്റാണ്ടിന്റെ ഉത്തരാർധത്തിൽ പ്രശസ്തനായിത്തീർന്ന വില്യം മോറിസ് (1834–96) ആണ്. മോറിസ് സോഷ്യലിസ്റ്റ് പ്രക്ഷോഭകനും ഗ്രന്ഥകർത്താവും മാത്രമായിരുന്നില്ല. സ്വയം അദ്ദേഹം ഒരു കലാകാരനും ആയിരുന്നു. *News from Nowhere* എന്ന മോറിസിന്റെ നോവലിനെ തോമസ് മൂറിന്റെ *ഉട്ടോപ്യ*, ബേക്കന്റെ *അറ്റ്ലാന്റിസ്,* ഓവന്റെ *ന്യൂ ലാനാർക്ക്* എന്നിവയുമായി താരതമ്യപ്പെടുത്താറുണ്ട്. ഭാവിസോഷ്യലിസ്റ്റു സമൂഹത്തെക്കുറിച്ചുള്ള പ്രതീക്ഷകളുടെയും സ്വപ്നങ്ങളുടെയും വാങ്മയ ചിത്രമായ ഈ നോവലും ഹൃദയഹാരിയായ കവിതകളും മോറിസിന് ഇംഗ്ലീഷ് സാഹിത്യചരിത്രത്തിൽ നേടിക്കൊടുത്ത സ്ഥാനം ബൂർഷ്വാ ചരിത്രകാരന്മാർപോലും അവഗണിക്കുകയില്ല.

ചിത്രകാരനും ഡിസൈനറും എന്ന നിലയിൽ മോറിസ് 19–ാം നൂറ്റാണ്ടിലെ മറ്റു കലാകാരന്മാരിൽനിന്ന് തികച്ചും വേറിട്ടുനിൽക്കുന്നു. ബ്രിട്ടീഷ് മുതലാളിത്ത സംസ്കാരം സൃഷ്ടിച്ച ആഴംകുറഞ്ഞ സ്വാഭാവിക (നാചറലിസ്റ്റ്) ചിത്രങ്ങളെ മോറിസ് വെറുത്തു. നാടോടിശൈലിയും നാടോടി രൂപകൽപ്പനയും പുനരുദ്ധരിച്ച് ചിത്രകലയിൽ ലാളിത്യത്തിന്റെയും സൗന്ദര്യത്തിന്റെയും പുതിയ മാനങ്ങൾ പുനഃസ്ഥാപിക്കാനാണ് അദ്ദേഹം ശ്രമിച്ചത്. മാർക്സിന്റെ മകൾ എലീനറും അവരുടെ ഭർത്താവ് എഡ്വേഡ് അവ്‌ലിങ്ങുമായി ചേർന്ന് 1884 ൽ സോഷ്യലിസ്റ്റ് ലീഗ് സ്ഥാപിക്കാൻ മുൻകൈ എടുത്ത മോറിസ്, മുതലാളിത്തം ജീവിതത്തെ മാത്രമല്ല കലയേയും വ്യാപാരവൽക്കരിച്ച് ദുഷിപ്പിച്ചതായി വിശ്വസിച്ചു. കരകൗശലത്തിൽ പ്രഗത്ഭനായിരുന്ന മോറിസ് ജീവിതത്തിന്റെ സകല സാമഗ്രികളിലും കലയുടെ സാധ്യത കണ്ടെത്തി. അദ്ദേഹം എഴുതി:

> ഒരു സോഷ്യലിസ്റ്റിനെ സംബന്ധിച്ചിടത്തോളം മനുഷ്യൻ സൃഷ്ടിക്കുന്ന എന്തിനും അതിനൊരു രൂപമുണ്ടെങ്കിൽ, അതൊന്നുകിൽ കലാസൃഷ്ടിയായിരിക്കും അല്ലെങ്കിൽ കലാ കൊലപാതകമായിരിക്കും–വീട്, കത്തി, കോപ്പ, ആവിയന്ത്രം തുടങ്ങിയ എന്തും. എന്നാൽ ഒരു കമേഴ്സിയലിസ്റ്റ് (വ്യവസായി–വ്യാപാരി) സൃഷ്ടികളെ രണ്ടായി തിരിക്കുന്നു. എല്ലാം വിപണിയിൽ വിൽക്കാനുള്ളതാണ്. ചിലത് കലാസൃഷ്ടികളായി മുദ്രകുത്തപ്പെടും; മറ്റുചിലവ കലാമേന്മ അവകാശപ്പെടാത്ത ഉപയോഗസാധനങ്ങളായും.[1]

ജീവിതത്തെയും ജീവിതോപയോഗ സാമഗ്രികളെയും ആകെ കലയുമായി ബന്ധിപ്പിക്കുന്ന സർവാംഗീണവും സമഗ്രവുമായ ഒരു വീക്ഷണമാണ് മോറിസിന്റേത്. മുതലാളിത്തവും അതിന്റെ നഗരവൽക്കരണവും വ്യവസായ വ്യാപാരപ്രവർത്തനങ്ങളും കലാസൗന്ദര്യത്തെ മാരകമായി ബാധിക്കുന്ന നശീകരണശക്തികളായി മോറിസ് കരുതി. സമൂഹത്തിന്റെ ആദ്യകാലത്തെ സമഗ്രകലാവീക്ഷണം, വർഗസമൂഹത്തിന്റെ, പ്രത്യേകിച്ചും വർഗവ്യത്യാസം പൂർണമായിത്തീർന്ന മുതലാളിത്തയുഗത്തിന്റെ ഉത്ഭവത്തോടെ വികൃതമാക്കപ്പെട്ടു എന്ന് അദ്ദേഹം വിശ്വസിച്ചു.

ഈ വിലയിരുത്തലിൽ ശരിയുടെ അംശങ്ങൾ മുന്തിനിൽക്കുന്നുണ്ടെങ്കിലും റസ്കിന്റേയും മറ്റും പുരാതന സുവർണയുഗ സങ്കൽപ്പത്തിലേക്കും സാങ്കൽപ്പിക സോഷ്യലിസത്തിന്റെ (ഉട്ടോപ്യനിസം) മിനുത്ത വഴുവഴുപ്പൻ തലങ്ങളിലേക്കും വഴുതിവീഴുന്നതിന്റെ പ്രവണതകൾ ദൃശ്യമാണെന്ന് ആധുനിക മാർക്സിസ്റ്റ് വിമർശകർ ചൂണ്ടിക്കാട്ടുന്നു. എങ്കിലും മുതലാളിത്തയുഗത്തിലെ കലയുടെ അപചയത്തെ അതിസമർഥമായി വെളിപ്പെടുത്തുകയും പൗരാണിക ജനകീയ കലയുടെ മഹനീയ വശ

1. *Morris on Art* (London, Lawrence and Wishart).

ങ്ങളെ പുനഃസ്ഥാപിക്കുകയും ചെയ്ത മോറിസിന്റെ സംഭാവന അവഗ ണിക്കാവുന്നതല്ല. (ഇന്ത്യയിലെ ജാമിനി റോയ്, നന്ദലാൽ ബോസ്, മെക്സിക്കോയിലെ റിവേറാ, ഒറസ്കോ, സെക്വീറോസ് മുതലായവരുടെ രചനകളെ അനുസ്മരിപ്പിക്കുന്ന മോറിസിന്റെ ചിത്രവേലകൾ മുതലാ ളിത്ത യാന്ത്രികയുഗത്തിലെ കലാപൈതൃകങ്ങളോടുള്ള ശക്തമായ വെല്ലുവിളിയായിരുന്നു.)

മോറിസിന്റെ സംഭാവനകളിൽ ഉൾച്ചേർന്നിട്ടുള്ള ദാർശനിക ദൗർബ ല്യങ്ങളാലാവാം അവയ്ക്കുശേഷം വളരെക്കാലത്തോളം മാർക്സിസ്റ്റു സൗന്ദര്യശാസ്ത്രം ബ്രിട്ടനിൽ ഗണ്യമായ വളർച്ചയ്ക്ക് വിധേയമാവാ തിരുന്നത്. മോറിസിനുശേഷം മൂന്നുനാലു പതിറ്റാണ്ടുകാലത്ത് ബ്രിട്ടീഷ് സാഹിത്യത്തിലെ സോഷ്യലിസ്റ്റ് പ്രവണതയുടെ പ്രമുഖ വക്താക്കൾ ബർണാഡ്ഷായെപ്പോലുള്ള പ്രതിഭാശാലികളായ ഫാബിയന്മാരും മാർക്സിസ്റ്റിതര പുരോഗമനവാദികളുമായിരുന്നു.

സോവിയറ്റ് സോഷ്യലിസ്റ്റ് പരീക്ഷണത്തിന്റെ ഐതിഹാസികമായ വിജയം ഒരു ഭാഗത്തും ഫാസിസത്തിന്റേയും നാസിസത്തിന്റേയും കാട്ടാ ളത്തം മറുഭാഗത്തുമായി അണിനിരന്നതോടെ ഉദയംകൊണ്ട ഒരു പുതു യുഗമാണ് 1930 കളിൽ മറ്റു യൂറോപ്യൻ രാഷ്ട്രങ്ങളിലെന്നപോലെ ബ്രിട്ട നിലും ഉദ്ഘാടനം ചെയ്യപ്പെട്ടത്. വടക്കേ അമേരിക്കയിലും ഇന്ത്യയിലും ചൈനയിലും ലാറ്റിനമേരിക്കയിലുമെല്ലാം ഇതിന്റെ കരുത്തുറ്റ അലകൾ ആഞ്ഞടിക്കുകയുണ്ടായി.

കമ്യൂണിസ്റ്റ് ഇന്റർനാഷണൽ ആവിഷ്ക്കരിച്ച ഫാസിസ്റ്റ് വിരുദ്ധ ജനകീയമുന്നണിനയവും ഫ്രാൻസിൽ ഫാസിസ്റ്റ് വിരുദ്ധ ജനകീയമുന്ന ണിയുടെ അധികാര പ്രാപ്തിയും സ്പെയ്നിലെ ആഭ്യന്തരയുദ്ധവും 1934 ൽ ഗോർക്കിയുടെ നേതൃത്വത്തിൽ ചേർന്ന ഒന്നാം സോവിയറ്റ് സാഹിത്യ കോൺഗ്രസുമെല്ലാം ബ്രിട്ടനിലും ദൂരവ്യാപകമായ പ്രതികരണങ്ങളുണ്ടാ ക്കി. സ്റ്റീഫൻ സ്പെൻഡർ, ഡബ്ല്യു എച്ച് ഓഡൻ മുതലായ കവികളും ചില പ്രശസ്ത നോവലെഴുത്തുകാരും കമ്യൂണിസത്തിലേക്ക് ചാഞ്ഞു. ജോൺ സ്ട്രാച്ചിയെപ്പോലുള്ള ലേബർ പാർട്ടിനേതാക്കൾ സ്വയം മാർക് സിസ്റ്റുകാരായി പ്രഖ്യാപിച്ചു. വിക്തർ ഗാളാങ്സ് ലെഫ് ബുക്ക്ലബ്വഴി മാർക്സിസ്റ്റ് പുസ്തകങ്ങൾ പ്രസിദ്ധീകരിക്കാൻ ആരംഭിച്ചതോടെ ഔദ്യോഗിക കമ്യൂണിസ്റ്റ് പ്രസിദ്ധീകരണങ്ങൾക്ക് കിട്ടാതിരുന്ന ഒരു പരി വേഷം മാർക്സിസ്റ്റ് സാഹിത്യത്തിന് ലഭിച്ചുതുടങ്ങി. അത് അവയുടെ പ്രചാരം വർധിപ്പിക്കുകയും ചെയ്തു.

ഈ കാലഘട്ടം സംഭാവന ചെയ്ത രണ്ടു പ്രതിഭാശാലികളാണ് കമ്യൂണിസ്റ്റുപാർട്ടി അംഗങ്ങളായിരുന്ന ക്രിസ്റ്റഫർ കാഡ്വെല്ലും റാൾഫ് ഫോക്സും. ഇരുവരും സ്പാനിഷ് ആഭ്യന്തരയുദ്ധത്തിൽ ഇന്റർനാഷ ണൽ ബ്രിഗേഡിൽ ചേർന്ന് ജനാധിപത്യത്തിനും സോഷ്യലിസത്തിനും വേണ്ടി പടവെട്ടി ചെറുപ്പത്തിലേ (1936) രക്തസാക്ഷികളാവുകയും ചെയ്തു. ഡേവിഡ് ഗസ്റ്റിനെപ്പോലെ മറ്റുപല മാർക്സിസ്റ്റ് ചിന്തകരും

സ്പെയ്നിന്റെ മണ്ണിൽ ഫാസിസത്തിനെതിരെ പോരാടി മരിച്ചുവെങ്കിലും സൗന്ദര്യശാസ്ത്രചിന്തയെ സംബന്ധിച്ചിടത്തോളം കാഡ്വെല്ലിനും ഫോക്സിനും മാത്രമേ പ്രസക്തിയുള്ളൂ.

നോവലുകളും ശാസ്ത്രദർശനഗ്രന്ഥങ്ങളും (*ക്രൈസിസ് ഇൻ ഫിസിക്സ്*) കാഡ്വെൽ എഴുതിയിട്ടുണ്ട്. മാർക്സിയൻ സൗന്ദര്യശാസ്ത്ര ചിന്തയ്ക്ക് കാഡ്വെല്ലിന്റെ സംഭാവന പ്രധാനമായും മൂന്നു ഗ്രന്ഥങ്ങളാണ്. *മിഥ്യയും യാഥാർഥ്യവും (Ilusion and Reality)* എന്നതാണ് ഏറ്റവും പ്രധാനം. *മരിച്ചുകൊണ്ടിരിക്കുന്ന ഒരു സംസ്കാരത്തെപ്പറ്റിയുള്ള പഠനങ്ങൾ (Studies in a Dying Culture), മരിച്ചുകൊണ്ടിരിക്കുന്ന ഒരു സംസ്കാരത്തെപ്പറ്റി കുറെക്കൂടി പഠനങ്ങൾ (Further Studies in a Dying Culture)*[1] എന്നിവയാണ് മറ്റു രണ്ടു പ്രധാന കൃതികൾ.

കവിതയുടെ ഉത്ഭവത്തെ തേടി ആദിമ സമൂഹത്തിലും നാടോടി സാഹിത്യപാരമ്പര്യത്തിലും അധ്വാനമേഖലകളിലും ഉജ്വലപ്രകാശം വീശുന്ന കാഡ്വെല്ലിന്റെ *മിഥ്യയും യാഥാർഥ്യവും* ജെ ബി എസ് ഹാൽഡെയ്ന്റെ ഭാഷയിൽ ആശയങ്ങളുടെ രത്നഖനിയാണ്. കവിതയുടെ മർമത്തെയും ധർമത്തെയും വ്യക്തമാക്കുന്ന കാഡ്വെല്ലിന്റെ പഠനങ്ങൾ ഗഹനവും മൗലികവുമാണ്. പിൽക്കാല ചിന്തകർ അതിലെ ചില ആശയങ്ങളെ ചോദ്യം ചെയ്തിട്ടുണ്ടെങ്കിലും വിശ്വകാവ്യസമീക്ഷയിൽ കാഡ്വെല്ലിന്റെ അനുപമമായ സ്ഥാനം അവിതർക്കിതമാണ്. ഈ പ്രാമാണിക ഗ്രന്ഥത്തിൽ ആവിഷ്ക്കരിച്ചിട്ടുള്ള ആശയങ്ങൾ ചില പ്രത്യേക സാഹിത്യനായകരുടെയും ചിന്തകരുടെയും കൃതികളെ വിലയിരുത്താൻ മറ്റു രണ്ടു ഗ്രന്ഥങ്ങളിലായി കാഡ്വെൽ ശ്രമിച്ചിരിക്കുന്നു. ബർണാഡ്ഷാ, ഫ്രോയിഡ്, വെൽസ് മുതലായ ഗ്രന്ഥകാരന്മാരെയും സ്വാതന്ത്ര്യം മുതലായ സങ്കൽപ്പങ്ങളെയും അനിതരസാധാരണമായ നിരീക്ഷണകൗശലത്തോടെ ആ പഠനപരമ്പരയിൽ വിലയിരുത്തുന്നു.

റാൾഫ് ഫോക്സ് ധാരാളം പ്രബന്ധങ്ങളും ലേഖനങ്ങളും എഴുതിയിട്ടുണ്ടെങ്കിലും അദ്ദേഹത്തിന്റെ പ്രാമാണികഗ്രന്ഥം *നോവലും ജനങ്ങളും* (*Novel and the People*) ആണ്. വ്യവസായ വിപ്ലവവും അതിന്റെ സന്തതിയായ ബൂർഷ്വാജനാധിപത്യവിപ്ലവവും സംഭാവന ചെയ്ത, അവയോടുകൂടി രൂപംകൊണ്ട, സാമൂഹ്യ–രാഷ്ട്രീയ–സാമ്പത്തിക വ്യവസ്ഥയുടെ സവിശേഷ സന്തതിയായിട്ടാണ് ഫോക്സ് നോവൽ എന്ന സാഹിത്യപ്രസ്ഥാനത്തെ കാണുന്നത്. വ്യവസായ ജനാധിപത്യയുഗത്തിന്റെ മൂല്യവ്യവസ്ഥയ്ക്കും ആവശ്യങ്ങൾക്കും എത്രയും അനുയോജ്യമായ നോവൽ എന്ന കലാമാധ്യമത്തിന് ബൂർഷ്വാ ജനാധിപത്യയുഗത്തിന്റെ ജീർണതയോടെ സംഭവിച്ച പരിണാമങ്ങളും പുതിയ സോഷ്യലിസ്റ്റു വ്യവസ്ഥയിൽ അതിനുള്ള പുതിയ സാധ്യതകളും ഫോക്സ് വിവരിക്കുന്നു. ഫോക്സിന്റെ നോവൽസാഹിത്യചിന്തകൾ ഇപ്പോഴും കാലഹ

1. *Romance and Realism* എന്ന ഒരു കൃതികൂടി എഴുപതുകളിൽ പ്രസിദ്ധീകരിക്കപ്പെട്ടിട്ടുണ്ട്.

രണപ്പെട്ടിട്ടില്ലെന്ന് മാത്രമല്ല തുടർന്ന് നോവലിനെക്കുറിച്ചുള്ള മാർക്സിസ്റ്റ്–മാർക്സിസ്റ്റിതര ചിന്തകരുടെ പഠനങ്ങളും അതേവഴിക്കുതന്നെയാണ് പുരോഗമിച്ചിട്ടുള്ളത്.

രണ്ടാംലോകമഹായുദ്ധത്തിന് (1939–1945) ശേഷം ബ്രിട്ടനിലെ മാർക്സിസ്റ്റു സൗന്ദര്യശാസ്ത്രചിന്തയ്ക്ക് ആഴവും പരപ്പും വർധിച്ചു. സോവിയറ്റ് യൂണിയൻ, ചൈന തുടങ്ങിയ സോഷ്യലിസ്റ്റുരാഷ്ട്രങ്ങളിലെ ചിന്തകൾക്കു പുറമേ അമേരിക്കയിലെയും മുതലാളിത്തയൂറോപ്പിലെയും മാർക്സിസ്റ്റുചിന്തകൾ സ്വാഭാവികമായി ബ്രിട്ടീഷ് സൗന്ദര്യശാസ്ത്രചിന്തകൾക്ക് പുതിയ മാനങ്ങൾ നൽകി. ഗ്രാംഷി (ഇറ്റലി), അൽത്തൂസർ (ഫ്രാൻസ്), ലൂക്കാച്ച് (ഹംഗറി), ഫിഷർ (ആസ്ത്രിയ), ബ്രഹ്ത് (ജർമനി), ലൂഷുൻ (ചൈന) മുതലായവരുടെ കൃതികൾ ബ്രിട്ടീഷ് മാർക്സിസ്റ്റുപ്രസ്ഥാനത്തിലും സർവകലാശാലാ കേന്ദ്രങ്ങളിലും അലകളിളക്കി. അഡ്നേക്കർ, ഫിങ്കിൾസ്റ്റൈൻ, ഫോണർ, ബാക്സാൻഡാൾ മുതലായ അമേരിക്കൻ ചിന്തകരുടെ പുസ്തകങ്ങൾ ബ്രിട്ടനിൽ പുനഃപ്രസിദ്ധീകരിക്കപ്പെടുകയോ വിപുലമായി വിറ്റഴിക്കപ്പെടുകയോ ചെയ്തു. ഇവയെല്ലാമായി ബന്ധപ്പെടുത്താതെ ബ്രിട്ടീഷ് സൗന്ദര്യശാസ്ത്രത്തിന്റെ അനന്തരഘട്ടങ്ങളിലെ വികസനത്തെപ്പറ്റി പരാമർശിക്കാൻ കഴിയില്ല. അതിനിവിടെ തുനിയുന്നില്ല. യുദ്ധാനന്തരകാലത്തെ ബ്രിട്ടീഷ് മാർക്സിസ്റ്റു സാഹിത്യനിരൂപണത്തിന്റെയും സൗന്ദര്യശാസ്ത്ര ചിന്തയുടെയും അന്തർധാരയുടെ മൗലികത, വൈരുധ്യങ്ങൾ, ശക്തിദൗർബല്യങ്ങൾ എന്നിവയും ഈ ലേഖനത്തിൽ വിശദമാക്കുന്നില്ല. ചില ശ്രദ്ധേയരായ നിരൂപകരെ പേരുപറഞ്ഞു പരിചയപ്പെടുത്തുക മാത്രം ചെയ്യാം.

ബ്രിട്ടീഷ് മാർക്സിസ്റ്റ് സൗന്ദര്യശാസ്ത്രജ്ഞന്മാരെയും സാഹിത്യനിരൂപകരെയും പൊതുവെ മൂന്നായി തരംതിരിക്കാം. ബ്രിട്ടീഷ് കമ്യൂണിസ്റ്റ് പാർട്ടിയിലെ അംഗങ്ങൾ, മുൻപാർട്ടി അംഗങ്ങളും പുതിയവരും ചേർന്ന പുത്തൻ ഇടതുപക്ഷം, പാർട്ടിബന്ധം ഇല്ലാതെ നിൽക്കുന്ന ഒറ്റയാന്മാർ.

എറിക് ഹോബ്സ്ബോം, ക്രിസ്തഫർ ഹിൽ, ആർനോൾഡ് കെറ്റിൽ, ജോർജ് തോംസൺ, ഇ പി തോംസൺ തുടങ്ങിയവർ പാർട്ടിയംഗങ്ങൾ എന്ന നിലയിലാണ് അവരുടെ പൊതുജീവിതത്തിലും ബൗദ്ധികമണ്ഡലത്തിലും പ്രശസ്തി നേടിയത്. എന്നാൽ ഇ പി തോംസൺ 1956 ൽ 'ഹംഗറി സംഭവ'ത്തിനുശേഷം പാർട്ടിവിട്ട് പുത്തൻ ഇടതുപക്ഷത്തിന്റെ വക്താവായി. പുത്തൻ ഇടതുപക്ഷത്തിന്റെ അനൗദ്യോഗിക മുഖപത്രത്തിന്റെ പത്രാധിപരായ പെരി ആൻഡേഴ്സനാണ് മറ്റൊരു ശ്രദ്ധേയൻ. ജോർജ് തോംസനാകട്ടെ ചൈനാക്കാര്യത്തിൽ ഔദ്യോഗികപാർട്ടിയോടു വിടപറഞ്ഞു. വിക്തർ കെയിർണാൻ, ഡേവിഡ് ക്രെയ്ഗ് തുടങ്ങിയ ചിലരാകട്ടെ പുത്തൻ ഇടതുപക്ഷത്തിലോ ചൈനീസ് അനുകൂലപക്ഷത്തിലോ ചേരാതെ, സി പി ജി ബിയുമായി (കമ്യൂണിസ്റ്റു പാർട്ടി ഓഫ് ഗ്രേറ്റ് ബ്രിട്ടൻ) ഒരുതരം ശിഥിലബന്ധം തുടർന്നുപോന്നു.

ടെറി ഈഗിൾടൺ അക്കാദമീയതലത്തിൽ ഓക്സ്ഫോർഡ് മുതലായ സർവകലാശാലകളുമായി ബന്ധപ്പെട്ട് സ്വതന്ത്രനായി പ്രവർത്തിക്കുന്നു. ഹോബ്സ്ബോമും ഹില്ലും കെറ്റിലും പാർട്ടിയംഗങ്ങളാണെങ്കിലും അവർ സർവകലാശാലപ്രൊഫസർമാരാണ്. റയ്മണ്ട് വില്യംസിന്റേത് മറ്റൊരു കഥയാണ്. ഒരു തൊഴിലാളികുടുംബത്തിൽ പിറന്ന അദ്ദേഹത്തിന് സാധാരണതരത്തിലുള്ള സർവകലാശാലാ യോഗ്യതകളില്ല. ലേബർ പാർട്ടിയുമായി റയ്മണ്ടും അച്ഛനും നേരത്തെ ബന്ധപ്പെട്ടിരുന്നു. അറുപതടുക്കുന്നതുവരെ സ്വയം മാർക്സിസ്റ്റ് എന്നു വിശേഷിപ്പിക്കാൻപോലും റയ്മണ്ട് മടിച്ചിരുന്നു. എന്നാൽ 1977–ലെ *സാഹിത്യവും മാർക്സിസവും* എന്ന പുസ്തകത്തോടുകൂടി അദ്ദേഹം ആ വിശേഷണം സ്വീകരിച്ചു. തന്റെ അതുവരെയുള്ള സാഹിത്യഗവേഷണപ്രവർത്തനങ്ങൾ മാർക്സിസത്തിലേക്കുള്ള ക്രമേണയുള്ള പുരോഗതിയായിരുന്നു എന്നദ്ദേഹത്തിന് ബോധ്യപ്പെട്ടു. പുത്തൻ ഇടതുപക്ഷം എന്നു വിശേഷിപ്പിക്കപ്പെടുന്ന വിവിധതരക്കാരും നിറക്കാരുമായി ബന്ധമുണ്ടെങ്കിലും "സാംസ്കാരികഭൗതികവാദം" (cultural materialism) എന്ന ഒരു സവിശേഷ മാർക്സിസ്റ്റ് ഉപവകുപ്പിന്റെ ആവിഷ്കർത്താവായിട്ടറിയപ്പെടാനാണ് റയ്മണ്ട് വില്യംസ് ആഗ്രഹിക്കുന്നത്.

ഇപ്പറഞ്ഞ പേരുകൾകൊണ്ട് ബ്രിട്ടീഷ് സാഹിത്യകലാരംഗത്തെ മാർക്സിസ്റ്റ് സൈദ്ധാന്തികരെ മുഴുവൻ പരാമർശിച്ചു എന്നു ധരിക്കേണ്ടതില്ല. വേറെയും പലരുമുണ്ട്. ഇവരിൽ ചിലരെ മാത്രമേ ഇവിടെ തൊട്ടുപോകാൻ ഉദ്ദേശിക്കുന്നുള്ളൂ.

ഹോബ്സ്ബോമും ഹില്ലും ബ്രിട്ടനിലെ ആധുനിക ചരിത്രകാരന്മാരിൽ അത്യന്തം ശ്രദ്ധേയരാണ്. മാർക്സിസ്റ്റുകാരല്ലാത്ത ചരിത്രകാരന്മാർ പോലും അവരെ ബഹുമാനിക്കുന്നു. ഹില്ലിന്റെ പ്രത്യേകപഠനമേഖല 17 ാം നൂറ്റാണ്ടിലെ ഇംഗ്ലണ്ടാണ്. ഇംഗ്ലീഷ് വിപ്ലവത്തിന്റെ നൂറ്റാണ്ടിനെപ്പറ്റിയുള്ള പഠനംകൊണ്ടുമാത്രം ബ്രിട്ടീഷ് ചരിത്രപഠനത്തിലാകെ പരിവർത്തനം വരുത്താൻ കഴിഞ്ഞ ഹിൽ, മിൽട്ടനെക്കുറിച്ച് അടുത്ത് പ്രസിദ്ധീകരിച്ച ബൃഹദ്ഗ്രന്ഥമാണ്– *Milton and the English Revolution*-ഇംഗ്ലീഷ് സാഹിത്യവിമർശനത്തിൽ പൊതുവെയും മാർക്സിയൻ സാഹിത്യനിരൂപണത്തിൽ പ്രത്യേകിച്ചും അദ്ദേഹത്തെ അവിസ്മരണീയനാക്കുന്നത്. മിൽട്ടനെപ്പറ്റി അതുവരെ നിലനിന്ന പല ധാരണകളും തിരുത്തിക്കുറിച്ച ആ ഗ്രന്ഥം മിൽട്ടന്റെ കാവ്യജീവിതത്തെയും പൊതുജീവിതത്തെയും അന്നത്തെ ഇംഗ്ലീഷ് വിപ്ലവകാലത്തെയും പുതിയ വെളിച്ചത്തിൽ നമുക്ക് കാട്ടിത്തരുന്നു. സാഹിത്യത്തോടുള്ള സാമൂഹികവും ചരിത്രപരവുമായ സമീപനംകൊണ്ടു മാത്രമേ ദുരൂഹമായി കരുതപ്പെടുന്ന പല നൂലാമാലകൾ അഴിക്കാനും വൈരുധ്യങ്ങളുടെയും പൊരുത്തക്കേടുകളുടെയും പൊരുൾ ഗ്രഹിക്കാനും കഴിയൂ എന്ന് ഇംഗ്ലീഷ് വിപ്ലവത്തിന്റെ വക്താവും ക്രോംവെൽകലാപത്തിന്റെ പ്രചാരകനും ആയിരുന്ന മിൽട്ടനിലൂടെ ഹിൽ സമർഥിക്കുന്നു.

ഹോബ്സ്ബോമിന്റെ *Industry and Empire, Age of Revolution 1789-1848, Age of Capital 1848-1914* മുതലായ ഗ്രന്ഥങ്ങൾ ആധുനിക ചരിത്ര രചനാസമ്പ്രദായത്തിന്റെ ഉൽക്കൃഷ്ടമാതൃകകളാണ്. ഈ കാലഘട്ടത്തിലെ സാഹിത്യകലാവേദികളിൽ വന്ന മാറ്റങ്ങളെ സാമൂഹിക പരിവർത്തന പ്രക്രിയയും രാഷ്ട്രീയ സംഭവവികാസങ്ങളും വൈജ്ഞാനികവിസ്ഫോടനവുമായി ബന്ധിപ്പിച്ച് അപഗ്രഥിക്കുന്നതിലൂടെയാണ് ചരിത്രകാരനായ ഹോബ്സ്ബോം സാഹിത്യകലാസിദ്ധാന്തത്തിന് സംഭാവന നൽകുന്നത്.

ആർണോൾഡ് കെറ്റിലാകട്ടെ സാഹിത്യാധ്യാപകനാണ്. അദ്ദേഹത്തിന്റെ *ഇംഗ്ലീഷ് നോവലിനൊരു മുഖവുര* എന്ന ഇരുവാല്യഗ്രന്ഥം അക്കാദമീയതലങ്ങളിലും അംഗീകരിക്കപ്പെട്ടിരിക്കുന്നു. ഇന്ത്യൻ സർവകലാശാലകളിലും കെറ്റിലിന്റെ പുസ്തകം ഉപരിപഠനത്തിന് അംഗീകരിക്കപ്പെട്ടിട്ടുണ്ട്.

അക്കാദമീയതലങ്ങളിൽ കെറ്റിൽ അംഗീകരിക്കപ്പെട്ടതുതന്നെ അദ്ദേഹത്തിന്റെ വീക്ഷണത്തിന്റെ ദൗർബല്യത്തിന്റെ ലക്ഷണമായികാണുന്നവരുണ്ട്. അക്കാദമീയ സാഹിത്യവിമർശനപാരമ്പര്യത്തിലെ ഒരു ഇടതുപക്ഷ ചായ്വായി മാത്രം കെറ്റിലിനെ പരിഗണിക്കുന്ന മാർക്സിസ്റ്റുകാരും ഉണ്ട്.

1903 ൽ ജനിച്ച പ്രൊഫസർ ജോർജ് തോംസന്റെ പ്രധാന പഠനമേഖല പ്രാചീന യവനസാഹിത്യവും ചരിത്രവുമാണ്. ഇന്നു ജീവിച്ചിരിക്കുന്ന യവനസംസ്കാരവിശാരദന്മാരിൽ തോംസൺ പ്രഥമഗണനീയനാണ്. ഗ്രീക്ക് ചരിത്രത്തെയും സംസ്കാരത്തെയും അധികരിച്ച് തോംസൺ എഴുതിയ മൂന്നു ബൃഹദ്ഗ്രന്ഥങ്ങൾ യവനപഠനത്തിലും മാർക്സിസ്റ്റു വിശകലന വൈദഗ്ധ്യത്തിലും അനുപമമത്രെ. *പ്രഥമദാർശനികർ, പ്രാക്ചരിത്ര ഈജിയൻ, എസ്കിലസും ഏഥൻസും*[1] ഇവയാണ് മൂന്നു ഗ്രന്ഥങ്ങൾ. ഇവയിൽ പ്രാക്ചരിത്ര ഈജിയനിലെ ചില അധ്യായങ്ങൾ വിശദീകരിച്ച് *മാർക്സിസവും കവിതയും*[2] എന്നൊരു പ്രത്യേക ഗ്രന്ഥം തോംസൺ ഇറക്കിയിട്ടുണ്ട്. കലയും ശാസ്ത്രവും മനുഷ്യനും തമ്മിലുള്ള ബന്ധത്തെ വിവരിക്കുന്ന *മാനവസത്ത്*[3] എന്ന ഏറ്റവും ഒടുവിലത്തെ കൃതിയിൽ തോംസൺ തന്റെ കലാസിദ്ധാന്തത്തിന്റെ രത്നച്ചുരുക്കം ലളിതമായും ആകർഷകമായും വിശദീകരിച്ചിരിക്കുന്നു.

യവനനാടകങ്ങളും യവനജീവിതവും യവനദർശനവും തമ്മിലുള്ള ജൈവബന്ധത്തെ *എസ്കിലസും ഏഥൻസിലും* അപഗ്രഥിക്കുന്ന തോംസൺ പ്രാചീനനാടകപഠനത്തിന് മാർക്സിസ്റ്റ് പ്രകാശം നൽകുന്ന സഹായം എത്രയാണെന്ന് ക്രിയാത്മകമായി സമർഥിക്കുന്നു. അതുപോലെതന്നെ കവിതയുടെ ഉറവിടം തേടി കാഡ്വെല്ലിനെപ്പോലെ തോംസ

1. *First Philosophers, The Pre-historic Aegian, Aeschylus and Athens.*
2. *Marxism and Poetry.*
3. *Human Essence.*

നും അടിമസമൂഹത്തിന്റെ ജീവിതചര്യകളിലെത്തുന്നു. പ്രകൃതിയും മനുഷ്യനുമായുള്ള ദ്വന്ദ്വാത്മകബന്ധവും അധ്വാനവും സാമൂഹികജീവിതവും ചേർന്നുത്ഭവിക്കുന്ന താളലയങ്ങളും കവിതയ്ക്ക് ബീജാവാപം ചെയ്യുന്നതെങ്ങനെയെന്ന് തോംസൺ പറഞ്ഞുതരുന്നുണ്ട്. എങ്കിലും കാഡ്വെല്ലിന്റെ സിദ്ധാന്തങ്ങളിൽ പലതിനോടും തോംസൺ യോജിക്കുന്നില്ല. മറ്റു പല മാർക്സിസ്റ്റു ചിന്തകരും അവരിരുവരോടും യോജിക്കാത്തതുപോലെ.

ബ്രിട്ടീഷ് മാർക്സിസ്റ്റ് സൗന്ദര്യചിന്തയിൽ ജോൺ ബർഗർക്കും റയ്മണ്ട് വില്യംസിനും സവിശേഷസ്ഥാനമാണ് ഉള്ളത്. ചിത്രകാരൻ, നോവലിസ്റ്റ്, നിരൂപകൻ എന്നീ വിവിധ നിലകളിൽ പ്രഖ്യാതനായ ജോൺ ബർഗർ പ്രതിഭാധനനായ കലാകാരനും കലാതത്വനിരൂപകനുമാണ്. *പിക്കാസോയുടെ വിജയവും പരാജയവും*[1] എന്ന ബർഗറുടെ പ്രഖ്യാത കൃതി ഒരു മാർക്സിസ്റ്റ് കലാകാരൻ മറ്റൊരു മാർക്സിസ്റ്റ് കലാകാരനെ വിലയിരുത്തുന്നതിന് നല്ല മാതൃകയാണ്. *നിത്യചുവപ്പ് (Permanent Red)* എന്ന കൃതിയിൽ പിടിച്ചുനിൽക്കുകയും തകർന്നു വീഴുകയും ചെയ്ത കലാകാരന്മാരുടെ ഒരു വലിയ നിരയെ മാർക്സിസ്റ്റ് അപഗ്രഥനത്തിന് ബർഗർ വിഷയമാക്കുന്നു.

Ways of Seeing എന്ന 1972 ൽ പ്രസിദ്ധീകരിച്ച കൃതിയിലൂടെ ചിത്രകലയുടെ ആധാരപ്രകൃതിയിലേക്ക് ഇറങ്ങിച്ചെല്ലാനും കല ആസ്വദിക്കുവാനും ബർഗർ നമ്മെ സഹായിക്കുന്നു. ആധുനിക യാന്ത്രികയുഗം കലാസൃഷ്ടിയിലും കലാസ്വാദനത്തിലും വരുത്തിയ പരിവർത്തനങ്ങൾ വാൾട്ടർ ബഞ്ചമിൻ ചെയ്തതുപോലെ ബർഗർ പരിശോധിക്കുന്നു. അടുത്തകാലത്ത് പെൻഗ്വിൻ പ്രസിദ്ധീകരിച്ച ബർഗറുടെ *തിരഞ്ഞെടുത്ത ഉപന്യാസ*ങ്ങളിൽ അദ്ദേഹത്തിന്റെ വീക്ഷണത്തിന്റെ ആഴവും പരപ്പും പ്രകടമാണ്.

മുകളിൽ പ്രസ്താവിച്ചതുപോലെ റയ്മണ്ട് വില്യംസ് ഒരു സാധാരണ പുരോഗമന സാഹിത്യ നിരൂപകനായാണ് തുടങ്ങിയത്. *സമൂഹവും സംസ്കാരവും (Culture and Society), ദീർഘവിപ്ലവം (Long Revolution), നാടകം ഇബ്സൻ മുതൽ ബ്രഹ്ത് വരെ (Drama from Ibsen to Brecht), താക്കോൽ വാക്കുകൾ (Key-Words), ജോർജ് ഓവൽ* തുടങ്ങിയ വില്യംസിന്റെ കൃതികൾ സാമൂഹ്യപരിവർത്തനത്തിന്റെ ഭൂതക്കണ്ണാടിയിലൂടെ സാഹിത്യപുരോഗതിയെയും അഭിരുചി മാറ്റത്തെയും വിശകലനം ചെയ്ത് പഠിക്കുന്നു. റിച്ചാർഡ് ഹൊഗാർട്ടിന്റെ *സാക്ഷരതയുടെ പ്രയോജനങ്ങൾ (The Uses of Literacy)* എന്ന ഗ്രന്ഥത്തിൽ ചെയ്യുന്നതുപോലെ അധഃസ്ഥിതരുടെ സാംസ്കാരിക പരിവർത്തനവും അതിനുമേൽ മേലാളിവർഗം ബഹുജനമാധ്യമത്തിലൂടെ നടത്തുന്ന ബലപ്രയോഗവും കഴിഞ്ഞ രണ്ടു നൂറ്റാണ്ടുകാലത്തെ ബ്രിട്ടന്റെ ചരിത്രം പരിശോധിച്ച് വില്യംസ് വിശകലനം ചെയ്യുന്നു.

---

1. *Success and Failure of Picasso* (Harmondsworth, 1965).

1977 ൽ അറുപതുവയസിനോടടുത്തപ്പോഴാണ് തന്റെ പഠനങ്ങൾ അനിവാര്യമായി മാർക്സിസത്തിലേക്കാണ് നയിക്കുന്നതെന്നും മാർക്സിസ്റ്റുപഠനസാമഗ്രികൾ താൻ തിരഞ്ഞെടുത്ത പഠനമേഖലയെ കൂടുതൽ പ്രകാശമാനമാക്കുമെന്നും വില്യംസിനു ബോധ്യമായത്. ആ വർഷം എഴുതിയ *സാഹിത്യവും മാർക്സിസവും* എന്ന ഗ്രന്ഥത്തിൽ തന്റെ ബോധോദയം വില്യംസ് തുറന്നു സമ്മതിക്കുന്നു.

എന്നാൽ വില്യംസ് തന്റെ സൗന്ദര്യശാസ്ത്രവും സാഹിത്യനിരൂപണവും മാർക്സിസത്തിന്റെ ഒരു പുതിയ ശാഖയായിട്ടാണ് അവതരിപ്പിക്കുന്നത്. ഈ ശാഖയെ "സാംസ്കാരിക ഭൗതികവാദം" (Cultural materialism) എന്ന പേരിട്ടു വിളിക്കാനാണ് വില്യംസിനു താൽപ്പര്യം. ഏറ്റവും ഒടുവിലത്തെ കൃതിയായ സംസ്കാര (*Culture, 1980*)ത്തിൽ ഈ വാദഗതി അദ്ദേഹം കൂടുതൽ വിശദീകരിക്കുന്നു. ഇ പി തോംസൺ പഴയ കമ്യൂണിസ്റ്റുകാരനാണ്. 1956–ൽ ഹംഗറിസംഭവങ്ങളെ തുടർന്ന ദ്ദേഹം കമ്യൂണിസ്റ്റുപാർട്ടിയിൽനിന്ന് രാജിവച്ച് പുത്തൻ ഇടതുപക്ഷ പ്രസ്ഥാനത്തിന്റെ സ്ഥാപകരിൽ ഒരാളായി. വില്യം മോറിസിന്റെ ജീവചരിത്രം, *Making of the English, Working Class* എന്നീ രണ്ട് ബൃഹദ് ഗ്രന്ഥങ്ങളാണ് ഇ പി തോംസനെ ബ്രിട്ടനിലും പുറത്തും ശ്രദ്ധേയനായ മാർക്സിസ്റ്റ് ചരിത്രകാരനായി ഉയർത്തിയത്. സൗന്ദര്യശാസ്ത്രവും സാഹിത്യനിരൂപണവും തോംസന്റെ പ്രത്യേക പഠനവിഷയങ്ങളല്ല. പക്ഷേ, മോറിസിന്റെ ജീവചരിത്രരചനയിൽ ഈ വിഷയത്തെപ്പറ്റി പ്രധാന ചില നിഗമനത്തിലെത്താൻ തോംസൺ നിർബന്ധിതനായി. അതുപോലെതന്നെ കഴിഞ്ഞ മൂന്നുനാലു നൂറ്റാണ്ടുകാലത്തെ ബ്രിട്ടീഷ് തൊഴിലാളിവർഗത്തിന്റെ ഉയർച്ചയും വളർച്ചയും വിദഗ്ധമായി പരിശോധിക്കുന്ന തോംസൺ തൊഴിലാളിവർഗ സംസ്കാരത്തിന്റെയും അഭിരുചികളുടെയും മേഖലയിലേക്ക് വെളിച്ചംവീശുന്നു. ഇതിനുപുറമെ തോംസന്റെ പ്രധാന ചില ലേഖനസമാഹാരങ്ങളും സാഹിത്യനിരൂപണ മേഖലയെ തഴുകിപ്പോന്നിട്ടുണ്ട്.

Myths of Power : A Marxist Study of the Brontes, Literature and Ideology, Marxism and Literacy Criticism മുതലായ ഗ്രന്ഥങ്ങളിലൂടെ അടുത്തകാലത്ത് ശ്രദ്ധേയനായി തീർന്നിട്ടുള്ള ഒരു മാർക്സിസ്റ്റ് സൗന്ദര്യചിന്തകനാണ് ടെറി ഈഗിൾടൺ. അദ്ദേഹത്തിന്റെ ചിന്തകൾ അക്കാദമി വൃത്തങ്ങളിൽ വലിയ വിവാദങ്ങൾ സൃഷ്ടിച്ചിട്ടുണ്ട്.

3

മാർക്സിസ്റ്റ് സൗന്ദര്യശാസ്ത്രത്തിന് വലിയ സംഭാവന നൽകിയ ജർമൻ ചിന്തകന്മാരെ കുറിച്ചുപറയുമ്പോൾ പൊതുവെ മാർക്സിനേയും എംഗൽസിനെയും പരാമർശിക്കാറില്ല. അവരുടെ പ്രവർത്തനമണ്ഡലം അവരുടെ ജന്മഭൂമി മാത്രമായിരുന്നില്ല എന്നതാണ് ഒരു കാരണം. അവർ അവരുടെ ജീവിതത്തിന്റെ വലിയ ഭാഗം ചെലവഴിച്ചത് അന്യനാടുകളി

ലായിരുന്നു. പൊലീസിന്റെയും മർദകപ്രഭുക്കളുടെയും തേർവാഴ്ചമൂലം നാടുവിട്ടു പോകാൻ നിർബന്ധിതരായെങ്കിലും ജർമനിയിലെ തൊഴിലാളി വർഗ വിപ്ലവപ്രസ്ഥാനം മാർക്സും എംഗൽസും നേരിട്ട് സ്ഥാപിച്ച് വളർത്തിയെടുത്തതാണ്. 1919 ൽ മൂന്നാം ഇന്റർനാഷണൽ സ്ഥാപിക്കുന്നതിനു മുമ്പ് മിക്ക യൂറോപ്യൻ മാർക്സിസ്റ്റ് പാർട്ടികളുടേയും പേർ സോഷ്യൽ ഡെമോക്രാറ്റിക് പാർട്ടി എന്നായിരുന്നു. ലോകത്തിലെ മറ്റു മാർക്സിസ്റ്റ് പാർട്ടികൾക്കെല്ലാം മാതൃകയായിരുന്ന ജർമൻ സോഷ്യൽ ഡെമോക്രാറ്റിക് പാർട്ടി ആദ്യകാലം തൊട്ടേ സാംസ്കാരിക കലാരംഗങ്ങളിൽ അതീവശ്രദ്ധ പതിപ്പിച്ചിരുന്നു. മാർക്സിനും എംഗൽസിനുംശേഷം ജർമൻ സോഷ്യൽ ഡമോക്രാറ്റിക് പാർട്ടിക്ക് നേതൃത്വം നൽകിയ ആഗസ്റ്റ് ബെബൽ, കാൾ കൗത്സ്കി, ഫ്രാൻസ് മെഹറിങ്, റോസാലക്സംബർഗ്, കാൾ ലീബ്ക്നെക്ത്, ക്ലാരാസെത്കിൻ തുടങ്ങിയവർ മാർക്സിസ്റ്റു രാഷ്ട്രീയ-സാമ്പത്തിക സിദ്ധാന്തങ്ങൾക്കെന്നതുപോലെ കലാ-സാംസ്കാരിക സിദ്ധാന്തങ്ങൾക്കും വലിയ സംഭാവനകൾ നൽകിയിട്ടുണ്ട്.

എംഗൽസിന്റെ നിര്യാണത്തിനുശേഷം ഈ നൂറ്റാണ്ടിന്റെ തിരിവോടുകൂടി ലെനിൻ സാർവദേശീയ തൊഴിലാളിവർഗ വിപ്ലവപ്രസ്ഥാനത്തിന്റെ നേതൃത്വത്തിൽ ഉയർന്നുവന്നതോടെ ശക്തിപ്പെട്ട ഉൾപ്പാർട്ടി സമരത്തിൽ കാൾ കൗത്സ്കിയെപ്പോലെ ചില നേതാക്കൾ മിതവാദത്തിന്റെ പക്ഷത്തായി. എങ്കിലും ചരിത്രം, സംസ്കാരം, സാഹിത്യം മുതലായ രംഗങ്ങളിൽ കൗത്സ്കിയും മെഹറിങ്ങും മറ്റും നൽകിയ സംഭാവനകൾ ഇപ്പോഴും വിലപ്പെട്ടതായിത്തന്നെ അവശേഷിക്കുന്നു. മാർക്സിന്റെ ആദ്യത്തെ ജീവചരിത്രകാരൻ കൂടിയായ മെഹറിങ് ജർമൻ സാഹിത്യത്തെയും കലയെയും കുറിച്ചെഴുതിയ പ്രബന്ധങ്ങളെ എംഗൽസുതന്നെ പ്രശംസിച്ചിട്ടുണ്ട്. ജർമൻ മാർക്സിസത്തിന്റെ ഈ രണ്ടാം തലമുറയിൽപ്പെട്ടവരുടെ സംഭാവനകളും ഈ ലേഖനത്തിൽ വിശദമായി പരിശോധിക്കുന്നില്ല.

കമ്യൂണിസ്റ്റ് ഇന്റർനാഷണലിന്റെ ശാഖയായി പുനഃസംഘടിപ്പിക്കപ്പെട്ട ജർമൻ കമ്യൂണിസ്റ്റുപാർട്ടിയുടെ ആദ്യകാലത്തെ സംഭാവനകളാണ്-ജർമൻ മാർക്സിസത്തിന്റെ മൂന്നാം തലമുറയിൽപ്പെട്ടവരുടെ കൃതികളും വിവാദങ്ങളുമാണ് - വളരെ ചുരുക്കി ഈ ലേഖനത്തിൽ പരിശോധിക്കാനുദ്ദേശിക്കുന്നത്.

ഒന്നാം ലോകമഹായുദ്ധത്തിനും മഹത്തായ ഒക്ടോബർ സോഷ്യലിസ്റ്റ് വിപ്ലവത്തിനുംശേഷം കരുത്തുറ്റ ഒരു കമ്യൂണിസ്റ്റുപാർട്ടി ജർമനിയിൽ വളർന്നുവന്നു. മുതലാളിത്തലോകത്തിലെ ഏറ്റവും വലിയ കമ്യൂണിസ്റ്റ് പാർട്ടിയായിരുന്നു അത് അക്കാലത്ത്. 1933 ൽ നാസി പാർട്ടി സ്ഥാനാർഥി അഡോൾഫ് ഹിറ്റ്ലർക്കെതിരെ ചാൻസലർ സ്ഥാനത്തിനായി മത്സരിച്ച കമ്യൂണിസ്റ്റു സ്ഥാനാർഥി ഥേൽമാൻ തോറ്റത് ഒരു നേരിയ ശതമാനം വോട്ടിനായിരുന്നു എന്നതുതന്നെ പാർട്ടിയുടെ സ്വാധീനശക്തിയുടെ അളവുകോലാണ്.

റോസാ ലക്സംബർഗിനെയും കാൾലീബ്ക്നെക്തിനെയും മറ്റനവധി കമ്യൂണിസ്റ്റുവിപ്ലവകാരികളെയും ക്രൂരമായി കൊലപ്പെടുത്തിക്കൊണ്ട് ഉദ്ഘാടനം ചെയ്യപ്പെട്ട ജർമൻ വൈമാർ റിപ്പബ്ലിക് ഒരു തല്ലിപ്പൊളി ഭരണകൂടമായിരുന്നു. എങ്കിലും ബിസ്മാർക്കിന്റെയും കൈസറുടെയും സാമ്പത്തികാടിത്തറയായിരുന്നു ക്രപ്പ്, ഐജിഫാർബൻ മുതലായ കൂറ്റൻകുത്തകകൾ അമേരിക്കൻ സഹായത്തോടെ പടിപടിയായി ശക്തിപ്രാപിച്ചുവന്നു. യുദ്ധത്തിലെ പരാജയത്തിന്റെ കയ്പുനീർ കുടിച്ച് പ്രതികാരവാഞ്ഛയോടെ വളർന്നുവന്ന ജർമൻകുത്തകകൾ ബോൾഷെവിസത്തിനെതിരായ കുരിശുയുദ്ധം കൊടിയടയാളമാക്കിയതോടെ നാസിസത്തിന്റെ വിത്തു പാകിക്കഴിഞ്ഞിരുന്നു. കുത്തകമുതലാളിത്തത്തിന്റെ കുതിച്ചുകയറ്റത്തിൽ വിലക്കയറ്റവും ദുർഭിക്ഷതയും തൊഴിലില്ലായ്മയും അണപൊട്ടിയൊഴുകി. ഈ സാഹചര്യം സൃഷ്ടിച്ച കുത്തകവർഗസംസ്കാരം സാഹിത്യത്തിലും കലയിലും ശക്തമായ പ്രതികരണങ്ങൾ സൃഷ്ടിച്ചു.

കലയുടെ വിവിധ മേഖലകളിൽ പ്രഗത്ഭരായവരുടെ ഒരു വലിയ നിരതന്നെ ഉയർന്നുവന്നു. ഇവിൻ പി സ്കേറ്റർ, ബെർത്തോൾത്ത് ബ്രഹ്ത് തുടങ്ങിയവർ നാടകകലയിലും ഹാൻസ് ഐസ്ലറും കർട്വൈലും സംഗീതത്തിലും അന്ന സെഹേഴ്സും ജോഹനസ് ബെക്കറും സാഹിത്യത്തിലും ജോർജ് ഗ്രോസും ജോൺ ഹാർട്ഫീൽഡും ഗ്രാഫിക് കലകളിലും വ്യക്തിമുദ്രപതിപ്പിച്ച സാർവദേശീയ പ്രശസ്തരായ ജർമൻ മാർക്സിസ്റ്റുകാരാണ്. വിപ്ലവകലാരംഗത്തെ ഈ മുന്നേറ്റത്തിന് നേതൃത്വം നൽകാൻ 1928 ൽ ഒരു സംഘടനയും രൂപമെടുത്തു: 'ലീഗ് ഓഫ് പ്രൊലിറ്റേറിയൻ റവലൂഷണറി റൈറ്റേഴ്സ്.'

സാഹിത്യം, കല, അവയുടെ സാമൂഹ്യലക്ഷ്യം, സ്വഭാവം എന്നിവയെപ്പറ്റിയുള്ള ചർച്ചകൾ ഈ സംഘടനയിലും പുറത്തും മാത്രമല്ല കമ്യൂണിസ്റ്റു പാർട്ടി കേന്ദ്രകമ്മിറ്റിയിലുംകൂടെ കടന്നുവന്നു. ഈ വിവാദങ്ങളിൽനിന്ന് ഒന്നിലേറെ മാർക്സിസ്റ്റ് ചിന്താധാരകൾ ഉയർന്നുവന്നു – വിപ്ലവപ്രസ്ഥാനവുമായി ബന്ധപ്പെട്ടവയും അതിൽനിന്നു വേറിട്ടുനിൽക്കുന്നവയും എന്ന് ആ ചിന്താധാരകളെ രണ്ടായി തിരിക്കാം. വിപ്ലവപ്രസ്ഥാനത്തിന്റെ പ്രായോഗിക പ്രവർത്തനത്തിൽനിന്ന് വേറിട്ടുനിന്ന മാർക്സിസ്റ്റുകാരുടെ കേന്ദ്രം ഫ്രാങ്ക്ഫർട്ട് ആയിരുന്നു. അവിടത്തെ ഒരു ഗവേഷണസ്ഥാപനമായി ബന്ധപ്പെട്ടു പ്രവർത്തിച്ച മാർക്സിസ്റ്റുകാർക്ക് 'ഫ്രാങ്ക്ഫർട്ട്' സ്കൂളുകാർ എന്ന പേരും വീണു. പിൽക്കാലത്ത് പടിഞ്ഞാറൻ രാജ്യങ്ങളിൽ പേരെടുക്കുകയും വിവിധ 'പുത്തൻ ഇടതുപക്ഷഗ്രൂപ്പു'കളുമായി ബന്ധപ്പെടുകയും ചെയ്ത ഫ്രാങ്ക്ഫർട്ട് സ്കൂളുകളിൽപ്പെട്ടവരാണ് ഹെർബർട്ട് മാർക്യൂസ്, എറിക് ഫ്രോം, വിൽഹെം റേയ്ഹ്, മാർക് ഹോക്ക് ഹൈമർ, ലൂസിയൻ ഗോൾഡ്മാൻ, തിയഡോർ അഡേർണോ മുതലായവർ. ഇവരിൽ ചിലർ പിൽക്കാലത്ത് കമ്യൂണിസ്റ്റുവിരുദ്ധർ തന്നെയായി. എങ്കിലും വ്യതിയാനക്കാരായ ഫ്രാങ്ക് ഫർട്ട് സ്കൂളുകാർ ഉയർ

ത്തിയ ചില വാദമുഖങ്ങൾ പൊതുവിവാദത്തിനു വഴിവയ്ക്കുകയും അങ്ങനെ നിഷേധാത്മകമായ രീതിയിലൊണങ്കിലും മാർക്സിസ്റ്റു ചിന്തകളെ ഉദ്ദീപിപ്പിക്കുകയും ചെയ്തു.

ബ്രഹ്ത്, സെഹേഴ്സ്, ഐസ്ലർ മുതലായവർ സംഘടനാതലത്തിലും ആശയപരമായും തൊഴിലാളിവർഗപ്രസ്ഥാനത്തിന്റെ പങ്കാളികളായിരുന്നു. 1931 ൽ ബർലിനിൽ വന്നുചേർന്ന ഗ്യോർഗി ലൂക്കാച്ച് (1886–1971) എന്ന ഹംഗറിക്കാരൻ ലോകമാർക്സിസ്റ്റു സൗന്ദര്യശാസ്ത്ര ചിന്താചരിത്രത്തിലെന്നപോലെ ജർമൻ മാർക്സിസത്തിന്റെ ചരിത്രത്തിലും ശ്രദ്ധേയനാണ്.

ഒക്ടോബർ സോഷ്യലിസ്റ്റ് വിപ്ലവവും അതേത്തുടർന്നു രൂപംകൊണ്ട് അൽപ്പകാലം മാത്രം നിലനിന്ന ഹംഗേറിയൻ സോഷ്യലിസ്റ്റു സോവിയറ്റ് റിപ്പബ്ലിക്കുമാണ് ലൂക്കാച്ചിനെ കമ്യൂണിസ്റ്റു പ്രസ്ഥാനത്തിലേക്കാകർഷിച്ചത്. ഹംഗേറിയൻ സോവിയറ്റ് റിപ്പബ്ലിക്കിൽ ഒരു മന്ത്രിയായിട്ടും ലൂക്കാച്ച് പ്രവർത്തിച്ചിരുന്നു. 1919 ൽ ഹംഗേറിയൻ സോവിയറ്റ് റിപ്പബ്ലിക് അടിച്ചമർത്തപ്പെട്ടശേഷം ലൂക്കാച്ച് മോസ്കോവിലെത്തി. മോസ്കോവിലെ മാർക്സ്–എംഗൽസ് ഇൻസ്റ്റിറ്റ്യൂട്ടിൽ ലിഫ്ഷിറ്റ്സ്, ലൂനാചാഴ്സ്കി, ഗോർക്കി, മയക്കോവ്സ്കി മുതലായവരുമായി പരിചയപ്പെട്ടു സഹകരിച്ചു ലൂക്കാച്ച് പ്രവർത്തിച്ചു; പഠിച്ചു; എഴുതി. 1917–19 കാലത്ത് മാർക്സിസ്റ്റും കമ്യൂണിസ്റ്റും ആകുന്നതിനു വളരെ മുമ്പുതന്നെ ചിന്തകനും ഗ്രന്ഥകാരനും എന്ന നിലയിൽ ലൂക്കാച്ച് പ്രസിദ്ധി നേടിയിരുന്നു. അക്കാലത്ത് അദ്ദേഹത്തെ ബാധിച്ചിരുന്ന മുഖ്യചിന്താധാര സുപ്രസിദ്ധ ജർമൻ ക്ലാസിക്കൽ ദാർശനികനായ ഹെഗലിന്റേതായിരുന്നു. ലൂക്കാച്ച് 1910 ൽ എഴുതിയ *ആത്മാവും രൂപങ്ങളും* 1916 ൽ എഴുതിയ *ആഖ്യായികയുടെ സിദ്ധാന്തവും*[1] മാത്രമല്ല കമ്യൂണിസ്റ്റായതിനുശേഷമുള്ള *ചരിത്രവും വർഗബോധവും*[2] പോലുള്ള കൃതികളിലും ഹെഗേലിയൻ സ്വാധീനത്തിന്റെ അതിപ്രസരം കാണാം. മാർക്സിസ്റ്റു ദർശനത്തിനുതന്നെ ഹെഗലിയനിസത്തോട് കടപ്പാടുള്ളതിനാൽ ഹെഗലിയനിസത്തിൽനിന്ന് മാർക്സിസത്തിലേക്കു വളരാൻ, അൽപ്പം വൈകിയെങ്കിലും ലൂക്കാച്ചിനു കഴിഞ്ഞു. എങ്കിലും പഴയ മാനസിക മമത പിന്നീടും ലൂക്കാച്ചിൽനിന്നു പൂർണമായി അപ്രത്യക്ഷമായിരുന്നില്ല എന്ന് വിമർശകർ ചൂണ്ടിക്കാട്ടുന്നു.

ഒന്നിലേറെ കാരണങ്ങളാണ് ഹംഗേറിയൻ എഴുത്തുകാരനായ ലൂക്കാച്ചിന് ജർമൻ ചരിത്രത്തിൽ സ്ഥാനം നേടിക്കൊടുത്തത്. ലൂക്കാച്ചിന്റെ കൃതികൾ മിക്കവയും ജർമനിയിലാണ് എഴുതപ്പെട്ടതും ആദ്യം പ്രസിദ്ധീകരിക്കപ്പെട്ടതുമെന്നതാണ് ഒരു കാരണം. അതിലും പ്രധാനപ്പെട്ട കാരണം ജർമനിയിൽ നടന്നുവന്ന സുപ്രധാന സൗന്ദര്യശാസ്ത്ര വിവാദങ്ങളിൽ ലൂക്കാച്ച് പങ്കാളിയായിരുന്നു എന്നതാണ്. 1931 ൽ മോസ്

1. *The Theory of the Novel.*
2. *History and Class Consciousness.*

കോവിൽനിന്ന് ബർലിനിലെത്തിയ ലൂക്കാച്ച് 1933 ൽ ഹിറ്റ്ലറുടെ വിജയത്തോടെ തിരികെ മോസ്കോയ്ക്ക് പോകാൻ നിർബന്ധിതനായി. എങ്കിലും ജർമൻ വിവാദങ്ങളിൽ ലൂക്കാച്ച് തുടർന്നും സജീവശക്തിയായി വർത്തിച്ചു.

ലൂക്കാച്ചും ബർത്തോൾത്ത്ബ്രഹ്തും തമ്മിലായിരുന്നു പ്രധാന വിവാദം. ആധുനികത എന്നപേരിൽ അറിയപ്പെടുന്ന പ്രസ്ഥാനം ബൂർഷ്വാ ജീർണതയുടെ പ്രാതിനിധ്യം വഹിക്കുന്നു എന്ന ശരിയായ നിലപാടായിരുന്നു ലൂക്കാച്ചിന്റേത്. നാചുറലിസം എക്സ്പ്രഷനിസം മുതലായവയും ലൂക്കാച്ചിന്റെ നിശിതമായ വിമർശനത്തിന് ഇരയായി. ബൽസാക്കിനെക്കുറിച്ച് എംഗൽസും ടോൾസ്റ്റോയിയെക്കുറിച്ച് ലെനിനും നടത്തിയ വിലയിരുത്തലുകളുടെ ചുവടുപിടിച്ച് ബൽസാക്ക്, ടോൾസ്റ്റോയ്, സ്റ്റെൻഡാൽ, തോമസ്മൻ, വാൾട്ടർസ്കോട്ട് മുതലായവരെപ്പറ്റി എഴുതിയ പ്രബന്ധങ്ങളാണ് ലൂക്കാച്ചിന്റെ മൗലികസംഭാവനകൾ. *Studies in Europian Realism, Historical Novel, Meaning of Contemporary Realism* മുതലായവ.

ഈ മഹനീയ റിയലിസ്റ്റു കൃതികളെ വിലയിരുത്തുന്നതിലൂടെ സോഷ്യലിസ്റ്റ് റിയലിസത്തിന്റെ രൂപരേഖയും അദ്ദേഹം വിവരിച്ചു. റിയലിസത്തെ ക്രിട്ടിക്കൽ റിയലിസമെന്നും സോഷ്യലിസ്റ്റ് റിയലിസമെന്നും അദ്ദേഹം വകതിരിച്ചു. നിലവിലുള്ള സാമൂഹികവ്യവസ്ഥയെ യഥാതഥവും ശാസ്ത്രീയവുമായി വിമർശനരീത്യാ അനാവരണം ചെയ്യുന്ന കൃതികളാണ് ക്രിട്ടിക്കൽ റിയലിസത്തിൽപ്പെട്ടത്. എന്നാൽ ഇന്നത്തെ ദുഷിച്ച അവസ്ഥയ്ക്ക് പരിഹാരം കാണാനുള്ള മാർഗങ്ങൾ സൂചിപ്പിക്കുകയോ പരിഹാരത്തിന് വഴിവയ്ക്കുന്ന ഘടകങ്ങളെ ഉയർത്തിക്കാട്ടുകയോ ചെയ്യുകയാണെങ്കിൽ ആ കൃതി ക്രിട്ടിക്കൽ റിയലിസത്തേക്കാൾ ഉയർന്ന സോഷ്യലിസ്റ്റ് റിയലിസമെന്ന വകയിൽപ്പെടുന്നു. ബൽസാക്കിന്റെയും ഡിക്കൻസിന്റെയും മറ്റും കൃതികൾ ക്രിട്ടിക്കൽ റിയലിസ്റ്റാണ്. എന്നാൽ ഗോർക്കി, ട്രെസൽ, ബ്രെഹ്ത്, നെക്സൊ, ലാക്ടെനസ് മുതലായവരുടേത് രണ്ടാമത്തെ ഉയർന്ന വകുപ്പിൽപ്പെടുന്നു. ക്രിട്ടിക്കൽ റിയലിസത്തിന്റെ പുരോഗമനപരമായ ഉള്ളടക്കത്തെയും കലാമേന്മയെയും ലൂക്കാച്ച് എപ്പോഴും പുകഴ്ത്തിയിട്ടേയുള്ളൂ.

ഈ വിശകലനത്തോട് ബന്ധപ്പെടുത്തി ലൂക്കാച്ച് പല സിദ്ധാന്തങ്ങളും ഉപസിദ്ധാന്തങ്ങളും അവതരിപ്പിക്കുന്നുണ്ട്. അവയിലേറ്റവും പ്രധാനം നോവൽ എന്ന സാഹിത്യരൂപത്തെക്കുറിച്ചുള്ളതാണ്. പ്രാചീനകാലത്തെ ഇതിഹാസകാവ്യങ്ങളോട് കിടപിടിക്കാൻ കഴിയുന്ന ഏകസാഹിത്യരൂപം നോവലാണെന്നും അതിലും വിശേഷിച്ച് ബൽസാക്ക്, ടോൾസ്റ്റോയ്, തോമസ്മൻ തുടങ്ങിയവരുടെ റിയലിസ്റ്റ് ഇതിഹാസകാവ്യങ്ങളാണെന്നും ലൂക്കാച്ച് സിദ്ധാന്തിക്കുന്നു.

ബെർത്തോൾത്ത്ബ്രഹ്തും അദ്ദേഹത്തിന്റെ വ്യാഖ്യാതാവും സഹചാരിയും ആയിരുന്ന വാൾട്ടർ ബഞ്ചമിനും ലൂക്കാച്ചിന്റെ സിദ്ധാന്തങ്ങളെ

എതിർത്തു. 1940 ൽ നാസി അന്തരീക്ഷം ദുഃസ്സഹമായി തോന്നിയ ബഞ്ചമിൻ ആത്മഹത്യ ചെയ്തു. *Understanding Brecht, Illuminations* തുടങ്ങിയ ബെഞ്ചമിന്റെ ലേഖനസമാഹാരങ്ങളും ഗ്രന്ഥങ്ങളും വളരെ കുറച്ചേ ഉള്ളൂ. എങ്കിലും മാർക്സിസ്റ്റുസാഹിത്യനിരൂപണത്തിനും സൗന്ദര്യശാസ്ത്രത്തിനും ബഞ്ചമിൻ നൽകിയ സംഭാവനകൾ അവിസ്മരണീയമായി അവശേഷിക്കുന്നു.

ഇന്ന് ആധുനികതയുമായി ബന്ധപ്പെടുത്തി പരിഗണിക്കുന്ന ഫ്യൂചറിസം, എക്സ്പ്രഷനിസം, മൊണ്ടാഷ് മുതലായ ശൈലികൾ വിപ്ലവസാഹിത്യത്തിന് നിഷിദ്ധമല്ല എന്ന ബഞ്ചമിന്റെ വാദം ലൂക്കാച്ചിന് സ്വീകാര്യമായില്ല. ഈ സവിശേഷ സാഹിത്യശൈലികളും നാടകാവതരണ സമ്പ്രദായങ്ങളും ബൂർഷ്വാജീർണതയുടെ പ്രകടനങ്ങളായി മാത്രമേ ലൂക്കാച്ചിന് കാണാൻ കഴിഞ്ഞുള്ളൂ.

നോവലല്ലാതെ മറ്റു കലാസാഹിത്യ രൂപങ്ങളൊന്നും ലൂക്കാച്ച് പരിഗണിക്കാത്തത് അദ്ദേഹത്തിന്റെ കലാസിദ്ധാന്തത്തിലെ വൈകല്യമാണെന്ന് വിമർശകർ ചൂണ്ടിക്കാട്ടുന്നു. കവിത, ചെറുകഥ, നാടകം, സംഗീതം, ചിത്രകല മുതലായവയെല്ലാം അവഗണിച്ച് നോവലാണ് ഏകശ്രദ്ധേയ കലാരൂപമെന്നമട്ടിൽ എഴുതുന്ന ലൂക്കാച്ചിനെ പഴമയുടെ വക്താവായി ചില മാർക്സിസ്റ്റ് നിരൂപകർ വിമർശിക്കുന്നു.

ബ്രഹ്ത് കവിതയിലും തന്റെ ‘എപിക് തിയേറ്റർ’ പ്രസ്ഥാനത്തിലും കൂടി ആവിഷ്കരിക്കുന്ന പുതിയ യുഗചേതന ലൂക്കാച്ചിന് അഭികാമ്യമായിരുന്നില്ല. ബഹുജനമാധ്യമങ്ങളും ഇലക്ട്രോണിക്‌യുഗവും കലയുടെ സൃഷ്ടിയിലും ആസ്വാദ്യതയിലും വരുത്തിയിട്ടുള്ള വമ്പിച്ച പരിവർത്തനങ്ങളെ ബഞ്ചമിൻ സ്വാഗതം ചെയ്യുമ്പോൾ ഒരു ഗതകാലസൗഭാഗ്യത്തിന്റെ സ്മരണകൾ അയവിറക്കുകയായിരുന്നു ലൂക്കാച്ച്.

കലാകാരൻ മൗലികമായി ഒരുൽപ്പാദകനാണ്; സ്രഷ്ടാവല്ല. (പ്രൊഡ്യൂസറാണ് ക്രിയേറ്റർ അല്ല) എന്ന ബ്രഹ്തിന്റെയും ബഞ്ചമിന്റെയും സിദ്ധാന്തം മാർക്സിന്റെതന്നെ ചില പരാമർശങ്ങളിൽനിന്നുരുത്തിരിയുന്നതാണ്. കലാസൃഷ്ടിയെ അനാദികാലംമുതൽ വലയംചെയ്യുന്ന ഗൂഢാത്മകതയുടെ പുറംതോട് പൊട്ടിച്ചെറിയാനും കലാകാരനെ മനുഷ്യരുടെ തലത്തിലേക്കിറക്കിനിർത്തി ഒരു സാമൂഹികോൽപ്പാദകനായി കാണാനും ഉള്ള ബ്രഹ്തിന്റെയും ബഞ്ചമിന്റെയും ശ്രമം പിൽക്കാലത്ത് ഫ്രഞ്ചുകാരായ അൽത്തൂസറുടെയും പിയറി മെഷറെയുടെയും കൈകളിൽ വികസിച്ച് ഫലപുഷ്ടിയിലെത്തി. (മെഷറെയുടെ *സാഹിത്യോൽപ്പാദനത്തിന്റെ സിദ്ധാന്തം* നോക്കുക)[1] ലൂക്കാച്ചിന്റെ സാഹിത്യനിരൂപണം വെറും സാമൂഹികവിജ്ഞാനീയനിരൂപണം മാത്രമാണെന്നും അത് മാർക്സിസ്റ്റു നിരൂപണത്തിന്റെ ഒരുവശം മാത്രമാണെന്നും ബഞ്ചമിൻ പക്ഷപാതികൾ വാദിക്കുന്നു.

---

1. *Towards A Theory of Literary Production.*

1933 ൽ ഹിറ്റ്ലർ അധികാരമേറ്റതോടെ ബ്രഹ്ത് അമേരിക്കയിലേക്കും ബെഞ്ചമിൻ ഫ്രാൻസിലേക്കും ലൂക്കാച്ച് മോസ്കോവിലേക്കും കുടിയേറാൻ നിർബന്ധിതരായി. എങ്കിലും 1930 കളിലെ ഈ സുപ്രധാന വിവാദം പിന്നെയും തുടർന്നു. ഈ വിവാദത്തിലെ പ്രശ്നങ്ങൾ പലതും ഇപ്പോഴും വിവാദമേഖല കടന്നിട്ടില്ല. മാർക്സിസ്റ്റു സൗന്ദര്യശാസ്ത്രത്തിന്റെ വ്യാപ്തിയും ഗഹനതയും പരിശോധിക്കുന്നവർക്ക് ഈ വിവാദത്തിന്റെ പ്രശ്നങ്ങൾ അവഗണിക്കാൻ സാധ്യമല്ല.

4

ആയിരത്താണ്ടുകൾ പിന്നിട്ട അതിപ്രാചീനമായ ഒരു സജീവ സംസ്കാരത്തിന്റെ പൈതൃകമാണ് ചൈനയുടേത്. പ്രാചീന ബാബിലോണിയയുടെയും ഈജിപ്തിന്റെയും ഗ്രീസിന്റെയും റോമിന്റെയും മറ്റും സംസ്കാരങ്ങൾ മഹത്തരമായിരുന്നു എങ്കിലും എവിടെയൊക്കെയോ വെച്ച് അവയുടെ തുടലറ്റുപോയി. ഇന്ത്യയുടേതും ചൈനയുടേതുപോലെ അതിപ്രാചീനമായ ഒരു സജീവസംസ്കാരമാണെങ്കിലും ക്രി പി 3000 മുതൽ 1500 വരെ നീണ്ടിരിക്കാൻ ഇടയുള്ള ഹാരപ്പ–മൊഹൻജദാരോ സംസ്കാരവും പിൽക്കാല സംസ്കാരവുമായുള്ള ബന്ധം വിഘടിതവും അവ്യവസ്ഥിതവുമാണ്. എന്നാൽ അത്രതന്നെയോ അതിലേറെയോ പഴക്കമുള്ള ചൈനീസ് സംസ്കാരം മിക്കവാറും അവിച്ഛിന്നമായി ഇതപര്യന്തം തുടർന്നുവന്നു എന്നത് വിസ്മയകരമെങ്കിലും അനിഷേധ്യമായ ഒരു വസ്തുതയാണ്.

അത്രതന്നെ വിസ്മയകരവും ആഗോള വ്യാപകപ്രത്യാഘാതങ്ങൾ സൃഷ്ടിച്ചതുമാണ്, ലോകത്തിലെ അഞ്ചിലൊന്നിലധികം ജനസംഖ്യയെ വഹിക്കുന്ന, ചൈനയിലെ ഒരു നൂറ്റാണ്ടു നീണ്ട വിപ്ലവപ്രക്രിയ 1949 ൽ ഒരു ഘട്ടം പൂർത്തിയാക്കി മറ്റൊന്നിലേക്ക് പ്രവേശിച്ചത്–അതായത് ജനാധിപത്യ വിപ്ലവം പൂർത്തിയാക്കി സോഷ്യലിസ്റ്റ് ഘട്ടത്തിലേക്ക് പ്രവേശിച്ചത്. ചൈനയിലെ ആധുനിക വിപ്ലവപ്രക്രിയ കഴിഞ്ഞ നൂറ്റാണ്ടു മധ്യത്തിലെ 'അവീൻയുദ്ധ'ത്തോടെ ആരംഭിച്ച് ആ നൂറ്റാണ്ടിന്റെ അന്ത്യത്തിലെ 'ബോക്സർ കലാപ'ത്തോടെ മുന്നേറി 1911 ൽ സൺയാത്സന്റെ നേതൃത്വത്തിൽ നടന്ന ലക്ഷണം തികഞ്ഞതെങ്കിലും ഭാഗികമായി മാത്രം വിജയിച്ച ബൂർഷ്വാ ജനാധിപത്യഘട്ടത്തിലെത്തി. ഒന്നാം ലോകമഹായുദ്ധവും 1917 ലെ ഒക്ടോബർ സോഷ്യലിസ്റ്റ് വിപ്ലവവും ലോകമെങ്ങും ഒരു പുതുയുഗപ്പിറവിയുടെ തുടക്കംകുറിച്ച പശ്ചാത്തലത്തിൽ ചൈനയിലെ ഇടത്തരക്കാരും വിദ്യാർഥികളും ബുദ്ധിജീവികളും മുൻകൈ എടുത്തുയർത്തിയ 1919–ലെ മെയ് 4 പ്രസ്ഥാനം 1949 ൽ വിജയത്തിലകം ചാർത്തിയ പുത്തൻ ജനാധിപത്യ വിപ്ലവപ്രക്രിയ ഉദ്ഘാടനം ചെയ്തു. ചൈനയിലെ ആഭ്യന്തര വികാസ വൈരുധ്യങ്ങളും പടിഞ്ഞാറൻ പ്രവണതകളും സന്ധിച്ചപ്പോൾ ഉരുത്തിരിഞ്ഞ നവസംസ്കാരനാമ്പുകൾ

മെയ് 4 പ്രസ്ഥാനത്തോടെ 20 ാം നൂറ്റാണ്ടിന്റെ തൊഴിലാളിവർഗ പ്രസ്ഥാനത്തിൽനിന്ന് ഊർജവും പരിവേഷവും നേടി.

മെയ് 4 പ്രസ്ഥാനത്തിനുമുമ്പ് ചൈനീസ് വിപ്ലകാരികളുടെയും ബുദ്ധിജീവികളുടെയും പ്രക്ഷോഭണത്തിന്റെ ഉറവിടം വാൾട്ടയറും റൂസോവും തോമസ്പെയിനും വാഷിങ്ടനും ജെഫേഴ്സനും ജോൺ സ്റ്റുവാർട്ട്മില്ലും മറ്റുമായിരുന്നു എങ്കിൽ അതിനുശേഷം മാർക്സും എംഗൽസും ലെനിനും ഗോർക്കിയും മായ്ക്കോവ്സ്കിയും മറ്റും കൂടുതൽ കൂടുതലായി അവർക്കാവേശം പകരാൻ തുടങ്ങി. ചൈനീസ് വിപ്ലവ കാലഘട്ടങ്ങളുടെ ഈ വേർതിരിവ് ചൈനയുടെ ചരിത്രത്തിലെന്ന പോലെ ചൈനീസ് രാഷ്ട്രീയ–സാംസ്കാരിക നായകരുടെ ജീവിതത്തിലും നമുക്കു കാണാൻ കഴിയും. ചൈനീസ് ബൂർഷ്വാ–ജനാധിപത്യ വിപ്ലവത്തിന്റെ പിതാവ് എന്നറിയപ്പെടുന്ന ഡോ. സൺയാത്സൻ ആജീവനാന്തം പടിഞ്ഞാറൻ മൂശയിൽ വാർത്തെടുത്ത ഒരു ബൂർഷ്വാ ലിബറൽ ഡമോക്രാറ്റ് ആയിരുന്നെങ്കിലും ഒക്ടോബർ വിപ്ലവാനന്തരം അദ്ദേഹം ജീവിച്ചിരുന്ന അവസാനത്തെ ആറേഴുവർഷക്കാലത്ത് കമ്യൂണിസ്റ്റ് പാർട്ടിയോടും സോവിയറ്റ് യൂണിയനോടും വളർന്നുവന്ന ചായ്വ് പ്രകടമായിരുന്നു. അദ്ദേഹത്തിന്റെ അനുയായിയായിരുന്ന ചിയാങ് കൈഷേക് കമ്യൂണിസത്തിൽനിന്നും അകന്നതോടെ ലിബറൽ ഡമോക്രസിയുടെയും ശത്രുവായി നിന്നപ്പോൾ സൺയാത്സന്നിന്റെ അന്ത്യകാല പ്രവണതകളുടെ ചുവടുവിടാതെ തുടർന്ന അദ്ദേഹത്തിന്റെ വിധവയാകട്ടെ അവസാനം സയുക്തികമായി കമ്യൂണിസ്റ്റ് പാർട്ടിയിൽത്തന്നെ ചെന്നുചേർന്നു.

സാഹിത്യകലാരംഗത്ത് ഇതേ പ്രക്രിയ വളരെ വ്യക്തമായി പ്രകടമായത് ചൈനീസ് വിപ്ലവ സാഹിത്യ കുലകൂടസ്ഥനായ ലു സുണിലാണ് (1881–1936) ചൈനീസ് വിപ്ലവ സാഹിത്യനായകരിൽ തൊട്ടുപിന്നാലെ അധിനായകരായി ഉയർന്ന കു മൊ ജൊ (ജ 1892) മാവൊതുൺ (ജ 1896) ജെ ചിങ് (ജ 1910) തുടങ്ങിയ പലരും കമ്യൂണിസ്റ്റ് പാർട്ടിയിൽ അംഗത്വം സ്വീകരിച്ചെങ്കിലും ലു സുൺ സംഘടിത രാഷ്ട്രീയ പാർട്ടികളിലൊന്നിലും അംഗമായിരുന്നില്ല. എങ്കിലും ചൈനീസ് നവോത്ഥാന സാഹിത്യത്തിന്റെ അധിനായകനായി മൗ സെ ദൊങ് അദ്ദേഹത്തെ വാഴ്ത്തി.

മെയ് 4 പ്രസ്ഥാനത്തെത്തുടർന്ന് പുരോഗമനവാദികളും വിപ്ലവകാരികളും ജനാധിപത്യ വിശ്വാസികളും സാമ്രാജ്യത്വ വിരുദ്ധമായ എഴുത്തുകാരുടെ ഒന്നിലേറെ സംഘടനകൾ രൂപംകൊണ്ടെങ്കിലും നിയതമായ പരിപാടിയോടും വ്യക്തമായ ലക്ഷ്യബോധത്തോടെയും ഒരു സംഘടന രൂപംകൊണ്ടത് 1930–ലാണ്. "ചൈനീസ് ഇടതുപക്ഷ ലേഖകസഖ്യം" (ചൈനീസ് ലീഗ് ഓഫ് ലെഫ്റ്റ് വിങ് റൈറ്റേഴ്സ്) എന്നായിരുന്നു അതിന്റെ പേർ. അക്കാലത്ത് നിലവിലിരുന്ന "സാർവദേശീയ വിപ്ലവ സാഹിത്യ സംഘ"ത്തിന്റെ (ഇന്റർനാഷണൽ അസോസിയേഷൻ ഓഫ്

റവല്യൂഷണറി റൈറ്റേഴ്സ്) ചൈനീസ് ശാഖയായിരുന്നു അത്. ഫാസിസ്റ്റ് വിരുദ്ധ പോരാട്ടത്തിൽ പങ്കെടുക്കുന്ന വിവിധ തരക്കാരായ ജനാധിപത്യ വാദികളെയും മാനവികത്വ വിശ്വാസികളെയും അണിനിരത്തുവാൻ ഉതകുന്ന വിശാലമായ മറ്റൊരു സാർവദേശീയ സംഘടനയ്ക്ക് വഴിയൊരുക്കുവാനായി വിപ്ലവസാഹിത്യ സംഘം 1936 ൽ പിരിച്ചുവിടുന്നതുവരെ തുടർന്ന ഈ ഇടതുപക്ഷ സാഹിത്യസഖ്യം ലുസുൺ, മാവൊതുൺ, ചുപിൻപൊ, സിയാവൊയെൻ, തിയൻ ഹാൻ തുടങ്ങി അന്നത്തെ അമ്പതിലേറെ പ്രതിഭാശാലികളുടെ സംഘടനയായി തുടർന്നു. അതിനുശേഷം ജപ്പാൻവിരുദ്ധ ചെറുത്തുനിൽപ്പുയുദ്ധത്തിന്റെ കാലത്ത് (1936–45) "ശത്രുവിനെ തുരത്താനുള്ള സാഹിത്യകലാ പ്രവർത്തകരുടെ അഖില ചൈനാ സംഘ"മായി (ആൾ ചൈന അസോസിയേഷൻ ഓഫ് ലിറ്ററേച്ചർ ആൻഡ് ആർട്ട് വർക്കേഴ്സ് ഫോർ റിപ്പൾഷൻ ഓഫ് ദി എനിമി) അത് രൂപാന്തരം പ്രാപിക്കുകയും വികസിക്കുകയും ചെയ്തു. ജാപ്പനീസ് വിരുദ്ധ ചെറുത്തുനിൽപ്പ് യുദ്ധകാലത്ത് വിപുലമായ കലാ–സാഹിത്യ നവോത്ഥാനത്തിന് നേതൃത്വം നൽകിയ ഈ സംഘടന "സാഹിത്യകലാ പ്രവർത്തകരുടെ അഖില ചൈനാസംഘ"മായി ("ശത്രുവിനെ തുരത്താനുള്ള" എന്ന വിശേഷണം ഉപേക്ഷിക്കപ്പെട്ടു) ഇപ്പോഴും തുടരുന്നു.

ഇടതുപക്ഷ സഖ്യത്തിലെ പ്രവർത്തനം ലുസുനെ മാർക്സിസ്റ്റ്–ലെനിനിസ്റ്റ് കാഴ്ചപ്പാടിലേക്ക് വളരെ അടുപ്പിച്ചെങ്കിലും ആ സംഘടനയുടെ അന്ത്യത്തോടെ അദ്ദേഹം അന്ത്യശ്വാസം വലിച്ചതിനാൽ തുടർന്നുണ്ടാകാമായിരുന്ന ലുവിന്റെ പുരോഗതി കാണാൻ ലോകത്തിന് ഭാഗ്യം സിദ്ധിച്ചില്ല. എങ്കിലും ഒരു പുരുഷായുസിൽ ഒരു മഹാപ്രതിഭയ്ക്ക് ഉണ്ടാകാവുന്നതിലധികം നേട്ടങ്ങൾ കാഴ്ചവെച്ച് ചൈനീസ് ജനാധിപത്യ–സോഷ്യലിസ്റ്റ് സാഹിത്യ നവോത്ഥാനത്തിന്റെ പിതാവ് എന്ന പ്രശസ്തി സ്ഥാപിച്ചതിനുശേഷമാണ് അദ്ദേഹം വിടപറഞ്ഞത്.

ലു സുണിന്റെ ചെറുകഥകളും ചെറുനോവലുകളുമാണദ്ദേഹത്തിനു വിശ്വപ്രശസ്തി നേടിക്കൊടുത്തതെങ്കിലും (സി ആർ ഓമനക്കുട്ടനും എ മാധവനും അവയിൽ പലതും മലയാളത്തിലേക്ക് വിവർത്തനം ചെയ്തിട്ടുണ്ട്) സാഹിത്യചരിത്രം, സാഹിത്യവിമർശനം, രാഷ്ട്രീയം, സാമൂഹികവിശകലനം തുടങ്ങി മറ്റുപല ശാഖകളിലും വിജയകരമായി അദ്ദേഹം പ്രവർത്തിച്ചിട്ടുണ്ട്. *ചൈനീസ് ആഖ്യായികാ സാഹിത്യചരിത്രം* എന്ന ഇംഗ്ലീഷിൽക്കൂടി കിട്ടുന്ന ലുവിന്റെ കൃതി മൂവായിരം വർഷം നീണ്ട ചൈനീസ് കഥാസാഹിത്യത്തിന്റെ പണ്ഡിതോചിതമായ ഒരവലോകനമാണ്. നമ്മുടെ മഹാകവി കുമാരനാശാനെപ്പോലെ സാഹിത്യവിപ്ലവത്തിന്റെ രണ്ടു ഘട്ടങ്ങൾക്കു നേതൃത്വം നൽകിയ (കാൽപ്പനികം, യാഥാർഥ്യവാദം) ലു സുൺ മൂന്നാമത്തെ ഘട്ടമായ സോഷ്യലിസ്റ്റ് റിയലിസത്തിലേക്കും കാലെടുത്തുവെച്ചു. *ആഹ് ക്യുവിന്റെ യഥാർഥകഥ* തുടങ്ങി വിശ്വസാഹിത്യത്തിലെ ചില അമൂല്യകൃതികൾ സംഭാവന ചെയ്ത ലു തന്റെ ജനകീയസാഹിത്യ സിദ്ധാന്തം 1927 ൽ ഇങ്ങനെ വിവരിച്ചു:

> ലോകത്തിനും ഭാവിതലമുറകൾക്കുംവേണ്ടി തങ്ങളുടെ വികാര വിചാരങ്ങൾ സംവേദനം ചെയ്യാൻ എഴുത്തിനറിയാം എന്നതാണ് പരിഷ്ക്കൃതമനുഷ്യനെ കാടന്മാരിൽനിന്ന് വേർതിരിക്കുന്നത്. ചൈനയ്ക്കും എഴുത്തുണ്ട്. പക്ഷേ, അത് ജനസാമാന്യ ത്തിൽനിന്നും അകന്നാണ് നിൽക്കുന്നത്. കൃത്രിമമായ പഴഞ്ചൻ ശൈലിയിലെ ആവക എഴുത്തുകൾ കാലഹരണംവന്ന പഴഞ്ചൻ അനുഭൂതികളാണ് വിവരിക്കുന്നത്. അതിന്റെ പ്രഖ്യാപനങ്ങളെല്ലാം ഭൂതകാലത്തിന്റെയാകയാൽ നിരർഥകമായി ഭവിച്ചിരിക്കുന്നു. അതു കൊണ്ട് പരസ്പരം ഗ്രഹിപ്പിക്കാൻ കഴിയാത്ത നമ്മുടെ ജനത ഇഴുകിച്ചേരാത്ത ഇളകിയ മണൽക്കൂമ്പാരംപോലെ വേർപെട്ടു കിട ക്കുന്നു.

1935–ൽ പ്രസിദ്ധീകരിച്ച തന്റെ അവസാനലേഖന സമാഹാരത്തിന്റെ മുഖവുരയിൽ ലു സുൺ കുറേക്കൂടി മുന്നോട്ടു പോകുന്നു:

> അടിയന്തരകടമകൾ ഞെരുക്കുന്ന ഇന്നത്തെപ്പോലുള്ള കാലഘ ട്ടത്തിൽ, ദ്രോഹകരമായവയോട് പ്രതികരിക്കുകയും അവയെ അടി യന്തരമായി ചെറുക്കുകയും ചെയ്യാൻ ഇന്ദ്രിയബോധതന്തുവായി, ചെറുക്കാനും കടന്നാക്രമിക്കാനുമുള്ള അവയവമായി പ്രവർത്തി ക്കുകയാണ് എഴുത്തുകാരന്റെ കടമ. ഭാവി നാഗരികതയുടെ ഉന്ന മനത്തിനായി ഗംഭീരമായ പ്രാമാണികകൃതികൾ ചമയ്ക്കുവാൻ മിനക്കെടുന്നതെല്ലാം തീർച്ചയായും വളരെ നല്ലതുതന്നെ. എന്നാൽ വർത്തമാനകാലത്തിനുവേണ്ടി പൊരുതുന്ന സാഹിത്യകാരന്മാർ വർത്തമാനത്തിനും ഭാവിക്കും വേണ്ടി പൊരുതുകയാണ് ചെയ്യു ന്നത്. എന്തെന്നാൽ, വർത്തമാനകാലം കൈമോശം വന്നാൽ പിന്നെവിടെയാണ് ഭാവി?

സാഹിത്യത്തിനും സംസ്കാരത്തിനും ചൈനീസ് ഭാഷയിലെ വാക്ക് തികച്ചും അർഥവത്തും സമകാലിക മൂല്യങ്ങളെക്കൂടി ഉൾക്കൊള്ളുന്നതു മാണ് എന്ന് ദാവ്ലെയിങ് ചൂണ്ടിക്കാട്ടുന്നു. (The Marxist theory of art) ചൈനീസ് ഭാഷയിൽ 'മെൻഹൂവ' എന്നാൽ സംസ്കാരം. അതിലെ 'മെൻ' ഉദാത്തമായ അർഥത്തിൽ 'എഴുത്താ'ണെങ്കിൽ 'ഹുവ' പരി വർത്തനം എന്നും. എഴുത്തിലൂടെ 'പരിവർത്തനം' സാധിക്കുക, "സംസ് കരിക്കുക' എന്നു ചുരുക്കം. ഈ പ്രാചീന ചൈനീസ് സങ്കൽപ്പത്തിന്റെ കാലോചിതമായ പുനരാവർത്തനമാണ് ലു സുണും സഖാക്കളും ചൈനീസ് സാഹിത്യ–കലാ നവോത്ഥാനത്തിന്റെ മൂലക്കല്ലായി കണ്ടെ ത്തി തെളിച്ചെടുത്തത്.

ഈ സങ്കൽപ്പനവും ആധുനിക വിശ്വവിപ്ലവത്തിന്റെ അനുരണനവും മൗ സെ ദൊങ്ങിന്റെ പേരുകേട്ട യനാൻഫോറപ്രഭാഷണത്തിൽ (1942) ആവിഷ്ക്കരിക്കുന്നതായി കാണാം. മൗ "കലയെയും സാഹിത്യത്തെയും

കുറിച്ച് യനാൻവേദിയിൽ ചെയ്ത ഭാഷണം" മലയാളത്തിലും വിവർത്തനം ചെയ്യപ്പെട്ടിട്ടുണ്ട്. ന്യായമായിത്തന്നെ വളരെയേറെ വിവാദവിഷയമായിട്ടുള്ള സോവിയറ്റ് പാർട്ടിനേതാവ് എ എ ഷഡാനോവിന്റെ 1947 ലെ ഭർത്സനങ്ങളോടോ വരട്ടുതത്വവാദമുറയോടോ ('സ്വെദ', *ലെനിൻഗ്രാഡ്* എന്നീ കാലിക പ്രസിദ്ധീകരണങ്ങളെക്കുറിച്ചുള്ള റിപ്പോർട്ട്) താരതമ്യപ്പെടുത്താൻ വയ്യാത്തവിധം യുക്തിയും മൂല്യബോധവും സഹിഷ്ണുതയുംകൊണ്ട് നിർഭരമാണ് ആ ഭാഷണം. ജപ്പാൻ വിരുദ്ധ സമരത്തിന്റെ മൂർധന്യമുഹൂർത്തത്തിൽ യനാൻ മലയോരങ്ങളിൽ ഗുഹാകേന്ദ്രങ്ങളിൽവെച്ച് നടന്ന ഈ ചർച്ചായോഗം ചൈനീസ് വിപ്ലവസാഹിത്യത്തിന്റെ ഗുരുത്വാകർഷണകേന്ദ്രത്തിന്റെ സ്ഥലംമാറ്റത്തെ മാത്രമല്ല പ്രതിഫലിപ്പിക്കുന്നത്. മൗ വ്യക്തമാക്കിയതുപോലെ "ഷാങ്ഹായ് നഗരത്തിലെ മാളികയറകളിൽനിന്നുള്ള സാഹിത്യകാരന്മാരുടെ ഈ വരവ് ഒരു സ്ഥലംമാറ്റം മാത്രമല്ല, ഒരു ഐതിഹാസിക കാലഘട്ടത്തിൽനിന്ന് മറ്റൊന്നിലേക്കുള്ള സംക്രമണത്തെക്കൂടി കുറിക്കുന്നു."

സാഹിത്യത്തിന്റെയും മറ്റു കലകളുടെയും സാമൂഹികനിബദ്ധതയെയോ രാഷ്ട്രീയ ലക്ഷ്യത്തെയോ ഒരു മുടിനാരിഴയിടപോലും താഴ്ത്തിക്കെട്ടാതെ സോഷ്യലിസ്റ്റ് റിയലിസത്തിന്റെ പ്രസക്തിയെ വിളംബരം ചെയ്യുമ്പോഴും എംഗൽസിന്റെ പ്രസിദ്ധമായ നിർവചനം ഉദ്ധരിക്കുന്ന മൗ യാന്ത്രിക ഭൗതികവാദത്തിലേക്കും വരട്ടുതത്വവാദത്തിലേക്കും വഴുതിവീഴാതെ പിടിച്ചു നിൽക്കുന്നതായി കാണാം. ജീവിതത്തിന്റെ പ്രതിഫലനമാണ് കലയെന്നു പറയുമ്പോൾ അത് നിർജീവപ്രതിഫലനമാണെന്ന് ചിലർ ധരിച്ചു വശമാകാൻ ഇടയുണ്ടല്ലോ. മാർക്സിസ്റ്റ് സാഹിത്യചർച്ചയിൽ ആ അർഥത്തിലല്ല 'പ്രതിഫലനം' എന്ന പദപ്രയോഗം എന്ന് മൗ വ്യക്തമാക്കുന്നു.

> സാഹിത്യത്തിന്റെയും കലയുടെയും ഏക ഉറവിടം മനുഷ്യന്റെ സാമൂഹികജീവിതമാണ്. അതിന്റെ ഉള്ളടക്കമാകട്ടെ സാഹിത്യത്തെയും കലയേയുംകാൾ താരതമ്യമില്ലാത്തവിധം സജീവവും സമ്പന്നവുമാണ്. എന്നിട്ടും ജീവിതംകൊണ്ടുമാത്രം തൃപ്തിപ്പെടാനാവാതെ സാഹിത്യത്തിനും കലയ്ക്കുമായി ദാഹിക്കുന്നു. എന്തുകൊണ്ട്? എന്തുകൊണ്ടെന്നാൽ, രണ്ടും സുന്ദരമെങ്കിലും സാഹിത്യത്തിലും കലയിലും പ്രതിഫലിക്കുന്ന ജീവിതം കുറേക്കൂടി ഉദാത്തമാണ്, ഉദാത്തമാകണം; അത് കൂടുതൽ സാന്ദ്രവും ഏകാഗ്രവും വർഗലക്ഷണയുക്തവും ആദർശത്തോടു കൂടുതൽ നികടവും അതുകൊണ്ട് ദൈനംദിന ജീവിതത്തെക്കാൾ കൂടുതൽ സാർവജനീനവുമാണ്. യഥാർഥ ജീവിതത്തിൽനിന്നും വൈവിധ്യമാർന്ന കഥാപാത്രങ്ങളെ സൃഷ്ടിച്ച് ചരിത്രത്തെ മുന്നോട്ടുതള്ളുന്ന പ്രക്രിയയിൽ ജനസാമാന്യത്തെ സഹായിക്കുകയാണ് വിപ്ലവസാഹിത്യവും കലയും ചെയ്യേണ്ടത്. ഉദാഹരണത്തിന്

> വിശപ്പും തണുപ്പും വർധനവുംകൊണ്ട് യാതനയനുഭവിക്കുന്ന മനുഷ്യർ ഒരുഭാഗത്ത്, മനുഷ്യനെ മനുഷ്യൻ ചൂഷണം ചെയ്യുകയും മർദിക്കുകയും ചെയ്യുന്ന ചിത്രം മറുഭാഗത്ത്. സകലയിടത്തും കാണപ്പെടുന്ന ഈ കാഴ്ച സർവസാധാരണമായി ജനങ്ങൾ അവഗണിച്ചേക്കാൻ ഇടയുണ്ട്. ഇത്തരം ദൈനംദിന പ്രതിഭാസത്തിൽ ശ്രദ്ധ കേന്ദ്രീകരിച്ച് അവയിലെ വൈവിധ്യങ്ങളെയും പോരാട്ടങ്ങളെയും വർഗലക്ഷണനിർവചനം ചെയ്ത് കൃതികൾ നിർമിക്കുകയും ബഹുജനങ്ങളെ തട്ടിയുണർത്തി ആവേശംകൊള്ളിച്ച് ഈ സാഹചര്യത്തെ മുഴുവൻ മാറ്റിമറിക്കാൻ അവരെ ഒത്തൊരുമിച്ച് സമരത്തിലേക്കു നയിക്കുകയുമാണ് എഴുത്തുകാരും കലാകാരന്മാരും ചെയ്യുക. അങ്ങനെയുള്ള സാഹിത്യവും കലയും കൂടാതെ ഈ കൃത്യം പൂർത്തിയാക്കാനാവില്ല. അഥവാ ചുരുങ്ങിയപക്ഷം അത്രവേഗം ഫലപ്രദമായി നിർവഹിക്കാനാവില്ല.

സാഹിത്യകാരൻ ജനങ്ങളുടെ നിലവാരത്തിലേക്ക് താഴുകയാണോ അതിന്റെ നിലവാരത്തിലേക്ക് ജനങ്ങളെ ഉയർത്തുകയാണോ വേണ്ടത് എന്നതിനും മധ്യമാർഗത്തിൽ യുക്തിസഹമായ പരിഹാരം മൗ നിർദേശിക്കുന്നു.

രൂപവും ഭാവവും തമ്മിലുള്ള വിവാദവും യുഗധർമത്തോടൊപ്പം കലാമൂല്യത്തികവില്ലാത്ത കൃതികളുടെ വ്യർഥത ചൂണ്ടിക്കാട്ടി മൗ പരിഹരിക്കുന്നുണ്ട്.

ചില ഊന്നലുകളും ദിശാസൂചനകളും ഭേദഗതി ചെയ്ത് കാലോചിതമായി വികസിപ്പിക്കാൻ പഴുതുകളുണ്ടെങ്കിലും മൗലികമായി മൗവിന്റെ ഭാഷണം കാലഹരണദോഷം കൂടാതെ ആധുനിക ചൈനീസ് കലയ്ക്കും സാഹിത്യത്തിനും മാർഗനിർദേശം നൽകുന്ന രൂപരേഖയായി അവശേഷിക്കുന്നു.

ഈ സിദ്ധാന്തങ്ങളെയും മാർഗനിർദേശങ്ങളെയും പിന്തുടർന്ന് അനവധി കലാസൃഷ്ടികളും കലാസിദ്ധാന്തകൃതികളും ചൈനയിൽ ഉണ്ടായിട്ടുണ്ട്. എങ്കിലും വളരെ കുറച്ചേ പുറത്തറിയപ്പെടുന്നുള്ളൂ. അവരിൽ വിദേശത്തും പേരെടുത്തിട്ടുള്ള പ്രതിഭാശാലിയാണ് 1980 ൽ നിര്യാതനായ കുമൊ ജൊ. 1920 കളുടെ ആദ്യം 'സർഗസാഹിത്യസംഘം' (ക്രിയേറ്റിവിറ്റി ലിറ്ററി സൊസൈറ്റി)ത്തിന്റെ സംഘാടകരിൽ പ്രമുഖനായിരുന്ന കു എഴുത്തുകാരുടെ അഖിലചൈന സംഘടനയിലെ നേതൃസ്ഥാനത്തും കമ്യൂണിസ്റ്റുപാർട്ടി കേന്ദ്രകമ്മിറ്റിയിലും ക്രമേണ എത്തിച്ചേർന്നു. കവി, കഥാകാരൻ, ആഖ്യായികാ, കർത്താവ്, വിമർശകൻ, നാടകകൃത്ത്, രാഷ്ട്രീയ പ്രവർത്തകൻ എന്നീ വിവിധ നിലകളിൽ പ്രശസ്തനായ കു ഒരു ബഹുമുഖ പ്രതിഭാശാലിയായിരുന്നു. *The Goddesses* (1921), *Stellar Space* (1923), *The Vase* (1927), *A Hymu to New China* (1951) മുതലായവ കുവിന്റെ കവിതാസമാഹാരങ്ങളിൽ ചിലതാണ്. *നരിയുടെ മുഖംമൂടി* (1942) എന്ന നാടകം വിജയകരമായി അവതരിപ്പിച്ച കു നാടക

കൃത്തുക്കളിൽ അഗ്രഗണ്യനായി പരിഗണിക്കപ്പെടുന്നു. മാർക്സിന്റെയും എംഗൽസിന്റെയും കൃതികൾ ജർമനിയിൽനിന്നു നേരിട്ടു കു വിവർത്തനം ചെയ്തിട്ടുണ്ട്. *ജർമൻ പ്രത്യയശാസ്ത്രവും അർഥശാസ്ത്ര വിമർശനവും* മറ്റും അതുപോലെ ഗോയ്ഥെയുടെ *ഫോസ്റ്റും* ടോൾസ്റ്റോയിയുടെ *യുദ്ധവും സമാധാനവും* മയക്കോവ്സ്കിയുടെ കവിതകളും ചൈനീസ് വായനക്കാർക്ക് അഭിഗമ്യമാക്കിയത് കുവാണ്. പ്രാചീന ചൈനയിലെ അടിമവ്യവസ്ഥയെക്കുറിച്ചുള്ള കുവിന്റെ പുസ്തകം ചൈനയുടെ മാത്രമല്ല ലോകത്തിന്റെ മുഴുവൻ മാർക്സിസ്റ്റ് ചരിത്രശാസ്ത്രത്തിന് സംഭാവനയാണ്.

മാവൊതൂണും കുവെപ്പോലെ പ്രശസ്തനായ വിമർശകനും ചരിത്രകാരനും കവിയും ആഖ്യായികാകാരനുമാണ്. *ഗദ്യപഠനത്തിനൊരു മുഖവുര* (1928), *രാത്രികാല കുറിപ്പുകൾ : സോഷ്യലിസ്റ്റ് റിയലിസത്തെപ്പറ്റി ചില ചിന്തകൾ* (1958), *പ്രചോദനം* (1959), *ചരിത്രനാടകത്തിന്റെ ചരിത്രം* (1962) എന്നിവ അദ്ദേഹത്തിന്റെ വിമർശനഗ്രന്ഥങ്ങളിൽ എടുത്തു പറത്തക്കതാണ്. മൂന്നു ഗ്രന്ഥങ്ങളിൽ അവസാനിക്കുന്ന (തിലോഗി) *വിജയം* (1932–34) എന്ന മാവൊതൂണിന്റെ ആഖ്യായികപരമ്പര ചൈനീസ് കർഷകസമരത്തിന്റെ ഇതിഹാസാഖ്യാനമാണ്. *പ്രദാനത്തിനു മുമ്പ്* എന്നതാണദ്ദേഹത്തിന്റെ മറ്റൊരു പ്രഖ്യാതനോവൽ. *ചൈനീസ് മിത്തോളജി* എന്ന മാവൊതൂണിന്റെ മറ്റൊരു ഗ്രന്ഥം മിത്തുകളും പുരാണങ്ങളും പഠിക്കാനുള്ള ഒരു മാതൃകാ മാർക്സിസ്റ്റ് ഗ്രന്ഥമാണ്.

കുറേക്കൂടി ഇളംതലമുറയിൽപ്പെട്ട കവിയാണ് നേരത്തെ പരാമർശിക്കപ്പെട്ട ജെചിങ് ജങാൻ. വളരെ ജനപ്രിയത നേടിയ ആഖ്യായികാകാരനാണു ഹാവൊറാൻ. ഈ പട്ടിക ഇവിടെ നീട്ടുന്നില്ല. മുകളിൽ പ്രസ്താവിച്ച കൃതികളിൽ വളരെ കുറച്ചെണ്ണം മാത്രമേ ഇംഗ്ലീഷിൽ വന്നിട്ടുള്ളൂ. ഇനി അവശേഷിക്കുന്നവ അത്രകൂടി പരിചിതമല്ല.

ചുരുക്കത്തിൽ, മാർക്സിസ്റ്റ് സൗന്ദര്യശാസ്ത്രത്തിനും മാർക്സിസ്റ്റ് സ്വാധീനവലയത്തിലെ സാഹിത്യത്തിനും ഗണ്യമായ സംഭാവന നൽകിയ ചൈനയുടെ സമ്പത്തുകൾ പുറംലോകത്തിന് കാട്ടുമാറാക്കാൻ വമ്പിച്ച പരിശ്രമങ്ങൾ ഇനിയും നടത്തേണ്ടിയിരിക്കുന്നു. റഷ്യൻ, ജർമൻ, ഫ്രഞ്ച്, ഇംഗ്ലീഷ്, സ്പാനിഷ്, ഇറ്റാലിയൻ മുതലായ ഭാഷകളിലെ സംഭാവന അത്രതന്നെ അപരിചിതമല്ലല്ലോ.

4

സിനിമയും പ്രത്യയശാസ്ത്രവും

രവീന്ദ്രൻ

രാവന്തിയോളം അധ്വാനിച്ചു തളരുന്ന ബഹുഭൂരിപക്ഷം ജനതയ്ക്ക് ഉല്ലാസത്തിന്റെയും വിനോദത്തിന്റെയും ഒരു ഇടവേള നൽകി നിത്യ ജീവിതത്തിന്റെ അല്ലലുകളിൽനിന്ന് അൽപ്പനേരത്തേക്കെങ്കിലും അവരെ മോചിപ്പിക്കുകയാണ് തങ്ങളുടെ ഉദ്ദേശ്യമെന്നും പ്രബോധനങ്ങളിൽ തങ്ങൾക്കു വിശ്വാസമില്ലെന്നും സിനിമക്കാർ ആവർത്തിച്ചുപറയും. അങ്ങനെ കേൾക്കുമ്പോൾ ഉദാരവും നിഷ്കളങ്കവുമായ ഒരു കർമ്മമാണ് അവരുടേത്. പ്രകടമായും വിവാദപരങ്ങളാണെങ്കിൽപ്പോലും ചില പ്രസ്താവങ്ങൾ ആവർത്തനങ്ങളാൽ അശ്രദ്ധമാക്കപ്പെട്ട് വീണ്ടുവിചാര ങ്ങളിൽനിന്ന് ഒഴിവാക്കപ്പെടാറുണ്ട്. അവ ഒരിക്കലും വിവാദത്തിന്റെ മേഖലകളിൽ പ്രവേശിക്കാറില്ല. ഗൗരവമായ ചർച്ചകളെ ഇങ്ങനെ സമർഥ മായി മറികടന്ന് പൊതുധാരണകളിൽ അവ സൗമ്യമായി ഇരുത്തംകൊ ള്ളുന്നു. അത്തരം ഒരു പ്രസ്താവമാണ് സിനിമാക്കാരുടെ, മുകളിൽ പറഞ്ഞ അവകാശവാദം.

പരിശോധനയ്ക്കു വിധേയമാക്കുമ്പോൾ ഈ പ്രസ്താവം ഉദ്ദേശിക്ക പ്പെടാത്ത ഒരു സത്യം വെളിപ്പെടുത്തുന്നു: സിനിമ സംബോധന ചെയ്യു ന്നത് രാവന്തിയോളം അധ്വാനിച്ച് തളരുന്ന ബഹുഭൂരിപക്ഷം ജനതയെ യാണ്. നിത്യജീവിതത്തിന്റെ അസുഖകരമായ യാഥാർഥ്യങ്ങളിൽനിന്ന്, വ്യക്തമായിപറഞ്ഞാൽ അധ്വാനത്തിന്റെ അല്ലലുകളിൽനിന്ന് പലായനം ചെയ്യുവാനുള്ള അവസരങ്ങളായി അവരുടെ ഇടവേളകളെ മാറ്റിത്തീർക്കു കയാണ് സിനിമയുടെ ലക്ഷ്യം. ഈ ഇടവേളകളിൽ പ്രബോധനങ്ങൾക്ക് സിനിമ മുതിരുന്നില്ല. യാഥാർഥ്യബോധത്തെ നശിപ്പിക്കുന്ന ഒരു സുഷു പ്തികൊണ്ട് അവയെ നിറയ്ക്കുക മാത്രമാണ് ചെയ്യുന്നത്. അഥവാ മറ്റു പ്രകാരങ്ങളിൽ പ്രബോധനങ്ങൾക്കു വശഗമായി ജാഗ്രത്താവാനിടയുള്ള

ഇടവേളകളെ സിനിമ ഇല്ലായ്മ ചെയ്യുന്നു. അധ്വാനിക്കുന്ന ബഹുഭൂരിപക്ഷത്തിന്റെ യാഥാർഥ്യബോധത്തെയും ജാഗ്രതയെയും പ്രതിരോധിക്കുവാനുള്ള ഒരു ഉപായമായി സിനിമ മാറുന്നു എന്നു ചുരുക്കം.[1]

വാഗ്ദാനം ചെയ്യപ്പെടുന്ന ഉല്ലാസവും വിനോദവുമാണ് ഈ പ്രതിരോധത്തിന്റെ ന്യായം. പക്ഷേ, അധ്വാനിക്കുന്ന ബഹുഭൂരിപക്ഷത്തെ സംബന്ധിച്ചിടത്തോളം സിനിമ നൽകുന്നു എന്നവകാശപ്പെടുന്ന ഉല്ലാസവും വിനോദവും ഗുണപരമായ വിലയിരുത്തലിൽ, വിപരീതസ്വഭാവമാണ് പ്രകടിപ്പിക്കുന്നത്. ഉല്ലസിക്കുവാനും വിനോദമനുഭവിക്കുവാനും ആവശ്യമായ ശാരീരികവും മാനസികവുമായ സാവകാശം സിനിമയുടെ കാര്യത്തിലുണ്ടാകുന്നില്ല. ഒരു ശരാശരി ചലച്ചിത്രവിനോദം ആരംഭിക്കുന്നത് പ്രദർശനശാലകൾക്കുമുന്നിൽ മണിക്കൂറുകളോളം 'ക്യൂ പാലിച്ചു' കൊണ്ടുള്ള ആത്മപീഡനപരമായ കാത്തുനിൽപ്പോടുകൂടിയാണ്. പ്രദർശനശാലയ്ക്കകത്താകട്ടെ പ്രേക്ഷകൻ എങ്ങനെ രസിക്കണം, എന്തു കാണുമ്പോൾ രസിക്കണം എന്നതെല്ലാം സിനിമ ഏകപക്ഷീയമായി നിശ്ചയിക്കുന്നു. സിനിമയുടെ നിശ്ചയങ്ങൾ പലപ്പോഴും പ്രേക്ഷകന്റെ വർഗസ്വത്വ (class identity)ത്തെയും മൂല്യങ്ങളെയും അപഹസിക്കുന്നതാവും. (ഒരർഥത്തിൽ എല്ലാ സിനിമയുടെയും പ്രമേയം അധോവർഗത്തിന്റെ അൽപ്പത്തവും കൊള്ളരുതായ്മയുമാണ്. എക്കാലത്തും ഇന്ത്യൻ ഉപഭോക്തൃസിനിമയ്ക്ക് പ്രിയങ്കരമായ ഒരു ഫലിതം ഭൃത്യൻ–വങ്കൻ (Worker-comedian) എന്ന പാത്രദ്വന്ദ്വമാണ് (ഈ ആശയം കൂടുതൽ വിശദമായി പിന്നീട് പരിശോധിക്കാം). ഒരു താരനായകസങ്കൽപ്പത്തിലൂടെ സിനിമ സ്ഥാപിക്കുവാനിച്ഛിക്കുന്ന മൂല്യങ്ങൾക്കും വിശ്വാസങ്ങൾക്കും വഴങ്ങുക എന്നതും അവയെ സ്വാംശീകരിക്കുക എന്നതും ആവുന്നു, ഫലത്തിൽ സിനിമാവിനോദം. മറ്റൊരർഥത്തിൽ വിനോദത്തിന്റെ പ്രച്ഛന്നവേഷത്തിൽ സിനിമ അധ്വാനിക്കുന്ന ബഹുഭൂരിപക്ഷത്തിനു നൽകുന്നത് ഒരുതരം മൂല്യശിക്ഷണമാണ്. വിനോദാനുഭവത്തിന്റെ വിചിത്രമായ ഈ പ്രക്രിയയുടെ വേറൊരു വിശേഷം അതു പ്രേക്ഷകനിൽ നിന്ന് നിരുപാധികമായ വിധേയത്വം ആവശ്യപ്പെടുന്നു എന്നതാണ്. പ്രദർശനശാലയ്ക്കുമുന്നിലെ 'ചൊൽപ്പടി' പ്രകാരമുള്ള കാത്തുനിൽപ്പിൽ നിന്നു തുടങ്ങി സ്വന്തം വിവേചനശേഷിയെ അടിയറവെച്ചുകൊണ്ട് നായകന്റെ മനോവൃത്തിയുമായി താദാത്മ്യം പ്രാപിച്ച്, സിനിമയുടെ അന്തിമ നിഗമനത്തെ നിർബാധം അംഗീകരിക്കുന്നതുവരെ അനുഷ്ഠിക്കപ്പെടുന്ന ഒരു വിധേയത്വമാണത്.

---

1. അപരിഹാര്യവും ശത്രുതാപരവുമായ വൈരുധ്യങ്ങളെ (irreconcilable and antagonistic contradictions) സമരസപ്പെടുത്തുന്ന മിഥ്യാബോധം സൃഷ്ടിക്കുന്ന ഒരു 'മിത്തിക്കൽ' പ്രവർത്തനമാണിത്. ബൂർഷ്വാസമൂഹത്തിൽ ഇത്തരം ബോധപൂർവമായി നിർമിക്കപ്പെടുന്ന മിത്തുകൾ വഹിക്കുന്ന വൃത്താന്ത വികലീകരണപരമായ പങ്കിനെപ്പറ്റി ആഴത്തിലുള്ള പല പഠനങ്ങളും നടന്നിട്ടുണ്ട്. 'സാംസ്കാരിക വിമർശത്തിന്റെ പ്രസക്തി' എന്ന ലേഖനത്തിൽ ഈ ആശയം വിശദമായി ചർച്ച ചെയ്യപ്പെടുന്നുണ്ട് – എഡിറ്റർ.

ഈ വൈരുധ്യങ്ങൾ പരിഗണിക്കുമ്പോൾ സിനിമ വാഗ്ദാനം ചെയ്യുന്ന വിനോദം തീർത്തും ഉദാരവും നിഷ്കളങ്കവുമല്ല. എന്നുമല്ല, ബഹുഭൂരിപക്ഷത്തെ സംബോധന ചെയ്യുകയും അവരുടെ യാഥാർഥ്യ ബോധത്തെ നിരന്തരം നിഷ്കാസനം ചെയ്യുകയും ചെയ്യുന്ന സിനിമ, അതുയർത്തിപ്പിടിക്കുന്ന മൂല്യങ്ങൾക്കും വിശ്വാസങ്ങൾക്കും സാധൂകരണം തേടുകവഴി യഥാർഥത്തിൽ നിർവഹിക്കുന്നത് ഒരു പ്രത്യയ ശാസ്ത്ര ദൗത്യമാണ്. ഈ വാദം തുടരുന്നതിനുമുമ്പ് നമ്മുടേതുപോലുള്ള വ്യാപാരപ്രധാനമായ (ഈ സാംസ്കാരിക പ്രതിഭാസങ്ങളുടെ സാമ്പത്തികമായ അടിത്തറ ഈ ചർച്ചയുടെ പരിധിക്കകത്ത് ഒതുക്കാനാവാത്തവിധം സങ്കീർണമാണ്). ഒരു വ്യവസ്ഥിതിയിൽ പ്രത്യയശാസ്ത്ര പ്രവർത്തനങ്ങളുടെ രീതികൾ അൽപ്പം വിശദീകരിക്കേണ്ടതുണ്ട്.

ഉൽപ്പാദന പ്രക്രിയയോടൊപ്പംതന്നെ ഉൽപ്പാദനോപാധികളുടെയും ഉൽപ്പാദനബന്ധങ്ങളുടെയും പുനരുൽപ്പാദനം ഉറപ്പുവരുത്തേണ്ടത് ഏതൊരു സാമൂഹികഘടനയുടെയും അതിജീവനത്തെ സംബന്ധിച്ചിടത്തോളം പ്രധാനമാണ്. വർഗവൈരുധ്യം നിലനിൽക്കുന്ന ഒരു സമൂഹത്തിൽ അധീശവർഗത്തിന്റെ അധികാരസ്വരൂപമായ ഭരണകൂടത്തിന്റെ പ്രമുഖ വ്യാപാര (activity)ങ്ങളിലൊന്ന് ഉൽപ്പാദനോപാധികളുടെയും ഉൽപ്പാദനബന്ധങ്ങളുടെയും പുനരുൽപ്പാദനം സാധ്യമാക്കുന്ന സാഹചര്യങ്ങൾ സൃഷ്ടിക്കുകയാണ്. നിയമം, പൊലീസ്, പട്ടാളം, കാരഗൃഹം എന്നീ സ്ഥാപനങ്ങൾ ഉൾക്കൊള്ളുന്ന മർദനോപകരണ(Repressive State Apparatuses)ങ്ങളും മതം, പാഠശാല, കുടുംബം, തൊഴിലാളി സംഘടന, രാഷ്ട്രീയം, സാംസ്കാരിക പ്രസ്ഥാനം എന്നീ സ്ഥാപനങ്ങളുൾക്കൊള്ളുന്ന പ്രത്യയശാസ്ത്രോപകരണ (Ideological State Apparatuses)ങ്ങളും ഉപയോഗിച്ചുകൊണ്ട് ഭരണകൂടം ഈ കൃത്യം നിർവഹിക്കുന്നു. ഉൽപ്പാദനബന്ധങ്ങളും ഉൽപ്പാദനശക്തികളും (അധ്വാനശക്തി) ഒഴിച്ചുള്ള അസംസ്കൃതവിഭവങ്ങൾ യന്ത്രസാമഗ്രികൾ തുടങ്ങിയ, ഉൽപ്പാദനോപാധികൾ ഉൽപ്പാദനവ്യവസ്ഥ സ്വസിദ്ധമായ സംഭരണസംവിധാനം (Supply mechanism) വഴി ഉറപ്പുവരുത്തപ്പെടുന്നുണ്ട്.[1] മർദനോപകരണത്തിലെ വിവിധ സ്ഥാപനങ്ങളുടെ പ്രവർത്തനം ഒരു കേന്ദ്രശാസനയ്ക്കുകീഴിൽ ഏകോപിതമാകുമ്പോൾ പ്രത്യയ ശാസ്ത്രോപകരണങ്ങളുടെ പ്രവർത്തനം ഏകോപിതമാകുന്നത് അധീശ വർഗത്തിന്റെ പ്രത്യയശാസ്ത്രതാൽപ്പര്യങ്ങളോടുള്ള അവയുടെ വിധേയത്വത്താലാണ്. പൊലീസ്, സൈന്യം, കോടതി തുടങ്ങിയ മർദനോപകരണങ്ങൾക്കുമേൽ എന്നപോലെ വിദ്യാഭ്യാസ സ്ഥാപനങ്ങൾ, ആരാധനാ സമ്പ്രദായങ്ങൾ, സാംസ്കാരിക പ്രസ്ഥാനങ്ങൾ തുടങ്ങിയ പ്രത്യയ ശാസ്ത്രോപകരണങ്ങൾക്കുമേലും നായകത്വം (Hegemony) സ്ഥാപി

1. പ്രത്യയശാസ്ത്രത്തിന്റെ മേഖലയെ താരതമ്യേന സ്വതന്ത്രമായ ഒരു ഘടനാപരമായ ഏകക (Structural unit) മായി എടുത്തുകൊണ്ട്, അതിൽ പ്രതിഫലിക്കുന്ന സാമ്പത്തികാടിത്തറ മാത്രമാണ് ഇവിടെ ചർച്ച ചെയ്യപ്പെടുന്നത്.

ക്കാതെ ഒരു ഭരണകൂടത്തിനും നിലനിൽക്കുക സാധ്യമല്ല. അതുകൊണ്ട് വർഗസമരത്തിന്റെ ഒരു പ്രധാന ലക്ഷ്യം പ്രത്യയശാസ്ത്രോപകരണങ്ങൾക്കുമേലുള്ള വിജയമാണ്. രാഷ്ട്രീയത്തിന്റെ മേഖലയിൽ അധികാരക്കൈമാറ്റം നടന്നുകൊണ്ടിരിക്കുന്ന പരിവർത്തനഘട്ടങ്ങളിൽ, പിന്തള്ളപ്പെട്ട ഭരണവർഗത്തിന്റെ ശേഷിച്ച സ്വാധീനങ്ങളും ചൂഷിതവർഗത്തിന്റെ ചെറുത്തുനിൽപ്പും പ്രത്യയശാസ്ത്രസ്വരൂപത്തിൽ ആഴത്തിലുള്ള പ്രതികരണങ്ങൾ സൃഷ്ടിച്ചുകൊണ്ടിരിക്കാനിടയുണ്ടെന്നതിനാൽ കടുത്ത വർഗസമരം നടക്കുന്ന ഒരു മേഖലയുമാണിത്.[1]

ഉൽപ്പാദനോപാധികളുടെയും ഉൽപ്പാദനബന്ധങ്ങളുടെയും സ്വൈരമായ പുനരുൽപ്പാദനം അധീശവർഗത്തിന്റെ പ്രത്യയശാസ്ത്രത്തിന് സമൂഹം കീഴടങ്ങുന്ന സന്ദർഭത്തിലേ സാധ്യമാവൂ. എല്ലാ പ്രത്യയശാസ്ത്രസ്ഥാപനങ്ങളും ഗാഢമായ പരിഗണനയിൽ, ഇത്തരമൊരു കീഴടക്കലിന്റെ ഏജന്റുകളായാണ് പ്രവർത്തിക്കുന്നത്. ഇക്കാര്യത്തിൽ അവർക്ക് ഭരണകൂടത്തിന്റെ മർദനോപകരണങ്ങൾ നിർലോഭമായ പിന്തുണ നൽകുകയും ചെയ്യുന്നു. യഥാർഥത്തിൽ പ്രത്യയശാസ്ത്രോപകരണങ്ങളുടെ പ്രവർത്തനത്തിനാവശ്യമായ രാഷ്ട്രീയ സാഹചര്യം സജ്ജമാക്കുന്നത് മർദനോപകരണങ്ങളാണ്. ഭരണവർഗത്തിന്റെ പ്രത്യയശാസ്ത്ര താൽപ്പര്യങ്ങളാൽ ഏകോപിതമാക്കപ്പെട്ട പ്രത്യയശാസ്ത്ര സ്വരൂപത്തിന്റെ ആസന്നവ്യാപാരം (immediate concern) സമൂഹത്തിൽ നിലനിൽക്കുന്ന മൂല്യബോധങ്ങളുടെ സാധൂകരണവും പരിരക്ഷണവും ആയിത്തീരുന്നു. നിലവിലുള്ള മൂല്യബോധം നിലവിലുള്ള ഉൽപ്പാദനബന്ധങ്ങളുടെ അംഗീകരണവും സാധൂകരണവും ആണെന്നതിനാൽ അവയുടെ പരിരക്ഷണം ആ ഉൽപ്പാദനബന്ധങ്ങളുടെതന്നെ പരിരക്ഷണമാവുന്നു. ചരിത്രഗതി തടയുകയും അതതു കാലഘട്ടങ്ങളിലെ ഉൽപ്പാദനവ്യവസ്ഥ കയ്യാളുന്ന ഭരണവർഗത്തിന്റെ താൽപ്പര്യങ്ങൾ സ്ഥിരീകരിക്കുകയും ചെയ്യുന്ന ഒരു പ്രക്രിയയാണിത്. എല്ലാ പ്രത്യയശാസ്ത്രസ്ഥാപനങ്ങളുമെന്നപോലെ എല്ലാ കലാവ്യാപാരങ്ങളും ഇത്തരമൊരു പ്രക്രിയയിൽ ഏർപ്പെട്ടിരിക്കുന്നതായി കാണാം.[2]

---

1. ഭരണവർഗങ്ങൾക്കിടയിൽ നടക്കുന്ന കിടമത്സരങ്ങളും ചേരിമാറ്റങ്ങളുമാണ് ഇവിടെ സൂചിപ്പിക്കുന്നത്. കൊളോണിയൽ പൈതൃകവും അസന്തുലിത സാമ്പത്തിക വികാസവും മുഖമുദ്രയായി നിലനിൽക്കുന്ന ഇന്ത്യപോലുള്ള മൂന്നാം ലോകരാഷ്ട്രങ്ങളിൽ പ്രത്യയശാസ്ത്രപരമായ മർദനോപാധികൾക്ക് സവിശേഷമായ പ്രസക്തിയുണ്ടല്ലോ.
2. അൽത്തൂസർ (പ്രത്യേകിച്ചും *Lenin and Philosophy*യിൽ) സ്വീകരിക്കുന്ന താത്വിക സങ്കൽപ്പങ്ങളെയാണ്, ഇവിടെ പ്രധാനമായും അവലംബിക്കുന്നത്. അൽത്തൂസറുടെയും അദ്ദേഹത്തിന്റെ സമീപനം സ്വീകരിക്കുന്ന ഗൊഡേലിയർ, ബാലിബർ തുടങ്ങിയ ചിന്തകന്മാരുടെയും സങ്കൽപ്പങ്ങൾ ഏറെ വിവാദത്തിന് വഴിവെച്ചിട്ടുണ്ട്. പക്ഷേ, അത്തരം ഒരു തലനാരിഴ കീറുന്ന ചർച്ച ഉദ്ദേശിച്ചിട്ടില്ല; അൽത്തൂസറെ പൂർണമായി അംഗീകരിക്കുന്ന ഒരു നിലപാടുമില്ല. ഗ്രന്ഥാവലി നോക്കുക, മറ്റു ലേഖനങ്ങളും – എഡിറ്റർ.

വിപുലമായി ഉപഭോഗം ചെയ്യപ്പെടുന്ന ഒരു ജനപ്രിയ കലയാണ് സിനിമ. എല്ലാ ജനപ്രിയകലകളും എന്നപോലെ അതിന്റെ സൗന്ദര്യ മൂല്യം നിർണയിക്കപ്പെടുന്നത് വിപണനമൂല്യങ്ങളാലാണ്. കലാപരമായ മാനദണ്ഡങ്ങളാലല്ല, ഉപഭോഗോൽപ്പന്നം (Consumer Product) എന്ന നിലയ്ക്ക്, ഉൽപ്പാദനവ്യവസ്ഥയിൽ, സിനിമയുടെ മൂലധനനിക്ഷേപം, അസംസ്കൃതവിഭവങ്ങൾ തുടങ്ങിയ ഭൗതിക ഉപാധികളുടെ (Material Means) പുനരുൽപ്പാദനം സിനിമയുടെ വിപണനമൂല്യത്തെ ആശ്രയി ച്ചിരിക്കുന്നു. വിപണനക്ഷമത (മൂല്യം) ഉറപ്പുവരുത്തുന്ന, സിനിമയുടെ ഉള്ളടക്കത്തെ അഥവാ വിനിമയത്തെ (ചലച്ചിത്ര) വിനിമയം പുനരുൽപ്പാ ദിപ്പിക്കുക (ആവർത്തിക്കുക) എന്നത്. അതുകൊണ്ട് സിനിമയുടെ ഉൽപ്പാദന പ്രക്രിയയുടെ പ്രാഥമിക താൽപ്പര്യമാണ്, (ഉള്ളടക്കത്തിന്റെ യാന്ത്രികവും കേവലവുമായ ആവർത്തനങ്ങൾ-ടൈപ്പ് കഥാപാത്രങ്ങൾ, ടൈപ്പ് ഇതിവൃത്തസന്ദർഭങ്ങൾ, പ്രതിപാദനരീതികൾ-ചലച്ചിത്രഭാ ഷയെയും ടെക്നിക്കിനെ തന്നെയും ചിട്ടപ്പെടുത്തി സ്വയം അനിവാര്യ മാക്കി മാറ്റുകയും പ്രത്യയശാസ്ത്ര ആയുധങ്ങളായി ഉപയോഗിക്കുകയും ചെയ്യുന്നുണ്ട്). പ്രസ്തുത ഉള്ളടക്കം മൊത്തം ഉൽപ്പാദന വ്യവസ്ഥയുടെ ആവർത്തനത്തെ ന്യായീകരിക്കുന്ന അധീശവർഗത്തിന്റെ പ്രത്യയശാ സ്ത്രതാൽപ്പര്യങ്ങളുടെകൂടി ഉള്ളടക്കം ആണെന്നതിനാൽ അവയുടെ ആവർത്തനംവഴി സിനിമ രണ്ടു തലങ്ങളിലായി പ്രത്യയശാസ്ത്രപ്ര വർത്തനം നിർവഹിക്കുകയാണ് ചെയ്യുന്നത്. 1. മൊത്തം ഉൽപ്പാദനവ്യ വസ്ഥയിൽ ഉൽപ്പാദനശക്തികളുടെയും ഉൽപ്പാദനബന്ധങ്ങളുടെയും പുനരുൽപ്പാദനം ഉറപ്പുവരുത്തുന്ന പ്രത്യയശാസ്ത്രങ്ങളുടെ സ്ഥിരീക രണം, അതോടൊപ്പം, 2. സിനിമയുടെ സ്വന്തം നിർമാണപ്രക്രിയയ്ക്ക് അനുപേക്ഷണീയമാണെന്നവണ്ണം അതേ പ്രത്യയശാസ്ത്രങ്ങ ളുടെതന്നെ പുനരുൽപ്പാദനം (ആവർത്തനം). മറ്റൊരർഥത്തിൽ ഓരോ സിനിമയും ഒരു പ്രത്യയശാസ്ത്രമിച്ചം (Ideological Surplus) സൃഷ്ടി ക്കുന്നു.[1]

2

പ്രത്യക്ഷമായോ പരോക്ഷമായോ യാഥാർഥ്യത്തെക്കുറിച്ച് പരാമർശി ക്കുന്നു എന്നതിനാൽ എല്ലാ ചലച്ചിത്ര രചനകളും യാഥാർഥ്യത്തെ സംബന്ധിക്കുന്ന അനിവാര്യമായ ഒരു സമീപനം ഉൾക്കൊള്ളുന്നു. യാഥാർഥ്യത്തിന്റെ സത്തയുടെ അഥവാ സത്യത്തിന്റെ കാര്യത്തിൽ ഈ സമീപനം പക്ഷേ നിർവിവാദപരമല്ല. പ്രത്യയശാസ്ത്രത്തിന്റെ സഹജ മായ നിർബന്ധം അതിനു പിന്നിലുണ്ടെന്നതുതന്നെ കാരണം.

---

1. മിച്ചമൂല്യം മൂലധനം കുമിഞ്ഞുകൂടുന്നതിന് സമാനമായ ഒരു പ്രക്രിയ ഇവിടേയും പ്രവർത്തിക്കുന്നുണ്ട്. പ്രത്യയശാസ്ത്രമിച്ചം, സിനിമാവ്യവസായത്തിനാകെ ഉപയോ ഗിക്കാവുന്ന മൂലധനമായിത്തീരുന്നു.

'പ്രകൃത്യാ ഒരു പ്രത്യയശാസ്ത്ര മൃഗമാണ് മനുഷ്യൻ, (അൽത്തൂസർ). അവൻ പിറന്നുവീഴുന്നതുതന്നെ പ്രത്യയശാസ്ത്രവിശ്വാസത്തിലേക്കാണ്. ചലച്ചിത്ര രചനയും യാഥാർഥ്യദർശനവും ഉൾപ്പെടെ എല്ലാ മാനുഷിക വൃത്തികൾക്കും അതുകൊണ്ട് പ്രത്യയശാസ്ത്രപരമായ ഉന്മുഖത്വമുണ്ട്. അധീശവർഗത്തിന്റെ വിശ്വാസങ്ങളും താൽപ്പര്യങ്ങളുമാണ് നിലവിലുള്ള സജീവമായ പ്രത്യയശാസ്ത്രത്തിന്റെ അടിസ്ഥാനം. ഈ അടിസ്ഥാനത്തിൽ യാഥാർഥ്യത്തെ സംബന്ധിച്ച് കൈക്കൊള്ളപ്പെടുന്ന യാതൊരു വ്യാഖ്യാനവും വർഗവൈരുധ്യം നിലനിൽക്കുന്ന ഒരു സമൂഹത്തിൽ നിഷ്പക്ഷമാവുക വയ്യ. സ്വാഭാവികമായും അവ പക്ഷപാതപരവും വ്യാജവുമാണ്. ചലച്ചിത്ര രചനകളിൽ വ്യവഹരിക്കപ്പെടുന്ന യാഥാർഥ്യത്തിന്റെ സത്യവും മറിച്ചല്ല.

(പ്രത്യയശാസ്ത്രബോധത്തിൽനിന്ന് പിന്മാറുവാനും അതിനെ ചെറുക്കുവാനും ശ്രമിക്കുന്ന കലാസൃഷ്ടികളുടെ സാധ്യത നിരാകരിക്കുന്നില്ല. പ്രത്യയശാസ്ത്ര മണ്ഡലം കടുത്ത വർഗസമരങ്ങൾ നടക്കുന്ന ഒരു മേഖലയാണെന്ന വസ്തുത അത്തരം സാധ്യതകളെ സൂചിപ്പിക്കുന്നുമുണ്ട്. പക്ഷേ, അപൂർവവും ഒറ്റപ്പെട്ടവയുമായ അത്തരം സൃഷ്ടികളെ, പതിവു സിനിമയെക്കുറിച്ചുള്ള ഈ ചർച്ചയിൽനിന്ന് തൽക്കാലം മാറ്റിനിർത്തുന്നു).

പ്രത്യയശാസ്ത്ര താൽപ്പര്യങ്ങളാൽ മലിനീകൃതമാവുന്ന യാഥാർഥ്യത്തിന്റേയും അങ്ങനെ കപടമാവുന്ന അവബോധത്തിന്റേയും പ്രശ്നങ്ങൾ എല്ലാ കലാവിനിമയങ്ങളും നേരിടുന്നുണ്ട്. സിനിമയിൽ പക്ഷേ, ഇത് കൂടുതൽ ജടിലവും മാധ്യമത്തിന്റെ ജൈവഘടനയിലോളം ആഴ്ന്നിറങ്ങിയതുമാണ്. ചലച്ചിത്ര സങ്കേതങ്ങളും ഇതിവൃത്തസ്വഭാവങ്ങളും സംഗീതവും മുതൽ പ്രേക്ഷകമനോഭാവവും താരാരാധനയും സിനിമാ പ്രസിദ്ധീകരണങ്ങളും ചുമർപരസ്യങ്ങളും നടീനടന്മാരുടെ നികുതിവെട്ടിപ്പുമടക്കം സിനിമയെ സംബന്ധിച്ചതെന്തും അതിശയോക്തീകരിച്ച് ശീലിക്കുന്ന സിനിമയുടെ ഉപസംസ്കാരം (Subculture) യാഥാർഥ്യത്തിന്റെ ഏതുതരം കപടഭാഷ്യങ്ങളെയും സ്വാംശീകരിക്കുന്ന പാകത്തിലാണുതാനും. ചലച്ചിത്ര കൃതികളും ചലച്ചിത്ര പ്രസിദ്ധീകരണങ്ങളും പ്രചരിപ്പിക്കുകയും സമകാലികമായി നിലനിർത്തുകയും ചെയ്യുന്ന മിത്തുകളുടെയും കേട്ടുകേൾവികളുടെയും 'ഫോക്‌ലോറി'ന്റേയും സജീവമായ ഒരു പശ്ചാത്തലത്തിലാണ് സിനിമ പ്രവർത്തിക്കുന്നത്. ഈ സവിശേഷ സാഹചര്യം വളരെയധികം നിർണായകമായ മട്ടിൽ ചലച്ചിത്ര വിനിമയത്തിൽ ഇടപെടുകയും യാഥാർഥ്യത്തിന്റെ കപടവും സ്വച്ഛന്ദവുമായ വ്യാഖ്യാനം വിനിമയത്തിന്റെ ഒരു മുൻ ഉപാധിയാക്കി മാറ്റുകയും ചെയ്യുന്നു. ഓരോ ചലച്ചിത്രസൃഷ്ടിയുമെന്നതിനുപുറമേ ചലച്ചിത്ര നിർമാണത്തിന്റെയും വ്യവസായത്തിന്റെയും മൊത്തം സംസ്കാരം തന്നെയും സൂക്ഷ്മവും വിദഗ്ധവുമായ പ്രത്യയശാസ്ത്ര ചരടുവലികളിൽ ഏർപ്പെട്ടിരിക്കുന്നു എന്നർഥം. മാധ്യമത്തിന്റെ സാങ്കേതിക സവിശേഷതകളും

അംഗീകൃതമായ ആഖ്യാനരീതികളും മുകളിൽ പറഞ്ഞ വിനിമയത്തെ സംബന്ധിച്ച മുൻ ഉപാധിയും താരനായകസങ്കൽപ്പവും മറ്റും ഗോപ്യമായ ഈ പ്രവർത്തനത്തിന് അനുയോജ്യമാണ്.

വസ്തുനിഷ്ഠയാഥാർഥ്യങ്ങളുടെ പ്രതിരൂപങ്ങളായ ദൃശ്യബിംബങ്ങളാണ് ചലച്ചിത്ര രൂപത്തിന്റെ അടിസ്ഥാനഘടനം. വെള്ളിത്തിരയിൽ കാണുന്ന ഒരു പുഷ്പം, പദവിവക്ഷയിലെന്നപോലെ, പുഷ്പത്തെക്കുറിച്ചുള്ള അമൂർത്തമായ ധാരണയോ ആശയമോ എന്നതിലേറെ പുഷ്പം തന്നെയാണ്. യാഥാർഥ്യത്തിന്റെ ഏറ്റവും യഥാതഥമായ ഒരു മിഥ്യയാണത്.[1] ഈ പ്രതിബിംബങ്ങളുടെ സൂചിതാർഥം (Denotative meaning) നിർവിവാദമായി പ്രേക്ഷകൻ തിരിച്ചറിയുന്നു. അത് അയാൾക്ക് അനുഭവവേദ്യമായ യാഥാർഥ്യമാണ്. അതിന്റെ സംജ്ഞധർമം (Signifying activity) നിർവിചാരമായി തിരിച്ചറിയുന്നതോടുകൂടി അതു പ്രതിനിധീകരിക്കുന്ന യാഥാർഥ്യമായി അയാൾ താദാത്മ്യം പ്രാപിക്കുകയും ചെയ്യുന്നു. ഈ തിരിച്ചറിയലും താദാത്മ്യം പ്രാപിക്കലും ഒരേ കർമം തന്നെയാണ്. എന്നാൽ വാസ്തവത്തിൽ സിനിമ പ്രേക്ഷകനു നൽകുന്നത് പ്രക്ഷേപിതമായ ഒരു യാഥാർഥ്യം മാത്രമാണ്. ലെൻസിന്റെ ഭാഷയിൽ ചലച്ചിത്രത്തിന്റെ സാങ്കേതിക വിവേചനങ്ങൾക്കുവഴങ്ങി വെള്ളിത്തിരയിൽ പ്രകാശവും ഛായയും നിയന്ത്രിച്ച് പുനഃസൃഷ്ടിക്കപ്പെട്ട ഒരു പുഷ്പമാണത്. ലെൻസും സാങ്കേതികവിദ്യയും പ്രകാശത്തിന്റെ സാധ്യതകളും പ്രതിരൂപരചനയിൽ പ്രവേശിക്കുന്നതോടെ വസ്തുയാഥാർഥ്യം ബാഹ്യമായ ഒരു ഇടപെടലിന് (Mediation) വിധേയമാവുന്നുണ്ട്. അപ്പോൾ പ്രേക്ഷകന് ലഭ്യമാവുന്ന യാഥാർഥ്യം ഇങ്ങനെ ഇടപെടലിന് വിധേയമായ സ്വന്തം ഇച്ഛകൾക്കനുസരിച്ച് സിനിമ തെരഞ്ഞെടുത്ത, വികലീകരിക്കപ്പെട്ട ഒരു യാഥാർഥ്യമാണെന്നു വരുന്നു. പ്രേക്ഷകനിൽനിന്ന് മറച്ചുവെക്കപ്പെട്ട മറ്റൊരു യാഥാർഥ്യംകൂടി പുഷ്പത്തിനുണ്ടെന്നു തീർച്ച. മറ്റൊരു തരത്തിൽ വിശദീകരിച്ചാൽ ഒരു പുരുഷരൂപത്തെ അതിന്റെ പ്രകടമായ സൂചിതാർഥം നിലനിർത്തിക്കൊണ്ട് വിവിധ രീതിയിൽ പുനഃസൃഷ്ടിക്കാൻ സിനിമയ്ക്കു കഴിയും. 'ലോ ആംഗിൾ ഷോട്ടു'പയോഗിച്ച് രൂപത്തിന്റെ ഗാംഭീര്യം ദ്യോതിപ്പിക്കുകയോ 'ഹൈ ആംഗിൾ ഷോട്ടി'ലൂടെ അതിന്റെ അൽപ്പത്തം ദ്യോതിപ്പിക്കുകയോ ചെയ്യാം. ഇരു കാഴ്ചകളിലും രൂപം യഥാർഥമാണ്. പുരുഷരൂപം എന്ന അതിന്റെ സൂചിതാർഥം നിലനിൽക്കുകയും ചെയ്യുന്നു. എന്നാൽ ഓരോ കാഴ്ചയും വ്യത്യസ്തമായ അർഥം ദ്യോതിപ്പിക്കുന്നുണ്ട്. ഈ പ്രക്രിയയുടെ മറുവശം ദ്യോതകമായ അർഥം (Connotative meaning) യാഥാർഥ്യവൽക്കരിക്കപ്പെടുന്നു എന്നതാണ്. പക്ഷപാത (പ്രത്യയശാസ്ത്രപരമായ) ദർശനങ്ങൾ സിനിമയിൽ യാഥാർഥ്യമായി പ്രക്ഷേപിക്കപ്പെടുന്നതിന്റെയും സാങ്കേതിക തന്ത്രം അതിനു സഹായകമായി വർത്തിക്കുന്നതിന്റെയും ഒരു ലളിത

1. "......the realistic illusion of reality" എന്ന് ജോർജ് ആയിസ് *(Film and Reality)*.

മാതൃകയാണിത്. ട്രാക്കിങ്, പാനിങ്, സൂമിങ്, ഫിൽട്ടറിങ്, വൈഡ് ആംഗിൾ ഡിസ്റ്റോർഷൻ തുടങ്ങിയ സാങ്കേതികാഭ്യാസങ്ങളിൽ ക്യാമറ മുഴുകുന്ന മിക്ക സന്ദർഭങ്ങളിലും സിനിമ നേടുന്നത് യാഥാർഥ്യത്തിന്റെ ഗോപനവും നിരാകരണവും അതിന്റെ ഭവിഷ്യത്രൂപത്തിൽ സംഭവിക്കുന്ന വ്യാജമായ, ഇടപെടപ്പെട്ട യാഥാർഥ്യത്തിന്റെ പ്രേക്ഷണവുമാണ്. ഇത്തരം അഭ്യാസങ്ങളിൽ പതിവു സിനിമ പ്രദർശിപ്പിക്കുന്ന താൽപ്പര്യം യാദൃച്ഛികമല്ല. (പക്ഷേ, സാങ്കേതികസാധ്യതകളുടെ നിഷേധം പ്രത്യയശാസ്ത്രപ്രവർത്തനത്തെ പ്രതിരോധിക്കാവുന്ന ഒരു മാർഗമല്ല.[1]

ചലച്ചിത്രാനുഭവം ഒരു വലിയ അതിർത്തിവരെ വെള്ളിത്തിരയിലെ വിസ്മയദൃശ്യങ്ങളും മാധ്യമത്തിന്റെ അനന്തസാധ്യതകളും ഉണർത്തുന്ന കൗതുകം തന്നെയാണ്. എല്ലാത്തരം സാങ്കേതികാഭ്യാസങ്ങൾക്കും ഇതു സിനിമയെ വീണ്ടും വീണ്ടും പ്രേരിപ്പിക്കുന്നു എന്നു മാത്രമല്ല വിനിമയത്തെ പ്രച്ഛന്നമാക്കുവാനും പ്രേക്ഷകപ്രതികരണത്തെ നിർഗുണവും മാധ്യമനിഷ്ഠവുമായി സങ്കോചിപ്പിക്കുവാനും സഹായകവുമാവുന്നു. അനുക്ഷണം ചലിച്ചുകൊണ്ടിരിക്കുന്നവയാണ് സിനിമയിലെ ദൃശ്യബിംബങ്ങൾ. നെടുകെയും കുറുകെയും മാറിമാറിയുള്ള ഗതിക്രമങ്ങളാൽ ചലനത്തിന്റെ സ്വഭാവം തന്നെയും വിഭ്രാമകമാണ്. മാധ്യമസ്വഭാവമായ ഈ ചലന വിഭ്രാന്തിയിൽ ദൃശ്യബിംബങ്ങളുടെ സൂചനകൾ അവയുടെ പൂർണമായ അർഥവ്യാപ്തിയോടെ പ്രതിഫലിപ്പിക്കപ്പെടുന്നില്ല. ആസന്നയുക്തിയുടെ ജാഗ്രതയിൽനിന്ന് അവ അനുക്ഷണം തെന്നിമാറുന്നു. സിനിമയുടെ ഗോപന പ്രക്രിയയ്ക്ക് ഈ ചലനാത്മകതയും ഗതിവിഭ്രാന്തിയും സാവകാശം നൽകുന്നു. ചുരുക്കത്തിൽ പ്രതികരണം നിർഗുണവും കേവലവുമായ ഒരു അഭിജ്ഞാനം, തിരിച്ചറിയൽ (recognition) മാത്രമായി പരിമിതപ്പെടുന്നു. തിരിച്ചറിയുന്ന പ്രക്രിയയാവട്ടെ പ്രത്യയശാസ്ത്രപരമായ നിസ്സംശയത്തിന്റെ (Ideological obviousness) പിന്തുണയാലാണ് പല സന്ദർഭങ്ങളിലും സംഭവിക്കുന്നത്. 'അതാണ് ശരി', 'അങ്ങനെത്തന്നെയാണ് വേണ്ടത്' എന്ന പ്രത്യയശാസ്ത്രപരമായ മുൻവിധി തിരിച്ചറിയലുകൾക്കു പിന്നിലുണ്ടെന്നർഥം.

ഈ തിരിച്ചറിയലിന്റെ മറുവശം പ്രത്യയശാസ്ത്രസമ്മതിയില്ലാത്ത യാതൊന്നും തിരിച്ചറിയപ്പെടുന്നില്ല എന്നതാണ്. പ്രത്യയശാസ്ത്രതാൽപ്പര്യത്തെ സംബന്ധിച്ചിടത്തോളം അഭിജ്ഞതയോളംതന്നെ പ്രധാനമാണ് അതിന്റെ താൽപ്പര്യങ്ങൾക്കു പുറത്തുള്ള യാഥാർഥ്യത്തെക്കുറിച്ചുള്ള അനഭിജ്ഞത (misrecognition)യും. പ്രതിപാദനരീതികളിൽ പതിവു സിനിമയുടെ സുസ്ഥാപിതമായ കീഴ്വഴക്കങ്ങളെയും സമ്പ്രദായങ്ങ

1. *The Work of Art in the Age of Mechanical Reproduction* എന്ന ലേഖനത്തിൽ ബെഞ്ചമിൻ, സാങ്കേതികവിദ്യയുടെ വൈരുധ്യാത്മക സാധ്യതകളെപ്പറ്റി വിശദമായി ചർച്ച ചെയ്യുന്നുണ്ട്. *Illuminations,* ed Hannah Avendt (ഗ്ലാസ്ഗോ, 1977) പേജുകൾ 219–254.

ളെയും ചിലപ്പോൾ മറികടക്കാൻ ശ്രമിക്കുന്ന 'ആർട്ട് സിനിമ'[1] മനസി ലാവുന്നില്ലെന്ന് പ്രേക്ഷകൻ പരാതിപ്പെടുന്നതിന്റെ ഒരു കാരണമിതാ വാം. ഒരു മൽപ്പിടുത്തത്തിൽ പ്രേംനസീറിനെ അടിച്ചു തറപറ്റിക്കാൻ കഴിയുന്ന ഒരു പ്രതിനായകനെ മലയാളസിനിമ ഇതേവരെ നിരൂപിക്കാ ത്തത് ഇക്കാരണത്താലാണെന്നു തീർച്ച. (അധീശവർഗം നിരന്തരമായി സിനിമയിലൂടെ പ്രയോഗിച്ചുകൊണ്ടിരിക്കുന്ന ഒരു പ്രത്യയശാസ്ത്ര ആയുധമാണ് പ്രേംനസീർ. പ്രേംനസീറിന്റെ (അയാൾ അവതരിപ്പിക്കുന്ന കഥാപാത്രങ്ങൾക്ക് പ്രസക്തിയില്ല). നിരന്തരമായ വിജയം പ്രത്യയശാസ് ത്രപരമായി മുൻ നിശ്ചിതമാണ്. അത് തിരിച്ചറിയപ്പെടാതിരിക്കില്ല. അയാ ളുടെ പരാജയം പക്ഷേ, പ്രത്യയശാസ്ത്രത്തിന്റേതന്നെ പരാജയമാവും. അതുകൊണ്ട് പ്രേക്ഷകൻ അതു മനസിലാക്കുകയോ തിരിച്ചറിയുകയോ ചെയ്യുന്നില്ല).

വർഷന്തോറും വളരെയേറെ സിനിമകൾ നിർമിക്കപ്പെടുന്നു. അവ യ്ക്കെല്ലാം ഏതാണ്ട് വ്യത്യസ്തങ്ങളായ ഇതിവൃത്ത രൂപങ്ങളുമുണ്ട്. ഇതിവൃത്തങ്ങളുടെ പ്രസക്തി അവ ഉൽപ്പാദിക്കുന്ന ആശയങ്ങളാണ്. ഈ ആശയങ്ങൾ മാത്രമാണ് ഇതിവൃത്തങ്ങളുടേയും അവ നിർവഹി ക്കുന്ന വിനിമയത്തിന്റേയും ഉള്ളടക്കം. ഉള്ളടക്കത്തിന്റെ അടിസ്ഥാന ത്തിൽ സിനിമയുടെ എണ്ണമറ്റ തിരക്കഥകളെ പരിശോധിച്ചാൽ അവ വിര ലിലെണ്ണാവുന്നവിധം പരിമിതമാണ്. സീക്വൻസുകളുടെ കൽപ്പനകളിലും പ്രതിപാദനരീതികളിലും വൈകാരികതലങ്ങൾ, അഭിനേതാക്കൾ, സംഗീതം തുടങ്ങിയ ചമയങ്ങളിലും ചില്ലറ പരിഷ്കാരങ്ങൾ വരുത്തി ക്കൊണ്ട് ഏതാനും അടിസ്ഥാന ഇതിവൃത്തസ്വരൂപങ്ങളിൽത്തന്നെ സിനിമ വീണ്ടും വീണ്ടും പ്രവർത്തിക്കുന്നു.[2] തിരക്കഥാരചയിതാക്കളുടെ ഭാവനാദാരിദ്ര്യമല്ല അതിനു കാരണം. ഒരു പ്രത്യേക സാമൂഹ്യഘടനയ്ക്ക് ഇതിലേറെ കഥ പറയാനില്ലെന്നതും പറയേണ്ടതില്ലെന്നതുമാണ്. കഥ കളെ, (ഇതിവൃത്തങ്ങളെ) ജനിപ്പിക്കുന്ന എല്ലാ പ്രതിസന്ധികളും അവ സ്ഥകളും നിലവിലുള്ള പ്രത്യയശാസ്ത്രനിബദ്ധത്തിൽ ക്രോഡീകരി ക്കാവുന്നതും വ്യവസ്ഥ ചെയ്യാവുന്നതുമാണ്. എല്ലാ വിനിമയവൃത്തിയും പ്രത്യയശാസ്ത്രത്തിന്റെ ഭൃത്യവേല ചെയ്യുന്നതാണെന്നു വരുമ്പോൾ കഥകളെ സംബന്ധിച്ച മുൻവ്യവസ്ഥ (Pre-conception) മനസിലാക്കാ വുന്നതേയുള്ളൂ.

---

1. അതുകൊണ്ട് 'ആർട്ട് സിനിമ' പ്രത്യയശാസ്ത്രവിമുക്തമാണെന്നോ, ഏതെങ്കിലും തരത്തിൽ ഔന്നത്യം പുലർത്തുന്നതാണെന്നോ ഉള്ള ഒരു സൂചനയും ഇവിടെ ഉദ്ദേ ശിച്ചിട്ടില്ല.
2. ലെവി-സ്ട്രോസ്, ബാർത്ത് തുടങ്ങിയവർ ഇടതുപക്ഷ കാഴ്ചപ്പാടിൽനിന്നും നോർത്രോപ്പ് ഫ്രൈയെപ്പോലെയുള്ളവർ ആശയവാദപരമായ കാഴ്ചപ്പാടിൽനിന്നും ഇത്തരം അടിസ്ഥാന ഇതിവൃത്തസ്വരൂപങ്ങളെ എണ്ണിപ്പറയാൻ ശ്രമിക്കുന്നുണ്ട്. അരി സ്റ്റോട്ടിലിന്റെ 'മിത്തോസ്) (mythos) എന്ന സങ്കൽപ്പത്തോളം പ്രാചീനമാണ് ഈ പഠനശ്രമങ്ങൾ.

ഇതിവൃത്തങ്ങളുടെ മേഖലയിലെ മുൻവ്യവസ്ഥയ്ക്ക് പ്രതികരണത്തിന്റെ തലത്തിലും ഉദ്ദേശ്യങ്ങളുണ്ട്. പ്രേക്ഷകന് കഥാഗതിയേയും ഉള്ളടക്കത്തെതന്നെയും കുറിച്ചുള്ള ഒരു മുൻവിധി ഇതു സാധ്യമാക്കുന്നു. അയാളുടെ പ്രതീക്ഷകൾ അസ്ഥാനത്താവുന്നില്ല. പ്രതീക്ഷകൾ പ്രത്യയശാസ്ത്രശിക്ഷിതങ്ങളാവുന്നതുകൊണ്ട് അവയുടെ സ്ഥിരീകരണം പ്രത്യയശാസ്ത്രത്തിന്റെതന്നെ സ്ഥിരീകരണമാവുന്നുണ്ട്. മിക്ക സിനിമകളുടേയും അന്ത്യം എന്താവുമെന്നും ചലച്ചിത്ര കഥയിലെ പ്രതിസന്ധികൾ എങ്ങനെ പരിഹരിക്കപ്പെടുമെന്നും പ്രേക്ഷകന് തുടക്കത്തിലേ ബോധ്യമാണ്. കളങ്കയാക്കപ്പെട്ട നായിക ഒരിക്കലും നായകന്റെ ഭാര്യാപദവി നേടുകയില്ലെന്നും പ്രതിനായകന്റെ ഗൂഢാലോചനകൾ അയാളുടെ അന്തിമമായ നാശത്തിലേക്കാണ് നയിക്കുന്നതെന്നും മുൻനിശ്ചയമില്ലാത്ത സിനിമാപ്രേക്ഷകരില്ല. പ്രസ്തുത വ്യവസ്ഥകൾ ലംഘിക്കപ്പെടുമ്പോൾ പ്രേക്ഷകന്റെ പ്രത്യയശാസ്ത്രബോധം പ്രകോപിതമായേക്കും. ചലച്ചിത്രത്തിനു ചുറ്റും പ്രചരിക്കുന്ന മിത്തുകളുടെയും കേട്ടുകേൾവികളുടെയും സ്വാധീനം വിനിമയത്തെ മുൻവിധികൾകൊണ്ട് നിരർഥകമാക്കുന്നതിനെക്കുറിച്ച് നേരത്തെ സൂചിപ്പിച്ചു. നടീനടന്മാരെക്കുറിച്ചും അവരുടെ രഹസ്യജീവിതത്തെക്കുറിച്ചും സമൂഹം പങ്കിടുന്ന സമാഹൃതമായ അറിവ് പലപ്പോഴും ചലച്ചിത്ര സൃഷ്ടികളിലേക്കും വ്യാപരിക്കുന്നു. സിനിമയിലെ നായക സങ്കൽപ്പത്തിന് സിനിമയ്ക്കു ബാഹ്യമായ ഇത്തരം കേട്ടുകേൾവികളുടെ ഒരു പരിവേഷം ലഭിക്കുന്നുണ്ട്. (നടനായിരിക്കേ എം ജി രാമചന്ദ്രനെക്കുറിച്ച് പ്രചരിച്ച മിത്തുകളിൽ 'ഏഴൈതോഴൻ', 'മക്കൾ തിലകം' തുടങ്ങിയ ചില സങ്കൽപ്പങ്ങൾക്ക് പ്രാമുഖ്യമുണ്ടായിരുന്നു. എം ജി ആർ സിനിമകളെ സംബന്ധിച്ചിടത്തോളം തമിഴ് സിനിമാപ്രേക്ഷകൻ നൽകിയ ഈ ബഹുമതികൾ അവയിലെ നായക കഥാപാത്രങ്ങളുടെ പ്രത്യയശാസ്ത്രസാംഗത്യത്തിന് അനുയോജ്യവുമായിരുന്നു. സിനിമകൾക്കകത്തും പുറത്തുമായി ഈ നടനെ ചൂഴ്ന്നു വളർന്ന പ്രത്യയശാസ്ത്രാംഗീകാരത്തിന്റെ ഒരു സ്വാഭാവിക പരിണതിയാണ് അദ്ദേഹത്തിലർപ്പിക്കപ്പെട്ട ഭരണാധികാരം തന്നെയും പലപ്പോഴും വിശദീകരിക്കപ്പെടുന്നത് എന്നത് ശ്രദ്ധേയമാണ്). പ്രതികരണത്തെ മുൻകൂട്ടി ചിട്ടപ്പെടുത്തുകയും അതുവഴി പ്രത്യയശാസ്ത്രപരമായ അഭിജ്ഞതയ്ക്ക് ആക്കം വർധിപ്പിക്കുകയും ചെയ്യുന്ന ഈ കൃത്യം ഇവിടെ അവസാനിക്കുന്നില്ല. കൂടുതൽ സൂക്ഷ്മവും ഗാഢവുമായി പ്രതിപാദനത്തിന്റെ വിവിധ തലങ്ങളിൽ ഈ കൃത്യം നിവർഹിക്കപ്പെടുന്നുണ്ട്.

പ്രതിപാദന ശൈലികളിൽ സിനിമ അനുശീലിക്കുന്ന അതിവാചാലതയും അതിവൈകാരികതയും മുൻവിധിയുടെ പ്രശ്നത്തെപ്പോലെതന്നെ യുക്തിനിഷ്ഠവും സാർഥകവുമായ പ്രതികരണക്രിയയെ നേരിടുന്നു. യാഥാർഥ്യത്തിന്റെ തലം കവിയുന്ന അതിവാചാലത പ്രതിപാദ്യത്തിന്റെ യാഥാർഥ്യത്തെത്തന്നെ മറികടക്കുന്നത് കാണാം. ഒരു സാധാരണ പ്രതിപാദ്യഘടകത്തെ സിനിമയുടെ പതിവു പ്രതിപാദനശൈലി അത്യുക്തി

കൊണ്ടും അതിവൈകാരികതകൊണ്ടും ഉച്ചസ്ഥായിയിലുള്ള അഭിനയം കൊണ്ടും നിറയ്ക്കുന്നു. സീക്വൻസിന്റെ യഥാർഥഭാവം ആവശ്യപ്പെടുന്ന തിലധികം മുഴക്കത്തിൽ പറയപ്പെടുന്ന സംഭാഷണം, അഭിനേതാവിന്റെ പ്രകടനപരത (വെറുതെയുള്ള ഒരു നടത്തംപോലും പെരുപ്പിച്ച അംഗ വിക്ഷേപങ്ങളോടുകൂടി അഭിനയിച്ചു ഫലിപ്പിക്കാനാണ് സിനിമയിൽ നടന്റെ പ്രവണത) വികാരങ്ങളുടെ അമിതമായ നാടകവൽക്കരണം എന്നിവ ഫലത്തിൽ യാഥാർഥ്യത്തിന്റെ സത്തയെ ചോർത്തിക്കളഞ്ഞ് വികലീകരിക്കപ്പെട്ടു, പെരുപ്പിച്ച ഒരു കപട യാഥാർഥ്യത്തെ സ്ഥാപിക്കുക യാണ് ചെയ്യുന്നത്.

ഒരു കേന്ദ്രനായക സങ്കൽപ്പത്തെ മുൻനിർത്തിക്കൊണ്ടാണ് പതിവു സിനിമ കഥ പറയുന്നത്. നായകന്റെ സ്വഭാവവും പ്രവർത്തനങ്ങളുമാണ് മാനദണ്ഡം. ഇതര കഥാപാത്രങ്ങളുടെ സ്വഭാവങ്ങളുടേയും അവരുടെ പ്രവർത്തനങ്ങളുടേയും ഗുണപരമായ ഉള്ളടക്കം നിർണയിക്കപ്പെടുന്നത് ഈ മാനദണ്ഡത്തിന്റെ അടിസ്ഥാനത്തിലാണ്. ലളിതമായി പറഞ്ഞാൽ പൊതുവെ സിനിമകളുടെ പ്രതിപാദ്യം കഥാന്ത്യത്തിലേക്കുള്ള നായ കന്റെ ജൈത്രയാത്രയാണ്. അയഥാർഥമായ മാനങ്ങളിൽ സിനിമ നായ കനെ പ്രതിഷ്ഠിക്കുന്നു. അയാൾ എല്ലാ നന്മകളുടേയും പ്രതീകമാണ്. നായകൻ അങ്ങനെയേ ആവൂ എന്ന് മുൻധാരണയുള്ള പ്രേക്ഷകന് അക്കാര്യത്തിൽ സംശയവുമില്ല. പ്രതിനായകൻ സ്വാഭാവികമായും നായ കസങ്കൽപ്പത്തിന് വിപരീതമാണ്. അയാൾ മൂല്യധ്വംസകനാണ്. അയാ ളുടെ ചിത്തവൃത്തി വികലവും രീതികൾ കുടിലവും ആകാരം നിന്ദ്യവു മാണ്. തന്റെ നാനാപ്രവർത്തനങ്ങളിലൂടെ സമൂഹത്തിന്റെ സ്വൈരജീവി തവും മര്യാദകളും അയാൾ നിരന്തരം നശിപ്പിച്ചുകൊണ്ടിരിക്കുന്നു. നായ കനാവട്ടെ, വീരോചിതമായി പ്രതിരോധിക്കുകയും അപകടപ്പെട്ട മര്യാദ കളെ പുനരധിവസിപ്പിക്കുകയും ചെയ്യുന്നു. ഈ മത്സരം അനിവാര്യ മായും പ്രതിനായകന്റെ നാശത്തിലും നായകന്റെയും അയാൾ പ്രതി രോധിച്ചുകൊണ്ടിരുന്ന പ്രത്യയശാസ്ത്രബോധത്തിന്റെയും അന്തിമവിജയ ത്തിലും അവസാനിക്കുന്നു.

നായക പ്രതിനായക സംഘർഷത്തോടുള്ള പ്രേക്ഷകന്റെ പ്രതിക രണം സംശയരഹിതവും മുൻ നിശ്ചിതവുമാണ്. അയാൾ നായകനെയും നായകധർമത്തെയും പെട്ടെന്ന് തിരിച്ചറിയുകയും നായകനുമായി സമ ഭാവഐക്യം സ്ഥാപിക്കുകയും ചെയ്യുന്നു. നായകന്റേയും പ്രേക്ഷക ന്റേയും പ്രത്യയശാസ്ത്രബോധത്തിലുള്ള സമാനതതന്നെയാണ് അവ രുടെ സമഭാവ ഐക്യം. അപകടപ്പെടുന്ന പ്രേക്ഷകന്റെതന്നെ മൂല്യവിശ്വാ സങ്ങൾക്കു വേണ്ടിയുള്ള സമരത്തിലാണ് നായകൻ ഏർപ്പെട്ടിരിക്കുന്നത്. മറ്റൊരു പ്രധാനകാര്യം പ്രതിനായകൻ ഒരിക്കലും നായകന് ഒരു ബദൽ (Alternative) ആവുന്നില്ലെന്നതാണ്. പ്രതിനായകസങ്കൽപ്പം ഇക്കാര്യ ത്തിൽ വളരെ ശ്രദ്ധേയമാണ്. നായകൻ സമൂഹത്തിന്റെ നിലവിലുള്ള ശാന്തിയും വ്യവസ്ഥയും ഉറപ്പുവരുത്തുവാൻ പൊരുതുമ്പോൾ പ്രതിനായ

കന്റെ പ്രവർത്തനങ്ങൾക്ക് യാതൊരു യുക്തിയും തത്വദീക്ഷയുമില്ല. മിക്ക സന്ദർഭങ്ങളിലും അയാളുടെ പ്രവർത്തനങ്ങളെ നയിക്കുന്നത് വികല മാനസികവൃത്തികൾ മാത്രമാണ്. നായകന്റെ മൂല്യങ്ങൾക്കെന്നു മാത്ര മല്ല എല്ലാ മൂല്യങ്ങൾക്കും വിപരീതമായാണ് അയാളുടെ നിലപാട്. അയാൾ പ്രതിനിധീകരിക്കുന്നത് പരിപൂർണമായ 'കലാപ'ത്തെയാണ്. അതുകൊണ്ട് പ്രതിനായകനുമായുള്ള നായകന്റെ സമരം മൊത്തമായ കലാപത്തിൽനിന്ന്, മൂല്യരാഹിത്യത്തിൽനിന്ന് ഒരു മൂല്യസംഹിതയെ സംരക്ഷിക്കുന്ന കർമമാവുന്നു. പരിപൂർണമായ ശൈഥില്യത്തിനു(total chaos) പകരം ഏതെങ്കിലും മാതൃകയിൽ സാമൂഹികഭദ്രത എന്നതാവു ന്നു പ്രശ്നം. അപ്പോൾ നായകനെ തിരിച്ചറിയാത്ത, നായകനുമായി സമ ഭാവഐക്യം പ്രാപിക്കാത്ത പ്രേക്ഷകൻ നായകൻ പ്രതിനിധാനം ചെയ്യു ന്ന പ്രത്യയശാസ്ത്രത്തിനെന്നുമാത്രമല്ല സമൂഹത്തിന്റെ ഏതെങ്കിലും തരത്തിലുള്ള ഘടനയ്ക്ക് അഥവാ സമൂഹത്തിന്റെ നിലനിൽപ്പിന് ശത്രു വാണെന്നുവരുന്നു. സമർഥമായ ഈ പരികൽപ്പനയിലൂടെ നായകൻ നില വിലുള്ള (അധീശവർഗ) പ്രത്യയശാസ്ത്രത്തിന്റെ അവധൂതനെന്നതിലു മുപരി മനുഷ്യസമൂഹത്തിന്റെ മൊത്തം പ്രത്യയശാസ്ത്ര അനിവാര്യത (Ideological inevitability)യുടെ പ്രചാരകനായി മാറുന്നു. അതോടെ പ്രത്യയശാസ്ത്രത്തിന്റെ മണ്ഡലത്തിൽ നടക്കുന്ന വർഗസമരത്തിന്റെ സാധുത നിരാകരിക്കുകയും ചെയ്യുന്നു. അതുവഴി സമൂഹത്തിൽ നട ക്കുന്ന വർഗസമരത്തിനു നേരെ കണ്ണടയ്ക്കുകയും. നായക പ്രതിനായക സങ്കൽപ്പത്തിലെ മറ്റൊരു വൈരുധ്യം ഈ കഥാപാത്രങ്ങളുടെ സാമൂ ഹികസ്ഥായികളെക്കുറിച്ചുള്ള സിനിമയുടെ സങ്കൽപ്പമാണ്. ജനനംകൊ ണ്ടും രക്തബന്ധംകൊണ്ടും സാമ്പത്തിക പശ്ചാത്തലംകൊണ്ടും മിക്ക സിനിമകളിലും നായകൻ ഉപരിവർഗത്തിൽനിന്നാണ് വരുന്നത്. 'ഏഴൈ തോഴനും' 'മക്കൾതിലകവു'മൊക്കെയായ എം ജി ആർ തന്റെ മിക്ക സിനിമകളിലും ജമീന്ദാരുടെ മകനും ധനികനുമാണ്. വല്ലപ്പോഴും സാമ്പ ത്തിക ഘടനയുടെ അധോവിതാനത്തിൽ ജനിച്ച കഥാപാത്രമാണ് നായക നെങ്കിൽ അയാൾ തീർച്ചയായും സ്വഭാവങ്ങളിലും പെരുമാറ്റങ്ങളിലും ഉപരിവർഗത്തിന്റേതായി കരുതപ്പെടുന്ന ഗുണങ്ങൾ സ്വാംശീകരിച്ചിരി ക്കുന്നതായി കാണാം. എം ജി ആറിന്റെ റിക്ഷാക്കാരൻ ഇംഗ്ലീഷു പറയു ന്നതും ഷേക്സ്പിയറെ ഉദ്ധരിക്കുന്നതും അങ്ങനെ സംഭവിച്ചതാണ്. മറിച്ച് പ്രതിനായകന്റെ സാമൂഹ്യസ്ഥായി സാമ്പത്തികമായി ഉപരിവർഗ ത്തിലാവാമെങ്കിലും സാംസ്കാരികമായി അധോവർഗത്തിലാണ്. അയാൾ ധനികനെങ്കിലും ധനം അവിഹിതമായി കള്ളക്കടത്ത്, ജനദ്രോഹം തുട ങ്ങിയ മാർഗങ്ങളിലൂടെ സമ്പാദിച്ചതാവും. ജനനംകൊണ്ടുള്ള കുലീനത അയാൾക്കു തെല്ലുമില്ല. പലപ്പോഴും പ്രകടമായിത്തന്നെ അധോവർഗ ത്തിൽ നിന്നുവരുന്ന വെറും ഉപജാപക്കാരൻ മാത്രമാണയാൾ. വർഗ സ്വഭാവങ്ങളുടെ ഈ പരസ്പരസംസരണത്തിനു (mutual transfusion) ശേഷം നായകന്റെ വ്യക്തിത്വം അധോവർഗത്തെ എന്നതിലധികം ഉപ

രിവർഗത്തെ പ്രതിനിധീകരിക്കുന്നതും പ്രതിനായകന്റെ വ്യക്തിത്വം ഉപരിവർഗത്തെ എന്നതിലധികം അധോവർഗത്തെ (അധ്വാനിക്കുന്ന ബഹുഭൂരിപക്ഷത്തെ) പ്രതിനിധീകരിക്കുന്നതും ആവുന്നു. ഈ വ്യക്തിത്വങ്ങൾ വെള്ളിത്തിരയിൽ പ്രത്യക്ഷപ്പെടുന്നതോടൊപ്പം അവയുടെ വ്യത്യസ്ത വിവക്ഷകൾ തിരിച്ചറിയപ്പെടും. നായകനടന്റെ താരപരിവേഷം, അയാൾ അവതരിപ്പിക്കുന്ന കഥാപാത്രത്തിന്റെ വ്യക്തിത്വവും ധർമവും വെള്ളിത്തിരയിലെത്തുന്നതിനു മുമ്പുതന്നെ പ്രായോഗികമായി സ്ഥാപിച്ചുകഴിഞ്ഞതാണ്. ഇതിവൃത്തപരമായ ന്യായാന്യായങ്ങൾപോലും അയാളുടെ പ്രവർത്തനങ്ങൾ സാധൂകരിക്കാനാവശ്യമില്ലെന്ന് വരുന്നു. നായികയോടുള്ള അയാളുടെ അഭിനിവേശം അയാൾ നായകനാണെന്നതുകൊണ്ടുതന്നെ മുഗ്ധവും ഉദാത്തവുമായ പ്രണയമായി മാറുന്നു. പ്രതിനായകന് നായികയോടു തോന്നാവുന്ന ആഭിമുഖ്യം അയാൾ പ്രതിനായകനാണെന്നതുകൊണ്ടുതന്നെ താണതരം വിഷയലമ്പടത്തമായി ധരിക്കപ്പെടുന്നു.

3

ഇന്ത്യൻ സിനിമ, ബഹുജനത്തിനു വിനോദം പകരുവാൻ പ്രതിജ്ഞാബദ്ധമായ അതിന്റെ ലക്ഷ്യബോധത്താലാവണം, ഇന്ത്യൻ ഫോക്ക് പാരമ്പര്യത്തിൽനിന്ന് രൂപഭാവപരമായി ഒട്ടേറെ ചേരുവകൾ കൈക്കൊണ്ടിട്ടുണ്ട്. ഫോക്ക് നാടക പ്രകടനങ്ങളാണ് ഇക്കാര്യത്തിൽ പ്രധാനമായും സിനിമയ്ക്ക് മാർഗദർശകമായത്. ആദി മധ്യാന്തപ്പൊരുത്തം പാലിക്കുന്ന ഒഴിവാക്കാൻ വയ്യാത്ത കഥ, നായികാനായകന്മാരുടെ ഉദാത്തവൽക്കരണം, പ്രകടവും നിസ്സങ്കോചവുമായ പ്രമേയ പ്രസ്താവങ്ങൾ, അതിവാചാലത, സംഗീതലാളിത്യം, നിർവഹണത്തിന്റെ സമയദൈർഘ്യം, പെരുപ്പിച്ച നിറവും ശബ്ദവും എന്നിങ്ങനെ പല സാദൃശ്യങ്ങളാലും സിനിമ ഇപ്പോഴും ഒരു വലിയ അളവോളം ഫോക്ക് പ്രകടനം തന്നെയാണ്. പക്ഷേ, ഫോക്ക് കലകളുടെ ജീവകാംശങ്ങളായി കണക്കാക്കപ്പെടുന്ന പ്രമേയങ്ങളുടെ പ്രാദേശിക സാംഗത്യവും മതവും ഭക്തിയുമായി ബന്ധപ്പെട്ട അവയുടെ അനുഷ്ഠാനപരമായ സ്വഭാവങ്ങളും സിനിമ ഉപേക്ഷിച്ചിട്ടുണ്ട്. അഭിനേതാക്കളും പ്രേക്ഷകരുമായുള്ള സവിശേഷ ബന്ധത്താൽ പലപ്പോഴും നിർവഹണാവസരങ്ങളിൽ അനൈച്ഛികമായി സിദ്ധിക്കുന്ന അപവർത്തന (difussion)ങ്ങൾ ഫോക്ക് പ്രകടന കലകളുടെ വിനിമയാംശത്തെ ക്രിയാത്മകമായി ഉജ്ജീവിപ്പിക്കാറുണ്ട്. ആ സാധ്യതയും സിനിമയ്ക്കു വശഗമല്ല. മുകളിൽപ്പറഞ്ഞ ഗ്രാമ്യമായ കലാധർമങ്ങൾ സ്വാംശീകരിക്കുവാൻ സിനിമയ്ക്ക് കഴിയാതെ പോയത് യാദൃച്ഛികമായി കരുതുക വയ്യ. സിനിമ പ്രാഥമികമായും ഒരു നാഗരികോൽപ്പന്നമാണ്. അതിന്റെ ഉപഭോക്താക്കൾ ആദ്യകാലങ്ങളിൽ ഗ്രാമങ്ങളിൽനിന്ന് തൊഴിൽ തേടിയെത്തി വ്യവസായമേഖലകളിൽ പാർപ്പുറപ്പിച്ചവരായിരു

ന്നു. അത്തരം ഒരു പുത്തൻ നാഗരിക സമൂഹത്തിന്റെ സ്വഭാവങ്ങൾ സിനിമയെ വളരെയേറെ സ്വാധീനിച്ചിട്ടുണ്ട്.

ഈ സമൂഹത്തിന് പൊതുവായ ചില സ്വഭാവങ്ങളുണ്ടായിരുന്നു : ഒന്ന്, അത് സെക്കുലർ ആയിരുന്നു. രണ്ട്, വിവിധ ദേശങ്ങളുടേയും ഗ്രാമീണശൈലികളുടേയും സംഗ്രഹം എന്ന നിലയ്ക്ക് അതിന് നിർദിഷ്ടമായ ഒരു പ്രാദേശികതയില്ലായിരുന്നു. അത് ഏറെക്കുറെ സാർവജനീനമായിരുന്നു. മൂന്ന്, നഗരസാഹചര്യങ്ങളിൽ വേരോടിക്കഴിഞ്ഞിട്ടില്ലാത്തതിനാൽ ഈ സമൂഹം ആദരവും പരിഭ്രമവും കലർന്ന സമ്മിശ്രവികാരങ്ങളോടെയാണ് നാഗരികതയെ നിരീക്ഷിച്ചത്. നാല്, അതിന്റെ ഗ്രാമീണമായ സദാചാരബോധം വേരറ്റു പോയിരുന്നില്ല. അഞ്ച്, ഗ്രാമവും കുടുംബവുമായുള്ള വേർപാടിന്റെ വൈകാരിക സംഘർഷവും ഗ്രാമത്തെക്കുറിച്ചു ഗൃഹാതുരമായ ഓർമകളും ഈ സമൂഹം പൊതുവെ പങ്കിട്ടിരുന്നു.[1]

ഈ സ്വഭാവ പശ്ചാത്തലം അടിസ്ഥാനമാക്കിയാണ് ഇന്ത്യൻ സിനിമ അതിന്റെ രൂപവും ഉള്ളടക്കവും നിർണയിച്ചിട്ടുള്ളത്. ഫോക്ക് നാടകസമ്പ്രദായവുമായുള്ള അതിന്റെ ആശ്രിതത്വം ഭാഗികമായി ഉപേക്ഷിക്കപ്പെടുന്നതും ഉപഭോക്തൃ സമൂഹത്തിന്റെ വിശേഷ രുചികൾ മുൻ കണ്ടുകൊണ്ടാണ്. ഭക്തിയുടെയും മതത്തിന്റെയും പിൻബലം സെക്കുലർ ആയിക്കഴിഞ്ഞ പുത്തൻ നാഗരികതയെ സംബോധന ചെയ്യുവാൻ അനിവാര്യമല്ലെന്നു വന്നു. നാടൻ കലാരൂപങ്ങളിലും സംഗീതത്തിലും മറ്റും വിവിധ ദേശക്കാർക്കുണ്ടായിരുന്ന ഭിന്നരുചികൾ സിനിമ സമ്മിശ്രമായി ഉൾക്കൊണ്ടു. അതോടെ പ്രാദേശികമായ മൗലികത സിനിമയിൽനിന്ന് പുറന്തള്ളപ്പെട്ടു. യാതൊരു മൗലികതയുമില്ലാത്ത ഒരു അയഥാർഥ സാമൂഹ്യ പശ്ചാത്തലം ബോംബെ സിനിമ സങ്കൽപ്പിച്ചു തുടങ്ങുന്നതും ഇങ്ങനെയാണ്. എങ്ങും വേരുകളില്ലാത്ത യുക്തിരഹിതവും മായികവും ചലച്ചിത്രബന്ധിയുമായ ഒരു സ്വകീയ സാമൂഹിക യാഥാർഥ്യം സിനിമയ്ക്കുണ്ടായി. ഇടയ്ക്കു പറയട്ടെ ഗ്രാമസാഹചര്യങ്ങളിൽനിന്ന് അകലുകയും അപ്പോഴും അന്യവും അപരിചിതവുമായ നാഗരിക ജീവിതത്തിന്റെ വാതിൽക്കൽ നിൽക്കുകയുമായിരുന്ന സമൂഹത്തെ സംബന്ധിച്ചിടത്തോളം സാമൂഹിക

---

1. ഇന്ത്യൻ സിനിമയുടെ വികാസത്തിന്റെ ചരിത്രം, വൈരുധ്യാത്മകവും ഏറ്റിറക്കങ്ങളോടുകൂടിയതുമായിരുന്നു. ഏകകാലികവും ക്രമാനുഗതവും (Liniar and diachronic) ആയ ഒരു പുരോഗതിയല്ല അതിനുണ്ടായിരുന്നത്. ഉദാഹരണത്തിന് ബോംബെ സിനിമ 'സെക്യുലർ' ആയ ഘട്ടത്തിൽ മദ്രാസിലും കൽക്കത്തയിലും നിർമിക്കപ്പെട്ടിരുന്ന സിനിമകൾ ഹൈന്ദവപുരാണത്തെ ഉപജീവിക്കുന്നവയായിരുന്നു. മിക്കപ്പോഴും, മലയാളസിനിമ 'സെക്യുലർ' ആയ അറുപതുകളിൽ, അതിനുണ്ടായ പുരോഗമനപരമായ രാഷ്ട്രീയ സ്വഭാവം ബോംബെ സിനിമകളുടെ പൊതുവായ 'സെക്യുലർ' സ്വഭാവത്തിനു അന്യമായിരുന്നു. പൊതുവായി ഉരുത്തിരിഞ്ഞുവന്ന സ്വഭാവ വിശേഷങ്ങളെ ഒരു പാശ്ചാദ് ദർശനത്തിന്റെ സൗകര്യത്തിൽനിന്ന് ക്രോഡീകരിക്കാൻ മാത്രമേ ഇവിടെ ശ്രമിച്ചിട്ടുള്ളൂ. ഇന്ത്യൻ സിനിമാ ചരിത്രത്തെപ്പറ്റിയുള്ള വൈരുധ്യാത്മകമായ പഠനത്തിനുപകരം നിൽക്കാൻ ഈ ലളിതവൽക്കരണങ്ങൾക്കാവില്ല. അത് ബൃഹത്തായ ഒരു ഉപന്യാസത്തിന് വിഷയമാവേണ്ടതാണ്.

യാഥാർഥ്യത്തിന്റെ ഈ ചലച്ചിത്രഭാഷ്യം അലോസരപ്പെടുത്തുന്നതായിരുന്നില്ല. തങ്ങൾക്കു പരിചിതമായ പ്രാദേശിക സാഹചര്യങ്ങളുമായി അതിനു പ്രകടമായി യാതൊരു ബന്ധവുമില്ലാത്തതിനാൽ അതിന്റെ യുക്തിയെപ്പറ്റിയുള്ള ന്യായാന്യായ ചിന്തകൾക്ക് ആ പ്രേക്ഷകർ സ്വാഭാവികമായും മുതിർന്നില്ല. സിനിമകളിൽ കണ്ട യാഥാർഥ്യ ചിത്രങ്ങളെന്നപോലെതന്നെ അവർക്ക് അന്യവും ഭ്രമാത്മകവുമായിരുന്നു അവരറിഞ്ഞ നഗരജീവിതത്തിന്റെ യാഥാർഥ്യങ്ങളും. അവിടെ വാസ്തവത്തിൽ എന്തു നടക്കുന്നു എന്നതിനെക്കുറിച്ച് അതിശയോക്തികരങ്ങളായ അഭ്യൂഹങ്ങളല്ലാതെ അവർക്ക് വ്യക്തതയുണ്ടായിരുന്നില്ല. സിനിമയിലെ യാഥാർഥ്യം നാഗരിക സാഹചര്യങ്ങളുടേതെന്ന് വിശ്വസിക്കുവാൻ ഇത് അവരെ പ്രേരിപ്പിച്ചിരിക്കണം. നാഗരികതയെ സംബന്ധിച്ച് ഈ പ്രേക്ഷക സമൂഹത്തിനുണ്ടായിരുന്ന ഭ്രമാത്മകബോധത്തെ പ്രീണിപ്പിക്കുവാൻ പാകത്തിൽ പ്രഭാമയമായ വസ്ത്രച്ചമയങ്ങളിലും ആർഭാടപൂർവമായ 'സെറ്റു'കളിലുമാണ് സിനിമ അതിന്റെ സാമൂഹിക പശ്ചാത്തലം നിബന്ധിച്ചതും.

നാഗരിക ജീവിതരീതികളും അവ പ്രദാനംചെയ്യുന്ന ആധുനിക സൗകര്യങ്ങളും അതിന്റെ ആഡംബര പരിഷ്കാരങ്ങളും പുത്തൻ നാഗരിക സമൂഹത്തെ മോഹിപ്പിച്ചു. പർദ ഉപേക്ഷിച്ച, നിസ്സങ്കോചമായി വസ്ത്രധാരണംചെയ്ത നാഗരിക യുവതികൾ രഹസ്യമായി ആരാധിക്കപ്പെട്ടു. നിശാക്ലബുകളിലും നാഗരികമായ നായികയുമായുള്ള പ്രണയബന്ധത്തിലും ഈ പ്രേക്ഷകവൃന്ദം നായകനുമായി താദാത്മ്യം പ്രാപിച്ചു. പക്ഷേ, അതിന്റെ ഗ്രാമീണവും യാഥാസ്ഥിതികവുമായ സദാചാരബോധം നാഗരികമൂല്യങ്ങൾ അംഗീകരിക്കുവാൻ തീർത്തും സന്നദ്ധമായിരുന്നില്ല. രഹസ്യമോഹങ്ങളിലും ആരാധനയിലും ഒരു കളങ്കബോധം നിലനിന്നിരുന്നു. ഈ കളങ്കബോധത്തെ ഉൾക്കൊള്ളുവാനും ഗ്രാമീണ സദാചാരബോധത്തെ സാധൂകരിക്കുവാനും സിനിമ തയാറായി. കഥാപാത്രങ്ങളും കഥാഗതികളും അതിന് അനുയോജ്യമായി വ്യവസ്ഥ ചെയ്യപ്പെട്ടു. നഗരത്തിന്റെ പരിഷ്കാരഭ്രമങ്ങളെയും നാട്യങ്ങളെയും അപഹസിക്കുകയും അധ്വാനിക്കുന്ന ഗ്രാമത്തെ പ്രകീർത്തിക്കുകയും ചെയ്യുന്ന ഒരിനം സിനിമകൾ വിപുലമായി അംഗീകരിക്കപ്പെട്ടു. (ഈ പ്രമേയത്തിന്റെ പ്രചാരം ഇപ്പോഴും നിലനിൽക്കുന്നു എന്നതിനു തെളിവാണ് *സകലകലാവല്ലഭൻ* എന്ന തമിഴ് സിനിമ. കഴിഞ്ഞവർഷം – 1982– ഏറ്റവും വലിയ പ്രദർശനവിജയം നേടിയ തമിഴ് ചിത്രവുമിതാണ്).

സ്വന്തം സ്നേഹബന്ധങ്ങളിൽനിന്നകന്ന്, തൊഴിൽശാഖകളുടെ പരിസരങ്ങളിൽ ഒറ്റപ്പെട്ടുപോയ വ്യക്തികളുടെ ഒരു സമൂഹത്തിന് സ്വാഭാവികമായ, വൈകാരികവ്യഥയുടെ പശ്ചാത്തലത്തിൽ സിനിമ പരിശീലിക്കുന്ന വൈകാരികക്ഷോഭങ്ങൾക്ക് സവിശേഷമായ പ്രസക്തിയുണ്ട്. വിട്ടേച്ചുപോന്ന കുടുംബബന്ധങ്ങളെയും ഗ്രാമത്തെയും കുറിച്ചുള്ള ഗൃഹാതുരമായ ഓർമകളെ പ്രീണിപ്പിക്കുന്നതരം ഇതിവൃത്തങ്ങൾ സിനിമയിൽ പെരുകിയത് ഇങ്ങനെയാണ്. വളരെ കാലത്തോളം സിനിമ കുടുംബ നാടക

ങ്ങളിൽ വ്യാപരിക്കയുണ്ടായി. കുടുംബബന്ധങ്ങളുടെ അലംഘനീയതയും പവിത്രതയുമായിരുന്നു അത്തരം ചിത്രങ്ങളുടെ പ്രമേയം. അവ ഫ്യൂഡൽ മൂല്യങ്ങൾ അനുസരിച്ചുള്ള കുടുംബബോധത്തെ സ്ഥിരീകരിക്കുന്നതിലും അകൽച്ചകൊണ്ടു തീവ്രമായ പ്രേക്ഷകന്റെ കുടുംബസ്നേഹത്തെ പ്രലോഭിപ്പിക്കുന്നതിലും ശ്രദ്ധിച്ചു.

പുത്തൻ നാഗരിക സമൂഹത്തിന്റെ മനോവ്യാപാരങ്ങൾ മുൻനിർത്തി തയാർ ചെയ്തുപോന്ന ഇതിവൃത്തങ്ങളിൽ പ്രകടമായി കണ്ടിരുന്ന ഗ്രാമീണ, നാഗരികബോധങ്ങൾ തമ്മിലുള്ള സംഘർഷം ഒരു കടുത്ത വർഗസമരത്തിന്റെ പ്രതിഫലനമായിരുന്നില്ല. ഫ്യൂഡൽ പ്രത്യയശാസ്ത്രതാൽപ്പര്യങ്ങളുടെ അർധമനസ്കവും ദുർബലവുമായ ചെറുത്തുനിൽപ്പിന്റെ പ്രതിധ്വനികൾ അവ ഉൾക്കൊണ്ടിരുന്നു എന്നു തീർച്ച. പക്ഷേ, നാഗരികവും വ്യാവസായികവുമായ ഉൽപ്പാദനവ്യവസ്ഥയെ ഗൗരവമായി നിഷേധിക്കുന്ന യാതൊരു പ്രവണതകളും പ്രസ്തുത സിനിമകൾ പ്രദർശിപ്പിച്ചിരുന്നില്ല.[1] മാത്രവുമല്ല, അവയെ ഗോപ്യമായെങ്കിലും അംഗീകരിക്കുകയും ആദരിക്കുകയും ചെയ്യുന്ന ഒരു പതിവ് തുടങ്ങുകയും ചെയ്തു. വിശദമായി വിചാരിക്കുമ്പോൾ ഈ സിനിമകളുടെ പ്രത്യയശാസ്ത്രതാൽപ്പര്യം വർഗസഹകരണത്തിന്റെ അടിസ്ഥാനത്തിൽ സ്വൈരമായി നടക്കുന്ന ഒരു പരിവർത്തനത്തിന്റെ സാധൂകരണമായിരുന്നു എന്ന് തോന്നും. അവ ആശയസമരങ്ങളെ അപ്പാടെ ഉൾക്കൊള്ളുകയാണ് ഫലത്തിൽ ചെയ്തിരുന്നത്. ഒന്നുരണ്ടു പതിറ്റാണ്ടുകൾക്കുശേഷം ഇന്ത്യൻ സിനിമ, വിശേഷിച്ചും ബോംബെ സിനിമ ഗ്രാമ-നഗരബന്ധങ്ങളെ സമർഥമായി വ്യാഖ്യാനിച്ച് നാഗരികമൂല്യങ്ങളുടെ (മുതലാളിത്ത പ്രത്യയശാസ്ത്രത്തിന്റെ) നായകത്വം അസന്ദിഗ്ധവും നിർബാധവുമായി സ്ഥാപിക്കുകയും ചെയ്തു. *ഷോലേ, ഛോട്ടീ സി ബാത്ത്* തുടങ്ങിയ ഒരുകൂട്ടം ഹിന്ദി ചിത്രങ്ങളും അവയുടെ പ്രതിസ്പന്ദങ്ങളായി പ്രാദേശിക സിനിമയിൽ ഉണ്ടായ നിരവധി രചനകളും ഇതു വ്യക്തമാക്കുന്നു.

ഒരു ഗ്രാമാന്തരീക്ഷത്തിൽ നടക്കുന്ന കഥയാണ് *ഷോലേ*യിലുള്ളത്. കൊള്ളക്കാരുടെ നിരന്തര പീഡനത്തിന് വിധേയമായ ഈ ഗ്രാമത്തിന്റെ സംരക്ഷകരായി നാഗരികമായ രണ്ടു നായകന്മാർ വന്നുചേരുന്നു. അസാമാന്യമായ പൗരുഷപ്രകടനത്തിലൂടെയും സാഹസകൃത്യങ്ങളിലൂടെയും കവർച്ചക്കാരെ നശിപ്പിച്ച് അവർ ഗ്രാമത്തിൽ ശാന്തിയും സമാധാനവും

---

1. നാട്ടിൻപുറത്തിന്റെ നന്മകളെ കളങ്കപ്പെടുത്തുന്ന നീചസ്വാധീനമായി മാത്രം നഗരത്തെ ചിത്രീകരിക്കുന്ന *നഗരമേ നന്ദി* പോലെയുള്ള സിനിമകൾ വർഗസമരത്തെ സംബന്ധിച്ച് തികച്ചും ഏകപക്ഷീയമായ ഒരു ചിത്രമേ നൽകുന്നുള്ളൂ. ആദർശവൽക്കരിക്കപ്പെട്ട അവയിലെ ഗ്രാമങ്ങൾ വർഗസമരങ്ങൾ തീണ്ടാത്ത ഒരു സ്വപ്നം (utopia) മാത്രമായി നിൽക്കുന്നു. ഗ്രാമ-നഗര സംഘർഷത്തിന്റെ ചട്ടക്കൂടു സ്വീകരിക്കുമ്പോൾത്തന്നെ, ഗ്രാമത്തിന്റെ അന്തർവൈരുധ്യങ്ങളെക്കൂടി വെളിവാക്കുന്ന ഒരു സമഗ്രമായ ചരിത്രദർശനം ഉൾക്കൊള്ളുന്ന *സുവർണരേഖ* പോലത്തെ സിനിമകൾ അപൂർവമായേ ഉണ്ടായിട്ടുള്ളൂ.

പുനഃസ്ഥാപിച്ചു. കഥാന്ത്യത്തോടെ ഗ്രാമത്തിന്റെ സ്ത്രൈണവിധേയത്വത്തിന്റെ ആകത്തുകയായ നായികയെ അവരിലൊരാൾ സ്വന്തമാക്കുകയും ചെയ്യുന്നു. (പ്രതികാരവാഞ്ഛ, സമുദായമൈത്രി, നായകന്മാരുടെ പൂർവചരിത്രം, ത്യാഗം, പ്രണയം തുടങ്ങിയ സിനിമയിലെ മറ്റ് ഉപാഖ്യാനങ്ങളൊക്കെയും കഥയുടെ ഈ കേന്ദ്രവിവക്ഷയ്ക്ക് മാറ്റ് വർധിപ്പിക്കുകയാണ് ചെയ്യുന്നത്). *ഷോലേ* നൽകുന്ന സൂചനകൾ പ്രകടമാണ്. അത് ഗ്രാമീണ ദുരിതങ്ങൾക്ക് പരിഹാരമായി നഗരവർഗത്തിന്റെ മേൽക്കോയ്മ സ്ഥാപിക്കുന്നു. നായിക പ്രതിനിധീകരിക്കുന്ന പ്രതീകധർമത്തിലൂടെ നഗരത്തോടുള്ള ഗ്രാമത്തിന്റെ ആശ്രിതത്വത്തെ അഭികാമ്യവും സനാതനവുമായ ഒരു ബാന്ധവമായി സാധൂകരിക്കുന്നു. (ഗ്രാമത്തിന്റെ നായികാവേഷവും നഗരത്തിന്റെ നായകവേഷവും ശ്രദ്ധേയമായ ഒരു പ്രതീകകൽപ്പനയാണ്. അവ സിനിമയിൽ വീണ്ടും വീണ്ടും ആവർത്തിക്കപ്പെടുന്നുമുണ്ട്.) നാഗരിക മൂല്യങ്ങളുടെ പ്രകീർത്തനത്തിൽ *ഛോട്ടീ സി ബാത്ത്* എന്ന ഹിന്ദിചിത്രം കുറേക്കൂടി നിസ്സങ്കോചമായ ഒരു നിലപാടാണ് കൈക്കൊള്ളുന്നത്. ആരുടേയും മനംകവരുന്ന അതിലെ നായിക രണ്ടു പുരുഷന്മാരുടെ പ്രേമാഭ്യർഥനകൾക്കു മധ്യത്തിലാണ്. അവരിലൊരാൾ പരിഷ്കൃതമായി വസ്ത്രം ധരിക്കുകയും മോട്ടോർബൈക്കിൽ സഞ്ചരിക്കുകയും പരിഭ്രമമില്ലാതെ സ്പാഗററി കഴിക്കുകയും ചെയ്യുന്ന നാഗരികനാണ്. അപരൻ വേഷത്തിലും രീതികളിലും ഏതാണ്ട് മന്ദബുദ്ധിയായ, നാഗരിക സംസ്കാരം തീണ്ടിയിട്ടില്ലാത്ത ഒരു ഗ്രാമീണനനും അയാൾക്ക് സ്പാഗററി കഴിക്കാൻ തെല്ലും വശമില്ല. സ്വാഭാവികമെന്നോണം നായികയുടെ താൽപ്പര്യം നാഗരികനായ നായകനു നേർക്കാകുന്നു. ഈ ഘട്ടത്തിൽ ഗ്രാമീണനായകൻ ഒരു ഉപദേഷ്ടാവിന്റെ സഹായത്തോടെ നാഗരിക പെരുമാറ്റരീതികളിൽ പരിശീലനം നേടി. പരിഷ്കൃതവേഷങ്ങളണിഞ്ഞ് ഒരു മോട്ടോർ സൈക്കിളിൽ അയാൾ നായികയെ നേരിടുന്നു. പ്രതിനായകനും നായികയും സാക്ഷിയായിരിക്കേ അതിശാസ്ത്രീയമായ രീതിയിൽ അയാൾ സ്പാഗററി കഴിച്ചു കാണിച്ചു. ഇങ്ങനെ നഗരമൂല്യങ്ങളുടെ സ്വാംശീകരണം അയാൾ വെളിപ്പെടുത്തിയപ്പോൾ അതിസ്വാഭാവികമെന്നോണം നായിക അയാളെ വേൾക്കാൻ തയാറായി. നഗരങ്ങളിൽ കേന്ദ്രീകൃതമായ ഒരു സാമ്രാജ്യത്വ–മുതലാളിത്ത വ്യവസ്ഥിതി വിപുലമായ ഗ്രാമസഞ്ചയങ്ങൾക്കുമേൽ ഭരണാധികാരം കയ്യാളുന്ന നമ്മുടെ സാമൂഹികരൂപത്തിൽ ഈയിനം സിനിമ നിർവഹിക്കുന്ന പ്രത്യയശാസ്ത്രപ്രവർത്തനങ്ങൾക്ക് വലിയ അർഥവ്യാപ്തിയുണ്ട്.

നാൽപ്പതുകളിലും അമ്പതുകളിലും സിനിമ കണ്ടിരുന്ന, മുകളിൽപ്പറഞ്ഞ പുത്തൻ നാഗരിക വർഗത്തിന്റെ പ്രത്യയശാസ്ത്രബോധത്തിൽ നിന്ന് അടിസ്ഥാനപരമായി വ്യത്യസ്തമല്ല എന്ന് സിനിമാഗൃഹങ്ങൾക്കു മുന്നിൽ തിരക്കുന്ന വമ്പിച്ച പ്രേക്ഷകസമൂഹത്തിന്റെ പ്രത്യയശാസ്ത്രബോധം. അടിസ്ഥാനപരമായ മാറ്റങ്ങൾക്കൊന്നും സിനിമയും വിധേയമായിട്ടില്ല. സാങ്കേതികതന്ത്രങ്ങളിലും ആഖ്യാനരീതികളിലും ഔചിത്യ

ബോധത്തിലും കണ്ടുതുടങ്ങിയ ചില്ലറ പരിഷ്കാരങ്ങൾ സിനിമയുടെ പ്രത്യയശാസ്ത്രപരമായ ഉള്ളടക്കത്തെ സാരമായി ബാധിച്ചിരിക്കുന്നു എന്ന് കരുതുകവയ്യ. പഴയ കഥാഗതികളും പ്രതികരണത്തെ സംബന്ധിച്ച് മുൻനിശ്ചയങ്ങളിലുള്ള ആശ്രിതത്വവും താരനായക സങ്കൽപ്പവും നായക പ്രതിനായക സംഘർഷവും അപൂർവമായേ ഉപേക്ഷിക്കപ്പെട്ടിട്ടുള്ളൂ. ഈ വസ്തുത, തിരിച്ച്, സമൂഹത്തിൽ നിലനിൽക്കുന്ന വർഗവിഭജനത്തിന്റെ വിശേഷപ്രകൃതത്തെയും പ്രത്യയശാസ്ത്ര സമരത്തെയും സൂചിപ്പിക്കുന്നതായി കാണാം. നാടുവാഴി ഭൂപ്രഭുവ്യവസ്ഥയിൽനിന്ന് സാമാന്യേന അകന്നുവെങ്കിലും വികസിത മുതലാളിത്തത്തെ പ്രാപിച്ചിട്ടില്ലാത്ത ഒരന്തരാളഘട്ടത്തിലാണ് ഇന്ത്യൻ സാമൂഹികഘടന. മുതലാളിത്ത സാമ്രാജ്യത്വ മൂല്യങ്ങളെ ഉപചരിക്കുന്നതിനൊപ്പംതന്നെ ഫ്യൂഡൽ സാമൂഹ്യബന്ധങ്ങളെ നയിക്കുകയും ഭരിക്കുകയും ചെയ്തിരുന്ന മൂല്യങ്ങളെ പരിരക്ഷിക്കുവാൻ സിനിമ നടത്തുന്ന ശ്രമങ്ങൾ സാമൂഹികാവസ്ഥയുടെ ഈ പശ്ചാത്തലത്തിലാണ് കാണേണ്ടത്.

ബോംബെ ടാക്കീസിന്റെ കാലത്തെ ഏതാനും ഹിന്ദി, മറാത്തി ചിത്രങ്ങളും അറുപതുകളിലും എഴുപതുകളുടെ ആദ്യത്തിലും മലയാളത്തിൽ നിർമിക്കപ്പെട്ട ഒരു കൂട്ടം ചിത്രങ്ങളും താരതമ്യേന ഉയർന്ന ഉത്തരവാദിത്വബോധം പുലർത്തിയിരുന്നു എന്നു കാണാം. ഇന്ത്യൻ ദേശീയപ്രസ്ഥാനവും അതിനു പിന്നീട് ഐ പി ടി എ തുടങ്ങിയ സംഘടനകളും നേതൃത്വം നൽകിയ ആശയസമരങ്ങളുടെ പശ്ചാത്തലത്തിലാണ് പ്രസ്തുത ചിത്രങ്ങളെ വിലയിരുത്തേണ്ടത്. മലയാളത്തിൽ, കമ്യൂണിസ്റ്റ് പ്രസ്ഥാനവും പുരോഗമന സാഹിത്യപ്രസ്ഥാനവും കെ പി എ സിയെപ്പോലുള്ള നാടകസംഘടനകളും ഒരിടക്കാലത്ത് ആശയസമരത്തിന്റെ മേഖലയിൽ നേടിയിരുന്ന നിസ്സംശയമായ മുൻതൂക്കവുമായി, ആ ആദ്യകാലചിത്രങ്ങൾക്ക് നേരിട്ടു ബന്ധമുണ്ടായിരുന്നു. അയിത്തോച്ചാടനം, സാമുദായിക മൈത്രി, ജാതിസൗഹാർദം, അന്ധവിശ്വാസങ്ങളുടെ ദൂരീകരണം എന്നിങ്ങനെ ചില ബൂർഷ്വാ സാമൂഹ്യപരിഷ്കരണങ്ങൾക്ക് ആക്കം വർധിപ്പിക്കുവാൻ ഒരു അളവോളമെങ്കിലും അവയ്ക്ക് കഴിഞ്ഞിട്ടുമുണ്ട്. ഇതിവൃത്തത്തിന്റെ സ്വഭാവങ്ങളിലും പ്രതിപാദനരീതികളിലും പരിമിതമെങ്കിലും പൊതുവേ ഉണ്ടായ ഔചിത്യദീക്ഷയ്ക്കും കലാബോധത്തിനും തുടക്കം കുറിച്ചതും ഈ ചിത്രങ്ങൾതന്നെയാണ്. ഇങ്ങനെയൊരു വ്യതിയാനം ഒഴിച്ചുനിർത്തിയാൽ നിലവിലുള്ള സാമൂഹ്യഘടനയെ അതുൾക്കൊള്ളുന്ന പ്രത്യയശാസ്ത്രവൈരുധ്യത്തോടെതന്നെ പരിരക്ഷിക്കുകയും അതുവഴി ചരിത്രഗതിക്ക് തടസം നിൽക്കുകയും ചെയ്യുന്ന ഇന്ത്യൻ സിനിമയുടെ പ്രത്യയശാസ്ത്രനിലപാടിന് അതിന്റെ ആവിർഭാവംമുതൽ ഇന്നേവരെയുള്ള ചരിത്രത്തിൽ സാരമായ മാറ്റങ്ങളൊന്നും ഉണ്ടായിട്ടില്ല. (എല്ലാ ഘട്ടങ്ങളിലും ഈ പൊതുപ്രവണതയ്ക്ക് അപവാദമായിരുന്ന അപൂർണവും പുരോഗമനോന്മുഖവുമായ ചിത്രങ്ങൾ ഉണ്ടായിട്ടുണ്ട് എന്നത് വിസ്മരിക്കുന്നില്ല). സിനിമയിലെ പൊതുവായ ചില കഥാരൂപ

ങ്ങളും പ്രതിപാദ്യഘടകങ്ങളും സാങ്കേതികതന്ത്രങ്ങളും മറ്റും ഒരു ചെറിയ വിശകലനത്തിന് വിധേയമാക്കുമ്പോൾ ഈ കാഴ്ചപ്പാടു കൂടുതൽ വിശദീകരിക്കപ്പെടും.

എക്കാലവും സിനിമയ്ക്ക് പ്രിയങ്കരമായ ഒരു പ്രമേയമാണ് പ്രണയം. പ്രണയോപാഖ്യാനത്തിന്റെ സാധ്യതകളെ പാടെ നിരാകരിക്കുന്ന തിരക്കഥകളെക്കുറിച്ച് വിചാരിക്കാൻ പതിവു സിനിമ ഒരിക്കലും ധൈര്യപ്പെട്ടിട്ടില്ല. നായിക, നായകൻ, പ്രതിനായകൻ എന്നും പ്രേമം, വിഘ്നം, സാഫല്യം എന്നുമുള്ള ഫോർമുല അവലംബിക്കാതെതന്നെ പ്രേക്ഷകനെ ആകൃഷ്ടനാക്കുംവിധം പ്രണയകഥകൾ ആവിഷ്ക്കരിക്കാൻ ഇന്ത്യൻ സിനിമ ശീലിച്ചിട്ടുണ്ട്. യുക്തിബോധത്തിന്റെയും ഔചിത്യദീക്ഷയുടെയും രചനാശൈലിയുടെതന്നെയും കാര്യങ്ങളിൽ സിനിമ ആർജിച്ചിട്ടുള്ള വികാസം പക്ഷേ, അതിന്റെ നിശ്ചിതമായ പ്രത്യയശാസ്ത്ര ദൗത്യത്തിന് വിരുദ്ധമായിട്ടില്ല. പ്രേമം എത്രതന്നെ തീവ്രവും മുഗ്ധവുമാകട്ടെ, സമൂഹത്തിന്റെ പെറ്റി ബൂർഷ്വാ സദാചാരവുമായി നേരിട്ടൊരു സംഘർഷത്തിൽനിന്ന് അത് ഒഴിഞ്ഞുമാറുന്നു. അടുത്തകാലത്ത് പ്രദർശിപ്പിക്കപ്പെട്ട 'ഇണ' എന്ന മലയാളചിത്രത്തിൽ വിവരിക്കപ്പെടുന്ന പ്രണയകഥ പരിശോധിക്കുക: കൗമാര പ്രണയാഖ്യാനങ്ങളുടെ തിരതള്ളലിൽ എത്തിയ മറ്റൊരു 'വ്യത്യസ്ത'മായ പ്രണയകഥയാണത്. കാമുകീ കാമുകന്മാർ കൗമാരപ്രായംപോലുമെത്തിയിട്ടില്ലാത്ത കുട്ടികളാണ്. സ്നേഹശൂന്യമായ വീടുകൾ വിട്ടിറങ്ങിയവരാണ് രണ്ടുപേരും. നിർത്തിയിട്ട ഒരു ചരക്കു തീവണ്ടിയിൽ മഴ കാരണം അഭയംതേടിയ അവരെ വണ്ടി, അവരറിയും മുമ്പേ വീടുകളിൽനിന്ന് വളരെ ദൂരം എത്തിച്ചു. യാദൃച്ഛികമായ ഈ പലായനത്തിന്റെ അവസാനത്തിൽ അവർ ഒരു വനാന്തരത്തിൽ വന്നുചേരുന്നു; അവിടെ 'സമൂഹത്തിനു പുറത്ത്' ഒറ്റപ്പെട്ടു കഴിയുന്ന ഒരു 'ഓൺടി' അവർക്ക് സംരക്ഷണം നൽകി. സ്വതന്ത്രമായ വനസാഹചര്യങ്ങളിൽ അവരുടെ സ്നേഹം ശാരീരികാഭിനിവേശമായി വളർന്നു. അവരുടെ വിവാഹം നടത്തിച്ചശേഷം 'ഓൺടി' മരിച്ചു. ഒറ്റപ്പെട്ട് വനത്തിൽ കഴിയുന്ന വേറൊരു 'അങ്കിളി'ന്റെ സഹകരണവും കൃഷിചെയ്ത് പുലരുവാനുള്ള സൗകര്യവും അവർക്കുണ്ടായിരുന്നു. പക്ഷേ, ആ ദാമ്പത്യം തുടർന്നില്ല. ഒരു രാത്രി പൊടുന്നനെ പെൺകുട്ടി മരിച്ചു.

സമൂഹത്തിനു പുറത്തെ സ്വതന്ത്രമായ വന്യത എന്ന ആശയം റൂസോയുടെ കാലത്തോളം പഴക്കമുള്ള ഒരു പെറ്റി ബൂർഷ്വാ കലാപചിന്തയുടെ ഭാഗമാണ്. വനസാഹചര്യങ്ങളിൽ അലോസരമില്ലാതെ പ്രണയചേഷ്ടകളിൽ മുഴുകുന്ന ഇണകളെ മുൻനിർത്തി സിനിമ ഈ ആശയത്തിന് സാഫല്യമേകുന്നു. പക്ഷേ, 'നോബിൾ സാവേജ്', സമൂഹത്തെ സംബന്ധിച്ചിടത്തോളം നിഷേധിയും ശത്രുവുമാണ്. സ്വന്തം സ്വരൂപത്തിന്റെ ഭദ്രത ഇച്ഛിക്കുന്ന ഒരു സമൂഹവും അതിനെ ബഹിഷ്കരിക്കുന്ന പ്രവണതകളെ ഉപചരിക്കില്ല. അതുകൊണ്ട് പെറ്റി ബൂർഷ്വാസിക്ക് അതിന്റെ സ്വപ്നസാഫല്യം നൽകുന്നതോടൊപ്പംതന്നെ സിനിമ സമൂഹ

ത്തിന്റെ പ്രത്യയശാസ്ത്രബോധവുമായി സന്ധിയിലാവുന്നു. മരണം പ്രത്യയശാസ്ത്രത്തിന്റെ പ്രതിനിധിയായാണ് ഇതിവൃത്തത്തിൽ പ്രവേശിക്കുന്നത്. അന്തിമമായ ഈ കോംപ്രമൈസിനിടയ്ക്കുതന്നെ, കുട്ടികളുടെ ഗൃഹപശ്ചാത്തലം സ്നേഹശൂന്യമായിരുന്നു എന്നും അവരുടെ പലായനം യാദൃച്ഛികമായിരുന്നു എന്നും വനത്തിൽ ഒരു ഔപചാരിക വിവാഹം നടക്കുന്നുണ്ടെന്നും പെൺകുട്ടിയുടെ മരണത്തിന് ഒരു കാരണം അവർ ആശുപത്രിയും ഗതാഗതസൗകര്യവുംപോലുള്ള സാമൂഹ്യസ്ഥാപനങ്ങളിൽനിന്ന് വളരെ അകലെ ആയിരുന്നു എന്നതാണെന്നും മറ്റുള്ള വിവരണങ്ങളിലൂടെ, സിനിമ സമൂഹത്തിന്റെ താൽപ്പര്യങ്ങളെ അനുനയിച്ചുപോരുന്നുണ്ട്. 'അങ്കിൾ', 'ഓൺടി' എന്നീ സംപൂജ്യ കഥാപാത്രങ്ങൾ ഈ ബാലചാപല്യങ്ങൾക്ക് അനുഷ്ഠാനപരമായ സാധൂകരണം (ritual legitimization) നൽകുന്നുമുണ്ട്. ഈ സിനിമ ഒരു ഒറ്റപ്പെട്ട ദൃഷ്ടാന്തമല്ല. എല്ലാ പ്രണയകഥകളും എല്ലാ സിനിമകളേയുംപോലെ നിലവിലുള്ള സാമൂഹികഘടനയുടെ പ്രത്യയശാസ്ത്രനായകത്വം ശരിവെക്കുകയും സ്ഥിരീകരിക്കുകയും ചെയ്യുന്നതായി കാണാം.[1]

വലിയ വിപണന സാധ്യതയുള്ളതും സിനിമ നിരന്തരം ഉപയോഗപ്പെടുത്തുന്നതുമായ ഒരു ഇതിവൃത്തഘടകമാണ് ലൈംഗികത. ചലച്ചിത്രത്തിൽ അനുവദിക്കപ്പെടുന്ന ലൈംഗികതയുടെ ഏറ്റവും രൂക്ഷമായ പ്രകടനം കാബറേ നൃത്തങ്ങളാണ്. ഇന്ത്യൻ സമൂഹത്തെ സംബന്ധിച്ചിടത്തോളം നിശാക്ലബുകളും അർധനഗ്നമായ കാബറേ നൃത്തങ്ങളും സദാചാര വിരുദ്ധമാണെന്ന് തീർച്ച. എങ്കിലും നാഗരികമെന്ന് ധരിക്കപ്പെടുന്ന ഈ അനുഭവങ്ങളോട് പ്രേക്ഷകന് രഹസ്യമായ ആഭിമുഖ്യമുണ്ട്. വിലക്കപ്പെട്ട അനുഭൂതികൾ പ്രേക്ഷകന് നൽകുവാനും അതോടൊപ്പംതന്നെ അവയുണർത്തുന്ന പാപബോധത്തിൽനിന്ന് അവരെ വിമുക്തരാക്കുവാനും സിനിമയ്ക്ക് അതിന്റെ സാങ്കേതികതയുടെ സഹകരണമുണ്ട്. സാധാരണഗതിയിൽ ഒരു കാബറേ നൃത്തം തുടങ്ങുന്നത് നർത്തകിയുടെ അർധനഗ്നദേഹം നേരിട്ട് പ്രേക്ഷകനു മുന്നിൽ വെളിപ്പെടുത്തിക്കൊണ്ടല്ല. നൃത്തം കണ്ടുകൊണ്ടിരിക്കുന്ന പ്രതിനായകന്റെയോ പ്രതിനായക സ്വഭാവമുള്ള സദസിന്റെയോ ഒരു 'ഷോട്ടി'ൽനിന്നാവും സീക്വൻസ് തുടങ്ങുന്നത്. (കാബറെ നൃത്തവും നായകനുമായി തക്ക ന്യായീകരണങ്ങളില്ലാതെ സഹവർത്തിത്വമുണ്ടാവുന്നത് അപൂർവമാണ്). അത്തരം ഒരു സദ

1. പക്ഷേ, റൂസോയുടെ കലാപസ്വഭാവമുള്ള *നോബിൾ സാവേജ്* മിത്തും (കലാപസ്വഭാവം ഒട്ടുമില്ലാത്ത 'റോബിൻസൺ ക്രൂസോ മിത്തും') 'ഇണ'യിലെ മിത്തും തമ്മിൽ അടിസ്ഥാനപരമായ ഒരു വ്യത്യാസമുണ്ട്. റൂസോയുടെ മിത്ത്, വ്യക്തിത്വവാദത്തിൽ ഊന്നുന്ന ബൂർഷ്വാ ചിന്തയുടെ (ബൂർഷ്വാ വിപ്ലവത്തിന്റെയും) സൃഷ്ടിയായിരുന്നു. പിതൃക്കളുടെ (പാരമ്പര്യത്തിന്റെ) സമ്മതി ആവശ്യമാകുന്ന ഒരു ഫ്യൂഡൽ വ്യവസ്ഥയ്ക്ക് അത് അപ്പടി ഉൾക്കൊള്ളാനാവില്ല. *ഇണ*യിലെ ഇതിവൃത്തത്തിൽ വരുത്തിയിട്ടുള്ള മാറ്റങ്ങൾ അബോധപൂർവമായെങ്കിലും ഇവിടത്തെ ഫ്യൂഡൽ-മുതലാളിത്ത അച്ചുതണ്ടിന്റെ പ്രത്യയശാസ്ത്രപരമായ ആവശ്യങ്ങളെ നിറവേറ്റുന്നു.

സിന്റെ കാഴ്ചപ്പാടിലാണ് പ്രേക്ഷകൻ നർത്തകിയെ കാണുന്നത്. അയാൾ നൃത്തം കണ്ടുകൊണ്ടിരിക്കുന്ന സദസിന്റെ പ്രേക്ഷകനാണ്. നൃത്തം കാണുന്നു എന്നത് പ്രതിനായകന്റെ ദുർവൃത്തി നിരീക്ഷിച്ചുകൊണ്ടിരിക്കുന്നതിനിടയിൽ സംഭവിക്കുന്ന അനിച്ഛാപൂർവമായ യാദൃച്ഛികതയാണ്. പ്രതിനായകനും സഹചാരികളും ചെയ്യുന്ന സദാചാര ധ്വംസനത്തിന്റെ സാക്ഷിമാത്രമാണയാൾ. പ്രേക്ഷകന്റെ നിഷ്കളങ്കത അങ്ങനെ സ്ഥാപിക്കപ്പെട്ടശേഷം രംഗത്തുനിന്ന് സിനിമയ്ക്കകത്തെ സദസ്സ് അപ്രത്യക്ഷമാവുന്നു. നർത്തകിയും പ്രേക്ഷകനും തമ്മിൽ തുടരെത്തുടരെയുള്ള അനേകം മിഡിൽ, ക്ലോസപ്പ് ഷോട്ടുകളിൽകൂടി നേരിട്ട് ബന്ധം സ്ഥാപിക്കപ്പെടുന്നു. ആ ബന്ധം ഒരുതരം സ്വപ്നമൈഥുന ചേഷ്ടയുടെ ചലനഭ്രാന്തിയിലെത്തുന്നു. നൃത്തത്തിന്റെ അന്ത്യത്തിൽ കാലുകൾ വിടർത്തി തറയിലിരിക്കുന്ന നർത്തകിയുടെ മധ്യഖണ്ഡം ഒരു പെരുത്ത ക്ലോസപ്പിൽ പ്രേക്ഷനെ സമീപിക്കുന്നു. കണ്ണുകളുടെ വിതാനത്തിനു താഴെ ഒരു ഫ്ളോർ ലവൽ ആംഗിളിൽ അവളുടെ അർധനഗ്നമായ അരക്കെട്ട് പ്രേക്ഷകന്റെ മധ്യഖണ്ഡത്തിനു നേരെയാണ്. നർത്തകി സുരത ചേഷ്ടയിലെന്നപോലെ അരക്കെട്ട് ചലിപ്പിച്ച് ക്യാമറയ്ക്ക് (പ്രേക്ഷകന്) നേരെ അടുക്കുന്നു. സിനിമയ്ക്കു നൽകാവുന്ന സുരതാനുഭവത്തിന്റെ മൂർധന്യാവസ്ഥയിൽ ഇതോടെ പ്രേക്ഷകൻ പ്രവേശിച്ചു. നൃത്തം നടന്നുകൊണ്ടിരിക്കുന്ന രംഗത്തിലേക്കും പഴയ സദസിലേക്കും ശ്രദ്ധയാകർഷിച്ചുകൊണ്ട് നൃത്തം പെട്ടെന്ന് നിലയ്ക്കുന്നു. സാധാരണഗതിയിൽ പ്രതിനായകനും നായകനും തമ്മിലുള്ള ഒരു സംഘട്ടനത്തിന്റെ തുടക്കമാവും അത്. സംഘട്ടനത്തിൽ നായകനുമായി സമഭാവം പ്രാപിക്കുന്ന പ്രേക്ഷകൻ പ്രതിനായകനെതിരായ നിലപാടിൽ പ്രവേശിക്കുന്നതോടൊപ്പം കാബറെ കാണുക എന്ന പ്രതിനായകന്റെ മൂല്യധ്വംസനത്തിനും യാന്ത്രികമായി എതിരാകുന്നു. നർത്തകിയുമായി നടന്ന രഹസ്യസമാഗമത്തിന്റെ പാപബോധത്തിൽനിന്ന് സിനിമ പ്രേക്ഷകനെ അതുവഴി മോചിപ്പിക്കുകയും ചെയ്യുന്നു.

പൊതുവെ സിനിമയുടെ കേന്ദ്രപ്രതിപാദനഘടകമാണ് നായകസങ്കൽപ്പം. കാലാകാലങ്ങളിലായി സിനിമയുടെ രചനാസമ്പ്രദായങ്ങളിൽ ഉണ്ടായിട്ടുള്ള പരിഷ്ക്കരണങ്ങൾ അതുകൊണ്ട് നായക കഥാപാത്രങ്ങളെക്കുറിച്ചുള്ള സങ്കൽപ്പങ്ങളെ സ്വാധീനിച്ചിട്ടുണ്ട്. ത്യാഗിയും ക്ഷമാശീലനും സദ്ഗുണമൂർത്തിയും ആയിരുന്ന പഴയ നായകൻ ഇപ്പോൾ സാധാരണമല്ല. പുതിയ നായകൻ പരുക്കനായ സാഹസികനാണ്. പലപ്പോഴും അയാൾക്ക് മൂല്യധ്വംസകന്റെ പരിവേഷവുമുണ്ട്. എങ്കിലും പ്രതൃയശാസ്ത്രോപകരണമെന്ന നിലയ്ക്ക് നായകരൂപത്തിന്റെ അടിസ്ഥാന വിവക്ഷകൾ മറികടക്കപ്പെട്ടിട്ടില്ല. ആ കാഴ്ചപ്പാടിൽ പരിവർത്തനങ്ങൾ തെല്ലും ഗഹനമല്ല. സമകാലിക സാമൂഹിക–രാഷ്ട്രീയാവസ്ഥയിൽ ക്രിയാത്മകമായ ‘വയലൻസ്’ പാടെ നിഷേധിക്കപ്പെടുന്നില്ല. ചർച്ചാവിഷയമെന്ന മട്ടിലെങ്കിലും അതിനു മാന്യത സിദ്ധിച്ചിട്ടുമുണ്ട്. രാഷ്ട്രീയമൂല്യ

ങ്ങളിലുണ്ടായ ഈ ചുവടുമാറ്റവും നായകന്റെ മാറിവന്ന ഇമേജും തമ്മിൽ ഏതോ തലങ്ങളിൽ ചാർച്ചയുണ്ട്. പക്ഷേ, അതു പുതിയ രാഷ്ട്രീയ യാഥാർഥ്യത്തിന്റെ ഭാഗത്തല്ലെന്നു തീർച്ച; പലപ്പോഴും അങ്ങനെ ഒരു തെറ്റിദ്ധാരണ സൃഷ്ടിക്കാൻ സിനിമകൾ പാടുപെടുന്നുവെങ്കിലും. കാരണം നായകൻ മുമ്പെന്നപോലെ ഇപ്പോഴും നിലവിലുള്ള സാമൂഹിക ഘടനയുടെ സംരക്ഷകനാണ്. അയാൾ പ്രകടിപ്പിക്കുന്ന വയലൻസ് സമൂഹമനസിൽ നിപതിച്ചിട്ടുള്ള വയലൻസിന്റെ ബീജങ്ങളെ അനുനയിച്ച് (circumscribe) കീഴ്പ്പെടുത്തുന്ന ഒരു ഉപായത്തിന്റെ ഭാഗമാണ്. അധികാരസ്വരൂപത്തിനെതിരായി പ്രകടമായ നിലപാടുകൾ എടുക്കുമ്പോൾ തന്നെയും ആ അധികാരസ്വരൂപത്തെ നിലനിർത്തുന്ന മൂല്യങ്ങളെ (പ്രത്യയശാസ്ത്രബോധത്തെ) അനേകം കോംപ്രമൈസുകളിലൂടെ അയാൾ ഉയർത്തി പ്രതിഷ്ഠിക്കുന്നുണ്ട്. അടുത്തകാലത്ത് മലയാളത്തിൽ നിർമിക്കപ്പെട്ടു, 'പൊളിറ്റിക്കൽ സറ്റയർ' എന്നു വിശേഷിപ്പിക്കപ്പെട്ട ഏതാനും ചിത്രങ്ങളും (*അങ്ങാടി, ഈനാട്*) ഇതു തന്നെ സ്പഷ്ടമാക്കുന്നു. ചിലപ്പോഴെങ്കിലും നിസ്സങ്കോചമായി നായകൻ പ്രതിനിധീകരിക്കുന്ന വയലൻസ് ഭരണകൂടത്തിന്റെ നിയമാനുസൃതമായ വയലൻസിന്റെ ഭാഗമായി സിനിമ തന്നെ ഉപസംഹരിക്കുന്നതു കാണാം. നായകൻ 'നിർവഹിക്കുന്ന' മൂല്യധ്വംസനങ്ങളും പിൽക്കാലത്ത് അയാൾ നിർവഹിക്കുന്ന ആത്യന്തികമായ മൂല്യസംരക്ഷണത്തിന്റെ 'വ്യാപ്തി'യാൽ നിസ്സാരമാക്കപ്പെടുന്നു. പുതിയ നായകസങ്കൽപ്പത്തിലൂടെ പ്രത്യയശാസ്ത്ര താൽപ്പര്യങ്ങൾ അതിസൂക്ഷ്മവും സങ്കീർണവുമായ ഒരു അനുനയവൃത്തിയിൽ ഏർപ്പെട്ടിരിക്കുന്നതാണ് കാണുന്നത്.

നായകന്റെ ഉപരിവർഗസ്ഥായിയെക്കുറിച്ച് നേരത്തെ സൂചിപ്പിക്കുകയുണ്ടായി. അധ്വാനിക്കുന്ന ബഹുഭൂരിപക്ഷത്തെ സംബോധന ചെയ്യുന്ന സിനിമയ്ക്ക് നായകന്റെ വർഗപരമായ ഔന്നത്യം സ്ഥാപിക്കേണ്ടതുണ്ട്. സംരക്ഷകൻ എന്ന നായകസങ്കൽപ്പം അയാളുടെ ഉപരിവർഗ ഗുണങ്ങളിൽനിന്നാണ് സിദ്ധിക്കുന്നത്. ഉപരിവർഗഗുണങ്ങളും സംരക്ഷക ധർമവും അവിഭാജ്യമായ ഒരു സംയുക്ത സങ്കൽപ്പമാണെന്നർഥം. ഈ സങ്കൽപ്പത്തിന്റെ മറുപുറം നിർത്തപ്പെടുന്നത് തീർച്ചയായും സംരക്ഷണം ആവശ്യപ്പെടുന്ന അധോവർഗമാണ്. നായകന്റേയും അയാൾ പ്രതിനിധാനം ചെയ്യുന്ന ഉപരിവർഗത്തിന്റെയും സംരക്ഷണത്തിന് വിധേയമാവുമ്പോൾ നായകന്റെ ഔന്നത്യത്തെയും തങ്ങളുടെ അൽപ്പത്തത്തെയും അംഗീകരിക്കണമെന്ന് സിനിമ പല രീതികളിൽ അധ്വാനിക്കുന്ന ബഹുഭൂരിപക്ഷത്തെ ഓർമപ്പെടുത്താറുണ്ട്. ഒരു പതിവു രീതിയാണ് നായകന്റെ അഭിജാതപ്രവർത്തനങ്ങളുടെ നീചാനുകരണങ്ങളായി പ്രതിപാദിക്കപ്പെടുന്ന അന്തർനാടകങ്ങൾ. അടുക്കളപ്രേമങ്ങളുടേയും മറ്റും രൂപത്തിൽ അവ മിക്കപ്പോഴും സിനിമയുടെ ഹാസ്യാംശവുമാണ്. ഇത്തരം അന്തർനാടകങ്ങൾക്ക് സർക്കസ് കൂടാരങ്ങളിലെ കോമാളികളുടെ ധർമവുമായി സാമ്യമുണ്ട്. ഉന്നതരായ ട്രപ്പീസ് താരങ്ങളെ അനുകരിച്ച് അഭ്യാസങ്ങൾ

ക്കു പുറപ്പെടുന്ന 'മിഡ്ജറ്റുകൾ' കാണികളിൽ നിന്ദാപൂർവമായ പരിഹാസമാണ് ഉളവാക്കുക. സിനിമയിൽ നായകന്റെ പ്രണയബന്ധത്തിന് സമാന്തരമായി പ്രതിപാദിക്കുന്ന പാചകക്കാരനും അടിച്ചുതളിക്കാരിയുമായുള്ള പ്രണയഗോഷ്ടിയും പ്രേക്ഷകനിൽ സമാനമായ പ്രതികരണമുണ്ടാക്കുന്നു. നായകന്റെ സംഭവബഹുലവും ഉദാത്തവുമായ പ്രണയത്തിന്റെ പശ്ചാത്തലത്തിൽ അടുക്കളയിൽ നടക്കുന്നത് പാചകക്കാരന്റെ അൽപ്പത്തംപോലെതന്നെ നീചമായ ശൃംഗാരമാണ്. നായകനുമായി സമഭാവഐക്യം പുലർത്തുന്ന പ്രേക്ഷകൻ ഈ നീചശൃംഗാരത്തിന്റെ പരിഹാസ്യത മനംകുളുർക്കെ രുചിക്കുന്നുണ്ട്.

പക്ഷേ, അധ്വാനിക്കുന്ന ബഹുഭൂരിപക്ഷം പ്രേക്ഷകവേഷമഴിച്ചാൽ, സിനിമയ്ക്കു പുറത്ത് അവരുടെ യാഥാർഥ്യങ്ങളിൽ അവർക്ക് ഉന്നതനായ നായകനോടല്ല, അൽപ്പനായ പാചകക്കാരനോടാണ് സാദൃശ്യം. നായകന്റെ ഗംഭീരമായ സാന്നിധ്യത്തിൽ അവർ കേവലം 'മിഡ്ജറ്റു'കളാണ് –സർക്കസ് കൂടാരങ്ങളിലെ കോമാളികൾ. സിനിമ അവരെ അഭിസംബോധന ചെയ്യുന്നു:

നായകൻ അനുഷ്ഠിക്കുന്ന മഹത്കൃത്യങ്ങൾ അയാളുടെ വർഗസിദ്ധമായ നായകഗുണങ്ങളാൽ സാധിക്കുന്നതാണ്. അയാൾ പ്രതിനിധീകരിക്കുന്ന വർഗം നിങ്ങളെ ഭരിക്കുന്നു എങ്കിൽ അത് ആ വർഗത്തിനു മാത്രം സാധിക്കുന്ന കൃത്യമാണ്.

5

ആധുനിക ഇന്ത്യൻ ചിത്രകല
ചരിത്രപരവും സാമൂഹികശാസ്ത്രപരവുമായ ഒരു സമീപനം

ആർ നന്ദകുമാർ

> ഇന്ത്യൻ സമൂഹത്തിന്റെ ചട്ടക്കൂടിനെ ഇംഗ്ലണ്ട് പാടേ തകർത്തുകളഞ്ഞിരിക്കുന്നു. പുനഃസംഘടനയുടെ ലക്ഷണങ്ങളൊന്നും ഇനിയും കാണാനില്ല. (ഇന്ത്യക്കാരന്) അവന്റെ പഴയ ലോകം നഷ്ടമായിരിക്കുന്നു, ഒരു പുതിയ ലോകം കൈവന്നിട്ടുമില്ല. ഈ അവസ്ഥ ഹിന്ദുവിന്റെ ഇന്നത്തെ ദുർഗതിക്ക് ഒരു പ്രത്യേകതരം വിഷാദത്തിന്റെ പരിഛായ പകരുന്നു. ഇത് ഇംഗ്ലീഷുകാരാൽ ഭരിക്കപ്പെടുന്ന ഹിന്ദുസ്ഥാനിനെ അതിന്റെ എല്ലാ പ്രാചീന പാരമ്പര്യങ്ങളിൽനിന്നും അതിന്റെ മുഴുവൻ പൂർവചരിത്രത്തിൽനിന്നും വിച്ഛേദിച്ചുനിർത്തുന്നു. *–മാർക്സ്, 1853*

സമകാലീന ഇന്ത്യൻ ചിത്രകലയുടെ[1] സവിശേഷാവസ്ഥയെ പാരമ്പര്യവും ആധുനികതയും തമ്മിലുള്ള സംഘർഷത്തിന്റെ സൃഷ്ടിയായ, കലാകാരന്റെ 'അഭിജ്ഞാനതാ നിർണയത്തിലുള്ള പ്രതിസന്ധി' (Identity crisis)യുടെ സാമാന്യമായ ചട്ടക്കൂട്ടിൽവച്ച് വിശകലനം ചെയ്യാനാണ് ഈ പഠനം ശ്രമിക്കുന്നത്. ഇത്തരം സംഘർഷങ്ങൾ പാരമ്പര്യാധിഷ്ഠിതമായ പ്രാങ് മുതലാളിത്ത–പ്രാഗ് വ്യാവസായികഘട്ടത്തെയും കൊളോണിയൽ ഘട്ടത്തെയും തരണംചെയ്ത് മുന്നോട്ടുപോകാൻ ശ്രമിക്കുന്ന

1. ഈ പഠനത്തിൽ 'സമകാലീനം', 'ആധുനികം' എന്നീ പ്രയോഗങ്ങൾ ചരിത്രപരമായ കാലഗണനയെ ആണ് അടിസ്ഥാനമായെടുക്കുന്നത്. 'സമകാലീനം' എന്ന പദം പൊതുവേ സ്വാതന്ത്ര്യാനന്തര കാലഘട്ടത്തെ സൂചിപ്പിക്കുന്നു. 'ആധുനികത' 1750 കളോടെ അതായത് വെള്ളക്കാരുടെ വരവോടെ ഇന്ത്യയിൽ ആരംഭിക്കുന്ന ഘട്ടത്തിന്റെ സവിശേഷതകളെ സൂചിപ്പിക്കാൻ ചരിത്രകാരന്മാർ പൊതുവായി സ്വീകരിക്കുന്ന വിവക്ഷയിലും. 'പാരമ്പര്യ'സങ്കൽപ്പങ്ങളെപ്പറ്റി രണ്ടാം ഖണ്ഡത്തിന്റെ ആദ്യഭാഗത്ത് വിശദീകരിക്കുന്നുണ്ട്.

ഏതൊരു സമൂഹത്തിന്റെയും ആദ്യകാല വികാസത്തിൽ ചരിത്രപരമായ ഒരനിവാര്യതയാണ്. കൊളോണിയൽ വാഴ്ചയ്ക്കുശേഷം മെക്സിക്കോ, ചിലി, ആഫ്രിക്കൻ രാജ്യങ്ങൾ ഇവയിലെല്ലാം പലരൂപത്തിൽ ഈ പ്രശ്നം പൊങ്ങിവന്നിട്ടുണ്ട്. സെങ്കോർ, സെസയർ തുടങ്ങിയവരുടെ കവിതകളിൽ പ്രതിഫലിക്കുന്ന, ഫാനൺ തത്വചിന്താപരമായ വിശകലനത്തിനു വിധേയമാക്കുന്ന[1] കറുത്ത വർഗക്കാരുടെ അഭിജ്ഞാനതാപ്രശ്നം (the question of negritudes) ഇതിലൊന്നുമാത്രമാണ്. (അറുപതുകളിൽ അമേരിക്കൻ ഐക്യനാടുകളിലെ നീഗ്രോകൾക്കിടയിലും ഇതിന്റെ അനുരണനങ്ങൾ ഉണ്ടായിട്ടുണ്ട്. അമേരിക്കയിലെ വെള്ളക്കാർ 'ജാസ്' എന്ന പേരിട്ട് ബാൾറൂമിലേക്കും വേശ്യാലയങ്ങളിലേക്കും ഒരു വിനോദോപാധിയാക്കി ഇടിച്ചുതാഴ്ത്തിക്കളഞ്ഞിട്ടുള്ള സംഗീതരൂപംപോലും ഒരിക്കൽ, നീഗ്രോകളുടെ സാമൂഹികപ്രതിഷേധത്തിന്റെയും അഭിജ്ഞാനതയുടെയും സ്വരമായിരുന്നു എന്ന് സംഗീതപണ്ഡിതന്മാർ ചൂണ്ടിക്കാണിക്കുന്നുണ്ട്.[2] ഇതിനു സമാനമായ മെക്സിക്കൻ അവസ്ഥയെപ്പറ്റിയുള്ള തീവ്രമായ അവബോധം റിവേറ, സെക്വേറാസ്, ഒറെസ്കോ തുടങ്ങിയ ചുവർചിത്രകാര(muralist)ന്മാരുടെ തികച്ചും ജനകീയമായ രചനകളിൽ തുടിച്ചുനിൽക്കുന്നുണ്ട്. മെക്സിക്കൻ അഭിജ്ഞാനതയുടെ സാമൂഹികശാസ്ത്രപരവും തത്വചിന്താപരവുമായ മാനങ്ങളെപ്പറ്റി പ്രസിദ്ധ മെക്സിക്കൻ കവിയും കലാനിരൂപകനുമായ ഒക്ടേവിയോ പാസ് തന്റെ *ലാബിറിൻത് ഓഫ് സോളിറ്റ്യൂഡ്* എന്ന കൃതിയിൽ ചർച്ച ചെയ്യുന്നുണ്ട്.

പക്ഷേ, ഒരിക്കൽ (19-ാം നൂറ്റാണ്ടു മുതൽ സ്വാതന്ത്ര്യ പ്രാപ്തിയോളം) ചരിത്രപരമായി ഉരുത്തിരിഞ്ഞുവന്ന ഈ പ്രതിസന്ധി, അതിനെ അനിവാര്യമാക്കിയിരുന്ന സാമൂഹിക-സാംസ്കാരിക ശക്തികളുടെ സ്വഭാവത്തിന് സാരമായ രൂപാന്തരം വരികയും പുതിയ സങ്കീർണതകൾ ആവിർഭവിക്കുകയും ചെയ്തിട്ടും അതേപോലെ നിലനിൽക്കുന്നു എന്ന് നിർബന്ധബുദ്ധിയോടെ സ്വയം വിശ്വസിപ്പിച്ച് കഴിയാനുള്ള ഒരു പ്രവണതയാണ് ദക്ഷിണേന്ത്യൻ ചിത്രകലാരംഗത്ത്, പ്രത്യേകിച്ചും കേരളത്തിൽ, ഇന്ന് നിലനിൽക്കുന്നത്. പാരമ്പര്യോപജീവനത്തിന്റെ ഇത്തരം ശൈലീകൃത ജാഡ്യതകളെ സാധൂകരിക്കാൻവേണ്ടി ബോധപൂർവം എടുത്തണിയാവുന്ന മുഖംമൂടിയോ, സൗകര്യപൂർവം സ്വീകരിക്കാവുന്ന ആത്മവഞ്ചനാപരവും പൊള്ളയുമായ ഒരു നിലപാടോ ആണ് ഇവയ്ക്ക് ഈ "ഇല്ലാത്ത" അഭിജ്ഞാനതാനിർണയ പ്രതിസന്ധി. ഒരിക്കൽ സാമൂഹികമായി പ്രസക്തമായിരുന്ന പ്രത്യയശാസ്ത്രം, കാലക്രമേണ സാരശൂന്യമായ ജടിലോക്തി (jargon)യായി ഇതിനെ കാണാവുന്നതാണ്. ഒക്ടേവിയോ പാസ് നൽകുന്ന മെക്സിക്കൻ അവസ്ഥയുടെ വിവരണം, നമ്മുടെ ചിത്രകാരന്മാർക്കും ഇണങ്ങും.

1. ഫാൻസ് ഫാനൺ, *The Wretched of the Earth* (ഹാർമണ്ട്സ്വർത്ത്, 1972).
2. *The Design of culture and the Afro-Asian Revolution,* ക്ലിഫേർഡ് ടെയ്‌ലർ, *Encounter* (November, 1968).

......അൽപ്പകാലം മുമ്പുവരെ ഈ സംഘർഷങ്ങൾ മറഞ്ഞുകിടക്കുകയായിരുന്നു. ഇവയെ മൂടിനിന്നിരുന്ന വൈദേശിക ആശയങ്ങളും രൂപങ്ങളും നമ്മുടെ കർമങ്ങളെ ന്യായീകരിക്കുന്നതിനോടൊപ്പംതന്നെ നമ്മുടെ ആത്മാവിഷ്കാരത്തെ തടസപ്പെടുത്തുകയും നമ്മുടെ ആന്തരിക വിവാദങ്ങളുടെ യഥാർഥസ്വഭാവത്തെ അസ്പഷ്ടമാക്കുകയും ചെയ്തിരുന്നു. ഒരു മനോരോഗിയുടേതുമായി സാമ്യമുള്ളതാണ് നമ്മുടെ അവസ്ഥ–ധർമാദർശങ്ങൾക്കും അമൂർത്താശയങ്ങൾക്കും തന്റെ സ്വകാര്യജീവിതത്തെ ഉപരോധിക്കാനുള്ള തന്ത്രങ്ങൾ എന്നതിൽ കവിഞ്ഞ് മറ്റൊരു പ്രായോഗിക പ്രയോജനവും ഇല്ലാതാവുന്ന അവസ്ഥ. അയാളുടെ അന്തഃസംഘർഷങ്ങളുടെ യഥാർഥ സ്വഭാവത്തെയും ആസക്തികളുടെ ശരിയായ അർഥത്തേയുംകുറിച്ച്, തന്നേയും മറ്റുള്ളവരേയും വഞ്ചിക്കാനുതകുന്ന ഒരു സങ്കീർണവ്യവസ്ഥ മാത്രമാണ് മനോരോഗിക്ക് ഈ ധർമാദർശങ്ങളും മറ്റും.[1]

തന്റെ യഥാർഥ അവസ്ഥയേയും ആസക്തികളേയും തന്നിൽനിന്നും മറ്റുള്ളവരിൽനിന്നും മറച്ചുവയ്ക്കാനുള്ള ഉപരോധതന്ത്ര (defence mechanism)മായി നമ്മുടെ ചില ദക്ഷിണേന്ത്യൻ കലാകാരന്മാർ ഉപയോഗിക്കുന്നത് പാസ് പറയുന്ന 'ധർമാദർശങ്ങളല്ല.' അയഥാർഥമായ ഒരു പാരമ്പര്യകൽപ്പനയിൽനിന്ന് സ്വീകരിച്ചിട്ടുള്ള, വ്യക്തമായി നിർവചിക്കാനാവാത്ത, രഹസ്യാത്മക (esoteric)മായ കുറേ ജടിലധാരണകളാണ്. ഒരു തത്വചിന്താപദ്ധതിയുടേയും (അവർ അവകാശപ്പെടുന്ന ഭാരതീയ ദർശനത്തിന്റേപോലും) ഉള്ളുറപ്പില്ലാത്ത മന്ത്രം, തന്ത്രം, കൂടോത്രം ഇവയുടെ ദുരൂഹതയും അസ്പഷ്ടതയും മാത്രമാണ് ഈ ധാരണകളുടെ മുഖമുദ്ര.[2]

---

1. ഒക്ടേവിയോ പാസ്, *The Labyrinth of Solitude* (New York).
2. കെ സി എസ് പണിക്കർ : *ഒരു പഠനം*–എം വി ദേവൻ, *സമീക്ഷ*, നമ്പർ, 16, 1971, പേജുകൾ: 21–39–ൽ കാണുന്ന വിവരണം ഇവിടെ സംഗതമാണ്. "മോഹൻ ജോദാരോ മുതൽ പ്രവഹിച്ചുതുടങ്ങിയ നമ്മുടെ സംസ്കാരധാരയിൽ മൂർത്തമായി നിൽക്കുന്ന ഒന്നാണ് ഈ ലിപിവിന്യാസവും അതുമായി താളപ്പെട്ടുപോകുന്ന സൂചനാ ചിത്രങ്ങളും (സിമ്പലുകൾ–പ്രതീകങ്ങൾ) അവയിന്നും നമ്മുടെ ജീവിതവുമായി ബന്ധപ്പെട്ടുകിടക്കുന്നു. *ഭൗതിക തലത്തിൽ മന്ത്രവാദം, മാരണം, താന്ത്രികവൃത്തി* എന്നീ കൃതികളിൽ അതുപയോഗിക്കപ്പെടുന്നു. സങ്കൽപ്പത്തിലാകട്ടെ നക്ഷത്രഗണ മൃഗപക്ഷിവൃക്ഷാദികളായി ഈ ചിത്രങ്ങൾ മനുഷ്യജീവിതത്തോടാത്മൈക്യമാർന്നിരിക്കുന്നു. ഇന്ദ്രിയഗോചരമായ അനുഭവത്തിന്റെ അങ്ങേതലയ്ക്ക് സ്വപ്നവും ഭാവനയും സർവചരാചര മൈത്രിയും ചേർന്ന് അത്ഭുതമിയന്ന അമൂർത്തതയായി അനുഭവപ്പെടുന്നു. ഈ അതീന്ദ്രിയാനുഭൂതിയുടെ ഉള്ളറ തുറക്കുന്ന താക്കോലുകളാണ് ശ്രീ. പണിക്കരുടെ *വാക്കുകളും പ്രതീകങ്ങളും.* അവിടെ നിശ്ശബ്ദമായി മുഴങ്ങുന്നത് മന്ത്രോച്ചാരണത്തിന്റെ ഓങ്കാരമാണ്. അവിടെ അനുഭവപ്പെടുന്ന ചലനമോ അഭിഭൂതത്വത്തിന്റെ നാഡീസ്പന്ദനവും." (അടിവരകൾ എന്റേത്)

ഇക്കാലത്ത് പ്രചാരത്തിലുള്ള സൗന്ദര്യശാസ്ത്രധാരണകൾ, വാസനാപരമായ ധർമം (faculty of taste), സൗന്ദര്യബോധം തുടങ്ങിയ പതിനെട്ടാം നൂറ്റാണ്ടിലെ സിദ്ധാന്തങ്ങളുമായുള്ള ബന്ധംകൊണ്ട് ഒരു പ്രത്യേക 'നിസ്സംഗ'വീക്ഷണത്തിന്റെ പ്രകരണത്തിൽ വർത്തിക്കുന്നതായി കാണപ്പെടുന്നു. ഒരു പ്രത്യേകതരം അനുഭവം–നിർമിതമായ (രചിക്കപ്പെട്ട) വസ്തുക്കളുടെ സാന്നിധ്യത്തിൽനിന്നും ലഭിക്കാവുന്ന ഒരു അനുഭവം–അതിനുവേണ്ടിത്തന്നെ അനുശീലനം ചെയ്യുക എന്ന പാരമ്പര്യമാണ് ബൂർഷ്വാ സൗന്ദര്യശാസ്ത്രം ഇന്നോളം തുടർന്നുപോരുന്നത്. ഒരു നിരൂപകൻ അടുത്തകാലത്ത് ചൂണ്ടിക്കാണിച്ചതുപോലെ:

> ദൃശ്യവേദ്യമായ വസ്തുരൂപങ്ങൾക്കു നൽകുന്ന അമിതപ്രാധാന്യം സൃഷ്ടികളെ പ്രകീർത്തിക്കാനും പരിശോധിക്കാനും സൗന്ദര്യശാസ്ത്രത്തെ പ്രേരിപ്പിക്കുന്നു. നാം 'കല' എന്നു വിളിക്കുന്ന ആ സങ്കീർണ സാംസ്കാരിക പ്രവർത്തനത്തിന്റെ മറ്റ് അസംഖ്യം വശങ്ങളിൽനിന്നും ശ്രദ്ധ പിന്തിരിപ്പിച്ചാണ് ഇങ്ങനെ ചെയ്യുന്നത്. അതായത്, സൗന്ദര്യശാസ്ത്രത്തിന് കലയെന്നാൽ പ്രാഥമികമായും

നമ്മുടെ കലയുടെ മാത്രമല്ല കലാനിരൂപണത്തിന്റെയും താത്വികവും ചരിത്രപരവും സൗന്ദര്യശാസ്ത്രപരവുമായ വിരോധാഭാസങ്ങൾ, ആ രംഗത്തെ മുഴുവൻ ഒരു ജടിലോക്തിയാക്കി എങ്ങനെ മാറ്റുന്നു എന്നതിന്റെ ഒരു പതിവുദാഹരണമാണ് മേലുദ്ധരിച്ച വരികൾ. എസ് ആർ റാവുവും ഐ മഹാദേവനും വിദേശ ഇന്തോളജിസ്റ്റുകളും അടക്കമുള്ളവരുടെ ശ്രമങ്ങൾക്ക് ഇന്നും വ്യാഖ്യാനിക്കാൻ കഴിഞ്ഞിട്ടില്ലാത്ത ഒരു പ്രഹേളികയാണ് ഇവിടെ പരാമൃഷ്ടമായ മോഹൻജോദാരോവിലെ ചിത്രലിപികൾ. അവ ലിപികൾ (orthographic signs) അല്ലതന്നെ. "സൂചനാചിത്രങ്ങൾ" എന്നതുകൊണ്ട് ശ്രീ ദേവൻ ഉദ്ദേശിക്കുന്നത് ചിത്രലിപികൾ (pictographs) ആണെങ്കിൽ അവ സിംബലുകളാവുക വയ്യ. വളരെ വ്യത്യസ്തങ്ങളായ ഈജിപ്ഷ്യൻ ചിത്രലിപികൾ (hieroglyphs), ഇസ്ലാമിക് കാലിഗ്രാഫി, ചൈനീസ് കാലിഗ്രാഫി, ഇവയൊന്നും നിയതാർഥത്തിൽ സിംബലുകളല്ല. പ്രത്യേകിച്ചും, ചൈനീസ് കാലിഗ്രാഫി ആശയചിത്രങ്ങൾ (ideographs) ആണ്. ഓർത്തോഗ്രാഫിക് ചിഹ്നങ്ങൾ, അക്ഷരമാലയിലെ ലിപികളായി അതിനെ കണക്കാക്കാനാവില്ല. മലയാളത്തിന്റേതുപോലെ ഏറെ പിൽക്കാലത്ത് ആവിർഭവിച്ച ഒരക്ഷരമാലയുടെ വടിവുകളിൽ മോഹൻജോദാരോവിലെ പ്രാഗ് ചിത്രലിപിയുടെ സ്വാധീനം കണ്ടെത്താനുള്ള ഈ ശാഠ്യത്തിന്റെ പിന്നിലുള്ള പ്രേരണയെന്താണെന്ന് ഈ ചർച്ചയിൽനിന്നുതന്നെ വ്യക്തമാകുന്നുണ്ട്. ഭൗതികജീവിതമെന്നാൽ "മന്ത്രവാദം, മാരണം, താന്ത്രികവൃത്തി" എന്നിവയൊക്കെയാണെന്ന് കരുതുന്ന ഈ കലാനിരൂപകന്റെ ജീവിതാവബോധം നമ്മുടെ കലാഭാസങ്ങളുടെ സഹജമായ കാപട്യത്തിന്റെ മറുവശം മാത്രമാണ്. ഒരു തത്വചിന്താപദ്ധതിയുടെയും ഉള്ളുറപ്പില്ലാത്ത മന്ത്രം, തന്ത്രം, കൂടോത്രം ഇവയുടെയൊക്കെ ദുരൂഹതയും അസ്പഷ്ടതയും മാത്രം കൈമുതലായുള്ള കുറെ ജടിലധാരണകൾക്ക് സൗന്ദര്യശാസ്ത്രചിന്തയുടെ സാധുത നൽകാനുള്ള വാക്കുകൾകൊണ്ടുള്ള ചെപ്പടിവിദ്യ സഹതാപാർഹമാണ്. അർധസത്യങ്ങളെയും അസത്യങ്ങളെയും ജടിലോക്തി (jargon)കളുടെ വിഭ്രാമകതയിൽ ഗോപനം ചെയ്ത് 'ചിരന്തനസത്യ'മായി അവതരിപ്പിക്കുക എന്നത് നമ്മുടെ കലാവിമർശനത്തിന്റെയും അതിനു വിഷയമാകുന്ന കലയുടെയും പ്രാഥമിക വ്യാപാരമാണല്ലോ.

> 'കലാസൃഷ്ടികൾ' എന്ന സൗന്ദര്യാനുഭവത്തിന്റെ ഉറവിടങ്ങളായ ഒരു കൂട്ടം വസ്തുക്കളാണ്. കലയെപ്പറ്റി സംസാരിക്കുകയെന്നാൽ ഒരുകൂട്ടം വസ്തുക്കളെപ്പറ്റി സംസാരിക്കുക എന്നാവുന്നു. കലയെ നിർവചിക്കുക എന്നാൽ ഈ വിഭാഗത്തിലെ അംഗത്വം വിശദീകരിക്കുകയെന്നും. 'എന്താണ് കല?' എന്ന ചോദ്യത്തെപ്പറ്റിയുള്ള സൗന്ദര്യശാസ്ത്രചർച്ചകൾ 'എന്താണ് കലാസൃഷ്ടി' എന്ന ചോദ്യത്തിലേക്ക് അടുത്ത പടിയായി തിരിയുന്നതാണ് നാം മിക്കവാറും കാണുന്നത്–ഈ രണ്ടു ചോദ്യങ്ങളും അനന്യമാണെന്ന മട്ടിൽ.[1]

സൗന്ദര്യശാസ്ത്രവും കലയുടെ തത്വചിന്ത (philosophy of art)യും കൂടുതൽ അടുപ്പിക്കപ്പെടുന്നതോടെ വേറൊരു ചിന്താക്കുഴപ്പവും ഇതിനകംതന്നെ അനുഭവപ്പെടുന്നുണ്ട്. കലയുടെ രൂപപരവും ശൈലീപരവുമായ ഘടകങ്ങൾക്ക് അമിതപ്രാധാന്യം നൽകുന്ന സമീപനം കലയെ സ്വയം പൂർണമായ നിർജീവ വസ്തുക്കളാക്കി മാറ്റുന്നു. എല്ലാറ്റിനേയും വിഗ്രഹങ്ങളാക്കി മാറ്റാനുള്ള പ്രവണത (fetishistic attitude) അതിന്റെ പരകോടിയിൽ എത്തുമ്പോൾ കലയുടെ സൃഷ്ടി പ്രക്രിയതന്നെ ബാഹ്യവൽക്കരിക്കപ്പെടുകയും അന്യവൽക്കരിക്കപ്പെടുകയും ചെയ്യുന്നു (reification). ഈ ബാഹ്യവൽക്കരണത്തിന്റെ ഫലമായി കലാകാരനും കലാസൃഷ്ടിയും സഹൃദയനും തമ്മിലുള്ള ത്രിമാനബന്ധം, മനുഷ്യനും വസ്തുവും തമ്മിലുള്ള ബന്ധമായി ചുരുങ്ങുന്നു. കലയെ സർവതന്ത്ര സ്വതന്ത്രവും മൂല്യനിരപേക്ഷവുമായ വസ്തുക്കളുടെ ഒരു ശ്രേണിയിൽ നിൽക്കുന്ന 'ശുദ്ധ'വും കേവലവും വ്യക്ത്യാതീതവുമായ സൃഷ്ടികളായി കാണുന്ന സൗന്ദര്യശാസ്ത്രവും കലാസിദ്ധാന്തങ്ങളും കലാസൃഷ്ടികളെ അവയുടെ കാലദേശസാപേക്ഷതയിൽനിന്ന് അടർത്തിക്കാണുന്നതിലൂടെ സംഭവിക്കുന്ന അന്യവൽക്കരണത്തിന് ആക്കം കൂട്ടുന്നു. പ്രക്രിയയായും ഉൽപ്പന്നമായും മനുഷ്യാധ്വാനത്തിന്റെ ചരിത്രത്തെ മനസിലാക്കുന്ന കാഴ്ചപ്പാട് കലയ്ക്കും ബാധകമാണ്. അധ്വാനിക്കുന്നവരും ഉപഭോക്താക്കളും എന്ന നിലയിൽ കലാസൃഷ്ടികളെ കാണാതെ അവയെ തികച്ചും അന്തഃസ്ഥിതമായി വർത്തിക്കുന്ന രൂപപരവും ആധിഭൗതികവുമായ ശക്തികളുടെ സൃഷ്ടിയായി മാത്രം കാണുന്ന കലാചരിത്രകാരന്മാർ ദൃശ്യ–ശൈലീപരമായ മാറ്റത്തെ കലാപരമായ മാറ്റത്തിന്റെ ചരിത്രപരമായി തെറ്റിദ്ധരിക്കുന്നു. അതായത്, മനുഷ്യർ അധ്വാനിക്കുകയും കാണുകയും ചിന്തിക്കുകയും ചെയ്യുന്ന രീതികളിൽ വരുന്ന രൂപാന്തരത്തിന്റെ ചരിത്രത്തെ കാഴ്ചക്കാരില്ലാത്ത ആവിഷ്കാരത്തിന്റെ ചരിത്രമായും ചിന്തകന്മാരില്ലാത്ത ചിന്തയുടെ ചരിത്രമായും അധ്വാനിക്കുന്നവരില്ലാത്ത അധ്വാനത്തിന്റെ ചരിത്രമായും മാറ്റിക്കാണാൻ അവർ ശ്രമിക്കുന്നു. ഉൽപ്പാദനബന്ധങ്ങളുടെ സാന്ദർഭികതയിൽനിന്നുള്ള കലയുടെ

---

1. *Contra Aesthetics*-തിമോത്തി ബിംക്‌ലി, *Journal of Aesthetics and Art Criticism,* (സ്പ്രിംഗ്, 1977).

ഈ വേർപെടൽ ഒരുവശത്ത് അതിന്റെ വ്യക്ത്യാതീതമായ (Supra personal) മൂല്യത്തിലും മറുവശത്ത് അതിന്റെ തികച്ചും സാമ്പത്തികമായ മൂല്യത്തിലും അമിതമായ ഊന്നൽ നൽകാൻ മാത്രമേ സഹായിക്കുന്നുള്ളൂ.[1] ശൈലീപരമായ ടെലിയോളജി എന്നു വിളിക്കാവുന്ന ഈ സങ്കൽപ്പം പൂർവനിയുക്തമായ ഒരു ലക്ഷ്യത്തിലേക്ക് കലാകാരൻ എന്ന പരികർമ്മിയിലൂടെ ബാഹ്യവൽക്കൃതമാകുന്ന ഒരു ശൈലീപരമായ ആശയത്തെപ്പറ്റിയുള്ള പരികൽപ്പനയെ മുൻവിധിയായി അംഗീകരിക്കുന്നു. ഇവിടെയാണ് അവബോധത്തെ വീണ്ടും മാനവീകരി(dereify)ക്കാനും കലയെ അതിന്റെ ചരിത്രപരവും സാമൂഹ്യവുമായ ശക്തികളുടെ പശ്ചാത്തലത്തിൽവച്ച് കാണുന്നതുവഴി, അതിനെ ചൂഴ്ന്നുനിൽക്കുന്ന മിത്തിന്റെ പരിവേഷത്തെ തകർക്കാനും (demythify) സഹായിക്കുന്ന വൈരുധ്യാധിഷ്ഠിത ഭൗതികവാദകാഴ്ചപ്പാട് പ്രസക്തമായിത്തീരുന്നത്.

1

ആധുനിക ഇന്ത്യൻ ചിത്രകലയുടെ ചരിത്രപശ്ചാത്തലം നിർധാരണം ചെയ്യാനും അതിന്റെ താത്വികമായ നിയതാംശങ്ങൾ (theoretical specifics) പ്രതിപാദിക്കാനുമാണ് ഈ ഖണ്ഡത്തിൽ ശ്രമിച്ചിരിക്കുന്നത്.[2]

---

1. ധൂർത്തമായ ഉപഭോഗത്തിനു (conspicuous consumption) പാത്രമാകുന്ന ചില ഉൽപ്പന്നങ്ങളുടെ ഉപയോഗമൂല്യം (use value) എത്രകണ്ടു കുറയുന്നുവോ അത്രകണ്ട് അവയുടെ കൈമാറ്റമൂല്യം (exchange value) വർധിക്കുന്നതായി ക്ലാസിക്കൽസാമ്പത്തിക ശാസ്ത്രജ്ഞന്മാർ ചൂണ്ടിക്കാട്ടിയിട്ടുണ്ട്. ഇങ്ങനെ കുറയുന്ന ഉപയോഗമൂല്യത്തെ സൗന്ദര്യബോധത്തിന്റെ മൂല്യമായി പരിവർത്തനപ്പെടുത്തുന്ന പ്രവണതയെപ്പറ്റി വെബ്ലനെപ്പോലുള്ള മാർക്സിസ്റ്റേതര ചിന്തകന്മാർതന്നെ വിശദമാക്കിയിട്ടുണ്ട് (ടി. വെബ്ലൻ : Theory of the Leisure Class.)
   സാമ്പത്തിക തലത്തിൽനിന്നും സൗന്ദര്യശാസ്ത്രതലത്തിലേക്ക് പരിവർത്തനപ്പെടുത്തപ്പെട്ടിട്ടും അവശേഷിക്കുന്ന ഉപഭോഗോന്മുഖതയാണ് മുകളിൽ സൂചിപ്പിച്ച faculty of taste, sense of beauty എന്നീ പേരുകളിലറിയപ്പെടുന്നത്.
2. ചരിത്രം എന്റെ പ്രാഥമിക ഗവേഷണ മേഖലയല്ലാത്തതുകൊണ്ട് ഈ കാലഘട്ടത്തെപ്പറ്റി ആഴത്തിൽ പഠിച്ചിട്ടുള്ള ചരിത്രകാരന്മാരുടെ നിഗമനങ്ങളെയും നിരീക്ഷണങ്ങളെയും വസ്തുസ്ഥിതി വിവരണത്തെയും എന്റെ പരികൽപ്പനകൾ (conceptualisations)ക്ക് ആധാരമായി സ്വീകരിച്ചിട്ടുണ്ട്. (അവരോടുള്ള കടപ്പാട് ഉദ്ധരണികളിലൂടെയും അടിക്കുറിപ്പുകളിലൂടെയും സൂചിപ്പിക്കാനും ശ്രമിച്ചിട്ടുണ്ട്). കലയെ സൗന്ദര്യശാസ്ത്രമെന്ന വ്യക്ത്യതീതമായ ഏതോ ആത്യന്തിക കേവല പ്രമാണത്തിന്റെ പ്രത്യക്ഷവൽക്കരണമായി, ചരിത്രപരവും സാമൂഹികശാസ്ത്രപരവുമായ എല്ലാ മാനങ്ങൾക്കും ഉപരിയും അതീതവുമായി കാണുന്നവർക്ക്, ഈ ഖണ്ഡത്തിലുള്ള പരാമർശങ്ങൾ 'കലേ'തരവും അതുകൊണ്ടുതന്നെ ശുഷ്ക്കവും അപരിചിതവും ആയി അനുഭവപ്പെട്ടേക്കാം. കലാസംബന്ധിയായ പരികൽപ്പനകൾക്കു മനസിലുണ്ടായിരുന്ന നിർദേശമെന്ന (frame of reference)വും അവയെപ്പറ്റിയുള്ള പഠനത്തിനിടയ്ക്ക് വായിക്കാനിടയായ സാമൂഹ്യശാസ്ത്രജ്ഞന്മാരുടെയും ചരിത്രകാരന്മാരുടെയും നിരീക്ഷണങ്ങളും തമ്മിലുള്ള സാധർമ്യമാണ് അവരുടെ അഭിപ്രായങ്ങളെ ഉപോൽബലകമായി സ്വീകരിക്കാൻ പ്രേരിപ്പിച്ചത്.

'ഇന്ത്യൻ' എന്ന സങ്കൽപ്പ(concept)ത്തിന് രൂപംനൽകിയ ചരിത്രസന്ദർഭംതന്നെ ഈ ചർച്ചയുടെ ആരംഭമായി സ്വീകരിക്കാവുന്നതാണ്. ബ്രിട്ടീഷ് കൊളോണിയലിസ്റ്റ് ആധിപത്യകാലത്ത്, പത്തൊമ്പതാം നൂറ്റാണ്ടിന്റെ ആരംഭത്തോടെ മാത്രമാണ് രാഷ്ട്രത്വ (nationhood)ത്തിന്റെ നിലയിലുള്ള സമഷ്ടിബോധം ഇന്ത്യ ആർജിച്ചതെന്ന് ഇന്നത്തെ മിക്ക സാമൂഹ്യചരിത്രകാരന്മാരും ചിന്തകരും അർഥശങ്കയ്ക്കിടയില്ലാത്തവണ്ണം ഊന്നിപ്പറയുന്നുണ്ട്. പ്രസിദ്ധ സോവിയറ്റ് ഇൻഡോളജിസ്റ്റായ പാവ്ലോവ്[1] വിശദീകരിക്കുന്നതു ഇങ്ങനെയാണ്: പത്തൊമ്പതാം നൂറ്റാണ്ടിന്റെ മധ്യത്തിൽപോലും ഇന്ത്യയിൽ തങ്ങളുടെ വർഗത്തിന്റെ താൽപ്പര്യങ്ങളെയും രാഷ്ട്രത്തിന്റെ പൊതുതാൽപ്പര്യങ്ങളെയും സമന്വയിപ്പിക്കാൻ സമർഥമായ പുരോഗമനപരമായ പ്രത്യയശാസ്ത്രം കൈമുതലായുള്ള ഒറ്റവർഗമോ വലിയ സാമൂഹികവിഭാഗങ്ങൾപോലുമോ ഉണ്ടായിരുന്നില്ല. അഷീഷ് നന്ദി[2] ഇന്ത്യയുടെ രാഷ്ട്രീയ സംസ്കാരങ്ങളെപ്പറ്റിയുള്ള അദ്ദേഹത്തിന്റെ പഠനത്തിൽ ഇതേപ്പറ്റി വിശദമായി ചർച്ചചെയ്യുന്നുണ്ട്:

> രാഷ്ട്രം എന്നത് ഒരാശയമാണ്. പത്തൊമ്പതാം നൂറ്റാണ്ടിന്റെ ആരംഭത്തിൽ ബ്രാഹ്മണ്യവാദികളും നഗരവാസികളും ബ്രിട്ടീഷ് പക്ഷപാതികളുമായ ഒരു വരേണ്യബുദ്ധിജീവിവൃന്ദം (intellecutal elite) ആണ് ഇന്ത്യാ രാജ്യം (Indian polity) എന്ന ആശയത്തിന് പ്രചാരം നൽകിയത്. ഒരർഥത്തിൽ ഉദ്ഗ്രഥിത രാഷ്ട്രീയസമൂഹം എന്ന നിലയ്ക്കുള്ള ഇന്ത്യ അവരുടെ കണ്ടുപിടുത്തമായിരുന്നു.

1830 കളോടെ ഇന്ത്യയെക്കുറിച്ച് രചിക്കപ്പെട്ട ഇംഗ്ലീഷ് കൃതികളിൽ ആവിഷ്കൃതമായ ഹിന്ദുമത സങ്കൽപ്പത്തിലൂടെയാണ് പാശ്ചാത്യ വിദ്യാഭ്യാസം ലഭിച്ച ഇന്ത്യക്കാർ അന്തർദേശീയതയുടെ പശ്ചാത്തലത്തിൽ നിർവചിക്കപ്പെട്ട അവരുടെ ഐഡന്റിറ്റിയെപ്പറ്റിയുള്ള പുതിയ അവബോധം പ്രകടിപ്പിച്ചത്. ഇംഗ്ലീഷ് കൃതികളിലെ ഹിന്ദുമത സങ്കൽപ്പമാകട്ടെ, സത്യത്തിൽ വേദവിധികളിൽനിന്നോ നാട്ടുനടപ്പിൽനിന്നോ അടർത്തിയെടുക്കപ്പെട്ടിട്ടുള്ള സാമൂഹികവും മതപരവുമായ ആചാരങ്ങളുടെയും അനുഷ്ഠാനങ്ങളുടെയും വിശ്വാസങ്ങളുടെയും അവിയൽ പരുവത്തിലുള്ള സമുച്ചയം മാത്രമായിരുന്നു.[3] പക്ഷേ, ഈ അവബോധം ഭൂരിഭാഗം വരുന്ന ജനസഞ്ചയത്തിന്റെ മതാധിഷ്ഠിതമായ പ്രത്യയശാസ്ത്രത്തിൽനിന്ന് അത്യന്തം ഭിന്നമായിരുന്നു. മാത്രവുമല്ല, പാവ്ലോവ് ചൂണ്ടി

---

1. വി എ പാവ്ലോവ്, *The Historical Premises for India's Transition to Capitalism* (മോസ്കോ, 1979).
2. *The Making and Unmaking of Political Cultures in India* അഷിഷ്നന്ദി, *Daedalus* (വിന്റർ, 1973).
3. *India and the Inner Conflict of Tradition,* ജെ സി ഹീസ്റ്റർമൻ, *Daedalus* (ന്യൂയോർക്ക്, വിന്റർ, 1973).

ക്കാണിക്കുന്നതുപോലെ, ഈ പ്രത്യയശാസ്ത്രത്തിന്റെ സ്ഥാനമേറ്റെടുക്കാൻ കെൽപ്പുള്ള സമഗ്രത ഏതെങ്കിലും സങ്കുചിതവർഗത്തിന്റെ മതേതരപ്രത്യയശാസ്ത്രത്തിന്-ബൂർഷ്വാദേശീയത അടക്കം-അന്ന് ഉണ്ടായിരുന്നില്ല. എന്നാൽ ജനങ്ങളുടെ ആചാരങ്ങളിൽനിന്നും വിശ്വാസങ്ങളിൽനിന്നും പ്രത്യയശാസ്ത്രത്തിൽനിന്നും വ്യതിരിക്തമായി രൂപംകൊണ്ട, സാംസ്കാരികമായി വ്യവഛേദിക്കപ്പെട്ട, ഈ അഭിജ്ഞാനതയാണ് പിന്നീട് 'ഇന്ത്യൻ' എന്ന് അറിയപ്പെടാനിടയായത്. മുൻചൊന്ന വരേണ്യവർഗത്തിന്റെ സാംസ്കാരികമായ ആത്മസങ്കൽപ്പത്തെ പൗരത്വത്തെപ്പറ്റിയുള്ള ആധുനിക പാശ്ചാത്യരാഷ്ട്രമീമാംസയുമായി പൊരുത്തപ്പെടുത്തുക എന്ന ആവശ്യകതയാണ് ഇത്തരമൊരു നിർവചനത്തിന് രൂപം നൽകിയത്. പാരമ്പര്യത്തെപ്പറ്റിയുള്ള, നാട്ടാചാര(lokacharas)ങ്ങൾക്ക് വിരുദ്ധമായ ഒരു സിദ്ധാന്തവും പാശ്ചാത്യവിദ്യാഭ്യാസം സിദ്ധിച്ച ബ്രിട്ടീഷ് അനുകൂലികളും പരിഷ്ക്കരണവാദികളുമായ ബുദ്ധിജീവികൾക്കിടയിൽ ഇതോടൊപ്പം വളർന്നുവന്നു. അതും സഞ്ചിതമായ ഈ സാംസ്കാരിക അഭിജ്ഞാനതയുടെ നിർവചനത്തിൽ ഒരു ചേരുവയായിത്തീർന്നു. ഈ സിദ്ധാന്തം വൈദികമായ ആധികാരികതയെയാണ് പ്രധാനമായും ആശ്രയിച്ചത്. ബ്രാഹ്മണ്യത്തിന്റെ പ്രതീകങ്ങളിലൂടെയും ബിംബങ്ങളിലൂടെയുമാണ് അത് പ്രചരിച്ചത്. ഇതെല്ലാം നടന്നത് ജനസാമാന്യത്തിന്റെ സംസ്കാരത്തിന്റെ ചെലവിലുമാണ്. ഇതിനകംതന്നെ തങ്ങളുടെ കുലത്തൊഴിലുകളിൽനിന്നും അന്യവൽക്കരിക്കപ്പെട്ട് സാമ്പത്തികരംഗത്ത് കീഴ്ക്കിടക്കാരായിത്തീർന്നിരുന്ന കൈവേലക്കാരുടെയും കർഷകരുടെയും സാധാരണ ജനങ്ങളുടെയും സംസ്കാരത്തെ തീണ്ടൽപ്പാടകലേക്ക് തള്ളിനീക്കിക്കൊണ്ടാണ് അവർ ഈ പുതിയ ആർഷസംസ്കാരത്തിന്റെ മേൽക്കോയ്മ സ്ഥാപിച്ചെടുത്തത്. ബ്രാഹ്മണ്യത്തിന്റെ അധീശത്വം സ്ഥാപിച്ചെടുക്കാനുള്ള സാംസ്കാരികമായ ചരടുവലികളുടെ ഭാഗമായിരുന്ന 'പ്രതീകങ്ങൾകൊണ്ടുള്ള ചെപ്പടിവിദ്യകൾ' (symbol manipulations)ക്കായി യഥേഷ്ടം കയ്യാളാവുന്ന ബിംബങ്ങളുടെ ഒരു ശേഖരം മാത്രമായി നൂറ്റാണ്ടുകളിലൂടെ വേരോടിയിരുന്ന നാടോടിപാരമ്പര്യങ്ങളെ അവർ അധഃപതിപ്പിച്ചു. രാഷ്ട്രീയരംഗത്തെന്നപോലെ കലയടക്കമുള്ള സാമൂഹികജീവിതത്തിന്റെ എല്ലാ രംഗങ്ങളിലും ഈ 'പ്രതീകങ്ങൾകൊണ്ടുള്ള ചെപ്പടിവിദ്യകൾ' നടന്നിരുന്നു; നടന്നുവരുന്നു. രാഷ്ട്രീയപ്രസക്തിയും സാമ്പത്തികശക്തിയും നഷ്ടപ്പെട്ട ഒരു ഭരണീയ ജനതയുടെ കല നാടൻ കലയായി മാറുന്നു.[1] മുഖ്യമായും സംശ്ലേഷണോന്മുഖവും (integrationist) പ്രകടമായും ലിബറലുമായ ഈ ബ്രാഹ്മണ്യമൂല്യങ്ങൾക്കുമേൽ അധ്യാരോപിക്കപ്പെട്ടിരുന്ന സാർവദേശീയതയുടെയും പോസിറ്റിവിസത്തി

1. *Problems in Folk Art*, Ban ഗോൾഡിൻ, *Art Forum* (സമ്മർ, 1976). ഈ പ്രക്രിയയുടെ ദൂരവ്യാപകമായ പ്രസക്തിയും സമകാലീന കലാരംഗത്ത് അത് എങ്ങനെ പ്രവർത്തിക്കുന്നുവെന്നതും രണ്ടാം ഭാഗത്തിലുള്ള ചിത്രകലയെപ്പറ്റിയുള്ള പഠനത്തിൽ ചർച്ചചെയ്യുന്നുണ്ട് – എഡിറ്റർ.

ന്റെയും അംശങ്ങൾ കൊളോണിയൽ ഭരണാധികാരികളടക്കം രാഷ്ട്രീയ രംഗത്തുണ്ടായിരുന്ന എല്ലാ പ്രധാനശക്തികളെ സംബന്ധിച്ചിടത്തോളവും പ്രസക്തമായിരുന്നു.[1]

ഈ പുതിയ പാരമ്പര്യത്തിന്റെയും ഇന്ത്യൻ അഭിജ്ഞാനതയുടെയും സാമൂഹ്യവും ചരിത്രപരവുമായ വേരുകൾക്കായി നാം തിരയേണ്ടത് 19-ാം നൂറ്റാണ്ടിന്റെ ആദ്യ ദശകങ്ങളിലാണ്. കാരണം, അക്കാലത്താണ് ഒരു സംഘടിതമതമായി ഹിന്ദുമതം രൂപംകൊള്ളുന്നത്. ആത്മ്യസഭ (1815), ബ്രഹ്മസഭ (1828), ബ്രഹ്മസമാജം (1830) തുടങ്ങിയ പരിഷ്ക്കരണോന്മുഖമായ സംഘടനകൾ സ്ഥാപിക്കപ്പെട്ടതോടെ ഹിന്ദുമതത്തിന് ഒരു പുതുജീവൻ ലഭിച്ചു. ഹിന്ദുസമുദായത്തിൽ ഉടനീളം, അതിന്റെ സാമൂഹികവും സാമ്പത്തികവും ആയ എല്ലാ മേഖലകളിലും അതിനുള്ളിലെ വ്യത്യസ്ത ജാതിവർണാദികളിലും അവയുടെ എണ്ണമറ്റ പ്രാദേശിക രൂപങ്ങളിലും തത്വത്തിലെങ്കിലും ഹിന്ദുമത സംഘടനകൾ ഏകോപിതമായി പ്രവർത്തിക്കാൻ തുടങ്ങി.[2] ഇതിലൂടെയെല്ലാം ഉരുത്തിരിഞ്ഞുവന്ന ഇന്ത്യൻ അഭിജ്ഞാനത ബ്രിട്ടീഷ് ആധിപത്യത്തോടുള്ള അമർഷത്തിന് കളമൊരുക്കി. പക്ഷേ, ഈ അമർഷത്തിനു പിന്നിലും മതപരമായ പ്രേരണകളാണ് മുഖ്യമായും പ്രവർത്തിച്ചിരുന്നത്. അതായത് ബ്രാഹ്മണ്യത്തിന് 'മ്ലേച്ഛമായ വെള്ളക്കാ'രുടെ അധീശത്വത്തോടുള്ള വൈകാരികമായ വിരോധമായിരുന്നു അതിന്റെ മുഖമുദ്ര. ബ്രിട്ടീഷ് ഭരണവർഗവുമായുള്ള സമ്പർക്കത്തിലൂടെ നേരിടേണ്ടിവന്ന അപകർഷത്തിനും അവഹേളനത്തിനും ഇത് താൽക്കാലികമായ ഒരു പ്രതിരോധമായി. പുനരുദ്ധാരണത്തിന്റെ ഈ ആദ്യകാല രൂപങ്ങളിൽ ഉൾച്ചേർന്നിരുന്ന അന്തർമുഖമായ ചെറുത്തുനിൽപ്പിന്റെ നിലപാടും പുതിയ അഭിമാനബോധവും. പക്ഷേ ഏറെക്കാലത്തേക്ക് അവർക്കു നിലനിർത്തിക്കൊണ്ടു പോകാനായില്ല. കാരണം അവർ ചമച്ചെടുത്തിരുന്ന 'പാരമ്പര്യ'ത്തിന്റെ പല അംശങ്ങളും ബൗദ്ധികമോ, പ്രയോജനവാദപരമോ ആയ കാരണങ്ങളാൽ സൃഷ്ടിക്കപ്പെട്ട സാംസ്കാരികേതരമായ അമൂർത്തവക്കരണങ്ങൾ (extra-cultural abstractions) മാത്രമായിരുന്നു-പിന്നീട് മനുഷ്യനന്മയേയും ധാർമികതയേയും മറ്റും പറ്റിയുള്ള പാരമ്പര്യസിദ്ധമായ പരികൽപ്പനകൾകൊണ്ട് ന്യായീകരിക്കപ്പെട്ടവയും ബ്രാഹ്മണ്യത്തിന്റെ മൂല്യങ്ങളും ചട്ടങ്ങളും ആന്തരവൽക്കരിച്ചതോടെ, നഗരങ്ങളിൽ വളർന്നുകൊണ്ടിരുന്ന പുത്തൻ മധ്യവർഗത്തിലെ ഒരു വലിയ വിഭാഗത്തിന് കൈവന്ന 'ഇന്ത്യക്കാരൻ ആണ്' എന്നതിലുള്ള ആത്മാഭിമാനം യഥാർഥത്തിൽ ഒരു ഭാരമായാണ് അനുഭവപ്പെട്ടത്. ഉൽപ്പതിഷ്ണത്വത്തിന്റെ അംശങ്ങൾ കലർന്നെങ്കിലും അടിസ്ഥാനപരമായും പരിഷ്ക്കരണവാദപരവും പ്രകടമായും ബ്രിട്ടീഷ്-അനുകൂലവുമായിരുന്ന, ആധുനികതയും ഗതകാല മൂല്യങ്ങളെപ്പറ്റി ഊറ്റംകൊള്ളുന്ന പുനരുദ്ധാരണപരമായ പ്രവണതകളും

1. ....*Political Cultures in India,* നോക്കുക.
2. അതേ ലേഖനം.

കടുത്ത അന്തസ്സംഘർഷങ്ങൾക്കു കാരണമായി. ഈ സാംസ്കാരികാഘാതം പുനരുദ്ധാരണപരവും ആധുനികവും ആയ രണ്ടു വിഭിന്ന ശൈലി (idiom)കളായി സാംസ്കാരികരംഗത്തെ നെടുകെ പിളർക്കുന്നതായിട്ടാണ് നാം പിന്നീടു കാണുന്നത്.

ഒരു വർഗം രൂക്ഷമായ സാംസ്കാരികാഘാതങ്ങളേയും ആഴത്തിലുള്ള ഘടനാപരമായ മാറ്റങ്ങളേയും നേരിടുന്ന സങ്കീർണവും ജടിലവുമായ സന്ദിഗ്ധഘട്ടങ്ങളിൽ ധാർമികമായ വിഹ്വലതകളും ഉൽക്കണ്ഠയും ആവിർഭവിക്കുക എന്നത് ചരിത്രപരമായ ഒരു സാധാരണതയാണ്. വർത്തമാനകാലത്തിന്റെ വസ്തുനിഷ്ഠമായ വൈരുധ്യങ്ങളോട് സാർഥകമായി പ്രതികരിക്കാനോ, മാറ്റങ്ങളെ അംഗീകരിക്കാനോ ആവാതെ വരുമ്പോൾ, ഒരുവർഗം, അതിന്റെ ഗതകാല മഹിമകളുടെ പിന്തുടർച്ച അവകാശപ്പെടുന്നതിലൂടെ ലഭിക്കുന്ന സാങ്കൽപ്പികസമ്പൂർത്തിയിൽ സാഫല്യം തേടുക എന്നത് എല്ലാ പുനരുദ്ധാരണ പ്രക്രിയകളുടേയും (revivalism) സഹജഭാവമാണ്. ഈ ഗതകാല സാംസ്കാരിക മഹിമയെപ്പറ്റിയുള്ള വ്യഗ്രത, യഥാർഥത്തിൽ നഷ്ടപ്രായമായ പഴയ സാമ്പത്തിക പ്രസക്തിക്കായുള്ള അഭിവാഞ്ഛയ്ക്കു നൽകുന്ന ഒരോമനപേരു (euphimism) മാത്രമാണ്. ഗാംഗുലി പുനരുദ്ധാരണ പ്രക്രിയകളുടെ ഈ സ്വഭാവവിശേഷത്തെ വിശകലനം ചെയ്യുന്നുണ്ട്. സംസ്കാരസാപേക്ഷമായ വസ്തുസ്ഥിതി (culture-relative data)കളെ മാത്രം വിവരണാത്മകമായ അംശങ്ങളായി സ്വീകരിച്ചും മറ്റെല്ലാത്തരം വിവരങ്ങളുടെയും ആവശ്യകതയെ ബോധപൂർവം ഒഴിച്ചുനിർത്തിയുമാണ് പുനരുദ്ധാരണ മാതൃകകൾ പ്രവർത്തിക്കുന്നത്. 'എന്തായിരുന്നു' എന്നതിനെ ആശ്രയിച്ചാണ് 'എന്തായിത്തീരും' എന്നത് അവർ കാണാൻ ശ്രമിച്ചത്."[1]

'റിവൈവലിസവും' 'ആധുനികത'യും കേവലദ്വന്ദ്വങ്ങളായവതരിക്കുന്ന ഈ ഘട്ടത്തിന്റെ മൂല്യസങ്കൽപ്പങ്ങളുടെ സന്ദിഗ്ധതയും ചിന്താകാലുഷ്യവും ധർമസങ്കടവും അതിനോടെല്ലാമുള്ള പ്രതികരണമായ ആത്മവിമർശനവും ഏറിയും കുറഞ്ഞും പല പക്ഷപാതങ്ങളോടെയും ബങ്കിംചന്ദ്രചതോപാധ്യായ, എ ആർ രാജരാജവർമ, ചന്തുമേനോൻ, സി വി രാമൻപിള്ള തുടങ്ങിയവരുടെ കൃതികളിൽ നിഴലിക്കുന്നു. 'ബാബു' എന്ന പരിഹാസപ്പേരിൽ അറിയപ്പെട്ടിരുന്ന ബംഗാളി സമൂഹത്തിലെ ആധുനികവൽക്കരണം നേടിയ പുത്തൻ മധ്യവർഗത്തിന്റെ സങ്കരസംസ്കാരാഭാസത്തെ ബങ്കിംചന്ദ്രൻ നിശിതമായി വിമർശിക്കുന്നുണ്ട്.

> അവർ (babus) വാചാലരാണ്. ഒരു പ്രത്യേക വിദേശഭാഷയിൽ പ്രാവീണ്യമുള്ളവരാണ്. അവരുടെ മാതൃഭാഷയോട് അവർക്ക് വെറുപ്പാണ്..... ഇനി തങ്ങളുടെ മാതൃഭാഷ സംസാരിക്കാനാവാത്ത ചില അതിബുദ്ധിമാന്മാരായ ബാബുമാർ പിറക്കാനുമിടയുണ്ട്. (അ

1. എസ് എൻ ഗാംഗുലി *Tradition, Modernity and Development: A Study in Contemporary Indian Society* (ദില്ലി, 1979).

വരുടെ) ....ശോഷിച്ച എല്ലൻ കാലുകൾ ഓടിരക്ഷപ്പെടുന്നതിനും അവരുടെ ദുർബലമായ കൈയുകൾ പേന പിടിക്കാനും ശമ്പളം വാങ്ങാനും സമർഥമായിരിക്കും. അവരുടെ നനുത്ത തൊലി ഇറക്കുമതി ചെയ്ത ബൂട്ടുകൾ സഹിക്കാൻ മാത്രം ശക്തമായിരിക്കും..... വിഷ്ണുവിനെപ്പോലെ അവർക്ക് പത്ത് അവതാരങ്ങളുണ്ട്: ഗുമസ്തൻ, വാധ്യാർ, ബ്രഹ്മസമാജക്കാരൻ, കണക്കപ്പിള്ള, അപ്പോത്തിക്കിരി, വക്കീൽ, മജിസ്ട്രേട്ട്, ജന്മി, പത്രാധിപർ, തൊഴിലില്ലാത്തവൻ...... മിഷണറിമാർക്കു മുമ്പിൽ അവർ ക്രിസ്ത്യാനികളും ബ്രഹ്മസമാജനേതാക്കന്മാർക്കു മുമ്പിൽ ബ്രഹ്മസമാജക്കാരും അച്ഛന്റെ മുമ്പിൽ ഹിന്ദുക്കളും ഭിക്ഷ യാചിച്ചെത്തുന്ന ബ്രാഹ്മണരുടെ മുമ്പിൽ നിരീശ്വരവാദികളും ആയിരിക്കും. വീട്ടിൽ പച്ചവെള്ളം മാത്രം കുടിക്കുന്ന അവർ കൂട്ടുകാരുടെ വീട്ടിലെത്തുമ്പോൾ മദ്യം കഴിക്കും. വേശ്യകളുടെ അടുത്തുനിന്ന് തെറി വാങ്ങിക്കെട്ടും. മേലുദ്യോഗസ്ഥന്മാരിൽനിന്ന് അവമതിയും.[1]

ഈ രൂക്ഷമായ ഭാഷയിൽ സംസാരിക്കുന്ന ബങ്കിംചന്ദ്രൻ ഇംഗ്ലീഷ് വിദ്യാഭ്യാസം ലഭിച്ച, ബ്രിട്ടീഷ് പക്ഷപാതിയായ, ബ്രിട്ടീഷ്‌രാജിൽ ഒരു ഉയർന്ന ഉദ്യോഗം വഹിക്കുന്ന, അതായത്, താൻതന്നെ വിമർശിക്കുന്ന കൽക്കത്തയിലെ ബാബു വർഗത്തിലെ ഒരംഗമായിരുന്നുവെന്നത് ശ്രദ്ധേയമാണ്. അതുപോലെതന്നെ, ബംഗാളിഗദ്യരചനയിൽ ഒരു പ്രാദേശികശൈലി ആദ്യമായവതരിപ്പിച്ച, ഇന്ത്യൻ ദേശീയ പ്രക്ഷോഭകാരികളുടെ ആവേശമായിത്തീർന്ന 'വന്ദേമാതരം' എന്ന ദേശഭക്തിഗാനം രചിച്ച അദ്ദേഹം ബംഗാളി ഭാഷയിൽ ദിനപത്രം തുടങ്ങുന്നതിന് എതിരുമായിരുന്നു. അതിന് അദ്ദേഹം നൽകുന്ന കാരണമോ–അത് ജനങ്ങൾക്കിടയിൽ വെള്ളക്കാർക്ക് എതിരായ വികാരങ്ങൾക്ക് വളംവയ്ക്കുമെന്നും അന്നത്തെ സാംസ്കാരികരംഗം പുനരുദ്ധാരണപരവും ആധുനികവും ആയ രണ്ടു ശൈലികളായി പിളർന്നതിൽ പ്രതിഫലിക്കുന്ന ഈ പ്രതിസന്ധിയെ വിശകലനം ചെയ്തുകൊണ്ട് എസ് എൻ ഗാംഗുലി[2] നടത്തുന്ന നിരീക്ഷണം ശ്രദ്ധേയമാണ്:

യുക്തിപരമായും ചരിത്രപരമായും.... ഉപരിഘടന സ്വയം നിലനിർത്തപ്പെടുന്നുവെന്ന പ്രതീതി ജനിപ്പിക്കുന്നതും ജനങ്ങൾക്ക് ഒരുതരം മിഥ്യയായ ഗതകാലമഹിമയുടെ രൂപത്തിലുള്ള സാംസ്കാരിക അഭിജ്ഞാനത പ്രദാനം ചെയ്യുന്നതുമാണ്. പക്ഷേ, ഇതുപോലും ക്രമേണ സ്വന്തം താൽപ്പര്യങ്ങൾക്കു മാത്രമല്ല ഭൗതികമായ നിലനിൽപ്പിനുപോലും വിഘാതമായിത്തീരുന്നു. ഈ ഘട്ടത്തിൽ ഭൗതികമായ ആനുകൂല്യങ്ങൾക്കു വേണ്ടിയുള്ള കിടമത്സ

---

1. *Babus* (1873) ഉദ്ധരണി അഷീഷ് നന്ദിയുടെ ലേഖനത്തിൽനിന്ന്.
2. *The Tradition, Modernity and Development.*

> രത്തിൽ പങ്കുചേരാനായി ഈ ഉപരിഘടനയുടെ അയഥാർഥമായ പുറംതോടു പൊട്ടിച്ച് ജനങ്ങൾ വ്യവസ്ഥാപിത ഭരണശൃംഖലയിൽ ചില്ലറ ജോലികൾ നേടുന്നു. ഭൗതികമായ നിലനിൽപ്പിനുവേണ്ടിയുള്ള നിസ്സഹായമായ ഈ ശ്രമത്തിന്റെ പ്രത്യയശാസ്ത്രപരമായ പേരുകൾ 'പാശ്ചാത്യവൽക്കരണം', 'ആധുനികവൽക്കരണം', 'സ്വതന്ത്രചിന്ത', 'മതേതരത്വം' തുടങ്ങിയവയാണ്. ഈ പ്രത്യയശാസ്ത്രം സ്വീകരിച്ചവർ പൊതുവെ മേൽജാതിക്കാരായിരുന്നതുകൊണ്ട് നേരത്തെതന്നെ നാട്ടിലെ ഉൽപ്പാദനവ്യവസ്ഥയുമായുള്ള ബന്ധം അറ്റവർ ആയിരുന്നു–അതുകൊണ്ടുതന്നെ നാടിന്റെ ഉപരിഘടനയിൽനിന്നും അതിന്റെ സൃഷ്ടിയായ പാരമ്പര്യത്തിൽനിന്നും അവർ അന്യവൽക്കൃതരും ആയിരുന്നു.

ഈ പ്രസ്ഥാനത്തിന്റെ സാമൂഹികവും സാമ്പത്തികവുമായ അടിസ്ഥാനമായി ബാരുൺ ഡേ[1] ചൂണ്ടിക്കാട്ടുന്നത് ബ്രിട്ടീഷ് ഭരണം വളർത്തിയെടുത്ത പുതിയ വിഭാഗങ്ങളും ബ്രിട്ടീഷ് വാണിജ്യത്തെയും അവരുടെ ഉദ്യോസ്ഥമേധാവിത്വത്തെയും ആശ്രയിച്ച് സമ്പന്നരായിക്കൊണ്ടിരുന്ന നഗരവാസികളുമാണെന്നാണ്. "അവർ വർഗസ്ഥായി ഇല്ലാത്ത, എന്നാൽ പാരമ്പര്യനിഷ്ഠവുമല്ലാത്ത ഒരു വരേണ്യവർഗമായിരുന്നു–കർഷകർക്കും കൈത്തൊഴിലുകാർക്കും അന്യമായ സാംസ്കാരിക പ്രമാണങ്ങൾ സ്വീകരിച്ച്, എന്നാൽ അവരുടെ അധ്വാനത്തിന്റെ മിച്ചംകൊണ്ട് കാലയാപനം നടത്തിയിരുന്നവർ." പാശ്ചാത്യവിദ്യാഭ്യാസത്തിന്റേയും ഉന്മുഖത്വത്തിന്റേയും സ്വാധീനത്തിൽ രൂപംകൊണ്ടുവന്ന ഈ പുത്തൻ മധ്യവർഗത്തിന് റാംമോഹൻ റോയിയും മറ്റും പ്രതിനിധാനം ചെയ്ത യുക്തിബോധപരവും ലിബറലുമായ നവീകരണ മാതൃക അനുയോജ്യവുമായിരുന്നു. ഇത്തരം നവീകരണോദ്യമങ്ങളുടെ രസകരമായ ഒരു സവിശേഷത, രാജ്യത്തെ സംബന്ധിക്കുന്ന സമഗ്രമായ ഒരു ചിത്രം അവയിലൂടെയൊന്നും ഉരുത്തിരിഞ്ഞുവരാൻ അനുവദിച്ചില്ല എന്നതാണ്. മാനുഷികോന്നമനംതന്നെ മതപരമായ പുനരുദ്ധാരണത്തിലും വിദ്യാഭ്യാസപരവും ചുരുങ്ങിയ തോതിലുള്ള സാമൂഹികപരിഷ്ക്കരണങ്ങളിലും മാത്രമായി ഒതുങ്ങിനിന്നു – അവപോലും ഒറ്റപ്പെട്ടും ഇടവിട്ടുമായ രീതിയിൽ മാത്രം. സമൂഹത്തെ സംബന്ധിക്കുന്ന സാകല്യമായ ഒരു സംവേദനപദ്ധതി ഒരിക്കലും കണക്കിലെടുക്കപ്പെട്ടിരുന്നില്ല. ഈ നവീകരണ പ്രസ്ഥാനത്തിന്റെ മുൻഗാമികൾ ഹൈന്ദവപാരമ്പര്യത്തെ ബാഹ്യമായി എത്ര വാചാലമായി എതിർത്തിരുന്നെങ്കിലും വർണവ്യവസ്ഥ നിർബാധം ഒഴിച്ചുവിടുകയാണുണ്ടായത്. "ചുരുക്കത്തിൽ, ഇത് വരേണ്യവർഗമയവും വർണാധിഷ്ഠിതവുമായ പഴയ മാതൃകയുടെ ഒരു തുടർച്ച മാത്രമായിരുന്നു–അനന്തരം

---

1. ബാരുൺ ഡേ, *A Historiographic Critique of Renaissance Analogues for Nineteenth Century Bengal, Perspectives in Social Sciences I, Historical Dimensions* ed. ബാരുൺ ഡേ (ദില്ലി, 1977).

ഒരു സവർണ്ണ ദേശീയതയെ അങ്കുരിപ്പിച്ചുകൊണ്ട്."[1] പക്ഷേ, ഈ നവോത്ഥാനചിന്തയിലൊരിടത്തും കൊളോണിയലിസം ജനങ്ങൾക്ക് വരുത്തുന്ന കെടുതികളെപ്പറ്റിയുള്ള യാതൊരു ധാരണയും ഉള്ളതായി കാണാനില്ല. ബംഗാൾ നവോത്ഥാനത്തിന്റെ കൊളോണിയൽ പ്രകരണത്തെപ്പറ്റി വിശകലനം ചെയ്യുന്ന ദീപേഷ് ചക്രവർത്തി,[2] 'നവോത്ഥാന'വും കൊളോണിയലിസവും ഒരേസമയം അക്കാലത്തെ മൊത്തമായ ജീവിതാനുഭവത്തിന്റെ ഭാഗം മാത്രമായിരുന്നു എന്ന് ചൂണ്ടിക്കാണിക്കുന്നുണ്ട്.

ഇവിടെ ശ്രദ്ധേയമായ മറ്റൊരു കാര്യം, ഈ ആധുനികവൽക്കരണ പ്രക്രിയയെ ബ്രിട്ടീഷ് കൊളോണിയലിസം തങ്ങളുടെ ബുദ്ധിപരവും സാംസ്കാരികവുമായ അധീശത്വം ഭംഗ്യന്തരേണ അംഗീകരിപ്പിക്കാനും നിലനിർത്താനുമുള്ള ഉപാധിയെന്ന നിലയ്ക്ക് അനുഭാവപൂർവമാണ് കണ്ടത് എന്നതാണ്. മത്സരാധിഷ്ഠിതമായ സമ്പദ്‌വ്യവസ്ഥയും 'സ്വതന്ത്രവ്യവസായ (free enterprise)വും കോളനികളെ കൊള്ളയടിക്കുക വെള്ളക്കാരന്റെ സ്വാഭാവിക അവകാശമാക്കിയെങ്കിൽ, അവയുടെ പ്രത്യയശാസ്ത്രപരമായ സാധൂകരണമായി സോഷ്യൽ ഡാർവിനിസവും 'പുരോഗതി' (progress)യെന്ന പരികൽപ്പനയും കോളനികളോടുള്ള അവരുടെ ബന്ധം അവരെ സംസ്കരിച്ചെടുക്കുക എന്ന ധാർമിക ചുമതലയായി മാറ്റി. കിപ്ലിങ്ങിന്റേയും മറ്റും കവിതകളിൽ ഉദ്ഘോഷിച്ചിട്ടുള്ള 'വെള്ളക്കാരന്റെ ഭാരം' എന്ന ഓമനപ്പേരിൽ അടങ്ങിയിരുന്ന മനോഭാവം.

ഇന്ത്യയിലെ നാട്ടുരാജാക്കന്മാരും പ്രഭുക്കന്മാരും വസ്ത്രങ്ങളിലും രീതികളിലും വെള്ളക്കാരെ അനുകരിക്കുന്നതുപേക്ഷിച്ച്, ഇവിടത്തെ ദേശീയമായ ശീലങ്ങളും ആചാരങ്ങളും ഉയർത്തിപ്പിടിക്കാൻ ആഹ്വാനം ചെയ്ത ജോർജ് ബേഡ്‌വുഡിനെ ഇവിടെയാണ് ഓർത്തുപോകുന്നത്. 1870 കളിൽ മദ്രാസ് ഗവർണറായിരുന്ന നേപ്പിയർ *മഹാഭാരതം, രാമായണം* തുടങ്ങിയ ഇതിഹാസങ്ങളുടെ അനന്തസാധ്യതകളെ 'പാശ്ചാത്യറിയലിസത്തിന്റെ കരുത്ത്' ഉപയോഗിച്ച് ചിത്രീകരിക്കാൻ ഇന്ത്യൻ ചിത്രകാരന്മാരുടെ ഉദ്ബോധിപ്പിച്ചതും പിന്നീട് ഹാവെൽ ഇന്ത്യൻ ക്ലാസിക്കൽ ചിത്രകലയുടെ വിശേഷവിധികളുടെ പ്രോക്താവായതും സി എഫ് ആൻഡ്രൂസിന്റെയും ആനീബസന്റിന്റെയും ഇന്ത്യൻ സംസ്കാരത്തോടും ദേശീയപ്രസ്ഥാനത്തോടുമുള്ള അനുഭാവവും ചില ഉദാഹരണങ്ങൾ മാത്രമാണ്. മറുവശത്ത്, വേറൊരു തലത്തിൽ അവർ ദേശസ്നേഹത്തെപ്പറ്റി ഇന്ത്യക്കാരെ ഓർമപ്പെടുത്തുകയും യുക്തിചിന്തയിലൂടെയും പാശ്ചാത്യവിദ്യാഭ്യാസത്തിന്റെ മൂല്യങ്ങളിലൂടെയും ഇവിടത്തെ മതസ്ഥാപനങ്ങളുടെ നവീകരണത്തിന് പ്രേരണ നൽകുകയും ചെയ്തിരുന്നു. തേജ്പൂർ കളക്ടറുടെ മുഖ്യഗുമസ്തനായിരുന്ന സി ആർ ഫെൻവിക്, 'ദേശസ്നേ

---

1. ഗാംഗുലി.
2. *The Colonial Context of the Bengal Renaissance : A note on early railway-thinking in Bengal, The Indian Economic and Social History Review.* Vol. XI No. I, March 1974.

ഹികളുടെ സംഘടന'യുടെ ആദ്യയോഗത്തിൽ ആധ്യക്ഷ്യം വഹിച്ചുകൊണ്ട്, ഇന്ത്യയെ ഒരു 'രാഷ്ട്ര'മാക്കി വളർത്തേണ്ടതിന്റെ ആവശ്യത്തെപ്പറ്റി സംസാരിക്കുന്നുണ്ട്. അതുപോലെതന്നെ, ജോർജ് തോംസൺ 'ദേശസ്നേഹ'ത്തെപ്പറ്റിയും 'വിദേശഭരണം' അവസാനിപ്പിക്കേണ്ടതിന്റെ ആവശ്യത്തെപ്പറ്റിയും 'നീതിയെപ്പറ്റിയും സംസാരിക്കുന്നുണ്ട്.[1] ബംഗാൾ നവോത്ഥാനകാലത്തെ 'ആശ്രിതമനഃശാസ്ത്ര (dependent psychology)ത്തെ ചൂണ്ടിക്കാണിച്ചുകൊണ്ട് ദീപേഷ് ചക്രവർത്തി ഇത് വിശദീകരിക്കുന്നു. ഇവിടെ ഒരു 'പൊതുവിജ്ഞാനസമ്പാദനത്തിനുള്ള സംഘടന' പ്രവർത്തിച്ചിരുന്നപ്പോൾ, ചരിത്രത്തിന്റെ ഫലിതംപോലെ, ഇംഗ്ലണ്ടിൽ 'പൊതുവിജ്ഞാനപ്രചരണത്തിനുള്ള സംഘടന'യും പ്രവർത്തിച്ചിരുന്നു. "ഇങ്ങനെയൊരു കൊടുക്കൽ–വാങ്ങൽ മാതൃക–ആശയങ്ങൾ പ്രചരിപ്പിക്കാൻ വെള്ളക്കാരനും അത് ഏറ്റുവാങ്ങാൻ നമ്മളും–നാം മൗനമായി അംഗീകരിക്കയും അത് 'നവോത്ഥാന'ത്തിന്റെ കുറഞ്ഞപക്ഷം ഭാഗമെങ്കിലും ആയിരിക്കയുമല്ലേ ഉണ്ടായത്?"[2]

ഇതാണ് ഇന്ത്യയിൽ രൂപംകൊണ്ട ആധുനികതയുടെ ചരിത്രപശ്ചാത്തലം. ഇവിടെത്തന്നെയാണ് ആധുനിക ഇന്ത്യൻ ചിത്രകലയുടെ ചരിത്രത്തിൽ ആവർത്തിച്ചു പ്രത്യക്ഷപ്പെടുന്ന ഒരു പ്രമേയവും തുടങ്ങുന്നത്. പാരമ്പര്യവും ആധുനികതയും തമ്മിലുള്ള സംഘർഷം. ആധുനിക ഇന്ത്യൻ ചിത്രകലയെപ്പറ്റിയുള്ള ഏതു പരിഗണനയ്ക്കും നിഷ്കൃഷ്ടമായ ഒരു നിർദേശമാന(frame of reference)മായി സ്വീകരിക്കാവുന്നതും ഇതുതന്നെയാണ്. നമ്മുടെ ആധുനിക ചിത്രകലയുടെ ചരിത്രത്തിലുടനീളം മാറ്റമില്ലാതെ കാണുന്ന ഈ സംഘർഷത്തിന്റെ സ്വഭാവം ഇതാണ്: സാംസ്കാരികേതരമായി ആവാഹിച്ചെടുത്ത ഒരു അഭിജ്ഞാനത. 'ഒരു വശത്ത്' അതിന് 'ആധുനിക' (പാശ്ചാത്യ സാർവദേശീയത) സമാനതകളെ തേടുകയും മറുവശത്ത് 'ഇന്ത്യൻ' പാരമ്പര്യ (വൈദിക പ്രാമാണികതയുടെ പരിവേഷമാർന്ന ബ്രാഹ്മണ്യം)ത്തിന്റെ ചട്ടക്കൂടിൽ ഒതുക്കി നിർത്തി അതുമായി സമരസപ്പെടുത്തി, അതുകൊണ്ടുതന്നെ സാധൂകരണം സാധിച്ചെടുക്കാൻ പാകത്തിനുള്ള ആ ആധുനികതയുടെ സാങ്കൽപ്പികാന്വയങ്ങളുമായി അവയെ വച്ചുമാറ്റം ചെയ്യുകയും പത്തൊമ്പതാം നൂറ്റാണ്ടിന്റെ ഒടുവിൽ, രവിവർമ്മയെപ്പോലുള്ള ഒരു ചിത്രകാരന് ഈ സംഘർഷം ഏറിയാൽ നിലനിന്നിരുന്നത് ആധുനികമായ ഒരു ശൈലിയും (പാശ്ചാത്യ അക്കാദമിക് റിയലിസം) ഇന്ത്യൻ ഭാവവും (പൗരാണികവും മതപരവും) തമ്മിൽ വളരെ ലളിതമായി സന്ധിപ്പെടുത്താവുന്നതിൽക്കവിഞ്ഞൊന്നുമായിരുന്നില്ല. ഇക്കാലത്താവട്ടെ കെ സി എസ് പണിക്കരുടെയും അദ്ദേഹത്തിന്റെ ഒട്ടനവധി അനുകർത്താക്കളുടെയും കാര്യവും ഇതുതന്നെയാണ്. അവർക്കാവട്ടെ 'ഇല്ലാത്ത' ഈ 'സംഘർഷം' ആധുനിക പാശ്ചാത്യ (ഗസ്ച്ചറൽ കാലിഗ്രഫി, പോൾ ക്ലീ, ഹാർഡ് എഡ്ജ്,

1. ദീപേഷ് ചക്രവർത്തി.
2. "Colonial Context......"

കളർ ഫീൽഡ്, മിനിമൽ) ശൈലികളും വിദൂരവും നിഗൂഢവിചിത്രവുമായ ഒരു സംസ്കാരത്തെപ്പറ്റിയുള്ള പാശ്ചാത്യസങ്കൽപ്പങ്ങൾക്ക് നിരക്കുന്ന ഒരു 'ഇന്ത്യൻ' ഉള്ളടക്കവും തമ്മിലുള്ള ശൈലീപരമായ വിളക്കിച്ചേർക്കലിനുള്ള എളുപ്പവഴിയാണ്.

2

ഇക്കാര്യങ്ങളുടെ നിയതാംശങ്ങളിലേക്ക് കടക്കുന്നതിനുമുമ്പ്, പാരമ്പര്യത്തെ സംബന്ധിക്കുന്ന ഒരു സാമാന്യ സിദ്ധാന്തത്തിനുവേണ്ടി ശ്രമിച്ചുനോക്കേണ്ടതാണ്. തുടക്കത്തിൽതന്നെ എടുത്തുപറയേണ്ടത്, പാരമ്പര്യം ഭൂതകാലത്തിന്റെയോ, സാധാരണ പ്രയോഗത്തിലുള്ള പൈതൃകത്തിന്റെയോ മാത്രം കാര്യമല്ല എന്നാണ്. വ്യക്തിയുടെ തലത്തിൽ ഞാൻ/അപരൻ എന്ന ക്രമത്തെ പരമമായൊരു മൂല്യവുമായി ബന്ധപ്പെടുത്തി രൂപംകൊള്ളുന്ന ആത്യന്തിക വ്യഗ്രത (ultimate concern)കളെ സമൂഹം ഒരു സ്ഥൂലഘടന (macro structure)യായി ക്രോഡീകരിച്ചാവിഷ്ക്കരിക്കുന്നു. ദൈവത്തെയോ, അതിമാനുഷികമായതെന്തിനെയോ, പരകോടിയിൽ പ്രതിഷ്ഠിച്ച മൂല്യവിധാനമാണ് ഈ ആത്യന്തിക വ്യഗ്രതകളെ നയിക്കുന്നത്. ഈ മൂല്യവിധാനത്തിന്റെ ആദർശകോടിയുമായി സമ്പർക്കത്തിലേർപ്പെടുന്ന ആത്യന്തിക വ്യഗ്രതകൾ, അതിന്റെ പരകോടിയിൽ തുടങ്ങി പിന്നോട്ട്, ഈ സമ്പർക്കത്തെ ആവിഷ്ക്കരിക്കുന്ന പലതരം വൃത്തികളിൽ വ്യക്തികളെ വ്യാപൃതരാക്കുന്നു. ധ്യാനാത്മകം (ദൈവശാസ്ത്രം, തത്വചിന്ത), പ്രായോഗികം (ധാർമികം, നൈതികം), സാമൂഹികം (കുടുംബരീതി, ആചാരങ്ങൾ) എന്നിങ്ങനെ. അപരൻ എന്ന ക്രമത്തിലെ ആത്യന്തികമായ മൂല്യവുമായുള്ള ബന്ധത്തെ ആവിഷ്ക്കരിക്കുന്ന ഈ വൃത്തികൾ ആ മൂല്യംകൊണ്ട് സാധൂകരിക്കപ്പെടുകയും പിന്നീട് വ്യവസ്ഥാപനങ്ങളിലൂടെ സമാഹരിച്ചുനിർത്തുകയും പ്രചരിപ്പിക്കപ്പെടുകയും ചെയ്യുന്നു. മനുഷ്യാവബോധത്തിന്റെ ഈ മേഖലകളെ പ്രതീകവൽക്കരിക്കുന്ന നിയാമക മുൻഉപാധികളെ (normative preconditions) വ്യവസ്ഥാപനങ്ങളായി, പതിവുകളായി ചിട്ടപ്പെടുത്തുന്ന രീതിയല്ലാതെ മറ്റൊന്നുമല്ല പാരമ്പര്യം. മനുഷ്യാവസ്ഥയുടെ പ്രാഥമിക പ്രശ്നങ്ങളെ സമൂഹം ഉൽപ്പാദിക്കയും നേരിടുകയും ചെയ്യുന്ന രീതിയാണ് പാരമ്പര്യം എന്ന് ഹീസ്റ്റർമൻ[1] പറയുന്നു:

"അപരിഹൃതമായ ജീവന്മരണപ്രശ്നങ്ങളുമായി–ദുർഭിക്ഷതയുടെ ലോകത്തിൽ ആഹാരവും വെള്ളവും എന്നതുൾപ്പെടെ–ഒരു സമൂഹം

1. ജ്ഞാനസിദ്ധാന്തപരമായി (epistemologically) ആശയവാദിയായ ഹീസ്റ്റർ മന്നിന്റെ നിരീക്ഷണങ്ങൾ ഭാഗികമായി മാത്രമേ അംഗീകരിക്കാനാവൂ. അദ്ദേഹം ആശയവാദപരമായ പദസംജ്ഞകളിലൂടെ അവതരിപ്പിക്കുന്ന പാരമ്പര്യസങ്കൽപ്പത്തിലെ വൈരുധ്യാത്മക പ്രക്രിയയെ രീതിശാസ്ത്ര (methodology)പരമായ ഉൾക്കാഴ്ചകൾക്കു സഹായകമാവും എന്ന നിലയ്ക്കു മാത്രമേ ഇവിടെ സ്വീകരിക്കുന്നുള്ളൂ.

ബന്ധത്തിലേർപ്പെടുന്ന രീതിയാണ് അത്." അദ്ദേഹം മറ്റൊരിടത്തു പറയുന്നതുപോലെ,

> പാരമ്പര്യത്തിന്റെ പരമമായ ലക്ഷ്യം, അപരിഹാര്യമായ ജീവന്മരണ സമസ്യകളെ അവയുടെ എല്ലാ അവസ്ഥാന്തരങ്ങളിലുമുള്ള പ്രകടരൂപങ്ങളിലും സുസംഘടിതമായമട്ടിൽ കൈകാര്യം ചെയ്യാനാവുക എന്നതാണ്. അതുകൊണ്ടുതന്നെ പാരമ്പര്യം പ്രകൃതാവസ്ഥയിൽനിന്നു സ്വതന്ത്രവും, ഉപരിയുമായ ഒരു സാമാന്യപദ്ധതിയോ, വിധാനക്രമമോ, ആണ് നൽകുന്നത്. പ്രകൃതാതിവർത്തിയായ ഈ വിധാന ക്രമമാണ് മനുഷ്യന് സാന്ദർഭികതയുടെ നിരന്തര ചലനാത്മകതയ്ക്കിടയിലും അവന്റെ പ്രവൃത്തികളെ സാധൂകരിക്കാൻ വേണ്ട നിശ്ചിതോന്മുഖത്വം (fixed orientation) നൽകുന്നത്. മറ്റൊരു തരത്തിൽ പറഞ്ഞാൽ പാരമ്പര്യം നിരന്തരമായി മാറിക്കൊണ്ടിരിക്കുന്ന യാഥാർത്ഥ്യത്തെ ഉൾക്കൊള്ളാൻ കഴിയുന്ന തരത്തിൽ *പ്രകൃതസ്ഥിതവും* അതേസമയം അതിന്റെ സാധൂകരണപരവും ഉന്മുഖത്വദായകവുമായ ധർമങ്ങളെ സഫലമാക്കാൻ കഴിയുന്ന മട്ടിൽ *പ്രകൃതാതിവർത്തിയും* ആവേണ്ടതാണ്.[1]

അങ്ങനെ ഒരേസമയം സമൂഹത്തിനുള്ളിൽനിന്നും ആവിർഭവിക്കുന്നതായിരിക്കുക, എന്നാൽ മനുഷ്യാസ്തിത്വത്തിന്റെ അടിസ്ഥാനപ്രേരണകളെ പരിഹരിക്കാനുള്ള ഒരു അതീത വ്യവസ്ഥ (meta order) പ്രദാനം ചെയ്യേണ്ടിവരിക. ഈ സംഘർഷങ്ങളെ എങ്ങനെ ആവിഷ്കരിക്കുന്നു എന്നതാണ് ഓരോ നിർദിഷ്ട സമൂഹത്തിന്റെയും കാലാകാലങ്ങളിലെ പാരമ്പര്യബോധത്തിന്റെ പ്രകടരൂപം.

ഈ വിഷയത്തെപ്പറ്റി ഗഹനമായി പഠിച്ചിട്ടുള്ള ഗാംഗുലിയുടെ നിരീക്ഷണങ്ങൾ ശ്രദ്ധേയമാണ്:

> മനസിൽ പൂർവനിശ്ചിതമായ ഒരു മാതൃക ഇല്ലാത്തപ്പോൾ സിദ്ധാന്ത പരികൽപ്പന (hypothesis) അസാധ്യമാകുന്നതുപോലെ, യാഥാർഥ്യത്തെപ്പറ്റി നമുക്ക് ബാഹ്യമായി നിൽക്കുന്ന ഐകരൂപ്യമാർന്ന ഏതെങ്കിലും ക്രമമോ, രൂപമോ ഇല്ലാതെ സംഘടിത സമൂഹത്തിൽ പ്രായോഗികജീവിതം ദുസ്സാധ്യമായിരിക്കും. ഇങ്ങനെ പൊതുവായി പങ്കിടാവുന്ന ഒരു പ്രതിമാനം (image) നമ്മുടെ ചോദനകളെ പ്രാധാന്യേന തെരഞ്ഞെടുക്കാനും ക്രമീകരിച്ചു കാണാനും സഹായിക്കുന്നു. നമ്മുടെ താൽപ്പര്യങ്ങളും ആഭിമുഖ്യങ്ങളും ഈ പ്രതിമാനത്തെ അനുസരിച്ചാണ് നിർണയിക്കപ്പെടുന്നത്. നിഷ്കൃഷ്ട സ്വഭാവമുള്ള ശാസ്ത്രശാഖകളിൽപ്പോലും ഈ അവ്യക്തമായ സാമൂഹികചിത്രം ഒരു പ്രാരംഭമാതൃകയായി വർത്തിക്കുന്നു. തീർച്ചയായും നമ്മുടെ രൂപകൽപ്പനകൾതന്നെ

1. .... Inner Conflict of Tradition.

> ജീവിതത്തിന്റെ ബോധാബോധതലങ്ങളിൽ ആകമാനം വ്യാപരിച്ചു കിടക്കുന്ന ഈ പ്രതിമാനത്തെപ്പറ്റി നമ്മെ തുടരെ ഓർമിപ്പിച്ചുകൊണ്ടിരിക്കുന്നു. *പാരമ്പര്യം അത്തരം ഒരു പ്രതിമാനമായാണ് വർത്തിക്കുന്നത്.* ഈ പ്രതിമാനമാണ് എനിക്ക് മറ്റു മനസുകളുമായി സംവദിക്കാൻ വഴിയൊരുക്കിത്തരുന്നത്. വലിയൊരളവുവരെ എന്റെതന്നെ പെരുമാറ്റത്തെ നിർണയിക്കുന്നതും. പൊതുവായ ആവശ്യങ്ങളും മാറ്റങ്ങൾക്കിടയിൽ സ്ഥിരതയ്ക്കുവേണ്ടി സ്വീകരിക്കപ്പെടുന്ന പൊതുവായ തീരുമാനങ്ങളും ഈ പ്രതിമാനത്തെ നിരന്തരമായി പ്രബലപ്പെടുത്തിക്കൊണ്ടിരിക്കുന്നു. പുതിയ ചോദനകൾ നിലവിലുള്ള ഈ പ്രതിമാനത്തിന് അനുരോധമായാണ് ചിട്ടപ്പെടുത്തിയെടുക്കുന്നത്. സ്ഥലകാലങ്ങളെപ്പറ്റിയും പ്രത്യേകിച്ച് മൂല്യങ്ങളെപ്പറ്റിയുമുള്ള ഈ പ്രതിമാനങ്ങൾ, ജീവിതത്തിന്റെ സൈദ്ധാന്തികവും അല്ലാത്തതുമായ എല്ലാ തലങ്ങളിലും ഉടനീളം നമ്മെ നയിക്കുന്നു ഏതുതരം സംവേദനത്തിനും ഒരു മാതൃകയായി ഈ പ്രതിമാനം വർത്തിക്കുന്നു. ഭൂതകാലാനുഭവങ്ങളിൽ നിന്നും പാരമ്പര്യത്തിൽനിന്നുമാണ് ഇത്തരം പ്രതിമാനങ്ങൾ സൃഷ്ടിക്കപ്പെടുന്നത്. ഈ പ്രതിമാനത്തിന്റെ ഒരുഭാഗം അതിന്റെ തന്നെ ചരിത്രമാണ്.[1]

പാരമ്പര്യത്തെപ്പറ്റിയുള്ള ഇത്തരമൊരു കാഴ്ചപ്പാട് ഇവിടത്തെ പാരമ്പര്യവാദികളും പുനരുദ്ധാരണവാദികളും വക്കാലത്തുപിടിക്കുന്ന പാരമ്പര്യത്തെ സംശയത്തോടെ മാത്രം കാണാൻ നമ്മെ പ്രേരിപ്പിക്കുന്നു. നിയോഫ്രോയിഡിയന്മാർ അഭിപ്രായപ്പെടുന്നതുപോലെ സംസ്കാരം തന്നെ ഒരുതരം സമഷ്ടിയായ പ്രതിരോധ തന്ത്രമാണ് (collective defence mechanism). അങ്ങനെയാണെങ്കിൽ, ഘടനാപരമായ മാറ്റങ്ങളെയും സാംസ്കാരികാഘാതങ്ങളെയും നേരിടുന്ന ഒരു സമൂഹം, അതിന്റെ ആദർശവൽക്കൃതമായ ആത്മസങ്കൽപ്പത്തെ (self-image) മഹിതോദാരമായ ഒരു ഗതകാലത്തിലേക്ക് പ്രക്ഷേപിപ്പിച്ച് സാഫല്യമടയാൻ ശ്രമിക്കുന്നത് സ്വാഭാവികം മാത്രം. ഒരു വശത്ത് ആധുനികതയായും മാറ്റങ്ങളായും അനുഭവപ്പെട്ടിരുന്ന, മറുവശത്ത് കൊളോണിയലിസത്തിന്റേയും സാംസ്കാരികമായ ദിക് വിഭ്രാന്തി (disorientation)യുടേയും പര്യായമായിരുന്നു. വൈദേശിക സാംസ്കാരിക സ്വാധീനത്തെ അഭിമുഖീകരിച്ചപ്പോൾ, പത്തൊമ്പതാം നൂറ്റാണ്ടിലെ ഇന്ത്യ ഒരു പാരമ്പര്യ പുനരുദ്ധാരണത്തിന് സാക്ഷ്യം വഹിച്ചു. കൊളോണിയലിസത്തിനോടൊപ്പംതന്നെ ജനങ്ങളുടെ സാമാന്യ ജിവിതാനുഭവത്തിന്റെ ഭാഗമായിരുന്നു ഈ നവോത്ഥാനം. ഈ പ്രസ്ഥാനത്തിന്റെ സാമൂഹികപ്രത്യയശാസ്ത്രത്തിന്റെ പ്രത്യേകതകളായിരുന്നു അവ്യക്തതയും “എക്ലക്റ്റിസിസവും” വർഗസംഘർങ്ങളോടുള്ള ഉദാസീനതയും. ഇത് അക്കാലത്തെ സാമൂഹിക

1. ......Modernity and Development.

ചിന്തയിലും കലാസങ്കൽപ്പങ്ങളിലും ഒരുപോലെ പ്രത്യക്ഷപ്പെടുന്നത് ആർക്കും തിരിച്ചറിയാവുന്നതാണ്.

ആധുനിക ഇന്ത്യൻ ചിത്രകലയുടെ ചരിത്രം ഒരു പരിപ്രേക്ഷ്യത്തിലാണ് കാണേണ്ടത്. പാരമ്പര്യവും ആധുനികതയും തമ്മിലുള്ള സംഘർഷം അവയോരോന്നും വ്യത്യസ്തമായി മനസിലാക്കപ്പെടുകയും ആന്തരവൽക്കരിക്കപ്പെടുന്നതിലൂടെയും–സമകാലീന ഇന്ത്യൻ ചിത്രകലയിലെ ശക്തമായ പ്രേരണകളിൽ ഒന്നായി, ഒരു ആന്തരിക നിർദേശമാന (internal frame of reference)മായി ഇന്നും നിലനിൽക്കുന്നു. അതുപോലെ തന്നെ, പാരമ്പര്യഘോഷണത്തിന്റെ ജഡികവും ജീർണവുമായ രൂപങ്ങളിൽ ഇത് ഇന്നും നിലനിന്നുവരുന്നത്, ചില വീക്ഷണ വൈകൃതങ്ങൾക്ക് കാലിക പ്രസക്തിയുടെ മേനിനടിക്കാൻ അതിന്റെ 'കലാപരമായ സാംഗത്യം' സൗകര്യം നൽകുന്നു എന്നതുകൊണ്ടുമാത്രമാണ്. ആ ചിത്രങ്ങളിലൂടെ ഉയർത്തിക്കാട്ടാൻ ശ്രമിക്കുന്ന 'പാരമ്പര്യം' ശൈലിയുടെ മാത്രം കാര്യമാണെന്നാണ് തോന്നുക. ജീവിതം സ്വീകരണമുറിയിലെ "ജീവിത ശൈലിയിലും" അതിന്റെ അർഥം ഉദ്ധാരണയോഗ്യമായ ചില സംസ്കൃത വചനങ്ങളുടെ തെളിവിലുമാവുമ്പോൾ ഇത് സ്വാഭാവികം മാത്രമാണ്. ജഡപ്രായവും ആവർത്തനവിരസവുമായ ഈ കപടനാട്യങ്ങൾ–താന്ത്രിക് എന്നു വിളിക്കപ്പെടുന്നതോ അല്ലാത്തതോ ഏതായാലും–കണ്ടാൽ 'പാരമ്പര്യം' വിദൂരവും ആരാധ്യവുമായ ആ പതിവ് ഇന്ത്യൻ വിചിത്ര നിഗൂഢത (remote and venerable curio of and Indian exotica)യുടെ ഒരു കയറ്റുമതി ഭാഷ്യമാണെന്ന് ആർക്കും മനസിലാവും. ഈ 'പാരമ്പര്യം' പുസ്തക പ്രമാണങ്ങളിൽനിന്ന് തട്ടിക്കൂട്ടിയെടുത്ത ഒരു കൂട്ടം ചിഹ്നങ്ങളെയും മോട്ടിഫുകളെയും സങ്കേതങ്ങളെയും മുൻനിർത്തി രൂപപ്പെടുത്തിയ–പരീക്ഷാമാനദണ്ഡങ്ങൾപോലെ പാലിച്ചാൽ ആർക്കും സ്വായത്തമാക്കാവുന്ന–ചില 'ഫോർമുല'കളാണ്. പാരമ്പര്യപൂജ എളുപ്പമാക്കാൻ വേണ്ടി, ഈ ചിഹ്നങ്ങൾക്കും മോട്ടിഫുകൾക്കും സങ്കേതങ്ങൾക്കും പ്രചാരം നൽകാനും അവർ മറന്നില്ല. കാമശാസ്ത്രത്തെയും കുണ്ഡലിനിയെയും ജ്യോതിഷത്തെയുംപറ്റി വൻനഗരങ്ങളിലെ തീവണ്ടി പ്ലാറ്റ്ഫോം ബുക്കുകടകളിലും വിമാനത്താവളങ്ങളിലെ ന്യൂസ്സ്റ്റാന്റുകളിലും മറ്റും പ്രത്യക്ഷപ്പെടുന്ന ബെസ്റ്റ്സെല്ലർ പുസ്തകങ്ങൾ ചമച്ചുകൂട്ടിയെടുത്ത 'ലൊട്ടുലൊടുക്കു' പരുവത്തിലുള്ള (hodge podge) ഒരു ഇന്ത്യൻ പാരമ്പര്യത്തിന്റെ വിശ്വസ്തമായ ടിപ്പണികളാണ് ഈ വകകൾ.

രവിവർമ്മയെപ്പോലൊരു ചിത്രകാരൻ എങ്ങനെ ഈ സംഘർഷത്തിന്റെ പ്രത്യയശാസ്ത്രപരമായ മുഖ്യ മാനങ്ങൾക്കു വെളിയിലായിരുന്നു എന്ന് നേരത്തെ സൂചിപ്പിച്ചു. ബംഗാൾ നവോത്ഥാനത്തിനും ദേശീയ പ്രസ്ഥാനത്തിനും സമാന്തരവും സമകാലികവുമായി രൂപം കൊണ്ട ബംഗാൾ സ്കൂൾ ആ കാലത്തിന്റെ സാമൂഹികചിന്തയേയും വൈകാരികതയേയും പ്രതിഫലിപ്പിക്കുന്നു എന്നതു പ്രകടമാണ്. കലയ്ക്ക് എന്തെങ്കിലും കാലികമോ സാമൂഹികമോ ആയ പ്രസക്തിയുണ്ടെ

ന്ന് അംഗീകരിക്കാൻ വിസമ്മതിക്കുന്ന നമ്മുടെ കലാനിരൂപണത്തിന്റെ പതിവുരീതി, ബംഗാൾ സ്കൂളിന്റെ ഈ ശങ്കയ്ക്കിട നൽകാത്ത ചരിത്ര പരതയെ അവഗണിക്കുന്നതായിട്ടാണ് കാണുന്നത്. ഉദാഹരണത്തിന്, ജയ അപ്പാസാമിയുടെ ഒരു കൃതി[1]യിൽ അബനീന്ദ്രനാഥിനെ, ദേശീയ പ്രസ്ഥാനത്തിന്റെ രാഷ്ട്രീയ വിവക്ഷകളുടെയും വൈകാരികതയുടെയും 'കലേതരമായ പാപ'ത്തിന് മോചനം നൽകി ശുദ്ധ കലയുടെ ഉദാത്ത തലങ്ങളിലേക്ക് ഉയർത്തിക്കൊണ്ടുവരാനാണ് ശ്രമിക്കുന്നത്. ഇരുപതാം നൂറ്റാണ്ടിന്റെ ആരംഭത്തിൽ അബനീന്ദ്രനാഥ ടാഗോറും ഇ ബി ഹാവലും തുടങ്ങിവച്ച ബംഗാൾ സ്കൂളിന്റെ ഗതിവിഗതികൾ ദേശീയപ്രസ്ഥാനം ആദ്യമായി ഒരു ജനകീയസമരമായി രൂപംപ്രാപിച്ച 'സ്വദേശി' കാലഘട്ട വും അതിന്റെ പ്രധാന സമരായുധങ്ങളായിരുന്ന വിദേശി ബഹിഷ്ക്കര ണം, സഹനസമരം, ഭീകരപ്രസ്ഥാനം, ഇംഗ്ലീഷ് വിദ്യാഭ്യാസം സിദ്ധിച്ച വരേണ്യവർഗത്തെ ഇന്ത്യൻ സംസ്കാരം പഠിപ്പിക്കൽ, ദേശീയ വ്യവ സായങ്ങളെ പരിപോഷിപ്പിക്കൽ എന്നിവയുടെ ആവിർഭാവവുമായി, വേർ പ്പെടുത്താനാവാത്തവണ്ണം ബന്ധപ്പെട്ടിരിക്കുന്നു. അബനീന്ദ്രന്റെയും അദ്ദേ ഹത്തിന്റെ ശിഷ്യന്മാരുടെയും കല പരമ്പരാഗതമായ ഇന്ത്യൻ ചിത്ര കലാ ശൈലികളിലും പ്രമേയങ്ങളിലും അധിഷ്ഠിതമായിരുന്നുവെന്നതും യാദൃച്ഛികമല്ലല്ലോ. അതുകൊണ്ടുതന്നെ ദേശീയ സമരത്തിലും സാംസ് കാരിക പുനരുദ്ധാരണത്തിലും വ്യാപൃതരായിരുന്ന ജനങ്ങളിലത് താൽപ്പ ര്യം ജനിപ്പിച്ചു. ഏതായാലും ജയാ അപ്പാസാമിയുടെ കാഴ്ചപ്പാടിനെ വിമർശിച്ചുകൊണ്ട് റോജർ ലിപ്സി ചൂണ്ടിക്കാണിക്കുന്നതുപോലെ, പ്രതി ഭാധനനായിരുന്ന അബനീന്ദ്രനാഥും ഒരു കലാകാരനെന്ന നിലയിൽ ആയിരത്തിത്തൊള്ളായിരത്തിയഞ്ചിനെ കേന്ദ്രീകരിച്ച് ഇന്ത്യയിലുണ്ടായ ഉണർവിനോട് പ്രതികരിച്ചു എന്നതിൽ അപമാനകരമായി ഒന്നുമുണ്ടെന്ന് തോന്നുന്നില്ല. ബംഗാൾ സ്കൂളിന് "മഹത്തായ കലയുടെ ഒരീടുവയ്പും അവകാശപ്പെടാനില്ല. അന്യാദൃശമായ ഉൾക്കാഴ്ചകളോ, ദൃശ്യമായ കാവ്യാത്മകതയോ ഒന്നും അതിന് പകർന്നുതരാനായിട്ടില്ല. ഇന്ത്യൻ ചരി ത്രത്തിലെ ഉജ്ജ്വലമായ ഒരു നിമിഷവുമായുള്ള ബന്ധത്തിലാണ്, ബംഗാൾ സ്കൂളിന്റെ പ്രസക്തി നാം തേടേണ്ടത്."[2]

ഒരുപക്ഷേ, രവീന്ദ്രനാഥ ടാഗോർ ആയിരിക്കും ആ കാലത്തിന്റെ അന്തഃസംഘർഷങ്ങളെ ആത്മസാക്ഷാൽക്കരിച്ച, ആ ധർമസങ്കടങ്ങളെ അവയുടെ ചരിത്രപരമായ മാനങ്ങളിൽ പ്രതിനിധാനം ചെയ്ത ഒരു കലാ കാരൻ. രവീന്ദ്രനാഥും ജാമിനിറോയിയും അമൃതാഷെർഗിലും അവരവ രുടേതായ രീതിയിൽ, അവർ അനുഭവിച്ചറിഞ്ഞ ഇന്ത്യൻ യാഥാർഥ്യ ത്തോട് സാർഥകമായി പ്രതികരിച്ചിരുന്നു. അവരുടെ കാലത്തെ സാംസ് കാരിക പ്രകാശനങ്ങളെ ആ സാമൂഹിക സാഹചര്യത്തെപ്പറ്റി അവർ

1. *Abanindranath Tagore and the Art of his Times* - ജയ അപ്പാസാമി (ദില്ലി, 1970).
2. *Review Article on Abanindranath Tagore and the Art of his Times* - റോജർ ലിപ്സി, *Artibus Asia* Vol XXXIV, 2, 3, 1972.

തിരിച്ചറിഞ്ഞ ഒരു ആധുനിക വീക്ഷണവുമായി ഉദ്ഗ്രഥിക്കാനും തങ്ങളുടെ കലയിലൂടെ അവർക്കു കഴിഞ്ഞിട്ടുണ്ട്. അവർ താദാത്മ്യം പ്രാപിച്ച ആധുനിക വീക്ഷണവും അതിന്റെ പ്രത്യയശാസ്ത്രപരമായ ഉള്ളടക്കവും വിശദമായി പിന്നീട് ചർച്ചചെയ്യുന്നുണ്ട്. വർത്തമാനവുമായി കെട്ടുപിണഞ്ഞുകിടക്കുന്ന പാരമ്പര്യത്തിന്റെ മാറിക്കൊണ്ടിരിക്കുന്ന അർഥവിവക്ഷകൾക്കും അതിന്റെ പ്രകടരൂപങ്ങൾക്കും ചരിത്രാവസ്ഥയിലെ മൂർത്ത സംഘർഷങ്ങളെ വൈരുധ്യാത്മകമായി സമരസപ്പെടുത്താൻ ശ്രമിക്കുന്ന ഒരു ദർശനത്തിന്റെ മാനം പകരാൻ ജാമിനിറോയിക്കും രബീന്ദ്രനാഥിനും കഴിഞ്ഞു. പക്ഷേ ഇന്നാവട്ടെ, കെ സി എസ് പണിക്കരെപ്പോലൊരു ചിത്രകാരൻ തന്റെ സാമൂഹികസാഹചര്യത്തെപ്പറ്റിയുള്ള ഏത് ആധുനിക ദർശനവുമായാണ് സാത്മ്യം നേടുന്നത്? ഏതു പാരമ്പര്യവുമായി ബന്ധപ്പെടുത്തിയാണ് അദ്ദേഹം സ്വന്തം അഭിജ്ഞാനത നിർവചിക്കുന്നത്? അഥവാ, അദ്ദേഹത്തിന്റെ കൃതികളെയും അവയ്ക്കൊരു ലോകവീക്ഷണമുണ്ടെങ്കിൽ അതിനേയും മുൻനിർത്തി ഈ രണ്ട് ചോദ്യങ്ങളേയും ഏതെങ്കിലും അളവിൽ സാർഥകവും ഗൗരവവുമായി ചർച്ചചെയ്യാനാവുമോ? പാരമ്പര്യത്തിന്റെതന്നെ നിലനിൽക്കുന്ന വൈരുധ്യാത്മകതയെ ആഴത്തിൽ തിരിച്ചറിയാനോ, അതിന്റെ മാറിക്കൊണ്ടിരിക്കുന്ന വിവക്ഷയും സാംഗത്യവും സമകാലീന ചേതനയിൽ ഉൾച്ചേരുന്ന പ്രക്രിയയെ തന്റെ ദർശനംകൊണ്ട് വ്യാഖ്യാനിക്കാനോ അദ്ദേഹത്തിനായിട്ടില്ല. പണിക്കരും അദ്ദേഹത്തിന്റെ നിരവധി അനുകർത്താക്കളും നാലു ദശകങ്ങൾക്ക് മുമ്പുതന്നെ ഇന്ത്യൻ ചിത്രകലാരംഗത്ത് സ്ഥാപനവൽക്കരിക്കപ്പെട്ടുകഴിഞ്ഞ, ഇന്ന് പൊള്ളയും സ്വയം അടിച്ചേൽപ്പിച്ച മിഥ്യയുമായ ഒരു 'പ്രതിസന്ധി'യുടെ നിഴലിനെ അവരുടെ പ്രഖ്യാപിതമായ സന്ദർഭ (context)മാക്കി സ്വയം വിശ്വസിപ്പിച്ച് കഴിഞ്ഞുകൂടുന്നു. ഭ്രമമോഹനവും ചമച്ചുണ്ടാക്കിയതുമായ അവരുടെ ഈ മൂഢസ്വർഗം പലപ്പോഴും പ്രത്യയശാസ്ത്രപരമായ അപബോധംപോലുമല്ല, വെറും തൊഴിൽപരമായ കൗശലമായി മാത്രമാണ് കാണപ്പെടുന്നത്. പാരമ്പര്യവും ആധുനികതയും തമ്മിലുള്ള സംഘർഷത്തിൽ 'അകപ്പെട്ടുപോയ'തിന്റെ സഹജമായ ധർമസങ്കടമാണ് അവരുടെ രചനകളുടെ മുഖമുദ്രയായി അവകാശപ്പെടുന്നതെങ്കിലും അതിന്റെ കാപട്യം മറ്റെങ്ങും അന്വേഷിക്കേണ്ടതില്ല. ഇന്ത്യൻ വരേണ്യബുദ്ധിജീവിയുടെ പൊതുവായ സാംസ്കാരിക സ്കിസൊഫ്രേനിയയെപ്പറ്റി ഗാംഗുലി[1]യുടെ നിരീക്ഷണം ഇവരുടെ കാര്യത്തിൽ തീർത്തും സത്യമാണെന്ന് കാണാം: "സത്യത്തിൽ അയാൾ ഒരിടത്തും പെട്ടുപോയിട്ടില്ല, അയാൾ ഒരു അന്തരാളത്തിലാണ് തൂങ്ങിനിൽക്കുന്നത്; അയാൾക്ക് പാരമ്പര്യവും ആധുനികതയും കഴമ്പില്ലാത്ത പുറന്തോടുകൾ മാത്രമാണ്."

ഈ ചോദ്യങ്ങളെ വിശദമായി പരിഗണിക്കുന്നതിനുമുമ്പ്, ആധുനിക ഇന്ത്യയുടെ ദേശീയതലത്തിൽ ചിത്രകാരന്റെ ധർമവും പ്രതിരൂ

1. ......Modernity and Development.

പവും (role and image) എങ്ങനെ നിലവിൽ വന്നു എന്നന്വേഷിക്കേണ്ട തുണ്ട്. ഇന്ത്യയുടെ ചിത്രകലാ പാരമ്പര്യം ശിഥിലവും ഇടമുറിഞ്ഞതു മാണെന്നതു സുവിദിതമാണ്.

> കൊളോണിയൽ ഭരണത്തിന്റെ വിദ്രോഹകമായ കടന്നുകയറ്റ ത്തോടെ ഇന്ത്യൻ ചിത്രകാരൻ അവന്റെ അടിത്തറയിൽനിന്നും അകറ്റപ്പെട്ട് ലക്ഷ്യമില്ലാതെ ഉഴലാൻ തുടങ്ങി. ഇവിടെ ആധുനി കതയിലേക്കു ചാടിക്കടക്കാനുള്ള അവന്റെ ശ്രമത്തിൽ അവൻ രൂക്ഷമായ ഒരു അഭിജ്ഞാനതാ പ്രതിസന്ധിയെ നേരിടുകയും അവന്റെ ഭാവിയുടെ ചിത്രം പൊട്ടിപ്പിളരുന്നതായും എല്ലാ ദിശക ളിലേക്കും ആടിയുലയുന്നതായും തോന്നിപ്പിക്കുന്നു..... ഇന്ത്യയിലെ ചിത്രകാരന്മാർ ആധുനിക ലോകത്തിലേക്ക് പ്രവേശിച്ചത് കൃത്രി മമായ ഒരു പ്രക്രിയയിലൂടെയാണ്. അവർ ഒരു ജൈവവികാസ ത്തിലൂടെയല്ല ആധുനികതയിലേക്കെത്തിയിട്ടുള്ളത്. പാശ്ചാത്യ നാടുകളിലാവട്ടെ, ആധുനികത പടിപടിയായുള്ള ഒരു സമഗ്രപ്ര ക്രിയയായിരുന്നു. അതിന്റെ ചരിത്രപരമായ വികാസം നേരിട്ടുള്ള ജീവിതാനുഭവങ്ങളിൽ വേരുറച്ചതുമായിരുന്നു. മൂന്നാംലോക രാജ്യങ്ങൾക്ക് ആധുനികത എന്നാൽ ദേശീയ സംസ്കാരക്രമങ്ങ ളുടെ അപഭ്രംശവും വികസിതമായ വ്യാവസായിക സമൂഹങ്ങ ളുടെ പുരോഗമനപരമായ യുക്തിബോധത്തിന്റെ വെളിയിൽനിന്നു ള്ള അടിച്ചേൽപ്പിക്കലുമായിരുന്നു. ഇരുപതാം നൂറ്റാണ്ടിലെ വലി യൊരു സംഭവം, നിലനിൽക്കുന്ന മറ്റു സമൂഹങ്ങളുടെമേലുള്ള പാശ്ചാത്യ സംസ്കാരത്തിന്റെ സ്വാധീനമാണെന്ന് സമ്മതിച്ചാൽ ത്തന്നെയും സമകാലീന ഇന്ത്യൻ ചിത്രകാരന്റെ പതനം ഈ 'കാ തലായ ദിക് വിഭ്രാന്തി' (vital disorientation)യുടെ ഉത്തമോദാഹ രണമാണ്–പാരമ്പര്യനിഷ്ഠമായ വ്യവസായപൂർവ സമൂഹങ്ങളി ലെല്ലാം ഉണ്ടായതുപോലെ.....[1]

ഒരുവന്റെ അഭിജ്ഞാനതയുടെ വലിയൊരു പങ്ക് അവന്റെ സാംസ് കാരികമായ നിർദേശമാന (cultural frame of reference)ത്തെയാണ് ആശ്രയിക്കുന്നതെങ്കിൽ, സാംസ്കാരികേതരമായ ഉപാധികളാൽ നിർവചിക്കപ്പെട്ട ഇന്ത്യൻ ചിത്രകാരന്റെ അഭിജ്ഞാനത അസംബന്ധവും ചരിത്രവിരുദ്ധവും ആയിരുന്നു. പക്ഷേ, ഇത് ഒരു മുൻ കാലഘട്ടത്തിൽ നമ്മുടെ ഉന്നതരായ പല ചിത്രകാരന്മാരും ഒരു അഭിജ്ഞാനതാ പ്രതി സന്ധിയായി ആന്തരികവൽക്കരിക്കുകയും അത് മൂല്യങ്ങളുടെ സന്ദി ഗ്ധതയിലേക്കും ധർമസങ്കടങ്ങളിലേക്കും അവരെ നയിക്കുകയും ചെ യ്തു. പക്ഷേ, പിൽക്കാലത്തെ പല ചിത്രകാരന്മാർക്കും ഇങ്ങനെ സാംസ്കാരികേതരമായി, കപടമായ ഒരു സാംസ്കാരിക നിർദേശമാന

1. Geeta Kapur : *An art critic in India* സൂസി ഗാബ്ലിക്, *Artscribe no -15* (London, December 1978).

ത്തിനുള്ളിൽവച്ച് ഉദ്ദീപിപ്പിക്കപ്പെട്ട അഭിജ്ഞാനത എന്ന അമൂർത്തത, ഒരു പ്രതിസന്ധിക്കുമിടയില്ലാത്ത, സ്ഥാപനവൽക്കരിച്ച ഒരു നിലപാടു മാത്രമായിരുന്നു. അഭിജ്ഞാനതയെപ്പറ്റിയുള്ള ചോദ്യം നമ്മെ നയിക്കുന്നത്, അതിന്റെ ഒരു അനുബന്ധമായ, കുറേക്കൂടി സാമൂഹികശാസ്ത്രപരമായ ഒരു പരിഗണനയിലേക്കാണ്–ചിത്രകാരന്റെ ധർമം (role എന്ന സാമൂഹികശാസ്ത്രപരമായ വിവക്ഷയിൽ) അപഗ്രഥിക്കുമ്പോൾ. അതായത് ചിത്രകാരന് സമൂഹവുമായുള്ള ബന്ധത്തെ നിർവചിക്കുകയും ആവിഷ്ക്കരിക്കുകയും ചെയ്യുന്ന പ്രകടിതമായ കാഴ്ചപ്പാടുകളും മൂല്യങ്ങളും മുൻധാരണകളും.

> ഒരു വ്യക്തിയുടെ ധർമം (role) എപ്പോഴും തീരുമാനിക്കപ്പെടുന്നത് നിലനിൽക്കുന്ന സാമൂഹിക പ്രതിരൂപ (social image)ത്തിലൂടെയാണ്. ഇത്തരം പ്രതിരൂപങ്ങളുടെ നിരന്തരമായ നിർദേശത്തിലൂടെയല്ലാതെ ഒരുവനും അവന്റെ ധർമം തീർച്ചയാക്കാനാവില്ല. യഥാർഥത്തിൽ സാമൂഹികസാഹചര്യത്തിലുള്ള ഒരുവന്റെ ധർമം ചിരന്തനമായ പാരമ്പര്യംകൊണ്ടും പൈതൃകംകൊണ്ടുമാണ് നിർണയിക്കപ്പെടുന്നത്..... അത്തരമൊരു പ്രതിരൂപം അവന്റെ സമൂഹത്താൽ നിർദേശിക്കപ്പെടാത്തിടത്തോളം അതിലെ ഒരു അംഗത്തിനും അത്തരം ധർമങ്ങളിലൂടെ തന്റെ സംസ്കാരവുമായി സാത്മ്യം പ്രാപിക്കാൻ കഴിയില്ല.[1]

ഇവിടെ പ്രസക്തമായ ചോദ്യം, സമകാലീന ഇന്ത്യൻ സമൂഹം നിർദേശിച്ച, വ്യക്തിയുടെ 'ചിത്രകാരൻ' എന്ന ധർമം നിർവചിക്കുന്ന ഈ പ്രതിരൂപത്തിന്റെ സ്വഭാവം എന്തായിരുന്നുവെന്നതാണ്. അതുപോലെതന്നെ, ഈ നിർദിഷ്ട ധർമത്തിലൂടെ അയാൾ എത്രത്തോളം തന്റെ സംസ്കാരവുമായി സാത്മ്യപ്പെടുന്നുവെന്നും. മറ്റേത് തൊഴിലുകാരനെയുംപോലെതന്നെ, ചിത്രകാരന്റെയും പ്രയുക്തധർമം (functional role) വ്യവസ്ഥാപനത്തിലൂടെ സാധൂകരിക്ക (institutionally legitimized) പ്പെടുമ്പോൾ മാത്രമാണ് താൻ ചെയ്യുന്നത് തനിക്കറിയാമെന്ന് ചിന്തിക്കാനുള്ള അവകാശം അയാൾ ആർജിക്കുന്നത്. അയാളുടെ നിയുക്തമായ തൊഴിലിന്റെ പ്രമാണബദ്ധമായ മേഖല (rule-guided sector)യുടെ സാധൂകരണവും അയാളുടെ വ്യക്തിപരമായ പ്രാപ്തിയുടെ അളവും തമ്മിലുള്ള ബന്ധത്തിൽനിന്നാണ് അയാളുടെ പ്രവൃത്തി അതിന്റെ സാധുത നേടുന്നത്. (കലയുടെ കാര്യത്തിൽ, തീർച്ചയായും ഈ രണ്ട് വശങ്ങളും അവ്യവസ്ഥിതവും തീർത്തും അവ്യക്തവുമാണ്). അയാളിൽ നിക്ഷിപ്തമായ ഈ വ്യവസ്ഥാപനപരമായ സമ്മതിയാണ് അയാളുടെ നിയുക്തമായ തൊഴിലിൽ ഏർപ്പെടാൻ അയാളെ സാമൂഹികമായി അധികാരപ്പെടുത്തുന്നതും തൊഴിൽപരമായ അഭിജ്ഞാനതയ്ക്കും കർമപര

1. ഗാംഗുലി

മായ ആത്മബോധത്തിനും അയാളെ അർഹനാക്കുന്നതും. ആസ്വാദക രുടെ പക്ഷത്താവട്ടെ, ഈ നിയാമക മുന്നുപാധി (normative precondi-tions)കളുടെ പങ്കിടാവുന്ന വശങ്ങളാണ് മൂല്യനിർണയത്തിൽ അവരെ നയിക്കുന്നത്. ഉദാഹരണമായി, ഒരു കുട്ടിയുടെ കുത്തിക്കുറിക്കലുകളും മിറോയുടെ ഒരു രചനയും തമ്മിൽ വേറിട്ട് കാണേണ്ടിവരുന്നത്. അല്ലെങ്കിൽ, ഒരു ചിത്രകാരന്റെ യഥാർഥ രചനയും അതിന്റെ കപടമായ പകർപ്പും തമ്മിലുള്ള കൃത്യമായ സമാനതയ്ക്കിടയിലും മൂല്യവ്യവഛേദം പ്രസക്തമാവുന്നത്.

ഇന്ത്യയിലെ ചിത്രകലയുടെ പാരമ്പര്യം ഭംഗപ്പെട്ടതും ശിഥിലവുമായിരുന്നതിനാൽ നിരന്തരമായ നിർദേശംകൊണ്ട് 'ചിത്രകാര'ന്റെ നിർദിഷ്ടമായ സാമൂഹികധർമത്തെ നിർവചിക്കാൻപോന്ന, ചരിത്രപരമായി നിലനിർത്തപ്പെട്ട സംസക്തമായ ഒരു സാമൂഹികപ്രതിരൂപവും ഇവിടെ രൂപംകൊണ്ടിട്ടില്ല. ഈ അഭാവം ചിത്രകാരനെ സംബന്ധിക്കുന്ന അസാധാരണമായ ഒരു ധർമപരമായ ആശയക്കുഴപ്പം (role-confussion) അനുഭവപ്പെടുത്തിയിട്ടുണ്ട്. ഇത്, പിൽക്കാലത്തുണ്ടായിവന്ന കൃത്രിമവും അബദ്ധവുമായ 'ഇന്ത്യൻ' എന്ന അഭിജ്ഞാനതയ്ക്കു പുറമേയാണ്. ഉദാഹരണത്തിന്, ഇന്ത്യയിലെ ആദ്യത്തെ 'ആധുനിക' ചിത്രകാരൻ ആവാൻ ഇടയായ രവിവർമ്മയെ നേരത്തെ സൂചിപ്പിച്ച അഭിജ്ഞാനതാ പ്രതിസന്ധി അത്രയൊന്നും സ്പർശിച്ചിരിക്കയില്ല. പക്ഷേ, ബോധപൂർവം അനുഭവിച്ചാലും ഇല്ലെങ്കിലും ധർമപരമായ ഈ ആശയക്കുഴപ്പം അദ്ദേഹത്തിൽ പ്രകടമായിത്തന്നെയുണ്ട്. അതുവരെ 'വെള്ളക്കാരന്റെ ഉൽക്കൃഷ്ട ചാതുര്യ'മായിരുന്ന, അക്കദമിക് റിയലിസത്തിലുള്ള എണ്ണച്ചായ ഈസൽ ചിത്രരചനയെന്ന 'ഉന്നതനിയോഗം' സ്വയം ഏറ്റെടുത്തതുകൊണ്ട് ആദ്യത്തെ 'ആധുനിക' ഇന്ത്യൻ ചിത്രകാരനായി രവിവർമ്മ മാറി. അഭ്യസിച്ച കുലത്തൊഴിൽ കൃതഹസ്തതയോടെ പ്രയോഗിക്കുന്ന ഒരു സംഘത്തിലെ അജ്ഞാതനാമാവായ അംഗമായിരുന്നു, രവിവർമ്മയ്ക്ക് തൊട്ടുമുമ്പുവരെ, ഇന്ത്യൻ ചിത്രകാരൻ. അവരെ അപേക്ഷിച്ച്, സ്വന്തം വ്യക്തിപരതയുടെ ആധികാരികതയിൽനിന്നുകൊണ്ട്, ഒരു രക്ഷാധികാരിയുടെ നേരിട്ടുള്ള ആജ്ഞാനുവർത്തിത്വത്തിൽനിന്നു മാറി, അറിയപ്പെടാത്ത ഒരു മധ്യവർഗത്തെ സംബോധന ചെയ്തപ്പോൾ ഒരു പുതിയ മൂല്യസങ്കൽപ്പം തന്റെ കലയുടെ മാനദണ്ഡമായി അവതരിപ്പിക്കുകയായിരുന്നു രവിവർമ്മ ചെയ്തത്. ഒരുകാര്യം ഓർക്കേണ്ടതുണ്ട്: ഇന്ത്യൻ പൗരാണിക കഥാപാത്രങ്ങളെയും സന്ദർഭങ്ങളെയും വിദേശീയ ശൈലിയിൽ ആവിഷ്ക്കരിച്ചു എന്നതുകൊണ്ടുമാത്രം രവിവർമ്മ അത്ര അപഹാസ്യനൊന്നും ആവുന്നില്ല–കുറഞ്ഞപക്ഷം, ഇന്ത്യൻ സംസ്കാരത്തിന്റെ വരച്ച് അടയാളപ്പെടുത്താവുന്ന ചേരുവകളായ ത്രികോണം, ത്രിശൂലം, തൃക്കണ്ണ്, ലിംഗം, യോനി, സർപ്പം തുടങ്ങിയവയെ അമേരിക്കൻ ഹാർഡ് എഡ്ജ് മിനിമൽ എന്നീ ശൈലികളുടെ കണ്ടാലറിയാവുന്ന ലക്ഷണങ്ങളുമായി വിളക്കിച്ചേർത്ത് ഒരു കൂടോത്ര

പ്പേരുമിട്ട് ആധുനികവും അതേസമയം ഇന്ത്യനുമാവുന്നവരുമായി തട്ടിച്ചുനോക്കുമ്പോൾ തനിക്കുമുന്നിൽ ബോധപൂർവം അദ്ദേഹം പ്രതിഷ്ഠിച്ച കലാപരമായ ആദർശങ്ങൾക്കൊത്തുയരാൻ രവിവർമ്മയുടെ ദർശനത്തിനും ശൈലിക്കും എത്രത്തോളം കഴിഞ്ഞുവെന്നതുമാത്രമാണ് പ്രസക്തം. രവിവർമ്മ ചെന്നുപെട്ട കലാപരമായ പ്രതിസന്ധി ഉയർത്തിയ ചോദ്യങ്ങളോടും മൂല്യവിപര്യയങ്ങളോടും സാരവത്തായി പ്രതികരിക്കാൻ പര്യാപ്തമായിരുന്നോ അദ്ദേഹത്തിന്റെ കലാപരമായ ആദർശങ്ങളും സങ്കൽപ്പങ്ങളും എന്നതാണ് ചോദ്യം. അല്ല എന്നുതന്നെ മറുപടി. രവിവർമ്മ നേരത്തെ വിവരിച്ച മധ്യവർഗത്തിന്റെ, അവരുടെ ഇൻഡോ–ആംഗ്ലിയൻ സെൻസിബിലിറ്റിയുടെ ചിത്രകാരനായിരുന്നു.

രവീന്ദ്രനാഥ് ടാഗോറിനെപ്പോലുള്ള ഒരു കലാകാര (കവിയും ചിത്രകാരനും)ന്റെ കാര്യം വേർതിരിച്ചും പ്രത്യേകമായും ചർച്ച ചെയ്യേണ്ടതുണ്ട്. അത് മറ്റൊരിടത്ത് ചെയ്തിരിക്കുന്നു. ഇനി, ഒന്നിച്ച് ഒരു വിഭാഗമായി കൂട്ടാനാവാത്തവണ്ണം കലയുടെ സിദ്ധാന്തത്തിലും പ്രയോഗത്തിലും പരസ്പര ഭിന്നരായിരുന്ന നന്ദലാൽ ബോസ്, ജാമിനി റോയ്, റാം കിങ്കർ എന്നിവരുടെ കാര്യമെടുക്കുക. അവർക്കു തമ്മിൽ പൊതുവായി ഒരു സമാനതയുണ്ടായിരുന്നതായി കാണാം. കലയും കരകൗശലവും തമ്മിലുള്ള വ്യത്യാസത്തേയും 'ഉന്നതം', 'ശുദ്ധം', 'ആധുനികം' എന്നിങ്ങനെയുള്ള തരംതിരിവുകളേയും നിരാകരിക്കുന്ന അവരുടെ കലാപരമായ സിദ്ധാന്തവും പ്രയോഗവും ഗ്രാമീണരായ കൈവേലക്കാരുടെ പ്രാചീന പാരമ്പര്യവുമായാണ് ഏറെ ആഭിമുഖ്യം പുലർത്തിയിരുന്നത്. അന്യാദൃശമായ നവീനതയുടേയും വ്യക്തിപരതയുടേയും മാനദണ്ഡങ്ങൾക്കു വിധേയമായ, 'ശുദ്ധ' കലയുടെയോ, 'ആധുനിക' കലയുടെയോ പരിവേഷം കാംക്ഷിക്കുന്ന ബോധപൂർവമായ ശൈലീപരതയുടെ സൃഷ്ടികൾ ആയിരുന്നില്ല അവയൊന്നും. നന്ദലാലിന്റേയോ, ജാമിനി റോയിയുടെയോ ലളിതവും നിരങ്കുശവും എളിമയാർന്നതുമായ ഒരുതരം പണിപ്പുരരചനകൾ (workshop excercised), പണിക്കുറതീർത്തു, കയ്യൊപ്പിട്ട് കർത്തൃത്വം സ്ഥാപിച്ച 'മഹദ്സൃഷ്ടി'കളുടെ അസാമാന്യതയോ, വ്യക്തിഗരിമയോ ഒന്നും അവകാശപ്പെടുന്നവയായിരുന്നില്ല. ജീവിതത്തിന്റെ ഒരുതരം ആനുഷംഗികമായ പ്രകീർത്തനവും ജീവിതാഭിമുഖ്യവുമാണ് ആ രചനകളുടെ ആത്മസത്ത. ഇത് നാൽപ്പതുകളിലും അമ്പതുകളിലും കഴിഞ്ഞുപോയ ഒരു പഴയ കാര്യമല്ല എന്നത് കെ ജി സുബ്രഹ്മണ്യന്റെ ഉൽക്കൃഷ്ടമായ കൃതികളും കലയോടുള്ള അദ്ദേഹത്തിന്റെ സമീപനം ഒന്നാകെയും തെളിയിക്കുന്നു.

മൗലികവും സവിശേഷവുമായി ഇന്ത്യൻ എന്ന ആത്മവത്ത ഉൾക്കൊള്ളുന്ന ഒരു കലയിലൂടെ (ഒരു ശൈലി മാത്രമല്ല) അവരുടെ സാമൂഹികസാഹചര്യത്തെപ്പറ്റിയുള്ള ആധുനികമായ ഒരു ദർശനവുമായി സാത്മ്യപ്പെടാൻ കഴിഞ്ഞു എന്നിടത്തോളം അവരെല്ലാം ആധുനികരുമായിരുന്നു. തങ്ങളുടെ സാമൂഹികസാഹചര്യത്തെപ്പറ്റിയുള്ള ഈ ദർശനം,

പാരമ്പര്യത്തിന്റെ പ്രകൃതസ്ഥിതത്വവും അതിന്റെ സാന്ദർഭികമായ പരിവർത്തനങ്ങളും തമ്മിലുള്ള സംഘർഷത്തെ അവരുടെ കലയിലൂടെ വൈരുധ്യാത്മകമായി മീഡിയേറ്റ് ചെയ്യുന്ന ആന്തര പ്രക്രിയയെ പ്രതീകവൽക്കരിക്കയും ചെയ്യുന്നു. ഇവിടെ പ്രത്യേകിച്ചും ശ്രദ്ധേയം ചിത്രകാരനെന്ന നിലയിൽ അവർ ഓരോരുത്തരും തന്നിലർപ്പിതമായി കണ്ടിരുന്ന ധർമ (role)ത്തിന്റെ പ്രസക്തിയാണ്. ഇതുമായി തട്ടിച്ചുനോക്കുമ്പോൾ പണിക്കരെപ്പോലെയുള്ള ഒരു പിൽക്കാല ചിത്രകാരന്റെ ധർമപരമായ ആശയക്കുഴപ്പം (role confusion) എത്രയോ പ്രകടമാണ്. അദ്ദേഹം ആരെയാണ് സംബോധന ചെയ്യുന്നത്? തന്റെ കലയിലൂടെ താനുൾക്കൊള്ളുന്ന സാമൂഹികസാഹചര്യത്തെപ്പറ്റിയുള്ള ഏത് ആധുനിക ദർശനവുമായാണ് അദ്ദേഹം സാത്മ്യപ്പെടുന്നത്? ഏത് പാരമ്പര്യവുമായി ബന്ധപ്പെടുത്തിയാണ് അദ്ദേഹം തന്റെ അഭിജ്ഞാനത നിർവചിക്കാൻ ശ്രമിക്കുന്നത്? ആരുടെ അഭിജ്ഞാനതയാണിത്?

ഇവയ്ക്ക് ഉത്തരം കാണാൻ ശ്രമിക്കുന്നതിനുമുമ്പ്, നമ്മുടെ സമകാലീന ചിത്രകാരന്മാരുടെയിടയിൽ പ്രചാരമുള്ള, ഒരു 'വ്യക്തിഗത ദർശന'മായി കൊണ്ടാടപ്പെടുന്ന അവ്യക്തവും നിർവചിക്കപ്പെട്ടിട്ടില്ലാത്തതുമായ കുറെ സന്ദിഗ്ധോക്തി (ill defined equivocations)കളുടെ സ്വഭാവമാണ് പരിശോധിക്കേണ്ടത്. ഒരുതരം ധാർമികമായ സാർവദേശീയ മാനവികത, ഒരുതരം തത്വചിന്താപരമായ ആദർശവാദം, പ്രത്യക്ഷത്തിൽ അരാഷ്ട്രീയമെന്ന് തോന്നിപ്പിക്കുന്ന നിലപാട്, ആത്മജ്ഞാനത്തിനോ സ്വധർമപ്രാപ്തിക്കോ വേണ്ടിയുള്ള ഉപാധിയാണ് കലയെന്ന കാഴ്ചപ്പാട് തുടങ്ങി മറ്റു പലതും. ഇവിടെ ശ്രദ്ധിക്കേണ്ടത്, ഇവയെല്ലാം ചിത്രകാരന്റെ എന്നല്ല, ഒരു വർഗത്തിന്റെതന്നെ ചരിത്രപരമായി സൃഷ്ടിക്കപ്പെട്ട ഒരു മുൻകാല പ്രത്യയശാസ്ത്രത്തിന്റെ ഭാഗമായിരുന്നു എന്നതാണ്. തീർച്ചയായും അപബോധമെന്ന നിലയ്ക്കുള്ള പ്രത്യയശാസ്ത്രം തന്നെ. പക്ഷേ, ഇവിടെ പരാമർശിച്ച പ്രത്യേക കാലഘട്ടത്തിൽ ആ വർഗത്തിലെ പല ചിത്രകാരന്മാർക്കും സാർഥകമായ ഒരു സന്ദർഭം ചാർത്തിക്കൊടുത്തതും ഈ പ്രത്യയശാസ്ത്രമാണ്. എന്നാൽ, ഇന്ന് ഈ സന്ദർഭംതന്നെ സമകാലീന ചിത്രകാരന്റെ–ഇന്ന് അവൻ ചിത്രകാരൻ എന്ന 'വർഗ'മാണ്– വ്യവസ്ഥാപനവൽക്കരിച്ച ധർമ (institutionalised role)ത്തെ കുറിക്കുന്ന അംഗീകൃതവും സഹജവുമായ ഒരു നിലപാടായി മാറിക്കഴിഞ്ഞു. ഇവിടെ പ്രസക്തമായ കാര്യം, ഈ വ്യക്തിഗത ദർശനത്തിന്റെ ഘടകങ്ങളായിരുന്ന സങ്കൽപ്പങ്ങളെല്ലാംതന്നെ, മറ്റു പലതും പോലെ ഇന്ന് വെറും ജടിലോക്തികൾ മാത്രമായി മാറിയെന്നതാണ്. ഇവിടെ സൂചിപ്പിച്ച വ്യക്തിഗതദർശനത്തിന്റെ പല അംശങ്ങളും ചരിത്രപരമായി ഉരുത്തിരിഞ്ഞുവന്ന ഒരു പ്രത്യയശാസ്ത്രത്തിന്റെ ഭാഗങ്ങളാകുന്നതെങ്ങനെയെന്നും അവ പിന്നീട് വെറും ജടിലോക്തികളായി ജീർണിക്കുന്നതെങ്ങനെയെന്നുമാണ് ഇനി നോക്കേണ്ടത്. സാധാരണ പറയപ്പെടുന്ന കലാകാരന്റെ 'വൈയക്തിക ജീവിതദർശനം' തുടങ്ങിയവ

അയാളുടെ പ്രത്യയശാസ്ത്രത്തിൽനിന്നും യഥാർഥത്തിൽ വ്യതിരിക്തമായിരിക്കുന്നു. വ്യക്തിഗതമായ 'ജീവിതദർശനം', 'ജീവിതതത്വചിന്ത' തുടങ്ങിയവ പലപ്പോഴും സാമൂഹികബന്ധങ്ങൾക്കുവേണ്ടിയോ, അഭിജ്ഞാനതാപരമായ ഉദ്ദേശ്യങ്ങൾക്കുവേണ്ടിയോ ഉള്ള കപടമൂല്യങ്ങളും സാങ്കൽപ്പിക പൂരണങ്ങളുംകൊണ്ട് മീഡിയേറ്റ് ചെയ്യപ്പെടുന്ന, യാഥാർഥ്യത്തോടുള്ള ഒരുപിടി സ്വകാര്യമായ ഉന്മുഖത്വങ്ങളായിരിക്കും. ഇത് എപ്പോഴും ഒരുവന്റെ വർഗബോധത്തിനും പ്രത്യയശാസ്ത്രത്തിനും അന്യമായാണ് കാണപ്പെടുന്നത്. നിഷ്പക്ഷതയെന്നാൽ പക്ഷപാതംതന്നെയാണെന്ന് ബ്രെഹ്ത് പറഞ്ഞപ്പോൾ, വ്യക്തിപരമായ ജീവിതദർശനത്തിന്റെ ഭാഗമായ നിഷ്പക്ഷത, പ്രത്യയശാസ്ത്രപരമായ പക്ഷപാതം തന്നെയാണെന്നാവണം ഉദ്ദേശിച്ചിട്ടുള്ളത്.

> പ്രത്യയശാസ്ത്രം അവബോധത്തിലെ ഒരു ഘടകമാണ്-സാമൂഹ്യമായ പ്രതിദ്വന്ദങ്ങളെ (social antagonisms) മൂടിവയ്ക്കുകയും അവയെപ്പറ്റിയുള്ള അറിവിന്റെ സ്ഥാനത്ത് മിഥ്യയായൊരു സമരഞ്ജനയെ പകരം വയ്ക്കുകയും ചെയ്യുകയെന്ന ധർമമാണ് അതിന്റേത്.[1]

പ്രത്യയശാസ്ത്രത്തിന്റെ സാമൂഹികമായ ധർമത്തെ വേറൊരു ചിന്തകൻ വിശദീകരിക്കുന്നതിങ്ങനെയാണ്:

> സമൂഹ സമഗ്രത അതിൽ സ്ഥാനങ്ങൾ വഹിക്കുന്നവർക്ക് വ്യക്ത്യാനുഭവത്തിന്റെ തലത്തിൽ അതാര്യമായി നിലകൊള്ളുന്നു. വ്യവസ്ഥിതിയെ നിലനിർത്തുന്ന പ്രായോഗിക ക്രിയകളിൽ വ്യക്തികളെ നിലയുറപ്പിക്കാൻ സഹായിക്കുന്നതിലൂടെ, അല്ലാതെ അതെപ്പറ്റിയുള്ള യഥാർഥ അറിവു നൽകാൻ സഹായിക്കുന്നതിനുപകരം, പ്രത്യയശാസ്ത്രമാണ് ഈ അതാര്യത പ്രതിഫലിപ്പിക്കുന്നത്.[2]

ഇങ്ങനെ അപബോധ (false consciousness) മാക്കപ്പെട്ട പ്രത്യയശാസ്ത്രമാണ് പലപ്പോഴും 'ജീവിതദർശന'മായും മറ്റും കൃതികളിലൂടെ ആവിഷ്കാരം തേടുന്നത്.[3] ചരിത്രപരമായി രൂപപ്പെട്ടുവരുന്ന ഒരു വർഗത്തിന്റെ നിർദിഷ്ട ഘട്ടങ്ങളിലെ പ്രത്യയശാസ്ത്രം അതിലെ അംഗങ്ങ

---

1. ലൊവെന്താൾ: *Origin and Significance of the Frankfurt School : A Marxist Perspective* – ഫിൽ സ്ലേറ്റർ (ലണ്ടൻ, 1978) ഉദ്ധരിച്ചിട്ടുള്ളതിൽനിന്നും.
2. *Ideology and Culture Criticism* -പോൾ കാസ്റ്റലോ, *Theoretical Review* (അൻ അബോർ, ജനുവരി/ജൂൺ 1979).
3. പ്രത്യയശാസ്ത്രപരമായ അപബോധവും ഫ്രോയിഡിയൻ വിവക്ഷയിലുള്ള യുക്തിവൽക്കരണ (rationalisation)വും തമ്മിലുള്ള സാധർമ്യം പല ചിന്തകന്മാരും ശ്രദ്ധിച്ചിട്ടുണ്ട്. *Concept of Man in Freud and Marx* എറിക്ഫ്രം, *Crisis of Psycho analysis* (പെൻഗ്വിൻ, 1970) കാണുക.

ളെല്ലാവരുംതന്നെ അബോധപൂർവമായി ആന്തരവൽക്കരിക്കുന്നുണ്ടാവും. പഴുതുകളടച്ച, യുക്തിഭദ്രമെന്ന് തോന്നിപ്പിക്കുന്ന, സിദ്ധാന്തവൽക്കരിച്ച ഈ അപബോധം പ്രകൃതിനിയമത്തിന്റെ സ്വാഭാവികതയോടെയായിരിക്കും വ്യക്തികളുടെ ചിന്തയ്ക്കും പ്രവൃത്തിക്കുംവേണ്ട നിശ്ചിതോന്മുഖത്വം നൽകുന്നത്. ചിന്താപരവും കലാപരവുമായ ഉപരിഘടനയുടെ എല്ലാ വ്യാപാരങ്ങളിലും അപബോധത്തിന്റെ ഈ സാധൂകരണധർമം നിഴലിക്കുകയും ചെയ്യുന്നു. വർഗതാൽപ്പര്യങ്ങളുടെ സംരക്ഷണത്തിന് പ്രകൃതിനിയമത്തിന്റെയോ ചിരന്തനസത്യത്തിന്റെയോ രൂപത്തിൽകിട്ടുന്ന ഈ സാധൂകരണം, യാഥാർഥ്യത്തെ അവരുടെ അവബോധത്തിൽനിന്നും അകറ്റിനിർത്തി, മിഥ്യയായ ഒരു സുരക്ഷിതത്വവും ഭദ്രതയും ജനങ്ങൾക്ക് നൽകുകയും ചെയ്യുന്നു. തന്റെ വർഗത്തിന്റെ സമഷ്ടിയായ പ്രത്യയശാസ്ത്രം ഒരു കലാകാരൻ ആന്തരവൽക്കരിച്ചാലും അതിന്റെ ഗഹനമായ സന്ദിഗ്ധതകളെയും അബോധമായ വൈരുധ്യങ്ങളെയും തന്റെ ദർശനത്തിലൂടെ തിരിച്ചറിയുകയും തന്റെ കലയുടെ ആന്തരികയുക്തികൊണ്ട് മീഡിയേറ്റ് ചെയ്യുന്നതുവഴി, അതു പ്രതിനിധാനം ചെയ്യുന്ന അപബോധത്തെ അയാൾ അതിവർത്തി (transcend)[1]ക്കുകയും ചെയ്യുന്നു. “കലാപരമായ സത്യം തെളിയിക്കാനാവില്ല. സത്യത്തിൽനിന്നുള്ള അതിന്റെ വ്യതിചലനങ്ങളുടെ ദോഷഫലങ്ങൾ ഉദാഹരിച്ച് തെളിയിക്കാനും പ്രത്യയശാസ്ത്രപരമാവുന്നതുകൊണ്ടും പ്രയോഗത്തിൽ വേർപെടുത്താനാവാത്തവണ്ണം ആഴ്ന്നിരിക്കുന്നതുകൊണ്ടുമാണ്, അല്ലാതെ പ്രത്യയശാസ്ത്രപരമല്ലാതാവുന്നതുകൊണ്ടല്ല കല സത്യമാവുന്നത്. ഒരു പ്രത്യേക രാഷ്ട്രീയ കാഴ്ചപ്പാടിനെ പിന്തുടരുന്നതുകൊണ്ടും മറ്റൊന്നിനെ പിന്തുടരാത്തതുകൊണ്ടുമല്ല കല അസത്യമാവുന്നത്. അത് ഉപജീവിക്കുന്ന പ്രത്യയശാസ്ത്രത്തെ അർധമനസോടെയോ, അനിശ്ചിതത്വത്തോടെയോ പ്രതിനിധാനം ചെയ്യുമ്പോഴാണ്. അതുമല്ലെങ്കിൽ, യഥാർഥത്തിൽ അതിന്റെ കാഴ്ചപ്പാട് ഭാഗികവും പരസ്പരവിരുദ്ധവുമായിരിക്കെ, സംസക്തവും സന്തുലിതവുമായ ഒന്നായി അത് സ്വയം ഭാവിക്കുമ്പോഴാണ്.

ഒരുകാലത്ത് ചരിത്രപരമായ സാംഗത്യമുണ്ടായിരുന്ന ഈ പ്രത്യയശാസ്ത്രത്തിന്റെ ഘടകമായ ലോകവീക്ഷണം ഇന്ന് സൗകര്യത്തിനു

പക്ഷേ, വർഗബോധം മനഃശാസ്ത്രപരമായ അർഥത്തിൽ ഒരു ‘മാനസികാവസ്ഥ’ അല്ലാത്തതുപോലെതന്നെ, അപബോധത്തെയും ഒരു മനോവൃത്തിയായി മാത്രം കാണുന്നത് അതിനെ പരിമിതപ്പെടുത്തുകയാവും.

ഇക്കാര്യങ്ങൾക്ക് കലാവിഷയകമായുള്ള പ്രസക്തി വിശദമായി ആർണോൾഡ് ഫോസർ ചർച്ച ചെയ്യുന്നുണ്ട്. *Propaganda ideology and art* - ആർണോൾഡ് ഹോസർ, *Aspects of History and Class Consciousness* എഡി: ഇസ്ത്വാൻ മെസാറോസ് (ലണ്ടൻ, റൂട്ട്ലഡ്ജ് ആൻഡ് കീഗൻപോൾ, 1971).

1. *സാംസ്കാരിക വിമർശത്തിന്റെ വ്യാപ്തിയും പ്രസക്തിയും.....* എന്ന ഈ ഗ്രന്ഥത്തിൽ സമാഹൃതമായ ലേഖനത്തിൽ ഈ പ്രശ്നങ്ങൾ വിശദമായി ചർച്ച ചെയ്യപ്പെടുന്നുണ്ട് – എഡിറ്റർ.

വേണ്ടി എടുത്തണിയാവുന്ന ജടിലോക്തി (Jargon)യായി മാറിയിരിക്കുന്നു എന്ന് നേരത്തെ സൂചിപ്പിച്ചു. ഈ ജടിലോക്തിയുടെ നിയതസ്വഭാവം തേടിനോക്കേണ്ടത് അതിനെ പ്രാവർത്തികമാക്കിയ കലയുടെ വ്യവസ്ഥാപനവൽക്കരണത്തിനും സംസ്കാരവ്യവസായ (culture-industry) ത്തിനും തുടക്കംകുറിച്ച ചരിത്ര പശ്ചാത്തലത്തിലാണ്–അറുപതുകളിലെ കേരളം. കേരളത്തിന്റെ സാമ്പത്തിക സാമൂഹ്യരംഗങ്ങളിൽ അറുപതുകളിലുണ്ടായ അടിസ്ഥാനപരമായ ചില ചലനങ്ങൾക്ക് സമകാലീനവും സമാന്തരവുമായാണ് ഇവിടെ ആധുനികതയുടെ ആവിർഭാവം എന്നത് യാദൃച്ഛികമല്ല. ഭൂപരിഷ്കരണ നിയമത്തോടുകൂടി, പരമ്പരാഗതമായി അടിയാളരായി കഴിഞ്ഞിരുന്ന വലിയൊരു ജനവിഭാഗം പുതിയൊരു സാമൂഹികമായ അഭിജ്ഞാനതയിലേക്ക് കാലൂന്നിയത് അപ്പോഴാണ്. അതുവരെ, പാശ്ചാത്യ വിദ്യാഭ്യാസം ലഭിച്ച ഇവിടത്തെ വരേണ്യവർഗത്തിന്റെ പരിഷ്കരണവാദംകൊണ്ടും പുരോഗമനപരതകൊണ്ടും നിർമാർജനം ചെയ്തുവെന്ന് കണക്കാക്കപ്പെട്ടിരുന്ന സാമൂഹിക അസമത്വങ്ങളുടെ സാമ്പത്തികമായ അടിത്തറതന്നെ മാറിയതോടുകൂടി, ഈ വരേണ്യവർഗത്തിന് ഒരു വലിയ ജനവിഭാഗത്തിന്റെ പുതിയ അഭിജ്ഞാനതയുമായുള്ള ബന്ധവും അവരുടെതന്നെ സാമൂഹികമായ സ്ഥാനവും പുനർനിർവചിക്കേണ്ടിവന്നു. മരുമക്കത്തായത്തിന്റെയും കൂട്ടുകുടുംബവ്യവസ്ഥിതിയുടെയും പതനം, അവരുടെ അധീശത്വത്തിന്റെ സാമ്പത്തിക പ്രസക്തി നേരത്തെതന്നെ ഇല്ലാതാക്കിയിരുന്നു. ഈ വർഗത്തിൽനിന്നും വന്നിരുന്ന അഭ്യസ്തവിദ്യർ സ്കൂളുകൾ, കോളേജുകൾ, അക്കാദമികൾ, ആകാശവാണി, പത്രമാസികകൾ, സിനിമാ വ്യവസായം തുടങ്ങിയ എസ്റ്റാബ്ലിഷ്മെന്റുകളിൽ ജോലി നേടുന്നതും തൊഴിൽപരമായ ഒരു ബുദ്ധിജീവിവർഗം (intelligensia) ആയി മാറുന്നതും ഇക്കാലത്താണ്. സാമ്പത്തിക പ്രസക്തിയും സാമൂഹികമായ ആധികാരികതയും അന്യംനിന്നുപോയ ഇവരുടെ ലോകവീക്ഷണത്തിൽ സാമൂഹികപരാങ്മുഖതയ്ക്കും പാരമ്പര്യഘോഷണത്തിനുമുള്ള സ്ഥാനം ഈ സന്ദർഭത്തിന്റെ പശ്ചാത്തലത്തിലാണു കാണേണ്ടത്. ഈ ലേഖനത്തിന്റെ ആദ്യഭാഗങ്ങളിൽ സൂചിപ്പിച്ചതുപോലെ, നഷ്ടപ്രായമായ സാമ്പത്തിക പ്രസക്തി ഒരു ഗതകാല മഹിമയുടെ പിന്തുടർച്ചയിൽ തേടി സാങ്കൽപ്പിക സാഫല്യമടയാനുള്ള വ്യഗ്രതയല്ലാതെ മറ്റൊന്നുമല്ല ഈ പാരമ്പര്യ സങ്കീർത്തനത്തിന്റെ അബോധപ്രേരണ.

ഇങ്ങനെ ഇവിടെ അനുഭവപ്പെട്ട ആധുനികതയോടൊപ്പം തന്നെയാണ് പത്രമാസികകളുടെ അഭൂതപൂർവമായ പെരുപ്പം മൂലവും അക്കദമികൾ തുടങ്ങിയ കലാസംഘടനകളുടെ പ്രവർത്തനത്തിലൂടെയും പ്രക്ഷേപണ സാഹിത്യത്തിലൂടെയും സംസ്കാരവ്യവസായം (culture industry) ഇവിടെ വേരുറയ്ക്കുന്നതും. ആധുനികതയുടെ അനുബന്ധമായി ഉണ്ടായിവന്ന ഒരുതരം സ്ഥിരീകരണ സംസ്കാര (affirmative culture)വും കലയുടെ വ്യവസ്ഥാപനവൽക്കരണ (institutionalisation of art)വും അക്കാലത്തെ സാമൂഹികജീവിതത്തിൽ ഏറിയും കുറഞ്ഞും പ്രായോഗികചലനങ്ങളുണ്ടാക്കിയിട്ടുള്ള എല്ലാ വസ്തുനിഷ്ഠമായ വൈരുധ്യങ്ങളേയും ആ സംസ്കാരത്തിലേക്ക് വലിച്ചെടുത്ത്, അതുകൊണ്ടുതന്നെ സാധൂകരണവും നൽകി, അതിന്റെ ഉള്ളടക്കവുമായി സമന്വയിപ്പിക്കുകയാണുണ്ടായത്. ഹെർബർട്ട് മാർക്യൂസ് സ്ഥിരീകരണ സംസ്കാരം (affirmative culture) എന്നു വിളിക്കുന്നത് ഇത്തരം പ്രക്രിയയെയാണ്:

> സ്ഥിരീകരണ സംസ്കാരം എന്നതുകൊണ്ടുദ്ദേശിക്കുന്നത് ബൂർഷ്വാ കാലഘട്ടം അതിന്റെ വികാസത്തിന്റെ ഗതിയിൽ മാനസികവും ആത്മീയവുമായ ലോകത്തെ മൂല്യങ്ങളുടെ ഒരു സ്വതന്ത്ര മണ്ഡലമായി പരിഷ്കൃതിയിൽനിന്ന് വിവേചിച്ചു നിർത്തുകയും അത് പരിഷ്കൃതിയേക്കാൾ ഉപരിയാണെന്ന് കണക്കാക്കുകയും ചെയ്യാൻ പ്രേരിപ്പിക്കുന്ന ആ സംസ്കാരത്തെയാണ്. അതിന്റെ നിർണായകമായ സവിശേഷത സാർവലൗകികമായി കടപ്പെട്ട, ശാശ്വതമായി ശ്രേയസ്കരവും കൂടുതൽ മൂല്യവത്തുമായ ഒരു ലോകത്തിന്റെ നിരുപാധികമായ സ്ഥിരീകരണമാണ്– ദൈനംദിന ജീവിതപ്രാരാബ്ധങ്ങളുടെ കാര്യമാത്രപ്രസക്തമായ ലോകത്തിൽനിന്നും വ്യത്യസ്തമായ, എന്നാൽ സാമൂഹികയാഥാർഥ്യങ്ങളുടെ പരിവർത്തനമൊന്നും കൂടാതെ ഓരോ വ്യക്തിക്കും 'ആന്തിരകമായി' സ്വയം സാക്ഷാൽക്കരിക്കാവുന്നതുമായ ഒരു ലോകം.[1]

അതായത്, കലയുടെ ലോകം. ഭൗതികജീവിതത്തിന്റെ ദൈനംദിന പ്രായോഗികതകളുമായി ബന്ധപ്പെട്ട അധ്വാനത്തിന്റെ 'മൃഗീയമായ കാര്യശേഷി'യിൽനിന്ന് അകന്നുനിൽക്കുന്ന, മാനസികവും ബുദ്ധിപരവുമായ വ്യഗ്രതകളുടെ ധ്യാനാത്മക ആദർശ (contemplative ideal)ത്തിലൂടെ സാക്ഷാൽക്കരിക്കേണ്ട കലയുടെ ലോകം. ഇത് മറ്റൊരർഥത്തിൽ, മാക്സ് വെബർ അടക്കമുള്ള പല സാമൂഹികശാസ്ത്രകാരന്മാരും ചർച്ച ചെയ്യുന്ന കലയുടെ വ്യവസ്ഥാപനവൽക്കരണം തന്നെയാണ്. വെബർ പറയുന്നതുപോലെ, മുൻകാല സമൂഹങ്ങളിലെ മതവിശ്വാസത്തിന്റെ സ്ഥാനമേറ്റെടുക്കുന്ന കേവല പൂർണതാബോധ (sense of absoluteness)ത്തിന്റേതായ മൂല്യങ്ങളോടുകൂടി കല ഐഹികമായ സായൂജ്യം (this-wordly salvation) നൽകുക എന്ന ധർമം ഏറ്റെടുക്കുന്നു. അത് ധാർമികോദ്ദേശ്യങ്ങളുടേതായ ന്യായനിർണയങ്ങളെ അഭിരുചിയെയും വാസനയെയും സംബന്ധിക്കുന്ന തീരുമാനങ്ങളാക്കി മാറ്റുന്നു. ഇങ്ങനെ സാമൂഹികമായ എല്ലാ വിവക്ഷകളിൽനിന്നും അകന്നും പ്രയുക്തധർമത്തിന്റെ എല്ലാ വശങ്ങളിൽനിന്നും വ്യതിരിക്തവുമായി, സ്വതന്ത്രവും

---

1. ഹെർബർട്ട് മാർക്യൂസ്, *One Dimensioned Man* (ലണ്ടൻ, 1972 എഡിഷൻ).

ആത്യന്തികവുമായ മൂല്യങ്ങളുടേതായ സ്വയംപൂർണ ലോകമായി വെട്ടിത്തിരിക്കുമ്പോഴാണ് കല വ്യവസ്ഥാപനവൽക്കരിക്കപ്പെടുന്നത്.[1] സമ്പത്തും ഭൗതികമായ നേട്ടങ്ങളുമടക്കമുള്ള മധ്യവർഗത്തിന്റെ എല്ലാ മൂല്യങ്ങൾക്കുമെതിരെ, അതേ വർഗംതന്നെ വ്യവസ്ഥാപനവൽക്കരിച്ച കലയുടെ മൂല്യങ്ങളെ ഉദ്ഘോഷിക്കുകയും പ്രകീർത്തിക്കുകയും ചെയ്യുന്നു. ബൂർഷ്വാ സമൂഹത്തിന് കലാകാരൻ പ്രതിനിധാനം ചെയ്തിരുന്നത് 'ജീനിയസി'നെയാണ് –വ്യക്തിയുടെ സ്വതന്ത്രപരിശ്രമ (individual enterprise)ത്തിന്റെ സാമ്പത്തികേതരമായ ഒരു ഭാഷ്യം – എന്ന് പത്തൊമ്പതാം നൂറ്റാണ്ടിന്റെ അവസാന ദശകങ്ങളിലെ യൂറോപ്യൻ ബൂർഷ്വാസിയെപ്പറ്റി ഹോബ്സ്ബോം ചൂണ്ടിക്കാട്ടുന്നു.[2] ഈ മധ്യവർഗത്തിന് കല ജീനിയസ് പ്രതിനിധാനം ചെയ്യുന്ന പരമമായ ആദർശത്തിലേക്കാണ് വിരൽ ചൂണ്ടുന്നത്. ഈ ആദർശത്തിന്റേയും വ്യവസ്ഥാപനവൽക്കരിച്ച കലയുടെ മൂല്യങ്ങളുടെയും പരിപോഷണമാണ് അവരെ സംബന്ധിച്ചിടത്തോളം, തങ്ങളുടെ ഭൗതികമായ നേട്ടങ്ങൾക്കും പൊതുവായി പറഞ്ഞാൽ ജീവിതത്തിന്റെ ആത്മീയ മൂല്യങ്ങൾക്കും പൂരകവശമാകുന്നതും അതിനു മകുടം ചാർത്തുന്നതും. ഇങ്ങനെ, സാർവജനീനമായി ബാധ്യതപ്പെട്ടതും ശാശ്വതമായി ശ്രേയസ്കരവുമായ കലയുടെ ഈ ലോകം– ദൈനംദിന ജീവിതസമരങ്ങളുടേതായ വാസ്തവികതയുടെ ലോകത്തിൽനിന്നും വളരെ അകന്നതും ആ ലോകത്തിനോട് സമ്പർക്കപ്പെടാതെതന്നെ സ്വയം 'ആന്തരികമായി' സാക്ഷാൽക്കരിക്കാവുന്നതുമായ മഹിതോദാരവും പ്രോജ്ജ്വലവുമായ കലയുടെ ലോകം–ആണ് കഴിഞ്ഞ രണ്ടുമൂന്ന് ദശകങ്ങളായി കേരളത്തിന്റെ സാമൂഹികരംഗത്ത് അവരോധിക്കപ്പെട്ടിരിക്കുന്നത്.

ഒരു സ്വതന്ത്ര ഉപഭോക്തൃ സമൂഹത്തിൽ 'സംസ്കാരം' തന്നെയും പലതുംപോലെ മറ്റൊരു ഉപഭോഗവസ്തുവായി മാറുന്നു. കലാസൃഷ്ടികളെയും ശൈലികളെയും ആണ് ലക്ഷ്യമാക്കുന്നതെങ്കിൽക്കൂടി, യഥാർഥത്തിൽ വെറും ചിഹ്നങ്ങളെ (കലാസൃഷ്ടികളുടെ ചിഹ്നങ്ങൾ, 'സംസ്കാര'ത്തിന്റെ ചിഹ്നങ്ങൾ) മാത്രം വിഴുങ്ങിക്കൊണ്ട് വ്യാപകമായ സംസ്കാരികോപഭോഗം നിലവിൽ വരുന്നു. സംസ്കാരികമായ വിഗ്രഹപൂജ (cultural fetishism)യും വ്യാപകമായ സംസ്കാരികോപഭോഗവും ഒരുതരം ഉത്സവത്തിമിർപ്പിന്റെ ഭാവം കൈക്കൊള്ളുന്നതോടെ, കപടവും ആത്മവഞ്ചനാപരവുമായ ഒരു ഐക്യം അതിലൂടെ സമൂഹം സ്ഥാപിക്കുന്നു. ഈ സ്ഥിരീകരണ സംസ്കാരത്തിന്റെ 'ഉള്ളടക്കം' അതിന്റെ ഉപകരണമായ വ്യവസ്ഥാപനവൽക്കൃതമായ കലയിലൂടെ പരക്കെ വിതരണം ചെയ്യപ്പെടുമ്പോൾ, അതിന്റെ ചിഹ്നങ്ങളുടെ ഉപഭോഗത്തിലൂടെ

1. കല വ്യവസ്ഥാപനവൽക്കരിക്കപ്പെടുന്ന പ്രക്രിയയെക്കുറിച്ചുള്ള വിശദമായ ചർച്ചയ്ക്ക് *Art as Institution* കാണുക. – മിൽട്ടൺ സി ആൽബ്രെഹ്ത്, *American Sociological Review* (June 1968).
2. ഇ ജെ ഹോബ്സ്ബോം, *The Age of Capital : 1848–1875* (മെന്റർ, 1979).

ആ സംസ്കാരത്തിന്റെ 'ഉള്ളടക്ക'ത്തിലേക്ക് പ്രവേശനം ലഭിക്കുന്നുവെന്നും വസ്തുനിഷ്ഠമായ വൈരുധ്യങ്ങളെ നിരാകരിച്ച് അവയിൽനിന്ന് മോചനം നേടുകയാണിതിനാവശ്യമെന്നും ഉള്ള മിഥ്യാധാരണ ജനങ്ങളിൽ സൃഷ്ടിക്കപ്പെടുന്നു. സമ്പന്നസമൂഹങ്ങളിൽ ഭക്ഷണ പാർപ്പിടാദികളുടെ സുലഭത, അല്ലെങ്കിൽ ഈ ഉൽപ്പന്നങ്ങൾ സുലഭമാണെന്നും അവ ന്യായമായി വിതരണം ചെയ്യപ്പെടുന്നുവെന്നുമുള്ള മിഥ്യ സാമൂഹികമായ നിയന്ത്രണത്തിന്റെ കേന്ദ്രത്തിന് ഇളക്കമുണ്ടാക്കുന്നു. അതായത്, ആധുനികമായ സാങ്കേതികോൽപ്പന്നങ്ങളുടെ ഭൗതിക സൗകര്യങ്ങൾ അനുഭവിക്കുന്നവരുടെ സംഖ്യ കൂടിവരുന്തോറും തങ്ങളുടെ ഉപഭോഗത്തിന് വിഷയമാകുന്ന വസ്തുക്കളുടെ ഗുണവും സ്വഭാവവും തങ്ങൾ കൂട്ടായാണ് നിയന്ത്രിക്കുന്നതെന്ന് വിശ്വസിക്കുന്നവരുടെ സംഖ്യയും കൂടിവരുന്നു. ഈ ഉപഭോഗ പ്രക്രിയയും ഉടമസ്ഥത എന്ന അർധസത്യവും കലാകാരന്റെയും ഉപഭോക്താവിന്റെയും പാരതന്ത്ര്യത്തെ സ്ഥിരീകരിക്കാനുതകുന്ന സാമാന്യമായ മിഥ്യാധാരണകൾക്ക് രൂപംകൊടുക്കുകയും ചെയ്യുന്നു.[1] സമ്പന്ന സമൂഹങ്ങളിലെ അടിസ്ഥാനഘടനയിൽ നടക്കുന്ന ഈ പ്രക്രിയയ്ക്ക് സമാനമാണ് കേരളത്തിന്റേതുപോലുള്ള ഒരു അവികസിത സമൂഹത്തിന്റെ ഉപരിഘടനയിൽ കാണപ്പെടുന്ന വലിയ തോതിലുള്ള സാംസ്കാരികോപഭോഗം. സംസ്കാര വ്യവസായത്തിന്റെ ഉൽപ്പാദന–വിതരണ–ഉപഭോഗ–ശൃംഖലയുടെ ഇങ്ങേത്തലക്കൽ, കിട്ടുന്നതെന്തും ഏകപക്ഷീയമായി കൈനീട്ടി വാങ്ങേണ്ടിവരുന്ന ജനസാമാന്യം, അതിന്റെ 'ഉള്ളടക്കം' തങ്ങൾക്ക് അവകാശപ്പെട്ടതാണെന്നും തങ്ങൾക്ക് നിയന്ത്രണമുള്ളതാണെന്നും ധരിച്ച് ആ 'ഉള്ളടക്ക'ത്തിന്റെ ചിഹ്നപരമായ ഉപഭോഗത്തിലൂടെ അത് പ്രതിനിധാനം ചെയ്യുന്ന 'ഉന്നത' സംസ്കാരവുമായി താദാത്മ്യം പ്രാപിക്കുന്നു. ഒരു പരിധിവരെ, മിഥ്യയായിട്ടെങ്കിലും നിർവർഗീകരണ (declassing)വും നേടുന്നു. സ്ഥിരീകരണ സംസ്കാരത്തിന്റെ 'ഉള്ളടക്ക'ത്തിന്റെ പ്രചാരകനും വ്യാഖ്യാതവും സംസ്കാരവ്യവസായത്തിന്റെ ഇടനിലക്കാരനും ആയ നിരൂപകൻ പ്രബുദ്ധത (enlightenment) എന്ന തീർഥത്തെ ചെറിയ അളവിൽ ജനങ്ങൾക്ക് വിതരണം ചെയ്ത് വലിയ തോതിലുള്ള സംസ്കാരോപഭോഗത്തിലൂടെ ആ സംസ്കാരത്തിന്റെ മഹിതോദാരമായ ഉള്ളടക്കത്തിൽ പങ്കുപറ്റാനുള്ള സൗകര്യം ജനങ്ങൾക്ക് ഉറപ്പുവരുത്തുന്നു. ഇതിന്റെ പ്രധാന ആയുധമാണ് ജടിലോക്തി (Jargon).

ബർജറിന്റെയും ലക്മണിന്റെയും വാക്കുകളിൽ പറഞ്ഞാൽ, 'അർഥത്തിന്റെ പല രണ്ടാംനിര പ്രത്യക്ഷവൽക്കരണ' (second order objectivation of meaning)ങ്ങളും സാധൂകരണത്തിന്റെയും വിവിധ തലങ്ങൾകൊണ്ട് സാമൂഹികമായ കെട്ടുറപ്പിനെ നിലനിർത്തുന്ന പ്രക്രിയയാണ് (ഉദാ: പഴഞ്ചൊല്ലുകൾ, ധർമസൂക്തങ്ങൾ, സാമൂഹികമായ മിത്തുകൾ തുട

1. *A Socialist critique of Art History in the USA* - എഡ്മണ്ട് ബർക്ക് ഫെൽഡ്മൻ. *Leonardo,* Vol. XI-I (ഓക്സ്ഫോർഡ്, വിന്റർ 1978).

ങ്ങിയ പ്രാഥമിക രൂപത്തിലുള്ള താത്വിക കൽപ്പനകളും ഒരു വ്യവസ്ഥാപനമേഖലയെ വ്യത്യസ്തമായൊരു വൈജ്ഞാനിക ശാഖകൊണ്ട് സാധൂകരിക്കുന്ന പ്രകടമായ സിദ്ധാന്തങ്ങളും). അവർതന്നെ തുടർന്നു പറയുന്നതുപോലെ വിശേഷവിധിയായ സാധൂകരണതത്വങ്ങളും അവയുടെ നിർവാഹകരായി മുഴുസമയ സാധൂകരണക്കാരും ഉണ്ടാവുന്നതോടെ (ആധുനിക ഘട്ടത്തിൽ) സാധൂകരണം അതിന്റെ പ്രായോഗികതയെ കവിഞ്ഞ് വളരുകയും 'ശുദ്ധസിദ്ധാന്തം' ആയി മാറുകയും ചെയ്യുന്നു. ഇതോടെ സാധൂകരണങ്ങളുടെ മേഖല സാധൂകരിക്കപ്പെട്ട വ്യവസ്ഥാപനങ്ങളെ അപേക്ഷിച്ച് ഒരു അളവുവരെ സ്വയം പൂർണത നേടുകയും പിന്നീട് അതിന്റെ തന്നെ വ്യവസ്ഥാപനവൽക്കരണ പ്രക്രിയകളെ സൃഷ്ടിക്കുകയും ചെയ്യുന്നു.[1] വിനിമയവ്യവസ്ഥ കൂടുതൽ ലളിതവും സുഗമവും പ്രാഥമിക നിലപാടുകൾ പൊതുവായി നിലനിർത്തപ്പെടുകയും ചെയ്തിരുന്ന പ്രാചീന സമൂഹങ്ങളിൽ മാറ്റത്തെ പ്രതിരോധിക്കാനായി പതിരില്ലാത്ത പഴഞ്ചൊല്ലുകളിലൂടെ സാധൂകരണം നേടിയിരുന്ന ലളിതമായ പ്രായോഗിക വിജ്ഞാനങ്ങൾ ഉണ്ടായിരുന്നു. ഇവയുടെ ആധികാരികത നിർവ്യക്തികവും സമഷ്ടിയുമായ ഒരു സമൂഹബോധത്തിന്റേതായിരുന്നു. ഇന്നാവട്ടെ ജടിലോക്തികൾ സ്ഥിരീകരണ സംസ്കാരത്തിന്റെ നിർണായകമായ മൂല്യസങ്കൽപ്പങ്ങളെ വ്യവസ്ഥാപനമേഖലകളാക്കി സാധൂകരിക്കയാണ് ചെയ്യുന്നത്. മാറ്റത്തെ പ്രതിരോധിക്കാൻ വേണ്ടി, വ്യവസ്ഥിതി നിലനിർത്താൻവേണ്ടി ജടിലോക്തികളുടെ ആധികാരികതയിലൂടെ അപബോധം ഉറപ്പിക്കപ്പെടുന്നു. പൂർവനിശ്ചിതമായ ചോദന (formulae stimuli)കളോടും അംഗീകൃതമായ മനോഭാവങ്ങളോടുമുള്ള ചിട്ടപ്പെടുത്തപ്പെട്ട പ്രതികരണങ്ങളെ സന്ധാരണം ചെയ്യുകയും പ്രക്ഷേപിപ്പിക്കയും ചെയ്യുന്ന ജടിലോക്തി, വികാരവിചാരശീലങ്ങളെയും കാഴ്ചപ്പാടുകളെയും മൂല്യവ്യവസ്ഥയേയും മെരുക്കിയെടുക്കുന്നത് അതിന്റെതന്നെ ആധികാരികതയാലാണ്.

ഇങ്ങനെ ചില പ്രത്യേക മൂല്യങ്ങളെ കേന്ദ്രീകരിച്ചുള്ള വികാര വിചാരശീലങ്ങളെയും കാഴ്ചപ്പാടുകളെയും സാധൂകരണത്തിലൂടെ വ്യവസ്ഥാപനമേഖലകളാക്കി സമാഹരിച്ചു നിർത്തുകയും പ്രചരിപ്പിക്കുകയും ചെയ്യുന്ന ബഹുജനമാധ്യമങ്ങളും മറ്റുസാമൂഹികസ്ഥാപനങ്ങളും ജടിലോക്തിയേയാണ് ഇതിന് അവലംബിക്കുന്നത്–സാഹിതീയ ജേർണലിസം, പരസ്യങ്ങൾ, സിനിമകൾ, റേഡിയോ, ടെലിവിഷൻ തുടങ്ങിയവയും ഒട്ടും പിന്നിലല്ലാതെതന്നെ മതസ്ഥാപനങ്ങളും വിദ്യാഭ്യാസസ്ഥാപനങ്ങളും ജടിലോക്തിയുടെ ആധികാരികത അത് സർവവ്യാപിയായ ഒരു അതീതഭാഷ (meta language) ആണെന്നതാണ്–ചോദ്യവും ഉത്തരവും തമ്മിലുള്ള ദ്വന്ദ്വാത്മകതയെ ഒന്നിനെ മറ്റേതിൽ പൂർവസിദ്ധമാക്കി മീഡിയേറ്റ് ചെയ്യുന്ന ഭാഷ. വ്യത്യസ്തമായ ഏതു സന്ദർഭത്തിനും ഇണങ്ങുന്ന

1. പി ബർജൻ, ടി ലക്മൺ *The Social Construction of Reality* (അല്ലൻ ലെയ്ൻ, 1967).

വ്യാപകമായ അവയുടെ ലഭ്യതയെയും ഉപഭോഗക്ഷമതയെയും പറ്റി നിരന്തരമായി അവ തരുന്ന ഉറപ്പുതന്നെയാണ് അവയുടെ ആധികാരികത. ചിന്താരഹിതമായ മനോവൃത്തികളിൽ പുതിയ കൃത്യങ്ങളുടെ നിർവഹണം ഒരു ശീലത്തിന്റെ കാര്യമാക്കി മാറ്റുന്ന ഉറപ്പ്[1] പ്രതികരണത്തിന്റെ പൂർവസിദ്ധമായ ഒരുകൂട്ടം നിശ്ചിതവും അച്ചിലിട്ടുവാർത്തതുമായ നിർദേശബിന്ദുക്കളിലേക്ക് (response reference points) അനുഭവത്തെ ചുരുക്കിയെടുത്തും പ്രാഥമികമായ നിലപാടുകളെ ഏകതാനവും ഏകമുഖവും ആക്കിയുമാണ് ജടിലോക്തി പ്രവർത്തിക്കുന്നത്. അങ്ങനെ ചുരുക്കം തെരഞ്ഞെടുത്ത ചോദനകളെ ഗ്രഹിക്കാനും നിർധാരണം ചെയ്യാനും മാത്രമേ അത് മനസിനെ അനുവദിക്കുന്നുള്ളൂ. നിലനിൽക്കുന്ന മുൻധാരണകളെ അവയ്ക്ക് ഇളക്കംതട്ടാൻ ഇടയുള്ള പുതിയ ചോദ്യങ്ങൾക്കും ചോദനകൾക്കും എതിരെ ഭദ്രമായി സൂക്ഷിക്കുകയും അങ്ങനെ വ്യവസ്ഥിതിയുടെ പരിപാലനത്തിന് പ്രകൃതിനിയമത്തിന്റെ ആധികാരികത ചാർത്തിക്കൊടുക്കുകയും ചെയ്യുന്നു. ഇതാണ് സംസ്കാര വ്യവസായത്തിന്റെ ഇടനിലക്കാരനായ ജടിലോക്തി സങ്കീർത്തകന്റെ (Jargon-monger : നിരൂപകനെന്നോ മറ്റെന്തുതന്നെയോ വിളിച്ചാലും കൊള്ളാം) ചരിത്രപരമായ പങ്ക്.

ജടിലോക്തിയെ ഭാഷാപരമായ ഒരു പ്രക്രിയ മാത്രമായിട്ടല്ല ഇവിടെ കാണാൻ ശ്രമിക്കുന്നത്. അത് ഒരു പ്രത്യേക സാംസ്കാരിക പ്രതിഭാസമായിട്ടുതന്നെയാണ്. പക്ഷേ, ഭാഷയാണ് അതിന്റെ പ്രധാന ഉപാധിയെന്ന് സമ്മതിച്ചേ തീരൂ. ഈ വശം വ്യക്തമാക്കാനായി ലെഫെബ്വേറെയുടെ നിരീക്ഷണങ്ങൾ ഇവിടെ സംഗ്രഹിക്കാവുന്നതാണ്. വാക്കുകളും വാക്കുകളുടെ ഗണങ്ങളും (കൃത്യമായ, മൂല്യവത്തായ ഘടകങ്ങൾ) എന്തിനേയെങ്കിലും കുറിക്കുന്നു, അവ സൂചിപ്പിക്കുന്നു. സൂചന (denotation)യും സൂചിതവും (signified) തമ്മിൽ വളരെ അടുത്ത ബന്ധമാണുള്ളത്; ആദ്യത്തേതിന്റെ വിവക്ഷ രണ്ടാമത്തേതിനേക്കാൾ വ്യാപകമാണെങ്കിലും സൂചനയ്ക്ക് വിനിമയക്ഷമമായ പരിനിഷ്ഠത ചാർത്തിക്കൊടുക്കുന്നത് സന്ദർഭമാണ്; സൂചനാധർമം ഒരു പ്രകരണധർമം അഥവാ പരാമൃഷ്ടധർമം (referential function) ഉൾക്കൊള്ളുന്നു. ഇങ്ങനെ ഒരു പരാമൃഷ്ടത (referential) ഇല്ലാതെ ചിഹ്നങ്ങളെ കൂട്ടിച്ചേർക്കാൻ സാധ്യമാണോ? ഒരു നിർദിഷ്ടസന്ദേശത്തെ തുടർന്നും അതിനുമുമ്പുമായി വരുന്ന വാക്കുകളും ശൈലികളും (ചിഹ്നങ്ങളുടെ ഗണങ്ങൾ) ആയി സന്ദർഭത്തെ ചുരുക്കാൻ കഴിയുമോ? ഇത് ഭാഷാപരമായ ഒരുകാര്യം മാത്രമല്ല കാരണം; പരാമൃഷ്ടതകൾ സാമൂഹിക പ്രതിഭാസങ്ങൾ തന്നെയാണ്.... ഈ പരാമൃഷ്ടതകളുടെ സയുക്തികവും സംസക്തവും സുനിബദ്ധവുമായ അവ

1. *The Work of Art in the Age of Mechanical Reproduction* - വാൾട്ടർ ബഞ്ചമിൻ, *illuminations,* എഡി ഹന്ന ആരന്റ് (ഗ്ലാസ് ഗോ, 1977 എഡീഷൻ) പേജുകൾ 219-254.

സ്ഥയിൽനിന്നാണ് ഒരു സാമൂഹികസാഹര്യത്തിൽ വാക്കുകളും വാക്യങ്ങളും അവയുടെ നിയതത്വം ആർജ്ജിക്കുന്നത്.

.....പരാമൃഷ്ടതകളുടെ അഭാവം ഗൗരവതരമായ പരിണതഫലങ്ങളാണ് ഉളവാക്കുന്നത്. കാരണം സംഭാഷണം* പ്രതിമാനവുമായി ചേർന്ന് ഘടനയുടേതായ മിഥ്യ സൃഷ്ടിക്കുന്നു. പ്രതിമാനം പരാമൃഷ്ടതയാണെന്നു തോന്നിപ്പിക്കുന്നു (അതിന് അങ്ങനെയൊരു ധർമം ഒരിക്കലും ഉണ്ടാവാൻ കഴിയില്ലെങ്കിലും). പ്രതിമാനവും സംഭാഷണവും പരസ്പരം പ്രതിധ്വനിപ്പിക്കുന്നു. പ്രതിമാനം സംഭാഷണത്തിൽ മാത്രം പ്രകാശിപ്പിക്കാൻ കഴിയുന്ന (സൂചിതം) വ്യാപകവും നിർവചിക്കപ്പെട്ടിട്ടില്ലാത്തതും വിചിത്രവുമായ സൂചനകളുടെ (സൂചകങ്ങളുടെ) ഒരു നിരതന്നെ അവതരിപ്പിക്കുന്നു.

......പരാമൃഷ്ടതകളുടെ അഭാവത്തിലുണ്ടാകുന്ന അനിയതത്വത്തിന്റെ വിടവ് പെട്ടെന്നൊന്നും നികത്താനാവുന്നതല്ല. സൂചകങ്ങൾ വൻതോതിലും വിവേചനമില്ലാതെയും ചിഹ്നപരമായ ഉപഭോഗ (sign consumption)ത്തിന് വിധേയമാകുന്നു, സൂചിതവും സൂചകവും (signified and the signifier) തമ്മിലുള്ള ഇണക്കിച്ചേർക്കൽ എങ്ങനെയും എവിടെയും നടത്തപ്പെടുന്നു. അങ്ങനെ ഒരു പ്രത്യേക 'വ്യവസ്ഥ' വേർതിരിഞ്ഞ ഏത് സൂചകത്തിലും സ്വയം കൊളുത്തിയിടുന്നു. സൂചിതവും സൂചകവും തമ്മിലുള്ള വിജയകരമായ കൂട്ടിയിണക്കൽ, അത് തിരഞ്ഞെടുക്കുന്ന എന്തിന്റെ മേലും ആരോപിക്കപ്പെടുന്ന ആധികാരികതയുടെ മാത്രം കാര്യമാണ്.

തുടർന്ന് യുക്തിപരവും തത്വചിന്താപരവും ഭാഷാപരവുമായ ഗവേഷണങ്ങളെ അടിസ്ഥാനമാക്കിയുള്ള അതീതഭാഷ (meta language)യെപ്പറ്റിയുള്ള സിദ്ധാന്തം ലെഫെബ്വേറെ അവതരിപ്പിക്കുന്നു. അതിനെ ഇങ്ങനെ നിർവചിക്കാം: അതിന്റെ തന്നെയോ മറ്റൊരു സന്ദേശത്തിന്റേയോ കോഡിനെ (code=അർഥസൂത്രം) നിയന്ത്രിക്കുന്ന ഒരു സന്ദേശം, ഒരുവൻ തന്റെ കോഡിന്റെ മറ്റൊരു ഭാഗത്തോട് രഹസ്യഭാഷണം

---

* 'സംഭാഷണം' പ്രത്യേക അർഥത്തിലാണ് ഇവിടെ ഉപയോഗിക്കുന്നത്. പരാമൃഷ്ടതകളുടെ തുടരെയുള്ള അപചയത്തിൽ, മാനദണ്ഡമോ, സത്യസന്ധതയോ, സുബദ്ധതയോ വസ്തുനിഷ്ഠതപോലുമോ ഇല്ലാത്ത സംഭാഷണമാണ് സാമൂഹികബന്ധങ്ങളുടെ ഒരേയൊരു അടിസ്ഥാനം എന്നും ലെഫേബ്വേറെ ചൂണ്ടിക്കാട്ടുന്നു. "അതായത്, അത്തരം ബന്ധങ്ങൾക്കുതന്നെ യാതൊരു അടിസ്ഥാനവുമില്ല. വിനിമയരൂപമായ സംഭാഷണം ഒരേസമയം ഉപാധിയും ഉള്ളടക്കവുമാണ്. വാചാടോപത്തിന്റെ പുകമറയിലൂടെ ചിലപ്പോൾ ഉള്ളടക്കം ഒരു തിരനോട്ടം നടത്തിയെന്നുവരാം; അത് മറയുന്നതിനുമുമ്പ് ദൈനംദിന ജീവിതമാണതെന്ന് നാം തിരിച്ചറിയുന്നു. പക്ഷേ, അത് അവിടെയുണ്ടെന്ന് അറിയാനോ, അതിനെ ശ്രദ്ധിക്കാനോ ആരും കൂട്ടാക്കുന്നില്ല. എല്ലാ സംഭാഷണത്തിന്റേയും വിഷയം ദൈനംദിന ജീവിതമാണ്, എന്നാൽ ആരും അത് സൂചിപ്പിക്കുന്നുമില്ല." വാമൊഴിയും വരമൊഴിയും തമ്മിൽ ഇവിടെ വിവക്ഷിക്കപ്പെടുന്ന വ്യത്യാസം നമ്മുടെ സാഹിതീയ ജേർണലിസവും നിരൂപണവും ഫലത്തിൽ ഇല്ലാതെയാക്കുന്നു.

നടത്തുമ്പോൾ–ഒരു വാക്കിനെ നിർവചിക്കാനോ, ഒരു അർഥത്തെ സ്പഷ്ടമാക്കാനോ വേണ്ടി–അയാൾ ഉപയോഗിക്കുന്നത് അതീതഭാഷ യാണ്. അങ്ങനെ, അതീതഭാഷാപരമായ പ്രവർത്തനങ്ങൾ സ്വാഭാവി കവും സാധാരണവുമായ സംഭാഷണത്തിന്റെ രീതിതന്നെയാണ്. സംഭാ ഷണാനുഭവത്തിന്റെ ഭാഗമായ അതീതഭാഷയോ, ഇങ്ങനെയൊരു കോഡിന്റെ പ്രാഥമികമായ പ്രക്ഷേപണമോ ഇല്ലാതെ സംഭാഷണം അസാധ്യമാണെന്നിടത്തോളം അതീതഭാഷ, വാക്കുകളെപ്പറ്റിയുള്ള വാക്കുകൾ, സാധാരണ സംഭാഷണത്തിൽ അടങ്ങിയിരിക്കുന്നു..... ഭാഷ യുടെ പ്രയോഗത്തിന്, അതായത് സംഭാഷണത്തിന്, മുന്നിലും പിന്നിലു മായി വരുന്നതാണ് അതീതഭാഷ; സംഭാഷണത്തെ അതിന്റെ ഒരു അവ സ്ഥയും പ്രതിഫലനവുമായ ഇത് പൊതിഞ്ഞിരിക്കുന്നു.

.......പരാമൃഷ്ടതയും അതീതഭാഷാപരമായ പ്രവർത്തനങ്ങളും പര സ്പരവിരുദ്ധമാണ്, രണ്ടാമത്തേത് ആദ്യത്തേതിനെ തകിടം മറിക്കുകയും അതിന്റെ സ്ഥാനമേറ്റെടുക്കുകയും ചെയ്യുന്നതോടെ പരാമൃഷ്ടത അവ്യ ക്തമാകുന്തോറും അതീതഭാഷ കൂടുതൽ സ്ഫുടവും പ്രധാനവുമായി വളരുന്നു. അതീതഭാഷ വളരുന്നിടത്ത് ഭാഷയും സംഭാഷണവും പരാ മൃഷ്ടതയുടെ ധർമമാണ് ചെയ്യുന്നത്. അതീതഭാഷ പരാമൃഷ്ടതകളെ പുറന്തള്ളുകയും സംഭാഷണത്തിൽ കടന്നുകയറുകയും ചെയ്യുന്നു. മറിച്ച് ഓരോ പരാമൃഷ്ടതയുടേയും തുടർച്ചയായ തിരോധാനം അതീതഭാഷ യ്ക്ക് (അല്ലെങ്കിൽ, അതീതഭാഷയുടെ ഏതെങ്കിലും പുതിയ പ്രത്യേക മേഖലയ്ക്ക്) ഒരു തുടർച്ചയോ വളർച്ചയോ ആയി മാറുന്നു. അങ്ങനെ പരാമൃഷ്ടതാ സമ്പന്നമായ ഭാഷയുടെ പ്രത്യേകതകൾ അവകാശപ്പെ ടുന്ന ഭാഷയുടെ സ്ഥാനമേറ്റെടുക്കുന്നു, അതീതഭാഷ. ഓരോ പരാമൃഷ്ട തയുടേയും തിരോധാനം ഒരു സൂചകത്തെ സ്വതന്ത്രമാക്കുകയും ലഭ്യ മാക്കുകയും ചെയ്യുന്നതോടെ അതീതഭാഷ കൃത്യമായി അതിനെ കൈ യടക്കുന്നു, പരാമൃഷ്ടതകളുടെ തുടർന്നുള്ള അപചയത്തിനുതകുന്ന കാര്യങ്ങൾക്കായി അതിനെ വിനിയോഗിച്ചുകൊണ്ട്.

........കലാസൃഷ്ടികളെയും ശൈലികളെയും ലക്ഷ്യമാക്കിയാണെ ങ്കിലും വ്യാപകമായ സംസ്കാരോപഭോഗത്തിൽ വെറും ചിഹ്നങ്ങളാണ്, അതീതഭാഷയാണ് വിഴുങ്ങപ്പെടുന്നത്. അനുഭവമൂല്യങ്ങളുടെ ബുദ്ധി മുട്ടുകൾ ഒഴിവാക്കിക്കൊണ്ട്.[1]

ഐന്ദ്രിക നിവേദനപരവും ധൈഷണികവുമായ മനോവൃത്തികളെ യാഥാർഥ്യബോധമാക്കി ക്രമപ്പെടുത്തുന്ന പ്രക്രിയയിൽ വാഗ്രൂപഭാഷയ് ക്കുള്ള പങ്കിനെപ്പറ്റി ഘടനാവാദികളടക്കം പല ചിന്തകരും പഠിച്ചിട്ടുണ്ട്. ഘടനാവാദപരമായ കാഴ്ചപ്പാടിൽ പറഞ്ഞാൽ, ഇന്ദ്രിയനിവേദനങ്ങളെ മനസ്സ് നിർധാരണം ചെയ്യുന്നത് പൂർവകൽപ്പിതമായ പ്രതീക്ഷകൾക്ക്

---

1. Linguistic Phenomena - Henri Lefebvre in *Every day life in the Modern World* (Allen Lane, 1971).

അനുരോധമായിട്ടാണ്. ഇവ തന്നെയും വാഗ്രൂപഭാഷാപ്രയോഗത്തിന്റെ സാമാന്യ ഇനങ്ങൾ (general categories) വസ്തുക്കളെ പേരു ചൊല്ലി വ്യാവർത്തിപ്പിക്കുന്ന രീതിയെ ആശ്രയിച്ചുമിരിക്കുന്നു. നാം ലോകത്തെ/യാഥാർഥ്യത്തെ തിരിച്ചറിയുകയും മനസിലാക്കുകയും ചെയ്യുന്നത് വാഗ്രൂപസാമാന്യത (verbal generalities)കളുടെ ധർമമായ പൂർവസിദ്ധമായ പരികൽപ്പനാ മാതൃകകളിലൂടെയും തിരിച്ച് യാഥാർഥ്യത്തിന്റെമേൽ നാം ആരോപിക്കുന്ന ഈ മാതൃകകളുടെ പ്രകാശനത്തിലൂടെയുമാണ്. ഇങ്ങനെ നമ്മുടെ വികാര വിചാര ശീലങ്ങൾ അവയുടെ വാഗ്രൂപമായ പുറംചട്ടകൊണ്ട് ചിട്ടപ്പെടുത്തപ്പെടുന്നുവെന്നും സിദ്ധിക്കുന്നു. ചിത്രകലയും ചിത്രകലാനിരൂപണവും ഭാഷയും തമ്മിലുള്ള ബന്ധത്തെ വിശദമാക്കുമ്പോൾ ആ മേഖലയിൽ ജടിലോക്തി എങ്ങനെ കടന്നുകൂടുന്നുവെന്നു വ്യക്തമാകും. സാഹിത്യത്തിന്റെ കാര്യത്തിൽ വിമൃഷ്ടമായ കലയും അതിന്റെ വിമർശനവും ഒരേ മാധ്യമത്തിലൂടെ–വാഗ്രൂപ ഭാഷയിലൂടെ–ആയതുകൊണ്ട് വിമർശനം കുറെയൊക്കെ പരതന്ത്ര (inhibited)മാകുന്നു എന്ന് സ്റ്റീഫൻ സ്പെൻഡർ[1] ഒരിടത്ത് ചൂണ്ടിക്കാണിച്ചിട്ടുള്ളത് ഓർമ വരുന്നു.

അങ്ങനെയാണെങ്കിൽ വിമൃഷ്ടമായ കലയും വിമർശനവും രണ്ടു മാധ്യമങ്ങളിലൂടെ ആവുന്ന ചിത്രകലാ നിരൂപണം കൂടുതൽ സ്വതന്ത്രമാവുകയാണു വേണ്ടത്. ചിത്രങ്ങളിലേക്ക് വരുമ്പോൾ, അതും ഒരു ഭാഷയാണെന്നു സമ്മതിക്കുമ്പോൾതന്നെ, അത് വികാരവിചാരങ്ങളുടെ ധർമമാണെന്നും വരുന്നു.

> ദൃശ്യവേദ്യത (perception)യ്ക്ക്, പൂർവസിദ്ധമെന്ന് തോന്നിപ്പിക്കുന്ന 'വസ്തുക്കൾ' പോലും ദൃശ്യനിവേദനത്തിന്റെയും ദ്രഷ്ടാവിന്റെ ഭാഷാപരമായ സംവേദന ഘടനയുടെയും ധർമം തന്നെയാണ്.... കാരണം യാഥാർഥ്യം എന്നത് വസ്തുക്കളല്ല, പ്രയോഗസാധുതയിൽ ഊന്നിയ ചിന്തയുടെ സാമാന്യ ഇനങ്ങളാണ്. ചിത്രങ്ങൾ നിർദേശിക്കുന്ന യാഥാർഥ്യം, അതുപോലെതന്നെ, ചിത്രകാരന്റെ വാഗ്രൂപഭാഷയുമായി സാധർമ്യം പുലർത്തുന്നതായിരിക്കണമെന്നും നിർബന്ധമില്ല. അങ്ങനെ സാമാന്യ ഇനങ്ങൾക്ക് അനുസരിച്ച ദൃശ്യയാഥാർഥ്യത്തെയും അവയുടെ ഗുണധർമങ്ങളെയും നിർവചിച്ചും വ്യവച്ഛേദിച്ചുമാണ് ദൃശ്യമായ പ്രതിമാനവൽക്കരണം (representation) പ്രവർത്തിക്കുന്നത്. ഈ ഇനങ്ങൾ വാഗ്രൂപഭാഷയുടെ പ്രയോജനാപേക്ഷമായ സാമാന്യതകൾകൊണ്ട് രൂപപ്പെട്ട ദൃശ്യവേദ്യതയുടെ ഒൺടോളജി (perceptual ontology) മാത്രമുള്ളവരുടെ കപട–ലളിതമായ ദൃശ്യവേദ്യതക്ക് അപരിചിതവുമായിരിക്കും.[2]

---

1. *Being Young Poets, സ്റ്റീഫൻ സ്പെൻഡർ, Encounter,* feb. 1963.
2. ഫിലിപ് റൗസൺ, *Drawing* (ഓക്സ്ഫോർഡ്, 1969).

ഒരു ചിത്രത്തിന്റെ മുന്നിൽ നിൽക്കുമ്പോൾ മനസ്സ് സ്വീകരിക്കുന്ന ഐന്ദ്രിയവും വൈകാരികവുമായ ചോദനകളെ ഒരു ഏസ്തറ്റിക് അനുഭവമായി നിർധാരണം ചെയ്യുന്ന പ്രക്രിയയിൽ വാഗ്രൂപമായ മീഡിയേഷൻ കൂടാതെ കഴിക്കുക ദുഷ്കരമാണെന്ന് സമ്മതിക്കണം. പക്ഷേ, ഒരു ചിത്രത്തിനുള്ളിൽ ഉപമാമൂലകങ്ങളായ പരസ്പര പൊരുത്തങ്ങളിലൂടെയും സമാനാധികരണങ്ങളിലൂടെയും 'അർഥം' തേടിനോക്കുന്ന ഒരു ദ്രഷ്ടാവ് വാങ്മയമായ പ്രതിമാനങ്ങളെ (semantic representation)യും വാഗ്രൂപത്തിലുള്ള അനുഭവസംജ്ഞ (verbal percepts)കളെയും മാത്രമായിരിക്കും ഉപജീവിക്കുക എന്നത് സുവിദിതമാണ്. അത്തരം ഒരു ദ്രഷ്ടാവ്, അല്ലെങ്കിൽ 'നിരൂപകൻ' എന്ന് സ്വയം വിശേഷിപ്പിക്കുന്നവൻ അയാളുടെ കപട–ലളിതമായ ദൃശ്യവേദ്യതയുമായി ഒരു ചിത്രത്തെ സമീപിക്കുമ്പോൾ, തന്നിൽനിന്നും പ്രതീക്ഷിക്കപ്പെടുന്നതെന്ന് അവൻ വിശ്വസിക്കുന്ന പ്രതികരണം സാധ്യമാകാതെ വരുമ്പോൾ അവനെ രക്ഷിക്കുന്നത് 'വാക്ക്' ആയിരിക്കും. എല്ലാ വിമൃഷ്ടതകളിൽനിന്നും സ്വതന്ത്രമായ, അവ്യക്തവും അനിയതവുമായ ഒരു സൂചിതത്തെ ഏതെങ്കിലുമൊരു പ്രത്യേക പദ്ധതിയിൽ കൊളുത്തിയിടുന്ന സൂചകമായ വാക്ക്. സുപരിചിതവും എവിടെയും എപ്പോഴും ലഭ്യവുമായ ഈ വാക്കിന്റെ ആധികാരികതയ്ക്ക് മാത്രമാണ് അവൻ പ്രതികരിക്കുന്നതെന്നെന്ന് സ്വയം അറിയാമെന്ന് അനുനയപൂർവം അവനെ വിശ്വസിപ്പിക്കാൻ കഴിയുന്നത്. ആ ചിത്രവുമായുള്ള പ്രതികരണത്തിലൂടെ ഉജ്ജീവിപ്പിക്കേണ്ട സമഗ്രമായ അനുഭവം അസാധ്യമായതുകൊണ്ട് അവൻ ബോധപൂർവം ഒഴിവാക്കുകയോ അബോധപൂർവമായി മറികടക്കുകയോ ചെയ്യുന്നു. ആ അനുഭവത്തിന്റെ ആകെ സ്ഥാനം ഏറ്റെടുക്കുന്നു ഈ വാക്ക്. പ്രതികരിക്കാൻ ആവാത്തതിൽനിന്നും അവനിൽ ഉണ്ടാകാതിരുന്ന അനുഭവത്തെ അവനിൽനിന്നു മറച്ചുവയ്ക്കുകയും പകരം 'ഇല്ലാത്ത' അനുഭവത്തിന്റെ മുഴുവൻ കർത്തൃത്വവും വാക്ക് അതിന്റെ ചിരപരിചിതത്വത്തിന്റേതായ ആധികാരികത കൊണ്ട് അവനിൽ അടിച്ചേൽപ്പിച്ച് അവനെ പ്രീണിപ്പിക്കയും ചെയ്യുന്നു.

ജടിലോക്തികൾ കലാസംബന്ധിയായവ മാത്രമാണെന്നല്ല ഇവിടെ വിവക്ഷിക്കുന്നത്. ഒരു തീവണ്ടിയാത്രയുടെ മുഷിവിനെ വാതോരാത്ത സംസാരംകൊണ്ട് നേരിടാനായി ആളുകൾ ഒത്തുചേരുമ്പോൾ, ആ സംസാരം 'ഗഹനമായ' ജീവിതചിന്തകളിൽ തട്ടിമുട്ടിത്തിരിയുന്ന അനുഭവങ്ങളെടുക്കുക. ഒന്നൊഴിയാതെ, അത്തരം സന്ദർഭങ്ങളിലൊക്കെയും സംസാരത്തെ ഒരു തീരുമാനത്തിലെത്തിക്കുന്നത് എല്ലാവർക്കും നേരത്തെതന്നെ പരിചിതമായ ഒരു 'പൊതുതത്വം' കൂട്ടത്തിൽ ഒരാൾ കടന്ന് അവതരിപ്പിക്കുമ്പോഴാണ്. എല്ലാവർക്കും അറിയാം, വിയോജിക്കേണ്ട കാര്യവുമില്ല. ഒരാൾ പറയണമെന്നേയുള്ളൂ. പതിനെട്ടാം നൂറ്റാണ്ടിലെ ക്ലാസിക്കൽ ആഖ്യാനരീതി കഥാപാത്രങ്ങളുടെ ചിന്തകളെയും ചെയ്തികളെയും ആവിഷ്കരിക്കുമ്പോൾ സത്യമാണെന്ന പ്രതീതി (verisimilitude) ഉളവാക്കാൻ ഇത്തരമൊരു യുക്തിയെയാണ് ഉപജീവിച്ചിരുന്ന

തെന്ന് സെയ്മൂർ ചാറ്റ്മൻ പറയുന്നു.[1] ഇവ പലപ്പോഴും കാര്യത്തിൽനിന്ന് കാരണത്തിലേക്ക് വിരൽ ചൂണ്ടുന്ന, ഒരു ആപ്തവാക്യ (maxim)മായി ചുരുക്കിയെടുക്കാവുന്ന വിശദീകരണത്തിന്റെ രൂപത്തിലായിരിക്കും. ആപ്തവാക്യങ്ങൾ പൊതുസമ്മതമായതുകൊണ്ട്, അതായത് 'പറയാതെതന്നെ അറിയാവുന്നതാണല്ലോ!' എന്ന മട്ടിലായതുകൊണ്ട് അവയെ പരോക്ഷമായി പശ്ചാത്തലത്തിലേക്ക് നീക്കി നിർത്തിയിരിക്കും. പൊതുവായി നിലനിർത്തപ്പെടുന്ന പ്രാഥമിക നിലപാടുകളുടെ കാര്യകാരണബന്ധത്തെ കുഴയ്ക്കുന്ന ഉത്തരംമുട്ടിക്കുന്ന ചോദ്യങ്ങളാണ് ഇത്തരം 'പൊതുസത്യ'ങ്ങൾകൊണ്ട് ന്യായീകരിക്കപ്പെടുകയോ, നിരസിക്കപ്പെടുകയോ ചെയ്യുന്നത്. അത്തരം അവസരങ്ങളിൽ, ഈ 'സത്യം' 'തെളിയിക്ക'പ്പെടേണ്ട കാര്യത്തിന് അനുസരിച്ച് വിചിത്രമായി വച്ചുമാറ്റാവുന്നതും തിരിച്ചിടാവുന്നതുമായിരിക്കും. ഈ സാമാന്യവൽക്കരണം 'സത്യ'മാണോ അല്ലയോ എന്നുള്ളത് കാര്യമേയല്ല; അത് ഒരു 'വിശദീകരണം' നൽകുന്നു എന്നതു മാത്രമാണ് കാര്യം..... പ്രത്യേകിച്ച് കാരണം തേടേണ്ടതില്ലാത്ത പ്രത്യക്ഷമായ ഈ സത്യപ്രതീതിയാണ് പലപ്പോഴും നിയാമകം; കാരണം, അത് എല്ലാവർക്കും-അതായത്, എല്ലാ മാന്യവായനക്കാർക്കും-നേരിട്ടുതന്നെ അറിവുള്ളതാണല്ലോ. ഇങ്ങനെ, സൗകര്യപൂർവം വച്ചുമാറ്റാവുന്നതും തിരിച്ചിടാവുന്നതുമായ 'പൊതുസത്യ'ത്തിന്റെ 'പറയേണ്ടതില്ലാത്ത' ആധികാരികത സാമാന്യവൽക്കരിച്ചവയാണ് ജടിലോക്തികൾ.

"മഹത്തായതൊന്നും പോപ്പുലറാവില്ല കുട്ടീ...."

കലാസംബന്ധിയായ ഏതോ സാർവജനീന സത്യം അവതരിപ്പിക്കുന്നു എന്ന ഭാവമാണ് പ്രകടമായും ഈ പ്രസ്താവത്തിന്. പക്ഷേ, 'മഹത്ത്' എന്നും 'പോപ്പുലർ' എന്നുമുള്ള ഗണ (category)ങ്ങൾ കലേതരമാണെന്നും അവയുടെ വിവക്ഷകൾ സാമൂഹികവും സാമ്പത്തികവുമാണെന്നും തിരിച്ചറിയാൻ രണ്ടാമതൊരു ചിന്തയാവശ്യമില്ല. സാമൂഹികവും സാമ്പത്തികവുമായി നിലനിൽക്കുന്ന വൈരുധ്യങ്ങൾക്കിടയിൽ, അവയിൽ ഒന്നിന് ഉണ്ടെന്ന് 'പറയേണ്ടതില്ലാത്ത' മേന്മയെ സാർവജനീനമായി സ്ഥിരീകരിക്കാൻ സൗകര്യം നൽകുക മാത്രമാണ് 'മഹത്ത്' എന്നും 'പോപ്പുലർ' എന്നുമുള്ള ഈ ഗണങ്ങൾ ചെയ്യുന്നത്.

മഹത്ത്=അസാധാരണം>ന്യൂനപക്ഷത്തിന് മാത്രം മനസിലാകുന്ന> വരേണ്യവർഗത്തിന് മാത്രം അവകാശപ്പെട്ട < ഭൂരിപക്ഷത്തിന് നിഷേധിക്കപ്പെട്ട < അവർക്ക് പ്രാപ്യമായ സാധാരണതയ്ക്ക് അതീതമായ < അതുകൊണ്ടുതന്നെ 'മഹത്തായ' < 'പോപ്പുലർ' അല്ലാത്ത < ന്യൂനപക്ഷത്തിന്റെ സാംസ്കാരിക കുത്തക. അതായത്, ജനസാമാന്യത്തിന്റെ മേൽ വരേണ്യവർഗം നിലനിർത്തിപ്പോരുന്ന സാമ്പത്തികാധീശത്വത്തെ സാമ്പത്തികേതരമെന്ന് 'പറയേണ്ടതില്ലാത്ത' കലയുടെ 'പൊതുസത്യം'

---

1. സെയ്മൂർ ചാറ്റ്മൻ, *Story and Discourse: Narrative Structure in Fiction and Film* (ലണ്ടൻ, കോർണെൽ യൂണിവേഴ്സിറ്റി പ്രസ്, 1978)

കൊണ്ട് സാധൂകരിക്കയാണ് ഈ ജടിലോക്തി. ഇതിന്റെ ആധികാരികത യുടെ സ്വരമാണ് 'കുട്ടീ' എന്ന സംബോധനയിലടങ്ങിയിരിക്കുന്നത്.

ഒന്നുരണ്ട് വർഷംമുമ്പ് അക്ബർ പദംസി കറുപ്പിലും വെളുപ്പിലും ചെയ്ത ശിരസുകളുടെ ഒരു പരമ്പര പ്രദർശിപ്പിക്കുകയുണ്ടായി. അത് കണ്ട ഒരാൾ അവയിൽ ചിലതിന്റെ സവിശേഷതയിലേക്ക് ശ്രദ്ധ ക്ഷണിച്ചു. അയാളുടെ അഭിപ്രായത്തിൽ ആ മുഖങ്ങൾ മുഖംമൂടിയെയാണ് ഓർമിപ്പിക്കുന്നത്. ഇവിടെ മുഖം >< മുഖംമൂടി എന്നീ ഗണങ്ങളെ കൂട്ടിയിണക്കാൻ കഴിഞ്ഞതുകൊണ്ടു മാത്രമാണ് അയാൾ ആ ചിത്രങ്ങളോട് പ്രതികരിച്ചതായി സ്വയം ധരിച്ചത്. മുഖം >< മുഖംമൂടി എന്ന വൈരുധ്യം എങ്ങനെ ബന്ധപ്പെടുന്നുവെന്നുള്ളത് അപ്രസക്തമാണ്. ആ ബന്ധത്തെ വച്ചുമാറ്റുകയോ, തിരിച്ചിടുകയോ ചെയ്താലും ഒരു പൊതുതത്വത്തിന്റെ ആധികാരികത അതിനുണ്ടെങ്കിൽ ആ പ്രസ്താവത്തിന്റെ 'സത്യ'ത്തിന് സാരമായ യാതൊരു മാറ്റവും വരുന്നില്ല. "ഈ മുഖങ്ങൾ മുഖംമൂടികളെയാണ് ഓർമിപ്പിക്കുന്നത്" എന്നതിനുപകരം "ഈ മുഖങ്ങൾ മുഖംമൂടികളെയല്ല ഓർമിപ്പിക്കുന്നത്" എന്നോ "ഈ മുഖംമൂടികൾ മുഖങ്ങളേയല്ല ഓർമിപ്പിക്കുന്നത്" എന്നോ ഒക്കെ പറഞ്ഞാലും അതിന്റെ സത്യബോധത്തിന് പ്രത്യേകിച്ചൊരു മാറ്റവുമുണ്ടാകയില്ല.

ശ്രീമാൻ കെ സി എസ് പണിക്കരെപ്പറ്റി എഴുതപ്പെട്ട ഒരു ലേഖനത്തിൽനിന്ന് മുമ്പുദ്ധരിച്ച ഖണ്ഡികയെടുക്കുക. ലിപിവിന്യാസം എന്ന സൂചക (signifier)വും അതിന്റെ പരാമൃഷ്ടത (referential)യായി അവകാശപ്പെടുന്ന സൂചകങ്ങളുടെ ധർമമുള്ള കുറെ ബിംബങ്ങളും (മന്ത്രവാദം, മാരണം, താന്ത്രികവൃത്തി: നക്ഷത്രഗണമൃഗപക്ഷിവൃക്ഷാദികൾ: മന്ത്രോച്ചാരണത്തിന്റെ ഓങ്കാരം: അദിഭൂതത്വത്തിന്റെ നാഡീസ്പന്ദം). ഇവിടെ പരാമൃഷ്ടതയുടെ ധർമം ഏറ്റെടുക്കുന്ന ഈ ബിംബങ്ങൾ വാക്യരീതി (ലെഫെബ്വേറെയുടെ വാക്കുകളിൽ, സംഭാഷണം)യുമായി ചേർന്ന് ഘടനയുടേതായ മിഥ്യ സൃഷ്ടിക്കുന്നു. ഈ ബിംബങ്ങൾ വിചിത്രവും അവ്യക്തവുമായ സൂചകങ്ങളുടെ ഒരു നിരതന്നെ കെട്ടഴിച്ചുവിടുകയും പരാമൃഷ്ടതയായി സ്വയം മാറുകയും ചെയ്യുന്നു. നിയതമായ പരാമൃഷ്ടതയുടെ അഭാവത്തിലുണ്ടാവുന്ന അവ്യക്തതയും അനിശ്ചിതത്വവും കാരണം സൂചിതവും (സംസ്കാരധാര : പാരമ്പര്യം) സൂചകവും (ലിപിവിന്യാസം) തമ്മിലുള്ള ഏച്ചുകൂട്ടൽ എങ്ങനെ നടക്കുമെന്ന് ശ്രദ്ധിക്കപ്പെടാതാവുന്നു. കാരണം, സൂചനയുടെ പരാമൃഷ്ടതാധർമം ഒരു നിർദിഷ്ട സന്ദേശത്തിന് ("മോഹൻജോദാരോ മുതൽ പ്രവഹിച്ചുതുടങ്ങിയ നമ്മുടെ സംസ്കാരധാരയിൽ മൂർത്തമായി നിൽക്കുന്ന ഒന്നാണ് ഈ ലിപിവിന്യാസവും അതുമായി താളപ്പെട്ടുപോകുന്ന സൂചനാ ചിത്രങ്ങളും") മുമ്പും പിമ്പുമായി വരുന്ന വാക്കുകളും ശൈലികളും (ചിഹ്നങ്ങളുടെ ഗണങ്ങൾ) ആയി ചുരുങ്ങുമ്പോൾ, ഈയൊരു പ്രത്യേക 'വ്യവസ്ഥ' (ചരിത്രപരമായി കൃത്യതയുള്ള പരാമൃഷ്ടതയായ സംസ്കാരം, പാരമ്പര്യം എന്നിവ), ഒറ്റപ്പെട്ട ഏത് സൂചകത്തിലും കൊളുത്തിയിടാമെന്നാവു

ന്നു." അവിടെ നിശ്ശബ്ദമായി മുഴങ്ങുന്നത് മന്ത്രോച്ചാരണത്തിന്റെ ഓങ്കാരമാണ് എന്ന വാക്യം "അവിടെ നിശ്ശബ്ദമായി മുഴങ്ങാതിരിക്കുന്നത് മന്ത്രോച്ചാരണത്തിന്റെ ഓങ്കാരമാണ്" എന്നോ, "അവിടെ നിശ്ശബ്ദമായി മുഴങ്ങുന്നത് മന്ത്രോച്ചാരണത്തിന്റെ ഓങ്കാരമല്ല" എന്നോ ആയാലും പ്രത്യേകിച്ച് ഒന്നും സംഭവിക്കാനില്ല. കാരണം, പരാമൃഷ്ടതയുടെ അഭാവത്തിൽ സ്വതന്ത്രമാക്കപ്പെട്ട ഒരു സൂചകമായ ബിംബത്തെ (മന്ത്രോച്ചാരണത്തിന്റെ ഓങ്കാരം) അവ്യക്തവും നിർവചിക്കപ്പെട്ടിട്ടില്ലാത്തതുമായ ഒരു സൂചിതത്തിന്മേൽ കൊളുത്തിയിടാൻ കഴിയണം എന്നേയുള്ളൂ. അത് എങ്ങനെയെന്നോ, എന്തിനെന്നോ എന്ന ചോദ്യം അതീതഭാഷ അപ്രസക്തമാക്കിക്കൊള്ളും. ആ രണ്ടു വാക്യങ്ങൾതന്നെ വച്ചുമാറ്റാനും തിരിച്ചിടാനും പാകത്തിലുള്ള പൊള്ളയായ, ഉദ്ഘോഷണപരമായ വാചാടോപങ്ങളാവുന്നത് ഈ ജടിലോക്തിക്ക് സ്വാഭാവികം മാത്രമാണ്:

"അവിടെ നിശ്ശബ്ദമായി മുഴങ്ങുന്നത് അദിഭൂതത്വത്തിന്റെ നാഡീസ്പന്ദമാണ്" എന്നും,

"അവിടെ അനുഭവപ്പെടുന്ന ചലനം മന്ത്രോച്ചാരണത്തിന്റെ ഓങ്കാരമാണ്" എന്നുമാവാം.

ഖസാക്കിന്റെ ഇതിഹാസത്തെപ്പറ്റിയുള്ള ഈ പഠനം ലേഖനകർത്താവ് ഉദ്ദേശിച്ചിരുന്നതിന്റെ "നേർപകുതിയേ ആവുന്നുള്ളൂ." ബാക്കി ഭാഗങ്ങൾ അച്ചടി തുടങ്ങുംവരെയും അയച്ചുകിട്ടിയിട്ടില്ല. ബാക്കി ഭാഗങ്ങളിൽ ലേഖനകർത്താവ് ചർച്ചാവിഷയമാക്കാൻ ഉദ്ദേശിച്ചിരുന്ന വിഷയങ്ങളുടെ സംക്ഷിപ്തരൂപം മാത്രം ഇവിടെ കൊടുക്കുന്നു:

വ്യംഗ്യം
"6 ഭാഷ–രണ്ടുതലങ്ങൾ < (Colonial)
ആഖ്യാനം
അതി
സുന്ദരം.

7. മിത്തുകൾ (Colonial Myths)- Signifier-ന്റെ കള്ളക്കളികൾ.
8. ഇമേജറി - Humour.
9. കലാമൂല്യം–മാർക്സിയൻ സൗന്ദര്യദർശനത്തിലൂടെ.
10. ഉപസംഹാരം - Colonialism = Mercantilism = Hindu revivalism!"

അപൂർണതയ്ക്ക് ക്ഷമാപണത്തോടെ.

6

ഖസാക്കിലെ സമ്പദ്‌വ്യവസ്ഥ

എൻ എസ് മാധവൻ

മലമ്പുഴത്തോടിന്റെ തീരത്ത്, ചെതലിമലയുടെ ഛായയിൽ, പാലക്കാട് ജില്ലയിൽ, കോയമ്പത്തൂരിൽനിന്ന് മുപ്പതു നാഴിക ദൂരെയായി സ്ഥിതിചെയ്യുന്ന ഒരു ഗ്രാമമാണല്ലോ ഖസാക്ക്.

ഖസാക്കിൽ എത്തിപ്പറ്റണമെങ്കിൽ നിങ്ങൾക്ക് കൂമൻകാവിൽ ബസിറങ്ങാതെ തരമില്ല. പിന്നെ കണ്ടങ്ങളെ മുറിച്ച് നടക്കുകതന്നെ.

രവി അവിടെയെത്തുന്നത് ഒരു ഏകാധ്യാപക വിദ്യാലയം സ്ഥാപിക്കുവാനാണ്–ജില്ലാ ബോർഡിന്റെ ഒരു പുതിയ പദ്ധതി.

അക്ഷരവിപണിയിൽ രവിക്കു പുറമെ രണ്ടുപേർകൂടിയുണ്ട്: ഗോപാലപ്പണിക്കരും അള്ളാപ്പിച്ചാമൊല്ലാക്കയും. പണിക്കരുടെ എഴുത്തുപള്ളിയിൽ നാലഞ്ചു സനാതനികൾ തറയെഴുത്തു പഠിക്കുന്നു. ഖസാക്കിലെ ഓത്തുപള്ളിയിൽ റാവുത്തർ കിടാങ്ങൾ അള്ളാപ്പിച്ചയ്ക്ക് ശിഷ്യപ്പെട്ട് *ഖുർ–ആൻ* പഠിക്കുന്നു.

ഗുരു ചമയുന്ന നേരം ഒഴിച്ചാൽ അള്ളാപ്പിച്ച ഖസാക്കിലെ ആധ്യാത്മിക ജീവിതത്തിൽ തനതു പ്രഭാവം പ്രസരിപ്പിക്കുന്നു.

ഖസാക്കിലെ പതിമൂന്ന് പള്ളികളിലൊന്നിൽ ഇടിഞ്ഞുപൊളിഞ്ഞ രാജാവിന്റെ പള്ളിയിൽ വസിക്കുന്ന നൈജാമലി മൺമറഞ്ഞ പുണ്യാത്മാവ് സെയ്യദ് മിയാൻ ഷെയ്ഖിന്റെ നവഖാലിയാരാണ്.

വെഷത്താന്മാരുടെയും ഊട്ടുദൈവങ്ങളുടെയും മധ്യത്തിലിരുന്ന് പ്രശ്നംവയ്ക്കുന്ന കുട്ടാടൻ പൂശാരി ഖസാക്കിലെ ഹിന്ദുദൈവജ്ഞനാണ്.

ആത്മീയരംഗത്ത് പിന്നെ അവശേഷിക്കുന്നത് ഒരു രണ്ടാം തലമുറ ദൈവദൂതനാണ്–പണക്കാർ കൊങ്ങന്മാരുടെ മനോവ്യാധി തീർത്ത് പണം

സമ്പാദിക്കുവാൻ തുടങ്ങുന്ന ഗോപാലപ്പണിക്കരും പ്രിയ ശിഷ്യൻ രാമച്ചാരെന്ന രാമാനന്ദനും.

മായൻ കള്ളവാറ്റ് വിൽക്കുന്നു.

ഏതാണ്ട് ഇത്രയും പേരാണ് ഖസാക്കിലെ സാംസ്കാരിക ചരിത്രത്തിലെ വേഷക്കാർ. സംസ്കാരം എന്ന ശബ്ദത്തിന് ഇവിടെ വിവക്ഷ ഉൽപ്പാദന പ്രക്രിയയ്ക്കുശേഷം മിച്ചംവരുന്നതെന്തും ഉപയോഗിക്കുന്നവർ എന്ന് മാത്രമാണ്.

പക്ഷേ, ഖസാക്കിൽ ഉൽപ്പാദകർ വളരെ കുറച്ചേയുള്ളൂ.

തേവാരത്ത് ശിവരാമൻനായരാണ് ഖസാക്കിലെ ജന്മി. അയാൾ രവിക്കായി വിദ്യാലയം തുടങ്ങുവാൻ തന്റെ ഞാറ്റുപുര ഒഴിഞ്ഞുകൊടുത്തു.

ഇത്തരുണത്തിൽ അയാളുടെ ഭാര്യ അതിപ്രസക്തമായൊരു ചോദ്യം ചോദിച്ചു:

"ഞാറെവടെയിടും?" നാരായണിയമ്മ ചോദിച്ചു.

"ഞാറ് പോയി തൊലയട്ടെ." ശിവരാമൻനായർ പറഞ്ഞു.

ഞാറ്റുപുര നിറയ്ക്കുവാൻ ശിവരാമൻനായർക്ക് അധികം കോപ്പും ഇല്ലല്ലോ. "കടംകൊണ്ട ഇരുപത്തിയഞ്ചുപറ ഒരുപ്പുകിൽ വസ്തുവാണ് തേവാരത്ത് തറവാടിന്റെ സ്വത്ത്."

ശിവരാമൻനായർ കഴിഞ്ഞാൽ ഖസാക്കിൽ പ്രതിപാദിക്കപ്പെടുന്ന ഉൽപ്പാദന പ്രക്രിയയിൽ നേരിട്ട് പങ്കെടുക്കുന്നവരുടെ കനേഷുമാരി അനായാസമാണ് – കാരണം, അവരുടെ സംഖ്യ അംഗുലീപരിമിതമാണ്.

കിണറ് മുങ്ങിത്തപ്പുന്ന 'മുങ്ങാങ്കൊഷി' എന്നു പേരുള്ള ചക്രുറാവുത്തർ.

അറബിക്കുളത്തിൽ കുളിക്കുന്നതിനിടയിൽ മൈമുന ഒളിമിന്നിക്കണ്ട ഞാറ് നട്ടുതീർത്തുകൊണ്ടിരിക്കുന്ന ചെറുമികളുടെ ഗൂഢസാരം ഖസാക്കിന്റെ ഇതിഹാസകാരൻ പറഞ്ഞുതരുന്നതുമില്ല.

പിന്നെ പനം കേറ്റുകാരൻ കുപ്പു. അയാൾക്കധികം അധ്വാനിക്കേണ്ടി വന്നില്ല. മദ്യനിരോധനം വന്ന കാരണം ജോലി വേഗം പോയി കിട്ടിയല്ലോ.

രവിയുടെ വിദ്യാർഥികളായ ചാത്തന്റെയും പേരായ്ക്കാടന്റെയും മാതാപിതാക്കന്മാർ പനമ്പുനെയ്യുന്ന കവറകളാണ്. അവർ കവറഭാഷ സംസാരിക്കുന്നു. ഇവരെ ഖസാക്കിന്റെ മുഖ്യധാരയിൽ കൂട്ടണമെന്നില്ല.

തുന്നൽക്കാരൻ മാധവൻനായരും അധ്വാനിച്ചുതന്നെ ജീവിക്കുന്നുവെന്ന് തോന്നിപ്പിക്കുന്നു.

മനോരഞ്ജനത്തിനായി കുരങ്ങുകളിപ്പിക്കുന്ന പണ്ടാരങ്ങളെ അധ്വാനികളുടെ കൂട്ടത്തിൽ കൂട്ടണമെന്നില്ല. അവർ തീർച്ചയായും ഉൽപ്പാദന പ്രക്രിയയിൽ ബാക്കിവരുന്നത് തിന്ന് ജീവിക്കുന്നവരാണ്.

രവിയുടെ വീട്ടിലെ വേലക്കാരികളായിരുന്ന ആബീദയും ചാന്തുമ്മയും സേവനം വിൽക്കുന്നവരാണ്.

ഖസാക്കിലെ സമ്പദ്വ്യവസ്ഥയിൽ പണ്ടാരന്മാരുടെ ഭൂമിക അതിപ്രധാനമാണ്; അവർക്ക് വേരുകൾ കഷ്ടിയാണെങ്കിലും തമിഴ്നാട്ടിൽ

നിന്ന് കാടാറുമാസം സമ്പാദിച്ച പണം അവർ ഖസാക്കിലെ സമ്പദ്വ്യവസ്ഥയിലേക്ക് ഇറക്കിവിടുന്നു.

ഉപഭോക്താക്കളുടെയും ഉൽപ്പാദകരുടെയും ഇടനിലക്കാരിയായി മൈമുന മാത്രമേ ഉള്ളൂ. അവൾ കട നടത്തുന്നു.

രാമച്ചാരും തരക് പറയുമായിരുന്നു. പക്ഷേ, അത് ദൂരെയുള്ള ചന്തകളിൽ മാത്രം.

2

അങ്ങനെ ഖസാക്കിലെ സാമ്പത്തികചരിത്രം അൽപ്പം കോടിയിരിക്കുന്നതായി തോന്നുന്നില്ലേ?

അധ്വാനം കുറവ്. ആനന്ദം–ദൈവത്തുണയായി, കള്ളവാറ്റായി, കുരങ്ങുകളിയായി, ഏകാധ്യാപകൻ ദ്വാരേ വിദ്യാഭ്യാസമായി – ധാരാളം.

പൗരാണിക സമൂഹങ്ങളിലെ കലാസാംസ്കാരിക പ്രവർത്തനങ്ങൾ മിച്ചം വരുന്ന ചോറിന്റെ പരിവർത്തനമായി ചില ചരിത്രകാരന്മാർ[1] കാണുന്നു.

ഇതിനായി തിട്ടമായി കണക്കുചട്ടങ്ങൾ ചില സമൂഹങ്ങൾ സൂക്ഷിച്ചിരുന്നു.

ഉദാഹരണത്തിന് പഴയ കിഴക്കൻ മൈസൂരിൽ ക്രി വ 1800–ൽ സഞ്ചരിച്ച ഈസ്റ്റ് ഇന്ത്യ കമ്പനിയിലെ ഒരു ഡോക്ടറായിരുന്ന ബൂക്കാനൻ സായ്വ് കൃഷിവിഭവം എങ്ങനെയാണ് വിഭജിച്ചിരുന്നതെന്ന് രേഖപ്പെടുത്തിയിട്ടുണ്ട്.

2400 സേറ് ധാന്യം വിളയിപ്പിച്ച ഒരു ഗ്രാമം അതിനെ ഇപ്രകാരം പങ്കിട്ടെടുത്തു:

---

1. ഡി ഡി കൊസാംബി : *The Culture and Civilization of Ancient India in Historical Outline* (ന്യൂഡൽഹി, 1981 എഡിഷൻ) പേജ് 11.
"മനുഷ്യൻ അപ്പം (bread) കൊണ്ടുമാത്രം ജീവിക്കുന്നില്ല, പക്ഷേ, അപ്പമില്ലാതെ, അല്ലെങ്കിൽ എന്തെങ്കിലും രീതിയിലുള്ള അപ്പമില്ലാതെ ജീവിക്കാൻ കഴിയുന്ന ഒരിനം മനുഷ്യരെ നാമിതുവരെയും വികസിപ്പിച്ചെടുത്തിട്ടില്ല. കണിശമായി പറഞ്ഞാൽ, മാവു പുളിപ്പിക്കാതെ ഉണ്ടാക്കുന്ന അപ്പം (unleavened bread) നവശിലായുഗത്തിന്റെ അന്തിമഘട്ടത്തിലെ (late neolithic) ഒരു കണ്ടുപിടുത്തമാണ് – ഭക്ഷണപദാർഥങ്ങൾ നിർമിക്കുന്നതിലും സൂക്ഷിച്ചുവയ്ക്കുന്നതിലുമുണ്ടായ ഒരു ഗണ്യമായ പുരോഗതി. 'ഞങ്ങൾക്കീ അപ്പം നിത്യം നൽകേണമേ' എന്നത് ഇന്നും ക്രിസ്ത്യാനികളുടെ ദിവസേനയുള്ള പ്രാർഥനയുടെ ഭാഗമാണ്–ക്രിസ്തീയ ദൈവശാസ്ത്രം ആത്മാവിന്റെ ലോകത്തെ എല്ലാ ഭൗതിക പരിഗണനകൾക്കുമതീതമായി പ്രതിഷ്ഠിക്കുന്നുണ്ടെങ്കിലും യഥാർഥ ഉൽപ്പാദനകന് നിലനിൽക്കാനാവശ്യമായ അധികം ഭക്ഷണം ഉണ്ടാവുകയെന്നതാണ് ഏതൊരു ഔപചാരിക സംസ്കാര (formal culture)ത്തിന്റെയും അടിസ്ഥാനമായി വർത്തിക്കുന്നത്. മെസപ്പൊട്ടാമിയായിലെ ഗംഭീരമായ സിഗുറാദ് ക്ഷേത്രങ്ങളും ചൈനയിലെ വൻമതിലും ഈജിപ്തിലെ പിരമിഡുകളും അല്ലെങ്കിൽ ആധുനികമായ അംബരചുംബികളും നിർമിക്കാൻ ആ കാലഘട്ടങ്ങളിൽ തത്തുല്യമായ വമ്പിച്ച ഭക്ഷണമിച്ചം ഉണ്ടായിരുന്നിരിക്കണം."

പൂജാരി	–	5 സേറ്
ധർമം	–	5 ,,
കണിയാൻ	–	1 ,,
ബ്രാഹ്മണൻ	–	1 ,,
അമ്പട്ടൻ	–	2 ,,
കുശവൻ	–	2 ,,
കൊല്ലൻ	–	2 ,,
വെളുത്തേടൻ	–	2 ,,
അളവുകാരൻ	–	4 ,,
വെളിച്ചപ്പാട്	–	7 ,,
ഗ്രാമത്തലവൻ	–	53 ,,
കണക്കൻ	–	10 ,,
പാറാവ്	–	10 ,,
ജലവാഹകൻ	–	20 ,,
മൊത്തം	–	124 സേറ്

അതായത് ആകെ വിളവിന്റെ $5\frac{1}{6}$ ശതമാനം. ബാക്കിയിൽനിന്ന് പത്ത് ശതമാനം ജന്മിക്കുള്ളതാണ്. മിച്ചം വരുന്നത് പപ്പാതി സർക്കാരും കർഷകരും വിഭജിച്ചെടുക്കുന്നു. കർഷകത്തൊഴിലാളിയുടെ വേതനം കിഴിച്ചതിനുശേഷമാണ് ഈ പങ്കിടൽ.[1]

എന്നാൽ ഖസാക്കിലോ? രണ്ടു നൂറ്റാണ്ടുമുമ്പ്, ടിപ്പുവിന്റെ കാലത്തിനുതൊട്ട് പിന്നീടുള്ള മൈസൂറിൽനിന്ന് എത്ര ഭിന്നമാണവിടം. നേരിട്ടുള്ള ഉൽപ്പാദനപ്രക്രിയയ്ക്കു പുറത്തുനിൽക്കുന്ന ഇതയുമധികംപേരെ പോറ്റുവാനുള്ള കെൽപ്പ് ഖസാക്കിന് എവിടെനിന്നു കിട്ടി?

ഖസാക്കിൽ ഇത്രയധികം ചോറ് എങ്ങനെ മിച്ചംവന്നു? രവി കുറച്ചുപേരെ തീറ്റിക്കുന്നുണ്ട്. അള്ളാപ്പിച്ചയ്ക്ക് മസാൽച്ചിയുടെ പണിചെയ്യാതെ തന്നെ രവി മാസപ്പടിയായി അഞ്ചുരൂപ കൊടുക്കുന്നു. ആബീദയും ചാന്തുമ്മയും രവിയുടെ ശമ്പളക്കാരികളാണ്. ശിവരാമൻനായർ രവിയുടെ അടുത്തുനിന്ന് വാടകപറ്റുന്നു.

ഇടയ്ക്കിടെ മാധവൻനായർ ഉടുപ്പുകൾ തുന്നിക്കൊടുത്ത് അൽപ്പം പണം സമ്പാദിക്കുന്നുണ്ട്.

പണ്ടാരങ്ങളും ഗോപാലുപ്പണിക്കരും പാണ്ടികളെ പറ്റിച്ചുണ്ടാക്കിയ പണമാണോ ഖസാക്കിലെ സമൃദ്ധമായ സാംസ്കാരിക പ്രവർത്തനങ്ങൾക്ക് കാരണമൂലം? ആണെന്ന് തോന്നുന്നില്ല; കാരണം, ഇവരെല്ലാം *ഖസാക്കിന്റെ ഇതിഹാസ*ത്തിലെ മർമികളായ കഥാപാത്രങ്ങളല്ലല്ലോ.

ഈ പരിതഃസ്ഥിതിയിൽ ഖാലിയാരുടെ അടുത്തേക്ക് മനഃസുഖം തേടി പോകുവാൻ വരുമാനം ഖസാക്കുകാർക്ക് എവിടുന്ന് കിട്ടി?

കുട്ടാടൻ പൂശാരിയുടെ ഭരദേവത നല്ലമ്മയ്ക്ക് നേർച്ചപ്പണം കൊടുക്കുവാൻ ഖസാക്കുകാർക്ക് എങ്ങനെ സാധിച്ചു?

---

1. ബുക്കാനന്റെ *മദിരാശിയിൽനിന്നുള്ള സവാരി* (ലണ്ടൻ, 1807) ഒന്നാം വാല്യം.

മായന്റെ കടയിൽ കള്ളവാറ്റ് കുടിക്കാൻ മിച്ചം വന്നതോ കടം വാങ്ങിയതോ ആയ വരുമാനത്തിന്റെ ഉറവിടം?

മൈമുനയുടെ കടയിൽ എരന്നുചെന്ന അവളുടെ ബാപ്പ ചോദിച്ചത് അരിയല്ല–പഞ്ഞം ഇല്ലാത്തതുകൊണ്ടല്ലേ–പിന്നെയോ, ഉമ്മയുടെ തൊലിയിൽ പുരട്ടുവാൻ മെഴുക്കാണ്. അതെ, ബാപ്പ ആലിൻചുവട്ടിൽ ഇരുന്ന് കാലിൽ എണ്ണ പെരട്ടി സുഖിക്കുന്നും ഉണ്ട്.

"അങ്ങനെ കാലം ചെല്ലുമ്പോളൊരിക്കൽ ഖസാക്കുകാർ" ഊട്ടാറുള്ള പിതൃശ്രാദ്ധത്തിന്റെ സാമ്പത്തികാധിഷ്ഠാനം? കാവിൽ വേലയുടെയും?

ചുരുക്കിപ്പറഞ്ഞാൽ ഖസാക്കിൽ മിച്ചംവന്ന ചോറ് സമൃദ്ധമാണെന്ന് തോന്നുന്നു.

ഇവിടെയാണ് ഖസാക്കിന്റെ ഘടന ശ്ലഥമാകുന്നത്, ആന്തരികമായ വിരോധാഭാസങ്ങളുടെ ബദ്ധപ്പാടിൽനിന്ന് രക്ഷപ്പെടുവാൻ എഴുത്തുകാരന് ഒരേയൊരു വഴിയേ ഉള്ളൂ:

ജന്മി തേവാരത്ത് ശിവരാമൻനായരെ ഊതി വീർപ്പിക്കുക.

മുമ്പു പറഞ്ഞതുപോലെ, ശിവരാമൻനായർ കടം തീണ്ടിയ ജന്മിയാണ്. സഹതാപാർഹൻ. പക്ഷേ, ഇത്രയും പെരുത്ത് അവശേഷാന്ന ഭോജികളെ ആരെങ്കിലും തീറ്റിക്കണ്ടേ?

ഞാറ്റുപുര, അതിപ്രധാനമായ ഒരു സാമ്പത്തിക പുനരുൽപ്പാദന യന്ത്രം, ഒഴിഞ്ഞുകൊടുത്ത ജന്മി, കഥയുടെ അവസാനഭാഗങ്ങളിൽ എതിർവായില്ലാത്ത ജമീന്താരാകുന്നു.

"അവിടെ ആൽത്തറയ്ക്കൽ രണ്ടു പക്ഷമുണ്ടായിരുന്നു. അപ്പു റാവുത്തരായി തുടരണമെന്നും തിരിച്ച് കിളിയാകണമെന്നും. കാലിൽ തൈലം പുരട്ടി മൊല്ലാക്കയും ആൽത്തറയ്ക്കലിരുന്നു. ആദ്യത്തെ അഭിപ്രായമായിരുന്നു മൊല്ലാക്കയുടേത്. "ആഹാ, ന്നാൽ നമുക്കതൊന്ന് കാണണമല്ലോ" എന്ന് ശഠിച്ച് ശിവരാമൻനായരുമിരുന്നു. മൊല്ലാക്കയെ തറഞ്ഞു നോക്കീട്ട് ഖാലിയാർ പറഞ്ഞു, "പൂരിപച്ചം" പെട്ടെന്ന് സംസാരം നിന്നു. ജന്മിയായ ശിവരാമൻനായരെ പിണക്കുക എന്നത് മര്യാദകേടുമാണ്."

ശിവരാമൻനായർ പിന്നെയും വളർന്നുകൊഴുത്തു. മുസ്ലീം മതനേതാവ്, അള്ളാപ്പിച്ചപോലും തന്റെ വയറ്റത്തടിച്ച രവിയുടെ ഏകാധ്യാപക വിദ്യാലയത്തിനോട് ഒത്തുതീർപ്പായപ്പോൾ അയാൾ മാത്രം സംഗ്രമം പ്രഖ്യാപിച്ചുകൊണ്ട് ഒറ്റയ്ക്കുനിന്നു.

കോഴണിശ്ശേരിയിലെ കമ്യൂണിസ്റ്റുകാർ ഖസാക്കിൽ എത്തുന്നത് കുലനാശം സംഭവിക്കുന്ന വന്യമൃഗങ്ങളെ തേടിപ്പിടിക്കുവാൻ വേവലാതിപ്പെടുന്ന ജന്തുസംരക്ഷണ കുതുകികളെപ്പോലെയാണ്. ഖസാക്കിന്റെ ഭൂമിശാസ്ത്രം മുഴുവൻ അവർ നാഷണൽ ബൂർഷ്വാസിയെയും ഫ്യൂഡൽ മൂരാച്ചിയെയും ഉദ്യോഗസ്ഥ ദുഃഷ്പ്രഭുവിനെയും തേടി.

യാന്ത്രികമായ വർഗവിശ്ലേഷണ പ്രവണതകളെ പരിഹസിക്കുന്ന അവരുടെ സംഭാഷണങ്ങൾക്കിടയിൽ സത്യമോ അത്യുക്തിയോ, രണ്ടിൽ

ഏതുമോ ആകാം എന്ന മട്ടിൽ ശിവരാമൻനായരെ പറ്റി തട്ടിവിടുന്ന നിരൂപണങ്ങൾ:

("ശിവരാമന്നായര് മൂരാച്ചി ഫ്യൂഡലിസ്റ്റാണ്" കണ്ണിമൂത്താൻ പറഞ്ഞു.

"ഉദാഹരണത്തിന്, ഈ ശിവരാമന്നായര്ടെ പാടത്ത് കൊയ്യാമ്പോണ ചെറ്മികള് റൗക്കയിടാമ്പാടില്ലാന്നാ ചട്ടം.....")

ശിവരാമൻനായരെ പിന്നെയും വളർത്തുന്നു.

ഖസാക്കുകാർക്ക് സാംസ്കാരിക പ്രവർത്തനങ്ങൾ നടത്തുവാനുള്ള വരുമാനം ഖസാക്കിന്റെ അടഞ്ഞ സമ്പദ്വ്യവസ്ഥയ്ക്കുള്ളിൽനിന്നു തന്നെ കിട്ടുന്നു എന്ന മട്ടിലാണ് കഥ പുരോഗമിക്കുന്നത്. "പൊതുവെ ഖസാക്കുകാർ സഞ്ചാരികളല്ല"ല്ലോ.

അല്ലെ? ഈ മഹത്തായ ഉപഭോക്തൃസമുദായത്തിൽ വലിയ ഉൽപ്പാദന പ്രവർത്തനങ്ങൾ ഒന്നും നമുക്കു ദൃഷ്ടിഗോചരമാകാത്ത സ്ഥിതിയിൽ കഥയുടെ മറ്റൊരു ഭാഗത്തിൽ ഖസാക്കുകാരെ സഞ്ചാരികളാക്കിയതിൽ തെറ്റില്ല.

അത്തരും കേലനും ഖസാക്ക് വിട്ടുപോയി പണക്കാരായവരാണെങ്കിലും അവരുടെ വരായ്ക പ്രവാസ സ്ഥാനങ്ങളിൽ ചെലവിടുന്നു.

കാളിയും പാച്ചിയുടെ കെട്ടിയവനും കൊട്ടേക്കാടൻ മലയിൽ പുന്നപ്പാറ അണയ്ക്കുവേണ്ടി പാറപൊളിക്കുവാൻ പോയി.

ചെറുപ്പകാലത്ത് നൈജാമലിയും കൂമൻ കാവിലെ ബീഡിക്കമ്പനിയിൽ ചേരുവാൻവേണ്ടി ഖസാക്ക് വിട്ടുപോയല്ലോ.

കവറകളും തങ്ങളുടെ ഖസാക്ക് വിട്ടുപോയി.

എഴുത്തുപള്ളിക്കാരൻ ഗോപാലുപ്പണിക്കരുടെ രൂപാന്തരം പരദേശത്തുവച്ചാണ് സംഭവിച്ചത്.

ഇതെല്ലാം കാണുമ്പോൾ ഖസാക്കുകാർ സഞ്ചാരപ്രിയരാണെന്നു തന്നെ തോന്നിപ്പോകും.

ഈ വിരോധാഭാസങ്ങൾ *ഖസാക്കിന്റെ ഇതിഹാസ*ത്തിനെ മനസിലാക്കുവാനുള്ള അഭിജ്ഞാനങ്ങളാണ്.

മാർക്സ് ഒരിടത്ത് പറഞ്ഞപോലെ "ആദംസ്മിത്തിന്റെ വിരോധാഭാസങ്ങൾ പ്രസക്തമാണ്; അവയിൽ അദ്ദേഹത്തിനുതന്നെ ഉത്തരം കണ്ടെത്തുവാൻ പറ്റാത്ത പ്രശ്നങ്ങൾ അടങ്ങിയിരിക്കുന്നു എന്നത് സത്യവും ആണ്. പക്ഷേ, ഇങ്ങനെ തിരിച്ചും മാറ്റിയും പറഞ്ഞുകൊണ്ട് അദ്ദേഹം നമ്മുടെ മുമ്പിൽ സ്വയം നഗ്നനാകുന്നു."[1]

3

ഖസാക്കിൽ രണ്ടേരണ്ട് തക്നികി മാറ്റങ്ങളേ ഉണ്ടാകുന്നുള്ളൂ. രണ്ടിന്റെയും കാരണഭൂതൻ സർക്കാർതന്നെ. രണ്ടിടത്തും പൗരാണിക ഉൽപ്പാ

1. കാൾ മാർക്സ്, *Theories of Surpus Value* (മോസ്കോ, 1963).

ദനപ്രക്രിയകളെ മുതലാളിത്തമട്ടിലുള്ള നിർമാണപ്രക്രിയകൾ മറികടക്കുന്നത് വിവരിക്കപ്പെടുന്നു. ഹസ്തകലയെ യന്ത്രയുഗം ഗ്രസിക്കുന്ന കഥ.

ആദ്യത്തെ മാറ്റം അക്ഷരങ്ങൾ നിർമിക്കുന്ന രീതിയിലാണ്. അതിന് നിമിത്തം രവിതന്നെ. വിജയന്റെ വാക്കുകളിൽ:

“.......എഴുത്തുപള്ളിയിൽ അക്ഷരങ്ങളല്ലാതെ മറ്റൊന്നുമുണ്ടായിരുന്നില്ല. കേയാ-ഖേയാ-കീയാ-ഖീയാ എന്നിങ്ങനെ മഞ്ചൽക്കാരുടെ മൂളലുപോലെ വായ്ത്താരി മുഴങ്ങി. വിരൽത്തുമ്പു തേയുവോളം പൂഴിയിലെഴുതി.

“ആറും ഏഴും കൊല്ലം അങ്ങനെ പൂഴിയിലെഴുതണം. അത്രയും തപസ്യയ്ക്കുശേഷം അക്ഷരമാല വശമായിക്കഴിഞ്ഞാൽ പിന്നെ മറക്കണമെങ്കിൽ തലവെട്ടണം. ഇന്നാകട്ടെ ഏകാധ്യാപക വിദ്യാലയത്തിൽ അതൊക്കെ ഏതാനും മാസങ്ങളുടെ ജോലിയാണ്.”

അടുത്ത സാങ്കേതിക വ്യതിയാനം മദ്യനിർമാണത്തിലാണ് സംഭവിച്ചത്. പണ്ട് കുപ്പു ഒറ്റയ്ക്ക് പനംകേറുമായിരുന്നു. പാരമ്പര്യത്തൊഴിലുകാരന്റെ എല്ലാവിധ വേവലാതികളും പേറി. യന്ത്രബോട്ടുകൾ വരുംമുമ്പ് കടലിലേക്കു പോകുന്ന ഒറ്റവള്ളക്കാരനെപ്പോലെ ഈ ചെത്തുകാരന്റെയും ജീവൻ പനപ്പുറത്ത് ഭാര്യയുടെ പാതിവ്രത്യത്തിൽ നിർഭരമാണ്.

എന്നാൽ സർക്കാർ മദ്യനിരോധനം ഘോഷിച്ചപ്പോൾ മദ്യനിർമാണത്തിലും മൂലധനത്തിന്റെ പ്രഭാവം പരന്നു. വൻതോതിലുള്ള നിർമാണത്തിന്റെ കോലാഹലങ്ങൾ.

“ഖസാക്കുകാരൻ മായാണ്ടി ഏറെ താമസിയാതെ എസെൻസ് വിൽപ്പന തുടങ്ങി. ചിലർക്കൊഴിച്ചാൽ ഖസാക്കുകാർക്ക് പൊതുവെ അവണീശ് ഇഷ്ടപ്പെട്ടില്ല. മണവും നിറവും ശരിയല്ല..... ശർക്കരവെള്ളം നുരപ്പിച്ച് കള്ളാക്കുന്നത് പഴയൊരു സമ്പ്രദായമായിരുന്നു. നുരപ്പിന് ഏതാണ്ട് വെള്ളക്കള്ളിന്റെ സ്വാദുണ്ട്. ലഹരി കുറയുമെന്നേയുള്ളൂ. തേരട്ടയും മിന്നാമിനുങ്ങും അരച്ചുചേർത്തപ്പോൾ നുരയ്ക്ക് വീര്യംകൂടി. കള്ളുകാരുടെ കുട്ടികൾ നാടാകെ തേരട്ട നായാട്ടിനിറങ്ങി. പാലക്കാട്ടിലെ പ്രാഥമിക വിദ്യാലയങ്ങളിൽ ഹാജരു കുറഞ്ഞു. നാലുദിവസമായി ചാമുണ്ണിയോ നകേലനോ വരാത്തതെന്തെന്ന് രവി ചോദിച്ചാൽ മറ്റു കുട്ടികൾ പറയും “ചേരട്ട പിടിക്കാമ്പോയി, സാർ.” വെള്ളക്കള്ളിന്റെ സ്ഥാനം ഏറെക്കുറെ നുരപ്പൻ പിടിച്ചുപറ്റി. നുരപ്പൻ വാറ്റിയാലാകട്ടെ പണ്ടേപ്പോലെ ശുദ്ധിയുള്ള ചാരായവും കിട്ടാനുണ്ടായിരുന്നു.”

ഫലസ്വരൂപമോ, “കുടിലിന്റെ മൺചുമരിൽ ആണിയറഞ്ഞ് മറുതാലിയും ചേറ്റുകത്തിയും കുപ്പുവച്ചൻ അവിടെ തൂക്കിയിട്ടു. ഏറെത്താമസിയാതെ വലിയ കറുത്ത ചിലന്തികൾ അതിനടിയിൽ പറ്റിയിരിപ്പായി. രണ്ടും മൂന്നും ദിവസമടുപ്പിച്ച് അവിടെ അടുപ്പു പുകയില്ല.”

പക്ഷേ കുപ്പുവച്ചൻ രാജിയാകുവാൻ കൂട്ടാക്കിയില്ല.

അക്ഷരവിപണിയിലെ യാന്ത്രികയുഗപ്പിറവിക്കെതിരായി അള്ളാ

പ്പിച്ചാ ആദ്യമാദ്യം മുറുമുറുത്തെങ്കിലും പിന്നീട് രവിയോടയാൾ ഒത്തുതീർപ്പ് പ്രഖ്യാപിച്ചു.

ഫ്യൂഡലിസം–അതായത് കോഴണിശ്ശേരിയിലെ കമ്യൂണിസ്റ്റുകാരുടെ ഭാഷയിൽ–തുടക്കത്തിൽ രവിയുടെ കൂടെയായിരുന്നു. അതിസങ്കീർണമായ മനോവ്യാപാരങ്ങളാണ് ശിവരാമൻനായരെ ഇതിന് പ്രേരിപ്പിച്ചത്: ഞാറ്റുപുരയിലേക്കുള്ള ഭാര്യയുടെ പുംശ്ചലനം നിർത്തുക, കേലനെപ്പോലെ സ്കൂൾ തുടങ്ങി പണക്കാരനാകുക, ഇത്യാദി. പക്ഷേ, കഥാന്ത്യത്തിൽ ശിവരാമൻനായർ സ്കൂളിന്റെ ബദ്ധശത്രുവാകുന്നു.

ഖസാക്കിന്റെ സമ്പദ്‌വ്യവസ്ഥ ഏതാണ്ടിതാണ്. ഈ അടിത്തറയ്ക്ക് മേലിലെ ഉപരിഘടന–പ്രത്യയശാസ്ത്രം[1]–യും പഠനാർഹമാണ്.

പ്രത്യയശാസ്ത്രവും സമ്പദ്‌വ്യവസ്ഥയും തമ്മിലുള്ള ബന്ധത്തെക്കുറിച്ച് പലരും എഴുതിയിട്ടുണ്ട്. ഇതിനെ ക്ഷേത്ര ക്ഷേത്രജ്ഞബന്ധമായി കണ്ടവരുണ്ട്. ഈ ഉപരിഘടനയെ സമ്പദ്‌വ്യവസ്ഥയിലെ യാഥാർഥ്യങ്ങളെ വളച്ചൊടിക്കുന്ന കപടബോധമായി ചിത്രീകരിച്ചവരുമുണ്ട്.

അടിത്തട്ടും മേൽത്തട്ടും തമ്മിലുള്ള ഈ പോര് അവസാനിപ്പിക്കുവാനുള്ള മാർക്സിന്റെ ശ്രമം സുവിദിതമാണല്ലോ. ഈ ഉദ്ഗ്രഥനത്തിനെ മാർക്സ് ഒരിടത്ത് ഉദ്ഘോഷിക്കുന്നത് ഇപ്രകാരമാണ്:

> ഭൗതികജീവിതത്തിലെ ഉൽപ്പാദനരീതികളാണ് സാമൂഹ്യ, രാഷ്ട്രീയ, ബൗദ്ധിക ജൈവപ്രവർത്തനങ്ങളെ ക്രമീകരിക്കുന്നത്. ലോകരുടെ ബോധമല്ല അവരുടെ നിലനിൽപ്പിനെ നിശ്ചയിക്കുന്നത്. മറിച്ച് അവരുടെ സമൂഹാസ്തിത്വം അവരുടെ ബോധത്തിനെ നിശ്ചയിക്കുന്നു.[2]

ബോധത്തിനെ ഭൗതികാസ്തിത്വത്തിന്റെ പ്രതിബിംബമായി[3] കണക്കാക്കാമെങ്കിൽ എഴുത്തുകാരന്റെ മുമ്പിൽ രണ്ട് വഴികൾ തുറന്നുകിടക്കുന്നു. ഒന്നാമതായി, കേരളത്തിന്റെ സാമൂഹികചരിത്രത്തെ ഖസാക്കിന്റെമേൽ പിടിപ്പിക്കുക. അല്ലെങ്കിൽ ഖസാക്കിന്റെ 'സമ്പദ്ഘടന'യ്ക്ക് ഒത്ത ഒരു ഉപരിഘടന നിർമിക്കുക.

---

1. ഉപരിഘടന (super structure) യും പ്രത്യയശാസ്ത്ര (ideology)വും പര്യായപദങ്ങളായി ഉപയോഗിച്ചിരിക്കുന്നു. അതുപോലെതന്നെ സമ്പദ്ഘടനയും അടിത്തറ (base)യും.
2. കാൾമാർക്സ്, Contribution to the Critique of Political Economy, മാർക്സ് എംഗൽസ്, *Selected Works* (മോസ്കോ, 1973) വാല്യം 1.
3. ലെനിന്റെ ഫിലസോഫിക്കൽ നോട്ട്ബുക്സിൽ, ഹെഗലിന്റെ സയൻസ് ഓഫ് ലോജിക്–ന്റെ മാർജിനിൽ കുറിച്ച കുറിപ്പിൽ ഈ ആശയം ഇങ്ങനെ അവതരിപ്പിക്കപ്പെടുന്നു: "ജീവൻ മസ്തിഷ്കത്തിന് ജന്മം നൽകുന്നു. മനുഷ്യമസ്തിഷ്കത്തിൽ പ്രകൃതി പ്രതിഫലിക്കുന്നു. തന്റെ പ്രയോഗത്തിലും സാങ്കേതികവിദ്യ (technique)യിലും ഈ പ്രതിഫലനങ്ങൾ ഉപയോഗിക്കുകയും അവ എത്രത്തോളം ശരിയാണെന്ന് പരിശോധിക്കയും ചെയ്യുന്നതിലൂടെ മനുഷ്യൻ വസ്തുനിഷ്ഠ സത്യ (objective truth)ത്തിൽ എത്തുന്നു." ലെനിൻ, *Collected Works* (മോസ്കോ, 1976 എഡിഷൻ) വാല്യം 38, പേജ് 201.

ഒന്നാമത്തേതിൽ, വിചാരിക്കുന്നപോലെ, ഖസാക്കിന്റെ ഘടന ശ്ലഥമാകുകയില്ല. കാരണം, അടിത്തട്ടിലെ എല്ലാ മൂലകങ്ങൾക്കും ഉപരിഘടനയിൽ ഒന്നിനോടൊന്ന് എന്നപോലെ മൂലകങ്ങൾ ഉണ്ടാകണമെന്ന് ആരും ശഠിച്ചിട്ടില്ലല്ലോ. മാത്രമല്ല, സത്യമായ ഉപരിഘടനയുടെ പഠനത്തിൽനിന്നു തന്നെ സമ്പദ്വ്യവസ്ഥയെപ്പറ്റി ഇതുവരെ നമ്മെ കുഴക്കിയ പല പ്രശ്നങ്ങൾക്കും ഉത്തരം കണ്ടെത്തിയെന്നുവരും.

മറിച്ച് ഖസാക്കിന്റെ സമ്പദ്ഘടനയ്ക്ക് മേൽ അതിന്റേതായ ഒരു ഉപരിഘടന നിർമിക്കുവാനായിരുന്നു എഴുത്തുകാരന്റെ തീരുമാനം.

ഈ ഉപരിഘടനയുടെ ചരിത്രപരമായ ഉള്ളടക്കം പരിശോധിക്കേണ്ടിയിരിക്കുന്നു.

കേരളത്തിലെ സാമൂഹികചരിത്രവും ഖസാക്കിലെ ജനതതികളുടെ ജീവിതരീതികളും ഇടതും വലതും വച്ച് നമുക്ക് പരിശോധിക്കാം.

മുസ്ലിങ്ങളുടെ കഥ എടുക്കാം. വിദ്യാഭ്യാസത്തിൽ അവർ പണ്ടുതൊട്ടേ പുറകിലായിരുന്നു. 1872 ലാണ് എല്ലാ പള്ളികളോടും അനുബന്ധമായ ഖുർ-ആൻ സ്കൂളുകൾ തുടങ്ങുവാനുള്ള പദ്ധതിയുടെ തുടക്കം-അവിടെ മലയാളവും പഠിപ്പിക്കപ്പെടും. പക്ഷേ, ഇത് ശരിക്കും നടന്നില്ല. 1894-ൽ വിദ്യാഭ്യാസ പ്രസ്ഥാനം പള്ളികളിൽനിന്ന് വേറെയാക്കി.

സാംസ്കാരിക ബന്ധങ്ങളിൽ മുസ്ലിങ്ങളുടെ ഈ പശ്ചാത് സ്ഥിതി മനസിലാക്കണമെങ്കിൽ മലബാറിലെ, പ്രത്യേകിച്ച് ഇന്നത്തെ പാലക്കാട് ജില്ലയിലെ, ഉൽപ്പാദന ബന്ധങ്ങളെപ്പറ്റി അന്വേഷിക്കേണ്ടിയിരിക്കുന്നു. തീരപ്രദേശങ്ങളിലെ മുസ്ലിങ്ങൾ കച്ചവടക്കാരോ, മീൻപിടുത്തക്കാരോ ആയിരുന്നെങ്കിൽ ഉൾപ്രദേശത്ത്-ഖസാക്ക് അവിടെയാണല്ലോ സ്ഥിതി ചെയ്യുന്നത്-അവർ കർഷകരായിരുന്നു. അതായത് നമ്പൂതിരിമാരുടെയും നായന്മാരുടെയും ജന്മിത്വത്തിന്റെ കീഴിൽ.

ടിപ്പുവിന്റെ മലബാർ ആക്രമണത്തിനിടയിൽ നമ്പൂതിരിമാരും നായന്മാരും പലായനം ചെയ്ത കഥ പ്രസിദ്ധമാണല്ലോ. സർക്കാരിനും (സുൽത്താന്റെ) കർഷകനായ മുസ്ലിമിനും ഇടയ്ക്കുള്ള മധ്യവർത്തികൾ ഒഴിഞ്ഞുകിട്ടി. കൃഷിഭൂമി കർഷകന് എന്ന സ്ഥിതി.

ഈ ഇടവേള ഇരുപത്തിയഞ്ച് കൊല്ലം മാത്രമാണ് നീണ്ടുനിന്നത്. ബ്രിട്ടീഷുകാർ 1798-ൽ, യുദ്ധത്തിൽ തോറ്റ ടിപ്പുവിന്റെമേൽ ശ്രീരംഗപട്ടണം ഉടമ്പടി അടിച്ചേൽപ്പിച്ചു. ബ്രിട്ടീഷുകാരുടെ ഭൂഭരണനയത്തിന് ഇടനിലക്കാർ ആവശ്യമായിരുന്നു. ജന്മികൾ തിരിച്ചെത്തി. അവർ മുസ്ലിങ്ങളോട് രൂക്ഷമായ ഒരു നിലപാടാണ് സ്വീകരിച്ചത്. പ്രത്യേകിച്ചും മതം മാറിയ പുതുമാപ്പിളമാരോട്. പള്ളിക്ക്-എന്തിന് മയ്യത്തുപറമ്പിനുപോലും-ഭൂമി വിട്ടുകൊടുക്കുവാൻ അവർ തയാറായില്ല. അങ്ങനെ വർഗപരമായ ഒരു നിലപാട് സ്വീകരിക്കുവാൻ രണ്ട് കൂട്ടരും നിർബന്ധിതരായി.[1]

1. ഈ ഭാഗങ്ങൾ എഴുതുവാൻ ഫ്രാങ്കോ ഫുറ്റാർട്ടിന്റെയും ഗെനിവീവ് ലെമർ സീനിയറിന്റെയും *കേരളത്തിലെ സാമൂഹ്യ-മതപ്രസ്ഥാനങ്ങൾ : മുതലാളിത്ത രീതിയിലുള്ള ഉൽപ്പാദനത്തിന് പ്രതിക്രിയയായി* എന്ന ലേഖനം (*Social Scientist,* തിരുവനന്തപുരം, 1978 ജൂലൈ ലക്കം നോക്കുക) സഹായിച്ചിട്ടുണ്ട്.

ഖസാക്കിലെ മുസ്ലിങ്ങളുടെ ഭൂമിയുമായുള്ള ബന്ധം അവ്യക്തമാണ്. (അവരുടെ ഉപജീവനമാർഗംതന്നെ ഗവേഷണവിധേയമാണല്ലോ). സാംസ്കാരിക മഞ്ചത്തിൽ അവർ ഹിന്ദുക്കളുടെ സമശീർഷരായി നിൽക്കുന്നു. പിതൃശ്രാദ്ധത്തിന്റെ തീയതി കുറിക്കുന്നത് അള്ളാപിച്ച. തിരിച്ച് നൈജാമലിയെ ഹിന്ദുക്കളും ആരാധിക്കുന്നു. മൺമറഞ്ഞ ദിവ്യൻ ഷെയ്ഖ് ഖസാക്കിന്റെ പൊതുസ്വത്താണ്. പുളിയിലെ 'പോതി'യെ അള്ളാപിച്ചയും ഉള്ളുകൊണ്ട് പേടിക്കുന്നു. പൊതുവേ ശാശ്വത സഹവർത്തിത്വത്തിൽ ഖസാക്കിലെ മിനാരങ്ങളും കുട്ടാടൻ പൂശാരിയുടെ ദൈവപ്പുരയും കുളിച്ചു നിൽക്കുന്നു.

മതപരമായ അടിത്തറയെ തകർക്കുന്നത് ബ്രിട്ടീഷ് കൊളോണിയൽ ഭരണമാണ്. ഈ അടിത്തറയുടെ നാരായവേരിൽ ബ്രിട്ടീഷ് ഭരണം കുത്തിവച്ചത് രണ്ട് രീതിയിലാണ്. ആദ്യമായി സാമ്പത്തികമായി ഇതിനെ തകർക്കുക. പിന്നെ, ആശയപരമായി. സാമ്പത്തികമായി ഇതിനെ തകർക്കുന്നത് ഭൂസ്വത്തിൽ കരം ഏർപ്പെടുത്തിക്കൊണ്ടായിരുന്നു. ഇതിലൂടെ ഭൗതികബന്ധങ്ങൾക്ക് ഉലച്ചിൽ തട്ടി. ഫ്യൂഡൽ ബന്ധങ്ങൾ, കരാറുബന്ധങ്ങളായി മാറി. കുടിയാൻ–അടിമകൾ സ്വതന്ത്രരായി. ഇത് മൂലധനത്തിന്റെ പ്രഭാവമുള്ള ഉൽപ്പാദനരീതികളിലേക്ക് തൊഴിലാളികളുടെ ആവശ്യം നേരിട്ടതുകൊണ്ടാണ്. ഖനികളിലേക്ക് തീവണ്ടിപ്പാത നിർമിക്കുവാൻ. തേയില/കാപ്പി തോട്ടങ്ങളിൽ പണിക്കാർക്കുവേണ്ടി[1] ബുദ്ധിയുടെ തലത്തിൽ, ഇംഗ്ലീഷ് വിദ്യാഭ്യാസവും മിഷനറിമാരും ഈ വ്യവസ്ഥയെ തകർക്കുവാൻ ഉതകി.

മുതലാളിത്ത രീതിയിലുള്ള ഉൽപ്പാദനക്രമത്തിലേക്കുള്ള കേരള പ്രയാണം ഇവിടത്തെ മതത്തലവന്മാരെ സ്വാഭാവികമായും വിഷമിപ്പിച്ചു: കാരണം, ഈ മാറ്റം മതബന്ധങ്ങളുടെ തകർച്ചയെ കുറിച്ചു. ജാതിയിൽ നിന്ന് വർഗത്തിലേക്കുള്ള പ്രയാണം.....

ഭൂമിയുമായി സുദൃഢമായ ബന്ധം വിവരിക്കാത്തതിന്റെ ധ്വനി, ഖസാക്കിൽ സ്വതന്ത്രമായി വിഹരിക്കാവുന്ന ഒരു തൊഴിലാളിക്കൂട്ടമുണ്ടെന്നാണോ? എങ്കിൽ ഖസാക്കിനെ ഒരു അടഞ്ഞ സമ്പദ്വ്യവസ്ഥയായി എന്തിന് ചിത്രീകരിച്ചു? അതുതന്നെ നിഷേധിച്ചുകൊണ്ട് കച്ചവടക്കാരെയും പുന്നപ്പാറ അണ പണിയുവാൻ തൊഴിലാളികളെയും എന്തിന് പുറത്തേക്കയച്ചു? മുമ്പു പറഞ്ഞ സാങ്കേതികമാറ്റങ്ങൾ സാമൂഹികബന്ധങ്ങളെ പിന്നെയും യഥാപൂർവവത്തായി വിട്ടുകളഞ്ഞതെന്തെ?

ഈ വിഭ്രാന്തിക്ക് ഒരു കാരണം കാണും. അടിത്തറയും മേൽത്തട്ടും പുസ്തകത്തിന്റെ താളുകളുടെ സീമയ്ക്കുള്ളിലല്ലല്ലോ തേടേണ്ടത്. കലാപ്രവർത്തനങ്ങളും സാമൂഹികബന്ധങ്ങളുടെ ഉപരിഘടനയുടെ ഭാഗമാകുന്നു.

വക്രിച്ച സമ്പദ്വ്യവസ്ഥയും സ്വപ്നസമാനമായ സാംസ്കാരിക ബന്ധങ്ങളും ഒരു സന്ദേശത്തിന്റെ ഭാഗമാകാം. ഈ സന്ദേശത്തിനെ

1. വില്യം ലോഗൻ, *Malabar Manual* (മദിരാശി, 1951 എഡിഷൻ).

മനസിലാക്കണമെങ്കിൽ, ഇനിയും ഖസാക്കിന്റെ തട്ടിൻപുറം തപ്പേണ്ടി യിരിക്കുന്നു – ഭാഷ, മിത്തുകൾ, ഘടന, ഭരണകൂടത്തിനോടുള്ള സമീ പനം തുടങ്ങിയവ.

4

ഭരണകൂടം ഖസാക്കിന്റെ അച്ഛനായിരുന്നു. അച്ഛനായതുകൊണ്ടു തന്നെ അറിവും കൂടും. ജ്ഞാനിയായ ഭരണകൂടം, ലോകവിവരങ്ങൾ ഖസാക്ക് പൈതങ്ങളെ അറിയിക്കുന്നു. ഖസാക്കുകാർ ഇരുളിൽ ഒളിച്ചി രിക്കുന്ന ദുർഭൂതങ്ങളെ കണ്ട് പേടിക്കുമ്പോൾ എത്തിപ്പിടിക്കുന്നത് ഭരണ കൂടത്തിന്റെ കൈവിരലുകൾ തന്നെ.

ഭരണകൂടത്തിനെ നാം ആദ്യമായി ശരിക്കും അടുത്ത് (അകലം ആണല്ലോ പൈതൃകമായ അധികാരത്തിന്റെ ഒരു പൗരാണികലക്ഷണം) കാണുന്നത് നൈജാമലിയെ പൊലീസ് സ്റ്റേഷനിൽ തല്ലി ചതയ്ക്കുമ്പോ ഴാണ്.

"ജയിൽ മുറിയിൽ തല്ലുകൊണ്ട് അവശനായി നൈജാമലി കിടന്നു. കനപ്പെട്ട കുറ്റങ്ങളാണ്..... ബോധം മങ്ങുകയും തെളിയുകയും ചെയ്തു. ആ വ്യതിയാനങ്ങളിലൂടെ അയാൾ ഒരു ചോദ്യത്തിന് വ്യർഥമായി ഉത്തരം തേടി. അള്ളാപിച്ചാമൊല്ലാക്കയും താനുമായുള്ള യുദ്ധത്തിൽ പൊലീസിന് എന്തു കാര്യം?"

നൈജാമലി കുമ്പസാരക്കടലാസിൽ തുടർന്ന് ഒപ്പു വയ്ക്കുന്നു. ഭര ണകൂടം പിന്നെയും പുത്രവത്സലനാകുന്നു. ഇൻസ്പെക്ടർ:

"ഒക്കെ ശരിപ്പെടുത്താം. അലി ഇപ്പോ ലോക്കപ്പിലേക്ക് പോവൂ. സുഖ മായി ഒറങ്ങൂ. കേസൊക്കെ പിൻവലിക്കും ട്ടോ. രാമന്നായരേ, ചായ്യോ കാപ്പ്യോ എന്താ അലിക്ക് വേണ്ടത്ച്ചാൽ കൊടുക്കൂ. പിന്നെ ഇത്തിരി തണ്ത്തതെന്തെങ്കില്. നീലിഭൃംഗാദിയോ മറ്റോ, തേപ്പിച്ച് ധാരാളം തണ് ത്ത വെള്ളത്തില് കുളിപ്പിക്കൂ."

ദണ്ഡത്തിനുശേഷം ദാനം. കുട്ടികളുടെ കിടമത്സരത്തിൽ ("അള്ളാ പിച്ചാ മൊല്ലാക്കയും താനുമായുള്ള യുദ്ധത്തിൽ പൊലീസിനെന്ത് കാര്യം?") ഇടപെടുന്ന അച്ഛൻ.....

രവിയുടെ സ്കൂൾ പരിശോധിക്കുവാൻ എത്തുന്ന ഭരണകൂടം, നിസ്സംശയം പിതാവ് തന്നെ. 'ഖസാക്കിന്റെ പതിമൂന്നാം അധ്യായത്തി ലാണ് (തലക്കെട്ട് "അച്ഛൻ") ഇത് വിവരിക്കപ്പെടുന്നത്:

"കാൽപ്പടങ്ങൾ തമ്മിലുരസി പൊടിതട്ടി കാലുകൾ കസേരയിൽ കേറ്റിവെച്ച് ഇൻസ്പെക്ടർ ഇരുന്നു. താടി വടിച്ചിട്ടില്ലാത്ത ആ മുഖവും അഴിവിന്റെ ഗന്ധവും രവി പിന്നീട് പലവുരു ഓർക്കുകയുണ്ടായി.....

"വെള്ളി നിറത്തിലുള്ള കുറ്റിരോമങ്ങളിൽ വെയിലേറു വീണു–

"മോൻ എന്നെ താങ്ങിയിരുത്തൂ." രവി ഓർത്തുപോയി.

"അച്ഛൻ തന്റെ മാറിൽ ചാരിയിരിക്കുന്നു....."

പിന്നീട്, അച്ഛൻ.... ഇൻസ്പെക്ടർ.... പൂർവകാലം...... അങ്ങനെ ഊടും പാവും ആയി കഥ നീങ്ങുന്നു.

അറിവിന്റെ ഉറവിടവും-ബാല്യകാലത്തെ പുത്രന് പിതാവ് എന്ന പോലെ-ഭരണകൂടം തന്നെ. ജ്ഞാനത്തിനുവേണ്ടിയുള്ള ജ്ഞാനം രവിയിലൂടെ ഭരണകൂടം ഖസാക്കിന് നൽകുന്നു. നുണങ്ങു വിവരങ്ങൾ അംശം കോൽക്കാരനും. തപ്പാൽക്കാരനും നൽകുന്നു.

പക്ഷേ, ഇടയ്ക്കിടെ അംശം അധികാരി പിതൃശാസനങ്ങൾ ഖസാക്കിനെ അറിയിക്കുന്നു.

“മദ്യനിരോധനം വന്നു. കോഴണിശ്ശേരിയധികാരി പറഞ്ഞയച്ച ഒരു തൊൽക്കൊല്ലൻ അവിടെ വന്ന് കൊട്ടിയറിയിച്ചു.”

കുപ്പു പനംകയറ്റ് നിർത്തി. അച്ഛനെ പേടിക്കണമല്ലോ.

ഭരണകൂടം പിതാവിനെപ്പോലെ ഭയമോചകനും കൂടി ആണല്ലോ.

“കുട്ടാപ്പുനരി പാലക്കാട്ടേക്കു വച്ചടിച്ചു. സർക്കാർ നിരത്താണ്. ഇവരുടെവെച്ച് പ്രേതം പിടിക്കുകയാണെങ്കിൽ അതൊന്നു കാണട്ടെ.”

പിതൃഭാവത്തിൽ കുട്ടികൾക്കുള്ള നിഷ്കളങ്കമായ വിശ്വാസം.

പക്ഷേ, ഭരണകൂടം, ഒരു മാതൃകാപിതാവിനെപ്പോലെ, മുഴുവൻ സമയം കുട്ടികളിൽനിന്ന് വേറിട്ടുനിൽക്കുന്നില്ല. ചിലപ്പോൾ അവരുടെ കളികളിൽ പങ്കെടുത്ത്, അവരുടെ പേച്ചുകൾ തെറ്റാണെന്നറിഞ്ഞിട്ടും അറിയാത്ത ഭാവം നടിച്ച്, തലകുലുക്കുന്നു.

രവിയുടെ വിദ്യാലയം ഖസാക്കിനെ സംബന്ധിച്ചിടത്തോളം പുരോഗതിയിലേക്കുള്ള ഒരു കാൽവെയ്പ്പായിരുന്നു. എന്നിട്ടും ആശയങ്ങളുടെ ലോകത്തിൽ രവി, ഭരണകൂടത്തിന്റെ പ്രതിനിധി, സംഘർഷങ്ങൾ ഒഴിവാക്കുവാൻ ശ്രമിച്ചു. അയാളെ അവിടെയെത്തിച്ച സമ്പദ് സാമൂഹിക വ്യവസ്ഥകളെയെല്ലാം മറന്ന് അയാളും അവിടത്തെ അന്ധവിശ്വാസങ്ങളിലൂടെ കുട്ടികളെ നയിച്ചു.

പള്ളിയുടെ കൊത്തളംപോലെ വലിയ എട്ടുകാലികൾ..... നമുക്ക് ആത്മാവുണ്ടെങ്കിൽ പേനുകൾക്കും ആത്മാവുണ്ട്..... പിക്നികിന് പോകുമ്പോൾ ജലഭൂതത്തിന്റെയടുത്ത് പോകരുത് എന്ന വിലക്ക്.....

ജന്തുശാസ്ത്രവും കണക്കും പഠിപ്പിക്കുന്നതിന്റെ ഇടയ്ക്ക് ഖസാക്കിലെ ഏകാധ്യാപകൻ സംഘർഷങ്ങൾ ഒഴിവാക്കി, തെളിച്ച വഴിയിലൂടെ നടക്കുവാൻ ശ്രദ്ധകാട്ടി.

5

-സമ്പദ്വ്യവസ്ഥയെ നിമ്നോന്നതമായി ചിത്രീകരിക്കുക.

-ഉൽപ്പാദനബന്ധങ്ങളുടെ നേരേ കണ്ണടയ്ക്കുക.

-സാംസ്കാരിക പ്രവർത്തനങ്ങൾക്കു പിന്നിലെ സാമൂഹ്യാവസ്ഥയെപ്പറ്റി ശ്രദ്ധിക്കാതിരിക്കുക.

-സാങ്കേതിക മാറ്റങ്ങൾ സർക്കാർ മുഖാന്തരം സംഭവിപ്പിക്കുക.

-ഭരണകൂടം പിതൃരൂപത്തിൽ സ്ഥിതിചെയ്യുക.

–സംസ്കൃതി വളർത്തുന്നതിൽ സർക്കാർ ദത്തശ്രദ്ധരായിരിക്കുക.

–പക്ഷേ, ഇടയ്ക്കിടെ തന്റെ തീവ്രമായ ശക്തിയെ ഭരണകൂടം ഓർമിപ്പിക്കുക.

ഇതെല്ലാം എന്തോ ഓർമിപ്പിക്കുന്നു. ഒന്നു കണ്ട് മറന്നതുപോലെ, കൊളോണിയൽ ബുദ്ധിജീവികൾ തങ്ങളുടെ സാമ്രാജ്യത്തെക്കുറിച്ചെഴുതിയാൽ ഒരുപക്ഷേ ഇങ്ങനെ ഇരിക്കും. മക്കാളെ സായ്വ് ഖസാക്കിന്റെ ഇതിഹാസം എഴുതിയാൽ ഈ ബിന്ദുക്കളിലായിരിക്കും ശ്രദ്ധ ഊന്നുക.

മാർക്സ് ഭരണകൂടത്തിനെ ഒരു കപട സാർവജനീനത (false universality) ആയി കണ്ടു. എന്തെന്നാൽ ഭരിക്കുന്ന വർഗം സ്വതാൽപ്പര്യങ്ങൾ സമസ്ത ജനങ്ങളുടെയും പേരിൽ ആണയിട്ട് നടപ്പിലാക്കുന്നു. ഇത്തരം ഒരു കപട സാർവജനീനത കൊളോണിയലിസ്റ്റ് ഭരണാധികാരികൾക്കും ആവശ്യമായിരുന്നു. അതിനുവേണ്ടി അവർ ഭരണകൂടത്തിനെ അച്ഛനാക്കുന്നു. ജനങ്ങൾക്ക് നന്മ കൈവരുത്തുന്ന സർക്കാർ. ഇവർ ചിത്രീകരിക്കുന്ന ജനങ്ങളാകട്ടെ, ഉൽപ്പാദന പ്രക്രിയയിലേക്ക് നെറ്റിയിലെ വിയർപ്പുതുള്ളികൾ വീഴ്ത്താതെ സംസ്കാര ജീവിതത്തിൽ മദിച്ചിരിക്കുക. എല്ലാവരും ഒരേ പിതൃഛത്രത്തിന്റെ ഛായയിൽ ആനന്ദിച്ചിരിക്കുന്നു. ജീവിതരംഗത്തിലെ സംഭവങ്ങൾ–മരണം, ജനനം, സുരതം, ഋതുവാകൽ – മാത്രമേ അവരെ പിടിച്ചു കുലുക്കുന്നുള്ളൂ.

പിതൃത്വവാദത്തിന് പുറമേ, കൊളോണിയലിസ്റ്റുകൾ പ്രജകളുടെ അന്ധവിശ്വാസങ്ങളും മതവികാരങ്ങളും സ്പർശിക്കുവാൻ മടിച്ചിരുന്നു എന്നതാണ് മറ്റൊരു പ്രത്യേകത. 1857–ലെ ലഹളയ്ക്കുശേഷം റാണി വിക്ടോറിയ തന്റെ ഇന്ത്യൻ പ്രജകൾക്ക് വാഗ്ദാനം ചെയ്തതും ഇതു തന്നെയാണല്ലോ.

സ്ഥിതി (preservation) ആണ് കൊളോണിയലിസ്റ്റ് ബുദ്ധിജീവികളുടെ മുഖ്യ ജീവിതസിദ്ധാന്തം. ഇത് തെളിയിക്കുവാനായി ഇവരുടെ ചരിത്രകാരന്മാർ ഇന്ത്യയിൽനിന്നും ആഫ്രിക്കയിൽനിന്നും പ്രത്യേകിച്ച് കെനിയ, നൈജീരിയ എന്നിവിടങ്ങളിൽനിന്ന് കൊളോണിയൽ ഭരണകാലത്തെ പുകഴ്ത്തുന്ന പഴഞ്ചന്മാരുടെ രേഖകൾ കണ്ടെത്തിയിട്ടുണ്ട്.

പക്ഷേ, കൊളോണിയൽ സമാധാനം വെറും മിഥ്യയായിരുന്നു. സാമൂഹികതലത്തിൽ, അക്ഷൗഹിണികൾ അപ്പുറത്തും ഇപ്പുറത്തുമായി നിലകൊള്ളുവാൻ തുടങ്ങി. മുതലാളിത്ത–പൂർവ ചൂഷണോപാധികളെ പുനഃസംഘടിപ്പിക്കുക എന്നതുതന്നെയായിരുന്നു ഭരണകൂടത്തിന്റെ ലക്ഷ്യം.

കൊളോണിയലിസവും ഇന്ത്യയിൽ എത്തുന്നതിനുമുമ്പ് ഭൂമി കീഴടക്കി സൂക്ഷിക്കുവാനുള്ള ഒരു വസ്തു മാത്രമായിരുന്നു. തൊഴിൽശക്തിയുടെമേൽ ആധിപത്യം സ്ഥാപിക്കുവാനുള്ള ഒരു ഉപകരണം.[1]

കാലം മാറിയപ്പോൾ ഭൂമി ക്രയവിക്രയം ചെയ്യാവുന്ന ഒരു വസ്തു

---

1. എച്ച് അലവിയുടെ *ഭാരതവും കൊളോണിയൽ രീതിയിലുള്ള ഉൽപ്പാദനവും* എന്ന ലേഖനം നോക്കുക (*Social Register,* 1975).

വായി മാറി. തൊഴിലാളിയുടെമേൽ നേരിട്ട് ഭരണകൂടത്തിന് ആധിപത്യം സ്ഥാപിക്കേണ്ട ആവശ്യം തോന്നിയില്ല. ഇടനിലക്കാർ, മിച്ചം സംഭരിച്ച് സർക്കാറിനെത്തിച്ചു.

മലബാറിൽ 1830 ന്റെ അടുത്താണ് ഭൂമിവിൽപ്പന നിയമങ്ങൾ നടപ്പിലാക്കിയത്. മുതലാളിത്തപൂർവ ഉൽപ്പാദനരീതികളുടെ അന്ത്യംകുറിച്ച ഈ നിയമങ്ങൾ ഭൂബന്ധങ്ങളെ ആകെ ഉലച്ചു.[1]

ഭൂമിയിൽനിന്ന് കരംചുമത്തി മിച്ചം പിടിച്ചെടുക്കുക എന്നതായിരുന്നു കൊളോണിയൽ സാമ്പത്തിക ശാസ്ത്രത്തിന്റെ കാതൽ. വാസ്തവത്തിൽ കൊളോണിയൽ ഭരണമെന്ന് പറഞ്ഞാൽ, മൂലധനത്തിന്റെ ചൂഴ്ന്നിറങ്ങൽ മൂടിവയ്ക്കുവാനുള്ള ഒരു പുകമറ മാത്രമായിരുന്നു. അതുകൊണ്ട് ഈ കാലഘട്ടത്തിലെ "പതുക്കെയുള്ള മാറ്റങ്ങളും" സ്ഥിതിപ്രകാരവും വെറും ചിലരുടെ കപോല കൽപ്പിതം മാത്രമായിരുന്നു.

ഇതിനെക്കുറിച്ച് ഒരുപക്ഷേ കൊളോണിയൽ ബുദ്ധിജീവികൾ ബോധവാന്മാരായിരിക്കും. പക്ഷേ, കോലായിലെ ചാരുകസേരയിൽ അവർ കൊളോണിയൽ ഭരണകൂടത്തിനെ കിടത്തി–ഒരു കാരണവപ്പാടിനെപ്പോലെ പിതൃബിംബമായി.[2]

ഇത്തരത്തിലുള്ള ചിത്രീകരണം വാസ്തവമല്ലെങ്കിൽ, വാസ്തവം എന്താണെന്നതു നിർവചിക്കേണ്ടിയിരിക്കുന്നു. വാസ്തവം എന്നത് കൈയിൽ എണ്ണാവുന്നതും ഇന്ദ്രിയാനുഭൂതവും ആണോ?

ഖസാക്കിൽ രണ്ടുതരത്തിലുള്ള വാസ്തവങ്ങളുണ്ട്. ഒന്ന് കാണാവുന്നതും കേൾക്കാവുന്നതും (ഈ നോവലിലെ ഭാഷയോടുള്ള സമീപനത്തെക്കുറിച്ച് മറ്റൊരിടത്ത് പ്രതിപാദിക്കപ്പെടുന്നു.) ആയ സംഭവങ്ങൾ– ഇവ വളരെ ചിട്ടയായി ഒരുക്കിയിരിക്കുന്നു. ഇതിനപ്പുറമുള്ള സത്യത്തിനെ ഖസാക്കുകാർ മായയായി കണക്കാക്കുന്നു.

നൈജാമലി പൊലീസ്സ്റ്റേഷനിൽവച്ച് കമ്യൂണിസ്റ്റ് അല്ലാതെ ആകുന്നത് ഒരു ജിന്ന് കാരണമാണല്ലോ.

"മഴയെപ്പറ്റിയാണ് സംസാരം. ഒന്നു മൂളിക്കൊടുത്താൽ മതി, കാരണവർ ഉത്സാഹത്തോടെ പറഞ്ഞോളും. മഴ മനുഷ്യനെ കറക്കാതിരുന്ന കാലമുണ്ടായിട്ടില്ല.

"അതല്ലെ കുട്ടി ഈ മായ?"

വാസ്തവത്തോടുള്ള ഖസാക്കുകാരുടെ ഈ സമീപനത്തിൽ വലിയ പുതുമയൊന്നും ഇല്ല. ബേക്കണും കാന്റും ഇതുതന്നെയാണ് അവരുടെ ആശയശാസ്ത്രമാക്കിയത്:

ദൃശ്യഗോചരമായതോ, അനുഭവപ്പെടുവാൻ പറ്റിയതോ (empirical) ആയ എന്തും അടക്കി തിട്ടപ്പെടുത്തുക. ഇതായിരുന്നു അവരുടെ യാഥാർഥ്യം.

---

1. എസ് എഫ് സെയ്ൽ–ന്റെ *മാപ്പിള ലഹളകൾ : പ്രത്യയശാസ്ത്രവും സാമൂഹ്യമാറ്റങ്ങളും (Journal of Asian Studies,* 1975) എന്ന ലേഖനം ഇതിന് അവലംബമാണ്.
2. അസൽ ജ്ഞാനത്തെക്കുറിച്ച് 192 ാം പേജിലുള്ള അടിക്കുറിപ്പു നോക്കുക.

തൊടാൻ പറ്റാത്തതെന്തിനെക്കുറിച്ചും ഭൗതികാതീതമായ ഒരു നിലപാട് സ്വീകരിക്കുക - അനുഭവിക്കുവാൻ പറ്റാത്തതെന്തും നിരപേക്ഷകങ്ങളായ ഉന്നത സത്യങ്ങൾ.

പ്രത്യയശാസ്ത്രം സിദ്ധാന്തങ്ങളുടെ ഒരു താളിക അല്ല. മനുഷ്യൻ സമുദായത്തിൽ എങ്ങനെ തന്റെ വേഷം ആടുന്നു എന്ന് അത് കാണിക്കുന്നു. അയാളുടെ സാമൂഹികബന്ധങ്ങളിൽ ബന്ധിതമായ അയാളുടെ ആശയങ്ങൾ, ഇമേജുകൾ, മൂല്യങ്ങൾ എന്നിവ സമൂഹത്തെക്കുറിച്ചുള്ള അസൽ ജ്ഞാനം അയാൾക്ക് നിഷേധിക്കുന്നു.

കലയും പ്രത്യയശാസ്ത്രവും ആയി ഉള്ള ബന്ധം സങ്കീർണമാണ്. സാമ്പത്തിക, രാഷ്ട്രീയ, നൈതികശാസ്ത്രങ്ങളെപ്പോലെ അതും ഉപരിഘടനയുടെ ഭാഗമാണ്. പക്ഷേ, കല, രാഷ്ട്രീയ–സാമ്പത്തികശാസ്ത്രങ്ങളെ അപേക്ഷിച്ച് അത്യധികം ധന്യവും അനാര്യവും ആണ്. (എംഗൽസ്)[1]

നിയമസംഹിതകളിലും രാഷ്ട്രീയമായ നിലപാടുകളിലും വർഗതാൽപ്പര്യങ്ങൾ ഏതാണ്ട് നഗ്നമായിത്തന്നെ പ്രകടിപ്പിക്കപ്പെടുന്നു. കല ഇതിൽനിന്ന് വ്യത്യസ്തമാണ് എന്ന് എംഗൽസ് പറയുന്നത് അതിന്റെ അനാര്യതയും പ്രകടതയുടെ അഭാവവുംകൊണ്ടാണ്.

*ഖസാക്കിന്റെ ഇതിഹാസ*ത്തിൽ ആശയപരമായി കൊളോണിയലിസ്റ്റ് ബുദ്ധിജീവികളുടെ നിലപാടും ചരിത്രപരമായ ഉള്ളടക്കം വാസ്തവത്തിൽനിന്ന് അതിദൂരെ സ്ഥിതിചെയ്യുവാനും ഉള്ള കാരണം എന്താണ്?

പ്രാഥമികമായി ഇതിനെ ഒരു നോവൽ എന്നു മാത്രം കണക്കാക്കുക. അതായത് ഇതൊന്നും തന്റെ പ്രത്യയശാസ്ത്രപരമായ നിലപാട് വെളിവാക്കുവാൻ വേണ്ടി വിജയൻ ചെയ്തതല്ല എന്നും ഇതിനകത്ത് പ്രയോഗിച്ചിരിക്കുന്ന എല്ലാ വിദ്യകളും കലാനുഭൂതി പരിപുഷ്ടിപ്പെടുത്തുവാൻ (optimize) വേണ്ടി മാത്രമുള്ള ഉപായങ്ങളാണെന്നും വയ്ക്കുക.

എങ്കിൽ ഈ പരിപുഷ്ടിപ്പെടുത്തൽ പ്രക്രിയയിൽ എന്തുകൊണ്ട് ചില മൂലകങ്ങൾ സ്വീകരിക്കപ്പെട്ടു? മറ്റുചില മൂലകങ്ങളുടെ ത്യാഗം എങ്ങനെ വിശദീകരിക്കും?

സാംഖ്യക ശാസ്ത്രത്തിന്റെ ഭാഷയിൽ ഓരോ വാക്കിനും ഓരോ ഇമേജിനും ഒരു കലാസൃഷ്ടിയിൽ പ്രത്യക്ഷപ്പെടുവാനുള്ള സാധ്യത (probability) സമമാണോ?

അങ്ങനെയെങ്കിൽ നമുക്ക് പേനകൾ ഒറാങ് ഉട്ടാന്മാരെ ഏൽപ്പിക്കാം. ഒരു ദശലക്ഷക്കാലം അനവരതം ടൈപ്പ് കൊട്ടുവാൻ ആൾക്കുരങ്ങുകളെ അനുവദിച്ചാൽ ഷേക്സ്പിയറിന്റെ ഒരു ഗീതി ഉണ്ടാകും എന്നാണ് ശാസ്ത്രജ്ഞനായ അലക്സിസ് കാറെലിന്റെ മതം.

അതായത് ഓരോ വാക്കിന്റെയും ഓരോ ഇമേജിന്റെയും പുറകിൽ ഒരു തിരഞ്ഞെടുപ്പ് ഉണ്ട്.

---

1. എംഗൽസ്, *Ludwig Feuerbach and the end of Classical German Philosophy.*

ഈ തിരഞ്ഞെടുപ്പ് കലാകാരന്റെ ഭൗതിക സാഹചര്യങ്ങൾക്ക് കൃത്യമായ അനുപാതത്തിലാണ് എന്നു പറയുക പ്രയാസം. കാരണം, ഉപരിഘടനയുടെ ഭാഗമെന്ന നിലയിൽ കലയുടെ സ്ഥിതിവൈചിത്ര്യംതന്നെ.

പക്ഷേ, വാസ്തവാതീതമായ ഒരു കാഴ്ചപ്പാടിൽനിന്ന് കലയെ വിലയിരുത്തുന്നതും ശരിയായിരിക്കുകയില്ല. കലാസൃഷ്ടിയെ അതിന്റെ ഉള്ളിന്റെ ഉള്ളിലെ വികാസനിയമങ്ങൾകൊണ്ട് മാത്രം മനസിലാക്കുക എന്നതും ബുദ്ധിശൂന്യം. അതുകൊണ്ട്, കലാകാരനെക്കൊണ്ട് മുൻപറഞ്ഞ തിരഞ്ഞെടുപ്പ് നടത്തിക്കുന്ന ശക്തികളെ മനസിലാക്കുവാൻ ശ്രമിക്കുക.

"മനുഷ്യർ അവരുടേതായ ചരിത്രം നിർമിക്കുന്നു, പക്ഷേ, അവർക്ക് തോന്നുംപോലെ അത് ഉണ്ടാക്കുവാൻ പറ്റുകയില്ല; അവർ തിരഞ്ഞെടുത്ത സാഹചര്യങ്ങളിലും അത് നിർമിക്കപ്പെടുന്നില്ല. പിന്നെയോ, നേരിട്ട് ഏറ്റുമുട്ടിയ, നേരിട്ട് ലഭിച്ച, ഭൂതകാലത്തിൽനിന്ന് കൈമറിഞ്ഞു കിട്ടിയ സാഹചര്യങ്ങളിൽവെച്ച് അതു നിർമിക്കപ്പെടുന്നു."[1]

1. മാർക്സ് *The Eighteenth Brumaire of Louis Bonaparte, Marx Engels : Collected Works,* (മോസ്കോ, 1979) വാല്യം 11, പേജ് 103.

7

ആധുനിക കവിതയിലെ 'നാടോടിപാരമ്പര്യവും' ജീർണോദ്ധാരണ ശ്രമങ്ങളുടെ സാമൂഹിക സാംഗത്യവും ഒരാമുഖം

ബാലചന്ദ്രൻ ചുള്ളിക്കാട്

മലയാള കാവ്യഭാഷയെ ദൂരവ്യാപകമായി സ്വാധീനിച്ച കുതിച്ചുചാട്ടങ്ങളിൽ പ്രാധാന്യമേറിയവ ചെറുശ്ശേരി, എഴുത്തച്ഛൻ, കുഞ്ചൻ നമ്പ്യാർ, ചങ്ങമ്പുഴ എന്നിവരുടെ കവിതകളാണ്. കവിതയുടെ അതിരുകളെ അധഃകരിച്ച് സംസാരഭാഷയോളം ഈ കവിതകളുടെ സ്വാധീനം വ്യാപിക്കുകയുണ്ടായി.

ഇവരുടെ കാവ്യഭാഷയുടെ അടിവേരുകൾ കേരളത്തിലെ നാടൻ പാട്ടുകളിലാണ്. അധ്വാനഗാനങ്ങളും ദേവതാസ്തുതികളും വീരാപദാനങ്ങളും അടക്കമുള്ള ജനകീയ കവിതയുടെ ഭൂഗർഭജലം അന്തർവാഹിനിയായി ഈ കവിതകളിലൂടെ ഒഴുകിയെത്തിയിട്ടുണ്ട്. ഈ കവിതകൾ അതതു കാലഘട്ടങ്ങളിലെ സാമൂഹികജീവിതത്തെ ധ്വനിപ്പിക്കുകയും അതിൽ ഗണ്യമായ സാംസ്കാരിക സ്വാധീനം ചെലുത്തുകയും ചെയ്തിട്ടുണ്ട്.

എന്നാൽ ഇവരാരുംതന്നെ നാടൻപാട്ടുകളുടെ സങ്കേതങ്ങളും അന്തരീക്ഷവും ലളിതമായ മനുഷ്യസങ്കൽപ്പവും ആവർത്തിച്ച് രക്ഷപ്പെടുകയല്ല ചെയ്തത്. മറിച്ച്, തങ്ങളുടെ പഠനത്തെയും ജീവിതാവബോധത്തെയും അടിസ്ഥാനമാക്കി ഈ ജനകീയ കാവ്യസംസ്കാരമുൾക്കൊണ്ട്, തങ്ങൾക്ക് ബോധ്യപ്പെട്ട മൂല്യങ്ങളിലുറച്ചുനിന്ന്, അതതു കാലഘട്ടങ്ങളിലെ ഭാഷാപരമായ പ്രതിസന്ധി അടക്കമുള്ള സാമൂഹികവൈരുധ്യങ്ങളെ ഉൾക്കൊള്ളാൻ ശ്രമിക്കുകയും അവയോട് ഭിന്നരീതിയിൽ വ്യക്തിത്വനിർഭരവും സർഗാത്മകവുമായി പ്രതികരിക്കുകയുമാണ് ചെയ്തത്. ഈ മൗലികതയാണ് കേരളീയരുടെ സംസ്കാരത്തെയും ജീവിതത്തെയും സ്വാധീനിക്കാൻ അവരെ പ്രാപ്തരാക്കിയത്.

2

നമ്മുടെ നാടൻപാട്ടുകൾ വിശകലനവിധേയമാക്കുമ്പോൾ ശ്രദ്ധിച്ചുപോവുന്ന ചില വസ്തുതകളുണ്ട്. ശാരീരിക ചലനങ്ങളോടും അധ്വാനത്തോടും രക്തബന്ധമുള്ളതും മനോധർമസാധ്യതകൾ ഏറെയുള്ളതുമായ വിവിധ താളങ്ങൾ, ഭാഷ, ഉച്ചാരണരീതി, സ്വരവിന്യാസരീതി, ബിംബങ്ങൾ, പുരാവൃത്തങ്ങൾ, ജീവിതാവബോധം, ആവിഷ്കാരത്തിന്റെ അനിവാര്യത എന്നീ ഘടകങ്ങളുടെ സാമൂഹികസ്വഭാവമാണ് അവയിൽ ഏറ്റവും പ്രധാനം.

പരമ്പരയാ പാടിപ്പോന്ന്, അതതു തലമുറകളുടെ കാലദേശകുലവ്യത്യാസങ്ങൾക്കനുസൃതമായ ഭാഷാഭേദങ്ങളാലും സങ്കൽപ്പഭേദങ്ങളാലും ജീവിതരീതിയാലും മനോഭാവങ്ങളാലും രൂപഭാവപ്പകർച്ചകൾ സംഭവിച്ചുപോന്ന നാടൻപാട്ടുകളുടെ കാലഗണന ദുഷ്കരമാണ്.

എങ്കിലും ഭൂവുടമസമ്പ്രദായവും സംസ്കൃത സാഹിത്യത്തിന്റെയും ഭാഷയുടെയും ബ്രാഹ്മണസംസ്കാരത്തിന്റെയും ആധിപത്യവും മൂർധന്യദശയിലെത്തിയശേഷം നാടൻപാട്ടുകളുടെ വളർച്ച നിലച്ചുപോയതായിട്ടാണ് കാണപ്പെടുന്നത്. ഇന്ന് നിലവിലുള്ള നാടൻപാട്ടുകളിൽ അന്തർലീനമായിരിക്കുന്ന അവസാനത്തെ സാമൂഹികകാലഘട്ടവും ഇതുതന്നെ. (പോർത്തുഗീസുകാരുടെയും അറബികളുടെയും അധിനിവേശകാലം വരെ നാടൻപാട്ടുകളിൽ നമുക്കു കാണാം.)

ഈ കാലത്ത് നാടൻപാട്ടുകളുടെ വളർച്ച മാത്രമല്ല നിലച്ചുപോയത്. സമൂഹത്തിന്റെ ഏറ്റവും അടിത്തട്ടിലേക്ക് തള്ളപ്പെട്ടുപോയ പുലയർ, പറയർ, ചെറുമർ, പാണർ തുടങ്ങി നിരവധി ജാതികളായി തിരിഞ്ഞുകിടക്കുന്ന അടിസ്ഥാനവർഗത്തിന്റെ സംസാരഭാഷയുടെയും സംസ്കാരത്തിന്റെയും കലകളുടെയും വളർച്ചയും നിലച്ചു. ആ നിലച്ച രൂപത്തിൽത്തന്നെയാണ് ഇന്നും അവ നിലനിൽക്കുന്നത്. ഇതിനും വളരെ പിന്നിൽ വികാസം നിലച്ച ഭാഷയും സംസ്കാരവുമാണ് ഗോത്രവർഗക്കാരുടേത്.

ഏതു ജനവിഭാഗത്തിൽനിന്നാണോ നാടൻപാട്ടുകൾ ഉരുത്തിരിഞ്ഞത്, ആ വിഭാഗത്തിന്റെ സംസാരഭാഷയുമായി അവയ്ക്കു വൈരുധ്യമില്ലായിരുന്നു. അതായത് സംസാരഭാഷയെന്നും കാവ്യഭാഷയെന്നും വേർതിരിവ് ഇല്ലായിരുന്നുവെന്നു സാരം.

തമിഴ്, മലയാളം, സംസ്കൃതം എന്നീ ഭാഷകളുടെ സങ്കരമാണ് നാടൻ പാട്ടുകളിൽ നമുക്ക് കാണാൻ കഴിയുന്നത്. എന്നാൽ, കാലഭേദവും കുലഭേദവും ദേശഭേദവും അനുസരിച്ച് സംസാരഭാഷയിലുള്ള ഉച്ചാരണഭേദങ്ങൾ അവയെ നിയന്ത്രിക്കുകയും നിർണയിക്കുകയും ചെയ്തു.

കോൽ, തടി, തപ്പ്, ഉടുക്ക്, കുടം, വില്ല് തുടങ്ങിയ താളവാദ്യങ്ങളുടെ അകമ്പടിയോടെ പാടുന്ന നാടൻപാട്ടുകളും വിത, നടീൽ, കൊയ്ത്ത്,

മെതി, നായാട്ട് തുടങ്ങിയ വേളകളിൽ പാടുന്ന പാട്ടുകളും അവയുടെ താളങ്ങളും ആലാപനരീതിയും വായ്ത്താരിയും ഒക്കെ എല്ലാ ജനങ്ങൾക്കും ഹൃദിസ്ഥമായിരുന്നു. ചിലപ്പോൾ കൂട്ടമായോ, അല്ലെങ്കിൽ ഒരാളാൽ നയിക്കുന്ന സംഘമായോ, അപൂർവം ചിലപ്പോൾ ഒരാൾ ഒറ്റയ്ക്കോ, രണ്ടുപേർ സംഭാഷണരൂപത്തിലോ ഒക്കെ ഈ പാട്ടുകൾ പാടാറുണ്ട്.

മന്ത്രവാദവും തോറ്റവും അടക്കമുള്ള ദേവതാസ്തുതികളിൽ, ദ്രാവിഡ ദേവതകളും ആര്യദേവതകളും ഇരു പുരാവൃത്തങ്ങളും വരുന്നുണ്ട്. എങ്കിലും ജനജീവിതത്തിൽ അധിഷ്ഠിതമായ സങ്കൽപ്പങ്ങളിലാണ് അവയുടെ ആഖ്യാനനിർവഹണം.

ദേവതാസ്തുതികളിലും മന്ത്രവാദങ്ങളിലും പ്രകൃതിഗീതങ്ങളിലും മനുഷ്യനും പ്രകൃതിയും തമ്മിലുള്ള വൈരുധ്യവിലയങ്ങൾ അന്തർലീനമായിരിക്കുന്നു. അധികാരികളുടെ ദുഷ്ചെയ്തികളും ജനങ്ങളുടെ ദുരിതങ്ങളും വെളിവാക്കുന്ന പാട്ടുകളും ശത്രുപീഡയ്ക്കെതിരായി പ്രയോഗിക്കുന്ന ദുർമന്ത്രവാദങ്ങളും മനുഷ്യബന്ധങ്ങളെക്കുറിച്ചും വിരഹ സംയോഗങ്ങളെക്കുറിച്ചുമുള്ള പാട്ടുകളും മനുഷ്യനും മനുഷ്യനും തമ്മിലുള്ള ഇടച്ചിലും ഇണക്കവും ഉൾക്കൊള്ളുന്നു. അധ്വാനഗീതങ്ങളിൽ ഈ രണ്ടു പ്രതിഭാസങ്ങളും കാണാം.

വീരാപദാനങ്ങളാകട്ടെ, ഉദാത്തജീവിതത്തെക്കുറിച്ചും ജീവിതമൂല്യങ്ങളെക്കുറിച്ചും ഒരു ജനതയ്ക്കുണ്ടായിരുന്ന സങ്കൽപ്പങ്ങൾ വെളിപ്പെടുത്തുന്നു.

ഇനി കലാംശത്തിലോ? നിർവൈയക്തികത (impersonality), പ്രത്യക്ഷപ്രകൃതിയോടോ പുരാവൃത്താനുഷ്ഠാനങ്ങളോടോ ജീവിതാവസ്ഥയോടോ രക്തബന്ധമുള്ള ബിംബാവലി, കേവലതത്വചിന്തയായി പിരിഞ്ഞുകിടക്കാത്തതും ജീവിതവുമായുള്ള പൊക്കിൾബന്ധം മുറിക്കാത്തതും സർവാംഗം ഒരുപോലെ പ്രസരിച്ച് ചൈതന്യമിയറ്റുന്നതും സാമൂഹികവുമായ ജീവിതാവബോധം, മർമഭേദിയായ ജീവിതനിരീക്ഷണം എന്നിവയാണ് നമ്മുടെ നാടൻപാട്ടുകളിൽ കണ്ടെത്താവുന്ന കലാമൂല്യങ്ങൾ. ഇവയുടെ നിഷ്കളങ്കമായ ആന്തരികയോഗം താളസംഗീതഭാഷാദി സാമൂഹിക മാധ്യമങ്ങളിലൂടെ സാക്ഷാൽക്കൃതമാവുമ്പോൾ അവ ഒരു ജനതയുടെ മാനസിക ജീവിതത്തിന്റെ ശബ്ദരേഖയായി മാറുന്നു.

ചുരുക്കത്തിൽ നാടൻപാട്ടുകൾ ജനങ്ങളിൽനിന്നുരുത്തിരിഞ്ഞതും ജനങ്ങളാൽ ചൈതന്യവൽക്കരിക്കപ്പെട്ടതും ജനങ്ങൾക്കുവേണ്ടിയുള്ളതുമായിരുന്നു.

3

മലയാളകാവ്യഭാഷയുടെ പ്രതിസന്ധിഘട്ടങ്ങളിലെല്ലാം സർഗാത്മക കവികൾ നാടൻപാട്ടുകളുടെ ഈ ഗാഢപൈതൃകത്തിലേക്ക് തീർഥയാത്ര ചെയ്തിട്ടുണ്ടെന്നു കാണാം.

നാടൻപാട്ടുകളുടെ താളസംഗീതഭാഷാദി സംസ്കാരത്തെ തന്റെ പ്രതിഭയും ഭാവമണ്ഡലവുമായി അതിവിദഗ്ധമായി സമന്വയിപ്പിച്ച കവിയായിരുന്നു ചങ്ങമ്പുഴ. അദ്ദേഹത്തിന്റെ അനുകർത്താക്കൾ വന്ധ്യംകരിച്ച ഭാഷയെ വീണ്ടും ഉർവരയാക്കിയത് ഇടശ്ശേരിയുടെയും വൈലോപ്പിള്ളിയുടെയും പ്രജ്ഞയാണ്.

നാടൻപാട്ടുകളിൽനിന്ന് തന്റെ ഭാവമണ്ഡലത്തിൽ പ്രസക്തമായ താളസംഗീത ഭാഷാദികൾ മാത്രമാണ് ചങ്ങമ്പുഴ ഉൾക്കൊണ്ടത്. എന്നാൽ ഇടശ്ശേരി കർമാധിഷ്ഠിതമായ സ്വന്തം ജീവിതജ്ഞാനത്തിന്റെ പ്രേരണയാൽ നാടൻപാട്ടുകളുടെ സാമൂഹികവും നരവംശശാസ്ത്രപരവും ആദിരൂപപരവുമായ ആഴങ്ങളിലേക്ക് വേരുകളാഴ്ത്തി.

നാടൻപാട്ടിലെ പദങ്ങളുടെയും കൽപ്പനകളുടെയും പാകയോഗങ്ങളുടെ ലാവണ്യപൈതൃകത്തിലാണ് വൈലോപ്പിള്ളി സ്നാനം ചെയ്തത്. യുക്ത്യധിഷ്ഠിതവും ശാസ്ത്രീയവുമായ ഒരു ജീവിതവീക്ഷണവും പരിഷ്കൃതമായ കലാദർശനവും കാരണം അദ്ദേഹത്തിന് ഇടശ്ശേരിയെപ്പോലെ നാടൻപാട്ടിന്റെ പ്രാകൃതഗാംഭീര്യം ഉൾക്കൊള്ളാൻ കഴിഞ്ഞില്ല. മാത്രമല്ല, വള്ളത്തോളിന്റെ പിൻവലിയും ചങ്ങമ്പുഴയുടെ പാർശ്വാകർഷണവും വൈലോപ്പിള്ളിയുടെ കാവ്യഭാഷയ്ക്ക് ഏതു താണ്ഡവാവസ്ഥയിലും ഒരു ലാസ്യഭാവം പ്രദാനം ചെയ്യുകയും ചെയ്തു.

4

മലയാളത്തിൽ കാൽപ്പനികത അതിന്റെ ദൗർബല്യം ചങ്ങമ്പുഴയിലും ശക്തി വൈലോപ്പിള്ളിയിലും പരമകാഷ്ഠയിലെത്തിയശേഷം ക്രമേണ അധോഗതിയായി. ഒടുവിൽ നമ്മുടെ കാവ്യഭാഷ വീണ്ടും ഭാവാഭിധാന സമർഥമല്ലാതായി. ഈ അന്തരാളഘട്ടത്തിലാണ് ആധുനികതയെക്കുറിച്ചുള്ള പാശ്ചാത്യസങ്കൽപ്പങ്ങളുടെ വെളിച്ചത്തിൽ ഒരുകൂട്ടം പുതിയ കവികൾ അന്വേഷണമാരംഭിക്കുന്നത്. തത്വവാദങ്ങളുടെ പുതിയ പാശ്ചാത്യ വ്യാഖ്യാനങ്ങൾ, ആധുനിക പാശ്ചാത്യ കലാസങ്കേതങ്ങൾ എന്നിവയിലേക്കെന്നപോലെ നാടൻപാട്ടുകളിലേക്കും ഈ അന്വേഷണം വ്യാപിച്ചു.

എം ഗോവിന്ദൻ, കാവാലം നാരായണപ്പണിക്കർ, കടമ്മനിട്ട രാമകൃഷ്ണൻ എന്നിവരാണ് പ്രധാനമായും നാടൻപാട്ടുകളിൽനിന്നും പുരാവൃത്തങ്ങളിൽനിന്നും അനുഷ്ഠാനങ്ങളിൽനിന്നും കാവ്യവസ്തുക്കൾ തേടാനാരംഭിച്ചത്.

ഇവരിൽ എം ഗോവിന്ദൻ സംസ്കൃതവാക്കുകൾ പരമാവധി കുറഞ്ഞതും തമിഴു കലർന്നതും പഴയ മലയാളവാക്കുകൾ നിറഞ്ഞതുമായ ഒരു ഭാഷയിലെത്തിച്ചേർന്നു. വാക്കുകളുടെ ചേരുവ, അലങ്കാരപ്രയോഗങ്ങൾ, കണിശം, ഈണം, താളം എന്നിവയിലൊക്കെ നാടൻപാട്ടിന്റെ രീതികൾ ഗോവിന്ദന്റെ കവിതയിൽ പ്രയോഗിക്കപ്പെടുന്നു. ഐതിഹ്യ

ങ്ങളും പുരാവൃത്തങ്ങളും ഉപയോഗപ്പെടുത്തുന്നു. തമിഴ് ചൊല്ലുകളുടെയും മന്ത്രവാക്യങ്ങളുടെയും കടങ്കഥകളുടെയും ഈണങ്ങളും ഭാഷാപ്രയോഗങ്ങളും ഗോവിന്ദൻ തന്റെ വ്യതൃസ്തതയാക്കി. പക്ഷേ, കാവ്യാനുഭവത്തിന്റെ ചോരയോട്ടത്തിനുപകരം ബുദ്ധികൗശലത്തിന്റെ ജരയാണ് അദ്ദേഹത്തിന്റെ നിർമിതികൾക്കുള്ളത്. പലപ്പോഴും കൃത്രിമത്വം പരിപൂർണമായി വെളിപ്പെടുന്നു.

ചേറൂറാത്ത മാറ്
ചോറു ചെല്ലാത്ത വയറ്
ചോദ്യം വേവാത്ത തലച്ചോറ്

എന്നീ രീതികളിലുള്ള ചൊൽക്കെട്ടുകളിൽ കാവ്യപ്രതിഭയല്ല, പഠിച്ചറിവും ബുദ്ധികൗശലവും തമ്മിലുള്ള അവിശുദ്ധ സംസർഗമാണ് വെളിപ്പെടുന്നത്. ഉദാഹരണങ്ങൾ ഇനിയും എത്രവേണമെങ്കിലുമുണ്ട്.

നാടൻപാട്ടിന്റെ രീതികൾ അവലംബിക്കുന്ന *നോക്കുകുത്തി* എന്ന കാവ്യം നോക്കൂ. വാചാലതയും അതിഭാവുകത്വവും വൃഥാസ്ഥൂലതയും ചേർന്ന് അതിനെ വികലമാക്കിയിരിക്കുന്നു. അക്കിരാമൻ എന്ന അഴകും അറിവും തികഞ്ഞവനെന്ന് കവി അവകാശപ്പെടുന്ന ഒരു നമ്പൂതിരി യുവാവ് ചിരുതേയിയെന്ന അമ്പലവാസിപ്പെണ്ണിൽ അനുരക്തനാകുന്നു. അവളും അറിവുതികഞ്ഞവളെന്ന് കവി അവകാശപ്പെടുന്നുണ്ട്. അവളെ അക്കിരാമൻ വിവാഹം കഴിക്കാൻ തീരുമാനിക്കുന്നു. യാഥാസ്ഥിതിക ബ്രാഹ്മണർ ഇതറിഞ്ഞ് അവളെ കൊന്നുകളയുന്നു. അക്കിരാമന് ഭ്രാന്താകുന്നു. ഒടുവിൽ അവൻ അവളുടെ തലയോടുകൊണ്ട് സായൂജ്യമടഞ്ഞ് ചങ്ങലയിൽ കിടക്കുന്നു. തലയോട് കാണാതാകുമ്പോൾ അവൻ സ്വയം തലയ്ക്കടിച്ച് മരിക്കുന്നു. ഇതാണ് നോക്കുകുത്തിയുടെ അസ്ഥികൂടം. നാട്ടിൽ പ്രചാരമുള്ള ഈ ഐതിഹ്യത്തിലെ അതിഭാവുകത്വത്തെ അതിന്റെ പരമകാഷ്ഠയിൽ കവി എത്തിച്ചിട്ടുണ്ട്. വിദഗ്ധമായ തച്ചുവേലയിൽ കടഞ്ഞെടുത്ത പദ്യരചനയ്ക്കുപോലും ഈ ഇതിവൃത്തത്തിന് ഭാവസ്ഫൂർത്തി കൈവരുത്താനായിട്ടില്ല. മാത്രമല്ല, കഥാപാത്രങ്ങളുടെ ആന്തരിക വികാസത്തിന്റെ ജൈവപ്രക്രിയ അണുപോലും സാക്ഷാൽക്കരിക്കാനും കഴിഞ്ഞില്ല.

അറിവിൽ ആഴ്വാഞ്ചേരി എന്ന് കവി വിശേഷിപ്പിക്കുന്ന അക്കിരാമൻ ആദ്യമായി ചിരുതേയിയെ കണ്ടപ്പോൾ,

"കണ്ണുകളിൽ കാമത്തിൻ
കതകില്ലാക്കലവറകൾ" തുറന്ന നേരത്ത്
"കാട്ടുമുളം തത്തകൾക്കും
കാമമേറും നേരത്ത്", അമ്പലത്തിൽ മാലകെട്ടാൻ പൂവറുത്തുവരുന്ന വാരിയത്തെ ചിരുതേയിയെ വാരിപ്പുണർന്നപ്പോൾ അവൾ പറയുന്നതു നോക്കൂ:

"അരുതരുതേ, അവിടേക്കീ
വിടവേല വെടക്കല്ലി?
അടിയാരെപ്പിടികൂടും
അടവാണോ പയറ്റിയത്?
നമ്മൾക്കും ചിതമല്ല
നാലാൾക്കും ചിതമല്ലദ
കന്നത്തം കലയായാൽ
കാൺമോർക്കും കളിയല്ല,
ഇല്ലത്തും അമ്മാത്തും
വല്ലാത്തോരല്ലലാകും
ഇല്ലാത്ത ചൊല്ലുകളായ്
പൊല്ലാത്ത നാക്കുയരും."

തത്ത പഠിച്ചു പറയുംപോലെയല്ലേ ആ അപ്രതീക്ഷിതാവസരത്തിൽ അവളുടെ പ്രസംഗം.

ഈ പ്രസംഗം കേട്ടയുടനേ അക്കിരാമൻ അടവുമാറ്റി പറയുന്നതു കേൾക്കൂ:

"വിടനല്ല വിഡ്ഢിയല്ല
വീരനുമല്ലക്കിരാമൻ
വിപ്രനായാൽ പ്രേമമെന്ന
സിദ്ധിയെന്തേ പാടില്ലേ?"

ചിരുതേയിയെക്കണ്ട് കാമത്തിന്റെ "കോമരമായ് മതിമറന്ന് കോലം തുള്ളി" എത്തിയ അക്കിരാമനാണ് "വേദവിത്തായ" ഈ മിടുക്കത്തിപ്പെണ്ണിന്റെ (അതോ ഗോവിന്ദന്റെയോ) ഈ പ്രസംഗംകേട്ട് ചുവടു മാറ്റിയത്. പിന്നെയും അവൾ പ്രസംഗം നിർത്താൻ ഭാവമില്ല:

"പ്രേമമെന്ന വാക്കുകളി-
ക്കാമത്തിൻ കരുവല്ല
തേവരെന്നാൽ തേഞ്ഞ കല്ലിൽ
തേമ്പിവെച്ചോരു രൂപമല്ല
വിണ്ണിലെഴും തേവർക്കും
മണ്ണിലെഴും തേവർക്കും
പ്രേമമൊന്നേ പാടില്ലെ-
ന്നാരുചൊല്ലീ, ആർക്കുചൊല്ലാം?"

നിർണായകമായ ഒരു മുഹൂർത്തത്തിൽ (!) അനൗചിത്യത്തിന്റെ പരകോടിയിലെത്തിച്ചിരിക്കയാണ് കവി ഇവിടെ കഥാപാത്രങ്ങളെ.

പന്തിരുകുല പുരാണമടക്കം അനേകം പാണ്ഡിത്യഭാണ്ഡങ്ങളാണ് ഈ നോക്കുകുത്തിയിൽ തൂക്കിയിട്ടുള്ളത്. നായികാനായകന്മാരുടെ മാത്രമല്ല, പാക്കനാരുടെയും ഇടയ്ക്ക് കവിയുടെയും പ്രസംഗങ്ങൾ അരോചകമാണ്.

"മലയാളക്കരകണ്ട കദനകഥ" കേട്ടിട്ടും പാണപ്പാട്ടിന്റെ ഈണം കേട്ടിട്ടും "മുത്തമിഴിൻ പത്തഴകിൽ മുത്തണിഞ്ഞ മലയാണ്മ" കണ്ടിട്ടും നമുക്ക് കൗതുകമല്ലാതെ കാവ്യാനുഭൂതി ഉണ്ടാകാത്തതിന് ഈ അനൗചിത്യങ്ങൾ കുറച്ചൊന്നുമല്ല സഹായിച്ചിട്ടുള്ളത്. ഈ കഥ പറയുന്ന മുരുകയ്യനും കുറത്തിയും കേൾക്കുന്ന നാട്ടുകാരും പക്ഷികളും ഒക്കെ 'കരുണരസം കരകവിയുന്ന' ഈ കഥയിൽ ഹൃദയമലിഞ്ഞു കരയുന്നതായി കവി വാചാലമായി പറയുന്നുണ്ട്:

"കടും തുടിയും പിടയുന്നു,
കരളിന്റെ മിടിപ്പുപോലെ
മുത്തൊഴുകും മൊഴിപൊഴിച്ച
മുത്തമിഴ്ച്ചിമിഴല്ലി
മുഖം പൊത്തിക്കരയുന്നു
മുഖംതണ്ടു മുറിയുംപോൽ,
കുരുവികളും കൂട്ടിനക-
ത്തഴികളിൽ കൊക്കണച്ച്
കളിയാടാൻ കഴിയാതെ
മിഴികലങ്ങി മാഴ്കന്നു."

ഇനിയും വായനക്കാരന് കരയാറായില്ലേ എന്ന് ചോദിക്കുന്നതുപോലെ തോന്നും ഈ വർണന കേട്ടാൽ. അക്കിരാമൻ ചിരുതേയിയുടെ തലയോടുമായി മണിയറയിലിരിക്കുന്നതും ചങ്ങല തലയ്ക്കടിച്ചു ചാകുന്നതുമടക്കം എത്ര സന്ദർഭങ്ങളാണ് അതിവർണനയും ഭാവശൂന്യതയും മൂലം വെറും മെലോഡ്രാമയാക്കി തരംതാഴ്ത്തിയിരിക്കുന്നത്.

"കേളികേട്ട പുകിലായി
താളം മുട്ടും തകിലായി,"
നാളെയുടെ താളുകളിൽ
നാളമാകും താളമത്
"നാട്ടിലിന്നും നടപ്പുണ്ട്
പാട്ടിലതിൻ പടപ്പുണ്ട്
ഏട്ടിലതിൻ പകർപ്പുണ്ട്
എങ്ങുമെങ്ങും കലർപ്പുണ്ട്"

തുടങ്ങിയ കസർത്തുകളും തനതു ഭാഷാപ്രയോഗത്തിനും പ്രാസലീലയ്ക്കും ബലികൊടുത്ത കാവ്യഭാവങ്ങളും നിരവധിയുണ്ടെങ്കിലും പാണപ്പാട്ടിനെ കടത്തിവെട്ടുന്ന 'അഴകുറ്റ പദ്യങ്ങൾ' നോക്കുകുത്തിയാൽ ഉണ്ട്.

കവി പുതിയ ഭാഷ സൃഷ്ടിക്കണം. ആ ഭാഷയ്ക്ക് അവന്റെ പൈതൃകത്തിൽ വേരുകളുണ്ടായിരിക്കണം. പക്ഷേ, പഠിച്ചറിവുവെച്ച് ഒരാൾ കൃത്രിമമമായി ഉണ്ടാക്കുന്നതല്ല കാവ്യഭാഷ. അത് സൃഷ്ടിയാണ്. ആത്മാർഥതയില്ലാത്ത സംസാരഭാഷ കൃത്രിമമാകുന്നതുപോലെ, അനുഭവതപ്തവും ചിന്താഗ്രസ്തവുമായ സ്വപ്നാത്മകതയുടെ സന്നിവേശം ഇല്ലാ

തെവരുമ്പോൾ കാവ്യഭാഷയും കൃത്രിമമാവുന്നു. തന്റേത് 'തനതു' ഭാഷയായിരിക്കണം, അതിൽ നാടൻപാട്ടിന്റെ സംസ്കാരം ഉണ്ടാവണം, അതു തനി കേരളീയമാവണം എന്ന മുൻവിധിയോടെ കൊണ്ടുപിടിച്ചു പരിശ്രമിച്ച് നാടൻ നടിക്കുന്ന ഒരു കാവ്യഭാഷയാണ് ഗോവിന്ദൻ പണിഞ്ഞിരിക്കുന്നത്. അതുകൊണ്ടുതന്നെ ആ ഭാഷ മലയാളകവിതയിൽ ഒരു നോക്കുകുത്തിയായി.

നാടൻപാട്ടുകളുടെയും പുരാവൃത്തങ്ങളുടെയും സംസ്കാരം നാട്യങ്ങളൊന്നും കൂടാതെ കവിതയിൽ സന്നിവേശിക്കുന്നതിന് ഇടശ്ശേരിയുടെ പൂതപ്പാട്ടിനേക്കാൾ നല്ല ഉദാഹരണമില്ല. ഭാഷാലീലയും കാവ്യസൃഷ്ടിയും വ്യത്യസ്ത കർമങ്ങളാണ്. ഒന്നു കൗശലംകൊണ്ടും മറ്റേത് പ്രതിഭകൊണ്ടുമാണ് സാധ്യമാവുക. ഒന്നിന്റെ ആധാരം പാണ്ഡിത്യമാണെങ്കിൽ മറ്റേതിന്റെ ബീജം ജ്ഞാനമാണ്.

കടമ്മനിട്ട രാമകൃഷ്ണനാകട്ടെ, നാടൻപാട്ടിന്റെ ബാഹ്യലക്ഷണങ്ങളെ അന്ധമായി അനുകരിച്ചില്ല. നാടൻപാട്ടുകളുടെയും അനുഷ്ഠാനവിശ്വാസങ്ങളുടെയും പുരാവൃത്തങ്ങളുടെയും അന്തരീക്ഷം അദ്ദേഹത്തിന് സ്വന്തം വർത്തമാനകാലവും വ്യക്തിപരമായ സംസ്കാരവുമായിരുന്നു. അതോടൊപ്പം കവിതയുടെയും സമൂഹത്തിന്റെയും ഭാഷയുടെയും വികസിത വർത്തമാനഘട്ടത്തെക്കുറിച്ചുള്ള സർഗാത്മകബോധം അദ്ദേഹത്തിൽ പ്രബലമായിരുന്നുതാനും. അതുകൊണ്ട് അദ്ദേഹത്തിന് പുത്തൻ നാടൻപാട്ടെഴുതേണ്ടതിന്റെയോ നാടൻ ചമയേണ്ടതിന്റെയോ ആവശ്യകതയുണ്ടായില്ല.

കവിതയെ കവിതയാക്കുന്നത് അതിൽ അന്തർലീനമായ വൈകാരിക സത്യമാണ്. അത് ഭൂതകാലബോധത്തിന്റെയും വർത്തമാനകാലാനുഭവത്തിന്റെയും ഭവിഷ്യൽ ജ്ഞാനത്തിന്റെയും ജൈവ സംഗമ ബിന്ദുവാണ്. അതു ഭൂതകാലത്തിന്റെ വർത്തമാനത്വവും വർത്തമാനത്തിന്റെ ഭവിഷ്യൽ ധ്വനിയും ഏകകാലത്ത് സാക്ഷാൽക്കരിക്കുന്നു.

ഭൂതകാലബോധം ചരിത്രപരമോ പുരാവൃത്തപരമോ വൈയക്തിക ഗൃഹാതുരത്വമോ ആകാം. വർത്തമാനകാലാനുഭവം ആപേക്ഷിക മനുഷ്യാവസ്ഥയുടെ സമഗ്രാനുഭവബോധമോ വൈയക്തിക സുഖദുഃഖാദികളോ ആകാം. പ്രവചനാത്മകമായ ഭവിഷ്യൽജ്ഞാനം വ്യക്തിഗത സ്വപ്നമാകാം, മതാത്മകമായ വെളിപാടാകാം, ധ്യാനാത്മകമായ പൂർണതാബോധമോ ശൂന്യതാബോധമോ ആകാം.

ഇവയിൽ ഏതേതിന്റെ സംയോഗമെന്നു നിർണയിക്കുന്നത് കവിയുടെ ലോകവീക്ഷണമാണ്.

ഒരു സമയം കാലദേശാധീനവും അതേസമയം കാലദേശാതീതവുമായ ഈ വൈകാരിക സത്യംതന്നെയാണ് ജൈവവികാസത്തിലൂടെ കാവ്യരൂപമാകുന്നതും രൂപദശയിൽ ആസ്വാദകനിൽ പ്രവേശിച്ച് അവന്റെ

ഹൃദയത്തിൽ വിചാരകാരകമായ കാവ്യാനുഭവമായി പരിണമിക്കുന്നതും രൂപസാക്ഷാൽക്കാരത്തിന് കവിയെ ശക്തനാക്കുന്നത് പ്രതിഭയാണ്.

ഈ സത്യത്തിന്റെ രൂപോന്മുഖമായ വികാസ വാസനയാണ് നിലവിലുള്ള രൂപഭാഷകളെ അപര്യാപ്തമാക്കുന്നതും രൂപപരവും ഭാഷാപരവുമായ അന്വേഷണങ്ങളെ അനിവാര്യമാക്കുന്നതും.

(കാൽപ്പനികർ വൈകാരികസത്യത്തെ തന്റെ അഹങ്കാരവുമായി തന്മയീഭവിപ്പിക്കുന്നു. ഇതിഹാസകാരനാകട്ടെ, അതിന്റെ സാക്ഷാൽക്കൃതരൂപത്തിൽനിന്നും ദൈവത്തെപ്പോലെ പരോക്ഷനായി വർത്തിക്കുന്നു.

ഈ വൈകാരിക സത്യം തന്നെയാണ് അനുഷ്ഠാനത്തിൽനിന്നും കലാസൃഷ്ടിയെ വേർതിരിക്കുന്നത്.)

ഭൂതവർത്തമാന ഭവിഷ്യൽ പ്രജ്ഞകളുടെ ഈ സംഗമം കടമ്മനിട്ടയുടെ നാലു വരികളിൽ തെളിയുന്നതു നോക്കുക:

പാതാളപ്പടവുകൾ കയറി
പറയപ്പട തുള്ളിവരുന്നു.
പറയറയും താളംതുള്ളി
പറയപ്പട പാടിവരുന്നു.

ഗോത്രജീവിതത്തോളം ആഴ്ന്നുപോകുന്ന വംശസ്മൃതിയുടെ വീര്യവും അധഃകൃതമായ വർത്തമാനകാലത്തിന്റെ ദുഃഖശക്തിയും നഗ്നനേത്രങ്ങൾക്ക് അദൃശ്യവും ഉൾക്കാഴ്ചയ്ക്ക് വിഷയവുമായ ചരിത്രശക്തികളുടെ ഭവിഷ്യൽപ്രഗതിയും ഏകകാലത്തിൽ ഏകബിംബത്തിൽ ആവാഹിക്കപ്പെടുന്നത് ഈ നാലു വരികളിൽ കാണാം.

ഇനി ഒരു നാടൻപാട്ടു കേൾക്കൂ:

മുണ്ടകപ്പാടത്തെ ഞണ്ടിൻകുഞ്ഞേ,
മുണ്ടകൻ കൊയ്യുമ്പോഴെവടിരിക്കും?
അച്ചന്റെ മടിയില് കേറീരിക്കും.
അച്ഛൻ മരിക്കുമ്പോഴെന്തു ചെയ്യും?
അമ്മ മടിയില് കേറീരിക്കും.
അമ്മ മരിക്കുമ്പോഴെന്തു ചെയ്യും?
ചേട്ടന്റെ മടിയില് കേറീരിക്കും.
ചേട്ടൻ മരിക്കുമ്പോഴെന്തുചെയ്യും?
നാത്തൂന്റെ മടിയില് കേറീരിക്കും.
നാത്തൂൻ മരിക്കുമ്പോഴെന്തുചെയ്യും?
എന്റെ വിധിപോലെ ഏൻ കഴിയും.

ഈ ഞണ്ടിൻകുഞ്ഞിന്റെ ആത്മാവിലേക്കു നോക്കിയാൽ നിരാലംബനും നിസ്സഹായനുമായ ഒരു പുലയക്കുട്ടിയുടെ രൂപം കാണാം. കാഴ്ച കുറച്ചുകൂടി വിശാലമാകുമ്പോൾ ഒരു വർഗത്തിന്റെ ചിത്രം കാണാം. മാത്രമല്ല, കാതോർത്താൽ, മനുഷ്യന്റെ ഭൂതവർത്തമാന ഭാവികാലങ്ങളി

ലെല്ലാം മുഴങ്ങുന്ന "എങ്ങനെ ജീവിക്കും" എന്ന ചോദ്യവും അതിന് സാധാരണക്കാരൻ ഇന്നോളം നൽകിവന്ന മറുപടിയും കേൾക്കാം.

വൈകാരിക സത്യത്തിന്റെ സജീവസാന്നിധ്യമാണ് കടമ്മനിട്ടയുടെ കവിതകളെ പ്രസക്തമാക്കുന്നതും അവയെ നൈസർഗികമാക്കുന്നതും. കാവ്യവ്യക്തിത്വവും കാലഘട്ടവും തമ്മിലുള്ള വൈരുധ്യാത്മകബന്ധ മാണ് ആ കവിതകൾക്ക് ഒരേസമയം ആധുനികതയുടെ കാർക്കശ്യവും കാൽപ്പനികതയുടെ ആത്മപ്രണയശീലവും നാടൻപാട്ടിന്റെ ലാളിത്യ വിശ്വാസവായ്പുകളും നൽകുന്നത്.

നാടൻപാട്ടുകളുടെ സങ്കീർണതകളിൽ നൈപുണ്യംനേടിയ കവി യാണ് കാവാലം നാരായണപ്പണിക്കർ. കേരളത്തിലെ അടിസ്ഥാനവർഗ ത്തിന്റെയും നാടൻപാട്ടുകളിലെയും ഭാഷാപ്രയോഗങ്ങളും താളങ്ങളും സ്വരവിന്യാസരീതിയും വായ്ത്താരിയും ഒക്കെ തന്റെ കവിതകളിൽ കാവാലം വിദഗ്ധമായി പ്രയോഗിക്കുന്നുണ്ട്.

രണ്ടു കാര്യങ്ങൾക്ക് ഇതു പ്രയോജനപ്പെടും. ഒന്നുകിൽ ഇതെല്ലാം ഹൃദിസ്ഥമായ ജനങ്ങളോടു സംവദിക്കാൻ. അല്ലെങ്കിലോ ഇതിനെക്കുറി ച്ചെല്ലാം കേട്ടുകേൾവി മാത്രമുള്ള പരിഷ്കൃതരെ അത്ഭുതപ്പെടുത്തി രസി പ്പിക്കാൻ.

രണ്ടാമതു പറഞ്ഞതാണ് ഉദ്ദേശ്യമെങ്കിൽ കുഴപ്പമില്ല. പരിഷ്കൃതർ ക്കു രസിക്കാൻ കെട്ടിയാടുന്ന കഥകളിയും തെയ്യവും തിറയും മുതൽ കാബറേ വരെയുള്ള നേരംപോക്കുകളിൽ ഇതും പെട്ടുകൊള്ളും. എന്നാൽ, 'ഏൻ', 'മാള്', 'ക്ടാത്തി', 'മട്ടി', 'പുട്ട്ള്', 'മരണ്ട്', 'നെപ്പതിര്', 'ചുത്തം', 'തൂശി', 'മൂഞ്ഞി', 'കൊണവതിയാരം' തുടങ്ങി കാവാലം ഉപ യോഗിക്കുന്ന ഭാഷാരീതികൾ ഇന്നും സംസാരഭാഷയിൽ നിലനിർത്തു ന്നവരും അദ്ദേഹം കരുവാക്കുന്ന സങ്കൽപ്പങ്ങളും പുരാവൃത്തങ്ങളും അനുഷ്ഠാനങ്ങളും ഇന്നും രക്തത്തിൽ ഉൾക്കൊള്ളുന്നവരുമായ വിശാല ജനവിഭാഗത്തോടു സംവദിക്കുവാനാണ് ഈ കവിതകൾ ഉദ്ദേശിക്കപ്പെട്ടി രിക്കുന്നതെങ്കിലോ? എങ്കിൽ അവ സംശയനിർഭരമായ പരിഗണന അർഹിക്കുന്നു.

ഈ ജനവിഭാഗത്തിന്റെ ഇന്നത്തെ ജീവിതത്തിന് അവരുടെതന്നെ നാടൻപാട്ടിൽ കാണുന്നതുപോലുള്ള ലാളിത്യം ഇന്നില്ല. കേരളത്തിലെ ഉൽപ്പാദന ബന്ധങ്ങളിലുണ്ടായ സങ്കീർണമായ വികാസം ഇവരുടെ ജീവി തത്തെയും സങ്കീർണമാക്കിയിട്ടുണ്ട്. ഇന്ന് അവരുടെ ജീവിതം കേവലം ഒരു ഭൂവുടമയുടെ അധികാരവുമായല്ല ബന്ധപ്പെട്ടിരിക്കുന്നത്. മുതലാളി ത്തത്തിന്റെയും സാമ്രാജ്യത്വത്തിന്റെയും സങ്കീർണശക്തികളുമായി അത് സങ്കീർണമായി ബന്ധപ്പെട്ടിരിക്കുന്നു. അവരിൽ വലിയൊരു വിഭാഗം രാഷ്ട്രീയമായും തൊഴിലാളി പ്രസ്ഥാനങ്ങൾവഴിയായും സംഘ ടിച്ചിട്ടുണ്ട്. വോട്ടവകാശം, വിദ്യാഭ്യാസാവകാശം, ക്ഷേത്രപ്രവേശനാവ കാശം തുടങ്ങിയവയെല്ലാം അവർക്ക് ലഭ്യമായിട്ടുണ്ട്. അവരിൽ ഒരു വിഭാ

ഗത്തെ ഭൂപരിഷ്ക്കരണനിയമങ്ങൾ വാസഭൂമിയുടെ ഉടമകളാക്കിയിട്ടുണ്ട്. ദൂരവ്യാപകമായ ഫലങ്ങളുളവാക്കിയ രാഷ്ട്രീയ സാമ്പത്തികസമരങ്ങളിലൂടെ അവർ കടന്നുപോയിട്ടുണ്ട്. അധികാരികൾക്ക് അവരെ ചൂഷണം ചെയ്യാനും അധികാരം നിലനിർത്താനും പുതിയ പുതിയ അടവുകൾ സ്വീകരിക്കേണ്ടി വന്നിട്ടുണ്ട്. ഇന്ന് അവരുടെ ജീവിതം തികച്ചും സംഘർഷഭരിതമാണ്.

ഇങ്ങനെ, അവരുടെ ജീവിതം സങ്കീർണമായിരിക്കുകയും അവരുടെ ബോധം ലളിതമായിരിക്കുകയും ചെയ്യുന്നുവെന്നു പറയുമ്പോൾ സൂക്ഷിക്കണം. നാടൻപാട്ടുകളും നാടൻകലകളും ഇന്നവരിൽ നിലനിൽക്കുന്നത് ജീവിതത്തെക്കുറിച്ചുള്ള ഒരു ലളിതബോധത്തിന്റെ ആവിഷ്ക്കാരം എന്ന നിലയിലാണോ–അതായത് കലാസൃഷ്ടി എന്ന നിലയിലാണോ–അതോ അനുഷ്ഠാനമെന്ന നിലയിലാണോ എന്നത് ആഴത്തിൽ പഠിക്കേണ്ടതാണ്.

ഇനി ഈ ലളിതമായ ബോധം നിലനിർത്തുന്നതിനാണ് ഇന്നവരുടെ നാടൻകലകളും നാടൻപാട്ടുകളും അവരെ സഹായിക്കുന്നതെങ്കിൽ, ജീവിതത്തിന്റെ സങ്കീർണയാഥാർഥ്യം ഉൾക്കൊള്ളാൻ പര്യാപ്തമാം വിധം വികസിക്കുന്നതിൽനിന്ന് അവരുടെ ബോധം തടയപ്പെട്ടിട്ടുണ്ട്. പഴയ പാട്ടുകളും കലകളും അനുഷ്ഠാനമാത്രപ്രസക്തിയോടെ, ലളിതമായ ഒരു ജീവിതത്തെക്കുറിച്ചുള്ള ബോധം നിവേദിച്ചുകൊണ്ട്, ഇന്നും ജനങ്ങൾക്കിടയിൽ നിലനിൽക്കുന്നുവെങ്കിൽ, അവ ജനങ്ങളുടെ ബോധവികാസത്തിന് തടസമാണെന്നതിന് തെല്ലും സംശയമില്ല.

ജനങ്ങളുടെ വികസിതബോധത്തിനു മാത്രമേ നിലവിലുള്ള നാടൻപാട്ടുകളുടെയും കലകളുടെയും സർഗാത്മകവികാസം സാധിക്കുകയുള്ളൂ. വ്യക്തികൾക്ക് അസാധ്യമാണത്. എന്നാൽ, തൊഴിൽവിഭജനമടക്കമുള്ള ജീവിതാവസ്ഥയുടെ മാറ്റത്താൽ മനുഷ്യന്റെ സാമൂഹികസ്വഭാവത്തിന് അടിസ്ഥാനപരമായ വ്യത്യാസം സംഭവിച്ച ആധുനിക കാലഘട്ടത്തിൽ കലാകാരന്മാരിൽനിന്നും കലാസൃഷ്ടികളല്ലാതെ ജനങ്ങളിൽനിന്നും നാടൻപാട്ടുകളോ കലകളോ ഉരുത്തിരിഞ്ഞതായി കേട്ടിട്ടില്ല. സമൂഹവികാസത്തിന്റെ ഒരു ഉന്നതഘട്ടത്തിൽ മനുഷ്യബോധം അത്യുന്നതമായ തലത്തിൽ ഏകീകൃതമാവുകയാണെങ്കിൽ അന്ന് ഒരുപക്ഷേ, വീണ്ടും യഥാർഥ ജനകീയകല ഉരുത്തിരിഞ്ഞേക്കാം.

സാമാന്യജനങ്ങളോടു സംവദിക്കാൻ നാടൻപാട്ടുകളുടെയും നാടൻകലകളുടെയും സങ്കൽപ്പങ്ങളും സങ്കേതങ്ങളും പുരാവൃത്തങ്ങളും അവയിലെ ലളിതമായ മനുഷ്യസങ്കൽപ്പവും ഈ കാലഘട്ടത്തിൽ ഒരാൾ ആവർത്തിക്കുന്നുവെങ്കിൽ, അയാൾ തീർച്ചയായും ജനങ്ങളുടെ ബോധവികാസത്തെ പ്രതിരോധിക്കുകയാണ്. ഒരു ജനതയുടെ സാമൂഹികസാംസ്കാരിക വികാസചരിത്രത്തിൽനിന്നും നിരപേക്ഷമായി ബാഹ്യവൽക്കരിച്ചെടുത്ത പാരമ്പര്യബോധം യഥാർഥത്തിൽ പാരമ്പര്യബോധമല്ല. കാരണം, സമകാലികത്വമുള്ള ഭൂതകാലഘടകം ഏതോ, അതിന്റെ

ബോധമാണ് പാരമ്പര്യബോധം. ഇനി ഈ ശരിയായ പാരമ്പര്യബോധത്തെ വിശകലനം ചെയ്യുമ്പോഴോ? വർഗപരവും വംശപരവുമായ വൈരുധ്യങ്ങൾ അതിൽ അന്തർലീനമാണുതാനും.

അപ്പോൾ രണ്ടാമതു പറഞ്ഞതുപോലെ, ആരിൽനിന്നാണോ കാവാലം നാരായണപ്പണിക്കർ കരുക്കൾ ഉൾക്കൊണ്ടത്, ആ ജനങ്ങളോടു സംവദിക്കാനാണീ കവിതകൾ ഉദ്ദേശിക്കപ്പെട്ടിട്ടുള്ളതെങ്കിൽ ഇവ അവരുടെ ബോധവികാസത്തെ പ്രതിരോധിക്കുകയാണ് ചെയ്യുന്നതെന്ന് വ്യക്തം. (സങ്കീർണമായ ജീവിതയാഥാർഥ്യങ്ങളെ ഉൾക്കൊള്ളാൻ പര്യാപ്തമാംവിധത്തിൽ നാടൻപാട്ടുകളെയും നാടൻകലകളെയും വികസിപ്പിക്കാൻ ഇനി അസാധ്യമാണ്. ശൈശവദശയിലേക്ക് തിരിച്ചുപോയിട്ടു വീണ്ടും നന്നായി വളരാൻ മനുഷ്യനു കഴിയാത്തതുപോലെ).

മാത്രമല്ല, കാലചൈതന്യത്തിന്റെ അഭാവത്തിൽ അദ്ദേഹത്തിന്റെ കവിതകൾ കേവലം ലീലയായി പരിണമിക്കുന്നു. ഒന്നുകിൽ ഒരു നേരമ്പോക്കിന്റെയോ അല്ലെങ്കിൽ അനുഷ്ഠാനത്തിന്റെയോ പ്രസക്തിയാണ് അവയ്ക്കുള്ളത്.

ഇച്ഛാശക്തിയുടെ ശബ്ദവൽക്കരണത്താൽ തങ്ങളുടെ യാതനകൾക്ക് മാന്ത്രിക പരിഹാരം തേടിയ ഒരു ജനതയുടെ മന്ത്രവാദപ്പാട്ടിന്റെ താളവിന്യാസത്തിൽ,

പ്രളയത്തിലായ്
വലയത്തിലായ്
വിലയത്തിലായ്
വടപത്രശായി പരലേ
ഹാ........
ചല ചല ചല
ജലവക്ത്രത്തിൽ
സ്ഥലപത്മത്തിൽ
കലിഖണ്ഗത്തിൽ
പുതുസർഗത്തി-
ന്നവതാരത്തിൽ
ഹരിയായ് – ഹരനായ് – നരനായ്
ഉണരുണരുണര്
ഹും ഫൾ സ്വാഹാ

എന്നെഴുതുമ്പോൾ, ആ ജനതയുടെ ആത്മാർഥതയെ അവഹേളിക്കുന്ന തരത്തിലുള്ള ഒരു ലീലയായി, അല്ലെങ്കിൽ ഹൃദയശൂന്യമായ ഒരു ചടങ്ങായി കവിതാ ധർമം മാറുന്നു.

മണ്ണും ഞാറും കതിരും ഒന്നും സ്വന്തമല്ലാത്തവനെക്കൊണ്ട്

"മണ്ണാണടിയൻ, മണ്ണിലരിച്ച
മുളയാണടിയൻ, മുളയിലെണീറ്റ

ഞാറാണടിയൻ, ഞാറുപുതച്ച
നിറമാണടിയൻ
കതിരാണടിയൻ
കൂർമ്പൻ കൊടവയറാ, എടമാപ്ലച്ചങ്ങാതീ
നീ മണ്ണിനെ നമ്പി മണ്ണിലുണർന്നോടാ
മണവാളച്ചങ്ങാതീ"

എന്ന് വീരസ്യം പറയിക്കുമ്പോൾ വാസ്തവത്തിൽ അവനെ കോമാളിയാക്കുകയാണ്. കാരണം, മണ്ണിന്റെയും കതിരിന്റെയും ഞാറിന്റെയും ഉടമ യഥാർഥത്തിൽ ഭൂവുടമയായ മാപ്ലച്ചങ്ങാതി തന്നെയാണ്. അതായത് മണ്ണും കതിരും ഞാറും ഒക്കെയായ ഈ പുലയന്റെയും ഉടമ ഈ മാപ്ലച്ചങ്ങാതി തന്നെയാണ്. തനിക്ക് ഒന്നും സ്വന്തമല്ലെങ്കിലും അതറിയാതെ എല്ലാം തന്റെയാണെന്ന് വിശ്വസിച്ചാശ്വസിക്കുന്ന അടിമയുടെ ആ പഴയ വിശ്വാസം അവനിൽ ഉറപ്പിക്കുകയാണിവിടെ. ആ വിശ്വാസത്തെ അവതാരികാകാരനായ കാട്ടുമാടം നാരായണൻ പരോക്ഷമായി പ്രകീർത്തിക്കുന്നത് കേൾക്കുക:

> കഥാനായകൻ നിർധനനും ഒരുതുണ്ടു ഭൂമിപോലുമില്ലാത്തവനുമാണ്. അവൻ മണ്ണുമായി സാത്മ്യം പ്രാപിച്ചിരിക്കുകയാണ്. അവന്റെ വർഗബോധം സമ്പദ്ഘടനയെ ആശ്രയിച്ചുള്ളതല്ല. നേരത്തും കാലത്തും മണ്ണിലിറങ്ങി പണിയെടുക്കാത്തവനാണ് അവന്റെ ശത്രു. ഭൂവുടമയായ മാപ്ലച്ചങ്ങാതിയോടുള്ള വിരോധം അയാൾ മണ്ണിനെ നമ്പുന്നില്ല എന്നുള്ളതാണ്.

ഫ്യൂഡൽ വ്യവസ്ഥയിലെ ഒരു കർഷകത്തൊഴിലാളിയുടെ മിഥ്യാമനോഭാവത്തെയും മിഥ്യാ വിശ്വാസത്തെയും എത്ര നഗ്നമായാണ് ഇവിടെ അവതാരികാകാരൻ പ്രകീർത്തിക്കുന്നത്! അതിനെ മാതൃകാപരമായ മനോഭാവമായും 'വർഗസമരത്തിന്റെ കാഹള'മായും കാട്ടുമാടം വിശേഷിപ്പിക്കുന്നു! "നാടൻപാട്ടുകൾക്കു ശേഷമുണ്ടായ ആദ്യത്തെ ജനകീയ കവിത''യാണത്രേ ഇത്. തന്റെ സ്വന്തമല്ലാത്ത മണ്ണുമായും അന്യന്റെ അറയിൽ നെല്ലു കൂട്ടാൻവേണ്ടി ചെയ്യുന്ന കൂലിപ്പണിയുമായും സാത്മ്യം പ്രാപിക്കൽ വർഗസമരത്തിന്റെ കാഹളമല്ല, ഫ്യൂഡൽ കാലഘട്ടത്തിലെ അടിമയുടെ ദീർഘനിശ്വാസമാണ്. അവന്റെ നിലനിൽപ്പിന്റെ യാഥാർഥ്യത്തെക്കുറിച്ചുള്ള അജ്ഞതമൂലമാണ് താൻ കൃഷിചെയ്യുന്ന ഭൂമി തന്റെ സ്വന്തമല്ല എന്ന സത്യം ഉൾക്കൊള്ളാൻ അവനു കഴിയാത്തതും വെറും പ്രത്യക്ഷദൃഷ്ടിയിൽപ്പെടുന്ന, ഭൂവുടമ മണ്ണിൽ പണിയെടുക്കുന്നില്ല എന്ന വസ്തുതയിൽ അവൻ രോഷാകുലനാകുന്നതും. എന്തുകൊണ്ടാണ് മാപ്ലച്ചങ്ങാതീ പണിയെടുക്കാത്തത് എന്നാലോചി

ക്കാൻ അവനു കഴിവില്ല. അയാൾ ചെയ്യേണ്ട ജോലികൂടി അവൻ ചെയ്യുന്നുവെന്നും അവന്റെ അധ്വാനഫലംകൊണ്ടാണ് മാപ്ലച്ചങ്ങാതി പണിയെടുക്കാതെ കഴിയുന്നതെന്നും ഈ അവസ്ഥയ്ക്കു കാരണം അയാളുടെ ഭൂവുടമത്വമാണെന്നും അവൻ മനസിലാക്കുന്നില്ല. അതു മനസിലാകുമ്പോൾ മാത്രമല്ലേ അവന്റെ വർഗബോധം സമ്പദ്ഘടനയെ അടിസ്ഥാനമാക്കിയുള്ളതാവുകയുള്ളൂ. പക്ഷേ, അവൻ അത് ഒരിക്കലും മനസിലാക്കരുതെന്നുള്ളതാണല്ലോ കാവാലത്തിന്റെയും കാട്ടുമാടത്തിന്റെയും നിലപാട്. കാരണം, രണ്ടുപേരുടെയും താൽപ്പര്യം ഭൂവുടമയുടെ താൽപ്പര്യമാണല്ലോ. അപ്പോൾപ്പിന്നെ തങ്ങൾക്ക് എന്നും സഹായകരമാകുന്ന കർഷകത്തൊഴിലാളിയുടെ ഈ മിഥ്യയായ മനോഭാവത്തെ ആവിഷ്കരിക്കാതിരിക്കാൻ കവിക്കും അതിനെ പ്രകീർത്തിക്കാതിരിക്കാൻ അവതാരികാകാരനും കഴിയുന്നതെങ്ങനെ? അതു മാത്രമല്ല, ഈ സമാനഹൃദയത്വം മൂലമാണല്ലോ കവിതയുടെ ഈ ഗൂഢാർഥം കൃത്യമായി അവതാരികാകാരനു വെളിപ്പെട്ടതും അതു മറ്റാർക്കാനും വെളിപ്പെട്ടാലോ എന്നു ഭയന്ന് 'വർഗസമരത്തിന്റെ രഹസ്യകാഹള'മായി അതിനെ വ്യാഖ്യാനിച്ച് അദ്ദേഹം അത് മറച്ചുവയ്ക്കാൻ ശ്രമിച്ചതും.

മലയാള കാവ്യഭാഷയുടെയും കാവ്യബോധത്തിന്റെയും സ്വാഭാവിക വികാസത്തിൽ വിനാശകരമായ സ്വാധീനം ചെലുത്തിയ ഒന്നാണ് സംസ്കൃത സാഹിത്യത്തിലെ നിയോക്ലാസിക് പാരമ്പര്യം. ബ്രാഹ്മണമേധാവിത്വത്തിന്റെയും ജന്മിത്തത്തിന്റെയും സാംസ്കാരികാധിപത്യത്തിന്റെ മർദനോപാധിയായിരുന്നു അത്.

ഇന്നത്തെ മലയാളികളുടെ കാവ്യബോധത്തെ വിനാശകരമായി ബാധിക്കുന്ന ഏറ്റവും വലിയ ഘടകം ചലച്ചിത്രഗാനങ്ങളാണ്. ഈ രണ്ടു രംഗങ്ങളിലുംകൂടി കാവാലത്തിന്റെ സംഭാവന വലുതാണ്.

ചുരുക്കിപ്പറഞ്ഞാൽ നാടൻപാട്ടുകളുടെയും നാടൻകലകളുടെയും ജീർണോദ്ധാരണം, സംസ്കൃതസാഹിത്യത്തിലെ നിയോക്ലാസിക് പാരമ്പര്യം, ചലച്ചിത്രഗാനങ്ങൾ എന്നീ മൂന്നു ഘടകങ്ങളും കേരളീയ ജനതയുടെ കാവ്യബോധത്തിന്റെയും ജീവിതബോധത്തിന്റെയും വികാസത്തെ പ്രതിരോധിക്കുന്നതിൽ പ്രാധാന്യമേറിയവയാണ്. ഈ മൂന്നും യഥാക്രമം ജനങ്ങളുടെ അനുഷ്ഠാനാധിഷ്ഠിതവും ജീവിതവുമായി ബന്ധമില്ലാത്തതുമായ യാഥാസ്ഥിതിക ബോധത്തെയും ബ്രാഹ്മണമേധാവിത്വപരമായ ജന്മിത്ത സംസ്കാരത്തെയും മുതലാളിത്തപരമായ കച്ചവടസംസ്കാരത്തെയും ജനങ്ങളിൽ അടിച്ചുറപ്പിക്കുവാനുള്ള സാംസ്കാരികോപകരണങ്ങളാണ്. ഈ മൂന്നു രംഗങ്ങളിലും ഇന്ന് ശക്തമായ സംഭാവനകൾ നൽകിപ്പോരുന്ന കലാകാരനാണ് ശ്രീ കാവാലം നാരായണപ്പണിക്കർ. അതുകൊണ്ടുതന്നെ രാഷ്ട്രീയരംഗത്തും ധൈഷണികരംഗത്തും ജനങ്ങളുടെ ബോധവികാസത്തെ ഭയപ്പെടുന്ന ശക്തികളെല്ലാം, അതായത് യാഥാസ്ഥിതികത്വത്തെയും ജന്മിത്തത്തെയും മുതലാളിത്തത്തെയും

പ്രതിനിധീകരിക്കുന്ന ശക്തികളെല്ലാം അദ്ദേഹത്തിന്റെ കലാസാംസ്കാരിക നേതൃത്വം ഒരനുഗ്രഹമായി കരുതാതിരിക്കില്ല.

നാടൻപാട്ട്, പാരമ്പര്യം, തെയ്യം, തിറ, പൊറാട്ടുനാടകം, പടയണി, പാൽക്കാവടി തുടങ്ങി നമ്മുടെ സാഹിത്യ കലാരംഗങ്ങളിൽ മുഴങ്ങിക്കേൾക്കുന്ന വാക്കുകളുടെ ആന്തരാർഥം ആരായുന്ന ഒരന്വേഷകൻ നടുക്കുന്ന ഒരു സത്യത്തിലാണ് ചെന്നുമുട്ടുക. ഈ ജീർണോദ്ധാരണ പരിശ്രമങ്ങളെല്ലാംതന്നെ നീതിബോധം മുതൽ ഭാഷാബോധംവരെ വ്യാപിച്ചുകിടക്കുന്ന സാംസ്കാരിക പ്രതിസന്ധിയും വിലക്കയറ്റംമുതൽ സാമ്രാജ്യത്വചൂഷണംവരെയുള്ള സാമ്പത്തിക പ്രതിസന്ധിയും ഉൾക്കൊള്ളുന്ന അതീവ സങ്കീർണമായ സമകാലിക മനുഷ്യാവസ്ഥയെ മറച്ചുപിടിക്കുവാൻ നമ്മുടെ കണ്ണുകൾക്കു മുന്നിൽ തൂക്കിയ മാറാമ്പലുകളാണെന്ന സത്യത്തിൽ. എന്നാൽ, പ്രത്യക്ഷത്തിൽ നിർദോഷമെന്നു തോന്നുന്ന ഈ വാക്കുകളുടെ ഗർഭപാത്രത്തിലാണ് ജനങ്ങളുടെ ബോധവികാസത്തെ ഭയപ്പെടുന്ന ഫാസിസത്തിന്റെ ഇരുമ്പുലക്ക വളരുന്നതെന്ന പരമാർഥത്തെക്കുറിച്ച് എത്രപേർ ബോധവാന്മാരാണ്?

കലാവിമർശത്തെപ്പറ്റിയുള്ള ഈ സമാഹാരത്തിൽ റിവൈവലിസ്റ്റു സംസ്കാരത്തിന്റെ തത്വശാസ്ത്രപരമായ വിവക്ഷകളെപ്പറ്റിയുള്ള ഈ പഠനം എത്രമാത്രം സംഗതമാണ് എന്ന ചോദ്യം ഉയർന്നുവന്നേക്കാം. ഗീതാപ്രഭാഷണങ്ങളും മതപ്രസംഗങ്ങളും 'താന്ത്രിക്' കലയും തനതു നാടകവേദിയുമൊക്കെ ഒരു സംസ്കാര (ആഭാസ)ത്തിന്റെതന്നെ ഭാഗങ്ങളായി കാണുന്ന ഒരു മാർക്സിസ്റ്റിന് ഇവയുടെ വേരുകളെപ്പറ്റിയും പ്രത്യയശാസ്ത്രപ്രസക്തിയെപ്പറ്റിയും ബോധവാനാകേണ്ടിയിരിക്കുന്നു. പ്രഭാഷണം (discourse), ചിഹ്നങ്ങൾകൊണ്ടുള്ള ചരടുവലികൾ (symbol manipulation) എന്നീ രൂപങ്ങളിലൊക്കെ കലയിൽ പ്രത്യക്ഷപ്പെടുന്ന ഈ മാരകശക്തിയെ അതിന്റെ തികച്ചും ഭൗമമായ രൂപത്തിൽ, ചരിത്രപരതയിൽ കാണുകയെന്നത് ഇന്ന് അത്യന്താപേക്ഷിതമാണ്. "ഫാസിസം ഒരു ഉപജാപമായിരുന്നു. പക്ഷേ, ഉപജാപം മാത്രമായിരുന്നില്ല. ശക്തമായ സാമൂഹികരൂപങ്ങളുടെ (social formations) ആവിർഭാവത്തിന്റെ സൃഷ്ടിയായിരുന്നു അത്. ഇന്ന് ഭാഷയിൽ അതഭയം തേടിയിരിക്കുന്നു. അവിടെ എരിയുന്ന ഒരു തിന്മയായി അതു പതുങ്ങിക്കിടക്കുന്നു" എന്ന അഡോണോയുടെ വാക്കുകൾ ഓർമിക്കുമ്പോൾ പ്രത്യേകിച്ചും.

8

ഇന്നത്തെ മതപരമായ പുനരുദ്ധാരണ രൂപങ്ങൾ

ഒരു പ്രത്യയശാസ്ത്രത്തിന്റെ വർഗസ്വഭാവവും സാമൂഹികമായ വേരുകളും

മുരളീധരൻ

ഭാവി നമുക്കായി കരുതിവച്ചിട്ടുള്ള വിജയത്തിലേക്ക് ഒരു ചുവടെങ്കിലും അടുത്തേക്കെത്താൻ നമ്മെ സഹായിക്കുമെങ്കിൽ ഒരു ജോലിയും ഹീനമല്ല എന്നു നാം മനസിലാക്കണം. വിമർശിക്കാതെ തള്ളിക്കളയാവുന്നത്ര അപ്രധാനമായി ഒന്നുംതന്നെയില്ല. ദൃഷ്ടിപഥത്തിൽ പ്രത്യക്ഷപ്പെടുന്ന (വിമർശനീയമായ) ഒന്നുംതന്നെ ആക്രമിക്കപ്പെടാതിരുന്നുകൂടാ. അപമാനകരമാണെങ്കിലും ഈ ജോലികൾ പൂർത്തീകരിക്കാനുള്ള ക്ഷമ പ്രദർശിപ്പിക്കാൻ നാം തയാറാവുക.

– പോൾ നിസാൻ,
വാച്ച് ഡോഗ്സ് : ദ ഫിലോസഫേഴ്സ് ഓഫ് ദ എസ്റ്റാബ്ലിഷ്ഡ് ഓർഡർ

കാഷായവസ്ത്രം, സാത്വികതയുടെ പരിവേഷമണിഞ്ഞ ചെറുചിരി, കർത്താവാരെന്നു നല്ല തിട്ടമില്ലാത്ത മഹദ്വചനം: ഇവയൊക്കെയാണ് ഈ കാലഘട്ടത്തിലെ ഏറ്റവും സംശയിക്കപ്പെടേണ്ട പ്രതിഭാസങ്ങൾ. നമ്മുടെ സാമൂഹിക ജീവിതത്തിന്റെ ഓരങ്ങളിൽ പതുങ്ങിക്കളിക്കുന്ന ഈ കോലങ്ങൾ അലസിപ്പോയ സദുദ്ദേശ്യത്തിന്റെ ചാപിള്ളകളോ ഉപരിവർഗ പ്രത്യയശാസ്ത്രം ബോധപൂർവം എടുത്തണിയുന്ന മൂടുപടങ്ങളോ, സാമൂഹ്യപ്രതിഷേധത്തിന്റെ വികലരൂപങ്ങളോ ആകാം. യഥാർഥ ഉൽപ്പന്നങ്ങളുടെ രൂക്ഷമായ ക്ഷാമം നിലനിൽക്കുന്ന നമ്മുടെ വലുതായിവരുന്ന ചന്തകളിൽ സംസ്കാരം ഏറെ വിലമതിക്കപ്പെടുന്ന മറ്റൊരു

ഉൽപ്പന്നമായിത്തീരുന്നു.[1] ഒന്നും തിന്നാൻ കിട്ടാതെ ഉഴലുന്ന സാമൂഹിക ബോധം "ദേശീയ പാരമ്പര്യം", മഹാപുരുഷന്മാർ, അവാച്യമധുരമായ ആശയങ്ങൾ തുടങ്ങിയ മായികവിഭവങ്ങളെ വാരിവിഴുങ്ങുന്നു.

എല്ലാ പുനരുദ്ധാരണ ശ്രമങ്ങളും അതു പുനഃസൃഷ്ടിക്കാൻ ശ്രമിക്കുന്ന കാലഘട്ടത്തെയും സാംസ്കാരികാന്തരീക്ഷത്തെയും പൂർണമായ അർഥത്തിൽ പുനരുദ്ധരിക്കുന്നതിൽ പരാജയപ്പെടുന്നു. അനുകരണീയമായ മാതൃകകളായും ആത്മീയോത്തേജനത്തിന്റെ ഉറവിടങ്ങളായും ഒരു സാമൂഹികഭൂതകാലത്തിന്റെ (social past) ചില തുണ്ടങ്ങൾ ചെത്തിയെടുത്തവതരിപ്പിക്കാനുള്ള ശ്രമങ്ങൾ പലതിനെയും തള്ളുകയും കൊള്ളുകയും ചെയ്യുന്ന ഒരു സങ്കീർണ പ്രക്രിയയാണ്. ഈ തെരഞ്ഞെടുപ്പു പ്രക്രിയ സമകാലികപ്രത്യയശാസ്ത്ര ആവശ്യകതകളിൽ ആഴത്തിൽ വേരോടി നിൽക്കുന്നതാണ്. അതുകൊണ്ടുതന്നെ ഈ ശ്രമങ്ങൾ പുനരുദ്ധരിക്കപ്പെടുന്ന കാലഘട്ടത്തേക്കാൾ പുനരുദ്ധരിക്കുന്ന കാലഘട്ടത്തിലേക്ക് കൂടുതൽ വെളിച്ചം വീശുന്നു.[2] ആർഷഭാരതപൈതൃകം, സനാതനധർമം, കലിയുഗാരണ്യകങ്ങൾ, ശാശ്വതമൂല്യങ്ങൾ ഇത്യാദികളൊക്കെ പുനഃസ്ഥാപിക്കപ്പെടണമെന്നുള്ള ചിന്താഗതിയുടെ പ്രചാരകന്മാർ ഇന്നു പല കോണിലുമുണ്ടല്ലോ. എരിവിനും പുളിക്കുമായി ജനാധിപത്യം, വിമോചനം, ദേശീയത തുടങ്ങിയവ പല ചേരുവകളിൽ ഈ വിഭവങ്ങളിൽ അരച്ചുചേർത്താണ് ഈ തത്വമതികൾ പൊതുവേദികളിൽ വിള

1. സംസ്കാരത്തിന് ഇവിടെ, എൻ എസ് മാധവന്റെ ലേഖനത്തിൽ ഉപയോഗിച്ചിട്ടുള്ള, "ബാക്കിയാവുന്ന ചോറ്" എന്ന നിർവചനം തന്നെയാണ് സ്വീകരിച്ചിട്ടുള്ളത്. കഴിഞ്ഞ രണ്ടു പതിറ്റാണ്ടുകളായി ശക്തിയാർജിച്ചുവരുന്ന മഠങ്ങൾ, ആശ്രമങ്ങൾ തുടങ്ങിയ മതസ്ഥാപനങ്ങളുടെയും സംഘടനാരൂപങ്ങളുടെയും യഥാർഥ സാമ്പത്തികാടിത്തറയെപ്പറ്റിയും അവയ്ക്ക് നിലവിലുള്ള വർഗങ്ങളോടും ഗ്രൂപ്പുകളോടും ശാക്തിക ചേരികളോടുമുള്ള സങ്കീർണബന്ധങ്ങളെപ്പറ്റിയുമുള്ള ആഴത്തിലുള്ള പഠനങ്ങളുടെ അഭാവത്തിൽ, പ്രത്യയശാസ്ത്രത്തെപ്പറ്റിയും സംസ്കാരത്തെപ്പറ്റിയും കൂടുതൽ നിഷ്കൃഷ്ടമായ സങ്കൽപ്പങ്ങൾ (concepts) പ്രായോഗികമായിരിക്കില്ല എന്നു തോന്നുന്നു. അതുകൊണ്ട്, സൗകര്യത്തിന് പ്രത്യയശാസ്ത്രത്തിന്റെ 'തലത്തെ' ഒറ്റതിരിച്ചെടുക്കാനും അതിന്റെ വർഗസ്വഭാവത്തെ പൊതുവായി നിർണയിക്കാനുമാണ് ശ്രമിക്കുന്നത്.
2. യൂറോപ്പിലെ നവോത്ഥാനത്തെപ്പറ്റി ചർച്ചചെയ്യുമ്പോൾ, "മാക്കിയ വെല്ലിയനിസ"ത്തെ എങ്ങനെ പ്രാചീന റോമൻ കാലഘട്ടത്തിൽനിന്നു കടംകൊണ്ട സമാന ആശയങ്ങളുപയോഗിച്ച് താങ്ങിനിർത്തിയിരുന്നു എന്നു ചൂണ്ടിക്കാട്ടിക്കൊണ്ട് ചെറി ആൻഡേഴ്സൻ ഈ കാര്യം വിശദീകരിക്കുന്നുണ്ട്. 16-ാം നൂറ്റാണ്ടിലെ കച്ചവടക്കാരുടെ വർഗതാൽപ്പര്യങ്ങൾക്ക് സാധൂകരണം നൽകാൻ മധ്യകാലലോകത്തെ സ്മരിക്കുകയും പ്രാചീന ലോകത്തെ (classical world) പുനഃസൃഷ്ടിക്കുകയും ആവശ്യമായിരുന്നു. ദൂരങ്ങളുടെ അതുല്യമായ ഒരു വികാസവും സമയത്തിന്റെ അതുല്യമായ ഒരു പുനഃസൃഷ്ടിയും (നടന്ന) ഒരിരട്ടനിമിഷം (double moment) എന്നാണ് അദ്ദേഹം നവോത്ഥാനത്തെ വിശേഷിപ്പിക്കുന്നത് – *Lineages of the Absolutist State* (ലണ്ടൻ, 1974) പേജ് 422. ജ്ഞാനോദയ കാലഘട്ടത്തിൽ ഒഡീസിയ സ്മിത്തിന്റെ പുനഃസൃഷ്ടി വഹിക്കുന്ന പങ്കിനെപ്പറ്റി, ടി ഡബ്ല്യൂ അഡോണോയും മാക്സ്ഹോർക് ഹൈമറും *Dialectic of Enlightenment* (ലണ്ടൻ, 1979) പേജ് 61-ൽ പ്രതിപാദിക്കുന്നുണ്ട്.

മ്പാറുള്ളത്. പക്ഷേ, എന്തുകൊണ്ടോ ഈ കറികളിൽ ജനാധിപത്യാദി പദങ്ങളും ഗതകാലമൂല്യങ്ങളും മോരും മുതിരയുംപോലെ വേറിട്ടുനിൽക്കുന്നു. ഒറ്റനോട്ടത്തിൽത്തന്നെ ഇവരുടെ ജനാധിപത്യം ഒരുപയോഗവുമില്ലാത്തതരത്തിൽ അമൂർത്തമാണ് എന്നു കാണാം. ഏതെങ്കിലും ഒരു ചരിത്രകാലഘട്ടത്തിലെ സാമൂഹികബന്ധങ്ങളുടെ ഐഹികതലത്തിൽനിന്നും "സമുചിതമായി വിമോചിപ്പിക്കപ്പെട്ട" വിമോചനസങ്കൽപ്പം വീരസ്വർഗത്തിലിരുന്ന് ആനന്ദമനുഭവിക്കുന്ന കാഴ്ച സുന്ദരംതന്നെയാണ്. ഇവരുടെ ദേശീയബോധത്തിനുപോലും കൊളോണിയലിസ്റ്റുവിരുദ്ധ സമരകാലത്തുണ്ടായിരുന്ന പുരോഗമനസ്വഭാവം ഇന്നു നഷ്ടപ്പെട്ടിരിക്കുന്നു. പത്തൊമ്പതാം നൂറ്റാണ്ടിലെ 'ഇന്ത്യൻ നവോത്ഥാന'ത്തിന്റെ പ്രവാചകരിൽനിന്നുള്ള ഉദ്ധരണികളുടെ പ്രാമാണികത ബോധപൂർവം ഉപയോഗപ്പെടുത്തിയാണ് ഇവരിൽ മിക്കവരും ഭാരതസംസ്കാരവുമായുള്ള അവരുടെ ബന്ധം സംസ്ഥാപിച്ചെടുക്കാൻ ശ്രമിക്കുന്നത്. അതുകൊണ്ടുതന്നെ ഈ രണ്ടു നൂറ്റാണ്ടുകളിലെയും പുനരുദ്ധാരണ ശ്രമങ്ങളുടെ വ്യത്യസ്ത സാമൂഹികസ്വഭാവത്തെക്കുറിച്ച് നാം ബോധവാന്മാരാകേണ്ടതുണ്ട്. ഈ പഠനം താഴെ പറയുംവിധമാണ് രൂപപ്പെടുത്തിയിരിക്കുന്നത്:

1. ഇത് മതപരവും ആത്മീയവുമായ ഈ സമകാലീന പ്രസ്ഥാനത്തിന്റെ സാമൂഹികസ്വഭാവത്തെ വിലയിരുത്തുന്നു. ഈ പ്രക്രിയയുടെ 'ആചാര്യന്മാർ' പൗരാണിക സംസ്കൃതഗ്രന്ഥങ്ങളിൽനിന്നെടുത്തുപയോഗിക്കുന്ന ഉദ്ധരണികളെയും അവയിലടങ്ങിയ ആശയങ്ങളെയും വിലയിരുത്തുന്നതിൽ, ആ കാലഘട്ടത്തിലുണ്ടായിരുന്ന അവയുടെ സ്വഭാവത്തെക്കുറിച്ച് പഠിക്കുകയെന്നുള്ളത് സത്യസന്ധമായ ഒരു രീതിശാസ്ത്രത്തിന്റെ ആദ്യഭാഗം മാത്രമേ ആകുന്നുള്ളൂ. മാത്രമല്ല, ഈ പ്രക്രിയയുടെ യഥാർഥ വർഗസ്വഭാവവും താൽപ്പര്യങ്ങളും വിളിച്ചുപറയുന്നത് പലപ്പോഴും മേമ്പൊടിക്കുവേണ്ടിമാത്രം എഴുതിച്ചേർത്തിട്ടുള്ള ഈ സംസ്കൃതശ്ലോകങ്ങളിൽ അല്ലതന്നെ. ഈ ശ്ലോകങ്ങളുടെ നെടുങ്കൻ വ്യാഖ്യാനങ്ങളിലാണ് 'ആചാര്യന്മാർ' തങ്ങളുടെ പ്രത്യയശാസ്ത്രങ്ങൾ കുത്തിച്ചെലുത്തുന്നത്. അതുകൊണ്ടുതന്നെ ശ്ലോകങ്ങളുടെ അടിസ്ഥാനത്തിൽ വ്യാഖ്യാനങ്ങളെ മനസിലാക്കാനുള്ള ശ്രമത്തിനുപകരം, വ്യാഖ്യാനങ്ങളുടെ വെളിച്ചത്തിൽ 'വ്യാഖ്യാതാക്കളു'ടെ രാഷ്ട്രീയസ്വഭാവം വ്യക്തമാക്കുകയും അതുവഴി 'ആർഷസംസ്കാര'ത്തിന്റെ വർഗപരമായ ഉപയോഗങ്ങളിലേക്ക് വിരൽചൂണ്ടുകയുമാണ് ഈ പഠനത്തിന്റെ ലക്ഷ്യം.

2. ഇന്നത്തെ പുനരുദ്ധാരണ ശ്രമങ്ങളിൽ ഉയർന്നുവരുന്ന ആശയങ്ങളെയും പത്തൊമ്പതാം നൂറ്റാണ്ടിലെ പുനരുദ്ധാരണ ശ്രമങ്ങളിൽ തെളിഞ്ഞുകാണുന്ന സമാനാശയങ്ങളെയും ക്രമകാലികവും (diachronic) ചരിത്രപരവുമായ തലത്തിൽവെച്ച് പഠിക്കാൻ ഇവിടെ ശ്രമിക്കുന്നു. പക്ഷേ, ഇത്തരമൊരു പഠനം ഒരുതരത്തിലും ഇന്നത്തെ പുനരുദ്ധാരണ ശ്രമങ്ങൾക്ക് സമൂഹത്തിനുമേലുള്ള ദൂരവ്യാപകമായ സ്വാധീനത്തെപ്പറ്റിയുള്ള ഘടനാപരമായ (structural) പഠനത്തിനു പകരംനിൽക്കാനാവില്ല

എന്നു വ്യക്തമാക്കേണ്ടിയിരിക്കുന്നു.[1] മറിച്ച്, ഈ ആശയങ്ങളുടെ ഒരു കേവലചരിത്രം രേഖപ്പെടുത്താനുള്ള ശ്രമംതന്നെ ഒരു 'തനതു' ശ്രമം എന്ന നിലയിൽ വ്യർഥമാണ്. ഈ രണ്ടു പുനരുദ്ധാരണ ശ്രമങ്ങളെയും അവയുടെ വ്യത്യസ്തമായ നിഷ്കൃഷ്ട ചരിത്ര പരിതോവസ്ഥയിൽ ഉണ്ടായിരുന്ന ഘടനാപരമായ സ്വാധീനത്തെയും വിശകലനം ചെയ്തു കാണുന്നതിലൂടെ അവയെ മനസിലാക്കുകയും ചെയ്യേണ്ടതാണ്.

സമകാലീന പുനരുദ്ധാന ശ്രമങ്ങളെ ഉദാഹരിക്കാൻ രംഗനാഥാനന്ദനെയും ചിന്മയാനന്ദനെയും ആണ് തെരഞ്ഞെടുത്തിട്ടുള്ളത്. രംഗനാഥാനന്ദൻ ഈ പ്രതിഭാസത്തിന്റെ ഏറ്റവും പരിഷ്കൃതമായ ഇനത്തെ പ്രതിനിധാനം ചെയ്യുന്നു. കാരണം, അത് ആധുനികശാസ്ത്രവുമായും തത്വചിന്തയുമായും ചാർച്ച അവകാശപ്പെടുകയും അതുകൊണ്ടുതന്നെ സാമാന്യബുദ്ധിയുടെ തലത്തിൽനിന്ന് ബോധപൂർവം ഒരകലത്തിൽ നിർത്തുകയും ചെയ്യുന്നു. ചിന്മയാനന്ദനാകട്ടെ, തന്റെ ആശയങ്ങളെ തികച്ചും അവിയൽ പരുവത്തിലാണു വിളമ്പുന്നത്; അത് സാമാന്യബുദ്ധിയുടെ ഭാഷയിൽ സംസാരിക്കുന്നു; കണ്ണഞ്ചിക്കുന്ന, സമാകർഷകമായ വേഷഭൂഷാദികളോടെ പ്രത്യക്ഷപ്പെടുന്നു.

വേദാന്തത്തെ "ആധുനിക ജീവിതത്തിന് ഏറ്റം പ്രസക്തമായ ഒരു ചിന്താപദ്ധതി" എന്ന നിലയിൽ അവതരിപ്പിക്കുന്നു എന്നതിലാണ് രംഗനാഥാനന്ദന്റെ പ്രാധാന്യം കുടികൊള്ളുന്നത്. ഇഹലോകത്തിൽനിന്നു തന്നെ മോക്ഷം വാഗ്ദാനം ചെയ്യുന്ന ഒരു ചിന്താപദ്ധതി ഇഹലോകത്തിൽ വെച്ചുതന്നെ ആനന്ദം വാഗ്ദാനം ചെയ്യുന്ന ഒരു തത്വശാസ്ത്രമായി രൂപം മാറുമ്പോൾ അതിഭൗതിക തലത്തിൽവെച്ച് മാത്രം വിശകലനം ചെയ്യപ്പെടണമെന്ന അതിന്റെ അവകാശവാദത്തിനും അടിസ്ഥാനം നഷ്ടപ്പെടുന്നു. അദ്ദേഹത്തിന്റെ കൃതികളിലൂടെ കടന്നുപോകുമ്പോൾ സാമ്പത്തിക ലക്ഷ്യങ്ങളെപ്പറ്റി സ്പഷ്ടമായ ധാരണ അദ്ദേഹത്തിനുണ്ട് എന്ന വസ്തുതയ്ക്കുനേരെ നമുക്കു കണ്ണടയ്ക്കാനാവില്ല. "ശ്രീ, അതായത് സമ്പത്ത്, ബുദ്ധിപൂർവമായ വേലയുടെ സൃഷ്ടിയാണ്; ജ്ഞാനത്തെ കാര്യക്ഷമതയോടെ ഉൽപ്പാദനോദ്യമങ്ങളുമായി ബന്ധിപ്പിക്കുന്നതി

---

1. ക്ലോഡ് ലെവിസ്ട്രോസിന്റെ വാക്കുകൾ ശ്രദ്ധേയമാണ്: "തികച്ചും പൂർണമായ ചരിത്രം അതിനെത്തന്നെ വെട്ടിക്കളയുന്ന ഒന്നായിരിക്കും അതിന്റെ ഉത്തരം (കണക്കിലെപ്പോലെ) പൂജ്യമാവും...... ചരിത്രം അതുകൊണ്ട് ഒരിക്കലും "(വെറും) ചരിത്ര"മല്ല, എന്തിനെങ്കിലും ആയുള്ള ചരിത്രമാണ് (history for)'*Savage Mind* (ലണ്ടൻ, 1966) പേജ് 257. ഈ ആശയത്തെത്തന്നെ അൽത്തുസറും ബാലിബറും "ഘടനാപരമായ സമയം" എന്ന സങ്കൽപ്പമായി വികസിപ്പിക്കുന്നുണ്ട്. (*Reading Capital*, ലണ്ടൻ, 1970, പേജ് 96 നോക്കുക).

പുനരുദ്ധാരണ പ്രക്രിയയെ വിശദീകരിക്കാൻ ഈ സങ്കൽപ്പങ്ങൾ ഏറെ സഹായകമാണ്.

ജോൺ ആർ ഹോളിന്റെ *The Time of History and the History of Times (History and Theory,* വാല്യം 19, 2-ാം നമ്പർ, 1980: പേജുകൾ 113–132) എന്ന ലേഖനവും നോക്കുക.

ലൂടെയാണ് അതു സൃഷ്ടിക്കാൻ കഴിയുക. മാന്ത്രികമോ നിഗൂഹിതമോ (mystical) ആയ മറ്റൊരു രീതിയിലും അതു സൃഷ്ടിക്കാനാവില്ലതന്നെ."[1] ഒത്തുതീർപ്പു സംഭാഷണങ്ങളുടെയും വിലപേശലിന്റെയും നിറംകലർന്ന വാക്കുകൾ അദ്ദേഹത്തിന്റെ പ്രസംഗങ്ങളിൽ സുലഭമായി കാണാം.[2] ഇഹലോകത്തിനും അപ്പുറത്തുള്ള ഒരു ശക്തിയായി മതത്തെ അവതരിപ്പിക്കുമ്പോൾപോലും അദ്ദേഹം തിരഞ്ഞെടുക്കുന്ന വാക്കുകൾ ശ്രദ്ധേയമാണ്. "മനുഷ്യനിലുള്ള വിദ്വേഷത്തിന്റെയും അക്രമവാസനയുടെയും ശക്തികളെ കീഴ്പ്പെടുത്തുകയും മെരുക്കിയെടുക്കുകയും അതുവഴി അവന്റെ ആധ്യാത്മികോർജ (psychic energy)ത്തിന്റെയും ചോദനകളുടെയും ഉദാത്തമായ പ്രസ്ഫുരണത്തിനു വഴിയൊരുക്കി കൊടുക്കുകയുമാണ് മതത്തിന്റെ ഉദ്ദേശ്യവും ലക്ഷ്യവും."[3] ഈ ശക്തികളെ എങ്ങനെ കീഴ്പ്പെടുത്തുകയും മെരുക്കിയെടുക്കുകയും ചെയ്യാം എന്ന ചോദ്യത്തിൽ മാത്രമേ അദ്ദേഹത്തിനു താൽപ്പര്യമുള്ളൂ എന്നതു ശ്രദ്ധേയമാണ്. എന്തുകൊണ്ട് വിദ്വേഷവും അക്രമവും സമൂഹത്തിൽ നിലനിൽക്കുന്നു എന്ന പ്രശ്നം അദ്ദേഹം സൗകര്യപൂർവം മറന്നുകളയുന്നു. ഈ ചോദ്യങ്ങൾ സ്വാഭാവികമായും നയിക്കുക വർഗവൈരുധ്യങ്ങൾ, ചൂഷണം മുതലായ മറ്റു പ്രശ്നങ്ങളിലേക്കായതുകൊണ്ടാവണം ഇവയെ സൗകര്യപൂർവം ഒഴിവാക്കുന്നത്. നിരുത്തരവാദപരവും പിന്തിരിപ്പനുമായ ഈ ഒഴിവാക്കലിന് ഒരു മറുപുറം കൂടിയുണ്ട് എന്നതു വളരെ ശ്രദ്ധേയമാണ്. അദ്ദേഹം വെച്ചുപുലർത്തുന്ന മനുഷ്യസങ്കൽപ്പത്തിന്റെ ഏറ്റവും ഉദാത്തമായ രൂപത്തിന്റെ ചില വകഭേദങ്ങൾ പരിശോധിച്ചാൽ ഇതു വ്യക്തമാകും. 'പൗരൻ' എന്നതാണ് മനുഷ്യനെക്കുറിച്ചുള്ള അദ്ദേഹത്തിന്റെ ഉദാത്തമായ സങ്കൽപ്പം. "സാമൂഹ്യ പരിണാമത്തിന്റെ ഉന്നതസൃഷ്ടി", "പരമാധികാരിയും പ്രജയും ഒന്നുതന്നെ"[4] തുടങ്ങിയ വിശേഷണങ്ങളിലൂടെയാണ് ഈ പൗരസങ്കൽപ്പം വ്യക്തമാക്കപ്പെടുന്നത്. സാങ്കൽപ്പിക തലത്തിലുള്ള ഈ ഉത്തമ പൗരനും യഥാർഥ തലത്തിലുള്ള അടിസ്ഥാന വർഗത്തിൽപ്പെ

---

1. സ്വാമി രംഗനാഥാനന്ദ, *The Message of the Upanishads* (ബോംബെ, 1968) പേജ് 153–ഇനി മുതൽ Message എന്ന ചുരുക്കപ്പേർ സ്വീകരിക്കുന്നു.
അദ്ദേഹത്തിന്റെതന്നെ *Eternal Values of a Changing Society,* (ബോംബെ, 1971) പേജ് 702 ൽ (ഇനിമുതൽ Eternal Values എന്നു മാത്രം സൂചിപ്പിക്കുന്നു) ഗീതാശ്ലോകങ്ങൾ ഉദ്ധരിച്ചുകൊണ്ട് ഇഹലോകത്തിൽതന്നെ ആനന്ദം സാധ്യമാണ് എന്ന് സ്ഥാപിക്കാൻ നടത്തുന്ന ശ്രമവും ശ്രദ്ധേയമാണ്. ഗീത ഇത്തരത്തിൽ ഉപയോഗപ്പെടുത്താൻ കഴിയുന്നു എന്നതുതന്നെ അതിന്റെ ഉപരിവർഗ സ്വഭാവംകൊണ്ടാണ് – ഡി ഡി കൊസാംബി, *Myth and Reality* (ബോംബെ, 1962) പേജ് 15 നോക്കുക.
2. *Eternal Values,* പേജ് 665.
3. *Eternal Values*, പേജ് 668. വ്യക്തികളെ സമ്യക്കായ വിധത്തിൽ സമൂഹവുമായി സമരസപ്പെടുത്തുക എന്ന, ഡർക്ക്ഹൈം മതത്തിന് പൊതുവേ കൽപ്പിക്കുന്ന ധർമം, രംഗനാഥാനന്ദന്റെ "മതം" നിർവഹിക്കുന്നുണ്ട്. ജി പോഗിയുടെ *Images of Society* (ലണ്ടൻ, 1972) മൂന്നാം ഖണ്ഡം നോക്കുക.
4. *Eternal Values*, പേജ് 690.

ടുന്ന പൗരന്മാരും തമ്മിലുള്ള വൈരുധ്യം മനസിലാക്കുമ്പോഴാണ് ഈ പ്രസ്താവനയുടെ ഉപരിവർഗ സ്വഭാവം തെളിഞ്ഞുവരുന്നത്. രാഷ്ട്രത്തെക്കുറിച്ചുള്ള അദ്ദേഹത്തിന്റെ സങ്കൽപ്പവും ഇതേ രീതിയിലാണ്. "വർഗം, ജാതി, സാമൂഹ്യാവസ്ഥ, ലിംഗഭേദം എന്നിവയ്ക്കെല്ലാമുപരി ജനങ്ങൾ നൽകുന്ന ശക്തിയിലും അംഗീകാരത്തിലും അധിഷ്ഠിതമായ ഒരു രാഷ്ട്രമാണ് നമ്മുടേത്."[1] വിദ്യാഭ്യാസം, പ്ലാനിങ് മുതലായ വിഷയങ്ങളെക്കുറിച്ചുള്ള അദ്ദേഹത്തിന്റെ അഭിപ്രായങ്ങൾ പരിശോധിച്ചുനോക്കിയാൽ, വർധിച്ച ഉൽപ്പാദനത്തെയും ക്ഷേമത്തെയും കുറിച്ചുള്ള അദ്ദേഹത്തിന്റെ അമൂർത്തമായ താൽപ്പര്യത്തിന്റെ ഉൽക്കൃഷ്ട രൂപങ്ങൾ തെളിഞ്ഞു കാണാം. ഈ വിദ്യാഭ്യാസ ദർശനത്തിന്റെ പേരെടുത്തുപറയുന്ന ആറു ലക്ഷ്യങ്ങളിൽ അഞ്ചെണ്ണത്തിനും യാതൊരുവിധ ആധ്യാത്മിക സ്വഭാവവുമില്ലെന്നുള്ളത് അത്ഭുതകരമായി തോന്നാം.[2] പക്ഷേ, വിദ്യാഭ്യാസത്തിനു നൽകുന്ന നിർവഹണം പരിശോധിച്ചാൽ ഈ ദർശനത്തിനു പിന്നിലുള്ള ഭൗതിക താൽപ്പര്യങ്ങൾ കൂടുതൽ വ്യക്തമാകും. "ബാഹ്യമായ പ്രകൃതിയെ ശാസ്ത്രത്തിലൂടെയും ആന്തരിക പ്രകൃതിയെ സദാചാര ബോധം, മതം എന്നിവയിലൂടെയും മനസിലാക്കുകയും നിയന്ത്രിക്കുകയും ചെയ്യുക എന്നതാണ് വിദ്യാഭ്യാസം."[3]

രാഷ്ട്രത്തിന്റെ സാമൂഹികവും സാമ്പത്തികവുമായ പ്രശ്നങ്ങളെക്കുറിച്ചും അദ്ദേഹത്തിന് വ്യക്തമായ അഭിപ്രായങ്ങളുണ്ട്. ദാർശനിക പ്രസ്താവങ്ങളുടെയും സംസ്കൃതശ്ലോകങ്ങളുടെ നൂറ്റാണ്ടുകൾ പഴക്കമുള്ള പ്രഭാവലയത്തിന്റെയും കോലാഹലത്തിനിടയിലൂടെയാണ് വ്യക്തമായ സാമൂഹിക സ്വഭാവമുള്ള ഈ അഭിപ്രായങ്ങൾ രേഖപ്പെടുത്തുന്നത്. ഉദാഹരണത്തിന്, "രാഷ്ട്രം ഏതാണ്ടു വിജയകരമായിത്തന്നെ രണ്ടു പഞ്ചവത്സര പദ്ധതികൾ പൂർത്തിയാക്കിയിരിക്കുന്നു. പരാജയങ്ങളും ബലഹീനതകളുമുണ്ടായിട്ടും നാം ഉറച്ച കാൽവെപ്പുകളോടെ മുന്നേറി, ഒരളവുവരെ വിജയം കൈവരിച്ചിരിക്കുന്നു. മൂന്നാം പഞ്ചവത്സര പദ്ധതി തുടങ്ങിക്കഴിഞ്ഞു. അതിന്റെ മഹദ്വിജയത്തിന് രാഷ്ട്രം ശക്തി പകരേണ്ടതുണ്ട്. തൊഴിൽ ചെയ്യുന്നതിലുള്ള സന്തോഷം, ആത്മാഭിമാനം, ദേശീയആവശ്യകത, സാമൂഹിക ഉത്തരവാദിത്വം എന്നിവയെക്കുറിച്ചുള്ള ഒരു പുതിയ അവബോധം -- ഇവയൊക്കെ കൂടാതെ ഇതെങ്ങനെ നേടിയെടുക്കും?"[4] പഞ്ചവത്സരപദ്ധതികളുടെ പശ്ചാത്തലത്തിൽ രാഷ്ട്രം, നേട്ടം എന്നീ സങ്കൽപ്പങ്ങളെ നാം ഏതർഥത്തിലാണ് മനസിലാക്കേണ്ടത്? പദ്ധതികൾ കൈവരിച്ചത് നേട്ടങ്ങളാണ് എന്നു പറയുമ്പോൾ, വസ്തു

1. *Eternal Values*, പേജ് 709.
653-ാം പേജിൽ അദ്ദേഹം ഐശ്വര്യത്തെ ചോദ്യം ചെയ്യാതെ സ്വീകരിക്കേണ്ട ഒരു വസ്തുതയായി കണക്കാക്കി എഴുതുന്നതു ശ്രദ്ധേയമാണ്.
2. *Eternal Values*, പേജ് 482.
3. *Eternal Values*, പേജുകൾ 683, 684.
4. *The Administrator in a Welfare State* (കൽക്കത്ത, 1966) പേജ് 54.

നിഷ്ഠമായി ഈ നേട്ടങ്ങൾ ഏതു വർഗങ്ങളുടെ നേട്ടങ്ങളായിരുന്നു എന്നു ചോദിക്കാൻ നാം നിർബന്ധിതരായിത്തീരുകയാണ്. വർഗപരമായ നേട്ടം എന്നെടുത്തു പറയുന്നതിനു പകരം രാഷ്ട്രത്തിന്റെ പൊതുവായ നേട്ടങ്ങളായി അവയെ ചിത്രീകരിക്കുകവഴി വിദഗ്ധമായ ഒരു പുകമറ സൃഷ്ടിക്കുകയാണ് ഇങ്ങനെയുള്ള പദപ്രയോഗങ്ങൾ ചെയ്യുന്നത്. തൊഴിൽ ചെയ്യുന്നതിലുള്ള സന്തോഷത്തെക്കുറിച്ചുള്ള പരാമർശത്തിന്റെ പ്രസക്തി പരിശോധിച്ചാൽ ഈ പരാമർശം, ദാരിദ്ര്യരേഖയ്ക്കു കീഴെയുള്ള തൊഴിലാളിവർഗത്തിന് നടത്തിപ്പുകാർ (managers) നൽകുന്ന ആജ്ഞകളുടെ ഒരു മയപ്പെടുത്തിയ രൂപം മാത്രമാണ് എന്നു വ്യക്തമാകും: “ഉദാഹരണത്തിന് നമുക്കീ ജില്ലയുടെ (കന്യാകുമാരി) കാര്യംതന്നെയെടുക്കാം. 4–ാം പഞ്ചവത്സര പദ്ധതിയിൽ ഇരുപതു കോടി ഉറുപ്പികയാണ് ഈ ജില്ലയ്ക്കായി വകകൊള്ളിച്ചിട്ടുള്ളത്. നിർവഹണസമിതികൾ (administration) അതിനെ നൂറുകോടി വിലമതിക്കുന്ന ജനക്ഷേമപ്രവർത്തനങ്ങളാക്കി മാറ്റുന്നു. ഇതാണ് യോഗം, ഇതാണ് ‘കർമകുശലത.’ പണ്ട് ഏക്കറിൽ അഞ്ഞൂറു കിലോഗ്രാം ധാന്യം വിളയിച്ചിരുന്ന കർഷകൻ ഇന്ന് ആയിരത്തി അഞ്ഞൂറു കിലോഗ്രാം ധാന്യം വിളയിക്കുന്നു. അതാണ് യോഗം. പട്ടികജാതിക്കാർ, അവമതിയും മർദനവും സഹിക്കേണ്ടിവന്നിരുന്ന ഇടങ്ങളിൽ ഇന്നു സമത്വവും മനുഷ്യമഹത്വവും കളിയാടുന്നു.”[1] സ്വാമിജിയുടെ പ്രശംസയ്ക്കു പാത്രമാവുന്ന ‘കർഷകർ’ ഭൂസ്വാമികളാണോ, കൃഷീവലന്മാരാണോ എന്നത് വ്യക്തമല്ല. ഏതായാലും ഇരുപതു കോടി രൂപയുടെ പദ്ധതി വിഹിതം നൂറുകോടിയാക്കി വർധിപ്പിച്ചതിന് ശ്ലാഘിക്കപ്പെടുന്നത് അധ്വാനിക്കുന്ന ജലസഹസ്രങ്ങളല്ല–കാര്യപാലകരാണ്. അതുപോലെതന്നെ അധഃകൃതവർഗക്കാർ അനുഭവിക്കുന്നതായി പറയപ്പെടുന്ന ‘സമത്വം’ മനുഷ്യമഹത്വം മുതലായവ എത്രത്തോളം യാഥാർഥ്യമാണെന്ന് പ്രസംഗത്തിൽ സൂചിപ്പിക്കപ്പെടുന്ന പ്രദേശത്തെപ്പറ്റി വിശദമായി പഠിക്കാതെ വിലയിരുത്താനാവില്ല. ‘യോഗം’, ‘കർമസുകൗശലം’ തുടങ്ങിയ സങ്കൽപ്പങ്ങൾക്ക് സൗകര്യത്തിനനുസരിച്ച് പുതിയ അർഥങ്ങൾ കൽപ്പിച്ചുകൊടുക്കുന്നു എന്നതും ശ്രദ്ധേയമാണ്. മേൽച്ചൊന്ന പ്രസംഗം അവസാനിക്കുന്നത് ‘തത്രയോഗേശ്വര കൃഷ്ണതത്ര പാർഥൗ ധനുർധര’ എന്ന പ്രസിദ്ധമായ ഗീതാശ്ലോകത്തോടുകൂടിയാണ്. ഇവിടെ സംസ്കൃതഭാഷയുടെ പവിത്രതയും നമ്മുടെ സാംസ്കാരിക പൈതൃകവും എല്ലാം ഭരണകൂടത്തിന് ഒരു അനുഷ്ഠാനപരമായ ഔന്നത്യം നൽകാൻ ഉപയോഗിക്കപ്പെടുന്നു. പ്രപഞ്ചനിരാസപരമായ പദാവലികളിലൂടെ അവതരിപ്പിക്കപ്പെടുമ്പോൾ ചൂഷണത്തിന്റെ സ്വഭാവം തുറന്നു കാട്ടുക എന്നത് കൂടുതൽ ക്ലേശകരമായിത്തീരുന്നു. ഇവിടെ ഉദ്ധരിക്കപ്പെടുന്ന ശ്ലോകം പ്രത്യേകിച്ച് ഒരർഥബോധവും ഉളവാക്കാൻ ഉദ്ദേശിക്കപ്പെട്ടിട്ടില്ല എന്നതു രസകരമാണ്. ചിഹ്നശാസ്ത്രത്തിന്റെ (semiology) കാഴ്ചപ്പാടിൽനിന്ന് നോക്കുമ്പോൾ സംജ്ഞകളുടെ ശൃംഖല

1. *Eternal Values,* പേജ് 782.

(system of signs)യിലെ ഒരു കണ്ണിയായ സൂചകം മാത്രമാണത്. അതായത്, ഈ ശ്ലോകത്തിന്റെ സൂചിതാർഥത്തിന്റെ സ്ഥാനം (denotative meaning) ദ്യോതിതമായ അർഥം (connotative meaning) പൂർണമായും ഏറ്റെടുക്കുന്നു.

ഈ പൊതുസ്വഭാവങ്ങൾക്കു പുറമേ രംഗനാഥാനന്ദന്റെ വിമോചനം വാഗ്ദാനം ചെയ്യുന്ന വേദാന്തചിന്തയുടെ സവിശേഷശ്രദ്ധയ്ക്കു പാത്രീഭവിക്കുന്ന ഒരു പ്രധാന വിഷയം – "കാര്യക്ഷമത" – വിശകലനം ചെയ്യുന്നത് ഉപയോഗപ്രദമാകും. ആധുനിക വ്യാവസായിക സമൂഹത്തിൽ പല കോണുകളിൽനിന്നും ചർച്ചചെയ്യപ്പെടുന്ന ഒരു മൂല്യമാണ് കാര്യക്ഷമത. സമൂഹത്തിന്റെ എല്ലാ തുറകളിലും പണിയെടുക്കുന്ന ജോലിക്കാരെ കൂടുതൽ കൂടുതൽ കാര്യക്ഷമതയുള്ളവരാക്കാനുതകുന്ന മാർഗങ്ങൾ കണ്ടെത്താനും വികസിപ്പിച്ചെടുക്കാനുമുള്ള നിരന്തരമായ പരിശ്രമം ഇന്നു നടക്കുന്നുണ്ട്.[1] ഒരു തൊഴിലാളി തനിക്കായി മാത്രമാണ് ജോലി ചെയ്യുന്നതെങ്കിൽ അയാൾ അത്രയൊന്നും കാര്യക്ഷമതയുള്ളവനായിത്തീരാൻ വഴിയില്ലെന്നും എന്നാൽ അയാളുടെ പ്രവർത്തനം കൂടുതൽ അർഥവത്തായ ഒരു പങ്കാളിത്തമായി മാറുകയാണെങ്കിൽ അയാളുടെ കാര്യക്ഷമത വർധിക്കുമെന്നുംകൂടി സ്വാമിജി അഭിപ്രായപ്പെടുന്നു. അങ്ങനെ നോക്കുമ്പോൾ തൊഴിലാളിയുടെ ജോലിക്ക് 'അർഥം നൽകുന്ന' ഇത്തരം വേദാന്തം മാനേജർമാരെ സംബന്ധിച്ചിടത്തോളം നല്ലൊരുപകരണമായി ഭവിക്കുമെന്നതിനു സംശയമില്ല. ജോലിക്കാർക്ക് ആവശ്യമാണെന്ന് രംഗനാഥാനന്ദൻ കാണുന്ന മറ്റൊരു ഗുണവും താൽപ്പര്യം ജനിപ്പിക്കുന്നതാണ്: "ശ്രദ്ധ." ഇത്തരത്തിലുള്ള ഏറെ പ്രസ്താവങ്ങൾ സ്വാമിജിയുടെ കൃതികളിലുണ്ട്.[2] *ശാശ്വതമൂല്യങ്ങൾ* എന്ന ഗ്രന്ഥത്തിൽ അദ്ദേഹം പറയുന്നു: ഒരു മനുഷ്യജീവി അതിന്റെ പിന്നിലുണ്ടെന്നതുകൊണ്ടു മാത്ര

---

1. *Eternal Values,* പേജ്–489.
ജോലിയെ മടുപ്പിക്കുന്ന അധ്വാനമായി (drudgery) കാണാനുള്ള പ്രവണതയെ സ്വാമി അപലപിക്കുന്നതും (പേജ് 702) ശ്രദ്ധിക്കുക. ഗീതയുടെയും ഉപനിഷത്തുകളുടെയും മറ്റും ആധികാരികത വേലയിൽ 'ആനന്ദം' കുത്തിവയ്ക്കാൻ ഉപയോഗിക്കപ്പെടുന്നു. വേലയും ഒഴിവുസമയവും തമ്മിൽ വ്യവസായവൽക്കൃതമായ മുതലാളിത്തത്തിലുള്ള വ്യത്യാസത്തെപ്പറ്റിയുള്ള ദീർഘമായ ഒരു പഠനം ബെർട്ടൽ ഓളർമാൻ നടത്തുന്നുണ്ട്. *Alienation: Marx's Conception of Man in Capitalist Society* (കേംബ്രിഡ്ജ്, 1971) പേജ് 139.
പത്രഭാഷയിലുള്ള ഒരു വിവരണത്തിന് എറിക് ഫ്രോമിന്റെ *ടമില ടീരശല്യേ* (ന്യൂയോർക്ക്, 1966) പേജുകൾ 147–150 നോക്കുക.
നീതിബോധം (ethics), സാമൂഹികനിയന്ത്രണം ഇവയിലൂടെ ഈ മടുപ്പ് ഇല്ലാതാക്കാനുള്ള ശ്രമത്തിൽ ആശയങ്ങൾ വഹിക്കുന്ന പങ്കിനെപ്പറ്റി, ഗ്യോർഗ് ലൂക്കാച്ച്, *The Ontology of Social Being* 2–ാം ഭാഗം, ലേബർ എന്ന അധ്യായം (ലണ്ടൻ, 1980) പേജ് 45 നോക്കുക.
2. "ശ്രദ്ധ" എന്ന വേദാന്തസങ്കൽപ്പത്തിനു തികച്ചും വ്യത്യസ്തമായ വിവക്ഷകളാണുള്ളത് എന്നു ചൂണ്ടിക്കാട്ടട്ടെ.

മാണ് ഒരു ഫയൽ നീങ്ങുന്നത്. ആ മനുഷ്യനും ജഡാവസ്ഥയിലാണെങ്കിൽ എങ്ങനെയാണ് എന്തിനെങ്കിലും ചലിക്കാനാവുക?.... വിവിധ വകുപ്പുകളിലുള്ള അമ്പതുശതമാനം ജീവനക്കാരെങ്കിലും ഈയർഥത്തിൽ സജീവവ്യക്തികളാവുകയാണെങ്കിൽ മൂന്നാം പഞ്ചവത്സരപദ്ധതി ഒരു വമ്പിച്ച വിജയമായിത്തീരും."[1] തൊഴിലാളികൾക്കും ഉദ്യോഗസ്ഥന്മാർക്കും അദ്ദേഹം നൽകുന്ന ഉപദേശമിതാണ്: "കഠിനമായി ജോലിചെയ്യുക. മൂന്നു 'P'കൾക്ക് അതായത് pay, prospect, promotion (ശമ്പളം, സാധ്യത, സ്ഥാനക്കയറ്റം), ഊന്നൽ കൊടുക്കാതിരിക്കുക."[2] ഏതൊരു സമൂഹവ്യവസ്ഥയോടും (social formation) വിദ്യാസമ്പന്നരായ മധ്യവർഗത്തിന് ഒരു മനഃസാക്ഷിക്കുത്തും കൂടാതെ സുഖമായി പൊരുത്തപ്പെടാൻ ഈ പ്രത്യയശാസ്ത്രം സഹായകമായിരിക്കും. സോവിയറ്റ് റഷ്യയോടും കിഴക്കൻ യൂറോപ്യൻ രാജ്യങ്ങളോടും സ്വാമിജിക്കുള്ള മതിപ്പിന്റെ അടിസ്ഥാനം അവിടത്തെ തൊഴിലാളികൾ അനുഭവിക്കുന്ന മെച്ചപ്പെട്ട ജീവിതാവസ്ഥയല്ല. പിന്നെയോ, അവർ കഠിനമായി അധ്വാനിക്കുന്നു എന്നതാണ്. ഒരു സാധാരണ ഇന്ത്യൻ തൊഴിലാളിയെയും അവിടത്തെ തൊഴിലാളികളെയും തമ്മിൽ തട്ടിച്ചുനോക്കിക്കൊണ്ട് ഇന്ത്യൻ തൊഴിലാളിയെപ്പറ്റി അദ്ദേഹം എത്തുന്ന നിഗമനം ഇതിലേക്കു വിരൽചൂണ്ടുന്നു: (ഇന്ത്യൻ തൊഴിലാളികൾക്ക്) "മടിയന്മാരാവാനും തങ്ങളുടെ ഉത്തരവാദിത്വങ്ങളെ അവഗണിക്കാനുമുള്ള ഒരു പ്രവണതയുണ്ട്..... (അവരെ ജോലിയെടുപ്പിക്കാൻ) ഏറെ കുത്തിനോവിക്കുകയും അടിച്ചമർത്തുകയും ചെയ്യേണ്ടിവരുന്നു.[3] ഇത് സോവിയറ്റ് യൂണിയനിലെ യഥാർഥ അവസ്ഥകളെപ്പറ്റിയുള്ള വളരെ ദുഃഖജന്യമായ ഒരു വിവരണമാവാം. ഏതായാലും അതു മാറ്റിവെച്ചാൽ തൊഴിലാളികളെ കുത്തിയിളക്കി പണിയെടുപ്പിക്കണം എന്ന അദ്ദേഹത്തിന്റെ കാഴ്ചപ്പാടിന്റെ വർഗസ്വഭാവം വളരെ പ്രകടമാണ്. ഒരു ചോദ്യം ഇവിടെ സംഗതമാണ്. ഈ പറയുന്നതൊക്കെ മുതലാളിമാർക്കും ബാധകമാണെന്ന് സ്വാമിജി കരുതുന്നുണ്ടോ? തങ്ങളുടെ ഉത്തരവാദിത്വങ്ങളെപ്പറ്റി ബോധവാന്മാരാകാൻ മുതലാളികൾക്ക് യാതൊരു ബാഹ്യപ്രേരണയും ആവശ്യമില്ലെന്നുവരുമോ?

അദ്ദേഹത്തിന്റെ വർഗസ്വഭാവത്തിന് മകുടംചാർത്തുന്ന ഒരു പ്രഭാഷണമുണ്ട്: പൊലീസുദ്യോഗസ്ഥന്മാരോട്. പൊലീസുകാരെപ്പറ്റിയുള്ള അദ്ദേഹത്തിന്റെ സങ്കൽപ്പം ഏതാണ്ടിങ്ങനെയാണ്: "അയാൾ നിയമത്തിന്റെയും വ്യവസ്ഥയുടെയും കാവൽനായയാണ്. മറ്റുള്ളവരുറങ്ങുമ്പോൾ അയാൾ ഉണർന്നിരിക്കുന്നു. അയാൾ നീതിയുടെ–എപ്പോഴുമുണർന്നിരിക്കുന്ന, സമൂഹത്തിന് ക്ഷേമവും ആനന്ദവും പ്രദാനംചെയ്യാൻ സഹായിക്കുന്ന ധർമത്തിന്റെ–പ്രതീകമാണ്.... വിവേകാനന്ദന്റെ ചിന്ത പഠിക്കുന്നത് ഇന്ത്യൻ പൊലീസുകാരനെ തന്നിലുള്ള ദിവ്യാംശത്തെ അറി

1. *Eternal Values,* പേജുകൾ 715, 716.
2. *Eternal Values,* പേജ് 763.
3. *The Administrator in a Welfare State,* പേജുകൾ 56–ഉം 57–ഉം.

യാനും മറ്റുള്ളവരിലത് തൊട്ടുണർത്താനും സഹായിക്കും."[1] ഒരു കാര്യം എനിക്ക് എന്തായാലും തീർച്ചയാണ്. ഇത്തരത്തിലുള്ള ഒരു പൊലീസുകാരൻ സാധാരണക്കാരന്റെ അനുഭവമേഖലയ്ക്ക് തികച്ചും അന്യമാണ്. പിന്നെ, വിവേകാനന്ദ സാഹിത്യം വായിച്ചാൽ പൊലീസുകാരന് എന്തു സംഭവിക്കാമെന്നുള്ളതിനെപ്പറ്റി നമുക്ക് ഇങ്ങനെയൊക്കെ ഭാവനയിൽ കാണാമെന്നു തോന്നുന്നു: 'പൊലീസുകാരൻ തന്നിലും മറ്റുള്ളവരിലും അന്തർലീനമായിക്കിടക്കുന്ന പരമാത്മാവിനെ സാക്ഷാൽകരിക്കുകയാണെങ്കിൽ ഒരുപക്ഷേ അയാൾ മറ്റുള്ളവരെ നോവിക്കുന്നതു തെറ്റാണെന്നു തീരുമാനിച്ചേക്കാം; പൊലീസുകാരില്ലാത്ത ഒരു ലോകത്തെപ്പറ്റി ആലോചിച്ചു എന്നുംവരാം. ഏതായാലും ഇപ്പോഴത്തെ അവസ്ഥവച്ചു നോക്കുമ്പോൾ ഇന്ത്യൻ പൊലീസുകാർ പൊതുവേ വിവേകാനന്ദകൃതികൾ വായിക്കുകയും ആത്മസാക്ഷാൽക്കാരം നേടുകയുമൊക്കെ വേണമെന്നുള്ള സ്വാമിജിയുടെ സദുദ്ദേശ്യപരമായ ഉദ്ദേശ്യങ്ങൾ അവഗണിക്കുകയാണെന്നാണു തോന്നുന്നത്. ചുരുക്കിപ്പറഞ്ഞാൽ അദ്ദേഹത്തിന്റെ സിദ്ധാന്തത്തിന്റെ സത്ത ഭരണയന്ത്രത്തിന് അതിന്റെ കർമങ്ങളെ സാധൂകരിക്കാനുള്ള ഒരു പ്രത്യയശാസ്ത്രം നൽകുന്നതിലൂടെ ഭരണവർഗങ്ങളുടെ താൽപ്പര്യങ്ങളെ സംരക്ഷിക്കുകയാണ് ചെയ്യുന്നത്. മറ്റൊരു കാര്യം കൂടി അദ്ദേഹം വ്യക്തമാക്കുന്നുണ്ട് (അതൊരു നല്ല കാര്യവുമാണ്): സോഷ്യലിസത്തോടും വിപ്ലവത്തോടുമുള്ള അദ്ദേഹത്തിന്റെ സമീപനം. അദ്ദേഹത്തിന്റെ അഭിപ്രായത്തിൽ വിപ്ലവങ്ങൾ തികച്ചും അനാവശ്യമാണ്.[2] കാരണം, യുക്തിക്കും ചരിത്രം കൈമാറിത്തന്ന ജ്ഞാനത്തിനും നിരക്കുന്ന സമത്വം ആത്മീയസമത്വം മാത്രമാണ്.[3] മാത്രമല്ല, വിഭവങ്ങളുടെയും വസ്തുക്കളുടെയും സാമൂഹ്യവൽക്കരണത്തിന് ഒരു ആത്മീയമായ ഉള്ളടക്കം ഉണ്ടായിരിക്കണം.[4]

സാമൂഹിക സാമ്പത്തിക പ്രസക്തിയുള്ള ഈ പ്രസ്താവങ്ങളാണ് അദ്ദേഹത്തിന്റെ യഥാർഥ പ്രത്യയശാസ്ത്രമെങ്കിൽ അതിൽ സംസ്കൃതവും വേദാന്തചിന്തയും പകിട്ടിനായി ചേർത്തിട്ടുള്ള മറ്റ് അംശങ്ങളും എന്തു പങ്കാണു വഹിക്കുന്നതെന്നും എന്തുകൊണ്ടാണ് അവ ആവശ്യമായി വരുന്നതെന്നും വിശദീകരിക്കാൻ നാം ബാധ്യസ്ഥരാകുന്നു.

മുകളിൽ കൊടുത്തിട്ടുള്ള ഉദ്ധരണികൾ വായിച്ചുപോകുന്ന ഒരാൾക്ക് ഈ പ്രത്യയശാസ്ത്രത്തിൽ ഉൾച്ചേർന്നുകിടക്കുന്ന ഭൗതിക താൽപ്പര്യങ്ങളെ കാണാതിരിക്കാനാവില്ല. ജ്ഞാനസിദ്ധാന്തപരമായ ഒരു നിലപാടായി സ്വീകരിക്കപ്പെടുന്ന ആശയവാദം ഇവ തികച്ചും ഭൗതികപരമായ താൽപ്പര്യങ്ങൾക്ക് നല്ലൊരു മൂടുപടമായി വർത്തിക്കുന്നു.[5]

---

1. *Eternal Values*, പേജ് 725-ഉം 726-ഉം.
2. *Eternal Values*, പേജ് 677.
3. *The Message*, പേജ് 113.
4. *Eternal Values*, പേജ് 673.
5. *The Message*, പേജ് 299.

ഇക്കാര്യത്തിൽ ടി ഹക്സ്‌ലി, ആർ എ മില്ലിക്കൻ[1] തുടങ്ങിയവരിൽനിന്നുള്ള ചില ഉദ്ധരണികളുടെ പിൻബലത്തോടെ അദ്ദേഹം ഒരു ബോധപൂർവമായ തെരഞ്ഞെടുപ്പു നടത്തുന്നുണ്ട്. ആശയവാദത്തിന്റെ ഒരു നിഷ്കൃഷ്ട പ്രയോജനംതന്നെ ഏതു ഗ്രന്ഥത്തിൽനിന്നും അതിന്റെ നിയതസ്വഭാവത്തെ എടുത്തുമാറ്റാമെന്നുള്ളതും അതുവഴി ആ ഗ്രന്ഥത്തിന്റെ ചരിത്രപരമായ പശ്ചാത്തലത്തെ ചർച്ചചെയ്യുന്നതിൽനിന്ന് രക്ഷപ്പെടാമെന്നുള്ളതുമാണ്.[2] അദ്ദേഹത്തിന്റെ ചിന്ത ചരിത്രപരമായിരിക്കുമ്പോൾപോലും അതു ചിന്തയെ തികച്ചും സ്വതന്ത്രമായി വികസിക്കുന്ന ഒരു പാരമ്പര്യമായാണ് കാണുന്നത്. ഇന്ത്യൻ തത്വശാസ്ത്രത്തിലുണ്ടായിട്ടുള്ള എല്ലാ വികാസങ്ങളെയും അദ്ദേഹം ഉപനിഷത്തുകളിൽ കൊണ്ടുപോയി കെട്ടാനാണ് ശ്രമിക്കുന്നത്.[3] ബുദ്ധനെ അംഗീകരിക്കുമ്പോൾപോലും അദ്ദേഹം ബുദ്ധനെ ആത്മീയവാദിയായി അവതരിപ്പിക്കാനുള്ള ഒട്ടും വിശ്വസനീയമല്ലാത്ത ഒരു ശ്രമം നടത്തുന്നുണ്ട്[4] സ്വഭാവംകൊണ്ടുതന്നെ തികച്ചും ആത്മീയവാദികളായ ഒരു ജനത, എന്നും ആത്മീയജ്ഞാനത്തിന് ഒരു പ്രത്യേക സ്ഥാനമുണ്ടായിരുന്ന ഒരുകൂട്ടം തത്വചിന്തകന്മാരുടെ നാട്; ഇതാണ് ഇന്ത്യയെപ്പറ്റി അദ്ദേഹം അവതരിപ്പിക്കാൻ ശ്രമിക്കുന്ന പൊതുചിത്രം.[5]

മതവും ആധുനിക ശാസ്ത്രവുമായുള്ള സാങ്കൽപ്പിക സമന്വയമാണ് അദ്ദേഹത്തിന്റെ കൃതികളിലെ ഒരു പ്രധാന പ്രമേയം. ആധുനികതയെക്കാൾ ആധുനികവും മറ്റെന്തിനെക്കാളുമേറെ വിപ്ലവകരവുമായ ഈ 'സമന്വയ'മാണ് അദ്ദേഹത്തിന്റെ കൃതികളിൽ അന്തർലീനമായിക്കിടക്കുന്ന രാഷ്ട്രീയത്തെ വിറ്റഴിക്കാനുള്ള ചാലകശക്തിയായി വർത്തിക്കുന്നത്. ആധുനിക ശാസ്ത്രത്തിന്റെ നിഗമനങ്ങളെ വേദാന്തം മുൻകൂട്ടി കണ്ടിരിക്കുന്നു എന്ന നാട്യത്തിലാണ് ഈ ആരോപിതമായ സമന്വയം പലപ്പോഴും അവതരിപ്പിക്കപ്പെടുന്നത്.[6] "പൂർണമദ പൂർണമിദം...." എന്നു തുടങ്ങുന്ന ശ്ലോകം പദാർഥത്തെ ഊർജമായും മറിച്ചും പരിവർത്തിപ്പിക്കാമെന്ന ആധുനിക ശാസ്ത്രസിദ്ധാന്തത്തെ മുൻകൂട്ടി കാണുന്നു

1. *Ethical and Spiritual Values,* (കൽക്കത്ത, 1967) പേജുകൾ 2–3.
2. *The Message,* പേജ് 12–ൽ ഉപനിഷത്തുകളെന്നു പറയുമ്പോൾ ഏതെങ്കിലും പുസ്തകമോ പുസ്തകസമുച്ചയമോ ഉദ്ദേശിക്കപ്പെടുന്നില്ലയെന്നത് വ്യക്തമാക്കപ്പെടുന്നുണ്ട്. പേജ് 293–ൽ അദ്ദേഹം അംഗീകാരസൂചകമായി പ്ലേറ്റോയെ ഉദ്ധരിക്കുന്നത് ശ്രദ്ധേയമാണ്. ഇന്ത്യൻ പാരമ്പര്യത്തെപ്പറ്റിയുള്ള ആധികാരികമായ കൃതികൾ മാക്സ്മുള്ളറുടേതാണെന്നും സ്വാമിജിയുടെ കൃതികളിൽനിന്നു പ്രകടമാകുന്നു. ഇന്തോളജിയുടെതന്നെ പിന്തിരിപ്പനും പുനരുദ്ധാരണപരവുമായ സ്വഭാവത്തെപ്പറ്റി അറിയാവുന്ന ആർക്കും ഇന്നത്തെ റിവൈവലിസ്റ്റുകൾ എന്തുകൊണ്ട് ഈ 19–ാം നൂറ്റാണ്ടിലെ ചാർച്ചക്കാരനെ സ്വീകരിക്കുന്നുവെന്നത് പ്രകടമാവും.
3. *The Message,* പേജുകൾ 17–19.
4. *Bhagavan Budha and our Heritage* (കൽക്കത്ത, 1967).
5. *The Spiritual Life of the Indian People* (കൽക്കത്ത, 1967)
6. *The Message,* പേജുകൾ 7–8.

ണ്ടെന്നതിൽ അദ്ദേഹത്തിന് തെല്ലുമേ സംശയമില്ല.[1] അടുപ്പിലെ തീയും ഊർജസംവിധാനങ്ങളുമായുള്ള ബന്ധത്തെക്കുറിച്ച് ഔപനിഷദിക ചിന്തകന്മാർക്ക് വ്യക്തമായ ധാരണ ഉണ്ടായിരുന്നു എന്നും സ്വാമിജിക്കുറപ്പുണ്ട്.[2] എന്തിന് ഡാർവിനുശേഷമുള്ള പരിണാമസിദ്ധാന്തങ്ങൾക്കുപോലും വേദാന്തം ഒരു മുന്നോടിയായിരുന്നുവത്രെ.[3] അതുപോലെതന്നെ ഛാന്ദോഗ്യോപനിഷത്തിലെ അഞ്ചുകോശങ്ങളും ചില മനഃശാസ്ത്രസങ്കൽപ്പങ്ങളും[4] തമ്മിലും ഐൻസ്റ്റീന്റെ സ്ഥലകാലത്തുടർച്ചാ (space-time Continuum) സിദ്ധാന്തവും ആത്മസങ്കൽപ്പവും തമ്മിലും സ്വാമിജി ചാർച്ച കണ്ടെത്തുന്നു.[5] അദ്ദേഹത്തിന്റെ കൃതികൾ ഓടിച്ചു വായിച്ചുപോകുന്നവർക്ക് മേൽച്ചൊന്ന വാദങ്ങളെല്ലാം വിശ്വസനീയമായിത്തോന്നിയേക്കാം. എന്നാൽ ആ കൃതികളിലേക്ക് ചുഴിഞ്ഞിറങ്ങുന്ന പക്ഷം താഴെപ്പറയുന്ന കാര്യങ്ങൾ വെളിവാകും:

(എ) യാതൊരു യുക്തിക്കും നിരക്കാത്തതരത്തിലാണ് സ്വാമിജി ശാസ്ത്ര പണ്ഡിതന്മാരുടെ വാക്കുകളും സംസ്കൃതകൃതികളിൽനിന്നുള്ള ഉദ്ധരണികളും എടുത്തു വിളക്കിച്ചേർക്കുന്നത്. മാത്രമല്ല, പലപ്പോഴും ടെലാർഡ് ഡിഷാർഡിൻ, ജേംസ് ജീൻസ്, ലിങ്കൺ ബാർണറ്റ് (സിൻസ്റ്റീന്റെ ജീവചരിത്ര രചയിതാവ്) യുങ് തുടങ്ങിയ തികഞ്ഞ ആത്മീയവാദികളും 'മിസ്റ്റിക്കുകളുമാണ്' സ്വാമിജി തിരഞ്ഞെടുക്കുന്ന 'ശാസ്ത്ര പണ്ഡിതന്മാർ.'

(ബി) പദാവലിയുടെ തലത്തിൽപോലും ഈ ആത്മീയവാദപരമായ പ്രവണത കാണാം. ആത്മനിഷ്ഠശാസ്ത്രം (Subjective Science) വേദാന്തയുക്തി (Vedantic reason) തുടങ്ങിയ വിചിത്രമായ പല പദ 'സമന്വയ'ങ്ങൾക്കും അദ്ദേഹം രൂപം നൽകുന്നുണ്ട്.[6]

(സി) ശാസ്ത്രജ്ഞാനത്തിന്റെ അതീത സീമകളിൽ കിടക്കുന്ന വിജ്ഞാനശാഖകളാണ് അദ്ദേഹം പഠനവിഷയമാക്കുന്നത്. ഈ മേഖലകളിൽ ശാസ്ത്രജ്ഞന്മാർ സത്യസന്ധമായി ഒഴിച്ചിടുന്ന അറിവിലെ വിടവുകളിൽ സൗകര്യപൂർവം സംസ്കൃതശ്ലോകങ്ങൾ കുത്തിനിറയ്ക്കപ്പെടുന്നു. ഉദാഹരണത്തിന് ഒരാധുനിക ഗവേഷണകേന്ദ്രം അർബുദത്തിന്റെ കാരണം കൃത്യമായി കണ്ടെത്താൻ പരാജയപ്പെടുന്നിടത്ത്, പതിനാറ് തരത്തിൽ വ്യാഖ്യാനിക്കാവുന്ന ആയുർവേദ സൂക്തങ്ങൾ അദ്ദേഹത്തിനു

---

1. അതേ പുസ്തകം, പേജുകൾ 63–80.
2. അതേ പുസ്തകം, പേജ് 474.
3. അതേ പുസ്തകം, പേജുകൾ 240–43.
   The Essence of Indian Culture എന്ന ലഘുലേഖ നോക്കുക.
4. അതേ പുസ്തകം, പേജുകൾ 416–19.
5 അതേ പുസ്തകം, പേജ് 101.
6. *The Message,* പേജ് 344.
   ഈ പ്രവണത വളർന്നുവരികയാണ് എന്നതു ശ്രദ്ധേയമാണ്. ഉദാഹരണത്തിന് *Thapovan pvasad* (ഡിസംബർ 1980 മുതൽ മാർച്ച് 1981 വരെയുള്ള ലക്കങ്ങൾ)ൽ വന്ന ഡോ. സംപൂരൺ സിങ്ങിന്റെ 'The Epistemology of Knowledge' നോക്കുക.

സഹായകമായിത്തീരുന്നു. പരിണാമശൃംഖലയിലെ അജ്ഞാതമായ കണ്ണികളുടെ സ്ഥാനം, ചില പരിചിതമല്ലാത്ത പ്രാചീനകൃതികളിലെ പ്രസ്താവങ്ങൾ ഏറ്റെടുക്കുന്നു. രങ്കനാഥാനന്ദന്റെ കൃതികൾ വായിക്കുമ്പോൾ, അടുത്ത ഒന്നു രണ്ടു നൂറ്റാണ്ടുകളോളം ഭൗതികശാസ്ത്ര ശാഖകളിൽ നടന്നേക്കാനിടയുള്ള എല്ലാ കണ്ടുപിടുത്തങ്ങളുടേയും അവകാശക്കുത്തക (Patent) നമ്മുടെ ഉപനിഷദ്കാരന്മാർ നേരത്തെ കൈക്കലാക്കിക്കഴിഞ്ഞു എന്ന പ്രതീതിയാണുളവാകുന്നത്.

"ശരി നിങ്ങൾ നിങ്ങളുടെ ഗവേഷണ പരിശ്രമങ്ങൾ തുടരൂ! ഞങ്ങൾ നിങ്ങളുടെ പുരോഗതി സദാ വീക്ഷിച്ചുകൊണ്ടിരിക്കുകയാണ്. ഇല്ല. ഒന്നും മുൻകൂട്ടിപ്പറഞ്ഞ് ഞങ്ങൾ നിങ്ങളുടെ അന്വേഷണകൗതുകത്തെ നശിപ്പിക്കില്ല. നിങ്ങൾ തന്നെത്താൻതന്നെ കണ്ടുപിടിച്ചോളൂ. പിന്നെ നിങ്ങളുടെ അന്വേഷണഫലങ്ങൾ, അതു ഞങ്ങൾ അപ്പപ്പോൾ വന്നു അവകാശപ്പെട്ടുകൊള്ളാം" എന്ന് വേദാന്തം ശാസ്ത്രത്തോട് പറഞ്ഞാൽ എന്നപോലെ. കുടിയാൻ പാട്ടം കിട്ടിയ ഭൂമി അധ്വാനിച്ച് ഉർവരമാക്കിക്കഴിയുമ്പോൾ അവകാശം സ്ഥാപിക്കാനെത്തുന്ന ഭൂസ്വാമിയുടേയും പലവട്ടം പലിശ കൊടുത്തിട്ടും ഒഴിയാത്ത കടക്കുറ്റിപ്പിരിക്കാൻ വരുന്ന ഹുണ്ടികക്കാരന്റെയും മനോവൃത്തി തന്നെയാണ് ഈ സമീപനത്തിന്റെയും പിന്നിലുള്ളത്.

ചരിത്രപരമായ ഭൗതികവാദത്തിന്റെ കാഴ്ചപ്പാടിൽ നിന്നുകൊണ്ട് എങ്ങനെ ഈ പ്രക്രിയയെ വിശദീകരിക്കാം എന്നത് സങ്കീർണമായ ഒരു പ്രശ്നമാണ്. ചില സൂചനകളും നിർദേശങ്ങളും നൽകാൻ മാത്രമേ ഇവിടെ ശ്രമിക്കുന്നുള്ളൂ.

1) ആദ്യമായി വേദാന്തത്തിലെ പദസംജ്ഞകൾക്കും പരികൽപ്പനകൾക്കും അവയ്ക്കു രൂപംനൽകിയ സാമൂഹികരൂപങ്ങളുടെ ഉള്ളിൽ ഉണ്ടായിരുന്ന നിഷ്കൃഷ്ടമായ അർഥവും വിവക്ഷകളും കണ്ടെത്തി മനസിലാക്കുക ഉപനിഷദ് കാലഘട്ടത്തെപ്പറ്റി പുരാവസ്തുവിജ്ഞാനീയത്തിൽനിന്ന് ലഭിച്ചിട്ടുള്ള അറിവുവച്ചു നോക്കുമ്പോൾ അപേക്ഷിക ഊർജതന്ത്രം പോയിട്ട് ന്യൂട്ടോണിയൻ ഊർജതന്ത്രത്തിനുപോലും ജന്മം നൽകാൻ തക്കവണ്ണം അന്നത്തെ സാങ്കേതികവിദ്യ (technology) വികസിച്ചിരുന്നില്ല എന്ന് സംശയമില്ലാതെ പറയാം.[1] ആധുനിക ഊർജതന്ത്രത്തോളംതന്നെ വികസിച്ചിട്ടുള്ള അമൂർത്തസിദ്ധാന്ത (abstract theory) പരികൽപ്പനകൾ ആ കാലത്തു നിലനിന്നിരുന്നു എന്നു കരുതുകയാണെങ്കിൽ, ചില കുസൃതിക്കാരായ ഭൗതികവാദികൾ എങ്കിലും അതിനെ സാങ്കേതികവിദ്യയായി പരിവർത്തിപ്പിക്കാൻ ശ്രമിക്കുമായിരുന്നില്ലേ?

1. ഡി ഡി കൊസാംബി, *An Introduction to the study of Indian History* (ബോംബെ, 1956) പേജുകൾ 144–184ഉം ആർ എസ് ശർമ, *Aspects of Political Ideas and Institutions in Ancient India* (ദില്ലി, 1959) പേജുകൾ 262–283 ഉം നോക്കുക.
ഈ നാടകം ശരിക്കും പൊളിച്ചു കാണിക്കാനായി ശാസ്ത്രജ്ഞന്മാരുടെയും ചരിത്രകാരന്മാരുടെയും ഒരു വലിയ സംഘംതന്നെ കൂട്ടുചേർന്നു പ്രവർത്തിക്കേണ്ടിയിരിക്കുന്നു.

2) മാത്രമല്ല, നിയതമായ ഉദാഹരണങ്ങൾ എടുത്തു പഠിക്കുമ്പോൾ സ്വാമിജി അധ്യാരോപിക്കുന്ന പല സമാനതകളും ഉപരിപ്ലവമാണെന്ന് കാണാം. "പൂർണമദ പൂർണമിദം...." എന്നു തുടങ്ങുന്ന സൂക്തംതന്നെയെടുക്കുക. ഈ ശ്ലോകത്തിന്റെ ആദ്യഖണ്ഡം പദാർഥത്തെയും ഊർജത്തെയും പരസ്പരം പരിവർത്തിപ്പിക്കാം എന്നാണ് സൂചിപ്പിക്കുന്നതെങ്കിൽ "പൂർണസ്യ പൂർണമാദായ പൂർണമേവാവശിഷ്യതേ' എന്നു രണ്ടാം ഖണ്ഡത്തെ എങ്ങനെയാണ് വ്യാഖ്യാനിക്കേണ്ടത്. പദാർഥത്തിൽനിന്ന് ഊർജത്തെ കിഴിച്ചാൽ (അല്ലെങ്കിൽ മറിച്ച്) ആദ്യത്തേതിന് മാറ്റമൊന്നുമുണ്ടാവില്ല എന്നല്ലേ ധരിക്കേണ്ടത്. ഇന്നത്തെ ശാസ്ത്രം ഈ നിഗമനം അംഗീകരിക്കും എന്നു തോന്നുന്നില്ല. ഇനി ഭാവിയിൽ ഉണ്ടാവുന്ന ശാസ്ത്രം ഈ നിഗമനത്തെ സാധൂകരിക്കും എന്നാണോ നാം കരുതേണ്ടത്?

3) ശാസ്ത്രീയ വിശകലനത്തിന് ഇത്രയേറെ ഉതകുന്ന ഒരുപകരണമാണ് വേദാന്തമെങ്കിൽ ഊർജതന്ത്രം നേരിടുന്ന സമകാലീന താത്വിക പ്രശ്നങ്ങൾക്കു പരിഹാരം കാണാൻ എന്തുകൊണ്ട് അതുപയോഗിക്കപ്പെടുന്നില്ല? ശാസ്ത്രജ്ഞന്മാർ കണ്ടുപിടുത്തങ്ങൾക്കായി ജീവിതം തുലയ്ക്കുന്നതുവരെ എന്തിനത് കാത്തിരിക്കുന്നു? അവസാനം "ഞങ്ങളന്നേ പറഞ്ഞില്ലേ!" എന്ന വീരവാദം മുഴക്കാനോ?

2

സമൂഹത്തിന്റെ ശരാശരി ബോധത്തോട് കൂടുതൽ അടുത്തുനിൽക്കാൻ ശ്രമിക്കുന്ന ചിന്മയാനന്ദൻ രംഗനാഥാനന്ദനിൽനിന്ന് തികച്ചും വ്യത്യസ്തനാണ്: ഒരു സാധാരണ ഫോർമുല സിനിമ പരിഷ്കൃതമായ 'ആർട്ട്' സിനിമയിൽനിന്ന് വ്യത്യസ്തമായിരിക്കുന്നതുപോലെ. എല്ലാ അർഥത്തിലും അദ്ദേഹത്തിന്റെ വേദാന്തം ഒരു പ്രകടനമാണ്. പുനരുദ്ധാരണ ശ്രമങ്ങളുടെ ഒരുദാഹരണമെന്ന നിലയിൽ അദ്ദേഹത്തെപ്പറ്റി പഠിക്കുമ്പോൾ, ഒരു പ്രത്യേക പരിതഃസ്ഥിതിയിൽ അദ്ദേഹത്തിന്റെ ആശയസംഹിത വഹിക്കുന്ന പങ്കിനെപ്പറ്റി പഠിക്കുക എന്ന ലളിതമായ മാർഗം നമുക്കു സ്വീകരിക്കാനാവില്ല. കാരണം, അങ്ങനെ കൃത്യമായി നിർവചിക്കാവുന്ന ഒരു ആശയസംഹിത അദ്ദേഹത്തിനില്ലതന്നെ. അദ്ദേഹത്തിന്റെ ആശയങ്ങൾ ആഴത്തിലുള്ള വിശകലനത്തിന് വിധേയമാക്കുമ്പോൾ അവ തികച്ചും സാധാരണമായ സാമാന്യതത്വം പ്രസ്താവങ്ങൾ മാത്രമാണ് എന്നാവും നാം കണ്ടെത്തുക. മനുഷ്യമനഃസ്ഥിതിയെ നാല് ഇനമായി, അതായത് വികാരങ്ങളാൽ ഭരിക്കപ്പെടുന്ന മനുഷ്യർ (men of heart) ബുദ്ധിയാൽ ഭരിക്കപ്പെടുന്ന മനുഷ്യർ (men of head), സമ്മിശ്രപ്രകൃതികളായ മനുഷ്യർ (mixed temperament). അവികസിത മനുഷ്യർ (under developed) എന്നിങ്ങനെ വ്യവച്ഛേദിക്കുന്ന അദ്ദേഹത്തിന്റെ വിശകലനം ഇതിനുദാഹരണമാണ്.[1] പക്ഷേ, ഈ സാമാന്യ ആശയ

1. സ്വാമി ചിന്മയാനന്ദ, *The Isavasys upanishad* (മദ്രാസ്) പേജുകൾ 44–46.

ങ്ങൾ പല സുന്ദരമായ രൂപങ്ങളിലും രുചികരമായ ചേരുവകളിലുമാണ് അദ്ദേഹം വിളമ്പിത്തരുന്നത്. ആനന്ദവും ഇംഗ്ലീഷും ഒരുപോലെ അസൂയാവഹമായ മധ്യവർഗസ്ഥിതരായ കേൾവിക്കാർക്ക് നേട്ടങ്ങളായി കരുതുന്ന പലതരം ആനന്ദങ്ങൾ വാഗ്ദാനം ചെയ്തുകൊണ്ട് കാവിയുടെ പരിവേഷത്തിൽനിന്ന് കണക്കുകൂട്ടിയ സ്പന്ദങ്ങളായി ഇംഗ്ലീഷിൽ ചിതറി ഒഴുകിവരുന്ന ആ സമാകർഷകമായ ശബ്ദത്തിന്റെ ആകെയുള്ള ശബ്ദപരവും ദൃശ്യപരവുമായ സ്വാധീനശക്തി വാക്കുകളിൽ വിവരിക്കുക എളുപ്പമല്ല. ഈ പരിവേഷത്തിന്റെ സ്വഭാവവും ശക്തിയുമാണ് വിശകലന വിധേയമാക്കേണ്ടത്.

ചിന്മയാനന്ദൻ കേരളത്തിൽ നടത്തുന്ന ഗീതാജ്ഞാനയജ്ഞങ്ങളിൽ പങ്കെടുക്കുന്ന ഭക്തജനങ്ങളെപ്പറ്റിയുള്ള ഒരു സാമാന്യ അവലോകനത്തിൽനിന്ന് താഴെപ്പറയുന്ന കാര്യങ്ങളാണ് വെളിവാകുന്നത്: ജില്ലാആസ്ഥാനങ്ങളിലുള്ള കേൾവിക്കാരുടെ എണ്ണം 500–700 മുതൽ 2000 –3000 വരെയാണെങ്കിൽ പ്രാന്തപ്രദേശങ്ങളിലെ ജനക്കൂട്ടം ഇതിലൽപ്പം കുറവാണ്. ഡോക്ടർമാർ, എഞ്ചിനിയർമാർ, കച്ചവടക്കാർ, ഉയർന്ന കമ്പനിയുദ്യോഗസ്ഥന്മാർ, ഉയർന്ന ഗവൺമെന്റുദ്യോഗസ്ഥന്മാർ തുടങ്ങിയവർ ഒരറ്റത്തും സാമാന്യം വലിയ ഒരു സംഘം സാധാരണ ആഫീസുജോലിക്കാർ മറ്റേ അറ്റത്തും വരുന്ന ഒരു സമ്മിശ്ര ജനക്കൂട്ടമാണത്. കർഷകത്തൊഴിലാളികളും കമ്പനിത്തൊഴിലാളികളും ഏതാണ്ട് ഇല്ലെന്നുതന്നെ പറയാം. കേൾവിക്കാരുടെ പ്രതികരണങ്ങൾ പലപ്പോഴും ഇംഗ്ലീഷിന്റെ ഗുണത്തെപ്പറ്റിയോ, സ്വാമിജിയുടെ നർമബോധത്തെപ്പറ്റിയോ അദ്ദേഹം പറയുന്ന അമേരിക്കയിലെയോ യൂറോപ്പിലെയോ ജീവിതാവസ്ഥകളിൽ നിന്നെടുത്തിട്ടുള്ള കൊച്ചുകഥകളുടെ വൈവിധ്യത്തെപ്പറ്റിയോ ഒക്കെയാണ്. ഈ കേൾവിക്കാരുടെ വർഗപരമായ ആവശ്യങ്ങളെപ്പറ്റി ചിന്തിക്കുമ്പോൾ മാത്രമേ നമുക്ക് അദ്ദേഹത്തിന്റെ പ്രഭാഷണങ്ങൾക്കു ലഭിക്കുന്ന പരിവേഷത്തിന്റെ രഹസ്യം ഗ്രഹിക്കാനാവൂ. മിക്ക കേൾവിക്കാർക്കും ഇംഗ്ലീഷുകൊണ്ട് ആകർഷിക്കപ്പെടാവുന്ന തരത്തിൽ ശക്തമായ ഒരു കൊളോണിയലിസ്റ്റ് ഗൃഹാതുരത്വമുണ്ട്. അതിന്റെ ഇംഗ്ലീഷ് രൂപം അടർത്തിക്കളഞ്ഞാൽ സ്വാമിജിയുടെ നർമം കൂത്തമ്പലത്തിന്റെ പാരമ്പര്യത്തിൽനിന്നുരുത്തിരിഞ്ഞതാണെന്നു കാണാം. ക്ഷേത്രകലകൾ ആസ്വദിച്ചിരുന്ന ഒരു തലമുറയിൽനിന്ന് ഏറെയൊന്നും അകന്നുപോയിട്ടില്ലാത്ത പല കേൾവിക്കാരെ സംബന്ധിച്ചിടത്തോളവും ഈ നർമം ഒരാവശ്യമായി അനുഭവപ്പെടുന്നതിൽ അത്ഭുതമില്ല. വിദൂര ധനികരാജ്യങ്ങളിൽനിന്നുള്ള കഥാംശങ്ങളാകട്ടെ ഹിന്ദി സിനിമകളിലെ ഗംഭീരമായി അലങ്കരിക്കപ്പെട്ട ബംഗ്ലാവുകൾപോലെതന്നെ കേൾവിക്കാരുടെ അതീതസ്വപ്നങ്ങളെ സംതൃപ്തമാക്കാൻ സഹായിക്കുന്നു.

ഇനി നമുക്ക് അദ്ദേഹത്തിന്റെ ചിന്തയെപ്പറ്റി പഠിക്കാം. ചരിത്രപരമായ ഭൗതികവാദം ഒരു അതിഭൗതികതലത്തിന്റെ നിലനിൽപ്പിനെ നിഷേധിക്കുമ്പോൾത്തന്നെ അതിഭൗതികമായ ഒരു ലക്ഷ്യത്തെ കൽപ്പിക്കു

മ്പോൾ ഉണ്ടാവുന്ന മൂർത്തമായ സാമൂഹികചലനങ്ങളെ മനസിലാക്കാൻ ശ്രമിക്കുന്നു. അതിഭൗതികവാദത്തെ നിഷേധിക്കുന്നതിനോടൊപ്പംതന്നെ ഭൗതികവാദികൾ എങ്ങനെ അതിഭൗതികലക്ഷ്യങ്ങൾ സമൂഹത്തിൽ ക്രോഡീകൃതമാവുന്നുവെന്നും അതിന് എങ്ങനെ ഫലവത്താവാൻ കഴിയുന്നുവെന്നും വിശകലനം ചെയ്യാൻ ശ്രമിക്കുന്നു. ഇവിടെ "ഏറ്റവുമധികം ആളുകൾക്ക് ഏറ്റവുമധികം കാലത്തേക്ക് ഏറ്റവുമധികം ആനന്ദം" എന്ന ചിന്മയാമിഷന്റെ പ്രഖ്യാപിത ലക്ഷ്യം സംഗതമാണ്. ഈ ലക്ഷ്യ പ്രഖ്യാപനത്തിന്റെ സ്വരം സ്വാമിജിയുടെ പ്രഭാഷണങ്ങളിലും എഴുത്തിലും പലവുരു ആവർത്തിക്കപ്പെടുന്നതാണ് എന്നതുകൊണ്ടു പ്രത്യേകിച്ചും. ഈ സ്വരം മാനേജ്മെന്റിനെപ്പറ്റിയുള്ള പല ആധുനിക നിർവചനങ്ങളിലും കാണാവുന്നതുമാണ്. "ജോലി ചെയ്യുന്നവർക്കും ചെയ്യിക്കുന്നവർക്കും ഏറ്റവും ചുരുങ്ങിയ പരിശ്രമത്തിലൂടെ ഏറ്റവുമധികം ഫലങ്ങൾ സൃഷ്ടിക്കുകയും അതുവഴി ഏറ്റവുമധികം ഐശ്വര്യം ഉറപ്പുവരുത്തുകയും ജനങ്ങൾക്ക് കഴിയുന്നിടത്തോളം നല്ല സേവനം നൽകുകയും ചെയ്യുന്ന കലയായി മാനേജ്മെന്റിനെ നിർവചിക്കാവുന്നതാണ്."[1] ഈ നിർവചനത്തിലെ പദപ്രയോഗങ്ങൾ സ്വാമിജിയുടെ ആത്മസാക്ഷാൽക്കാരത്തെപ്പറ്റിയുള്ള നിർവചനവുമായി വളരെ സാമ്യമുള്ളതാണ്. "ജ്ഞാനം സാധനയ്ക്ക് ഒരു ലക്ഷ്യവും മുനയും നൽകുന്നു; നമ്മുടെ തീർഥയാത്ര ജറ്റ്വിമാനത്തിലെ സൗകര്യത്തോടെയും ഒരു ടോർപ്പിഡോയുടെ കൃത്യതയോടെയും റോക്കറ്റിന്റെ വേഗതയോടെയും നടത്താൻ നമ്മെ സഹായിക്കുന്നു."[2] ആത്മസാക്ഷാൽക്കാരത്തിന്റെ പാതയെപ്പറ്റി സ്വാമിജി പറയുമ്പോൾ, തൊഴിൽക്കയറ്റ സാധ്യതകളെപ്പറ്റി ജീവനക്കാരോട് സംസാരിക്കുന്ന ഒരു മാനേജരുടെ ഭാഷയാണ് ഓർമവരിക. "ഞാനാരാണ്?" "ഞാനെവിടേക്കാണു പോകുന്നത്?" തുടങ്ങിയ ചോദ്യങ്ങൾ സ്വാമിജിയുടെ തേൻകിനിയുന്ന സ്വരത്തിലാകുമ്പോൾ രക്ഷാധികാരിയുടെ ഭാവത്തിൽ പൊള്ളയായ ഒരിനം ആത്മജ്ഞാനം ആവശ്യപ്പെടുന്ന ആധുനിക "ബിസിനസ്സ് മാനേജ്മെന്റ്" വിദഗ്ധന്മാരുടെ വിശ്വാസമാർജിക്കാനുള്ള തന്ത്രങ്ങളെപ്പോലും കവച്ചുവെക്കുന്ന തരത്തിൽ ഭൗമമാവുന്നു.[3] ഈ

1. ജെ ഇ മീ, *Management thought in a Dynamic Economy* (ന്യൂയോർക്ക്, 1963) പേജ് 6.
2. *Discourse on Kathopanishad* (മദ്രാസ്) പേജ് XXVII.
മറ്റൊരുദാഹരണത്തിന് *The Bhagavad Geetha,* (എട്ടാം വാല്യം) പേജ് 89 നോക്കുക.
3. തോമസ് എ ഹാരിസ്, *I'm OK Your're OK*(ലണ്ടൻ, 1973) പേജ് 36.
"ഞാനാരാണ്? ഞാനെന്താണിവിടെ ചെയ്യുന്നത്? ഈ മറ്റാളുകളൊക്കെ ആരാണ്?" *The Bhagavath Gita* (ദില്ലി) വാല്യം III പേജ് 89-ൽ സ്വാമി പറയുന്നതും നോക്കുക: "അനേകം ആത്മാന്വേഷകർക്ക് ഗംഭീരവും ആശാവഹവും ആയിരുന്ന അവരുടെ ആത്മീയ വികാസസാധ്യതകൾ (Spiritual Career) വഴിക്കുവച്ച് ഇട്ടുകളയേണ്ടിവരുന്നതു കാരണം ആത്മസാക്ഷാൽക്കാരത്തിന്റെ പാതയിൽവച്ച് അവർക്ക് 'എഞ്ചിൻതകരാറ്' സംഭവിക്കുന്നു. അതേ പുസ്തകത്തിൽ (വാല്യം 11, പേജ് 649) അദ്ദേഹം

ഇടുങ്ങിയതും സ്വാർഥത്തിലും വ്യക്തിവാദത്തിലും അധിഷ്ഠിതവുമായ 'ലൗകികത' അദ്ദേഹം ആത്മീയ ത്വരയെപ്പറ്റി സംസാരിക്കുമ്പോൾ പോലും പ്രകടമാവുന്നുണ്ട്. സാക്ഷാൽക്കാരം തേടുന്ന ആത്മാവിനെ വെള്ളത്തിൽ മുങ്ങിയും പൊങ്ങിയും ജീവൻ രക്ഷിക്കാനായി ശ്രമിക്കുന്ന ഒരാളോട് ഉപമിക്കുന്ന വേദാന്തകൽപ്പന അതിപ്രാചീനമാണ്. വേദാന്തത്തെ നവീകരിക്കുന്നതിനിടയ്ക്ക് ചിന്മയാനന്ദജി ഈ ഉപമയെയും ഒന്നഴിച്ചു പണിയുന്നുണ്ട്. "നദിയിൽ കുളിക്കുന്ന ഒരാൾക്ക് അയാളുടെ സ്വർണാഭരണങ്ങൾ നഷ്ടപ്പെടുന്നു. വീണ്ടും വീണ്ടും വെള്ളത്തിൽ മുങ്ങിത്തപ്പി അതു വീണ്ടെടുക്കാൻ അയാൾ ജീവൻകളഞ്ഞു ശ്രമിക്കുന്നു. അവസാനം അയാൾക്കതു കിട്ടുന്നു. പോയ മുതൽ തിരിച്ചുകിട്ടുന്ന നിമിഷത്തിൽ അയാൾക്കുണ്ടാകുന്ന ആനന്ദം വാചാതീതമാണ്."[1]

പേഴ്സണൽ മാനേജ്മെന്റ് തന്ത്രങ്ങൾക്കുപുറമേ അദ്ദേഹത്തിന്റെ പ്രഭാഷണങ്ങളിൽ സാമാന്യബുദ്ധി (commonsense)യും കൂടുതൽ സ്വീകാര്യമായ ഭാഷയിൽ അവതരിപ്പിക്കപ്പെടുന്ന മനഃശാസ്ത്രത്തിൽ നിന്നുള്ള പദസംജ്ഞകളും പരികൽപ്പനകളും ധാരാളമാണ്. അർജുനവിഷാദയോഗത്തിലെ അർജുന്റെ അവസ്ഥ 'ആങ്സൈറ്റി ന്യൂറോസിസോ'യിയാണ് അദ്ദേഹം വിശദീകരിക്കുന്നത്.[2] ഈഗോയുടെ കേന്ദ്രബിന്ദു (ego centre) തുടങ്ങിയ പദപ്രയോഗങ്ങളും സൗകര്യത്തിന് കടന്നുവരുന്നു.[3] കൃഷ്ണനും അർജുനനും തമ്മിലുള്ള ബന്ധം മനോരോഗവിദഗ്ധനും രോഗിയും തമ്മിലുള്ള ബന്ധമായാണ് ചർച്ച ചെയ്യപ്പെടുന്നത്. മനസിന്റെ അസ്വസ്ഥതകളെപ്പോലും രോഗമായാണ് സ്വാമിജി കണക്കാക്കുന്നത്[4] ആത്മീയാനന്ദം വാഗ്ദാനം ചെയ്യുന്ന അദ്ദേഹത്തിന്റെ പ്രസ്താവങ്ങളുടെ സ്വരം മനഃശാസ്ത്രത്തിന്റെ പദാവലി വ്യക്തമായ അർഥനിഷ്ഠയില്ലാതെ ഉപയോഗിക്കുന്ന, ഇപ്പോൾ പ്രചാരമേറിക്കൊണ്ടി

ഉപയോഗിക്കുന്ന മറ്റൊരുപമയും ശ്രദ്ധേയമാണ്: ഏതു സമയത്തും നമ്മുടെ 'ബാങ്കു ബാലൻസ്' വരവുചെലവു കണക്കുകളുടെ ആകത്തുകതന്നെയായിരിക്കും. ഏതാണ്ടതുപോലെതന്നെയാണ് ഏതൊരു മനസിന്റെയും ബുദ്ധിയുടെയും സാംസ്കാരികവികാസവും. ഒരു ശക്തിക്കും അതു കൂട്ടാനോ കുറയ്ക്കാനോ ആവില്ല.

1. *The Kenaupanishad* (മദ്രാസ്, 1961) പേജ് 70ലും പേജുകൾ XXIII-XXIVലും കർമയോഗത്തെ അദ്ദേഹം ആധുനിക ജീവിതത്തിൽനിന്നെടുത്തിട്ടുള്ള ഒരുദാഹരണത്തിലൂടെ വിശദീകരിക്കുന്നുണ്ട്. അദ്ദേഹം പറയുന്നതിന്റെ രത്നച്ചരുക്കമിതാണ്:
ഒരു സെയിൽസ്മാൻ വമ്പിച്ച പ്രതീക്ഷകളോടെയും വികാരകലുഷിതമായ മനസോടെയും ഒരു വലിയ ബിസിനസുകാരനെ സമീപിക്കുന്നു എന്നു കരുതുക. അയാൾ വിജയിച്ചു കൊള്ളണമെന്നില്ല. എന്നാൽ, അയാൾ നിർമമനാണെങ്കിൽ, അതായത് ഒരു കർമയോഗിയാണെങ്കിൽ, അയാളുടെ ശ്രമങ്ങൾ ഫലവത്താവും. ഫലേച്ഛ വെടിഞ്ഞുള്ള കർമം ചന്തയിലെ വിലപേശലുകളിൽപോലും വിജയം ഉറപ്പു തരുന്നുവെങ്കിൽ മനുഷ്യന്റെ സാമൂഹികവും ദേശീയവുമായ പ്രവർത്തനത്തിന്റെ ഉദാത്തമേഖലകളിൽ അത് എത്രയോ കൂടുതൽ വിജയകരമാവും!
2. *The Bhagavad Gita* വാല്യം ഒന്ന്, പേജുകൾ 73-75.
3. *The Isavasya upanishad* (മദ്രാസ്), പേജ് 137.
4. *The Bhagavad Gita* വാല്യം ഒന്ന്, പേജ് 17.

രിക്കുന്ന പല 'മനഃശാസ്ത്രപ്രസിദ്ധീകരണ'ങ്ങളുടെയും സ്വരത്തിൽനിന്ന് വളരെയൊന്നും വ്യത്യസ്തമല്ല.[1] വേദാന്തത്തിന്റെ രീതിശാസ്ത്രം ആധുനികശാസ്ത്രത്തിന്റെ രീതികളേക്കാൾ വികസിതമായിരുന്നുവെന്ന അഭിപ്രായം ചിന്മയാനന്ദനും അർഥശങ്കയ്ക്കിടയില്ലാതെ പറഞ്ഞുവെയ്ക്കുന്നുണ്ട്. ഈശാവാസ്യ ഉപനിഷദ് വ്യാഖ്യാനത്തിൽ അദ്ദേഹം പറയുന്നു, "ആധുനിക യുഗത്തിലെ ശാസ്ത്രജ്ഞന്മാരും അവരുടേതായ രീതിയിൽ ചിരന്തനസത്യം അന്വേഷിക്കുന്നവർ തന്നെയാണ്. പക്ഷേ, വസ്തുക്കളുടെ അനുഭവൈക്യസത്യത്തിന്റെ ലോകമാണ് അവരുടെ അന്വേഷണ മേഖല. പ്രാചീന ഭാരതത്തിലെ ഋഷിവര്യന്മാരാകട്ടെ ആന്തരിക പ്രപഞ്ചത്തെപ്പറ്റി പഠിച്ച ശാസ്ത്രജ്ഞന്മാരായിരുന്നു. അവരുടെ രീതികൾ ഇന്നത്തെക്കാലത്തെ ശാസ്ത്രജ്ഞന്മാരുടെ രീതികളേക്കാൾ സമഗ്രവും കുറ്റമറ്റതുമായിരുന്നെന്നു തീർച്ച....."

മേൽവിവരിച്ച പൊതു പ്രവണതകൾക്ക് ഇനിയും എത്രയോ ഉദാഹരണങ്ങൾ സ്വാമിജിയുടെ കൃതികളിൽ കാണാനുണ്ട്. അവയെല്ലാം എണ്ണിപ്പറയാൻ ശ്രമിക്കുന്നത് ഈ ലേഖനത്തെ വൃഥാ സ്ഥൂലമാക്കാൻ മാത്രമേ സഹായിക്കുകയുള്ളൂ എന്നതുകൊണ്ട് അതിനിവിടെ മുതിരുന്നില്ല. ഇന്നത്തെ പുനരുദ്ധാരണശ്രമങ്ങളുടെ ചരിത്രപരമായ മാതൃകകളെപ്പറ്റിയുള്ള ധാരണ, പക്ഷേ, അത്യന്താപേക്ഷിതമാണ്. കാരണം, ആ മാതൃകകളും ഇന്നത്തെ പ്രതിഭാസങ്ങളും തമ്മിലുള്ള സാമ്യവും വൈജാത്യവും സാംസ്കാരിക പ്രതിഭാസങ്ങളെ സംബന്ധിച്ചിടത്തോളം അതീവ പ്രസക്തമായ പല പൊതുവായ ഉൾക്കാഴ്ചകളും നമുക്ക് പ്രദാനംചെയ്യുമെന്നതിൽ സംശയമില്ല.

3

പത്തൊമ്പതാം നൂറ്റാണ്ടിലെ പുനരുദ്ധാരണ ശ്രമങ്ങളുടെ പ്രതീകമായി സ്വാമി വിവേകാനന്ദനെയാണ് ഇവിടെ പഠിക്കാൻ ശ്രമിക്കുന്നത്. എല്ലാംകൊണ്ടും അന്നത്തെ പ്രവണതകളെ അതിന്റെ ശുദ്ധവും കളങ്കരഹിതവുമായ രൂപത്തിൽ പ്രതിനിധീകരിക്കുന്നത് വിവേകാനന്ദനാണ്. ഒന്നാമതായി, അദ്ദേഹം പ്രത്യക്ഷപ്പെട്ട ദശാസന്ധിതന്നെ അതീവപ്രസ

1. *മനസ്സുഖം തേടാൻ ചില എളുപ്പവഴികൾ,* പ്രൊഫ. ശാന്താമേനോൻ, മനഃശാസ്ത്രം (1982 നവംബർ 2), പേജ് 27.

"എല്ലായ്പ്പോഴും നല്ല കാര്യങ്ങളെക്കുറിച്ചു മാത്രം ചിന്തിക്കുക. ഭയം, ആധി, ഉൽക്കണ്ഠ മുതലായവ ഞരമ്പുകളുടെ ശക്തിക്കു സാരമായ കേടുവരുത്തും. മാത്രമോ, അവ മാനസിക കഴിവുകൾക്ക് വിഘാതം സൃഷ്ടിക്കുകയും ചെയ്യും. അതേപോലെ വെറുപ്പ്, മൃഗീയത, വിരോധം, അസൂയ മുതലായ മനോഭാവം മാനസിക കഴിവുകളെ നശിപ്പിക്കുന്നു. മനസ്സും ശരീരവും സന്തുലിതാവസ്ഥയിൽ നിലനിർത്താൻ ഇത്തരം വിചാരങ്ങളെ മനസിൽനിന്നു തൂത്തെറിയണം. അവയുടെ സ്ഥാനത്ത് ശുഭാപ്തി വിശ്വാസം, സ്നേഹം മുതലായവ പ്രതിഷ്ഠിക്കാൻ ശ്രമിക്കുക. അങ്ങനെയായാൽ മനഃപ്രയാസം മാറി മനഃസുഖം കിട്ടുമെന്നാണ് ഡോ. ഗ്രീവർഗ്രേ പറയുന്നത്."

ക്തമാണ്: കൊളോണിയലിസത്തിന്റെ രണ്ടാമത്തെ വേലിയേറ്റം ഒടുങ്ങിയതും ഇന്ത്യൻ ദേശീയബോധത്തിന്റെ ആദ്യത്തെ ദുർബലമായ സ്ഫുരണങ്ങൾ കണ്ടുതുടങ്ങിയതും 1870 കളിലായിരുന്നല്ലോ. രണ്ടാമതായി, ഇന്നത്തെ പുനരുദ്ധാരണപ്രസ്ഥാനക്കാരുടെ നയപ്രഖ്യാപനങ്ങളിൽ ഏറ്റവുമധികം കൊട്ടിഘോഷിക്കപ്പെടുന്ന പേരും അദ്ദേഹത്തിന്റെയാണ്. പലപ്പോഴും സാന്ദർഭികമായ യാതൊരു പരിഗണനയുമില്ലാതെയാണെങ്കിലും അദ്ദേഹത്തിന്റെ പ്രസ്താവനകളെയാണ് അവർ തലങ്ങും വിലങ്ങും ഉപയോഗിച്ചുകാണുന്നത്. മാത്രവുമല്ല, പത്തൊമ്പതാം നൂറ്റാണ്ടിലെ മറ്റ് അതികായന്മാരെ അപേക്ഷിച്ച് വിവേകാനന്ദനെയാണ് അവർ തങ്ങളുടെ പ്രചരണങ്ങളെ സാധൂകരിക്കാനുള്ള ഒരു വിഗ്രഹമായി സ്വീകരിക്കുന്നത്. മൂന്നാമതായി, സാമൂഹികബോധത്തിന്റെ അളവുകോൽവച്ച് നോക്കുമ്പോൾ 19–ാം നൂറ്റാണ്ടിൽ പ്രത്യക്ഷപ്പെട്ട സാമൂഹികവും മതപരവുമായ പ്രസ്ഥാനങ്ങളിൽ ഏറ്റവും വികസിതമായ ചിന്താപദ്ധതി മുന്നോട്ടുവച്ചത് വിവേകാനന്ദനായിരുന്നു. അത് നമ്മുടെ നാടിന്റെ സാംസ്കാരിക സമരത്തിന്റെ മറക്കാനാവാത്ത ഒരധ്യായമായിരുന്നു. അതുകൊണ്ടുതന്നെ അതിഭൗതികവാദപരമായ പുറംതോടുപൊട്ടിച്ച്, അതിന്റെ സത്തയുൾക്കൊള്ളുക എന്നത് നമ്മെ സംബന്ധിച്ചിടത്തോളം അതീവസംഗതമാണ്; ഇന്നത് പ്രതിലോമപരമായ പല രീതിയിലും ഉപയോഗിക്കപ്പെടുന്നുണ്ടെന്നതിനാൽ പ്രത്യേകിച്ചും. ഏതായാലും ഈ ചിന്താപദ്ധതിയെപ്പറ്റിയുള്ള താത്വികമായ വിലയിരുത്തലുകൾക്കു മുതിരുന്നതിനു മുമ്പുതന്നെ അതിന്റെ ചരിത്രപരമായ രൂപരേഖ നിഷ്കൃഷ്ടമായ പഠനത്തിലൂടെ വ്യക്തമാക്കേണ്ടിയിരിക്കുന്നു.

പത്തൊമ്പതാം നൂറ്റാണ്ടിന്റെ ആദ്യദശകങ്ങൾ മുതൽക്കുതന്നെ ഇന്ത്യയിലെ ബുദ്ധിജീവികൾ, 'ഇന്ത്യൻ പാരമ്പര്യത്തിന്റെ പുനരാഖ്യാനം' 'ഇന്ത്യൻ സംസ്കാരത്തിന്റെ പുനഃസൃഷ്ടി', എന്നിങ്ങനെ വിവിധ പേരുകളിൽ വിളിക്കപ്പെട്ടുപോരുന്ന ഒരു വലിയ പ്രസ്ഥാനത്തിൽ പല മട്ടിൽ വ്യാപൃതരായിരുന്നു. ഇന്ത്യയുടെ പ്രാചീന സാഹിത്യ–തത്വശാസ്ത്രപൈതൃകത്തിൽനിന്നും സ്വീകരിച്ച ആശയങ്ങളെ ഉപയോഗിച്ച്, സമകാലീന സമൂഹത്തിലെ തിന്മകളെ വെളിച്ചത്തു കൊണ്ടുവരാനുള്ള ശ്രമങ്ങൾ ആയിരുന്നു ഇതിലൊന്ന്. ഇത്തരം ശ്രമങ്ങളിൽ 'ദേശീയ' ആശയങ്ങളും വിദേശത്തുനിന്നു സ്വീകരിച്ച ലിബറൽ ആശയങ്ങളും ഒരുപോലെ ഉപയോഗിക്കപ്പെട്ടിരുന്നു. ക്രിസ്തീയ ജീവകാരുണ്യ പ്രവർത്തനങ്ങളുടെ പാരമ്പര്യത്തിൽനിന്നുപോലും അവർ ആശയങ്ങളും വാദഗതികളും കടംകൊണ്ടിരുന്നു.[1] ഇന്ത്യൻ സാമൂഹികവ്യവസ്ഥയുടെയും ആചാരക്രമങ്ങളുടെയും ഭാഗമായിരുന്ന വർണവ്യവസ്ഥ, സതി, ശിശുഹത്യ, വിധവകളോടുള്ള ക്രൂരമായ പെരുമാറ്റം തുടങ്ങിയ പല

1. ഈ ആശയങ്ങളെപ്പറ്റിയും സാമൂഹിക പരിഷ്കരണശ്രമങ്ങളെപ്പറ്റിയുമുള്ള ഒരു വിവരണത്തിന് *History and Culture of the Indian People* (ബോംബെ, 1965) വാല്യം ത ഭാഗം ii നോക്കുക. ഇനി മുതൽ *HCIP* എന്ന ചുരുക്കപ്പേർ കൊടുത്തിരിക്കുന്നു.

അനാചാരങ്ങളേയും അവർ വിമർശന വിധേയമാക്കി.[1] അതീവ ഭിന്നമായ പല വീക്ഷണകോണുകളിൽനിന്നും ഈ വിമർശനങ്ങൾ ഉന്നയിക്കപ്പെടുകയുണ്ടായി. ഒരു കൂട്ടരെ സംബന്ധിച്ചിടത്തോളം നിലവിലുള്ള ആചാരക്രമങ്ങളും "പരിശുദ്ധമായ" ഇന്ത്യൻ പാരമ്പര്യവും തമ്മിലുള്ള ഭീമമായ അന്തരമായിരുന്നു വിമർശനത്തിന്റെ അടിസ്ഥാനമെങ്കിൽ, ഇവിടത്തെ ആചാരങ്ങൾ, പടിഞ്ഞാറൻ നാടുകളിലെ വ്യവസായവൽക്കരണത്തിന്റേയും സാമൂഹികവികാസത്തിന്റേയും പശ്ചാത്തലത്തിൽ കാലഹരണപ്പെട്ടിരിക്കുന്നു എന്നതായിരുന്നു മറ്റൊരു കൂട്ടരുടെ വാദഗതി. പത്തൊമ്പതാം നൂറ്റാണ്ടിൽ നിലനിന്നിരുന്ന ദുരാചാരങ്ങൾ താരതമ്യേന, അടുത്തകാലത്ത് ആവിർഭവിച്ചവയാണെന്നും അവ ഇന്ത്യയുടെ മഹത്തായ ആത്മീയ പാരമ്പര്യത്തിന് ഒട്ടും നിരക്കാത്തതാണെന്നും പൊതുവേ അംഗീകരിക്കപ്പെട്ടിരുന്നു. ഈ "മഹത്തായ ആത്മീയ പാരമ്പര്യ"ത്തെപ്പറ്റിയുള്ള ധാരണകൾ, ഇന്തോളജിസ്റ്റുകളുടെ ഗവേഷണങ്ങളിൽനിന്നാണ് അവർ ഉൾക്കൊണ്ടത്. ഈ അവബോധത്തിന്റെ പ്രായോഗികഫലം, സാമൂഹിക അനാചാരങ്ങളെ നീക്കംചെയ്യുന്ന നിയമനിർമാണത്തിനായി ബ്രിട്ടീഷ് സർക്കാരിന്റെമേൽ സമ്മർദം ചെലുത്താനുള്ള ശ്രമങ്ങളുടെ രൂപത്തിലാണ് ആവിർഭവിച്ചത്. സമത്വം, യുക്തിചിന്ത തുടങ്ങിയ ഏറെ സാമാന്യമെങ്കിലും പുരോഗമനപരമായ പല സങ്കൽപ്പങ്ങൾക്കും ജന്മം നൽകി എന്നത് ഈ പ്രസ്ഥാനത്തിന്റെ പ്രധാനപ്പെട്ട ഒരു നേട്ടം തന്നെയാണ്. എന്നാൽ ഈ ബുദ്ധിജീവി വൃന്ദം പൊതുവേ കൊളോണിയലിസം എന്ന യാഥാർഥ്യത്തിനുനേരെ കണ്ണടയ്ക്കാനാണ് ശ്രമിച്ചത്. ചിലരാകട്ടെ, പാശ്ചാത്യ വിദ്യാഭ്യാസം ഇന്ത്യയുടെ സാമൂഹ്യമായ പിന്നോക്കാവസ്ഥയെ ഇല്ലായ്മ ചെയ്യാൻ സഹായകരമാവും എന്ന വാദത്തിന്റെ അടിസ്ഥാനത്തിൽ കൊളോണിയൽ വാഴ്ചയെ ഒരനുഗ്രഹമായി കൊണ്ടാടുകപോലും ചെയ്തിരുന്നു. ഈ ചിന്താധാരകളും സാമൂഹികപ്രസ്ഥാനങ്ങളും എല്ലാം '19-ാം നൂറ്റാണ്ടിലെ നവോത്ഥാനം' എന്ന ശീർഷകത്തിലാണ് വ്യവഹരിക്കപ്പെട്ടു പോരുന്നത്. ഈ ശീർഷകത്തിന്റെ കുടക്കീഴിൽ രാജാ റാംമോഹൻറോയ്, ദയാനന്ദ സരസ്വതി, കേശബ് ചന്ദ്രസെൻ തുടങ്ങിയ വളരെ വ്യത്യസ്തരായ ചിന്തകന്മാരെയും ആര്യസമാജം, പല ഗ്രൂപ്പുകളായി പിരിഞ്ഞുകിടക്കുന്ന ബ്രഹ്മസമാജം തുടങ്ങിയ വിവിധ സംഘടനകളെയും ഒരുമിച്ചു നിർത്തിക്കാനാണ്, ആദ്യകാല ചരിത്രകാരന്മാർ ശ്രമിച്ചിരുന്നത്. ഏതാണ്ട് 1960 വരെ, ദേശീയ പ്രസ്ഥാനത്തിന് നേരിട്ട് പ്രചോദനം നൽകുന്ന ഒരു ബൗദ്ധിക ധാരയായും ഇന്ത്യയുടെ പ്രാക്തന

---

1. ഉദാഹരണത്തിന്, ദയാനന്ദ സരസ്വതി വർണവ്യവസ്ഥയെ എതിർക്കുന്നത് അത് വേദകാലഘട്ടത്തിൽ നിലനിന്നിരുന്നില്ലയെന്നും അതുകൊണ്ട് വേദസമ്മതി ഇല്ലാത്തതുമാണ് എന്നു വാദിച്ചുകൊണ്ടാണ്.

   വേദകാലഘട്ടത്തെ വർണവ്യത്യാസങ്ങളില്ലാത്തതും സ്ത്രീപുരുഷസമത്വം നിലനിന്നിരുന്നതും വിഗ്രഹാരാധന ഇല്ലാതിരുന്നതുമായ ഒരു സുവർണയുഗമായി കാണാനുള്ള ശ്രമം അക്കാലത്ത് പരക്കെ നിലനിന്നിരുന്നു.

സൗഭഗങ്ങളുടെ ഒരു പുനഃസൃഷ്ടിയായും ആണ് ഈ നവോത്ഥാനത്തെ അവ വിലയിരുത്തിയിരുന്നത്.[1] എന്നാൽ ചരിത്രപരമായ ഭൗതികവാദത്തിന്റെ വീക്ഷണത്തിലൂടെ ഇതിനെ കാണാനും കൊളോണിയലിസ്റ്റ് വാഴ്ചയുമായുള്ള അതിന്റെ ബന്ധത്തെ നിർധാരണം ചെയ്യാനുമുള്ള ശ്രമങ്ങൾക്കു ബിപിൻ ചന്ദ്രയെപ്പോലെയുള്ള ചരിത്രകാരന്മാർ തുടക്കമിട്ടിട്ടുണ്ട്.[2] 'ഇന്ത്യൻ നവോത്ഥാന'ത്തിന്റെ സാമൂഹികമായ ഉള്ളടക്കത്തെപ്പറ്റിയും സ്വഭാവത്തെപ്പറ്റിയും ഉള്ള ചോദ്യങ്ങൾ ഉയർന്നുവന്നിട്ടുണ്ട്. പാരമ്പര്യനിഷ്ഠമായ ഒരു സമൂഹത്തിലെ ആശയങ്ങളുടെ സ്ഥാനത്ത് ബൂർഷ്വാ-ജനാധിപത്യപരമായ ആശയങ്ങളെ പ്രതിഷ്ഠിക്കാനാണ് 19-ാം നൂറ്റാണ്ടിലെ ബുദ്ധിജീവികൾ ശ്രമിച്ചിരുന്നത് എന്ന വസ്തുത ഇന്നത്തെ ഗൗരവബുദ്ധിയുള്ള ചരിത്രകാരന്മാർ പൊതുവെ അംഗീകരിക്കുന്നുണ്ട്. ഒരു പടികൂടി മുന്നോട്ടുപോയി കൊളോണിയൽ അവസ്ഥയിലെ അതിന്റെ നവോത്ഥാനത്തിന്റെ നിഷ്കൃഷ്ടപ്രകൃതിയെക്കുറിച്ച് പഠിക്കാനും അവർ ശ്രമിച്ചിട്ടുണ്ട്. 19-ാം നൂറ്റാണ്ടിലെ ചിന്താഗതികളുടെ ബൂർഷ്വാ സ്വഭാവം വളർന്നുവരുന്ന ഒരു ബൂർഷ്വാ വർഗവുമായുള്ള ജൈവബന്ധത്തിൽ നിന്നും ഉരുത്തിരിഞ്ഞുവന്നതായിരുന്നില്ല. കൊളോണിയൽ ഘട്ടത്തിന്റെ താത്വികാവശ്യങ്ങൾ അതിനെ കൂച്ചുവിലങ്ങിട്ടു നിർത്തിയിരുന്നു. സമത്വത്തെപ്പറ്റിയുള്ള പാശ്ചാത്യ ജനാധിപത്യ സങ്കൽപ്പങ്ങൾക്കും പാരമ്പര്യനിഷ്ഠമായ ആശയങ്ങൾക്കും ഇടയിൽ ചാഞ്ചാടുന്ന 19-ാം നൂറ്റാണ്ടിലെ ചിന്താധാരകളുടെ ദ്വന്ദ്വഭാവം (ambivalance) ഹ്രസ്വമായിട്ടാണെങ്കിലും ചരിത്രപരമായ ഭൗതികവാദത്തിന്റെ കാഴ്ചപ്പാടിൽനിന്നും വിശകലന വിധേയമാക്കപ്പെട്ടിട്ടുണ്ട്.[3] എന്നാൽ വസ്തുതകളെപ്പറ്റിയുള്ള വിപുലമായ

1. ഇന്ത്യൻ ദേശീയബോധം പത്തൊമ്പതാം നൂറ്റാണ്ടിലെ നവോത്ഥാനത്തിന്റെ നേരിട്ടുള്ള ഫലമായി ആവിർഭവിച്ചതാണെന്ന ആശയം *H C I P* (വാല്യം X, ഭാഗം II, പേജ് 29)യിൽ കാണാം. "പത്തൊമ്പതാം നൂറ്റാണ്ടിന്റെ ആരംഭത്തിൽ രാഷ്ട്രമെന്ന നിലയ്ക്ക് ഇന്ത്യയെപ്പറ്റി സംസാരിക്കുന്ന ഒരാൾ ചരിത്രവസ്തുതകളെ വളച്ചൊടിക്കയാണ്. എന്നാൽ പത്തൊമ്പതാം നൂറ്റാണ്ടിന്റെ അവസാനത്തിൽ ഇന്ത്യൻ രാഷ്ട്രം നിലനിൽക്കുന്നുവെന്ന് അംഗീകരിക്കാൻ വിസമ്മതിക്കുന്നവരും ചരിത്രത്തോട് അത്ര തന്നെ തെറ്റു ചെയ്യുന്നുണ്ട്."
2. വിപിൻ ചന്ദ്ര, *Colonialism and Modernisation, Presidential Address to the Indian History Congress* (ജബൽപൂർ 1970). ഈ ലേഖനത്തിൽ വിപിൻ ചന്ദ്ര കൊളോണിയലിസത്തെ ഒരു വ്യത്യസ്ത സാമൂഹിക രൂപഘടനയായി (social formation) കാണുന്നതിനെ സാധൂകരിക്കാനുള്ള വാദഗതികൾ നിരത്തിവെക്കുന്നുണ്ട്. ഈ പഠനത്തിന്റെ വെളിച്ചത്തിൽ കൊളോണിയൽ അധിനിവേശ പരിതോവസ്ഥകളോട് പ്രതികരിച്ചിരുന്ന ബുദ്ധിജീവികളുടെ പങ്കിനെപ്പറ്റി ഒരു പുതിയ കാഴ്ചപ്പാട് ആവശ്യമായി വരുന്നു.
3. കെ എൻ പണിക്കർ, *Presidential Address to the Indian History Congress* (അലിഗഢ് 1975). "അവർ വികസിച്ചുവരുന്ന ബൂർഷ്വാ വ്യവസ്ഥിതിയുടെ സൃഷ്ടിയായ ജൈവസ്വഭാവമാർന്ന (organic) ബുദ്ധിജീവികളായിരുന്നില്ല. പിന്നെയോ, ഫ്യൂഡൽ സമൂഹത്തിൽനിന്നും കൊളോണിയൽ മേൽക്കോയ്മയ്ക്കു കീഴിൽ വളർച്ച മുരടിച്ചു നിൽക്കുന്ന ഒരു മുതലാളിത്ത സമൂഹത്തിലേക്കുള്ള മാറ്റത്തിന്റെ കാലഘട്ടത്തിൽ ബൂർഷ്വാ ആശയങ്ങളെയും മൂല്യങ്ങളെയും ഉൾക്കൊള്ളാനും പ്രചരിപ്പിക്കാനും അംഗീകരിപ്പിച്ചെടുക്കാനുംവേണ്ടി സമരം ചെയ്തിരുന്നവരാണ്."

പഠനങ്ങളിലൂടെയും നിഷ്കൃഷ്ടമായ താത്വികാപഗ്രഥനത്തിലൂടെയും ഈ ആദ്യശ്രമങ്ങളെ ഇനിയും വികസിപ്പിക്കുന്നതിന് നമുക്കു കഴിഞ്ഞിട്ടില്ല. അതുകൊണ്ട്, 19–ാം നൂറ്റാണ്ടിലെ ഇന്ത്യയുടെ 'ബൗദ്ധികചരിത്രം' ഇന്നും നൂറ്റാണ്ടുകളുടെ മയക്കത്തിനുശേഷം പെട്ടെന്ന് കാര്യങ്ങൾ നീങ്ങിത്തുടങ്ങുന്ന ഒരു ഘട്ടമായിട്ടാണ് വീക്ഷിക്കപ്പെടുന്നത്.

> കൂടുതൽ വസ്തുതകളിലേക്കു ചുഴിഞ്ഞിറങ്ങുന്ന പഠനങ്ങൾ കൂടാതെ, താത്വികപ്രസക്തിയുള്ള ചോദ്യങ്ങൾ ഉന്നയിക്കുന്ന പഠനങ്ങളും ഉണ്ടാവേണ്ടിയിരിക്കുന്നു. അവരുടെ ചിന്തയുടെ സൂക്ഷ്മമായ ഉള്ളടക്കം എന്തായിരുന്നു? അതിന്റെ നിയതമായ വിവക്ഷകൾ ഏതെല്ലാം? ബൂർഷ്വാ–ജനാധിപത്യ ആദർശങ്ങളെ അവർ എങ്ങനെയാണ് കണ്ടിരുന്നത്? തങ്ങൾക്കെതിരെതന്നെ തിരിച്ചുവിടുന്ന തരത്തിൽ ഈ ചിന്താധാരകളെ എങ്ങനെയാണ് കൊളോണിയൽ ഭരണകൂടം സ്വാധീനിച്ചിരിക്കുന്നത്?

ഈ വഴിക്കു ചിന്തിക്കുമ്പോൾ നവോത്ഥാനഘട്ടത്തിലെ സങ്കൽപ്പങ്ങളുടെ ചില പൊതുവായ സ്വഭാവവിശേഷങ്ങൾ കാണാവുന്നതാണ്:

1. 19–ാം നൂറ്റാണ്ടിന്റെ ഇന്ത്യൻ പാരമ്പര്യ സങ്കൽപ്പത്തിന്റെ രൂപീകരണത്തിൽ ഫ്യൂഡൽ കാലഘട്ടത്തിനോ, ആര്യന്മാരുടെ കുടിയേറ്റം നടക്കുന്ന ഗോത്രകാലഘട്ടത്തിനോ ആണ് ഊന്നൽ നൽകപ്പെട്ടിരുന്നത്. ഗോത്രകാലഘട്ടത്തെ വിമർശനാതീതമായ ഒരു ഉദാത്ത യുഗമായാണ് അന്ന് കണ്ടിരുന്നത്.

2. പ്രത്യേകിച്ച് ഊന്നൽ ലഭിച്ചിരുന്ന ഇന്ത്യൻ അനുഭവത്തിന്റെ അടിസ്ഥാനത്തിൽ കലയ്ക്കും തത്വചിന്തയ്ക്കും മതത്തിനും പഠനങ്ങളിൽ പ്രാമുഖ്യം നൽകപ്പെട്ടുപോന്നു. കഴിഞ്ഞ നൂറ്റാണ്ടിലെ എഴുത്തുകാർ രാഷ്ട്രത്തിന്റെ രാഷ്ട്രീയമോ സാമ്പത്തികമോ ആയ നേട്ടങ്ങൾക്ക് വലിയ പ്രസക്തിയൊന്നും കൽപ്പിച്ചിരുന്നില്ല.

3. ഇന്ത്യൻ ഭൂതകാലത്തെപ്പറ്റിയുള്ള വിവരങ്ങൾ സമാഹരിച്ചതും പ്രചരിപ്പിച്ചതും ഇന്തോളജിസ്റ്റുകൾ എന്നു വിളിക്കപ്പെടുന്ന യൂറോപ്യൻ പണ്ഡിതന്മാരായിരുന്നു. വിദേശ സൈന്യങ്ങളെ ഇരമ്പിപ്പായാൻ അനുവദിച്ചുകൊണ്ടു ചിന്തയിൽ മുഴുകിക്കഴിയുന്ന ഒരു രാജ്യമായിരുന്നു ഇന്ത്യ എന്ന ധാരണ പ്രചരിക്കുന്നതിൽ ബോധപൂർവമോ അബോധപൂർവമോ, അവർ കാരണക്കാരായി.[1] ഇന്ത്യൻ ചിന്തകർക്കിടയിൽ അവയ്ക്കു ലഭിച്ചിരുന്ന വിശ്വസനീയതതന്നെ ഇന്തോളജിയുടെ പിന്നിൽ ഉണ്ടായിരുന്ന കൊളോണിയലിസത്തിന്റെ ശക്തിക്കു തെളിവാണ്.

4. ഇന്തോളജിയുടെ സ്വാധീനത്തിന്റെ ഫലമായി ഇന്ത്യൻ ബുദ്ധിജീവികളും സാമൂഹ്യപരിഷ്കർത്താക്കളും ഇന്ത്യൻ പാരമ്പര്യത്തെ അടി

1. ഇന്ത്യൻ വേദാന്തികളെയും പാശ്ചാത്യ തത്വചിന്തകരെയും (പ്രത്യേകിച്ചും പ്ലേറ്റോ, ഹെറാക്ലൈറ്റിസ്, കാന്റ്, ഹെഗൽ) താരതമ്യപ്പെടുത്തിക്കൊണ്ടുള്ള മാക്സ്മുള്ളറുടെ പ്രസിദ്ധമായ പ്രസ്താവങ്ങൾ ഈ ആശയവാദപരമായ ചിത്രത്തെ സൂചിപ്പിക്കുന്നു.

സ്ഥാനപരമായും ആശയങ്ങളുടെ സമുച്ചയമായാണ് കണ്ടത്. ഒരു സാമൂഹ്യ പ്രതിഭാസമായിട്ടല്ല. ചിലപ്പോഴൊക്കെ ചില വിശേഷ സങ്കലനങ്ങളോടുകൂടിയ ഒരു ചരിത്രസൃഷ്ടിയായിട്ടാണ് പാരമ്പര്യം വീക്ഷിക്കപ്പെട്ടത്. ഇടയ്ക്കൊക്കെ ഒരു ചരിത്രവീക്ഷണം വികസിക്കുകയുണ്ടായെങ്കിലും അതും ചാക്രിക (cyclical)മായിരുന്നു. അതുകൊണ്ടുതന്നെ, ആവർത്തനങ്ങളിലായിരുന്നു അതിന്റെ ഊന്നൽ. ഈ ചാക്രികതയെ ഉല്ലംഘിക്കാനും അടിസ്ഥാനപരമായ വിപ്ലവമാറ്റങ്ങളെ നിരൂപിക്കാനും അതിനു കഴിഞ്ഞില്ല. ഈ ആശയവാദപരമായ കാഴ്ചപ്പാടിന്റെ ഫലമായി അവർക്ക് കൊളോണിയൽ വാഴ്ചപോലുള്ള മൂർത്ത യാഥാർഥ്യങ്ങളെ വിസ്മരിക്കാനും ഒരു ചരിത്രപരമായ ഉള്ളടക്കവും ഇല്ലാതെതന്നെ സ്വാതന്ത്ര്യം, സാഹോദര്യം തുടങ്ങിയ 'ശുദ്ധ' ആശയങ്ങളെപ്പറ്റിയുള്ള മോഹന സ്വപ്നങ്ങൾ വച്ചുപുലർത്താനും കഴിഞ്ഞു.

ഈ സൂചനകളുടെ അടിസ്ഥാനത്തിൽ വിവേകാനന്ദചിന്തയെ ഇന്ത്യൻ നവോത്ഥാനത്തിന്റെ ഒരു വികസിത ദൃഷ്ടാന്തമായി കണക്കാക്കി പഠിക്കാവുന്നതാണ്. ഒരു വിശദ വിശകലനം. പക്ഷേ, താഴെപ്പറയുന്ന വൈഷമ്യങ്ങൾ നേരിടേണ്ടിവരും.[1]

1. അദ്ദേഹത്തിന്റെ ആശയങ്ങൾ, മിക്കവാറും ഇന്ത്യയിലും അമേരിക്കയിലും നടത്തിയ പ്രഭാഷണങ്ങളിലാണ് അവതരിപ്പിക്കപ്പെട്ടിട്ടുള്ളത്.
2. പല പ്രഭാഷണങ്ങളിലും ഒരേ ആശയങ്ങൾ തന്നെയാണ് പലപ്പോഴും ആവർത്തിക്കപ്പെടുന്നത്.
3. മൂലതത്വമാത്രമായ (fundamentalist) സംസ്കൃത പഠന പാരമ്പര്യത്തിന്റെ യാഥാസ്ഥിതികത്വത്തെ, തിരസ്കരിക്കുവാൻ മുതിർന്ന ഒരു കാലഘട്ടത്തിന്റെ സൃഷ്ടിയായിരുന്നു അദ്ദേഹം. അതുകൊണ്ടുതന്നെ പ്രാചീന തത്വചിന്താപദ്ധതികളിൽ ആധുനിക നിഗമനങ്ങൾ അധ്യാരോപിക്കുവാനുള്ള ഒരു പ്രവണത അദ്ദേഹത്തിനുണ്ടായിരുന്നു. ഈ പ്രവണതയ്ക്ക് അന്നുണ്ടായിരുന്ന വിവക്ഷകളും പ്രസക്തിയും തെല്ലും തിരിച്ചറിയാൻ കഴിയാത്ത വിധത്തിൽ സാർവത്രികവും പ്രകടവുമായിട്ടുണ്ട് ഇന്ന് ഈ പ്രതിഭാസം.

വിവേകാനന്ദൻ പുസ്തകജ്ഞാനത്തെക്കാൾ അനുഭവജ്ഞാനത്തെ വിലമതിച്ചു. ഈ ഉൾക്കാഴ്ച അന്നത്തെ ഒരു ഇന്ത്യൻ ബുദ്ധിജീവിയെ സംബന്ധിച്ചിടത്തോളം തികച്ചും അസാധാരണമായിരുന്നു.[2] ഇന്ത്യൻ മനസിന് ഉണ്ടെന്ന് അദ്ദേഹം കരുതിയ സവിശേഷ പ്രതിഭയിൽ തന്റെ സമകാലീന ബുദ്ധിജീവികളെപ്പോലെ അദ്ദേഹവും അത്യന്തം ആകൃഷ്ട

---

1. ഉദ്ധരണികൾ, *Complete Works of Swami Vivekananda* (അൽമോറ, 1950–8–ാം പതിപ്പ്)യിൽനിന്ന്. ഇനിമുതൽ വാല്യത്തിന്റെ നമ്പറും പേജും മാത്രം സൂചിപ്പിക്കുന്നു.
2. വാല്യം IV, പേജ് 32: "മതബോധം ഉൾക്കൊള്ളാൻ നിങ്ങൾ ആദ്യം പുസ്തകങ്ങൾ ഉപേക്ഷിക്കണം. എത്ര കുറച്ച് പുസ്തകം വായിക്കുന്നുവോ അത്രയും നല്ലത്. ഒരു സമയത്ത് ഒരു കാര്യം മാത്രം ചെയ്യാൻ ശ്രമിക്കണം."

നായിരുന്നു. 'പ്രപഞ്ചഗതിയിൽ ഓരോ വംശത്തിനും അതിന്റേതായ പ്രത്യേക ദൗത്യം നിർവഹിക്കാനുണ്ട്' എന്ന സിദ്ധാന്തമായിരുന്നു അദ്ദേഹത്തിന്റെ ഈ 'ഇന്ത്യൻ ജീനിയസ്' സങ്കൽപ്പത്തിന് അടിസ്ഥാനം. അത് അദ്ദേഹം ഇങ്ങനെ വിശദീകരിച്ചിട്ടുണ്ട്:

> മറ്റുള്ളവർ രാഷ്ട്രീയത്തെക്കുറിച്ച് സംസാരിക്കട്ടെ. കച്ചവടംകൊണ്ട് വമ്പിച്ച സ്വത്ത് സമാഹരിക്കുന്നതിലൂടെ നേടാവുന്ന പെരുമയെക്കുറിച്ച് സംസാരിക്കട്ടെ. വ്യാപാരമനോഭാവത്തിന്റെ പ്രഭാവത്തെയും പ്രചാരത്തെയും കുറിച്ച് സംസാരിക്കട്ടെ. ഭൗതികസ്വാതന്ത്ര്യത്തിന്റെ മഹത് പ്രഭവങ്ങളെക്കുറിച്ച് സംസാരിക്കട്ടെ. ഇതൊന്നും ഹൈന്ദവ മനസിന് മനസിലാവുന്നതല്ല. മനസിലാക്കണമെന്നുമില്ല. എന്നാൽ അവന്റെ ആത്മീയതയിൽ, മതത്തിൽ, ഈശ്വരനിൽ തൊട്ടുനോക്കൂ.... ഞാൻ ഉറപ്പ് തരുന്നു, മറ്റ് നാടുകളിൽ തത്വജ്ഞാനികളായി മാനിക്കപ്പെടുന്ന പലരെക്കാളും ഇന്ത്യയിലെ ഏറ്റവും അധഃസ്ഥിതനായ കർഷകനും ഈ വിഷയങ്ങളെക്കുറിച്ച് അറിവുണ്ട്.[1]

ഈ ആശയം മറ്റു മേഖലകളിലേക്കുകൂടി വ്യാപിപ്പിക്കപ്പെട്ടതോടെയാണ്, ഇന്ത്യക്ക് സഹിഷ്ണുതയുടെ ഒരു പാരമ്പര്യമുണ്ടെന്ന ധാരണയുണ്ടായത്. ഈ ധാരണയ്ക്ക് ഇന്ന് ഏറെ പ്രചാരം സിദ്ധിച്ചിട്ടുമുണ്ട്.[2] പ്രായംചെന്നതോടെ വർണാശ്രമധർമംപോലുള്ള ചിരപുരാതനമായ ഇന്ത്യൻ വ്യവസ്ഥകളിൽ തനിക്ക് ആദരവ് വന്നതായി അദ്ദേഹം സമ്മതിച്ചിട്ടുണ്ട്. കാരണം, ഏതോ തരത്തിൽ അവയെല്ലാം ഇന്ത്യയുടെ ആത്മീയ പാരമ്പര്യവുമായി ബന്ധപ്പെട്ടിരിക്കുന്നു.[3]

ഇന്ത്യയെ ആത്മീയതയുടെ നാടായി ചിത്രീകരിക്കുന്ന ഈ കാഴ്ചപ്പാട് ചരിത്രപരമായ നിഷ്കൃഷ്ടതയെപ്പറ്റി ആഴത്തിലുള്ള ബോധം വെളിവാക്കുന്ന അദ്ദേഹത്തിന്റെ മറ്റുചില നിരീക്ഷണങ്ങളുമായി തീരെ ഒത്തുപോവുന്നതല്ല. ഇന്ത്യൻ ആത്മീയതയുടെ ആചാര്യനായ ആദിശങ്കരനെ അദ്ദേഹം തീക്ഷ്ണമായി വിമർശിക്കുന്നുണ്ട്. മതഭ്രാന്തനെന്നും ഒരു അസൽ ദക്ഷിണേന്ത്യൻ ശാന്തിക്കാരനെന്നും വിശേഷിപ്പിച്ചുകൊണ്ട് വിവേകാനന്ദൻ ശങ്കരനെക്കുറിച്ച് പറയുന്നു: "എത്ര കഠിനഹൃദയനായിരുന്നു അദ്ദേഹം. നിരവധി ബുദ്ധഭിക്ഷുക്കളെ അദ്ദേഹം ചുട്ടുകൊല്ലിച്ചിട്ടുണ്ട്.... മതഭ്രാന്തെന്നല്ലാതെ ശങ്കരന്റെ ഈ കൃത്യത്തെ നാമെന്താണ് വിളിക്കേണ്ടത്"[4] ഈ മനോഭാവത്തെ അദ്ദേഹം ബുദ്ധന്റെ മനുഷ്യസ്നേഹവുമായി താരതമ്യപ്പെടുത്തുന്നു. ശങ്കരന്റെ ചിന്തകൾ അദ്ദേഹത്തിന്റെ

---

1. വാല്യം III, പേജ് 148. അതേ വാല്യത്തിലെ 109-ാം പേജും IV-ാം വാല്യത്തിലെ 152–154 പേജുകളും നോക്കുക.
2. വാല്യം IV, പേജ് 55.
3. വാല്യം III, പേജുകൾ 132–133.
4. വാല്യം VII, പേജുകൾ 115–116.

കാലഘട്ടത്തിൽ സൃഷ്ടിച്ച യഥാർഥ ഭവിഷ്യത്തുകളെക്കുറിച്ച് ബോധവാനാവുന്നതിന്, ഒരു വേദാന്തിയെ സംബന്ധിച്ചിടത്തോളം, അസാമാന്യമായ ചരിത്രബോധം കൂടിയേതീരൂ. രാസലീലപോലുള്ള മിത്തുകൾ കൃഷ്ണകഥയിൽ പിൽക്കാലത്ത് ആരോപിക്കപ്പെട്ടതാവാം എന്ന് അഭിപ്രായപ്പെടുമ്പോഴും വിവേകാനന്ദന്റെ ഈ ചരിത്രബോധം പ്രകടമാവുന്നുണ്ട്.[1] ഇവിടെ അദ്ദേഹം ഇന്ത്യൻ പാരമ്പര്യത്തെ ഒരു ഏക ശിലാസ്ഥായിയിൽ കാണുന്നില്ലെന്ന് തീർച്ച. ബുദ്ധവിഹാരങ്ങളിലും ഗ്രാമപഞ്ചായത്തുകളിലും നിലനിന്നിരുന്ന സ്വയംഭരണത്തിന്റെ ബീജരൂപങ്ങളെക്കുറിച്ച് ചർച്ചചെയ്യുമ്പോൾ, 'ബീജങ്ങൾ എന്നും ബീജങ്ങളായി അവശേഷിച്ചു. വിതയ്ക്കപ്പെട്ട വിത്തുകൾ ഒരിക്കലും മരമായി വളർന്നില്ല'[2] എന്ന് കൂട്ടിച്ചേർക്കാൻ അദ്ദേഹം മറക്കുന്നില്ല. പൂജ്യത്തിന്റെ കണ്ടുപിടുത്തം തുടങ്ങി ഗണിതശാസ്ത്രമേഖലയിൽ ഇന്ത്യക്കാർ കൈവരിച്ചിരുന്ന ഭൗതികനേട്ടങ്ങളിൽ അദ്ദേഹം അഭിമാനം കൊള്ളുന്നുണ്ട് എന്നതും ശ്രദ്ധേയമാണ്.[3] കെട്ടുകഥകളുടെ മായാഭ്രമത്തിൽ അകപ്പെടാതെ, ചരിത്രപരമായ കാഴ്ചപ്പാടിൽ ഇന്ത്യൻ മതപാരമ്പര്യത്തെക്കുറിച്ച് ബോധവാന്മാരാവേണ്ടതിന്റെ ആവശ്യകത ഒരിടത്തെങ്കിലും അദ്ദേഹം ഊന്നിപ്പറയുന്നുണ്ട്. "പഴയ മിത്തുകളെ അന്യാപദേശ കഥകളാക്കി നിലനിർത്തിപ്പോരുന്നതും അവർക്ക് അനാവശ്യമായ പ്രാധാന്യം നൽകുന്നതും അന്ധവിശ്വാസം വളരാൻ സഹായിക്കുന്നു. അതൊരു ദൗർബല്യമാണ്."[4]

ഈ കണിശമായ ചരിത്രബോധത്തോടൊപ്പം ശാസ്ത്രവും മതവും തമ്മിൽ ഒരു ആശയവിനിമയം നടക്കേണ്ടതാവശ്യമാണെന്ന അഭിപ്രായവും വിവേകാനന്ദനുണ്ടായിരുന്നു. ഇത്തരം അഭിപ്രായങ്ങൾ ഫാഷനുകളായിക്കഴിഞ്ഞിട്ടില്ലാത്ത അക്കാലത്ത് അതിന്റെ പുരോഗമന സ്വഭാവം സംശയത്തിന്നിട നൽകുന്നില്ല. ഹെർബർട്ട് സ്പെൻസറെ ഒരു ആദരണീയ മാതൃകയായി മുൻനിർത്തിക്കൊണ്ട് സാമൂഹികവസ്തുതകളെ എങ്ങനെയാണ് മനസിലാക്കേണ്ടതെന്ന് ആദ്യകാല കൃതികളിൽത്തന്നെ വിവേകാനന്ദൻ പരാമർശിക്കുന്നുണ്ട്.[5] പത്തൊമ്പതാം നൂറ്റാണ്ടിന്റെ അന്ത്യദശയിലെ ഇന്ത്യയിലിരുന്നുകൊണ്ട് സാമൂഹിക ഡാർവിനിസത്തിന്റെ സമീപനങ്ങൾ സ്വീകരിക്കാനാവുക എന്നതുതന്നെ ഒരു വലിയ നേട്ടമാണ്. അദ്ദേഹം ഡാർവിനിസത്തിന്റെ ശക്തനായ വക്താവായിരുന്നു. സൃഷ്ടിസിദ്ധാന്തങ്ങളെ എതിർത്തുകൊണ്ടും പരിണാമസിദ്ധാന്തത്തെ ഉയർത്തിപ്പിടിച്ചുകൊണ്ടും ഏതാണ്ട് വികാരഭരിതനായി അദ്ദേഹം പറയുന്നു: "ദിവ്യാത്ഭുതങ്ങൾ തടസങ്ങൾ മാത്രമാണ്. നാം അവയെ തൂത്തു

1. വാല്യം IV, പേജ് 99.
2. വാല്യം IV, പേജ് 375.
3. വാല്യം II, പേജ് 20.
4. വാല്യം VII, പേജ് 68.
5. വാല്യം I, പേജ് 418.

മാറ്റുക."[1] മതങ്ങളെക്കുറിച്ച് പഠിക്കുമ്പോൾ ശാസ്ത്രീയമായ വിശകലന രീതികൾ ഉപയോഗിക്കുന്നതിനെ അദ്ദേഹം ന്യായീകരിക്കുന്നുണ്ട്. "ഈ രീതികൾ ഉപയോഗിക്കുന്നതുകൊണ്ടുമാത്രം ഒരു മതം നശിക്കുന്നുവെങ്കിൽ അത് എക്കാലവും ഉപയോഗശൂന്യവും വ്യർഥവുമായ അന്ധവിശ്വാസം മാത്രമായിരുന്നു. അതെത്രവേഗം നശിക്കുന്നുവോ അത്രയും നന്ന്"[2] പക്ഷേ, രാജയോഗം ശാസ്ത്രീയമായും പ്രായോഗികമായും തെളിയിക്കപ്പെട്ടിട്ടുണ്ടെന്നും ന്യൂട്ടനെക്കാൾ വളരെ മുമ്പുതന്നെ ഇന്ത്യക്കാർ ഗുരുത്വാകർഷണനിയമം കണ്ടെത്തിയിട്ടുണ്ടെന്നും മറ്റും വാദിക്കുമ്പോൾ അദ്ദേഹത്തിന്റെ ചിന്തയുടെ ദ്വന്ദാത്മകസ്വഭാവം വെളിപ്പെടുന്നുണ്ട്.[3] ഇത്തരം ആശയങ്ങളും തന്റെ ചരിത്രബോധവും തമ്മിൽ പൊരുത്തപ്പെടാതാവുമ്പോൾ തികച്ചും ആശയവാദപരമായ പരിഹാരങ്ങൾ തേടാൻ അദ്ദേഹം നിർബന്ധിതനാവുന്നു. ന്യൂട്ടനെ ആത്മനിഷ്ഠ ആശയവാദത്തിന്റെ പരകോടിയിൽ പ്രതിഷ്ഠിച്ച് ഗുരുത്വാകർഷണ നിയമം കണ്ടെത്തും മുമ്പുതന്നെ അദ്ദേഹത്തിന്റെ മനസിൽ ലീനമായിക്കിടന്നിരുന്നുവെന്ന് വാദിച്ചുകൊണ്ടാണ് വിവേകാനന്ദൻ തന്റെ ചിന്തയുടെ ദ്വന്ദ്വസ്വഭാവത്തെ മറച്ചുപിടിക്കാൻ ശ്രമിക്കുന്നത്[4]. പ്രകടമായും പുരോഗമന സ്വഭാവമുള്ള ഒരു വിശകലനരീതി എങ്ങനെ വിവേകാനന്ദന്റെ ചിന്തകളിൽ പ്രതിലോമകരമായി മാറുന്നുവെന്നത് വിശദീകരിക്കേണ്ടതുണ്ട്. ശാസ്ത്രീയമായ രീതിയിൽ മതത്തെക്കുറിച്ചു പഠിക്കുമ്പോൾ സ്വാഭാവികമായും എത്തിച്ചേരാവുന്ന നിഗമനങ്ങളിൽനിന്ന് അദ്ദേഹം വഴുതിമാറുന്നതെന്തുകൊണ്ടാണെന്നത് ചിന്തോദ്ദീപകമാണ്. ഹെഗലിന്റെ വിശകലനരീതികളെയും നിഗമനങ്ങളെയും കുറിച്ച് കൊളറ്റി പറയുന്നത് വിവേകാനന്ദനും ബാധകമാണ്: "സിദ്ധാന്തങ്ങളും നിഗമനങ്ങളും തമ്മിൽ ഒരു വൈരുധ്യം നിലനിൽക്കുന്നു. സിദ്ധാന്തങ്ങൾ വിപ്ലവാത്മകങ്ങളാണ്. പക്ഷേ, നിഗമനങ്ങൾ യാഥാസ്ഥിതികവും."[5]

കണിശമായ ഈ ചരിത്രബോധത്തിനും ശാസ്ത്രത്തോടുള്ള ആഭിമുഖ്യത്തിനും സമാന്തരമായി, പലപ്പോഴും അബോധപൂർവമായിട്ടെങ്കിലും വിവേകാനന്ദൻ ഭൗതികവാദത്തെ ആദരിക്കുകയും അംഗീകരിക്കയും ചെയ്യുന്നുണ്ട്. ഈ വഴിക്കുള്ള അദ്ദേഹത്തിന്റെ മിക്ക പ്രസ്താവങ്ങളും ഭൗതികവാദത്തെ കർക്കശമായി തള്ളിപ്പറഞ്ഞുകൊണ്ടുള്ളതാണ് എന്നത് തീർച്ച. പക്ഷേ, വിത്താണോ മരമാണോ ആദ്യം എന്ന തർക്ക

1. വാല്യം I, പേജ് 326.
 അതേ വാല്യത്തിൽ 371–ാം പേജിൽ അദ്ദേഹം പറയുന്നു:
 "മതങ്ങൾ തകർക്കുക എന്നതുകൊണ്ട് പ്രപഞ്ചബാഹ്യമായ ഒരു ദൈവത്തിൽ വിശ്വസിക്കുന്ന, ആ ദൈവം ഒരു മഹാകായനാണെന്നും മറ്റും വിശ്വസിക്കുന്ന മതങ്ങൾക്കു നിലനിൽക്കാനാവില്ല എന്നാണ്."
2. വാല്യം I, പേജ് 366.
3. വാല്യം I, പേജുകൾ 128–129.
4. വാല്യം I, പേജ് 26.
5. ലൂസ്യോ കൊളറ്റി, *From Rousseau to Lenin* (Rome, 1969) പേജ് 115.

ത്തിൽ പക്ഷംപിടിക്കുന്നതിന്റെ വൈഷമ്യത്തെപ്പറ്റിയുള്ള അവബോധം അദ്ദേഹത്തിനുണ്ടായിരുന്നു. അതുകൊണ്ടുതന്നെ കണിശമായ നിലപാടുകൾ എടുക്കുന്നതിനോട് പലപ്പോഴും അദ്ദേഹം വിമുഖത കാണിച്ചു. ഭൗതികവാദത്തെ അപലപിച്ചുകൊണ്ടുള്ള അദ്ദേഹത്തിന്റെ പ്രസ്താവങ്ങൾ പൊതുവെ പാശ്ചാത്യവൽക്കൃതമായ 'ഇന്ത്യൻ ബാബു'[1]മാരുടെ സ്ഥാനലബ്ധി കാംക്ഷിക്കുന്ന അവസരവാദപരമായ പ്രത്യയശാസ്ത്രത്തിനെതിരായ രോഷപ്രകടനങ്ങളായിരുന്നു.[2] അന്ധവിശ്വാസജടിലമായ യാഥാസ്ഥിതികത്വം എന്ന ചെകുത്താനും പാശ്ചാത്യവൽക്കരണം എന്ന കടലിനും നടുവിൽപ്പെടുമ്പോഴുള്ള ഒരു ധർമസങ്കടമായാണ് അദ്ദേഹം ഈ പ്രശ്നത്തെ കാണുന്നത്.[3] അദ്ദേഹത്തിന്റെ വ്യക്തിപരമായ തീരുമാനങ്ങൾ ചഞ്ചലവും അവ്യക്തവുമാണ്. ചില അപൂർവ സന്ദർഭങ്ങളിൽ ഭൗതികവാദത്തെയും അതിന്റെ നേട്ടങ്ങളെയും അദ്ദേഹം പ്രകടമായിത്തന്നെ പുകഴ്ത്തുന്നുണ്ട്:

> ജീവിതത്തിന്റെ വാതിലുകൾ എല്ലാവർക്കും മുന്നിൽ മലർക്കെ തുറന്നുകൊടുത്തുകൊണ്ടും വർണവ്യവസ്ഥയുടെ സങ്കുചിതമായ ആനുകൂല്യങ്ങൾ തകർത്തുകൊണ്ടും ഉപയോഗിക്കാൻപോലും അറിയാത്ത ഒരുപിടി മൂഢന്മാരുടെ കൈകളിൽപ്പെട്ട് കിടന്നിരുന്ന നമ്മുടെ വിലമതിക്കാനാവാത്ത വിജ്ഞാനസമ്പത്തിനെപ്പറ്റിയുള്ള തുറന്ന ചർച്ചയ്ക്ക് വഴിയൊരുക്കിക്കൊണ്ടും ഭൗതികവാദം ഒരർഥത്തിൽ ഇന്ത്യയുടെ രക്ഷയ്ക്കെത്തിയിരിക്കുന്നു."[4]

ഈ ഭൗതികവാദത്തെ അദ്ദേഹത്തിന്റെ ആശയവാദനിലപാടുകളിൽ നിന്നുള്ള വ്യതിയാനങ്ങൾ മാത്രമായി കണക്കാക്കിയാൽത്തന്നെയും എന്തുകൊണ്ട് ഇങ്ങനെയൊരു പ്രവണത പ്രത്യക്ഷപ്പെടുന്നുവെന്നും അത് എങ്ങനെ അദ്ദേഹത്തിന്റെ മൊത്തം ആശയവാദപരമായ നിലപാടുകളുമായി ബന്ധപ്പെട്ടിരിക്കുന്നുവെന്നും അന്വേഷിക്കേണ്ടതുണ്ട്. ഇന്ത്യയിലെ ചില ചരിത്ര പുരുഷന്മാരെക്കുറിച്ച്, ഉദാഹരണത്തിന് ബുദ്ധനെക്കുറിച്ച്, വ്യക്തമായ നിലപാടുകളെടുക്കുവാൻ വിവേകാനന്ദനെ നിർബന്ധിക്കുന്ന തരത്തിൽ പ്രകടമായിരുന്നു ഈ ഭൗതികവാദ പ്രവണത.

ബുദ്ധന്റെ സിദ്ധാന്തങ്ങളുമായി വിയോജിപ്പുണ്ടായിരുന്നുവെങ്കിലും[5]

---

1. ആർ നന്ദകുമാറിന്റെ, ഈ കൃതിയിൽ സമാഹൃതമായിരിക്കുന്ന "ആധുനിക ഇന്ത്യൻ ചിത്രകല" എന്ന ലേഖനം നോക്കുക.
2. വാല്യം III, പേജുകൾ 150–151.
3. വാല്യം III, പേജ് 172.
4. വാല്യം IV, പേജ് 157. അതേ വാല്യത്തിലെ 15–ാം പേജിലും ഇതേ ആശയം അദ്ദേഹം വിശദീകരിക്കുന്നുണ്ട്. വിവേകാനന്ദന്റെ കൃതികളിൽ എല്ലാം ഒരുതരം ഭൗതികവാദം ഇന്ത്യക്കാവശ്യമാണെന്ന വാദം ആവർത്തിക്കപ്പെടുന്നുണ്ട്.
5. വാല്യം VIII, പേജ് 103.
6. വാല്യം VII, പേജ് 57.

'ഒരു മഹാനായ വേദാന്തി'[6] എന്ന നിലയ്ക്ക് വിവേകാനന്ദൻ ബുദ്ധനെ ആദരിച്ചിരുന്നു. ഇതിന് അദ്ദേഹം പറയുന്ന കാരണങ്ങൾ കൗതുകകരമാണ്: 1. ബുദ്ധൻ വേദങ്ങളെ നിരാകരിക്കുകയല്ല, ജീവിതംകൊണ്ട് സാക്ഷാൽക്കരിക്കയാണ് ചെയ്തത്. 2. അദ്ദേഹം വർണവ്യവസ്ഥയെ തിരസ്കരിച്ചു. 3. അദ്ദേഹം ദരിദ്രജനതയുടെ ഭാഗത്തുനിന്നു.[1] ചില സന്ദർഭങ്ങളിലെങ്കിലും തഥാഗതനെക്കുറിച്ച് സംസാരിക്കുമ്പോൾ വിവേകാനന്ദൻ വികാരാധീനനാവുന്നുണ്ട്:

> പലർക്കും ദൈവവിശ്വാസം മാത്രം മതിയാവും (മുക്തി) മാർഗം അനായാസമാകുവാൻ. എന്നാൽ ബുദ്ധന്റെ ജീവിതം കാണിക്കുന്നത്. ഈശ്വരനിൽ വിശ്വസിക്കാത്ത ഒരാൾക്കും യാതൊരു ആധ്യാത്മിക സിദ്ധാന്തവുമില്ലാത്ത ഒരാൾക്കും ഒരു മതത്തിലുംപെടാത്ത ഒരു പള്ളിയിലോ അമ്പലത്തിലോ പോവാത്ത ഒരാൾക്കും എന്തിന്, ഭൗതികവാദിയെന്ന് സ്വയം പ്രഖ്യാപിക്കുന്ന ഒരാൾക്കുപോലും പരമപദം പ്രാപിക്കാനാവും എന്നാണ്.[2]

ബുദ്ധന്റെ സാമൂഹികപരമായ പങ്കിനെ അവഗണിച്ചുകൊണ്ട് അദ്ദേഹത്തിന്റെ ജീവിതനിരാസത്തെയും നിർവാണസങ്കൽപ്പത്തെയും മാത്രം പുകഴ്ത്തിയിരുന്ന 'ഇന്തോളജിസ്റ്റു'കളുടെ നിലപാടുകളിനിന്നും ഏറെ വ്യത്യസ്തമാണ് ഇവിടെ വിവേകാനന്ദന്റെ കാഴ്ചപ്പാടെന്നത് പ്രത്യേകിച്ചും എടുത്തുപറയേണ്ടതാണ്.

ഇന്ത്യൻ പാരമ്പര്യത്തെക്കുറിച്ചുള്ള പൊതുസമീപനങ്ങളും നിലപാടുകളും മാറ്റിനിർത്തിയാലും സമകാലീന യാഥാർഥ്യങ്ങളെ പ്രത്യേകിച്ചും കോളനിവാഴ്ചയെയും ദേശീയതയെയും വിവേകാനന്ദൻ ഉൾക്കൊണ്ട രീതി പഠനാർഹമാണ്. ഇംഗ്ലണ്ടിലും അമേരിക്കയിലും നടത്തിയ ആദ്യകാല പ്രഭാഷണങ്ങളിൽപ്പോലും വെള്ളക്കാരുടെ സങ്കുചിത മനോഭാവത്തെയും വെള്ളക്കാരോടുള്ള അവജ്ഞയെയും അദ്ദേഹം രൂക്ഷമായി വിമർശിക്കുന്നു. അമേരിക്കയിൽവെച്ച് നേരിടേണ്ടിവന്ന പരിഹാസങ്ങളുടെയും അവമതികളുടെയും ഒരു നീണ്ട പട്ടികതന്നെ അദ്ദേഹം നൽകുന്നുണ്ട്.[3] ഈ അനുഭവങ്ങൾ അദ്ദേഹത്തിന്റെ ദേശീയബോധത്തെ ജ്വലിപ്പിച്ചിരിക്കണം. എന്തുകൊണ്ട് പ്രാചീന ഋഷിവര്യന്മാർ ഇംഗ്ലണ്ടിൽ വന്ന് മതപ്രഭാഷണങ്ങൾ നടത്തിയില്ല എന്നൊരു ലണ്ടൻകാരൻ ചോദിച്ചപ്പോൾ, അന്ന് അവർക്ക് ചെല്ലാൻ ഒരു ഇംഗ്ലണ്ടില്ലായിരുന്നെന്നും കാടുകളോട് പ്രഭാഷണം നടത്തുവാൻ അവർക്ക് കഴിയുമായിരുന്നില്ലെന്നും അദ്ദേഹം തിരിച്ചടിക്കയുണ്ടായി.[4] ഇന്ത്യയുടെ ആത്മീയതയെക്കുറിച്ച് സംസാരി

---

1. വാല്യം I, പേജ് 19–21.
2. വാല്യം IV, പേജ് 132.
3. വാല്യം I, പേജ് 63.
4. വാല്യം II, പേജ് 27.

ക്കുമ്പോൾ പോലും അദ്ദേഹത്തിന്റെ വാക്കുകളിൽ സ്വദേശാഭിമാനം അന്തർധാരയായി സ്പന്ദിക്കുന്നുണ്ട്.[1] നിഷ്ക്രിയമായ ഇന്ത്യ എന്ന സങ്കൽപ്പത്തെ തിരസ്കരിക്കുവാനും എന്നും ഇന്ത്യ കർമോത്സുകമായിരുന്നുവെന്ന് ഊന്നിപ്പറയുവാനും വിവേകാനന്ദൻ ശ്രമിക്കുന്നുണ്ട്.[2] ഈ പ്രസ്താവങ്ങളും ഇന്ത്യൻ ആത്മീയതയിൽ 'ഇന്തോളജിസ്റ്റു'കളെപ്പോലും കവച്ചുവെക്കുന്ന അദ്ദേഹത്തിന്റെ വിശ്വാസവും തമ്മിലുള്ള വൈരുധ്യം വെളിപ്പെടുത്തുന്നത് ശക്തമായ ഒരു ദേശീയ പ്രസ്ഥാനത്തിന്റെ സ്വഭാവത്തിൽ ആത്മീയതയുടെ മേലങ്കി എടുത്തണിയാൻ നിർബന്ധിതമാവുന്ന ദേശീയ ബോധത്തിന്റെ ധർമസങ്കടത്തെയാണ്. ബാൾക്കൻ നാടുകളിൽ വികസിച്ചുകൊണ്ടിരുന്ന ദേശീയ പ്രസ്ഥാനങ്ങൾ വിവേകാനന്ദനെ ആവേശം കൊള്ളിക്കുന്നുണ്ട്.[3] ഈ അധിനിവേശ പ്രദേശങ്ങളിലെ ദേശീയ പ്രസ്ഥാനങ്ങളോട് അദ്ദേഹം പുലർത്തിയിരുന്ന അനുഭാവപൂർവമായ സമീപനം അർത്ഥശങ്കക്കിടയില്ലാത്തവിധം വ്യക്തമായിരുന്നു. ഇന്ത്യയിലെ ബ്രിട്ടീഷ് വാഴ്ചയെക്കുറിച്ചുള്ള വിവേകാനന്ദന്റെ നിരീക്ഷണങ്ങൾ അതിന്റെ പ്രകൃതത്തെപ്പറ്റി അദ്ദേഹത്തിനുണ്ടായിരുന്ന ആഴമേറിയ ഉൾക്കാഴ്ച പ്രകടമാക്കുന്നതാണ്. ഇന്ത്യയുടെ പതനം അതിന്റെ തന്നെ ആന്തരിക ദൗർബല്യത്തിന്റെ ഫലമായിരുന്നു എന്ന നിഗമനത്തിൽ നിന്നാണ് അദ്ദേഹം ആരംഭിക്കുന്നത്. ഈ ദൗർബല്യമാവട്ടെ, സവർണരുടെ മർദകഭരണത്തിന്റെയും അധഃസ്ഥിത വിഭാഗങ്ങളുടെ ദരിദ്ര്യത്തിന്റെയും പരിണതിയായിരുന്നുവെന്നും അദ്ദേഹം സിദ്ധാന്തിക്കുന്നു.[4] വികസ്വരമായ ദേശീയ പ്രസ്ഥാനത്തെപ്പറ്റി പരാമർശിക്കുമ്പോഴും സാമ്പത്തിക വൈരുധ്യങ്ങളെക്കുറിച്ചും സവർണരുടെ സ്ഥാപിത താൽപ്പര്യങ്ങളെക്കുറിച്ചുമുള്ള ബോധം അദ്ദേഹത്തെ അലട്ടിക്കൊണ്ടിരുന്നു. മഹാരാഷ്ട്രയിലെ പുത്തൻദേശീയതയെ സംബന്ധിച്ച വിവേകാനന്ദന്റെ അഭിപ്രായത്തിൽ ഇത് സ്പഷ്ടമാണ്: "മറാത്താ ദേശത്ത് ബ്രാഹ്മണന്മാർ മറാത്താ വംശജരുടെ കുലമഹിമയെക്കുറിച്ച് കീർത്തിഗാനങ്ങൾ പാടാൻ തുടങ്ങിയിരിക്കുന്നു. അധഃകൃതവർഗങ്ങൾക്ക് ഇത് തികച്ചും 'നിസ്വാർഥ' മാണെന്ന് വിശ്വസിക്കാനാവില്ല."[5]

---

1. വാല്യം I, പേജ് 382.
   "വസ്തുക്കളുടെ സ്ഥൂലമായ ബാഹ്യാകാരം മാത്രം കാണാൻ കഴിയുന്നവരെ സംബന്ധിച്ചിടത്തോളം ഇന്ത്യ ഒരു കീഴടക്കപ്പെട്ട യാതന അനുഭവിക്കുന്ന ഒരു ജനത മാത്രമായിരിക്കും. സ്വപ്നജീവികളുടേയും തത്വചിന്തകരുടേയും നാട്. ആത്മീയതയുടെ തലത്തിൽ ഇന്ത്യ ലോകത്തെ കീഴടക്കുന്നത് അവർക്ക് കാണാൻ കഴിയുന്നില്ല.
2. വാല്യം III, പേജ് 137.
3. വാല്യം III, പേജ് 371.
4. "നമ്മുടെ പ്രഭുക്കന്മാരായിരുന്ന പൂർവികർ സാധാരണ ജനങ്ങളെ അവർ തികച്ചും നിസ്സഹായരാവുന്നവരെ ചവിട്ടിമെതിച്ചുകൊണ്ടിരുന്നു..... അവർ നൂറ്റാണ്ടുകളോളം വെള്ളം കോരുന്നവരും വിറകുവെട്ടുന്നവരും മാത്രമാവാൻ നിർബന്ധിതരായി." (വാല്യം III, പേജുകൾ 191–192).
5. വാല്യം IV, പേജ് 407.

വർണവ്യത്യാസത്തിന് അറുതിവരുത്തുന്നതിലും രാഷ്ട്രത്തെ ഉദ്ഗ്രഥിക്കുന്നതിലും ബ്രിട്ടീഷ് ആധിപത്യം കൈവരിച്ച നേട്ടങ്ങളെക്കുറിച്ചുള്ള വിവേകാനന്ദന്റെ പ്രകീർത്തനങ്ങൾ പലപ്പോഴും അലോസരമുളവാക്കുന്നതാണ്.[1] ദേശീയതയെ സംബന്ധിച്ച അദ്ദേഹത്തിന്റെ സങ്കൽപ്പം പ്രാഥമികമായും സാമ്പത്തികവും സാമൂഹികവുമായിരുന്നുവെന്ന് ഓർക്കേണ്ടതുണ്ട്. അപക്വവും വർണാധിഷ്ഠിതവുമായ ദേശീയബോധത്തെ അധിക്ഷേപിക്കുമ്പോൾ അദ്ദേഹത്തിന്റെ സ്വരം കർക്കശമാണ്: "അടിമകൾ തങ്ങളുടെ കുലമഹിമയെക്കുറിച്ച് ഊറ്റംകൊള്ളുന്ന കാഴ്ച എത്ര അപഹാസ്യമാണ്."[2] ഒരു സൂചിപോലും നിർമിക്കുവാൻ കെൽപ്പില്ലാത്ത ഒരു ഉൽപ്പാദനവ്യവസ്ഥയിൽ നിന്നുകൊണ്ട് ഇംഗ്ലീഷുകാരോട് ആനുകൂല്യങ്ങൾ അവകാശപ്പെട്ടിരുന്ന കോൺഗ്രസ് നിലപാടിനെ വിമർശിക്കുകയും സാമ്പത്തികപുരോഗതിയെ സ്വാതന്ത്ര്യത്തിന്റെ മുൻ ഉപാധിയായി നിർദേശിക്കയും മറ്റും ചെയ്യുന്നത് വിവേകാനന്ദന്റെ ഈ ഉന്മുഖത്വത്തിന് തെളിവാണ്.[3] ദേശാഭിമാനത്തിന്റെ അനുപേക്ഷണീയ ഘടകങ്ങളായി അദ്ദേഹം കാണുന്നത് ഇന്ത്യയിലെ പട്ടിണിക്കാരായ ജനലക്ഷങ്ങളോടുള്ള അഗാധമായ കാരുണ്യവും ദേശീയ പ്രശ്നങ്ങൾക്ക് പ്രായോഗികമായ പരിഹാരങ്ങളും നിശ്ചയദാർഢ്യവുമാണ്.[4] 1890 കാലത്ത് ഇത്തരമൊരു നിലപാടെടുക്കുകയെന്നത് തികച്ചും വിപ്ലവകരമാണ്; ഡൊമീനിയർ പദവി ഇന്ത്യ അവകാശപ്പെടുന്നത് വീണ്ടും ഇരുപതുവർഷങ്ങൾക്കുശേഷമാണെന്നതും 'പൂർണസ്വരാജ്' എന്ന മുദ്രാവാക്യം മുഴങ്ങുന്നത് മുപ്പത്തഞ്ചു വർഷങ്ങൾക്കുശേഷമാണെന്നതും ഓർമിക്കുമ്പോൾ പ്രത്യേകിച്ചും. പത്തൊമ്പതാം നൂറ്റാണ്ടിന്റെ അവസാനത്തിൽ കഴ്സന്റെ മർദനഭരണത്തിനെതിരായി യഥാർഥ രാഷ്ട്രീയ പ്രസ്ഥാനങ്ങൾ വളർന്നുവന്നതോടെ വിവേകാനന്ദനിൽ ലീനമായിക്കിടന്നിരുന്ന ദേശീയബോധം കൂടുതൽ വാചാലവും പ്രവചനാത്മകവുമാവുന്നുണ്ട്.

> ഇതായിരിക്കും അന്നത്തെ അവസ്ഥ. വിദ്യാഭ്യാസംപോലും പ്രചരിക്കുന്നത് തടയപ്പെടും. പത്രസ്വാതന്ത്ര്യം നിഷേധിക്കപ്പെടും. കിട്ടിയിട്ടുള്ള അൽപ്പമാത്രമായ സ്വയംഭരണാവകാശംപോലും തിരിച്ചെടുക്കപ്പെടും. ഇനിയെന്തെന്ന് നാം കാത്തിരിക്കും. നിർദോഷമായ വിമർശങ്ങൾ ഉന്നയിച്ചതിനുപോലും ചിലർ രാജഭ്രഷ്ടരാവും. ചിലർ വിചാരണകൂടാതെ തടവിലടയ്ക്കപ്പെടും. തലപോവുന്നതെപ്പോഴാണെന്ന് ആർക്കും പറയാനാവില്ല.[5]

---

1. വാല്യം VII, പേജ് 300–302 – വാല്യം VIII– പേജ് 483 കൂടി നോക്കുക.
2. വാല്യം VII, പേജ് 303.
3. വാല്യം IV, പേജ് 145.
4. വാല്യം III, പേജുകൾ 225–226.
5. *മിസ് സേലിനുള്ള കത്ത്*. 30–10–1899.
   വാല്യം VIII, പേജുകൾ 483–84.

ഇംഗ്ലീഷ് യജമാനന്മാരെ ന്യായീകരിക്കുവാൻ ശ്രമിച്ച ബ്രഹ്മസമാജത്തെയും ആര്യസമാജത്തെയുംപോലുള്ള സംഘടനകളെ അദ്ദേഹം വിമർശിച്ചു. അവരുമായുള്ള സമരത്തെ അദ്ദേഹം കാണുന്നതിങ്ങനെയാണ്: "നാമൊരു പുതിയ ഇന്ത്യയ്ക്ക് ആരംഭം കുറിച്ചിരിക്കുന്നു..... ഇപ്പോൾ നടക്കുന്ന സമരം നമ്മളും ബ്രഹ്മസമാജക്കാരും തമ്മിലുള്ളതല്ല. കാരണം, അവർ പോയി മറഞ്ഞുകഴിഞ്ഞിരിക്കുന്നു. കൂടുതൽ കഠിനവും അഗാധവും ഭീഷണവുമായ ഒന്നാണ് ഇന്നത്തെ സമരം."[1]

കോളനിവാഴ്ചയെയും ദേശീയബോധത്തെയും സംബന്ധിച്ച അപഗ്രഥനത്തിൽനിന്നും അദ്ദേഹത്തിന്റെ ഭാവിസങ്കൽപ്പത്തിന്റെ പ്രകൃതത്തിലേക്കാണ് ഇനി നാം നീങ്ങേണ്ടത്. അദ്ദേഹത്തിന്റെ ആശയങ്ങളുടെ സാമൂഹിക സാമ്പത്തിക സത്തയുടെ അടിസ്ഥാനത്തിൽ ഇത് സാധിക്കാവുന്നതാണ്. പാരമ്പര്യാധിഷ്ഠിതമായ മൂല്യവ്യവസ്ഥ നിലനിന്നിരുന്ന ഒരു സമൂഹത്തിൽ ജീവിച്ചിരുന്ന അദ്ദേഹം ഉയർത്തിപ്പിടിച്ച പല മൂല്യങ്ങളും ബൂർഷ്വാ ജനാധിപത്യമാറ്റത്തിനായുള്ള ആഹ്വാനങ്ങളായിരുന്നു. ചിക്കാഗോ ലോകമത സമ്മേളനവേദിയിൽവച്ച് ചെയ്ത പ്രസിദ്ധമായ പ്രഭാഷണത്തിൽ എല്ലാ മതങ്ങളോടും സഹിഷ്ണുത, എല്ലാ മതങ്ങൾക്കും സാർവലൗകികമായ അംഗീകാരം എന്നീ മുദ്രാവാക്യങ്ങളാണ് വിവേകാനന്ദൻ മുന്നോട്ടുവച്ചത്.[2] പ്രകടമായ അതിന്റെ മതപരമായ ഉള്ളടക്കമൊഴിച്ചാൽ, മത്സരിക്കുന്ന വ്യക്തികളെയും ആശയഗതികളെയും തത്വത്തിലെങ്കിലും തുല്യമായി കാണണമെന്ന ബൂർഷ്വാ സമീപനത്തിന്റെ അനുരണനമാണിതെന്ന് കാണാം.[3] അതുപോലെതന്നെയാണ്, ഭൗതികശാസ്ത്രനിയമങ്ങളെയും ആത്മീയതയുടെ നിയമങ്ങളെയും സമഭാവത്തോടെ സങ്കൽപ്പിക്കുന്ന പ്രവണതയും ഭൗതികശാസ്ത്രതത്വങ്ങളെ സാക്ഷിനിർത്തിക്കൊണ്ട്, മാറ്റമില്ലാത്ത നിയമങ്ങളുടെ അനിവാര്യതയോടെ' പ്രവർത്തിക്കുന്ന ഒന്നാണ് സമ്പദ്വ്യവസ്ഥയുമെന്നു വരുത്തിത്തീർക്കാൻ യൂറോപ്പിൽ നടന്നിരുന്ന ശ്രമങ്ങളോടിതിന് സാദൃശ്യമുണ്ട്.[4] ന്യൂട്ടന്റെ പ്രപഞ്ചവീക്ഷണവും മുതലാളിത്തവ്യവസ്ഥയും തമ്മിലുള്ള ഘടനാപരമായ പരസ്പരാശ്രിതത്വത്തെക്കുറിച്ചാലോചിക്കുമ്പോൾ ഇത് വ്യക്തമാവും. മതം പാരമ്പര്യംകൊണ്ടോ സാമൂഹികസ്ഥായികൊണ്ടോ സിദ്ധിക്കുന്നതല്ലെന്നും ഓരോരുത്തരും സ്വയം നേടേണ്ടതാണെന്നുമുള്ള അസാധാരണമായ കാഴ്ചപ്പാടുതന്നെയും രൂപപ്പെട്ടുവരുന്ന മുതലാളിത്ത

1. വാല്യം VIII, പേജുകൾ485–86.
2. വാല്യം I, പേജ് 1.
3. ഈ പ്രതിഭാസത്തിന്റെ ഏറ്റവും വികസിതമായ രൂപത്തെപ്പറ്റി ടി ഡബ്ല്യൂ അഡോണോ, പ്രതിപാദിക്കുന്നുണ്ട്: "മത്സരിക്കുന്ന ആശയങ്ങൾക്കിടയിൽ ഒരു സാധ്യതയായി ഓരോ ആശയങ്ങളും അവതരിപ്പിക്കപ്പെടുന്നു. എല്ലാം തിരഞ്ഞെടുപ്പിൽ മത്സരിക്കുന്നു: എല്ലാം എല്ലാവരും വിഴുങ്ങുന്നു." (Negative Dialectics, ലണ്ടൻ 1973, പേജ് 4).
4. വാല്യം I, പേജുകൾ 4–5.

നൈതികതയുടെ സ്വാധീനമുൾക്കൊള്ളുന്നതാണ്.[1] പരിവർത്തനങ്ങളുടെ ആ കാലഘട്ടത്തിൽ, ജനാധിപത്യവിശ്വാസങ്ങൾക്കനുസൃതമായി, എല്ലാരിലും തുല്യമായി കുടികൊള്ളുന്ന ഒരു ദിവ്യസാന്നിധ്യമായല്ലാതെ, ഒരു സമ്രാട്ടായി ദൈവത്തെ നിരൂപിക്കുവാൻ വിവേകാനന്ദന് സാധിക്കുമായിരുന്നില്ല.[2] മതത്തിന്റെ മേഖലയിൽ നിലനിൽക്കുന്ന പ്രത്യേകാനുകൂല്യങ്ങൾക്കെതിരായുള്ള അദ്ദേഹത്തിന്റെ ഉദ്ബോധനങ്ങളും[3] ഒരാൾക്കയാളുടെ ഇച്ഛയ്ക്കനുസരിച്ച് മതം സ്വീകരിക്കാനുള്ള അവകാശമുണ്ടെന്ന അദ്ദേഹത്തിന്റെ 'ഇഷ്ട'ത്തെപ്പറ്റിയുള്ള സിദ്ധാന്തവും ഫലത്തിൽ പുതിയ മുതലാളിത്തനൈതികതയുടെ സൃഷ്ടികളായിരുന്നു.[4] അമേരിക്കൻ സ്വാതന്ത്ര്യവാഞ്ഛയും ജനാധിപത്യബോധവും വിവേകാനന്ദനെ ആകർഷിച്ചിരുന്നു.

> സ്വാതന്ത്ര്യത്തിന്റെ മാതൃരാജ്യമായ കൊളമ്പിയ ജയിച്ചാലും! ഐക്യത്തിന്റെ കൊടിപ്പടവുമായി സംസ്കൃതിയുടെ ജൈത്രയാത്രയ്ക്കു നേതൃത്വം നൽകുകയെന്ന ദൗത്യം, അയൽക്കാരന്റെ രക്തത്തിൽ ഒരിക്കൽപ്പോലും കൈമുക്കിയിട്ടില്ലാത്ത നിന്നിൽ അർപ്പിതമായിരിക്കുന്നു.[5]

കർമയോഗത്തിന് അദ്ദേഹം നൽകുന്ന വ്യാഖ്യാനത്തിലും മുതലാളിത്ത നൈതികതയുടെ സ്വാധീനം തന്നെയാണ് കാണാവുന്നത്.[6] "എന്റെ മനസിൽ പതിക്കുന്ന ബാഹ്യപ്രതീതികളുടെ ആകത്തുകയാണ് ഈ പ്രത്യേക നിമിഷത്തിൽ ഞാനെന്താണ് എന്ന് നിർണയിക്കുന്നത്.... സാത്വികസ്വാധീനങ്ങൾക്കാണ് മുൻതൂക്കമെങ്കിൽ സ്വഭാവം സ്വാത്വികമാവും, താമസസ്വാധീനങ്ങൾക്കാണ് പ്രാമുഖ്യമെങ്കിൽ തമോമയവും."[7] ഉൽപ്പാദനവ്യവസ്ഥയിൽ ഓരോരുത്തർക്കും താന്താങ്ങളുടെ ഉൽപ്പാദനക്ഷമതയ്ക്ക് അനുരൂപമായ പ്രതിഫലം ലഭിക്കുന്നുവെന്ന നിയോക്ലാസിക്കൽ സാമ്പത്തികശാസ്ത്രത്തിന്റെ 'ഫാക്ടർ റെമ്യൂനറേഷൻ' സിദ്ധാന്തത്തിന് പരിവേഷം ചാർത്തുകയാണ് പ്രസ്തുത വിധിവാദപരമായ പ്രസ്താവം ഫലത്തിൽ ചെയ്യുന്നത്. മുതലാളിത്തത്തിന്റെ ആദിമദശക

---

1. വാല്യം IV, പേജ് 53.
2. വാല്യം VIII, പേജ് 125.
3. വാല്യം I, പേജ് 22.
4. വാല്യം IV, പേജ് 52.
5. വാല്യം I, പേജ് 18.
6. ഈ വിഷയത്തെപ്പറ്റിയുള്ള വിവേകാനന്ദന്റെ ആശയങ്ങളുടെ ഒരു സംക്ഷിപ്ത വിവരണത്തിനായി I-ാം വാല്യം, 78-ാം പേജ് നോക്കുക.
7. വാല്യം I, പേജ് 52:
   രണ്ടാം നഗരവൽക്കരണഘട്ടത്തിലെ വൈശ്യവ്യാപാരികൾക്ക് പ്രത്യയശാസ്ത്രപരമായ ഒരു താങ്ങ് ആവശ്യമായി വന്നപ്പോഴാണ് കർമസിദ്ധാന്തംതന്നെ ആവിർഭവിച്ചത്. (ഡി ഡി കോസാമ്പി, *An Introduction to the study of Indian History;* ബോംബെ, 1956, പേജ് 167 നോക്കുക.)

ങ്ങളിലെ പ്രൊട്ടസ്റ്റന്റ് വിശുദ്ധന്മാരുടെ സ്വരത്തിൽ ജോലിയിൽ ആനന്ദം കണ്ടെത്താൻ വിവേകാനന്ദൻ ആഹ്വാനംചെയ്യുന്നുമുണ്ട്.[1] വ്യക്തിതാൽപ്പര്യങ്ങളെയും വ്യക്തികളുടെ മുൻകൈപ്രവർത്തനങ്ങളെയും ഭംഗിയായി മറച്ചുപിടിക്കുന്ന ഇത്തരം ആദർശശാലിത്വം എക്കാലത്തും കച്ചവടവർഗങ്ങൾക്ക് സഹജമാണല്ലോ. "യജമാനനെപ്പോലെയാണ്, അടിമയെപ്പോലെയല്ല തൊഴിൽ ചെയ്യേണ്ടത്,"[2] എന്നും മറ്റുമുള്ള വേലയെപ്പറ്റിയുള്ള വിവേകാനന്ദന്റെ നിയതസമീപനങ്ങൾ ചെറുകിട ചരക്കുൽപ്പാദകന്റെ മനോഭാവത്തെയാണ് അനുസ്മരിപ്പിക്കുന്നത്. മതവേഷങ്ങളിൽ പ്രത്യക്ഷപ്പെടുന്ന ഈ ആദർശങ്ങൾ, ഗൃഹനാഥന്റെ ഉത്തരവാദിത്വം തുടങ്ങിയ ആശയങ്ങളായി കുടുംബബന്ധങ്ങളിലേക്കുപോലും കടന്നുവന്നിരിക്കുന്നു. ഗൃഹനാഥന്റെ ഉദാസീനത ധർമച്യുതിയാണ്. "മടിയനും ഉദാസീനജീവിതം നയിക്കുന്നതിൽ തൃപ്തനുമെങ്കിൽ അയാൾ അധാർമികനാണ്. എന്തെന്നാൽ നൂറുകണക്കിനാളുകൾ അയാളെ ആശ്രയിക്കുന്നുണ്ട്. അയാൾ സമ്പന്നനാകുന്നുവെങ്കിൽ, നൂറുകണക്കിനാളുകൾക്ക് അതുകൊണ്ട് പുലരാനാവും."[3] അദ്ദേഹത്തിന്റെ കൂടുതൽ പ്രത്യക്ഷമായ മറ്റു ചില പ്രസ്താവങ്ങൾ ഫ്യൂഡൽ ആനുകൂല്യങ്ങൾക്കെതിരായുള്ള ബൂർഷ്വാവിമർശനങ്ങൾക്കു വേദാന്തത്തിന്റേതായ ഒരു താത്വികാടിസ്ഥാനം പ്രദാനംചെയ്യുന്നു: "ആനുകൂല്യസങ്കൽപ്പം മനുഷ്യജീവിതത്തിന് വിനാശകരമാണ്..... എപ്പോഴൊക്കെ പ്രത്യേകാനുകൂല്യങ്ങൾ തകർക്കപ്പെടുന്നുവോ അപ്പോഴെല്ലാം വംശജീവിതത്തിന് കൂടുതൽ കൂടുതൽ പ്രകാശവും പുരോഗതിയും കൈവന്നിട്ടുണ്ട്."[4]

ആനുകൂല്യങ്ങളെ ഒഴിച്ചുനിർത്തിക്കൊണ്ടും തൊഴിൽവിഭജനത്തിൽ ഊന്നൽ നൽകിക്കൊണ്ടുമാണ് വർണവ്യവസ്ഥയെയും ജാതിയെയും അംഗീകരിച്ച് വിവേകാനന്ദൻ സംസാരിക്കുന്നതെന്ന് അദ്ദേഹത്തിന്റെ പദപ്രയോഗങ്ങളുടെ സാന്ദർഭിക വിവക്ഷകളിൽനിന്ന് മനസിലാക്കാവുന്നതാണ്.[5] ഏറ്റവും സംശുദ്ധമായ രൂപത്തിൽ ജാതിവ്യവസ്ഥ നിലനിൽക്കുന്നത് അമേരിക്കയിലാണെന്ന് ചൂണ്ടിക്കാണിക്കുമ്പോൾ വിവേകാനന്ദൻ സ്ഥാപിക്കാൻ ശ്രമിക്കുന്നത്, ജാതി പാരമ്പര്യസിദ്ധമല്ലെന്നും അതു വർഗ

1. വാല്യം I, പേജ് 30.
   ജോലിയെക്കുറിച്ചുള്ള കാൽവിനിസ്റ്റുകളുടെ സമാനസമീപനങ്ങളുടെ വർഗസ്വഭാവം മാക്സ് വെബർ തുറന്നുകാട്ടുന്നുണ്ട്. അദ്ദേഹം പറയുന്നു: "ഫലത്തിൽ ഇതെല്ലാം സ്വയം സഹായിക്കുന്നവരെ ദൈവം തുണയ്ക്കും" എന്ന വാദം തന്നെയായിരുന്നു" – *Protestant Ethic and the Bise of Capitalism* (ജോർജ് അല്ലൻ ആന്റ് അൺവിൻ, 1976) പേജ് 115.
2. വാല്യം I, പേജ് 55.
3. വാല്യം I, പേജുകൾ 43–44.
4. വാല്യം I, പേജുകൾ 421–422.
   വിവേകാനന്ദൻ പ്രത്യേകാനുകൂല്യങ്ങളെ നാലായി തരംതിരിക്കുന്നുണ്ട്:
   1. ശക്തികൊണ്ടു ലഭിക്കുന്നത്. 2. ധനംകൊണ്ടു ലഭിക്കുന്നത്.
   3. ബുദ്ധികൊണ്ടു ലഭിക്കുന്നത്. 4. ആത്മീയതയിൽനിന്ന് ലഭിക്കുന്നത്.
5. വാല്യം III, പേജുകൾ 245–46.

നിഷ്ഠമാണെന്നും തന്നെയാണ്.[1] ബൂർഷ്വാ ജനാധിപത്യ മുദ്രാവാക്യമായ 'അവസരസമത്വ'ത്തിനായി വാദിക്കുമ്പോഴും വിവേകാനന്ദചിന്തയുടെ ബൂർഷ്വാ ലിബറൽ സ്വഭാവം പ്രകടമാവുന്നുണ്ട്.[2] സാമൂഹികസമത്വത്തിനായാണ് സാമ്പത്തിക സമത്വത്തിനല്ല അദ്ദേഹം വാദിച്ചുകൊണ്ടിരുന്നത്. അത്തരം താത്വികസങ്കീർണതകളെ നേരിടുമ്പോൾ, ഉൽപ്പന്നങ്ങളും സമ്പത്തും പങ്കിടുകയെന്നതുപോലുള്ള കൂടുതൽ വിപ്ലവകരങ്ങളായ നിഗമനങ്ങളിലേക്ക് സൈദ്ധാന്തികമായിപ്പോലും എത്തിച്ചേരാനിടയില്ലാത്തവണ്ണം ബോധപൂർവമായാണ് അദ്ദേഹം പ്രശ്നങ്ങളവതരിപ്പിക്കുന്നതും വാദഗതികൾക്ക് രൂപം നൽകുന്നതും.[3] മുതലാളിത്തത്തിന്റെ ചാലകശക്തിയായി കരുതപ്പെടുന്ന സ്വാർഥതാൽപ്പര്യപരികൽപ്പന സാമൂഹികസേവനത്തെക്കുറിച്ചുള്ള വിവേകാനന്ദന്റെ മനോഭാവത്തെ സ്വാധീനിക്കുന്നുണ്ട്: "നാമെന്തിനാണ് ലോകത്തിന് നന്മ ചെയ്യുന്നത്? ലോകതാൽപ്പര്യത്തെ മുൻനിർത്തിയാണെന്നു തോന്നാം. പക്ഷേ, യഥാർഥത്തിൽ സ്വന്തം നന്മയ്ക്കുവേണ്ടിത്തന്നെയാണ്."[4] തൊഴിലാളികളോടുള്ള ഉദ്ബോധനങ്ങളുടേയും സ്ഥായീഭാവം ഇതുതന്നെ: "നിർമമനായ തൊഴിലാളികൾക്ക് എല്ലാ തൊഴിലും ഒരേപോലെ നല്ലതാണ്. അവയെല്ലാം.... ആത്മസാഫല്യം നേടിത്തരാൻ സമർഥമായ ഉപകരണങ്ങളാണ്.[5] അങ്ങനെ നോക്കുമ്പോൾ ഒരു മുതലാളിത്ത ജനാധിപത്യ ഇന്ത്യയെ എത്തിപ്പിടിക്കാനുള്ള ശ്രമങ്ങളായി വിവേകാനന്ദചിന്തയെ കാണാവുന്നതാണ്.

സാമൂഹികയാഥാർഥ്യത്തെപ്പറ്റിയുള്ള വിവേകാനന്ദന്റെ അവബോധത്തിൽ ബൂർഷ്വാ ആദർശങ്ങളെ മറികടന്നുപോകുന്നതും അവയുടെ പൊള്ളത്തരം വെളിവാക്കുന്നതുമായ മറ്റൊരംശംകൂടിയുണ്ടെന്നത് പലപ്പോഴും ശ്രദ്ധിക്കപ്പെട്ടിട്ടില്ല. ഈ അംശത്തിലൂടെ അദ്ദേഹത്തിന്റെ പരികൽപ്പനകൾക്കു ലഭിക്കുന്ന വൈശദ്യം, അദ്ദേഹത്തെ തന്റെ കാലഘട്ടത്തിലെ ബുദ്ധിജീവികളിൽനിന്ന് വേർതിരിച്ചുനിർത്തുന്നു. ലിബറൽ ചിന്തയുടെ മസൃണമായ ആത്മസംതൃപ്തി അദ്ദേഹത്തിന്റെ ദർശനത്തിനന്യമാണ്. മുക്തിക്കായി ദൈവകൃതമായ യാതൊരു സാധ്യതയുമില്ലാത്ത, നിരന്തരമായ സമരമായാണ് അദ്ദേഹം ജീവിതത്തെ കണ്ടത്.[6] യഥാർഥ ചരിത്രവീക്ഷണത്തിന്റെ അടിസ്ഥാനത്തിൽ അദ്ദേഹത്തിന്റെ ചിന്തയുടെ ഈ വശം, ആനുകൂല്യങ്ങളെ അധിക്ഷേപിച്ച ഒരു വ്യക്തിയെന്ന നില

1. വാല്യം IV, പേജ് 317.
2. വാല്യം I, പേജ് 434.
3. വാല്യം II, പേജ് 94.

   "നാമനുഭവിക്കുന്ന ഏറ്റവും തുച്ഛമായ ഭൗതികസമ്പത്തുപോലും മറ്റിടങ്ങളിൽ അതേതോതിൽ യാതനകൾ സൃഷ്ടിക്കുന്നുണ്ടാവണം. അതാണ് പ്രപഞ്ചനിയമം..... അതാണ് മായ..... എന്തിനിതിങ്ങനെയാവണം? എന്തുകൊണ്ട്? എങ്ങനെ? എന്ന ചോദ്യങ്ങൾക്ക് നമുക്കുത്തരം കാണാനാവില്ല. അതങ്ങനെയാണെന്നും അതു മാറ്റാൻ നമുക്കാവില്ലെന്നും മാത്രമേ നമുക്കറിയൂ."
4. വാല്യം I, പേജ് 73.
5. വാല്യം I, പേജ് 69.
6. വാല്യം I, പേജുകൾ 81–82.

യ്ക്ക് ബുദ്ധനെ പ്രകീർത്തിക്കുന്നതിൽത്തന്നെ പ്രകടമാണ്.[1] ജനാധിപത്യ അമേരിക്കയിൽ വിമോചനത്തിനുശേഷംപോലും പീഡനം അനുഭവിക്കേണ്ടിവന്ന നീഗ്രോകളോടുള്ള അദ്ദേഹത്തിന്റെ സഹാനുഭൂതിയും ഇതിലേക്കാണ് വിരൽചൂണ്ടുന്നത്.[2] മധ്യയുഗങ്ങൾ ഹിന്ദുക്കൾ ഇസ്ലാമിലേക്ക് മതംമാറിയതിന്റെ കാരണമായി അദ്ദേഹം കരുതുന്നത് ജന്മിവാഴ്ചയുടെ മർദനനയങ്ങളെയാണ്.[3] പല പ്രഭാഷണങ്ങളിലും മതത്തെ കൈയടക്കിവച്ചിരിക്കുന്ന ന്യൂനപക്ഷത്തിൽനിന്ന് അതിനെ മോചിപ്പിച്ച്, ഒരു പൊതുസ്വത്താക്കേണ്ടതാണെന്ന് അദ്ദേഹം ആവർത്തിച്ചു പറയുന്നുണ്ട്.[4] അദ്ദേഹത്തിന്റെ കർമയോഗസങ്കൽപ്പം വ്യക്തികൾക്ക് തിന്മയെ ചെറുക്കാനും എതിർത്തു തോൽപ്പിക്കുവാനുമുള്ള അവകാശം നൽകുന്നു.[5] മാത്രമല്ല, ഈ ചിന്താപദ്ധതിയിൽ ആനന്ദത്തെ എന്നെന്നും വിദൂരഭാവിയിലേക്കു തള്ളിനീക്കാനുള്ള ഒരുപകരണമല്ല കർമം. "എല്ലാവരും ദൈവസൃഷ്ടികളാണെങ്കിൽ എന്തിനാണ് കരുണാമയനും നീതിമാനുമായ സ്രഷ്ടാവ് ചിലരെ സന്തുഷ്ടരും മറ്റുചിലരെ അസന്തുഷ്ടരുമായി സൃഷ്ടിച്ചിരിക്കുന്നത്. എന്തുകൊണ്ടദ്ദേഹം പക്ഷപാതംകാട്ടുന്നു. ഈ ജന്മത്തിൽ ദുരിതമനുഭവിക്കുന്നവർക്ക് അടുത്ത ജന്മത്തിൽ സുഖം ലഭിക്കുമെന്നു വിശ്വസിക്കുന്നതിലും കാര്യമില്ല.[6] സേവനത്തെയും ജീവകാരുണ്യപ്രവർത്തനങ്ങളെയും സംബന്ധിക്കുന്ന അദ്ദേഹത്തിന്റെ ആശയങ്ങളിൽ കാണുന്ന ചില അവ്യക്തതകളും ലിബറൽ ആശയങ്ങളുടെ സീമകൾ ലംഘിക്കുന്നു. "പ്രകൃതി ദാനം നൽകാൻ നിങ്ങളെ നിർബന്ധിക്കും."[7] അദ്ദേഹം ഊന്നിപ്പറയുന്നു: "ദാനം നൽകുന്നവനാണ് ലോകത്തിന് കടക്കാരനാവുന്നത്. അല്ലാതെ മറിച്ചല്ല."[8] ഇതിന് സമൂഹത്തിൽ മാന്യത നേടാൻവേണ്ടിമാത്രം ദാനം ചെയ്യുന്നവരുടെ നീതിശാസ്ത്രമാവാൻ കഴിയില്ല. യന്ത്രയുഗം സൃഷ്ടിച്ച സാമൂഹ്യ-സാമ്പത്തിക പരിവർത്തനങ്ങളെക്കുറിച്ചുള്ള വിവേകാനന്ദന്റെ നിരീക്ഷണങ്ങളുടെ സൂക്ഷ്മതയും നിശിതസ്വഭാവവും അതിശയം ഉളവാക്കുന്നതാണ്. ആവർത്തന വിരസതയെയും തജ്ജന്യമായ അമിതമായ വിശേഷ പരിശീലനപ്രവണതയെയും തൊഴിലില്ലായ്മ രൂക്ഷമാകാനുള്ള സാധ്യതയെയും മറ്റുംകുറിച്ച് അദ്ദേഹം ദീർഘമായി വിവരിക്കുന്നുണ്ട്.[9] മനുഷ്യത്വഹീനമായ കിടമത്സരത്തെയും

1. വാല്യം I, പേജുകൾ 423-24.
2. വാല്യം III, പേജ് 215.
3. വാല്യം II, പേജ് 111.
4. വാല്യം II, പേജ് 288.
5. വാല്യം I, പേജ് 37.
6. വാല്യം I, പേജ് 6.
7. വാല്യം II, പേജ് 5.
8. വാല്യം I, പേജ് 75.
   IV-ാം വാല്യത്തിൽ അദ്ദേഹം ഇത്രയുംകൂടി പറയുന്നു: "തനിക്കായി മാത്രം ഭക്ഷണം പാകംചെയ്യാൻ ആർക്കും അവകാശമില്ല." (പേജ് 7)
9. വാല്യം VII, പേജ് 299.

മിഥ്യാ സാന്ത്വനങ്ങളിലൂടെ മർദനത്തെ മറന്നു ജീവിക്കാനുള്ള ശ്രമങ്ങളേയും അദ്ദേഹം പരിഹസിക്കുന്നു:

> അധ്വാനം നിങ്ങളിൽ അടിച്ചേൽപ്പിക്കപ്പെടുമ്പോൾ, അവ ആഘാതങ്ങളല്ല പൂക്കളാണെന്നു പറയുക; അടിമകളെപ്പോലെ നിങ്ങൾ ആട്ടിത്തെളിക്കപ്പെടുമ്പോൾ സ്വതന്ത്രരാണെന്നു പറയുക. രാവും പകലും മറ്റുള്ളവരോടും സ്വന്തം മനഃസാക്ഷിയോടും കള്ളംപറയുക. സന്തോഷമായി ജീവിക്കാനുള്ള ഏകമാർഗം ഇതാണ്.[1]

രാഷ്ട്രീയതലത്തിൽ നിന്നുകൊണ്ട് വിവേകാനന്ദൻ, അവകാശങ്ങളെയും നീതിയെയും കുറിച്ച് ഞഞ്ഞമിഞ്ഞ പറഞ്ഞ് കാലംകഴിക്കുന്ന പൗരസമൂഹത്തെ (civil society) പുച്ഛിച്ചുതള്ളുന്നു. അദ്ദേഹത്തിന്റെ അഭിപ്രായത്തിൽ 'നീതി'യും 'അവകാശങ്ങളു'മെല്ലാം അധികാരശക്തിയുടെ ഓമനപ്പേരുകൾ മാത്രമാണ്.[2] സമൂഹത്തിനു ധാർമികമായ ഒരടിസ്ഥാനം സാധ്യമല്ലെന്ന പക്ഷക്കാരും അദ്ദേഹത്തിന്റെ വിമർശനത്തിന് പാത്രമാവുന്നുണ്ട്: "സത്യം പ്രാചീനമോ ആധുനികമോ ആയ ഒരു സമൂഹത്തേയും മാനിക്കുന്നില്ല. സമൂഹം സത്യത്തെ മാനിക്കണം, അല്ലെങ്കിൽ നശിക്കണം."[3] ആ കാലഘട്ടത്തിൽ സാമൂഹിക പരിവർത്തനത്തിനായുള്ള ഉൽക്കടവും സത്യസന്ധവുമായ ആഗ്രഹത്തിൽനിന്ന് ഉടലെടുത്ത, നീതിക്കായുള്ള വിവേകാനന്ദന്റെ ആഹ്വാനങ്ങൾ, ഇന്ന് ആവർത്തനങ്ങളിലൂടെ അർഥം ചോർന്ന് ജടിലോക്തിക (jargon)ളായി മാറിക്കഴിഞ്ഞിരിക്കുന്നു എന്നത് ചിന്തോദ്ദീപകമാണ്. ഇത്തരം ഉദ്ബോധനങ്ങളെ ക്രമേണ ജടിലോക്തികളാക്കി മാറ്റാൻ ഇടനൽകുന്നത് അവയുടെ ചരിത്ര നിരപേക്ഷതയാണ്. ഈ ആശയങ്ങളെ ശരിയായ അർഥത്തിൽ ഉൾക്കൊള്ളുകയെന്നത് തൊഴിലാളിവർഗത്തെ സംബന്ധിച്ചിടത്തോളം പ്രധാനമാണ്.

"ഇന്ത്യയുടെ എല്ലാ ദുർഗതിക്കും കാരണം ഇവിടത്തെ ദരിദ്രരുടെ ശോചനീയാവസ്ഥയാണ്", വിവേകാനന്ദൻ സുദൃഢമായ സ്വരത്തിൽ പറയുന്നു. ഇന്ത്യയിലെ ദരിദ്രർ യൂറോപ്പിലെ പാവങ്ങളെ അപേക്ഷിച്ച് തെല്ലും

---

1. വാല്യം II, പേജ് 122:
"ഇല്ല, നമുക്കു മൃതശരീരത്തെ റോസാപ്പൂക്കൾകൊണ്ട് മറച്ചു സൂക്ഷിക്കാനാവില്ല. കാരണം വളരെ വേഗം റോസാപ്പൂക്കൾ വാടിപ്പോകും. മൃതദേഹം അപ്പോഴേക്കും കൂടുതൽ ചീഞ്ഞിട്ടുമുണ്ടാവും."
മതത്തെ വിമർശിച്ചുകൊണ്ടു മാർക്സ് സമാനമായ ഒരു രൂപകം ഉപയോഗിക്കുന്നുണ്ടെന്നത്-മതവിശ്വാസം പ്രദാനം ചെയ്യുന്ന "ആകാശ കുസുമങ്ങളെ" (imaginary flowers) പറിച്ചെറിഞ്ഞ്, മനുഷ്യനെ ബന്ധിച്ചു നിർത്തുന്ന "നഗ്നവും നിരാഡംബരവുമായ ചങ്ങലകളെ" ആ രൂപത്തിൽതന്നെ തുറന്നു കാട്ടുകയെന്നത് ആ ചങ്ങലകൾ പൊട്ടിക്കാനുള്ള ആവേശം പകരുന്നതിന്റെ ആദ്യപടിയാണെന്നു പറയുന്നേടത്ത് - ശ്രദ്ധേയമാണ്.
2. വാല്യം I, പേജ് 57.
3. വാല്യം II, പേജുകൾ 84-85.

അക്രമാസക്തരല്ല എന്നും അദ്ദേഹം കൂട്ടിച്ചേർക്കുന്നു.[1] “ഭക്ഷണം, വസ്ത്രം എന്നീ പ്രാഥമികാവശ്യങ്ങൾപോലും സ്വയം നിറവേറ്റാൻ പര്യാപ്തമല്ലാത്ത, നിലനിൽപ്പിനുപോലും മറ്റുള്ളവരെ ആശ്രയിക്കേണ്ടി വരുന്ന ഒരു രാഷ്ട്രത്തിന്, മേനിപറയാൻ എന്തുണ്ട്?”[2] എന്നു ചോദിക്കുന്നേടത്ത് വിവേകാനന്ദൻ തന്റെ കാഴ്ചപ്പാടിന്റെ കാതലായ അംശത്തെ സ്പർശിക്കുന്നുണ്ട്. മറ്റൊരിടത്ത് അദ്ദേഹം പറയുന്നു:

> ഇഹലോകത്തിൽ അന്നം തരാൻ കഴിയാത്ത ഒരു ദൈവത്തിൽ എനിക്കു വിശ്വാസമില്ല. സ്വർഗത്തിൽ എനിക്ക് നിത്യാനന്ദം ലഭിക്കുമത്രെ. ഫൂ! ഇന്ത്യയെ ഉദ്ധരിക്കേണ്ടതുണ്ട്, പാവങ്ങളെ പോറ്റേണ്ടതുണ്ട്, വിദ്യാഭ്യാസം പ്രചരിപ്പിക്കേണ്ടതുണ്ട്... നമ്മുടെ മണ്ടന്മാരായ ചെറുപ്പക്കാർ, ഇംഗ്ലീഷുകാരിൽനിന്നധികാരം പിടിച്ചുപറ്റാൻ സമ്മേളനങ്ങൾ സംഘടിപ്പിക്കുന്നു. അവർ (ഇംഗ്ലീഷുകാർ) ചിരിക്കുന്നു. ആരും സ്വാതന്ത്ര്യമർഹിക്കുന്നില്ല. എല്ലാ അധികാരവും നിങ്ങളെ ഏൽപ്പിക്കാൻ ആരും തന്നെ തയാറാവില്ല..... അടിമകൾക്ക് അടിമകളെ സൃഷ്ടിക്കാൻ അധികാരം വേണമത്രെ.[3]

എല്ലാ പ്രഭുവർഗവും സ്വന്തം ശവക്കുഴിതോണ്ടാൻ വിധിക്കപ്പെട്ടവരാണെന്നും അതിനു നിർബന്ധിക്കപ്പെടും മുമ്പേ സ്വമേധയാ അധികാരം വച്ചൊഴിയുകയാണ് ഭേദമെന്ന് ഉപദേശിച്ചുകൊണ്ടും വിവേകാനന്ദൻ തുടർച്ചയായി തന്റെ പ്രഭാഷണങ്ങളിൽ അഭിജാതവർഗത്തെ ഭത്സിക്കുന്നുണ്ട്.[4] പീഡനത്തിന്റെ ലോകത്തിൽ ജീവിതനിരാസത്തിന്റെയും ആധ്യാത്മിക വിരക്തിയുടെയും കപട സ്വഭാവത്തെപ്പറ്റി അദ്ദേഹം ബോധവാനായിരുന്നു. “അടുത്ത ജന്മത്തിലും നിങ്ങൾക്ക് വേദാന്തവും തത്വചിന്തയു

---

1. വാല്യം IV, പേജ് 308.
   വാല്യം VII, പേ 170–ൽ ‘ഇന്നത്തെ അധഃപതനത്തിന്റെ കാരണമെന്താണെ’ന്ന് ചോദിച്ച ഒരു ശിഷ്യനോട് വിവേകാനന്ദൻ പറയുന്നു:
   “നമ്മൾ വളരെക്കാലമായി നാട്ടിലെ അധഃകൃതവർഗങ്ങളോട് നിന്ദാപൂർവമായ ഒരു നിലപാടാണ് സ്വീകരിച്ചു പോന്നത്. തൽഫലമായി ഇന്നു നാം ലോകത്തിന്റെ മുഴുവൻ അവജ്ഞയ്ക്കു പാത്രമായിരിക്കുന്നു.”
2. വാല്യം VII, പേജ് 143.
3. വാല്യം IV, പേജ് 313.
   വാല്യം VII, 243–245 പേജുകളിൽ പാശ്ചാത്യനാടുകളിലെ സുഖസൗകര്യങ്ങളും പൗരസ്ത്യദേശങ്ങളുടെ ദാരിദ്ര്യവും തമ്മിലുള്ള അന്തരത്തെപ്പറ്റി വിവേകാനന്ദൻ അവമാനബോധത്തോടെയും ദുഃഖപൂർവവും വിലപിക്കുന്നു: “ചിലപ്പോഴൊക്കെ മാവും എല്ലാം എല്ലാം വിറ്റുകളഞ്ഞ് ആ പണം പാവങ്ങൾക്കിടയിൽ വിതരണം ചെയ്യാൻ എനിക്കു തോന്നിപ്പോകുന്നു.”
4. വാല്യം VII, 147–148 പേജുകളിൽ അദ്ദേഹം പറയുന്നു: “ജനങ്ങൾ ഉണരുമ്പോൾ അവർ നിങ്ങളുടെ പീഡന നയങ്ങളെപ്പറ്റി ബോധവന്മാരാകും. അന്നവർ ഒറ്റ ഊതൽകൊണ്ട് നിങ്ങളെയെല്ലാം പറപറപ്പിക്കും. നിങ്ങൾക്കുവേണ്ടി സംസ്കാരം കെട്ടിയുയർത്തിയതവരാണ്. അവർതന്നെ അത് തള്ളി വീഴ്ത്തുകയും ചെയ്യും.”
   308–310 പേജുകളും നോക്കുക.

മൊക്കെ വായിക്കാം. ഈ ജീവിതം മറ്റുള്ളവരുടെ സേവനത്തിനായി ഉഴിഞ്ഞുവയ്ക്കൂ. എന്നാൽ നിങ്ങളിവിടെ വന്നത് വ്യർഥമായില്ലെന്ന് ഞാൻ മനസിലാക്കും."[1] തന്റെ അന്ത്യകാല രചനകളിലൊന്നിൽ, ഇന്ത്യൻ ആത്മീയതയ്ക്കും ആധുനിക യൂറോപ്പിന്റെ അഭ്യുന്നതിക്കും എല്ലാം കാരണക്കാരായ ഇന്ത്യൻ "കർഷകരെയും നെയ്ത്തുകാരെയും മറ്റ് അധ്വാനിക്കുന്ന വർഗങ്ങളെയും" വിവേകാനന്ദൻ നിർലോഭമായി പ്രശംസിക്കുന്നുണ്ട്. യൂറോപ്പിൽ നടക്കുന്ന വിപ്ലവ സംരംഭങ്ങളെ അതീവ ഹാർദമായും പ്രവചനാത്മകമായും അദ്ദേഹം തുടർന്നു വിലയിരുത്തുന്നുമുണ്ട്.[2] തന്റെ സാമൂഹികാവബോധത്തിന്റെ സത്തയായ ഈ അഭിപ്രായങ്ങൾ ദൃഢമായ സ്വരത്തിലും വികാരം സ്ഫുരിക്കുന്ന ഭാഷയിലുമാണ് വിവേകാനന്ദൻ പറഞ്ഞുവയ്ക്കുന്നത്. ഇത്രയും ഉയർന്ന ഒരു സാമൂഹികബോധം എങ്ങനെ, അതുപോലെതന്നെ സുഘടിതമായ ആത്മീയവാദത്തിന്റെ ചാലുകളിലേക്ക് വഴുതിപ്പോകുന്നു എന്ന് ആലോചിക്കേണ്ടിയിരിക്കുന്നു. ആധ്യാത്മിക ചിന്തയിലേക്കുള്ള ഈ ദീർഘ പ്രയാണങ്ങൾക്കിടയിൽ, ആത്മീയ ലഹരിയുടെ ദിഗ്ഭ്രമങ്ങളിൽ ഈ സാമൂഹികാവബോധം അതിന്റെ മുഖമൊളിപ്പിച്ചു പിടിക്കുന്നത് നമുക്കു കാണാം. അദ്ദേഹം അഗാധമായി അനുഭവിച്ചിരുന്ന യാഥാർഥ്യത്തിന്റെ ഭീകരതകളിൽനിന്നു മോചനം നേടാമെന്ന പ്രതീക്ഷയോടെ നിത്യമായ നിഴലുകളുടെ മിഥ്യാതലങ്ങളിലേക്ക് പലപ്പോഴും ഇടറിവീഴുന്ന ആ സാമൂഹ്യബോധം, ചിലപ്പോഴെങ്കിലും ധീരമായി പൊരുതുന്ന ചിത്രം ആ കാലഘട്ടത്തിന്റെ വിശ്ലഥ ദാരുണതകളിലേക്ക് വെളിച്ചം വീശുന്നുണ്ട്. വിഫലമായിപ്പോകുന്ന മോഹങ്ങൾ, ആത്മീയതയുടെ സാന്ത്വന ശബ്ദങ്ങളിൽ ശാന്തി കണ്ടെത്തുന്ന, ഭീകര യാഥാർഥ്യങ്ങൾ അനുപമ ഭംഗിയാർന്ന മാലാഖകളായി അവതരിക്കുന്ന ഒരു പ്രപഞ്ചംതന്നെ പ്രസ്തുത സംഘർഷത്തിൽനിന്ന് ആവിർഭവിക്കുന്നു. ഈ അർഥത്തിലാണ് വിവേകാനന്ദന്റെ മതബോധം ഹൃദയമില്ലാത്ത ഒരു ലോകത്തിന്റെ ഹൃദയവും ആത്മാവില്ലാത്ത ഒരു പ്രപഞ്ചത്തിന്റെ ആത്മാവും ആകുന്നത് – അപബോധ (false consciousness) മാകുന്നത്. ഒരൊറ്റപ്പെട്ട പ്രവാചകന്റെ മനഃസാക്ഷിക്കുത്തായി അതു മാറുന്നു.[3]

ചരിത്രത്തെ വിശകലനം ചെയ്യാൻ വിവേകാനന്ദൻ ഉപയോഗിക്കുന്ന ചില താത്വിക രീതികളെപ്പറ്റി പഠിക്കുമ്പോൾ, മുൻചൊന്ന പ്രവണതയെപ്പറ്റി ഉപരിപ്ലവമെങ്കിലും സാമാന്യമായ ഒരു ധാരണ നമുക്കു ലഭിക്കും.

1. വാല്യം VII, പേജ് 245.
അതേ വാല്യത്തിൽ, 175–ാം പേജിൽ വിവേകാനന്ദൻ പറയുന്നു: "സമാധിയും എല്ലാം എല്ലാം വ്യർഥമായി തോന്നിപ്പോകുന്നു. ബ്രഹ്മലോകവും അതിലെ ആനന്ദങ്ങളും പോലും അനാകർഷകമാണെന്നും."
2. വാല്യം VII, പേജുകൾ 340–41.
3. 'അപബോധ'ത്തെപ്പറ്റിയുള്ള ഒരു പഠനത്തിന്, ഈ സമാഹാരത്തിലെ തന്നെ, "സാംസ്കാരിക വിമർശത്തിന്റെ വ്യാപ്തിയും പ്രസക്തിയും" എന്ന ലേഖനം നോക്കുക – എഡിറ്റർ.

ഒരു വളർച്ചയുടെ ഘട്ടവും ഒരു പരമകാഷ്ഠയും (zenith) ഒരു പതനവും അടങ്ങിയ ഒരു ചാക്രിക പ്രക്രിയയായാണ് അദ്ദേഹം ചരിത്രത്തെ കാണുന്നത്.[1] തനിയെ നിൽക്കുമ്പോൾ ഈ സങ്കൽപ്പം നിർദോഷമാണെന്നു തോന്നാം. എന്നാൽ ഈ ചരിത്രദർശനം "പതനം" എന്ന് അദ്ദേഹം വിശേഷിപ്പിക്കുന്ന ഘട്ടത്തിൽ, പരിത്രാണനത്തിനായി എത്തുന്ന ഒരു അതീതാത്മാവിനെ ("the great Soul the messenger")[2] പ്പറ്റിയുള്ള പരികൽപ്പനയിലേക്കാണ് അദ്ദേഹത്തെ നയിക്കുന്നത്. ഇത്തരം മഹാപുരുഷസങ്കൽപ്പങ്ങൾ പിൽക്കാലങ്ങളിൽ പൊതുവെ പ്രതിലോമപരമായ വ്യാഖ്യാനങ്ങൾക്കാണ് വഴിയൊരുക്കാറുള്ളതെന്ന് ചരിത്രം നമ്മെ പഠിപ്പിക്കുന്നു. വളർച്ച മുരടിച്ചുപോയ, അല്ലെങ്കിൽ ഒരു പ്രതിസന്ധിയെ അഭിമുഖീകരിക്കുന്ന, സാമൂഹ്യ രൂപങ്ങളാണ് ഇത്തരം ചാക്രികദർശനങ്ങൾക്ക് ജന്മം നൽകാറുള്ളത്. ജർമനിയിൽ സ്പെങ്ങ്ളറും റഷ്യയിൽ ഡാനിലേവ്സ്കിയും ഇതിനു ദൃഷ്ടാന്തമാണ്.[3] കുറെക്കൂടി മൂർത്തമായ കാര്യങ്ങളിലേക്കു കടക്കുമ്പോൾ, ദാരിദ്ര്യത്തെപ്പറ്റിയും ഭൗതികമായ ബന്ധനങ്ങളെപ്പറ്റിയുമുള്ള അദ്ദേഹത്തിന്റെ ധാർമികരോഷം പലപ്പോഴും "ആത്മീയതലത്തിൽ നിങ്ങൾ എപ്പോഴും സ്വതന്ത്രരാണെങ്കിലും ലൗകികതലത്തിൽ നിങ്ങൾക്ക് ഒരിക്കലും സ്വതന്ത്രരാവാൻ കഴിയില്ലെന്നാണ് വേദാന്തം പറയുന്നത്;"[4] "ലോകത്തെ ഒരു ചിത്രമായി മാത്രം കാണുക. തിന്മ കാണുമ്പോൾപ്പോലും ആനന്ദംകൊണ്ടുന്മത്തരാവുക; ഒന്നും നിങ്ങളെ ബാധിക്കാൻ പോകുന്നില്ലെന്നു മനസിലാക്കി അതിന്റെ സൗന്ദര്യം ആസ്വദിക്കുക"[5] എന്നും മറ്റുമുള്ള ഉപദേശങ്ങളിലേക്കാണ് നീങ്ങിപ്പോവുന്നത്. ഈ കാതലായ വാക്യങ്ങൾ, അപബോധ (false consciousness)ത്തിന്റെ ശരിയായ പ്രകൃതവും വേരുകളും വെളിവാക്കുന്നവയാണ്. ഈ വാക്യങ്ങളെ ഘടനാപരമായി ഒന്നഴിച്ചു പണിതു നോക്കുമ്പോൾ ഇത് വ്യക്തമാവും: തിന്മയിൽ ആനന്ദം കണ്ടെത്തുക, ഒന്നും നിങ്ങളെ ബാധിക്കില്ലയെന്ന് സ്വയം വിശ്വസിപ്പിക്കുക, ഇതൊക്കെ സാധിക്കാൻ യഥാർഥ മനുഷ്യർ കഠിന യാതനയനുഭവിച്ചു ജീവിച്ചുപോരുന്ന ലോകത്തെ ഒരു ചിത്രമായി സങ്കൽപ്പിക്കുക! ഇങ്ങനെയാണ് "വിശ്വം ദർപ്പണദൃശ്യമാന നഗരീ തുല്യം" എന്ന സൂക്തം ഒന്നുകിൽ ആത്മവഞ്ചനയായി, അല്ലെങ്കിൽ ജനങ്ങളെ മയക്കുന്ന കറുപ്പായി അധപ്പതിക്കുന്നത്. ആത്മീയതയെപ്പറ്റിയുള്ള മറ്റൊരു പരാമർശവും ഇതേമട്ടിൽതന്നെ അപബോധമായി അധഃപതിക്കുന്നതെങ്ങനെയെന്നു നോക്കാം: അവിടെ മർദനവും ക്രൂരതയും നിലനിൽക്കുന്ന ലോകത്തിൽനിന്ന് അദ്ദേഹത്തെ കൂട്ടിക്കൊണ്ടു പോകാനായെത്തുന്ന ഒരശരീ

1. വാല്യം IV, പേജ് 116.
2. വാല്യം IV, പേജ് 135.
3. ജെ ജി ദ് ബ്യൂ, *The Future of the West* (ന്യൂയോർക്ക്, 1953) പേജ് 14.
4. വാല്യം VII, പേജ് 30.
   വാല്യം II, പേജ് 321–ൽ അദ്ദേഹം പറയുന്നു: "അപാരമായതിനെ ലഭിക്കാൻ തുച്ഛമായതിനെ ഉപേക്ഷിക്കുക."
5. വാല്യം VII, പേജ് 11.

രിയായാണ് ആത്മീയത പ്രത്യക്ഷപ്പെടുന്നത്.[1] ആ ശബ്ദം കേൾക്കുന്ന മാത്രയിൽതന്നെ "മായകൊണ്ട് ഒരു യുദ്ധക്കളമായി തോന്നിച്ചിരുന്ന ലോകം, സുന്ദരവും നന്മനിറഞ്ഞതുമായി പരിണമിക്കുന്നു. പിന്നെ നമുക്കു ലോകം ഭീകരമാണെന്നു തോന്നുകയില്ല. പ്രകൃതിയെ നാം ശപിക്കുകയില്ല."[2] വിവേകാനന്ദചിന്തയിലെ ഈ അംശം, അദ്ദേഹത്തിന്റെ തന്നെ "വരാനിരിക്കുന്ന സുവർണകാലത്തെ സ്വപ്നം കാണുന്ന" പ്രസ്താവങ്ങളെ പരിഹാസ്യമാക്കുന്നു എന്നതു സ്വാഭാവികമാണ്. "യഥാർഥസമത്വം ഒരിക്കലും ഈ ലോകത്തിൽ ഉണ്ടായിട്ടില്ല; ഉണ്ടാവുകയുമില്ല."[3] എന്ന നിഗമനത്തിലാണ് അദ്ദേഹമെത്തുന്നത്, ഭക്തിയോഗത്തിന്റെ പങ്കിനെപ്പറ്റി പറയുമ്പോഴും വിശ്വാസം യഥാർഥ യാതനയെ അലിയിച്ചു കളയാനുള്ള ലായിനിയായും യാഥാർഥ്യത്തിൽനിന്ന് ഒളിച്ചോടാനുള്ള ഒരു നല്ല താവളമായുമാണ് പ്രത്യക്ഷപ്പെടുന്നത്.[4]

മായാവാദത്തെക്കുറിച്ചും ഹെഗലിന്റെയും കാന്തിന്റെയും ആശയവാദവുമായി അതിനുള്ള സമാനതകളെപ്പറ്റിയുമുള്ള വിവേകാനന്ദന്റെ നിരീക്ഷണങ്ങൾ, അദ്ദേഹത്തിന്റെ ആശയവാദത്തെപ്പറ്റി തികച്ചും നിഷേധാത്മകമായ ഒരു നിലപാടെടുക്കുന്നതിൽനിന്നു നമ്മെ പിന്തിരിപ്പിക്കാൻ പോന്നതാണ്:

> ഹെഗലിന്റെ കാഴ്ചപ്പാടിൽ കേവലവും അദ്വിതീയവുമായ ഏകം (The one) അവ്യവസ്ഥിതത്വം (chaos) മാത്രമാണ്. വ്യക്തിവൽക്കൃതമായ രൂപങ്ങളാണ് കൂടുതൽ മഹത്തരം എന്നായിരുന്നു അദ്ദേഹത്തിന്റെ പക്ഷം. ഇഹലോകം പരലോകത്തേക്കാളും മഹത്താണ്; സംസാരം മോക്ഷത്തേക്കാളും. ഇതാണദ്ദേഹത്തിന്റെ പ്രധാന സിദ്ധാന്തം. ഈ സംസാരത്തിലേക്ക് നിങ്ങളെത്രകണ്ട് ആണ്ടിറങ്ങുന്നുവോ അത്രയും നന്ന്. അവർ ചോദിക്കുന്നു, "ഞങ്ങൾ വീടുകെട്ടുന്നതും വഴി തൂക്കുന്നതും ഇന്ദ്രിയാനുഭൂതികൾ ആസ്വദിക്കുന്നതും നിങ്ങൾ കാണുന്നില്ലേ?" ശരിയാണ്. പക്ഷേ, അതിനെല്ലാം പിറകിൽ ഈ ഓരോ തരി ആനന്ദത്തിനും പിറകിൽ അവർ അമർഷവും വ്യഥയും ഭീതിയും മറച്ചുപിടിക്കാൻ ശ്രമിക്കുന്നു.[5]

---

1. വാല്യം II, പേജ് 123: "അതുകഴിയുമ്പോൾ അയാൾ കേൾക്കുന്നു, ഇതാണ് മതം."
2. വാല്യം II, പേജ് 126.
3. വാല്യം I, പേജുകൾ 109–111.
   അതേ വാല്യത്തിൽ 95–ാം പേജിൽ അദ്ദേഹം പറയുന്നു: "സ്വാതന്ത്ര്യം നേടാൻ നമുക്ക് പ്രപഞ്ചത്തിന്റെ പരിധികൾക്കപ്പുറം പോകണം. ഇവിടെവച്ച് നമുക്കത് നേടാൻ ആവില്ല."
4. വാല്യം III, പേജ് 75.
5. വാല്യം III, പേജുകൾ 342–343.
   ജനങ്ങളുടെ "മിഥ്യാനന്ദമായ" മതത്തെ ഇല്ലായ്മ ചെയ്യുന്നത് അവരുടെ യഥാർഥ ആനന്ദത്തിനായി ആവശ്യപ്പെടുന്നതിനു തുല്യമാണ് എന്ന മാർക്സിന്റെ പ്രസ്താവം ഇവിടെ സംഗതമാണ്: "നിലനിൽക്കുന്ന അവസ്ഥകളെപ്പറ്റിയുള്ള മിഥ്യാധാരണകൾ ഉപേക്ഷിക്കണമെന്നുള്ള ആവശ്യം ഫലത്തിൽ മിഥ്യാധാരണകളെ ആവശ്യമാക്കുന്ന അവസ്ഥകൾക്ക് അറുതി വരുത്തണമെന്നാണ്." *Karl Marx, Frederick Engels: Collected Works* (മോസ്കോ, 1975) വാല്യം III, പേജ് 176.

ഈ അർഥത്തിൽ വിവേകാനന്ദന്റെ വിശുദ്ധമായ ബ്രഹ്മത്തെ, അവിശുദ്ധമായ പ്രപഞ്ചത്തിന് പ്രതിഫലിപ്പിക്കാനാവില്ല. അതിൽനിന്നുതന്നെ ഈ ബ്രഹ്മാനന്ദത്തെ ഈ ലോകത്തിൽവച്ച് അനുഭവിക്കാനാവില്ലെന്നതും വരാനിരിക്കുന്ന ഉണ്ടാവേണ്ട ഒരു ലോകത്തിൽ (a world that should be) മാത്രമേ അത്തരം സാക്ഷാൽക്കാരം സാധ്യമാവൂ എന്നതും പ്രകടമാവുന്നു. ഈ സൂക്ഷ്മമായ വ്യത്യാസമാണ് അദ്ദേഹത്തിന്റെ തത്വചിന്തയെ സ്ഥിതി (Status quo)യുടെ സാധൂകരണമായി അധഃപതിക്കുന്നതിൽനിന്ന് രക്ഷിക്കുന്നത്. ക്രൂരമായ ഭൗതിക യാഥാർഥ്യത്തിൽനിന്ന് തികച്ചും സ്വതന്ത്രമായ, ഒരാന്തരികത്വത്തെ നിലനിർത്താനുള്ള നിരാശ സ്ഫുരിക്കുന്ന ഒരു ശ്രമമാണ് വിവേകാനന്ദ ചിന്ത. അതുകൊണ്ടുതന്നെ അന്തിമ വിശകലനത്തിൽ അതു വ്യർഥവുമാണ്. ആ ശ്രമത്തിന്റെ പിന്നിലുള്ള ധീരതയെ മതിപ്പോടെ നോക്കിക്കാണുമ്പോൾപ്പോലും അതിന്റെ വ്യർഥതയെപ്പറ്റിയുള്ള ബോധത്തിൽനിന്ന് നമുക്ക് രക്ഷപ്പെടാനാവില്ല.[1] ഈ ബോധമാണ് അപബോധ (flase-consciouseness)ത്തേയും ഭരണവർഗ പ്രത്യയശാസ്ത്രത്തേയും തമ്മിൽ വേർതിരിച്ചു കാണാൻ നമ്മെ സഹായിക്കുന്ന നേർത്ത രേഖ.

വിവേകാനന്ദന്റെ ഈ താത്വികമായ പിന്മാറ്റത്തിന്റെ കാരണങ്ങൾ, ഒരുവശത്ത് പാരമ്പര്യാധിഷ്ഠിതമായ സമൂഹവും മറുവശത്ത് കൊളോണിയൽ ഭരണവും ചേർന്നു സൃഷ്ടിച്ച പ്രത്യയശാസ്ത്രപരവും വ്യവസ്ഥാപിതവുമായ സമ്മർദങ്ങളുടെ ഭൂമികയിൽ ആണ് നാം തേടേണ്ടത്. ഈ സമ്മർദങ്ങളെ ഇങ്ങനെ ക്രോഡീകരിക്കാം:

1. പല കാര്യങ്ങളിലും പാരമ്പര്യനിഷ്ഠമായ സമൂഹത്തിന്റെ മിഥ്യാധാരണകളിൽനിന്ന് അദ്ദേഹത്തിന് പൂർണമായും സ്വതന്ത്രനാവാൻ കഴിഞ്ഞിരുന്നില്ല. അദ്ദേഹത്തിന്റെ സ്ത്രീസങ്കൽപ്പം ഇതിനുദാഹരണമാണ്: "സീത ആദർശവൽക്കൃതമായ ഇന്ത്യയുടെ പ്രതീകമാണ്. സീത യഥാർഥത്തിൽ ജീവിച്ചിരുന്നുവോയെന്നതും സീതാകഥ ചരിത്രപരമായി സത്യമായിരുന്നോ എന്നതും ഒന്നും പ്രശ്നമാവുന്നില്ല. ആ ആദർശം ഇവിടെ നിലനിന്നിരുന്നുവെന്നതു മാത്രമാണ് പ്രസക്തം."[2] ഈ കാൽപ്പനികമായ ആരാധനയുടെ സ്വരം അദ്ദേഹം സാവിത്രിയെപ്പറ്റി പറയുന്നിടത്തുമുണ്ട്.[3] അദ്ദേഹത്തെ സംബന്ധിച്ചിടത്തോളം സ്ത്രീയുടെ മഹത്വത്തിന് നിദാന

---

1. സമത്വത്തെപ്പറ്റിയും പ്രേമത്തെപ്പറ്റിയുമുള്ള അദ്ദേഹത്തിന്റെ പ്രസ്താവങ്ങൾ ഇതിനുദാഹരണമാണ്: "എല്ലാ ആന്തരിക ജ്വാലയുടെയും സമത്വവും സൗന്ദര്യവും യഥാർഥത്തിൽ ഒന്നുതന്നെയാണ്. ബാഹ്യരൂപങ്ങളിൽ പ്രകടമാവുന്ന അസമത്വം (ഈ ആന്തരികജ്വാല) ആവിഷ്ക്കാരം കണ്ടെത്തുന്ന കാലിക രൂപങ്ങളുടെ അപൂർണതയുടെ മാത്രം സൃഷ്ടിയാണ് (വാല്യം IV, പേജ് 187).
   പ്രേമത്തെപ്പറ്റി അദ്ദേഹം പറയുന്നു: ഒരപൂർണമായ കർത്താവിന് (subject) പ്രേമിക്കാനാവില്ല.... ഈശ്വരനിലല്ലാതെ യഥാർഥ സ്നേഹത്തിനു കുടികൊള്ളുക സാധ്യമല്ല...... (വാല്യം IV, പേജ് 13).
2. വാല്യം IV, പേജുകൾ 71–72.
3. വാല്യം IV, പേജ് 86.

മായി വർത്തിക്കുന്നത് പാതിവ്രത്യമാണ്. അദ്ദേഹം ഒരിടത്തു പറയുന്നു, "ഹിന്ദുസ്ത്രീകൾ വളരെ അഗാധമായി ആത്മീയതയിലും മതത്തിലും വിശ്വസിക്കുന്നവരാണ്."[1] പലപ്പോഴും വിവേകാനന്ദൻ പ്രകടിപ്പിക്കുന്ന കർക്കശമായ യുക്തിവരതയുടെ പശ്ചാത്തലത്തിൽനിന്നു നോക്കുമ്പോൾ, ഈ പ്രസ്താവങ്ങളെ അദ്ദേഹത്തിന്റെ ചിന്തയുടെമേൽ യാഥാസ്ഥിതിക വിശ്വാസങ്ങൾക്കുണ്ടായിരുന്ന സ്വാധീനത്തിന്റെ ലക്ഷണമായി മാത്രമേ കാണാനാവൂ.

2. തന്റെ ഗുരുവായ ശ്രീരാമകൃഷ്ണനോടുണ്ടായിരുന്ന അന്ധമായ ഭക്തിയാണ്, വിവേകാനന്ദന്റെ വ്യക്തിത്വത്തിന്റെ മറ്റൊരു പ്രധാനവശം. ഈ നിസ്സീമമായ ഭക്തി, മതത്തെ ശാസ്ത്രീയമാക്കാനും യുക്തിസഹമാക്കാനുമുള്ള അദ്ദേഹത്തിന്റെ വാഞ്ഛയുമായി പൊരുത്തപ്പെടുന്നില്ല: "ഈശ്വരനിയോഗത്താൽ വരുന്ന ഗുരുവിനെ കാണുമ്പോൾ ശിശുസഹജമായ വിശ്വാസവായ്പോടെ നിഷ്കളങ്കതയോടെ അദ്ദേഹത്തെ ശുശ്രൂഷിക്കുക, അദ്ദേഹത്തിനു നിങ്ങളുടെ ഹൃദയം മടികൂടാതെ തുറന്നുകൊടുക്കുക. കാരണം, ഗുരു ദൈവത്തിന്റെതന്നെ അവതാരമാണ്."[2] ശ്രീരാമകൃഷ്ണനെപ്പറ്റി പറയാൻ തുടങ്ങുമ്പോൾ വിവേകാനന്ദന്റെ ഭാഷയിൽ നിന്ന് യുക്തിയുടെ നിർവികാരത മാഞ്ഞുപോകുന്നു – വിശ്വാസലഹരിയുടെ സ്വരമാണ് ഇത്തരം പ്രസ്താവങ്ങളിൽ കാണാവുന്നത്: "വിഗ്രഹാരാധനയിലൂടെ ഒരു രാമകൃഷ്ണപരമഹംസനെ സൃഷ്ടിക്കാനാവുമെങ്കിൽ നിങ്ങളിനി ഒരായിരം വിഗ്രഹങ്ങളെ പൂജിക്കാൻ തുടങ്ങിയാലും തെറ്റില്ല.[3] പണ്ഡിറ്റ് നെഹ്റുവിന്റേമേൽ, പ്രത്യേകിച്ചു അദ്ദേഹത്തിന്റെ ചിന്ത കൂടുതൽ വിപ്ലവാത്മകമാവാൻതുടങ്ങുന്ന ഘട്ടങ്ങളിൽ ഗാന്ധിജിക്കുണ്ടായിരുന്ന പ്രതിലോമപരമായ വാക്കിനോടു സാമ്യമുള്ളതാണ് രാമകൃഷ്ണന് വിവേകാനന്ദന്റെ വ്യക്തിത്വത്തിനുമേലുണ്ടായിരുന്ന സ്വാധീനം.

3. വിവേകാനന്ദന്റെമേൽ ഇന്തോളജിസ്റ്റുകൾക്കു നേരിട്ടും അല്ലാതേയും ഉണ്ടായിരുന്ന സ്വാധീനമാണ് മറ്റൊരു കാര്യം. പ്രൊഫസർ ഡ്യൂസനും മാക്സ്മുള്ളറുമായി അദ്ദേഹം അടുത്തബന്ധം പുലർത്തിയിരുന്നു. മാക്സ്മുള്ളറെ "ജീവിച്ചിരിക്കുന്നതിൽ ഏറ്റവും മഹാനായ തത്വചിന്തകൻ" എന്നും "സമരം ചെയ്യുന്ന അദ്വൈതി"[4] എന്നും അദ്ദേഹം വിശേഷിപ്പിക്കുന്നുണ്ട്. മുള്ളറുമായി അദ്ദേഹത്തിന് അഗാധമായ വ്യക്തി

---

1. വാല്യം VIII, പേജ് 198.
   സ്ത്രീകളോട് ഇത്തരമൊരു സമീപനം സ്വീകരിക്കുന്നതിന്റെ സാമൂഹികമായ ഫലങ്ങളെപ്പറ്റി വില്യം റൈഹ് പറയുന്നുണ്ട്: "പത്നി ലൈംഗിക വികാരങ്ങളുള്ള ഒരു വ്യക്തിയായിട്ടല്ല, കുട്ടികളെ പ്രസവിക്കുന്ന ഒരാളായിട്ടാണ് പ്രത്യക്ഷപ്പെടുന്നത്" – *The Mass Psychology of Fascism* (ഹാർമണ്ട്സ്വർത്ത്, 1970) പേജ് 138.
2. വാല്യം III, പേജുകൾ 52–53.
3. വാല്യം III, പേജ് 218. വാല്യം IV ലെ 342–354 പേജുകൾ കൂടി നോക്കുക.
4. വാല്യം VIII, പേജുകൾ 399–400.
   വാല്യം IV ലെ 218–223 പേജുകളും നോക്കുക.

ബന്ധമുണ്ടായിരുന്നു. അവർ ആശയങ്ങൾ കൈമാറാറുമുണ്ടായിരുന്നു. മുള്ളറെപ്പറ്റിയുള്ള അദ്ദേഹത്തിന്റെ വാക്കുകൾ ശ്രദ്ധേയമാണ്:

> ഒരു ഭാഷാ ശാസ്ത്രജ്ഞനെയോ പണ്ഡിതനെയോ അല്ല ഞാൻ കണ്ടത്. താൻ ബ്രഹ്മമാണെന്നു ഓരോ ദിവസവും അറിയുന്ന ഒരാത്മാവിനെയാണ്; പ്രപഞ്ചത്തോട് അലിഞ്ഞുചേരാനായി അനുനിമിഷം വികസിച്ചുകൊണ്ടിരിക്കുന്ന ഒരു ഹൃദയത്തെയാണ്.[1]

മാറ്റമില്ലാതെ ഒരാത്മീയ ഇന്ത്യയെ പറ്റിയുള്ള സങ്കൽപ്പം ഈ ഇന്തോളജിസ്റ്റുകളുടെ പൈതൃകമായിരുന്നു എന്ന് നാം കാണുകയുണ്ടായല്ലോ.

4. യൂറോപ്യൻ തത്വചിന്തയുമായി വിവേകാനന്ദനുണ്ടായിരുന്ന ബന്ധത്തെപ്പറ്റി പഠിക്കുമ്പോൾ ഈ സ്വാധീനത്തിന്റെ സ്രോതസുകൾ മുഖ്യമായും ജർമൻ ആശയവാദികളുടെ പാളയത്തിൽനിന്ന് ഉറവയെടുത്തവയായിരുന്നു എന്നു കാണാം. പലപ്പോഴും പാരമ്പര്യനിഷ്ഠമായ ഇന്ത്യൻ പരികൽപ്പനകളെ ഇംഗ്ലീഷിൽ അവതരിപ്പിക്കാനായി അവരിൽ നിന്ന് കടംകൊണ്ട പദസംജ്ഞകൾ സ്വീകരിക്കാൻ വിവേകാനന്ദൻ നിർബന്ധിതനായിരുന്നു.[2] ഇത്തരം പല പാശ്ചാത്യ ചിന്തകന്മാരുടെയും വാക്കുകൾ അദ്ദേഹം ഉദ്ധരിക്കുന്നുണ്ട് – പ്രധാനമായും ഫിസ്ച്ച് (Fichte), ഷോപ്പനോവർ, ലെസിങ്, കാന്ത്, ഹെഗൽ.[3] പ്രപഞ്ചം ബ്രഹ്മത്തിന്റെ പ്രാതർഭാവ (Manifestation)മാണെന്ന വിവേകാനന്ദന്റെ വാദം ഹെഗലിന്റെ വാക്കുകളെ അനുസ്മരിപ്പിക്കുന്നതാണ്.[4] അങ്ങനെ നോക്കുമ്പോൾ പാശ്ചാത്യ ആശയങ്ങൾ ഉൾക്കൊള്ളുമ്പോൾപോലും അദ്ദേഹത്തിന്റെ ആശയവാദപരമായ ചിന്താവ്യവസ്ഥകൾ അദ്ദേഹത്തെ വിലങ്ങിട്ടു നിർത്തിയിരുന്നു എന്നു കാണാം.

5. അദ്ദേഹത്തിന്റെ ചിന്ത ഒത്തുതീർപ്പുകളിലേക്ക് വഴുതുന്ന പല സന്ദിഗ്ധഘട്ടങ്ങളിലും സാമ്പത്തിക ബുദ്ധിമുട്ടുകൾ ഒരു വലിയ അളവോളം പ്രസക്തമാവുന്നുണ്ട്. അദ്ദേഹത്തിന്റെ കത്തുകളിലൂടെ കടന്നുപോകുമ്പോൾ ആദ്യഘട്ടങ്ങളിൽ ദാരിദ്ര്യം ധനികരോട് വിട്ടുവീഴ്ചയില്ലാത്ത ചെറുത്തുനിൽപ്പിനാണ് അദ്ദേഹത്തെ പ്രേരിപ്പിക്കുന്നത് എന്ന്

---

1. വാല്യം IV, പേജ് 226.
2. സ്വത്വവും (being) ആയിത്തീരലും (becoming) തമ്മിലും (വാല്യം VIII, പേജ് 225) കേവല തത്വവും പ്രാതിഭാസികതയും തമ്മിലും (വാല്യം VIII, പേജ് 247) ഉള്ള വ്യതിരേകത്തെപ്പറ്റി വിവേകാനന്ദൻ ചർച്ച ചെയ്യുന്നിടത്ത് ഈ പദാവലിയുടെ സ്വാധീനം പ്രകടമാവുന്നുണ്ട്.
3. വാല്യം IV, പേജുകൾ 212–213; വാല്യം VIII, പേജ് 237; വാല്യം II പേജ് 99; വാല്യം I, പേജ് 355 എന്നിവ നോക്കുക.
4. വാല്യം I, പേജ് 363.
ഹെഗലിന്റെ ആശയങ്ങൾക്കായി *Lectures on the History of Philosophy* (ലണ്ടൻ, 1892) പേജ് 54 നോക്കുക.

കാണാം.[1] എന്നാൽ കാലം ചെല്ലുന്നതോടെ പണമുണ്ടാക്കുന്നതിനെപ്പറ്റി അവജ്ഞാഗർഭമായ ഭാഷയിൽ പരാമർശിക്കുന്നുണ്ടെങ്കിൽത്തന്നെ പണമില്ലായ്മയെക്കുറിച്ച്, പ്രത്യേകിച്ച് താൻ നേരിട്ടു സ്ഥാപിച്ച രാമകൃഷ്ണ മിഷന്റെ സാമ്പത്തിക ബുദ്ധിമുട്ടുകളെക്കുറിച്ച് അദ്ദേഹം വ്യാകുലചിത്തനായിരുന്നു എന്നു കാണാം.[2] അവസാന കാലത്തെ പല കത്തുകളിലും ഒരു കോടീശ്വരനെ ശിഷ്യനായി കിട്ടേണ്ടതിന്റെ ആവശ്യകതയെപ്പറ്റിയും തന്റെ പ്രഭാഷണങ്ങൾക്ക് വേണ്ട ധനം സ്വരൂപിക്കാൻ അനുഭവപ്പെടുന്ന വൈഷമ്യങ്ങളെപ്പറ്റിയും പാതി തമാശയിലും പാതി ഗൗരവത്തിലും അദ്ദേഹം പരാമർശിക്കുന്നുണ്ട്.[3]

വിവേകാനന്ദ ചിന്തയുടെ സ്വച്ഛന്ദമായ വികാസത്തെ കൂച്ചുവിലങ്ങിടുകയും അവസാന വിശകലനത്തിൽ അതിനെ നിഷ്ഫലമാക്കിത്തീർക്കുകയും ചെയ്ത ഈ പ്രവണതകൾ മാറ്റത്തിലൂടെ കടന്നുപൊയ്ക്കൊണ്ടിരിക്കുന്ന പാരമ്പര്യനിഷ്ഠമായ ഒരു സമൂഹത്തിന്റെ സഹജഭാവമാണ്. യഥാർഥ പ്രസ്ഥാനങ്ങളുടെ കാര്യത്തിലെന്നപോലെ ചിന്തയുടെ കാര്യത്തിലും സാമൂഹികാവബോധത്തിന്റെ തോതുവെച്ച് ഓരോ പ്രത്യേക ഘട്ടത്തിലും നിലനിൽക്കുന്ന വിഭിന്ന സാധ്യതകൾ ഏറെയാണ്. ജ്ഞാനം സ്വാഭാവികമായി സാമൂഹിക പ്രസക്തിയുള്ള കർമത്തിലേക്കു നയിക്കാതാകുമ്പോൾ പ്രത്യയശാസ്ത്രപരമായ പ്രതികരണങ്ങൾ അനിവാര്യമായിത്തീരുന്നു. ഇന്നത്തെ തിന്മയെക്കുറിച്ചോ നാളത്തെ മഹത്വത്തെക്കുറിച്ചോ ഉള്ള സത്യദർശനങ്ങളെ സമൂഹവുമായുള്ള സജീവമായ പ്രതിപ്രവർത്തനത്തിലൂടെ മാത്രമേ നിലനിർത്തിക്കൊണ്ടുപോകാനാവൂ. സാമൂഹികമായ സാക്ഷാൽക്കാരത്തിന്റെ അഭാവത്തിൽ പലപ്പോഴും സാമൂഹികയാഥാർഥ്യങ്ങൾക്കു പകരം നിൽക്കാവുന്ന സുഘടിതമായ മിഥ്യാലോകങ്ങൾ സൃഷ്ടിച്ച് ചിന്ത തൃപ്തിയടയുന്നു. കാലം നീങ്ങിപ്പോകുന്നതോടെ ഈ മിഥ്യാദർശനങ്ങൾ കൂടുതൽ സുതാര്യവും ഉജ്ജ്വലവും പരിശോധനയെ അസാധ്യമാക്കുമാറ് വിദൂരവും ആയിത്തീരുന്നു. വിവേകാനന്ദൻ ആവർത്തിച്ചു ചർച്ചചെയ്യുന്ന ഔപനിഷദികമായ കോശ

---

1. 15–11–1894 ൽ ദിവാൻ ഹരിദാസ് വിഹാരിദാസ് ദേശായിക്ക് എഴുതിയ കത്തിൽ വിവേകാനന്ദൻ പറയുന്നു: "അവരെന്തു പറയുന്നു എന്നത് ഞാൻ കാര്യമാക്കുന്നേയില്ല. ഞാൻ എന്റെ ദൈവത്തെയും മതത്തെയും.... സർവോപരി ഒരു പിച്ചക്കാരനായ എന്നെയും സ്നേഹിക്കുന്നു. അത്രമാത്രം.... ഞാൻ പാവങ്ങളെ സ്നേഹിക്കുന്നു, അറിവില്ലാത്തവരെ, മർദിതരെ, മനുഷ്യരുടെ പുകഴ്ത്തുന്നതോ ഇകഴ്ത്തുന്നതോ ആയ വിമർശനത്തെ ഞാൻ തരിമ്പുപോലും വകവെക്കുന്നില്ല. (വാല്യം VIII, പേജ് 339).
2. 12.3.1894 ലും 15.3.1894 ലും ഹാബ് സഹോദരികൾക്ക് എഴുതിയ കത്തുകൾ നോക്കുക. (വാല്യം VIII, പേജുകൾ 309–311). 20.5.1897ൽ (വാല്യം VIII, പേജ് 409) എഴുതിയ കത്തും ശ്രദ്ധേയമാണ്.
3. മിസ് മേരി ദാബിന് 2.3.1898 ലും
(വാല്യം VIII, പേജ് 453) 27.12.1898 ലും.
(വാല്യം VIII, പേജ് 496) 2.3.1900 ത്തിലും.
(വാല്യം VIII, പേജ് 501) എഴുതിയ കത്തുകൾ നോക്കുക.

ങ്ങൾ യഥാർഥത്തിൽ പ്രതീകാത്മകമാണ്. ക്രമേണ ചുരുങ്ങിവരുന്ന സ്വകാര്യ ലോകത്തിന്റേതായ മായികമായ ചില്ലുകൊട്ടാരത്തിലേക്ക് അദ്ദേഹം ഒളിച്ചോടുന്നത് ഈ ആന്തരികതലങ്ങളുടെ ഗുഹാമുഖങ്ങളിലൂടെയാണ്. ഈ ഉദാത്തവും അതിന്ദ്രിയവു (transcendental)മായ രക്ഷാസങ്കേതം, അതു നിഷേധിക്കാൻ ശ്രമിച്ചിരുന്ന ജീർണമായ സമൂഹത്തിൽതന്നെയാണ് നിലനിൽക്കുന്നത് എന്നതായിരുന്നു വിവേകാനന്ദന്റെ ദുരന്തം. സമൂഹമാവട്ടെ അദ്ദേഹത്തിന്റെ ഈ ഉദാത്തലോകത്തെ നിഷേധിച്ചുമില്ല. നാമരൂപങ്ങളും അധികാരത്തിന്റെയും അധീശത്വത്തിന്റെയും വ്യവസ്ഥകളും നിലനിൽക്കുന്ന ഒരു ലോകത്തിലാണ് ഈ "അദൃശ്യവും അസ്പർശവും അരൂപവും അവ്യയവും" ഒക്കെ പ്രചരിച്ചത്. ഈ ചിന്തയുടെ അതിഭൗതിക സ്വഭാവംതന്നെ നഗ്നമായ ശക്തിയെ ചെറുത്തുനിൽക്കാനുള്ള അതിന്റെ കഴിവിനെ നശിപ്പിച്ചിരുന്നു. ഇന്ന്, എൺപതു വർഷങ്ങൾക്കുശേഷം, അനുഭവത്തിന്റെ ഭൂമികയിൽനിന്ന് പറിച്ചെടുക്കപ്പെട്ട് തെളിച്ച വഴിയേ നടക്കാനുള്ള ആഹ്വാനങ്ങളുടെ നടുവിൽ പ്രത്യക്ഷപ്പെടുമ്പോൾ, ആത്മീയ സാധ്യതകളെപ്പറ്റിയുള്ള വിവേകാനന്ദന്റെ പ്രസ്താവങ്ങൾ അധീശവർഗ പ്രത്യയശാസ്ത്രത്തിന്റെ ഒരു ചേരുവ മാത്രമായിത്തീരുന്നു. അപബോധം ഭരണവർഗ പ്രത്യയശാസ്ത്രമായി മാറുന്ന പ്രക്രിയയുടെ ഉദാഹരണമാണ് വിവേകാനന്ദ ചിന്തയ്ക്കു സംഭവിച്ചിട്ടുള്ള ഈ ദുര്യോഗം. അപബോധം നിസഹായതയുടെ സത്യസന്ധമായ കുമ്പസാരമാണെങ്കിൽ, അധീശവർഗപ്രത്യയശാസ്ത്രം കൽപ്പിതമായ ഒരു നിസ്സഹായതയുടെ കപടവേഷം എടുത്തണിയുന്ന സ്ഥിതിസംരക്ഷണ (Status Quo) മോഹം മാത്രമാണ്. ഏതായാലും സമൂഹത്തെ നന്നാക്കാൻ ശ്രമിക്കുന്നത് വെറുതെയായതുകൊണ്ട് തന്നെത്തന്നെ നന്നാക്കാൻ ശ്രമിക്കയാവും ഉത്തമം എന്നു പറഞ്ഞാലെന്നപോലെ ഒന്നാംവട്ടം ദുരന്തമായിരുന്നത് ആവർത്തിക്കപ്പെടുമ്പോൾ പ്രഹസനമാവുന്നു.

9

സാംസ്കാരിക വിമർശനത്തിന്റെ വ്യാപ്തിയും പ്രസക്തിയും

തത്വശാസ്ത്രപരമായ ഒരാമുഖ സംരംഭം

ടി കെ രാമചന്ദ്രൻ

തത്വശാസ്ത്രം അതിന്റെ 'ഭൗതിക'മായ ആയുധജാലം തൊഴിലാളിവർഗമാണെന്ന് കണ്ടെത്തുന്നതിനോടൊപ്പംതന്നെ തൊഴിലാളിവർഗം അതിന്റെ 'ആത്മീയ' ആയുധങ്ങൾ തത്വശാസ്ത്രത്തിൽ നിന്ന് കണ്ടെടുത്ത് കയ്യാളും. ഈ ഊർജം നിറഞ്ഞ മണ്ണിൽ-ജന (ഹൃദയ)ങ്ങളിൽ ചിന്തയുടെ വെള്ളിടി ഇറങ്ങിവെട്ടുന്നതോടെ 'ജർമൻകാർ' 'മനുഷ്യജീവികളായി' മാറുന്ന വിമോചന പ്രക്രിയ ആരംഭിക്കുകതന്നെ ചെയ്യും.

കാൾ മാർക്സ് റൂഗിനയച്ച കത്ത് 1843–44

പദാവലിയും രീതിശാസ്ത്രവും

"വാക്കുകൾ പ്രവർത്തനമാണ്;" മുതലാളിത്തയുഗത്തിന്റെ പിറവിയുടെ വേദനകളിലൂടെ ഇംഗ്ലീഷ് സമൂഹം കടന്നുപൊയ്ക്കൊണ്ടിരുന്ന

അടിക്കുറിപ്പുകളെപ്പറ്റി:
ഈ അധ്യായത്തിലെ അടിക്കുറിപ്പുകളും ഉദ്ധരണികളും എന്റെ വാദഗതികളുടെ സാധൂകരണമായല്ല ഉദ്ദേശിക്കപ്പെട്ടിട്ടുള്ളത്. ഏതെങ്കിലും ഒരെഴുത്തുകാരനെ ആശ്രയിക്കുന്നു എന്നത് അദ്ദേഹത്തിന്റെ കാഴ്ചപ്പാടുകളെ പൂർണമായും സ്വീകരിക്കുന്നുവെന്നതിന്റെ സൂചനയുമില്ല. പ്രാഥമികമായും മറ്റൊരാളുടെ വാക്കുകളും നിരീക്ഷണങ്ങളും ഉപയോഗിക്കുവാൻ അതു സൂചിപ്പിക്കുക എന്ന സാമാന്യമര്യാദയാണ് ഈ അടിക്കുറിപ്പുകൾക്ക് പിന്നിലുള്ളത്. മാത്രമല്ല പലപ്പോഴും തർജുമകളിൽ അർഥനഷ്ടം സംഭവിക്കാതിരിക്കാൻ പദാനുപദപരാവർത്തനം ഒഴിവാക്കേണ്ടിവന്നിട്ടുണ്ട്. മൂലകൃതിയുമായി ഒത്തുനോക്കാൻ ഈ സൂചനകൾ സഹായകമാകും എന്ന് കരുതുന്നു. വേറൊരു കാരണത്താലും അടിക്കുറിപ്പുകൾ ആവശ്യമായി വന്നിട്ടുണ്ട്. അധ്യായത്തിലെ വാദഗതികളുമായി നേരിട്ട് ബന്ധമില്ലാത്തതെങ്കിലും പ്രസക്തമെന്നു തോന്നുന്ന മറ്റുചില ആശയങ്ങളെ സൂചിപ്പിക്കാം.

പതിനേഴാം നൂറ്റാണ്ടിലെ ആശയകാലുഷ്യങ്ങളുടെ നടുവിൽനിന്നും ഒര ജ്ഞാതനായ വിപ്ലവകാരി എഴുതുകയുണ്ടായി.[1] ജന്മിത്വവ്യവസ്ഥയ്ക്കും ദൈവദത്തമായ രാജാധികാരസങ്കൽപ്പത്തിനും അറുതിവരുത്തിയ ക്രോംവെലിന്റെ നേതൃത്വത്തിലുള്ള വിപ്ലവത്തിന്റെ കാലമായിരുന്നു അത്. മിൽട്ടന്റെയും ലോക്കിന്റെയും കാലം. എന്നാൽ രാജാവിന്റെ തല കൊയ്ത ആ ബൂർഷ്വാവിപ്ലവത്തിന്റെ കാലത്തുതന്നെ "എല്ലാ വിഭാഗത്തിൽപ്പെട്ട ആളുകൾക്കും സ്വാതന്ത്ര്യം" എന്ന മുദ്രാവാക്യവുമായി ബൂർഷ്വാവിപ്ലവത്തിന്റെ സീമിതവൃത്തത്തെ ഉല്ലംഘിച്ചു മുന്നേറാനുള്ള പീഡിതരുടെ ശ്രമങ്ങൾക്കും ഇംഗ്ലണ്ട് സാക്ഷ്യം വഹിച്ചു.[2] "എല്ലാം എല്ലാവരുടേയും പൊതുസ്വത്താവാതെ ഒന്നും നേരെയാവുകയില്ല"[3] എന്നു പറഞ്ഞ ലെവലർ നേതാവായ വാൽവിന്റേയും കാലമായിരുന്നു അത്. "ഒരു പുതിയ അർഥത്തിൽ സംസ്കാരം സിദ്ധിച്ചവർ"[4] എന്ന് ഇംഗ്ലീഷ് ചരിത്രകാരനായ എ എൽ മോർട്ടൺ വിശേഷിപ്പിച്ച ആദ്യകാല ജനകീയ വിപ്ലവകാരികളുടെ ചോരപ്പുഴകളിൽ ഒടുങ്ങിപ്പോയ കലാപശ്രമങ്ങളുടെ സ്മരണപോലും ഇന്നു മാഞ്ഞുപോയിക്കഴിഞ്ഞിരിക്കുന്നു. എന്നിട്ടും മൂന്നു നൂറ്റാണ്ടുകൾക്കപ്പുറത്തുനിന്നും ഫിഫ്ത്തു മൊണാർക്കിസ്റ്റുകളുടെ ഈ പ്രഖ്യാപനം ഒരു താക്കീതുപോലെ നമ്മെ തേടിയെത്തുന്നു: "വാക്കുകൾ പ്രവർത്തനമാണ്." ഞങ്ങൾക്കെന്തുതന്നെ സംഭവിച്ചാലും വരും തലമുറകൾ ഞങ്ങളുടെ പ്രവർത്തനത്തിന്റെ ഫലം കൊയ്തെടുക്കുക

---

1. ഫിഫ്ത്തു മൊണാർക്കിസ്റ്റുകളുടെ 'മാനിഫെസ്റ്റോ'യിൽനിന്ന്. മെൽവിൽ ജെ ലാസ്കി, *Utopia and Revolution* (ലണ്ടൻ, 1970) നോക്കുക. ക്രോംവെലിന്റെ കാലത്ത് ലിലി ബേൺ, ഓവർടൺ, വാൾവിൻ തുടങ്ങിയവരുടെ നേതൃത്വത്തിൽ ആരംഭിച്ച ലെവലർ പ്രസ്ഥാനം ഒരു പതിറ്റാണ്ടിനുള്ളിൽതന്നെ അടിച്ചമർത്തപ്പെടുകയുണ്ടായി. എന്നാൽ, അവരുടെ കലാപശ്രമങ്ങളിൽനിന്നാരംഭിച്ച മർദിതരുടെ പ്രതിഷേധപ്രകടനങ്ങൾ പല പ്രസ്ഥാനങ്ങളായി പത്തൊമ്പതാം നൂറ്റാണ്ടോളം ഒരന്തർധാരയായി ഇംഗ്ലീഷ് ചരിത്രത്തിൽ കാണാനുണ്ട്. ഡിഗേഴ്സ്, റാന്റേഴ്സ്, ഫിഫ്ത്ത് മൊണാർക്കിസ്റ്റ്സ്, ക്വേക്കേഴ്സ് എന്നിങ്ങനെ പല ഗ്രൂപ്പുകളായി പിരിഞ്ഞുകിടക്കുന്ന ഈ വിപ്ലവകാരികളുടെ ചരിത്രം ഇരുപതാം നൂറ്റാണ്ടിലാണ് കാര്യമായ ഗവേഷണത്തിന് വിഷയമായിത്തീർന്നിട്ടുള്ളത്. ഇ പി തോംസൺ *Making of the English working Class* (ഹാർമണ്ട്സ്വർത്ത്, 1967); എ എൽ മോർട്ടൺ *A People's History of England* (ലണ്ടൻ, 1938), *The English Utopia* (ലണ്ടൻ, 1952), *The World of the Ranters* (ലണ്ടൻ, 1970); ക്രിസ്റ്റഫർ ഹിൽ, *The World Turned Upside Down* (ലണ്ടൻ, 1971) തുടങ്ങിയ ഗ്രന്ഥങ്ങൾ ഈ ചരിത്രം വിശദമായി അവതരിപ്പിക്കുന്നുണ്ട്. പ്രധാനപ്പെട്ട ലെവലർ രേഖകൾ *Freedom in Arms* (ബെർലിൻ, 1975) എന്ന ഗ്രന്ഥത്തിൽ എ എൽ മോർട്ടൺ സമാഹരിച്ചിട്ടുണ്ട്.
2. എ എൽ മോർട്ടൺ, *Freedom in Arms: A Selection of Leveller Writings,* പേജുകൾ 11–12.
3. *Freedom in Arms,* പേജ് 12.
4. *A People's History of England,* പേജ് 70.

തന്നെ ചെയ്യും."[1] പരാജയത്തിന്റെ തിക്തനിമിഷത്തിൽ ഇംഗ്ലീഷ് വിപ്ലവകാരികൾ നടത്തിയ ഈ പ്രവചനം സാക്ഷാൽകരിക്കപ്പെട്ടാൽ എന്നപോലെ.....

ഒരാഗോളചൂഷണവ്യവസ്ഥയായ് – സാമ്രാജ്യത്വമായ് – ഉള്ള മുതലാളിത്തത്തിന്റെ വികാസവും മൂന്നാം ലോകജനതയുടെ ദേശീയവിമോചനസമരങ്ങളോളം എത്തിനിൽക്കുന്ന പീഡിതരുടെ പ്രതിഷേധശ്രമങ്ങളുടെ വളർച്ചയും ഈ പ്രസ്താവത്തിന് പുതിയ അർഥമാനങ്ങൾ നൽകിയിരിക്കുന്നു. ഒരു വൈരുധ്യാധിഷ്ഠിതഭൗതികവാദിയെ സംബന്ധിച്ചിടത്തോളം ചരിത്രപഠനം ജപമാലയിലെ രുദ്രാക്ഷമണികൾ ഉരുക്കഴിക്കുംപോലെ കാലഘട്ടങ്ങളും പേരുകളും എണ്ണിപ്പറയൽമാത്രമല്ല. "ഭൂതകാലം സത്യത്തിൽ ഇങ്ങനെയൊക്കെ ആയിരുന്നു" എന്ന കണ്ടെത്തലുമല്ല. വാൾട്ടർ ബെഞ്ചമിൻ പറയുംപോലെ, "യഥാർഥ ചരിത്രജ്ഞാനം ആപത്തിന്റെ നിമിഷത്തിൽ മനസിലൂടെ മിന്നിമറയുന്ന ഒരു സ്മരണയെ കയ്യെത്തിപ്പിടിക്കലാണ്."[2] ലോകത്തെ വിപ്ലവാത്മകമായി പരിവർത്തിപ്പിക്കാൻ സജ്ജമായിക്കൊണ്ടിരിക്കുന്ന വർഗങ്ങളുടെ ബോധവൽക്കരണത്തിൽ ഈ ഓർമപുതുക്കലുകൾ അതീവ സംഗതമാണ്. ഫ്രാൻസിലെ ജൂലായ് വിപ്ലവത്തിന്റെ ആദ്യസായാഹനത്തിൽ പാരീസിന്റെ പല കോണുകളിൽ നിന്നും യാതൊരു മുൻധാരണയുമില്ലാതെ വിപ്ലവകാരികൾ പ്രാകാരഗോപുരങ്ങളിലെ നാഴികമണികളിലേക്കു നിറയൊഴിക്കുകയുണ്ടായത്രെ. തങ്ങൾ ചരിത്രം സൃഷ്ടിക്കുകയാണെന്ന ബോധമാണ് അവരെ ഇതിനു പ്രേരിപ്പിച്ചത് എന്നു ബെഞ്ചമിൻ ചൂണ്ടിക്കാട്ടുന്നു.[3] പുന്നപ്ര വലിയ ചുടുകാട്ടിൽ തലയുയർത്തിനിൽക്കുന്ന രക്തസാക്ഷി സ്മാരകത്തിലെ "മൂന്നു

1. *Freedom in Arms*, പേജ് 12.
   283–292, 297–318, 322–342 പേജുകളിൽ കാണുന്ന ഓവർട്ടന്റെയും ലിലി ബേണിന്റെയും മറ്റും അന്തിമപ്രസ്താവങ്ങളിലും ഈ ഭാവിയെപ്പറ്റിയുള്ള പ്രതീക്ഷ സ്പന്ദിച്ചുനിൽപ്പുണ്ട്. ഒരർഥത്തിൽ ലെവലർമാരുടെ പരാജയം അനിവാര്യമായിരുന്നുവെന്നും ചൂണ്ടിക്കാട്ടേണ്ടിയിരിക്കുന്നു. മാർക്സിന്റെ *The class Struggles in France* എന്ന ഗ്രന്ഥത്തിന്റെ ആമുഖത്തിൽ എംഗൽസ് ചൂണ്ടിക്കാണിക്കുംപോലെ "ആദ്യത്തെ വമ്പിച്ച വിജയം നേടിക്കഴിഞ്ഞാൽ വിജയിക്കുന്ന ന്യൂനപക്ഷം ഭിന്നിക്കുന്നതായിട്ടാണ് സാധാരണയായി കണ്ടുവരുന്നത്. ഒരുവിഭാഗം കിട്ടിയതുകൊണ്ട് തൃപ്തിയടയുന്നു. മറ്റൊരു വിഭാഗമാകട്ടെ, പുതിയ അവകാശവാദങ്ങളുമായി മുന്നോട്ടുപോകാൻ ശ്രമിക്കുന്നു. ഈ പുതിയ അവകാശവാദങ്ങൾ ഒരു പരിധിവരെയെങ്കിലും ജനസമൂഹത്തിന്റെ യഥാർഥമോ സാങ്കൽപ്പികമോ ആയ താൽപ്പര്യങ്ങളെ പ്രതിനിധാനം ചെയ്യുന്നതായി കാണാം. ചില ഒറ്റപ്പെട്ട അവസ്ഥകളിൽ ഈ കുടുതൽ വിപ്ലവകരമായ അവകാശവാദങ്ങൾ സാക്ഷാൽക്കരിക്കപ്പെട്ടുവെന്നും വരാം. പക്ഷേ, അതു മിക്കപ്പോഴും നൈമിഷികം മാത്രമായിരിക്കും. മധ്യവർത്തികൾ വൈകാതെതന്നെ മേൽക്കോയ്മ നേടുന്നു. ആദ്യത്തെ നേട്ടങ്ങൾതന്നെ ക്രമേണ ഭാഗികമായോ പൂർണമായോ നഷ്ടപ്പെടുകയും ചെയ്യും.
2. വാൾട്ടർ ബെഞ്ചമിൻ, *Illuminations*, തർജമ ഹാരി സോഹൻ (ഗ്ലാസ് ഗൊ, 1977), പേജുകൾ 255–266. ഈ ഭാഗത്ത് ബെഞ്ചമിന്റെ പല ആശയങ്ങളെയും ആശ്രയിച്ചിട്ടുണ്ട്.
3. *Illuminations*, പേജുകൾ 263–264.

മണി"യിൽ ഉറച്ചുപോയ ഘടികാരസൂചികൾ അന്നും എന്നും പ്രസക്ത മായ ഒരു ചരിത്രനിമിഷത്തിന്റെ ഓർമക്കുറിപ്പാവുന്നത് ഇതുകൊണ്ടാണ്. ഫ്രഞ്ചുവിപ്ലവകാരികൾ ആദ്യമായി വരുത്തിയ ഒരു പരിഷ്കാരംതന്നെ പുതിയ ഒരു കാലഗണനാ സമ്പ്രദായ (കലണ്ടർ)ത്തിന്റെ സംസ്ഥാപന മായിരുന്നു എന്നത് ശ്രദ്ധേയമാണ്. കലണ്ടറിലെ ആദ്യദിവസംതന്നെ പുതുയുഗപ്പിറവിയുടെ പ്രതീകമാണ്. ചുവപ്പുരാശി പടർന്ന അക്കങ്ങ ളായി, ഒഴിവുദിവസങ്ങളായി കലണ്ടറിന്റെ താളുകളിൽ പ്രത്യക്ഷപ്പെ ടുന്ന നാളുകൾ ചരിത്രാവബോധത്തിന്റെ സ്മാരകശിലകളാണ്. വർത്ത മാനകാലത്തിലും സജീവമായിനിൽക്കുന്ന ഭൂതകാലത്തിന്റെ വികാരവായ് പാണ്.

എന്നാൽ ആപത്തിന്റെ നിമിഷത്തിൽ സ്ഫടികസമാനമായ വ്യക്തത യോടെ പ്രത്യക്ഷപ്പെടുന്ന ഈ ഭൂതകാലചിത്രം ദ്വന്ദ്വാത്മക സ്വഭാവമാർന്ന താണ്. വിപ്ലവകാരികൾക്ക് രക്തസാക്ഷികളുടെ ഓർമ സമരം തുടർന്നു കൊണ്ടുപോകാനുള്ള ആവേശമാണ്. അതോടൊപ്പംതന്നെ പാരമ്പര്യ ത്തിന്റെ ഉള്ളടക്കത്തിന്റെയും വർത്തമാനത്തിന്റെ വിപ്ലവപരതയുടെയും നേരെ ഒരുപോലെ ഭീഷണിയുയർത്തുന്ന – ഭരണവർഗങ്ങളുടെ ആയുധ മായി അധഃപതിക്കുക എന്ന – സാധ്യതയെപ്പറ്റിയുള്ള താക്കീതുംകൂടി യാണ്. ഇതുകൊണ്ടാണ് ഓരോ കാലഘട്ടത്തിലും വിപ്ലവത്തെ മുന്നോട്ടു കൊണ്ടുപോകാനുള്ള സമരങ്ങളോടൊപ്പംതന്നെ വിപ്ലവപൈതൃകം യാഥാസ്ഥിതികതയുടെ പിടിയിൽപ്പെടാതെ സംരക്ഷിക്കാനായി നിതാന്ത ജാഗരൂകത പുലർത്തേണ്ടി വരുന്നത്.

> ശത്രു വിജയിക്കുകയാണെങ്കിൽ, മരിച്ചവർക്കുപോലും അവനിൽ നിന്നു രക്ഷപ്പെടാനാവില്ലെന്നും അവന്റെ വിജയങ്ങൾക്കു അറുതി വന്നിട്ടില്ലെന്നും ദൃഢമായി വിശ്വസിക്കുന്ന ഒരു ചരിത്രകാരനു മാത്ര മേ ചരിത്രത്തിലെ ചാരം മൂടിക്കിടക്കുന്ന പ്രതീക്ഷയുടെ കനലു കളെ വിപ്ലവജ്വാലയായി ഊതിക്കത്തിക്കാനാവൂ,[1]

എന്ന് ബെഞ്ചമിൻ പറയുന്നത് ഈ അർഥത്തിലാണ്. രക്തസാക്ഷി കളുടെ ഓർമ പുതുക്കുന്ന നാളുകളിൽ എന്നപോലെ വാക്കുകളിലും ഭൂതകാല കർമങ്ങളുടെ വിരൽപ്പാടുകൾ പതിഞ്ഞുകിടപ്പുണ്ട്. പൊടിഞ്ഞു തുടങ്ങിയ ശവക്കച്ചയിൽ തെളിയുന്ന ക്രൂശിതാത്മാവിന്റെ മുഖംപോലെ വാക്കുകളിൽ ഗതകാലദാരുണതകളുടെ ചിത്രം വാർന്നുവീണുകിടക്കുന്നു എന്ന ബോധം വിപ്ലവകാരികളെ സംബന്ധിച്ചിടത്തോളം അതീവ പ്രസ ക്തമാണ്. പദപ്രയോഗങ്ങളെപ്പറ്റിയുള്ള തർക്കങ്ങൾ വർഗസമരത്തിന്റെ ഭാഗമാവുന്നത് ഇതുകൊണ്ടാണ്.

പ്രയോഗത്തിലൂടെ സിദ്ധാന്തങ്ങളുടെ ശരിതെറ്റുകൾ തെളിയിക്ക പ്പെടാനുള്ള സാധ്യത വിരളമായ ചരിത്രത്തിന്റെ അന്തരാളഘട്ടങ്ങളിൽ

1. *Illuminations,* പേജ് 257.

വാക്കുകളെ ചൊല്ലിയുള്ള തലനാരിഴ കീറുന്ന ചർച്ചകൾ ഒഴിവാക്കാനാവാത്ത ഒരു സൊല്ലയാണ്. കാലംചെല്ലുന്നതോടെ അയുക്തികവും തലവേദനയുണ്ടാക്കാൻമാത്രം ഉതകുന്നതുമായി അനുഭവപ്പെട്ടേക്കാവുന്ന ഈ ചർച്ചകൾക്കു ചൂടു പകരുന്നത് ഒരിക്കൽ തലതല്ലിക്കീറാൻ ആളുകളെ പ്രേരിപ്പിച്ചിരുന്ന യഥാർഥ സംഘർഷങ്ങൾ ബാക്കിയിട്ടുപോയ വൈകാരികതയുടെ അംശങ്ങളോ, ഭ്രൂണാവസ്ഥയിലുള്ള വരുംകാല സമരങ്ങളുടെ ആദ്യചലനങ്ങളോ ആണെന്ന് ചരിത്രപരമായ വൈരുധ്യവാദം നമ്മെ പഠിപ്പിക്കുന്നു. വിപ്ലവപൂർവകാലഘട്ടത്തിലെ ഒരനിവാര്യതയായ ഈ മടുപ്പിക്കുന്ന ജോലിയുടെ പ്രാധാന്യത്തെപ്പറ്റി എംഗൽസ് ഒരിടത്ത് രേഖപ്പെടുത്തിയിട്ടുണ്ട്:

> മനുഷ്യരുടെമേൽ പാഴാക്കിക്കളയേണ്ടിവരുന്ന ഓരോ വാക്കും, അമൂർത്തവൽക്കരണത്തെപ്പറ്റിയോ, ദൈവശാസ്ത്ര (theology)ത്തെപ്പറ്റിയോ, യാന്ത്രികഭൗതികവാദത്തെപ്പറ്റിയോ, വായിക്കേണ്ടിവരുന്ന അല്ലെങ്കിൽ എഴുതേണ്ടിവരുന്ന ഓരോ വരിയും എന്നെ ദേഷ്യം പിടിപ്പിക്കുന്നു. എന്നിരിക്കിലും ഈ മായികരൂപങ്ങൾക്കുപകരം അല്ലെങ്കിൽ സാക്ഷാൽക്കാരം ലഭിക്കുംവരെ മനുഷ്യൻതന്നെ ഒരു മായികരൂപം മാത്രമല്ലേ – ജീവിക്കുന്ന ആളുകളിലും ചരിത്രവികാസത്തിലും നാം താൽപ്പര്യമെടുക്കുകയാണെങ്കിൽ അത് മറ്റൊരു കാര്യമാണ്. ഏതായാലും പേനമാത്രം ഉപയോഗിക്കാൻ നാം നിർബന്ധിതരാവുന്ന അവസ്ഥയിൽ, നമ്മുടെ ചിന്തകളെ കൈകൊണ്ട് – വേണ്ടിവന്നാൽ മുഷ്ടിയുപയോഗിച്ച് – സാക്ഷാൽക്കരിക്കാൻ നമുക്കു സാധ്യമല്ലാത്ത ഘട്ടങ്ങളിൽ, കൂട്ടത്തിൽ ഭേദം അതുതന്നെയാണ്.[1]

'വെറും വാക്കുകളെ'പ്പറ്റിയുള്ള തർക്കത്തിന്റെ ദൂരവ്യാപകമായ പ്രസക്തി ലെനിന്റെ *എന്തു ചെയ്യണം* എന്ന കൃതിയിൽ പലവുരു ആവർത്തിക്കപ്പെടുന്ന പ്രമേയമാണ്.[2] ലെനിന്റെ ചുവടുപിടിച്ച് ഫ്രഞ്ച് സൈദ്ധാന്തികനായ ലൂയി അൽത്തൂസർ ഈ പ്രശ്നത്തെപ്പറ്റി സുദീർഘമായി ഉപന്യസിക്കുന്നുമുണ്ട്. അൽത്യൂസറുടെ വാദത്തിന്റെ രത്നച്ചുരുക്കം

1. എംഗൽസ് മാർക്സിനയച്ച കത്ത്, നവംബർ 19, 1844 പോൾ നിസാൻ *The Watch-dogs : Philosophers and the Established Order* (ലണ്ടൻ, 1971, പേജുകൾ 174–175ൽ കൊടുത്തിരിക്കുന്നതുപോലെ. *Marx Engels : Selected Correspondence* (മോസ്കോ, 1975) ൽ ഈ കത്തിന്റെ പൂർണരൂപം കൊടുത്തിട്ടില്ല.
2. ലെനിൻ, *Collected Works* (മോസ്കോ, 1977). വാല്യം V, പേജുകൾ 347–520. "താത്വികപ്രശ്നങ്ങളെപ്പറ്റി കൂടുതൽ വ്യക്തമായ ഉൾക്കാഴ്ച നേടാനും പഴയ ലോകവീക്ഷണത്തിൽനിന്ന് പൈതൃകമായി ലഭിച്ച പദാവലികളുടെ സ്വാധീനത്തിൽനിന്ന് സ്വതന്ത്രരാവാനും" തൊഴിലാളിവർഗനേതാക്കളെ ആഹ്വാനം ചെയ്യുന്നിടത്തും (പേജ് 372), 'വിമർശന സ്വാതന്ത്ര്യം' തുടങ്ങിയ വലിയ വാക്കുകളിൽ അവതരിച്ചിരുന്ന ശുദ്ധ സാമ്പത്തികവാദികളുടെ പൊള്ളയായ നിലപാടുകൾ തുറന്നുകാട്ടുന്നിടത്തും (പേജുകൾ 353–355) ലെനിൻ നടത്തുന്ന നിരീക്ഷണങ്ങൾ ശ്രദ്ധേയമാണ്.

ഇതാണ്: വാക്കുകൾ ഒരിക്കലും വെറും വാക്കുകൾ മാത്രമല്ല. അവയ്ക്കു പിന്നിൽ എപ്പോഴും പ്രത്യയശാസ്ത്രപരമായ പരികൽപ്പന (ideological concepts)കൾ ഉണ്ടായിരിക്കും. ഈ പരികൽപ്പനകളാകട്ടെ യഥാർഥ വർഗതാൽപ്പര്യങ്ങളുടെ സൃഷ്ടിയുമാണ്. അതുകൊണ്ട് വാക്കുകളെപ്പറ്റി നടക്കുന്ന വിവാദങ്ങൾ യഥാർഥത്തിൽ വർഗസമരത്തിന്റെ താത്വികതലത്തിലുള്ള പ്രതിഫലനം മാത്രമാണ്.[1] "സിദ്ധാന്തത്തിന്റെ തലത്തിലുള്ള വർഗസമരം" എന്ന സങ്കൽപ്പത്തിന്റെ അടിസ്ഥാനത്തിലാണ് അൽത്തൂസർ ബൂർഷ്വാ സങ്കൽപ്പങ്ങളുമായി കൂടിക്കുഴഞ്ഞുകിടക്കുന്ന 'മാനവികത' (humanism) തുടങ്ങിയ പദപ്രയോഗങ്ങൾപോലും കമ്യൂണിസ്റ്റുകാർ ഒഴിവാക്കണം എന്നു ശഠിക്കുന്നത്. വർഗസഹകരണത്തിന്റെയും വിട്ടുവീഴ്ചാമനോഭാവത്തിന്റെയും നിർലജ്ജമായ വാദഗതികൾ അതിവിപ്ലവമുദ്രാവാക്യങ്ങളായി പ്രത്യക്ഷപ്പെടുന്ന ഇന്നത്തെ സന്ദിഗ്ധ ദിശാസന്ധിയിൽ തൊഴിലാളിവർഗം അതിന്റെ താത്വികായുധങ്ങളായ വാക്കുകളുടേയും പരികൽപ്പനകളുടേയും നിയതസ്വഭാവവും മൂർച്ചയും നിലനിർത്തുന്ന കാര്യത്തിൽ ജാഗ്രത പുലർത്തേണ്ടിയിരിക്കുന്നു എന്നു തീർച്ച.

മാർക്സ് പത്തൊമ്പതാം നൂറ്റാണ്ടിലെ വിപ്ലവങ്ങളെപ്പറ്റി നടത്തുന്ന പരാമർശങ്ങൾ ഇന്നത്തെ വിപ്ലവകാരികൾക്കും ബാധകമാണ്:

> സ്വന്തം കാവ്യഭാഷ (poetry) മെനഞ്ഞെടുക്കാൻ പത്തൊമ്പതാം നൂറ്റാണ്ടിലെ സാമൂഹികവിപ്ലവത്തിന് ഭൂതകാലത്തെ ആശ്രയിക്കാനാവില്ല. ഭാവിയിൽനിന്നേ ആ ഭാഷ രൂപപ്പെട്ടുവരികയുള്ളൂ. കാരണം, ഭൂതകാലത്തെക്കുറിച്ചുള്ള എല്ലാ അന്ധവിശ്വാസങ്ങളേയും ചീന്തിയെറിഞ്ഞതിനുശേഷം മാത്രമേ അതിന് വിപ്ലവപ്രക്രിയയുടെ തുടക്കമിടാനാവൂ. മുൻകാല വിപ്ലവങ്ങൾക്ക് അവയുടെ സീമിതമായ ഉള്ളടക്കത്തിലേക്ക് മയങ്ങി ഒതുങ്ങാൻ പഴയ വിപ്ലവങ്ങളെക്കുറിച്ചുള്ള സ്മരണകൾ ആവശ്യമായിരുന്നു. എന്നാൽ അതിന്റെ യഥാർഥ സത്തയിലേക്കെത്തിച്ചേരാൻ പത്തൊമ്പതാം നൂറ്റാണ്ടിലെ വിപ്ലവത്തിന് 'മരിച്ചവർ മരിച്ചവരെ അടക്കം ചെയ്തുകൊള്ളട്ടെ' എന്ന നിലപാടെടുക്കേണ്ടിവരും.[2]

ബൂർഷ്വാവിപ്ലവത്തിന്റെതന്നെ ഇടുങ്ങിയ ലക്ഷ്യങ്ങളെ അതിലംഘിച്ചു മുന്നേറാൻ ശ്രമിച്ച വിപ്ലവകാരികൾ, "സാധാരണ ജനങ്ങളുടെ ഭാഷ വരമൊഴിയിലേക്ക് പകർത്തിയതിന്റെ ചരിത്രം *ലാംഗേജ് ഓഫ് മെൻ, ദ ഇംഗ്ലീഷ് യുട്ടോപ്പിയ* തുടങ്ങിയ കൃതികളിൽ എ എൽ മോർട്ടൺ വിവരി

---

1. ലൂയി അൽത്തൂസർ, *Lenin and Philosophy.*
2. *The Eighteenth Brumaire of Louis Bonaparte, Marx Engels : Collected Works* (മോസ്കോ, 1979). വാല്യം തക, പേജ് 106. (ഇനി മുതൽ *MECW* എന്ന് ചുരുക്കപ്പേർ).

ക്കുന്നുണ്ട്. ലെവലർ പ്രസ്ഥാനത്തിന്റെ നേതാക്കളുടെ ശൈലിയെക്കുറിച്ച് അദ്ദേഹം പറയുന്നു:

> അവർക്കത്രയും ശക്തമായ ഭാഷയിൽ എഴുതാൻ കഴിഞ്ഞത് അസാധാരണമായ കഴിവുകൾകൊണ്ടോ, ഭാഷയുടെ സാങ്കേതികതകളിൽ ഉള്ള അവഗാഹംകൊണ്ടോ അല്ല. വ്യക്തമായി മനസിലാക്കിയിരുന്ന, അഗാധമായി അനുഭവിച്ചിരുന്ന ഒരു ലക്ഷ്യബോധത്തോടെ എഴുതാൻ കഴിഞ്ഞതുകൊണ്ടാണ്.[1]

എന്നാൽ "ജനങ്ങളെ സേവിക്കാനായി ഉഴിഞ്ഞുവെക്കപ്പെട്ട വെട്ടിത്തുറന്നുള്ള എഴുത്തിന്റെ" ഈ പാരമ്പര്യംതന്നെ വിപ്ലവത്തിന്റെ വേലിയിറക്കത്തിന്റെ ഘട്ടത്തിൽ സങ്കീർണവും അലങ്കാര നിബിഡവുമായി മാറുന്നതിന്റെ ചിത്രം, മോർട്ടൺതന്നെ *എവർ ലാസ്റ്റിങ് ഗോസ്പൽ* എന്ന പഠനത്തിൽ വരച്ചുകാട്ടുന്നുണ്ട്. വിപ്ലവപരമായ പ്രയോഗസാധ്യത അകന്നുപോകുന്നതോടെ നമ്മുടെ നൂറ്റാണ്ടിലെ പടിഞ്ഞാറൻ മാർക്സിസ്റ്റുകാരുടെ ഭാഷ എങ്ങനെ സങ്കീർണവും അനഭിഗമ്യമും ആയിത്തീരുന്നു എന്ന് പെരി ആന്റേഴ്സൻ[2] ചൂണ്ടിക്കാണിക്കുന്നതുകൂടി കണക്കിലെടുക്കുമ്പോൾ പദപ്രയോഗങ്ങളും രീതിശാസ്ത്രവും തമ്മിലുള്ള അവിഭാജ്യമായ ബന്ധം നമുക്ക് വെളിവാകും.

> പണ്ടത്തെ മാന്ത്രികർ തങ്ങളുടെ പ്രവചനങ്ങളെ പ്രതീകങ്ങളിലൂടെ മാത്രമേ അവതരിപ്പിക്കൂ എന്നു നിഷ്കർഷിച്ചത് വെറുതെയൊന്നുമല്ല. ആരാണ് രാജാവിനോട് പച്ചയ്ക്ക് സത്യം പറയാൻ ധൈര്യപ്പെടുക. ഞാനെന്തായാലും അതിനു തയാറില്ല. കാരണം, കൊലക്കയറാവും എനിക്കു കിട്ടുന്ന കൂലി. ഒരു ജോത്സ്യനും പ്രവാചകനും രാജാവിനോട് സത്യം വെട്ടിത്തുറന്നു പറഞ്ഞുപോകരുത്. പ്രതീകങ്ങളും അന്യാപദേശ കഥകളും രൂപകങ്ങളും മറ്റു വക്രോക്തികളും ഉപയോഗിച്ചാണവർ സംസാരിക്കേണ്ടത്.[3]

ജർമനിയിലെ കാർഷിക യുദ്ധങ്ങളുടെ കാലത്ത് പാരാസെൽസസ് എഴുതുകയുണ്ടായി. *എന്റെ ജയിൽ നോട്ടുപുസ്തകങ്ങളിൽ* വ്യക്തവും സുഘടിതവുമായ വിവരണങ്ങൾക്കുപകരം ധ്വന്യാത്മകമായ ഒരു രഹസ്യഭാഷ[4]

---

1. *A People's History of England,* പേജ് 71.
2. *Considerations on Western Marxism* (ലണ്ടൻ, 1979), പേജുകൾ 53–56 നോക്കുക.
3. ഫ്രാൻസ് ഹാർട്ട്മാന്റെ *The Life of Paracelsus and the Substance of His teaching* (ലണ്ടൻ, 1877), പേജ് 330ൽ കൊടുത്തിരിക്കുന്നതുപോലെ.
   ആധുനിക വൈദ്യശാസ്ത്രത്തിന്റെ പിതാവെന്നു വിശേഷിപ്പിക്കപ്പെടുന്ന പാരാസെൽസസ് കാർഷികയുദ്ധങ്ങളുടെ അപകടം നിറഞ്ഞ കാലങ്ങളിൽപോലും കർഷകരുടെ ഭാഗത്തുനിൽക്കാൻ ശ്രമിച്ച ശ്രദ്ധേയനായ ഒരു ചിന്തകനായിരുന്നു. അനബാപ്റ്റിസ്റ്റുകളുടെ കലാപത്തിന്റെ പരാജയത്തിനുശേഷം നടന്ന കൂട്ടക്കൊലകളിൽനിന്നും അദ്ദേഹം എങ്ങനെ രക്ഷപ്പെട്ടു എന്ന് ഹാർട്ട്മാൻ അത്ഭുതപ്പെടുന്നുണ്ട്.
4. പെരി ആന്റേഴ്സൺ, *Considerations on Western Marxism,* പേജുകൾ 54–55.

ഉപയോഗിക്കാൻ ഗ്രാംഷിയെ നിർബന്ധിക്കുന്നത് ഒരർഥത്തിൽ ഈ ബോധമാവാം. എന്നാൽ ജയിലിലടയ്ക്കപ്പെടുന്നതിനു മുമ്പുള്ള കാലത്തും ഗ്രാംഷിയുടെ ലേഖനങ്ങളിൽ കാണപ്പെടുന്ന ദുരൂഹത ഈ ലളിതവൽക്കരണത്തെ അസാധ്യമാക്കിത്തീർക്കുന്നുണ്ട്.[1] "കാണുന്നതും കേൾക്കുന്നതുമെല്ലാം പറഞ്ഞുകൊണ്ടിരിക്കുക"[2] എന്നതാണ് ഇന്നത്തെ കടമയെന്നു കരുതുന്ന "സാത്മപ്രചോദനവാദ" (spontaneity)ക്കാരെ ഇത് ഇരുത്തിച്ചിന്തിപ്പിക്കേണ്ടതാണ്. "അന്ന് വാക്കുകൾ ഉള്ളടക്കത്തെ അധക്കരിച്ചു നിന്നിരുന്നുവെങ്കിൽ ഇന്ന് ഉള്ളടക്കം വാക്കുകളെ ഉല്ലംഘിച്ചു മുന്നേറുന്നു" എന്ന മാർക്സിന്റെ പ്രസിദ്ധമായ പ്രസ്താവത്തെ വൈരുധ്യാത്മകമായ അർഥത്തിൽ ഉൾക്കൊള്ളുന്നതിന്റെ ആവശ്യകതയിലേക്ക് ഇത് വിരൽചൂണ്ടുന്നു.

മാർക്സിസം: ലോകവീക്ഷണവും രീതിശാസ്ത്രവും

പാശ്ചാത്യ മാർക്സിസത്തിന്റെ മുഖമുദ്രയായ രീതിശാസ്ത്രത്തിന്മേലുള്ള അമിതമായ ഊന്നൽ മാർക്സിന്റെ കൃതികൾക്ക് അന്യമായിരുന്നെന്ന് ആൻഡേഴ്സൺ ചൂണ്ടിക്കാട്ടുന്നു. തീർച്ചയായും മാർക്സിന്റെ കൃതികൾ പദാവലിയുടെ തലത്തിലോ, പരികൽപ്പനകളുടെ തലത്തിലോ ലളിതമായിരുന്നില്ല. പക്ഷേ 1848 നുശേഷമെങ്കിലും തന്റെ ചിന്താഗതികളെ ആവുന്നത്ര ലളിതവും വിശദവുമായ രൂപത്തിൽ അവതരിപ്പിക്കാൻ മാർക്സ് ശ്രമിച്ചിരുന്നു. തൊഴിലാളിവർഗത്തിന് കഴിവതും മനസിലാവുന്ന ഒരു ശൈലി വളർത്തിയെടുക്കാൻ അദ്ദേഹം താൽപ്പര്യം പ്രകടിപ്പിച്ചു. മൂലധനത്തിന്റെ ഫ്രഞ്ചു തർജമ തയാറാക്കുന്ന ഘട്ടത്തിൽ മാർക്സ് ഇക്കാര്യത്തിൽ പ്രകടിപ്പിച്ചിരുന്ന അസാധാരണമായ ശ്രദ്ധ പ്രസിദ്ധമാണ്.[3] എന്നാൽ പാശ്ചാത്യമാർക്സിസ്റ്റ് ചിന്തകരുടെ രീതിശാസ്ത്രത്തിലുള്ള ഊന്നൽ ഗുണപരമായിത്തന്നെ മാർക്സിന്റെ സമീപനത്തിൽനിന്ന് എന്തുകൊണ്ടു വ്യത്യസ്തമാകുന്നു എന്നത് ചിന്തോദ്ദീപകമാണ്. ജനകീയ വിപ്ലവത്തിന്റെ വളക്കൂറുള്ള മണ്ണിൽനിന്ന് ദീർഘകാലമായി അത് അകന്നുപോയിരിക്കുന്നു എന്ന ആൻഡേഴ്സന്റെ വിശദീകരണം[4] ഭാഗികമായെങ്കിലും സത്യമാണെന്നംഗീകരിക്കുമ്പോൾത്തന്നെ

---

1. ഗബ്രിയേൽ, മൗനം (ശ്രീ കേരളവർമ കാമ്പസ് പ്രസിദ്ധീകരണം തൃശൂർ) നോക്കുക.
2. *MECW,* വാല്യം തക, പേജ് 106.
3. *Considerations on Western Marxism,* പേജ് 54.
4. *Considerations on Western Marxism,* പേജ് 55.
മാർക്സിസ്റ്റുസിദ്ധാന്തവും ജനങ്ങളുടെ പ്രയോഗവും തമ്മിൽ സംഭവിച്ചിട്ടുള്ള ഈ രാഷ്ട്രീയമായ പിളർപ്പ് പലതരം ബൂർഷ്വാ ആശയങ്ങളിലേക്ക് പ്രസ്ഥാനത്തെ നയിച്ചിട്ടുണ്ടെന്നും ആന്റേഴ്സൺ അഭിപ്രായപ്പെടുന്നു: "മാർക്സിസ്റ്റുസിദ്ധാന്തവും തൊഴിലാളിവർഗപ്രയോഗവും തമ്മിലുണ്ടായിരുന്ന ആദ്യകാലബന്ധത്തിന്റെ സ്ഥാനത്ത് മെല്ലെമെല്ലെ മാർക്സിയൻ സിദ്ധാന്തവും ബൂർഷ്വാസിസിദ്ധാന്തവുമായുള്ള ബന്ധം സ്ഥാപിതമായി," എന്നുകൂടി അദ്ദേഹത്തിന് അഭിപ്രായമുണ്ട്.

ഇത്തരമൊരവസ്ഥയ്ക്ക് കാരണമായ സാമ്പത്തിക സാമൂഹിക പരിതോവസ്ഥകളെപ്പറ്റി പഠിക്കാൻ നാം നിർബന്ധിതരാവുന്നു. തിയഡോർ ഡബ്ല്യു അഡോണോ തന്റെ പ്രധാന താത്വികഗ്രന്ഥം ആരംഭിക്കുന്നതു തന്നെ ഈ പ്രശ്നം അവതരിപ്പിച്ചുകൊണ്ടാണ്:

> വാസ്തവീകരണം സാധ്യമായിരുന്ന നിമിഷം കൈമോശം വന്നതുകൊണ്ട് ഒരിക്കൽ കാലഹരണപ്പെട്ടു എന്നു തോന്നിച്ചിരുന്ന തത്വശാസ്ത്രം ഇന്നു വീണ്ടും സംഗതമായിത്തീർന്നിരിക്കുന്നു. ലോകത്തെ മാറ്റാനുള്ള ശ്രമം പരാജയപ്പെട്ടതോടെ അത് [തത്വശാസ്ത്രം] ലോകത്തെ വെറുതെ വ്യാഖ്യാനിച്ചിട്ടേയുള്ളൂ എന്നും യാഥാർഥ്യത്തിന്റെ മുന്നിലുള്ള നിസ്സംഗത അതിനെ വികലമാക്കിയിരിക്കുന്നു എന്നും ഉള്ള വിധിപ്രസ്താവം യുക്തിയുടെ പരാജയബോധമായി മാറുന്നു. അന്നെന്നപോലെ ഇന്നും കേവലസിദ്ധാന്തത്തെ 'കാലത്തിനു ചേരാത്തത്' (anachronism) എന്ന മൂർത്തമായ വിമർശനത്തിൽനിന്ന് തത്വശാസ്ത്രത്തിന് രക്ഷിക്കാനാവില്ല. ഒരുപക്ഷേ 'പ്രയോഗത്തിൽ വരുത്താം' എന്ന വാഗ്ദാനവുമായി മുന്നോട്ടുവന്ന സിദ്ധാന്തംതന്നെ അപര്യാപ്തമായ വ്യാഖ്യാനത്തിന്റെ സൃഷ്ടിയായിരുന്നിരിക്കാം..... അന്തമില്ലാതെ നീട്ടിവയ്ക്കപ്പെടുന്ന പ്രയോഗം ഏതായാലും ആത്മസംതൃപ്തിയിൽ ലയിച്ചുകഴിയുന്ന ഊഹാപോഹങ്ങൾക്ക് (speculations) എതിരെ അപ്പീൽ സമർപ്പിക്കാനുള്ള ഒരു വേദിയല്ല. അഹങ്കാരമെന്ന മുദ്രകുത്തി പ്രായോഗികമായ മാറ്റം ആവശ്യപ്പെടുന്ന വിമർശനാത്മക ചിന്തകളെ ഞെരിച്ചുകൊല്ലാനുള്ള അധികാരി വർഗത്തിന്റെ ഒരടവു മാത്രമായിരിക്കും പലപ്പോഴും അത്. യാഥാർഥ്യവുമായി ലയിച്ചുചേരാമെന്നുള്ള, അഥവാ യാഥാർഥ്യത്തിന്റെ സാക്ഷാൽക്കാരം ആവാം എന്നുള്ള വാഗ്ദാനം ലംഘിച്ചുകഴിഞ്ഞ നിലയ്ക്ക് തത്വശാസ്ത്രം നിഷ്ക്കരുണമായ സ്വയം വിമർശനത്തിന് ബാധ്യസ്ഥമായിത്തീർന്നിരിക്കുന്നു.[1]

ഒരർഥത്തിൽ അഡോണോയുടെ ഈ നിലപാട് അതിലെ അത്യുക്തി കൊണ്ടുതന്നെ 'മാർക്സിസ്റ്റ് വിരുദ്ധം' പോലുമാണെന്ന തോന്നൽ ഉളവാക്കിയേക്കാം. മാർക്സിന്റെ പ്രസിദ്ധമായ 11-ാം ഫോയർബാഹ് തീസിസിനേയും[2] "എവിടെ ഊഹാപോഹപരമായ ആലോചന (speculation) അവസാനിക്കുന്നു എവിടെ യഥാർഥ ജീവിതം ആരംഭിക്കുന്നു.... അവിടെ യഥാർഥ ശാസ്ത്രം ആരംഭിക്കുന്നു" എന്നും യാഥാർഥ്യം വിവരിക്കപ്പെടുന്നതോടെ തത്വശാസ്ത്രത്തിന് ഒരു സ്വയം സമ്പൂർണമായ ചിന്താപദ്ധതി ആയുള്ള നിലനിൽപ്പിന്റെ അടിസ്ഥാനംതന്നെ നഷ്ടപ്പെ

---

1. തിയഡോർ ഡബ്ല്യു അഡർണോ, *Negative Dialectics* (ലണ്ടൻ, 1973) പേജ് 3.
2. *MECW*, വാല്യം 5, പേജ് 8.
   11-ാം തീസിസ് : "തത്വചിന്തകർ ലോകത്തെ പലമട്ടിൽ വ്യാഖ്യാനിച്ചിട്ടേ ഉള്ളൂ, എന്നാൽ അതിനെ മാറ്റുക എന്നതാണ് കാര്യം."

ടുന്നു[1] "എന്നുമുള്ള ജർമൻ ഐഡിയോളജിയിലെ പ്രസ്താവത്തേയും ഭംഗ്യന്തരേണ വിമർശിക്കുന്നതാണ് അഡോണോയുടെ നിലപാട്. അതുകൊണ്ടുതന്നെ അത് പാശ്ചാത്യ മാർക്സിസത്തിന്റെ ഒരു ധ്രുവത്തെ പ്രതിനിധാനം ചെയ്യുന്നു. എന്നാൽ മാർക്സിസത്തെ ഒരു സാമ്പത്തിക ശാസ്ത്രസിദ്ധാന്തമായോ സാമൂഹികശാസ്ത്രസിദ്ധാന്തമായോ ഒക്കെ ചുരുക്കിക്കാണാനുള്ള തിരുത്തൽവാദ പ്രവണതകളും വരട്ടുതത്വവാദവും മാർക്സിസ്റ്റുകൾക്കിടയിൽ ആഴത്തിൽ സ്വാധീനം ചെലുത്തിയിരുന്ന ഒരു കാലഘട്ടത്തോടുള്ള പ്രതികരണം എന്ന നിലയ്ക്കു നോക്കുമ്പോൾ അഡോണയുടെ നിലപാട് അത്രയൊന്നും അസാധാരണമായിരുന്നില്ല എന്നു കാണാം.[2] വളരെ വ്യത്യസ്തമായ വാക്കുകളിൽ ലൂക്കാച്ച് വിവരിക്കുന്ന 'ഓർത്തഡോക്സ് മാർക്സിസ'ത്തിന്റെ സമീപനവും ഉള്ളടക്കത്തിൽ അഡോണോയുടെ നിലപാടും വളരെ അടുത്തു നിൽക്കുന്നതാണ്. ആധുനിക ഗവേഷണം മാർക്സിന്റെ എല്ലാ പ്രത്യേക നിഗമനങ്ങളും തെറ്റാണെന്ന് തെളിയിച്ചാൽക്കൂടി ഒരു ഓർത്തഡോക്സ് മാർക്സിസ്റ്റിന് ഈ പുതിയ ഗവേഷണഫലങ്ങളെയെല്ലാം കലവറയില്ലാതെ സ്വീകരിക്കാനും അതേസമയംതന്നെ മാർക്സിസത്തിൽ വിശ്വസിക്കാനും ആവുമെന്ന് ലൂക്കാച്ച് സിദ്ധാന്തിക്കുന്നു. അത്ഭുതാവഹമായിത്തോന്നാവുന്ന ഈ കാഴ്ചപ്പാടിന് അദ്ദേഹം നൽകുന്ന വിശദീകരണങ്ങൾ ശ്രദ്ധേയമാണ്:

> ഓർത്തഡോക്സ് മാർക്സിസം എന്നുവച്ചാൽ മാർക്സിന്റെ അന്വേഷണഫലങ്ങളെയെല്ലാം വിമർശനം കൂടാതെ സ്വീകരിക്കുക

---

1. *MECW*, വാല്യം 5, പേജ് 37. നിഗൂഹിതമായി (submerged) കിടക്കുന്ന ഉദ്ധരണികൾ അഡോണോയുടെ അന്തർലീന വിമർശം (immanent critique) എന്ന സങ്കൽപ്പത്തിന്റെതന്നെ ഭാഗമാണ്. അദ്ദേഹത്തിന്റെ കൃതികളുടെ ശൈലീപരമായ ദുർഗ്രാഹ്യതയ്ക്കു വലിയൊരളവുവരെ കാരണമാകുന്നതും ഇതാണ്.
2. "തത്വശാസ്ത്രപരമായ ഭൗതികവാദ"ത്തിന്റെ പ്രസക്തി ലെനിൻ തന്നെ പലവുരു ഊന്നിപ്പറയുന്നുണ്ട്. "സമരോത്സുകമായ ഭൗതികവാദത്തിന്റെ പ്രസക്തി" എന്ന ലേഖനത്തിൽ ലെനിൻ പറയുന്നു:
   ".....ഉറപ്പുള്ള ഒരു താത്വികമായ അടിത്തറയിൽ നിലയുറപ്പിക്കുന്നില്ലെങ്കിൽ ഒരു ഭൗതികവാദത്തിനും ശാസ്ത്രത്തിനും ബൂർഷ്വാ ആശയങ്ങളുടെ കടന്നാക്രമണങ്ങളേയും ബൂർഷ്വാ ലോകവീക്ഷണത്തിന്റെ പുനഃസ്ഥാപനത്തിനേയും ചെറുത്തു തോൽപ്പിക്കാനാവില്ല."
   LCW, വാല്യം 33, പേജുകൾ 233–234 നോക്കുക.
   "ഹെഗലിന്റെ ലോജിക്ക് മുഴുവനും പഠിക്കാതെ മാർക്സിന്റെ *മൂലധനം* പൂർണമായും മനസിലാക്കുക അസാധ്യമാണെ"ന്നും മറ്റുമുള്ള 'തത്വശാസ്ത്രപരമായ നോട്ടുപുസ്തകങ്ങളി'ലെ പ്രസ്താവങ്ങളും (*LCW*, വാല്യം 38) ഈ വഴിക്കുതന്നെ വിരൽചൂണ്ടുന്നു. ഒന്നാം ഇന്റർനാഷണലിലേയും രണ്ടാം ഇന്റർനാഷണലിലേയും പല നേതാക്കളും മാർക്സിന്റെ തത്വശാസ്ത്രപരമായ നിഗമനങ്ങളെ അവഗണിച്ചിരുന്നു എന്നത് സംഗതമാണ്. കൗത്സ്കിയുടെയും ബേൺസ്റ്റിന്റെയും (പ്ലഹനോവിന്റെ പോലും) സമീപനങ്ങൾ ശുദ്ധസാമ്പത്തികവാദത്തിനും ശുദ്ധസാമൂഹികശാസ്ത്രസമീപനങ്ങൾക്കും വഴിവച്ചിരുന്നു എന്നുകൂടി നാം കണക്കിലെടുക്കണം.

> എന്നല്ല അർഥം. മറിച്ച്, ഈ യാഥാസ്ഥിതികത്വം തികച്ചും രീതി (method)യെ സംബന്ധിക്കുന്നതാണ്. അത് ഈ സിദ്ധാന്തത്തിലോ ആ സിദ്ധാന്തത്തിലോ ഉള്ള 'വിശ്വാസ'മല്ല. ഒരു 'വിശുദ്ധ' പുസ്തകത്തിന്റെ വ്യാഖ്യാനവുമല്ല. വൈരുധ്യാധിഷ്ഠിത ഭൗതികവാദമാണ് സത്യത്തിലേക്കുള്ള പാതയെന്നും അതിന്റെ സ്ഥാപകർ കാട്ടിയിട്ടുള്ള വഴികളിലൂടെ മാത്രമേ അതിന്റെ (വൈരുധ്യാധിഷ്ഠിത ഭൗതികവാദം) രീതികളെ വളർത്താനും വികസിപ്പിക്കാനും അഗാധമാക്കാനും കഴിയൂ എന്ന ശാസ്ത്രീയമായ ബോധമാണ്. മാത്രവുമല്ല, അതിനെ മറികടക്കാനോ 'മെച്ചപ്പെടുത്താനോ' വേണ്ടി നടന്നിട്ടുള്ള എല്ലാ ശ്രമങ്ങളും അതിലളിതവൽക്കരണങ്ങൾക്കും ബാലിശമായ സിദ്ധാന്തങ്ങൾക്കും അവിയൽ പരുവത്തിലുള്ള താത്വിക പരികൽപ്പനകൾക്കും (over simplification triviality and eclecticism) ആണ് വഴിവെച്ചിട്ടുള്ളതെന്നും ഇനിയും വഴിവയ്ക്കുകയെന്നും ഉള്ള ധാരണയുമാണ്.[1]

ഗ്യോർഗി ലൂക്കാച്ചിന്റെ *ചരിത്രവും വർഗബോധവും* പ്രത്യക്ഷപ്പെട്ട കാലത്തുതന്നെയാണ് ജർമൻ കമ്യൂണിസ്റ്റുപാർട്ടിയുടെ ഒരു പ്രധാന സൈദ്ധാന്തികനായിരുന്ന കാൾ ക്രോഷിന്റെ *മാർക്സിസവും തത്വശാസ്ത്രവും* എന്ന ഗ്രന്ഥവും പ്രസിദ്ധീകരിക്കപ്പെട്ടത്. "തത്വശാസ്ത്രത്തെ സാക്ഷാൽക്കരിക്കാതെ അതിനെ ഇല്ലായ്മ ചെയ്യാനാവില്ല" എന്നതാണ് ക്രോഷിന്റെ കൃതിയുടെ പ്രധാന പ്രമേയം. മാർക്സിസം പഴയ അർഥത്തിലുള്ള ഒരു തത്വശാസ്ത്രപദ്ധതി അല്ലെന്നംഗീകരിക്കുമ്പോൾത്തന്നെ മാർക്സിയൻ വൈരുധ്യസിദ്ധാന്തത്തെ അവഗണിക്കുന്ന പ്രവണതയെ ക്രോഷ് നിശിതമായി വിമർശിച്ചു. ബൂർഷ്വാ ചിന്തകന്മാർ ഹെഗേലിയൻ തത്വശാസ്ത്രത്തോട് പത്തൊമ്പതാം നൂറ്റാണ്ടിന്റെ രണ്ടാം പകുതിയിൽ പ്രകടിപ്പിച്ചിരുന്ന തികഞ്ഞ അവഗണനയുമായാണ് അദ്ദേഹം മാർക്സിസ്റ്റുകളുടെ വൈരുധ്യസിദ്ധാന്തത്തോടുള്ള മനോഭാവത്തെ താരതമ്യപ്പെടുത്തുന്നത്:

> ഏതു രൂപത്തിൽ പ്രത്യക്ഷപ്പെട്ടാലും ശരി എല്ലാ ഭൂതകാലരൂപങ്ങളെ സംബന്ധിച്ചിടത്തോളവും ഒരു വസ്തുത പൊതുവായി നിലനിൽക്കുന്നുണ്ട്: സമൂഹത്തിന്റെ ഒരുഭാഗത്തെ മറ്റൊരു ഭാഗം ചൂഷണം ചെയ്യുന്നു എന്ന അവസ്ഥ. അവ പ്രകടിപ്പിക്കുന്ന എല്ലാ വൈവിധ്യത്തോടും കൂടി ഗതകാലങ്ങളിലെ സാമൂഹികബോധം ചില സാധാരണ രൂപങ്ങൾക്കകത്തുമാത്രം ചലിക്കുന്നു എന്നതിൽ അത്ഭുതപ്പെടാനില്ല. ഈ അവബോധങ്ങളുടെ പൊതുരൂപങ്ങൾക്ക് വർഗവൈരുധ്യങ്ങൾ പൂർണമായും ഇല്ലാതാകുംവരെ അപ്രത്യക്ഷമാകാനാവില്ല.[2]

1. *History and Class Consciousness: Studies in Marxist Dialectics* (ലണ്ടൻ, 1971) പേജ് 1.
2. *Marxism and Philosophy* (ലണ്ടൻ, 1970) പേജ് 49, (അടിക്കുറിപ്പ്).

മറ്റുപല പിൽക്കാല നവ മാർക്സിസ്റ്റുകളേയുംപോലെ മാർക്സിന്റെ ആദ്യകാല കൃതികളെ ആശ്രയിക്കാനോ മാർക്സിസം ഒരു തത്വശാസ്ത്ര മാണെന്ന് തെളിയിക്കാനോ ക്രോഷ് ശ്രമിക്കുന്നില്ല എന്നത് ശ്രദ്ധേയമാണ്. മാർക്സിന്റെ പിൽക്കാല കൃതികളുടെ ഔന്നത്യത്തിൽ ഊന്നൽ നൽകുമ്പോൾത്തന്നെ മാർക്സിന്റെ സാമ്പത്തിക സിദ്ധാന്തം ഒരു വെറും വിശകലന രീതിയല്ലെന്നും മുതലാളിത്ത സാമൂഹിക വ്യവസ്ഥയുടെ വിപ്ലവാത്മകമായ വിമർശനമാണെന്നും ക്രോഷ് ചൂണ്ടിക്കാട്ടുന്നു. ഇന്റർനാഷണലിലെ വിധിവാദപരവും യാന്ത്രികവാദപരവുമായ പ്രവണതകൾക്കെതിരെ ക്രോഷ് നടത്തിയ സമരവും ഒരു സിദ്ധാന്തമെന്ന നിലയിൽ മാർക്സിസത്തെ വികസിപ്പിക്കാനുള്ള അദ്ദേഹത്തിന്റെ ശ്രമങ്ങളും രീതിശാസ്ത്രപരമായ പാശ്ചാത്യ മാർക്സിസ്റ്റ് സമീപനത്തിന്റെ പാരമ്പര്യത്തിൽത്തന്നെ അദ്ദേഹത്തെ പ്രതിഷ്ഠിക്കുന്നു.

1922–ലും 1923–ലുമായി പ്രസിദ്ധീകരിക്കപ്പെട്ട ലൂക്കാച്ചിന്റെയും ക്രോഷിന്റെയും കൃതികളെ ഒരറ്റത്തും അഡോണോയുടെ കൃതികളെ മറ്റെ അറ്റത്തുംവച്ചു കാണുമ്പോൾ പാശ്ചാത്യമാർക്സിസത്തിന്റെ ഒരു വിശദമായ ചിത്രം നമുക്കു ലഭിക്കും. ലൂക്കാച്ചിന്റെ ആദ്യകാല ലേഖനങ്ങളിലെ പ്രസാദാത്മകതയിൽനിന്ന് അഡോണോയുടെ ദുരന്തദർശനത്തിലേക്കുള്ള പാശ്ചാത്യമാർക്സിസത്തിന്റെ രൂപപ്പകർച്ച തികച്ചും സൈദ്ധാന്തികമായ ഒരു തലത്തിൽവച്ചുമാത്രം വിശദീകരിക്കാനാവുമെന്നു തോന്നുന്നില്ല. വിപ്ലവപരമായ പല ആന്തോളനങ്ങളുടെയും ഭൂമികയിലാണ് ലൂക്കാച്ചിന്റെ ലേഖനങ്ങൾ എഴുതപ്പെട്ടതെങ്കിൽ, "സോവിയറ്റു മാർക്സിസം" ഒരധീശവർഗപ്രത്യയശാസ്ത്രമായും സോവിയറ്റു ഭരണകൂടം ഒരു സോഷ്യൽ ഫാസിസമായും അധഃപതിക്കുന്ന പ്രക്രിയയുടെ പശ്ചാത്തലത്തിലാണ് അഡോണോയുടെയും ഹേബർമാസിന്റെയും മറ്റും കൃതികൾ പ്രത്യക്ഷപ്പെടുന്നത്. മാർക്സിയൻ വിശകലനത്തിന്റെ കാതലായ സമ്പദ്വ്യവസ്ഥയെപ്പറ്റിയുള്ള പഠനങ്ങൾ പാശ്ചാത്യ മാർക്സിസത്തിൽ കാണാനില്ല എന്ന വസ്തുത പെരി ആന്റേഴ്സൻ എടുത്തുപറയുന്നുണ്ട്. സിദ്ധാന്തത്തിലും രീതിശാസ്ത്രത്തിലുംമാത്രം ഊന്നുന്ന ഒരു സമീപനത്തിന്റെ അപര്യാപ്തതയെപ്പറ്റി ലൂക്കാച്ച് ആദ്യം മുതൽക്കുതന്നെ ബോധവാനായിരുന്നു. *ചരിത്രവും വർഗബോധവും* എന്ന കൃതിയുടെ ആമുഖത്തിൽ ലൂക്കാച്ച് ഇതു രേഖപ്പെടുത്തിയിട്ടുണ്ട്:

> മാർക്സിന്റെ സിദ്ധാന്തങ്ങളിൽനിന്ന് വേർപിരിഞ്ഞു പോകാനോ അവയെ തിരുത്താനോ മെച്ചപ്പെടുത്താനോ ശ്രമിക്കാതെ, അവയിൽ ഉറച്ചുനിൽക്കുകയാണ് ഞങ്ങൾ. 'മാർക്സ് തന്നെ മനസിലാക്കിയ രീതിയിൽ' മാർക്സിന്റെ സിദ്ധാന്തത്തെ വിശദീകരിക്കയും വ്യാഖ്യാനിക്കയുമാണ് ഈ വാദങ്ങളുടെ ലക്ഷ്യംതന്നെ. എന്നാൽ ഈ 'യാഥാസ്ഥിതികത്വം (orthodoxy) മാർക്സിയൻ ചിന്താപദ്ധതിയുടെ – വോൺ സ്ട്രോവിന്റെ ഭാഷയിൽ പറഞ്ഞാൽ– "സൗന്ദര്യാത്മകമായ സഞ്ചിതസ്വഭാവം" (aesthetic integrity)

> നിലനിർത്താൻ തെല്ലും ശ്രമിക്കുന്നില്ല. മറിച്ച്, മാർക്സിന്റെ സിദ്ധാന്തത്തിലും രീതിയിലും ചരിത്രത്തെയും സമൂഹത്തെയും മനസിലാക്കാനുള്ള ശരിയായരീതി (true method) അവസാനം കണ്ടെത്തപ്പെട്ടിരിക്കുന്നു എന്ന വിശ്വസമാണ് ഞങ്ങളുടെ അടിസ്ഥാനധാരണ തന്നെ (fundamental premise). ഈ രീതി പൂർണമായും ചരിത്രപരമാണ്. അതുകൊണ്ട് അതിനെപ്പറ്റിത്തന്നെ നിരന്തരമായി ചരിത്രപരമായി വിശകലനം ചെയ്യാൻ ഈ സമീപനത്തിന് ബാധ്യസ്ഥതയുണ്ട് എന്നത് പ്രകടമാണ്..... അതേസമയംതന്നെ അതിന് വർത്തമാനകാലഘട്ടത്തിലെ പ്രശ്നങ്ങളെപ്പറ്റി കൃത്യമായ നിലപാടുകളും എടുക്കേണ്ടിവരും. കാരണം ഈ കാഴ്ചപ്പാടനുസരിച്ച് മാർക്സിയൻ രീതിയുടെ പ്രാഥമിക ലക്ഷ്യംതന്നെ 'ഇന്നിനെപ്പറ്റി ജ്ഞാനം നേടുക' എന്നതാണ്. രീതിശാസ്ത്രത്തിലുള്ള പ്രാഥമികമായ ഊന്നൽമൂലം ഈ ലേഖനങ്ങളിൽ വർത്തമാനകാലഘട്ടത്തിലെ സമൂർത്തപ്രശ്നങ്ങളെ വിശകലനം ചെയ്യാൻ ഇടം കിട്ടിയിട്ടില്ല.[1]

ഇതോടൊപ്പംതന്നെ ആ വിപ്ലവകാലഘട്ടത്തിലെ പ്രയോഗം ഉയർത്തിക്കൊണ്ടു വന്നിട്ടുള്ള എല്ലാ പ്രായോഗിക പ്രശ്നങ്ങളെയും വൈരുധ്യാത്മക വിശകലന രീതികൊണ്ട്, "ആ രീതി മാത്രംകൊണ്ട്"[2] പരിഹരിക്കാനാവും എന്ന ദൃഢമായ വിശ്വാസവും ലൂക്കാച്ച് പ്രകടിപ്പിക്കുന്നുണ്ട്.

എന്നാൽ ആധുനിക പാശ്ചാത്യമാർക്സിസ്റ്റ് ചിന്തകന്മാരിലെത്തുമ്പോൾ ഈ 'രീതിപരത' പ്രയോഗത്തിന്റെ മാധ്യമ പ്രവർത്തന (mediational activity)ത്തിന്റെ അഭാവത്തിൽ, "ചുരുക്കം ചിലർക്കായുള്ള മാർക്സിസ"മായി ചുരുങ്ങുന്നില്ലേ എന്നു സംശയിക്കേണ്ടിയിരിക്കുന്നു. സോവിയറ്റ് മാർക്സിസത്തിന്റെ സോഷ്യൽ സാമ്രാജ്യത്തമായുള്ള അപഭ്രംശവും വാർധക്യത്തിലേക്കു കാലൂന്നി നിൽക്കുന്ന മുതലാളിത്ത വ്യവസ്ഥയുടെ കുടിലതന്ത്രങ്ങളും സൃഷ്ടിക്കുന്ന വിഭ്രാമമായ അവസ്ഥകൾ അശുഭദർശനങ്ങൾക്കും നിസ്സഹായതാ ബോധത്തിനും വഴിവച്ചിട്ടുണ്ട്. "ധിഷണയുടെ ദുരന്തബോധവും ഇച്ഛ ശുഭാപ്തിവിശ്വാസവും" എന്ന ഗ്രാംഷിയുടെ വിവരണം ഈ കാലഘട്ടത്തിലെ ഗൗരവബുദ്ധിയുള്ള ഏതു വിപ്ലവസമീപനത്തിനും ഇണങ്ങും എന്നു തോന്നുന്നു.

പാശ്ചാത്യ മാർക്സിസത്തിന്റെ സിദ്ധാന്തപരതയുടെ ഏറ്റവും പ്രകടമായ ആവിഷ്ക്കാരമാണ് അൽത്തൂസറിന്റെ 'സൈദ്ധാന്തികപ്രയോഗ' (theoretical practice) സങ്കൽപ്പം. സിദ്ധാന്തത്തിന്റെ മണ്ഡലത്തിൽ നടത്തുന്ന പ്രവർത്തനംതന്നെ ഒരു പ്രത്യേകതരം 'പ്രയോഗ'മാണെന്ന് അൽത്തൂസർ വാദിക്കുന്നു. മുസോളിനിയുടെ തടവറയിലെ 'സെൻസർ' മാരുടെ കണ്ണുവെട്ടിക്കാനാണെങ്കിൽപോലും മാർക്സിസത്തെ "പ്രയോഗ

1. *History and Class Consiousness,* ആമുഖം, പേജ്, XI iii.
2. *History and Class Consiousness,* പേജ് XI iii.

ത്തിന്റെ തത്വശാസ്ത്രം" (philosophy of Praxis) എന്ന് വിളിച്ചിരുന്ന ഗ്രാംഷിയും[1] വീക്ഷണങ്ങളുടെ അടിസ്ഥാനത്തിൽ നോക്കുമ്പോൾ അൽത്തൂസറിൽനിന്നും ഏറെ വ്യത്യസ്തനായ അഡോണോയും എല്ലാം അൽത്തൂസറിന്റെ ഈ സങ്കൽപ്പത്തെ ഭാഗികമായെങ്കിലും അംഗീകരിക്കുന്നുണ്ട്. സിദ്ധാന്തം പ്രയോഗത്തിന്റെ "ഉപകരണം" മാത്രമാണെന്നു വാദിച്ചിരുന്ന മാർക്സിസ്റ്റുചിന്തകരെ[2] വിമർശിച്ചുകൊണ്ട് ഗ്രാംഷി പറയുന്നു:

---

1. *Selections from the Prison Notebooks of Antonio Gramsci* (ന്യൂയോർക്ക്, 1975) ആമുഖം, പേജ് xiii നോക്കുക:
ഈ നോട്ടുപുസ്തകങ്ങളിലെ "ശിഥിലവും ക്ലിഷ്ടവുമായ ശൈലിയിലും ജയിൽ സെൻസർമാരെ പറ്റിക്കാനായി പലപ്പോഴും സ്വീകരിച്ചിട്ടുള്ള തന്ത്രങ്ങളിലും അവ എഴുതപ്പെട്ട അതീവ ക്ലേശകരമായിരുന്ന പരിതഃസ്ഥിതികളുടെയും വ്യക്തമായ സൂചനകൾ കാണാനുണ്ട്. പ്രസിദ്ധമായ മാർക്സിസ്റ്റുകളുടെയും കമ്യൂണിസ്റ്റുകളുടെയും പേരുകൾ മിക്കവാറും വളച്ചുകെട്ടലോടെയാണ് ഗ്രാംഷി ഉപയോഗിക്കുന്നത്. മാർക്സിനെ 'പ്രയോഗ-തത്വശാസ്ത്രത്തിന്റെ പിതാവ്' എന്ന് ലെനിനെ ഇലിയിച്ച് എന്ന് അല്ലെങ്കിൽ വിലിയിച്ച് എന്ന്, ട്രോട്സ്കിയെ 'ലിയോൺ ഡേവിഡോവിച്ച്', അല്ലെങ്കിൽ 'ബ്രോൺസ്റ്റീൻ' എന്ന് അങ്ങനെ അങ്ങനെ....." എന്നാൽ ചിലപ്പോഴൊക്കെ ഈ സവിശേഷപ്രയോഗങ്ങൾക്ക് പരികൽപ്പനാപരമായ പ്രസക്തിയുണ്ട് : അങ്ങനെ "പ്രയോഗത്തിന്റെ തത്വശാസ്ത്രം" എന്ന പദപ്രയോഗം ഒരേസമയം മാർക്സിസത്തിന്റെ രഹസ്യപര്യായ (euphimi-sm)വും മാർക്സിയൻ തത്വശാസ്ത്രത്തിന്റെ പ്രാഥമിക സ്വഭാവമായി ഗ്രാംഷി കണക്കാക്കിയിരുന്ന അതിലെ സിദ്ധാന്തവും പ്രയോഗവും തമ്മിലും ചിന്തയും കർമവും തമ്മിലുമുള്ള ഛേദിച്ചുകളയാനാവാത്ത ബന്ധത്തെ സൂചിപ്പിക്കുന്ന ഒരു സ്വതന്ത്ര സംജ്ഞയുമാണ്.
2. ഒരു 'സ്റ്റാലിനിസ്റ്റ്' വ്യതിയാനമായി മാത്രം ഈ പ്രവണതയെ തള്ളിക്കളയാനാവില്ല. 'സിദ്ധാന്തം പ്രയോഗത്തിനു കീഴ്പ്പെട്ടിരിക്കണം' എന്നും മറ്റുമുള്ള സ്റ്റാലിന്റെ ലളിതവൽക്കരണങ്ങളെ ഉദ്ധരിച്ചു തൃപ്തിയടയുന്ന അത്തരം സമീപനങ്ങൾ രണ്ടാം ഇന്റർനാഷണലും കോമിന്റേണും മറ്റും കടന്നുപോയ സൈദ്ധാന്തിക സംഘർഷങ്ങളുടെ സങ്കീർണസ്വഭാവത്തെ മനസിലാക്കാൻ സഹായകമാവില്ല എന്നു തീർച്ച. സിദ്ധാന്തവും പ്രയോഗവും തമ്മിലുള്ള ബന്ധത്തെക്കുറിച്ച് വൈരുധ്യാത്മകമായ ഉൾക്കാഴ്ച പ്രകടിപ്പിക്കുന്ന പ്രസ്താവങ്ങൾ സ്റ്റാലിന്റെ കൃതികളിൽതന്നെ കാണാവുന്നതാണ്:
"വിപ്ലവാത്മകമായ പ്രയോഗവുമായി ബന്ധപ്പെടുന്നില്ലെങ്കിൽ സിദ്ധാന്തം ലക്ഷ്യമില്ലാത്തതായിത്തീരുന്നു. അതുപോലെതന്നെ അതിന്റെ പാത വിപ്ലവസിദ്ധാന്തത്താൽ പ്രകാശമാനമാക്കപ്പെട്ടിട്ടില്ലെങ്കിൽ പ്രയോഗം ഇരുട്ടിൽ തപ്പിത്തടഞ്ഞു കുഴയുന്നു" (*Problems of Leninism*, മോസ്കോ, 1954, പേജ് 141) ബേൺസ്റ്റീനും കൗത്സ്കിയും രണ്ടാം ഇന്റർനാഷണലിലെ പല ചിന്തകരും വ്യത്യസ്തമായ രീതികളിൽ 'സിദ്ധാന്ത'ത്തോടുള്ള അവഗണനയ്ക്ക് ഉത്തരവാദികളായിരുന്നു. ബേൺസ്റ്റീൻ കൂടുതൽ 'ശാസ്ത്രീയ'മായ സങ്കൽപ്പങ്ങൾ ആവിഷ്കരിക്കുകയാണെന്ന നാട്യത്തിൽ 'വൈരുധ്യവീക്ഷണ'ത്തെത്തന്നെ ഉപേക്ഷിക്കണമെന്നു വാദിച്ചുവെങ്കിൽ, രണ്ടാം ഇന്റർനാഷണലിലെ താത്വികജാഡ്യത്തിന് ഒട്ടൊക്കെ അറുതിവരുത്തിയ റോസാലക്സംബർഗുപോലും ദുരന്തസിദ്ധാന്തത്തിന്റെ (Catastrophe theory) അടിസ്ഥാനത്തിൽ ശുദ്ധപ്രായോഗികതയിൽ ഊന്നൽ നൽകി. ഏതായാലും ഈ പ്രക്രിയയെപ്പറ്റിയുള്ള വിശദമായ പഠനം മാർക്സിസത്തെ സംബന്ധിച്ചിടത്തോളം അതീവ പ്രധാനമാണ്.

> രാഷ്ട്രീയപരമായും ചരിത്രപരമായും വിമർശനാത്മകമായ ആത്മബോധം (critical self-consciousness) ഫലത്തിൽ ഒരു ബുദ്ധിജീവിവൃന്ദത്തെ (elite of intellectuals)[1] സൃഷ്ടിക്കുന്നതിലൂടെ മാത്രമേ സാധിതപ്രായമാവുകയുള്ളൂ. വിശാലമായ അർഥത്തിൽ സ്വയം സംഘടിതരാവാതെ ഒരു ജനസഞ്ചയത്തിനും (മറ്റു വിഭാഗങ്ങളിൽനിന്ന്) വ്യതിരിക്തത പുലർത്താനോ, സ്വതന്ത്രരായി നിൽക്കാനോ സാധ്യമാവുകയില്ല. ബുദ്ധിജീവികളില്ലാതെ, അതായത്, സംഘാടകരും നേതാക്കളുമില്ലാതെ, ഒരു സംഘടനയ്ക്കും നിലനിൽക്കാനാവില്ല. മറ്റൊരു തരത്തിൽ പറഞ്ഞാൽ ആശയങ്ങളെ തത്വശാസ്ത്രപരമായും പരികൽപ്പനകളിലൂടെയും (conceptually) വികസിപ്പിച്ചെടുക്കുന്നതിൽ സവിശേഷ പരിശീലനം സിദ്ധിച്ച (specialised) ഒരുകൂട്ടം ആളുകളുടെ സമൂർത്തമായ നിലനിൽപ്പിലൂടെ സിദ്ധാന്തവും പ്രയോഗവും തമ്മിലുള്ള കെട്ടുപാടുകളുടെ (theory-praxis nexus) താത്വികവശം വ്യക്തമായും വ്യവച്ഛേദിക്കപ്പെടുന്നില്ലെങ്കിൽ ഇത് (വിമർശനാത്മകമായ ആത്മബോധം) ഉണ്ടാവുകയില്ല.[2]

സൈദ്ധാന്തിക പ്രശ്നങ്ങളോട് മാർക്സിസ്റ്റുകൾക്കിടയിൽ പരക്കെ നിലനിന്നിരുന്ന ഉദാസീനഭാവത്തെക്കുറിച്ചുള്ള അഡോണോയുടെ നിരീക്ഷണങ്ങൾ കൂടുതൽ കർക്കശമാണ്:

> സിദ്ധാന്തവും പ്രയോഗവും പൂർണമായും സമന്വയിക്കപ്പെടണമെന്ന മുദ്രാവാക്യം, അത്തരം സമന്വയത്തെ സാധ്യമാക്കേണ്ടിയിരുന്ന സ്വഭാവവിശേഷങ്ങളെത്തന്നെ തുടച്ചുനീക്കിക്കൊണ്ടും സിദ്ധാന്തത്തെ പ്രയോഗത്തിന്റെ വിടുവേലക്കാരനാക്കിക്കൊണ്ടും അധഃപതിച്ചിരിക്കുന്നു. എല്ലാ 'സിദ്ധാന്ത'ങ്ങളോടും നാം ആവശ്യ

1. 'elite' എന്ന പദത്തിന് ഗ്രാംഷിയുടെ കൃതികളിൽ "ഒരു വരേണ്യവൃന്ദം" എന്ന ഇന്നത്തെ ദുഃസൂചനയില്ല. പലപ്പോഴും കാഡർ എന്ന അർഥത്തിലാണ് ഗ്രാംഷി ഈ പദം ഉപയോഗിക്കുന്നത്. "വിപ്ലവം ഒരു യുദ്ധംപോലെ തന്നെയാണ്," ഗ്രാംഷി പറയുന്നു, "തൊഴിലാളിവർഗ പട്ടാളമേധാവികളാൽ (working class general staff) അത് സൂക്ഷ്മമായി തയാറാക്കപ്പെടണം." രാഷ്ട്രീയവും ധൈഷണികവുമായ അടിത്തറയുമായി നിരന്തരസമ്പർക്കം പുലർത്തുന്ന ഒരു സാമൂഹികവർഗത്തിന്റെ (social class) വിപ്ലവകാരികളായ മുന്നണിപ്പടയാളികളെയാണ് ലഹശലേ എന്ന പദംകൊണ്ട് ഗ്രാംഷി ഉദ്ദേശിക്കുന്നത്. (*Gramsci: Prison Notebooks*, പേജ് 334, അടിക്കുറിപ്പ് 18 നോക്കുക). റോബർട്ട് മിഖേൽസ് എന്ന ജർമൻ സാമൂഹികശാസ്ത്രജ്ഞന്റെ ലഹശലേ സിദ്ധാന്തം വിപ്ലവപരമല്ലാത്ത കാലഘട്ടങ്ങളിലെ സാമൂഹിക-രാഷ്ട്രീയ ഘടനകളെപ്പറ്റിയുള്ള ഗ്രാംഷിയുടെ സിദ്ധാന്തങ്ങളെ നേരിട്ടല്ലെങ്കിൽപ്പോലും സ്വാധീനിക്കുന്നുണ്ടെന്നു ജി ഗാലിയും മറ്റും വാദിക്കുന്നുണ്ട്. മോസ്കയെയും പരേറ്റോയേയും പോലെ മിഖേലും ഒരു പ്രതിവിപ്ലവകാരിയാണ് എന്നതു ശ്രദ്ധേയമാണ്. (*Prison Note books*, പേജ് 430, 79-ാം അടിക്കുറിപ്പു നോക്കുക).
2. *Prison Note books,* പേജ് 334.

> പ്പെട്ടിരുന്ന 'പ്രയോഗ'ത്തിന്റെ 'മുദ്രയടിച്ച വിസ' സെൻസർമാരുടെ അംഗീകാര വോട്ടായി (placet)[1] ചുരുങ്ങിയിരിക്കുന്നു. ഈ (സിദ്ധാന്ത പ്രയോഗ) മിശ്രിതത്തിൽ, സിദ്ധാന്തം കീഴടങ്ങിക്കൊടുത്തതോടെ പ്രയോഗം.... അധികാരശക്തിക്ക് ഇരയായിത്തീർന്നു. വരട്ടുതത്വവാദവും ചിന്തയുടെ മേലുള്ള നിയന്ത്രണങ്ങളും സിദ്ധാന്തത്തിന്റെ കഥകഴിച്ചത് പ്രയോഗംതന്നെ ദുഷിക്കാൻ കാരണമായി. സിദ്ധാന്തത്തിന്റെ സ്വാതന്ത്ര്യം വീണ്ടെടുക്കുകയെന്നത് പ്രയോഗത്തിന്റെ തന്നെ നന്മയ്ക്ക് ആവശ്യമാണ്. സിദ്ധാന്തവും പ്രയോഗവും തമ്മിലുള്ള പരസ്പരാശ്രിതത്വത്തിന്റെ പ്രശ്നം എക്കാലത്തേക്കുമായി പരിഹരിക്കപ്പെട്ടിട്ടില്ല. ചരിത്രപരമായി മാറുന്ന ഒന്നാണത്. ഇന്ന് തളർച്ച ബാധിച്ച് എല്ലാറ്റിനേയും ഭരിക്കുന്ന ചന്തത്തിരക്കിനാൽ അപഹസിക്കപ്പെട്ടു കിടക്കുന്ന സിദ്ധാന്തത്തിന്റെ കർമശേഷിയറ്റ നിലനിൽപ്പുതന്നെയും ചിന്തയ്ക്കെതിരായ സാക്ഷിപത്രമാണ്. അതുകൊണ്ടാണിന്ന് സിദ്ധാന്തം ആവശ്യമായി വന്നിരിക്കുന്നത്. അതുകൊണ്ടാണത് വെറുക്കപ്പെടുന്നതും. സിദ്ധാന്തമില്ലെങ്കിൽ മാറ്റത്തിനായി നിരന്തരം വിലപിക്കുന്ന 'പ്രയോഗ'ത്തെ മാറ്റിത്തീർക്കാനാവില്ല.[2]

"പ്രയോഗം തന്നെയും പ്രാഥമികമായും ഒരു സൈദ്ധാന്തിക പരികൽപ്പനയാണല്ലോ'' എന്ന അഡോണോയുടെ ഗൗരവം കലർന്ന ഹാസ്യം, സാംസ്കാരിക പ്രശ്നങ്ങളിൽ വളരെയേറെ ഊന്നൽ നൽകുന്ന കിഴക്കൻ രാജ്യങ്ങളിലെ പ്രസ്ഥാനങ്ങൾ മാർക്സിസത്തിന്റെ 'തത്വശാസ്ത്ര'പരമായ അംശങ്ങളെ വിട്ടുകളയാൻ മടികാട്ടുന്നുണ്ട് എന്ന നിരീക്ഷണത്തിന്റെ പശ്ചാത്തലത്തിൽ കാണുമ്പോൾ നമ്മെ സംബന്ധിച്ചിടത്തോളം താൽപ്പര്യം ജനിപ്പിക്കുന്നതാണ്.[3] പക്ഷേ, "ലോകത്തെ വ്യാഖ്യാനിക്കുകയല്ല, മാറ്റുകയാണാവശ്യം'' എന്ന മുദ്രാവാക്യവുമായി മുന്നോട്ടുവന്ന മാർക്സിയൻ വീക്ഷണവും ഈ സിദ്ധാന്തപരതയുമായി എങ്ങനെ പൊരുത്തപ്പെടുന്നുവെന്ന ചോദ്യം സ്വാഭാവികമാണ്.

---

1. തിരുസഭയുടെ നിയമങ്ങൾക്ക് രാജാവു നൽകുന്ന അംഗീകാരമോ തിരുസഭയ്ക്കുള്ളിലെ അനുകൂല വോട്ടോ ആണ് placet.
2. തിയോഡാർ ഡബ്ല്യു അഡോണോ, *Negative Dialectics* (ലണ്ടൻ, 1973) പേജ് 143.
3. *Negative Dialectics*, പേജ് 143–144.
   "ചില നിലപാടുകൾക്കു മുകളിലൂടെ ചരിത്രത്തിന്റെ ചക്രങ്ങൾ ഉരുണ്ടു കടന്നുപോയിട്ടുണ്ടെന്നത് ആ നിലപാടുകളുടെ സത്യാത്മകതയെപ്പറ്റിയുള്ള ഒരു വിധിയെഴുത്തായി 'ലോകചരിത്രമാണ് ലോകകോടതി' എന്ന ഷില്ലറുടെ നിലപാട് അംഗീകരിക്കുന്നവർക്കു മാത്രമേ കാണാൻ കഴിയൂ. ഒരിക്കൽ ഉപേക്ഷിക്കപ്പെട്ടതും എന്നാൽ സൈദ്ധാന്തികമായി സ്വാംശീകരിക്കപ്പെട്ടിട്ടില്ലാത്തതുമായ (നിലപാടുകൾ) പിന്നീടു മാത്രമേ അവയുടെ സത്യാത്മകത വെളിവാക്കുകയുള്ളൂ. ആരോഗ്യമുള്ള ശരീരത്തിൽ ഉണങ്ങാതെ വടുകെട്ടിക്കിടക്കുന്ന വ്രണംപോലെയാണത്. വ്യത്യസ്തമായ സാഹചര്യങ്ങളിൽ അതിലേക്കു ശ്രദ്ധതിരിക്കാൻ നാം നിർബന്ധിതരാവും.

പ്രയോഗം: ജ്ഞാനസിദ്ധാന്തപരവും മാധ്യമികവുമായ അർഥവിവക്ഷകൾ

അഭ്യൂഹാത്മകമായ (speculative) തത്വചിന്തയുടെ ആശയവാദത്തോടും ധ്യാനാത്മകഭൗതികവാദത്തിന്റെ 'അതിഭൗതിക' (metaphysical) പ്രവണതകളോടും ഉള്ള ദീർഘമായ സൈദ്ധാന്തികസമരത്തിന്റെ മൂശയിലാണ് മാർക്സിസത്തിന്റെ 'പ്രയോഗ' സങ്കൽപ്പം കരുപ്പിടിപ്പിക്കപ്പെട്ടത്. യാഥാർഥ്യത്തെയും ഇന്ദ്രിയാനുഭൂതിയെയും ഒന്നുകിൽ ബാഹ്യവൽക്കൃതമായ വസ്തുവിന്റെ രൂപത്തിലോ അല്ലെങ്കിൽ മനനവിഷയമായോ മാത്രം കാണാൻ കഴിഞ്ഞിരുന്ന ഫോയർബാഹിയൻ ഭൗതികവാദത്തിലെ വിഷമവൃത്തത്തെ മാർക്സ് ഉല്ലംഘിക്കുന്നത് 'ഇന്ദ്രിയബദ്ധമായ മാനുഷികപ്രവർത്തനം'[1] എന്ന പരികൽപ്പനയിലൂടെയാണ്. സൈദ്ധാന്തികമായി ആത്മനിഷ്ഠതയും വസ്തുനിഷ്ഠതയും തമ്മിലുള്ള മാനുഷികബന്ധത്തെ പ്രാങ്മാർക്സിസ്റ്റ് ഭൗതികവാദത്തിന് നിർധാരണം ചെയ്യാൻ കഴിഞ്ഞിരുന്നില്ല. മാർക്സിന്റെ വാക്കുകളിൽ പറഞ്ഞാൽ "ഫോയർബാഹിന് പരികൽപ്പനയുടെ സൃഷ്ടിയായ വസ്തുക്കളിൽനിന്ന് യഥാർഥത്തിൽ വ്യതിരിക്തമായി നിൽക്കുന്ന ഇന്ദ്രിയവേദ്യമായ വസ്തുക്കൾ ആവശ്യമായിരുന്നു. പക്ഷേ, മനുഷ്യപ്രവർത്തനത്തെത്തന്നെ വസ്തുനിഷ്ഠപ്രവർത്തനമായി അദ്ദേഹം കാണുന്നില്ല."[2] അതായത്, മാനുഷിക കർമത്തിന്റെ ഭൗതികപ്രസക്തി ഫോയർബാഹിനു കാണാൻ കഴിഞ്ഞില്ല എന്നതായിരുന്നു മാർക്സിന്റെ പ്രധാന വിമർശനം. 1843–ൽ റൂഗിനെഴുതിയ ഒരു കത്തിൽ ആദ്യകാല യുട്ടോപ്പിയൻ കമ്യൂണിസ്റ്റുകളുടെ സിദ്ധാന്തപരതയെയും അമൂർത്തവൽക്കരണ പ്രവണതയെയും മാർക്സ് നിശിതമായി പരിഹസിക്കുന്നുണ്ട്: "എല്ലാ സമസ്യകൾക്കുമുള്ള ഉത്തരങ്ങൾ തങ്ങളുടെ എഴുത്തുമേശപ്പുറത്ത് ഉണ്ടെന്നായിരുന്നു മുൻകാലങ്ങളിലെ തത്വചിന്തകന്മാരുടെ വിചാരം. വങ്കന്മാരായ ലൗകികർ വാപൊളിച്ചാൽ മാത്രംമതി – കേവലജ്ഞാനത്തിന്റെ ചുട്ടപ്രാവുകൾ വായിലേക്കു പറന്നുചെന്നു കൊള്ളുമെന്നും. എന്നാൽ ഇന്ന് തത്വചിന്തതന്നെ ഭൗമമായിരിക്കുന്നു...."[3] സൈദ്ധാന്തികസമീപനത്തെ മാത്രമേ ഫോയർബാഹ് യഥാർഥ മാനുഷികസമീപനമായി കാണുന്നുള്ളൂവെന്നും അത് പ്രയോഗത്തെ പണക്കൊതിയന്മാരായ ജൂതന്മാരുടെ പ്രായോഗികതയെപ്പറ്റിയുള്ള സങ്കൽപ്പത്തിന്റെ അടിസ്ഥാനത്തിൽമാത്രം കാണുകയും നിർവചിക്കുകയും ചെയ്യുന്നതുകൊണ്ടാണെന്നും മാർക്സ് പറയുന്നത്[4] ഈ കാഴ്ചപ്പാടിൽനിന്നാണ്. ഒരു സമത്വസുന്ദരമായ ലോകത്തെപ്പറ്റിയുള്ള ആദർശവൽക്കൃതമായ വാങ്മയങ്ങൾ സൃഷ്ടിക്കുന്നതിൽ വ്യാപൃതരായിക്കഴി

---

1. *MECW*, വാല്യം V, പേജ് 6.
2. *MECW*, വാല്യം V, പേജ് 6.
3. *MECW*, വാല്യം III, പേജ് 142.
4. *MECW*, വാല്യം V, പേജ് 6. *"in its dirty-Jewish form of appearance"*

ഞ്ഞിരുന്ന സോഷ്യലിസ്റ്റു ചിന്തകരുടെ 'ധ്യാനാത്മകത'യ്ക്കെതിരായ സമരത്തിന്റെ സ്വാഭാവികപരിണാമമാണ് *ഫോയർ ബാഹ് തീസിസു'കളിലും ഗോഥാ പരിപാടിയുടെ വിമർശനത്തി*ലും മറ്റും പ്രകടമാകുന്ന ഈ പ്രയോഗാധിഷ്ഠിതമായ സമീപനം.

മനുഷ്യന്റെ ആന്തരികപ്രകൃതിയും ചുറ്റുപാടുകളും തമ്മിലും സ്വഭാവ വിശേഷങ്ങളും വളർത്തുന്ന രീതിയും തമ്മിലും ഉള്ള ബന്ധത്തെപ്പറ്റി ധാരാളം ചർച്ചകൾ ജ്ഞാനോദയ കാലഘട്ടത്തിൽ തത്വശാസ്ത്രരംഗത്ത് നടന്നിരുന്നു. ആന്തരിക പ്രകൃതിയെത്തന്നെ നിർണയിക്കുന്നത് ചുറ്റുപാടുകളാണെന്നും സ്വഭാവവിശേഷങ്ങളെ വളർത്തുന്ന രീതിയിലൂടെ മാറ്റിയെടുക്കാം എന്നും വാദിച്ചിരുന്ന ബൂർഷ്വാ ലിബറൽ ചിന്തകർ, സ്വാഭാവികമായും ചുറ്റുപാടുകളെ മാറ്റാനുള്ള പരിഷ്ക്കാര നിർദേശങ്ങൾ ആവിഷ്കരിക്കുന്നതിലും വളർത്തുന്ന രീതിയെ മെച്ചപ്പെടുത്താനുള്ള വിദ്യാഭ്യാസ പദ്ധതികൾക്കു രൂപം നൽകുന്നതിലും ആണ് ശ്രദ്ധ പതിപ്പിച്ചിരുന്നത്. ഈ പരിഷ്കരണവാദങ്ങൾക്ക് പലപ്പോഴും അപ്രായോഗികമായ സദുദ്ദേശ്യപ്രകടനങ്ങളുടെയോ, നീതിസങ്കൽപ്പങ്ങളുടെ അടിസ്ഥാനത്തിലുള്ള ധാർമികരോഷത്തിന്റെയോ പ്രസക്തിയേ ഉണ്ടായിരുന്നുള്ളൂ. ബൂർഷ്വാ ലിബറൽ ആശയങ്ങളുടെ സീമകളെ മറികടന്ന് ഒരു യഥാർഥ തൊഴിലാളിവർഗ വിപ്ലവ സിദ്ധാന്തത്തെ സൃഷ്ടിക്കാൻ അതിനു കഴിയുമായിരുന്നില്ല. തന്റെ മൂന്നാം ഫോയർബാഹ് തീസിസിൽ മാർക്സ് ഈ കാഴ്ചപ്പാടിന്റെ പരിമിതികളിലേക്ക് വിരൽ ചൂണ്ടുന്നുണ്ട്:

> മനുഷ്യർ പരിതഃസ്ഥിതികളുടേയും വളർത്തുന്ന രീതികളുടേയും സൃഷ്ടിയാണെന്നും അതുകൊണ്ട് മാറിയ മനുഷ്യർ മാറിയ പരിതഃസ്ഥിതികളുടേയും മാറിയ വളർത്തൽ രീതികളുടേയും സൃഷ്ടി ആയിരിക്കുമെന്നും (വാദിക്കുന്ന) ഭൗതികവാദസിദ്ധാന്തം മനുഷ്യരാണ് പരിതഃസ്ഥിതികളെ മാറ്റുന്നതെന്നും പഠിപ്പിക്കാൻ ഒരുങ്ങുന്നവൻ ആദ്യമേ പഠിപ്പിക്കപ്പെട്ടിരിക്കണമെന്നും മറന്നു കളയുന്നു. അതുകാരണം ഈ സിദ്ധാന്തത്തിന് സമൂഹത്തെ രണ്ടു തുണ്ടമായി വിഭജിക്കുകയും അതിൽ ഒരു തുണ്ട് സമൂഹത്തിനുതന്നെ ഉപരിയായി നിൽക്കുന്നതാണെന്ന് കൽപ്പിക്കുകയും (ഉദാഹരണത്തിന് റോബർട്ട് ഓവൻ) ചെയ്യേണ്ടിവരും.[1]

"മനുഷ്യരുടെ യഥാർഥ ജീവിതവും ഭൗതിക പ്രപഞ്ചവും അവരുടെ യഥാർഥ ബന്ധങ്ങളും ആണ് ചിന്തകളെയും പരികൽപ്പനകളെയും സൃഷ്ടിക്കുന്നതും നിർണയിക്കുന്നതും നിയന്ത്രിക്കുന്നതും എന്ന ഹെഗേലിയൻ ചിന്താപദ്ധതിയുടെ നിലപാടിൽ" നിന്നു വ്യതിചലിച്ച്,[2] ആശയങ്ങളും പരികൽപ്പനകളും ഒക്കെയാണ് എല്ലാ പ്രശ്നങ്ങൾക്കും കാരണം

1. *MECW,* വാല്യം V, പേജ് 7.
2. *MECW,* വാല്യം V, പേജ് 24–അടിക്കുറിപ്പു നോക്കുക.

എന്നു ധരിച്ചുവശായി അവയ്ക്കെതിരെ സമരം പ്രഖ്യാപിക്കുന്ന നവീന ഹെഗേലിയന്മാരെ വിമർശിച്ചുകൊണ്ടാണ് മാർക്സ് *ജർമൻ ഐഡിയോളജി*യുടെ ആമുഖം തുടങ്ങുന്നതുതന്നെ.[1] ആളുകൾ മുങ്ങിച്ചാവുന്നത് ഗുരുത്വാകർഷണശക്തിയിലുള്ള വിശ്വാസംമൂലമാണെന്നും ആ അന്ധവിശ്വാസം ദുരീകരിക്കപ്പെട്ടാൽ വെള്ളത്തിൽ വീണാൽത്തന്നെയും അവർക്ക് ഒരപകടവും പറ്റില്ല എന്നും വിശ്വസിക്കുന്ന ഒരു ചിന്തകനെപ്പോലെയാണ് ഈ പുതിയ 'വിപ്ലവകാരികൾ' എന്ന് മാർക്സ് ചൂണ്ടിക്കാട്ടുന്നു. പ്രത്യയശാസ്ത്രത്തെപ്പറ്റി പൊതുവായും *ജർമൻ പ്രത്യയശാസ്ത്ര*ത്തെപ്പറ്റി പ്രത്യേകിച്ചും ചർച്ചചെയ്യുന്ന ഖണ്ഡത്തിൽ പഴയ ഹെഗേലിയന്മാരുടെയും പുതിയ ഹെഗേലിയന്മാരുടെയും ചിന്താഗതികൾ തമ്മിലുള്ള സാമ്യത്തെയും വൈജാത്യത്തെയും മാർക്സ് വിവരിക്കുന്നുണ്ട്. പഴയ ഹെഗേലിയന്മാരെ സംബന്ധിച്ചിടത്തോളം എന്തിനെയെങ്കിലും 'മനസിലാക്കാൻ ഹെഗേലിയൻ' ലോജിക്കിന്റെ ഗണങ്ങളിലേക്ക് അതിനെ ചുരുക്കാൻ കഴിഞ്ഞാൽ മാത്രം മതി. പുതിയ ഹെഗേലിയന്മാരാകട്ടെ, എല്ലാറ്റിനെയും ദൈവശാസ്ത്രപരമായ വിഷയം ആണെന്നു പ്രഖ്യാപിച്ചുകൊണ്ട് വിമർശിച്ചു തൃപ്തിയടയുന്നു. രണ്ടു കൂട്ടരും തമ്മിൽ ഒരു കാര്യത്തിൽ നല്ല യോജിപ്പാണ്: ലോകത്തെ മതവും പരികൽപ്പനകളും ഒരു സാർവലൗകിക സിദ്ധാന്തവും ആണ് ഭരിക്കുന്നത് എന്ന വിശ്വാസത്തിൽ. ഒരു കൂട്ടർ ഈ ഭരണത്തെ ഒരധികാരത്തട്ടിപ്പായി അപലപിക്കുന്നു. മറുപക്ഷക്കാരാവട്ടെ അതിനെ തികച്ചും നീതിയുക്തം എന്നു വാഴ്ത്തുന്നു. അത്രമാത്രം.[2] നവീന ഹെഗേലിയന്മാരുടെ കാഴ്ചപ്പാടിൽ ചിന്തകൾക്കും ആശയങ്ങൾക്കും വാസ്തവത്തിൽ ബോധത്തിന്റെ എല്ലാ സൃഷ്ടികൾക്കും സ്വതന്ത്രമായ നിലനിൽപ്പുണ്ട്. ഇവയൊക്കെയാണ് മനുഷ്യരെ ബന്ധിക്കുന്ന യഥാർഥ ചങ്ങലകൾ. അതുകൊണ്ടുതന്നെ ബോധത്തെ മാറ്റുകയാണ് മോചനത്തിലേക്കുള്ള മാർഗമായി അവർ കണ്ടത്. "ബോധത്തെ മാറ്റണമെന്ന ഈ അവശ്യ പ്രഖ്യാപനം ഫലത്തിൽ മറ്റൊരു രീതിയിൽ ലോകത്തെ വ്യാഖ്യാനിക്കണം എന്ന, അതായത് പുതിയൊരു വ്യാഖ്യാനത്തിന്റെ സഹായത്തോടെ അതിനെ തിരിച്ചറിയണമെന്ന അവശ്യപ്രഖ്യാപനമാണ്."[3] മാർക്സിന്റെ ഈ നിരീക്ഷണത്തിന്റെ അടിസ്ഥാനത്തിൽ നോക്കുമ്പോൾ പതിനൊന്നാം ഫോയർബാഹ് തീസിസിലെ വ്യാഖ്യാനശ്രമങ്ങളെപ്പറ്റിയുള്ള വിമർശനത്തിന്റെ പൂർണമായ വിവക്ഷകൾ വെളിവാകും.[4]

---

1. *MECW,* വാല്യം V, പേജുകൾ 23–24.
2. *MECW,* വാല്യം V, പേജ് 28–30.
3. *MECW,* വാല്യം V, പേജ് 30.
4. *MECW,* വാല്യം V, പേജ് 8.

   "പ്രയോഗത്തിലൂടെ സത്യം കണ്ടെത്തുക, വീണ്ടും പ്രയോഗത്തിലൂടെ അതിനെ പരിശോധിക്കുകയും വികസിപ്പിക്കുകയും ചെയ്യുക. അനുഭവ (perceptual) ജ്ഞാനത്തിൽ നിന്നാരംഭിക്കുക. അതിനെ യുക്തിസഹ (rational)മായ ജ്ഞാനമായി കർമോ

മാർക്സിന്റെ നിയതരൂപത്തിലുള്ള ഈ താത്വിക പ്രഖ്യാപനങ്ങളെത്തന്നെ തത്വശാസ്ത്രപരമായ ഗണ (philosophical categories)ങ്ങളുടെ നിഷ്കൃഷ്ടമായ ചട്ടക്കൂട്ടിനകത്തുവെച്ച് കാണേണ്ടതുണ്ട്. മാധ്യമികത (mediation)യെപ്പറ്റിയുള്ള മാർക്സിയൻ ഉൾക്കാഴ്ചകൾ ആഴത്തിൽ മനസിലാക്കുന്നില്ലെങ്കിൽ ഈ പ്രസ്താവങ്ങളെ ശുദ്ധ പ്രയോജനവാദമായി തെറ്റിദ്ധരിക്കുകയാവും ഫലം. തത്വശാസ്ത്ര ചർച്ചകളിൽ 'വിപ്ലവാത്മകമായ പ്രയോഗ'ത്തിന്റെ മാധ്യമിക സ്വഭാവത്തെപ്പറ്റി മാർക്സ് ഉന്നയിക്കുന്ന വാദഗതികൾതന്നെ ജ്ഞാനസിദ്ധാന്തപരമായ പരികൽപ്പനകളാണ് എന്നു നാം മനസിലാക്കേണ്ടിയിരിക്കുന്നു. പരികൽപ്പനകൾ എന്ന നിലയ്ക്ക് അവ അമൂർത്തവൽക്കരണങ്ങളാണ്. ഏതെങ്കിലും ചില കൃതികളിലോ ജൈവസന്ദർഭത്തിൽനിന്ന് അടർത്തിയെടുത്ത ചില ഉദ്ധരണികളിലോ മാത്രം ഊന്നൽ നൽകുന്ന സമീപനങ്ങൾ എത്രമാത്രം വീക്ഷണവൈകല്യങ്ങൾക്ക് കാരണമാകുന്നുണ്ട് എന്നത് കമ്യൂണിസ്റ്റ് ഇന്റർനാഷണലിലും കൊമിന്റേണിലും ഒക്കെ നടന്നിട്ടുള്ള വാദകോലാഹലങ്ങളിലൂടെ കണ്ണോടിച്ചുപോകുന്ന ആർക്കും പ്രകടമായിരിക്കും. കേവല സാമ്പത്തികവാദവും പരിഷ്ക്കരണവാദവും ഭീകരവാദവും എന്തിന് സാമ്രാജ്യത്വ-വികസന മോഹവും എല്ലാം മാർക്സിസത്തിന്റെ ചുവപ്പു മേലങ്കിയണിഞ്ഞ് പ്രത്യക്ഷപ്പെടുന്ന നമ്മുടെ തുറുകണ്ണൻ കാലഘട്ടത്തിൽ മാർക്സിസത്തിന്റെ സമഗ്രതയിലും അതിന്റെ വിപ്ലവപരമായ ജൈവസ്വഭാവത്തിലും ഊന്നൽ നൽകുക എന്നത് അത്യന്താപേക്ഷിതമാണ്. "ചെങ്കൊടിക്കെതിരെ ചെങ്കൊടി വീശുന്നവരെ" പരാജയപ്പെടുത്താൻ മാർക്സിസത്തിന്റെ ആധാരശിലകളായ മൂലകൃതികൾ ആഴത്തിൽ നാം ഉൾക്കൊള്ളേണ്ടിയിരിക്കുന്നു. അല്ലെങ്കിൽ മാർക്സിന്റെ കാലഘട്ടത്തിൽ ഹെഗലിനു സംഭവിച്ചതുതന്നെ മാർക്സിനും സംഭവിക്കും. മാർക്സിസത്തിന്റെ പേരിൽ ആണയിടുമ്പോൾതന്നെ മാർക്സിന്റെ സിദ്ധാന്തങ്ങളെ കാലഹരണപ്പെട്ട കുറെ പ്രസ്താവനകളായി തള്ളിക്കളയുന്ന തിരു

ത്സുകതയോടെ വളർത്തിയെടുക്കുക. പിന്നെ യുക്തിസഹമായ ജ്ഞാനത്തിൽനിന്നാരംഭിച്ച് വിപ്ലവാത്മകമായ പ്രയോഗത്തെ കർമനിരതമായി നയിച്ചുകൊണ്ട് കർതൃനിഷ്ഠ ലോകത്തെയും ആത്മനിഷ്ഠ ലോകത്തെയും മാറ്റിയെടുക്കുക. പ്രയോഗം, ജ്ഞാനം, വീണ്ടും പ്രയോഗം, വീണ്ടും ജ്ഞാനം. ഈ രൂപരേഖ അനന്തമായ ചക്രങ്ങളായി ആവർത്തിക്കുന്നു. ഓരോ ചക്രം ചുറ്റലും തീരുമ്പോൾ പ്രയോഗത്തിന്റെയും ജ്ഞാനത്തിന്റെയും ഉള്ളടക്കം കൂടുതൽ ഉയർന്ന ഒരു തലത്തിലേക്കു വികസിക്കുന്നു. ഇതാണ് വൈരുധ്യാധിഷ്ഠിത ഭൗതികവാദത്തിന്റെ ജ്ഞാനസിദ്ധാന്തം. ഇതാണ് അറിയലും ചെയ്യലും തമ്മിലുള്ള ഐക്യത്തെപ്പറ്റിയുള്ള വൈരുധ്യാധിഷ്ഠിത ഭൗതികവാദ സിദ്ധാന്തം" - മൗ സെ ദൊങ്' - പ്രയോഗത്തെപ്പറ്റി. *Selected Works of Mao Tse-Tung* (കൽക്കത്ത, നാഷണൽ ബുക്ക് ഏജൻസി പ്രസിദ്ധീകരണം) പേജ് 655.

മൗ സെ ദൊങ് സിദ്ധാന്ത-പ്രയോഗബന്ധത്തെപ്പറ്റിയുള്ള മാർക്സിയൻ കാഴ്ചപ്പാടിന്റെ ജ്ഞാനസിദ്ധാന്തപരവും യുക്തിപരവും (*logical*) അസ്തിത്വസത്താപരവു (*ontological*)മായ ഘടകങ്ങളെ അതിന്റെ ജൈവാവസ്ഥയിലുള്ള ഐകരൂപ്യത്തോടെ ഈ വാചകങ്ങളിൽ ക്രോഡീകരിച്ചിട്ടുണ്ട്.

ത്തൽവാദപ്രചരണത്തിന്റെ വഞ്ചനയ്ക്ക് മാർക്സിസംതന്നെ ഇരയായി ത്തീരും.[1]

'പ്രയോഗം' എന്ന പരികൽപ്പനയ്ക്കുള്ളിൽ മാർക്സ് ഒതുക്കിക്കാണുന്ന പ്രക്രിയകളെയും നാനാർഥങ്ങളെയും പറ്റിയുള്ള പഠനത്തിന്റെ ആരംഭബിന്ദുവായി *ഫോയർബാഹ് തീസിസു*കളെ കാണാവുന്നതാണ്. ആകെയുള്ള പതിനൊന്നു തീസിസുകളിൽ എട്ടെണ്ണത്തിലും 'പ്രയോഗം' നാമമായോ വിശേഷണമായോ പ്രത്യക്ഷപ്പെടുന്നുണ്ട്.[2] ഈ തീസിസുകളുടെ സാന്ദ്രസ്വഭാവം തന്നെ ലളിതമായ വ്യാഖ്യാനങ്ങളെ അസാധ്യമാക്കുന്നു. മാർക്സിയൻ വീക്ഷണത്തിന്റെ മുഴുവൻ പശ്ചാത്തലത്തിൽ അവയെ മനസിലാക്കുക എന്നത് അത്യന്തം പ്രസക്തമാണ്: കാരണം, വൈരുധ്യാധിഷ്ഠിത ഭൗതികവാദത്തിന്റെ കാതലായ അംശങ്ങളിലേക്കെല്ലാം അവ വിരൽചൂണ്ടുന്നുണ്ട്. പക്ഷേ, അത്തരമൊരു വിശകലനം ഈ ലേഖനത്തിന്റെ പരിമിതസാധ്യതകളിൽ ഒതുക്കാനാവാത്തവണ്ണം വിപുലമായതുകൊണ്ട് സാന്ദർഭികമായി പ്രസക്തമായ ചില അംശങ്ങളെ സ്പർശിച്ചുപോകാൻ മാത്രമേ ഇവിടെ ഉദ്യമിക്കുന്നുള്ളൂ.[3]

ജ്ഞാനസിദ്ധാന്തത്തിന്റെ വിശാലമായ പരിപ്രേക്ഷ്യത്തിൽനിന്ന് സംസാരിക്കുമ്പോൾ പ്രയോഗം എന്ന പദംകൊണ്ട് ഇന്ദ്രിയാനുഭൂതിയുടെ സ്ഥൂല-ശിഥിലതലത്തിൽനിന്ന് അനുഭവത്തിന്റെ സമഗ്രതലത്തിലേക്കും ആശയങ്ങളുടെ തലത്തിൽനിന്ന് പരികൽപ്പനകളുടെ തലത്തിലേക്കും വികസിച്ച് മനുഷ്യകർമത്തിലൂടെ പൂർത്തീകരിക്കപ്പെടുന്ന ചാക്രികതയെ മുഴുവൻ മാർക്സ് സൂചിപ്പിക്കുന്നുണ്ട്. ഇന്ദ്രിയാനുഭൂതിയെയും ചിന്തയെയും സിദ്ധാന്തവൽക്കരണത്തെയും ഫലം ലക്ഷ്യമാക്കിയുള്ള കർമത്തെയും കർമഫലത്തെപ്പറ്റിയുള്ള വിമർശനാത്മകമായ അവബോധത്തെയും എല്ലാം ഉൾക്കൊള്ളുന്ന മനുഷ്യപ്രവർത്തനത്തിന്റെ സമഗ്രതയാണ് ഈ അർഥത്തിൽ പ്രയോഗം.[4] കർതൃനിഷ്ഠ (objective)മായി ലോകത്തെ നിരൂപിക്കാൻ ഫോയർബാഹിന് കഴിയുന്നില്ലെന്നും വിപ്ലവാ

1. 11.1.1868 ൽ എഴുതിയ ഒരു കത്തിൽ മാർക്സ് പറയുന്നു: ഹെഗലിന്റെ വൈരുധ്യവാദം ഒരു 'ചത്ത നായ'യാണെന്നാണ് ജർമനിയിലെ മാന്യന്മാരുടെ വിചാരം. *History and Class Consciousness* - epw *Young Hegel, Destruction of Reason* തുടങ്ങിയ കൃതികളിലും ഈ അപകട സാധ്യതയെപ്പറ്റി ലൂക്കാച്ച് ദീർഘമായി ചർച്ച ചെയ്യുന്നുണ്ട്.
2. *MECW,* വാല്യം V, പേജ് 6–8:
   1, 2, 3, 4, 5, 8, 9, 11 എന്നീ തീസിസുകൾ.
3. കൊളററിയുടെ *From Rousseau to Lenin* (ഡൽഹി, 1978), *Marxism and Hegel* (ലണ്ടൻ, 1979) അൽത്തൂസെറുടെ *For Marx* (ഹാർമണ്ട്സ്വർത്ത്, 1969), ലെഫെബ്വെറെയുടെ *Sociology of Marxism* (ലണ്ടൻ, 1970), ഗ്രാംഷിയുടെയും സെബാസ്റ്റ്യൻ ടിംപെനാരോയുടെയും കൃതികൾ – ഇവയെല്ലാം ഈ വഴിക്കുള്ള അതിപ്രധാനമായ ശ്രമങ്ങളാണ്.
4. 'സമഗ്രത' (totality) വൈരുധ്യവാദത്തിലെ പ്രാഥമികമായ തത്വശാസ്ത്രഗണങ്ങളിൽ ഒന്നാണ്. ലൂക്കാച്ചിന്റെ *The Ontology of Social Being: 1 Hegel* (ലണ്ടൻ, 1982)ൽ ഇതേപ്പറ്റി വിശദമായി ചർച്ച ചെയ്യുന്നുണ്ട്.

ത്മകമായ, പ്രായോഗിക-വിമർശനാത്മകമായ പ്രവർത്തനത്തിന്റെ പ്രസക്തി അദ്ദേഹത്തിന് മനസിലാക്കാനാവുന്നില്ലെന്നും ഉള്ള മാർക്സിന്റെ നിരീക്ഷണങ്ങൾ ഈ സമഗ്രമായ പ്രയോഗസങ്കൽപ്പത്തിൽനിന്നാണ് ഉരുത്തിരിഞ്ഞു വരുന്നത്. മനുഷ്യപ്രവർത്തനത്തിന്റെ കർമോന്മുഖമായ വശം കൂടുതൽ വിശദീകരിക്കാനിടയായത് പഴയ ഭൗതികവാദത്തിന്റെ ഈ ന്യൂനതകൊണ്ടായിരുന്നു എന്ന് മാർക്സ് സിദ്ധാന്തിക്കുന്നതു ശ്രദ്ധേയമാണ്.[1] രണ്ടാം തീസിസിൽ ചിന്ത വസ്തുനിഷ്ഠമാണോ അല്ലയോ എന്നത് പ്രായോഗികപ്രശ്നമാണ്, താത്വികപ്രശ്നമല്ല എന്ന് മാർക്സ് വാദിക്കുന്നു. "മനുഷ്യൻ പ്രയോഗത്തിലൂടെ അവന്റെ ചിന്തയുടെ ഉണ്മ, അതായത് അതിന്റെ യാഥാർഥ്യവും ശക്തിയും ഐഹികതയും തെളിയിക്കണം."[2] ഇവിടെ പ്രയോഗത്തെ മാർക്സ് ഒരു മാധ്യമിക ഗണ (mediational category)മായാണു കാണുന്നത്. ചിന്ത യഥാർഥമാണോ അയഥാർഥമാണോ എന്ന തർക്കം പ്രയോഗനിരപേക്ഷമാണെങ്കിൽ, വെറും വിദ്യാവൃത്തി (Scholastic)പരമായ പ്രശ്നം മാത്രമാണെന്ന് മാർക്സ് പറയുന്നത് ഇതുകൊണ്ടാണ്. പ്രയോഗത്തെപ്പറ്റിയുള്ള *ഒന്നാം ഫോയർബാഹ് തീസിസി*ലെ സമഗ്രസങ്കൽപ്പവും പ്രയോഗത്തിന്റെ മാധ്യമിക സ്വഭാവത്തിൽ ഊന്നുന്ന രണ്ടാം തീസിസിലെ കുറേക്കൂടി ഇടുങ്ങിയ പരികൽപ്പനയും തമ്മിലുള്ള വൈരുധ്യാത്മകബന്ധം ഭൗതികവാദവീക്ഷണത്തിന്റെ പ്രാഥമികമായ ഉപപാദ്യ (premise)ങ്ങളിലേക്കാണ് വിരൽ ചൂണ്ടുന്നത്. *ജർമൻ പ്രത്യയശാസ്ത്ര*ത്തിൽ മാർക്സ് ഇത് ദീർഘമായി വിവരിക്കുന്നുണ്ട്:

> ഞങ്ങൾ ആരംഭബിന്ദുവായി സ്വീകരിക്കുന്ന ഉപപാദ്യങ്ങൾ (premises) സ്വേച്ഛാപരമല്ല (arbitrary) എതിർവായില്ലാത്ത പ്രമാണ് (dogma)ങ്ങളുമല്ല. ഭാവനയിലൂടെ മാത്രം അമൂർത്തവൽക്കരിക്കാവുന്ന യഥാർഥ ഉപപാദ്യങ്ങളാണ്. ഇവ യഥാർഥ വ്യക്തികളും അവരുടെ പ്രവർത്തനവുമാണ്. നിലനിൽക്കുന്നതായി അവർ കണ്ടെത്തുന്നതും സ്വന്തം പ്രവർത്തനത്തിലൂടെ സൃഷ്ടിക്കുന്നതുമായ അവരുടെ ഭൗതിക ജീവിതസാഹചര്യങ്ങളാണ്. അതുകൊണ്ട് ഈ ഉപപാദ്യങ്ങളെ തികച്ചും അനുഭവൈക (empirical) മായ രീതിയിൽ തെളിയിക്കാവുന്നതുമാണ്.[3]

---

1. *MECW*, വാല്യം V, പേജ് 6.
2. *MECW*, വാല്യം V, പേജ് 6.
3. *MECW*, വാല്യം V, പേജ് 31.
"ഗണങ്ങൾ സ്വത്വത്തിന്റെ (being) രൂപങ്ങളാണ്. നിലനിൽപ്പിന്റെ സ്വഭാവവിശേഷങ്ങളാണ്" എന്ന മാർക്സിന്റെ പ്രസ്താവം ഇവിടെ സംഗതമാണ്. മാധ്യമികതയെപ്പറ്റി ഈ ലേഖനത്തിന്റെ ഇനിയുള്ള ഭാഗങ്ങളിൽ ചർച്ച ചെയ്യുന്നുണ്ട്. എങ്കിലും ഗ്രുന്ത്രിസിന്റെ അവതാരികയിൽ മാർക്സ് ഗണങ്ങളുടെ സങ്കീർണതയെപ്പറ്റിയും ചലനാത്മകതയെപ്പറ്റിയും നടത്തുന്ന നിരീക്ഷണങ്ങൾ ഏറെ പ്രസക്തമാണെന്നു ചൂണ്ടിക്കാട്ടട്ടെ. *Grundrisse : Foundations of the Critique of Political Economy* (ഹാർമണ്ട്സ്വർത്ത്, 1974) പേജുകൾ 100–109 പ്രത്യേകിച്ചും. ഒരുപക്ഷേ, രീതിശാസ്ത്രത്തെപ്പറ്റിയുള്ള മാർക്സിന്റെ ഉൾക്കാഴ്ചകൾ ഏറ്റവും വ്യക്തമായി ക്രോഡീകരിക്കപ്പെടുന്നത് ഇവിടെയാണ്.

"വിണ്ണിൽനിന്ന് മണ്ണിലേക്കിറങ്ങുന്ന" ജർമൻ തത്വചിന്തകരുടെ രീതിയിൽനിന്ന് തങ്ങളുടെ സമീപനം എങ്ങനെ വ്യത്യസ്തമാകുന്നു എന്നു വിശദീകരിക്കുന്നിടത്തും മാർക്സ് വൈരുധ്യാത്മക ഭൗതികവാദ സമീപനത്തെപ്പറ്റി ആഴത്തിൽ വിശകലനം ചെയ്യുന്നുണ്ട്. മജ്ജയും മാംസവുമുള്ള മനുഷ്യരെപ്പറ്റി മനസിലാക്കാൻ, ആളുകൾ എന്തു പറയുന്നു, എന്തു സങ്കൽപ്പിക്കുന്നു, എന്തു ധരിക്കുന്നു, അല്ലെങ്കിൽ അവർ എങ്ങനെ വിവരിക്കപ്പെടുന്നു, അവരെപ്പറ്റി എന്തു ചിന്തിക്കപ്പെടുന്നു, എന്തൊക്കെത്തരത്തിൽ സങ്കൽപ്പിക്കപ്പെടുന്നു എന്നതിൽനിന്നൊക്കെ പഠനം ആരംഭിക്കുന്നതിനുപകരം, യഥാർഥ കർമനിരതരായ മനുഷ്യരിൽനിന്നും തുടങ്ങി, അവരുടെ യഥാർഥ ജീവിതപ്രക്രിയയുടെ അടിസ്ഥാനത്തിൽ പ്രത്യയശാസ്ത്രപരമായ പ്രതിചലനങ്ങളുടെയും (reflexes) ഈ ജീവിതപ്രക്രിയയുടെ പ്രതിധ്വനികളുടെയും വികാസത്തെ നിർധാരണം ചെയ്യുകയും ആണ്. 'മണ്ണിൽനിന്നു വിണ്ണിലേക്ക്' കയറിച്ചെല്ലുന്ന വൈരുധ്യശാസ്ത്രത്തിന്റെ രീതി.[1] "മനുഷ്യമസ്തിഷ്കത്തിൽ ഉണ്ടായിവരുന്ന വേതാളരൂപങ്ങൾപോലും അവശ്യമായും അനുഭവവൈകമായിത്തന്നെ പരിശോധനയ്ക്കു വിധേയമാക്കാവുന്നതും ഭൗതിക ഉപപാദ്യങ്ങളുമായി ബന്ധപ്പെട്ടുകിടക്കുന്നതുമായ അവരുടെ ഭൗതിക ജീവിതപ്രക്രിയയുടെ ഉൽപ്പാദിതങ്ങൾ (sublimates) മാത്രമാണെന്ന്"[2] മാർക്സ് വാദിക്കുന്നു. ആശയവാദികൾ അവബോധത്തെ ജീവിക്കുന്ന വ്യക്തികളായി സങ്കൽപ്പിച്ചുകൊണ്ടാണ് അവരുടെ പഠനം ആരംഭിക്കുന്നത്. എന്നാൽ ഭൗതികവാദികളാകട്ടെ യഥാർഥത്തിൽ ജീവിക്കുന്ന വ്യക്തികളിൽനിന്നാണ് ആരംഭിക്കുന്നത്. അവബോധത്തെ 'അവരുടെ' അവബോധമായാണ് പരിഗണിക്കുന്നത്. ഈ സമീപനത്തിന്റെ ഉപപാദ്യങ്ങളെക്കുറിച്ചുള്ള മാർക്സിന്റെ പ്രഖ്യാപനം പ്രധാനമാണ്:

> ഈ സമീപനരീതിയും ഉപപാദ്യരഹിതമൊന്നുമല്ല. അത് യഥാർഥ ഉപപാദ്യങ്ങളിൽനിന്നാണ് ആരംഭിക്കുന്നത്. ഒരു നിമിഷത്തേക്കുപോലും ആ ഉപപാദ്യങ്ങളെ കൈവെടിയുന്നുമില്ല. അതിന്റെ ഉപപാദ്യങ്ങൾ മനുഷ്യരാണ്–ഏതെങ്കിലും മായികമായ ഏകാന്തതയിലും നിശ്ചലാവസ്ഥയിലുമുള്ള മനുഷ്യരല്ല; നിയതമായ പരിതോവസ്ഥകളിലുള്ള അനുഭവൈകമായി തിരിച്ചറിയാവുന്ന യഥാർഥവികാസ പ്രക്രിയയിലൂടെ (കടന്നുപോകുന്ന) മനുഷ്യർ. ഈ കർമനിരതമായ ജീവിതപ്രക്രിയ വിവരിക്കപ്പെടുന്നതോടെ ചരിത്രം നിർജീവമായ വസ്തുതകളുടെ സമുച്ചയമോ.... സങ്കൽപ്പത്തിലുള്ള ആളുകളുടെ (Subjects) സാങ്കൽപ്പികമായ പ്രവർത്തനമോ അല്ലാതായിത്തീരുന്നു.[3]

1. *MECW*, വാല്യം V, പേജ് 36.
2. *MECW*, വാല്യം V, പേജ് 37.
3. *MECW*, വാല്യം V, പേജ് 37.

ജ്ഞാനവും പ്രയോഗവും തമ്മിലുള്ള ചാക്രികബന്ധത്തെ മൗ സെ ദൊങ്, 'എവിടെനിന്നാണ് ശരിയായ ആശയങ്ങൾ ഉത്ഭവിക്കുന്നത്?' എന്ന ലേഖനത്തിൽ തന്റെ സ്വതഃസിദ്ധമായ ലാളിത്യത്തോടെ വിവരിക്കുന്നുണ്ട്:

> ആദ്യം ജ്ഞാനം അനുഭവപര (perceptual)മാണ്. വേണ്ടിടത്തോളം അനുഭവപരമായ ജ്ഞാനം സംഭരിക്കപ്പെട്ടുകഴിയുമ്പോഴാണ് പരികൽപ്പനാപരമായ ജ്ഞാനത്തിലേക്ക്, അതായത് ആശയങ്ങളിലേക്ക്, ഉള്ള കുതിപ്പ് (leap) നടക്കുന്നത്. ഇത് അറിയലിലെ (cognition) ഒരു പ്രക്രിയയാണ്. അറിയലിന്റെ മുഴുവൻ പ്രക്രിയയുടെയും ആദ്യഘട്ടമാണ്: വസ്തുനിഷ്ഠമായ പദാർഥത്തിൽനിന്ന് കർത്തൃനിഷ്ഠമായ അവബോധത്തിലേക്കും അസ്തിത്വത്തിൽനിന്ന് ആശയങ്ങളിലേക്കും നയിക്കുന്ന ഘട്ടം. ഒരാളുടെ അവബോധമോ ആശയങ്ങളോ (സിദ്ധാന്തങ്ങളും നയങ്ങളും പരിപാടികളും നടപടികളും അടക്കം) ശരിയായി വസ്തുനിഷ്ഠബാഹ്യപ്രപഞ്ചത്തിന്റെ നിയമങ്ങളെ പ്രതിഫലിപ്പിക്കുന്നുണ്ടോ എന്നത് ഈ ഘട്ടത്തിൽ തെളിയിക്കപ്പെടുന്നില്ല. കാരണം, ഈ ഘട്ടത്തിൽ അവ ശരിയാണോ അല്ലയോ എന്ന് തെളിയിക്കാനാവില്ല. ഇതു കഴിഞ്ഞാൽ അവബോധത്തിൽനിന്ന് പദാർഥ പ്രപഞ്ചത്തിലേക്കും ആശയങ്ങളിൽനിന്ന് ജീവിതത്തിലേക്കും നയിക്കുന്ന അറിയലിന്റെ രണ്ടാം ഘട്ടമാണ്. ഈ ഘട്ടത്തിൽ ആദ്യം നേടിയ അറിവ് സാമൂഹികപ്രയോഗത്തിലൂടെ പരിശോധിക്കപ്പെടുന്നു. സിദ്ധാന്തങ്ങളും നയങ്ങളും പരിപാടികളും നടപടികളും ഒക്കെ പ്രതീക്ഷിച്ച വിജയം കൈവരിക്കുന്നുണ്ടോ എന്നത് പരീക്ഷിക്കപ്പെടുന്നു. പൊതുവെ പറഞ്ഞാൽ വിജയിക്കുന്നവ ശരിയാണ്, പരാജയപ്പെടുന്നവ തെറ്റും. പ്രകൃതിയുമായുള്ള മനുഷ്യന്റെ സമരത്തെ സംബന്ധിച്ചിടത്തോളം പ്രത്യേകിച്ചും.[1]

സാമൂഹികസമരങ്ങളിൽ ചിലപ്പോഴൊക്കെ പുരോഗമനശക്തികൾ അവരുടെ ആശയങ്ങൾ ശരിയാണെങ്കിൽപ്പോലും പരാജയപ്പെടാറുണ്ടെന്നു മൗ ചൂണ്ടിക്കാട്ടുന്നു. ആ പ്രത്യേക ചരിത്രഘട്ടത്തിലെ ശാക്തികസന്തുലനത്തിൽ, അവർ ദുർബലരായതുകൊണ്ടു മാത്രമാണിങ്ങനെ സംഭവിക്കുന്നത് എന്നും ഏതായാലും അവസാന വിശകലനത്തിൽ അവർ പ്രതിലോമശക്തികൾക്കുമേൽ വിജയം നേടുകതന്നെ ചെയ്യും എന്നും മൗ തറപ്പിച്ചു പറയുന്നു.[2] മൗ വൈരുധ്യാത്മക ഭൗതികവാദ

1. മൗ സെ ദോങ്, *Selected Works,* പേജ് 726.
2. അതേ കൃതി. പേജുകൾ 725–727.
   സാമൂഹികസമരങ്ങളുടെ തലത്തിൽ, വിജയാപജയങ്ങളെ, ആശയങ്ങളുടെ സത്യാത്മകതയുടെ ഉരകല്ലായി കാണുന്നതിൽ ഉള്ള പരിമിതികൾ അംഗീകരിക്കു

ത്തിന്റെ ജ്ഞാനസിദ്ധാന്തത്തിൽ 'പ്രയോഗ'ത്തിന്റെ ആത്യന്തികമായ പ്രസക്തി എടുത്തു പറയുന്നുണ്ട്:

> പ്രയോഗത്തിന്റെ പരീക്ഷയിലൂടെ കടന്നുപോകുമ്പോൾ മനുഷ്യരുടെ ജ്ഞാനം മറ്റൊരു കുതിപ്പുകൂടി നടത്തുന്നു. ഈ രണ്ടാമത്തെ കുതിപ്പ് ആദ്യത്തെ കുതിപ്പിനെക്കാൾ പ്രധാനമാണ്. കാരണം, ഈ കുതിപ്പിലൂടെ മാത്രമേ ആദ്യത്തെ കുതിപ്പ് – ആശയങ്ങളും സിദ്ധാന്തങ്ങളും നയങ്ങളും പരിപാടികളും ക്രോഡീകരിക്കുന്ന കുതിപ്പ്-ശരിയാണോ തെറ്റാണോ എന്നത് തെളിയിക്കപ്പെടുന്നുള്ളൂ. സത്യത്തെ പരീക്ഷിച്ചറിയാൻ മറ്റൊരു മാർഗവുമില്ല.[1]

പ്രയോഗത്തിന്റെ സാമൂഹികസ്വഭാവവും അവബോധത്തെപ്പറ്റിയുള്ള മാർക്സിയൻ സിദ്ധാന്തവും

മൂന്നു *ഫോയർബാഹ് തീസിസു*കളിൽ (6, 7, 8) മാർക്സ് പ്രയോഗത്തിന്റെ സാമൂഹികസ്വഭാവം വിശദീകരിക്കുന്നുണ്ട്. മാർക്സിന്റെ കാഴ്ചപ്പാടിൽ 'മനുഷ്യസത്ത' ഒരു വ്യക്തിയിൽ ലീനമായികിടക്കുന്ന ഒരമൂർത്തതയല്ല. മൂർത്തവും യഥാർഥവുമായ രൂപത്തിൽ അതു "സാമൂഹികബന്ധങ്ങളുടെ സമുച്ചയമാണ്." ഈ 'യഥാർഥസത്ത'യെ ഫോയർബാഹ് കാണാതെപോകുന്നത് എന്തുകൊണ്ടാണ് എന്നു മാർക്സ് വിശദീകരിക്കുന്നുണ്ട്. ഒന്നാമതായി ചരിത്രനിരപേക്ഷമായി ഈ സത്തയെ നിർവചിക്കാൻ ശ്രമിക്കുന്നു. അതുകൊണ്ട് "ഒറ്റപ്പെട്ട വ്യക്തി" എന്ന അമൂർത്തതയിൽനിന്നാരംഭിക്കാൻ നിർബന്ധിതനാവുന്നു. അതുകൊണ്ടുതന്നെ മാനു

ബോൾതന്നെ പ്രയോഗമാണ് അന്തിമവിശകലനത്തിൽ സത്യത്തെയും അസത്യത്തെയും വേർതിരിച്ചറിയാനുള്ള ഏകമാർഗം എന്ന നിലപാടിൽ മൗ ഉറച്ചുനിൽക്കുന്നുണ്ട്. ഇത്തരം ഒരു സമീപനത്തിന്റെ അഭാവത്തിൽ ജ്ഞാനസിദ്ധാന്തംതന്നെ അസാധ്യമാക്കിത്തീർക്കുന്ന ഒരു പുതിയ അജ്ഞേയവാദമായി സിദ്ധാന്തം ചുരുങ്ങും. *Against Epistemology : A Metacritique* (ഓക്സ്ഫോർഡ്, 1982)ൽ അഡോണോ ഉന്നയിക്കുന്ന വാദങ്ങളിൽ ഈ അപകടസാധ്യത ഒളിഞ്ഞുകിടപ്പുണ്ട്.

"നിലനിന്നുപോവുന്നതിനെ (the persisting) സത്യമായി അടിച്ചേൽപ്പിക്കുന്നതോടെ, സത്യത്തിന്റെ വരവ് വഞ്ചനയുടെ വരവായിത്തീരുന്നു. നിലനിൽക്കുന്നത് നശിച്ചുപോകുന്നതിനേക്കാൾ സത്യമാണെന്ന (നിലപാട്) അബദ്ധമാണ്." (പേജ് 17).

ഫാസിസത്തിന്റെ വിജയം സൃഷ്ടിച്ച ദുരന്തബോധത്തിന്റെ ഛായ പടർന്നതാണ് അഡോണോയുടെ വാദം എന്നു സൂക്ഷ്മവിശകലനത്തിൽ വെളിവാകും: "വിജയിച്ചവർ, തങ്ങൾ മെച്ചപ്പെട്ടവരാണെന്നു വരുത്തത്തക്ക തരത്തിൽ വിജയത്തെത്തന്നെ ക്രോഡീകരിക്കുന്നു. ഓരോ വിജയകരമായ ഹിംസയ്ക്കു ശേഷവും കീഴടക്കപ്പെടുന്നവർ നിലനിന്നുപോകുന്നവരുടെ ഭാഗത്ത് നശിച്ചുപോകുന്നവരുടെ ഭാഗത്തുള്ളതിലുമേറെ ന്യായമുണ്ടെന്ന് വിശ്വസിക്കാൻ നിർബന്ധിക്കപ്പെടുന്നു." (പേജ് 18). ചരിത്രപരമായി അഡോണോയുടെ നിലപാട് മനസിലാക്കാവുന്നതാണ്, അംഗീകരിക്കാൻ ആവില്ലെങ്കിലും.

1. അതേ കൃതി, പേജുകൾ 726–727.

ഷിക സത്തയെ അതിന്റെ നിയതസ്വഭാവത്തോടെ അദ്ദേഹത്തിനു കാണാൻ കഴിയുന്നില്ല. മാത്രമല്ല, പല വ്യക്തികളെയും സ്വാഭാവികമായ രീതിയിൽമാത്രം ബന്ധിപ്പിക്കുന്ന ഒരാന്തരികമായ പൊതുസ്വഭാവമായി അതിനെ കാണേണ്ടിയും വരുന്നു. ഏഴും എട്ടും *ഫോയർബാഹ് തീസിസുകൾ* മാർക്സിസത്തിന്റെ മറ്റൊരു കാതലായ അംശത്തിലേക്കും വിരൽ ചൂണ്ടുന്നുണ്ട്: അതിന്റെ ചരിത്രപരമായ നിയതസ്വഭാവത്തിലുള്ള ഊന്നൽ. സാമൂഹികവും ചരിത്രപരവുമായ സമീപനമാണ് മാർക്സിസത്തെ യാന്ത്രിക ഭൗതികവാദ സമീപനങ്ങളിൽനിന്ന് വ്യത്യസ്തമാക്കുന്ന ഒരു പ്രധാന ഘടകം. “പഴയ ഭൗതികവാദത്തിന്റെ നിലപാട് പൗര (civil) സമൂഹമാണ്. പുതിയ ഭൗതികവാദത്തിന്റേതു മാനുഷികസമൂഹവും.....”[1] എന്നു മാർക്സ് പറയുന്നതിന്റെ പ്രസക്തി ഇതാണ്. പ്രയോഗത്തിന്റെ ചരിത്രപരമായ പരിനിഷ്ഠതയിലുള്ള ഊന്നൽ അനിവാര്യമായും നമ്മെ അവബോധവും പ്രയോഗവും തമ്മിലുള്ള ബന്ധത്തെക്കുറിച്ചുള്ള ചിന്തകളിലേക്കാണ് നയിക്കുന്നത്.

“അവബോധം എന്നത് ബോധമുള്ള സ്വത്വം (conscious being) അല്ലാതെ മറ്റൊന്നുമാവുക വയ്യ. ആളുകളുടെ സ്വത്വമാകട്ടെ, അവരുടെ യഥാർഥ ജീവിത പ്രക്രിയയാണ്,”[2] മാർക്സ് പറയുന്നു. മനുഷ്യരെ മൃഗങ്ങളിൽനിന്ന് വ്യതിരിക്തരാക്കുന്ന ഘടകം അവബോധവും ഭാഷയും മതവിശ്വാസവും മറ്റുമാണെന്ന സാമാന്യധാരണയെ മാർക്സ് എതിർക്കുന്നു. “അവരുടെ ഉപജീവന മാർഗം ഉൽപ്പാദിപ്പിക്കാൻ തുടങ്ങുന്നതോടെ മനുഷ്യർ സ്വയം മൃഗങ്ങളിൽനിന്നു വ്യതിരിക്തരാവുന്നു..... തങ്ങളുടെ ഉപജീവനമാർഗം ഉൽപ്പാദിപ്പിക്കുന്നതോടെ മനുഷ്യർ ഭംഗ്യന്തരേണ അവരുടെ ഭൗതികജീവിതത്തെതന്നെ സൃഷ്ടിക്കുകയാണ്,” മാർക്സ് വാദിക്കുന്നു. ഈ ഉൽപ്പാദന രീതിയുടെ സംസൃഷ്ടിയെ വ്യക്തികളുടെ കായികമായ നിലനിൽപ്പിന്റെ ലളിതമായ പ്രതിഫലനമായല്ല മാർക്സ് കാണുന്നത്. മറിച്ച് ഈ വ്യക്തികളുടെ നിയതമായ ഒരു പ്രവർത്തനരൂപവും നിയതമായ ഒരു ജീവിതാവിഷ്കാരവും നിയതമായ ഒരു ജീവിതരീതിയുമായാണ്. തങ്ങളെങ്ങനെ ജീവിക്കുന്നുവോ, അതുപോലെയാണ് അവരുടെ സ്വത്വവും. അതുകൊണ്ട് അവരെന്താണ് എന്നതും അവർ എന്തുൽപ്പാദിപ്പിക്കുന്നു എന്നതും എങ്ങനെ ഉൽപ്പാദിപ്പിക്കുന്നു എന്നതും വ്യവച്ഛേദിക്കാനാവില്ലെന്നാണ് വൈരുധ്യാധിഷ്ഠിത ഭൗതികവാദത്തിന്റെ നിലപാട്. അഥവാ, വ്യക്തികൾ എന്താണ് എന്നത് അവരുടെ ഉൽപ്പാദനത്തിന്റെ ഭൗതിക സാഹചര്യങ്ങളെ ആശ്രയിച്ചു നിൽക്കുന്നു എന്നു ചുരുക്കം.[3] “യഥാർഥ ജീവിതത്തിന്റെ ഭാഷ” എന്നു മാർക്സ് വിളിക്കുന്ന,

---

1. *MECW,* V, പേജുകൾ 6–8.
2. *MECW,* V, പേജ് 36:
   Consciousness (*das Bewusstsein*) can never be anything lese than conscious being (*das Bewusstsein*) and the being of men is their actual life process)
3. *MECW,* V പേജുകൾ 31–32.

ഭൗതികപ്രവർത്തനവുമായും മനുഷ്യർ തമ്മിലുള്ള ഭൗതികബന്ധവുമായും ഇഴുകിച്ചേർന്നു കിടക്കുന്ന അവബോധസങ്കൽപ്പം "സാമൂഹികബന്ധങ്ങളുടെ സമുച്ചയം" എന്ന *ഫോയർബാഹ് തീസിസി*ലെ മാർക്സിന്റെ പദപ്രയോഗത്തിലേക്ക് വെളിച്ചം വീശുന്നുണ്ട്. സാമൂഹിക പരിപ്രേക്ഷ്യത്തിൽ നിന്നുകൊണ്ട് നിർവചിക്കപ്പെടുന്ന ഈ അവബോധസങ്കൽപ്പം എല്ലാ പ്രശ്നങ്ങളെയും ആത്മബോധ (self-consciousness) മായി ചുരുക്കിക്കണ്ടിരുന്ന നവീന ഹെഗേലിയന്മാരുടെ "വിമോചനസിദ്ധാന്ത"ത്തിൽനിന്ന് ഗുണപരമായിത്തന്നെ വ്യത്യസ്തമാണ്. മാർക്സിനെ സംബന്ധിച്ചിടത്തോളം യഥാർഥ ലോകത്തിൽ യഥാർഥ മാർഗങ്ങളിലൂടെ മാത്രം നേടാവുന്ന ഒന്നാണ് വിമോചനം. അതൊരു ചരിത്രപരമായ കർമമാണ്, മാനസിക പ്രവർത്തനമല്ല. ചരിത്രപരമാണെന്നതുകൊണ്ടുതന്നെ അത് നിയതമായ ഭൗതിക പരിധികളുള്ളതാണ്. ഈ പരിധികളാവട്ടെ മനുഷ്യേച്ഛയ്ക്ക് വെളിയിൽ നിൽക്കുന്ന ഭൗതികസാഹചര്യങ്ങളാണ്. ഉദാഹരണത്തിന്, ആവിയന്ത്രവും യന്ത്രവൽക്കൃതമായ തറിയും ഇല്ലാതെ അടിമത്തസമ്പ്രദായം അവസാനിപ്പിക്കാനാവില്ല. കാർഷികപരിഷ്കാരം നടപ്പിൽ വരുത്താൻ കഴിയാത്തിടത്തോളം കാലം കുടിയായ്മസമ്പ്രദായം അവസാനിപ്പിക്കാനാവില്ല. ഗുണത്തിലും അളവിലും വേണ്ടിടത്തോളം ഭക്ഷണവും പാർപ്പിടസൗകര്യവും വസ്ത്രവും നേടാൻ മനുഷ്യർക്ക് ആവാത്തിടത്തോളംകാലം അവർക്ക് വിമോചനം കൈവരിക്കാനാവില്ല എന്ന് മാർക്സ് പറയുന്നത് ഈ കാഴ്ചപ്പാടിലൂടെയാണ്.[1]

അവബോധത്തെപ്പറ്റിയുള്ള ഈ 'പ്രതിഫലന സ്വഭാവമാർന്ന ബിംബം' (specular image) ഏറെ ലളിതവൽക്കരണത്തിനും തെറ്റിദ്ധാരണകൾക്കും വഴിവെച്ചിട്ടുണ്ട് എന്നതുകൊണ്ടുതന്നെ അതേപ്പറ്റി വ്യക്തമായ ഒരു കാഴ്ചപ്പാട് രൂപീകരിക്കുക ആവശ്യമാണ്. "മനുഷ്യരുടെ അവബോധമല്ല അവരുടെ സ്വത്വ (being)ത്തെ നിർണയിക്കുന്നത്; മറിച്ച്, അവരുടെ സ്വത്വമാണ് അവരുടെ അവബോധത്തെ നിർണയിക്കുന്നത്" എന്ന *സാമ്പത്തികശാസ്ത്രവിമർശനത്തിന് ഒരു സംഭാവന*യിലെ വാക്കുകൾ 'കമ്യൂണിസ്റ്റു' പാർട്ടികളിലെ ഉദ്യോഗസ്ഥ മേധാവിത്വം അവസരത്തിലും അനവസരത്തിലും തങ്ങളുടെ പ്രതിയോഗികളെ അടിക്കാനുള്ള വടിയായി ഉപയോഗിക്കാറുണ്ട് എന്നതു നാം കണക്കിലെടുക്കണം. കെ പി ഡിയിലെ പ്രധാന തത്വചിന്തകരിലൊരാളായിരുന്ന കാൾ ക്രോഷിനോട് സിനൊവീലും മറ്റും പ്രകടിപ്പിച്ചിരുന്ന അസഹിഷ്ണുത ഇതിനൊരുദാഹരണം മാത്രമാണ്. കൊമിന്റേണിന്റെ അഞ്ചാംലോക കോൺഗ്രസിൽ സിനൊവീവ് നടത്തുന്ന പ്രസംഗം ശ്രദ്ധേയമാണ്:

> ഇറ്റലിയിൽ സഖാവ് ഗ്രാസിയാഡി, അയാളൊരു സോഷ്യൽ ഡെമോക്രാറ്റിക് തിരുത്തൽവാദിയായിരുന്നപ്പോൾ, മാർക്സിസത്തെ ആക്രമിച്ചുകൊണ്ട് എഴുതിയ ലേഖനങ്ങളുടെ പുതിയ

1. *MECW,* V പേജ് 38.

> പതിപ്പുകളടങ്ങുന്ന ഒരു പുസ്തകം പ്രസിദ്ധീകരിച്ചിരിക്കുന്നു. ഈ താത്വിക തിരുത്തൽവാദത്തെ അങ്ങനെ വെറുതെ വിടാനാവില്ല. ഇതേ കാര്യംതന്നെ തത്വശാസ്ത്രത്തിന്റെയും സാമൂഹികശാസ്ത്രത്തിന്റെയും മേഖലയിൽ നമ്മുടെ ഹങ്കേറിയൻ സഖാവായ ലൂക്കാച്ച് ചെയ്യുന്നതും നാം പൊറുക്കില്ല..... ഇത്തരമൊരു പ്രവണത ജർമൻ പാർട്ടിയിലുമുണ്ട്. സഖാവ് ഗ്രാസിയാഡി ഒരു പ്രൊഫസറാണ്, ക്രോഷ്ചും ഒരു പ്രൊഫസറാണ് (ശബ്ദായമാനമായ ഇടപെടലുകൾ: 'ലൂക്കാച്ചും ഒരു പ്രൊഫസറാണ്!). ഇങ്ങനെ സിദ്ധാന്തങ്ങൾ പടച്ചുവിടുന്ന കുറെ പ്രൊഫസർമാരെക്കൂടി കിട്ടിയാൽ നാം തുലഞ്ഞതുതന്നെ. നമ്മുടെ കമ്യൂണിസ്റ്റ് ഇന്റർനാഷണലിൽ ഇത്തരം താത്വിക റിവിഷനിസത്തെ നമുക്കു വെച്ചുപൊറുപ്പിക്കാനാവില്ല.[1]

സിനൊവീവിന്റെ ഈ 'ഇടതുപക്ഷ'വാദങ്ങൾ ഫലത്തിൽ കൗത്സ്കിയുടെ പ്രകടമായ വലതുപക്ഷ നിലപാടുകളിൽനിന്ന് വ്യത്യസ്തമല്ല എന്നത് നമ്മെ ഇരുത്തി ചിന്തിപ്പിക്കേണ്ടതാണ്. ക്രോഷിന്റെ *മാർക്സിസവും തത്വശാസ്ത്രവും* എന്ന ഗ്രന്ഥത്തെ വിമർശിച്ചുകൊണ്ട് കൗത്സ്കി പറയുന്നതിതാണ്:

> ക്രോഷിനെ സംബന്ധിച്ചിടത്തോളം മാർക്സിസം ഒരു സാമൂഹിക വിപ്ലവസിദ്ധാന്തം മാത്രമാണ്. എന്നാൽ യഥാർഥത്തിൽ മാർക്സിസത്തിന്റെ ഏറ്റവും ശ്രദ്ധേയമായ സ്വഭാവവിശേഷങ്ങളിലൊന്ന് നിയതമായ സാഹചര്യങ്ങളിൽ, അതായത്, നിശ്ചിതമായ രാജ്യങ്ങളിലും കാലഘട്ടങ്ങളിലും മാത്രമേ സാമൂഹികവിപ്ലവം സാധ്യമാവൂ എന്ന വിശ്വാസമാണ്. ക്രോഷ് അംഗമായ കമ്യൂണിസ്റ്റുവിഭാഗം ഈ കാര്യം പൂർണമായും വിസ്മരിച്ചിരിക്കുന്നു.[2]

കൗത്സ്കിയുടെയും 'ഒന്നര ഇന്റർനാഷണലി'ലെ മറ്റു തിരുത്തൽവാദികളുടെയും ഉൽപ്പാദനശക്തിസിദ്ധാന്തം എങ്ങനെ സാമ്രാജ്യത്വഭരണകൂടങ്ങളുടെ നിർലജ്ജമായ ന്യായീകരണമായിത്തീർന്നു എന്നത് സുവിദിതമാണ്. എന്നാൽ ഫാസിസത്തെ വ്യക്തമായി മനസിലാക്കാനോ പ്രതിരോധിക്കാനോ കൊമിന്റേണിന് കഴിയാതെ പോയത്, അതിന്റെ താത്വിക സങ്കൽപ്പങ്ങളിലെ ഭീമമായ വൈകല്യങ്ങൾകൊണ്ടായിരുന്നു എന്നത് അത്രയേറെ ശ്രദ്ധിക്കപ്പെട്ടിട്ടില്ല. ഹിറ്റ്ലർ അധികാരത്തിലേറിയ ഉടനെ കൊമിന്റേണിന്റെ താത്വികാചാര്യന്മാർ നടത്തുന്ന വിശകലനം ഞെട്ടിപ്പിക്കുന്നതാണ്:

---

1. Fifth Congress of the Communist International, A bridged Report (published by the C P of Great Britain പേജ് 17.
2. *Marxism and Philosophy,* അവതാരിക പേജ് 16-ൽ കാണുന്നതുപോലെ.

> ഹിറ്റ്ലറുടെ ജർമനി കൂടുതൽ അനിവാര്യമായ ഒരു സാമ്പത്തിക നാശത്തിലേക്കു നീങ്ങിക്കൊണ്ടിരിക്കയാണ്. ഫാസിസത്തിന്റെ വിജയത്തിനുശേഷം വന്നിട്ടുള്ള നൈമിഷികമായ പ്രശാന്തി ഒരു താൽക്കാലിക പ്രതിഭാസം മാത്രമാണ്. തടയാനാവാത്തവണ്ണം ഫാസിസ്റ്റു ഭീകരതയെ പരാജയപ്പെടുത്തിക്കൊണ്ട് ജർമനിയിൽ വിപ്ലവത്തിന്റെ തിരമാലകൾ അടിച്ചുയരുകതന്നെ ചെയ്യും.[1]

ഇറ്റലിയിൽ ഫാസിസത്തിന്റെ വിജയത്തെ താൽക്കാലികമായ ഒരു മന്ത്രി സഭാ പ്രതിസന്ധിയായി കണ്ട ഉംബർട്ടോ ടെറസീനിയും ഇറ്റലിയിലെ സംഭവങ്ങളെ "ബൂർഷ്വാസിയുടെ ഭരണസംഘത്തിൽ വരുന്ന ഒരു മാറ്റ" മായി പ്രഖ്യാപിച്ചുകൊണ്ട് കൊമിന്റേണിന്റെ അഞ്ചാം കോൺഗ്രസിൽ താത്വിക പ്രമേയം അവതരിപ്പിച്ച അമേദിയോ ബ്രോഡിഗയും എല്ലാം ഈ വമ്പിച്ച അബദ്ധങ്ങളിൽ ഒരുപോലെ പങ്കാളികളായിരുന്നു. 'ആവ ശ്യകത', 'അനിവാര്യത' തുടങ്ങിയ പദങ്ങൾ ഈ കാലഘട്ടത്തിലെ കൊമിന്റേണിന്റെ വിശകലനങ്ങളിൽ ആവർത്തിച്ചു പ്രത്യക്ഷപ്പെടുന്നത് യാദൃച്ഛികമല്ല. യാന്ത്രികവാദ സമീപനങ്ങളുടെ സ്വാഭാവിക പരിണാമ മാണ് ഈ വിധിവാദപരമായ സങ്കൽപ്പങ്ങൾ. കമ്യൂണിസ്റ്റ് ഇന്റർനാഷണ ലിൽ ഉയർന്നുവന്ന സൈദ്ധാന്തികമായ നിലപാടുകളുടെ എല്ലാ അംശ ങ്ങളെയുംപറ്റിയുള്ള ചർച്ച ഈ ലേഖനത്തിന്റെ സാധ്യതകൾക്ക് ഉൾക്കൊ ള്ളാനാവാത്തവിധം വിപുലമാണ്. അതുകൊണ്ട് ഈ ചർച്ചയെ സംബ ന്ധിച്ചിടത്തോളം സംഗതമായ ചില അംശങ്ങളെപ്പറ്റി മാത്രം വിശകലനം ചെയ്യാനേ ഇവിടെ ശ്രമിക്കുന്നുള്ളൂ. ഉൽപ്പാദനശക്തികളുടെ വികാസം മാർക്സിയൻ വിശകലനത്തിൽ ഒരിടത്തും ഒരൊറ്റപ്പെട്ട പ്രക്രിയയായി അല്ല ചർച്ച ചെയ്യപ്പെടുന്നത്. ഉൽപ്പാദനശക്തികളുടെ വികാസത്തിന്റെ പ്രശ്നത്തെ സാമൂഹികമായി ഉൽപ്പാദനബന്ധങ്ങളുമായുള്ള അതിന്റെ ജൈവബന്ധത്തിൽനിന്ന് വിച്ഛേദിച്ചു കാണുമ്പോൾ അർഥനഷ്ടം സംഭവി ക്കുന്നു. ഉപരിഘടന (super structure)യെ ഉൽപ്പാദനശക്തികളുടെ പുറം തോടു മാത്രമായി കാണുന്ന യാന്ത്രികദർശനം ഫലത്തിൽ വർഗസമര ത്തിന്റെ മേഖലയെത്തന്നെ ചർച്ചയിൽനിന്ന് ഒഴിച്ചുനിർത്തുന്നു. കാരണം, ഉപരിഘടനയെന്ന പരികൽപ്പന രാഷ്ട്രീയവും നിയമപരവും പ്രത്യയ ശാസ്ത്രപരവുമായ രൂപങ്ങളെയാണ് പ്രതിനിധാനം ചെയ്യുന്നത്. ഈ ശക്തികൾ ഉൽപ്പാദന പ്രക്രിയയിൽ അപ്രധാനമല്ലാത്തതായ ഒരു പങ്കു വഹിക്കുന്നുണ്ട്. പൊളാൻസസ് ചൂണ്ടിക്കാട്ടുംപോലെ, അടിത്തറയും ഉപ രിഘടനയും തമ്മിലുള്ള വൈരുധ്യം എന്ന പരികൽപ്പനയിലൂടെ സൂചി പ്പിക്കപ്പെടുന്ന സാമൂഹികവ്യവസ്ഥയുടെ വ്യത്യസ്ത മേഖലകളിലുള്ള വൈരുധ്യങ്ങൾ വർഗസമരത്തെ ആശ്രയിച്ചാണു നിൽക്കുന്നത്.[2] പ്രധാ

1. നിക്കോസ് പോളാൻസസ്, *Fascism and Dictatorship : The Third International and the Problem of Fascism* (ലണ്ടൻ 1979) പേജ് 48 നോക്കുക.
2. *Fascism and Dictatorship,* പേജ് 41.

നവും അപ്രധാനവുമായ വൈരുധ്യങ്ങൾ തമ്മിൽ പരസ്പരം രൂപാന്തര പ്പെടുന്ന (reciprocal transformation) പ്രക്രിയയെ വിശദീകരിക്കുന്നിടത്ത് മൗ സെ ദോങ് വൈരുധ്യവാദികൾക്കിടയിലുള്ള യാന്ത്രിക ധാരണകളെ ദീർഘമായി വിമർശിക്കുന്നുണ്ട്:

> ചിലയാളുകൾ ഇത് (വൈരുധ്യങ്ങൾ തമ്മിലുള്ള പരസ്പര രൂപ മാറ്റ സിദ്ധാന്തം) ചില വൈരുധ്യങ്ങളെ സംബന്ധിച്ചിടത്തോളം സത്യമല്ല എന്നു കരുതുന്നുണ്ട്. ഉദാഹരണത്തിന്, ഉൽപ്പാദനശ ക്തികളും ഉൽപ്പാദനബന്ധങ്ങളുമായുള്ള വൈരുധ്യത്തിൽ ഉൽപ്പാ ദനശക്തികളാണ് മുഖ്യഘടകം എന്നും സിദ്ധാന്തവും പ്രയോഗ വുമായുള്ള വൈരുധ്യത്തിൽ പ്രയോഗമാണ് മുഖ്യഘടകം എന്നും സാമ്പത്തിക അടിത്തറയും ഉപരിഘടനയുമായുള്ള വൈരുധ്യ ത്തിൽ സാമ്പത്തിക അടിത്തറയാണ് മുഖ്യഘടകം എന്നും ഇവ യുടെ നിശ്ചിതസ്ഥാനങ്ങൾക്ക് ഒരു മാറ്റവും വരില്ലെന്നും (ഇവർ കരുതുന്നു.) ഇത് യാന്ത്രിക വൈരുധ്യവാദ സങ്കൽപ്പമാണ്. വൈരു ധ്യാധിഷ്ഠിത ഭൗതികവാദ സങ്കൽപ്പമല്ല. ഉൽപ്പാദനശക്തികളും പ്രയോഗവും സാമ്പത്തിക അടിത്തറയുമാണ് സാമാന്യേന പ്രാഥ മികവും നിർണായകവുമായ പങ്കുവഹിക്കുന്നതെന്നത് ശരിയാണ്. ഇതു നിഷേധിക്കുന്നവർ ഭൗതികവാദികളല്ല. എന്നാൽ, ചില അവ സ്ഥകളിൽ ഉൽപ്പാദനബന്ധങ്ങൾ (സിദ്ധാന്തം, ഉപരിഘടന തുട ങ്ങിയവ) പ്രാഥമികവും നിർണായകവുമായ പങ്കുവഹിക്കുന്നതായി കാണുന്നുണ്ടെന്നതും സമ്മതിക്കേണ്ടിയിരിക്കുന്നു ഉൽപ്പാദനബ ന്ധങ്ങളിൽ മാറ്റം വരുന്നില്ലെങ്കിൽ ഉൽപ്പാദനശക്തികളുടെ വികാസം ചിലപ്പോൾ അസാധ്യമായിത്തീരുന്നു. ആ ഘട്ടങ്ങളിൽ ഉൽപ്പാദനബന്ധങ്ങളിലുള്ള മാറ്റം പ്രധാനവും നിർണായകവുമായ പങ്കുവഹിക്കുന്നു. "വിപ്ലവസിദ്ധാന്തമില്ലെങ്കിൽ വിപ്ലവപ്രസ്ഥാനം സാധ്യമേയല്ല" എന്ന് ലെനിൻ പറയുന്നത് വിപ്ലവ സിദ്ധാന്തത്തെ സൃഷ്ടിക്കുകയും വാദിച്ചുറപ്പിക്കുകയും ചെയ്യുക എന്നത് പ്രാഥ മികവും നിർണായകവുമായിത്തീരുന്ന കാലഘട്ടങ്ങളെപ്പറ്റിയാണ്.... ഉപരിഘടന (രാഷ്ട്രീയം, സംസ്കാരം തുടങ്ങിയവ) സാമ്പത്തിക അടിത്തറയുടെ വളർച്ചയെ തടസപ്പെടുത്തുമ്പോൾ രാഷ്ട്രീയവും സാംസ്കാരികവുമായ മാറ്റങ്ങൾ പ്രാഥമികവും നിർണായകവുമാ യിത്തീരുന്നു.[1]

പൊളാൻസസ് ചൂണ്ടിക്കാട്ടുന്നതുപോലെ ഈ പ്രശ്നത്തെപ്പറ്റി രണ്ടു നിലപാടുകളാണ് മൂന്നാം ഇന്റർനാഷണലിൽ നിലനിന്നിരുന്നത്. നാലാം കോൺഗ്രസിന്റെ അടവുകളെക്കുറിച്ചുള്ള പ്രമേയം ശ്രദ്ധേയ മാണ്:

---

1. മാവോസേ തൂങ്, On Contradiction, *S W,* പേജുകൾ 678–679.

ലോക സാമ്പത്തികാവസ്ഥയെക്കുറിച്ച് വിലയിരുത്തിക്കൊണ്ട്, മുതലാളിത്തം ഉൽപ്പാദനത്തിന്റെ വികാസത്തെ ത്വരിതപ്പെടുത്തുക എന്ന അതിന്റെ ദൗത്യം പൂർത്തീകരിച്ചിരിക്കുന്ന നിലയ്ക്ക് ചരിത്രവികാസത്തിന്റെ മാത്രമല്ല, ഏറ്റവും പ്രാഥമികമായ മനുഷ്യാവസ്ഥയുടെ ആവശ്യങ്ങളുമായിപ്പോലും അപരിഹാര്യമായ സംഘർഷത്തിന്റെ ഘട്ടത്തിലെത്തിച്ചേർന്നിരിക്കുന്നുവെന്ന് മൂന്നാം കോൺഗ്രസിന് സംശയംകൂടാതെ പ്രഖ്യാപിക്കാൻ കഴിഞ്ഞു.... ഇന്ന് മുതലാളിത്തം കടന്നുപോകുന്നത് അതിന്റെ മരണഗോഷ്ടികളിലൂടെയാണ്. മുതലാളിത്തത്തിന്റെ തകർച്ച അനിവാര്യമാണ്.[1]

1928 ലെ ആറാം കോൺഗ്രസ് ആവുമ്പോഴേക്കും ഉൽപ്പാദനശക്തികളും ഉൽപ്പാദനബന്ധങ്ങളും തമ്മിലുള്ള വൈരുധ്യത്തിൽനിന്ന് സൈദ്ധാന്തികരുടെ ശ്രദ്ധ, അടിത്തറയും ഉപരിഘടനയും തമ്മിലുള്ള വൈരുധ്യത്തിലേക്ക് മാറിക്കഴിഞ്ഞിരുന്നു. ഇതിനിടയിൽ മുതലാളിത്ത സമ്പദ്വ്യവസ്ഥ ഒട്ടൊക്കെ സ്ഥിരത നേടിക്കഴിഞ്ഞുവെന്ന് പൊതുവെ അംഗീകരിക്കപ്പെട്ടിരുന്നു. പക്ഷേ, ആറാം കോൺഗ്രസിന്റെ പദാവലിയിലുണ്ടായ മാറ്റം യഥാർഥത്തിൽ വീക്ഷണപരമായ ഒരു മാറ്റത്തിന്റെ സൂചനയായിരുന്നില്ല. “ഇമ്പീരിയലിസത്തിന്റെ യുഗം മരിച്ചുകൊണ്ടിരിക്കുന്ന മുതലാളിത്തത്തിന്റെ യുഗമാണ്.... മുതലാളിത്തത്തിന്റെ പുറംതോട് മാനവതയുടെ ഇനിയങ്ങോട്ടുള്ള പുരോഗതിയെ തടസപ്പെടുത്തുന്ന അസഹനീയമായ ഒരു വിലങ്ങായി മാറിയിരിക്കുന്നു. മുതലാളിത്ത നുകത്തെ വിപ്ലവാത്മകമായി തകർക്കുക എന്നത് വർത്തമാന കാലഘട്ടത്തിലെ പ്രധാന കാര്യമായി മാറിയിരിക്കുന്നു.”[2] ഇടത്തോട്ടും വലത്തോട്ടുമുള്ള ഈ വ്യതിയാനങ്ങളുടെ അത്ഭുതാവഹമായ ഛായാസാമ്യം ആകസ്മികമല്ല. വികലമായ അതി ഭൗതികവീക്ഷണത്തിന്റെ സൃഷ്ടിയാണ് ഇവ രണ്ടും.

ഈ വിശാലമായ ചരിത്രപശ്ചാത്തലം മനസിലാക്കുമ്പോഴാണ് പാശ്ചാത്യമാർക്സിസത്തിന്റെ സിദ്ധാന്തപരതയും സോവിയറ്റ് ഇമ്പീരിയലിസ്റ്റുകളുടെ സിദ്ധാന്തജാഡ്യവും അതിന്റെ പൂർണമായ അർഥമാനങ്ങളോടെ വെളിവാകുന്നത്. മുതലാളിത്തത്തിന്റെ വികസന സാധ്യതകൾക്കറുതി വന്നിരിക്കുന്നു എന്നും ആ വിള്ളൽവീണ പ്രാകാരഗോപുരങ്ങളെ ഇടിച്ചു നിരത്തുകയേ വേണ്ടു എന്നുമുള്ള ചുവന്ന മുപ്പതുകളിലെ പ്രതീക്ഷാനിർഭരമായ വീക്ഷണം വിപ്ലവത്തെ അജണ്ടയിലെ ഏക ഇനമായി കണ്ടതിൽ അത്ഭുതത്തിനവകാശമില്ല. ചുവന്ന പുലരികളെക്കുറിച്ചും രമ്യനവ്യലോകത്തെക്കുറിച്ചുമുള്ള കാൽപ്പനിക സ്വപ്നങ്ങൾ ഉടനെ സാക്ഷാൽക്കരിക്കപ്പെടാൻ പോകുന്നു എന്ന ബോധം സൈദ്ധാന്തികമായ സംശയപ്രകടനങ്ങളെ ചില പ്രൊഫസർമാരുടെ അലോസരപ്പെടുത്തുന്ന

1. ജേൻ ഡിഗ്രാസ്, *The Communist International 1919-1943 : Documents* (ലണ്ടൻ, 1956) വാല്യം II, പേജ് 418.
2. *The Communist International,* വാല്യം II, പേജുകൾ 472, 480.

അശുഭ ചിന്തയായിക്കണ്ടതും സ്വാഭാവികമായിരുന്നു. എന്നാൽ, യൂറോപ്പിലെ ധൈഷണിക താരുണ്യം സ്പെയിനിലെ ഫാസിസ്റ്റു പീരങ്കികൾക്കു മുന്നിലും ഹിറ്റ്ലറുടെ തടങ്കൽപാളയങ്ങളിലും പിന്നീട് പരസ്പര സംശയത്തിന്റെ ചതിക്കുഴികളിലും വീണൊടുങ്ങിയതോടെ ഈ പ്രസാദാത്മകമായ ദർശനങ്ങൾ മെല്ലെ ഇരുളുന്നതും സ്വപ്നാത്മകമായ ആശയവാദമായും ഹൃദയശൂന്യമായ പ്രയോജനവാദമായും വേർപിരിയുന്നതുമായ ദാരുണദൃശ്യമാണ് യുദ്ധാനന്തര യൂറോപ്പിലെ ഇടതുപക്ഷത്തെപ്പറ്റി പഠിക്കുമ്പോൾ കാണാനുള്ളത്.

മൂന്നാം ഇന്റർനാഷണലിലും മറ്റും നേരിട്ടും അല്ലാതെയും ആധിപത്യം ചെലുത്തിയിരുന്ന ശുദ്ധസാമ്പത്തികവാദത്തിന് അനുരൂപമായാണ് അതിഭൗതികമായ ശുദ്ധചരിത്രപരതാ സങ്കൽപ്പങ്ങൾ രൂപംകൊണ്ടത്. കാരണതാ സിദ്ധാന്തവും (theory of causality) മുൻനിശ്ചിതമായ ലക്ഷ്യത്തിലേക്കുള്ള വികാസ (teleological) സങ്കൽപ്പങ്ങളും തമ്മിലുള്ള ബന്ധത്തെ പൂർണമായി നിർധാരണം ചെയ്യാൻ പ്രാങ്മാർക്സിസ്റ്റ് തത്വശാസ്ത്രത്തിനു കഴിഞ്ഞിരുന്നില്ല. മുൻനിശ്ചിതമായ ലക്ഷ്യത്തിലേക്കുള്ള വികാസപ്രക്രിയയിൽ മാനുഷികാധ്വാനത്തിന്റെയും ഇച്ഛയുടെയും സക്രിയമായ പങ്ക് കണക്കിലെടുക്കുന്നതിൽ പരാജയപ്പെട്ട ചിന്തകർ പലപ്പോഴും ആശയവാദപരമായ അന്ത്യവിധിദർശനങ്ങളായി (eschatological visions) യുക്തിസഹമായ ലക്ഷ്യനിർണയത്തെ (rational teleological positing) തെറ്റിദ്ധരിച്ചു. യുക്തിയും ടെലിയോളജിയുമായുള്ള ബന്ധത്തെ അമൂർത്തമായി മാത്രം പഠിച്ച ജ്ഞാനോദയ കാലഘട്ടത്തിലെ ചിന്തകർ ഒന്നുകിൽ കേവലയുക്തിവാദത്തിലേക്കോ 'യഥാർഥമായത് യുക്തിസഹമാണ്' (The Real is Rational) തുടങ്ങിയ അതിഭൗതിക വീക്ഷണങ്ങളിലേക്കോ, അല്ലെങ്കിൽ 'യുക്തിയുടെ മേഖലയെ' (realm of reason) വർത്തമാനകാലഘട്ടത്തിന്റെ പാപപങ്കിലതയുടെ ന്യായീകരണമായികണ്ട് ഭാവിയെമാത്രം ആശ്രയിക്കുന്ന യുക്തിനിരാസപരമായ സാങ്കൽപ്പിക ലോകദർശനങ്ങളിലേക്കോ ഒളിച്ചോടാൻ ശ്രമിച്ചു.[1] ഒന്നുകിൽ ചരിത്രത്തെ പൂർണമായും നിരസിക്കുകയോ അല്ലെങ്കിൽ അതിനെ ഒരു അതിന്ദ്രിയശക്തി (transcendental power) ആയി സങ്കൽപ്പിക്കുകയോ

1. ജോർജ് ലൂക്കാച്ച്, *The Ontology of Social Being* : 1 *Hegel* (ലണ്ടൻ, 1982). പേജുകൾ 1–24 നോക്കുക.
"പൂർണമായ പാപപങ്കിലകാലഘട്ടം" എന്ന പ്രയോഗം ഫിസ്ചെയുടെതാണ്. ഭാവിയിൽ പരിഹൃതമാകുന്ന വർത്തമാനത്തിലെ വൈരുധ്യങ്ങളെപ്പറ്റിയുള്ള പ്രതീക്ഷ യുക്തിയെ നിഷേധിച്ച കാൽപ്പനികരും ഭാവിയിൽ യുക്തിയുടെ ശരിയായ കാലഘട്ടം ഉദിക്കുമെന്ന മോഹചിന്ത വെച്ചുപുലർത്തിയ ഫൗറിയറെപ്പോലെയുള്ള ഉട്ടോപ്പിയന്മാരും ഒരുപോലെ പങ്കിട്ടിരുന്നു. ഷെല്ലിങ്ങിന്റെ ധൈഷണിക പരികൽപ്പനകൾക്കും കാന്തിന്റെ ഓണ്ടോളജിയുടെ നിരാസത്തിനും ഇടയ്ക്ക് ജ്ഞാനോദയ ചിന്തയുടെ പുരോഗമനപരമായ അംശങ്ങളെ (ആശയവാദപരമായി ആണെങ്കിൽപ്പോലും) വികസിപ്പിക്കാൻ ശ്രമിച്ചത് ഹെഗൽ ആയിരുന്നു.

ചെയ്യുന്ന ദർശനങ്ങൾ ഈ കാഴ്ചപ്പാടിന്റെ അനിവാര്യമായ വികസമായിരുന്നു.

അസ്തിത്വസത്താപരമായ (ontological) ഗണത്തിന്റെ താക്കോലായി അധ്വാനത്തെ മനസിലാക്കിയ മാർക്സിയൻ വീക്ഷണമാണ്, കാരണതാ നിയമവും ചരിത്രഗതിയും തമ്മിലുള്ള, യുക്തിയുടെ മേഖലയും ചരിത്രത്തിന്റെ മേഖലയും തമ്മിലുള്ള വൈരുധ്യാത്മകമായ അനന്യതയെ നിർധാരണം ചെയ്തത്. അധ്വാനത്തിന്റെ ഭൗമമായ തലത്തിലേക്ക് 'നിശ്ചിതലക്ഷ്യങ്ങളിലേക്കുള്ള വികാസപ്രക്രിയയെ' ഇറക്കിക്കൊണ്ടുവന്നതോടെ അതിന്റെ സ്വഭാവത്തെ ഐഹികമായി മനസിലാക്കുക സാധ്യമായിത്തീർന്നു. ലക്ഷ്യനിർണയങ്ങൾ സാക്ഷാൽക്കരിക്കപ്പെടുന്നത് അധ്വാനത്തിലൂടെയാണ് എന്നത് സത്യത്തിൽ ദൈനംദിന ജീവിതാനുഭവമാണ്. എന്നാൽ ദൈനംദിന ജീവിതാനുഭവത്തിന്റെ അനിച്ഛാപൂർവകമായ പ്രതിഫലനമായി ഉണ്ടാകുന്ന സാമാന്യധാരണ (commonsense notions)കളുടെ തലത്തിൽനിന്നും സിദ്ധാന്തത്തിന്റെ തലത്തിലേക്ക് ഇതിനെ വികസിപ്പിച്ചത് മാർക്സാണ്.

ജീനാപ്രഭാഷണങ്ങളിലെ പല പ്രസ്താവങ്ങളിലും ഹെഗലിന്റെ പിൽക്കാല കൃതികളിലെ 'പ്രകൃതിയുടെ കൗശലം' (cunning of reason) എന്ന സങ്കൽപ്പത്തിലും ഈ വിശകലനത്തിന്റെ ബീജരൂപങ്ങൾ കാണാനുണ്ട് എന്നു ലൂക്കാച്ച് ചൂണ്ടിക്കാട്ടുന്നുണ്ട്. 1805–6 കാലഘട്ടത്തിൽ ജീനയിൽവച്ചു നടത്തിയ പ്രഭാഷണങ്ങളിൽ ഹെഗൽ പറയുന്നു:

> പ്രകൃതിയുടെതന്നെ പ്രവർത്തനങ്ങൾ–വാച്ചിന്റെ സ്പ്രിങ്ങിന്റെ വലിച്ചുനീട്ടാവുന്ന (elastic) അവസ്ഥയും വെള്ളത്തിന്റെ (ഒഴുക്കും) കാറ്റിന്റെ (വേഗവും) എല്ലാം അവയെ വെറുതെവിട്ടാൽ സ്വയം ചെയ്യാത്ത കർമങ്ങൾക്കായി (മനുഷ്യർ) ഉപയോഗിക്കുന്നുണ്ട്. അങ്ങനെ അവയുടെ ലക്ഷ്യബോധമില്ലാത്ത (blind) പ്രവർത്തനത്തെ ലക്ഷ്യബോധമുള്ളതാക്കിത്തീർക്കാൻ, അവയുടെതന്നെ വിപരീതമാക്കിത്തീർക്കാൻ (മനുഷ്യന് കഴിയുന്നു.)[1]

"മനുഷ്യൻ പ്രകൃതിയെ അതിനുമേൽതന്നെ പ്രവർത്തിപ്പിക്കുന്നു; വെറുതെ നോക്കിയിരുന്നു, മൃദുവായ ഒരു സ്പർശംകൊണ്ട് അതിനെ നിയന്ത്രിക്കുന്നു," എന്നും ഹെഗൽ തുടർന്നുപറയുന്നു.

മനുഷ്യാധ്വാനത്തിന്റെ ബോധപൂർവമായ ഈ ഇടപെടൽ, പ്രകൃതിയെ രൂപാന്തരപ്പെടുത്തുന്നുണ്ട്. ഈ രൂപമാറ്റങ്ങളിൽ മനുഷ്യന്റെ ബോധവും യുക്തിയും ഇച്ഛയും വഹിക്കുന്ന പങ്കാണ് മനുഷ്യാധ്വാനത്തെ മൃഗ

---

1. ലൂക്കാച്ച്, *The Ontology of Social Being : 2 Marx* (ലണ്ടൻ, 1982), *The Ontology of Social Being : 3 Labour* (ലണ്ടൻ, 1982) എന്നീ കൃതികൾ നോക്കുക.
ഹെഗലിന്റെ ജീനാപ്രസംഗങ്ങളിലെ ഈ ഭാഗം ലൂക്കാച്ചിന്റെ *The Young Hegel* (ലണ്ടൻ, 1978)ൽ കൊടുത്തിരിക്കുന്നതുപോലെ.

ചേഷ്ടകളിൽനിന്ന് വ്യതിരിക്തമാക്കിത്തീർക്കുന്നത് എന്ന് മാർക്സ് ഉപദർശിക്കുന്നു:

> തികച്ചും മാനുഷികസ്വഭാവമാർന്ന ഒരു രൂപത്തിലുള്ള അധ്വാനത്തെ നാം മുൻവിധിയായി സ്വീകരിക്കുന്നു. നെയ്ത്തുകാരന്റേതിനോടു സാമ്യമുള്ള പ്രവർത്തനങ്ങളാണ് ചിലന്തി നിർവഹിക്കുന്നത്. തന്റെ കൂടിന്റെ അറകൾ നിർമിക്കുന്നതിൽ തേനീച്ച പ്രകടിപ്പിക്കുന്ന പ്രാഗത്ഭ്യം പല വാസ്തുശിൽപ്പജ്ഞരേയും നാണിപ്പിക്കാൻ പോന്നതാണ്. എന്നാൽ, ഏറ്റവും മോശക്കാരനായ വാസ്തുശിൽപ്പവിദഗ്ധനെപോലും ഏറ്റവും കഴിവുള്ള തേനീച്ചയിൽനിന്ന് വേർതിരിക്കുന്ന ഘടകമിതാണ്: ഒരു അറ പണിയും മുൻപുതന്നെ വാസ്തുശിൽപ്പജ്ഞൻ ആ അറയെ തന്റെ മനസിൽ നിർമിച്ചിട്ടുണ്ടാവും. എല്ലാ അധ്വാനപ്രക്രിയയുടെ അന്ത്യത്തിലും തൊഴിലാളി പണി തുടങ്ങുമ്പോൾതന്നെ മനസിൽ നിരൂപിച്ചിട്ടുള്ള, അതായത് ആദർശവൽക്കൃതരൂപത്തിൽ നിലനിൽക്കുന്ന ഫലം ഉരുത്തിരിഞ്ഞുവരുന്നു. പ്രകൃതിയിൽനിന്ന് ലഭിക്കുന്ന വസ്തുക്കളുടെ രൂപംമാറ്റുക മാത്രമല്ല മനുഷ്യൻ ചെയ്യുന്നത്. അയാൾ അവയിലൂടെ തന്റെ ലക്ഷ്യങ്ങളെ സാക്ഷാൽക്കരിക്കുകയും ചെയ്യുന്നു. ഈ ലക്ഷ്യത്തെപ്പറ്റി അയാൾ ബോധവാനാണ്. അത് അയാളുടെ പ്രവർത്തനരീതിയെ ഒരു നിയമത്തിന്റെ കാർക്കശ്യത്തോടെ നിർണയിക്കുന്നുണ്ട്. ഇതിനു മുന്നിൽ അയാൾ തന്റെ ഇച്ഛയെ കീഴ്പ്പെടുത്താതെ തരമില്ല.[1]

അധ്വാനത്തിന്റെ ഐഹികമായ മാധ്യമികസ്വഭാവമാണ് അവബോധത്തെപ്പറ്റിയും ആശയങ്ങളെപ്പറ്റിയുമുള്ള മാർക്സിയൻ കാഴ്ചപ്പാടിനു നിദാനമായി വർത്തിക്കുന്നത്. ബോധത്തെ ഉൽപ്പാദനപ്രക്രിയയും ഭൗതികപരിതഃസ്ഥിതികളുമാണ് അവസാനവിശകലനത്തിൽ നിർണയിക്കുന്നത് എന്ന മാർക്സിയൻ നിലപാടിന്റേയും യുക്തി ഇതാണ്. ഭൗതിക സാഹചര്യങ്ങളുമായി അവിഭാജ്യമായി ബന്ധപ്പെട്ടാണ് ബോധം നിൽക്കുന്നത് എന്നതുതന്നെയാണ് ബോധം ചരിത്രപരമാണ് എന്ന നിലപാടിന്റേയും പിന്നിലുള്ളത്.

ഓരോ ചരിത്രഘട്ടത്തിലും നിലനിൽക്കുന്ന മനുഷ്യാവബോധത്തെ സൗകര്യത്തിന്, പ്രപഞ്ചദർശന (weltenshaung)ത്തിന്റെ സമഗ്രരൂപത്തിലും വർഗബോധത്തിന്റെ നിയതരൂപത്തിലുമായി വേർതിരിച്ചു കാണാവുന്നതാണ്. അവ തമ്മിലുള്ള ബന്ധമാണ് പ്രാഥമികമായും പ്രത്യയശാസ്ത്രം, അപബോധം (false consciousness) തുടങ്ങിയ പരികൽപ്പനകളിലൂടെ മാർക്സ് വിശകലനം ചെയ്യുന്നത്. (അവയെപ്പറ്റിയുള്ള ദീർഘമായ വിശകലനം വിവരണത്തിന്റെ വ്യക്തത ശിഥിലമാവാതിരി

1. കാൾമാർക്സ്, *Capital* വാല്യം I, പേജുകൾ 173–174.

ക്കാൻ ലേഖനത്തിന്റെ മറ്റൊരു ഭാഗത്തേക്ക് നീക്കിവയ്ക്കുകയാണ് എന്നു മാത്രം ഇവിടെ പറഞ്ഞുവയ്ക്കട്ടെ). പ്രപഞ്ചദർശനത്തിന്റെ ചരിത്രപരിനിഷ്ഠമായ സ്വഭാവം വിവിധ വിജ്ഞാനശാഖകളിലുള്ള കണ്ടുപിടുത്തങ്ങളുടെ വെളിച്ചത്തിൽ ഇന്ന് ഏറെ വ്യക്തമായിട്ടുണ്ട്. ഉദാഹരണത്തിന്, ന്യൂട്ടോണിയൻ പദാർഥവിജ്ഞാനീയ (physics) സിദ്ധാന്തങ്ങളും വികസ്വര മുതലാളിത്തവീക്ഷണങ്ങളും തമ്മിലുള്ള ബന്ധം ഏറെ ചർച്ചകളിലൂടെ വിശദമാക്കപ്പെട്ടിട്ടുണ്ട്.[1] അധ്വാനപ്രക്രിയയിലൂടെ പ്രത്യേകചരിത്രസന്ധികളിൽ സമാഹൃതമായ ജ്ഞാനം എങ്ങനെ ജാമിതീയ സിദ്ധാന്തങ്ങൾപോലുള്ള 'ശുദ്ധശാസ്ത്രശാഖ'കളുടെപോലും അടിസ്ഥാനമായിട്ടുണ്ട് എന്നതും ഇന്നു സാമാന്യജ്ഞാനത്തിന്റെ ഭാഗമായിത്തീർന്നിട്ടുണ്ട്. നരവംശശാസ്ത്രം പുരാവസ്തുഗവേഷണം തുടങ്ങിയ വിജ്ഞാനശാഖകളിലുള്ള ഗവേഷണങ്ങളും ഇതിനുപോൽബലകമായ ഫലങ്ങളാണ് പ്രദാനം ചെയ്യുന്നത്. ക്ലോഡ്ലെവൈ സ്ട്രോസിന്റെ പ്രകൃതി/സംസ്കാരം എന്നിവ തമ്മിലുള്ള പരസ്പരാശ്രിതത്വത്തെപ്പറ്റിയുള്ള സിദ്ധാന്തങ്ങൾ ടോട്ടമിസം തുടങ്ങിയ സങ്കീർണ നരവംശശാസ്ത്രപ്രതിഭാസങ്ങൾ മുതൽ, തെരുവിലെ ഗതാഗതം നിയന്ത്രിക്കുന്ന വിളക്കുകളുടെ നിറങ്ങൾ, ഭക്ഷണം പാകംചെയ്യുന്ന രീതി തുടങ്ങിയ സാധാരണം എന്നു തോന്നാവുന്ന ദൈനംദിന ജീവിത പ്രതിഭാസങ്ങൾവരെ എങ്ങനെ നിഷ്കൃഷ്ട പ്രകൃതി പരികൽപ്പനകളുമായി ബന്ധപ്പെട്ടിരിക്കുന്നു എന്ന് വിശകലനം ചെയ്യുന്നുണ്ട്. ഉദാഹരണത്തിന് തെരുവിലെ സിഗ്നൽ വിളക്കുകൾ ചുവപ്പ് – ഓറഞ്ച് (അല്ലെങ്കിൽ മഞ്ഞ) – പച്ച എന്നിങ്ങനെ സാർവലൗകികമായിത്തന്നെ പ്രത്യക്ഷപ്പെടുന്നു എന്നത് വർണരാജി (spectrum)യിലെ നിറങ്ങളുടെ സ്ഥാനങ്ങളുമായി ബന്ധപ്പെട്ടാണ് കിടക്കുന്നത് എന്ന് സ്ട്രോസ് വാദിക്കുന്നു. പ്രകൃതി–സംസ്കൃതി അച്ചുതണ്ടാണ് ടോട്ടത്തേ (ദിവ്യത കൽപ്പിക്കപ്പെട്ടിട്ടുള്ള പക്ഷിമൃഗാദികൾ)യും 'ടാബൂ' (മതപരമായി നിരോധിക്കപ്പെട്ടിട്ടുള്ള കർമങ്ങൾ)വിനെയും നിർണയിക്കുന്നത് എന്നും ഈ ദിവ്യത്വം ആരോപിക്കപ്പെട്ടിരിക്കുന്ന പക്ഷിമൃഗാദികൾ സത്യത്തിൽ മനുഷ്യൻ സ്വയം കണ്ടെത്താനും തങ്ങളെ മറ്റുള്ളവരിൽനിന്ന് വ്യതിരിക്തരായികാണാനും ഉപയോഗിച്ചിരുന്ന സംജ്ഞകളായിരുന്നു എന്നുമുള്ള സ്ട്രോസിന്റെ വാദവും (ഇനിയും പൂർണമായി തെളിയിക്കപ്പെട്ടിട്ടില്ലെങ്കിലും) ചിന്തോദ്ദീപകമാണ്.[2]

---

1. ഡാനിയൽ ഓൾട്, *The Visionary Physics* (ലണ്ടൻ, 1979), ഒന്നും രണ്ടും അധ്യായങ്ങൾ. ഏണസ്റ്റ് കാസിറർ തുടങ്ങിയ ആശയവാദികളായ പണ്ഡിതന്മാരുടെ പഠനങ്ങളും ഫലത്തിൽ ഈ വസ്തുത അംഗീകരിക്കുന്നുണ്ട്. ന്യൂട്ടന്റെയും ലൈബ്നിറ്റ്സിന്റെയും വ്യത്യസ്ത പ്രശ്നപരിപ്രേക്ഷ്യ (oroblemati-que)ങ്ങളെപ്പറ്റി അഡോണോ *Negative Dialectics*ൽ പ്രതിപാദിക്കുന്നതും നോക്കുക. ജാമിതീയ സിദ്ധാന്തങ്ങളിൽ അധ്വാനത്തിൽനിന്നും സഞ്ചിതമാകുന്ന അറിവിന്റെ സ്വാധീനത്തിന് പെട്ടെന്നുതോന്നുന്ന ഒരു ഉദാഹരണമാണ് 'പൈതഗോറസ് തിയറം.'
2. ക്ലോഡ് ലെവൈസ്ട്രോസിന്റെ *Totemism, Mythologiques,* നാലു വാല്യങ്ങൾ, Structural Anthropology തുടങ്ങിയ കൃതികൾ നോക്കുക.

നവീനശിലായുഗ (neolithic) വിപ്ലവകാലഘട്ടത്തിലെ പാത്രനിർമിതിയെപ്പറ്റി ദീർഘമായി ഗവേഷണം ചെയ്തിട്ടുള്ള ഗോർഡൻ ചൈൽഡിന്റെ ചില നിഗമനങ്ങൾ താൽപ്പര്യജനകമാണ്. എങ്ങനെ 'പുതുത്' പഴയതിൽനിന്നും വൈരുധ്യാത്മകമായി ഉരുത്തിരിഞ്ഞു വരുന്നു എന്നതിന്റെ വ്യക്തമായ നിദർശനങ്ങളാണ് അദ്ദേഹത്തിന്റെ കണ്ടുപിടുത്തങ്ങൾ – വികാസത്തിന്റെ ഒരു ഘട്ടം പൂർത്തിയായിക്കഴിഞ്ഞാൽ പുതുത് എങ്ങനെ സ്വതന്ത്രമായ പുതിയ നിയമങ്ങളനുസരിച്ച് വളരുന്നു എന്നതിന്റെയും:

> അങ്ങനെ ഏറ്റവും ആദ്യഘട്ടത്തിലെ മൺപാത്രങ്ങൾ ചുരയ്ക്കത്തൊണ്ട്, മൂത്രാശയം തുടങ്ങിയ സഞ്ചികൾ, തൊലി, കുട്ടകൾ, ചൂരൽകൊണ്ടുള്ള നിർമിതികൾ (wicker work), മനുഷ്യന്റെ തലയോടുകൾ തുടങ്ങിയ വസ്തുക്കളുടെ പ്രകടമായ അനുകരണമായിരുന്നു.

എന്നാൽ, കുറേ കഴിഞ്ഞപ്പോൾ മനുഷ്യൻ പുതിയ പുതിയ രൂപങ്ങൾ ആവിഷ്കരിക്കാൻ കെൽപ്പുനേടിയെന്നും മെല്ലെ മെല്ലെ പ്രകൃതിനിശ്ചിതമായ അതിർവരമ്പുകളെ (natural boundary) പിന്തള്ളിക്കൊണ്ട് സ്വാതന്ത്ര്യത്തിന്റെ മേഖല (realm of freedom) വികസിക്കാൻ തുടങ്ങിയെന്നും ചൈൽഡ് ചൂണ്ടിക്കാട്ടുന്നു.[1] പ്രാചീന ചൈനീസ് ജ്യോതിശ്ശാസ്ത്രത്തെക്കുറിച്ചുള്ള നീഥാമിന്റെ പഠനങ്ങളെ അവലംബിച്ച് ബർനാൾ ഒരു രസകരമായ വസ്തുത ചൂണ്ടിക്കാട്ടുന്നുണ്ട്: ധ്രുവത്തിനു ചുറ്റുമുള്ള നിശയിലെ ആകാശത്തിലെ ചാക്രിക ചലനത്തെപ്പറ്റിയുള്ള കൃത്യമായ സങ്കൽപ്പം ചക്രം കണ്ടുപിടിക്കപ്പെട്ടതോടെയാണ് സാധ്യമായിത്തീർന്നത് എന്നു ബർനാൾ പറയുന്നു. വർത്തുളചലനത്തെപ്പറ്റിയുള്ള ആശയം ചൈനീസ് ജ്യോതിശ്ശാസ്ത്രത്തിന്റെ ആരംഭബിന്ദുവായിരുന്നു. ചക്രം കണ്ടെത്തുംവരെ, ആകാശത്തെപ്പറ്റിയുള്ള ധാരണ, ഭൂമിയെപ്പറ്റിയുള്ള ധാരണയുടെ അടിസ്ഥാനത്തിലായിരുന്നു ജ്യോതിശാസ്ത്രജ്ഞർ രൂപീകരിച്ചിരുന്നത്.[2]

പ്രപഞ്ചവീക്ഷണം എന്ന സമഗ്രമായ അർഥത്തിൽ അവബോധം മനുഷ്യനും പ്രകൃതിയുമായുള്ള വൈരുധ്യാത്മക ബന്ധത്തിന്റെ എല്ലാ മേഖലകളെയും ഉൾക്കൊള്ളുന്നതാണ്. ഉൽപ്പാദനത്തിനായുള്ള സമരവും വംശവൃദ്ധിക്കായുള്ള സമരവും ആണ് ജീവിതത്തിന്റെ എല്ലാ മേഖലകളിലുമുള്ള സമരങ്ങളുടെയും ബന്ധങ്ങളുടെയും ആശയ വിശ്വാസങ്ങളുടെയും ആധാരശില. "ഉൽപ്പാദനശക്തികൾ എപ്പോഴും വികസിച്ചുകൊണ്ടിരിക്കുന്നു" എന്നും "ഉൽപ്പാദനശക്തികൾ എപ്പോഴും പുരോഗമനപരമാണ്" എന്നും മറ്റുമുള്ള മാർക്സിന്റെ പ്രസിദ്ധമായ വാക്കുകൾ, ജീവിതത്തെ നിലനിർത്താനാവശ്യമായ ഭൗതികോപാധികളുടെ

1. ഗോർഡൻ ചൈൽഡ്, *Man Makes Himself* (ലണ്ടൻ, 1966) പേജ് 93.
2. ജെ ഡി ബർനാൾ, *Science in History* (ഹാർമണ്ട്സ്‌വർത്ത്, 1969), പേജ് 124.

പ്രാഥമികത്വത്തെയാണ് സൂചിപ്പിക്കുന്നത്. വർഗസമുദായത്തിൽ ഉൽപ്പാദനശക്തികളുടെ വികാസം വർഗസമരത്തെയും ശാസ്ത്രപുരോഗതിയെയും ആശ്രയിച്ചാണ് നിൽക്കുന്നത്. *മൂലധന*ത്തിൽ 'വൈദ്യുതി'യുടെ കണ്ടുപിടുത്തത്തിന്റെ വിപ്ലവസ്വഭാവത്തെപ്പറ്റിയും മറ്റും മാർക്സ് പറയുന്നതിനെ ശുദ്ധ സാങ്കേതികവിദ്യാവാദമായി വളച്ചൊടിക്കുന്നു എന്നതാണ് "ഉൽപ്പാദനശക്തി സിദ്ധാന്ത"ത്തിന്റെ വക്താക്കളുടെ തെറ്റ്. ഉൽപ്പാദനരീതിയും ഉൽപ്പാദനബന്ധവും ശാസ്ത്രപുരോഗതിയുമെല്ലാം ചരിത്രപരിനിഷ്ഠമായ ഒരു ജൈവരൂപത്തിന്റെ ഘടകങ്ങളാണ്. അതുകൊണ്ടുതന്നെ അവയുടെ പുരോഗതി അവസാന വിശകലനത്തിൽ പരസ്പരം ബന്ധപ്പെട്ടു കിടക്കുന്നു. അസന്തുലിത വികാസം (uneven development) ഒരു ഹ്രസ്വകാലപ്രക്രിയ മാത്രമാണ് എന്നു മനസിലാക്കുമ്പോൾതന്നെ ഈ ഹ്രസ്വകാലപ്രക്രിയയുടെ പ്രസക്തി നാം മനസിലാക്കേണ്ടതുമാണ്.

ചരിത്രം : അതിഭൗതിക ദർശനങ്ങൾ

മനനവും കർമവും തമ്മിലുള്ള വൈരുധ്യാത്മകബന്ധം നിർധാരണം ചെയ്യുന്നതിൽ പരാജയപ്പെട്ട പ്രാങ് മാർക്സിസ്റ്റ് തത്വചിന്ത അതിഭൗതിക ദർശനങ്ങളിലാണ് അഭയം തേടിയത്. മാനുഷിക പ്രവർത്തനത്തിന്റെ കർമോന്മുഖ (active)മായ വശത്തെ ഏകപക്ഷീയമായി വികസിപ്പിക്കാൻ ശ്രമിച്ച ആശയവാദികളും മാനുഷിക പ്രവർത്തനത്തിന്റെ കർതൃനിഷ്ഠ വശത്തെ മനസിലാക്കുന്നതിൽ പരാജയപ്പെട്ട യാന്ത്രിക ഭൗതികവാദികളും ഒരതീന്ദ്രിയമായ കർതൃ സങ്കൽപ്പ (transcendental subject)ത്തിലാണ് എത്തിച്ചേർന്നത്. ഹെഗൽ ചരിത്രപ്രക്രിയയെത്തന്നെ ഒരു കേവലാശയത്തിന്റെ വികാസത്തിലെ ഘട്ടങ്ങളായി (moments) ആണ് കണ്ടത്. ഹെഗെലിയൻ സമീപനത്തിന്റെ അപര്യാപ്തതയെപ്പറ്റി മാർക്സ് ആദ്യംമുതൽക്കുതന്നെ ബോധവാനായിരുന്നു. സാമ്പത്തികശാസ്ത്രപരവും തത്വശാസ്ത്രപരവുമായ കയ്യെഴുത്തുപ്രതികളിൽ മാർക്സ് ഇതേപ്പറ്റി വിവരിക്കുന്നുണ്ട്:

> ഹെഗലി(ന്റെ രീതിയി)ൽ ഒരു ഇരട്ട തെറ്റുണ്ട്. ആദ്യത്തേത് ഹെഗെലിയൻ തത്വശാസ്ത്രത്തിന്റെ ഈറ്റില്ലമായ 'പ്രതിഭാസ വിജ്ഞാനീയത്തിൽ'തന്നെ വ്യക്തമായി പുറത്തുവരുന്നുണ്ട്.... ഉദാഹരണത്തിന് ധനം, രാഷ്ട്രാധികാരം തുടങ്ങിയവയെ മനുഷ്യന്റെ സ്വത്വത്തിൽനിന്ന് അന്യവൽക്കൃതമായ രൂപ (entity)ങ്ങളായാണ് ഹെഗൽ കാണുന്നത്. അവ മനനസ്വരൂപങ്ങളാണ് (thought-entities); അതുകൊണ്ട് ശുദ്ധമായ, അതായത് അമൂർത്ത, തത്വശാസ്ത്രചിന്തയുടെ അന്യവൽക്കരണങ്ങൾ മാത്രമാണ്. ഈ മുഴുവൻ പ്രക്രിയയും തന്മൂലം കേവലജ്ഞാനത്തിൽ ചെന്നവസാനിക്കുന്നു. അമൂർത്തചിന്തയിൽനിന്നാണ് ഈ വസ്തുക്കൾ അന്യ

> വൽക്കൃതമായിരിക്കുന്നത്; അമൂർത്തചിന്തയെയാണ് യാഥാർത്ഥ്യമാണെന്ന നാട്യത്തോടെ അവ നേരിടുന്നത്. അന്യവൽക്കൃതനായ മനുഷ്യന്റെ ഒരമൂർത്തരൂപം മാത്രമായ തത്വചിന്തകൻ അമൂർത്തവൽക്കൃതമായ ലോകത്തെ (അറിയാനുള്ള) മാനദണ്ഡമായി സ്വയം കണക്കാക്കുന്നു. അന്യവൽക്കരണ പ്രക്രിയയുടെ മുഴുവൻ ചരിത്രവും അന്യവൽക്കരണത്തിന് അറുതിവരുത്തുന്ന മുഴുവൻ പ്രക്രിയയും അമൂർത്ത (അതായത് കേവല) ചിന്തയുടെ യുക്തിപര (logical)മായ, അഭ്യൂഹാത്മകമായ (speculative) ചിന്തയുടെ നിർമാണ പ്രക്രിയയുടെ ചരിത്രം മാത്രമാണ്..... രണ്ടാമതായി വസ്തുനിഷ്ഠ പ്രപഞ്ചത്തിന്റെ നിലനിൽപ്പിനെ മനുഷ്യർക്കുവേണ്ടി സാധൂകരിക്കാനുള്ള ശ്രമം.... ഹെഗെലിയൻ തത്വചിന്തയിൽ ഇന്ദ്രിയങ്ങളും മതവും രാഷ്ട്രീയാധികാരവുമെല്ലാം ആത്മീയ സ്വരൂപങ്ങളാണ് എന്ന രീതിയിലാണ് പ്രത്യക്ഷപ്പെടുന്നത്. കാരണം, മനസു മാത്രമാണ് മനുഷ്യന്റെ യഥാർഥ സത്ത. മനസിന്റെ യഥാർഥ രൂപമാകട്ടെ ചിന്തിക്കുന്ന, യുക്തിവിചാരം നടത്തുന്ന, അഭ്യൂഹാത്മകമായ മനസാണ്..... പ്രകൃതിയുടെ മാനുഷികസ്വഭാവവും ചരിത്രം സൃഷ്ടിക്കുന്ന പ്രകൃതിയും..... അമൂർത്തമായ മനസിന്റെ സൃഷ്ടികളെന്ന രൂപത്തിൽ, അതായത് മനസിന്റെ ഘട്ടങ്ങൾ എന്ന രൂപത്തിൽ, ചിന്താസ്വരൂപങ്ങളുടെ രൂപത്തിലാണ് പ്രത്യക്ഷപ്പെടുന്നത്. അതുകൊണ്ട് പ്രതിഭാസ വിജ്ഞാനീയം ഒളിഞ്ഞുകിടക്കുന്നതും മറച്ചുപിടിക്കുന്നതും അനിശ്ചിതത്വമാർന്നതുമായ വിമർശനമാണ്. എന്നാൽ, മനുഷ്യൻ അതിൽ മനസായി മാത്രമാണ് പ്രത്യക്ഷപ്പെടുന്നത് എന്നിരിക്കിലും മനുഷ്യന്റെ അന്യവൽക്കരണത്തെ ആവിഷ്ക്കരിക്കുന്നതുകൊണ്ട് അതിൽ വിമർശനത്തിന്റെ എല്ലാ ഘടകങ്ങളും ഒളിഞ്ഞുകിടപ്പുണ്ട്.[1]

ഒരർഥത്തിൽ, ഹെഗെലിയൻ ചിന്തയിലെ ഈ ആന്തരിക വൈരുധ്യങ്ങളെത്തന്നെ ചരിത്രപരമായി മനസിലാക്കുക എന്നത് പ്രധാനമാണ്. ലൂക്കാച്ച് ചൂണ്ടിക്കാട്ടുന്നതുപോലെ, ജ്ഞാനോദയകാലത്തെ ബൂർഷ്വാ ചിന്തയുടെ സാക്ഷാൽക്കാരം ഫ്രഞ്ചുവിപ്ലവമായിരുന്നു-നെപ്പോളിയന്റെ യുദ്ധങ്ങളിലൂടെ വാൾമിയിലെ ചോരപ്പുഴകളിലും വാട്ടർലൂവിലെ ചെളിമൂടിയ പടക്കളത്തിലും ഒടുങ്ങിപ്പോയ ഫ്രഞ്ചുവിപ്ലവം. ഹെഗൽ ജ്ഞാനോദയ തത്വചിന്തയെ ഫ്രഞ്ചുവിപ്ലവത്തിന്റെ പരിണതഫലമായാണു മനസിലാക്കിയത്. എന്നാൽ, യഥാർഥത്തിൽ അത് "ഫ്രഞ്ചുവിപ്ലവത്തിനുള്ള തയാറെടുപ്പിന്റെ തത്വശാസ്ത്രമായിരുന്നു."[2] ഫ്രഞ്ചുവിപ്ലവം ഒരു പുതിയ സാമൂഹികവ്യവസ്ഥിതിക്ക് ജന്മംനൽകി. അതിന്റെ നൈസർഗികമായ

1. *MECW,* വാല്യം III, പേജുകൾ 331–332.
2. ലൂക്കാച്ച്, *The Ontology of Social Being : I Hegel,* പേജ് 5.
ലൂക്കാച്ചിന്റെ *Young Hegel* കൂടി നോക്കുക.

വൈരുധ്യങ്ങളോടെ ആവിർഭവിച്ച ബൂർഷ്വാ വ്യവസ്ഥിതി ഉയർത്തിയ വെല്ലുവിളിയെ നേരിടാൻ ജ്ഞാനോദയചിന്തയ്ക്കു കഴിഞ്ഞില്ല. കാരണം, ചരിത്രപരമായ അതിന്റെ പങ്ക് ബൂർഷ്വാ വ്യവസ്ഥയുടെ സംസൃഷ്ടിയോടെതന്നെ പൂർത്തീകരിക്കപ്പെട്ടു കഴിഞ്ഞിരുന്നു.[1] ഈ ധർമസങ്കടമാണ് ഹെഗലിന്റെ തത്വശാസ്ത്രത്തെ പ്രകടമായും പ്രതിലോമപരമായ പല നിഗമനങ്ങളിലും കൊണ്ടെത്തിച്ചത്. ആദ്യം നെപ്പോളിയനെയും പിന്നീട് ഫ്രെഡറിൽ വില്യം രണ്ടാമനെയും പ്രപഞ്ചത്തിന്റെ ആത്മാവായി (world soul) കാണാൻ ഹെഗലിനെ പ്രേരിപ്പിച്ചത് ഇതാണ്. ബൂർഷ്വാ തത്വചിന്തയ്ക്ക്, ബൂർഷ്വാ വ്യവസ്ഥിതിയുടെ സംസ്ഥാപനത്തിന് ഉപരിയായി മറ്റൊരു ലക്ഷ്യത്തെ കാണാനാവുമായിരുന്നില്ല. അതുകൊണ്ടുതന്നെ വർത്തമാനകാലത്തെ വൈരുധ്യാത്മക പുരോഗതിയുടെ അവസാന ഘട്ടമായി കാണാൻ ഹെഗൽ നിർബന്ധിതനായി. "കേവലാശയം=വർത്തമാനകാലം" എന്ന സൂത്രവാക്യം ഹെഗേലിയൻ ചിന്താപദ്ധതിയുടെ മരണമണിമുഴക്കി. വ്യക്തിപരമായി കൂടുതൽ കൂടുതൽ യാഥാസ്ഥിതിക സമീപനങ്ങളിലേക്ക് ഹെഗൽ നയിക്കപ്പെട്ടു എന്നതു മാത്രമായിരുന്നില്ല ഈ താത്വിക പരികൽപ്പനയുടെ ഫലം എന്ന് ലൂക്കാച്ച് ചൂണ്ടിക്കാട്ടുന്നുണ്ട്. അദ്ദേഹത്തിന്റെ ചരിത്രസിദ്ധാന്തവും യഥാർഥ ചരിത്രവും തമ്മിലുള്ള വിടവ് വർധിച്ചുവരാൻ തുടങ്ങി. ജൂലൈ വിപ്ലവകാലഘട്ടത്തിൽ, "കാര്യങ്ങൾ മറ്റൊരു തരത്തിലായിരുന്നെങ്കിൽ തികച്ചും ശരിയാവുമായിരുന്ന എല്ലാ നിഗമനങ്ങളെയും സംശയാസ്പദമാക്കിത്തീർക്കുന്ന തരത്തിൽ ഒരു പ്രതിസന്ധി ഉളവായിരിക്കുന്നു" എന്ന് ഹെഗൽ എഴുതുകയുണ്ടായി.[2] എന്നാൽ, കാൽപ്പനിക ചിന്തകന്മാരിൽനിന്നും

1. ലൂക്കാച്ച്, *The Ontology : Hegel* പേജുകൾ 1–2.
2. *The Ontology : Hegel* പേജ് 16ൽ കൊടുത്തിരിക്കുന്നതുപോലെ. അതേ പുസ്തകത്തിൽ 11–23 പേജുകളിൽ ലൂക്കാച്ച് ദീർഘമായി ഇതെപ്പറ്റി പ്രതിപാദിക്കുന്നുണ്ട്. ഹെഗേലിയൻ ചിന്തയിൽ പ്രകടമാവുന്ന വൈരുധ്യങ്ങളുടെ വേരുകൾ യഥാർഥത്തിൽ ജ്ഞാനോദയചിന്തയിൽതന്നെ ലീനമായി കിടന്നിരുന്ന അപരിഹാര്യമായ കേവല ദ്വന്ദ്വാത്മകത (antionomian character)യിലാണ് തേടേണ്ടത്. ജ്ഞാനോദയ ചിന്തകരെ സംബന്ധിച്ചിടത്തോളം പ്രകൃതിയുടെയും സമൂഹത്തിന്റെയും സ്വത്വ (being)ത്തിന്റെയും ആയിത്തീരലിന്റേയും (becoming) അടിസ്ഥാനതത്വംതന്നെ യുക്തിയായിരുന്നു. അതുകൊണ്ടുതന്നെ പ്രകൃതിയുടെ നിത്യവും മാറ്റമില്ലാത്തതുമായ നിയമങ്ങൾക്കനുസൃതമാംവിധം സമൂഹത്തെ രൂപപ്പെടുത്തിയെടുക്കാൻ ഈ അടിസ്ഥാനതത്വത്തെ കണ്ടെത്തുകയും വികസിപ്പിച്ചുകൊണ്ടുവരികയുമാണ് ആവശ്യം എന്നവർ സിദ്ധാന്തിച്ചു. തത്വശാസ്ത്രത്തിന് അവർ കൽപ്പിച്ചുകൊടുത്ത ഉത്തരവാദിത്തവും ഇതായിരുന്നു. പക്ഷേ, ഈ പ്രശ്നപരിപ്രേക്ഷ്യം (problemati-que) ഉന്നയിക്കപ്പെട്ടപ്പോൾതന്നെ ഒരു പ്രശ്നം ഉയർന്നുവന്നു: പ്രകൃതിക്ക് സർവാതിശായിയായ ഒരു സ്ഥാനമാണ് ഉള്ളതെങ്കിൽ എങ്ങനെ മനുഷ്യനും സമൂഹവും അതിൽനിന്നു വ്യതിരിക്തരായിത്തീർന്നു? ജ്ഞാനോദയ ചിന്തയുടെ പ്രകൃതിസങ്കൽപ്പത്തെ രീതിശാസ്ത്രപരമായി (methodologically) ഇതു രണ്ടായി പിളർന്നു. ഒരുവശത്ത് തികച്ചും വസ്തുനിഷ്ഠവും ഭൗതികവും അയവില്ലാത്ത നിയമങ്ങളാൽ ഭരിക്കപ്പെടുന്നതുമായ ന്യൂട്ടന്റെയും ഗലീലിയോയുടെയും പ്രകൃതിസങ്കൽപ്പങ്ങൾ

യുട്ടോപ്പിയന്മാരിൽനിന്നും ഹെഗലിനെ വ്യത്യസ്തനാക്കുന്ന ഘടകം അദ്ദേഹം ഈ പ്രതിസന്ധിയെ നേരിട്ട രീതിയാണ്. ജ്ഞാനോദയ തത്വശാസ്ത്രത്തിന്റെ കാതലായ വിശ്വാസം-യുക്തിയുടെ മേഖലയിലുള്ള വിശ്വാസം-ഹെഗൽ വിട്ടുകളയുന്നില്ല. ഹെഗെലിയൻ തത്വചിന്തയിലെ ആന്തരിക വൈരുധ്യങ്ങൾ ബൂർഷ്വാചിന്ത അഭിമുഖീകരിക്കേണ്ടിവന്ന യഥാർഥ വൈരുധ്യങ്ങളുടെ പ്രതിഫലനമായിരുന്നു. റിക്കാഡോയുടെ സാമ്പത്തികശാസ്ത്ര സിദ്ധാന്തങ്ങളെപ്പോലെ ഹെഗേലിയൻ ചിന്താപദ്ധതിയെയും "വൈരുധ്യങ്ങളുടെ വള"മായി (manure of contradictions) കാണാവുന്നതാണെന്ന് ലൂക്കാച്ച് സിദ്ധാന്തിക്കുന്നത് ഇതുകൊണ്ടാണ്. വൈരുധ്യസ്വഭാവമാർന്ന പ്രതിഭാസങ്ങളുടെ വളക്കൂറുള്ള മണ്ണിൽനിന്ന് അദ്ദേഹത്തിന്റെ ചിന്തയിലെ പുരോഗമനോന്മുഖമായ ആശയഗതികൾ വികസിക്കുന്നു, ലൂക്കാച്ച് പറയുംപോലെ ഹെഗെലിയൻ ചിന്തയിൽ "വർത്തമാനത്തിന്റെ" വൈരുധ്യാത്മക സ്വഭാവം ചിന്തയുടെ പ്രശ്നം മാത്രമായല്ല, യാഥാർഥ്യത്തിന്റെതന്നെ പ്രശ്നമായയാണ് പ്രത്യക്ഷപ്പെടുന്നത്.[1] അമൂർത്തവും ആശയവാദപരവുമായ രീതിയിലാണെങ്കിലും പഴ

വളർന്നു. ഇവരുടെ പ്രകൃതിദർശനം യാന്ത്രികമായിരുന്നു എന്നതു ശരിയാണ്. പക്ഷേ, മുൻകാല ദർശനങ്ങളിൽ കടന്നുകൂടിയിരുന്ന എല്ലാ അന്ത്യലക്ഷ്യബോധപര (teleological)മായ അംശങ്ങളെയും പ്രകൃതിയുടെമേൽ മാനുഷിക ഭാവങ്ങൾ അധ്യാരോപിച്ചു കാണാനുള്ള പ്രവണതകളെയും പുറംതള്ളിക്കൊണ്ട് പ്രകൃതിസങ്കൽപ്പത്തിന് ഉറപ്പുള്ള ഒരു സ്വത്വശാസ്ത്ര (ontology)പരമായ അടിത്തറ അവർ പ്രദാനം ചെയ്തു. (ഈ പ്രകൃതിവീക്ഷണത്തിനെതിരായാണ് കാൽപ്പനികർ ഏറ്റവും അധികം പ്രതിഷേധിച്ചത്. ന്യൂട്ടന്റെ ജ്യോതിശാസ്ത്രത്തെ 'ബില്യാഡ് പന്തുകൾകൊണ്ട് പ്രപഞ്ചത്തെ നിർമിക്കാനുള്ള ശ്രമ'മായി വില്യം ബ്ലേക്ക് പുച്ഛിച്ചുതള്ളിയത് 1798 ലായിരുന്നു.) എന്നാൽ ഈ പ്രകൃതിദർശനത്തിൽനിന്ന് നേരിട്ട് ഒരു സാമൂഹ്യ സ്വത്വശാസ്ത്രം (Ontology of Social Being) അനുമാനങ്ങളിലൂടെ സ്ഥാപിച്ചെടുക്കുക എളുപ്പമായിരുന്നില്ല. പക്ഷേ, പ്രകൃതിയെയും സമൂഹത്തെയും അദ്വയമായി കണ്ടിരുന്ന ഹോബ്സിന്റെയും സ്പിനോസയുടെയും മറ്റും പാരമ്പര്യത്തിൽ അധിഷ്ഠിതമായിരുന്ന ജ്ഞാനോദയചിന്ത വിപുലമായ സൈദ്ധാന്തിക വ്യവസ്ഥകൾ സൃഷ്ടിക്കുന്നതിലൂടെ യുക്തിയുടെ തലത്തിൽ നിന്നുകൊണ്ട് ഈ വൈരുധ്യങ്ങളെ പരിഹരിക്കാനാണ് യത്നിച്ചത്. ജ്യോതിശാസ്ത്രത്തിലും ഊർജതന്ത്രത്തിലുമെല്ലാം നൈസർഗികമായി വളർന്നുവന്നിരുന്ന സ്വത്വശാസ്ത്ര പരികൽപ്പനകൾ, സാമൂഹിക തലത്തിലേക്ക് പകർന്നതോടെ മൂല്യസിദ്ധാന്തങ്ങളായി മാറി. പ്രകൃതിയെപ്പറ്റിയുള്ള ഭൗതികവാദസമീപനങ്ങൾ അതേപടി സമൂഹത്തിനുമേൽ അധ്യാരോപിക്കപ്പെട്ടതോടെ ജ്ഞാനോദയചിന്തയുടെ ചരിത്രസങ്കൽപ്പവും സമൂഹസങ്കൽപ്പവും (അബോധപൂർവമായാണെങ്കിലും) ആശയവാദപരമായിത്തീർന്നു-എന്തു വിലകൊടുത്തും ചിന്താവ്യവസ്ഥകൾ സൃഷ്ടിക്കാനുള്ള ഈ പ്രവണതയെ (spirit systematique)യെ അഡോണോയും (Negative Dialectics, Dialectics of Enlightenment) ലൂസിയോ കൊളററിയും "Contradiction and Contriety" N L R, വിശദമായി വിമർശന വിധേയമാക്കുന്നുണ്ട്. ലൂക്കാച്ചിന്റെ *The Ontology: Hegel,* പേജുകൾ 4-7 കൂടി നോക്കുക).

1. *The Ontology : Hegel,* പേജ് 3.
"വൈരുധ്യങ്ങളുടെ വളം" എന്ന പ്രയോഗം മാർക്സിന്റേതാണ് (*Theories of Surplus Value*, മോസ്കോ, 1975 പേജുകൾ 84-85).

യതും പുതിയതുമായുള്ള ഈ വൈരുധ്യാത്മകബന്ധത്തെപ്പറ്റി ഹെഗൽ ബോധവാനായിരുന്നു. 1806 ലെ പ്രഭാഷണ പരമ്പരകൾ അവസാനിപ്പിച്ചുകൊണ്ട് ഹെഗൽ പറയുന്നു:

> ഒരു പ്രധാനപ്പെട്ട ദശാസന്ധിയിലാണ് നാമിന്നു നിൽക്കുന്നത്. ആന്തോളനങ്ങളുടേതായ കാലം. പെട്ടെന്ന് പിടിച്ചുകുലുക്കപ്പെട്ട പ്രപഞ്ചാത്മാവ് (spirit) അതിന്റെ പഴയരൂപമുപേക്ഷിച്ച് പുതിയ രൂപം സ്വീകരിച്ചിരിക്കുന്നു. പഴയ ആശയങ്ങളുടെ, പരികൽപ്പനകളുടെ മുഴുവൻ സഞ്ചയവും ലോകത്തെ ബന്ധിപ്പിക്കുന്ന കണ്ണികൾതന്നെയും അലിഞ്ഞുപൊയ്ക്കൊണ്ടിരിക്കുന്നു. സ്വപ്നത്തിലെ രൂപങ്ങൾപോലെ അവ പൊടിഞ്ഞുപൊയ്ക്കൊണ്ടേയിരിക്കുന്നു. പ്രപഞ്ചാത്മാവ് മുന്നോട്ടുള്ള ഒരു കാൽവെയ്പിന് തയാറെടുത്തുകഴിഞ്ഞു.[1]

"പൊതുവായ രൂപരേഖയിൽമാത്രം," ഒരു അമൂർത്തതയ്ക്കുള്ളിൽ ഒളിഞ്ഞും മറഞ്ഞും കിടക്കുന്ന പൂർണതാ സ്വരൂപമായി മാത്രമാണ് "പുതിയ

ജേംസ്മില്ലിന്റെയും റിക്കാർഡോയുടെയും ചിന്താപദ്ധതികളെപ്പറ്റി താരതമ്യപ്പെടുത്തിക്കൊണ്ട് മാർക്സ് പറയുന്നു: "ഗുരുവിനെ (റിക്കാർഡോ) സംബന്ധിച്ചിടത്തോളം പുതിയതും പ്രസക്തവുമായത് വൈരുധ്യങ്ങളുടെ 'വളത്തിൽ' നിന്ന്, വൈരുധ്യസ്വഭാവമാർന്ന പ്രതിഭാസങ്ങളിൽനിന്ന് തഴച്ചുവളരുന്നു. അതിലെ വൈരുധ്യങ്ങൾതന്നെ സിദ്ധാന്തം വികാസം പ്രാപിച്ച ജൈവമായ അടിത്തറയുടെ വൈവിധ്യതയുടെ തെളിവാണ്. പക്ഷേ, ശിഷ്യന്റെ കാര്യം വ്യത്യസ്തമാണ്. അയാളുടെ അസംസ്കൃതപദാർഥം യാഥാർഥ്യമല്ല. ഗുരു യാഥാർഥ്യത്തെ ഉദാത്തവൽക്കരിച്ച് സൃഷ്ടിച്ചെടുത്ത സിദ്ധാന്തസ്വരൂപമാണ്."

വമ്പിച്ച തത്വചിന്താപദ്ധതികളുടെ മഹാപ്രാകാരങ്ങളുടെ തകർച്ചയ്ക്കുശേഷം ജീർണതയുടെ അവശിഷ്ടങ്ങളെ എഴുന്നള്ളിച്ചു ഞെളിയാൻ ശ്രമിക്കുന്ന വിദ്യുജ്ജ്യൂഹവേഷങ്ങൾ തത്വചിന്തയുടെ ചരിത്രത്തിൽ സാധാരണമാണ്. ഔപനഷദികന്മാരുടെയും ശങ്കരാചാര്യരുടെയും മറ്റും ചിന്താപദ്ധതികളും നമ്മുടെ ഇന്നത്തെ മഠാധിപതികളുടെയും വ്യാഖ്യാനകാരന്മാരുടെയും മറ്റും അസംബന്ധജൽപ്പനങ്ങളും തമ്മിലുള്ള വിചിത്രമായ ബന്ധം പെട്ടെന്നു തോന്നുന്ന ഉദാഹരണമാണ്.

1. *The Ontology : Hegel* പേജ് 7ൽ ഉദ്ധരിച്ചിരിക്കുന്നതിൽനിന്ന്.

കേവലാശയവും വർത്തമാനകാലവും തമ്മിലുള്ള ബന്ധത്തെപ്പറ്റിയുള്ള ഹെഗേലിയൻ സങ്കൽപ്പത്തെയും സാമൂഹികശാസ്ത്രപരമായും ചരിത്രപരമായും മനസിലാക്കേണ്ടതാണ്. ജീനയിൽവച്ച് കുതിരപ്പുറത്തേറിവരുന്ന നെപ്പോളിയനെ കാണുമ്പോൾ ജർമനിയെ ആത്മീയമായ ഊഷരതയിൽനിന്ന് വിമോചിപ്പിക്കാനെത്തിയ പ്രപഞ്ചാത്മാവിനെ കണ്ടെത്തിയ ആഹ്ലാദമായിരുന്നു ഹെഗലിനനുഭവപ്പെട്ടത്. ഈ ഉത്സാഹത്തിമിർപ്പാണ്, 'മനസിന്റെ പ്രതിഭാസവിജ്ഞാനീയ'ത്തിലെ അന്തിമഖണ്ഡങ്ങളിലെ കാവ്യാത്മകതയുടെ സ്രോതസ്. എന്നാൽ *Science of Logic* എഴുതുമ്പോഴേക്കും തന്നെ ഹെഗലിന്റെ ഈ പ്രതീക്ഷകൾക്ക് മങ്ങലേറ്റിരുന്നു. നെപ്പോളിയന്റെ സ്ഥാനത്ത് ഫ്രഡറിക് വിൽഹം രണ്ടാമൻ കടന്നുവരുന്നു. പക്ഷേ, ഹെഗേലിയൻ ദർശനം നെപ്പോളിയന്റെ വ്യക്തിത്വത്തിനു പകർന്നുകൊടുത്തിരുന്ന പുരോഭാഗശോഭ ചോർന്നുപോയതോടൊപ്പം അദ്ദേഹത്തിന്റെ ഭാഷയിൽ നിന്നുപോലും പ്രസാദാത്മകതയുടെ പരിവേഷം മാഞ്ഞുതുടങ്ങി എന്നത് ശ്രദ്ധേയമാണ്.

ലോകം ആദ്യമായി പ്രത്യക്ഷീഭവിക്കുന്നത്" എന്ന് ഹെഗൽ പറയുന്നത് ഈ ഘട്ടത്തെ കുറിച്ചാണ്.[1] ഏതായാലും ബൂർഷ്വാചിന്തയുടെ പരിനിശ്ചിത സീമകളെ ഉല്ലംഘിക്കുന്നതിൽ പരാജയപ്പെടുന്ന ആശയവാദം, നിലനിൽക്കുന്ന വ്യവസ്ഥിതിയുടെ ന്യായീകരണമായോ അവയുടെ മാറ്റമില്ലായ്മ സ്ഥാപിക്കാനുള്ള ഒരു വാദമായോ മാറുന്നു. സ്വന്തം വാൽവിഴുങ്ങാൻ ശ്രമിക്കുന്ന പാമ്പിനെപ്പോലെ ആശയവാദപരമായ ചരിത്രവീക്ഷണവും അതിന്റെ ലക്ഷ്യവും ആരംഭബിന്ദുവും തമ്മിലുള്ള വ്യത്യാസം മറക്കുന്നു. "ഇതുവരെ ചരിത്രമുണ്ടായിരുന്നു; പക്ഷേ, ഇപ്പോഴതു കാണാനില്ല" എന്ന് ബൂർഷ്വാ സാമ്പത്തിക ശാസ്ത്രത്തെപ്പറ്റി മാർക്സ് പറയുന്നത് ബൂർഷ്വാ ചരിത്രവീക്ഷണങ്ങൾക്കും ഇണങ്ങുന്നതാണ്.[2]

ബൂർഷ്വാ ആശയവാദത്തെപ്പോലെതന്നെ ജ്ഞാനോദയകാലത്തെ ഭൗതികവാദവും ചരിത്രത്തിന്റെ വൈരുധ്യാത്മകത മനസിലാക്കുന്നതിൽ പരാജയപ്പെട്ടിരുന്നു. ചരിത്രത്തെ ഒരതിന്ദ്രീയ കർത്തൃ (transcendental subject) സ്ഥാനത്ത് പ്രതിഷ്ഠിക്കുകവഴി അവരും അതിഭൗതികവാദത്തിന്റെ വിഷമവൃത്തത്തിൽ ചുറ്റിക്കറങ്ങുകയാണുണ്ടായത്. മനുഷ്യകർമത്തിന്റെ മാധ്യമികതയെ കണക്കിലെടുക്കുന്നതിൽ സംഭവിച്ച പരാജയമായിരുന്നു അവരുടെ അതിഭൗതികവാദത്തിന്റെ അടിത്തറ. മാർക്സിന്റെ വൈരുധ്യാധിഷ്ഠിതവും ചരിത്രപരവുമായ ഭൗതികവാദം ഈ അതിഭൗതികവാദ ദർശനങ്ങളെ മറികടക്കാനുള്ള ശ്രമമായിരുന്നു. പക്ഷേ, പല ഘട്ടങ്ങളിലും കമ്യൂണിസ്റ്റു പ്രസ്ഥാനത്തിൽ യാന്ത്രികവാദ ചരിത്രസങ്കൽപ്പങ്ങൾക്ക് മേൽക്കോയ്മ സിദ്ധിക്കുകയുണ്ടായി എന്നത് വൈരുധ്യാധിഷ്ഠിതമായ ചരിത്രസങ്കൽപ്പവും യാന്ത്രികമായ ചരിത്രസങ്കൽപ്പവും തമ്മിലുള്ള വൈജാത്യത്തെപ്പറ്റി ചിന്തിക്കാൻ നമ്മെ നിർബന്ധിക്കുന്നു. വാൾട്ടർ ബെഞ്ചമിൻ ഒരു അന്യാപദേശ കഥയിലൂടെ അതിഭൗതികവാദ ചരിത്രസങ്കൽപ്പത്തെ വിശദീകരിക്കുന്നുണ്ട്:

---

1. *The Phenomenology of Mind* (ലണ്ടൻ, 1931) പേജ് 76.
2. *The Poerty of Philosophy* (മോസ്കോ, 1961) പേജ് 135.

ലൂക്കാച്ച്, *History and Class Consciousness : Studies in Marxist Dialectics* (ലണ്ടൻ, 1971) പേജുകൾ 45–50 നോക്കുക. ലൂക്കാച്ച് പറയുന്നു:

"ബൂർഷ്വാചിന്തയ്ക്ക് ചരിത്രത്തെ ഒരു പ്രശ്നമായി കാണാൻ കഴിയുന്നുണ്ട്. പക്ഷേ അത് ഒരു അപരിഹാര്യമായ പ്രശ്നമായി അവശേഷിക്കുന്നു. ഒന്നുകിൽ അവർ ചരിത്രപ്രക്രിയയെ മുഴുവൻ തിരസ്കരിക്കാനും വർത്തമാനകാലത്തെ വ്യവസ്ഥകളെ എക്കാലത്തേക്കും ബാധകമായ പ്രകൃതിനിയമങ്ങളായി കാണാനും നിർബന്ധിതരാവുന്നു...... (ഇതാണു ബൂർഷ്വാ സാമൂഹ്യശാസ്ത്രത്തിന്റെ സവിശേഷത). അല്ലെങ്കിൽ അർഥവത്തും ലക്ഷ്യബോധമുള്ളതുമായ എല്ലാറ്റിനെയും ചരിത്രത്തിൽനിന്ന് നിഷ്കാസനം ചെയ്യാൻ അവർ നിർബന്ധിതരാവുന്നു. അപ്പോൾ പ്രത്യേക കാലഘട്ടങ്ങളുടെ, അവയിലെ വ്യക്തികളുടെയും സാമൂഹ്യപ്രതിനിധികളുടെയും വ്യക്തിപരതയ്ക്കപ്പുറം പോകാൻ അവർക്കു കഴിയാതായിത്തീരുന്നു...... ചരിത്രപുരോഗതി എന്നൊന്ന് പൂർണമായും ഇല്ലാതാവുന്നു.

> പ്രതിയോഗിയുടെ ഓരോ നീക്കത്തിനും ശരിയായ മറുപടി നൽകി എല്ലായ്പ്പോഴും ജയിക്കുന്ന ഒരു ചെസ്സുകളിക്കാരനായ യന്ത്രമനുഷ്യനെപ്പറ്റി ഒരു കഥയുണ്ട്. ഒരു വലിയ മേശപ്പുറത്തു വെച്ചിട്ടുള്ള ചതുരംഗപ്പലകയ്ക്കു മുന്നിൽ ഒരു തുർക്കിയുടെ വേഷം ധരിച്ച് വായിലൊരു ഹുക്കയും കടിച്ചുപിടിച്ച് ആ പാവ ഇരിക്കുമായിരുന്നത്രേ. ചതുരംഗമേശ തികച്ചും സുതാര്യമാണെന്ന പ്രതീതി ജനിപ്പിക്കുംമട്ടിൽ അതിനുചുറ്റും ചില കണ്ണാടികൾ ഘടിപ്പിച്ചുവെച്ചിട്ടുണ്ടായിരുന്നു. വാസ്തവത്തിൽ ചെസ്സുകളിയിൽ വിദഗ്ധനായ ഒരു കൊച്ചു കൂനൻ അകത്തൊളിച്ചിരുന്ന് പാവയുടെ കൈകളെ ചരടു വലിച്ച് നിയന്ത്രിക്കുകയായിരുന്നു. ഈ തന്ത്രത്തിന്റെ തത്വശാസ്ത്രപരമായ സമാനരൂപം നമുക്ക് ഊഹിക്കാവുന്നതേയുള്ളൂ. "ചരിത്രപരമായ ഭൗതികവാദം" എന്നു വിളിക്കുന്ന പാവ എപ്പോഴും ജയിക്കണം. ഇന്ന് നമുക്കറിയാവുന്നതുപോലെ, ഉണങ്ങി ശോഷിച്ച്, ആളുകളുടെ കൺവെട്ടത്തു വരാതെ ഒളിച്ചിരിക്കേണ്ട അവസ്ഥയിലെത്തിയിട്ടുള്ള ദൈവശാസ്ത്രത്തിന്റെ സഹായം തേടുകയാണെങ്കിൽ ഈ പാവയ്ക്ക് എളുപ്പത്തിൽ ആരെയും തോൽപ്പിക്കാം.[1]

മാർക്സിസത്തെ ഒരു ശുദ്ധസാമ്പത്തിക സിദ്ധാന്തം മാത്രമായി ചുരുക്കിക്കണ്ടിരുന്ന തിരുത്തൽവാദികൾ പ്രത്യക്ഷത്തിൽ ചരിത്രയാഥാർഥ്യങ്ങളെ ഉൾക്കൊള്ളുന്നു എന്ന പ്രതീതിയുളവാക്കിക്കൊണ്ട് വാസ്തവത്തിൽ സാമ്പത്തിക–ചരിത്ര പ്രവണതകളെപ്പറ്റിയുള്ള മാർക്സിന്റെ നിരീക്ഷണങ്ങളെ മാറ്റമില്ലാത്ത നിയമങ്ങളായി പ്രതിഷ്ഠിക്കാനാണു ശ്രമിച്ചത്. 1917 ലെ ബോൾഷെവിക് വിപ്ലവത്തെ "കാൾമാർക്സിന്റെ *മൂലധന*ത്തിനെതിരായ വിപ്ലവം" എന്ന് വിശേഷിപ്പിക്കാൻ ഗ്രാംഷിയെ പ്രേരിപ്പിച്ചത് തിരുത്തൽവാദികളുടെ വികലവീക്ഷണങ്ങളായിരുന്നു:

> റഷ്യയിൽ മാർക്സിന്റെ *മൂലധനം* തൊഴിലാളിവർഗത്തിന്റേതിലുമേറെ ബൂർഷ്വാസിയുടെ പുസ്തകമായിരുന്നു. ഒരു മുൻനിശ്ചിത

---

1. *Illuminations*, പേജ് 255.
ആന്റോണിയോ ഗ്രാംഷി തന്റെ ജയിൽ നോട്ടുപുസ്തകങ്ങളിൽ (പ്രത്യേകിച്ചും 335 –343 പേജുകൾ) ഈ വിധിവാദപരമായ അന്തിമവാദ (finalism)വും പ്രത്യയശാസ്ത്രവും ആയുള്ള ചരിത്രപരിനിഷ്ഠാബന്ധത്തെപ്പറ്റി അഗാധമായ ഉൾക്കാഴ്ച പ്രകടിപ്പിക്കുന്നുണ്ട്. "പ്രയോഗ (യാഥാർഥ്യ)ത്തിന്റെ തത്വശാസ്ത്രത്തി (philosophy of praxis – മാർക്സിസം)ൽനിന്ന് മതത്തിൽനിന്നോ മയക്കുമരുന്നുകളിൽനിന്നോ എന്നപോലെ, നിർഗമിക്കുന്ന (മയക്കുന്ന) പ്രത്യയശാസ്ത്രപരിമളം" യാന്ത്രികവാദവും വിധിവാദപരവുമായ ഒരു ഘടകമാണ് എന്നു ചൂണ്ടിക്കാട്ടിക്കൊണ്ട് സാമൂഹ്യശ്രേണിയിലെ ചില തലങ്ങളുടെ കീഴ്ക്കട (subal tern) അവസ്ഥ എങ്ങനെ ഇതിനെ ചരിത്രപരമായി ആവശ്യവും ന്യായീകൃതവുമാക്കിയിരിക്കുന്നു എന്നും ചൂണ്ടിക്കാട്ടുന്നുണ്ട്. അപബോധത്തെയും പ്രത്യയശാസ്ത്രത്തെയുംപറ്റിയുള്ള ലേഖനഭാഗത്ത് ഗ്രാംഷിയുടെ ആശയങ്ങൾ കൂടുതൽ വിശദമായി ചർച്ചചെയ്യുന്നുണ്ട്.

> മായ പാതയിലൂടെ എങ്ങനെ സംഭവങ്ങൾ നീങ്ങും എന്നതിന്റെ ഒരു വിമർശനാത്മകമായ വിശദീകരണമായാണ് അതവിടെ പ്രത്യക്ഷപ്പെട്ടത്: എങ്ങനെ റഷ്യയിൽ ഒരു ബൂർഷ്വാസി വികസിക്കണമെന്നും തൊഴിലാളിവർഗത്തിന് അതിന്റെ പ്രതിഷേധത്തെപ്പറ്റിയും അതിന്റെ വർഗപരമായ അവകാശങ്ങൾ ഉന്നയിക്കുന്നതിനെപ്പറ്റിയും അതിന്റെ വിപ്ലവത്തെപ്പറ്റിയും ആലോചിക്കാൻപോലും കഴിയുന്നതിനുമുമ്പ് എങ്ങനെ പാശ്ചാത്യ ശൈലിയിലുള്ള ഒരു സംസ്കാരത്തിന്റെ സംസ്ഥാപനത്തോടെ മുതലാളിത്ത കാലഘട്ടം ആരംഭിച്ചുകഴിഞ്ഞിരിക്കുമെന്നും ഉള്ള വിശദീകരണം. പക്ഷേ, സംഭവഗതികൾ പ്രത്യയശാസ്ത്രങ്ങളെ കീഴടക്കിക്കളഞ്ഞിരിക്കുന്നു. ചരിത്രപരമായ ഭൗതികവാദത്തിന്റെ ചട്ടങ്ങളനുസരിച്ച് എങ്ങനെ റഷ്യൻ ചരിത്രം വികസിച്ചുവരുമെന്നു നിർണയിച്ചിരുന്ന വിമർശന വ്യവസ്ഥയെ മുഴുവൻ സംഭവങ്ങൾ തകർത്തെറിഞ്ഞിരിക്കുന്നു. ബോൾഷെവിക്കുകൾ *മൂലധന*ത്തിലെ ചില പ്രസ്താവങ്ങളെ തള്ളിക്കളയുന്നുണ്ടെങ്കിലും അവരതിലെ ഓജസുപകരുന്ന, ലീനമായി കിടക്കുന്ന ചിന്തയെ തള്ളിക്കളയുന്നില്ല. ഇക്കൂട്ടർ ഗുരുവിന്റെ കൃതികളെ ഒരിക്കലും ചോദ്യം ചെയ്യപ്പെടാൻ പാടില്ലാത്ത കുറെ വരട്ടുതത്വവാദപരമായ പ്രസ്താവങ്ങളടങ്ങിയ അയവില്ലാത്ത സിദ്ധാന്തത്തെ സൃഷ്ടിക്കാൻ ഉപയോഗിക്കുന്നില്ല. അത്രമാത്രം. അവർ മാർക്സിയൻ ചിന്തയെ ജീവിതത്തിലൂടെ സാക്ഷാൽക്കരിക്കുന്നു.[1]

സമ്പദ്‌വ്യവസ്ഥയെപ്പറ്റിയുള്ള കുറെ വസ്തുതാവിവരണങ്ങൾക്കുപകരം സമൂഹത്തിലുള്ള മനുഷ്യരെ–പരസ്പരം ബന്ധപ്പെടുകയും പരസ്പരം ധാരണകളിലെത്തുകയും ഈ ബന്ധങ്ങളിലൂടെ ഒരു കൂട്ടായ സാമൂഹ്യേച്ഛ വളർത്തിയെടുക്കുകയും ചെയ്യുന്ന മനുഷ്യരെ ചരിത്രത്തിലെ മുഖ്യശക്തിയായായാണു ബോൾഷെവിക്കുകൾ കണ്ടിരുന്നത് എന്നും ഗ്രാംഷി ചൂണ്ടിക്കാട്ടുന്നുണ്ട്. കൂട്ടായ സാമൂഹ്യേച്ഛ എങ്ങനെ ചരിത്രത്തിലെ ചാലകശക്തിയാകുന്നു എന്നതിനെ പറ്റിയുള്ള ഗ്രാംഷിയുടെ വിവരണം ശ്രദ്ധേയമാണ്:

> സാമ്പത്തിക വസ്തുതകളെ മനസിലാക്കുന്നതോടെ മനുഷ്യർ അവയെപ്പറ്റി വിലയിരുത്തുകയും ഈ വസ്തുതകളെ സമ്പദ്‌വ്യവസ്ഥയിലെ ചാലകശക്തിയാക്കുകയും വസ്തുനിഷ്ഠയാഥാർഥ്യത്തെ കരുപ്പിടിപ്പിക്കുകയും ചെയ്യാവുന്ന മട്ടിൽ തങ്ങളുടെ ഇച്ഛയ്ക്കനുസരിച്ച് മെരുക്കിയെടുക്കാൻ നോക്കുന്നു. അതോടെ ചലിക്കുകയും ജീവിക്കുകയും ചെയ്യുന്ന വസ്തുനിഷ്ഠപ്രപഞ്ചം

1. *Selections from the Political Writings of Antonio Gramsci* (ന്യൂയോർക്ക്, 1980) Vol. 1.

> മനുഷ്യരുടെ ഇച്ഛ നിർണയിക്കുന്ന ചാലുകളിലൂടെ ചലിപ്പിക്കാനാവുന്ന ഒരു തിളയ്ക്കുന്ന ലാവാപ്രവാഹംപോലെയായിത്തീരുന്നു.[1]

ഫ്രഞ്ചു മാർക്സിസ്റ്റു ചിന്തകനായ ഹെൻറി ലെഫെബ്വെറെ രണ്ടും മൂന്നും ഇന്റർനാഷണലുകളിൽ വളർന്നുവന്ന വിധിവാദപരമായ ചരിത്ര സങ്കൽപ്പങ്ങളുടെയും ശുദ്ധസാമ്പത്തികവാദത്തിന്റെയും ഭൗതികചോദനകളിലേക്ക് വിരൽചൂണ്ടുന്നുണ്ട്. ലെഫെബ്വെറെയെപ്പോലുള്ള പാശ്ചാത്യ മാർക്സിസ്റ്റുകൾ മാർക്സിന്റെ ആദ്യകാല കൃതികളിലെ അന്യവൽക്കരണം (alienation) തുടങ്ങിയ പരികൽപ്പനകളുടെ ദൂരവ്യാപകമായ രാഷ്ട്രീയ പ്രസക്തി മനസിലാക്കാൻ തുടങ്ങിയിരുന്ന മുപ്പതുകൾതന്നെ, കമ്യൂണിസ്റ്റുപ്രസ്ഥാനത്തിനകത്തെ ശുദ്ധ സാമ്പത്തികവാദത്തിന് ആക്കം കൂട്ടുന്ന തരത്തിലുള്ള വമ്പിച്ച സാമ്പത്തിക മാറ്റങ്ങൾക്കും സാക്ഷ്യം വഹിച്ചു. മുതലാളിത്ത സമൂഹത്തിന്റെ ആധാരശിലകളെത്തന്നെ പ്രകമ്പനംകൊള്ളിച്ച സാമ്പത്തിക പ്രതിസന്ധി (the great depression) സോവിയറ്റു റഷ്യയിൽ ആരംഭിച്ച സാമ്പത്തിക ആസൂത്രണനയങ്ങൾ ഇവയെല്ലാം ഈ സംഭവപ്പകർച്ചകളിൽ പ്രധാനമായിരുന്നു. പാർട്ടിക്കുള്ളിലെ വരട്ടുതത്വവാദികൾ, മാർക്സിന്റെ ആദ്യകാലകൃതികളിലെ 'പ്രയോഗം' (praxis), 'അന്യവൽക്കരണം, 'പൂർണമനുഷ്യൻ' (total man) തുടങ്ങിയ പരികൽപ്പനകളുടെ ദ്വന്ദ്വാത്മകസ്വഭാവത്തെപ്പറ്റി ബോധവാന്മാരായിരുന്നു. പാശ്ചാത്യ മാർക്സിസ്റ്റുകൾ ഈ പരികൽപ്പനകളെ ബൂർഷ്വാ സമൂഹത്തിനകത്തെ എണ്ണമറ്റ അന്യവൽക്കരണ പ്രക്രിയകളെ നിർധാരണം, ചെയ്യാനുള്ള ആയുധമായി കയ്യാളാൻ ശ്രമിച്ചപ്പോൾ "വ്യവസ്ഥാപിത മാർക്സിസത്തിന്റെ" വക്താക്കൾ 'സോഷ്യലിസ്റ്റു' സമൂഹങ്ങൾക്കുള്ളിൽതന്നെയുള്ള രാഷ്ട്രീയവും പ്രത്യയശാസ്ത്രപരവുമായ അന്യവൽക്കരണത്തെ ഈ സങ്കൽപ്പങ്ങൾ വെളിച്ചത്തു കൊണ്ടുവന്നേക്കുമെന്നു ഭയന്ന് അവയെ പൂർണമായും തള്ളിക്കളയാനായി യത്നിച്ചു എന്നു ലെഫെബ്വെറെ വാദിക്കുന്നു.[2]

ശുദ്ധ സാമ്പത്തികവാദത്തിന്റെയും ശുദ്ധ ചരിത്രവാദത്തിന്റെയും വക്താക്കൾ "വിപ്ലവകാരി (radical) ആവുകയെന്നാൽ കാര്യങ്ങളുടെ വേരുകൾ കണ്ടെത്തുക എന്നാണർഥം; എന്നാൽ മനുഷ്യന്റെ കാര്യങ്ങളുടെ വേരു മനുഷ്യൻ തന്നെയാണ്," എന്ന മാർക്സിന്റെ അടിസ്ഥാനപരമായ വീക്ഷണത്തെ വികലപ്പെടുത്തുകയായിരുന്നു. തടവറയിൽവച്ചെഴുതിയ *മാർക്സിസത്തിന്റെ പ്രശ്നങ്ങൾ*[3] എന്ന കൃതിയിൽ ഗ്രാംഷി യാന്ത്രിക-വിധിവാദ വീക്ഷണങ്ങളെ ദീർഘമായി വിശകലനം ചെയ്യുന്നുണ്ട്. 1924-ൽ ലൂക്കാച്ച് എഴുതിയ ലെനിനെപ്പറ്റിയുള്ള പഠനത്തിൽപ്പോ

1. *Political Writings of Gramsci* Vol. I.
2. ഹെൻറി ലെഫെബ്വെറെ, *Dialectical Materialism* (ലണ്ടൻ, 1968), ആമുഖം.
3. *Prison Notebooks,* പേജുകൾ 378-472.

ലും ആ കാലഘട്ടത്തിൽ പാർട്ടിക്കുള്ളിൽ നിലനിന്നിരുന്ന "യാന്ത്രിക വിധിവാദ"ത്തെ പരോക്ഷമായി വിമർശിക്കുന്നുണ്ട്.[1] പശ്ചാദ്ദർശനത്തിന്റെ സഹായത്താൽ ഒരു കാര്യം ഇന്നു വ്യക്തമാകുന്നുണ്ട്: പാർട്ടിക്കകത്തുണ്ടായിരുന്ന വ്യതിയാനങ്ങൾ പ്രാഥമികമായും മാർക്സിയൻ ലോകവീക്ഷണത്തിന്റെ സമഗ്രത ചോർത്തിക്കളയുന്ന ലഘൂകരണവാദ (reductionism) ങ്ങളുടെ രൂപത്തിലാണ് പ്രത്യക്ഷപ്പെട്ടത്. ഈ ലഘൂകരണശ്രമങ്ങളുടെ വ്യാപ്തിയെപ്പറ്റി ലെഫെബ്വെറെ നൽകുന്ന വിശദീകരണം ഇന്നും ഏറെ സംഗതമാണ്:

> ചുരുക്കുക എന്നാൽ ലളിതവൽക്കരിക്കുകയെന്നോ, ചിട്ടപ്പെടുത്തുക (schematize) എന്നോ, മുരടിപ്പിക്കുക എന്നോ, അടുക്കിപ്പെറുക്കിവെക്കുക (classify) എന്നോ മാത്രമല്ല അർഥം. വളർച്ചയെ തടയുക, പ്രതിഷ്ഠിക്കുക (fix), പൂർണതയാണെന്ന് വച്ചുമാറ്റത്തിലൂടെ അവകാശപ്പെട്ടുകൊണ്ട് ഭാഗികമായതിനെ പൂർണമായതായി അവതരിപ്പിക്കുക, പൂർണതയെ ഒരടഞ്ഞ വൃത്തമായി രൂപാന്തരപ്പെടുത്തുക– ഇതെല്ലാം ഈ പ്രക്രിയയുടെ ഭാഗമാണ്. സംഘർഷങ്ങളെയും വൈരുധ്യത്തെപ്പറ്റിയുള്ള ബോധത്തെയും പരിഹരിക്കാതെതന്നെ പ്രശ്നങ്ങളെ യുക്തിവിചാരത്തിലൂടെ (logic) ഇല്ലായ്മ ചെയ്യുകയാണ് ലഘൂകരണവാദം ചെയ്യുന്നത്.[2]

ലഘൂകരണവാദികൾക്കും വിധിവാദികൾക്കും എതിരായ എല്ലാ സമരങ്ങളും നമ്മെ അനിവാര്യമായും അവബോധത്തെപ്പറ്റിയും ചരിത്രഗതിയിൽ മനുഷ്യേച്ഛയ്ക്കുള്ള പങ്കിനെപ്പറ്റിയുമുള്ള ചിന്തകളിലേക്കാണ് നയിക്കുക.

അവബോധത്തെപ്പറ്റിയുള്ള മാർക്സിയൻ സമീപനം

"ഒരു 'വീക്ഷണ'ത്തിനും അതിന്റെ ഉള്ളടക്കം അമൂർത്തമാണെങ്കിൽ മൂർത്തത കൈവരിക്കാനാവില്ല",[3] രാഷ്ട്രത്തെപ്പറ്റിയുള്ള ശിഥിലവും

---

1. ജോർജ് ലൂക്കാച്ച്, *Political Writings, 1919-1929: The Question of Parliamentarism and Other Essays,* (ലണ്ടൻ, 1972). പേജുകൾ 4–52.
2. ഹെൻറി ലെഫെബ്വെറെ, *Marxism and the French Upheaval* (ന്യൂയോർക്ക്, 1969) – ബ്രൂസ്ബ്രൗണിന്റെ *Marx, Freud and the Critique of Everyday Life : Towards a Permanent Cultural Revolution* (ന്യൂയോർക്ക്, 1974) പേജ് 14–ൽ കൊടുത്തിരിക്കുന്നതുപോലെ.
3. "Contribution to the Critique of Hegel's Philosophy of Law,' *MECW,* വാല്യം III, പേജ് 79.

അതേ കൃതിയിൽ (പേജ് 63) ഹെഗേലിയൻ മിസ്റ്റിസിസത്തിന്റെ ഭൗതികാടിസ്ഥാനത്തിലേക്ക് മാർക്സ് വെളിച്ചം വീശുന്നുണ്ട്: "ആധുനിക ഭരണകൂട(ങ്ങളെ) കാണുംപടിതന്നെ വിവരിക്കുന്നതിന് ഹെഗലിനെ കുറ്റപ്പെടുത്താനാവില്ല. എന്നാൽ ഈ യഥാതഥ അവസ്ഥയെ അതിന്റെ പ്രകൃതിയായി (nature) അവതരിപ്പിക്കുന്ന

അമൂർത്തവുമായ ധാരണകളെ മറികടക്കാനുള്ള ഹെഗലിന്റെ വിഫല ശ്രമങ്ങളെ വിവരിച്ചുകൊണ്ട് മാർക്സ് പറയുന്നുണ്ട്. ധൈഷണികവും കായികവുമായ മാനുഷിക വ്യാപാരങ്ങളുടെ സമഗ്രതയിൽനിന്ന് വിച്ഛിന്ന മായി നിൽക്കുന്ന അവബോധത്തെപറ്റിയുള്ള ചർച്ചകൾക്കും ഈ വിധി യിൽനിന്നു രക്ഷപ്പെടാനാവില്ല. ഭക്ഷണം, പാർപ്പിടം, വസ്ത്രം തുടങ്ങിയ പ്രാഥമികാവശ്യങ്ങളുടെ ഉൽപ്പാദനം, ഈ ഉൽപ്പാദന പ്രക്രിയയിൽനിന്നു വളർന്നുവരുന്ന പുതിയ ആവശ്യങ്ങൾ, വംശവൃദ്ധിക്കായുള്ള സാമൂഹിക ബന്ധങ്ങളുടെ ആവിർഭാവം തുടങ്ങിയ ഘട്ട (moments)ങ്ങളെപ്പറ്റി വിശദ മായി പ്രതിപാദിച്ചതിനുശേഷമാണ് ജർമൻ പ്രത്യയശാസ്ത്രത്തിൽ മാർക്സ് അവബോധത്തെപ്പറ്റിയുള്ള ചർച്ച ആരംഭിക്കുന്നത്:

> ഇപ്പോൾ മാത്രമേ, അതായത് ഈ നാലു ഘട്ട (moment)ങ്ങളെ പ്പറ്റി, പ്രാഥമികമായ ചരിത്രബന്ധങ്ങളുടെ നാല് വശങ്ങളെപ്പറ്റി പഠിച്ചുകഴിഞ്ഞതിനുശേഷം മാത്രമേ നാം മനുഷ്യർക്ക് 'അവബോ ധം' കൂടിയുണ്ടെന്ന് കണ്ടെത്തുന്നുള്ളൂ. അപ്പോഴും ഇത് തുടക്കം മുതൽക്കുതന്നെ 'ശുദ്ധമായ' അവബോധമല്ല–തുടക്കംമുതൽക്കു തന്നെ 'മനസ്സ്' പദാർഥ (matter)ത്തിന്റെ ഭാരം പേറാൻ ശപിക്ക പ്പെട്ടിരിക്കുന്നു. ഇവിടെ പദാർഥം പ്രകമ്പനംകൊള്ളുന്ന വായുത ലങ്ങളായി, ശബ്ദങ്ങളായി–ചുരുക്കിപ്പറഞ്ഞാൽ ഭാഷയായി–ആണ് പ്രത്യക്ഷപ്പെടുന്നത്. ഭാഷയ്ക്ക് അവബോധത്തോളംതന്നെ പഴ ക്കമുണ്ട്. ഭാഷ പ്രായോഗികമാണ്. അതു മറ്റുള്ളവർക്കായി കൂടി നിലനിൽക്കുന്ന യഥാർഥ അവബോധമാണ്. അവബോധംപോലെ തന്നെ ഭാഷയും മറ്റു മനുഷ്യരുമായി ഇടപഴകുകയെന്ന ആവശ്യ ത്തിൽനിന്ന്, ആവശ്യകതയിൽനിന്നാണ് ആവിർഭവിക്കുന്നത്.... അതുകൊണ്ട് അവബോധം ആദ്യംമുതൽക്കുതന്നെ ഒരു സാമൂ ഹിക ഉൽപ്പന്നമാണ്.[1]

സാമ്പത്തികശാസ്ത്രപരവും തത്വശാസ്ത്രപരവുമായ കയ്യെഴുത്തുപ്രതി കളിൽ അന്യവൽക്കൃതമായ അധ്വാനത്തെപ്പറ്റി (estranged labour) ചർച്ച

(എന്നതാണ് ഹെഗലിന്റെ തെറ്റ്.) യഥാർഥത്തിൽ എന്താണോ അതിന്റെ നേർവിപ രീതമാണ് എന്ന് എപ്പോഴും തറപ്പിച്ചു പറയുന്ന, തറപ്പിച്ചവകാശപ്പെടുന്നതിന്റെ വിപ രീതമായി എപ്പോഴും നിലനിൽക്കുന്ന അയുക്തികമായ വാസ്തവികത (irrational actuality)യുടെ വൈരുധ്യാത്മകതയുടെ അടിസ്ഥാനത്തിലാണ് ഹെഗൽ യുക്തി സഹമായത് വാസ്തവികമാണെന്ന് തെളിയിക്കുന്നത്."

1. *MECW,* വാല്യം V, പേജുകൾ 43–44.
ഒരടിക്കുറിപ്പിൽ മാർക്സ് പറയുന്നു: "തങ്ങളുടെ ജീവിതം ഉൽപ്പാദിപ്പിക്കുന്നു എന്ന തുകൊണ്ടാണ്, അതും ഒരു 'പ്രത്യേക' രീതിയിൽ ഉൽപ്പാദിപ്പിക്കാൻ നിർബന്ധിത രാകുന്നു എന്നതുകൊണ്ടാണ് മനുഷ്യർക്കു ചരിത്രമുള്ളത്. ഇത് അവരുടെ ശാരീരിക ഘടനയാൽ നിർണയിക്കപ്പെട്ടിരിക്കുന്നു. അതുപോലെതന്നെ അവരുടെ അവബോ ധവും പരിനിശ്ചിതമാണ്."

ചെയ്യുന്നിടത്ത് മാർക്സ് അവബോധത്തിന്റെ പ്രാപഞ്ചികവും സാമൂഹിക വുമായ ഐഹികസ്വഭാവത്തിന് ഊന്നൽ നൽകുന്നുണ്ട്.

അധ്വാനത്തിന്റെ അന്യവൽക്കരണ പ്രക്രിയയെ മൂന്നു ഘട്ടങ്ങളായാണു മാർക്സ് കാണുന്നത്. ഒന്നാമതായി, തൊഴിലാളിയും ഉൽപ്പന്നവും തമ്മിലുള്ള ബന്ധം വിച്ഛേദിക്കപ്പെടുന്നു. ഉൽപ്പന്നങ്ങൾ അവന്റെ കൈകളിൽനിന്നകന്നു പോകുന്നു; അവന്റെമേൽ അധികാരമുറപ്പിക്കുന്ന ഒരു ബാഹ്യവസ്തുവായി പരിണമിക്കയും ചെയ്യുന്നു. രണ്ടാമതായി, അധ്വാന പ്രക്രിയയ്ക്കകത്തുതന്നെ അധ്വാനവും ഉൽപ്പാദനകർമവും തമ്മിലുള്ള ബന്ധം ശ്ലഥമാവുന്നു. അവന്റെ അധ്വാനംതന്നെ അവന്റേതല്ലാത്ത ഒരു ബാഹ്യപ്രവർത്തനമായി തൊഴിലാളിയെ നേരിടുന്നു. "ജോലി ദുരിത മാവുന്നു, ശക്തി ദൗർബല്യമാവുന്നു, സൃഷ്ടി ഷണ്ഠത്വമാവുന്നു" .....തൊഴിലാളിയുടെ ശാരീരികവും മാനസികവുമായ ഊർജവും അവന്റെ വ്യക്തിജീവിതംതന്നെയും അവനിൽനിന്നു വേറിട്ടുനിൽക്കുന്ന, അവനെതിരായി പ്രവർത്തിക്കുന്ന ഒന്നായി മാറുന്നു. ആദ്യം തൊഴിലാളി വസ്തു (thing)ക്കളിൽനിന്ന് അന്യവൽക്കരിക്കപ്പെട്ടുവെങ്കിൽ ഇപ്പോഴവൻ തന്നിൽ നിന്നുതന്നെ അന്യവൽക്കൃതനാവുന്നു.[1] ഈ അന്യവൽക്കരണവും അവ ബോധവും തമ്മിലുള്ള ബന്ധത്തെപ്പറ്റി ജനുസിന്റെ സ്വത്വം (species-being)[2] എന്ന പരികൽപ്പനയിലൂടെയാണ് മാർക്സ് നിർധാരണം ചെയ്യുന്നത്. മനുഷ്യരിലായാലും മൃഗങ്ങളിലായാലും ഒരു ജനുസിന്റെ ജീവിതം ഭൗതികമായി അജീവ (inorganic) പ്രകൃതിയെ ഉപജീവിക്കുന്നുവെന്ന വസ്തുതയിലാണു കുടികൊള്ളുന്നത്. മനുഷ്യന്റെ (അല്ലെങ്കിൽ മൃഗത്തിന്റെ) ജീവിതം എത്രത്തോളം സാർവലൗകികമായിത്തീരുന്നുവോ അത്രത്തോളം അവൻ ഉപജീവിക്കുന്ന അജീവപ്രകൃതിയുടെ മേഖലയും വികസിക്കുന്നു. "സസ്യങ്ങളും മൃഗങ്ങളും ശിലകളും കാറ്റും വെളിച്ചവും എല്ലാം താത്വികമായി കാണുമ്പോൾ ഭാഗികമായി പ്രകൃതിവിജ്ഞാനീയത്തിന്റെ വിഷയങ്ങളായും ഭാഗികമായി കലയുടെ വിഷയങ്ങളായും മനുഷ്യാവബോധത്തിന്റെതന്നെ ഭാഗങ്ങളാണ്.... അതുപോലെതന്നെ പ്രയോഗത്തിന്റെ തലത്തിലും അവ മനുഷ്യജീവിതത്തിന്റെയും മനുഷ്യകർമത്തിന്റെയും ഭാഗമാണ്."[3] ഭക്ഷണപദാർഥങ്ങളുടെ രൂപത്തിലോ, ശൈത്യത്തെയകറ്റുന്ന ഊഷ്മാവിന്റെ രൂപത്തിലോ, വസ്ത്രങ്ങളുടെ രൂപത്തിലോ, പാർപ്പിടത്തിന്റെ രൂപത്തിലോ ഒക്കെ പ്രത്യക്ഷപ്പെടുന്ന ഈ പ്രകൃതിയുടെ സൃഷ്ടികളെ മാത്രം ആശ്രയിച്ചാണ് കായികമായ അർഥത്തിൽ മനുഷ്യൻ ജീവൻ നിലനിർത്തുന്നത് എന്ന് മാർക്സ് കൂട്ടിച്ചേർക്കുന്നു.

---

1. *MECW,* വാല്യം III, പേജുകൾ 273–275.
2. *MECW,* വാല്യം III, പേജുകൾ 275–279.
   'ജനുസിന്റെ സ്വത്വം' എന്ന പദം ഫോയർബാഹിൽനിന്നാണ് മാർക്സ് സ്വീകരിച്ചിട്ടുള്ളത്. മനുഷ്യനെ മുഴുവനായും മാനവികതയെ മുഴുവനായും സൂചിപ്പിക്കാനാണ് ഫോയർബാഹ് ഈ പദം (*Gattungswesen*) ഉപയോഗിക്കുന്നത്.
3. *MECW,* വാല്യം III, പേജ് 275.

"പ്രകൃതി മനുഷ്യന്റെ അജീവ ശരീര (inorganic body)മാണ്"[1] എന്ന് മാർക്സ് വാദിക്കുന്നത് ഈ കാഴ്ചപ്പാടിൽ നിന്നുകൊണ്ടാണ്: ഒന്നാമതായി പ്രകൃതി മനുഷ്യനെ സംബന്ധിച്ചിടത്തോളം അവന്റെ ജീവസന്ധാരണത്തിനുള്ള മാർഗമാണ്. രണ്ടാമതായി അവന്റെ ജീവിതകർമത്തിന്റെ വിഷയവും പദാർഥവും ഉപകരണവുമാണ്.

മൃഗങ്ങളിൽനിന്നു വ്യതിരിക്തമായി മനുഷ്യർക്ക് ജീവിതാനുഷ്ഠാനത്തെപ്പറ്റിയുള്ള അവബോധമുണ്ട്. മറ്റു വാക്കുകളിൽ പറഞ്ഞാൽ "അവൻ ജനുസിന്റെ സ്വത്വമാകയാലാണ് അവൻ അവബോധമുള്ള സ്വത്വമായിത്തീരുന്നത്. അതായത് അവന്റെ ജീവിതംതന്നെ അവന് മനനവിഷയമാണ്."[2] അധ്വാനത്തിന്റെ അന്യവൽക്കരണം ഈ ബന്ധത്തെ കീഴ്മേൽ മറിക്കുന്നു. അത് മനുഷ്യൻ അവബോധമുള്ള ഒരു സ്വത്വമാകയാൽ അവൻ ജീവിതാനുഷ്ഠാനത്തിൽ ഏർപ്പെടുന്നുവെന്നു വരുത്തിത്തീർക്കുന്നു. ഇതിന്റെ ഫലമായി മനുഷ്യന്റെ അടിസ്ഥാനപരമായ സ്വത്വം (essential being) അവന്റെ നിലനിൽപ്പിനായുള്ള ഒരുപാധി മാത്രമായി ചുരുങ്ങുന്നു. മൃഗങ്ങളും ഉൽപ്പാദനപ്രക്രിയയിൽ ഏർപ്പെടുന്നുണ്ട് എന്നതു ശരിയാണ്. പക്ഷേ, അടിയന്തിരമായ ആവശ്യങ്ങൾക്കായിമാത്രം ഏകപക്ഷീയമായി ഉൽപ്പാദന പ്രക്രിയയിൽ ഏർപ്പെടുന്ന മൃഗങ്ങളിൽ നിന്ന് മനുഷ്യന്റെ ഉൽപ്പാദനപ്രക്രിയ വ്യത്യസ്തമാണ്. അടിയന്തരമായ ആവശ്യങ്ങളാൽ നിർബന്ധിക്കപ്പെടാത്തിടത്തോളം മനുഷ്യൻ ഉൽപ്പാദനകർമങ്ങളിൽ ഏർപ്പെടുന്നതുകൊണ്ടാണ് മാനുഷികമായ ഉൽപ്പാദനം സാർവലൗകികവും സ്വതന്ത്രവുമാണെന്ന് മാർക്സ് ഉപദർശിക്കുന്നത്. എന്നാൽ വർഗവ്യവസ്ഥയുടെ അനിവാര്യമായ സൃഷ്ടിയായ അന്യവൽക്കരണം മനുഷ്യപ്രയത്നത്തെ അമാനവീകരിക്കുന്നു. അധ്വാനിക്കുന്ന തൊഴിലാളിവർഗത്തെ മൃഗസമാനമായ അവസ്ഥയിലേക്കു തള്ളിവിടുന്നു. *സാമ്പത്തികശാസ്ത്രപരവും തത്വശാസ്ത്രപരവുമായ കയ്യെഴുത്തു പ്രതി*കളിലെ പ്രശ്നപരിപ്രേക്ഷ്യം (problematique) ഇതാണ്.[3]

---

1. *MECW,* വാല്യം III, പേജ് 276.
2. *MECW,* വാല്യം III, പേജ് 276.
3. എംഗൽസിന്റെ പ്രസിദ്ധമായ മെഹ്റിങ്ങിനുള്ള കത്തിൽ (ജൂലൈ 14, 1893) പ്രത്യയശാസ്ത്രത്തെപ്പറ്റിയും അടിത്തറ, ഉപരിഘടന തുടങ്ങിയ മാർക്സിയൻ പരികൽപ്പനകളെപ്പറ്റിയും നൽകുന്ന വിശദീകരണം ഇവിടെ സംഗതമാണ്. ആശയവാദികൾക്കെതിരായ സമരത്തിൽ രാഷ്ട്രീയവും നിയമപരവും മറ്റുമായ പ്രത്യയശാസ്ത്രധാരണകളും ഈ ധാരണകളിൽനിന്ന് വളർന്നുവരുന്ന പ്രവൃത്തികളും എങ്ങനെ പ്രാഥമികമായ സാമ്പത്തിക വസ്തുതകളെ ആശ്രയിച്ചു നിൽക്കുന്നുവെന്ന് ചൂണ്ടിക്കാട്ടാനാണു തങ്ങൾ ശ്രമിച്ചിരുന്നത്, എംഗൽസ് പറയുന്നു. ഈ ഊന്നൽ പലപ്പോഴും ഏകപക്ഷീയമായിപ്പോയെന്നും സാമ്പത്തികമായ ഉള്ളടക്കത്തിലുള്ള ശ്രദ്ധ അതിന്റെ രൂപപരമായ (formal) വശത്തെ–അതായത് എങ്ങനെ, ഏതു രീതിയിൽ ഈ ധാരണകൾ നിലവിൽ വന്നു മുതലായ പ്രശ്നങ്ങളെ–അവഗണിക്കാൻ ഇടവരുത്തിയെന്നും എംഗൽസ് കൂട്ടിച്ചേർക്കുന്നുണ്ട്. പക്ഷേ, ഇന്ന് ഈ പ്രസ്താവങ്ങളും മാർക്സിന്റെ ആദ്യകാല കൃതികളിലെ ഹെഗേലിയൻ പ്രയോഗങ്ങളിൽനിന്നും തികച്ചും മുക്തമാ

അതേ കൃതിയിൽത്തന്നെ, *മനസിന്റെ പ്രതിഭാസ വിജ്ഞാനീയ*ത്തെ വിമർശിക്കുന്നേടത്തും മാർക്സ് ജനുസിന്റെ സ്വത്വം എന്ന പരികൽപ്പന ഉപയോഗിച്ചുകൊണ്ടാണ് അവബോധത്തെപ്പറ്റി ചർച്ചചെയ്യുന്നത്. "വസ്തുനിഷ്ഠ സ്വത്വം (objective being) വസ്തുനിഷ്ഠമായാണ് പ്രവർത്തിക്കുന്നതെന്നും വസ്തുനിഷ്ഠത അയാളുടെ സ്വത്വത്തിന്റെതന്നെ പ്രകൃതിയിൽ കുടികൊള്ളുന്നില്ല എങ്കിൽ അയാൾക്കു വസ്തുനിഷ്ഠമായി പ്രവർത്തിക്കാനാവില്ലെന്നും വസ്തുനിഷ്ഠതയില്ലാത്ത സ്വത്വം ഒരു നിലനിൽക്കാത്ത സ്വത്വ" (non being)മാണെന്നും വാദിച്ചുകൊണ്ടാണ് മാർക്സ് തന്റെ ലോകവീക്ഷണം എങ്ങനെ ആശയവാദത്തിൽനിന്നും (ധ്യാനാത്മക-യാന്ത്രിക) ഭൗതികവാദത്തിൽനിന്നും വ്യത്യസ്തമായിരിക്കുന്നു എന്നു വിശദീകരിക്കുന്നത്.[1] ഈ കൃതികളിൽ പലപ്പോഴും ക്ലിഷ്ടമായ പദാവലികൾക്കുള്ളിലൂടെയും അവബോധത്തിന്റെ ചരിത്രപരിനിഷ്ഠതയിലും സാമൂഹികസ്വഭാവത്തിലും വസ്തുനിഷ്ഠ പ്രകൃതിയിലുമുള്ള മാർക്സിന്റെ ഊന്നൽ പ്രകടമാവുന്നുണ്ട്. റൂഗിന് 1843 ൽ എഴുതിയ കത്തിൽ മാർക്സ് പ്രഖ്യാപിക്കുന്ന "നിലനിൽക്കുന്ന എല്ലാറ്റിനെയും നിഷ്കരുണമായി വിമർശിക്കുക"[2] എന്ന ലക്ഷ്യമാണ് ഈ കൃതികളിലെ സമീപനങ്ങളുടെയും മുഖമുദ്ര. *ഡോയിഷ് ഫ്രാങ്കോയിസ്*

യിട്ടില്ലാത്ത പരികൽപ്പനാപരമായ പരിപ്രേക്ഷ്യവും ഭൗതിക യാഥാർഥ്യത്തെത്തന്നെ തിരസ്കരിക്കുന്ന തരത്തിലുള്ള അസ്തിത്വവാദപരമായ സമീപനങ്ങൾക്ക് ഊന്നുവടിയായിത്തീരുന്നുണ്ട് എന്നതും മാർക്സിസ്റ്റുകാരെ സംബന്ധിച്ചിടത്തോളം ഏറെ പ്രസക്തമാണ്. "നവീന ഇടതുപക്ഷ" മനഃശാസ്ത്രജ്ഞനായ ഡേവിഡ് കൂപ്പറുടെ *ദ ലാംഗ്വേജ് ഓഫ് മാഡ്നസ്* തുടങ്ങിയ കൃതികളിലെ "ഇടതുപക്ഷ" വാദങ്ങളും ഹെർബർട്ട് മാർക്യുസിന്റെയും മറ്റും പ്രകടമായ തിരുത്തൽവാദ സിദ്ധാന്തങ്ങളും ഇതിന് ഉദാഹരണമാണ്.

"വിപ്ലവപരമായ ധാർമികതയുടെ സ്രോതസുകൾ പത്തൊമ്പതാം നൂറ്റാണ്ടിലെ-ആദ്യമായി കാൾ മാർക്സിന്റെയും പിന്നെ നിത്സ്ചെയുടെയും-കൂടിപ്പിണഞ്ഞുകിടക്കുന്ന താത്വിക ചോദനകളിലാണ് തേടേണ്ടത്" എന്ന കൂപ്പറുടെ പ്രസ്താവം (*ദ ലാംഗ്വേജ് ഓഫ് മാഡ്നസ്,* ഹാർമണ്ട്സ്വർത്ത്, 1980, 47-48 പേജുകൾ) പ്രത്യേകം ശ്രദ്ധേയമാണ്. മാർക്സിസ്റ്റ് സാമൂഹികവിശകലനം മനുഷ്യന്റെ "അടിസ്ഥാനപരമായ അന്യവൽക്കരണ"ത്തെ മൂർത്തമായി മനസിലാക്കാനുള്ള "ഒരു രീതിശാസ്ത്രപരമായ ഉപകരണം മാത്ര"മാണെന്നും മറ്റുമുള്ള കൂപ്പറുടെ വാദങ്ങളിൽ (പേജ് 48) ഒളിഞ്ഞുകിടക്കുന്ന അപകടസാധ്യത നാം കണക്കിലെടുക്കേണ്ടിയിരിക്കുന്നു.

ഭൗതിക യാഥാർഥ്യങ്ങളെ മൂർത്തമായി വിശകലനം ചെയ്യുന്നതിലും ബോധവൽക്കരണത്തിലും നവീന ഇടതുപക്ഷ മാർക്സിസ്റ്റുകാർക്ക്, പ്രത്യേകിച്ച് അക്കാദമീയ മാർക്സിസ്റ്റുകാർക്ക് (അമേരിക്കയിൽ) സംഭവിച്ചിട്ടുള്ള അപചയത്തിന്റെ ഒരു വിശദമായ ചിത്രം 'മാർക്സിസം ഫോർ ദ ഫ്യൂ, ഓർ ലെറ്റ് ദം ഈറ്റ് തിയറി എന്ന ലേഖനത്തിൽ (മംത്‌ലി റവ്യൂ, വാല്യം 33, നമ്പർ 11, 1982, പേജുകൾ 14-28) ഡഗ് ഡൗഡ് നൽകുന്നുണ്ട്. ഈ വസ്തുതകളെല്ലാം മാർക്സിസത്തെ അതിന്റെ സമഗ്രതയിലും വർഗസമരത്തിന്റെ ജൈവയാഥാർഥ്യത്തിലും ഉൾക്കൊള്ളേണ്ടതിന്റെ ആവശ്യകതയിലേക്കാണു വിരൽചൂണ്ടുന്നത്.

1. *MECW,* വാല്യം III, പേജുകൾ 336-337.
2. *MECW,* വാല്യം III, പേജ് 142.

ജാഹർബ്യൂഷർ എന്ന ആനുകാലിക പ്രസിദ്ധീകരണത്തിന്റെ നയപരിപാടികൾ പ്രഖ്യാപിച്ചുകൊണ്ട് മാർക്സ് ഇതു വിശദീകരിക്കുന്നുണ്ട്:

> രാഷ്ട്രീയത്തെയും രാഷ്ട്രീയത്തിലുള്ള പങ്കാളിത്തത്തെയും അങ്ങനെ യഥാർഥ സമരങ്ങളെയും നമ്മുടെ വിമർശനത്തിന്റെ ആരംഭബിന്ദുവായി സ്വീകരിക്കുന്നതിനും ഇവയുമായി നമ്മുടെ വിമർശനത്തെ സമന്വയിക്കുന്നതിനും ഒരു തടസവുമില്ല. അങ്ങനെയാവുമ്പോൾ നാം ഒരു പുതിയ സിദ്ധാന്തവുമായി 'ഇതാ സത്യം, ഇതിനു മുമ്പിൽ മുട്ടുകുത്തുക' എന്ന പാണ്ഡിത്യപരമായ കടുംപിടുത്തത്തോടെയാവില്ല ലോകത്തെ സമീപിക്കുന്നത്. നാം ലോകനിയമങ്ങളിൽനിന്നുതന്നെ ലോകത്തിനായുള്ള പുതിയ സിദ്ധാന്തങ്ങൾ വികസിപ്പിച്ചെടുക്കാൻ ശ്രമിക്കും. "നിങ്ങളുടെ സമരങ്ങൾ നിർത്തൂ, അവ വിഡ്ഢിത്തമാണ്; ശരിയായ സമരമുദ്രാവാക്യം ഞങ്ങൾ പറഞ്ഞുതരാം" എന്നു നാം ലോകത്തോടു പറയുന്നില്ല. നാം ലോകത്തെ അതു യഥാർഥത്തിൽ എന്തിനു വേണ്ടിയാണു സമരം ചെയ്യുന്നതെന്നു കാണിച്ചുകൊടുക്കുക മാത്രമാവും ചെയ്യുന്നത്. അവബോധമെന്നത് ലോകത്തിനു നേടാതെ തരമില്ല തന്നെ–അതിനതു വേണമെന്നു തോന്നുന്നില്ലെങ്കിൽപോലും.[1]

'അവബോധത്തിന്റെ പരിഷ്കരണം' മാർക്സിന്റെ കാഴ്ചപ്പാടിൽ ലോകത്തിന് അതിന്റെ അവബോധത്തെപ്പറ്റിത്തന്നെ അറിവുണ്ടാക്കുന്ന പ്രക്രിയയാണ്. "തന്നെപ്പറ്റിയുള്ള സ്വപ്നത്തിൽനിന്ന് അതിനെ ഉണർത്തുകയും അതിന്റെ കർമങ്ങളുടെതന്നെ അർഥം വിശദീകരിച്ചു കൊടുക്കുകയും....." വരട്ടുവാദങ്ങളിലൂടെയല്ല, മറിച്ച്, മായികതയാൽ വലയം ചെയ്യപ്പെട്ടു കിടക്കുന്ന അവബോധത്തെ വിശകലനം ചെയ്യുന്നതിലൂടെയാണ് ബോധവൽക്കരണം സാധിക്കേണ്ടത് എന്ന മുദ്രാവാക്യത്തിന്റെ അടിസ്ഥാനമിതാണ്. "ബോധം നേടുന്നതോടെ യഥാർഥത്തിൽ കയ്യാളാവുന്ന ഒന്നിനെപ്പറ്റി ലോകം ഏറെക്കാലമായി സ്വപ്നം കണ്ടിരുന്നു എന്നത് അന്ന് വ്യക്തമാവും."[2] ഈ സ്വപ്നത്തിന്റെ സ്വഭാവത്തെപ്പറ്റി സാമ്പത്തികശാസ്ത്രപരവും തത്വശാസ്ത്രപരവുമായ കയ്യെഴുത്തു പ്രതികളിൽ മാർക്സ് വിവരിക്കുന്നതു ശ്രദ്ധേയമാണ്:

> മനുഷ്യനെ മനുഷ്യനായും ലോകവുമായുള്ള അവന്റെ ബന്ധത്തെ മാനുഷികമായും നിരൂപിക്കുക: 'അപ്പോൾ നിങ്ങൾ സ്നേഹത്തിനു സ്നേഹം പകരം നൽകും. വിശ്വാസത്തിന് വിശ്വാസം പകരം നൽകും. കലയെ ആസ്വദിക്കണമെങ്കിൽ നിങ്ങൾ കലാസ്വാദനക്ഷമത വളർത്തിയിട്ടുള്ള ഒരു മനുഷ്യനാകണം. മറ്റുള്ളവരെ സ്വാധീനിക്കണമെങ്കിൽ ആളുകളെ ഉത്തേജിപ്പിക്കാനും ആവേശം

1. *MECW,* വാല്യം III, പേജ് 144.
2. *MECW,* വാല്യം III, പേജ് 144.

> കൊള്ളിക്കാനും കഴിവുള്ള ഒരാളായിരിക്കണം. മനുഷ്യനും പ്രകൃതിയുമായുള്ള നിങ്ങളുടെ എല്ലാ ബന്ധങ്ങളും നിങ്ങളുടെ ഐച്ഛികമായ സങ്കൽപ്പലക്ഷ്യങ്ങൾക്കും നിങ്ങളുടെ യഥാർഥ വ്യക്തിജീവിതത്തിനും അനുപൂരകമായി നിൽക്കുന്ന പരിനിഷ്ഠമായ ആത്മാവിഷ്കാരങ്ങളായിരിക്കണം.....[1]

ഈ സ്വപ്നം കാണാനുള്ള വിപ്ലവപരമായ കഴിവ് *മൂലധനം* പോലുള്ള പിൽക്കാല രചനകളിലെ നിഷ്കൃഷ്ടവും കർക്കശവുമായ വിശകലനങ്ങൾക്കുള്ളിലും ഒരന്തർധാരയായി ഒളിവെട്ടുന്നുണ്ട്. പക്ഷേ *18–ാം ബ്രൂമിയർ, ഗോഥാപരിപാടിയുടെ വിമർശം, തത്വശാസ്ത്രത്തിന്റെ ദാരിദ്ര്യം* തുടങ്ങിയ കൃതികളിലെത്തുമ്പോഴേക്കുമാണ് അവബോധത്തെപ്പറ്റിയുള്ള മാർക്സിയൻ സിദ്ധാന്തത്തിന്റെ വിപ്ലവപരമായ ഉന്മുഖത്വവും വർഗപരമായ പക്ഷപാതിത്വവും പൂർണമായും ക്രോഡീകൃതമാവുന്നത്.[2]

---

1. *MECW*, വാല്യം III, പേജ് 326.
2. *LCW*, വാല്യം 5 പേജ് 509 ലെ "നാം സ്വപ്നം കാണുന്നു" എന്ന ലെനിന്റെ വാക്കുകൾ ഓർക്കുക. ഈ ലേഖനത്തിന്റെ ആദ്യഖണ്ഡങ്ങളിൽ സൂചിപ്പിച്ചിട്ടുള്ളതുപോലെ മാർക്സിസത്തെ സാമ്പത്തികശാസ്ത്രമായോ സാമൂഹ്യശാസ്ത്രമായോ ഒക്കെ ചുരുക്കിക്കാണാനുള്ള ലഘൂകരണവാദികളുടെ ശ്രമങ്ങളെ പ്രതിരോധിക്കാനുള്ള ശ്രമത്തിന്റെ ഭാഗമായാണ് പല മാർക്സിസ്റ്റുചിന്തകരും മാർക്സിന്റെ ആദ്യകാലകൃതികളിലെ തത്വശാസ്ത്രപരമായ ഉൾക്കാഴ്ചകളിലേക്ക് ശ്രദ്ധതിരിച്ചത്. എന്നാൽ പലതരം ബൂർഷാതത്വശാസ്തപരികൽപ്പനകൾ മാർക്സിസത്തിനകത്തേക്ക് കടന്നുവരാനും ഇത് വഴിവച്ചിട്ടുണ്ട്. തത്വശാസ്ത്രപരമായ പഠനങ്ങൾ വികസിക്കുന്നതിനുപകരം, പല നവീന ഇടതുപക്ഷ പ്രവർത്തകരിലും ശുദ്ധപ്രവർത്തനവാദവും (pure actionism) ബുദ്ധിജീവിവിരോധവും (anti intellectualism) ഒക്കെ വളരാനും ഇത് വഴിവച്ചിട്ടുണ്ട് എന്നത് വിരോധാഭാസമായി തോന്നാമെങ്കിലും സത്യമാണ്. ഫ്രോയിഡിനെയും മാർക്സിനെയും നീറ്റ്സ്ചെയേയും മാർക്സിനെയും എന്നിങ്ങനെ പലപല സമന്വയശ്രമങ്ങൾ ഫലത്തിൽ അക്കാദമീയ മാർക്സിസത്തിനും വിഭാഗീയപ്രവണതകൾക്കും വഴിവച്ചിട്ടുണ്ട് എന്നതു നാം കണക്കിലെടുക്കേണ്ടിയിരിക്കുന്നു. ടെറി ഈഗിൾട്ടൺ ജേംസനും മറ്റും എതിരെ ഉന്നയിച്ചിട്ടുള്ള വിമർശനങ്ങൾ സംഗതമാണെന്ന് എനിക്കു തോന്നുന്നു. (ഗ്രീനുമായി നടത്തിയ ഒരഭിമുഖസംഭാഷണത്തിൽ ജേംസൺ ദീർഘമായി ഈ വിമർശനങ്ങൾക്കു മറുപടി പറയുന്നുണ്ട്). ഏതായാലും The Politics of the Unconscious: Narrative as a Socially Symbolic Act (ന്യൂയോർക്ക്, 1981)ൽ പ്രകടമായി കാണുന്ന, നോർത്രോപ്ഫ്രൈയെപ്പോലുള്ള ആർക്കിടൈപ്പിൽ നിരൂപകരുടെ സ്വാധീനം എങ്ങനെ മാർക്സിസവുമായി സമന്വയിക്കപ്പെടും (സമന്വയിച്ചിട്ടെന്തുകാര്യം എന്നതുപോകട്ടെ) എന്ന ചോദ്യം സംഗതമാണ്. 'സാംസ്കാരിക രാഷ്ട്രീയം,' 'സാംസ്കാരികനെടുനായകത്വം' തുടങ്ങിയ പ്രചാരം സിദ്ധിച്ചുവരുന്ന ആശയങ്ങൾ, മാർക്സിസത്തിന്റെ സാമ്പത്തികശാസ്ത്രപരവും ചരിത്രപരവുമായ അംശങ്ങളെ ഗ്രസിക്കാതിരിക്കാൻ നാം ശ്രദ്ധിക്കേണ്ടിയിരിക്കുന്നു. കേരളത്തിലെ "സമൂർത്തസാഹചര്യങ്ങളെ സമൂർത്തമായി വിശകലനം ചെയ്യുന്ന" സാമ്പത്തിക സാമൂഹ്യ-ശാസ്ത്രപഠനങ്ങൾ ഇന്നും വിരലിലെണ്ണാവുന്നതാണ് എന്നത് തീർച്ചയായും അലോസരപ്പെടുത്തുന്ന ഒരു വസ്തുതയാണ്. അൽത്തൂസറുടെ *For Marx*se വാദഗതികൾ തള്ളിക്കളയാനായെങ്കിലും ഇന്ന് വായിക്കേണ്ടതാണ് എന്നു തോന്നുന്നു.

ലുഡ്വിഗ് ഫോയർബാഹും ക്ലാസിക്കൽ ജർമൻ തത്വചിന്തയുടെ അന്ത്യവും എന്ന കൃതിയിൽ എംഗൽസ് അവബോധത്തെപ്പറ്റിയുള്ള വൈരുധ്യാധിഷ്ഠിത ഭൗതികവാദ കാഴ്ചപ്പാട് സുദീർഘമായി പ്രതിപാദിക്കുന്നുണ്ട്. സമൂഹവികാസത്തിന്റെ ചരിത്രവും പ്രകൃതിശക്തികളുടെ വികാസചരിത്രവും തമ്മിലുള്ള വൈജാത്യം വിവരിച്ചുകൊണ്ട് അദ്ദേഹം പറയുന്നു:

> പ്രകൃതിയിൽ–അതിനുമേലുള്ള മനുഷ്യരുടെ പ്രതിപ്രവർത്തനത്തെ നാം അവഗണിക്കുകയാണെങ്കിൽ–അന്ധമായും അബോധപൂർവവും പരസ്പരം പ്രതിപ്രവർത്തിക്കുന്ന ശക്തികളും (മഴലിരശലെ) അവയുടെ പരസ്പരമുള്ള പ്രവർത്തനത്തിൽനിന്ന് ഉരുത്തിരിഞ്ഞുവരുന്ന പൊതുനിയമങ്ങളുമാണ് ഉള്ളത് (എന്നുപറയാം.) സംഭവിക്കുന്ന ഒന്നുംതന്നെ – ഉപരിതലത്തിൽ നമുക്കു കാണാവുന്ന എണ്ണമറ്റ, പ്രത്യക്ഷത്തിൽ യാദൃച്ഛിക(മെന്നുതോന്നാവുന്ന) കാര്യങ്ങളാവട്ടെ അല്ലെങ്കിൽ ഈ യാദൃച്ഛികതകളിൽ ലീനമായി കിടക്കുന്ന നിയതവ്യവസ്ഥ (regularity) തെളിയിക്കുന്ന അന്തിമഫലങ്ങളാവട്ടെ–ബോധപൂർവമുള്ള, ആഗ്രഹിക്കപ്പെടുന്ന ലക്ഷ്യങ്ങളുടെ ഫലമായി ഉണ്ടാവുന്നതല്ല. മറിച്ച് സമൂഹത്തിന്റെ ചരിത്രത്തിലാണെങ്കിൽ പ്രവർത്തനത്തിൽ പങ്കാളികളാവുന്ന എല്ലാവർക്കും (the actors) അവബോധമുണ്ട്; അവർ ആലോചിച്ചുറപ്പിച്ചോ, വികാരത്തള്ളിച്ചയാൽ ഉത്തേജിതരായോ വ്യക്തമായ ലക്ഷ്യങ്ങളിലെത്താൻവേണ്ടി പ്രവർത്തിക്കുന്ന മനുഷ്യരാണ്. ബോധപൂർവമുള്ള ഒരു ലക്ഷ്യമില്ലാതെ, നിശ്ചിതമായ ഒരുദ്ദേശ്യമില്ലാതെ ഒന്നും സംഭവിക്കുന്നില്ല.[1]

ഒറ്റനോട്ടത്തിൽ മനുഷ്യർക്ക് "തോന്നുംപടി" ചരിത്രത്തെ മാറ്റിമറിക്കാനാവും എന്നാണ് എംഗൽസ് വാദിക്കുന്നത് എന്നു തോന്നാം. എന്നാൽ ഈ ഉച്ഛൃംഖലമായ സ്വാതന്ത്ര്യസങ്കൽപ്പവും ഉപരിപ്ലവ വീക്ഷണത്തിന്റെ സൃഷ്ടിയാണ് എന്നാണ് എംഗൽസ് വാദിക്കുന്നത്. കാരണം, ഈ ഉദ്ദേശ്യലക്ഷ്യങ്ങൾക്ക് "ചരിത്രഗതിയെ ഭരിക്കുന്നത് പൊതുവായ ആന്തരിക നിയമങ്ങളാണ് എന്ന വസ്തുതയെ മാറ്റിമറിക്കാനാവില്ല." വല്ലപ്പോഴും ആളുകളുടെ വ്യക്തിപരമായ ലക്ഷ്യബോധത്തെ തകിടംമറിച്ചുകൊണ്ട് യാദൃച്ഛികത മേൽക്കോയ്മ നേടുന്നു. അല്ലെങ്കിൽ എണ്ണമറ്റ വ്യക്തിപരമായ ലക്ഷ്യങ്ങൾ പരസ്പരവിരുദ്ധമായി പ്രവർത്തിക്കുന്നു. അതുമല്ലെങ്കിൽ ഈ ലക്ഷ്യങ്ങൾ തന്നെയും അടിസ്ഥാനപരമായി പൂരണസാധ്യമല്ലാതായി ഭവിക്കുന്നു. ഇതൊന്നുമല്ലെങ്കിൽ ഈ ലക്ഷ്യങ്ങളെ സാധിപ്പിക്കാനുള്ള 'വക' പോരാതെ വരുന്നു. ഫലത്തിൽ "ഇച്ഛിച്ചത് വിരളമായി മാത്രമേ സാധിക്കപ്പെടുന്നുള്ളൂ." ഈ ഇച്ഛകൾ ബാഹ്യമാവാം, ഉദാത്ത

---

1. *Marx-Engels : Selected works* (മോസ്കോ, 1976) വാല്യം III, പേജുകൾ 365–367.

മായ ആദർശങ്ങളാവാം, "സത്യത്തിനും നീതിക്കുമായുള്ള അദമ്യമായ വാഞ്ഛയാവാം" അല്ലെങ്കിൽ തികച്ചും വ്യക്തിപരമായ ആഗ്രഹചിന്തകളാവാം. എന്തായാലും കർമത്തിന്റെ തലത്തിലേക്കു വരുമ്പോൾ, ഉണ്ടാവുന്ന ഫലങ്ങൾ പലപ്പോഴും ഉദ്ദേശ്യങ്ങളിൽനിന്ന് തികച്ചും വ്യത്യസ്തമാവുന്നു. പലപ്പോഴും ലക്ഷ്യങ്ങൾക്ക് കടകവിരുദ്ധമായിപ്പോലും തീരുന്നു എന്ന് എംഗൽസ് ചൂണ്ടിക്കാട്ടുന്നു. ഇതിന്റെ അർഥം ചരിത്രഗതിയെ നിർണയിക്കുന്നത് യാദൃച്ഛികതയാണെന്നാണോ എന്ന ചോദ്യം സ്വാഭാവികമാണ്. എംഗൽസ് ഇതിനു നൽകുന്ന മറുപടി സങ്കീർണമാണ്. ഈ പ്രശ്നപരിപ്രേക്ഷ്യത്തെത്തന്നെ 'ചരിത്രപരമായ സമഗ്രത (historical totality)യുടെ പശ്ചാത്തലത്തിൽ കാണേണ്ട ആവശ്യകതയിലേക്കാണ് എംഗൽസ് ശ്രദ്ധക്ഷണിക്കുന്നത്. എംഗൽസ് ചോദിക്കുന്നു: "ഈ താൽപ്പര്യങ്ങൾക്കു പിന്നിൽ വർത്തിക്കുന്ന ചാലകശക്തികൾ ഏതൊക്കെയാണ്? പ്രവർത്തനത്തിൽ പങ്കാളികളാവുന്നവരുടെ (actors) മസ്തിഷ്കത്തിൽ ഇങ്ങനെ താൽപ്പര്യങ്ങളായി രൂപം മാറി പ്രത്യക്ഷപ്പെടുന്ന ചരിത്രപരമായ കാരണങ്ങൾ എന്തൊക്കെയാണ്?[1] സ്വതന്ത്രമായ ഇച്ഛയും (free will) അനിവാര്യതയും (necessity) തമ്മിലുള്ള ബന്ധത്തെ ഈ രീതിയിൽ സമീപിക്കുന്നതിന്റെ രീതി ശാസ്ത്രപരമായ (methodological) വിവക്ഷകൾ അതീവസംഗതമാണ്. യാഥാർഥ്യവും ബാഹ്യരൂപവും തമ്മിലുള്ള വ്യതിരേകത്തെപ്പറ്റിയുള്ള ബോധം മാർക്സിസത്തിന്റെ കാതലായ ഒരംശമാണ്.

ഈ വ്യതിരിക്തത *മൂലധന*ത്തിൽ പലവുരു ആവർത്തിക്കപ്പെടുന്ന ഒരു പ്രമേയമാണ്. തികഞ്ഞ അനുഭവൈകവാദികളായ ബൂർഷ്വാ സാമ്പത്തിക ശാസ്ത്രജ്ഞന്മാരെ വിമർശിച്ചുകൊണ്ട് മാർക്സ് ഇത് വിശദമാക്കുന്നുണ്ട്:

> വഷളൻ (vulgar) സാമ്പത്തികശാസ്ത്രം വരട്ടുതത്വവാദത്തിന്റെ രീതിയിൽ, ബൂർഷ്വാ ഉൽപ്പാദനബന്ധങ്ങളിൽ കുടുങ്ങിക്കിടക്കുന്ന ബൂർഷ്വാ ഉൽപ്പാദനത്തിന്റെ കാര്യക്കാരന്മാരുടെ (agents) സങ്കൽപ്പങ്ങളെ വ്യാഖ്യാനിക്കുകയും ക്രോഡീകരിക്കുകയും പരിരക്ഷിക്കുകയും മാത്രമാണ് ചെയ്യുന്നത്. ഒറ്റനോട്ടത്തിൽതന്നെ (prima facie) അസംബന്ധജടിലവും സുവ്യക്തവും ആയ ഈ വൈരുധ്യങ്ങൾ ഏറ്റവും പ്രകടമാവുന്ന ഈ അന്യവൽക്കൃതമായ സാമ്പത്തിക ബന്ധങ്ങൾക്കിടയിലും വഷളൻ സാമ്പത്തിക ശാസ്ത്രത്തിന് അനായാസമായി വർത്തിക്കാൻ കഴിയുന്നു എന്നതിൽ അത്ഭുതപ്പെടേണ്ടതില്ല. സാമാന്യജനങ്ങൾക്ക് എളുപ്പം മനസിലാവുമെങ്കിലും ഈ ബന്ധങ്ങൾ എത്രത്തോളം (ബാഹ്യമായി) സ്വയം പ്രകടമാണെന്ന പ്രതീതി ഉളവാക്കുന്നുവോ അത്രത്തോളം അവയുടെ ആന്തരികബന്ധങ്ങൾ നിഗൂഹിതമാവുന്നു. എന്നാൽ

1. *Marx-Engels : Selected Works,* വാല്യം III, പേജ് 366.

> വസ്തുക്കളുടെ ബാഹ്യരൂപവും അവയുടെ ആന്തരസത്തയും തികച്ചും അനുരൂപമായിരുന്നുവെങ്കിൽ ശാസ്ത്രംതന്നെ തികച്ചും ഉപരിപ്ലവവും (അനാവശ്യവും) ആയേനേ.[1]

സാമൂഹ്യബന്ധങ്ങളുടെ സമഗ്രതയിൽ വൈരുധ്യാത്മകമായി സന്നിവേശിപ്പിക്കപ്പെടുന്നില്ലെങ്കിൽ വസ്തുതകൾ "വെറും വിവരങ്ങളായി" അധഃപതിക്കുമെന്നുമാത്രമല്ല, വിവരക്കേടുകളുടെ ചേരുവയായിത്തീരുകയും ചെയ്യും. ഈ 'വെറും വിവര'ങ്ങൾ നൽകുന്ന സത്യാത്മകതയുടെ സഹായത്തോടെയാണ് നമ്മുടെ ഭരണവർഗത്തിന്റെ വൃത്താന്തമലിനീകരണ മാധ്യമങ്ങൾ പ്രതിലോമ ആശയങ്ങളെ സമൂഹത്തിന്റെ ബോധമണ്ഡലത്തിലേക്ക് കടത്തിവിടുന്നത് എന്നുകൂടി മനസിലാക്കുമ്പോഴാണ് രീതിശാസ്ത്രപരമായ ഈ പ്രശ്നങ്ങളുടെ സജീവ പ്രസക്തി നമുക്കു ബോധ്യമാവുക. അഡോണോ *മിനിമാമൊറാലിയ*യിൽ ഒരിടത്തു ചൂണ്ടിക്കാട്ടുന്നതുപോലെ നിർദോഷമായി ഇന്നു യാതൊന്നും അവശേഷിക്കുന്നില്ല എന്ന ബോധം ഏതൊരിടതുപക്ഷ അനുഭാവിക്കും അത്യന്താപേക്ഷിതമാണ്.[2] "ഒരു ജൈവപൂർണത (organic union)യുടെ ഭാഗമായ വസ്തുക്കളെ തമ്മിൽ തോന്നിയപോലെ, മാധ്യമിക വ്യാപാരങ്ങളുടെ അഭാവത്തിൽ (unmediated) വിളക്കിച്ചേർക്കാനുള്ള പ്രവണത" പരികൽപ്പനാപരമായ പാപ്പരത്തത്തിന്റെയും പക്വതയില്ലായ്മയുടെയും സൃഷ്ടിയാണ് എന്ന മാർക്സിന്റെ നിരീക്ഷണം നമ്മുടെ ആനുകാലിക ശാപമായി തീർന്നിട്ടുള്ള 'അന്വേഷണപത്രപ്രവർത്തനാ'ഭാസങ്ങളെ പൊളിച്ചു കാണിക്കാൻ ഏറെ സഹായകമായ ഒരായുധമാണ്.

---

1. *Capital,* വാല്യം III, പേജ് 817.
2. ഇവിടത്തെ ഒരു പ്രമുഖ പത്രത്തിൽ തിരുവനന്തപുരത്ത് ആർ എസ് എസ് വർഗീയ പ്രശ്നങ്ങൾ കുത്തിപ്പൊക്കിയവേളയിൽ പ്രത്യക്ഷപ്പെട്ട ഒരു നിർദോഷമായ വിവരം: "ശ്രീ പത്മനാഭസ്വാമിക്ഷേത്രം ആക്രമിക്കപ്പെടും എന്ന വിവരം കേട്ട് ആയിരക്കണക്കിന് ബ്രാഹ്മണന്മാർ രാത്രി ക്ഷേത്രത്തിനു കാവലിരുന്നു." എന്താ കഥ, ജഗന്നാഥസ്വാമിക്ഷേത്രത്തിനെതിരായി നടന്ന ആക്രമണത്തെപ്പറ്റി *സോഷ്യൽസ്റ്റഡീസ്* പുസ്തകത്തിൽ നമ്മുടെ പ്രതിനിധി വായിച്ചത് അങ്ങനെ വെറുതെ കളയാനൊന്നു മല്ലല്ലോ. *സോഷ്യൽ സ്റ്റഡീസ്* പുസ്തകം തയാറാക്കിയ മതേതര (അല്ലല്ല) മതനിരപേക്ഷസർക്കാരിനും സ്തുതി!
   ബിർള മുതൽ കമ്പനിത്തൊഴിലാളിയും എൻ ജി ഒയുംവരെ ഒരു വർഗമാണെന്നു കണ്ടെത്തിയ മഹാനേതാവിനെ 'നമ്മെ നയിക്കാൻ' വിടാതിരുന്ന അയാളുടെ പിന്മുറക്കാർതന്നെ ഓരോ തൊഴിലാളിസമരം നടക്കുമ്പോഴും "ജനവിരുദ്ധം" "ജനവിരുദ്ധം" എന്നു കൂവുന്നതും എന്തിന് "വയലാർ ഗർജിക്കുന്നു" എഴുതിയ 'വിപ്ലവകവി', ഇത്തരം ജനദ്രോഹങ്ങൾക്കെതിരെ 'മുദ്രാവാക്യ കവിതകൾ' എഴുതുന്നതും എല്ലാം എത്ര സ്വാഭാവികമായാണ് ഇവിടെ അംഗീകരിക്കപ്പെട്ടുപോരുന്നത്. ട്രാൻസ്പോർട്ട് സമരം നടക്കുകയാണെങ്കിൽ ട്രാൻസ്പോർട്ട് ജീവനക്കാരൊഴിച്ചുള്ള എല്ലാവരും 'ജന'മാവുക. ഇലക്ട്രിസിറ്റി ജീവനക്കാർ പണിമുടക്കിയാൽ അവരൊഴിച്ചുള്ള സമസ്ത മനുഷ്യരും 'ജന'മാവുക.... എത്ര എളുപ്പത്തിൽ ഉണ്ടാക്കാവുന്ന ഒന്നാണീ 'ആൾക്കൂട്ട' സംസ്കാരം!

ഈ സമഗ്രതയുടെ (totality) ആധാരശിലയായി എംഗൽസ് കാണുന്നത് അധ്വാനത്തെയും അധ്വാനിക്കുന്ന വർഗത്തേയുമാണ്. "ജർമൻ ക്ലാസിക്കൽ തത്വചിന്തയുടെ ശരിയായ അനന്തരാവകാശി ജർമനിയിലെ തൊഴിലാളിവർഗ പ്രസ്ഥാനമാണ്[1] എന്ന് അദ്ദേഹം വാദിക്കുന്നത് ഈ അർഥത്തിലാണ്. പലപ്പോഴും കർമങ്ങൾക്കുപിന്നിൽ ഒരജ്ഞാത പ്രേരണയായും പലപ്പോഴും വൈരുധ്യസ്വഭാവമാർന്നും നിലനിന്നിരുന്ന അവബോധത്തെ മനുഷ്യവംശം കിനാവിൽ മാത്രം കണ്ടിരുന്ന നവ്യലോകത്തെ സാക്ഷാൽക്കരിക്കാൻ കെൽപ്പുള്ള ഒരു വിപ്ലവശക്തിയാക്കി മാറ്റാൻ തൊഴിലാളിവർഗത്തിനു മാത്രമേ കഴിയൂ എന്ന് എംഗൽസ് വാദിക്കുന്നു. വൻകിട വ്യവസായസ്ഥാപനങ്ങളുടെ ആവിർഭാവത്തോടെ ചരിത്രത്തെ ബോധപൂർവവും (മിക്കപ്പോഴും അബോധപൂർവവും) നയിക്കുന്ന ശക്തികളെ, ആളുകളുടെ താൽപ്പര്യങ്ങളുടെ പിന്നിൽ പ്രവർത്തിക്കുന്ന ചോദനകളെ നിർധാരണം ചെയ്യുന്ന കർമം എളുപ്പമായി തീർന്നിരിക്കുന്നു എന്നും. കാരണം, ഈ ശക്തികളും വ്യക്തിതാൽപ്പര്യങ്ങളും ചരിത്രസംഭവങ്ങളും തമ്മിലുള്ള കെട്ടുപാടുകൾ പ്രാങ് മുതലാളിത്ത വ്യവസ്ഥകളിൽ, മതപരവും നീതിസങ്കൽപ്പപരവും ഒക്കെയായ പുകമറകൾക്കുള്ളിൽ ആച്ഛാദിതമായിരുന്നു. എന്നാൽ എല്ലാറ്റിനെയും ചന്തയുടെ പ്രശ്നങ്ങളാക്കി മാറ്റിയിട്ടുള്ള മുതലാളിത്ത വ്യവസ്ഥ ഈ ബന്ധങ്ങളെ ലളിതവൽക്കരിച്ചിരിക്കുന്നു. ചന്തത്തിരക്കിൽ മധ്യകാലയുഗങ്ങളിലെ ദൈവങ്ങൾക്കും വീരനായകന്മാർക്കും കവികൾക്കുപോലും അവരുടെ അലൗകിക പരിവേഷം കൈമോശം വന്നിരിക്കുന്നു.[2] ഫ്രഞ്ചു സിമ്പലിസ്റ്റു കവിയായ ബോദ്‌ലയറുടെ ഒരു കൊച്ചു കഥയുണ്ട് – *നഷ്ടപ്പെട്ട പരിവേഷം.* മുതലാളിത്ത യുഗപ്പിറവി എങ്ങനെ കാൽപ്പനിക പരിവേഷത്തെ തകർത്തുകളയുന്നു എന്നത് സുന്ദരമായി അതിൽ പ്രതിപാദിക്കപ്പെടുന്നുണ്ട്:

ഒരുനാൾ അതീവ ആദരണീയനായ ഒരു ഭാവഗായകനെ ഒരാരാധകൻ മാന്യന്മാർക്കു പോകാൻ കൊള്ളാത്ത ഒരിടത്തുവച്ചു കണ്ടുമുട്ടുന്നു. മാത്രമോ, കവിയുടെ തലയ്ക്കുചുറ്റും പ്രസരിച്ചിരുന്ന പ്രഭാപരിവേഷം കാണാനുമില്ല. ഏറെ വിഹ്വലനായ ആരാധകൻ ചോദ്യങ്ങൾകൊണ്ടു വീർപ്പുമുട്ടിച്ചപ്പോൾ കവി തന്റെ പരിവേഷം നഷ്ടപ്പെട്ടതെങ്ങനെ എന്നയാൾക്കിപ്രകാരം വിവരിച്ചുകൊടുത്തു – അദ്ദേഹം തിരക്കേറിയ

---

1. *Marx-Engels Selected Works,* വാല്യം III, പേജ് 376.
2. *Grundrisse : Foundations of the Critique of Political Economy* (ഹാർമണ്ട്സ്‌വർത്ത്, 1973), പേജ് 110–111. മാർക്സ് പറയുന്നു:
"ഗ്രീക്കുകാരുടെ ഭാവനയും അതുവഴി അവരുടെ മിത്തോളജിയും അടിസ്ഥാനമാക്കുന്ന പ്രകൃതിയെയും സാമൂഹ്യബന്ധങ്ങളെയുംപറ്റിയുള്ള കാഴ്ചപ്പാട് സ്വയം പ്രവർത്തിക്കുന്ന തറികളും തീവണ്ടികളും വിദ്യുച്ഛക്തികൊണ്ടു പ്രവർത്തിക്കുന്ന തപാൽ സംവിധാനങ്ങളുമുള്ളപ്പോൾ സാധ്യമാണോ? റോബർട്ട്സ് ആന്റ് കോ–യോട് എങ്ങനെ വൾക്കന് മത്സരിക്കാനാവും: ജൂപ്പിറ്ററിന് "ഇടിവെട്ടിൽനിന്നും കെട്ടിടങ്ങളെ സംരക്ഷിക്കാനുള്ള യന്ത്രസംവിധാനത്തിനുമുന്നിൽ എന്തു ചെയ്യാനാവും......"

ഒരു വഴി മുറിച്ചുകടക്കാൻ ശ്രമിക്കുകയായിരുന്നു. വഴിയുടെ നടുവിലെത്തിയപ്പോഴാണ് തലയിൽനിന്ന് പ്രഭാവലയം ഊർന്നുവീഴുന്നത്. അതു കുനിഞ്ഞെടുക്കണം എന്നദ്ദേഹത്തിന് മോഹമുണ്ടായിരുന്നു. പക്ഷേ, ഇരുവശത്തുനിന്നും ചീറിപ്പാഞ്ഞുവരുന്ന വാഹനങ്ങൾ കണ്ടപ്പോൾ ധൈര്യം വന്നില്ല. ധൃതിയിൽ പരിവേഷവും ഇട്ടുംവെച്ച് അയാൾ നടകൊണ്ടു.

കൂടുതൽ അമ്പരന്ന ആരാധകൻ "എന്തുകൊണ്ട് അധികാരികളെ അറിയിച്ചില്ല? എന്തുകൊണ്ട് നഷ്ടപ്പെട്ട സാധനങ്ങൾ കണ്ടെടുത്തു സൂക്ഷിക്കുന്ന വകുപ്പു മേധാവിയെ കണ്ടില്ല?" എന്നിങ്ങനെ പലതും ചോദിച്ചു. കവി ഇത്രമാത്രമേ പറഞ്ഞുള്ളൂ: "പരിവേഷമുണ്ടായിരുന്നെങ്കിൽ എനിക്കിന്നിങ്ങനെ ഇവിടെ വരാനാവുമായിരുന്നോ." മാത്രവുമല്ല, ഇനി ഏതെങ്കിലും രണ്ടാംകിട കവിക്ക് അതു കിട്ടിയെന്നിരിക്കട്ടെ. അയാളതുമണിഞ്ഞ് നടക്കാൻ തുടങ്ങിയെന്നുമിരിക്കട്ടെ. എന്തു രസമായിരിക്കും അതു കാണാൻ.[1]

'അടഞ്ഞ മുറികളിലെ കവി'[2]യുടെ പ്രധാന ശിഷ്യനായ ബോദ്‌ലയറുടെ ഈ കഥയിലെ ആത്മനിന്ദ കലർന്ന ഹാസ്യം രണ്ടു തലയ്ക്കലും മൂർച്ചയുള്ളതാണ്. എങ്കിലും വികസിത മുതലാളിത്തം എങ്ങനെ ഏറ്റവും 'ദിവ്യവും' 'സ്വകാര്യവും' ആയി കരുതപ്പെട്ടിരുന്ന സംസ്കാരത്തിന്റെ മേഖലകളെപ്പോലും കോളനികളാക്കി മാറ്റിയിരിക്കുന്നു എന്ന വസ്തുതയിലേക്ക് അത് വെളിച്ചം വീശുന്നുണ്ട്. നമ്മുടെ 'ശുദ്ധ' കലാവാദികൾ മാർക്സിസ്റ്റുകൾക്കെതിരെയുള്ള ജ്വരജൽപ്പനങ്ങളിൽ പലപ്പോഴും പറഞ്ഞു കേൾക്കാറുള്ള വലിയ പേരുകളിൽ ഒന്ന് ബോദ്‌ലയറുടേതാണ് എന്നുകൂടി ഓർക്കുമ്പോൾ ബോദ്‌ലയറുടെ ചിരിയിൽ നമുക്ക് സന്തോഷമായിട്ട് പങ്കുചേരാമെന്നു തോന്നുന്നു.

ഇനി, അവബോധത്തെ മനുഷ്യമനസുകളെ തീപിടിപ്പിക്കുന്ന ഭൗതികശക്തിയായി മാറുന്ന മാധ്യമികമായ പങ്ക് തൊഴിലാളിവർഗത്തിനേ നിർവഹിക്കാൻ കഴിയൂ എന്ന് മാർക്സിസ്റ്റുകാർ വാദിക്കുന്നത് എന്തുകൊണ്ടാണ് എന്നു നോക്കാം.

തൊഴിലാളിവർഗവും വിപ്ലവവും

ചൂഷണവ്യവസ്ഥയെ മാറ്റിമറിക്കുന്നതിൽ തൊഴിലാളിവർഗത്തിന്റെ നേതൃത്വപരമായ പങ്കിനെക്കുറിച്ചുള്ള മാർക്സിയൻ സിദ്ധാന്തത്തിന്റെ പൂർണസ്വരൂപം, 1845–ൽ പ്രസിദ്ധീകരിക്കപ്പെട്ട *വിശുദ്ധകുടുംബ*ത്തിലാണ് ആദ്യമായി ക്രോഡീകൃതമാവുന്നത്.[3] തൊഴിലാളികൾ "ദൈവ" തുല്യ

1. ബോദ്‌ലയറുടെ മരണാനന്തരം കണ്ടെടുക്കപ്പെട്ട ഈ കഥ വാൾട്ടർബെഞ്ചമിൻ *Illuminations* –ൽ സംക്ഷേപിച്ചു കൊടുത്തിട്ടുണ്ട്. ആ കൃതി കണ്ടുകിട്ടിയപ്പോൾ "പ്രസിദ്ധീകരണത്തിനു കൊള്ളാത്ത"തായി തള്ളിക്കളയപ്പെട്ടു എന്നത് ശ്രദ്ധേയമാണ്.
2. മലാർമെയെപ്പറ്റി നെരൂദ ഉപയോഗിച്ചിട്ടുള്ളതാണ് ഈ വിശേഷണം.
3. ഈ കൃതിയിൽ "തൊഴിലാളിവർഗത്തിന്റെ വിപ്ലവാത്മകമായ പങ്കിനെക്കുറിച്ചുള്ള മാർക്സിയൻ കാഴ്ചപ്പാടിന്റെ ഏതാണ്ട് പൂർണവികാസം സിദ്ധിച്ച രൂപം വ്യക്തമായി വ്യവച്ഛേദിച്ചുകാണാനാവു"മെന്ന ലെനിന്റെ വാക്കുകൾ ഓർമിക്കുക. (*LCW*, വാല്യം 38, പേജ് 26).

രാണെന്ന ധാരണകൊണ്ടൊന്നുമല്ല സോഷ്യലിസ്റ്റുകൾ ഇത്തരമൊരു ലോകചരിത്രപരമായ (world-historical) പങ്ക് തൊഴിലാളിവർഗത്തിനുണ്ടെന്നു വാദിക്കുന്നത്.[1] അവർ "ഭൂമിയിലെ പീഡിത"രാണെന്നതുകൊണ്ടുമല്ല. ചരിത്രപരമായി നോക്കുമ്പോൾ വർഗസമുദായത്തിന്റെ വിവിധ ഘട്ടങ്ങളിലെ നിന്ദിതരുടെയും പീഡിതരുടെയും ദീർഘപരമ്പരയിൽ താരതമ്യേന നവാഗതരായിരുന്നു മാർക്സും എംഗൽസും കണ്ട തൊഴിലാളിവർഗം. 1844 ലും 1845 ലുമായി എംഗൽസ് എഴുതിയ *ഇംഗ്ലണ്ടിലെ തൊഴിലാളികളുടെ അവസ്ഥ* എന്ന കൃതിയിൽ തൊഴിലാളികളുടെ ദാരുണജീവിതം അല്ലത്തിൽവരഞ്ഞ രേഖാചിത്രങ്ങൾപോലെ വാർന്നുവീണു കിടപ്പുണ്ടെന്നതു നേരാണ്. പക്ഷേ, മിഴിവാർന്ന ഈ ചിത്രങ്ങളിലോ അതുണർത്തുന്ന ധാർമികരോഷത്തിലോ അല്ല എംഗൽസിന്റെ കൃതിയുടെ നിത്യപ്രസക്തികുടികൊള്ളുന്നത്. കാരണം, എംഗൽസിനു മുമ്പുതന്നെ പല മനുഷ്യസ്നേഹികളായ ചിന്തകരും ഇത്തരം വിവരണങ്ങൾ നൽകിയിട്ടുണ്ട്. അവരിൽനിന്ന് എംഗൽസിനെ വ്യത്യസ്തനാക്കുന്ന ഘടകം "തൊഴിലാളിവർഗം ഒരു പീഡിതവിഭാഗം മാത്രമല്ലെന്നും.... ദുസ്സഹമായ സാമ്പത്തികാവസ്ഥകൾ അതിനെ അന്തിമവിമോചനത്തിനായി പൊരുതാൻ നിർബന്ധിക്കുമെന്നും സമരംചെയ്യുന്ന തൊഴിലാളിവർഗത്തിനു സ്വന്തം കാര്യം നോക്കാനാവുമെന്നും" (will help itself) ആദ്യമായി പ്രഖ്യാപിച്ചു എന്ന വസ്തുതയാണ്.[2] മാർക്സിനെ സംബന്ധിച്ചിടത്തോളം തൊഴിലാളിവർഗത്തിന്റെ നേതൃസ്ഥാനവും ചരിത്രസാഹചര്യങ്ങളുടെ സൃഷ്ടിയാണ്. "ഒരു വർഗമെന്ന നിലയിൽ തൊഴിലാളികൾക്ക് തങ്ങളെത്തന്നെ വിമോചിപ്പിക്കാനാവും ആവണം" മാർക്സ് പറയുന്നു.[3] ഈ കാഴ്ചപ്പാടിന് മാർക്സ് നൽകുന്ന വിശദീകരണം സൂക്ഷ്മമായ വിശകലനം അർഹിക്കുന്നു. മാർക്സിന്റെ വാദഗതികളെ ഇപ്രകാരം സംഗ്രഹിക്കുന്നു: പൂർണവളർച്ചയെത്തിയ തൊഴിലാളിവർഗത്തിന്റെ ജീവിതാവസ്ഥയിൽ മനുഷ്യത്വത്തിന്റെ – മനുഷ്യത്വത്തിന്റെ മങ്ങിയ പ്രതിച്ഛായയുടെ തന്നെ – അമൂർത്തവൽക്കരണം ഫലത്തിൽ പൂർത്തീകൃതമാവുന്നു. അവരുടെ ദാരുണമായ ജീവിതം മനുഷ്യത്വരഹിതമായ ബൂർഷ്വാസമൂഹത്തിലെ ജീവിതസാഹചര്യങ്ങളുടെ പരകോടിയെ പ്രതിനിധാനം ചെയ്യുന്നു. 'തൊഴിലാളി'യിൽ മനുഷ്യന് അവനെത്തന്നെ നഷ്ടപ്പെട്ടിരിക്കുന്നു. അതേസമയം ഈ നഷ്ടത്തെപ്പറ്റിയുള്ള താത്വികമായ അവബോധം അവനു ലഭിക്കുകയും ചെയ്തിട്ടുണ്ട്. മാത്രമല്ല, ഇനി ഒളിച്ചുവെക്കാനോ മാറ്റി വെക്കാനോ ആവാത്തവണ്ണം അടിയന്തരസ്വഭാവം കൈവരിച്ചിട്ടുള്ള, അവശ്യകതയുടെ പ്രായോഗികരൂപമായ ആവശ്യ

1. *MECW,* വാല്യം IV, പേജുകൾ 36–37.
2. *LCW*, വാല്യം 2, പേജ് 22 നോക്കുക.
3. *MECW,* വാല്യം IV, പേജ് 37: "......it follows that the proletariat can and must emancipate itself."

ങ്ങളാൽ മനുഷ്യത്വഹീനമായ വ്യവസ്ഥയ്ക്കെതിരെ കലാപം പ്രഖ്യാപിക്കാൻ അവൻ നിർബന്ധിതനായിത്തീർന്നിരിക്കുന്നു.[1]

തൊഴിലാളി വർഗത്തിന്റെ വിമോചനം സമൂഹത്തിലെ എല്ലാ പീഡിതവർഗങ്ങളുടെയും വിമോചനത്തിന്റെ മുന്നുപാധിയാണ്. കാരണം, തൊഴിലാളിവർഗത്തിന്റെ ജീവിതാവസ്ഥയിൽ സമൂഹത്തിലെ എല്ലാ മനുഷ്യത്വരഹിതമായ അവസ്ഥകളും സഞ്ചിതരൂപത്തിൽ പ്രതിഫലിക്കുന്നു. തങ്ങളുടെ ദാരുണമായ ജീവിതാവസ്ഥയ്ക്ക് അറുതിവരുത്തുന്ന തൊഴിലാളിവർഗത്തിന്റെ വിമോചനപോരാട്ടങ്ങൾ അതുകൊണ്ട് ഫലത്തിൽ എല്ലാ പീഡിതവിഭാഗങ്ങളുടെയും വിമോചനമായിത്തീരുന്നു. ഫ്രാൻസിലെയും ഇംഗ്ലണ്ടിലെയും തൊഴിലാളിവർഗത്തിലെ ഒരു വലിയ വിഭാഗം ഈ ചരിത്രപരമായ ഉത്തരവാദത്തെകുറിച്ചുള്ള അവബോധം നേടിക്കഴിഞ്ഞിട്ടുണ്ടെന്നും, ഈ അവബോധത്തെ കൂടുതൽ വ്യക്തമായി വികസിപ്പിക്കാൻ അവർ നിരന്തരം പരിശ്രമിച്ചുകൊണ്ടിരിക്കയാണെന്നത് ഒരു വിശദീകരണംപോലും ആവശ്യമില്ലാത്തതരത്തിൽ പ്രകടമാണെന്നും കൂടി മാർക്സ് *വിശുദ്ധകുടുംബ*ത്തിൽ പ്രസ്താവിക്കുന്നുണ്ട്.

വികസിത മുതലാളിത്തത്തിന്റെയും ഉപഭോക്തൃ സമൂഹത്തിന്റെയും ബഹുരാഷ്ട്രകുത്തകകളുടെയും നവ കൊളോണിയലിസത്തിന്റെയും സങ്കീർണമായ വർത്തമാന ഭൂമികയിൽനിന്നു നോക്കുമ്പോൾ മാർക്സിന്റെ ഈ നിരീക്ഷണങ്ങൾ അയഥാർഥവും ബാലിശവുമായ മോഹചിന്തകളായിരുന്നു എന്ന തോന്നൽ സ്വാഭാവികമാണ്. ഈ സാമാന്യബോധത്തിന്റെ "സ്വാഭാവികത" യുക്തിയെ ആശ്രയിച്ചാണ് ബൂർഷ്വാപണ്ഡിതർ മാർക്സിസം കാലഹരണപ്പെട്ടു എന്ന വാദം പുതിയ പുതിയ രൂപങ്ങളിൽ അവതരിപ്പിച്ചുകൊണ്ടിരിക്കുന്നത്. വികസിത മുതലാളിത്തത്തിൽ വമ്പിച്ച വികാസം മാർക്സിന്റെ ഭാവനാശക്തിക്ക് തികച്ചും അതീതമായിരുന്നുവെന്നും, ഈ വികാസം മാർക്സ് ഉദ്ദേശിക്കുന്ന അർഥത്തിലുള്ള ഭൗതികാവശ്യങ്ങളുടെ പ്രശ്നം വലിയൊരളവുവരെ പരിഹരിച്ചുകഴിഞ്ഞിരിക്കുന്നുവെന്നും, അതുകൊണ്ട് തൊഴിലാളിവർഗത്തിന് ലോകവിമോചനം ഒരാവശ്യകത അല്ലാതായിരിക്കുന്നുവെന്നും മറ്റുള്ളവാദങ്ങൾ സാമ്പത്തികശാസ്ത്ര പാഠപുസ്തകങ്ങളിൽ തെളിവുപോലും ആവശ്യമില്ലാത്ത സത്യങ്ങളായാണ് അവതരിപ്പിച്ചുകാണാറ്. ബൂർഷ്വാപ്രത്യയശാസ്ത്രത്തിന്റെ ഈ വാദഗതികൾ "കപടമായ ആവശ്യം" (false want), "മർദനപരമല്ലാത്ത ആവശ്യം", "വ്യക്തിത്വത്തിന്റെ വളർച്ചയ്ക്കാവശ്യമായ വെളിമ്പറമ്പുകൾ സൃഷ്ടിക്കാനുള്ള സമരം" തുടങ്ങി മനഃശാസ്ത്രവാദ (psychologistic)പരവും ശുദ്ധസാമൂഹികശാസ്ത്രപരവുമൊക്കെയായ പരിഷ്കരണവാദ പരികൽപ്പനകളിലേക്കും പുത്തൻ ഇടതുപക്ഷ

1. *MECW*, വാല്യം IV, പേജുകൾ 36–37.
ആവശ്യങ്ങളെ "അവശ്യകതയുടെ പ്രായോഗികരൂപം" എന്ന് വിശേഷിപ്പിക്കുന്നേടത്ത് സ്ഫുരിക്കുന്ന ക്ലാസിക്കൽ ജർമൻ ആശയവാദത്തിന്റെ ശൈലി ശ്രദ്ധിക്കുക.

ത്തിന്റെ വക്താക്കളെ നയിച്ചിട്ടുമുണ്ട്.[1] സാമ്പത്തികശാസ്ത്രത്തിന്റെയും ചരിത്രഗതിയുടെയും അടിസ്ഥാനത്തിലാണ് ഈ വാദഗതികൾ പ്രാഥമികമായും വിശകലനം ചെയ്യപ്പെടേണ്ടത്. പക്ഷേ, അത്തരമൊരു വിശകലനം ഈ ലേഖനത്തിന്റെ പരിമിതികൾക്ക് ഉൾക്കൊള്ളാനാവാത്തവണ്ണം വിപുലമാണ് എന്നതുകൊണ്ട് അവബോധത്തെപ്പറ്റിയുള്ള നമ്മുടെ ചർച്ചയെ സംബന്ധിച്ചിടത്തോളം സംഗതമായ ചില സൂചനകൾ നൽകാൻ മാത്രമേ ഇവിടെ ശ്രമിക്കുന്നുള്ളൂ.

ഒന്നാമതായി, മാർക്സിയൻ സാമ്പത്തിക സിദ്ധാന്തങ്ങളുടെ മരണമണിയായി ബൂർഷ്വാ സാമ്പത്തിക വിശാരദർ കൊണ്ടാടുന്ന കെയ്നീഷ്യൻ വിപ്ലവവും കെയ്ൻസിനു ശേഷമുള്ള (post Keynesian) സിദ്ധാന്തങ്ങളും മാർക്സ് *മൂലധന*ത്തിന്റെ അന്ത്യഭാഗങ്ങളിൽ ചർച്ചചെയ്യുന്ന "ഉൽപ്പാദന – പ്രത്യുൽപ്പാദന വ്യവസ്ഥ"കളിൽനിന്നും ഉള്ളടക്കത്തിൽ ഒരടിപോലും മുന്നോട്ടു പോകുന്നില്ല.[2] രണ്ടാമതായി, സാമ്രാജ്യത്തകൊള്ളയിലൂടെ മുതലാളിത്തം കൈവരിച്ചിട്ടുള്ള താൽക്കാലികവും ഭാഗികവുമായ "ഐശ്വര്യം" ഒരു പരിധിവരെ മുതലാളിത്തത്തിന്റെ നെടുംകോട്ടകളിലെ തൊഴിലാളിവർഗത്തിന്റെ വർഗബോധത്തെ മലിനീകരിച്ചിട്ടുണ്ടെന്നതു ശരിയാണ്. "തൊഴിലാളി പ്രഭുത്വം" തുടങ്ങിയ പരികൽപ്പനകളിലൂടെ എംഗൽസ്തന്നെ ഈ പ്രക്രിയയെപ്പറ്റി തന്റെ അന്ത്യകാലത്ത് സൂചിപ്പിക്കുന്നുണ്ട്. എന്നാൽ, ഇതോടൊപ്പംതന്നെ വികസിച്ചുവന്നിട്ടുള്ള മൂന്നാംലോക രാഷ്ട്രങ്ങളിലെ വിമോചനപ്പോരാട്ടങ്ങൾ തുടർച്ചയായി ബൂർഷ്വാ പണ്ഡിതന്മാരുടെ സാന്ത്വനവചനങ്ങളുടെ പൊള്ളത്തരം തുറന്നുകാട്ടുന്നുണ്ട്. മാർക്സ് വിഭാവനം ചെയ്യുന്ന തരത്തിലുള്ള തൊഴിലാളിവർഗം ഇന്നു നിലനിൽക്കുന്നതു ഏഷ്യനാഫ്രിക്കൻ – ലാറ്റിനമേരിക്കൻ നാടുകളിലാണെന്നും, ഭാവി അവരുടേതാണെന്നുമുള്ള പോൾ എം സ്വീസിയുടെ ദർശനം ഇവിടെ സംഗതമാണ്.[3] മൂന്നാമതായി, മാർക്സിയൻ

1. ഒരു സംക്ഷിപ്ത വിവരണംപോലും അസാധ്യമാക്കിത്തീർക്കുന്ന തരത്തിൽ വിപുലമാണ് ഈ സിദ്ധാന്തങ്ങളുടെ വക്താക്കൾ പ്രതിനിധാനം ചെയ്യുന്ന ചിന്താമേഖലകൾ. "കപടമായ ആവശ്യം" എന്ന പരികൽപ്പന ഹെർബർട്ട് മാർക്യൂസിന്റേതാണ്. "മർദനപരമല്ലാത്ത ആവശ്യം" (non-repressive need) തുടങ്ങിയ മുദ്രാവാക്യങ്ങൾ പുത്തൻ ഇടതുപക്ഷത്തിന്റെ താത്വികന്മാർ പലമട്ടിൽ ആവർത്തിച്ചിട്ടുണ്ട്. സാംസ്കാരിക വിമർശത്തിലും സാഹിത്യ വിമർശനത്തിലുമെല്ലാം ഈ പ്രശ്നപരിപ്രേക്ഷ്യത്തിന്റെ അനുരണനം കാണാവുന്നതാണ്.
2. ജൊ ആൻ റോബിൻസൺ, ഏണസ്റ്റ് മെൻഡൽ, പോൾ എം സ്വീസി, മോറിസ് ഡോബ് തുടങ്ങിയ മാർക്സിയൻ സാമ്പത്തിക ശാസ്ത്രജ്ഞരുടെ കൃതികളിൽ ഇതേപ്പറ്റിയുള്ള വിശദമായ ചർച്ചകളുണ്ട്. എന്നാൽ, ഒരു ഏകമാനമായ സിദ്ധാന്തം ഇവർ അവതരിപ്പിക്കുന്നില്ല. അവർ തമ്മിലുള്ള യോജിപ്പുകൾപോലെത്തന്നെ വിയോജിപ്പുകളും മാർക്സിയൻ സാമ്പത്തിക ശാസ്ത്രത്തെക്കുറിച്ചുള്ള ചർച്ചയെ സമ്പന്നമാക്കിയിട്ടുണ്ട്.
3. Marxism and Revolution 100 years After Marx, പോൾ എം സ്വീസി, *Monthly Review*, മാർച്ച് 1983, പേജുകൾ 1–11: "അവികസിതത്വത്തിന്റെ വികാസം" (development of under development) എന്ന സങ്കൽപ്പത്തെ വിശദീകരിച്ചുകൊണ്ട് സ്വീസി പറയുന്നു: "ഇവിടെ (മുതലാളിത്ത വ്യവസ്ഥയുടെ) അതിർത്തി പ്രദേശങ്ങളിൽ (ter-

സാമ്പത്തികശാസ്ത്ര സിദ്ധാന്തങ്ങൾ ആഴത്തിൽ പഠിക്കുന്ന ഒരാൾക്ക് അത് മുതലാളിത്ത വ്യവസ്ഥയുടെ 'അനിവാര്യമായ തകർച്ച'യെപ്പറ്റിയുള്ള ഒരു പ്രവചനമല്ലെന്നും, മുതലാളിത്ത വ്യവസ്ഥയ്ക്കുള്ളിൽ ലീനമായിക്കിടക്കുന്ന വൈരുദ്ധ്യങ്ങളിലേക്ക് വെളിച്ചം വീശുന്ന ഒരു ശാസ്ത്രീയമായ പഠനമാണെന്നും വ്യക്തമാവും. ഈ പ്രതിസന്ധികളെ വിപ്ലവസമരങ്ങളുമായി എങ്ങനെ വികസിപ്പിച്ചെടുക്കുമെന്നതാണ് തൊഴിലാളിവർഗത്തിന്റെ മുന്നിലുള്ള പ്രശ്നം. ഈ പ്രശ്നപരിപ്രേക്ഷ്യത്തെ മനസിലാക്കുന്നതിൽ മാർക്സിസ്റ്റുകാർക്കുതന്നെ സംഭവിച്ച പാളിച്ചകളാണ് വിധിവാദപരമായ 'ദുരന്തസിദ്ധാന്ത' (Catpstrophe theory) ത്തിലേക്കും, തിരുത്തൽവാദപരമായ ഉൽപ്പാദനശക്തി സിദ്ധാന്തത്തിലേക്കുമൊക്കെ കമ്യൂണിസ്റ്റു പ്രസ്ഥാനത്തെ നയിച്ചത്. എങ്ങനെ ഈ വ്യതിയാനവാദങ്ങളെ അതിജീവിച്ച്, വസ്തുനിഷ്ഠസാഹചര്യങ്ങളുടെ മൂർത്തമായ വിശകലനത്തോടൊപ്പംതന്നെ തൊഴിലാളികളുടെ വർഗബോധത്തിലും, ചൂഷണവ്യവസ്ഥയ്ക്കറുതി വരുത്താനുള്ള അവരുടെ ഇച്ഛാശക്തിയിലും ഊന്നൽ നൽകുന്ന ഒരു വിപ്ലവസിദ്ധാന്തത്തിന്റെ അക്ഷരമാല സ്വരൂപിച്ചെടുക്കാനാവും എന്നതാണ് ഇന്ന് മാർക്സിസ്റ്റുകൾക്കു മുന്നിൽ ഉയർന്നുവന്നിട്ടുള്ള പ്രധാനമായ വെല്ലുവിളി. നാലാമതായി, ഈ താത്വിക പ്രതിസന്ധി ഉയർത്തിവിട്ടിട്ടുള്ള അസ്തിത്വവാദപരവുമായ ഒട്ടേറെ 'ഇടതുപക്ഷ' സമീപനങ്ങൾ ഇന്നു നമ്മുടെ മുന്നിലുണ്ട്. വികസിത മുതലാളിത്ത വ്യവസ്ഥയ്ക്കുള്ളിലെ പ്രതിഭാസങ്ങളെക്കുറിച്ചും, നിലവിലുള്ള തൊഴിലാളിവർഗപ്രസ്ഥാനങ്ങളുടെ സമരരീതികളുടെ അപര്യാപ്തതകളെക്കുറിച്ചും ഭാഗികമെങ്കിലും പ്രസക്തമായ പല ഉൾക്കാഴ്ചകളും അവ പ്രദാനം ചെയ്യുന്നുമുണ്ട്. പക്ഷേ, "പുത്തൻ ഇടതുപക്ഷ"ത്തിന്റെ ആഗ്രഹചിന്തകളിൽ അധിഷ്ഠിതമായ സമരശ്രമങ്ങളേയും വിശകലന രീതികളേയും എത്രവേഗത്തിൽ വ്യവസ്ഥാപിത ഭരണകൂടങ്ങൾക്കു നിർവീര്യ

---

ritory) മുതലാളിത്തത്തിന്റെ വികാസം, വിശുദ്ധകുടുംബത്തിൽ 'പൂർണവളർച്ചയെത്തിയ തൊഴിലാളിവർഗ'ത്തെപ്പറ്റി മാർക്സും എംഗൽസും നൽകുന്ന വിവരണത്തോട് വളരെ അടുത്തു നിൽക്കുന്ന ഒരു ജനസഞ്ചയത്തെ സൃഷ്ടിച്ചിട്ടുണ്ട്." "തിരിഞ്ഞുനോക്കുമ്പോൾ റഷ്യൻ വിപ്ലവം തന്നെയും............. ഉള്ളടക്കത്തിൽ ഒരു മൂന്നാംലോക വിപ്ലവത്തോടാണ് അടുത്തുനിൽക്കുന്നതെന്നും," ലോക മുതലാളിത്ത പ്രതിസന്ധിക്ക് ആക്കം വർധിക്കുന്നതോടെ മൂന്നാം ലോക വിപ്ലവങ്ങൾ അനിവാര്യമാണെന്നും അദ്ദേഹം അഭിപ്രായപ്പെടുന്നു. എന്നാൽ, ഇവയെപ്പറ്റി മാർക്സിസ്റ്റുകൾ നിഷ്കൃഷ്ടമായിപഠിക്കേണ്ടതുണ്ടെന്നും അത്തരം അറിവിന്റെ അഭാവത്തിൽ 20–ാം നൂറ്റാണ്ടിന്റെ അന്ത്യത്തിലെത്തിനിൽക്കുന്ന ലോകത്തെപ്പറ്റിയുള്ള നമ്മുടെ ധാരണകൾ തികച്ചും അപര്യാപ്തമായിരിക്കുമെന്നും സ്വീസി അഭിപ്രായപ്പെടുന്നു.

ലേറ്റ് കാപ്പിറ്റലിസം എന്ന ഗ്രന്ഥത്തിൽ മെൻഡൽ സാമ്രാജ്യത്വകാലഘട്ടത്തിലെ മുതലാളിത്ത ഉൽപ്പാദനത്തിൽ യുദ്ധസാമഗ്രികളുടെ നിർമാണം കൈവരിച്ചിട്ടുള്ള ഭീതിജന്യമായ പ്രാധാന്യത്തെപ്പറ്റിയുള്ള നിരീക്ഷണങ്ങളും (ഒരു നശീകരണ വിഭാഗം – റലുമൃോലിം ീള റലയ്യൌരശേീ – മുതലാളിത്ത ഉൽപ്പാദനവ്യവസ്ഥയിൽ വളർന്നുവന്നിട്ടുണ്ടെന്നുപോലും അദ്ദേഹം അഭിപ്രായപ്പെടുന്നുണ്ട്) ഇവിടെ സ്മരിക്കേണ്ടതാണ്.

മാക്കാനും സ്വാംശീകരിക്കാനും കഴിയുമെന്നത് പ്രകടമായിക്കഴിഞ്ഞിട്ടുള്ള എൺപതുകളിൽ ജീവിക്കുന്ന നമുക്ക്, വർത്തമാന യാഥാർഥ്യത്തെ നിർധാരണം ചെയ്യാൻ മാർക്സിസത്തിന്റെ ആധാരശിലകളായ പരികൽപ്പനകളിലേക്കുതന്നെ തിരിച്ചുപോകേണ്ടിയിരിക്കുന്നു. ഏറെ ആകർഷകമായ പ്രച്ഛന്നരൂപങ്ങളിൽ ഉപരിവർഗപ്രത്യയശാസ്ത്രം പ്രത്യക്ഷപ്പെട്ടുകൊണ്ടിരിക്കുന്ന ഇന്നത്തെ സന്ദിഗ്ധസന്ധിയിൽ വിപ്ലവകാരികളെ സംബന്ധിച്ചിടത്തോളം, ഇത്തരമൊരു യാഥാസ്ഥിതികത്വം (orthodoxy) അതീവപ്രധാനമാണ്.

തൊഴിലാളിവർഗത്തിന് എങ്ങനെ 'സ്വന്തം കാര്യം നോക്കാൻ' 'തങ്ങൾക്കുവേണ്ടി നിലനിൽക്കുന്ന ഒരു വർഗ (a class for self)[1] മാകാൻ കഴിയും എന്ന പ്രശ്നം അടിസ്ഥാനപരമായി സ്വത്വവും അവബോധവും കർമവും തമ്മിലുള്ള വൈരുദ്ധ്യാത്മകബന്ധത്തിന്റെ പ്രശ്നമാണ് – വിമോചന പോരാട്ടങ്ങളിൽ വർഗബോധം വഹിക്കുന്ന പങ്കിന്റെ – കർതൃനിഷ്ഠഘടകത്തിന്റെ – പ്രസക്തിയുടെ പ്രശ്നമാണ്. വർഗബോധത്തെ തൊഴിലാളികളുടെ ആത്മബോധ (self consciousness) മായല്ല മാർക്സ് കണ്ടിരുന്നത് എന്ന് ഇവിടെ ഊന്നിപ്പറയേണ്ടിയിരിക്കുന്നു. വിശുദ്ധകുടുംബത്തിൽ ഇതേപ്പറ്റിയുള്ള മാർക്സിന്റെപ്രസ്താവം ശ്രദ്ധേയമാണ്:

> അത് (തൊഴിലാളിവർഗത്തിന്റെ നേതൃത്വപരമായ പങ്ക്) ഈ തൊഴിലാളിയോ, ആ തൊഴിലാളിയോ, അല്ലെങ്കിൽ തൊഴിലാളിവർഗം മുഴുവൻതന്നെയുമോ തൽക്കാലം എന്തിനെയാണ് അതിന്റെ ലക്ഷ്യമായി കണക്കാക്കുന്നത് എന്നതിന്റെ പ്രശ്നമല്ലെന്ന തൊഴിലാളിവർഗം എന്താണ് എന്നതിന്റെയും അതിന്റെ സ്വത്വം (പ്രകൃതി) അനുസരിച്ച് ചരിത്രപരമായി അതെന്തുചെയ്യാൻ നിർബന്ധിതമാകും എന്നതിന്റേയും പ്രശ്നമാണ്.[2]

മാർക്സിന്റെ മറ്റ് പല ആദ്യകാല കൃതികളേയുംപോലെ *വിശുദ്ധകുടുംബവും* അതിഭൗതികതയുടെ നിറംപുരണ്ട ഹെഗേലിയൻ പദാവലിയിൽനിന്ന് തികച്ചും മുക്തമായിട്ടില്ല എന്നതുകൊണ്ട് ഈ വാക്കുകളും എളുപ്പത്തിൽ വിധിവാദപരമായ വിശദീകരണങ്ങൾക്ക് വശഗമായേക്കും. ഇത് മാർക്സിന്റെ പ്രസ്താവനയുടെ താത്വിക വിവക്ഷകളെപ്പറ്റി ചുഴിഞ്ഞു ചിന്തിക്കാൻ നമ്മെ നിർബന്ധിക്കുന്നു. ഒന്നാമതായി മാർക്സിനെ സംബന്ധിച്ചിടത്തോളം വർഗബോധം മനഃശാസ്ത്രപരമായ സങ്കൽപ്പനോപാധികൾ (psychological conceptualization) കൊണ്ട് നിർധാരണം ചെയ്യാവുന്ന ഒന്നല്ല. ലൂക്കാച്ച് ചൂണ്ടിക്കാണിക്കുന്നതുപോലെ ഓരോരോ കാലഘട്ടത്തിൽ, മനുഷ്യർ ഇങ്ങനെയൊക്കെ ചിന്തിച്ചിരുന്നു, അല്ലെങ്കിൽ ഇന്നതൊക്കെ ആഗ്രഹിച്ചിരുന്നു എന്നതിന്റെ വിവരണം, അതെത്രതന്നെ ബൃഹത്തായാലും, വർഗബോധത്തെപ്പറ്റിയുള്ള പൂർണമായ ധാരണ

1. *The Poverty of Philosophy,* പേജുകൾ 194–196 നോക്കുക.
2. *MECW,* വാല്യം IV, പേജ് 38.

നൽകുന്നതിൽ പരാജയപ്പെടുന്നു. ഇത്തരം വിവരണങ്ങൾ അപ്രസക്ത മാണെന്നതുകൊണ്ടല്ല, അവ യഥാർഥമായ ചരിത്രപഠനത്തിന്റെ ആദ്യ പടി മാത്രമേ ആകുന്നുള്ളൂ എന്നതുകൊണ്ട്.[1] ചരിത്രത്തിൽ മേൽപ്രതി പ്രവർത്തിക്കുന്ന എണ്ണമറ്റ വ്യക്തിഗതമായ ഇച്ഛകൾ പലപ്പോഴും അവ രുടെ ലക്ഷ്യങ്ങളിൽനിന്നു തികച്ചും ഭിന്നമായ ഫലങ്ങളാണ് ഉണ്ടാക്കാ റ്,[2] എന്നു എംഗൽസ് വാദിക്കുന്നത് ഇതുകൊണ്ടാണ്. സാമൂഹ്യസമഗ്ര തയുമായി ഈ ഇച്ഛകളെയും, മോഹങ്ങളെയും, ചിന്തകളെയും ബന്ധ പ്പെടുത്തി കാണുമ്പോൾ മാത്രമേ അവയെ മൂർത്തമായി (concrete) വിശ കലനം ചെയ്യാൻ കഴിയുകയുള്ളൂ.[3] രണ്ടാമതായി ഇത്തരം മൂർത്തമായ വിശകലനം അനിവാര്യമായും ചരിത്രപരവും സമ്പദ്ഘടനയാൽ പരി നിശ്ചിതമായ 'സവിശേഷ' (typical) അവസ്ഥകളുടെ പഠനമായിരിക്കും. വർഗബോധമെന്നത്, ഉൽപ്പാദന പ്രക്രിയയ്ക്കകത്തു സവിശേഷ സാഹ ചര്യങ്ങളിൽ നിൽക്കുന്നു എന്ന വസ്തുതയാൽ പരിനിഷ്ഠമായിത്തീരുന്ന യുക്തിസഹമായ പ്രതികരണങ്ങളാണ് എന്നു ലൂക്കാച്ച് പറയുന്നത് ഈ അർഥത്തിലാണ്. ആ നിലയ്ക്ക് അത് അധ്യാരോപിതമായ (imputed) ഒന്നാണ് എന്നു കാണാം.[4] ഈ സമീപനം സമൂഹത്തെ ഒരു മൂർത്ത മായ സമഗ്രത (concrete totality) ആയി കാണുന്നതിന്റെ ആവശ്യകത യിൽ ഊന്നുന്നു. കാരണം, ഇത്തരം ഒരു വീക്ഷണത്തിന്റെ അഭാവത്തിൽ വിശകലനത്തിന് അനുഭവൈകമായ ശിഥില വസ്തുതകൾക്കപ്പുറത്തേക്ക് വികസിക്കാൻ കഴിയുകയില്ല. ഉൽപ്പാദനബന്ധങ്ങളെപ്പറ്റിയുള്ള മാർക് സിന്റെ വിവരണം ഇവിടെ പ്രസക്തമാണ്:

> ഈ ബന്ധങ്ങൾ ഒരു വ്യക്തിയും മറ്റൊരു വ്യക്തിയും തമ്മിലുള്ള ബന്ധങ്ങളല്ല, തൊഴിലാളിയും മുതലാളിയും തമ്മിലും, കുടിയാനും അടിയാനും തമ്മിലും ഒക്കെയുള്ള ബന്ധങ്ങളാണ്. ഈ ബന്ധ ങ്ങളെ (ചർച്ചയിൽ നിന്ന്) ഒഴിവാക്കുകയാണെങ്കിൽ നിങ്ങൾ സമൂ ഹത്തെത്തന്നെ ഒഴിവാക്കുകയായിരിക്കും; നിങ്ങൾ (സൃഷ്ടിക്കു ന്ന) പ്രൊമിത്തിയൂസ്, കൈയും കാലും എല്ലാം നഷ്ടപ്പെട്ട ഒരു പ്രേതാത്മാവ് (spectre) മാത്രമായിരിക്കും.[5]

ഭാഗികമായതും സമഗ്രമായതും തമ്മിലുള്ള വൈരുധ്യാത്മക ബന്ധ ത്തെപ്പറ്റി മാർക്സ് നിരവധി തവണ ആവർത്തിച്ചു പ്രസ്താവിച്ചിട്ടുണ്ട്. ഭാഗികമായതിനെപ്പറ്റിയുള്ള അറിവ് പൂർണമാകുന്നത്, അതിനെ സാമൂ

1. ലൂക്കാച്ച്, *History and Class Consciousness*, പേജുകൾ 49–59 നോക്കുക.
2. *Ludwing Feuerbach and the End of Classical German Philosophy, SW*, വാല്യം III.
3. *History and Class Consciousness*, പേജ് 50 നോക്കുക.
4. “ഒരു സവിശേഷ അവസ്ഥയിലിരിക്കുമ്പോൾ അധ്യാരോപിതമാവുന്ന യുക്തിസഹവും അനുരൂപവുമായ പ്രതികരണങ്ങൾ” എന്ന പരികൽപ്പന ലൂക്കാച്ചിന്റേതാണ്.
5. *The Poverty of Philosophy*, പേജ് 112.

ഹികവും ചരിത്രപരവും ആയ സമഗ്രസന്ദർഭത്തിന്റെ ചട്ടക്കൂട്ടിനകത്തു വച്ച് കാണുമ്പോഴാണ്. മാർക്സ് ചൂണ്ടിക്കാട്ടുന്നതുപോലെ:

> ഒരു കാപ്പിരി ഒരു കാപ്പിരിയാണ്. പക്ഷേ, ചില സാഹചര്യങ്ങളിൽ മാത്രമേ അവൻ ഒരടിമയാവുന്നുള്ളൂ. പഞ്ഞി നൂൽക്കാനുള്ള തറി (ൂശീശിഴ ഷലിീല്) പഞ്ഞി നൂൽക്കാനുള്ള ഒരു യന്ത്രമാണ്. ചില സാഹചര്യങ്ങളിൽ മാത്രമേ അതു മൂലധനമാവുന്നുള്ളൂ. ഈ സാഹചര്യങ്ങളിൽനിന്ന് അടർത്തിയെടുത്താൽ, സ്വർണം പണമാവാത്തതുപോലെയും പഞ്ചസാര പഞ്ചസാരയുടെ വിലയാവാത്തതുപോലെയും അത് മൂലധനമാവുന്നില്ലതന്നെ.[1]

സമഗ്രതയെപ്പറ്റിയുള്ള ഈ വൈരുധ്യാത്മക സമീപനമാണ് യാഥാർഥ്യത്തെ ഒരു സാമൂഹ്യപ്രക്രിയയായി കാണാൻ മാർക്സിസ്റ്റുകാരെ സഹായിക്കുന്നത്.

മൂന്നാമതായി, 'മനുഷ്യനാണ് അവരുടെ ചരിത്രം നിർമിക്കുന്നതെങ്കിലും അവർക്ക് തോന്നിയ മട്ടിൽ തെരഞ്ഞെടുക്കുന്ന സാഹചര്യത്തിൽ അതു നിർമിക്കാൻ പറ്റുകയില്ല'[2] എന്ന മട്ടിൽ മാർക്സിയൻ സമീപനം ചരിത്രപുരോഗതിയിൽ വസ്തുനിഷ്ഠ ഘടകങ്ങൾക്കുള്ള പ്രാഥമികതയിലേക്കു വിരൽ ചൂണ്ടുമ്പോൾത്തന്നെ, കർതൃനിഷ്ഠഘടകങ്ങളെ അവഗണിക്കുന്ന ഒന്നല്ല എന്നത് പ്രത്യേകം ചൂണ്ടിക്കാട്ടേണ്ടിയിരിക്കുന്നു. അവബോധം സ്വാത്മപ്രചോദിതമായ (spontaneous) ആഗ്രഹചിന്തകളുടെ അവികസിത തലത്തിൽ നിൽക്കുന്നിടത്തോളം കാലം അതിന് വിപ്ലവപരമായ വർഗബോധമായി (പ്രായോഗിക – വിമർശനാത്മക പ്രവർത്തനമായി) വികസിക്കാനാവില്ല. തൊഴിലാളികളുടെ ട്രേഡ് യൂണിയൻ ബോധത്തിന്റെ അപര്യാപ്തതയെപ്പറ്റി ചൂണ്ടിക്കാണിക്കുന്നിടത്തു ലെനിനും,[3] വിപ്ലവം അനിവാര്യമാണ് എന്ന ബോധം എങ്ങനെ ചില ഘട്ടങ്ങളിൽ ദുർബലമായ ഒരവസ്ഥയിൽപ്പെട്ടുപോകുന്ന ഇച്ഛയുടെ വിധിവാദപരമായ ആഗ്രഹചിന്തയായി അധഃപതിക്കുന്നു എന്നു വിവരിക്കുന്നിടത്ത് അന്റോണിയോ ഗ്രാംഷിയും[4] ഇതേപ്പറ്റി വിശദമായി പ്രതിപാദിക്കുന്നുണ്ട്. ലോകവിപ്ലവം ആസന്നമായിക്കഴിഞ്ഞു എന്നപ്രതീതിയുളവാക്കിയ മുപ്പതുകളിലെ (അറുപതുകളിലെയും) ആന്തോളനങ്ങളുടെ അപചയം വിപ്ലവത്തിലെ കർത്തൃനിഷ്ഠഘടകത്തെപ്പറ്റിയുള്ള അഗാധമായ പുനശ്ചിന്തനത്തെ അനിവാര്യമാക്കിത്തീർത്തിട്ടുണ്ട്. തൊഴിലാളിവർഗത്തിന് എങ്ങനെ മുതലാളിത്തത്തിനെതിരായ ഒരു ശക്തി എന്ന നിലപാട് തങ്ങൾക്കായി നിലനിൽക്കുന്ന വർഗമായി (class for itself) വികസിക്കാൻ കഴിയുമെന്നും, എങ്ങനെ അതിന് ഭൂമിയിലെ പീഡിത

1. *Wage, Labour and Capital, SW*, വാല്യം I, പേജ് 83.
2. *The Eighteenth Brumaire of Louis Bonaparte, MECW,* വാല്യം XI, പേജ് 103.
3. *"What is to be Done,' LCW*, വാല്യം V, പേജുകൾ 347–410.
4. *Prison Notebooks,* പേജുകൾ 336–340.

രുടെ വിമോചന സമരങ്ങളുടെ നെടുനായകത്വം (hegemony) കൈയാളാനാവുമെന്നുള്ള പ്രശ്നങ്ങൾ ഇന്ന് ഏതൊരു വിപ്ലവകാരിയെ സംബന്ധിച്ചിടത്തോളവും ജീവന്മരണ പ്രസക്തിയാർജിച്ചിട്ടുണ്ട്. അവബോധത്തെപ്പറ്റിയുള്ള മാർക്സിയൻ സിദ്ധാന്തത്തിന്റെ പ്രാഥമികമായ സങ്കൽപ്പനോപാധികളെപ്പറ്റിയുള്ള ചർച്ചയിലേക്കാണ് ഇത് നമ്മെ നയിക്കുക.

വർഗബോധം, പ്രത്യയശാസ്ത്രം, അപബോധം (false consciousness) എന്നീ പരികൽപ്പനകളാണ് മുഖ്യമായും നാം വിചിന്തന വിഷയമാക്കേണ്ടത്. സാംസ്കാരിക വിമർശത്തിന്റെ പ്രശ്നപരിപ്രേക്ഷ്യവും ഈ പരികൽപ്പനകളുമായി അവിഭാജ്യമായതരത്തിൽ ബന്ധപ്പെട്ടു കിടക്കുന്നതുകൊണ്ട് അവയെപ്പറ്റിയുള്ള വിശകലനംകൂടി സാംസ്കാരിക വിമർശത്തിന്റെ താത്വിക ഉപപാദ്യങ്ങളെ (premmises) പറ്റിയുള്ള ഈ പഠനത്തിൽ അവശ്യമായി വരുന്നു. ഈ പ്രധാന പരികൽപ്പനകളോടൊപ്പംതന്നെ സാമാന്യബോധം, ജടിലോക്തി (jargon), ദൈനംദിന ജവിതത്തിന്റെ വിമർശനം തുടങ്ങിയ ചില സുപ്രധാന വിഷയങ്ങളെക്കുറിച്ചുകൂടി ചർച്ചചെയ്താലേ ഈ ആമുഖസംരംഭം പൂർണമാവൂ.

അപബോധവും പ്രത്യയശാസ്ത്രവും

വർഗബോധം, തത്വശാസ്ത്രപരമായി നോക്കുമ്പോൾ അധ്യാരോപിതമായ (imputed) ബോധമാണെന്ന് നാം കാണുകയുണ്ടായി. ഈ അധ്യാരോപം അധിഭൗതികവാദമല്ലേ എന്ന ചോദ്യം സ്വാഭാവികമാണ്. പോപ്പറെപ്പോലെയുള്ള നിയോ പോസിറ്റിവിസ്റ്റുകൾ മാർക്സിനെതിരായി ഉന്നയിക്കുന്ന ഒരുപ്രധാന വിമർശനം ഇതാണ് എന്നതു ശ്രദ്ധേയമാണ്.[1] മനുഷ്യപ്രവർത്തനത്തെ കേവല മനനമായോ, കേവല കർമമായോ മാത്രം കാണാൻ കഴിയുന്ന അനുഭവൈകപ്രമാണവാദത്തിന്റെയും ആധ്യാത്മികതയുടെയും സൃഷ്ടിയാണ് ഈ സംശയം. പക്ഷേ, മനുഷ്യന്റെ ഇച്ഛകൾക്കും കർമങ്ങൾക്കും, പ്രവർത്തനങ്ങൾക്കും ഫലത്തിനും ഇടയിൽ അതാര്യമായ ചുവരുകൾ സൃഷ്ടിക്കുന്ന വർഗസമുദായത്തിലെ അമാനവീകൃതമായ ജീവിത യാഥാർഥ്യത്തിന്റെ താത്വിക പ്രതിഫലനമാണ് ആധ്യാത്മികതയും അനുഭവൈക പ്രമാണവാദവും എന്നുകൂടി മനസിലാക്കുമ്പോൾ ഇതേപ്പറ്റി കൂടുതൽ നിഷ്കൃഷ്ടമായി പഠിക്കാൻ നാം ബാധ്യസ്ഥരാകുന്നു.

വർഗബോധം എന്നത് മനുഷ്യപ്രകൃതി (human nature) യുടെ സഹജഭാവമോ, ഉൽപ്പാദന പ്രക്രിയയിൽ പങ്കെടുക്കുന്ന വ്യക്തികളുടെ നൈസർഗിക ഗുണമോ മാത്രമല്ല എന്നതാണ് മാർക്സിയൻ വിശകലനത്തിന്റെ കാതൽ. സ്വാത്മപ്രചോദിതമായ ആഗ്രഹാഭിലാഷങ്ങളും സാമൂഹിക സാമ്പത്തിക യാഥാർഥ്യങ്ങളും തമ്മിലുള്ള ബന്ധം വൈരുധ്യാത്മ

1. *Open Society and its Enemies*, (വാല്യം II), *Poverty of Historocosm* തുടങ്ങിയ കാൾ പോപ്പറുടെ കൃതികൾ നോക്കുക.

കമാണ്. ഇവ തമ്മിലുള്ള സംഘർഷത്തിന്റെ സൃഷ്ടിയായ അവബോധം അതുകൊണ്ട് ഒരിക്കലും 'കേവലമോ ശുദ്ധമോ' ആവുക വയ്യ. സാമൂഹിക – സാംസ്കാരിക വ്യവസ്ഥകളുടെ മാധ്യമിക തലങ്ങളിലൂടെ വളഞ്ഞും ചെരിഞ്ഞും കടന്ന് മസ്തിഷ്കത്തിൽ പ്രതിഫലിക്കുന്ന ഈ ജീവിത ചിത്രങ്ങൾ യാഥാർഥ്യത്തിന്റെ വികല പ്രതിഫലനമാകുന്നത് സ്വാഭാവികമാണ്. ഒരു സൂചിത്തുമ്പിൽ ഒരു സമയത്ത് എത്ര മാലാഖമാർക്ക് നൃത്തം വെക്കാനാവും എന്നതിനെപ്പറ്റി തലപുണ്ണാക്കിയിരുന്ന മധ്യകാല യുഗങ്ങളിലെ ദൈവശാസ്ത്ര പണ്ഡിതർ വിഡ്ഢികളായിരുന്നില്ല. അവരുടെ പ്രവൃത്തി വിഡ്ഢിത്തമായിരുന്നെങ്കിൽക്കൂടി.[1] കാരണം, ഈ ചോദ്യങ്ങൾക്കും വിവാദങ്ങൾക്കുമിടനൽകിയ ജീവിതസാഹചര്യം യഥാർഥമായിരുന്നു. ഇത്തരത്തിൽ വികലമായിത്തീരുന്ന മാർക്സ് അപബോധം (false consciousness) എന്നു വിളിക്കുന്നത്. ബോധത്തിന്റെ സത്യാത്മകതയെക്കുറിച്ച് അത് ഉയിർക്കൊള്ളുന്ന ജീവിതസാഹചര്യവുമായും, അതു സൃഷ്ടിക്കുന്ന സാമൂഹ്യ ഫലങ്ങളുമായും ബന്ധപ്പെടുത്തിയല്ലാതെ വിലയിരുത്താനാവില്ല. ഈ യാഥാർഥ്യത്തിന്റെ ഉപപാദ്യങ്ങളിൽനിന്ന് സ്വരൂപിക്കുന്ന അവബോധത്തെക്കുറിച്ചുള്ള ധാരണയാണ് അധ്യാരോപിത ബോധസങ്കൽപ്പമായി മാർക്സിസത്തിൽ പ്രത്യക്ഷപ്പെടുന്നത്. ഇത്തരമൊരു സങ്കൽപ്പനത്തിന്റെ അഭാവത്തിൽ അവബോധസങ്കൽപ്പം തികഞ്ഞ മനഃശാസ്ത്രമാത്രവാദ (psychologism) മായി അധഃപതിക്കും. കാരണം, മാധ്യമിക ഗണങ്ങളില്ലാത്ത ഇത്തരം സങ്കൽപ്പങ്ങളെപ്പറ്റി യുക്തിസഹമായ നിഗമനങ്ങളിലെത്താൻ സാധ്യമല്ല. ഒരർഥത്തിൽ ഫ്രോയിഡിയൻ മനഃശാസ്ത്രവും ഈ സത്യം അംഗീകരിക്കുന്നുണ്ട്. എറിക് ഫ്രോമിനെയും ലകാനെയുംപോലുള്ള മനശ്ശാസ്ത്രജ്ഞന്മാരുടെ അപബോധസങ്കൽപ്പങ്ങൾ മാർക്സിസ്റ്റു ചിന്തകരെ പരികൽപ്പനാപരമായി സഹായിച്ചിട്ടുമുണ്ട്. എന്നാൽ, ഫ്രോയിഡിയൻ മനഃശാസ്ത്രത്തിന്റെ ബൂർഷ്വാ പരിണാമവാദ പ്രശ്നപരിപ്രേക്ഷ്യം (bourgeois evolutionistic problematique) ഇവരുടെ രീതിശാസ്ത്രത്തെ അടിസ്ഥാനപരമായിത്തന്നെ വികലമാക്കുന്നുണ്ടെന്നതും നാം കണക്കിലെടുക്കേണ്ടിയിരിക്കുന്നു. മതത്തെപ്പറ്റി *ഒരു മിഥ്യയുടെ ഭാവി* എന്ന കൃതിയിൽ ഫ്രോയിഡ് എത്തുന്ന നിഗമനങ്ങളിൽനിന്ന് മാർക്സിന്റെ നിഗമനങ്ങളെ വ്യത്യസ്തമാക്കിത്തീർക്കുന്നത് ഇതാണ്.

ദ ഇന്റർപ്രെറ്റേഷൻ ഓഫ് ഡ്രീംസ് (1900), *ദ സൈക്കോ പാത്തോളജി ഓഫ് എവരിഡെ ലൈഫ്* (1901) തുടങ്ങിയ ആദ്യകാല കൃതികളിലെ വ്യക്തി മനസു (individual psyche)കളെപ്പറ്റിയുള്ള പഠനങ്ങളിൽ എന്നപോലെ *സിവിലിസേഷൻ ആന്റ് ഇറ്റ്സ് ഡിസ്കണ്ടന്റ്സ്* (1930), *മോസസ് ആന്റ് മോണോതീയിസം* (1934–38) തുടങ്ങിയ സാമൂഹ്യശാസ്

---

1. "യുക്തി എന്നുമുണ്ടായിരുന്നു; എല്ലായ്പ്പോഴും യുക്തിസഹമായ രൂപത്തിലല്ലെങ്കിൽക്കൂടി" എന്ന മാർക്സിന്റെ വാചകം സ്മരിക്കുക.

ത്രപരമായ പിൽക്കാലകൃതികളിലും അവബോധവും യാഥാർഥ്യവും തമ്മിലുള്ള വ്യതിരേകത്തെ, പ്രാഥമികമായും, അഹിതമായതിനെ ബോധ മണ്ഡലത്തിൽനിന്ന് നിർമാർജനം ചെയ്യാനുള്ള തന്ത്രങ്ങളായാണ് (repressive strategies) ഫ്രോയ്ഡ് കാണുന്നത്. കൈത്തെറ്റുകളുടെയും സ്വപ്നദർശനങ്ങളുടെയും ഉന്മാദത്തിന്റെയുമൊക്കെ രൂപത്തിൽ ബോധ തലത്തിലേക്ക് പതഞ്ഞുയരുന്ന ഈ വികല ജ്ഞാനത്തെ വിമലീകരി ക്കാനും നിർധാരണം ചെയ്യാനുമുള്ള ശ്രമം അതുകൊണ്ട് പ്രതീകാത്മക സംവേദന (symbolic communication)ത്തിന്റെ പ്രശ്നമായാണ് ഫ്രോയ് ഡിയൻ *മനഃശാസ്ത്രവിജ്ഞാനീയ*ത്തിൽ പ്രത്യക്ഷപ്പെടുന്നത്. അദ്ദേഹ ത്തിന്റെ കാഴ്ചപ്പാടിൽ വ്യക്തിവികാസത്തിന്റെ (ചരിത്രവികാസത്തിന്റെ യും) ചാലകശക്തിയായി വർത്തിക്കുന്നത് ആനന്ദതത്വവും (pleasure principle) യാഥാർഥ്യവും (reality principle) തമ്മിലുള്ള സംഘർഷമാ ണ്. സംപൂർത്തിക്കായി മുറവിളികൂട്ടുന്ന അന്ധമായ ആസക്തികളെ യാണ് ഫ്രോയിഡ് ആനന്ദതത്വം എന്നു വിളിക്കുന്നത്. "യാഥാർഥ്യത്തെ പരിശോധിക്കാനും നന്മതിന്മകൾ തമ്മിലും ശരിതെറ്റുകൾ തമ്മിലും തിരി ച്ചറിയാനും"[1] മനുഷ്യരെ പഠിപ്പിക്കുന്ന വിവേകമാണ് യാഥാർഥ്യതത്വം. വ്യക്തിമനസിന്റെ വികാസത്തിന്റെ തലത്തിലും (ontogenetical) ജനു സ്സിന്റെ വികാസചരിത്രത്തിന്റെ തലത്തിലും (phylogenetical) മനുഷ്യൻ കടിഞ്ഞാണില്ലാത്ത തൃഷ്ണകളെ പരിത്യജിക്കാനും ആനന്ദതത്വത്തി നുമേൽ യാഥാർഥ്യതത്വത്തെ പ്രതിഷ്ഠിക്കാനും നിർബന്ധിതനാകുന്ന തിന്റെ ചരിത്രമായാണ് ഫ്രോയ്ഡ് മാനവസംസ്കൃതിയുടെ പുരോഗതി യെ കാണുന്നത്. ഹെർബർട്ട് മാർക്യൂസ് ഈ പ്രക്രിയയെ "പെട്ടെന്നുള്ള ആഗ്രഹസംപൂർത്തിയിൽനിന്ന് വൈകിയുള്ള ആഗ്രഹസംപൂർത്തിയിലേ ക്കും, ആനന്ദത്തിൽനിന്ന് ആനന്ദത്തിനുമേലുള്ള നിയന്ത്രണത്തിലേക്കും, ക്രീഡകളിൽനിന്ന് അധ്വാനത്തിലേക്കും സ്വീകാരക്ഷമതയിൽനിന്ന് (receptiveness) ഉൽപ്പാദനക്ഷമതയിലേക്കും, (productiveness), അടിച്ച മർത്തലുകളില്ലാത്ത അവസ്ഥയിൽനിന്ന് സുരക്ഷിതത്വത്തിലേക്കും ഉള്ള മാറ്റ"മായാണു വിവരിക്കുന്നത്.[2] ചോദനകളെ(urges) നിർവചിക്കുന്നേട ത്ത് ജീവശാസ്ത്രമാത്രവും (Biologistic) യാഥാർഥ്യത്തെ നിർവചിക്കു ന്നേടത്ത് അനുഭവൈക പ്രമാണവാദപരവുമായ ഫ്രോയിഡിയൻ മനഃശ്ശാ സ്ത്രത്തിന്റെ സങ്കൽപ്പനോപാധികൾ മുതലാളിത്ത ലോകവീക്ഷണ ത്തിന്റെ ഉപപാദ്യങ്ങളുടെ ദൂഷിതവലയത്തെ ഉല്ലംഘിക്കുന്നതിൽ വിജയി ക്കുന്നില്ല.[3] തൽഫലമായി അദ്ദേഹത്തിന്റെ അപബോധസങ്കൽപ്പം ആശയ

1. ഈ നിർവചനം ഹെർബർട്ട് മാർക്യൂസിന്റേതാണ്.
Eros and Civilization: *A Philosophical Enquiry into Freud* (ലണ്ടൻ, 1956), പേജ്14.
2. Eros and Civilization, പേജ് 12.
3. വേദന ഒഴിവാക്കാനും ആനന്ദം അനുഭവിക്കാനുമാണ് മനുഷ്യന്റെ മൗലിക പ്രേരണ യെന്നുള്ള സങ്കൽപ്പം ഉപയോഗവാദക്കാരുടെ (Utilitarians), ബൻതാമിന്റെ സങ്കൽപ്പ നങ്ങളോട് ഏറെ അടുത്തുനിൽക്കുന്നതാണ്. ഫ്രോയ്ഡിന്റെ ആദ്യകാലഘട്ടത്തിലെ

വാദത്തിനും യാന്ത്രിക വാദത്തിനുമിടയ്ക്ക് ചാഞ്ചാടി നിൽക്കുന്നു. *ഒരു മിഥ്യയുടെ ഭാവിയിൽ* അപബോധത്തെ ഉദാഹരിച്ചുകൊണ്ട് ഫ്രോയ്ഡ് നൽകുന്ന പ്രസിദ്ധമായ വിവരണം അദ്ദേഹത്തിന്റെ രീതിശാസ്ത്രത്തിന്റെ അപര്യാപ്തകളിലേക്ക് വിരൽ ചൂണ്ടുന്നുണ്ട്. അനുജന്മാരോ അനുജനത്തിമാരോ ജനിക്കുമ്പോൾ, കൊച്ചുകുട്ടികൾ ഉന്നയിക്കുന്ന 'വിഷമിപ്പിക്കുന്ന ചോദ്യങ്ങ'ളിൽനിന്നു രക്ഷപ്പെടാൻ അച്ഛനമ്മമാർ സാധാരണ പറയാറുള്ള ഒരു കള്ളമുണ്ട് – അവനെ/അവളെ ഒരു കൊറ്റി (stork) കൊത്തിക്കൊണ്ടു വന്നതാണ്. ഈ പ്രകടമായ നുണയ്ക്കു പിന്നിൽ അബോധപൂർവമായ ഒരു സത്യമുണ്ട്, ഫ്രോയിഡ് വാദിക്കുന്നു. കൊറ്റിയുടെ രൂപവും ഗർഭപാത്രവും തമ്മിലുള്ള സാദൃശ്യമാണ് ഈ പ്രതീകം സ്വീകരിക്കാൻ കാരണമാവുന്നതത്രേ. കൊറ്റി എന്ന പ്രതീകം അത്രയൊന്നും സാർവജനീനമല്ലെന്ന് പാശ്ചാത്യലോകത്തിലെ മുത്തശ്ശിക്കഥകൾ ഏറെ വായിച്ചിട്ടില്ലാത്ത നമുക്ക് പ്രകടമാണ്. പ്രാചീന യവന മിത്തുകളെ വിശകലനംചെയ്യുമ്പോഴും ടോട്ടം, ടാബൂ തുടങ്ങിയ നരവംശശാസ്ത്ര സമസ്യകളെപ്പറ്റി പഠിക്കാൻ ശ്രമിക്കുമ്പോഴും ലൈംഗികതയെപ്പറ്റിയുള്ള ബൂർഷ്വാ സമൂഹത്തിന്റെ മുൻ ധാരണകളിൽനിന്ന് ആരംഭിക്കുന്ന ഫ്രോയിഡിന്റെ സമീപനരീതി വിചിത്രവും പലപ്പോഴും അസംബന്ധ

ജീവശാസ്ത്ര പഠനങ്ങൾ. അദ്ദേഹത്തിന്റെ മനഃശാസ്ത്ര സിദ്ധാന്തങ്ങളെ എങ്ങനെ സ്വാധീനിക്കുന്നുവെന്നത് ഒരു തികഞ്ഞ ഫ്രോയിഡിയനാ ഏണസ്റ്റ് ജോൺസ് എഴുതിയ ഫ്രോയിഡിന്റെ ജീവചരിത്രത്തിൽപ്പോലും പ്രകടമാണ്. വേദന, ആനന്ദം എന്ന തരത്തിൽ നിർവചിക്കപ്പെട്ട വൈരുധ്യ സങ്കൽപ്പത്തിന്റെ അപര്യാപ്തതയാണ് ഫ്രോയിഡിനെ "ആനന്ദസിദ്ധാന്തത്തിനുമപ്പുറം" എന്ത് എന്ന ചോദ്യത്തിലേക്കും "മരണവാഞ്ഛ" (death instinct), "ആവർത്തിക്കാനുള്ള അന്തർപ്രേരണ" (compulsion to repeat) തുടങ്ങിയ പരികൽപ്പനകളിലേക്കും "വിനാശ വാഞ്ഛ" എന്ന സംശയാസ്പദമായ സാമൂഹികസങ്കൽപ്പനത്തിലേക്കും നയിക്കുന്നത്. 1915 ൽ ഫ്രോയിഡ് ആരംഭിച്ച അതീതമനഃശാസ്ത്ര (metapsychological)പഠനങ്ങൾ, യുദ്ധഭ്രാന്ത് (war neurosis) തുടങ്ങിയ തികച്ചും ചരിത്രനിരപേക്ഷമായ യാഥാസ്ഥിതിക സങ്കൽപ്പനങ്ങൾക്കും, തികച്ചും വ്യക്തിവാദപരമായ ഒരു സാമൂഹികശാസ്ത്രത്തിനും വഴിയൊരുക്കി. ഫാസിസത്തെ ഒരുതരം ആൾക്കൂട്ടത്തിന്റെ ഉന്മാദമായും (mass neurosis) ഹിറ്റ്ലറുടെ മാനസിക വൈകല്യങ്ങളുടെ പ്രസ്ഫുരണമായുമൊക്കെ വിശദീകരിച്ച് സംതൃപ്തിയടയാനുള്ള ബൂർഷ്വാപണ്ഡിതന്മാരുടെ ശ്രമങ്ങളെ ഇത് ഒട്ടൊന്നുമല്ല സഹായിച്ചിട്ടുള്ളത്.

"ഹിറ്റ്ലറാണ് ജർമൻ സംസ്കാരത്തെ നശിപ്പിച്ചത് എന്നു വാദിക്കുന്നവർ, തങ്ങളുടെ ഫോൺമേശകളിൽനിന്ന് ആ സംസ്കാരത്തെ വീണ്ടും കെട്ടിയുയർത്താമെന്നു വ്യാമോഹിക്കുന്ന (ഉദ്യോഗസ്ഥ ദുഷ്പ്രഭുത്വമാണ്)" എന്ന അഡോണോയുടെ വാക്കുകൾ ഇവിടെ സ്മരണീയമാണ് – അമേരിക്കയിലേക്ക് കുടിയേറിപ്പാർത്ത നാളുകളിൽ അവിടത്തെ വ്യവസ്ഥ "തികച്ചും ജനാധിപത്യപര"മാണെന്ന് വിൽഹെം റൈഹ് തെറ്റിദ്ധരിച്ചുവെന്നതും.

ജടിലവുമായ നിഗമനങ്ങളിലാണ് അദ്ദേഹത്തെ കൊണ്ടെത്തിക്കുന്നത്.[1] ബൂർഷ്വാ തത്വചിന്തയുടെ "കപടമായ സാർവലൗകികത" (false universality) ഫലത്തിൽ ബൂർഷ്വാ സാമൂഹികവ്യവസ്ഥയ്ക്കുള്ളിൽ ആവിർഭവിച്ച മൂലമാത്രകുടുംബം (nuclear family) തുടങ്ങിയ സ്ഥാപനങ്ങളെ (institutions)പ്പറ്റിയുള്ള ധാരണകൾ ചരിത്രനിരപേക്ഷമായി എക്കാലത്തേക്കും ബാധകമാണെന്ന പ്രതീതി ജനിപ്പിച്ചിരുന്നു. ഈ 'സാർവലൗകികത'യെപ്പറ്റിയുള്ള മുതലാളിത്ത മിഥ്യയെ ചരിത്രപരമായി ഉൾക്കൊള്ളാൻ ഫ്രോയ്ഡിന് കഴിഞ്ഞിരുന്നില്ല. അദ്ദേഹത്തിന്റെ സാമൂഹിക ശാസ്ത്രപരമായ കൃതികളിലെ ദുരന്ത ദർശനങ്ങളും ചരിത്ര പുരോഗതിതന്നെ ഒരു മിഥ്യയാണെന്നു വാദിക്കുന്ന ഓസ്വാൾഡ് സ്പെങ്ഗ്ളർ, നീറ്റ്ചേ തുടങ്ങിയവരുടെ വീക്ഷണങ്ങളും തമ്മിലുള്ള ഛായാസാമ്യത്തിന് നിദാനമായി വർത്തിക്കുന്നത് ഈ സമാനമായ പ്രശ്നപരിപ്രേക്ഷ്യമാണ്. *ബിയോണ്ട് ദ പ്ലഷർ പ്രിൻസിപ്പിളി* (1920)ൽ ഫ്രോയ്ഡ് അവതരിപ്പിക്കുന്ന മരണത്വര (death instinct), ചരിത്രപഠനങ്ങളിൽ സ്പെങ്ഗ്ളറും ടോയിൻബിയും സ്വീകരിക്കുന്ന ചാക്രികമായ അധഃപതനസിദ്ധാന്തത്തിന്റെതന്നെ മനശ്ശാസ്ത്രപരമായ ഒരു പതിപ്പായിത്തീരുന്നതും ഇതുകൊണ്ടാണ്. ബൂർഷ്വാ സദാചാരസംഹിതയുടെ കപടനാട്യങ്ങളെ ധീരമായി വെല്ലുവിളിക്കുന്ന ഒരു വിപ്ലവസിദ്ധാന്തമായി ആവിർഭവിച്ച ഫ്രോയിഡിയൻ മനഃശ്ശാസ്ത്രത്തെ സ്ഥിതി സംരക്ഷണപര (status quo)മായ യാഥാസ്ഥിതികത്വമായി ബൂർഷ്വാ വ്യവസ്ഥിതിക്ക് സ്വാംശീകരിക്കാൻ കഴിഞ്ഞതും ഇതുകൊണ്ടാണ്. മനുഷ്യന്റെ മൗലികമായ ചോദനകളെ അടിച്ചമർത്തുന്ന ആചാരസംഹിതകൾക്കെതിരെയുള്ള വിമർശനമായി ആരംഭിച്ച ഫ്രോയിഡിയൻ സങ്കൽപ്പങ്ങൾ "ജീവിതംതന്നെ ഒരു നീണ്ട രോഗമാണെ"ന്നും, "ചരിത്രം ഒരു ദീർഘമായ പേടിസ്വപ്നമാണെ"ന്നും മറ്റുമുള്ള നിസ്സഹായതയിലാണ് ചെന്നെത്തുന്നത്. *സിവിലിസേഷൻ ആന്റ് ഇറ്റ്സ് ഡിസ്കണ്ടന്റ്സിൽ* ഫ്രോയ്ഡ് കണ്ടെത്തുന്ന ജ്ഞാനം ഉള്ളടക്കത്തിൽ *ഈഡിപ്പസ് അറ്റ് കൊളോണസിൽ* "മനഷ്യനു കാമ്യമായതെന്താണ്?" എന്ന

1. യവനമിത്തുകളെപ്പറ്റിയുള്ള ഫ്രോയ്ഡിയൻ നിഗമനങ്ങളിലെ വിരോധാഭാസങ്ങൾ ദീർഘമായ ചർച്ചയ്ക്കു വിധേയമായിട്ടുണ്ട്. പെർസ്യൂസിന്റെ കഥയും, വാച്യാർഥത്തിൽതന്നെ സർപ്പവേണിയായ മെഡൂസയിലെ ഗോർഗൺ–ന്റെ നേരെ നോക്കുന്നവരെ കല്ലാക്കി മാറ്റാനുള്ള ശക്തി രഹസ്യവുമൊക്കെ ലൈംഗികതയുടെ താക്കോൽ കൊണ്ടു തുറക്കാൻ ശ്രമിക്കുമ്പോൾ ഫ്രോയ്ഡിന്റെ ചിട്ടപ്പെടുത്തിയ വിശകലനരീതി പരാജയപ്പെടുന്നത് പെട്ടെന്നു തോന്നുന്ന ഒരുദാഹരണമാണ്. ഇത്തരം പഠനങ്ങളെപ്പറ്റിയുള്ള ഒരു ഗ്രന്ഥസൂചികയ്ക്ക് റൂത്വന്റെ ഞ്യവേ (ന്യൂയോർക്ക്, 1978) നോക്കുക. പ്രതീക സംവേദനത്തെപ്പറ്റിയുള്ള ഫ്രോയിഡിയൻ സങ്കൽപ്പങ്ങളും, *The Philosophy of Symbolic Forms* (1969), *Myth and Language* (1972) തുടങ്ങിയ കൃതികളിൽ ഏണസ്റ്റ് കാസിറർ അവതരിപ്പിക്കുന്ന ആശയവാദസിദ്ധാന്തങ്ങളും തമ്മിലുള്ള സാമ്യവും ചിന്തോദീപകമാണ്. ഇക്കാര്യത്തിൽ ഫ്രോയ്ഡ് നിരപരാധിയാണ് എന്ന വാദം ശക്തിയായി അവതരിപ്പിക്കുന്ന ഗ്ലോവറുടെ *Freudor Jung* (ലണ്ടൻ, 1974) എന്ന കൃതിയും നോക്കുക.

മിഡാസ് ചക്രവർത്തിയുടെ സംശയത്തിന് സെലിനാസ് എന്ന "ഭൂത ദൈവം" (*demigod*) നൽകുന്ന ഉത്തരത്തിൽ നിന്ന് വളരെയൊന്നും വ്യ ത്യസ്തമല്ല:

> യാദൃച്ഛികതയ്ക്കും വിധിക്കും ഇരയാവാനായി ജനിച്ച ഹേ വിഡ്ഢിയായ മർത്ത്യാ, നീ ഒരിക്കലും അറിഞ്ഞില്ലെങ്കിൽ എന്ന് ആഗ്രഹിക്കേണ്ട കാര്യം നിനക്കറിയണം, അല്ലേ? എന്താണ് മനു ഷ്യന് കാമ്യമായിട്ടുള്ളത്? ഒരിക്കലും ജനിക്കാതിരിക്കുക. അതെ ന്തായാലും സാധ്യമല്ലാത്ത നിലയ്ക്ക് പിന്നെ ഭേദം ഇതാണ് – കഴിയുന്നത്രവേഗം മരിക്കുക.[1]

ഫാസിസത്തിന്റെ ആവിർഭവവും ഏകാധിപത്യ പ്രവണതകളുടെ അഭൂതപൂർവമായ വികാസവും ലോകമഹായുദ്ധങ്ങളുടെ കൊടും ക്രൂര തകളെപ്പറ്റിയുള്ള വടുകെട്ടിനിൽക്കുന്ന സ്മരണകളും ഉയർത്തിവിട്ടിട്ടുള്ള പുതിയ പ്രശ്നങ്ങളെ നേരിടുന്നതിന് ഏകാധിപത്യവ്യക്തിത്വം (authoritarian personality)[2], ആദർശവൽക്കരണം, ആത്മരതി[3], കപടനാട്യം

---

1. സോഫോക്ലിസ് *Oedipus at Colonus*, (ലാറ്റിമറുടെ ഇംഗ്ലീഷ് തർജമ) നോക്കുക. വീഞ്ഞിന്റെയും ഉച്ഛൃംഖലമായ കാമവാസനയുടെയും പ്രതീകമായ ഡയനീഷ്യസ് ദേവന്റെ സുഹൃത്തായിരുന്നുവത്രേ സെലിനാസ്. മിഡാസ് ചക്രവർത്തി ഏറെ ക്ലേശം സഹിച്ച് സെലിനാസിനെ വേട്ടയാടിപിടിച്ച് മനുഷ്യന് കാമ്യമായതെന്താണ് എന്നു ചോദിച്ചുവെന്നും, ഏറെ നിർബന്ധിച്ചപ്പോൾ നിന്ദാഗർഭമായ വാക്കുകളിൽ സെലി നാസ് അയാൾക്ക് ജ്ഞാനം ഉപദേശിച്ചുവെന്നും മിത്ത്.
2. തിയഡോർ ഡബ്ല്യൂ. അഡോർണോയും ഫ്രേങ്കൽ ബ്രൺസ്വിക്ക്, ഡി ജെ ലെവിൻസൺ, ആർ എൻ സാൻഫോർഡ് എന്നിവരും ചേർന്നെഴുതിയ *Authoritarian Personality* (ന്യൂയോർക്ക് 1950), ഹോർക്ക് ഹൈമറുടെ "*The Authoritarian state*" , "*Authoritarianism and the Family Today*" തുടങ്ങിയ ലേഖനങ്ങൾ, ലോവിൻഥാളിന്റെ സാംസ്കാരിക പഠനങ്ങൾ – ഇവയെല്ലാം ഈ വഴിക്കുള്ള ശ്രദ്ധേ യമായ ശ്രമങ്ങളാണ്. വിൽഹെം റൈഹ് വ്യത്യസ്തമായ ഒരു വീക്ഷണകോണിൽ നിന്നാണെങ്കിലും ഒരേകാധിപത്യ വ്യക്തിത്വസങ്കൽപ്പത്തിൽ എത്തിച്ചേരുന്നുണ്ട്. *Listen Little Man* (ഹാർമണ്ട്സ്വർത്ത്, 1970)–ൽ അദ്ദേഹമിതേപ്പറ്റി അതീവലളിതമായ ഒരു വിശകലനം നൽകുന്നുണ്ട്.
3. ആദർശവൽക്കരണ (idealisation)വും ആത്മരതി (narcissism)യും തമ്മിലുള്ള ബന്ധ ത്തെപ്പറ്റിയുള്ള സങ്കൽപ്പം ഫ്രോയ്ഡിയൻ മനഃശ്ശാസ്ത്രത്തിന്റെ ആധാരശിലകളി ലൊന്നാണ്. "താദാത്മ്യം പ്രാപിക്കുന്ന പ്രക്രിയകളുടെ (identification) ഒരു സവി ശേഷ രൂപമാണ് ആദർശവൽക്കരണം. "താദാത്മ്യം പ്രാപിക്കൽ" അടിസ്ഥാനപര മായി അഹംബോധത്തി (ego-consciousness)ന്റെ വികാസത്തിലെ നിർണായകമായ ആദ്യഘട്ടങ്ങളിൽ ഒന്നാണ്. ഫ്രോയ്ഡിന്റെ വാക്കുകളിൽ പറഞ്ഞാൽ "മറ്റൊരാളുമാ യുള്ള വൈകാരിക ബന്ധത്തിന്റെ ആദ്യ പ്രകടനമാണ്." (*Group Psychology and the Analysis of the Ego,* ലണ്ടൻ, 1922, പേജ് 74). എന്നാൽ ആദർശവൽക്കരണ പ്രക്രിയ അഹംബോധ രൂപീകരണത്തിലെ കുറെക്കൂടി പിന്നിലുള്ള 'ആത്മരതി' (narcissism) യുടെ ഘട്ടത്തെയാണ് പ്രതിനിധാനം ചെയ്യുന്നത്. അഹംബോധത്തി ന്റെയും ശരീരത്തിന്റെതന്നെയും അതിരുകളെപ്പറ്റിയുള്ള സങ്കൽപ്പങ്ങൾ വ്യക്തമായി നിർവചിക്കപ്പെട്ടിട്ടില്ലാത്ത ഈ ഘട്ടത്തിൽ താദാത്മ്യം പ്രാപിക്കൽ സ്നേഹപാത്ര മാവുന്ന വസ്തുവിനെ/വ്യക്തിയെ തന്റെതന്നെ ഭാഗമാക്കി മാറ്റാനുള്ള തൃഷ്ണയായി, 'വിഴുങ്ങാനുള്ള (devouring) ആഗ്രഹമായി ആണ് പ്രത്യക്ഷപ്പെടുന്നത് എന്ന്

(*phoniness*)[1] തുടങ്ങിയ ഫ്രോയ്ഡിയൻ സങ്കൽപ്പനോപാധികൾ മാർക്സിസ്റ്റുകാർക്കു സഹായകമാവുമെന്ന് അംഗീകരിക്കുമ്പോൾത്തന്നെ, ഈ സങ്കൽപ്പനോപാധികളുടെ ഉപപാദ്യങ്ങളായ മനശാസ്ത്രവിശകലനസമ്പ്രദായത്തിലെ (psychoanalytic system) അപരിഹാര്യമായ

ഫ്രോയിഡ് അഭിപ്രായപ്പെടുന്നു. ('മുലയുണ്ണുക' എന്ന സാമാന്യഭാഷയിലെ പ്രയോഗവും പൂതനാമോക്ഷകഥയും ഇവിടെ സംഗതമാണെന്ന് തോന്നുന്നു) – വിശദമായ ചർച്ചയ്ക്ക് ഫ്രോയ്ഡിന്റെ *On Narcissism* എന്ന കൃതി നോക്കുക – ഈ ആത്മരതി പരമായ ഘടകമാണ് 'ആദർശവൽക്കരണ' മായി വികസിക്കുന്നത്: 'സ്നേഹപാത്രമാവുന്ന ആൾ സ്വന്തം അഹംബോധത്തെ (ego) പോലെതന്നെ പരിഗണിക്കപ്പെടുന്നു. അതുകൊണ്ട് പ്രേമബദ്ധരാവുമ്പോൾ ആത്മരതിപരമായ ലൈംഗികോർജം (narcissistic libido) വലിയൊരളവുവരെ പ്രേമഭാജനത്തിലേക്ക് കവി ഞ്ഞൊഴുകുന്നു. പ്രേമഭാജനത്തിന്റെ തെരഞ്ഞെടുപ്പിൽപ്പോലും, നമ്മുടെതന്നെ അപ്രാപ്യമായി അവശേഷിക്കുന്ന അഹംബോധത്തിന്റെ ആദർശവത്കൃതതൂപങ്ങൾക്കു പകരം നിൽക്കുന്ന ഒന്നായിട്ടാണ് പ്രേമഭാജനങ്ങളെ നാം കാണുന്നത് എന്നത് പ്രകടമാണ്. "നാം അവരെ സ്നേഹിക്കുന്നത് നാം നമ്മിൽ കണ്ടെത്താൻ യത്നിച്ച് (പരാജയപ്പെടുന്ന) പൂർണതാ സങ്കൽപ്പ (perfection)ത്തിന്റെ അടിസ്ഥാനത്തിലാണ്; വളഞ്ഞ വഴിക്ക് ഈ പൂർണത കൈവരിച്ച് നമ്മുടെ ആത്മമാരിയെ തൃപ്തിപ്പെടുത്താമെന്ന മോഹം കൊണ്ടാണ്," ഫ്രോയ്ഡ് പറയുന്നു. (*Group Psychology and the Analysis of the Ego*, പേജ് 74). ഈ 'ആദർശവൽക്കരണ'പ്രവണതയാണ് ഫാസിസ്റ്റു നേതാക്കന്മാർക്ക് അദമ്യതയുടെ പരിവേഷം പകരുന്നത്. എന്നാൽ ഒരുവശത്ത് ദൈവതുല്യരായി വാഴ്ത്തപ്പെടുന്ന ഈ നേതാക്കൾ "നമ്മളിലൊരാൾ" തന്നെയാണെന്ന് ഇടയ്ക്കിടെ ഓർമിപ്പിക്കാനും ഫാസിസ്റ്റ് പ്രചരണതന്ത്രം കിണഞ്ഞു യത്നിക്കുന്നുണ്ടെന്നത് ശ്രദ്ധേയമാണ്. അഡോണോ ചൂണ്ടിക്കാട്ടുന്നതുപോലെ "ഹിറ്റ്ലർ ഒരേ സമയം കിങ് കോങ്ങും, ഗ്രാമീണനായ ക്ഷുരകനും.... ആണെന്നു നടിച്ചിരുന്നതുപോലെ, നേതാവ് ഒരേസമയം അതിമാനുഷനും സാധാരണക്കാരനും ആയി അവതരിക്കാനുള്ള ജാലവിദ്യ പഠിച്ചിരിക്കണം." ("Freudian Theory and the Pattern of Fascist Propaganda", *The Essential Frankfurt School Reader,* എഡി: എ. അറാറ്റോയും ഇ. ഗെബ് ഹാർഡ്റ്റും, ന്യൂയോർക്ക്, 1978, പേജുകൾ 118–137). പെട്ടെന്ന് ഈ പ്രസ്താവം വിഭ്രാമകമായി തോന്നാം. പക്ഷേ, ആത്മരതിയുടെ ഉൽപ്പാദിതമാണ് ആദർശവൽരണം എന്നു മനസ്സിലാക്കുമ്പോൾ, ഇതിൽ അസ്വാഭാവികതയൊന്നുമില്ലെന്നു വ്യക്തമാവും. കാരണം, നേതാവിനെക്കുറിച്ചുള്ള അധൃഷ്യസങ്കൽപ്പം, ആത്മരതിപരമായ അഹംബോധത്തിന്റെ ഊതിവീർപ്പിച്ച രൂപം മാത്രമാണ്. നേതാവ് "വലിയ മനുഷ്യനല്ല, വലിയ ചെറിയ മനുഷ്യനാണ്" (Great Little Man). ഈ മനഃശ്ശാസ്ത്ര തത്വത്തെ നമ്മുടെ സിനിമയിലേയും മറ്റു മാധ്യമങ്ങളിലേയും നായകസങ്കൽപ്പങ്ങൾ എത്രമാത്രം ആശ്രയിക്കുന്നുണ്ടെന്നത് പഠനവിധേയമാക്കപ്പെടേണ്ടതാണ് – പ്രത്യേകിച്ചും ബ്രൂസ്‌ലിയും കരാട്ടേ മുറകളും ഒക്കെ നമ്മുടെ ഗ്രാമങ്ങളിൽപോലും ചലനങ്ങൾ ഉണ്ടാക്കിക്കൊണ്ടിരിക്കുന്ന ഇന്ന്. ഈ പ്രവണതകളെ മനസിലാക്കാൻ അഡോണോ *Minima Moralia* (ലണ്ടൻ, 1978)യിൽ "ഫാസിസ്റ്റാകിഡ്ഡു"കളെപ്പറ്റി നടത്തുന്ന മനശാസ്ത്രവിശകലനം നോക്കുക.

ഈ പ്രക്രിയകളുടെ സാമ്പത്തികശാസ്ത്രപരവും ചരിത്രപരവുമായ കാരണങ്ങൾ പഠിക്കാൻ റൈഹ് നടത്തുന്ന ശ്രമങ്ങളും (*The Mass Psychology of Fascism,* ഹാർമണ്ട്സ്വർത്ത്, 1975, പേജുകൾ 37–109; *Sex-Pol Writtings*, 1928–1932) അതീവ സംഗതമാണ്.

1. 'ഹിപ്പ്നോസിസ്സ്' ആദിമഗോത്രങ്ങളും പിതാവും തമ്മിലുള്ള ബന്ധത്തിലേക്കുള്ള വ്യക്തികളുടെ പിൻമടക്കമാണെന്ന് വാദിക്കുന്നിടത്താണ് ഫ്രോയിഡ് 'കപടനാട്യ' സങ്കൽപ്പം ആവിഷ്കരിക്കുന്നത്. "എന്തൊക്കെ ആയാലും 'ഹിപ്പ്നോസിസ്' ഒരു കളി മാത്രമാണെന്ന വിശ്വാസം..... ഹിപ്നോട്ടിക് നിദ്രയിൽ സംഭവിക്കുന്ന ഇച്ഛാപരിത്യാഗം സൃഷ്ടിച്ചേക്കാവുന്ന ഗൗരവാവഹമായ ഫലങ്ങളെപ്പറ്റിയുള്ള ചിന്തയിൽനിന്നുളവാ

ആന്തരിക വൈരുധ്യങ്ങളെപ്പറ്റിയുള്ള നിഷ്കൃഷ്ടമായ ധാരണയും നമുക്ക് അത്യന്താപേക്ഷിതമാണ് എന്ന് ചൂണ്ടിക്കാട്ടേണ്ടിയിരിക്കുന്നു. കാരണം, ഈ ആന്തരിക വൈരുധ്യങ്ങളാണ് ഫ്രോയ്ഡിന്റെ അന്ത്യനാളുകളിലാരംഭിച്ച് ഇന്ന് ഏതാണ്ട് പൂർത്തിയായിക്കഴിഞ്ഞ 'സൈക്കോ അനലിറ്റിക് പ്രസ്ഥാന'ത്തിന്റെ തകർച്ചയ്ക്ക് വഴിവച്ചത്.[1] മാത്രമല്ല, ഈ പല പരിപാകൽപ്പനകളും ഇടതുപക്ഷ ചിന്തകരുടെ കൈയിൽ ബൂർഷ്വാ വ്യവസ്ഥിതിയിലെ ദുസ്സഹമായ ദൈനംദിന ജീവിതത്തിന്റെ വിമർശനത്തിനുള്ള ആയുധമായിട്ടുള്ളതുപോലെതന്നെ ദൈവശാസ്ത്രജ്ഞരുടെ പ്രച്ഛന്ന രൂപത്തിലുള്ള ആശയവാദപ്രചരണങ്ങൾക്കും കരുവാകുന്നുണ്ടെന്ന് നമുക്കു വിസ്മരിക്കാനാവില്ല. ഫ്രോയ്ഡിയൻ മനശ്ശാസ്ത്രത്തിൽനിന്ന് ഊർജം വലിച്ചെടുത്ത് വികസിച്ച യുങിന്റെ ചിന്താപദ്ധതി ഹിറ്റ്ലറെപ്പോലും ആദർശവൽക്കരിക്കാനും, ജർമൻ സാമൂഹിക - അബോധത്തി (collective social unconscious)ൽ നിന്ന് മൂർത്തരൂപമാർന്ന്

കുന്ന ഉപരോധത്തെ (resistance) നിലനിർത്താൻ സഹായിക്കും എന്നു ഫ്രോയിഡ് ചൂണ്ടിക്കാട്ടുന്നു. ('Freudian Theory and Pattern of Fascist Propagamda'യിൽ ഉദ്ധരിച്ചിരിക്കുന്നതുപോലെ)എന്നാൽ ഇന്ന് ഈ 'കളി' സാമൂഹികവൽക്കരിക്കപ്പെട്ടിരിക്കുന്നുവെന്നും അതു ഗുരുതരമായ ഭവിഷ്യത്തുകൾക്ക് കാരണമായി തീർന്നിട്ടുണ്ടെന്നും അഡോണോ വാദിക്കുന്നു. ആൾക്കൂട്ടമനശ്ശാസ്ത്രത്തെ നേതാക്കൾ സ്വായത്തമാക്കുകയും അവരുടെ തന്ത്രങ്ങളെ ചിട്ടപ്പെടുത്തുകയും ചെയ്തിട്ടുള്ള പശ്ചാത്തലത്തിൽ 'ഹിപ്പ്നോട്ടിക്' നിദ്രാവസ്ഥയെ 'സഞ്ചിതമാക്കാൻ'(collectivize) അവർക്ക് കഴിയുന്നുണ്ട്. "ജർമനീ ഉണരൂ" എന്ന നാസികളുടെ പോർവിളി യഥാർഥത്തിൽ അതിന്റെ വിപരീതമായിത്തീരുന്നു. എന്നാൽ "ഈ സാമൂഹികവൽക്കരിക്കപ്പെട്ട ഹിപ്പ്നോട്ടിക് നിദ്ര ഈ ഉൾവലിവിന്റെ (regression) ഭൂതത്തെ..... നിഹനിക്കാൻ കെൽപ്പുള്ള ശക്തികൾക്ക് ബീജാവാപം ചെയ്യുമെന്നും, അവസാനം ഉറങ്ങുന്നില്ലെങ്കിലും കണ്ണുകൾ ഇറുക്കി പൂട്ടിയിരിക്കുന്നവരെ ഉണർത്തുകതന്നെചെയ്യും" എന്നും അഡോണോ വിശ്വസിക്കുന്നുണ്ട്.

'എല്ലാം 'ലീല'യാണെന്ന ആധ്യാത്മികവാദമാണല്ലോ അർജുന വിഷാദത്തിൽ "നിന്നുണർത്തി" ഭാരതയുദ്ധത്തിലെ അറുംകൊലകൾക്ക് ആയുധമാക്കാൻ ശ്രീകൃഷ്ണ ഭഗവാനെ സഹായിക്കുന്നത്. അങ്ങനെ നോക്കുമ്പോൾ 'ഭഗവദ്ഗീത' ആദ്യത്തെ ഫാസിസ്റ്റ് താത്വികപ്രമാണമാണെന്നു കാണാം. "അതൊക്കെ ഒരു കളിയല്ലേ" എന്ന്, സ്ഥാനത്തും അസ്ഥാനത്തും ഒക്കെ ലാഘവബുദ്ധിയോടെ പറഞ്ഞു കേൾക്കാറുള്ള പ്രസ്താവത്തിനുള്ളിൽ ഒളിഞ്ഞുകിടക്കുന്ന മാരക സാധ്യതയിലേക്കും ഇത് വിരൽ ചൂണ്ടുന്നുണ്ട്.

1. എറിക് ഫ്രോമിന്റെ *Crisis in Psychoanalysis* (ഹാർമണ്ട്സ് വർത്ത്, 1794), വില്യം റൈഹിന്റെ, *Reich Speaks of Freud* (ഹാർമണ്ട്സ്വർത്ത്, 1975) എന്നീ കൃതികളിൽ ഇതിന്റെ ചരിത്രം വിശദമായി ചർച്ച ചെയ്യപ്പെടുന്നുണ്ട്. സൈക്കോ അനാലിസിസ്സിനെ ബൂർഷ്വാസമൂഹത്തിന് സ്വീകാര്യമാക്കാനായി മെല്ലെമെല്ലെ അതിലെ വിപ്ലവപരമായ അംശങ്ങളെ ചോർത്തിക്കളയുകയാണുണ്ടായതെന്നും തന്റെ സിദ്ധാന്തങ്ങൾക്ക് സംഭവിക്കുന്ന വിപര്യയം "പല്ലുകടിച്ച്" സഹിക്കേണ്ടിവന്നതിൽനിന്നാണ് ഫ്രോയ്ഡിന്റെ മരണകാരണമായി ഭവിച്ച താടിയെല്ലിലെ അർബുദം ആരംഭിച്ചതെന്നും, റൈഹ് വാദിക്കുന്നു. (പേജുകൾ 33–34) അർബുദത്തെപ്പറ്റിയുള്ള റൈഹിന്റെ സിദ്ധാന്തങ്ങളുടെ ശരിതെറ്റുകൾ എന്തായാലും, ഫ്രോയ്ഡിന്റെ അവസ്ഥയെപ്പറ്റിയുള്ള റൈഹിന്റെ നിദർശനങ്ങൾ ആലങ്കാരികമായ അർഥത്തിലെങ്കിലും ശ്രദ്ധേയമാണ്.

ഉയർന്നുവരുന്ന യുദ്ധദേവന്റെ (Wotan) പ്രതീകമായി കാണാനും തയാറായി എന്നത് ശ്രദ്ധേയമാണ്.[1] "പൗരോഹിത്യത്തിന്റെ പട്ടംകെട്ടിയ പാദസേവകർ"[2] എന്ന് ലെനിൻ വിശേഷിപ്പിക്കുന്ന വേദാന്തികൾതൊട്ട് പാതിരിമാർവരെയുള്ള പലതരം ദൈവശാസ്ത്രജ്ഞർ തങ്ങളുടെ കാലഹരണപ്പെട്ട അതിഭൗതിക ആശയങ്ങൾക്ക് 'ശാസ്ത്രീയത'യുടെ പരിവേഷം നൽകാൻ മനഃശാസ്ത്രസങ്കൽപ്പങ്ങളെ വ്യാപകമായി ഉപയോഗിച്ചുവരുന്നുണ്ട്. ഇത്തരം മതപുനരുദ്ധാരണ ശ്രമങ്ങളുടെ അതീവ പരിഷ്കൃതമായ ഒരു മാതൃകയാണ് നോർമൻ ഒ ബ്രൗണിന്റെ *ലൈഫ് എഗിൻസ്റ്റ് ഡെത്ത്* (1952).[3] അതീവ ഗോപ്യമായ ചരടുവലികളിലൂടെ ആളുകളെ നിയന്ത്രിക്കാനുള്ള ഒരായുധമായും ബൂർഷ്വാ വ്യവസ്ഥിതി മനശ്ശാസ്ത്രസങ്കൽപ്പങ്ങളെ സ്വാംശീകരിച്ചിട്ടുണ്ട്. ആധുനിക 'ബിസിനസ്സ് മാനേജ്മെന്ററി'ന്റെ അവിഭാജ്യഘടകമായി തീർന്നിട്ടുള്ള പരസ്പരബന്ധവിശകലന (transactional analyses)ളും പരസ്യതന്ത്രങ്ങ(advertisement techniques)ളും ചൂഷകഭരണകൂടങ്ങളുടെ മാധ്യമ മലിനീകരണ ശൈലികളും, എന്തിന് രഹസ്യപ്പൊലീസുകാരുടെ പരിഷ്കൃതമായ പീഡനോപാധികളുമെല്ലാം മനശ്ശാസ്ത്രത്തിന്റെ ഉൾക്കാഴ്ചകളെ വ്യവസ്ഥിതി എങ്ങനെ ദുരുപയോഗപ്പെടുത്തുന്നു എന്നതിന്റെ പ്രകടമായ ഉദാഹരണങ്ങളാണ്.[4]

---

1. യൂങ്ങിന്റെ "ദുർമന്ത്രവാദം (black magic) കൂടോത്രം (occur) തുടങ്ങിയ വിഷയങ്ങളിലുള്ള അമിതമായ താൽപ്പര്യത്തിൽ ഒളിഞ്ഞുകിടക്കുന്ന പ്രതിലോമപരവും മാരകവുമായ സാധ്യതകളെപ്പറ്റി ഫ്രോയിഡുതന്നെ അദ്ദേഹത്തെ താക്കീതു ചെയ്യുന്നുണ്ട്. (യൂങ്ങിന്റെ *Dreams, Memories and Reflections* ൽ ഈ കത്ത് അനുബന്ധമായി ചേർത്തിട്ടുണ്ട്.) യൂങ്ങിന്റെ അന്ധവിശ്വാസപരവും ദൈവശാസ്ത്രപരവുമായ പ്രസ്താവങ്ങൾ അതീവ ശാസ്ത്രീയമാണെന്ന മട്ടിൽ മലയാളികൾ (പ്രത്യേകിച്ചും സാഹിത്യ വിമർശനത്തിൽ) ഉദ്ധരിച്ചു കാണുന്നതുകൊണ്ട് ഈ ആശയഗതികളുടെ പ്രകടമായ പ്രതിലോമസ്വഭാവം നിർധാരണം ചെയ്യുകയെന്നത് ഇടതുപക്ഷത്തെ സംബന്ധിച്ചിടത്തോളം വളരെ ആവശ്യമാണ്. യൂങ്ങിന്റെ മനഃശാസ്ത്ര സിദ്ധാന്തങ്ങളിലെ വിരോധാഭാസങ്ങൾ ഗ്ലോവർ, *Freud or Jung* എന്ന കൃതിയിൽ വിശദമായി പ്രതിപാദിക്കുന്നുണ്ട്. ഇന്ത്യൻ കലാരംഗത്തെ ഇത്തരം നാട്യങ്ങളെപ്പറ്റി ഈ പുസ്തകത്തിലെ ആർ നന്ദകുമാറിന്റെ ലേഖനം നോക്കുക.
2. 'the graduated flunkeys of Clericalism.'
3. നോർമൻ ഒ ബ്രൗണിന്റെ പല ആശയങ്ങളും മാർക്യൂസിന്റെ *Eros and Civilization* ലെ ആശയങ്ങളോടു വളരെ അടുത്തു വരുന്നുണ്ടെന്നത് ചിന്തോദ്ദീപകമാണ്. പ്രത്യേകിച്ചും മാർക്യൂസിന് പിൽക്കാലത്ത് ലഭിച്ചിട്ടുള്ള ഇടതു പക്ഷചിന്തകൾ എന്ന പരിവേഷം കണക്കിലെടുക്കുമ്പോൾ. ഇവിടെ, മാർക്യൂസിനെപ്പറ്റി കോളറ്റിയും, ഇ പി തോംസണും മറ്റും ഉന്നയിച്ചിട്ടുള്ള നിശിതമായ വിമർശനങ്ങൾ സ്മരണീയമാണ്. ഇവിടത്തെ മതപുനരുദ്ധാരണ ശ്രമങ്ങളിൽ മനഃശാസ്ത്രസിദ്ധാന്തങ്ങൾ എങ്ങനെ ഉപയോഗിക്കപ്പെടുന്നുവെന്ന് ഈ പുസ്തകത്തിലെ മുരളീധരന്റെ ലേഖനത്തിൽ പ്രതിപാദിച്ചിട്ടുണ്ട്.
4. *Soul Murder* (ന്യൂയോർക്ക്, 1979), *The Politics of Experience* (ലണ്ടൻ, 1978) തുടങ്ങിയ പല കൃതികളിലും ഇന്നത്തെ മനഃശാസ്ത്രപരമായ മർദനോപാധികളെപ്പറ്റി വിവരിക്കുന്നുണ്ട്. ജ്ഞാനോദയം മുതൽക്കുള്ള ഈ 'മനുഷ്യത്വപര'മെന്നുദ്ഘോഷി

മാർക്സിയൻ അപബോധ സങ്കൽപ്പത്തിന്റെ വിപ്ലവാത്മകമായ ഉന്മുഖത്വം

ജർമൻ പ്രത്യയശാസ്ത്രം, ഹെഗലിന്റെ *നിയമത്തിന്റെ തത്വശാസ്ത്രത്തെക്കുറിച്ചുള്ള* വിമർശത്തിന്റെ അവതാരിക, *വിശുദ്ധകുടുംബം* എന്നീ കൃതികളിലാണ്, പ്രധാനമായും, മാർക്സിന്റെ അപബോധസങ്കൽപ്പം ക്രോഡീകൃതമാവുന്നത്. അതിഭൗതികവാദപരവും, ദൈവശാസ്ത്രപരവുമായ ചിന്താപദ്ധതികളുടെ വിമർശമായിരുന്നു ഈ ആദ്യകാല കൃതികളുടെ പരിസരം. ജ്ഞാനോദയ ചിന്തയിലും ജർമൻ തത്വശാസ്ത്രപാരമ്പര്യത്തിലും വേരുകൾ പടർത്തി നിൽക്കുന്ന ഈ താത്വിക പരിസരം 'വിമർശം' എന്ന പദത്തിന് നൂതനമായ പല അർഥമാനങ്ങളും നൽകിയിരുന്നു. വിമർശം (critique) എന്ന വിശേഷണം മാർക്സ്തന്നെ പലവുരു ഉപയോഗിക്കുന്നുണ്ട്. (ഉദാഹരണത്തിന് *A contribution to the Critique of Political Economy*) എന്നത് ഈ നാനാർഥങ്ങളെപ്പറ്റിയുള്ള പഠനം ആവശ്യമാക്കിത്തീർക്കുന്നു.[1] ചരിത്രപരമായി നോക്കുമ്പോൾ 'വിമർശം' എന്ന പദത്തിന് 'ജ്ഞാനോദയചിന്ത'യെക്കാൾ പഴക്കമുണ്ട്. പ്രാചീനകൃതികളെയും, ബൈബിളിലെ വാക്യങ്ങളെയും ശാസ്ത്രീയമായി വ്യാഖ്യാനിക്കുന്ന കല എന്ന അർഥത്തിലാണ് ഹ്യൂമനിസ്റ്റുകളും മധ്യയുഗങ്ങളിലെ പരിഷ്കാരശ്രമങ്ങളുടെ വക്താക്കളും ഈ പദം ഉപയോഗിച്ചിരുന്നത്. ഏറെക്കാലത്തേക്ക് ഈ വിമർശനപരമായ പ്രവർത്തനം പരസ്പരം മല്ലടിച്ചിരുന്ന മതവിഭാഗങ്ങളുടെ പ്രധാന ആയുധങ്ങളിൽ ഒന്നായിരുന്നു. പക്ഷേ, പള്ളിയുടെയും ദൈവശാസ്ത്രജ്ഞരുടെയും, സംരക്ഷണത്തിൽ വികസിച്ച 'വിമർശനകല' ഏറെക്കഴിയും മുൻപുതന്നെ 'സ്വാതന്ത്ര്യം' അവകാശപ്പെടാൻ തുടങ്ങി. ഇതിൽ അത് ഒരളവുവരെ വിജയം കൈവരിക്കുകയും ചെയ്തു.

മുഖ്യമായും രണ്ടു കാര്യങ്ങളാണ് ഈ വിജയത്തിന് നിദാനമായിത്തീർന്നത്. ഒന്നാമതായി, മതപരിഷ്കരണ പ്രസ്ഥാനം (reformation) ഉണർത്തിവിട്ട രൂക്ഷവും പലപ്പോഴും രക്തരൂക്ഷിതവുമായ സംഘട്ടനങ്ങളിൽ 'വെളിപാടി'ൽ അധിഷ്ഠിതമായ മതത്തിന്റെ (religion based on revelation) അവകാശവാദങ്ങളുടെ 'അപ്രമാദിത്വ'പരിവേഷം ഉരുകിപ്പോയി. ഇരുചേരികളും കൂടുതൽ കൂടുതൽ 'വിമർശ'ത്തെ ആശ്രയിക്കാൻ

ക്കപ്പെടുന്ന ശിക്ഷാപദ്ധതികളുടെ ശരിയായ സ്വഭാവം ഫുക്കോയുടെ *Discipline and Punish: The Birth of the Prison* എന്ന ഗ്രന്ഥത്തിൽ പഠനവിധേയമാക്കപ്പെടുന്നുണ്ട്. പ്രകടമായും ഉപരിവർഗപ്രത്യയശാസ്ത്ര താൽപ്പര്യങ്ങളെ സേവിക്കുന്ന ഏറെ 'മനശ്ശാസ്ത്ര' ഗ്രന്ഥങ്ങൾ ഇറങ്ങിയിട്ടുണ്ട്. എറിക്ക് ബേണിന്റെ *I'm OK, You're OK* പെട്ടെന്നു മനസിൽ വരുന്ന ഒരുദാഹരണമാണ്.

1. *Critical Sociology: Selected Readings,* എഡി പോൾ കൊണർട്ടൺ (ഹാർമണ്ട്സ്വർത്ത്, 1976), അവതാരിക, പേജുകൾ 11–39 നോക്കുക. ഈ ഖണ്ഡത്തിൽ കൊണർട്ടന്റെ വിവരണങ്ങളെ ഏറെ ആശ്രയിക്കുന്നുണ്ട്. അതുകൊണ്ട്, ആവർത്തനവിരസത ഒഴിവാക്കാൻ, എല്ലാഭാഗത്തും ഈ കടപ്പാട് സൂചിപ്പിച്ചിട്ടില്ല.

തുടങ്ങിയതോടെ സ്ഫുടവും യുക്തിഭദ്രവും വിമർശനാത്മകവുമായ ചിന്തക്ക് അഭൂതപൂർവമായ പ്രസക്തി കൈവന്നു. 'വെളിപാടും' 'യുക്തിചിന്തയും' തമ്മിലുള്ള അതിർവരമ്പു കൂടുതൽ കൂടുതൽ വ്യക്തമായി വന്നതോടെ, യുക്തി ചിന്ത, മതപ്രമാണങ്ങളുടെ വ്യാഖ്യാനത്തിന്റെ സീമിതമേഖലയിൽനിന്ന് വിട്ട് മനുഷ്യന്റെ സമസ്തചര്യയും വിമർശനാത്മകമായി പഠിക്കാനുള്ള രീതിശാസ്ത്രമായി വികസിച്ചു. സത്യം കണ്ടെത്താനുള്ള മാർഗം യുക്തിചിന്തയാണെന്ന് വന്നതോടെ ദൈവശാസ്ത്രത്തിന്റെ അടിത്തറതന്നെ ഇളകിയാടാൻ തുടങ്ങി. രണ്ടാമതായി മതപരമായ ചേരിപ്പോരുകൾ കൂടുതൽ കൂടുതൽ ശത്രുതാപരവും, അപരിഹാര്യവുമായിത്തീർന്നതോടെ വിമർശനം അനിവാര്യമായിത്തന്നെ ദാക്ഷിണ്യമില്ലാത്തതും കർക്കശവും ഖണ്ഡനാത്മകവുമായിത്തീർന്നു. ഈ ഖണ്ഡനാത്മക (polemical) സ്വഭാവം മതയുദ്ധങ്ങളുടെ സ്മരണപോലും മാഞ്ഞുകഴിഞ്ഞിട്ടുള്ള ഇന്നും വിമർശ സങ്കൽപ്പത്തെ ചുഴ്ന്നു നിൽക്കുന്നുണ്ട്. യുക്തിക്ക് കൈയെത്തിപ്പിടിക്കാവുന്ന എല്ലാ മേഖലകളിലേക്കും അതിവേഗം വ്യാപിച്ച യുക്തിചിന്ത വളരെ മെല്ലെ മെല്ലെ മാത്രമേ 'രാഷ്ട്രീയ'ത്തിന്റെ മേഖലയിലേക്ക് പ്രവേശിച്ചുള്ളൂ. പക്ഷേ, മതപരമായ കാര്യങ്ങളിലെന്നപോലെ ഈ നിരോധനത്തിന് ഏറെക്കാലം നിലനിൽക്കാനായില്ല. ആദ്യം പരോക്ഷമായും പിന്നെ പ്രത്യക്ഷമായും യുക്തിചിന്ത രാഷ്ട്രീയത്തിന്റെ മേഖലയിലേക്കും കടന്നുവന്നു. ഹേബർമാസ് ചൂണ്ടിക്കാണിക്കുന്നതുപോലെ ക്ലബ്ബുകളിലും, കാപ്പിക്കടകളിലും, മദ്യശാലകളിലും ശ്രദ്ധിക്കപ്പെടാതെ വളർന്നുകൊണ്ടിരുന്ന ഒരു പുതിയ ധാർമികശക്തി – സാധാരണജനങ്ങൾ – വിമർശത്തെ അതിന്റെ ആയുധമായി കൈയാളുകയും, ജനാധിപത്യത്തിനായുള്ള അതിന്റെ സമരത്തിലെ ആദ്യകേന്ദ്രങ്ങളിലൊന്നാക്കുകയും ചെയ്തു.[1] വിമർശനമെന്നത് ജനശക്തിയുടെ പ്രധാന തതാത്വിക മുദ്രാവാക്യമായി, 'വിമർശം' 'വിമർശനം' എന്നീ വിശേഷണങ്ങൾ ശീർഷകമായി സ്വീകരിക്കുന്ന ഗ്രന്ഥങ്ങളുടെയും ലേഖനങ്ങളുടെയും ഒരു വലിയ തിരച്ചാട്ടത്തിനുതന്നെ പതിനെട്ടാം നൂറ്റാണ്ട് സാക്ഷ്യം വഹിക്കുകയുണ്ടായി. *ക്രിട്ടിക് ഓഫ് പ്യൂർ റീസൺ* –ന് 1781–ൽ എഴുതിയ ആമുഖക്കുറിപ്പിൽ ഇമാന്വൽ കാന്ത് തന്റെ യുഗം വിമർശനത്തിന്റെ 'യഥാർഥ' യുഗമാണെന്നും, മതത്തിനോ നിയമനിർമാണസഭകൾക്കോ അതിന്റെ അഗ്നിപരീക്ഷയിൽനിന്ന് വിടുതൽ ലഭിക്കുകയില്ലെന്നും പ്രഖ്യാപിച്ചതു വെറുതെയല്ല. ഇത്തരത്തിൽ ജനകീയ വിപ്ലവങ്ങളുടെ ആയുധമായി മാറിക്കഴിഞ്ഞിരുന്ന വിമർശത്തിന്റെ മുഖ്യപാരമ്പര്യത്തിന്റെ മൂശയിലാണ് മാർക്സിന്റെയും ഏംഗൽസിന്റെയും താത്വിക

1. ഫ്രാങ്ക്ഫർട്ട് താത്വികന്മാരുടെ രണ്ടാം തലമുറയിലെ മുഖ്യചിന്തകന്മാരിൽ ഒരാളാണ് ഹേബർമാസ്. *Theory and Practice* തുടങ്ങിയ അപൂർവം ഗ്രന്ഥങ്ങളും ലേഖനഭാഗങ്ങളും മാത്രമേ ഇവിടെ എളുപ്പത്തിൽ കിട്ടാവുന്നതായുള്ളൂ. ഹേബർ മാസിന്റെ പ്രസ്താവനകൾ സമാഹാരങ്ങളിൽനിന്നോ, മറ്റു കൃതികളിൽ ഉദ്ധരിച്ചുകാണുന്ന രൂപത്തിലോ ആണ് ഇവിടെ കൊടുക്കുന്നതെന്ന് ക്ഷമാപുരസ്സരം രേഖപ്പെടുത്തട്ടെ.

പരികൽപ്പനകൾ രൂപം കൊണ്ടത്. ദൈവശാസ്ത്രത്തിന്റെ പുകമറകളെയും അധീശവർഗത്തിന്റെ കപടനാട്യങ്ങളെയും തുറന്നുകാട്ടുന്ന നിഷേധചിന്ത (oppositional thinking) എന്ന അർഥത്തിലുള്ള വിമർശനപാരമ്പര്യത്തോട് അവർക്കുള്ള കടപ്പാട് "നിലനിൽക്കുന്ന എല്ലാറ്റിന്റെയും നിർദാക്ഷിണ്യമായ വിമർശനം" എന്ന മാർക്സിന്റെ ആദ്യകാല മുദ്രാവാക്യത്തിൽത്തന്നെ പ്രസ്ഫുരിക്കുന്നുണ്ട്.

ഖണ്ഡനവിമർശനം എന്ന പ്രാഥമിക അർഥത്തിനു പുറമേ മറ്റു രണ്ടു പ്രധാന വിവക്ഷകൾകൂടി വിമർശപദത്തിന് ഉണ്ടായിരുന്നു. ഈ രണ്ടു വിവക്ഷകളുടെയും അടിവേരുകൾ ജർമൻ ആശയവാദ ചിന്തയിലാണ് ഒളിഞ്ഞുകിടക്കുന്നത് എന്ന് പോൾ കൊണർട്ടൻ ചൂണ്ടിക്കാട്ടുന്നു. അപബോധത്തെപ്പറ്റിയുള്ള മാർക്സിയൻ സങ്കൽപ്പത്തിന്റെ പൂർണരൂപം മനസിലാക്കുന്നതിൽ ഈ അർഥങ്ങളും സഹായകമാവും. കാരണം, അഡോണോയെയും ഹോർക്ക്ഹൈമറെയും ഹേബർ മാസിനെയുംപോലുള്ള വിമർശന സൈദ്ധാന്തികരും (critical theorists) വാൾട്ടർ ബെഞ്ചമിൻ, ഏണസ്റ്റ് ബ്ലോഹ് തുടങ്ങിയ മാർക്സിയൻ ഹെർമന്യൂട്ടിക് തിയറിയുടെ വക്താക്കളും ഈ അർഥമാനങ്ങളെ ആശ്രയിച്ച് നടത്തിയിട്ടുള്ള പഠനങ്ങൾ മാർക്സിയൻ അപബോധസങ്കൽപ്പത്തിന്റെ വ്യാപ്തിയും പ്രസക്തിയും വർധിപ്പിക്കുന്നതിന് ഏറെ സഹായകമായിട്ടുണ്ട്.[1]

---

1. 'ബറോക്' (baroque) രീതിയെപ്പറ്റിയുള്ള വാൾട്ടർ ബെഞ്ചമിന്റെ പഠനത്തിൽ 'വിമർശ'ത്തിനു നൽകുന്ന നിർവചനത്തെ ആസ്പദമാക്കി ഹേബർമാസ് പറയുന്നു: "സുന്ദരമായതിന്റെ മാധ്യമത്തിൽനിന്ന് സത്യമായതിന്റെ മാധ്യമത്തിലേക്ക് ജ്ഞാനത്തെ മാററി പ്രതിഷ്ഠിക്കുവാനും അതുവഴി അതിനെ രക്ഷിക്കാനുമായാണ് വിമർശനം നിഹനശക്തി (mortification) ഉപയോഗിക്കുന്നത്. (*The Essential Frankfurt School Reader,* പേജ് 351).
   അതീവപ്രതിലോമപരമായ ആശയങ്ങൾ ലളിതരൂപംപൂണ്ട്പ്രത്യക്ഷപ്പെടുന്ന നമ്മുടെ അവസ്ഥയിൽ ഇത്തരം വിമർശത്തിന്റെ പ്രസക്തി ഊന്നിപ്പറയേണ്ടിയിരിക്കുന്നു. ഓഷ്വിറ്റ്സിനും ബുഹൻവാൾഡിനും ശേഷം സുന്ദരമായ ഭാവഗീതങ്ങൾ എഴുതുകയെന്നത് കാട്ടാളത്തമാണെന്ന അഡോണോയുടെ വാക്കുകൾകൂടി ഓർമിക്കുമ്പോൾ, അടിയന്തരാവസ്ഥയിലെ നഗ്നമായ ഏകാധിപത്യത്തെ 'കാവ്യാത്മക'മായി സാധൂകരിച്ചിരുന്ന സുഗതകുമാരിയെപ്പോലുള്ള നിർലജ്ജരായ ഫാസിസ്റ്റു വാനമ്പാടികൾ 'മരങ്ങളെപ്പറ്റിയും പ്രകൃതിയെപ്പറ്റിയു'മൊക്കെ വിലപിച്ചുകൊണ്ട് വീണ്ടും സാംസ്കാരികമണ്ഡലത്തെ മലിനീകരിക്കാൻ ഭംഗ്യന്തരേണ അനുവദിക്കുന്ന പാവം മലയാളി ഹൃദയത്തെപ്പറ്റി ആശങ്കാകുലരാവാതിരിക്കാനാവില്ല.
   മാർക്സിസത്തിന്റെ കർക്കശമായ വിമർശനാത്മക പാരമ്പര്യത്തെ സാർഥകമായി വികസിപ്പിക്കുന്നതിൽ വിമർശനസൈദ്ധാന്തികർ വഹിച്ചിട്ടുള്ള പങ്ക് വിസ്മരിക്കാനാവില്ല – അവരുടെ പല പ്രത്യേക വിശകലനങ്ങളേയും കലവറയില്ലാതെ സ്വീകരിക്കാൻ പ്രയാസമാണെങ്കിൽപ്പോലും. മധ്യകാലയുഗങ്ങളിലെ ദൈവശാസ്ത്രജ്ഞർ തമ്മിലുള്ള വിവാദങ്ങളിൽനിന്നാണ് ഹെർമന്യൂട്ടിക് തിയറിയുടെ ആവിർഭാവം. ഡിൽഥി, ഹാൻസ്ജോർജ്, ഗദാമർ, പോൾറിക്കോ, ഷ്ലെയർ മാഷർ തുടങ്ങിയ പല മാർക്സിസ്റ്റേതര ചിന്തകരും ഹെർമന്യൂട്ടിക്സിന്റെ രീതിശാസ്ത്രത്തിന് മതേതരവും യുക്തിപരവുമായ ഒരടിത്തറ പ്രദാനം ചെയ്യുന്നതിൽ ഭാഗഭാക്കുകളായിട്ടുണ്ട്. ആധുനിക ഹെർമന്യൂട്ടിക് തിയറിയുടെ ആവിർഭാവത്തോടെ കൃതികളുടെ (പ്രസ്താവങ്ങളുടെയും) അർഥനിർണയത്തിൽ ഒരുങ്ങിനിന്നിരുന്ന ഹെർമന്യൂട്ടിക് രീതിശാസ്ത്രത്തിന് രാഷ്ട്രീയമായ ഒരു ഉന്മുഖത്വം കൈവന്നിട്ടുണ്ട്. ഈ പുതിയ ഹെർമന്യൂട്ടി

ഇതിൽ ആദ്യത്തെ അർഥം കാന്തിന്റെ ചിന്തയോട് കടപ്പെട്ടിരിക്കുന്നു. ഈ അർഥത്തിലുള്ള 'വിമർശം' അറിവിന്റെ സാധ്യതക്കളപ്പറ്റിയുള്ള വിചിന്തനമാണ്. *ക്രിട്ടിക് ഓഫ് പ്യൂർ റിസണിൽ* കാന്ത് 'എന്താണ് നമ്മുടെ അറിവിന്റെ മുൻവ്യവസ്ഥകൾ?', 'ഏതാണ് ഈ അറിവിന്റെ പരിധി?" 'പ്രകൃതിശാസ്ത്ര സിദ്ധാന്തങ്ങളുടെ സീമകൾ നിർണയിക്കുന്ന അനിവാര്യമായ ആത്മനിഷ്ഠ ഘടകങ്ങൾ ഏതൊക്കെയാണ്?' തുടങ്ങിയ ചോദ്യങ്ങളാണ് ചർച്ചാവിഷയമാക്കുന്നത്. ജ്ഞാനസിദ്ധാന്തപരമായി നോക്കുമ്പോൾ കാന്തിന്റെ ഈ 'നൂതനഅജ്ഞേയവാദം' (neo-agnosticism) വിറ്റ്ഗിൻസ്റ്റൈനിന്റെയും ചോംസ്കിയുടെയും ലെവൈസ്ട്രോസിന്റെയുമൊക്കെ ആശയവാദത്തിന്റെ നിറംപുരണ്ട രീതിശാസ്ത്രങ്ങൾക്കാണ് വഴിയൊരുക്കിയിട്ടുള്ളത്. ഈ രീതിശാസ്ത്രങ്ങളുടെ മൂല്യനിർണയം ഈ ലേഖനത്തിന്റെ സാധ്യതകൾക്ക് വളരെ പുറത്താണ്. എങ്കിലും അവർ എത്തിയിട്ടുള്ള നിഗമനങ്ങൾ ഒരാധുനിക മാർക്സിസ്റ്റിന് ലാഘവബുദ്ധിയോടെ തള്ളിക്കളയാനാവില്ലെന്ന് മാത്രം ഇവിടെ പറഞ്ഞുവെക്കട്ടെ.[1]

ക്സിനെ ഫ്രെഡറിക് ജെയിംസൻ "രാഷ്ട്രീയ ഹെർമന്യൂട്ടിക്സ്" എന്നാണ് വിളിക്കുന്നത്. ജെയിംസിന്റെ അഭിപ്രായത്തിൽ മാർക്സിസ്റ്റ് ഹെർമന്യൂട്ടുകൾ തങ്ങൾക്ക് അപരിചിതമായ സംസ്കാരങ്ങളുടെ ആത്മീയപ്രവർത്തനത്തെയും ഗ്രന്ഥങ്ങളെയും പുനരുജ്ജീവിപ്പിക്കാൻ ശ്രമിച്ചിരുന്ന പഴയ ഹെർമന്യൂട്ടിക് സിദ്ധാന്തത്തിന്റെ തന്ത്രങ്ങളെ "ഒരു അന്തരാളഘട്ടത്തിൽ വിപ്ലവോർജത്തിന്റെ സ്രോതസ്സുകളുമായി ബന്ധം പുലർത്താനും പീഡനത്തിന്റെ ദീർഘമായ ഹിമയുഗങ്ങളിൽ (ഴഹമരശമഹ മഴലഠ) അന്തസ്ഥിതമായി മാത്രം നിലനിൽക്കുന്ന സ്വാതന്ത്ര്യസങ്കൽപ്പത്തെത്തന്നെ സംരക്ഷിക്കാനുള്ള മാർഗമായി വികസിപ്പിച്ചിരിക്കുന്നു." *Marxism and Form;* പ്രിൻസ്ടൺ, ന്യൂജെഴ്സി, 1971, പേജുകൾ 84–85.

ജെ വുൾഫിന്റെ *The Her,emeutic Philosophy and the Sociology of Art* (ലണ്ടൻ, 1975), കെ ഒ ഏപ്പൽ, *Analytical Philosophy of Language and the Geisteswissenschaften* (ദോർദ്രഹ്റ്റ്, 1969) തുടങ്ങിയ കൃതികളിൽ ഇതേപ്പറ്റി വിശദമായി ചർച്ച ചെയ്യുന്നുണ്ട്. മാർട്ടിൻ ജെയുടെ *The Dialectical Imagination* ഈ പഠനശ്രമങ്ങളുടെ പശ്ചാത്തലത്തെപ്പറ്റിയുള്ള വിശദമായ ഒരു ചിത്രം നൽകുന്നുണ്ട്.

1. വിഗ്ഗിൻ സ്റ്റൈനിന്റെ ആശയങ്ങളും മിഖായേൽ ബാറ്റ്കിൻ, ഗ്രാംഷി തുടങ്ങിയ മാർക്സിസ്റ്റ് ചിന്തകരുടെ പ്രമേയങ്ങളും തമ്മിലുള്ള വൈരുധ്യാത്മക ബന്ധത്തെപ്പറ്റി ടെറി ഈഗിൾടൺ 'Wittgenstcin and his Friends' എന്ന ലേഖനത്തിൽ (*new Left Review*) നടത്തുന്ന പഠനം താൽപ്പര്യജനകമാണ്.

ലെവൈസ്ട്രോസ് മാർക്സിസത്തോടുള്ള തന്റെ കടപ്പാട് *Triste tropique* എന്ന ആത്മകഥാപരമായ കൃതിയിൽ അർഥശങ്കയ്ക്കിടയില്ലാത്തവണ്ണം പ്രഖ്യാപിച്ചിട്ടുണ്ട്. സ്ട്രോസിന്റെ സിദ്ധാന്തങ്ങൾക്കു നേരെ "അതിഭൗതിക കർതൃ സങ്കൽപ്പമില്ലാതെ കാന്തിയൻ ചിന്താവലി" എന്ന വിമർശനം ഉയർന്നുവന്നിട്ടുണ്ടെന്ന് ഇവിടെ സ്മരണീയമാണ്. ഭാഷയെപ്പറ്റിയുള്ള ചോംസ്കിയുടെയും മറ്റും ഘടനാവാദപരമായ പഠനങ്ങൾ മാർക്സിസ്റ്റും മാർക്സിസ്റ്റുവിരുദ്ധവുമായ പലതരം പഠനങ്ങൾക്ക് വഴിയൊരുക്കിയിട്ടുണ്ട്. റൊളാങ് ബാർത്തിനെപ്പോലെയുള്ള ഘടനാവാദികളായ ഇടതുപക്ഷ ചിന്തകരുടെ ചില ആശയങ്ങളെങ്കിലും (പ്രത്യേകിച്ചും *Mythologies, Writing Degree Zero* തുടങ്ങിയ കൃതികളിലെ) ബൂർഷ്വാ വ്യവസ്ഥയുടെ സ്വാംശീകരണ – സാധൂകരണ തന്ത്രങ്ങളെ തുറന്നുകാട്ടുന്നതിനും, ബൂർഷ്വാപ്രത്യയശാസ്ത്രത്തെ ഉപരോധിക്കുന്നതിനും സഹായകമായിട്ടുണ്ടെന്ന് അംഗീകരിക്കാതെ വയ്യ. കാന്തിനെപ്പറ്റിയുള്ള 'നവീന എഗ്നോസ്റ്റിക്' എന്ന വിശേഷണം മാർക്സിന്റേതാണ്.

വിമർശത്തിന്റെ രണ്ടാമത്തെ അർഥം അറിവിന്റെ മനുഷ്യനിർമിതമായ പരിമിതികളെപ്പറ്റിയുള്ള വിചിന്തനത്തെ കേന്ദ്രീകരിച്ചാണ് നിൽക്കുന്നത്. വ്യക്തികളും വ്യത്യസ്ത ഗ്രൂപ്പുകളും, അല്ലെങ്കിൽ, മനുഷ്യരാശി മുഴുവനായിത്തന്നെയും എന്തുകൊണ്ട് ചില ചരിത്ര ഘട്ടങ്ങളിൽ തെറ്റായ വിശ്വാസങ്ങൾക്ക് അടിപ്പെട്ടുപോവുന്നു?, അവരുടെ അവബോധത്തെ ഇത്തരത്തിൽ വിശകലമാക്കുന്ന സമ്മർദങ്ങൾ എന്തൊക്കെയാണ്? തുടങ്ങിയ ചോദ്യങ്ങൾ ഈ പ്രശ്നപരിപ്രേക്ഷ്യത്തിൽനിന്ന് ഉയർന്നുവരുന്നതാണ്. ഈ ചോദ്യങ്ങൾ ഒരുപക്ഷേ, ആദ്യമായി ഉന്നയിക്കപ്പെടുന്നത് ഹെഗലിന്റെ *പ്രതിഭാസവിജ്ഞാനീയ*ത്തിലാണ്. അടിമയും ഉടമയുമായുള്ള ബന്ധത്തെപ്പറ്റി ചർച്ച ചെയ്യുന്നിടത്ത്[1] ഹെഗൽ ഇതേപ്പറ്റി ദീർഘമായ പ്രതിപാദിക്കുന്നുണ്ട്. മാനവത വേലയിലൂടെയാണ് അതിന്റെ അവബോധത്തിന്റെ വികാസം സാധിക്കുന്നത് എന്ന ആശയവാദത്തിന്റെ മാന്ത്രികച്ചെപ്പിനുള്ളിൽ അവതരിപ്പിക്കപ്പെടുന്ന ഹെഗേലിയൻ സിദ്ധാന്തത്തെ വിമർശനാത്മകമായി ഉൾക്കൊണ്ടുകൊണ്ട് മാർക്സ് തന്റെ അവബോധ സങ്കൽപ്പത്തിന് രൂപം നൽകുന്നത്. *മനസിന്റെ പ്രതിഭാസവിജ്ഞാനീയ*ത്തിലെ മുൻചൊന്ന ഖണ്ഡത്തിൽ ചർച്ച ചെയ്യപ്പെടുന്ന വേലയും ഭയവും സർഗാത്മകതയും അവബോധത്തിന്റെ വികാസവുമൊക്കെ തമ്മിലുള്ള സങ്കീർണമായ വൈരുധ്യാത്മക ബന്ധങ്ങൾ അതിലെ 'അതിഭൗതികവാദപരമായ പദാവലിയുടെ ഉമി' പാറ്റിക്കളഞ്ഞാൽ അപബോധത്തെപ്പറ്റിയും 'പ്രത്യയശാസ്ത്രമിഥ്യ'യെപ്പറ്റിയും അഗാധമായ ഉൾക്കാഴ്ച പകരുന്ന പല പരിക*ൽപ്പനകളുടെയും* വിളനിലമാവും[2] *ജർമനിയിലെ*

1. ജി ഡബ്ല്യൂ എഫ് ഹെഗൽ, *The Phenominology of Mind;* ഇംഗ്ലീഷ് തർജമ (ലണ്ടൻ, 1966) പേജുകൾ 229–240.
2. ഹെഗലും മാർക്സുമായുള്ള ബന്ധം ഏറെ തലനാരിഴ കീറുന്ന ചർച്ചകൾക്കും വാദകോലാഹലങ്ങൾക്കും വഴിവച്ചിട്ടുണ്ട്. ഈ തർക്കങ്ങളുടെ പ്രതിഫലനം ലേഖനത്തിന്റെ പല ഭാഗത്തായി കാണാവുന്നതാണ്. എന്നാൽ, പലപ്പോഴും ലീനമായിക്കിടക്കുന്ന ഉദ്ധരണികളുടെ രൂപത്തിലാണ് ഇവ അവതരിപ്പിക്കപ്പെട്ടിട്ടുള്ളത്. ഈ തർക്കങ്ങളെപ്പറ്റിയുള്ള ഒരു സംക്ഷിപ്തവിവരണംപോലും അസാധ്യമാക്കുമാറ് വിപുലമാണ് ഈ ചർച്ചകളുടെ മേഖല. *മൂലധന*ത്തിന്റെ രണ്ടാം ജർമൻ പതിപ്പിൽ മാർക്സ് നടത്തുന്ന പ്രസിദ്ധമായ പ്രസ്താവത്തെ കേന്ദ്രീകരിച്ചാണ് അൽത്തൂസറും മറ്റും ഈ പ്രശ്നത്തെപ്പറ്റി പഠിക്കാൻ ശ്രമിക്കുന്നത്. അതുകൊണ്ട് ആ പ്രസ്താവം മാത്രമെങ്കിലും നാം അനുസ്മരിക്കേണ്ടിയിരിക്കുന്നു:
"ഹെഗേലിയൻ വൈരുധ്യവാദത്തിന്റെ (കാര്യങ്ങളെ) നിഗൂഹനം ചെയ്യുന്ന വശം (mystifying side) ഏതാണ്ട് മുപ്പതുകൊല്ലം മുമ്പുതന്നെ – അന്നതൊരു ഫാഷനായിരുന്നപ്പോൾതന്നെ – ഞാൻ വിർശനവിധേയമാക്കിയിട്ടുണ്ട്. എന്നാൽ, ഞാൻ *ദാസ്കാപ്പിറ്റലി*ന്റെ ഒന്നാം വാല്യം എഴുതിക്കൊണ്ടിരുന്നപ്പോൾ സംസ്കാരം സിദ്ധിച്ച ജർമനിയിൽ വലിയ വാചകമടിക്കുന്നു. എപ്പോഴും മുറുമുറുക്കുന്നു. അഹങ്കാരികളായ രണ്ടാംകിട ബുദ്ധിജീവികൾക്ക് പണ്ട് ലെസ്സിങ്ങിന്റെ കാലത്ത് ധീരനായ മോസസ് മെന്റൽസോൺ സ്പിനോസയെ കൈകാര്യം ചെയ്തപോലെ – അതായത് ഒരു ചത്ത നായയായി – ഹെഗലിനെ കൈകാര്യം ചെയ്യാൻ വലിയ ഇഷ്ടമായിരുന്നു. അതുകൊണ്ട് ഞാൻ ആ മഹാചിന്തകന്റെ ശിഷ്യനാണെന്ന് തുറന്നു പ്രഖ്യാപിച്ചു. മൂല്യസിദ്ധാന്തത്തെപ്പറ്റിയുള്ള അധ്യായത്തിൽ അവിടവിടെയായി അദ്ദേഹത്തിന്റെ സവിശേഷഭാഷാപ്രയോഗങ്ങളുമായി ശൃംഗരിക്കുകയും (coquetted with) ചെയ്തു. ഹെഗ

*കാർഷിക യുദ്ധത്തെ*പ്പറ്റിയുള്ള എംഗൽസിന്റെ പഠനത്തിൽ പ്രത്യേ കിച്ചും 'ഒരു ചരിത്രഘട്ടം (epoch) അതിനെപ്പറ്റി പുലർത്തിപ്പോരുന്ന

ലിന്റെ കൈകളിൽ വൈരുധ്യവാദത്തിനു സംഭവിക്കുന്ന നിഗൂഹനം ഒരുതരത്തിലും വൈരുധ്യവാദത്തിന്റെ സാമാന്യമായ പ്രവർത്തനത്തെപ്പറ്റി ബൃഹത്തും ബോധ പൂർവവുമായ രീതിയിൽ ആദ്യമായവതരിപ്പിച്ച ആൾ എന്ന (സ്ഥാനം) അദ്ദേഹ ത്തിൽനിന്നെടുത്തുകളയുന്നില്ല. അദ്ദേഹത്തിന്റെ കൃതികളിൽ അത് (വൈരുധ്യവാദം) തലകീഴായി നിൽക്കുകയായിരുന്നു. നിഗൂഹനത്തിന്റെ (mystical) പുറംതോടിനു ള്ളിൽ ഒളിഞ്ഞുകിടക്കുന്ന യുക്തിപരമായ അകക്കാമ്പിനെ (rational kernal) കണ്ടെ ത്തണമെങ്കിൽ നാം അതിനെ വീണ്ടും നേരെ നിർത്തണം (right side up) *ഇമൂശ മേഹ* (മോസ്കോ എഡിഷൻ), പേജ് 29. ലൂയി അൽത്തൂസർ *For Marx* ൽ ഈ പ്രസ്താവത്തിന്റെ താത്വിക വിവക്ഷകളെപ്പറ്റി വിശദമായി ചർച്ചചെയ്യുന്നുണ്ട്; വിവിധ തർജമകളിൽ അതിനു സംഭവിച്ചിട്ടുള്ള അർഥമാറ്റങ്ങളെപ്പറ്റിയും (എന്റെ തർജമയിൽ ഒരിടത്ത് അൽത്തൂസർ ഉദ്ധരിക്കുന്ന കേൺ (Kern)ന്റെ തർജമയെ ആശ്രയിക്കുന്നുണ്ട് - The mystification the dialectic suffered at Hegel's hands does remove him from his place as the first....')

അകക്കാമ്പ്, പുറംതോട് എന്നീ രൂപകങ്ങളുടെ നാനാർഥങ്ങളെപ്പറ്റി അൽത്തൂസർ നൽകുന്ന വിശദീകരണങ്ങൾ ഏറെ താൽപ്പര്യജനകമാണ് – *For Marx*, ബെൻബ്രൂസ്റ്റ റുടെ തർജമ (ഹാർമണ്ട്സ്വർത്ത്, 1969), പേജുകൾ 59–94 നോക്കുക; അതേകൃതി യിലെ 'On the Young Marx' എന്ന അധ്യായവും.

"ഹെഗേലിയൻ തത്വശാസ്ത്രിന്റെ ശരിയായ ജന്മസ്ഥലവും രഹസ്യവും" എന്ന് മാർക്സ് വിശേഷിപ്പിക്കുന്ന *മനസിന്റെ പ്രതിഭാസവിജ്ഞാനീയ*ത്തിലെ ചില ആശ യങ്ങൾ നാം മുൻഖണ്ഡങ്ങളിൽ സ്പർശിച്ചുപോയിട്ടുണ്ട്. ഇവിടെ സൂചിപ്പിച്ചിട്ടുള്ള ഖണ്ഡത്തിലെ ആത്മാവബോധത്തെപ്പറ്റിയും സിദ്ധാന്തവും മാധ്യമികതയെപ്പറ്റി യുള്ള ചർച്ചയും അധ്വാനത്തെപ്പറ്റിയുള്ള നിർവചനവുമെല്ലാം നിഷ്കൃഷ്ടമായ പഠനം ആവശ്യപ്പെടുന്ന പരികൽപ്പനകളുടെ ഖനിയാണ്. ഉദാഹരണത്തിന്, "മറ്റൊരു ആത്മാ വബോധത്തിനുവേണ്ടി നിലനിൽക്കുന്നു എന്ന വസ്തുതയാൽ ആത്മാവബോധം അതിൽത്തന്നെയും അതിനുവേണ്ടിയും (in itself and for itself) നിലനിൽക്കുന്നു എന്നതു സിദ്ധമാകുന്നു. അതായത്, അംഗീകരിക്കപ്പെടുന്നതുകൊണ്ടും തിരിച്ചറിയ പ്പെടുന്നതുകൊണ്ടും (recognised) ആണ് അതു നിലനിൽക്കുന്നത് (it is)", എന്ന ഹെഗലിന്റെ നിർവചനം, ഒരു വശത്ത്, മാർട്ടിൻ ബ്യൂബറുടെയും ഗദാമറുടെയും, ഒരു പരിധിവരെ സാർത്രിന്റെ തന്നെയും ഞാൻ – അപരൻ (I-other) എന്ന നില ക്കുള്ള അസ്തിത്വവാദ ചർച്ചകൾക്ക് വഴിയൊരുക്കുന്നു. മറുവശത്ത്, തിരിച്ചറിയൽ എന്ന സങ്കൽപ്പം മാധ്യമികതാ സങ്കൽപ്പവുമായി ബന്ധപ്പെടുത്തിക്കാണുമ്പോൾ വൈരുധ്യാധിഷ്ഠിത ഭൗതികവാദപരികൽപ്പനകൾക്കു വളമായിത്തീരുകയും ചെയ്യു ന്നു. 'ഞാൻ – അപരൻ' എന്ന തരത്തിൽ ക്രോഡീകൃതമാവുന്ന വിശകലനരീതി ദ്രഷ്ടാവ് – ദൃശ്യം (കർത്താവ് – കർമം) എന്ന തത്വശാസ്ത്രത്തിനു മുന്നിലെ വലിയ സമസ്യയെ മറികടക്കാനുള്ള ഒരു ശ്രമമായി കാണാവുന്നതാണ്. (റിച്ചാർഡ് ഇ പാമർ, *Hermaneutics: Interpretation theory in Schleiermacher, Dilthey, Heidegger and Gadmer,* ഇവാൻസ്റ്റൺ, 1969 പേജുകൾ 246–251).

ബ്യൂബറുടെ പ്രധാന താത്വികഗ്രന്ഥത്തിന്റെ ശീർഷകം തന്നെ *കരവഉ* (ഞാൻ–അ പരൻ എന്നാണെന്നതു ശ്രദ്ധേയമാണ്. എംഗൽസിന്റെ പ്രസിദ്ധമായ രീതി (method) യും വ്യവസ്ഥ (system) യും തമ്മിലുള്ള വ്യതിരേകത്തെപ്പറ്റിയുള്ള ചർച്ചയും ഹെഗ ലിന്റെ രീതിശാസ്ത്രത്തോട് വൈരുധ്യാത്മകമായ രീതിയിൽ കടപ്പെട്ടിരിക്കുന്നു. (ഹെ ഗലിന്റെ ഇരട്ടക്കെട്ട് (double ententy) act simpliciter, sublation തുടങ്ങിയ സങ്കൽപ്പ ങ്ങളും, "അതിന്റെ അപരത്വത്തിന്റെ രണ്ടർഥത്തിലുമുള്ള നിഷേധത്തിലൂടെയുള്ള സ്വാംശീകരണം (sublation) രണ്ടർഥത്തിൽ അതിന്റെ സ്വത്വത്തിലേക്കുള്ള തിരിച്ചു വരവാണ്", തുടങ്ങിയ എണ്ണമറ്റ പ്രസ്താവങ്ങളും എംഗൽസിന്റെ ആശയരൂപീകര ണത്തെ സ്വാധീനിക്കുന്നുണ്ട്.)

മിഥ്യകളെ' വിമർശനവിധേയമാക്കുന്നിടത്ത്, ഹെഗലിയൻ പരികൽപ്പന കളുടെ സ്വാധീനം പ്രകടമാവുന്നുണ്ട്.[1]

ഏതായാലും ഈ വിഭിന്ന വിവക്ഷകളുള്ള വിമർശ സങ്കൽപ്പത്തെ തൊഴിലാളികളുടെ വർഗബോധത്തെ വിലങ്ങിട്ടു നിർത്തുന്ന ധാരണക ളെയും സ്ഥാപനങ്ങളെയും പരാജയപ്പെടുത്താനുള്ള ആയുധമാക്കി എന്ന തിലാണ് ശാസ്ത്രീയസോഷ്യലിസത്തിന്റെ താത്വികാചാര്യന്മാരുടെ

"അഹം (self) അഹത്തിൽ പ്രതിഫലിക്കാനായി രണ്ടു ഘട്ടങ്ങൾ (moments) ആവ ശ്യമാണ് – ഭയത്തിന്റെയും സാമാന്യമായ വേലയുടെയും ഘട്ടവും, രൂപീകരണ പ്രവർത്തനത്തിന്റെ ഘട്ടവും, അതേസമയം തന്നെ ഇവ രണ്ടും സാർവലൗകികമായ (universal) രൂപത്തിൽ നിലനിൽക്കുകയും വേണം. അധ്വാനത്തിന്റെ അച്ചടക്കവും അനുസരണയും ഇല്ലെങ്കിൽ ഭയം ഔപചാരികം മാത്രമാവും, നിലനിൽപ്പിന്റെ അറി യപ്പെടുന്ന യാഥാർഥ്യസ്വരൂപത്തിലാകെ അതു പടരുകയില്ല. വസ്തുക്കൾക്ക് ചതുര ശിൽപ്പം പ്രദാനം ചെയ്യുന്ന രൂപീകരണ പ്രവർത്തനത്തിന്റെ അഭാവത്തിൽ ഭയം ആന്ത രികവും വിമൂകവുമായിരിക്കും. അവബോധം അതിനെ സംബന്ധിച്ചിടത്തോളം വസ്തുനിഷ്ഠത്വ കൈവരിക്കുകയുമില്ല. കേവലമായ ഭയത്തിന്റെ ആദ്യഘട്ടമില്ലാ തെയാണ് അവബോധം വസ്തുവിന് രൂപവും വടിവും ചെയ്യുന്നതെങ്കിൽ, അതിന് വ്യർഥവും ഉപയോഗശൂന്യവുമായ "മനസാണ് സ്വന്തമായുണ്ടാവുക." കാരണം, അതിന്റെ രൂപം, അഥവാ നിഷേധം സ്വകീയമായ നിഷേധമാവില്ല. തൽഫലമായി അതിന്റെ രൂപീകരണ പ്രവർത്തനത്തിന് ;അതിനെപ്പറ്റിയുള്ള അവബോധത്തെ... യഥാർഥമാക്കാനാവില്ല... കേവലമായ ഭയം അനുഭവിച്ചിട്ടില്ലെങ്കിൽ... നിഷേധാത്മക മായ യാഥാർഥ്യം അതിനു ബാഹ്യമായിരിക്കും. അതിന്റെ നൈസർഗികബോധ ത്തിന്റെ ഉള്ളടക്കം ഒന്നാകെ പിടിച്ചു കുലുക്കപ്പെടുകയും ആടിയുലയുകയും ചെയ്തിട്ടില്ലെങ്കിൽ അത് ആന്തരികമായി ഒരു പരിനിഷ്ഠമായ നിലനിൽപ്പിന്റെ അവസ്ഥ (mode of being) യിൽ തന്നെയായിരിക്കും. സ്വന്തമായ ഒരു ഇച്ഛയുണ്ടെന്നതു വെറും കടുംപിടിത്തം (stubborness) മാത്രമായി – ബന്ദിയുടെ നിലപാടിന് അപ്പുറം പോവാനാവാത്ത ഒരുതരം സ്വാതന്ത്ര്യമായി – ഭവിക്കും എന്നും മറ്റുമുള്ള ഹെഗ ലിന്റെ നിരീക്ഷണങ്ങൾ (*phenomenology*, പേജ് 240), ബൂർഷ്വാസിയുടെ അപ ബോധം എങ്ങനെ ഒരുതരം വഞ്ചനാപരമായ അവബോധ (mendacious consciousness) മായി മാറുന്നു എന്നതിനെപ്പറ്റിയുള്ള ലൂക്കാച്ചിന്റെ ചർച്ചയിലേക്കും (*History amd Class Consciousness,* പേജ് 64–65), ദുർബലാവസ്ഥയിൽ അകപ്പെട്ട ഇച്ഛയുടെ സഹനപൂർവമായ ചെറുത്തുനിൽപ്പിന്റെ രൂപമായി കീഴ്ക്കിട (subaltern) വർഗങ്ങ ളുടെ അപബോധത്തെ കാണുന്ന ഗ്രാംഷിയുടെ സിദ്ധാന്തത്തിലേക്കും വെളിച്ചം വീശുന്നുണ്ട്.

1. *The Peasant War in Germany* (മോസ്കോ എഡിഷൻ, 1974). മധ്യയുഗങ്ങളുടെ അന്ത്യം കുറിച്ച് സമരങ്ങളെ ദൈവശാസ്പ്രതപരമായ മുറുമുറുപ്പുകളായി മാത്രം മന സ്സിലാക്കുന്ന ജർമൻ പ്രത്യയശാസ്ത്രത്തെ വിമർശിച്ചുകൊണ്ട് എംഗൽസ് പറയു ന്നു: "ഈ പ്രത്യയശാസ്ത്രകാരന്മാർ ഒരു കാലഘട്ടം അതേപ്പറ്റി വച്ചുപുലർത്തുന്ന എല്ലാ മിഥ്യാധാരണകളെയും, അല്ലെങ്കിൽ, ഏതെങ്കിലും കാലത്തെ പ്രത്യയശാസ്ത്ര കാരന്മാർ അവരുടെ കാലത്തെപ്പറ്റി പുലർത്തുന്ന മിഥ്യാധാരണകളെയും ചോദ്യം ചെയ്യാതെ സ്വീകരിക്കാൻ തക്കവണ്ണം വങ്കന്മാരാണ്." ഇത്തരമാളുകൾ 1789 ലെ വിപ്ല വത്തെ അൽപ്പം ചൂടേറിപ്പോയ ഒരു വിവാദമായും, ജൂലായ് വിപ്ലവത്തെ ദൈവകാ രുണ്യത്താലുള്ള നീതിയുടെ ദുസ്സാധ്യതയെപ്പറ്റിയുള്ള ഒരു പ്രായോഗിക തർക്കമാ യുമൊക്കെ ചുരുക്കിക്കാണും എന്നും എംഗൽസ് പരിഹസിക്കുന്നു. ഈ ആന്തോ ളനങ്ങളിൽ മല്ലടിച്ചു നിൽക്കുന്ന വർഗസമരങ്ങളെപ്പറ്റി അവർക്ക് ഒരു ചുക്കുമറിയി ല്ലെന്നും, ഈ ആന്തോളനങ്ങളുടെ കൊടിപ്പടത്തിൽ കാണുന്ന രാഷ്ട്രീയ മുദ്രാവാ ക്യങ്ങൾ എല്ലായ്പോഴും വർഗസമരത്തിന്റെ ശുഷ്കമായ ആവിഷ്കാരങ്ങൾ മാത്ര മാണെന്നും (bare expressions) എംഗൽസ് കൂട്ടിച്ചേർക്കുന്നു.

പ്രസക്തി കുടികൊള്ളുന്നത്. ഈ കാഴ്ചപ്പാടിലൂടെ നോക്കുമ്പോഴാണ് അപബോധത്തെപ്പറ്റിയുള്ള മാർക്സിയൻ സങ്കൽപ്പത്തിന്റെ വിപ്ലവാത്മകമായ ഉന്മുഖത്വം വ്യക്തമാവുന്നത്. മിഥ്യാധാരണകൾക്കെതിരായ സമരം മാർക്സിനെ സംബന്ധിച്ചിടത്തോളം യുക്തിയുടെആധിപത്യം സ്ഥാപിച്ചെടുക്കാനുള്ള 'നിഷ്കാമ – മാനസിക' പ്രവർത്തനമായിരുന്നില്ല. മിഥ്യകളെ അവശ്യമാക്കുന്ന ദുസ്സഹജീവിത യാഥാർഥ്യങ്ങളെ – ചൂഷണവ്യവസ്ഥയെ – കുറിച്ചുള്ള വിമർശത്തിന്റെ ആദ്യപടി മാത്രമായിരുന്നു. ആ യാഥാർഥ്യത്തെ മാറ്റാൻ, രമ്യനവ്യലോകപ്പിറവിക്ക് വഴിയൊരുക്കാനുള്ള വിപ്ലവസംഗ്രാമത്തിന്റെ ജൈത്രപടഹമായിരുന്നു.[1]

അപബോധത്തിന്റെയും പ്രത്യയശാസ്ത്രത്തിന്റെയും സ്രോതസുകൾ

അപബോധത്തെയും പ്രത്യയശാസ്ത്രത്തെയും പറ്റിയുള്ള മാർക്സിയൻ പരികൽപ്പനകളുടെ സ്രോതസുകളെ കണ്ടെത്താനുള്ള ഏതൊരു ശ്രമവും ഈ പരികൽപ്പനകൾ രൂപംകൊണ്ട ജൈവ സന്ദർഭത്തെക്കുറിച്ചുള്ള അന്വേഷണത്തിലേക്കാണ് നയിക്കുക. *ഡോയിഷ് ഫ്രാങ്കോയിസ് ജഹർ ബ്യൂഷർ*ലെ കത്തുകളിൽനിന്നുതന്നെ മാർക്സ് ഈ പ്രശ്നങ്ങളെ കേവല താത്വികസമസ്യകളായല്ല, മറിച്ച് പ്രായോഗിക രാഷ്ട്രീയ പരിപാടിയുടെ പ്രശ്നങ്ങളായാണ് കണ്ടിരുന്നത് എന്ന് വ്യക്തമാവുന്നുണ്ട്. ഒരു വശത്ത് ജീവിതയാഥാർഥ്യത്തിന്റെ രാഷ്ട്രീയവശവുമായി ബന്ധപ്പെട്ടു കിടക്കുന്ന സോഷ്യലിസ്റ്റ് സിദ്ധാന്തങ്ങളെപറ്റി ശുഷ്കവാദപരമായ മുദ്രാവാക്യങ്ങൾ ഉന്നയിക്കുന്നതിനുപകരം,ശുഷ്കവാദികൾക്കുപോലും അവരുടെ സിദ്ധാന്തങ്ങളെപ്പറ്റി വ്യക്തതനേടാൻ സഹായകമായേക്കാവുന്ന വിമർശനാത്മക പഠനങ്ങൾ നടത്തുക, യാഥാർഥ്യത്തിന്റെ മറുഭാഗമായ 'മനുഷ്യരുടെ താത്വികമായ നിലനിൽപ്പിന്റെ പ്രശ്നത്തിൽ താൽപ്പര്യമെടുക്കുക (അതായത് മതം, ശാസ്ത്രം തുടങ്ങിയവയെ വിമർശനവിഷയമാക്കുക), ഇതിനെല്ലാം പുറമെ സമകാലീനരായ ജനസഹസ്രങ്ങളെ, പ്രത്യേകിച്ച് ജർമൻകാരെ സ്വാധീനിക്കുക, ഇവയൊക്കെയായിരുന്നു മാർക്സിന്റെ രാഷ്ട്രീയപരിപാടിയുടെ ഉള്ളടക്കം.[2]
'ഇതൊക്കെ എങ്ങനെ ചെയ്തുതുടങ്ങണം?' മാർക്സ് ചോദിക്കുന്നു:

---

1. ഭാവിയെ കരുപ്പിടിപ്പിക്കുകയും എല്ലാം എല്ലാക്കാലത്തേക്കുമായി പരിഹരിക്കുകയുമല്ല നമ്മുടെ പണിയെന്ന് അംഗീകരിച്ചാൽ പിന്നെ ഉടനെ നാം ചെയ്യേണ്ടത് എന്താണെന്ന് കൂടുതൽ വ്യക്തമാവും: 'നിലനിൽക്കുന്ന എല്ലാറ്റിനേയും നിർദാക്ഷിണ്യമായി വിമർശിക്കുക. ഈ ശ്രമങ്ങൾ അതെത്തിച്ചേരുന്ന നിഗമനങ്ങളെ ഭയക്കില്ല. നിലനിൽക്കുന്നതും നിലവിൽ വരാനിടയുള്ളതുമായ അധികാരശക്തികളുമായുണ്ടായേക്കാവുന്ന സംഘടനത്തെ അത്രപോലും ഭയക്കില്ല. ഈ രണ്ടർഥത്തിലും ഈ വിമർശനം നിർദാക്ഷിണ്യമായിരിക്കും' എന്ന മാർക്സിന്റെ വാക്കുകൾ അനുസ്മരിക്കുക
MECW, വാല്യം 3, പേജ് 142.
2. *MECW,* വാല്യം 3, പേജ് 143.

> എന്തായാലും രണ്ടുകാര്യങ്ങൾ ആർക്കും നിഷേധിക്കാനാവില്ല. ഒന്നാമതായി മതവും, പിന്നെ രാഷ്ട്രീയവും ആണ് ജർമനിയിലെ (ജനങ്ങൾക്ക്)താൽപ്പര്യമുള്ള വിഷയങ്ങൾ, അതുകൊണ്ട് ഈ വിഷയങ്ങളെ–അവ നിലനിൽക്കുന്നത് എന്തു രൂപത്തിലുമായിക്കൊള്ളട്ടെ –നമ്മുടെ (വിമർശത്തിന്റെ) ആരംഭബിന്ദുവായി (point of departure) സ്വീകരിക്കേണ്ടിയിരിക്കുന്നു. അല്ലാതെ (എറ്റിയൻ കാബേയുടെ എ ഡി) വോയേജ് എൻ ഇക്കാറേ പോലുള്ള ഏതെങ്കിലും മുൻകൂട്ടി തയാറാക്കിയ പദ്ധതിയുമായി അവയെ നേരിടുകയല്ല വേണ്ടത്. യുക്തിബോധം എന്നുമുണ്ടായിരുന്നു. എന്നാൽ എല്ലായ്പോഴും അത് നിലനിൽക്കുന്നത് യുക്തിസഹമായ രൂപത്തിലാവണമെന്നില്ല. അതുകൊണ്ട് വിമർശകന് ഏതു രൂപത്തിലുള്ള താത്വികബോധത്തിൽനിന്നും പ്രായോഗിക ബോധത്തിൽനിന്നും ആരംഭിക്കാവുന്നതേയുള്ളൂ. പിന്നെ നിലനിൽക്കുന്ന യാഥാർഥ്യത്തിന്റെ സവിശേഷരൂപങ്ങളിൽനിന്ന്, അതിന്റെ ഉത്തരവാദിത്തവും അന്തിമലക്ഷ്യവും എന്ന നിലയ്ക്ക് ശരിയായ (true) യാഥാർഥ്യത്തെ വികസിപ്പിക്കാനുമാവും. [1]

ആഗ്രഹചിന്തകളിലും, ആദർശവൽക്കരണങ്ങളിലും മയങ്ങാതെ, മുന്നിലുള്ള യാഥാർഥ്യത്തെ സത്യസന്ധമായി അംഗീകരിച്ചുകൊണ്ട് തുടങ്ങുക – 'മൂർത്തമായ യാഥാർഥ്യത്തിന്റെ മൂർത്തമായ വിശകലനം' – എന്ന മാർക്സിയൻ സമീപനത്തിന്റെ ഉള്ളടക്കമിതാണ്. എന്നാൽ ഈ യാഥാർഥ്യംതന്നെ വൈരുധ്യാത്മകമാണ്. ബാഹ്യരൂപങ്ങളും ആന്തരികസത്തയും തമ്മിലുള്ള വൈരുധ്യം നിഷ്കൃഷ്ടമായ ഒരു രീതിശാസ്ത്രത്തെ അനിവാര്യമാക്കുന്നു. എന്നാൽ 'ഒരു പ്രായോഗിക ഭൗതികവാദിയെ, അതായത് കമ്യൂണിസ്റ്റുകാരനെ, സംബന്ധിച്ചിടത്തോളം ഇത് നിലനിൽക്കുന്ന ലോകത്ത് വിപ്ലവവൽക്കരിക്കുന്നതിന്റെ, നിലനിൽക്കുന്നതായി കാണുന്ന വസ്തുതകളുമായി മല്ലിടുന്നതിന്റെയും മാറ്റുന്നതിന്റെയും പ്രശ്നമാണ്.[2] മനനപരമായ ഒരു പ്രശ്നമല്ല. വ്യവസായ വാണിജ്യവ്യവസ്ഥിതികളുടെ നിർണായക പ്രാധാന്യം മനസ്സിലാക്കുന്നതിൽ പരാജയപ്പെട്ട, ധ്യാനാത്മക ഭൗതികവാദത്തിന് വെറും വസ്തുതകളുടെ ബാഹ്യരൂപദർശനത്തിനുമപ്പുറം കടക്കാനാവുന്നില്ലെന്ന മാർക്സിയൻവിമർശനം പ്രസക്തമാണ്:

> ഉദാഹരണത്തിന് മാഞ്ചസ്റ്ററിൽ, ഒരു നൂറുകൊല്ലം മുൻപ് (നൂൽ) നൂൽക്കുന്ന ചക്രങ്ങളും (തുണി) നെയ്യുന്ന തറികളും മാത്രം ദൃശ്യമായിരുന്നിടത്ത് ഫോയർബാഹ് ഫാക്ടറിക്കെട്ടിടങ്ങളും യന്ത്രങ്ങളുമാണ് കാണുന്നത്. അല്ലെങ്കിൽ അഗസ്റ്റസ് ചക്രവർത്തിയുടെ കാലത്ത് റോമൻ മുതലാളിമാരുടെ മണിമന്ദിരങ്ങളും മുന്തിരിത്തോ

1. *MECW,* വാല്യം 3, പേജ് 143.
2. *MECW,* വാല്യം 5, പേജ് 38–39.

> ട്ടങ്ങളും നിന്നിരുന്ന കംപാഗ്നാ ദി റോമയിൽ മേച്ചിൽപ്പുറങ്ങളും ചതുപ്പുനിലങ്ങളും മാത്രമേ കാണുന്നുള്ളൂ. പ്രകൃതിശാസ്ത്രത്തിന്റെ ഉൾക്കാഴ്ചകളെപ്പറ്റി ഫോയർബാഹ് എടുത്തുപറയുന്നുണ്ട്. ഊർജതന്ത്രജ്ഞരുടെയും രസതന്ത്ര വിശദരുടെയും കണ്ണുകൾക്കുമാത്രം വിഷയീഭവിക്കുന്ന രഹസ്യങ്ങളെപറ്റിയും അദ്ദേഹം ബോധവാനാണ്. പക്ഷേ, വ്യവസായവും വാണിജ്യവുമില്ലായിരുന്നെങ്കിൽ പ്രകൃതിശാസ്ത്രത്തിന്റെ ഗതി എന്താകുമായിരുന്നു. (എന്നദ്ദേഹം ചിന്തിക്കുന്നില്ല).[1]

ഉൽപ്പാദനത്തിന്റെയും അധ്വാനത്തിന്റെയും രംഗത്തുണ്ടായിട്ടുള്ള അഭൂതപൂർവകമായ വികാസം വിവരിച്ചുകൊണ്ട് മാർക്സ് പറയുന്നു:

> ....ഇന്നത്തെ ഇന്ദ്രിയവേദ്യമായ ലോകത്തിന്റെ മുഴുവൻ അടിത്തറയായി വർത്തിക്കുന്ന ഈ ഇളവില്ലാത്ത വേല, ഈ ഉൽപ്പാദന പ്രക്രിയ, ഒരു വർഷംപോലും തടസപ്പെടാൻ ഇടവരികയാണെങ്കിൽ, ഈ ഇന്ദ്രിയവേദ്യമായ പ്രകൃതി മുഴുവൻ വമ്പിച്ച മാറ്റങ്ങൾക്കു വിധേയമാകുന്നത് ഫോയർബാഹിന് കാണേണ്ടിവരും. മാത്രമല്ല, വളരെവേഗംതന്നെ മാനുഷികപ്രപഞ്ചവും, തന്റെ തന്നെ ദർശന ശക്തിയും, എന്തിന് തന്റെ അസ്തിത്വംതന്നെയും അപ്രത്യക്ഷമാകുന്നതിന് സാക്ഷ്യം വഹിക്കേണ്ടിവരും.

ഫോയർ ബാഹ് ചരിത്ര വിഷയങ്ങൾ കൈകാര്യം ചെയ്യാതിരിക്കുന്നേടത്തോളം മാത്രമേ ഭൗതികവാദിയാവുള്ളൂ എന്ന മാർക്സിന്റെ ഹാസ്യത്തിന്റെ അടിസ്ഥാനമിതാണ്.[2]

ഈ ഉപപാദ്യങ്ങളുടെ (premises) അടിസ്ഥാനത്തിലാണ് ഭൂസ്വത്തിന്റെ അടിസ്ഥാനത്തിൽ തിരഞ്ഞെടുക്കപ്പെടുന്ന നിയമനിർമാണ വ്യവസ്ഥയാണോ, പ്രാതിനിധ്യത്തിന്റെ അടിസ്ഥാനത്തിലുള്ള സമ്പ്രദായമാണോ കൂടുതൽ മെച്ചം എന്നും മറ്റുമുള്ള ദൈനംദിന രാഷ്ട്രീയ പ്രശ്നങ്ങളെ പരിഗണന അർഹിക്കാത്തവണ്ണം 'താണ' നിലവാരം പുലർത്തുന്ന കാര്യങ്ങളായി കണ്ടിരുന്ന തന്റെ സമകാലീന സോഷ്യലിസ്റ്റു തീവ്രവാദികളെ മാർക്സ് വിമർശിക്കുന്നത്. ബൂർഷാ രാഷ്ട്രീയ ഭരണകൂടത്തിനുള്ളിലുള്ള അപരിഹാര്യമായ ആന്തരിക വൈരുധ്യങ്ങളുടെ വിമർശനത്തിലൂടെത്തന്നെ 'സാമൂഹ്യസത്യ' (social truth) ത്തിൽ എത്തിച്ചേരാം എന്നു മാർക്സ് സമർഥിക്കുന്നു. "എങ്ങനെ മതം മാനവതയുടെ സൈദ്ധാന്തിക സമരങ്ങളുടെ റിക്കാർഡുപുസ്തക (register) മാകുന്നുവോ അതുപോലെ തന്നെ രാഷ്ട്രീയഭരണകൂടം, മാനവതയുടെ പ്രായോഗിക സമരങ്ങളുടെ റിക്കാർഡുപുസ്തകമായിത്തീരുന്നു." അതിന്റെ രൂപം മൂലമുള്ള പരിമിതികളോടെയാണെങ്കിൽപോലും അത് എല്ലാ സാമൂഹ്യസമരങ്ങളെയും

1. *MECW,* വാല്യം 5, പേജ് 40.
2. *MECW,* വാല്യം 5, പേജ് 40–41.

ആവശ്യങ്ങളെയും സത്യങ്ങളേയും പ്രതിഫലിപ്പിക്കുന്നു എന്നും മാർക്സ് കൂട്ടിച്ചേർക്കുന്നു.[1] പ്രാതിനിധ്യത്തെപ്പറ്റിയുള്ള വിവാദങ്ങളുടെ വിമർശം എങ്ങനെ താത്വികമായും പ്രായോഗികമായും പ്രാതിനിധ്യഭരണത്തെ യുക്തിയുടെ സാക്ഷാൽക്കാരമായി അവതരിപ്പിക്കാനുള്ള ബൂർഷ്വാസിയുടെ ശ്രമത്തെ അധക്കരിച്ചു മുന്നേറാൻ സോഷ്യലിസ്റ്റുകളെ സഹായിക്കുമെന്നും മാർക്സ് വിശദമായി പ്രതിപാദിക്കുന്നുണ്ട്. മാർക്സിന്റെ വാദത്തിന്റെ രത്നചുരുക്കമിതാണ്: സ്വത്തിന്റെ അടിസ്ഥാനത്തിലുള്ള പ്രാതിനിധ്യമാണോ ജനപിന്തുണയുടെ അടിസ്ഥാനത്തിലുള്ള പ്രാതിനിധ്യമാണോ കൂടുതൽ നല്ലത് എന്ന തർക്കം സ്വകാര്യസ്വത്തിന്റെ ഭരണമാണോ, മനുഷ്യരുടെ ഭരണമാണോ നല്ലത് എന്ന ചോദ്യത്തിന്റെ രാഷ്ട്രീയ രൂപമാണ്. പ്രാതിനിധ്യാടിസ്ഥാനത്തിലുള്ള ഭരണവ്യവസ്ഥയുടെ മേന്മയെ വിശകലനം ചെയ്യുന്നതു വഴി വിമർശകൻ, 'ഒരു വലിയ കക്ഷിയിൽ (party)' 'പ്രായോഗികമായ രീതിയിൽ താൽപ്പര്യം ജനിപ്പിക്കുന്നു.' പ്രാതിനിധ്യസമ്പ്രദായത്തെ അതിന്റെ രാഷ്ട്രീയ രൂപത്തിൽനിന്ന് അതിന്റെ സാർവലൗകികരൂപത്തിലേക്കുയർത്തുകയും, അതിൽ ലീനമായിക്കിടക്കുന്ന യഥാർഥ പ്രസക്തി പുറത്തുകൊണ്ടുവരികയും ചെയ്യുന്നതുവഴി ആ വലിയ കക്ഷിയെ (patry) അതിന്റെ സീമിതലക്ഷ്യങ്ങൾക്കപ്പുറം പോകാൻ നിർബന്ധിക്കുകയും ആവും ചെയ്യുന്നത്. അപ്പോൾ അതിന്റെ (ആ കക്ഷിയുടെ) വിജയം അതിന്റെ പരാജയമായി ഭവിക്കും."[2]

രാഷ്ട്രീയ തന്ത്രത്തിന്റെ തലത്തിൽ മാർക്സ് നിർദേശിക്കുന്ന ഈ രീതിശാസ്ത്രംതന്നെയാണ്, ഉള്ളടക്കത്തിൽ, നിഗൂഹിതാവബോധ (mystical consciousness) വിമർശത്തിലൂടെ താത്വികതലത്തിൽ മാർക്സ് സാധിച്ചെടുക്കാൻ ശ്രമിക്കുന്ന മിഥ്യകളുടെ നിർമാർജനപരിപാടിയുടെയും ആധാരശില.[3] രാഷ്ട്രീയ തന്ത്രത്തിന്റെയും സംഘടനാ പ്രശ്നങ്ങളുടെയും മേഖല താത്വികന്മാർ തീണ്ടാപ്പാടകലെ നിർത്തേണ്ട 'വെറും രാഷ്ട്രീയ' (real politics) മാണെന്ന സാമാന്യബോധത്തിന്റെ അതീവപരിഷ്കൃതമായ ഒരു രൂപമാണ് സിദ്ധാന്തവും പ്രയോഗവും വ്യതിരിക്തമാണെന്ന നിലയ്ക്കുള്ള വിശകലനങ്ങളുടെയും, മാർക്സിസത്തെത്തന്നെ സാമ്പത്തികശാസ്ത്രം, സാമൂഹ്യശാസ്ത്രം, ചരിത്രസിദ്ധാന്തം, രീതിശാസ്ത്രം എന്നിങ്ങനെ പലപല അറകളായി വിഭജിച്ചുകാണാനുള്ള പ്രവണതയുടെയും പിന്നിലുള്ളത്.[4] ആദ്യകാല മാർക്സിനെയും പിൽക്കാല

---

1. *MECW*, വാല്യം 3, പേജുകൾ 143–144.
2. *MECW*, വാല്യം 3, പേജുകൾ 144.
3. അവബോധത്തെ പരിഷ്കരിക്കുക: ശുഷ്കവാദപരമായ സിദ്ധാന്തങ്ങളിലൂടെയല്ല (മറിച്ച്) അതിനുതന്നെ അജ്ഞേയമായി നിൽക്കുന്ന നിഗൂഹിതാവബോധത്തെ (mystical consciousness)–അത് പ്രകടമാകുന്നത് മതത്തിന്റെ രൂപത്തിലോ രാഷ്ട്രീയത്തിന്റെ രൂപത്തിലോ ആയിക്കൊള്ളട്ടെ – വിശകലനം ചെയ്യുന്നതിലൂടെ; ഇതായിരിക്കണം നമ്മുടെ മുദ്രാവാക്യം, മാർക്സ് പറയുന്നു – *MECW*, വാല്യം 3, പേജ് 144.
4. സംഘടനാ പ്രശ്നങ്ങളെ താത്വികപ്രശ്നങ്ങളായി മനസിലാക്കേണ്ടതിന്റെ ആവശ്യകത ലൂക്കാച്ചിന്റെ ആദ്യകാല രാഷ്ട്രീയ ലേഖനങ്ങളിൽ പലവുരു ആവർത്തിക്കപ്പെടുന്ന പ്രമേയമാണ്. തികച്ചും താൽക്കാലികം എന്ന തോന്നൽ ഉളവാക്കാനിടയുള്ള

മാർക്സിനെയും ഛേദിച്ചുകാണാനുള്ള പ്രവണതയിലും ഈ വികല ധാരണയുടെ പ്രതിഫലനം കാണാനാവുന്നതാണ്. ഈ വിഭജനങ്ങളിൽ ബൂർഷ്വാ വ്യവസ്ഥയുടെ (academics) രീതിശാസ്ത്രത്തിന്റെ സ്വാധീനം പ്രകടമായി കാണുന്നുണ്ട് എന്നത് അലോസരപ്പെടുത്തുന്ന ഒരു സത്യമാണ്. വിപ്ലവ പ്രസ്ഥാനത്തിന്റെ വേലിയിറക്കത്തിന്റെ ഒരു സൂചനയായി ഈ ഉപരിവർഗ പ്രത്യയശാസ്ത്രത്തിന്റെ സ്വാധീനത്തെ കാണാവുന്നതാണ്. മാർക്സിസം ഒരു കർമപദ്ധതിയാണോ ഒരു വിശകലന രീതിയാണോ എന്ന തർക്കംപോലും ബൂർഷ്വാ അക്കാഡമിക്സിന്റെ സ്വാംശീകരണ തന്ത്രങ്ങൾക്ക് ഇരയായിട്ടുണ്ട് എന്നത് നമ്മെ ഇരുത്തിച്ചിന്തിപ്പിക്കേണ്ടതാണ്.

ബൂർഷ്വാരാഷ്ട്രീയ ഭരണകൂടങ്ങളെപ്പറ്റിയുള്ള തർക്കങ്ങളെ വിമർശനത്തിന്റെ ആരംഭബിന്ദുവായി സ്വീകരിക്കാം എന്ന മാർക്സിന്റെ നിലപാടും, മതത്തെപ്പറ്റിയുള്ള വിമർശമാണ് താത്വികവിമർശത്തിന്റെ തുടക്കം എന്ന നിലപാടും ഉള്ളടക്കത്തിൽ ജർമനിയിലെ മൂർത്തസാഹചര്യങ്ങളുടെ സൃഷ്ടിയാണ് എന്നും നാം കാണുകയുണ്ടായി. എന്നാൽ എന്താണീ സാഹചര്യങ്ങൾ എന്ന ചോദ്യം സംഗതമാണ്. ജർമനിയുടെ പിന്നോക്കാവസ്ഥയെപ്പറ്റിയും ജനങ്ങളുടെ അടിമത്ത മനോഭാവത്തെപ്പറ്റിയും ജെന്നിക്കും റൂഗിനും എഴുതിയ കത്തുകളിൽ മാർക്സ് പലവുരു പരാമർശിക്കുന്നുണ്ട്. മാർക്സിന്റെ കൃതികളിൽ ജ്ഞാനസിദ്ധാന്തപരമായി നോക്കുമ്പോൾ വ്യക്തമായ ഒരു 'വിടവു'ണ്ടെന്ന അൽത്യൂസറുടെ വാദം ഈ ചരിത്രപശ്ചാത്തലത്തെ ഏറെ ആശ്രയിക്കുന്നുണ്ട്.[1] മാർക്സിന്റെ വ്യക്തിത്വത്തിന്റെ മനശാസ്ത്രഘടനയേയും (psychological structure) അതിന്റെ സ്രോതസുകളെയും ചരിത്രത്തെയുംപറ്റി പഠിക്കുന്നതിലൂടെ അദ്ദേഹത്തിന്റെ അടിസ്ഥാനപരിപാടി (basic project)യെപ്പറ്റി കണ്ടെത്താനാണ് അൽത്തൂസർ ശ്രമിക്കുന്നത്. 'അത്തരം ഒരു പഠനം നടത്തുന്നില്ലെങ്കിൽ അതേ സാഹചര്യങ്ങളിൽ വളർന്ന അതേ പ്രത്യയശാസ്ത്ര പ്രമേയങ്ങളെ അഭിമുഖീകരിച്ച തന്റെ സമകാലീനരുടെ വിധിയിൽനിന്ന് മാർക്സിനെ രക്ഷിച്ചത് എന്താണെന്ന് നാം മനസിലാക്കാതെ പോകാൻ ഇടയുണ്ട്. അൽത്തൂസർ വാദിക്കുന്നു.[2] 'മാർക്സിന്റെ വഴി'യെത്തന്നെ ചരിത്രവൽക്കിച്ചു കാണാനുള്ള ഈ ശ്രമത്തിലൂടെ അൽത്തൂസർ എത്തുന്ന നിഗമനങ്ങൾ എന്താണെന്നു പരിശോധിക്കാം:

അടവിനെ (tactics) സംബന്ധിക്കുന്ന പ്രശ്നങ്ങൾപോലും ഉള്ളടക്കത്തിൽ താത്വിക പ്രശ്നങ്ങളാണെന്നു ലൂക്കാച്ച് വാദിക്കുന്നു – *Lukacs : Poitical Writings* നോക്കുക. മാർക്സിസ്റ്റു വീക്ഷണത്തെ വ്യത്യസ്ത വിജ്ഞാനശാഖകളായി കാണാനുള്ള പ്രവണതയെ വിശകലനം ചെയ്യുമ്പോൾ മാർക്സിസത്തെ ജൈവമായി ഉൾക്കൊള്ളുന്നതിൽ 'സമഗ്രത' (totality) യെപ്പറ്റിയുള്ള ഹെഗലിയൻ പരികൽപ്പനയെപ്പറ്റിയുള്ള ആഴത്തിലുള്ള ധാരണ ആവശ്യമാണ്. ഈ ഹെഗേലിയൻ തത്വശാസ്ത്രഗണത്തെപ്പറ്റി ലേഖനത്തിന്റെ ആദ്യഖണ്ഡങ്ങളിലുള്ള പരാമർശങ്ങൾ ഓർമിപ്പിക്കട്ടെ.

1. *For Marx*, പേജുകൾ 71–86 പ്രത്യേകിച്ചും. ഇ. ബാലിബറുമായി ചേർന്ന് എഴുതിയ *Reading Capital* ഉം നോക്കുക.
2. *For Marx* പേജുകൾ 71–72.

> അതെ, നമുക്കെല്ലാവർക്കും എന്നെങ്കിലും എവിടെയെങ്കിലും ജനിക്കാതെ വയ്യ. മുൻനിശ്ചിതമായ (given) ഒരു ലോകത്തിലിരുന്ന് ചിന്തിക്കാനും എഴുതാനും തുടങ്ങാതെ വയ്യ. ഒരു ചിന്തകനെ സംബന്ധിച്ചിടത്തോളം ഈ ലോകം അയാളുടെ കാലഘട്ടത്തിലെ ജൈവമായ ചിന്തകളുടെ ലോകമാണ് – അയാളിൽ ചിന്ത പിറവിയെടുക്കുന്ന പ്രത്യയശാസ്ത്രലോകം. മാർക്സിനെ സംബന്ധിച്ചിടത്തോളം ജർമൻ ആശയവാദത്തിന്റെ പ്രശ്നങ്ങളാലും, ഹെഗലിന്റെ തകർച്ച എന്ന അമൂർത്തമായ പേരിട്ട് നാം വിളിക്കുന്ന 1830 കളിലെയും '40 കളിലെയും ജർമൻ പ്രത്യയശാസ്ത്രത്തിന്റെ ലോകമായിരുന്നു. ഇത് ഏതെങ്കിലും ഒരു ലോകമായിരുന്നില്ലെന്നതു ശരിതന്നെ. പക്ഷേ, ഈ സാമാന്യസത്യം (പഠനത്തിന്) അപര്യാപ്തമാണ്. കാരണം, അന്ന് ജർമൻ പ്രത്യയശാസ്ത്രത്തിന്റെ ലോകം മറ്റൊരു ലോകവുമായി താരതമ്യപ്പെടുത്താനാവാത്തവണ്ണം അതിന്റെ പ്രത്യയശാസ്ത്രത്തിനടിയിൽ ഞെരിഞ്ഞമർന്നു കിടന്നിരുന്ന ഒരു ലോകമായിരുന്നു. അതായത്, പ്രത്യയശാസ്ത്രങ്ങളുടേതായ യൂറോപ്പിൽപോലും ചരിത്രയാഥാർഥ്യങ്ങളിൽനിന്ന് ഏറ്റവും അകലെ നിന്നിരുന്ന, ഏറ്റവും നിഗൂഹിതമായിരുന്ന (mystified), ഏറ്റവും അന്യവത്കൃതമായിരുന്ന ലോകം. ഈ ലോകത്തിലേക്കാണ് മാർക്സ് പിറന്നുവീണത്; (ഈ ലോകത്തിൽവെച്ചാണ്) മാർക്സ് ചിന്തകനായത്. ഈ ഭീമാകാരമായ പ്രത്യയശാസ്ത്രത്തിന്റെ അടരിനടിയിൽ, അദ്ദേഹം വിജയകരമായി പൊട്ടിച്ചു പുറത്തുവന്ന ഈ... അടരിനടിയിൽ, പിറക്കാനിടയായി എന്നതാണ് മാർക്സിന്റെ തുടക്കത്തിന്റെ യാദൃച്ഛികത (contingency).[1]

ജർമൻ പ്രത്യയശാസ്ത്രത്തിന്റെ ഈ ധൃതരാഷ്ട്രാലിംഗനത്തിൽ നിന്ന് മാർക്സിനു കുതറിച്ചാടാനായി എന്നതുകൊണ്ട് എളുപ്പത്തിൽ കൈവരിക്കാവുന്നതായിരുന്നു ഈ മോചനം എന്ന് കരുതാനാവില്ല – പിന്തിരിഞ്ഞു നോക്കാനുള്ള നമ്മുടെ സൗകര്യം അത്തരമൊരു ധാരണ സൃഷ്ടിച്ചേക്കുമെങ്കിലും എന്തുകൊണ്ട് ഫ്രാൻസിലോ ഇംഗ്ലണ്ടിലോ

---

1. *For Marx* പേജുകൾ 74.
"അവസാന വിശകലനത്തിൽ ഒരു മാർക്സിസ്റ്റിനും കുറെ വർഷങ്ങൾക്ക് മുൻപ് 'മാർക്സിന്റെ പാത' എന്നു വിളിക്കപ്പെട്ടിരുന്ന പ്രശ്നത്തെ – അതായത് അദ്ദേഹത്തിന്റെ ചിന്തയിലെ സംഭവങ്ങളും ഒന്നാണെങ്കിലും രണ്ടായി കാണപ്പെടുന്ന ഈ സംഭവങ്ങളുടെ ശരിയായ കർത്താവായിരുന്ന/വിഷയമായിരുന്ന (*subject*) യഥാർഥ ചരിത്രവും തമ്മിലുള്ള ബന്ധത്തിന്റെ പ്രശ്നം നേരിടാതിരിക്കാനാവില്ല. ഈ ഇരട്ട ഒഴിവ് (*absence*) നാം നികത്തണം, കർത്താവില്ലാതെ നിൽക്കുന്ന ഈ ചിന്തകളുടെ യഥാർഥ സ്രഷ്ടാക്കളെ – അവയ്ക്കു ജന്മം നൽകിയ മൂർത്ത മനുഷ്യനെയും യഥാർഥ ചരിത്രത്തെയും നാം കണ്ടെത്തണം. കാരണം, ഈ യഥാർഥ കർത്താക്കളില്ലാതെ ഒരു ചിന്താഗതിയേയും – അതിന്റെ രൂപപ്പകർച്ചകളെയും നമുക്കെങ്ങനെ വിശദീകരിക്കാനാവും?" അൽത്തൂസർ ചോദിക്കുന്നു. (പേജ് 71)

ഇല്ലാതിരുന്ന ഈ പ്രത്യയശാസ്ത്രത്തിന്റെ ജഡഭാരം ജർമനിയിൽ പ്രത്യക്ഷപ്പെട്ടു എന്ന് മാർക്സ് കണ്ടെത്തി. ഈ കണ്ടെത്തലാണ് പ്രത്യയശാസ്ത്രത്തിന്റെ ഛായാലോകത്തിൽനിന്ന് രക്ഷപ്പെടാൻ മാർക്സിനെ സഹായിച്ചതെന്ന് അൽത്തൂസർ വാദിക്കുന്നു. 1845 ൽ *ജർമൻ പ്രത്യയശാസ്ത്രവും ഫോയർബാഹ് തീസിസുകളും* എഴുതുന്നതോടെയാണ് മാർക്സ് പ്രത്യയശാസ്ത്രപരമായ പ്രശ്നപരിപ്രേക്ഷ്യ(problematic)[1] ത്തിൽനിന്ന് ശാസ്ത്രീയമായ പ്രശ്നപരിപ്രേക്ഷ്യത്തിലേക്ക് വളരുന്നത് എന്ന് അൽത്തൂസർ വാദിക്കുന്നു. ഈ വാദത്തിന്റെ സാധുത അംഗീകരിക്കാൻ വിഷമമാണെങ്കിലും ജർമ്മനിയിലെ പ്രത്യയശാസ്ത്രത്തിന്റെ അതിപ്രസരത്തെപ്പറ്റിയുള്ള മാർക്സിയൻ വിശകലനത്തിന്റെ കാതലായ അംശങ്ങളിലേക്ക് അൽത്തൂസറുടെ പഠനം വെളിച്ചം വീശുന്നുണ്ട്. ജർമനിയുടെ സാമ്പത്തിക – രാഷ്ട്രീയ രംഗങ്ങളിലുള്ള ചരിത്രപരമായ പിന്നോക്കാവസ്ഥയും ഇതിനനുപൂരകമായി ഉണ്ടായ സാമൂഹികവർഗങ്ങളുടെ അധഃസ്ഥിതത്വവുമാണ് ഇതിനു കാരണമായി മാർക്സ് കണ്ടത്. ഫ്രഞ്ചുവിപ്ലവത്തിലും നെപ്പോളിയനുമായുള്ള യുദ്ധങ്ങളിലും ജർമനിക്ക് ഏറ്റ പരുക്കുകൾ പത്തൊമ്പതാം നൂറ്റാണ്ടിന്റെ മധ്യത്തിൽപോലും

1. പ്രശ്നപരിപ്രേക്ഷ്യം (*problematic*) എന്ന പരികൽപ്പന ജാക്വസ് മാർട്ടിനിൽനിന്നാണ് അൽത്തൂസർ സ്വീകരിച്ചിട്ടുള്ളത്. ഒരു "സൈദ്ധാന്തിക സ്വരൂപത്തിന്റെ (theoretical formation) സവിശേഷ (ആന്തരിക) ഐക്യത്തെ ചൂണ്ടിക്കാട്ടാനും അതുവഴി ഈ നിയതമായ വ്യതിരിക്തതയുടെ സ്ഥാനം നിർണയിക്കാനു"മാണ് അദ്ദേഹം ഈ പരികൽപ്പന ഉപയോഗിക്കുന്നത്. (*For Marx*,പേജ് 32) *Reading Capital* രണ്ടാം ഖണ്ഡത്തിലും ഇതേപ്പറ്റി വിശദമായി അദ്ദേഹം ചർച്ച ചെയ്യുന്നുണ്ട്.
ഈ ലേഖനത്തിൽ കുറെക്കൂടി സാമാന്യമായ അർഥത്തിലാണ് പ്രശ്നപരിപ്രേക്ഷ്യം എന്ന പരികൽപ്പന ഞാൻ ഉപയോഗിച്ചിട്ടുള്ളത്.
മൂലധനത്തിന്റെ (വാല്യം II) ആമുഖത്തിൽ മാർക്സിന്റെ മിച്ചമൂല്യ സിദ്ധാന്തം എങ്ങനെ അദ്ദേഹത്തിന്റെ പൂർവസൂരികളുടെ സിദ്ധാന്തങ്ങളിൽനിന്ന് വ്യതിരിക്തമാവുന്നു എന്ന് വിശദീകരിക്കുന്നേടത്ത് എംഗൽസ് ഒരു സമാനമായ സങ്കൽപ്പനത്തിൽ എത്തിച്ചേരുന്നുണ്ട്. ഓക്സിജൻ ഉൽപ്പാദിപ്പിച്ചുവെങ്കിലും പ്രീസ്റ്റ് ലി മരണംവരെ കാലഹരണപ്പെട്ട ഫ്ളോജസ്റ്റിൻ സങ്കൽപ്പനത്തിൽ കടിച്ചുതൂങ്ങി നിന്നതുകൊണ്ട്, ലാവോസ്യേക്ക് ഓക്സിജൻ 'കണ്ടെത്തിയ ആൾ' എന്ന ബഹുമതി ലഭിച്ചത് ഉദാഹരിച്ചുകൊണ്ടാണ് എംഗൽസ് ഈ പ്രശ്നം ചർച്ചചെയ്യുന്നത്. ഓക്സിജൻ ഉൽപ്പാദിപ്പിച്ച പ്രീസ്റ്റിലിയും ഷീലും അവർക്കു കൈമാറിക്കിട്ടിയ ഗണങ്ങളുടെ (categories) തടവുകാരായിപോയതുകൊണ്ടാണ് ഇത് സംഭവിച്ചത് എന്ന് എംഗൽസ് അഭിപ്രായപ്പെടുന്നു. മാർക്സിന്റെ പൂർവസൂരികളുമായുള്ള ബന്ധവും ഇത്തരത്തിലുള്ള ഒന്നാണ്: 'അവരെല്ലാം (മാർക്സിന്റെ പൂർവികർ) മുൻകാലങ്ങളിൽനിന്ന് കൈമാറിക്കിട്ടിയ സാമ്പത്തിക ഗണങ്ങളുടെ തടവുകാരായി ജീവിക്കുകയായിരുന്നു. അപ്പോഴാണ് മാർക്സ് രംഗത്തുവന്നത്. തന്റെ മുൻഗാമികളുടേതിൽനിന്ന് കടകവിരുദ്ധമായ ഒരു നിലപാടദ്ദേഹം സ്വീകരിച്ചു. അവർ 'പരിഹാര'മായിക്കണ്ടതിനെ അദ്ദേഹം പ്രശ്നമായി കണ്ടു. ഒരുസാമ്പത്തിക വസ്തുതയെപ്പറ്റി പ്രസ്താവിക്കുന്നതിന്റെതായോ നിത്യമായ ധർമവും യഥാർഥ സദാചാരവും, ഈ വസ്തുതയും തമ്മിലുള്ള വൈരുധ്യത്തെ ചൂണ്ടിക്കാണിക്കുന്നതിന്റെയോ പ്രശ്നമല്ല ഇതെന്നും, മറിച്ച് സാമ്പത്തികശാസ്ത്രത്തെത്തന്നെ വിപ്ലവവൽക്കരിക്കാൻപോന്ന ഈ വസ്തുതയെ വിശദീകരിക്കുന്നതിന്റെ പ്രശ്നമാണെന്നും അദ്ദേഹം മനസിലാക്കി.... '*Capital* വാല്യം II (മോസ്കോപതിപ്പ്) പേജുകൾ 15–16.

പൂർണമായും ഉണങ്ങിക്കഴിഞ്ഞിരുന്നില്ല. ദേശീയോൽഗ്രഥനമോ ബൂർഷ്വാ വിപ്ലവമോ വിജയകരമായ പരിസമാപ്തിയിലേക്ക് എത്തിക്കാനാവാതെ ഉഴലുന്ന ജർമനിയുടെ ദാരുണ ചിത്രം മാർക്സിന്റെ മനസിൽ സമ്മിശ്രവികാരങ്ങളാണ് ഉണർത്തിവിട്ടത്. തന്റെ ജന്മനാടിന്റെ ദുർഗതിയെപ്പറ്റി കോപവും അവജ്ഞയും പ്രകടിപ്പിക്കുന്ന അനേകം പ്രസ്താവനങ്ങൾ അദ്ദേഹത്തിന്റെ ആദ്യകാലത്തെ കത്തുകളിൽ കാണാനുണ്ട്. ജർമനിയിലെ സ്ഥിതിഗതികളെപ്പറ്റിയുള്ള റൂഗിന്റെ അതിഭാവുകത്വം കലർന്ന പ്രലപനങ്ങൾക്ക് 1843 ൽ കൊളോണിൽനിന്ന് മാർക്സ് എഴുതുന്ന മറുപടി ശ്രദ്ധേയമാണ്:

> പ്രിയ സുഹൃത്തേ, താങ്കളുടെ കത്ത് ഒന്നാന്തരമൊരു വിലാപകാവ്യമാണ്. ശ്വാസം പിടിച്ച് കേട്ടിരിക്കാൻ പ്രേരിപ്പിക്കുന്ന ചരമ ഗീതമാണ്. പക്ഷേ, രാഷ്ട്രീയമായി അതിൽ ഒന്നുംതന്നെയില്ല. ഒരു ജനതയും പൂർണമായും നിരാശയിൽ ആണ്ടുപോവാറില്ല. ദീർഘകാലം അതൊരുപക്ഷേ, വിഡ്ഢിത്തംകൊണ്ട് വെറുതെ പ്രതീക്ഷകൾ വച്ചുപുലർത്തിയേക്കാം. എന്നാൽ ഒരുനാൾ, വർഷങ്ങൾക്കുശേഷം അതിനു ജ്ഞാനമുദിക്കും. അതിന്റെ ഭക്തിനിർഭരമായ പ്രതീക്ഷകൾ സഫലീകരിക്കുകയും ചെയ്യും.[1]

ജർമ്മനിയിലെ ജനങ്ങളുടെ അമാനവീകൃതവും മൃഗതുല്യവുമായ അടിമത്ത മനോഭാവത്തെപ്പറ്റി പറയുമ്പോൾ മാർക്സിന്റെ വാക്കുകൾ നിന്ദാഗർഭവും കർക്കശവുമാവുന്നുണ്ട്. ജനങ്ങളുടെ വിധേയത്വം എങ്ങനെ ഭരണാധികാരികളിൽ ഏകാധിപത്യമനോഭാവത്തെ ഊട്ടിയുറപ്പിക്കുന്നുവെന്ന് വിശദീകരിച്ചുകൊണ്ട് മാർക്സ് പറയുന്നു:

> അവരും (ഭരണാധികാരികളും) യാഥാർഥ്യബോധമുള്ളവരാണ്. എന്തെങ്കിലും തരം ചിന്തയിൽനിന്നോ, മനുഷ്യമഹത്വത്തിൽനിന്നോ വളരെ അകലെയാണ് അവരും. അവർ വെറും സാധാരണ ഉദ്യോഗസ്ഥന്മാരും ഗ്രാമാധിപന്മാരുമാണ്. എങ്കിലും, അവർക്ക് തെറ്റൊന്നും പറ്റിയിട്ടില്ല..... (ഈ സാധാരണത്വം മാത്രം കൊണ്ടുതന്നെ) അവർക്ക് ഈ മൃഗസാമ്രാജ്യത്തെ ഉപയോഗപ്പെടുത്താനും അടക്കി ഭരിക്കാനുമാവും. കാരണം, എവിടെയുമെന്നപോലെ ഇവിടെയും ഭരിക്കുകയും ഉപയോഗിക്കുകയും ഒരു സങ്കൽപ്പത്തിന്റെ ഭാഗങ്ങളാണ്. അവർ സമ്മാനിതരാകുമ്പോൾ തിക്കിത്തിരക്കുന്ന, തലച്ചോറില്ലാത്ത ഈ ജീവിസഞ്ചയത്തെ കാണുമ്പോൾ ബെറിസീനയിൽവെച്ച് നെപ്പോളിയനു തോന്നിയതുതന്നെയാവും അവർക്കും സ്വാഭാവികമായും തോന്നുക – താഴെ മുങ്ങിച്ചത്തുകൊണ്ടിരിക്കുന്ന ആൾക്കൂട്ടത്തിനുനേരെ വിരൽചൂണ്ടി നെപ്പോളിയൻ തന്റെ സഹചരനോട് പറഞ്ഞുവത്രേ: "ദാ, ആ

1. *MECW* വാല്യം 3, പേജ് 134.

> പോക്കാൻ തവളകളെ നോക്കൂ." ഇതൊരുപക്ഷേ, ഒരു കെട്ടുകഥയാവാം. പക്ഷേ, (അതിൽ പ്രതിഫലിക്കുന്ന) മനോഭാവം സത്യസന്ധമാണ്. ഏകാധിപത്യത്തിന്റെ ഏക ആശയം മനുഷ്യരോടുള്ള – അമാനവീകൃതരായ മനുഷ്യരോടുള്ള – അവജ്ഞയാണ്. എന്നാൽ, ഈ ആശയത്തിന് മറ്റു പല ആശയങ്ങളുടെയുംമേൽ ഒരു മേന്മ അവകാശപ്പെടാനാവും. എന്തെന്നാൽ, അതു സത്യമാണ്. ഏകാധിപതി എപ്പോഴും അധഃപതിച്ച മനുഷ്യരെയാണു കാണുന്നത്. അവർ അയാൾക്കുവേണ്ടി, അയാളുടെ കൺമുമ്പിൽവെച്ച് സാധാരണ ജീവിതത്തിന്റെ ചെളിക്കുണ്ടിൽ മുങ്ങിത്താഴുന്നു. പിന്നെ തവളകളെപ്പോലെ അതിൽനിന്ന് തലപൊക്കുന്നു. വംശാധികാരം സ്ഥാപിക്കണമെന്ന ഭ്രാന്ത് പിടിക്കുംമുമ്പ് വലിയ ലക്ഷ്യങ്ങൾ വച്ചു പുലർത്തിയിരുന്ന നെപ്പോളിയനെപ്പോലത്തെ ഒരാൾക്കുപോലും ജനങ്ങളെപ്പറ്റി ഇങ്ങനെ തോന്നിയെങ്കിൽ എങ്ങനെ തികച്ചും സാധാരണനായ ഒരു രാജാവിന് ആദർശശായാവാൻ കഴിയും?[1]

അപബോധത്തെയും പ്രത്യയശാസ്ത്രത്തെയുംപറ്റിയുള്ള മാർക്സിയൻ സങ്കൽപ്പങ്ങളുടെ ചരിത്രപരവും സാമൂഹികവുമായ പരിസരമിതാണ്. ഈ പരിസരത്തെപ്പറ്റിയുള്ള നിരന്തരമായ ഓർമപുതുക്കലുകൾ ഈ പരികൽപ്പനകളെ വിശകലനങ്ങൾക്കായി ഉപയോഗിക്കുമ്പോൾ അത്യാവശ്യമാണ്. കാരണം, ഈ ജൈവസന്ദർഭത്തിൽനിന്ന് അടർത്തിയെടുത്തുപയോഗിക്കുമ്പോൾ ഈ സങ്കൽപ്പനോപാധികൾ നിർജീവമായ, ശത്രുക്കൾക്കും മിത്രങ്ങൾക്കും ഒരുപോലെ എടുത്തുപയോഗിക്കാവുന്ന ആയുധങ്ങളായി അധഃപതിക്കാൻ സാധ്യതയുണ്ട്. പല ബൂർഷ്വാ പണ്ഡിത (മൂഢ)രും മാർക്സിസത്തോടോ വിപ്ലവത്തോടോ എന്തിന് ജനങ്ങളോട് പോലുമോ യാതൊരു കൂറും പുലർത്താതെതന്നെ മാർക്സിയൻ ഉപകരണങ്ങൾ (the Marxian tool) ഉപയോഗിക്കുന്നതായി അവകാശപ്പെടുന്ന കാഴ്ച ബൂർഷ്വാ അക്കാഡമിക്സ് അത്രയൊന്നും വികസിച്ചിട്ടില്ലാത്ത നമ്മുടെ നാട്ടിലും അപൂർവമല്ലല്ലോ.

അപബോധ വിമർശത്തിന്റെ സാമൂഹികസാംഗത്യം

മതത്തെപ്പറ്റിയുള്ള മാർക്സിന്റെ പ്രസിദ്ധമായ പ്രസ്താവങ്ങളെയും ഈ വിപ്ലവപരമായ ഉന്മുഖത്വത്തിന്റെ പശ്ചാത്തലത്തിൽ മനസിലാക്കേണ്ടതുണ്ട്. അവ പ്രധാനമായും പ്രത്യക്ഷപ്പെടുന്ന 'ഹെഗലിന്റെ നിയമത്തിന്റെ തത്വശാസ്ത്രത്തെപ്പറ്റിയുള്ള വിമർശ'ത്തിന്റെ ആമുഖത്തിലെ വാദഗതികളുടെ സമഗ്രതയിൽനിന്ന് അടർത്തിക്കാണുമ്പോൾ അവ പ്രത്യയശാസ്ത്രപരമായ ലളിതവൽക്കരണങ്ങൾക്ക് എളുപ്പത്തിൽ വശഗമായേക്കും. "അത് (മതം) ജനങ്ങളുടെ (മയക്കുന്ന) കറുപ്പാണ്" എന്ന

1. MECW, വാല്യം 3, പേജുകൾ 137–138.

വാചകം സൃഷ്ടിച്ചിട്ടുള്ള ആശയക്കുഴപ്പങ്ങളും വികല വ്യാഖ്യാനങ്ങളും ഇതിനുദാഹരണമാണ്. എന്താണീ സമഗ്രതയുടെ ആധാര ശിലകൾ. ഒന്നാമതായി, മതത്തെപ്പറ്റിയും പ്രത്യയശാസ്ത്രത്തെപ്പറ്റിയും, തത്വചിന്ത യെപ്പറ്റിയുമുള്ള ചരിത്രനിരപേക്ഷമായ സാമാന്യതത്വങ്ങൾ അവതരിപ്പി ക്കാനല്ല മാർക്സ് ശ്രമിക്കുന്നത്. ജർമനിയിൽ തന്റെ കാലഘട്ടത്തിൽ നിലനിന്നിരുന്ന നിയതരൂപത്തിലുള്ള മതത്തേയും പ്രത്യയശാസ്ത്ര ത്തേയും തത്വചിന്തയേയുമാണ് മാർക്സ് വിമർശനവിധേയമാക്കുന്നത്. ഈ വിമർശനമാകട്ടെ നിയതമായ ലക്ഷ്യങ്ങളോടെ ഉന്നയിക്കപ്പെടുന്ന തുമാണ്. എന്നാൽ ഈ ചരിത്രപരിനിഷ്ഠത മാർക്സിന്റെ നിഗമനങ്ങ ളുടെ സാർവലൗകികമായ സാമൂഹിക സാംഗത്യത്തെ ഇല്ലാതാക്കുന്നി ല്ല. കാരണം, ചരിത്രപരമായ നിയതത്വം തന്നെയാണ് മാർക്സിയൻ രീതി ശാസ്ത്രത്തിന്റെ കാതൽ.

''ജർമനിയെ സംബന്ധിച്ചിടത്തോളം മതത്തിന്റെ വിമർശനം ഏതാണ്ട് പൂർത്തിയാക്കപ്പെട്ടിരിക്കുന്നുവെന്നും മതത്തിന്റെ വിമർശനം എല്ലാ വിമർശനത്തിന്റെയും ഉപപാദ്യ (premise) മാണെന്നും"[1] പ്രസ്താ വിച്ചുകൊണ്ടാണ് മാർക്സ് തന്റെ വിശകലനം ആരംഭിക്കുന്നതുതന്നെ. "മതത്തെ തള്ളിപ്പറയുന്ന (irreligious') വിമർശനത്തിന്റെ അടിസ്ഥാന മിതാണ്," മാർക്സ് പറയുന്നു:

> മനുഷ്യൻ മതത്തെ സൃഷ്ടിക്കുന്നു, മതം മനുഷ്യനെ സൃഷ്ടിക്കു കയല്ല. തന്നെത്തന്നെ ഇനിയും കണ്ടെത്തിക്കഴിഞ്ഞിട്ടില്ലാത്ത, അല്ലെങ്കിൽ തന്നെത്തന്നെ നഷ്ടപ്പെട്ടു കഴിഞ്ഞിട്ടുള്ള മനുഷ്യന്റെ ആത്മാവബോധവും ആത്മാഭിമാനവുമാണ് മതം. എന്നാൽ മനു ഷ്യൻ ലോകത്തിനു പുറത്ത് തമ്പടിച്ചു കഴിയുന്ന ഒരമൂർത്ത സ്വത്വ മല്ല – മനുഷ്യൻ മനുഷ്യന്റെ ലോകമാണ്, ഭരണകൂടവും സമൂഹ വുമാണ്. ഈ ഭരണകൂടം, ഈ സമൂഹം (അതാണ്) മതത്തെ സൃഷ്ടിക്കുന്നത്. അത് (മതം) തലകീഴായി നിൽക്കുന്ന ഒരു ലോകാവബോധം (world - condciousness) കാരണം (അതിനെ സൃഷ്ടിക്കുന്ന ഭരണകൂടവും സമൂഹവും) തലകീഴായാണ് നിൽക്കുന്നത്. ആ (തലകീഴായി നിൽക്കുന്ന) ലോകത്തിന്റെ സ്വ രൂപ (form)ത്തെപ്പറ്റിയുള്ള സാമാന്യ സിദ്ധാന്തമാണ് മതം – അതിന്റെ ബൃഹദ്ഗ്രന്ഥാവലി – അതിന്റെ ജനസമ്മതമായ യുക്തി (logic) – അതിന്റെ ആത്മീയമായ അഭിമാനപ്രശ്നം – അതിന്റെ ആവേശം – അതിന്റെ ധാർമ്മികമായ സാധൂകരണം.... അതിന്റെ സാന്ത്വനവചസുകളുടെയും ന്യായീകരണത്തിന്റെയും നിത്യമായ ഉറവിടം. *മനുഷ്യസത്തയ്ക്ക്* യാഥാർഥ്യത്തിൽ ഒരടിസ്ഥാനവും ഇല്ലാത്തതുകൊണ്ട് അത് മനുഷ്യസത്തയുടെ മായികമായ സാക്ഷാത്ക്കാരമായി ഭവിക്കുന്നു. അതിനാൽ മതത്തിനെതിരായ

---

1. *MECW*, വാല്യം 3, പേജുകൾ 175.

> സമരം, ഏതൊരു ലോകത്തിന്റെ ആത്മീയ സുഗന്ധമായി മതം പ്രവർത്തിക്കുന്നുവോ ആ ലോകത്തിനെതിരായ പരോക്ഷമായ സമരമായി തീരുന്നു. മതപരമായ വ്യഥ ഒരേസമയം യഥാർഥ വ്യഥയുടെ ആവിഷ്കാരവും അതിനെതിരായ പ്രതിഷേധവുമാണ്. പീഡിതരുടെ നെടുവീർപ്പാണ് മതം: ഹൃദയമില്ലാത്ത ലോകത്തിന്റെ ഹൃദയം.... ആവേശമില്ലാത്ത (spiritless) അവസ്ഥയുടെ ആവേശം – അത് ആളുകളുടെ കറുപ്പാണ്.[1]

കാവ്യാത്മകത കലർന്ന ഈ വിവരണത്തിൽ ജർമനിയിലെ ജനങ്ങളുടെ ശ്ലഥദാരുണത മുഴുവൻ തുടിച്ചുനിൽപ്പുണ്ട്. ട്രോത്സ്കിയുടെ ഒരു പ്രയോഗം കടമെടുക്കുകയാണെങ്കിൽ 'മാനവതയുടെ ഒരു ഘട്ടം' (moment of humanity) ആണ് അതിൽ ആവിഷ്കൃതമാകുന്നത്. അതുകൊണ്ടാണ് ഈ വിശകലനത്തിന് സാർവജനീനമായ പ്രസക്തി ലഭിക്കുന്നത്. ജർമനിയിൽ മതത്തിന്റെ രൂപത്തിൽ കാണപ്പെട്ടിരുന്ന പ്രതിഭാസത്തിന്റെ വിവരണം അപബോധത്തിന്റെതന്നെ വിവരണമാണ്. ചില ഘട്ടങ്ങളിൽ വാച്യാർഥത്തിൽത്തന്നെ മയക്കുമരുന്നുകളിലേക്കോ, കാൽപ്പനികതയിലേക്കോ, ഉന്മാദത്തിലേക്കോ ഒക്കെ രക്ഷപ്പെടാൻ പീഡിതരെ നിർബന്ധിക്കുന്ന വർഗസമൂഹത്തിലെ ക്രൂരമായ ജീവിതയാഥാർഥ്യത്തിന്റെയും, നിസ്സഹായാവസ്ഥയിൽ ഇത്തരം മിഥ്യയായ പരിഹാരങ്ങളിലേക്ക് നീങ്ങിപ്പോവാനുള്ള മനുഷ്യരുടെ പ്രവണതയുടേയും വിവരണം.

മതത്തെ ഇല്ലായ്മ ചെയ്യണമെന്ന മുദ്രാവാക്യത്തിന്റെ സാമൂഹിക സാംഗത്യത്തെപ്പറ്റി 1843–44 ൽത്തന്നെ മാർക്സ് ബോധവാനായിരുന്നു. അദ്ദേഹം പറയുന്നു:

> മനുഷ്യരുടെ *മിഥ്യയായ* ആനന്ദം എന്ന നിലയ്ക്കുള്ള മതത്തെ ഇല്ലായ്മ ചെയ്യുക എന്നാൽ അവർക്ക് യഥാർഥ ആനന്ദം ലഭിക്കണമെന്ന് ആവശ്യപ്പെടുകയെന്നാണർഥം. നിലവിലുള്ള പരിതഃസ്ഥിതികളെപ്പറ്റിയുള്ള മിഥ്യാധാരണകൾ ഉപേക്ഷിക്കണമെന്ന ആവശ്യം (ഫലത്തിൽ) *മിഥ്യകളെ ആവശ്യമാക്കിത്തീർക്കുന്ന പരിതഃസ്ഥിതികളെ മാറ്റണമെന്ന അവശ്യപ്രഖ്യാപനമാണ്.* അതുകൊണ്ട് മതത്തെക്കുറിച്ചുള്ള വിമർശനം അത് പരിവേഷം പകരുന്ന *കണ്ണീരിന്റെ താഴ്വാരത്തെക്കുറിച്ചുള്ള വിമർശനത്തിന്റെ ബീജരൂപമാണ്.* വിമർശനം (മനുഷ്യരെ ബന്ധിക്കുന്ന) ചങ്ങലകളിൽനിന്ന് ആകാശസുമങ്ങളെ പറിച്ചെറിഞ്ഞിരിക്കുന്നു. എന്നാൽ ഇത് മനുഷ്യർ നഗ്നമായ, പകിട്ടു നഷ്ടപ്പെട്ട ചങ്ങലകൾ അണിഞ്ഞുകൊള്ളട്ടെ എന്നു കരുതിയല്ല. മറിച്ച്, മനുഷ്യന് ഈ ചങ്ങലകളെ പൊട്ടിച്ചെറിയാനും യഥാർഥ പുഷ്പങ്ങളെ കയ്യാളാനും കഴിയണം എന്നതുകൊണ്ടാണ്. [2]

---

1. *MECW*, വാല്യം 3, പേജുകൾ 175.
2. *MECW*, വാല്യം 3, പേജുകൾ 176.

മതത്തെക്കുറിച്ചുള്ള മിഥ്യയിൽനിന്ന് മുക്തനാവുന്ന മനുഷ്യൻ സ്വയം ചിന്തിക്കാനും, പ്രവർത്തിക്കാനും, തന്റെ യാഥാർഥ്യത്തെ മാറ്റിമറിക്കാനും കെൽപ്പുനേടുന്നു. "ആകാശത്തെക്കുറിച്ചുള്ള വിമർശനം ഭൂമിയുടെ വിമർശനമാവുമെന്നും, മതത്തെക്കുറിച്ചുള്ള വിമർശനം നിയമസംഹിത യുടെ വിമർശനമാവുമെന്നും, ദൈവശാസ്ത്രത്തെക്കുറിച്ചുള്ള വിമർശനം രാഷ്ട്രീയത്തിന്റെ വിമർശനമാവുമെന്നും മാർക്സ് പറയുന്നത് ഈ അർഥ ത്തിലാണ്.[1] എന്നാൽ ഈ നിദർശനങ്ങളിൽ വിവരിക്കപ്പെടുന്ന മതവും ദൈവശാസ്ത്രവും ജർമനിയിൽ ആ പ്രത്യേക ചരിത്രഘട്ടത്തിൽ നില നിന്നിരുന്ന മതവും ദൈവശാസ്ത്രവുമാണ് എന്ന് നാം വിസ്മരിച്ചുകൂ ടാ. അതായത് മാർക്സിന്റെ കാലത്തെ ജർമനിയിലെ മതവും ദൈവ ശാസ്ത്രവും അപബോധത്തിന്റെ ആ കാലഘട്ടത്തിലെ രൂപമായിരുന്നു. അതുകൊണ്ട് ഈ നിദർശനം മതത്തേയോ ദൈവശാസ്ത്രത്തേയോ വിമർശിക്കാൻ കാലദേശനിരപേക്ഷമായി ഉപയോഗിക്കാവുന്ന താത്വികാ യുധങ്ങളല്ല. എന്നാൽ അതിൽ ലീനമായിക്കിടക്കുന്ന അപബോധത്തെ പ്പറ്റിയും, അതിന്റെ വിമർശനത്തിന്റെ പ്രസക്തിയെപ്പറ്റിയും ഉള്ള മാർക്സിയൻ സിദ്ധാന്തം സാർവലൗകിക പ്രസക്തി (universal significance) ഉള്ളതാണ്. സിദ്ധാന്തത്തിന്റെ പ്രസക്തിയെപ്പറ്റിയുള്ള മാർക് സിന്റെ പ്രസിദ്ധമായ പ്രസ്താവത്തിന്റെ പശ്ചാത്തലം ഇതാണ്.

> ഈ ഉള്ളടക്കത്തെ (ജർമനിയിലെ ദൈവശാസ്ത്രത്താലും മത ത്താലും നിഗൂഹിതമായിക്കിടക്കുന്ന ജനജീവിതത്തിന്റെ ദാരുണ തയെ)പ്പറ്റിയുള്ള വിമർശനം, നേർക്കുനേരെനിന്ന് മല്ലടിക്കുന്ന വിമർശനമാണ് (criticism in hand to combat). അത്തരം ഒരു സമ രത്തിൽ ശത്രു 'തനിക്കൊപ്പം ആഭിജാത്യമുള്ളവനാണോ' (noble), സമനാണോ "താൽപ്പര്യം തോന്നിപ്പിക്കാൻ പോന്നവനാണോ" (interesting) എന്നതൊന്നും പ്രശ്നമാകുന്നില്ല. അവനെ അടിക്കുക (strike) എന്നതാണ് പ്രധാനം.... [2]
>
> വിമർശനം എന്ന ആയുധത്തിന് ഒരിക്കലും ആയുധംകൊണ്ടുള്ള 'വിമർശന'ത്തിന്റെ സ്ഥാനം ഏറ്റെടുക്കാനാവില്ല. ഭൗതികശക്തിയെ ഭൗതികശക്തികൊണ്ടു മാത്രമേ കീഴ്പ്പെടുത്താനാവൂ. എന്നാൽ ജനസഞ്ചയത്തിനുമേൽ സ്വാധീനം നേടുന്നതോടെ സിദ്ധാന്തം ഒരു ഭൗതികശക്തിയായിത്തീരുന്നു. വിപ്ലവകരമാകുന്നതോടെയാണ്.... സിദ്ധാന്തത്തിന് (ജനഹൃദയങ്ങളെ സ്വാധീനിക്കാനുള്ള) കെൽപ്പ് ലഭിക്കുന്നത്. വിപ്ലവകരമാവുക എന്നാൽ കാര്യത്തിന്റെ വേരുക ളിലേക്കിറങ്ങിച്ചെല്ലുക എന്നാണർഥം. എന്നാൽ മനുഷ്യരെ സംബ ന്ധിച്ചിടത്തോളം 'കാര്യത്തിന്റെ വേര്' മനുഷ്യൻ തന്നെയാണ്.[3]

1. *MECW*, വാല്യം 3, പേജുകൾ 176.
2. *MECW*, വാല്യം 3, പേജുകൾ 178.
3. *MECW*, വാല്യം 3, പേജുകൾ 178–182.

ജർമനിയിലെ കാർഷിക യുദ്ധത്തിൽ പീഡിതരുടെ പ്രത്യയശാസ്ത്ര മായി 'മിസ്റ്റിസിസം' എങ്ങനെ പ്രവർത്തിച്ചിരുന്നു എന്ന എംഗൽസിന്റെ വിവരണവും, അപബോധസങ്കൽപ്പത്തിലേക്ക് വെളിച്ചം വീശുന്നതാണ്. 16–ാം നൂറ്റാണ്ടിലെ, മതയുദ്ധങ്ങൾ എന്നു വിളിക്കപ്പെട്ടുപോരുന്ന സമര ങ്ങളിലും സ്പഷ്ടമായിത്തന്നെ വർഗതാൽപ്പര്യങ്ങൾ പ്രതിഫലിച്ചുകാ ണുന്നുണ്ട് എന്നു എംഗൽസ് വാദിക്കുന്നു. "അവയും വർഗസമരങ്ങൾ തന്നെയായിരുന്നു.... ഈ വർഗതാൽപ്പര്യങ്ങൾ മതമുദ്രാവാക്യങ്ങളുടെ (shibboleths) വേഷം കെട്ടിയാണ് വന്നിരുന്നതെങ്കിലും." നിയമവും രാഷ്ട്രമീമാംസയുമെല്ലാം ദൈവശാസ്ത്രത്തിന്റെ ഉപവിഭാഗങ്ങളായി നിലനിന്നിരുന്ന ആ കാലഘട്ടത്തിൽ പള്ളിപ്രമാണങ്ങൾക്കു രാഷ്ട്രീയ സിദ്ധാന്തങ്ങളുടെ സ്ഥാനമാണുണ്ടായിരുന്നതെന്നും ബൈബിൾ വാക്യ ങ്ങൾക്കു കോടതിയിൽ നിയമത്തിന്റെ വകുപ്പുകളുടെ പ്രാധാന്യം ഉണ്ടാ യിരുന്നുവെന്നും എംഗൽസ് ചൂണ്ടിക്കാട്ടുന്നു. മാധ്യകാലയുഗങ്ങളിലെ ജന്മിത്ത വ്യവസ്ഥയോടുള്ള വിപ്ലവാത്മകമായ പ്രതിഷേധം സാഹചര്യ ങ്ങൾക്കനുസൃതമായി 'മിസ്റ്റിസിസ'ത്തിന്റെയോ പ്രകടമായ മതനിഷേ ധത്തിന്റെയോ (open heresy)സായുധസമരത്തിന്റെ തന്നെയോ രൂപം കൈക്കൊണ്ടിരുന്നു എന്ന് മധ്യകാലയുഗത്തിലെ സമരങ്ങളുടെ ചരിത്രം വിവരിച്ചുകൊണ്ട് എംഗൽസ് സിദ്ധാന്തിക്കുന്നത് ഈ സാഹചര്യത്തിൽ പ്രസക്തമാണ്.[1]

ഭരണഘടനാമാറ്റങ്ങൾക്കായി മുറവിളികൂട്ടിയിരുന്ന 'ലിബറൽ' സംഘടനകളെ വിമർശിച്ചുകൊണ്ട് മാർക്സ് പറയുന്നു:

> ജർമനിയിലെ പ്രായോഗികബുദ്ധിയുള്ള (practical) രാഷ്ട്രീയ പാർട്ടി തത്വചിന്തയുടെ നിഷേധത്തിനായി വാദിക്കുന്നതു വെറു തെയല്ല. ഈ ആവശ്യം ഉന്നയിക്കുന്നു എന്നതല്ല അവരുടെ തെറ്റ്. ഈ ആവശ്യം ഉന്നയിക്കുന്നതിൽവെച്ച് നിർത്തിക്കളയുന്നു എന്ന താണ്.... തത്വചിന്തയ്ക്കുനേരെ പുറം തിരിഞ്ഞു നിൽക്കുന്നതു കൊണ്ടും, മുഖം തിരിച്ചുനിന്ന് കുറെ പൊള്ളയായ കോപവചസു കൾ പിറുപിറുക്കുന്നതുകൊണ്ടും തത്വശാസ്ത്രത്തെ നിക്ഷേധി ക്കാനാവും എന്നവർ കരുതുന്നു. യഥാർഥമായ ജീവനുള്ള ബീജ ങ്ങളെ ആരംഭബിന്ദു ആക്കണം എന്നു വാദിക്കുമ്പോൾ അവർ ജർമനിയെ സംബന്ധിച്ചിടത്തോളം ഈ യഥാർഥ ജീവനുള്ള ബീജം തലയ്ക്കകത്തു മാത്രമേ വളർന്നിട്ടുള്ളൂ എന്നു മറക്കുന്നു. ഒറ്റവാക്കിൽ പറഞ്ഞാൽ തത്വചിന്തയെ യാഥാർഥ്യമാക്കാതെ നമു ക്കതിനെ മറികടക്കാനാവില്ല.[2]

അപബോധത്തെയും പ്രത്യയശാസ്ത്രത്തെയും കുറിച്ചുള്ള മാർക്സി യൻ സങ്കൽപ്പത്തെ മനസിലാക്കുന്നതിന് ഈ പ്രസ്താവം ഏറെ സഹാ

1. *The Peasant War in Germany,* പേജുകൾ 42–53.
2. *MECW*, വാല്യം 3, പേജുകൾ 181.

യകമാണ്. ഒന്നാമതായി, അത് കേവലയുക്തിചിന്തകൊണ്ട് മതം, അന്ധവിശ്വാസം, ഉട്ടോപ്പിയൻ ആശയവാദം എന്നിങ്ങനെ പല രൂപങ്ങളിൽ പ്രത്യക്ഷപ്പെടുന്ന അപബോധത്തെ മറികടക്കാനാവില്ല എന്ന വസ്തുതയിലേക്ക് വിരൽ ചൂണ്ടുന്നു. രണ്ടാമതായി, ഇത്തരം പ്രത്യയശാസ്ത്ര മിഥ്യകളുടെ ഉച്ചാടനം, ഈ മിഥ്യകൾക്കുയിർ നൽകുന്ന സാമൂഹികാവസ്ഥകൾ പൂർണമായി ഇല്ലായ്മ ചെയ്യുന്നതിലൂടെ മാത്രമേ സാധ്യമാകൂ എന്നു വ്യക്തമാകുന്നു. താത്വികരംഗത്തും പ്രായോഗിക പ്രവർത്തനത്തിന്റെ രംഗത്തും ഈ സിദ്ധാന്തം നമുക്കേറെ സഹായകമാണ്. പ്രത്യയശാസ്ത്രം 'വെറും മിഥ്യയാണെന്ന മുപ്പതുകളിലെ മാർക്സിസ്റ്റുകളുടെ ധാരണ, ഹ്രസ്വകാല വീക്ഷണത്തിന്റെ സൃഷ്ടിയായിരുന്നു എന്നും, ബൂർഷ്വാ ചൂഷണവ്യവസ്ഥയുടെ തുടർന്നുള്ള നിലനിൽപ്പ് ഇന്നും പ്രത്യയശാസ്ത്ര മിഥ്യകൾക്ക് ജന്മം നൽകുന്നുണ്ടെന്നും, അതുകൊണ്ട് ഇവയ്ക്കെതിരായ വിമർശം മാർക്സിസ്റ്റുകളെ സംബന്ധിച്ചിടത്തോളം, അടിയന്തര പ്രാധാന്യമുള്ള കർത്തവ്യമാണെന്നുമുള്ള ബോധം ഇന്ന് അനുപേക്ഷണീയമാണ്.

ഈ ഘട്ടത്തിൽ അപബോധവും പ്രത്യയശാസ്ത്രവും തമ്മിലുള്ള ബന്ധം എന്താണെന്ന ചോദ്യം സംഗതമാണ്. ഏറെ സങ്കീർണമാണ് ഈ പ്രശ്നം. ഒന്നാമതായി, പ്രത്യയശാസ്ത്രം എന്ന പദം പലപ്പോഴും നിയതമായ താത്വിക അർഥത്തിലല്ല മാർക്സിസ്റ്റുകൾ ഉപയോഗിച്ചുപോന്നിട്ടുള്ളത്. പ്രത്യയശാസ്ത്രസമരം (ideological struggle), തൊഴിലാളി വർഗ പ്രത്യയശാസ്ത്രം തുടങ്ങിയ പ്രയോഗങ്ങൾ ലെനിന്റെ കൃതികളിൽത്തന്നെ കാണാനുണ്ട്. രണ്ടാമതായി, പ്രത്യയശാസ്ത്രവും അപബോധവും തമ്മിൽ പലപ്പോഴും കൂട്ടിക്കുഴച്ചുകൊണ്ടുള്ള ചർച്ചകളാണ് നടന്നിട്ടുള്ളത്. ഇതിന്റെ കാരണങ്ങളിലേക്കു കടക്കാൻ ഏതായാലും ഈ ലേഖനത്തിൽ ശ്രമിക്കുന്നില്ല. നമ്മുടെ ചർച്ചയെ സംബന്ധിച്ചിടത്തോളം സഹായകമാകാവുന്ന ചില പരികൽപ്പനാപരമായ പ്രശ്നങ്ങൾ മാത്രമേ ഇവിടെ ചർച്ചചെയ്യുന്നുള്ളൂ.

'പ്രത്യയശാസ്ത്രം' എന്ന പദം ലെഫെബെറെ ചൂണ്ടിക്കാണിക്കുന്നതുപോലെ, അനുഭവൈകപ്രമാണവാദികളുടെയും കോൺഡില്ലക്കിനെപ്പോലെയുള്ള യാന്ത്രിക ഭൗതികവാദികളുടെയും സൃഷ്ടിയായിരുന്നു. ഇവർ, ഇന്ദ്രിയാനുഭൂതികളിൽനിന്ന് എങ്ങനെ അമൂർത്തസങ്കൽപ്പങ്ങളിലേക്ക് എത്തിച്ചേരാം എന്ന് പഠിക്കാനാണ് ശ്രമിച്ചിരുന്നത്. ഈ 'സ്കൂളിൽ'പ്പെട്ട ചിന്തകന്മാരെ ഐഡിയോളോഗ്സ് (*ideologues*) എന്നും, ഈ ശാസ്ത്രത്തെ ഐഡിയോളജി എന്നുമാണ് അന്നു വിളിച്ചിരുന്നത്. എന്നാൽ, ഐഡിയോളജിസ്റ്റ് സ്കൂളിന്റെ പതനത്തോടെ പ്രത്യയശാസ്ത്രം എന്ന പദത്തിനും അർഥമാറ്റം സംഭവിച്ചു. ഈ അർഥമാറ്റത്തെ മാർക്സും എംഗൽസും അംഗീകരിക്കുകയും ചെയ്തു. എന്തായിരുന്നു ഈ അർഥമാറ്റം? ഒന്നാമതായി, ഈ പദം ഒരു സിദ്ധാന്തത്തിന്റെ പേരെന്ന നിലവിട്ട് സിദ്ധാന്തം വിശദീകരിക്കുന്ന ഒരു പ്രതിഭാസത്തിന്റെ വിവരണ

മായിത്തീർന്നു. രണ്ടാമതായി, ഫ്രഞ്ച് ഐഡിയോളോഗുകളെ സംബന്ധി ച്ചിടത്തോളം ചില ആവിഷ്ക്കാരങ്ങളെ കാരണതാ മനഃശാസ്ത്രംകൊണ്ട് വിശദീകരിക്കാനുള്ള ഒരായുധമായിരുന്നു പ്രത്യയശാസ്ത്രം. ജർമൻ പ്രത്യയശാസ്ത്രംപോലുള്ള കൃതികളിൽ മാർക്സും എംഗൽസും ഈ പരികൽപ്പനയുടെ വ്യാപ്തി വികസിപ്പിച്ചു. അതോടെ 'ഒരു പ്രത്യേക കാലഘട്ടത്തിലെ പ്രത്യേക സമൂഹത്തിലെ സാമൂഹികാവിഷ്ക്കാരങ്ങ ളുടെ പഠനം' എന്ന അർഥം 'പ്രത്യയശാസ്ത്ര'ത്തിനു കൈവന്നു. മൂന്നാ മതായി, സുതാര്യ/അതാര്യത, ബാഹ്യരൂപം/സത്ത തുടങ്ങിയ വ്യതിരേ കങ്ങളിലൂടെ പ്രത്യക്ഷപ്പെടുന്ന സാമൂഹികയാഥാർഥ്യത്തെ മനസിലാ ക്കാൻ സഹായിക്കുന്ന ഒരു പരികൽപ്പനയായി 'പ്രത്യയശാസ്ത്രം'.[1] പ്രത്യയശാസ്ത്രത്തിന്റെ സ്വഭാവവിശേഷങ്ങളെപ്പറ്റിയുള്ള മാർക്സിയൻ സിദ്ധാന്തത്തെ ലെഫെബെറെ സംഗ്രഹിച്ചു വിവരിക്കുന്നുണ്ട്:

> *എ.* പ്രത്യയ ശാസ്ത്രത്തിന്റെ ആരംഭബിന്ദു യാഥാർഥ്യമാണ്. പക്ഷേ, ഈ യാഥാർഥ്യം ശിഥിലവും ഭാഗികവുമാണ്. യാഥാർഥ്യ ത്തിന്റെ സമഗ്രതയെ പ്രത്യയശാസ്ത്രപരമായ അവബോധത്തിന് ഉൾക്കൊള്ളാനാവില്ല. കാരണം, ഈ അവബോധത്തിന്റെ ഉപാധി കൾതന്നെ സീമാബദ്ധമാണ്.
>
> *ബി.* പ്രത്യയശാസ്ത്രങ്ങൾ യാഥാർഥ്യത്തെ പ്രതിഫലിപ്പിക്കുന്ന തിനുപകരം വിഭ്രംശിപ്പിക്കുകയാണ് (refract) ചെയ്യുന്നത്. പ്രത്യ യശാസ്ത്രം മേൽക്കോയ്മ നേടിയിട്ടുള്ള വർഗങ്ങൾക്കു സ്വീകാ ര്യമായ പഴയ പ്രശ്നങ്ങളും പഴയ കാഴ്ചപ്പാടുകളും പഴയ പദാ വലികളും ഉപയോഗിക്കുന്നു എന്നതാണ് ഈ അപഭ്രംശത്തിന് കാരണമാകുന്നത്.
>
> *സി.* അവകൂടി പങ്കു വഹിക്കുന്ന ചരിത്ര പ്രക്രിയയുടെ ഉൽപ്പന്ന മായ ഈ പ്രത്യയശാസ്ത്ര ആവിഷ്ക്കാരങ്ങൾ സ്വയം സമ്പൂർ ണത അവകാശപ്പെടുന്നു. സ്വയം സമ്പൂർണമാണെന്ന പ്രതീതി ജനിപ്പിക്കുകയും ചെയ്തു. എന്നാൽ, ശിഥില യാഥാർഥ്യത്തെ പ്രതി നിധാനം ചെയ്യുന്ന പ്രത്യയശാസ്ത്രങ്ങൾ സമഗ്രതയെപ്പറ്റി അമൂർ ത്തവും അയഥാർഥവും മിഥ്യാപൂർണവുമായ ഒരു സിദ്ധാന്തം പട ച്ചുവിടുന്നതിലൂടെയാണ് സാർവലൗകികമാണെന്ന അതിന്റെ നാട്യ ത്തെ ന്യായീകരിക്കാൻ ശ്രമിക്കുന്നത്. പ്രത്യയശാസ്ത്രം യാഥാർഥ്യ ത്തെ അപഭ്രംശിപ്പിച്ച് മാത്രം അവതരിപ്പിക്കുന്ന ഒന്നായിത്തീരു ന്നതും ഇതുകൊണ്ടാണ്.
>
> ഡി. ഇങ്ങനെ നോക്കുമ്പോൾ പ്രത്യയശാസ്ത്രങ്ങൾക്ക് രണ്ടു വശ മുണ്ടെന്നു കാണാം. ഒരുവശത്ത്, അവ സാമാന്യവും ഊഹാപോ ഹപരവും അമൂർത്തവുമായിരിക്കും. മറുവശത്ത്, പരിനിശ്ചിതവും

---

1. ഹെൻറി ലെഫെബെറെ, *The Sociology of Marx* (ലണ്ടൻ 1971) പേജുകൾ 59–60.

ഇടുങ്ങിയതുമായ താൽപ്പര്യങ്ങളെയാവും അവ പ്രതിനിധീകരിക്കുക. പ്രത്യയശാസ്ത്രം അതിന്റെ സിദ്ധാന്തങ്ങളുടെതന്നെ വ്യാപ്തിയെപ്പറ്റിയോ അതിന്റെ ഉൽപ്പന്നങ്ങളെപ്പറ്റിയോ മനസിലാക്കുന്നില്ല. അതുകൊണ്ട് അതു സൃഷ്ടിക്കുന്ന ഫലങ്ങളെപ്പറ്റിയോ, എന്തിന്റെ ഫലമാണ് അത് എന്നതിനെപ്പറ്റിയോ പ്രത്യയശാസ്ത്രത്തിന് അറിയാനാവില്ല. യഥാർഥമായ എന്ത്, എങ്ങനെ എന്ന ചോദ്യങ്ങൾ അതിന്റെ കണ്ണിൽപ്പെടുന്നേയില്ല. ഈ പ്രത്യയശാസ്ത്രാവിഷ്കാരങ്ങൾ അനിവാര്യമായും വർഗങ്ങൾ തമ്മിലും രാജ്യങ്ങൾ തമ്മിലുമൊക്കെയുള്ള സമരങ്ങളിൽ ആയുധമാകാറുണ്ട്. പക്ഷേ, ഈ സമരങ്ങളിൽ ഭാഗഭാക്കുകളാവുന്ന വിഭാഗങ്ങൾക്ക് യഥാർഥ താൽപ്പര്യങ്ങളെ മറച്ചുപിടിക്കാനാവും അതു പലപ്പോഴും സഹായിക്കുക.

ഇ. യാഥാർഥ്യമാണ് പ്രത്യയശാസ്ത്രത്തിന്റെ ആരംഭബിന്ദു എന്നതുകൊണ്ട് അതൊരിക്കലും പൂർണമായും നുണയായിത്തീരുന്നില്ല. മിഥ്യയെയും നുണകളെയും മിത്തുകളെയും ഉട്ടോപ്പിയകളെയുമൊക്കെ പ്രത്യയശാസ്ത്രത്തിന്റെ രൂപങ്ങളായി കാണാമെങ്കിലും അവയെപ്പറ്റിയുള്ള വിലയിരുത്തലുകൾ അവ സമൂഹത്തിൽ വഹിക്കുന്ന പങ്കിന്റെ അടിസ്ഥാനത്തിലാവണം. ഉദാഹരണത്തിന്, ചില ഘട്ടങ്ങളിൽ പ്രത്യയശാസ്ത്രം പുരോഗമനപരമായ പങ്കാണു വഹിക്കുന്നതെങ്കിൽ, മറ്റു ചില ഘട്ടങ്ങളിൽ അത് യാഥാർഥ്യത്തെ വികലപ്പെടുത്താനോ ജനങ്ങളെ അടിച്ചമർത്താനോ സഹായകമായിത്തീരുന്നു. അതുകൊണ്ടുതന്നെ ചിന്തയുടെ മൂല്യനിർണയം പശ്ചാദ്ദർശനത്തിന്റെ സഹായത്തോടെ മാത്രം, വിപ്ലവാത്മകമായ വിമർശനോപാധികളുടെ സഹായത്തോടെ മാത്രം, ചെയ്യാവുന്ന ഒന്നാണ്. പ്രത്യയശാസ്ത്രങ്ങൾ യാഥാർഥ്യത്തിനും (പ്രയോഗത്തിനും – praxis) അവബോധത്തിനുമിടയിൽ മാധ്യമികമായ ഒരു പങ്കാണ് വഹിക്കുന്നത്. ഈ മാധ്യമികത ചിലപ്പോൾ ഒരു മറയായോ അവബോധത്തിനുമേലുള്ള ഒരു ചങ്ങലയായോ തീരുന്നു. ഭാഷക്ക് പ്രത്യയശാസ്ത്രപരമായ ഒരു മാനം കൈവരുന്നത് ഇതുകൊണ്ടാണ്.[1]

പ്രത്യയശാസ്ത്രത്തിന്റെ ഈ സ്വഭാവവിശേഷങ്ങളെപ്പറ്റിയുള്ള ഉൾക്കാഴ്ചകൾ ഓരോന്നും സാംസ്കാരിക പ്രതിഭാസങ്ങളുടെ വിമർശത്തെ സംബന്ധിച്ചിടത്തോളം പ്രസക്തമാണ് എന്നതുകൊണ്ട് അവയെപ്പറ്റിയുള്ള ഒരു വിശകലനം ഇവിടെ ആവശ്യമായി വരുന്നു. (ലെഫെബ്വെറെയുടെ സംഗ്രഹത്തെ കലവറ കൂടാതെയല്ല ആശ്രയിക്കുന്നത് എന്നുകൂടി ഇവിടെ പറഞ്ഞുവയ്ക്കട്ടെ. കാരണം, ചിലയിടത്തൊക്കെ അത് സാമൂഹികശാസ്ത്രവാദപരവും, മനഃശാസ്ത്രമാത്രവാദപരവും

1. *The Sociology of Marx* പേജുകൾ 69–74.

ആവുന്നണ്ടെന്നു തോന്നുന്നു. എങ്കിലും ചർച്ചയ്ക്കുള്ള ഒരു ചട്ടക്കൂട് അത് പ്രദാനം ചെയ്യുന്നുണ്ട്. അതുകൊണ്ട് അതിനെ ആരംഭബിന്ദുവായി സ്വീകരിക്കുന്നത് സഹായകമാവുമെന്നു തോന്നുന്നു. മാത്രമല്ല, ചർച്ച വല്ലാതെ നീണ്ടുപോകാതിരിക്കാനും ഇത്തരം ഒരു പരിനിശ്ചിതമായ ചട്ടക്കൂട് ആവശ്യമാണ്. ഏതായാലും ഒരു പരിധിവരെ ഈ ഖണ്ഡത്തിൽ ലളിതവൽക്കരണങ്ങളിലേക്കു ചർച്ച ചുരുങ്ങുന്നുണ്ട് എന്നും ആദ്യം തന്നെ സമ്മതിക്കുന്നു.)

ആദ്യമായി, പ്രത്യയശാസ്ത്രപരമായ അവബോധത്തിന് സാമൂഹിക സമഗ്രതയെ പൂർണമായി ഉൾക്കൊള്ളാനാവില്ല എന്ന നിദർശത്തിന്റെ വിവക്ഷകൾ എന്താണെന്ന് നോക്കാം. യാഥാർഥ്യത്തെ സുതാര്യം - അതാര്യം എന്ന ബിംബങ്ങളിലൂടെ (images) നോക്കിക്കാണാമെന്ന് നേരത്തെ ചൂണ്ടിക്കാട്ടിയത് ഇവിടെ പ്രസക്തമാവുന്നു. സാമൂഹികബന്ധങ്ങളും സാമൂഹികാവസ്ഥകളും സുതാര്യമാണ്, അല്ലെങ്കിൽ, അതാര്യമാണ് എന്നുള്ള പ്രസ്താവങ്ങൾ ആപേക്ഷികവും ചരിത്രപരിനിഷ്ഠവുമാണ്. ഉദാഹരണത്തിന്, മാറ്റക്കച്ചവടം (barter) മാത്രം നിലനിൽക്കുന്ന ഒരു സമ്പദ് വ്യവസ്ഥയിലെ 'അങ്ങാടി' (market) ബൂർഷ്വാ വ്യവസ്ഥയിലെ അങ്ങാടിയുമായി തട്ടിച്ചു നോക്കുമ്പോൾ സുതാര്യമാണ്. അതുപോലെ വർഗസമരം മൂർച്ഛിക്കുന്ന ഘട്ടങ്ങളിൽ സാമൂഹികബന്ധങ്ങളെ ചുഴന്നു നിൽക്കുന്ന മഞ്ഞിൻപടലങ്ങൾ വലിയൊരളവുവരെ അലിഞ്ഞുപോകുന്നതുകൊണ്ട് ഈ ഘട്ടങ്ങളിലെ യാഥാർഥ്യം ആപേക്ഷികമായ അർഥത്തിൽ സുതാര്യമായിത്തീരുന്നു. എന്നാൽ പ്രത്യയശാസ്ത്രത്തിന്റെ മാധ്യമികത പലപ്പോഴും മിഥ്യയായ ഒരു സുതാര്യത സൃഷ്ടിക്കുന്നുണ്ട്. ബൂർഷ്വാ സാമ്പത്തിക ശാസ്ത്രത്തിലെ 'ചരക്കിന്റെ' (commodity) കാര്യം തന്നെ എടുക്കാം. മാർക്സിന്റെ വാക്കുകളിൽ പറഞ്ഞാൽ, "ചരക്ക്, ഒറ്റനോട്ടത്തിൽ എളുപ്പത്തിൽ മനസിലാക്കാവുന്ന ഒരു തുച്ഛമായ വസ്തു ആണെന്നാണ് തോന്നുക - എന്നാൽ വിശകലനം ചെയ്തുനോക്കുമ്പോൾ അത് ഒരുപിടി അതിഭൗതികവാദപരമായ സൂക്ഷ്മസങ്കീർണതകളും (subtleties) ദൈവശാസ്ത്രപരമായ കുശാഗ്രമതിത്വവും ഉള്ള ഒന്നാണെന്നും കാണാം."[1] ചരക്കുൽപ്പാദനത്തെ നിഗൂഹനം ചെയ്യുന്ന ബൂർഷ്വാ പ്രത്യയശാസ്ത്രത്തിന്റെ കരിമഞ്ഞാണ് ഈ സങ്കീർണതകൾക്കു കാരണമായി ഭവിക്കുന്നത്. ചരക്കുകളെപ്പറ്റിയുള്ള കടപമായ വ്യക്തത, ബൂർഷ്വാ വ്യവസ്ഥയിൽ ആളുകൾക്കുമേൽ ആളുകൾ നടത്തുന്ന ചൂഷണത്തെ പണത്തിന്റെ പ്രതാപം എന്ന മിഥ്യകൊണ്ട് മറച്ചുപിടിക്കുന്ന നിഗൂഹന പ്രക്രിയയുടെ സൃഷ്ടിയാണ്. "പണത്തിനുമേലെ പരുന്തും പറക്കില്ല" എന്ന സാമാന്യബുദ്ധിയുടെ തത്വശാസ്ത്രം പീഡിതരുടെമേൽ അടിച്ചേൽപ്പിക്കപ്പെട്ട "ബുദ്ധിശൂന്യതയാവുന്നത്" ഇതുകൊണ്ടാണ്, ചരക്കിനെ വിഗ്രഹങ്ങളാക്കുന്ന പ്രക്രിയ (fetishism of commodities) എന്ന പരികൽപ്പനയിലൂടെ മാർക്സ് വിശദമാക്കാൻ ശ്രമിക്കുന്ന പ്രത്യയശാ

1. *Capital,* വാല്യം 1, പേജ് 210.

സ്ത്രപ്രതിഭാസവും മറ്റൊന്നല്ല. തൊഴിലാളികളുടെ അധ്വാനത്തിന്റെ സൃഷ്ടിയായ ഉൽപ്പന്നങ്ങൾ അവരിൽനിന്ന് അന്യവൽകൃതമായി അവർക്ക് താങ്ങാനാവാത്ത വിലയുള്ള ചരക്കുകളായി കടകളിലെ ചില്ലലമാരികളിൽ പ്രത്യക്ഷപ്പെടുമ്പോൾ ഏറിയാൽ "തീ പിടിച്ച വിലയെ" ശപിക്കുന്നിടത്തോളം മാത്രം എത്തിനിന്നുപോകുന്ന വർഗബോധം ഈ പ്രത്യയശാസ്ത്ര ഉപജാപത്തിന്റെ ഇരയാണ്. എന്നാൽ അധ്വാനത്തിന്റെ സഞ്ചിതരൂപമായ ഈ ചരക്കുകളെ ചുഴന്നുനിൽക്കുന്ന അജ്ഞേയതയുടെ മറ നീക്കിക്കാണുമ്പോൾ മുതലാളിത്ത വ്യവസ്ഥയുടെ കാരുണ്യരഹിതമായി ചുറ്റിക്കൊണ്ടിരിക്കുന്ന പൽചക്രങ്ങളുടെ ഭീഷണരൂപം വെളിവാകും. എന്നാൽ ഈ സമഗ്രദർശനത്തെ അസാധ്യമാക്കുന്ന തരത്തിൽ ഭാഗികവും ശിഥിലവുമായി മാത്രം യാഥാർഥ്യത്തെ അവതരിപ്പിക്കുകയാണ് പ്രത്യശാസ്ത്രം ചെയ്യുന്നത്. ഇത്തരം പ്രത്യയശാസ്ത്രപരമായ വികലീകരണങ്ങളുടെ ഒരു ബൃഹദ്ഗ്രന്ഥാവലി തന്നെയാണ് ക്ലാസിക്കൽ ബൂർഷ്വാ സാമ്പത്തികശാസ്ത്രം.

പ്രത്യയശാസ്ത്രം യാഥാർഥ്യത്തെ വിഭ്രംശിപ്പിക്കുകയാണ് ചെയ്യുന്നത് എന്നത് അതിന്റെ നിഗൂഹനപരമായ പങ്കിന്റെ സ്വാഭാവിക പരിണാമമാണ്. തങ്ങൾ പ്രചരിപ്പിക്കാൻ ശ്രമിക്കുന്ന മിഥ്യാധാരണകളെ കഴിയുന്നത്ര പകിട്ടാർന്ന വേഷഭൂഷാദികൾ അണിയിച്ചവതരിപ്പിക്കാൻ പ്രത്യയശാസ്ത്രകാരന്മാർ ശ്രമിക്കാറുണ്ട്. ആവശ്യമാവുമ്പോൾ പച്ചനുണകൾ പടച്ചുവിടാൻ അവർ മടിക്കാറില്ല എന്നത് ശരിയാണ്. പക്ഷേ, ആവുന്നത്ര സത്യപ്രതീതി ജനിപ്പിക്കാൻ അവർ ശ്രദ്ധിക്കാറുണ്ട്. പഴയ തത്വശാസ്ത്രങ്ങളെയും, പഴയ കാവ്യഭാഷയെയും ഒക്കെ അവർ ഇതിനായി ഉപയോഗിക്കുന്നു. വ്യാവസായിക വിപ്ലവത്തിന്റെകാലത്ത് ദുസ്സഹവും അമാനവീകൃതവുമായ ജീവിതാവസ്ഥകളിലേക്കു വലിച്ചെറിയപ്പെട്ടിരുന്ന കൂലിത്തൊളിലാളികൾക്കു മിഥ്യാസാന്ത്വനമരുളാൻ ക്രിസ്തുമതം വഹിച്ച പങ്ക് സുവിദിതമാണ്. ദാരിദ്ര്യരേഖയ്ക്കു താഴെ ഉഴലുന്ന ഇന്ത്യൻ ജനതയോട് നിഷ്കാമകർമത്തിന്റെ ആവശ്യകതയെപ്പറ്റി ഗീതയുടെയും ഉപനിഷത്തുക്കളുടെയും വാഗാടോപത്തിന്റെ സഹായത്തോടെ ഉൽബോധിപ്പിക്കുന്ന 'ജറ്റുയുഗസ്വാമിമാരെ' മുട്ടിനുമുട്ടിനു കണ്ടുതുടങ്ങിയിട്ടുള്ളതിന്റെ പ്രസക്തിയും മറ്റൊന്നല്ല.

പ്രത്യയശാസ്ത്രം ജനിപ്പിക്കുന്ന 'സ്വയം സമ്പൂർണം' എന്ന പ്രതീതിയുടെ രഹസ്യം മനസിലാക്കുക എന്നത് പ്രത്യയശാസ്ത്രമിഥ്യകൾക്കെതിരായ സമരത്തിൽ ഏറെ പ്രാധാന്യമർഹിക്കുന്നു. പ്രത്യയശാസ്ത്രകാരന്മാരുടെ ചരിത്രം തൊഴിൽ വിഭജനത്തോളംതന്നെ പഴക്കമുള്ളതാണെന്ന ലെഫെബ്വെറെയുടെ വാദം ശ്രദ്ധേയമാണ്. കായികവും ബുദ്ധിപരവുമായ അധ്വാനം വേർപിരിഞ്ഞതോടെ, ഉപകരണങ്ങളുടെ സഹായത്തോടെയുള്ള അധ്വാനവും, മനുഷ്യരെത്തന്നെ ഉപകരണങ്ങളാക്കുന്ന അധ്വാനവും എന്ന ഒരു വിഭജനവും നിലവിൽ വന്നു. ഭൗതികമല്ലാത്ത മാധ്യമങ്ങളിലൂടെയുള്ള ഈ നിയന്ത്രണങ്ങളിൽ ഭാഷ പ്രധാ

നമായ ഒരു പങ്ക് വഹിച്ചിരുന്നു. ഈ ഘട്ടം മുതൽ അവബോധത്തെ യാഥാർഥ്യത്തിൽനിന്ന് അടർത്തിയെടുത്ത് അമൂർത്തവൽക്കരണം സാധിക്കാം എന്ന നിലവന്നു. 'ശുദ്ധസിദ്ധാന്ത'ങ്ങൾ ഉടലെടുത്തതിങ്ങനെയാണ്. അമൂർത്തമായ ചിന്താപദ്ധതികൾ സൃഷ്ടിക്കപ്പെട്ടു തുടങ്ങി. മതവും പ്രകൃതിയുമായുള്ള നാഭീനാളബന്ധം മുറിഞ്ഞതോടെ ദൈവശാസ്ത്രവും തത്വചിന്തയും ആവിർഭവിച്ചു. സദാചാരസംഹിതകൾ ആചാരാനുഷ്ഠാനങ്ങളുടെ സ്ഥാനം ഏറ്റെടുത്തു. എന്നാൽ സാമൂഹികബന്ധങ്ങൾതന്നെ വൈരുധ്യാത്മകമായതോടെ ഈ അമൂർത്തമായ ആവിഷ്കരണങ്ങളും യാഥാർഥ്യവും തമ്മിൽ വൈരുധ്യങ്ങൾ വളർന്നുവരാൻ തുടങ്ങി. ഇതോടെ പുതിയതരം അമൂർത്തവൽക്കരണങ്ങളും, ഇത്തരം അമൂർത്തവൽക്കരണങ്ങൾ സൃഷ്ടിക്കുന്നതിൽ വൈദഗ്ധ്യം നേടിയ സൈദ്ധാന്തികരും പ്രത്യക്ഷപ്പെട്ടു. അമൂർത്തവൽക്കരണങ്ങൾ, നിർമ്മമമായ സത്യവിവരണങ്ങൾ എന്നു നിലവിട്ട് പക്ഷം പിടിക്കുന്ന, സോദ്ദേശ്യ സിദ്ധാന്തങ്ങളായി – ഈ പക്ഷം പിടിക്കുന്ന സിദ്ധാന്തങ്ങളാണ് പ്രത്യയ ശാസ്ത്രങ്ങൾ. ഉദാഹരണത്തിന്, യൂറോപ്പിൽ രാജാവും പ്രഭുക്കന്മാരും മുതലാളിമാരും തമ്മിലുള്ള അധികാര വലികൾക്ക് ആക്കം വർധിച്ചതോടെ അധികരാവിഭജനം (separation of powers) എന്ന രാഷ്ട്രീയ സിദ്ധാന്തം നിലവിൽ വന്നു. ശൈവവൈഷ്ണവ സംഘർഷങ്ങളെ രമ്യമായി പരിഹരിക്കാൻ 'ഹരിഹര' സങ്കൽപ്പം ഉയർന്നുവന്നതും ഹരിയുടെയും ഹരന്റെയും ഭക്തന്മാർക്കിടയിലെ യഥാർഥ വൈരുധ്യങ്ങൾ അപരിഹാര്യമായതോടെ സ്മാർത്ത – വൈഷ്ണവ സമരത്തിൽ അത് മറഞ്ഞുപോയതും നമുക്കു കൂടുതൽ പരിചിതമായ ഉദാഹരണമാണ്.[1]

പ്രത്യയശാസ്ത്രങ്ങളുടെ മാരകമായ സ്വാധീനം ഏറ്റവും പ്രകടമാവുന്നത് യുദ്ധകാലത്താണ്. 'ആര്യന്മാരുടെ ആധിപത്യം' എന്ന ഹിറ്റ്ലറുടെ സ്വപ്നംപോലെതന്നെ, ഒരുപക്ഷേ, ആർ എസ് എസുകാർ താലോലിക്കുന്ന 'ഭാരത ഭൂപട'വും മരണം വിതയ്ക്കുന്ന യുദ്ധഭ്രാന്തായി മാറ്റാനുള്ള സാധ്യതയെപ്പറ്റിയുള്ള ബോധം – ഇതേപ്പറ്റിയുള്ള നിതാന്തജാഗ്രത – ആവശ്യമാക്കിത്തീർക്കുന്നു. നാം അത്രയൊന്നും ശ്രദ്ധിക്കാതെ വിഴുങ്ങുന്ന 'മലബാർ വിശേഷങ്ങളും' ഇടതുപക്ഷചിന്തകർപോലും 'ഈശ്വരവിശ്വാസികൾ' പരിഹരിക്കേണ്ട പ്രശ്നമെന്ന നിലയ്ക്ക് അഭിപ്രായ പ്രകടനംപോലും നടത്താതെ തള്ളിക്കളയുന്ന നമസ്കാരസദ്യയെപ്പറ്റിയുള്ള വിവാദങ്ങളും, എല്ലാം മഞ്ഞമുഖപ്പത്രത്തിന്റെ മതവിദ്വേഷം വമിക്കുന്ന ജൽപ്പനങ്ങൾപോലെതന്നെ അപകടകരമാണ് എന്നു നാം അറിയേണ്ടിയിരിക്കുന്നു 'പീലിയും കോലുമായി' ശോഭായാത്രകൾക്കു മുന്നിൽ നടക്കുന്ന എട്ടും പൊട്ടും തിരിയാത്ത പിഞ്ചുകുഞ്ഞുങ്ങൾ, യദുകുലം മുടിക്കുന്ന ഉലക്കയ്ക്കാവും ജന്മം നൽകുക എന്ന ചിന്ത പ്രത്യയശാ

1. ഡി ഡി കൊസാംബി, *Myth and Reality*, (ബോംബെ, 1962) പേജ് 30 നോക്കുക.

സ്ത്രത്തിന്റെ നീരണ്ടെത്തുന്ന നീരാളിക്കയ്യുകളെ തിരിച്ചറിയുകയെന്നത് ജീവന്മരണ പ്രശ്നമാക്കുന്നുണ്ട്.

അപബോധത്തിൽ ഉൾച്ചേർന്നിരിക്കുന്ന യഥാർഥ ദുരിതത്തിന്റെയും ദൈന്യത്തിന്റെയും പ്രതിഷേധത്തിന്റെയും അംശങ്ങളാണ് പ്രത്യയശാസ്ത്രങ്ങൾക്ക് സാധുതയുടെ പരിവേഷം നൽകുന്നത്. ഈ ഘട്ടത്തിൽ അപബോധത്തെയും പ്രത്യയശാസ്ത്രത്തെയും വിവച്ഛേദിച്ചുകാണുന്നത് സഹായകമായിരിക്കും എന്നു തോന്നുന്നു. പീഡിതരുടെ പ്രതിഷേധങ്ങൾക്കു യഥാർഥമായ ഒരു ആവിഷ്കാരം സാധ്യമല്ലാതായിവരുന്ന ഘട്ടങ്ങളിൽ സ്വാത്മപ്രചോദിതമായി ഉയർന്നു വരുന്ന ആഗ്രഹചിന്തകളായി അപബോധത്തെ കാണാവുന്നതാണ്. ചില ഘട്ടങ്ങളിൽ മാർക്സിസത്തിന്റെ വിധിവാദപരമായ വ്യഖ്യാനങ്ങളുടെ രൂപത്തിൽപോലും ഈ അപബോധം പ്രത്യക്ഷപ്പെട്ടേക്കാനിടയുണ്ട് എന്ന ഗ്രാംഷിയുടെ നിരീക്ഷണം ശ്രദ്ധേയമാണ്. ഗ്രാംഷി തന്റെ തടവറക്കുറിപ്പുകളിൽ ഇതേപ്പറ്റി ദീർഘമായി പ്രതിപാദിക്കുന്നുണ്ട്. നെടുനായകത്വത്തെപ്പറ്റിയും, ചില ചരിത്രഘട്ടങ്ങളിൽ എങ്ങനെ ചില വർഗങ്ങൾ "കീഴ്ക്കിട" (subaltern) അവസ്ഥയിൽനിന്ന് ഉയരാനാവാതെ ഉഴലുന്നു എന്നും മറ്റുമുള്ള ഗ്രാംഷിയുടെ പ്രധാനപ്പെട്ട പരികൽപ്പനകളുടെ പശ്ചാത്തലത്തിലാണ് ഈ അപബോധ സിദ്ധാന്തത്തെ കാണേണ്ടത്.[1]

മതത്തെയോ മയക്കുമരുന്നുകളെയോപോലെ വിധിപാദപരവും യാന്ത്രികവാദപരവുമായ പ്രത്യയശാസ്ത്രസങ്കൽപ്പങ്ങൾ എങ്ങനെ ചില ഘട്ടങ്ങളിൽ ചരിത്രപരമായി ന്യായീകരിക്കാവുന്നതും അവശ്യവുമായിത്തീരുന്നു എന്നു വിശദീകരിച്ചുകൊണ്ട് ഗ്രാംഷി പറയുന്നു:

> സമരത്തിൽ നമുക്കു മുൻകൈ നഷ്ടപ്പെടുകയും സമരം തന്നെ പരാജയങ്ങളുടെ ഒരു നീണ്ട പരമ്പരയായി തോന്നിപ്പിക്കുകയും ചെയ്യുന്ന ഘട്ടങ്ങളിൽ യാന്ത്രികമായ വിധിവാദം ധാർമികമായ ചെറുത്തുനിൽപ്പിനെയും ഐക്യത്തെയും ക്ഷമയെയും കീഴടങ്ങാത്ത സഹനഭാവത്തെയും (സഹായിക്കുന്ന) ഒരു വമ്പിച്ച ശക്തിയായിത്തീരുന്നു. "ഞാൻ താൽക്കാലികമായി പരാജയപ്പെട്ടിരിക്കയാണ്. എന്നാൽ, ചരിത്ര ഗതി (tide of history) ദീർഘകാലാടിസ്ഥാനത്തിൽ എനിക്കനുകൂലമായാണ് നീങ്ങുന്നത്."[2]

ഇത്തരം ഘട്ടങ്ങളിൽ യഥാർഥ ഇച്ഛ ഒരു വിശ്വാസ പ്രമാണത്തിന്റെ വേഷമെടുത്തണിയുന്നു എന്നു ഗ്രാംഷി ചൂണ്ടിക്കാട്ടുന്നു. ഇവിടെപ്പോലും ഇച്ഛാശക്തി കാര്യമായ പങ്കുവഹിക്കുന്നുണ്ട് – പരോക്ഷവും ആച്ഛാദിതവുമായ ഒരു രൂപത്തിലാണെങ്കിൽപോലും, എന്നും ഗ്രാംഷി കൂട്ടിച്ചേർക്കുന്നു. ഇത്തരം സന്ദർഭങ്ങളിൽ അവബോധം വൈരുധ്യ സ്വഭാവമാർന്നതും വിമർശനാത്മകമായ ഐകരൂപ്യമില്ലാത്തതുമായിരിക്കും. എന്നാൽ,

1. *Gramsci: Prison Notebooks*, പേജുകൾ 336–343 നോക്കുക.
2. *Gramsci: Prison Notebooks*, പേജുകൾ 336–337 നോക്കുക.

കീഴ്ക്കിട (subaltern) അവസ്ഥയിൽനിന്ന് അവബോധം മെല്ലെ മോചനം നേടുകയും ജനസഞ്ചയത്തിന്റെ സാമ്പത്തിക പ്രവർത്തനത്തിന് മാർഗ ദർശനം (directive) നൽകുന്ന ഉത്തരവാദിത്വമുള്ള അവസ്ഥയിലേക്ക് വികസിക്കുകയും ചെയ്യുമ്പോൾ ഈ യാന്ത്രികതതന്നെ ഒരപകടസാ ധ്യതയായി മാറുന്നു. ഈ ഘട്ടത്തിൽ ചിന്താശൈലി അടിസ്ഥാനപരമാ യിത്തന്നെ മാറേണ്ടതുണ്ട്. കാരണം, സാമൂഹികമായ അസ്തിത്വത്തിന്റെ രൂപത്തിനുതന്നെ മാറ്റം സംഭവിച്ചിരിക്കുന്നു. അപബോധത്തിന്റെ ദ്വന്ദ്വാ ത്മക സ്വഭാവത്തിലേക്ക് വെളിച്ചം വീശുന്നതാണ് ഗ്രാംഷിയുടെ ഈ വിമർശനം. എങ്ങനെ അപബോധം പ്രത്യയശാസ്ത്ര മിഥ്യയാവുന്നു എന്നും, അതെങ്ങനെ വിപ്ലവസാഹചര്യങ്ങളിൽ അധീശവർഗ താൽപ്പ ര്യങ്ങളെ അനിച്ഛാപൂർവമായി സഹായിക്കുന്നു എന്നും ഇതു വിശദീക രിക്കുന്നു. ഗ്രാംഷി പറയുന്നു:

> ഇന്നലെ കീഴ്ക്കിടയായിരുന്ന ഘടകം ഒരു വസ്തു മാത്രമായി രുന്നുവെങ്കിൽ ഇന്ന് അത് ഒരു വെറും വസ്തുവല്ല. ഒരു ചരിത്ര പുരുഷനാണ്. ഇന്നലെ, ബാഹ്യമായ ഒരു ഇച്ഛയെ ചെറുത്തുനിൽ ക്കുക മാത്രമാണ് ചെയ്തിരുന്നത് എന്നതുകൊണ്ട് അതിന് ഉത്ത രവാദിത്വമുണ്ടായിരുന്നില്ല. എന്നാലിന്ന് അത് പ്രതിരോധിക്കുക മാത്രമല്ല, മുൻകൈ എടുക്കുകയും കർമോത്സുകത പ്രകടിപ്പിക്കു കയും ചെയ്യുന്ന ഒരു ശക്തിയാണ്. അതുകൊണ്ട് അതിന് ഉത്തര വാദിത്വബോധമുണ്ട്. പക്ഷേ, ഇന്നലെപ്പോലും അത് വെറും ചെറു ത്തുനിൽപ്പുമാത്രമായിരുന്നുവോ? ഒരു വെറും വമ്പ്? വെറും ഉത്ത രവാദിത്വമില്ലായ്മ? തീർച്ചയായുമല്ല. എങ്ങനെ വിധിവാദം ദുർബ ലമായ അവസ്ഥയിൽപ്പെട്ട കർമോത്സുകവും യഥാർഥവുമായ ഇച്ഛ എടുത്തണിയുന്ന വസ്ത്രമല്ലാതെ മറ്റൊന്നുമല്ല എന്ന് നാം ഊന്നി പ്പറയേണ്ടിയിരുന്നു.[1]

ഈ കാഴ്ചപ്പാടിൽനിന്ന് നോക്കുമ്പോൾ അപബോധ വിമർശത്തിന്റെ അടിയന്തര പ്രസക്തി വ്യക്തമാവുന്നുണ്ട്, നമ്മുടെ – വിശേഷിച്ച് കേരള

1. *Gramsci: Prison Notebooks*, പേജ് 337.
ഈ വിശകലനത്തിന്റെ അതിപ്രസക്തമായ പല സൂക്ഷ്മവശങ്ങളെയും, ഉദാഹര ണത്തിന് മിത്ത്, ജടിലോക്തി, സാമാന്യബോധ വിമർശം തുടങ്ങിയവയെപ്പറ്റി, വിസ്താരഭയത്താൽ ഇവിടെ ചർച്ചചെയ്യുന്നില്ല. അതുകൊണ്ട് വളരെ അപൂർണവും ഭാഗികവുമാണ് ഈ ഖണ്ഡമെന്ന് ക്ഷമാപണപുരസ്സരം രേഖപ്പെടുത്തട്ടെ. ഒരു പരി ധിവരെ അനുബന്ധ പാഠത്തിലെ കുറിപ്പുകളിൽ ഈ ഗുരുതരമായ ന്യൂനത പരിഹ രിക്കാൻ ശ്രമിക്കുന്നുണ്ട്. സോഷ്യലിസ്റ്റുകഥകളുടെ (നിളാ പബ്ലിഷേഴ്സ്, 1982) അവ താരികയിൽ ഞാൻ സ്പർശിച്ചുപോയിട്ടുള്ള പല പ്രമേയങ്ങളും ഈ ലേഖനത്തെ സംബന്ധിച്ചിടത്തോളവും സംഗതമാണ്. ഒരർഥത്തിൽ ആ ലേഖനത്തിന്റെ തുടർച്ച യായി ഇതിനെ കാണാവുന്നതാണ്. അതുകൊണ്ട് അതിൽ ചർച്ചാവിധേയമാക്കിയി ട്ടുള്ള പല പ്രശ്നങ്ങളും ഇതിൽ ആവർത്തിച്ചിട്ടില്ല. ആ ലേഖനവുമായി ബന്ധപ്പെ ടുത്തി വായിക്കുന്നത് സഹായകമാകുമെന്നു തോന്നുന്നു.

ത്തിലെ – അപബോധത്തിന്റെ രൂപം സംസ്കാരമാണ്. നാമമായും വിശേഷണമായും പ്രത്യയശാസ്ത്രവിവാദങ്ങൾതൊട്ട് സ്വകാര്യ സംഭാഷണങ്ങളിൽവരെ ഒരു ജടിലോക്തിയായി സംസ്കാരം എന്ന പദം പ്രത്യക്ഷപ്പെടുന്നുണ്ട്. ലൂയി ആരഗണിന്റെ "വിധിയുടെ വഴിയാത്രക്കാർ" എന്ന ആഖ്യായികയിൽ ഒരു കഥാ പാത്രമുണ്ട്. സമകാലീന രാഷ്ട്രീയ സംഭവങ്ങളെ പൂർണമായി അവഗണിക്കുന്ന ഒരസ്സൽ 'അരാഷ്ട്രീയൻ'. പത്രത്തിലെ ബിസിനസ് കോളങ്ങൾ മാത്രമേ വായിക്കൂ എന്നതിൽ ഊറ്റം കൊള്ളുന്നവർ. പക്ഷേ, വിധിവൈപരീത്യംകൊണ്ടാവണം പക്ഷവാതം പിടിച്ച് നാവു മാത്രമിളക്കാനാവുന്ന ഒരവസ്ഥയിൽ അയാൾ എത്തിപ്പെടുന്നു. മാത്രമോ, നാവിളക്കിയാൽത്തന്നെ അയാൾക്ക് ഉച്ചരിക്കാൻ കഴിയുന്നത് ഒരൊറ്റ വാക്കു മാത്രമാണ്: "രാഷ്ട്രീയം." താനേറ്റവും വെറുക്കുന്ന ആ വാക്കുകൊണ്ട് അയാൾ തന്റെ ആവശ്യങ്ങളും ഇംഗിതങ്ങളുമെല്ലാം മറ്റുള്ളവരെ അറിയിക്കാൻ നിർബന്ധിതനാവുന്നു. ആരഗണിന്റെ നിശ്ചിതഹാസ്യം അരാഷ്ട്രീയ നാട്യത്തിന്റെ പൊള്ളത്തരം തുറന്നു കാട്ടുന്നതാണ്. ഏതു ഫ്രഞ്ചുകാരന്റെയും ഉള്ളിൽ ചിരി വിടർത്താൻ പോന്നതുമാണ്. പക്ഷേ, അതു ഫ്രാൻസിലെ അവസ്ഥയാണ്; എല്ലാ സമരങ്ങളെയും അതിന്റെ യുക്തിപരമായ പരകോടിയിൽ എത്തിക്കണമെന്ന് എന്നും വാശിപിടിച്ചിരുന്ന ഒരു രാഷ്ട്രത്തിലെ അവസ്ഥ. 'എന്തെങ്കിലുമാവുമ്പോഴേക്കുതന്നെ എല്ലാമാവണ'മെന്ന് നിർബന്ധിക്കാറുള്ള ഒരു ജനതയുടെ അവസ്ഥ. എന്നാൽ, നമ്മുടെ അവസ്ഥയോ? പത്തൊൻപതാം നൂറ്റാണ്ടിലെ ജർമൻകാരുടെയും ഫ്രഞ്ചുകാരുടെയും മനോഭാവങ്ങൾ തമ്മിലുള്ള വ്യത്യാസത്തെ അപഹസിച്ചുകൊണ്ട് മാർക്സ് നൽകുന്ന വിവരണം നമ്മുടെ അവസ്ഥയ്ക്കും ഇണങ്ങുന്നതാണ്:

> ഫ്രാൻസിൽ ഒരാൾക്ക് എല്ലാമാവണമെന്ന മോഹമുദിക്കാൻ അയാളെന്തെങ്കിലുമായാൽ മതി. ജർമനിയിൽ എല്ലാം നഷ്ടപ്പെടാതെ കഴിക്കണമെങ്കിൽ ഒരാൾ ഒന്നുമല്ലാതായിരിക്കണം.... ഫ്രാൻസിൽ എല്ലാ വർഗങ്ങളും രാഷ്ട്രീയമായ അർഥത്തിൽ ആദർശശാലികളാണ്. ഒരു പ്രത്യേക വർഗമെന്ന നിലയ്ക്കല്ല, പൊതുവായ സാമൂഹികാവശ്യങ്ങളുടെ പ്രതിനിധി എന്ന നിലയ്ക്കാണ് അവബോധം നേടുന്നത്. എന്നാൽ, ജർമനിയിലാകട്ടെ.... അടിയന്തര സാഹചര്യങ്ങളാൽ, ഭൗതികമായ ആവശ്യങ്ങളാൽ അതിന്റെ ചങ്ങലകളാൽ നിർബന്ധിക്കപ്പെടുന്നതുവരെ പൗരസമൂഹത്തിലെ (civil society) ഒരു വർഗത്തിനും പൊതുവായ വിമോചനം ഒരാവശ്യമായി അനുഭവപ്പെടുന്നില്ല. അതിനു കെൽപ്പും അവർക്കില്ല.[1]

1. *MECW*, വാല്യം 3, പേജ് 186.

1843–ൽ റൂഗിനയച്ച കത്തിൽ ഹിലിസ്റ്റീൻമാരുടെ (പണക്കൊതിയന്മാരായ പ്രായോഗികവാദികളുടെ) ലോകം "മനുഷ്യരുടെ" ലോകമല്ല എന്ന് മാർക്സ് പറയുന്നത് ഈ അർഥത്തിലാണ്.

> മനുഷ്യജീവികൾ എന്നു പറഞ്ഞാൽ ചിന്തിക്കുന്ന ജീവികൾ, സ്വതന്ത്രരായ ജീവികൾ, റിപ്പബ്ലിക്കന്മാർ എന്നൊക്കെയാവും അർഥം. എന്നാൽ, ഹിലിസ്റ്റീൻമാർക്ക് ഇതൊന്നുമാവണമെന്നില്ല. ജീവിച്ചു പോവുക, പ്രത്യുൽപ്പാദന കർമത്തിലേർപ്പെടുക (ഇതിലേറെയൊന്നും ആരും നേടുന്നില്ലെന്നാണല്ലോ ഗെഥേ പറയുന്നത്.) ഇത്രയേ അവർക്ക് വേണ്ടൂ. ഇതൊക്കെ മൃഗങ്ങളും ആഗ്രഹിക്കുന്ന കാര്യങ്ങളാണ്. ഒരു ജർമൻ രാഷ്ട്രീയക്കാരനോട് ചോദിച്ചാൽ ഒരു പക്ഷേ, ഇത്രയുംകൂടി അയാൾ കൂട്ടിച്ചേർത്തേക്കും: അല്ല, മനുഷ്യർക്ക് (മൃഗങ്ങളിൽനിന്നു വ്യത്യസ്തമായി) തങ്ങൾക്കിതൊക്കെ വേണമെന്ന അറിവ് ഉണ്ട്. പിന്നെ, കൂടുതലൊന്നും മോഹിക്കാതിരിക്കാനുള്ള വിവേകം ജർമൻകാർക്കുണ്ട്.[1]

'ബ്ലേഡു' കമ്പനികളും അബ്കാരിയും, വിസ്മയംപോലെ ഗൾഫിൽ നിന്നെത്തുന്ന കുഴൽപ്പണവുമൊക്കെക്കൊണ്ട് ജീവിതം നിലനിർത്തി കിടക്കുന്ന നമ്മുടെ പക്ഷവാതംപിടിച്ച സമ്പദ്‌വ്യവസ്ഥ നാവനക്കുമ്പോൾ ഒറ്റവാക്ക് മാത്രമേ പുറത്തുവരുന്നുള്ളൂ: "സംസ്കാരം", ആന്റണിയുടെ കോൺഗ്രസ് ഇന്ദിരാ കോൺഗ്രസിൽ ലയിക്കാനുള്ള കാരണം ഇവിടെ രാഷ്ട്രീയമല്ല; പങ്കിടുന്ന കോൺഗ്രസ് സംസ്കാര പൈതൃകത്തെപ്പറ്റി പെട്ടെന്നുണ്ടായ വെളിപാടാണ്. കേരളാ കോൺഗ്രസ് സംസ്കാരം, ആർഷഭാരതസംസ്കാരം എന്നിങ്ങനെ എന്തൊക്കെ തരം സംസ്കാരശൂന്യതകളാണ് ഇവിടെ അരങ്ങു തകർത്ത് വിലസുന്നത്. എന്തിന്, സമൂഹത്തിൽ പടർന്നുകിടക്കുന്ന അഴിമതിക്കെതിരായുള്ള സമരവും, വർഗരാഷ്ട്രീയംപോലും നടത്തുന്നത് സാംസ്കാരികവേദികളാണല്ലോ.

'സംസ്കാരം' ഇന്നത്തെ സമൂഹത്തിൽ ആത്മവഞ്ചനയുടെയും സാന്ത്വനത്തിന്റെയും പരവഞ്ചനയുടെയും ഒരു മൂർത്തരൂപമായി മാറിയിരിക്കുന്നു. അതിന്റെ വിമർശം ഈ പ്രത്യയശാസ്ത്രമിഥ്യയ്ക്ക് പിറവി നൽകുന്ന രാഷ്ട്രീയ – സാമ്പത്തിക – സാമൂഹിക വ്യവസ്ഥകളുടെ വിമർശനം തന്നെയാണ്. ഇവിടത്തെ വ്യവസ്ഥാപിത മർദനഭരണത്തിന്റെ സാംസ്കാരിക നാട്യത്തിന്റെ വിമർശനം അതുകൊണ്ട് യഥാർഥ ചങ്ങലകൾ കണ്ടെത്താനും അറുത്തെറിയാനും സഹായിക്കുന്ന വിമർശനമാകുന്നു. ആത്മവഞ്ചകമായ മിഥ്യാസംതൃപ്തിയിലേക്ക് ഒരു നിമിഷംപോലും മയങ്ങിവീഴാൻ അനുവദിക്കാതാരിക്കുക എന്നതാണു പ്രധാ

1. *MECW*, വാല്യം 3, പേജുകൾ 134–135.

നം. സാംസ്കാരിക വിമർശനത്തിന്റെ നമ്മെ സംബന്ധിച്ചിടത്തോളമുള്ള പ്രസക്തി ഇതാണ്. കാരണം, മാർക്സ് പറയുംപോലെ.'

> അപമാനബോധവും ഒരുതരം വിപ്ലവമാണ്. ഉള്ളിലേക്ക് തിരിയുന്ന ഒരുതരം രോഷമാണ്. ഒരു രാഷ്ട്രത്തിനു മുഴുവൻ യഥാർഥത്തിൽ ഈ അപമാനബോധമുണ്ടാവുകയാണെങ്കിൽ അത് കുതിക്കാനൊരുങ്ങിനിൽക്കുന്ന സിംഹത്തെപ്പോലെയാവും.[1]

1. *MECW*, വാല്യം 3, പേജ് 133.
ഈ ബണ്ഡത്തിലെ പല നിഗമനങ്ങളും സാമൂഹികശാസ്ത്രപരമായ ചുരുക്കിക്കാണലുകളല്ലേ എന്ന ചോദ്യം ഞാൻ മുൻകൂട്ടി കാണുന്നുണ്ട്. സംഘടിതവും വേണ്ടമട്ടിൽ യുക്തിഭദ്രവുമായ രീതിയിൽ അല്ല ഈ ലേഖനം എഴുതിയിട്ടുള്ളതെന്നും ഞാൻ മനസിലാക്കുന്നു. ന്യായീകരണമല്ല എന്നറിഞ്ഞുകൊണ്ടുതന്നെ, ചില പ്രത്യേക സഹചര്യങ്ങളാൽ ലേഖനസ്വരൂപത്തെ വിമർശനാത്മകമായി പുനരവലോകനം ചെയ്ത് അവതരിപ്പിക്കാൻ കഴിഞ്ഞിട്ടില്ലെന്നു മാത്രം പറയട്ടെ.

അനുബന്ധ പഠനങ്ങൾ

പുസ്തകത്തിന്റെ ആദ്യഖണ്ഡത്തിൽ ചേർത്തിട്ടുള്ള ചില ലേഖനങ്ങളിൽ, സങ്കീർണത ഒഴിവാക്കാനായി താത്വികമായി - ചിലപ്പോൾ അമൂർത്തമായും - മാത്രം അവതരിപ്പിച്ചിട്ടുള്ള സങ്കൽപ്പനോപാധികളെ ആശ്രയിച്ചുള്ള സമകാലീന കലാ - സാംസ്കാരിക പ്രതിഭാസങ്ങളെപ്പറ്റിയുള്ള പഠനങ്ങളാണ് ഈ ഖണ്ഡത്തിൽ ചേർത്തിരിക്കുന്നത്. അതുകൊണ്ടുതന്നെ ഇവയ്ക്ക് വാരാന്ത്യ നിരൂപണങ്ങളുടേതായ പരിമിതിയും കാലിക സ്വഭാവവും ഉണ്ട്. ദൃഷ്ടാന്തപരമായ അപഗ്രഥനങ്ങൾ എന്ന നിലയ്ക്ക് മാത്രമാണ് ഇവയുടെ പ്രസക്തി.

10

സമകാലീന സിനിമയുടെ പ്രത്യയശാസ്ത്രം

നിരൂപണക്കുറിപ്പുകൾ

രവീന്ദ്രൻ

രതിയും വർഗതാൽപ്പര്യങ്ങളും

ഏതാനും വർഷങ്ങൾ മുമ്പുവരെ നിലനിന്നിരുന്ന ബോക്സാഫീസ് തന്ത്രങ്ങൾ മലയാള സിനിമ ഇപ്പോൾ സാവധാനം ഉപേക്ഷിച്ചുകൊണ്ടിരിക്കുകയാണ്. ഒന്നിടവിട്ട് എല്ലാ സീക്വൻസുകളിലും വികാരവും ഉദ്വേഗവും മറ്റ് നാനാരസങ്ങളും ഉദ്ദിഗ്നമാകുന്ന തരത്തിൽ തയാർ ചെയ്തുപോന്നിരുന്ന ജടിലമായ ഇതിവൃത്തങ്ങൾ സിനിമയിൽനിന്ന് അപ്രത്യക്ഷമാവുകയാണെന്ന് വേണം കരുതുവാൻ. പ്രതിപാദനരീതികളും താരതമ്യേന ലളിതവും അകൃത്രിമവും പ്രസന്നവും ആയിട്ടുണ്ട്. പ്രേക്ഷകനെ കുരങ്ങ് കളിപ്പിക്കുന്ന പഴയരീതി പൊതുവെ സംവിധായകർ ഉപേക്ഷിച്ചിരുന്നുവെന്നർഥം.

ആഘോഷപൂർവം വരവേൽക്കത്തക്ക വിശേഷങ്ങളൊന്നും, പക്ഷേ, ഈ പരിവർത്തനത്തിലില്ല. സാങ്കേതികമായ മിഴിവിന്റെ അംശം മാറ്റി നിർത്തിയാൽ മൊത്തത്തിൽ പരിവർത്തനത്തെ നയിച്ചത് വ്യാവസായികമായ ഒരു ചുവട് മാറ്റമാണ്. പ്രേഷകന്റെ രുചിയിലുണ്ടായ മാറ്റം കണ്ടറിഞ്ഞ കച്ചവടക്കണ്ണാണ് പഴയരീതികൾ തെല്ല് മാറ്റിച്ചവിട്ടാൻ പ്രേരിപ്പിച്ചത്. കഥകളുടെ സ്വഭാവത്തിൽ കാതലായ യാതൊരു മാറ്റവും പ്രകടമല്ല. പ്രേമം, ലൈംഗികത, ഹിംസാവേശം എന്നിവ തന്നെയാണ് കഥാഗതികൾ നിർണയിക്കുന്നത്. പഴയ കൊട്ടാരക്കരച്ചിത്രങ്ങളിലും കുഞ്ചാക്കോചിത്രങ്ങളിലും ഇത് അങ്ങനെ തന്നെയായിരുന്നു. ഇപ്പോൾ നിർമിക്കപ്പെടുന്ന ചിത്രങ്ങൾ പ്രസ്തുത മൂലകങ്ങളെ തെല്ല് വ്യത്യസ്തമായ രീതിയിൽ വിശദീകരിക്കുന്നുവെന്ന് മാത്രം. ഗുണകരമായ ഒരു പ്രവണത മെലൊഡ്രാമ ഗണ്യമായി വെട്ടിക്കുറച്ചുവെന്നതും കോമാളിവേഷങ്ങൾ ഉപേക്ഷിച്ചുവെന്നതും മാത്രമാണ്. വഞ്ചിതയായ നായികയുടെ ദുസ്സഹ

മായ ഏങ്ങലടികളിൽനിന്നും, കോമാളിവേഷങ്ങളിൽനിന്നും തൽക്കാലം പ്രേഷകന് മുക്തിലഭിച്ചിരിക്കുന്നു. എന്നാൽ പരിവർത്തനം ഇപ്പോൾ നിലപാട് കൊള്ളുന്നത് ഒരുതരം മൃദുല ലൈംഗിക വ്യാപാരത്തിന്മേലാണ്. ത്യാഗസുരഭിലവും ഭാവതരളിതവുമൊക്കെയായിരുന്ന പ്രേമം അപചയപ്പെട്ടു. ഇപ്പോൾ വാഴ്ച നിസ്സങ്കോചമായ ലൈംഗികാഭിനിവേശത്തിന്റെയാണ്. ഈയിനം ചിത്രങ്ങളുടെ ഒരു തുടക്കക്കാരനായ ഭരതന്റെ സിനിമയിൽ പ്രണയത്തിന്ന് യാതൊരു 'സബ്ലൈം' തലങ്ങളുമില്ല. കമിതാക്കൾ തങ്ങളുടെ അവസ്ഥയെ നാടകീകരിക്കുന്ന സന്ദർഭങ്ങൾ കുറവാണ്. സൗകര്യം ലഭിക്കുമ്പോഴെല്ലാം വാരിപ്പുണരുന്നവരും ഇണചേരുന്നവരുമാണ് അവർ. മുൻഗാമികളായ ജൂബിലി സംവിധായകന്മാർ പ്രേക്ഷകനെ പിടിച്ച് നിർത്താൻ കഥാഗതികളിൽ കുട്ടിക്കരണം മറിച്ചിലുകൾ നടത്തുകയും, വൈകാരികാതിശയോക്തികളുടെ അനന്തസന്ധികൾ ഒരുക്കുകയും ചെയ്തപ്പോൾ ഭരതൻ തന്റെ കൃതികളിൽ ഉടനീളം വീണ്ടുവിചാരമില്ലാത്ത ലൈംഗികത പ്രസരിപ്പിക്കുകയാണ് ചെയ്യുന്നത്. അദ്ദേഹത്തിന്റെ സിനിമയിൽ കഥയേയും പ്രതിപാദന രീതിയേയും മറ്റും മൊത്തത്തിൽ ഗ്രസിച്ചുകൊണ്ട് പ്രഭാവംപൂണ്ട് നിൽക്കുന്നത് മിക്കപ്പോഴും രതിയാണ്.

ഭരതന്റെ പുതിയ സിനിമയായ *പറങ്കിമല*യും വ്യത്യസ്തമല്ല. ചില മനുഷ്യബന്ധങ്ങളുടെ അവിചാരിതമായ പരിണാമം, വ്യക്തിസ്വഭാവങ്ങളുടെ വിഭ്രാമകമായ തലങ്ങൾ എന്നിവയാണ് പൊതുവെ ഈ സംവിധായകൻ തിരഞ്ഞെടുക്കുന്ന കഥകളുടെ ഇതിവൃത്ത സ്വഭാവം, സ്ഥൂലമല്ലാത്ത അത്തരം കഥാതന്തുക്കളിലാണ് അദ്ദേഹം തന്റെ രതിസപര്യ നടത്തുന്നത്. *പറങ്കിമല* കാക്കനാടന്റെ നോവലിന്റെ അകന്ന ഒരു പരാവർത്തനമാണ്. കാശുള്ള വീട്ടിലെ ചെറുക്കനായ അപ്പു ചെറുപ്പം മുതലേ തന്റെ കൂട്ടായിരുന്ന തങ്കം എന്ന വേലക്കാരിപ്പെണ്ണുമായി തൊട്ടുതടവിക്കൊണ്ടുള്ള ശാരീരികബന്ധം തുടങ്ങുന്നു. നാട്ടുകാരറിഞ്ഞ് കുറച്ചിലാവുമെന്നിടത്തോളം പുരോഗമിക്കുന്നു അവരുടെ ചാപല്യങ്ങൾ. അതിനിടെയാണ്, നാടും വീടുമില്ലാത്ത വാറ്റുകാരൻ വേലു തങ്കത്തിൽ ആസക്തനാവുന്നത്. അയാൾ പൊതുവെ ഒരു സ്ത്രീഭ്രമക്കാരനാണ്. തങ്കത്തിനെ ചൊല്ലി വേലുവും അപ്പുവും വഴക്കായി, നാട്ടുകാരറിഞ്ഞു. അപ്പുവിന്റെ കുടുംബത്തിന് അപമാനമായി. അമ്മയും അളിയനും പറഞ്ഞത് അവൻ അനുസരിച്ചില്ല. അമ്മ വേലക്കാരി തങ്കത്തോട് നാടുവിട്ടുപോകാൻ അപേക്ഷിച്ചു. നേരത്തെതന്നെ തങ്കത്തിന്റെ കുടിയനായ അച്ഛൻ വേലുവിന് അവളെ വാഗ്ദാനം ചെയ്തിരുന്നതാണ്. അപ്പുവിന്റെ അമ്മയുടെ കണ്ണീരുംകൂടി കണ്ടതോടെ തങ്കം തനിക്ക് തെല്ലും ഇഷ്ടമില്ലാത്ത കൊട്ടൂടി വേലുവിന്റെകൂടെ പോവാൻതന്നെ തീരുമാനിച്ചു. വേലു അവൾക്കൊപ്പം എങ്ങോ മറ്റൊരു നാട്ടിലെത്തി തന്റെ ജീവിതമാർഗമായ വാറ്റ് ആരംഭിച്ചു. അവിടെ കുടിക്കാനെത്തുന്നവർ ട്രക്ക് ഡ്രൈവർമാരായിരുന്നു. അവരിലൊരാൾ തങ്കത്തിൽ ആസക്തനായി. വേലുവിനെ വശത്താക്കി അയാൾ തങ്കത്തെ പ്രാപിക്കാൻ ശ്രമിച്ചു. അവൾ വിസമ്മതിച്ചപ്പോൾ വേലു

അവളെ ഭേദ്യം ചെയ്യാൻ തുടങ്ങി. സംഘട്ടനത്തിൽ തങ്കം ഒരു ചിരവ കൊണ്ട് വേലുവിനെ കഥാവശേഷനാക്കി. പിന്നീട് അവൾ അർധപ്രജ്ഞയായി രാത്രി മുഴുവൻ ഓടി. പുലർച്ചെ അമ്പലത്തിൽ തൊഴുതിറങ്ങുന്ന അപ്പുവിനെ കാണാൻ നാട്ടിൽ മടങ്ങിയെത്തുന്നതും അവസാനമായ പുണരലുകളും മറ്റുമുണ്ട്.

പറങ്കിമല ഒരു ദുരന്തകഥയാണ്. തങ്കത്തിന്റെ ദുരന്തത്തിന് ഹേതു അവളും, തീർത്തും കൗമാരം വിട്ടിട്ടില്ലാത്ത അപ്പുവും തമ്മിലുള്ള കാമചാപല്യങ്ങൾക്ക് ഏറ്റ വിഘ്നമാണ് എന്നുവേണം സിനിമയിൽനിന്ന് ധരിക്കാൻ. പ്രതിയോഗിയായ കൊട്ടൂടി വേലു ഒരു കേവലമായ നിമിത്തം മാത്രമേ ആവുന്നുള്ളൂ. അയാൾ നായികയെ ബലാൽ നേടുകയല്ല. വാസ്തവത്തിൽ തങ്കത്തെ അയാൾക്ക് സമ്മാനിക്കപ്പെടുകയാണ് ചെയ്യുന്നത്. അയാളുടെ സ്വഭാവദൂഷ്യം ഹീനമാവുന്നത് ട്രക്ക് ഡ്രൈവറുമായുള്ള സന്ധിയോടുകൂടി മാത്രമാണ്. രതിയെ മുഖ്യമൂല്യമായി അംഗീകരിക്കുന്ന ഒരു കാഴ്ചപ്പാടിൽ വേലുവിന്റെ പരസ്ത്രീഗമനവും ഹീനമാവുന്നില്ല. അപ്പുവും തങ്കവുമായുള്ള ബന്ധത്തിൽ കൗമാരത്തിനു സഹജമായ പ്രണയവികാരത്തിന്റെ ആദർശവൽക്കരണങ്ങളൊന്നുമില്ലെന്നതിനാലും അവരുടെ പരസ്പരാഭിനിവേശത്തെ ഭരിക്കുന്നത് ശാരീരികാശ്ലേഷത്തിനുള്ള മോഹമാണെന്നതിനാലും സിനിമയിൽ വ്യക്തമാവുന്ന കാഴ്ചപ്പാട് രതിയുടെ ഉദാത്തീകരണമാണ്.

സിനിമയിലൂടെ മൂല്യപോഷണം ചെയ്ത് അംഗീകരിപ്പിക്കേണ്ട ഒന്നാണോ രതി എന്നതിൽ സംശയമുണ്ടാവാം. എന്നാൽ *പറങ്കിമല* എന്ന പടത്തിൽ വഴിഞ്ഞൊഴുകുന്ന ലൈംഗികത നൈസർഗികമായ രതിയല്ല എന്നു തീർച്ച. അത് മനോരോഗമാണ്. ഈ ചിത്രത്തിൽ പ്രായം പാകമായ എല്ലാ സ്ത്രീകഥാപാത്രങ്ങളും ഒന്നിലേറെ തവണ വസ്ത്രം മാറ്റുന്ന രംഗങ്ങൾ കാണിച്ചിട്ടുണ്ട്. തങ്കത്തിന് കഥയിലുള്ള ഒരു പ്രധാന തൊഴിൽ തന്നെ കുളിയും വസ്ത്രംമാറ്റലുമാണ്. വളരെ വിശദമായി സംവിധായകൻ അതു പകർത്തുന്നുമുണ്ട്. അപ്പുവും തങ്കവുമായുള്ള ജലകേളിയും ദീർഘവും വിവിധവുമായ ആശ്ലേഷലാളനകളും മറ്റും പ്രേക്ഷകന്റെ നാഡീരോഗത്തെ തപ്തമാക്കുവാൻ മാത്രമാണുപകരിക്കുന്നത്.

ലൈംഗികവ്യാപാരം ചെയ്യുന്ന ഇത്തരം സിനിമകൾപോലും ഗോപ്യമായ ചില വർഗകർത്തവ്യങ്ങൾ നിർവഹിച്ചുകാണുന്നത് കൗതുകകരമാണ്. *പറങ്കിമലയി*ലെ ബൂർഷ്വാ സെന്റിമെന്റുകളുമായുള്ള സന്ധികൾ ഒരുപക്ഷേ, രചയിതാവിന്റെ ശ്രദ്ധയിൽ പതിഞ്ഞിരിക്കയില്ല. പക്ഷേ, സിനിമയിലുണ്ട് എന്ന വസ്തുതയവശേഷിക്കുന്നു. വേലക്കാരിപ്പെണ്ണിനോട് അപ്പുവിന്റെ കുടുംബം തുടക്കത്തിൽ കാണിക്കുന്ന ഔദാര്യം മധ്യവർഗത്തിന്റെ പതിവ് പൊങ്ങച്ചങ്ങളുടെ രീതിയിലുള്ള ഒന്നാണ്. കഥാന്ത്യത്തിൽ നിഷ്കരുണം അവളോട് നാടുപേക്ഷിച്ചുപോവാൻ അപ്പുവിന്റെ അമ്മ ആവശ്യപ്പെടുന്നു. തിന്ന ചോറിന് നന്ദി ആവശ്യപ്പെടുകയാണവർ. ആ ഘട്ടത്തിൽ തങ്കത്തിന്റെ കൃതജ്ഞത പ്രകടമാക്കുംവിധം അവ

ളെ വേലുവിന്നൊപ്പം അയയ്ക്കുന്ന സിനിമ ഒരു ബൂർഷ്വാ മൂല്യബോധത്തെ പരിരക്ഷിക്കുകയാണ്. തങ്കം പോവാൻ വിസമ്മതിച്ചിരുന്നുവെങ്കിൽ അവളുടെ പാത്രസ്വഭാവത്തിന് പ്രസ്തുത മൂല്യസങ്കൽപ്പത്തിൽ മങ്ങലേൽക്കുമായിരുന്നു. അത് കഥയുടെ ഗതിയും മാറ്റിത്തീർത്തേനെ. അപ്പുവിന്റെ കാമചാപല്യങ്ങൾക്ക് സമാനമായല്ല വേലുവിന്റെ പരസ്ത്രീവാഞ്ഛ വിവരിക്കപ്പെടുന്നത്. വലിയ വീട്ടിലെ അപ്പു വേലക്കാരിയായ തങ്കത്തെ കാമിക്കുന്നുവെന്നതിനാൽത്തന്നെ ആ വേഴ്ച വാഴ്ത്തപ്പെടേണ്ടതാണെന്ന കാഴ്ചപ്പാടാണ് സിനിമ പ്രകടിപ്പിക്കുന്നത്. കമ്പനിയുടമയായ അപ്പുവിന്റെ കാമിനിയെ കൈവശപ്പെടുത്താൻ കള്ളവാറ്റുകാരനായ വേലു ശ്രമിക്കുന്നത് ഒരു ഫലിതമായാണ് പ്രതിപാദിക്കുന്നത്. വേലുവിന്റെ പാത്രരചനയിലെ പരിഹാസ്യതതന്നെ ഇത്തരമൊരു ഉദ്ദേശ്യത്തോടെയാണ്. ഒടുവിൽ തങ്കം വേലുവിന്റേതായപ്പോൾ അവളുടെ ജീവിതത്തിനേറ്റ ആഘാതങ്ങൾ നോക്കുക. അപ്പുവിന്റെ ഐശ്വര്യത്തിനൊപ്പം അവൾക്ക് കഴിയാൻ സാധിച്ചിരുന്നുവെങ്കിലെന്ന് പ്രേക്ഷകനെ സിനിമ മോഹിപ്പിക്കുന്നു. തറവാടും സമ്പത്തുമില്ലാത്ത അലവലാതികൾക്കൊപ്പം കൊള്ളാവുന്ന ഒരു പെണ്ണ് ചെന്നുപെടുമ്പോൾ എന്തുണ്ടാവുന്നുവെന്നാണ് സിനിമ തുടർന്നു സൂചിപ്പിക്കുന്നത്. എന്നാൽ ദുരന്തത്തിന്റെ പ്രാഥമിക ഹേതുവായ കുടുംബത്തിന്റെ മാനബോധത്തെക്കുറിച്ച് പ്രേക്ഷകന് സാരമായ പ്രതിഷേധങ്ങളൊന്നുമുണ്ടാവുന്നില്ല. അത്രയും ശുഭ്രമായ, ഹൃദ്യമായ വെളിച്ചത്തിലാണ് ആ കുടുംബത്തെ ആദ്യമേതന്നെ പരിചയപ്പെടുത്തുന്നത്. തങ്കം അപ്പുവിനെ വിവാഹം കഴിച്ചുവെങ്കിൽ ആ കുടുംബസങ്കൽപ്പത്തിന്റെ ശുഭ്രത ശിഥിലമാവുമായിരുന്നു. അതുകൊണ്ടുകൂടിയാണ് സിനിമ അവളെ ഘാതകിയാക്കി പൊലീസിലേൽപ്പിച്ചത്.

ഇത് ദുർവീക്ഷണമാണെന്നും സംവിധായകൻ ഉദ്ദേശിക്കാത്ത കാര്യങ്ങൾ വളച്ചൊടിച്ച് സ്ഥാപിക്കുന്ന മറുപുറം കാണലാണെന്നുമെല്ലാം ആരോപിക്കാം. എന്നാൽ പ്രേക്ഷകശീലം നിത്യവും നമ്മുടെ സിനിമാശാലകളിലിരുന്ന് ഇത്തരം ഗോപ്യ വിവക്ഷകളുമായി സമരസപ്പെട്ടു പോവുന്നുണ്ടെന്നത് തെല്ലും നിസ്സാരമാക്കി തള്ളാവുന്നതല്ല.

സിനിമയിലെ രാഷ്ട്രീയ വേഷങ്ങൾ

സഭ്യതയുടെ അതിരുകവിഞ്ഞ കൗമാരപ്രണയലീലകളിൽ ദീർഘകാലം വ്യാപരിച്ചശേഷം മലയാള സിനിമ ഈയിടെയായി സാമൂഹ്യ രാഷ്ട്രീയ ജീവിതത്തിലെ ദൈനംദിന വിവാദങ്ങൾക്കുനേരെ തിരിഞ്ഞിരിക്കുന്നു. രാഷ്ട്രീയ ഉപജാപങ്ങളുടെയും ആഭാസങ്ങളുടെയും സർവവിദിതമായ കഥകൾ കേന്ദ്രപ്രതിപാദ്യമായി പരാമർശിച്ച ഏതാനും ചലച്ചിത്രങ്ങൾ പ്രദർശനശാലകളിൽ ഭീമമായി വിജയിച്ചതോടെ, ലൈംഗികതയെയും ഹിംസോത്സുകതയെയുംപോലെതന്നെ വിപണനക്ഷമവുമാണ് സാമൂഹികവിമർശനവുമെന്ന് മദിരാശിയിലെ നിർമാതാക്കൾക്ക് ബോധ്യമായിട്ടുണ്ട്. അതുകൊണ്ട് അത്തരം അനേകം ചിത്രങ്ങൾ തുടർന്നും പ്രതീക്ഷിക്കാവുന്നതാണ്.

രാഷ്ട്രീയ – സാമൂഹിക ജീവിതത്തിലെ ധാർമികച്യുതിയും നിരുത്തരവാദിത്വവും ഉപഹാസപൂർവം ചിത്രീകരിക്കുന്നതിന്റെ പ്രസക്തി തള്ളിക്കളയുന്നില്ല. ഈ സമാകാലികാനുഭവങ്ങൾക്കുനേരെ പൊതുജനത്തിന് സ്വതവേയുള്ള അമർഷം അത്തരം ചിത്രങ്ങൾ ഉദ്ദീപ്തമാക്കിയെന്നുംവരും. എന്നാൽ പ്രേക്ഷകന്റെ ക്ഷണികമായ അമർഷവും തൃപ്തിയും കൈയടിയും മാറ്റിനിർത്തി, മലയാളത്തിലടുത്തകാലത്ത് പുറത്തിങ്ങിയ സാമൂഹികവിമർശന പ്രധാനമായ സിനിമകളുടെ സ്വഭാവവും അവയുടെ ആത്യന്തിക വിനിമയവും നിർധാരണം ചെയ്യുമ്പോൾ, തീർത്തും അലംഭാവപൂർവമായ ഒരു സമീപനം അവയെ സംബന്ധിച്ചു വയ്യ എന്ന് വ്യക്തമാകും.

ഈ സിനിമകൾ സാമൂഹികപ്രശ്നങ്ങളെ വീക്ഷിക്കുന്ന രീതി ശ്രദ്ധിക്കുക: അവ പ്രധാനമായും ഊന്നുന്നത് സാമൂഹിക – രാഷ്ട്രീയ പ്രവർത്തനങ്ങളുടെ ജീർണതകളിലാണ്. സംശയാസ്പദമായ ഒരു നിഷ്പക്ഷതപുലർത്തിക്കൊണ്ട് അവ അഴിമതികളെയും അക്രമങ്ങളെയും ആക്ഷേപിക്കുന്നു. ഇക്കാര്യങ്ങൾ പൊതുവെ എല്ലാ പ്രേക്ഷകനും സാമൂഹിക ജീവിതത്തിൽ അറിയാവുന്നതും അവനെ അരിശം കൊള്ളിക്കുന്നതുമാണ്. അവനും ആക്ഷേപമുണ്ട്. അതുകൊണ്ട് സിനിമയുടെ നിലപാടുമായി അവന് താദാത്മ്യം കൊള്ളുവാൻ കഴിയുന്നു. സ്വന്തം വികാരങ്ങൾ സ്ഥിരീകരിക്കപ്പെടുന്നുവെന്നത് അവനെ സംതൃപ്തനാക്കുന്നു. പ്രേക്ഷകനും സിനിമയും പങ്കിടുന്ന ഈ സമാനുഭൂതിക്കപ്പുറം സിനിമയുടെ വിവക്ഷകൾ അന്വേഷിക്കപ്പെടാതെ പോവുകയാണ് പതിവ്.

ഈ സിനിമകൾ പ്രകടമായ യാതൊരു പ്രത്യയശാസ്ത്ര താൽപ്പര്യങ്ങളും പ്രദർശിപ്പിക്കുന്നില്ല. അഴിമതികളോടെന്നപോലെ പ്രക്ഷോഭങ്ങളോടും അവയ്ക്ക് ഒരേ അവജ്ഞയാണുള്ളത് (ഒരു പ്രഭാതത്തിൽ മാനസാന്തരം സംഭവിച്ച് പഠനം ഗൗരവമായെടുത്ത് കോളേജിലെത്തുന്ന മുൻ വിദ്യാർഥി ഗുണ്ടയെ അധ്യാപകസമരം നിരാശനാക്കുന്ന (*ഈ നാട്*) രംഗം ഓർക്കുക). രാഷ്ട്രീയമായി ഈ സിനിമകളുടെ മൊത്തമായ ഉള്ളടക്കം, രാഷ്ട്രീയം സത്യത്തിലും ധർമത്തിലും വിശ്വസിക്കുന്ന മാന്യന്മാർക്ക് ചേർന്നതല്ലെന്ന് മാത്രമാവും. ഈ പെറ്റിബൂർഷ്വാ മാന്യതാസങ്കൽപ്പം നമ്മുടെ കാലത്തു സങ്കീർണവും പ്രതിലോമകരവുമായ ഒരു രാഷ്ട്രീയ വേഷമാണ്. എല്ലാ രാഷ്ട്രീയ പ്രക്ഷോഭങ്ങളും ന്യായമായിക്കൊള്ളണമെന്നില്ല. പക്ഷേ, പ്രക്ഷോഭങ്ങളെ സൃഷ്ടിക്കുന്ന അടിസ്ഥാന കാരണങ്ങൾ പരിഹരിക്കാതിരിക്കുവോളം, പ്രക്ഷോഭങ്ങൾക്ക് അവയുടെ യുക്തിയുണ്ട്. അവയെ മാന്യജീവിതത്തിന്റെ സ്വൈരം നശിപ്പിക്കുന്ന അലോസരങ്ങളായി ചിത്രീകരിക്കാനുള്ള ഒരു പ്രവണത ഇന്നു നിലവിലുണ്ട്. ഈ പ്രവണത രാഷ്ട്രീയ നിരപേക്ഷമാണെന്ന് കരുതുന്നത് മൗഢ്യമാണ്. രാഷ്ട്രീയമായതെന്തും, ബഹുജനപ്രക്ഷോഭങ്ങളടക്കം, മലിനമാണെന്നു സ്ഥാപിക്കുവാൻ ശ്രമിക്കുകവഴി പ്രസ്തുത പ്രവ

ണതയെ സാധൂകരിക്കുകയാണ്, മലയാളത്തിൽ സാമൂഹികവിമർശനം നടത്തിപ്പോരുന്ന സിനിമകളും ചെയ്യുന്നുണ്ട്.

ആദർശസമ്പന്നമായിരുന്ന പഴയ കാലത്തെ അപേക്ഷിച്ച് എന്തൊരു ധാർമികാധഃപതനമാണ് സംഭവിച്ചിരിക്കുന്നതെന്ന് വേവലാതിപ്പെടുന്ന ഒരു 'എലീറ്റ്' വർഗം പൊതുവെ നമ്മുടെ സാംസ്കാരികജീവിതത്തിൽ വാചാലരായിക്കൊണ്ടിരിക്കയാണ്. പഴയ കാലത്തെക്കുറിച്ചുള്ള അവരുടെ ചരിത്രപരമായ പരാമർശം കപടമാണ്. ആ പഴയ കാലത്തും, അതിന് മുമ്പത്തെ നല്ലകാലത്തെക്കുറിച്ച് പശ്ചാത്തപിച്ച 'എലീറ്റ്' വർഗം ഉണ്ടായിരുന്നു. യഥാർഥത്തിൽ ഈ ഗതകാലപൂജ റിവൈവലിസ്റ്റ് ആശയങ്ങളുടെ ഒരു പ്രച്ഛന്നവൃത്തിയാണ്. രാഷ്ട്രീയ വിമർശനം ചെയ്യുന്ന മിക്ക സിനിമകളും ഇങ്ങനെ ഒരു ചരിത്രപരാമർശം ചെയ്യുന്നത് കാണാം. *ഈ നാട്* എന്ന ചിത്രത്തിലെ സഖാവ് കൃഷ്ണപിള്ള അത്തരം ഒരു ചരിത്രപരാമർശത്തിന്റെ പ്രതിനിധിയാണ്. ഈ കഥാപാത്രത്തെക്കൊണ്ട് സിനിമ നിർവഹിക്കുന്ന പ്രത്യയശാസ്ത്രപ്രവർത്തനം വളരെ വിശദമായി പഠിക്കേണ്ടതാണ്. *ഈ നാടി*ലെ കൃഷ്ണപിള്ള (കഥാപാത്രത്തിന്റെ പേരുകൊണ്ട് ഉദ്ദേശിക്കുന്ന പ്രകടമായ വ്യംഗ്യം അർഥവത്താണ്) അന്യായമായ ട്രേഡ് യൂണിയൻ പ്രവർത്തനങ്ങളിലേക്ക് അധഃപതിച്ച സമകാലികരായ സഖാക്കളിൽനിന്ന് വ്യത്യസ്തനാണ്. അവർ വാഴുന്ന കാലവുമായി അയാൾക്ക് രാഷ്ട്രീയ ബന്ധമില്ല. അയാളുടെ 'പഴയ' കാലത്ത് രാഷ്ട്രീയം ആദർശസമ്പന്നവും ആദരണീയവുമായിരുന്നു – സിനിമ ദ്യോതിപ്പിക്കുന്നത് ഇതാണ്. പക്ഷേ, കൃഷ്ണപിള്ളയുടെ കാലത്ത് ആ രാഷ്ട്രീയത്തേയും മാന്യന്മാർക്ക് കൊള്ളില്ലെന്ന് നിന്ദിച്ചവരും അവരുടെ പിൻഗാമികളെ മടങ്ങുന്ന ഒരു 'എലീറ്റാ'ണ് ഇന്നും രാഷ്ട്രീയത്തെ അടച്ച് അധിക്ഷേപിക്കുന്നത് ഇവരെല്ലാകാലത്തും പുരോഗമനശക്തികൾക്ക് നീചത്വം കൽപ്പിച്ചവരാണ്. (ഇപ്പോൾ സഖാവ് കൃഷ്ണപിള്ളയെയും എ കെ ജി യെയും കീർത്തിക്കാൻപോലും തയാറാവുന്ന ഇവർ അവരുടെ കാലങ്ങളിൽ അവരെ തള്ളിപ്പറഞ്ഞവർക്കൊപ്പമായിരുന്നു). ഈ പെറ്റി ബൂർഷ്വാ 'എലീറ്റി'ന്റെ ധർമബോധം ആവിഷ്ക്കരിക്കുകയും പ്രദർശനശാലകളിൽ പൊതുജനസമക്ഷം അവർക്ക് സ്ഥിരീകരണം തേടുകയുമാണ് *ഈ നാടി*ലെ കൃഷ്ണപിള്ള എന്ന കഥാപാത്രം ചെയ്യുന്നത്.

ബോക്സോഫീസ് വിജയം മുൻനിർത്തി നിർമിക്കപ്പെടുന്ന ഏതു സിനിമയുടെയും ലക്ഷ്യം, അവയുടെ രചയിതാക്കൾ അവകാശപ്പെടാറുള്ളതുപോലെ, പ്രേക്ഷകരെ രസിപ്പിക്കുക എന്നതാണ്. പതിവായി പ്രേക്ഷകനെ രസിപ്പിച്ചുപോരുന്ന സെക്സ്, സ്റ്റണ്ട്, കോമാളിത്തം എന്നീ ഘടകങ്ങൾക്കൊപ്പം സാമൂഹികവിമർശനവും ഫലപ്രദമാണെന്ന് അവർ തിരിച്ചറിഞ്ഞിരിക്കുന്നു. സുമൂഹികവിമർശനത്തെ അതിന്റെ ഏറ്റവും വിനോദോദ്ദീപകമായ രീതിയിൽ കൈകാര്യം ചെയ്യേണ്ടത് വ്യാപാരധർമമാണ്. അതാണ് അവർ ചെയ്യുന്നതും. രാഷ്ട്രീയ യാഥാർഥ്യങ്ങളെ കഥയുടെ ഒരു അയഥാർഥഭൂമികയിൽ നിബന്ധിക്കുക; അഴിമതിയും

ധാർമികാധഃപതനവും മറ്റും രസകരമായ ചലച്ചിത്രാനുഭവങ്ങളാക്കി ഉൾക്കൊള്ളുക. ചലച്ചിത്ര വിനിമയത്തിൽ അന്തർഭവിച്ചിരിക്കുന്ന ഈ യാഥാർഥ്യവികലീകരണ പ്രക്രിയയുടെ സമൂഹിക ഭവിഷത്തുകൾ ഗഹനമായ ചർച്ച അർഹിക്കുന്നു.

ഈ സിനിമാ സംസ്കാരത്തിന്റെ മറ്റൊരു കൃതിയാണ് *ഇന്നല്ലെങ്കിൽ നാളെ* എന്ന സിനിമ. നമ്മുടെ സമൂഹത്തിലെ ക്രൂരമായ പുരുഷമേധാവിത്വത്തിലേക്കും അതുവഴി സ്ത്രീകൾ അനുഭവിക്കുന്ന ശാരീരിക – മാനസിക വ്യഥകളിലേക്കും ശ്രദ്ധയാകർഷിക്കുകയാണ് ഈ 'സോദ്ദേശ്യരചന'യുടെ ലക്ഷ്യം. പള്ളിക്കൂടം വിട്ടിറങ്ങുന്ന ഒരുപറ്റം കൊച്ചു പെൺകുട്ടികളെ മുൻനിർത്തി 'ഇവരോടെങ്കിലും തെല്ലു ദയവായി പെരുമാറൂ' എന്ന് ചിത്രാന്ത്യത്തിൽ സംവിധായകൻ സമൂഹത്തോട് അഭ്യർഥിക്കുന്നുണ്ട്. കോടതിയിലും റസ്റ്റോറന്റിലും പാർക്കിലും ഗൃഹസദസിലും സ്ത്രീകൾക്കുവേണ്ടി നിർഘോഷം വാചാലയാകുന്ന ഒരു കേന്ദ്ര കഥാപാത്രത്തിലൂടെയാണ് സിനിമ, വനിതാ വിമോചന പ്രസ്ഥാനത്തിന്റെ ശരങ്ങൾ എയ്തുതീർക്കുന്നത്. അതിസ്ഥൂലമായ ഒരു കഥാഗാത്രത്തിൽ നിർത്തി, തിരിച്ചും മറിച്ചും നാനാപ്രകാരേണ ചൂഷണം ചെയ്യപ്പെടുന്ന ഒരുകൂട്ടം അബലകളുടെ ദുരിതങ്ങൾ പ്രക്ഷേപിച്ചിട്ടും തീരാത്ത, തിരക്കഥാകൃത്തിന്റെ 'വിമൻലിബ് സ്പിരിറ്റ്' നായികയിലൂടെ അടിക്കടി പ്രവഹിക്കുന്നു. പക്ഷേ, ഇന്ത്യൻ സമൂഹത്തിൽ സ്ത്രീകൾ നേരിടുന്ന കാതലായ പ്രശ്നങ്ങളെ ഒന്നുംതന്നെ ഈ ചിത്രം സ്പർശിക്കുന്നില്ല. സിനിമ പ്രതിപാദിക്കുന്ന കാര്യങ്ങൾ യാഥാർഥ്യവുമായി തെല്ലും ബന്ധമില്ലാത്ത കുറെ കഥാപാത്രങ്ങൾ നേരിടുന്ന വൈയക്തിക പ്രശ്നങ്ങളാണ്.

ആൺകുട്ടിയെ പ്രസവിക്കാത്തതിന് രാപ്പകലെന്നില്ലാതെ ഭർത്താവിനാൽ മർദിക്കപ്പെടുന്ന സാധ്വിയായ ഒരു ഭാര്യ, സഹോദരിയുടെ സ്വത്ത് മോഹിച്ച് അവൾക്ക് ലൈംഗികശേഷിയില്ലെന്നു പ്രചരിപ്പിക്കുന്ന സഹോദരൻ, പ്രണയനൈരാശ്യം കാരണം സ്ത്രീധനം വാങ്ങി വിവാഹം ചെയ്ത ഭാര്യയുമായി ലൈംഗികബന്ധം പുലർത്താൻ മടിക്കുന്ന പൊലീസ്, വാത്സല്യനിധിയായ സഹോദരൻ തേടിക്കൊണ്ടുവന്ന മണവാളന് തന്നോട് ലൈംഗികതാൽപ്പര്യമില്ലെന്ന് മനസിലായി ചിത്തഭ്രമം പിടിപെട്ട അനിയത്തി, പാർക്കുകളിൽവെച്ച് മെഡിക്കൽ റെപ്രസെന്റേറ്റീവുമായി ലൈംഗികബന്ധം പുലർത്തി ലോഡ്ജ് മുറികളും പൊലീസ് ലൈനുകളുംവഴി റെസ്ക്യൂഷെൽട്ടറിൽ ചെന്ന് ചേരുന്ന കോളേജ് കുമാരി, ചെലവേറിയ മോഹങ്ങളുള്ള ഭാര്യയെക്കൊണ്ട് ഗതികെടുന്ന സ്വാർഥിയായ സഹോദരൻ, ഈ വിചിത്രവ്യക്തിത്വങ്ങളുടെയും സംഭവങ്ങളുടെയും പശ്ചാത്തലത്തിൽ വാതം പിടിച്ച് കട്ടിലിൽനിന്നിളകാൻ വയ്യാതെ കിടപ്പായ മാന്യനായ ഒരു പിതാവ് – *ഇന്നല്ലെങ്കിൽ നാളെ* എന്ന ചിത്രത്തിന്റെ ചില അടിസ്ഥാനമൂലകങ്ങളാണിവ. ഇത്തരം ഒരു ഡസൻ സിനിമയ്ക്കു വേണ്ട തിരക്കഥകൾ ഈ ചിത്രത്തിന്റെ കഥയിൽനിന്നുതന്നെ ഇഴപിരിച്ചെടുക്കാവുന്നതാണ്.

അസംബന്ധമായ ഒരു ഇതിവൃത്തഘടനയിൽ പ്രസ്തുത മൂലകങ്ങൾ കൂടിക്കുഴഞ്ഞ് ഒരു കഥാസ്വരൂപമുണ്ടായിരിക്കുന്നു. പക്ഷേ കഥ, നിർമാതാക്കൾ ഉദ്ദേശിക്കുംപോലെ, കേന്ദ്രകഥാപാത്രത്തിന്റെ വാചാലമായ സാന്നിധ്യം കണക്കിലെടുത്താൽതന്നെയും, സ്ത്രീവിമോചനത്തെ കുറിച്ചാവുന്നത് എങ്ങനെയെന്ന് വ്യക്തമല്ല. നമ്മുടെ സമൂഹത്തിലെ സ്ത്രീകൾ നേരിടുന്ന പ്രധാനപ്രശ്നം ലൈംഗിക പാരതന്ത്ര്യമാണെന്ന് സിനിമ സൂചിപ്പിക്കുന്നു. ഈ വാദം സാക്ഷ്യപ്പെടുത്താൻ മൂന്നോളം കഥാപാത്രങ്ങളുടെ പ്രതിസന്ധികൾ ചിത്രീകരിക്കുന്നുമുണ്ട്. പാശ്ചാത്യനാടുകളിൽ വനിതാവിമോചനപ്രസ്ഥാനത്തിന്റെ പ്രധാന മുദ്രാവാക്യം ലൈംഗിക സ്വാതന്ത്ര്യത്തിലൂന്നുന്നതാണ്. ഈ മുദ്രാവാക്യം വിവക്ഷിക്കുന്ന പാശ്ചാത്യവും നാഗരികവുമായ അനുവദനീയതയിൽ അത്രയൊന്നും ശുദ്ധമല്ലാത്ത ഒരു കമ്പം നമ്മുടെ അർധനാഗരിക സമൂഹത്തിനും ഉണ്ട്. പക്ഷേ, നമ്മുടെ പെറ്റിബൂർഷ്വാമൂല്യങ്ങൾ ഇപ്പോഴും ഫ്യൂഡൽ ധർമചിന്തകളുടെ വരുതിയിൽ തന്നെയാണ്. സ്ത്രീസ്വാതന്ത്ര്യത്തെക്കുറിച്ചുള്ള ഫ്യൂഡൽ സങ്കൽപ്പങ്ങൾ തീർത്തും ധിക്കരിക്കുവാൻ അതുകൊണ്ട് നാം തയാറല്ല. ഈ രണ്ടു വിരുദ്ധ താൽപ്പര്യങ്ങളെയും പ്രീണിപ്പിക്കുവാനുള്ള ഒരു ശ്രമമാണ് ഈ സിനിമയിൽ കാണുന്നത്. ലൈംഗിക സ്വാതന്ത്ര്യത്തെക്കുറിച്ച് ദീർഘമായി പ്രതിപാദിക്കുന്നതിനോടൊപ്പംതന്നെ, സ്വാതന്ത്ര്യം ഉണ്ടാക്കിയേക്കാവുന്ന കുഴപ്പങ്ങളെയും സംശയരഹിതമായി സ്പഷ്ടമാക്കുവാൻ സിനിമ മുതിരുന്നു. കോളേജുകുമാരിയുടെ പ്രേമപരാജയം, സാധ്വിയായ ഭാര്യയുടെ ഉദാത്തവൽക്കരിക്കപ്പെടുന്ന ജീവത്യാഗശ്രമം എന്നിവ ഫ്യൂഡൽ മൂല്യങ്ങളെ സാധൂകരിക്കുവാനുള്ള ശ്രമമാണ്. കോളേജ്‌യുവതി അവളുടെ കാമുകനുമായി ഒരു സ്വാഭാവിക ദാമ്പത്യത്തിൽ പ്രവേശിച്ചിരുന്നുവെങ്കിൽ അത് നമ്മുടെ ഫ്യൂഡൽ സങ്കൽപ്പങ്ങളെ പ്രകോപിപ്പിക്കുമായിരുന്നു.

സ്ത്രീസ്വാതന്ത്ര്യത്തെ സംബന്ധിച്ച ഫ്യൂഡൽ കാഴ്ചകൾ സ്ഥിരീകരിക്കുവാൻതന്നെയാണ് നാഗരികതാൽപ്പര്യങ്ങൾ പ്രകടിപ്പിക്കുന്ന മറ്റു രണ്ടു സ്ത്രീകഥാപാത്രങ്ങളെയും ഉപയോഗിച്ചിരിക്കുന്നത്. സ്വാർഥമതിയായ സഹോദരന്റെ പരിഷ്കാരിണികളായ ഭാര്യയും ഭാര്യാമാതാവുമാണ് ഈ കഥാപാത്രങ്ങൾ. അവരുടെ ആഡംബരമോഹങ്ങൾ കുടുംബത്തെ തകർക്കുന്നു. സ്ത്രീയുടെ ഇച്ഛകൾ അനുസരിച്ച്, അവളെ കടിഞ്ഞാണിടാനും നിലയ്ക്ക് നിർത്താനും മുതിരാത്ത, ഭർത്താക്കന്മാർക്ക് ഒരു പാഠം എന്ന നിലയ്ക്കാണ് ഈ ഉപാഖ്യാനം, പരിഷ്കാരിണിയായ ഭാര്യ മിക്സി, ഗ്രൈൻഡർ, ഫ്രിഡ്ജ് തുടങ്ങിയ ആധുനിക ഗൃഹോപകരണങ്ങൾ വാങ്ങി ഭർത്താവിനെ നശിപ്പിക്കുന്നു! മിക്സി വലിച്ചെറിഞ്ഞു തകർത്തും ഭാര്യയുടെ മുഖം അടിച്ചു തിരിച്ചും അയാൾ അവളുടെ പരിഷ്കാരഭ്രമത്തിന് അറുതിവരുത്തി. നല്ലകാലത്ത് അത്തരത്തിൽ ഒരടി അവളുടെ അമ്മയ്ക്കു കൊടുത്തിരുന്നെങ്കിൽ തന്റെ നില ഇങ്ങനെ ശോചനീയമാവുമായിരുന്നില്ലെന്ന് അവളുടെ പിതാവ് സങ്കടപ്പെടുന്നു. അടിച്ചും

ശിക്ഷിച്ചും നിയന്ത്രിക്കപ്പെടേണ്ടവൾതന്നെ സ്ത്രീ എന്ന ഫ്യൂഡൽ കാഴ്ചപ്പാട് ഈ കഥാഭാഗത്തിലൂടെ സിനിമ വീണ്ടും സ്ഥിരീകരിക്കുന്നു. അതോടെ സാധ്വിയായ ഭാര്യയെ മർദിക്കുന്ന ഭർത്താവിന്റെ പാപവും ആനുഷംഗികമായി ലഘൂകരിക്കപ്പെട്ടു.

മിക്സി, ഫ്രിഡ്ജ് തുടങ്ങി ഗൃഹോപകരണങ്ങളിലുള്ള ഭ്രമമാണ് ഭർത്താവിനെ കുപിതനാക്കുന്നത് എന്നതും യാദൃച്ഛികമല്ല. ഒരു പ്ലഇടത്തരം കുടുംബത്തിലെ സ്ത്രീയെ സംബന്ധിച്ചിടത്തോളം അവളുടെ വലിയ സ്വാതന്ത്ര്യപ്രശ്നം ഗൃഹഭരണത്തിലെ അധ്വാനഭാരമാണ്. നാഗരികമായ ഗൃഹോപകരണങ്ങൾ അടുക്കളയിൽനിന്ന് അവൾക്ക് തെല്ലു നേരത്തേക്കുകൂടി മോചനം നൽകും. ഭാര്യയുടെ ഈ സ്വാതന്ത്ര്യകാംക്ഷയാണ് പരിഷ്കാരഭ്രമമായി സിനിമ നിന്ദിക്കുന്നത്. അവളേൽക്കുന്ന മർദനം ഇക്കാര്യത്തിൽ ന്യായീകരിക്കപ്പെടുകയും ചെയ്യുന്നു.

വനിതാ വിമോചനം എന്ന പുരോഗമനാശയം പ്രചരിപ്പിക്കുവാൻ പുറപ്പെട്ട സിനിമ ചുരുക്കത്തിൽ സ്ത്രീ സ്വാതന്ത്ര്യമർഹിക്കുന്നില്ല എന്ന ഫ്യൂഡൽ സൂക്തത്തിന് സ്ഥിരീകരണം നൽകിക്കൊണ്ട് അവസാനിക്കുന്നു. ഭർത്താവിന് ഭാര്യയെ മർദിക്കാം. വേണ്ടസമയത്ത് അതു ചെയ്തില്ലെങ്കിൽ അവൾ കുടുംബം തകർക്കും. സ്വയം പുരുഷനെ കണ്ടെത്താനുള്ള ശ്രമങ്ങൾ റസ്ക്യൂഷെൽട്ടറിലേക്കുള്ള കുറുക്കുവഴിയാണ്. അടുക്കളയിൽനിന്ന് മോചനം നേടാൻ ഉദ്ദേശിക്കുന്ന സ്ത്രീയുടെ പുരോഗമനാശയങ്ങൾ തുടക്കത്തിലേ നശിപ്പിക്കേണ്ടതാണ് – *ഇന്നല്ലെങ്കിൽ നാളെ* എന്ന സിനിമ ഫലത്തിൽ നൽകുന്ന സന്ദേശങ്ങൾ ഇവയാണ്.

ബുദ്ധിമാന്ദ്യവും താര–നായക സങ്കൽപ്പവും

കച്ചവടത്തിൽമാത്രം 'കമ്മിറ്റഡാ'യ സിനിമാക്കാരന് മേൽകീഴ് നോക്കാതെ എന്തും തിരക്കഥയാക്കാം. യുക്തിയോ ഔചിത്യമോ തടസമല്ല. ജനത്തെ കബളിപ്പിക്കുവാൻ എന്നും സിനിമ ഉപയോഗിക്കുന്ന പതിവു തന്ത്രങ്ങൾ കൊരുത്തുനിർത്താൻ ഒരു ഉപാധിമാത്രമാണ് അയാൾക്കു കഥ. കൾച്ചർ ഇൻഡസ്ട്രി കഴുത്തറുക്കുന്ന മത്സരബുദ്ധിയോടെ മുന്നേറുമ്പോൾ, കലാമർമജ്ഞത, കലാമൂല്യം, കലാപരമായ സത്യസന്ധത തുടങ്ങിയ പ്രയോഗങ്ങൾ അയാളുടെ നിഘണ്ടുവിൽ അപ്രത്യക്ഷമാവുന്നു. എങ്കിലും തന്റെ ഉൽപ്പന്നത്തെ മറ്റുള്ളവരുടെ ഉൽപ്പന്നങ്ങളേക്കാൾ മിനുക്കിയും തെല്ലൊന്നു പരിഷ്കരിച്ചും വിപണിയിലിറക്കുവാൻ അയാൾ ശ്രദ്ധിച്ചേ പറ്റൂ. ഏതു വ്യവസായിക്കും അറിയാവുന്ന ഈ എളിയ സത്യം മലയാളസിനിമയിൽ ഇതിവൃത്തപരമായ ഒരു കൂട്ടം പുതുമകൾ സൃഷ്ടിച്ചുകൊണ്ടിരിക്കുന്നു – സിനിമാക്കാരുടെ ഭാഷയിൽ പറഞ്ഞാൽ പുതിയതരം കുറെ സബ്ജറ്റുകൾ. മിനുക്കുപണികളും പരിഷ്കരണങ്ങളും ഉൽപ്പന്നത്തിന്റെ പ്രാഥമിക ഉദ്ദേശ്യത്തെ മാറ്റുന്നില്ലെന്നതിനാൽതന്നെ പുതിയതരം സബ്ജക്റ്റുകളും പ്രേക്ഷകനെ കബളിപ്പിക്കുക എന്ന സിനിമയുടെ പ്രാഥമിക താൽപ്പര്യം കൈവിടുന്നില്ല.

എന്നുമല്ല, കൂടുതൽ സമർഥമായി എങ്ങനെ കബളിപ്പിക്കാമെന്നാണ് അവ പരീക്ഷിച്ചുകൊണ്ടിരിക്കുന്നത്. പുതിയ സബ്ജക്റ്റിന്റെ ബലത്തിൽ ഇങ്ങനെയൊരു പരീക്ഷണം നടത്തുന്ന ചിത്രമാണ് ബാലചന്ദ്രമേനോന്റെ *ഇത്തിരിനേരം ഒത്തിരിക്കാര്യം*.

ഒരു ധനികഗൃഹത്തിലെ ഏകപുത്രൻ മന്ദബുദ്ധിയായിത്തീർന്നാൽ എങ്ങനെയിരിക്കും എന്നതാണ് ഈ സിനിമയുടെ ഇതിവൃത്തം വിവരിക്കുന്നത്. അവൻ, അവനെപ്പോലുള്ള മന്ദബുദ്ധികളായ ധനികകുമാരൻമാർ വന്നു ചേരുന്ന വിചിത്രമായ ഒരു മാനസിക പുനരധിവാസകേന്ദ്രത്തിൽ പ്രവേശിക്കും. സംഭവബഹുലവും ശബ്ദമുഖരിതവുമായ അത്തരം ഒരു പ്രവേശനത്തിന് പിന്നീട് വളരെനാൾ അവൻ അവിടെ അന്തേവാസികൾക്കൊപ്പം ശോക, കരുണ, സന്തോഷ രംഗങ്ങൾ സ്വയം സൃഷ്ടിച്ചും അവയ്ക്കു സാക്ഷിയായും അധിവസിക്കും. ചിറ്റമ്മയുടെ മകളെ പെണ്ണു കാണാൻ ചെറുക്കന്മാർ വരുന്ന മുഹൂർത്തങ്ങൾ അലോസരപ്പെടുത്തുവാൻ പാകത്തിൽ അവൻ വീട്ടിൽ തിരിച്ചെത്തും. അയൽപക്കത്തെ സുഭഗയായ വിധവയ്ക്ക് അവനിൽ കാമം ജനിക്കും. ചിറ്റമ്മയും അച്ഛനും അവനെ വിവാഹം കഴിപ്പിച്ച് നേരെയാക്കാൻ ഒരു ശ്രമം നടത്തും. കാമുകനിൽ ഗർഭം ധരിച്ച് പതിതമായ ഒരു യുവതി അർധമനസോടെ അവന്റെ മണവാട്ടിയാവാൻ തയാറാവും: ഇടയ്ക്ക് കാർ ആക്സിഡന്റിൽ അവൻ ആശുപത്രിയിലാവും. അവസാനം വധുവാകാൻ പോവുന്ന തന്റെ പെണ്ണ് മറ്റൊരാളുടെ കാമുകിയും ഗർഭിണിയുമാണെന്നും അവളുടെ തൊഴിലാളിയായ കാമുകൻ കാശില്ലാത്തതുകൊണ്ട് അവളെ വേൾക്കാൻ പ്രാപ്തനല്ലെന്നും ബോധ്യമാവുമ്പോൾ, അവന്റെ മന്ദബുദ്ധിയിൽ തെല്ലു പ്രകാശം തെളിയും.

ഇത്തരം ഒരു പ്രമേയത്തെക്കുറിച്ച് പരിഗണിക്കുമ്പോൾ, ഈ സിനിമയുടെ സംവിധായകൻ നേരിട്ടിരിക്കാവുന്ന 'ഡയ്‌ലമ'യെക്കുറിച്ച് ചിന്തിക്കുന്നതാണ് രസകരം. മന്ദബുദ്ധികളുടെയും മനോരോഗികളുടെയും അവരെ പുനരധവസിപ്പിക്കാനുള്ള ശ്രമങ്ങളുടെയും പ്രശ്നങ്ങൾ തീർച്ചയായും സിനിമയ്ക്കു കൊള്ളാവുന്ന പ്രമേയമാണ്. *വൺ ഫ്ളൂ ഓവർ ദ കക്കൂസ് നെസ്റ്റ്* തുടങ്ങിയ പ്രഗത്ഭ രചനകൾ അത് സാക്ഷ്യപ്പെടുത്തുന്നു. ചിത്തരോഗികളും മന്ദബുദ്ധികളും പെരുകിക്കൊണ്ടിരിക്കുകയും അവരെ സഹായിക്കുവാനുള്ള പദ്ധതികളെല്ലാം പ്രാകൃതമായിത്തന്നെ തുടരുകയും ചെയ്യുന്ന നമ്മുടെ സമൂഹത്തിൽ, ഇങ്ങനെ ഒരു പ്രമേയത്തിന് മികച്ച സാമൂഹികസാംഗത്യമുണ്ട്. എന്നാൽ ഈ സിനിമ ഗൗരവപക്ഷത്തുനിന്ന് പ്രമേയത്തെ സമീപിക്കാൻ തുടക്കത്തിലേ വിസമ്മതിക്കുന്നു. ഇവിടെ സിനിമയുടെ പ്രശ്നം നായകസങ്കൽപ്പമാണ്. സംവിധായകൻതന്നെ നായകനായി അഭിനയിക്കുന്നുവെന്നത് പ്രശ്നത്തെ കൂടുതൽ രൂക്ഷമാക്കുന്നു. കുതിരവട്ടത്തും ഊളൻപാറയിലും കാണുന്ന ഒരു ചിത്തരോഗിയോ നാട്ടിൻപുറങ്ങളിൽ കണ്ടുമുട്ടുന്ന സാധാരണ 'പൊട്ടനോ' സിനിമയിലെ നായകവേഷത്തിനുചിതമല്ല. താരമാകുക

എന്ന ആത്യന്തിക ലക്ഷ്യത്തോടെ സംവിധായകവേഷമണിഞ്ഞ ഒരാൾ നായകവേഷമിടുമ്പോൾ പ്രത്യേകിച്ചും. അപ്പോൾ പ്രമേയത്തിന്റെ പ്രാഥമികവും സ്വാഭാവികവുമായ ഡിമാന്റുകൾ ആവതും ലഘൂകരിച്ച് താര – നായക സങ്കൽപ്പത്തെ അതിന്റെ ഗ്ലാമറോടുകൂടിത്തന്നെ പരിരക്ഷിക്കണമെന്നു വരുന്നു. *ഇത്തിരിനേരം ഒത്തിരിക്കാര്യം* എന്ന പടത്തിൽ ബാലചന്ദ്രമേനോൻ അഭിനയിച്ചിരിക്കുന്ന ജീജോ എന്ന താര – നായക കഥാപാത്രമായ മന്ദബുദ്ധി അത്തരം ഒരു പരിരക്ഷണത്തിന്റെ സൃഷ്ടിയാണ്. ഈ നായക കഥാപാത്രത്തെ സംബന്ധിച്ചിടത്തോളം ത്യാഗസന്നദ്ധത, വീരോചിത ഗുണങ്ങൾ, ശാരീരിക സൗഭാഗ്യം എന്നിങ്ങനെയുള്ള സാധാരണ നായകഗുണങ്ങളെപ്പോലെ മറ്റൊരു സ്വഭാവമൂല്യമാണ് ബുദ്ധിമാന്ദ്യവും. ബുദ്ധിമാന്ദ്യം നായകപരിവേഷമായിത്തീർന്നിരിക്കുന്നു എന്നർഥം. ഇതിന്റെ മറുവശം ബുദ്ധിമാന്ദ്യവും ചിത്തഭ്രമവും തദൃശങ്ങളായ മറ്റു രോഗങ്ങളും ഉദാത്തവൽക്കരിക്കപ്പെടുന്നു എന്നതാണ്.

സമ്പന്നവും ആധുനികവും ആയ വേഷവും സ്ഥൂലകോമളഗാത്രവുമായി മന്ദബുദ്ധി ഉദാത്തവൽക്കരിക്കപ്പെട്ടുകൊണ്ട് ഇതിവൃത്തത്തിലൂടെ മുന്നേറുന്നു. ഈ മുന്നേറ്റത്തിന്റെ കരുക്കളും പശ്ചാത്തലങ്ങളും മാത്രമാണ് ഇതര കഥാപാത്രങ്ങളും തിരക്കഥയിലെ സംഭവപരമ്പരകളും. എല്ലാം നായകന്റെ ബുദ്ധിമാന്ദ്യത്തിന്റെ മഹനീയത വെളിപ്പെടുത്തുവാൻ ഉദ്ദേശിക്കപ്പെട്ടതാണ്. 'അമേരിക്കൻ റിട്ടേൺഡ്' ഭിഷഗ്വരയും അവരുടെ പിതാവും ചേർന്നു നടത്തുന്ന പുനരധിവാസ കേന്ദ്രത്തിന്റെ ധർമം എന്താണെന്ന് സിനിമയിൽ വ്യക്തമല്ല. ഡോക്ടർ, രോഗികളെ മനസിലാക്കുന്നതിന്റെ പ്രാധാന്യത്തെക്കുറിച്ച് വളരെയേറെ പ്രസംഗിക്കുന്നുവെങ്കിലും രോഗികൾക്ക് അവരുടെ പുത്തൻ രീതികൊണ്ട് വല്ല ഗുണവും ഉണ്ടാകുന്നതായി അനുഭവമില്ല. പ്രണയനൈരാശ്യം വന്ന് ചിത്തരോഗിയായിത്തീർന്ന പെൺകുട്ടിയെ നിരന്തരം കബളിപ്പിച്ചുകൊണ്ടുള്ള അവരുടെ ചികിത്സാതന്ത്രം ആ പെൺകുട്ടിയുടെ ആത്മഹത്യയിലാണ് കലാശിക്കുന്നത്. ജീജോ എന്ന നായകനാകട്ടെ, കേന്ദ്രത്തിൽ നിന്നും അന്തേവാസികളുടെ കൂട്ടിൽനിന്നും അകന്ന ശേഷമാണ് അൽപ്പമെങ്കിലും നേർബുദ്ധി കാണിക്കുന്നത്. ചുരുക്കത്തിൽ, നായകന്റെ സ്വഭാവഗതികൾ പ്രതിപാദിക്കുവാനും അഭിനയിച്ചു തിമർക്കുവാനും ഉതകുന്ന ഒരു പശ്ചാത്തലമെന്നതിൽ കവിഞ്ഞ് ഈ തെറാപ്പിസെന്റർകൊണ്ട് സിനിമ യാതൊന്നും ഉദ്ദേശിക്കുന്നില്ല.

സിനിമയിലെ നായകന് ഒരു പ്രതിനായകന്റെ ആവശ്യമുണ്ട്. സമൂഹംതന്നെ വില്ലൻ എന്ന ന്യായം ശരിയാവാമെങ്കിലും, കഥയുടെ സുഗമമായ നീക്കത്തിനും പ്രേക്ഷകന്റെ ഉദ്വേഗപൂർവമായ അബോധാവസ്ഥ നിലനിർത്തുന്നതിനും വില്ലൻ സമൂഹമായാലും കഥാപാത്രങ്ങളായി വെള്ളിത്തിരയിൽ അവതരിച്ചേ പറ്റൂ. ചില കഥാപാത്രങ്ങളെ തയാറാക്കി ഈ ചിത്രവും പ്രതിനായകന്റെ പ്രശ്നം നേരിടുവാൻ മുതിരുന്നുണ്ട്. താണതരം ഒരു ഗൂഢാലോചന നടത്തി പരാജയപ്പെടുന്ന ഡോക്ടറുടെ

ഭർത്താവ്, കേന്ദ്രത്തിലെ മുരടനായ വാർഡൻ, ചിറ്റമ്മ, ഗർഭിണിയായ കാമുകിയെ വിവാഹം കഴിക്കാൻ സന്നദ്ധനല്ലാത്ത തൊഴിലാളി എന്നിവരാണവർ. തിരക്കഥയിൽ കാര്യമായ മറ്റൊരു പ്രസക്തിയുമില്ലാതെ അതിദുർബലരായ പ്രതിനായകരൂപങ്ങളായി അവർ അധഃപതിച്ചുപോകുന്നു. അവർ നായകന് ചെറിയ ഭീഷണിപോലുമാവുന്നില്ല എന്ന ഇതിവൃത്തസത്യം പക്ഷേ, ആ കഥാപാത്രങ്ങളെ ഒഴിവാക്കുവാൻ സംവിധായകനെ പ്രേരിപ്പിച്ചിട്ടില്ല.

മെയ്മിടുക്കിനാലും സ്വഭാവശുദ്ധിയാലും നായികയുടെ മനം കവർന്നും പ്രതിനായകനെ വെന്നും പ്രതിബന്ധങ്ങൾ അതിജീവിച്ചും നന്മയുടെ പതാക ഉയർത്തിപ്പിടിക്കുന്ന പുരുഷനാണ് പൊതുവെ സിനിമയുടെ താര – നായക സങ്കൽപ്പം. എല്ലാ ഉന്നതമൂല്യങ്ങളുടെയും മൂർത്തിരൂപമായ നായകൻ ചെയ്യുന്നതെന്നും ഉണ്മയാണ്. എന്നാൽ ഈ സിനിമയിലെ നായകൻ വിവാഹം കഴിക്കുവാൻ മുതിരുമ്പോൾ, പ്രസ്തുത സങ്കൽപ്പവുമായി ഒരു ഇടച്ചിലുണ്ടാകുന്നു. നായകന്റെ മന്ദബുദ്ധി എത്രമാത്രം ഉദാത്തവൽക്കരിക്കപ്പെട്ടുവെങ്കിലും സമൂഹത്തിന്റെ സാമാന്യമായ കീഴ്‌വഴക്കങ്ങൾ മറികടക്കുവാൻ സിനിമ ധൈര്യപ്പെടുന്നില്ല. ‘മന്ദബുദ്ധികളെ മനസിലാക്കുക’ എന്ന മുദ്രാവാക്യം ആർക്കും പഥ്യമാണ്: അത് സിനിമയിൽ മുഴക്കുന്നതും കൊള്ളാം. പക്ഷേ, ഒരു മന്ദബുദ്ധിക്ക് സുന്ദരിയും സുപരിചിതയുമായ പെൺകുട്ടിയെ (നായികയെ) വിവാഹം ചെയ്തു കൊടുക്കണമെന്ന് വരുമ്പോൾ, അത് സമൂഹത്തിന്റെ നിലവിലുള്ള ദാമ്പത്യധാരണകൾക്ക് ചേരില്ല. അതുകൊണ്ട് സിനിമ സമൂഹത്തിന്റെ മൂല്യബോധവുമായി കോംപ്രമൈസ് ചെയ്യുന്നു. നായിക സുചരിതയല്ലെന്നും അവൾ അവിഹിതമായി ഗർഭം ധരിച്ചവളും എവിടെയും കെട്ടിയേൽപ്പിക്കാവുന്നവളുമാണെന്നും വരുത്തിത്തീർക്കുന്നു. മന്ദബുദ്ധിയുടെ വിവാഹം എന്ന ആശയത്തിന് നായികയുടെ പതിത്വത്താൽ ന്യായീകരണം നൽകുമ്പോഴും പ്രശ്നം പരിഹരിക്കപ്പെടുന്നില്ല. കാരണം, നായകന്റെ ‘ഇമേജ്’ അത്തരം ഒരു വിവാഹത്തിലൂടെ ക്ഷതപ്പെടുമെന്ന് തീർച്ച. മാത്രവുമല്ല, എല്ലാ മൂല്യങ്ങളുടെയും (ഇവിടെ ബുദ്ധിമാന്ദ്യമടക്കം) മൂർത്തിയായ നായകൻ ഒരു പിഴച്ച പെണ്ണിനെ വിവാഹം കഴിക്കുന്നത് പ്രേക്ഷകന്റെ പെറ്റി ബൂർഷ്വാ മനോഭാവങ്ങളെ ചൊടിപ്പിക്കും. നായകന് ഇക്കാര്യത്തിൽ ചെയ്യാവുന്നത് ‘നായികയെ’ അവളെ പിഴപ്പിച്ച പുരുഷനെ ഏൽപ്പിക്കുകയാണ്. സിനിമയിൽ ഈ ബൂർഷ്വാ മൂല്യത്തിന്റെ പുനരധിവാസത്തിനെന്നോണം നായകൻ ഗർഭിണിയായ കാമുകിക്കും അവളുടെ കാമുകനും പണം കൊടുത്ത് വിവാഹത്തിനു പ്രേരിപ്പിക്കുന്നു. അങ്ങനെ ജടിലമായ ഒരു ഇതിവൃത്തസന്ധിയിൽനിന്ന് സമൂഹത്തിന്റെ പ്രത്യയശാസ്ത്രതാൽപ്പര്യത്തെ ഉയർത്തിപ്പിടിച്ചുകൊണ്ട് നായകൻ ജേതാവായി പുറത്തുവരുന്നു.

സിനിമയ്ക്ക് പതിവായ ഇത്തരം അഭ്യാസങ്ങളും ഈ സിനിമയിൽ പരാമർശിക്കപ്പെടുന്ന പ്രമേയത്തിന്റെ യഥാർഥമായ ഗൗരവവും തമ്മിൽ

കുറ്റകരമായ അന്തരമുണ്ട്. ഒരു പതിവു സിനിമ, ഒരു പതിവു കഥ എന്നു വെറുതെ തള്ളിയേക്കാം. പക്ഷേ, അറിഞ്ഞോ അറിയാതെയോ ഇത്തരം പതിവു സിനിമകൾ പ്രക്ഷേപിക്കുന്ന പ്രതിലോമകരമായ വിവക്ഷകൾ തള്ളിക്കളയാവുന്നതല്ല. നിലവിലുള്ള സമൂഹത്തിന്റെ താൽപ്പര്യങ്ങളുടെ വരുതിയിൽ ചരിത്രത്തെ തളച്ചുനിർത്താനും സ്ഥിരീകരിക്കുവാനും അവ ശ്രമിക്കുന്നുവെന്നും അതുവഴി എല്ലാത്തരം മാറ്റങ്ങൾക്കും വിലങ്ങനെ നിൽക്കുന്നുവെന്നും അറിയാതിരിക്കുന്നത് വലിയ അജ്ഞതയാണ്. നായ കപരിവേഷമായി ധരിപ്പിക്കാൻ ശ്രമിച്ചാലും ബുദ്ധിമാന്ദ്യവും ചിത്തരോഗവും മറ്റും റൊമാന്റിസൈസ് ചെയ്ത് ഉൾക്കൊള്ളേണ്ട ഗുണങ്ങളല്ല. അവ പരിഹാരം തേടേണ്ട സാമൂഹിക പ്രശ്നങ്ങളാണ്.

ഗാന്ധി – അഥവാ സാമ്രാജ്യത്വത്തിന്റെ മഹാമനസ്കത

ഇന്ത്യക്കാർതന്നെ മറന്നുതുടങ്ങിയ ഗാന്ധിയുടെ ജീവിതകഥയ്ക്ക് ഒരു ചലച്ചിത്രഭാഷ്യം സൃഷ്ടിക്കുവാനും അതിനുവേണ്ടി ദീർഘമായ ഒരു സാധനയനുഷ്ഠിക്കാനും സർ റിച്ചാർഡ് ആറ്റൻബറോയെ പ്രേരിപ്പിച്ച വികാരം അഭിനന്ദനീയമാണെന്നതിൽ സംശയമില്ല. അദ്ദേഹത്തിന്റെ ആ തീവ്രമായ അഭിനിവേശത്തിന്റെ ഫലം പ്രദർശനശാലകളിൽ സാക്ഷാത്കരിക്കപ്പെട്ടു കഴിഞ്ഞു. പൊതുവെ നമ്മുടെ സിനിമാപ്രേക്ഷകരെ സംബന്ധിച്ചിടത്തോളം അത് വികാരനിർഭരമായൊരു അനുഭവമായിരുന്നുതാനും. പതിവു ചലച്ചിത്രങ്ങളുടെ അർഥശൂന്യതയ്ക്കിടക്ക് വല്ലപ്പോഴുമാണെല്ലോ അവർക്ക് ഇത്തരമൊരു മോചനം സിദ്ധിക്കുന്നത്. തിയേറ്ററുകൾക്കു മുന്നിൽ തിരക്കൊഴിഞ്ഞുകൊണ്ടിരിക്കുന്ന ഈ ഘട്ടത്തിൽ ഗാന്ധി സിനിമയുടെ വിവക്ഷകളേയും ആറ്റൻബറോയുടെ വികാരങ്ങളെയും കുറിച്ച്സമചിത്തതയോടെ ഒന്നു പുനരാലോചിക്കാവുന്നതാണ്.

അന്തർദേശീയ തലത്തിൽ 'ഗാന്ധിയുടെ ഇന്ത്യ'ക്കനുകൂലമായി ഈ ചിത്രം നേടിയെടുത്ത 'ഗുഡ്‌വിൽ', ഇത് നിർമിക്കുവാൻ ആറ്റൻബറോക്ക് ഇന്ത്യാഗവൺമെന്റ് നൽകിയ കാശ് മറ്റേതു തരത്തിൽ വ്യയം ചെയ്താലും ലഭിക്കുമായിരുന്നില്ലെന്ന അഭിപ്രായം ഒരുപക്ഷേ ശരിയായിരിക്കും. കിംഗ്സ്ലിയുടെ ഗാന്ധി വിദേശ രാജ്യങ്ങളിൽ വലിയ കൗതുകം സൃഷ്ടിച്ചുകൊണ്ടിരിക്കയാണെന്ന പത്രവാർത്ത അങ്ങനെ സൂചിപ്പിക്കുന്നുമുണ്ട്. കാര്യക്ഷമമായ മൂലധനനിക്ഷേപമെന്ന് ഗവൺമെന്റിന് തൃപ്തിയടയാം. ചിത്രത്തെ സംബന്ധിച്ച എല്ലാ സംശയങ്ങൾക്കുമുപരി അത് ഗാന്ധിയുടെ ഒരു പാഠപുസ്തകസങ്കൽപ്പം ഏതാണ്ട് കുറ്റമറ്റരീതിയിൽ പ്രക്ഷേപിക്കുന്നുണ്ടെന്ന വസ്തുതയും ചാരിതാർഥ്യജനകംതന്നെ. പക്ഷേ, ഗാന്ധിയെപ്പോലൊരു ചരിത്രപുരുഷന്റെ ജീവിത വൃത്താന്തം പാഠപുസ്തക സങ്കൽപ്പത്തിലേക്ക് ക്രോഡീകരിക്കുമ്പോൾ ചരിത്രരചന എക്കാലവും എളുപ്പം വശംവദമാവുന്ന ചില അബദ്ധങ്ങൾക്ക് സാധ്യതയുണ്ട്. ആറ്റൻബറോയുടെ *ഗാന്ധി*യും അവയിൽനിന്ന് മുക്തമല്ല.

ഗാന്ധിജി ഒരു കെട്ടുകഥയിലെ നായകനല്ല. ഇന്ത്യൻ ചരിത്രത്തിലെ അതിദീപ്തമായ ഒരു അധ്യായമായിരുന്നു അദ്ദേഹത്തിന്റെ ജീവിതവും മനോഗതികളും. അതുകൊണ്ട് ഗാന്ധിയെ സംബന്ധിക്കുന്ന ഒരു സിനിമ സ്വാഭാവികമായും ഒരു ചരിത്ര പ്രസ്താവമാവും. എല്ലാ ചരിത്ര പ്രസ്താവങ്ങളിലും ചരിത്രകാരന്റെ വൈകാരിക പ്രേരണകളുടെ പ്രതിഫലനമുണ്ടാവാനിടയുണ്ടെന്നതിനാൽ ആറ്റൻബറോയുടെ ചലച്ചിത്ര – ചരിത്ര പ്രസ്താവത്തെക്കുറിച്ച് വിചാരിക്കുമ്പോൾ ഈ ചിത്രത്തിന്റെ നിർമാണത്തിന് അദ്ദേഹത്തെ പ്രേരിപ്പിച്ചിരിക്കാവുന്ന വികാരങ്ങൾക്ക് ആനുഷംഗികമായി പ്രസക്തിയുണ്ട്.

കോളനിവാഴ്ചയുടെ അവസാനകാലം മുതൽക്കുതന്നെ യൂറോപ്പിൽ, വിശേഷിച്ചും ബ്രിട്ടനിൽ, ബുദ്ധിജീവികൾക്കിടയിൽ കോളനികളോടും അവയുടെ സംസ്കാരങ്ങളോടും അനുഭാവപൂർവമായ ഒരു മനോഭാവം പ്രദർശിപ്പിക്കുക എന്നത് 'ഫാഷനബിൾ' ആയി തീർന്നിരുന്നു. സൂക്ഷ്മമായ അർഥത്തിൽ അലംഭാവ സമ്മിശ്രമായ ഒരു ഔദാര്യമായിരുന്നു അത്. സാധാരണ "പോസ്റ്റ് കൊളോണിയൽ യൂറോപ്യൻ ലിബറലിസം" എന്ന് വിശേഷിപ്പിക്കപ്പെടുന്ന ഈ "മഹാമനസ്കതയുടെ കർമപരമായ ആവിഷ്കാരം കോളനികളുടെ പാരമ്പര്യവും മഹിമയും കണ്ടെത്തുകയും അംഗീകരിക്കുകയും വാഴ്ത്തുകയും ചെയ്യുക എന്നതായിരുന്നു. വെള്ളക്കാരന്റെ കഴമ്പറ്റ വെറും പൊങ്ങച്ചമായി ഈ ലിബറലിസത്തെ അവഗണിക്കാവുന്നതേയുള്ളൂ. പക്ഷേ, ഇവിടെ അതു പറയാൻ കാരണം സർ ആറ്റൻബറോ പ്രസ്തുത ബ്രിട്ടീഷ് മനോഭാവത്തിന്റെ ഒരു ഉത്തമ ദൃഷ്ടാന്തമാണെന്നുള്ളതുകൊണ്ടും അദ്ദേഹം രചിച്ച *ഗാന്ധി* എന്ന സിനിമയുടെ രണ്ടു പ്രധാനമായ പ്രമേയ ധാരകളിലൊന്ന് വെള്ളക്കാരന്റെ 'മഹാമനസ്കത'യാണെന്നതുകൊണ്ടും ആണ്.

ഗാന്ധി എന്ന സിനിമയ്ക്ക് പ്രമേയപരമായി രണ്ടു മുഖങ്ങളുണ്ടെന്ന് കാണുക വിഷമമല്ല. അവയിലൊന്ന് ഗാന്ധിജിയുടെ ജീവചരിത്രത്തെ സംബന്ധിച്ചതാണ്. തർക്കമില്ല. മറ്റതാവട്ടെ, ഗാന്ധിജിയുടെ നേതൃത്വഗുണങ്ങളെയും മാഹാത്മ്യത്തെയും കണ്ടെത്തുകയും അംഗീകരിക്കുകയും വാഴ്ത്തുകയുംചെയ്ത വെള്ളക്കാരുടെ മഹാമനസ്കതയെ സംബന്ധിക്കുന്നതാണ്. ഗാന്ധിജിയുടെ പ്രസക്തി ഇന്ത്യൻ സ്വാതന്ത്ര്യ സമരത്തിൽ അദ്ദേഹം വഹിച്ച നേതൃത്വപരമായ പങ്കും സത്യഗ്രഹം, നിസ്സഹകരണം തുടങ്ങിയ സമരമാർഗങ്ങളെക്കുറിച്ചുള്ള അദ്ദേഹത്തിന്റെ കാഴ്ചപ്പാടുകളുമാണ്. അതുകൊണ്ട് സ്വാതന്ത്ര്യസമരത്തിന്റെ പശ്ചാത്തലത്തിൽനിന്നു ഗാന്ധിജിയുടെ കഥ എത്രമാത്രം എടുത്തുമാറ്റപ്പെടുന്നുവോ അത്രയും അതു അപൂർണമായി ശേഷിക്കും. തന്റെ സിനിമ ഇന്ത്യൻ സ്വാതന്ത്ര്യസമരത്തെക്കുറിച്ചോ സത്യഗ്രഹത്തെക്കുറിച്ചോ അല്ലെന്നും അത് ഗാന്ധി എന്ന വ്യക്തിയെ കുറിച്ച ഒരു അന്വേഷണശ്രമമാണെന്നുമുള്ള ആറ്റൻബറോയുടെ ന്യായം നിരർഥകമാണ്. ഗാന്ധിജിയുടെ വ്യക്തിത്വം കണ്ടെത്തുവാൻ അന്വേഷിക്കേണ്ടിയിരുന്നത് ഇന്ത്യയിലെ ദേശീയ

പ്രസ്ഥാനവുമായും ബ്രിട്ടീഷ് സാമ്രാജ്യത്വത്തിനെതിരായുള്ള ഇന്ത്യൻ ജനതയുടെ സമരവുമായും ഗാന്ധിജിക്കുണ്ടായിരുന്ന സജീവവും പ്രാമാണികവുമായ ബന്ധങ്ങളിൽ തന്നെയാണ്. അല്ലാതെ ആ സമരം റിപ്പോർട്ട് ചെയ്യുവാനെത്തിയിരുന്ന അമേരിക്കൻ പത്രപ്രവർത്തകനുമായുള്ള അദ്ദേഹത്തിന്റെ സൗഹൃദങ്ങളിലോ അതിനെ നേരിടാൻ തന്ത്രങ്ങൾ ആരാഞ്ഞുകൊണ്ടിരുന്ന സാമ്രാജ്യവാദികളുടെ മാനസിക സന്ദിഗ്ധതകളിലോ അല്ല.

സ്വാതന്ത്ര്യസമരത്തെക്കുറിച്ച് സിനിമയിൽ പരാമർശങ്ങളില്ലെന്നല്ല. അവയില്ലാതെ ഗാന്ധിജിയുടെ കഥ പകർത്തുവാൻ സാധ്യമല്ലെന്നതിനാൽതന്നെ അപൂർണമെങ്കിലും ദീർഘങ്ങളായ പരാമർശങ്ങളുണ്ട്. പക്ഷേ, സ്വാതന്ത്ര്യസമരത്തിന്റെ തീക്ഷ്ണമായ മുഹൂർത്തങ്ങളെ മുൻനിർത്തിയല്ല ആറ്റൻബറോ ഗാന്ധിയുടെ വ്യക്തിത്വത്തിന്റെ മാറ്റ് പരിശോധിക്കുന്നത്. അദ്ദേഹത്തിന്റെ ഗാന്ധി ഇത്തരം ഘട്ടങ്ങളിൽ വളരെ ശാന്തചിത്തനും ചുറ്റുപാടുകൾക്ക് അന്യനുമായാണ് കാണപ്പെടുന്നത്. ജയിലിൽ അടയ്ക്കപ്പെടുകയും നിരാഹാരമനുഷ്ഠിക്കയും പട്ടേലും ജിന്നയും നെഹ്റുവും മറ്റുമായി ചില സന്ദർഭങ്ങളിൽ സ്ട്രാറ്റജി സംസാരിക്കുകയും ചെയ്യുന്നുവെങ്കിലും ഗാന്ധിക്ക് തനിക്ക് ചുറ്റും നടന്നുകൊണ്ടിരിക്കുന്ന ബഹുജന പ്രക്ഷോഭത്തിൽ ഗൗരവമുള്ള പങ്കാളിത്തമുള്ളതായി അനുഭവപ്പെടുന്നില്ല. സംഭവങ്ങളുടെയും അവ വിവരിക്കുന്ന ഷോട്ടുകളുടെയും പ്രത്യേക രീതിയിലുള്ള ഘടനാശൈലി കാരണം ഗാന്ധി ഏതോ രീതികളിൽ സംഭവങ്ങളിൽനിന്ന് അസ്പൃശ്യനായി വർത്തിക്കുകയാണെന്ന പ്രതീതിയാണുണ്ടാവുന്നത്. ഗാന്ധിജിയെ പ്രക്ഷോഭത്തിന്റെ നേതൃത്വത്തിൽ കാണുന്ന ഒരു രംഗം ദണ്ഡിയാത്രയുടെ സീക്വൻസാണ്. ഭാവാത്മകവും നാടകീയവുമായ പ്രതിപാദനരീതികൊണ്ടും സിനിമയിൽ ഏറ്റവും ആവേശകരമായിത്തീർന്ന ഉപാഖ്യാനവും ഇതുതന്നെ.

അപ്രധാനങ്ങളായ ചില ചെറിയ സംഭവങ്ങൾ, അവിചാരിതമായ സന്ദർഭങ്ങളിൽ നിർബാധം പ്രകടമാവുന്ന ചില മനോഭാവങ്ങൾ എന്നിവയാകാം മഹത്തായ പ്രവർത്തനങ്ങളെക്കാളേറെ പലപ്പോഴും ഒരു വ്യക്തിത്വത്തിന്റെ അന്തർഭാവത്തെ കൂടുതൽ പ്രകാശിപ്പിക്കുന്നത്. അതിസങ്കീർണമായ ഒരു വ്യക്തിത്വത്തിനുടമയായിരുന്ന ഗാന്ധിയുടെ കഥ പ്രതിപാദിക്കുന്നതിൽ ആറ്റൻബറോ ഒട്ടേറെ കൊച്ചു സംഭവങ്ങളെ ഉപജീവിക്കുന്നത് അതുകൊണ്ടാവണം. ഗൗരവമായ രാഷ്ട്രീയ ചർച്ചയ്ക്കിടയിൽ ആടിന്റെ ഉളുക്കിയ കാൽ നേരെയാക്കാൻ ഒരു ആശ്രമബാലിക വിളിക്കുമ്പോൾ ഗാന്ധിജി ഇറങ്ങിപ്പോകുന്നത്, അമേരിക്കൻ പത്രപ്രവർത്തകന്റെ മുന്നിൽ ഹിന്ദു വിവാഹാനുഷ്ഠാനം അഭിനയിച്ചു കാണിക്കുന്നത്, *ലൈഫ്* മാസികയുടെ ഫോട്ടോഗ്രാഫർ മാർഗരറ്റിനെ നൂൽനൂൽക്കാൻ പഠിപ്പിക്കുന്നത് തുടങ്ങിയ രംഗങ്ങളുടെ ഉദ്ദേശ്യം അതുതന്നെ. ഒരു ജീവിതകഥയുടെ പരിമിതമായ പ്രതിപാദനത്തിനിടയ്ക്ക് ഇത്തരം സൂക്ഷ്മമായ വിവരണങ്ങൾ അവയുടെ സ്വാഭാവികമായ അസാംഗത്യത്തിൽനിന്നുയർത്തി അടിവരയിട്ടു പ്രദർശിപ്പിക്കപ്പെടുമ്പോൾ അവ നിർവ

ഹിക്കുന്നത് ഒരുതരം 'മിത്തു'കളുടെ ധർമമാണ്. മിത്തുകൾ ഒരു വ്യക്തിയെ കുറിച്ചാവുമ്പോൾ അത് അയാളുടെ വ്യക്തിത്വത്തെ പ്രച്ഛന്ന മാക്കുവാനേ ഉപകരിക്കുകയുള്ളൂ. സാധാരണ ഗതിയിൽ പാഠശാലാജീവ ചരിത്ര പുസ്തകങ്ങളാണ് ഇത്തരം മിത്തുകൾ പ്രചരിപ്പിക്കാറുള്ളത്.

ഇന്ത്യൻ ദേശീയ പ്രസ്ഥാനകാലത്തെ പല പ്രമുഖ നേതാക്കന്മാരും ഗാന്ധിയുടെ ജീവിതവുമായി ബന്ധപ്പെട്ടിട്ടുണ്ട്. ഒരു സിനിമാക്കഥയിൽ അവരെ മുഴുവനും നിരത്തി പ്രദർശിപ്പിക്കുക സാധ്യമല്ല. എന്നാൽ രാജാജി, ബോസ്, അംബേദ്കർ എന്നിവരെ ഒഴിച്ചുനിർത്തുകയും താരതമ്യേന അപ്രസക്തരായ വാക്കർ, മാർഗരറ്റ്, ഗാന്ധിയുടെ ദക്ഷിണാഫ്രിക്കൻ ശിഷ്യൻ എന്നിവർക്ക് ഗാന്ധിയുമായുണ്ടായിരുന്ന ബന്ധത്തെ ഏതാണ്ട് ദീർഘമായിത്തന്നെ പ്രതിപാദിക്കുകയും ചെയ്തതിന്റെ ഔചിത്യം സംശയാസ്പദമാണ്. സിനിമ, സ്വാതന്ത്ര്യസമരത്തെക്കുറിച്ചല്ല എന്ന വാദംതന്നെയാണ് ഇക്കാര്യത്തിലും പറഞ്ഞുകേട്ടത്. സഹപ്രവർത്തകരായിരുന്ന നേതാക്കളെക്കാളേറെ പ്രസക്തി അമേരിക്കൻ പത്രപ്രവർത്തകർക്ക് ഗാന്ധിയുടെ ജീവിതകഥയിലുണ്ടായതിന് കാരണം വ്യക്തമാണ്. ആറ്റൻബറോയെ സംബന്ധിച്ചിടത്തോളം ഗാന്ധിയുടെ ഒരു മാഹാത്മ്യം അദ്ദേഹം അമേരിക്കൻ പത്രപ്രവർത്തകരാലും മീരാബെൻ, ആൻഡ്രൂസ് എന്നിവരെപ്പോലുള്ള ബ്രിട്ടീഷ് ലിബറലുകളാലും കണ്ടെത്തപ്പെട്ടു എന്നതും അംഗീകരിക്കപ്പെട്ടു എന്നതുമാണ്. കണ്ടെത്തലിന്റെയും അംഗീകരിക്കലിന്റെയും ഈ പ്രക്രിയയ്ക്ക് സിനിമയുടെ തിരക്കഥയിൽ ഗാന്ധിയുടെ ജീവിതകഥയ്ക്കു സമാനമായിത്തന്നെ പ്രാമുഖ്യം ലഭിച്ചിട്ടുണ്ട്. സിനിമയിലെ ഗാന്ധി ഒരു വലിയ അളവോളം അതിലെ വെള്ളക്കാരുടെ മഹാമനസ്കതയുടെകൂടി സൃഷ്ടിയാണ്.

ബ്രിട്ടീഷ് ലിബറലുകളും അമേരിക്കൻ പത്രപ്രവർത്തകരുമായുണ്ടായിരുന്ന സൗഹൃദമായിരുന്നില്ല ഗാന്ധിയുടെ ആസ്തി, ഇന്ത്യൻ ബഹുജനത്തിന്റെ പിന്തുണയും അംഗീകാരവുമായിരുന്നു. നിരാഹാര ഭീഷണി ഒന്നുകൊണ്ടുമാത്രം പ്രക്ഷുബ്ധമായ ഒരു ജനതയെ സ്വേച്ഛാനുസരണം നിയന്ത്രിക്കുവാൻ അദ്ദേഹത്തിന് കഴിയുന്നുണ്ട്. ഗാന്ധിയുടെ ആരോഗ്യത്തെയും പ്രാണനേയും കുറിച്ച ആകാംക്ഷകൾ ഇളകിമറിയുന്ന ഒരു രാഷ്ട്രീയശക്തിയായി വ്യാപിക്കാവുംവിധം ഗാഢമായിരുന്നു ഇന്ത്യൻ ജനതയ്ക്ക് അവരുടെ ബാപ്പുജിയുമായുണ്ടായിരുന്ന ആത്മബന്ധം. ഒന്നുരണ്ടു ഘട്ടത്തിൽ ഒഴുക്കൻമട്ടിൽ ഗാന്ധിയുടെ ജനസമ്പർക്കത്തെ സൂചിപ്പിക്കുവാൻ ശ്രമിക്കുന്നുണ്ടെങ്കിലും ഈ ചിത്രം ഇന്ത്യൻ ബഹുജനവും ഗാന്ധിയുമായുണ്ടായിരുന്ന വൈകാരികബന്ധത്തെ സംബന്ധിച്ചിടത്തോളം പൊതുവെ പരാങ്മുഖമാണ്. ജനമധ്യത്തിൽ കാണപ്പെടുന്ന അപൂർവ സന്ദർഭങ്ങളിൽത്തന്നെ ബെൻകിംഗ്സ്‌ലിയുടെ ഗാന്ധി സ്വദേശി വസ്ത്രങ്ങളാണ് ധരിച്ചിരുന്നതെങ്കിലും ജനസാമാന്യത്തിൽനിന്ന് അന്യമായ ഒരു വ്യക്തിത്വത്തിന്റെ പ്രതീതിയാണുളവാക്കുന്നത്. നിർമുഖവും സ്വഭാവരഹിതവുമായ ഇന്ത്യൻ ജനസഞ്ചയത്തിനിടയിൽനിന്ന് വെള്ളക്കാരന്റെ

പ്രതീക്ഷകൾക്കൊത്തുയർന്ന ഒരു ഇന്ത്യാക്കാരൻ എന്ന നിലയ്ക്കാണ് ഈ ഘട്ടങ്ങളിലെല്ലാം ആറ്റൻബറോ ഗാന്ധിയെ വിവരിക്കുന്നത്. ആൾക്കൂട്ടത്തിൽനിന്ന് ഗാന്ധി ഒറ്റതിരിഞ്ഞു കാണപ്പെടുന്നത് യാദൃച്ഛികമല്ല. ആസൂത്രിതമായ ഷോട്ടുകളാലും പ്രകാശനിയന്ത്രണത്താലും രംഗത്തിന്റെ മൊത്തം സംഘടനയാൽതന്നെയും സൂക്ഷ്മമായി നേടിയിട്ടുള്ളതാണ് ഗാന്ധിയുടെ ഈ അസ്പൃശ്യത.

സിനിമയിൽ പകർത്തപ്പെട്ടിരിക്കുന്ന ഇന്ത്യൻ ജനസാമാന്യത്തിന്റെ ചിത്രം ശ്രദ്ധേയമാണ്. ഒരിക്കലും ഒരു മഹാപ്രസ്ഥാനത്തിന്റെ ഭാഗമായി, ഒരു രാഷ്ട്രീയവാഞ്ഛ ഉൾക്കൊള്ളുന്ന ജനശക്തിയായി, അത് ചിത്രീകരിക്കപ്പെടുന്നില്ല. ദരിദ്രവും അപമാനിതവും അലക്ഷ്യവുമായ ആൾക്കൂട്ടം മാത്രമാണത്. കോൺഗ്രസ് സമ്മേളനത്തിന്റെ പന്തലിൽ നേതാക്കന്മാർ പ്രസംഗിച്ചുകൊണ്ടിരിക്കുമ്പോൾ അലഞ്ഞുനടക്കുന്ന സദസിന്റെ അച്ചടക്കമില്ലായ്മ ഓർമിക്കുക. റെയിൽവേസ്റ്റേഷനുകളിലും ബോംബെ വീഥികളിലും ഗാന്ധിയെ വളയുമ്പോഴും ജാലിയൻവാലാബാഗിൽ തോക്കുകൾക്കുമുന്നിൽ അകപ്പെടുമ്പോൾപോലും ഈ ജനതയുടെ പൊതുഭാവം അതിന്റെ നിഷ്ക്രിയത്വവും ദിശാബോധമില്ലായ്മയുമാണ്. ഒരിക്കൽ മാത്രമാണ് ഈ ബഹുജനം മൂർത്തമായ മുഖങ്ങളുള്ള, ക്രിയാസന്നദ്ധമായ മനുഷ്യസമൂഹമായി പ്രത്യക്ഷപ്പെടുന്നത്. അത് വിഭജനത്തെത്തുടർന്ന് വർഗീയ കലാപത്തിന്റെ സന്ദർഭത്തിലാണെന്നത് പ്രത്യേകം ശ്രദ്ധേയമാണ്. നിരാഹാര ശയ്യയിൽ ദുഃഖിതനായിക്കിടക്കുന്ന ഗാന്ധിയുടെ സമീപത്തേക്ക് ഈ മനുഷ്യർ സായുധരായി, ക്രുദ്ധരായി അതിക്രമിച്ചു കടക്കുന്നു. ഗാന്ധിജിയെപ്പോലൊരു ഉന്നതമനസ്കനായ നേതാവിനെ ലഭിക്കുവാൻ എത്രമാത്രം അനർഹമായിരുന്നു ഇന്ത്യൻ സമൂഹമെന്ന് ഈ സീക്വൻസ് ഭംഗ്യന്തരേണ വിവക്ഷിക്കുന്നുണ്ട്.

സാമ്രാജ്യാധികാരത്തിന്റെ പൊലീസ് മർദനങ്ങളാണ് ആറ്റൻബറോ വളരെ സമർഥമായി കൈകാര്യം ചെയ്ത മറ്റു ചില രംഗങ്ങൾ, സാമ്രാജ്യത്വശക്തിയുടെസാന്നിധ്യം ഈ സന്ദർഭങ്ങളിൽനിന്ന് ആവുന്നതും അദ്ദേഹം ദൂരികരിക്കുന്നുണ്ട്. എല്ലായ്പ്പോഴും പൊലീസ്സേനയുടെ മുന്നിൽ ഇന്ത്യൻ പൊലീസുകാരാണ് കാണപ്പെടുന്നത്. (ഇന്ത്യൻ ജനസാമാന്യത്തിന്റെ മറ്റു ചില മുഖങ്ങൾ). ജാലിയൻവാലാബാഗിലായാലും ഉപ്പുകമ്പനിയുടെ പടിക്കലായാലും സ്വാതന്ത്ര്യ പ്രക്ഷോഭകരെ തല്ലിച്ചതയ്ക്കുന്നത് ഇന്ത്യൻ പൊലീസു തന്നെ. നിരാലംബരായ മനുഷ്യരെ മർദിക്കുമ്പോൾ അവർ യാതൊരു വൈകാരിക സങ്കോചവും നേരിടുന്നില്ല. മർദകർ പൊലീസുകാരാണെന്നതു മാത്രമല്ല ബ്രിട്ടീഷ് ഭരണാധികാരികളുടെ ആജ്ഞപ്രകാരം നടക്കുന്ന ഈ അക്രമങ്ങളുടെ പരിസരങ്ങളിൽ അപൂർവമായി മാത്രമെ ഏതെങ്കിലും ബ്രിട്ടീഷ് ഉദ്യോഗസ്ഥന്മാർ കാണപ്പെടുന്നുള്ളൂ. ഉപ്പുസത്യഗ്രഹികളെ അടിച്ചുവീഴ്ത്തുന്ന ഇന്ത്യാക്കാരായ പൊലീസുകാർക്ക് യാതൊരു മനോവൈഷമ്യവും തോന്നുന്നില്ല. എന്നാൽ ആ രംഗം കണ്ടുനിൽക്കുന്ന അമേരിക്കൻ പത്രപ്രവർത്തകനായ വാക്കർ

മുഖംതിരിച്ച് കുരിശു വരയ്ക്കുന്നു. ജാലിയൻവാലാബാഗിലെ കൊല യ്ക്കുശേഷവും ബ്രിട്ടീഷ് ഭരണാധികാരികൾ പശ്ചാത്തപിക്കുകയും ആ സംഭവത്തിനുത്തരവാദിയായ ജനറൽ ഡയർ വിസ്തരിക്കപ്പെടുകയും ചെയ്യുന്നുണ്ടെന്ന് വിവരിക്കുവാൻ ആറ്റൻബറോ മറക്കുന്നില്ല. സിനിമ യിൽ വെള്ളക്കാരനായ ഒരു പൊലീസ്, മർദകനായി പ്രത്യക്ഷപ്പെടുന്ന ഒരു ഘട്ടമേയുള്ളൂ. ദക്ഷിണാഫ്രിക്കയിൽവെച്ച് ഗാന്ധിജിയെ മർദിക്കുന്ന അയാൾ, രണ്ടോ മൂന്നോ അടിക്കുശേഷം സ്വയം പതറിപ്പോകുന്നുവെന്ന് സൂചിപ്പിക്കുന്നുണ്ട്. ഇന്ത്യക്കാരെ മർദിക്കുമ്പോൾ ഇന്ത്യൻ പൊലീസിനു മാത്രമെ യാതൊരു പശ്ചാത്താപവുമില്ലാത്ത ക്രൂരസംതൃപ്തി ഉണ്ടാവു ന്നതായി കണുന്നുള്ളൂ. ഗാന്ധിജിയെ ജയിൽശിക്ഷയ്ക്ക് വിധിക്കുമ്പോൾ ജഡ്ജി ബ്ലൂം ഫീൽഡ് തെല്ലും സന്തുഷ്ടനല്ല. പ്രതി കോടതിയിൽ പ്രവേശിക്കുമ്പോൾ അദ്ദേഹം ആദരസൂചകമായി എഴുന്നേറ്റ് നിൽക്കു കപോലും ചെയ്യുന്നു. സാമ്രാജ്യത്വത്തിന്റെ 'നിഷ്കളങ്കതയും ഔദാര്യവും ന്യായബോധവും' ഇത്തരം 'കുമ്പസാര'ങ്ങളിലൂടെ ആവർത്തിച്ച് സ്ഥിരീകരിക്കുവാൻ ലഭിച്ച യാതൊരു സന്ദർഭവും ആറ്റൻബറോ ഉപേ ക്ഷിച്ചിട്ടില്ല. സാമ്രാജ്യത്വത്തെ അതിന്റെ പാപങ്ങളിൽനിന്ന് സ്നാനം ചെയ്തെടുക്കുവാനുള്ള വാഞ്ഛ ഇത്തരം ഘട്ടങ്ങളിൽ അദ്ദേഹത്തിന്റെ ലിബറൽ മനോഭാവത്തെപ്പോലും അപചയപ്പെടുത്തുന്നുണ്ട്.

ചലച്ചിത്രപരമായി 'ഗാന്ധി' പതിവ് ഹോളിവുഡ് സിനിമകളുടെ നില വാരം പുലർത്തുന്നു. വൈകാരികവും നാടകീയവുമായ പ്രതിപാദന ശൈലി ചിത്രത്തിനു ഹൃദയസ്പർശിയായ ഒരു മാനവികതയുടെ പ്രസാ ദം നൽകിയിട്ടുമുണ്ട്. വന്ധ്യവും അനാഥവുമായ ഇന്ത്യൻ പ്രകൃതിയെയും ദരിദ്രരും നിസ്സഹായരുമായ ഇന്ത്യൻ ജനതയെയും വിദഗ്ധമായി ഏതാനും ഷോട്ടുകളിലൂടെ ആറ്റൻബറോ പകർത്തുന്നു. ഈ ഇന്ത്യൻ ചിത്രങ്ങൾ പക്ഷേ, തീവണ്ടിയാത്രയ്ക്കിടയിൽ ഗാന്ധിജി കാണുന്നവ എന്നതിലേറെ ഒരു കൊളോണിയൽ ഭരണാധികാരി കാണുന്നവയാണ്. ഗാന്ധിയെയും ഇന്ത്യയെയുംകുറിച്ച് അന്തർദേശീയമായ ഒരു പുതിയ കൗതുകം സൃഷ്ടിക്കുവാൻ, ഒരുപക്ഷേ, ഈ സിനിമയ്ക്ക് കഴിഞ്ഞേ ക്കും. ഇന്ത്യൻ പ്രേക്ഷകർക്കിടയിൽ ഗാന്ധിയുടെ ഈ കഥാചിത്രണം ആത്മാഭിമാനപൂർവകമായ ആവേശം ഉണർത്തിയെന്നും വരാം. പക്ഷേ, ഗാന്ധിയുടെ ഒരു ജീവചരിത്രകാരനെന്ന നിലയ്ക്ക് ആറ്റൻബറോയുടെ സംരംഭം ഭാഗികമായും പക്ഷപാതപരമായും ശേഷിക്കുകതന്നെ ചെയ്യും.

ഭക്തിബോധത്തിന്റെ പുനരാവാഹനം

കോടമ്പാക്കത്തെ അറിയുന്നവർക്കറിയാം ജീർണതയും മൂല്യത്ത കർച്ചയും എത്രതന്നെ രൂക്ഷമായാലും അവിടെ ഒരിക്കലും ഭക്തിക്കു കുറവുണ്ടാവാറില്ലെന്ന്. സ്റ്റുഡിയോകൾക്കകത്തും പുറത്തും താരഹൃദ യങ്ങളിലും ഭക്തി ഒരു സജീവമൂല്യബോധമായി നിലനിൽപ്പുണ്ട്. സിനി മാക്കാരുടെ കനിവും പ്രസാദവും ആർജിക്കുക കാരണം നേദ്യം മുട

ങ്ങാതിരിക്കാനുള്ള ഭാഗ്യം സിദ്ധിച്ച മൂർത്തികളാണ് വടപളനി പരിസരങ്ങളിലെ മിക്ക അമ്പലങ്ങളിലും വാഴുന്നത്. അതുകൊണ്ട് ദൈവഭയത്തിന്റെയും പ്രസരം സിനിമയിൽ ഉണ്ടാവുന്നത് സ്വാഭാവികമാണ്. ഒട്ടധികം ദക്ഷിണേന്ത്യൻ ചിത്രങ്ങൾ ആരംഭിക്കുന്നത് ഉഷഃപൂജയ്ക്ക് ശേഷം നട തുറക്കുന്ന ക്ഷേത്രരംഗങ്ങളോടുകൂടിയാണ്. അങ്ങനെ തുടങ്ങുന്ന ചിത്രങ്ങൾക്ക് ശകുനദോഷമുണ്ടാവില്ലെന്ന് ഒരു ആന്തരികബോധം നിർമാതാക്കൾക്കും സംവിധായകന്മാർക്കും ഉണ്ടെന്ന് തോന്നുന്നു. പ്രാരംഭങ്ങളിലെ ഇത്തരം ക്ഷേത്രചിത്രീകരണങ്ങൾക്ക് സിനിമയിലെ ഇതിവൃത്തമോ പ്രമേയമോ ആയി പ്രത്യക്ഷമായ ചാർച്ചകൾ യാതൊന്നും ഉണ്ടായിക്കൊള്ളണമെന്നില്ല. നിർമാതാവിന്റെയോ സംവിധായകന്റെയോ മതബോധത്തെ ഊന്നുന്ന ഇതിവൃത്തബാഹ്യമായ ഒരനാവശ്യമാവും മിക്കപ്പോഴും അവ സിനിമയിൽ.

മറ്റുചില ന്യായങ്ങളുടെ ബലത്തിലും ദേവാലയദൃശ്യങ്ങൾ സിനിമയിൽ കൂടെക്കൂടെ പ്രത്യക്ഷപ്പെടാറുണ്ട്. ക്ഷേത്രശിൽപ്പങ്ങളുടെ ദൃശ്യഭദ്രത, ഒരു ദൃശ്യകലയെന്ന രീതിയിൽ ചലച്ചിത്രത്തെക്കുറിച്ച് ആലോചിക്കാത്ത രചയിതാക്കൾക്കുപോലും ആകർഷകമായി തോന്നുന്നു. അതുകൊണ്ട് ഇതിവൃത്ത സംഭവങ്ങളുടെ കേവല പശ്ചാത്തലമെന്നമട്ടിൽ ദേവാലയ പരിസരങ്ങൾക്ക് സിനിമയിൽ പലപ്പോഴും സ്ഥാനമുണ്ട്. കാമുകീകാമുകന്മാരുടെ രഹസ്യസമാഗമത്തിന് സിനിമയിൽ ദേവാലയങ്ങൾ പോലെ മികച്ച പശ്ചാത്തലങ്ങളില്ല. ചിലപ്പോൾ, *നിർമാല്യം* പോലുള്ള ചിത്രങ്ങളിൽ ചലച്ചിത്രപ്രമേയത്തിന്റെ കേന്ദ്ര ബിന്ദുവായിത്തന്നെയും ക്ഷേത്രം ഉപപാദിക്കപ്പെടുന്നു. ഒരു സംസ്കാരത്തിന്റെയോ സാമൂഹിക ക്രമത്തിന്റെയോ തകർച്ചയുടെ മാപ്പുസാക്ഷിയെന്ന മട്ടിൽ.

പ്രകൃതിദൃശ്യത്തിന്റെ ഭാഗമെന്ന നിലയ്ക്ക് ഒരു വള്ളുവനാടൻ ക്ഷേത്രശിൽപ്പത്തിന്റെ ദൃശ്യഭദ്രത സവിശേഷമാണ്, പ്രേക്ഷകനിൽ അതുളവാക്കുന്ന അനുഭൂതിയും സവിശേഷമാണ്. അമ്പലങ്ങൾ റെയിൽവേസ്റ്റേഷനുകളെപ്പോലല്ല എന്ന് തീർച്ച. പക്ഷേ, റെയിൽവേസ്റ്റേഷനുകളും സവിശേഷാനുഭൂതികളുണർത്തിയേക്കാം. റേയുടെ *കാംപുരുഷ്* എന്ന പടത്തിലെയും മറ്റും സ്റ്റേഷനുകൾ ഓർമിക്കുക. റെയിൽവേസ്റ്റേഷനുകൾ പ്രേക്ഷകന്റെ മാസികാവസ്ഥകൾ അനുസരിച്ച് വലിയ ദൂരങ്ങളെക്കുറിച്ചോ, നനഞ്ഞ പ്രഭാതങ്ങളെക്കുറിച്ചോ, വിഷാദകലുഷമായ രാത്രിയാത്രകളെക്കുറിച്ചോ ഉള്ള വൈകാരികാനുഭവങ്ങളെ ഉജ്ജീവിപ്പിക്കാം. ദൃശ്യപ്രതീകങ്ങളെന്ന നിലയ്ക്ക് ഇത്തരം സമാനമായ പ്രതീകധർമം തന്നെയാണ് ക്ഷേത്രദൃശ്യങ്ങളും സിനിമയിൽ നിർവഹിക്കുന്നത്. അനുഭൂതികൾ പക്ഷേ വ്യത്യസ്തമാണ്. ക്ഷേത്രദൃശ്യങ്ങൾ അനിവാര്യമായും ഒരു പ്രത്യേക മതസ്ഥായിയെ അവലംബിക്കുന്നുണ്ട്. അവ വിസ്മൃതമായിക്കഴിഞ്ഞ ഒരു മതാനുഷ്ഠാനത്തിന്റെയോ, ദൈവചിന്തയുടെയോ, പാരമ്പര്യബോധത്തിന്റെയോ മേഖലയെയാണ് സ്പർശിക്കുന്നത്. ഭിന്നമതങ്ങളുടെയും ആരാധനാശൈലികളുടെയും സമാഹാരമായ സമൂ

ഹത്തിൽ ഈ പ്രതീകങ്ങളുടെ അഭിവ്യഞ്ജനശേഷി സങ്കുചിതമാണ്. ഒരു വിഭാഗത്തിന് ഒരു കൂട്ടായ വൈകാരികാനുഭവത്തിന്റെ ഭാഗമെന്ന നിലയ്ക്ക് അവയെ നിർവിചാരം ഉൾക്കൊള്ളാൻ കഴിയുന്നുവെങ്കിലും ഇതരവിഭാഗങ്ങൾക്ക് ഏതാണ്ട് ഉപരോധസ്വഭാവമാർന്ന ബോധനമായി മാത്രമേ അവ അനുഭവപ്പെടുകയുള്ളൂ. ഈ പരിമിതി പ്രകടമാണെന്നിരിക്കിലും ഇത്തരം സങ്കുചിതമായ വിനിമയ ശേഷിമാത്രമുള്ള ക്ഷേത്രദൃശ്യങ്ങൾപോലുള്ള ദൃശ്യപ്രതീകങ്ങൾ സിനിമ അടിക്കടി ആവർത്തിക്കുന്നതു കാണാം. ഹൃദ്യമായ ദൃശ്യങ്ങളെന്നതിലും, സൗകര്യപ്രദമായ പാശ്ചാത്തല നിബന്ധങ്ങളെന്നതിലുമുപരി സിനിമയിലെ ക്ഷേത്രദൃശ്യങ്ങൾക്ക് പ്രത്യയശാസ്ത്രപരമായ വിവക്ഷകളുണ്ടെന്ന് വ്യക്തമാണ്.

കാമുകീകാമുക സമാഗമത്തിന് പുതിയ നാഗരിക സാഹചര്യങ്ങളിൽ ദേവാലയപരിസരങ്ങൾ അപൂർവമായേ യഥാർഥത്തിൽ ഉപയോഗിക്കപ്പെടാറുള്ളൂ. സാധാരണജീവിതത്തിൽ കാമുകൻ തന്റെ പെണ്ണിനെ സംഗമിക്കുന്നത് സിനിമാകൊട്ടകകളിലും കടൽത്തീരത്തും റസ്റ്റോറന്റുകളിലും പാർക്കിലും മറ്റുംവെച്ചാണ്. പക്ഷേ, സിനിമയ്ക്കിന്നും ഈ സമാഗമത്തിന് പത്ഥ്യമായ പശ്ചാത്തലം ക്ഷേത്രനടയാണ്. ഇതിന് ഒരു കാരണം നമ്മുടെ മധ്യവർഗസദാചാരബോധത്തിന്റെ വിലക്കുകളാണ്. പ്രണയം, സ്വേച്ഛാനുസൃതമായ വിവാഹം എന്നിവ ഈ സദാചാരബോധത്തിന് വിരുദ്ധമാണ്. കാമുകീകാമുകസമാഗമം ക്ഷേത്ര സാന്നിധ്യത്തിൽവെച്ചാവുമ്പോൾ പ്രണയവൃത്തിയെ സംബന്ധിച്ച പാപത്തിനു ഒരുതരം ശാന്തി സിദ്ധിക്കുന്നുണ്ട്. എന്തെന്നാൽ ക്ഷേത്രപരിസരം പരിശുദ്ധിയുടെയും ഈശ്വരസാന്നിധ്യത്തിന്റെയും പ്രതീകമാണ്. അവിടെ അരങ്ങേറപ്പെടുന്ന പാപകർമത്തിനുപോലും പരിശുദ്ധിയുടെ പരിവേഷം ലഭിക്കുന്നു. മറ്റൊരർഥത്തിൽ അവിശുദ്ധമായ സ്ത്രീപുരുഷബന്ധങ്ങൾക്ക് പാപനിവൃത്തിയേകുന്ന, വിശുദ്ധിയുടെ ഒരു കാരക (agent)മായി ക്ഷേത്രദൃശ്യങ്ങൾ സിനിമയിൽ മധ്യവർഗ സദാചാരബോധത്തെ തൃപ്തമാക്കുന്നു. സദാചാരബോധം ഇങ്ങനെ തൃപ്തമാകുമ്പോൾ അതോടൊപ്പംതന്നെ പ്രണയബന്ധത്തിന് സോപാധികമായ ഒരു അംഗീകാരവും സിദ്ധിക്കുന്നുണ്ട്. ഈ അംഗീകാരം സമൂഹത്തിന് പഴമയിലുള്ള ആശ്രിതത്വത്തെയും വിശ്വാസത്തെയും ലംഘിക്കപ്പെടാതെതന്നെയാണ് ലഭിക്കുന്നത്. പ്രണയം പ്രതിനിധീകരിക്കുന്ന നാഗരികാനുഭവത്തിലേക്ക് മുതിരുന്നതിനോപ്പംതന്നെ പഴയ പാരമ്പര്യബോധത്തിന്റെ പവിത്രത സ്ഥിരീകരിക്കുന്ന ഒരു പ്രക്രിയയാണിതെന്ന് ചുരുക്കം.

ഇതിവൃത്തകഥനത്തിൽ ദത്തശ്രദ്ധമായി നീങ്ങുന്ന പതിവ് സിനിമയുടെ പ്രതിപാദനരീതിക്കിടയിൽ ക്ഷേത്രവിശുദ്ധിയുടെ അഥവാ ആസ്തികതയുടെ ഈ പുനരാവാഹനം ഏതാണ്ട് നിർദോഷമാണെന്ന് തോന്നാം. എന്നാൽ, സത്യത്തിൽ, നിരന്തരമായ ആവർത്തനങ്ങളിലൂടെ ഒരു ദൃശ്യപ്രതീകമെന്ന നിലയ്ക്ക് ചലച്ചിത്രങ്ങളിലെ ക്ഷേത്രദൃശ്യങ്ങൾക്ക് മിഴിവുറ്റ ഒരു വിനിമയ പ്രാപ്തി കൈവന്നിട്ടുണ്ട്. നിഷ്കൃഷ്ടമായ അർഥോ

ദേശ്യങ്ങളോടുകൂടിത്തന്നെ ഉപയോഗിക്കാവുന്ന ഒരു പ്രതീകമായി അതിന് പ്രതിഷ്ഠ കിട്ടിയിരിക്കുന്നു. ഇക്കാര്യം മറ്റാരെക്കാളുമേറെ സിനിമാക്കാർക്ക് വ്യക്തമാണെന്ന് അടുത്തകാലത്ത് മലയാളത്തിൽ നിർമിച്ച *ഒരു സ്വകാര്യം* എന്ന സിനിമ വെളിപ്പെടുത്തും. ഒരു പത്രപ്രവർത്തക സാഹിത്യകാരൻ വേശ്യയിൽ അനുരക്തനാവുന്നതും അവരുടെ പ്രണയം സമൂഹത്തിന്റെ സദാചാരബോധവുമായി ഇടയുന്നതുമാണ് ഈ സിനിമയുടെ കഥ. ഏറെക്കാലമായി സിനിമ തർക്കിച്ചുതീരാത്ത ഒരു പ്രശ്നമാണിത്.

നായകൻ അവിവാഹിതരായ മറ്റേതാനും സ്നേഹിതന്മാർക്കൊപ്പം ഒരു വാടകവീട്ടിൽ കഴിയുന്നു. അയാൾ പക്ഷേ, സ്വഭാവങ്ങളിൽ അവരിൽനിന്ന് വ്യത്യസ്തനാണ്. മദ്യപാനവും വ്യഭിചാരവും മറ്റുമായി വീട്ടിൽ നിലനിൽക്കുന്ന ധർമച്യുതിയിൽനിന്ന് നായക ശൗര്യത്തോടെ അയാൾ മുതിർന്നുനിൽക്കുന്നുണ്ട്. ഇടയ്ക്ക് സുഹൃത്തുക്കൾ സംഘടിപ്പിച്ച ഒരു വേശ്യയുടെ ജീവിതവുമായി നായകസഹജമായുണ്ടായ ഒരു സഹതാപബന്ധത്തിൽ അയാൾ ഏർപ്പെട്ടു. പിഴച്ച യുവതിയായ നായിക വിഷയാസക്തരായ യുവാക്കൾക്കൊപ്പം രാത്രികൾ തങ്ങിയെങ്കിലും അവരാരും വിചിത്രമായ കാരണങ്ങളാൽ അവളെ പ്രാപിക്കുന്നില്ല. പിന്നീട് ഒരു മുഹൂർത്തത്തിൽ പത്രപ്രവർത്തക സാഹിത്യകാരൻ അവളെ വിവാഹം കഴിക്കാനുള്ള തന്റെ തീരുമാനം പ്രഖ്യാപിച്ചപ്പോൾ അവർ അമ്പരന്നു. ആ വിവാഹത്തിന്റെ പ്രായോഗികമായ ദുഃസാധ്യതയെപ്പറ്റി അയാളെ ഗുണദോഷിച്ചു. പക്ഷേ, നായകൻ തന്റെ തീരുമാനത്തിലുറച്ചുനിന്നു. അയാൾ കാമുകിയുമായി തന്റെ സുഹൃത്തിന്റെ വീട്ടിലും പിന്നീട് സ്വന്തം വീട്ടിലും ദാമ്പത്യത്തിന് അംഗീകാരവും തേടിച്ചെന്നു. അവരാരും, സ്നേഹമയിയായ അമ്മപോലും, അയാളെയും വേശ്യയായ വധുവിനെയും സ്വീകരിക്കുവാൻ സന്നദ്ധരായിരുന്നില്ല. വേശ്യയുമായുള്ള ബന്ധം കാരണം പത്രത്തിലുള്ള ജോലിപോലും അയാൾക്ക് നഷ്ടപ്പെട്ടു. പിന്നീട് ഒരു തീർഥാടനമാണ്. പല ദേവാലയങ്ങളുടെയും പരിസരങ്ങൾ ചുറ്റി നടന്ന് അവർ കന്യാകുമാരിയിലെത്തി. ഇടയ്ക്ക് ഹോട്ടൽ മുറികളിൽ കഴിയുന്നുവെങ്കിലും അവർ തമ്മിൽ യാതൊരു 'അവിഹിത' ബന്ധവും ഉണ്ടാവുന്നില്ല. സാഹിത്യകാരന്റെ 'കരിയർ' തകരാറിലാവുമെന്ന് ഭയന്ന് വേശ്യ അയാളുടെ വിവാഹാഭ്യർഥനകൾ നിരസിച്ചുകൊണ്ട് അയാൾക്ക് പിന്നാലെതന്നെ കൂടുന്നു. ഒടുവിൽ കന്യാകുമാരിയിൽവെച്ച് അവൾ വിവാഹത്തിന് സമ്മതിച്ചു. പക്ഷേ, ആദ്യരാത്രിയിലേക്ക് നീക്കിവെച്ച 'ഒരു സ്വകാര്യം' സാധിക്കുന്നതിനുമുൻപ് നായികയുമായി പൂർവബന്ധമുണ്ടായിരുന്ന രണ്ട് വില്ലന്മാരുടെ കൈകൊണ്ട് പത്രപ്രവർത്തക സാഹിത്യകാരൻ കൊല്ലപ്പെട്ടു.

നമ്മുടെ സാമൂഹികബോധത്തിന്റെയും അതിന്റെ പരിരക്ഷണത്തിൽ ഊന്നുന്ന സിനിമ, നാടകം തുടങ്ങിയ ജനപ്രിയ കലകളുടെയും വീക്ഷണത്തിൽ സ്ത്രീ, സ്വന്തം ചാരിത്ര്യശുദ്ധിയെ ഒരു തിടമ്പുപോലെ

എഴുന്നള്ളിച്ച് നടക്കുവാൻ വിധിക്കപ്പെട്ടവളാണ്. ഈ ജീവിതവൃത്തിയിൽ അവൾ പിഴച്ചാൽ അവൾ എന്നെന്നേക്കുമായി നഷ്ടപ്പെട്ടതുതന്നെ. അവൾക്ക് ഒരു പുനഃരധിവാസം നൽകുന്നത് സദാചാരവിരുദ്ധമാണ്. *ഒരു സ്വകാര്യം* പോലുള്ള സിനിമ ഈ സദാചാരബോധത്തെ ചോദ്യം ചെയ്യുന്നതായി നടിക്കുകയും ഫലത്തിൽ അതിനെ സ്ഥിരീകരിക്കുകയും ചെയ്യുന്നു. പുരോഗമനാശയങ്ങളുടെ സ്വാധീനം കാരണം നിലനിൽക്കുന്ന ധാർമികബോധത്തെക്കുറിച്ച് വീണ്ടുവിചാരം ചെയ്യുവാൻ സമൂഹം ശ്രമിച്ചുകൊണ്ടിരിക്കുന്നു എന്ന ഭീഷണിയാണ് ഈ ചലച്ചിത്രവ്യായാമത്തിന് കാരണം.

പിഴച്ച നായികയുടെയും നാട്ടുനടപ്പിന് വിപരീതമായി അവളെ വിവാഹം കഴിക്കാൻ സന്നദ്ധനാകുന്ന നായകന്റെയും പാപങ്ങളിൽനിന്ന് അവരെ ശുദ്ധികലശം ചെയ്തെടുക്കുവാൻ സിനിമ കൈക്കൊള്ളുന്ന നയങ്ങൾ ശ്രദ്ധേയമാണ്. നായികയുടെ കളങ്കത്തെ ലഘൂകരിക്കുവാനെന്നപോലെ സിനിമ അവളുടെ മൂല്യബോധത്തെ ഉയർത്തി സ്ഥാപിക്കുന്നു. സാഹചര്യത്തിന്റെ നിർബന്ധമാണ് അവളെ വേശ്യയാക്കിയത്. വിവാഹം കഴിക്കാനും നായകന്റെ ജീവിതശുദ്ധിയെ കളങ്കപ്പെടുത്താനും അവൾക്ക് മനസില്ല. അത്തരമൊരു സന്ദർഭത്തിൽ ആത്മഹത്യ എന്ന ത്യാഗത്തിനുപോലും അവൾ സന്നദ്ധയാണ്. നായികയുടെ ഈ മാപ്പുസാക്ഷിത്വത്തിന്റെ വിശദീകരണം പരോക്ഷമായി അവളുടെ പാപത്തിന്റെ കാഠിന്യത്തെയാണ് സൂചിപ്പിക്കുന്നത്. ചാരിത്ര്യം നഷ്ടപ്പെടുക എന്നത് കഠിനമായ പാപംതന്നെയെന്ന ബോധത്തിൽനിന്നാണ് സിനിമ പാവനിവൃത്തിയെക്കുറിച്ച് ആലോചിക്കുന്നത്. നായകനാവട്ടെ, പത്രപ്രവർത്തക സാഹിത്യകാരൻ എന്ന നിലയ്ക്ക് ബുദ്ധിജീവിയാണ്. അയാളുടെ 'കുലീന'മായ രുചികളെയും സ്വഭാവശുദ്ധിയെയും, കുടുംബശിക്ഷണത്തെയുംകുറിച്ച് സിനിമ പ്രതിപാദിക്കുന്നുണ്ട്. നായികയെ സാരിയുടുത്തു കാണുന്നതിലും തനിക്കിഷ്ടം മുണ്ടും നേരിയതും ധരിച്ചു കാണുകയാണെന്ന് അയാൾ പറയുമ്പോൾ സൂചിപ്പിക്കപ്പെടുന്നത് ഗ്രാമ്യമായ അച്ചടക്കബോധത്തിലും പാരമ്പര്യത്തിലും അയാൾക്കുള്ള അഭിരുചിയാണ്. നായികയെ വിവാഹം ചെയ്യുവാൻ അയാൾ മുതിർന്നിരിക്കുന്നത് അവളെ പാപത്തിൽനിന്ന് മുക്തയാക്കുവാനുള്ള വ്യഗ്രതകൊണ്ട് മാത്രമാണ്. പ്രണയത്തിന് ഒരു പിൻകാല പ്രസക്തിയേയുള്ളൂ. ഇവിടെ, സിനിമയിലെ നായികാ നായകന്മാർ സർവഗുണ സമ്പന്നന്മാരാണ്. ഒരു സനാതന ദാമ്പത്യത്തിന് എല്ലാംകൊണ്ടും അനുരൂപർ. നായികയുടെ ചാരിത്ര്യ ദോഷം എന്ന മഹാപാപം മാത്രമാണ് അവർക്കിടയിലെ ഏകപ്രതിബന്ധം.

പാപനിവാരണത്തിന് സിനിമ അവരെ പലതവണ ക്ഷേത്രസന്നിധാനങ്ങളിൽ നിബന്ധിച്ച് കാണിക്കുന്നു. സുഹൃത്തുക്കൾക്കൊപ്പം കഴിഞ്ഞിരുന്ന വാടകവീട്ടിൽ നിന്നിറങ്ങിയശേഷം അവരെ കാണപ്പെടുന്നത്, മിക്കപ്പോഴും അവരുടെ അവിഹിതബന്ധത്തിന് ദൈവികാംഗീകാരത്തിന്റെ

വിശുദ്ധിയുണ്ടെന്നു ദ്യോതിപ്പിക്കുവനെന്നോണം, വിവിധ ക്ഷേത്രങ്ങളുടെ പരിസരങ്ങളിലാണ്. പിഴച്ച തന്റെ ഭാവിവധുവിനെയുംകൊണ്ട് നായകൻ സ്വന്തം വീട്ടിൽ കയറിച്ചെല്ലുന്ന ഒരു രംഗമുണ്ട് ഈ സിനിമയിൽ. വീടിന്റെ പൂമുഖത്തുനിന്ന് ഒരു ദൂരക്കാഴ്ചയിൽ അമ്മ ഈ ആഗമനം കാണുന്നു. ദൂരെ മുറ്റത്തെ തുളസിത്തറയുടെ ഇരുവശങ്ങളിലുമായാണ് നായകനും നായികയും പ്രത്യക്ഷപ്പെടുന്നത്. ഒരു വേശ്യയേയുംകൊണ്ട് മാന്യമായ ഒരു തറവാട്ടുമുറ്റത്ത് കയറിച്ചെല്ലുക എന്ന സദാചാരധ്വംസനത്തെ വിശുദ്ധ സങ്കൽപ്പം ലഘൂകരിക്കുന്നുണ്ടെന്ന് തീർച്ച. തുളസിത്തറയെ കേന്ദ്രബിന്ദുവാക്കി നിരൂപിച്ചുകൊണ്ടാണ് ഈ ഫ്രെയിമിന്റെ കോംപസിഷൻ നിർവഹിച്ചിരിക്കുന്നത്. ഇതിവൃത്തത്തിന്റെ അവസാനത്തിൽ നായകനും നായികയും കന്യാകുമാരിയിലെത്തുന്നു. ദാമ്പത്യത്തിന്റെ വിഹിതാവിഹിതങ്ങളെക്കുറിച്ച് തീർപ്പ് കൽപ്പിക്കുവാൻ എല്ലാംകൊണ്ടും ഉചിതമായ ഒരു തീർഥമാണത്. അവിടെ ഒരു ഹോട്ടൽ മുറിയിൽവെച്ച് പവിത്രമായ ഒരു പ്രഭാതത്തിൽ നായിക വിവാഹത്തിന് സമ്മതിക്കുന്നു. നായകനും നായികയും ഒരു ജനലിനരികെ നിൽക്കുന്ന ഒരു കോംപസിഷനിലാണ് വിവാഹസമ്മതം അറിയിക്കപ്പെടുന്നത്. അവർക്ക് പിന്നിൽ ദൂരെ ദേവാലയഗോപുരം കാണാം. അവിടെനിന്ന് ഉയർന്ന പ്രഭാത സങ്കീർത്തനത്തിന്റെ അലകൾ മുറിയിൽ അവരെ തഴുകിയെത്തി. അവരുടെ തീരുമാനത്തിന് ദൈവീകാംഗീകാരമുണ്ടെന്ന് ഇതിലും വാചാലമായി സിനിമ സ്ഥാപിക്കുന്നതെങ്ങനെ? നായികയുടെ നഷ്ടപ്പെട്ട വിശുദ്ധിയെ ഇങ്ങനെ നാനാവിധത്തിൽ പുനഃസ്ഥാപിക്കുവാൻ ശ്രമിച്ചിട്ടും അവരുടെ ദാമ്പത്യം സഫലമാവുന്നില്ല. അവളുടെ പാപംതന്നെ വീണ്ടും മൂർത്തരൂപം പൂണ്ടെത്തി നായകന്റെ കൊലപാതകത്തിലൂടെ ആ അവിഹിതദാമ്പത്യത്തിന് വിരാമമിടുന്നു. ഇതോടെ നിലനിൽക്കുന്ന സദാചാരബോധവും ധാർമികബോധവും അവയ്ക്കുനേരെ ഉന്നയിക്കപ്പെട്ട ഭീഷണിയിൽനിന്ന് പരിരക്ഷിക്കപ്പെടുകയും സ്ഥിരീകരിക്കപ്പെടുകയും ചെയ്യുന്നു.

നാഗരികാവബോധത്തിന്റെയും പുരോഗമനാശയങ്ങളുടെയും സാവധാനമുള്ള പ്രചാരത്തിനിടയ്ക്ക് ഇത്തരം പ്രമേയങ്ങൾ സിനിമ ചർച്ച ചെയ്യുന്നതും പരമ്പരാഗതമായ മൂല്യബോധങ്ങൾക്ക് സ്ഥിരീകരണം നൽകിക്കൊണ്ട് അവയ്ക്ക് പരിഹാരം കണ്ടെത്തുന്നതും നിലവിലിരിക്കുന്ന പ്രത്യയശാസ്ത്രബോധത്തിന്റെയും അതുവഴി അധീശവർഗതാൽപ്പര്യങ്ങളുടെയും ഭൃത്യവേല നിർവഹിക്കലാണ്. സിനിമ എന്ന നിലയ്ക്ക് 'ഒരു സ്വകാര്യവും' അതേപോലുള്ള മറ്റ് സിനിമകളും യാതൊരു പരാമർശവും അർഹിക്കുന്നില്ല. പക്ഷേ, മുണ്ടിലും നേരിയതിലുമുള്ള താൽപ്പര്യം മുതൽ ഒരു ദിവ്യാംഗീകാരത്തിന്റെ ഏജന്റ് എന്ന നിലയ്ക്ക് ക്ഷേത്രദൃശ്യങ്ങൾ സങ്കൽപ്പിക്കപ്പെടുന്നതടക്കമുള്ള അവയുടെ പ്രതീതപ്രവർത്തനങ്ങൾ പ്രക്ഷേപിക്കുകയും പ്രചരിപ്പിക്കുകയും ചെയ്യുന്ന ബോധവും ആപത്കരമാണ്. അത് പാരമ്പര്യശീലങ്ങളുടെ പുനരാവാഹന (revivalism)ത്തിനും മതപ്രോക്തമായ അടിസ്ഥാനാവകാശികളു

ടെ(fundamentalism) ഉത്തേജനത്തിനും സഹായകമാവുന്നുണ്ട്. സമകാലിക ഇന്ത്യൻ ജീവിതം നേരിടുന്ന ഏറ്റവും വലിയ രണ്ട് ആപത്തുകൾ റിവൈവലിസ്റ്റ് – ഫണ്ടമെന്റലിസ്റ്റ് പ്രവണതകളാണ്. അതുകൊണ്ടുതന്നെയാണ്. ഇടക്കാലത്തെ സാമൂഹിക – യാഥാർഥ്യബോധം ഉപേക്ഷിച്ച് സിനിമയെപ്പോലുള്ള ജനപ്രിയമാധ്യമങ്ങൾ ഈ ആപത്തുക്കളെ പ്രീണിപ്പിക്കാൻ സന്നദ്ധമായിരിക്കുന്നതും. ഉത്സാർഥകമായ കലാവിനിമയത്തെ സംബന്ധിച്ചിടത്തോളം വളരെ അസ്വസ്ഥകരമായ ഒരു അവസ്ഥയാണ്.

11

ആധുനിക ഇന്ത്യൻ ചിത്രകല

ഒരനുബന്ധം

ആർ നന്ദകുമാർ

സ്വാതന്ത്ര്യാനന്തര ഇന്ത്യയുടെ കലാരംഗത്ത്, ഈ ലേഖനത്തിന്റെ ആദ്യഭാഗത്ത് അവതരിപ്പിച്ച അഭിജ്ഞാനതയുടെ ചോദ്യങ്ങളും, പാരമ്പര്യവും ആധുനികതയും തമ്മിലുള്ള സംഘർഷവും ഏതുരൂപത്തിൽ പ്രകടമാവുന്നുവെന്നും ഏതുതരം പ്രവണതകൾക്ക് രൂപംകൊടുത്തുവെന്നും നോക്കാനാണിവിടെ ഉദ്ദേശിക്കുന്നത്. ഇതറിയാൻ, ഈ പ്രവണതകളെ നിലവിൽ വരുത്തിയ വൈകാരിക കാലാവസ്ഥയും ആശയപശ്ചാത്തലവും ഈ നൂറ്റാണ്ടിന്റെ ആദ്യദശകങ്ങളിൽ നാം അന്വേഷിക്കേണ്ടതുണ്ട്. ഇന്ത്യൻ പൗരാണികകലകൾ ഒന്നൊന്നായി വെളിച്ചം കാണുകയും ലോകശ്രദ്ധയ്ക്ക് വിഷയമാവുകയും ചെയ്തു തുടങ്ങുന്ന കാലമായിരുന്നു അത്. ഇന്ത്യൻ ക്ലാസിക്കൽ കലകളെ അസംസ്കൃതങ്ങളായ വൈകൃതങ്ങളും അപഭ്രംശങ്ങളുമായി മാത്രം കാണാൻ കൂട്ടാക്കിയിരുന്ന ബ്രിട്ടീഷുകാർ, ഇവിടത്തെ പരമ്പരാഗതമായ കരവേലകളിലും കൈത്തൊഴിൽ ഉൽപ്പന്നങ്ങളിലും കയറ്റുമതി സാധ്യതയുടെ ആകർഷണമാണ് കണ്ടിരുന്നത്. ഈ കരവേലകളിൽ പരിശീലനം നൽകുക എന്ന ഉദ്ദേശ്യത്തോടുകൂടി അവർ സ്ഥാപിച്ച ആർട്ട് സ്കൂളുകളിൽ ചിത്രശിൽപ്പകലകൾക്ക് നാമമാത്രമായ സാംഗത്യമേ കൽപ്പിക്കപ്പെട്ടിരുന്നുള്ളൂ. അതുതന്നെയും, ബ്രിട്ടീഷ് റോയൽ അക്കാദമിയാൽ സംരക്ഷിക്കപ്പെട്ടുപോന്ന, ബ്രിട്ടീഷ് ഗവൺമെന്റിന്റെ ഔദ്യോഗികാംഗീകാരമുള്ള വിക്ടോറിയൻ അക്കാദമിക് റിയലിസത്തിന്റെ തരംതാണ വകഭേദമായ സൗത്ത് കെൻസിംഗ്ടൺ ശൈലി എന്നറിയപ്പെട്ടിരുന്ന സമ്പ്രദായത്തിലും.

ഇന്ത്യൻ കലാരംഗത്ത് തുടർന്നുണ്ടായ പല മാറ്റങ്ങളിലും നിർണായകമായ പങ്കുവഹിച്ച ഇ ബി ഹാവെൽ കൽക്കത്ത ആർട്ട് സ്കൂളിന്റെ (തുടക്കത്തിൽ അതിന്റെ പേർ ഇൻഡസ്ട്രിയൽ സ്കൂൾ എന്നായിരുന്നു)

പ്രിൻസിപ്പലായിട്ടാണ് എത്തിച്ചേർന്നത്. ഇന്ത്യൻ ബ്രിട്ടീഷുകാർ സ്ഥാപിച്ച ആർട്ട് സ്കൂളിൽ പിന്തുടർന്നിരുന്ന പാശ്ചാത്യസമ്പ്രദായത്തെ വിമർശിക്കുക എന്ന ഉദ്ദേശ്യത്തോടെ അതിനെതിരെ ഇന്ത്യൻ കലാസംസ്കാരത്തെ ഉയർത്തിപ്പിടിച്ച ഹാവെൽ, പിൽക്കാലത്ത് ഇന്ത്യൻ ചിത്രകലയുടെ തലവിധിയായി മാറിയ കുറെ ആശയങ്ങൾക്കാണ് സാന്ദർഭികമായി രൂപം നൽകിയത്. തുടക്കത്തിൽത്തന്നെ, ഇന്ത്യൻകല ഇവിടത്തെ മതവും തത്വചിന്തയുമായി അഭേദ്യമാണെന്ന് സ്ഥാപിച്ച്, ഇന്നോളം ഇന്ത്യൻകലയുടെ സവിശേഷതയായി കൊണ്ടാടപ്പെടുന്ന അതിന്റെ ഗോത്ര സ്വഭാവ (racial character)ത്തെയും അതിന്റെ ആധ്യാത്മികാഭിമുഖ്യത്തെയുംപറ്റിയുള്ള ആശയങ്ങൾക്ക് ഹാവെൽ പ്രചാരം നൽകി. അക്കാലത്ത് യൂറോപ്പിൽ രൂപംകൊണ്ട Friends of the East Societyകൾ എന്ന് വിളിക്കപ്പെട്ടിരുന്നവരും തിയൊസോഫിക്കൽ സൊസൈറ്റിക്കാരും ഈ ആശയങ്ങളിൽ ആകൃഷ്ടരാവുകയും, അവയെ ഏറ്റെടുത്ത് സ്ഥിതീകരണം നൽകുകയും ചെയ്തു.[1] ആത്മാവ്/ശരീരം, പദാർഥം/മനസ്സ് തുടങ്ങിയ ദ്വന്ദ്വങ്ങളെ ചുറ്റിപ്പറ്റിയുള്ള ആദർശവാദപരമായ ഒരു ചിന്താരീതിക്ക് ഭൗതികനിഷ്ഠമായ പാശ്ചാത്യസംസ്കാരത്തോട് തോന്നിയ പരാങ്മുഖതയിൽ, അത് എന്തൊക്കെ അല്ല എന്ന് കണ്ടുവോ, അതുതന്നെയാണ് കൃത്യമായും പൗരസ്ത്യസംസ്കാരം എന്ന് ധരിക്കുക സൗകര്യപൂർവകമായിരുന്നു. അതായത്, പദാർഥത്തേക്കാളേറെ മനസും ശരീരത്തെക്കാളേറെ ആത്മാവും ഭൗതികതയെക്കാളേറെ ആധ്യാത്മികതയും എന്ന ഒരു സമവാക്യത്തിൽ ഇന്ത്യൻ സംസ്കാരം ആകെ വകയിരുത്തപ്പെട്ടപ്പോൾ, നവോത്ഥാനാനന്തര പാശ്ചാത്യ കലയിൽനിന്നുള്ള വിഭിന്നതകളിൽ ഇന്ത്യൻകലയുടെ സവിശേഷതകൾ ഒന്നായി ദർശിക്കപ്പെട്ടു.

> ഇന്ത്യൻ കലയിൽ ഉടനീളം, മധ്യയുഗങ്ങളിലെ ക്രിസ്തീയ കലകളിൽ ഉടനീളം നാം കാണുന്ന കേന്ദ്ര ആശയം സൗന്ദര്യം പദാർഥത്തിൽ അല്ല ആത്മാവിൽ ആണ് അന്തസ്ഥിതമായിരിക്കുന്നതെന്നാണ്.

എന്നും,

> കലാകാരന്റെ യഥാർഥലക്ഷ്യം പ്രകൃതിയിൽനിന്നും സൗന്ദര്യത്തെ വേർതിരിച്ചെടുക്കുകയല്ല, മറിച്ച് ജീവിതത്തിനുള്ളിലെ ജീവിതത്തെ, വ്യാവഹാരികമായതിനുള്ളിലെ സനാതനത്തെ, അയാഥാർഥ്യത്തിനുള്ളിലെ യാഥാർഥ്യത്തെ, ജഡവസ്തുവിനുള്ളിലെ ആത്മാവിനെ തുറന്നുകാട്ടുക എന്നതാണ്. അത് അനാവരണം ചെയ്യപ്പെടുമ്പോൾ, സൗന്ദര്യം സ്വയം അനാവൃതമാവുന്നു. അങ്ങനെ,

1. 'Revivalism and After: an Aesthetic Controversy' - Ratan Parimoo. *Indian Aesthetics and Art Activity, vol II, Proceedings of a Seminar: Indian Institute of Advanced Study, Simla, 1968.*

> പ്രകൃതിയിലെ സനാതനമായ ആശയത്തെ നാം സാക്ഷാത്ക്കരിച്ചാൽ പ്രകൃതി ഒന്നാകെത്തന്നെ നമുക്ക് സുന്ദരമായി മാറും.[1]

എന്നും ഹാവെൽ പറയുന്നു. തുടർന്ന് ശുക്രനീതിസാരം എന്ന ശിൽപ്പശാസ്ത്രം ഉദ്ധരിച്ചത്, ദേവതാരൂപങ്ങളുടെ നിർമിതിയിൽ ശിൽപ്പി തന്റെ ആത്മീയ ദർശനത്തെയാണ്. അല്ലാതെ വസ്തുവിന്റെ ദൃഷ്ടിഗോചരമായ ബാഹ്യരൂപത്തെയല്ല ആശ്രയിക്കേണ്ടതെന്ന് പറയുമ്പോൾ ഹാവെലിനെ നയിച്ചിരുന്ന യഥാർഥ പരിഗണന എന്താണെന്ന് വെളിപ്പെടുന്നുണ്ട്. അതായത്, 'ദൃഷ്ടിഗോചരമായ ബാഹ്യരൂപത്തെ ആശ്രയിക്കുന്ന പാശ്ചാത്യശൈലിയും, ആ സംസ്കാരവും കൈവിട്ട 'ആത്മീയദർശന'ത്തെയാണ് ഇന്ത്യൻകല പ്രകാശിപ്പിക്കുന്നത്. പ്രീ – റഫേലൈറ്റ് പ്രസ്ഥാനത്തിന്റെയും, ആർട്ട് നോവോയുടെയും കാൽപ്പനിക മിസ്റ്റിസിസത്തിലും ആശയവാദത്തിലും പൗരസ്ത്യാഭിമുഖ്യത്തിലും വേരുറച്ച ഹാവെലിന്റെ കലാസങ്കൽപ്പങ്ങളുടെ മുൻധാരണകൾക്കുള്ളിൽ ഇന്ത്യൻ കലകളെ ആകെത്തന്നെ പിടിച്ചുനിർത്തുകയാണദ്ദേഹം ചെയ്തത്. ഹാവെലിൽ കാണുന്നതുപോലെ, ഇന്ത്യൻ കലകളെയും മധ്യമയുഗത്തിലെ ക്രിസ്തീയ കലകളെയും, ഗോഥിക് കലകളെയും സമാനമായി കാണുന്ന പ്രവണത ഈ നൂറ്റാണ്ടിന്റെ ആദ്യ ദശകങ്ങളിൽ യൂറോപ്പിൽ പരക്കെ ഉണ്ടായിരുന്നതാണ്. ജർമൻ കലാചരിത്രകാരനായ വിൽഹെം വോറിങ്ങറെ സംബന്ധിച്ചിടത്തോളം പ്രിമിറ്റീവ് മനുഷ്യന്റെയും, ക്ലാസിക്കൽ മനുഷ്യന്റെയും അടിസ്ഥാനമാതൃകകൾ പൗരസ്ത്യമനുഷ്യനുമായാണ് താരതമ്യം അർഹിച്ചിരുന്നത്.[2] ഗോഥിക് കലകളെ ജർമനി കണ്ടെത്താൻ തുടങ്ങുകയും അത് എക്സ്പ്രഷണിസത്തിന് അനുകൂലമായ ശൈലീപരമായ സാഹചര്യം ഒരുക്കുകയും ചെയ്യുന്ന കാലമായിരുന്നു അത്. മേലുദ്ധരിച്ചതുപോലുള്ള ഹാവെലിന്റെ സിദ്ധാന്തങ്ങളുടെ അത്യുക്തിയെയും അസാംഗത്യത്തെയും വിമർശിക്കുകയല്ല ഇവിടെ ഉദ്ദേശ്യം; അവ ഇന്ത്യൻ കലയ്ക്ക് നൽകിയ വ്യാഖ്യാനം എങ്ങനെ അതിനൊരു പരിവേഷമായി മാറി എന്ന് സൂചിപ്പിക്കുക മാത്രമാണ്. മറുവശത്ത്, അദ്ദേഹത്തിന്റെ കാലത്തുതന്നെ പാശ്ചാത്യകലയിൽ ഉണ്ടായിക്കൊണ്ടിരുന്ന വലിയ മാറ്റങ്ങളെപ്പറ്റിയും, അവയ്ക്ക് ഇന്ത്യൻ സമകാലീന കലയുടെ പ്രകരണത്തിലുള്ള പ്രസക്തിയെപ്പറ്റിയും ഹാവെൽ തീർത്തും ഉദാസീനതയാണ് പുലർത്തിയിരുന്നതും.

കലാചരിത്രം എന്ന പുതിയ വൈജ്ഞാനിക മേഖലയുടെ രീതിശാസ്ത്രത്തിൽനിന്ന് ഇന്ത്യൻ ക്ലാസിക്കൽ കലയെപ്പറ്റിയുള്ള ഗവേഷണപഠനങ്ങൾ അന്ന് തുടങ്ങിയിരുന്നില്ല. ആ സന്ദർഭത്തിൽ, മാർഷൽ, ഫ്യൂഷെ, ഗ്രുൺവെഡൽ തുടങ്ങിയ ആദ്യകാല ചരിത്രകാരന്മാരുടെയും, പുരാവസ്തുഗവേഷകരുടെയും പാശ്ചാത്യസഹജമായ മുൻവിധികളിൽ

1. *The Ideals of Indian Art - E B Havell, London, 1911.*
2. *Form in Gothic* - Wilhelm Worringer, 1911. English translation, 1927.

നിന്നും, പക്ഷപാതങ്ങളിൽ നിന്നും ഇന്ത്യൻ കലാചരിത്രത്തെ ഉയർത്തിക്കാട്ടാനുള്ള ശ്രമത്തിൽ കുമാരസ്വാമി നേരത്തെ വിവരിച്ചതരം ആശയങ്ങളെ അതിന്റെ പരകോടിയിലെത്തിച്ചു. ഹാവെലിനെ അപേക്ഷിച്ച് തത്വചിന്തയിലും ചരിത്രത്തിലും അവഗാഹമുണ്ടായിരുന്ന കുമാരസ്വാമിയുടെ ഇന്ത്യൻ കലാചരിത്രത്തെപ്പറ്റിയുള്ള നിഗമനങ്ങളിൽ വളരെ കുറച്ചുമാത്രമേ പിൽക്കാലത്ത് തിരുത്തപ്പെട്ടിട്ടുള്ളൂ. ക്ലാസിക്കൽ ഇന്ത്യൻ കലയ്യെ അതിന്റെ ലക്ഷണപ്രകാരങ്ങളുടെയും, പ്രതീകസഞ്ചയത്തിന്റെയും, ശൈലീവിശേഷത്തിന്റേയും, ഐക്കണോഗ്രാഫിയുടെയും സമഗ്രമായ പ്രരണത്തിനെതിരെ നിർത്തി വ്യാഖ്യാനിക്കുന്നതിൽ, ഒരു പൂർവഗാമി എന്ന നിലയിൽ അദ്ദേഹം കാണിച്ച ചരിത്രനിഷ്ഠമായ ഉൾക്കാഴ്ചയും, ഗവേഷണത്വരയും ഇന്നും ആദരണീയമാണ്. പക്ഷേ, ഇന്ത്യൻ കലയെയും സംസ്കാരത്തെയും അധിഭൗതികതയുടെ വ്യക്ത്യതീത മേഖലകളിൽ വ്യാപരിക്കുന്ന നിഗൂഢമായ ആധ്യാത്മികതയുടെ പ്രകാശനമായിമാത്രം കണ്ട അദ്ദേഹത്തിന്റെ ആശയവാദം, ആ നിഗമനങ്ങളുടെ ചരിത്രനിഷ്ഠതയെത്തന്നെ അപകടപ്പെടുത്തുന്നതായിരുന്നു.[1] ഒരുദാഹരണം മാത്രം പറഞ്ഞാൽ ഇന്ത്യൻ കലയിൽ വൈയക്തികതയ്ക്ക് സ്ഥാനമില്ലെന്ന് സ്ഥാപിക്കുവാൻവേണ്ടി കുമാരസ്വാമി പറയുന്നു. “ശിൽപ്പി വൈയക്തികമായ തോന്നലുകൾമാത്രം പ്രകാശിപ്പിക്കുന്ന ഒരു വ്യക്തിയല്ല, മറിച്ച്, പ്രഞ്ചത്തിന്റെ ശാശ്വതമായ സൗന്ദര്യത്തിന്റെയും മാറ്റമില്ലാത്ത നിയമങ്ങളുടെയും ആദർശങ്ങളെ പ്രകാശിപ്പിക്കുന്ന പ്രപഞ്ചത്തിന്റെ ഒരു അംശംതന്നെയാണ്.”[2] എന്ന് ക്ലാസിക്കൽ ഇന്ത്യൻ ശിൽപ്പകലയിൽ പൊതുവെ കാണുന്ന അജ്ഞാതകർത്തൃത്വ (anonymity)വും, ശൈലീപരമായ അവൈയക്തികതയും, പ്രതിപാദ്യങ്ങളുടെതന്നെ വ്യത്യസ്തതകളെ അപ്രസക്തമാക്കുന്ന നിർവ്യക്തീകരിച്ച ഏകതാനതയും,[3]

1. ഇവിടെ ശ്രദ്ധേയമായ ഒരു വസ്തുത കുമാരസ്വാമിയുടെ ഈടുള്ള കലാചരിത്രഗവേഷണ ഗ്രന്ഥങ്ങളൊന്നുമല്ല: അദ്ദേഹത്തിന്റെ താരതമ്യേന ആശയക്ലിഷ്ടമായ (obscurantist) *Dance of Siva* (1914) എന്ന ആദ്യകാലകൃതിയാണ് അദ്ദേഹത്തിന് പരക്കെയുള്ള ആധികാരികത നേടിക്കൊടുത്തതെന്നതാണ്. ഈ കാലഘട്ടം ഇന്ത്യയുടെ സാംസ്കാരിക ചരിത്രത്തെയും മതചരിത്രത്തെയുംപറ്റി ആധ്യാത്മിക ജടിലതയുടെ ആശയക്ലിഷ്ടതയില്ലാത്ത നിഷകൃഷ്ടമായ ചരിത്രഗവേഷണങ്ങൾക്ക് സാക്ഷ്യം വഹിച്ചിട്ടുണ്ട്. ഹേമചന്ദ്രറോയ് ചൗധരി, ആർ ജി ഭണ്ഡാർക്കർ, കേരളത്തിൽ പ്രവർത്തിച്ചിരുന്ന ടി എ ഗോപിനാഥറാവു തുടങ്ങിയവരെല്ലാം കുമാരസ്വാമിയുടെ സമകാലികരുമായിരുന്നു.
2. *The Aims of Indian Art - Ananda Coomaraswamy, Broad Campden,* 1980.
3. ബുദ്ധബോധിസത്വ തീർഥങ്കരരൂപങ്ങൾ തമ്മിലും, ശൈവവൈഷ്ണവരൂപങ്ങൾ തമ്മിലും വളരെ നാമമാത്രമായ ഐക്കണോഗ്രാഫിക് അഭിജ്ഞാനങ്ങൾ മുൻനിർത്തിയാണ് പലപ്പോഴും തിരിച്ചറിയാൻ കഴിയുക. ഇന്ത്യൻ കലാസിദ്ധാന്തങ്ങളിലും, തത്വചിന്തയിലും വേരുകളുള്ളതാണെങ്കിലും, സാമാന്യവൽക്കരിച്ച, നിർവ്യക്തീകരിച്ച ഈ രൂപകൽപ്പന ശൈലീപരമായ ഒരു സാധ്യത എന്നതിനേക്കാളേറെ, സ്റ്റാൻഡേർഡൈസ് ചെയ്ത ഒരേ പൂർവമാതൃകയുടെ ഐക്കണോഗ്രാഫിക് ബാഹ്യാരോപങ്ങൾക്കനുസരിച്ചുമാത്രം വ്യത്യസ്തമായ പ്രകാരഭേദങ്ങൾ ചെയ്യാവുന്ന സാങ്കേതിക പരിമിതിയായിട്ടാണ് ശിൽപ്പിയെ നിയന്ത്രിച്ചത് എന്ന് കരുതേണ്ടിയിരിക്കുന്നു.

ശൈലീപരമായ പരിണാമങ്ങൾക്ക് കൽപ്പിക്കാവുന്ന ചരിത്രപരമായ അളവിന്റെ പരിമിതിയും ചേർന്ന് ഇന്ത്യൻ കലാചരിത്രം ഉയർത്തുന്ന വളരെ സങ്കീർണമായ ചോദ്യങ്ങളുടെ ഒരു പരമ്പരയ്ക്കുതന്നെയുള്ള കുമാരസ്വാമിയുടെ ഉത്തരമാണിത്.[1] കുമാരസ്വാമിയുടെ ഇത്തരം അഭിപ്രായങ്ങളെപ്പറ്റി കെ ജി സുബ്രഹ്മണ്യം പറയുന്നതിങ്ങനെയാണ്:

> തന്റെ വിവാദങ്ങളിൽ... കുമാരസ്വാമി ചില ലളിതവൽക്കരണങ്ങളിൽ ഏർപ്പെട്ടുപോകുമായിരുന്നു. അദ്ദേഹം ഇന്ത്യൻ കലാചരിത്രത്തെ ഒന്നാകെ ഐക്കണോഗ്രാഫിക് ലക്ഷണഗ്രന്ഥങ്ങളിലും ശിൽപ്പശാസ്ത്രങ്ങളിലും നിബന്ധിച്ചിട്ടുള്ള പ്രാണങ്ങളുടെ അടിസ്ഥാനത്തിൽ വ്യാഖ്യാനിക്കാനാണ് ശ്രമിച്ചത്. തന്റെയൊരു വാദഗതിക്ക് ഉപോൽബലകമായി ബി സി ആയിരം മുതൽ എ ഡി ആയിരംവരെയുള്ള രണ്ടായിരം വർഷങ്ങളിലായി പരന്നുകിടക്കുന്ന ലക്ഷണകാരന്മാരെ അദ്ദേഹം ചികഞ്ഞെടുക്കുമായിരുന്നു. ആശയങ്ങളും പരികൽപ്പനകളും രണ്ടായിരം വർഷങ്ങളിലൂടെ മാറ്റമില്ലാതെ നിലനിന്നുവെന്ന് സങ്കൽപ്പിക്കുന്നതും ഇന്ത്യൻകലയുടെ അടിസ്ഥാനഘടനയെ സാകല്യമായി ശിൽപ്പശാസ്ത്ര ഗ്രന്ഥങ്ങൾ വ്യാഖ്യാനിച്ചുകൊള്ളുമെന്ന് ധരിക്കുന്നതും ശുദ്ധമനസ്കതയുടെ ലാഘവത്വംതന്നെ. പക്ഷേ, ഇന്ത്യൻ കലാകാരൻ ബാഹ്യരൂപത്തോടല്ല, ആശയത്തോടാണ് അർപ്പിതമനസായിരിക്കുന്നതെന്നും, ഇന്ത്യനോ വിദൂരപൗരസ്ത്യമോ ആയ വിഗ്രഹം (icon) ഒരു സ്മൃതിബിംബമോ, ആദർശവൽക്കരണമോ അല്ല ഗണിതശാസ്ത്രപരമായ കേവലത്വമുള്ള ദൃശ്യമായ പ്രതീകാത്മകതയാണെന്നും, ഏഷ്യൻ കലയും, ക്രിസ്തീയ കലയും വസ്തുക്കളെ പ്രത്യക്ഷമാക്കുന്നത് ദൈവത്തിൽ അവ സഹഭാവമാർന്നിരിക്കുന്ന അവസ്ഥയോട് കൂടുതൽ അടുത്തവണ്ണമാണെന്നും ഊന്നിപ്പറയുന്നത് കടുത്ത ലളിതവൽക്കരണമാണ്. ഈ പ്രസ്താവങ്ങൾ ഒരുകാലത്ത് പരിമിതമായ ഒരു ഉദ്ദേശ്യം നിറവേറ്റിയിരിക്കാം – അത്രയൊന്നും സൂക്ഷ്മദൃക്കല്ലാത്ത ഒരു പണ്ഡിതന് പൗരസ്ത്യകലകളുടെയും മധ്യമകാലകലകളുടെയും വീക്ഷണഭാവങ്ങൾ എങ്ങനെ (പാശ്ചാത്യ) നവോത്ഥാനാനന്തര കലകളുടേതിൽനിന്നും വ്യത്യസ്തമായിരിക്കുന്നു എന്ന് വിശദീകരിച്ചു കൊടുക്കുക എന്ന ഉദ്ദേശ്യം. പക്ഷേ, ഇന്ന് അവ വസ്തുതകളെ പരിമിതപ്പെടുത്താനും അതിലളിതവൽക്കരിക്കാനും മാത്രമേ ഉതകൂ...

1. ഇന്ത്യൻ കലാചരിത്രത്തിലെ നിർണായകങ്ങളായ ഈ ചോദ്യങ്ങളെ ആധ്യാത്മികതയുടെ പുകപടലംകൊണ്ട് മൂടിവയ്ക്കുക സൗകര്യമാണ്. ഈ ചോദ്യങ്ങളെപ്പറ്റി ലേഖകന് വ്യത്യസ്തമായൊരു കാഴ്ചപ്പാടാണുള്ളത്. *The Impact of the Bhakti Movement on South Indian Sculptures* (അപ്രകാശിതം: എം എസ് യൂണിവേഴ്സിറ്റി, ബറോഡ, 1980) എന്ന ഗവേഷണ പ്രബന്ധത്തിൽ ഇത് അവതരിപ്പിച്ചിട്ടുണ്ട്.

> അദ്ദേഹത്തെ തുടർന്ന് വന്നവർതന്നെ അദ്ദേഹത്തിന്റെ ആശയങ്ങളെ ഏറ്റുചൊല്ലുകയോ വിപുലീകരിക്കയോ മാത്രമേ ചെയ്തുള്ളൂ. അവർ ഇന്ത്യൻ കല അനന്യാദൃശമായ ഒരു പ്രതിഭാസമാണെന്ന് വരുത്തിത്തീർത്തു. അതിന്റെ ആത്മീയ പരിവേഷത്തിൽ കൂടുതൽ വിപുലമായും എന്നാൽ കുറഞ്ഞ ന്യായീകരണത്തോടും അവർ പൊടിപ്പും തൊങ്ങലും തുന്നിച്ചേർത്തുകൊണ്ടുമിരുന്നു. അവർക്കനുസരിച്ച്, പുതിയ കലയ്ക്ക് ചിത്രകാരന്മാർ സങ്കൽപിതമായ നിഷ്കർഷകൾ വയ്ക്കാൻ തുടങ്ങി. യഥാർഥത്തിൽ ഇന്ത്യൻ കലയാവണമെങ്കിൽ, അത് മതനിഷ്ഠവും, മിഥോളജിക്കലും, കാവ്യാത്മകവും, രേഖാപ്രധാനവും, hieratical-ഉം ആയിരിക്കണമെന്നവർ വിശ്വസിച്ചു. അവയിലൂടെ അബനീന്ദ്രനാഥും മറ്റും തുടക്കമിട്ട ഒരു 'പ്രസ്ഥാന'ത്തെ ചില്ലറ ഉദ്ദേശ്യങ്ങൾക്കുവേണ്ടിയുള്ള 'സ്കൂളുകൾ' ആക്കി ചുരുക്കുകയും ചെയ്തു. ഇവ പാരമ്പര്യത്തിന്റെ ഊർജസ്വലതയോ സമകാലീനതയുടെ പ്രസക്തിയോ ഇല്ലാത്ത, മാനറിസവും മോട്ടിഫും മേമ്പൊടി ചേർത്ത ഒരു തരം കഷായക്കൂട്ടുകൾ ഉണ്ടാക്കിക്കൊണ്ടിരുന്നു.[1]

എന്തായാലും, ഇത്തരം ചിന്തകൾ ഇന്ത്യൻകലയുടെ സവിശേഷതകള വ്യാഖ്യാനിക്കുന്നതിലേറെ, ഇന്ത്യൻകലയോടും സംസ്കാരത്തോടുമുള്ള വെള്ളക്കാരന്റെ അധിക്ഷേപവും അവഹേളനവും കലർന്ന നിലപാടിനെ ചെറുത്തുനിൽക്കാൻവേണ്ട ആശയപശ്ചാത്തലം ഒരുക്കിയെന്നിടത്തോളം അവയ്ക്കു കാലികമായുണ്ടായ സ്വാധീനം സ്വാഭാവികം മാത്രമാണ്. പക്ഷേ, അവയിലൂടെ ഉദ്ദീപിപ്പിക്കപ്പെട്ട ഒരു സാംസ്കാരിക ഇമേജിനും, ആധ്യാത്മികതയുടെ പരിവേഷത്തിനും ഉള്ളിൽ ഇന്ത്യൻകലയുടെ ലക്ഷണങ്ങൾ വ്യവസ്ഥാപിതമായതോടെ, അവയിൽനിന്ന് രൂപപ്പെട്ടുവന്ന ചില ശൈലീപരമായ സങ്കേതങ്ങളെയും, ലക്ഷണപ്രകാരങ്ങളെയും, ചിഹ്നങ്ങളെയും മോട്ടീഫുകളെയും അപ്പാടെ പാലിക്കുന്ന ഒരു ശൈലിയിലൂടെ ഇന്ത്യൻ സംസ്കാരത്തിന്റെ പ്രഖ്യാതമായ ഈ അന്തസത്തയാണ് പ്രകാശിപ്പിക്കപ്പെടുന്നത് എന്ന ധാരണയും പരന്നു. ഇരുപതുകളിൽത്തന്നെ ഈ പ്രവണതകളെ വിമർശിച്ച രബീന്ദ്രനാഥിന്റെ അഭിപ്രായങ്ങളിൽ കാണുന്ന ഉൾക്കാഴ്ച ഇന്നും പ്രസക്തമായി തോന്നും. 'പഴയകാലത്തിന്റെ ഏതെങ്കിലും ചിട്ടകൾക്കൊപ്പിച്ച് ഇന്ത്യൻ കലയെന്ന് ലേബൽ ചെയ്യാവുന്ന എന്തെങ്കിലും വകകൾ ചമയ്ക്കാനുള്ള നമ്മുടെ ചിത്രകാരന്മാരുടെ ബാധ്യത ശക്തമായി നിരാകരിക്കാൻ'[2] ആവശ്യപ്പെട്ടപ്പോൾ അദ്ദേഹം വിമർശിച്ച പ്രവണതകൾ ഏറിയും കുറഞ്ഞും ആറ് ദശകങ്ങൾക്ക് ശേഷം ഇന്നും നിലനിൽക്കുന്നുണ്ടല്ലോ. ചരിത്രപരമായി വിദൂരമായ, പുരാവസ്തുപ്രായമായ, ഒറ്റതിരിഞ്ഞ ചില ശൈലീസങ്കേത

1. 'Modern Art in India and the West' - K G Subramanyan, *Moving Focus:* New Delhi, 1978.
2. *Art and Tradition*-Rabindranath Tagore, 1926.

ങ്ങളിലും മാനറിസങ്ങളിലും പ്രത്യേകമായി കണ്ടെത്തുന്ന ഒന്നാണ്. 'പാരമ്പര്യ'മെന്നും, അവയെ ബോധപൂർവം അനുകരിച്ചും അനുവർത്തിച്ചും ഉണ്ടാക്കുന്ന, 'ആധുനികത'യുടെ മാനദണ്ഡങ്ങൾക്ക് നിരക്കുന്ന ഒരു ശൈലി സമകാലീന യാഥാർത്ഥ്യത്തിന്റെ സംവേദന പ്രശ്നങ്ങൾക്കുള്ള ഉത്തരമാണെന്നുമുള്ള ധാരണ സർഗപരമായ ജാഡ്യതയ്ക്കും, യാഥാർത്ഥ്യനിവേദനത്തിന്റെ അഭാവത്തിനുമുള്ള സൗകര്യപൂർവമായ ഒരു ന്യായമായി ആധുനിക ഇന്ത്യൻ ചിത്രകലയിൽ കാലാകാലം നിലനിന്നിരുന്നു.

അങ്ങനെ, 'നാൽപ്പതുകൾ ആകുമ്പോഴേക്കും ശാന്തിനികേതനത്തിൽനിന്നും പരിശീലനം നേടിയ മൂന്നാം തലമുറ രാജ്യത്തിന്റെ പല ഭാഗങ്ങളിലുമുള്ള ആർട്ട് സ്കൂളിലെ ശിക്ഷണമുറയിലൂടെ ഈ ശൈലി ചിട്ടപ്പടിയുള്ള ഒരു പ്രസ്ഥാനമാക്കി മാറ്റിക്കഴിഞ്ഞിരുന്നു. അബനീന്ദ്രനാഥിന്റെയും മറ്റും ആദർശങ്ങളെയും കലാസങ്കൽപ്പങ്ങളെയും വാച്യമായി, അക്ഷരാർഥത്തിൽ അനുവർത്തിക്കുന്ന നിർജീവവും വിവർണവും, കാൽപ്പനിക വിവശവുമായ ഒരു മാനറിസമായി പാഠ്യസമ്പ്രദായങ്ങളിലൂടെ അത് നിലനിർത്തപ്പെട്ടുവന്നു. നേർത്തു നീണ്ട ഉടലും, ഭാരിച്ച അരക്കെട്ടും, സർപ്പിളമായ വിരലുകളും, പകുതികൂമ്പിയ കൺപോളകളും ചേർന്ന കുറെ രൂപലക്ഷണങ്ങളെ ഒഴുകിനീങ്ങുന്ന ലാസ്യരേഖകളുടെ തരളചലനത്തിലൂടെ ആവിഷ്കരിക്കുന്ന ചിത്രീകരണപരമായ ആ ശൈലി ഗണനീയമായ ഒരു നേട്ടമായിട്ടാണ് അന്ന് കരുതപ്പെട്ടിരുന്നത്. രൂപപരമായ മാറ്റങ്ങളെ കുറിക്കാൻ അന്ന് പരക്കെ ഉപയോഗിക്കപ്പെട്ടിരുന്ന ശൈലീവൽക്കരണം, ലളിതവൽക്കരണം തുടങ്ങിയ വാക്കുകൾ അർഥമാക്കിയിരുന്നതും ഇത്തരമൊരു ശൈലിയെയാണ്. ഇപ്രകാരമുള്ള ശൈലീവൽക്കരണമാണ് ഭാരതീയകലയുടെ മുഖമുദ്ര എന്നതായിരുന്നു അക്കാലത്തെ അംഗീകൃത സിദ്ധാന്തം. ഈ ശൈലീവൽക്കരണമെന്നുദ്ദേശിച്ചിരുന്നത് പലപ്പോഴും ആർട്ട് സ്കൂൾ അക്കാദമിസിസത്തിന്റെ യഥാതഥമായ രൂപകൽപ്പനയുടെ വിശദാംശങ്ങൾ ഒന്നൊന്നായി ഒഴിവാക്കി, പുറമെനിന്ന് എത്തിച്ചേരുന്ന ബിംബത്തിന്റെ ലാളിത്യത്തെ ആയിരുന്നു. അതുപോലെതന്നെ, അക്കാലത്തെ കലാചിന്തയിൽ ഭാരതീയതയുടെ അടിസ്ഥാന ലക്ഷണങ്ങളെ വിശേഷിപ്പിച്ചിരുന്നത് ആത്മീയം, മിസ്റ്റിക്, താളാത്മകം, കാവ്യാത്മകം തുടങ്ങിയ പ്രയോഗങ്ങളിലൂടെയാണ്. ഭാരതീയ കലയുടെ ആകമാനം ഗുണപരമായ മൂല്യവിവേചനം ഈ പദങ്ങളുടെ വിവക്ഷിതത്തിൽ ഒതുങ്ങിനിന്നപ്പോൾ, അതിനൊപ്പിച്ച് മേൽപ്പറഞ്ഞ ശൈലീവൽക്കരണത്തിലൂടെയാണ് ഈ 'ഭാരതീയത' പ്രകാശിപ്പിക്കപ്പെടുന്നത് എന്ന ധാരണയുടെ അതിലാളിത്യത്തിനുള്ളിലാണ് ആ ശൈലി നിലനിർത്തപ്പെട്ടിരുന്നത്.

ഇതോടൊപ്പം, നാൽപ്പതുകളിൽത്തന്നെ, ഈ ശൈലിയുടെ അതിഭാവുകത്വമാർന്ന വിലാസലോലുപതയോടും, ചമത്കാരപരതയോടും, അതു മുന്നിൽ പ്രതിഷ്ഠിച്ച ആദർശങ്ങളുടെ അകാലികതയോടും പരക്കെ

അസന്തുഷ്ടിയും അസഹിഷ്ണുതയും അനഭവപ്പെട്ടുതുടങ്ങിയിരുന്നു. തുടക്കത്തിൽ അബനീന്ദ്രനാഥിന്റെയും നന്ദലാൽബോസിന്റെയും മറ്റും രചനകളെ സ്വാഗതാർഹമായിക്കണ്ട കുമാരസ്വാമിയും, ഒ സി ഗാംഗുലിയും, ഹെർമൻ ഗെയ്റ്റ്സും പിന്നീടുണ്ടായ അനുകരണങ്ങളുടെ നിർജ്ജീവതയെയും കാപട്യത്തെയും വിമർശിക്കുന്നതിൽ ഒരു കലവറയും കാട്ടിയിട്ടില്ല. രബീന്ദ്രനാഥും അമൃത ഷെർ–ഗിലും, ജാമിനി റോയിയും വ്യത്യസ്തമായ രീതികളിലാണെങ്കിലും ഈ നവോത്ഥാന ശൈലിയിൽനിന്നുള്ള വ്യതിയാനത്തിന്റെ ദിശകളാണ് കുറിച്ചത്. ഒരു ചിത്രകാരൻ എന്ന നിലയിൽ രബീന്ദ്രനാഥിന്റെ സ്വാധീനം അന്നു വളരെയൊന്നും ഉണ്ടായിരുന്നില്ലെങ്കിലും, ബംഗാൾ പ്രസ്ഥാനത്തിന്റെ സങ്കുചിതമായ ദേശീയതയോടുള്ള അദ്ദേഹത്തിന്റെ വിമർശനപരമായ നിലപാടും, അന്തർദേശീയ വീക്ഷണവും ചെറുപ്പക്കാരായ ചിത്രകാരന്മാർക്ക് ഉത്തേജകമായി. അദ്ദേഹത്തിന്റെ ചിത്രങ്ങളിൽ സവിശേഷമായി നിഴലിച്ചിരുന്ന വൈയക്തികതയും വികാരപരതയും ബംഗാൾ സ്കൂളിനെന്നല്ല ഇന്ത്യൻ കലാസാകല്യത്തിനുതന്നെയും അന്യമായ മൂല്യങ്ങളാണ് അവതരിപ്പിച്ചത്. സമകാലീന പാശ്ചാത്യ എക്സ്പ്രഷണിസവുമായി അവ ശൈലീപരമായി പുലർത്തിയിരുന്ന സാധർമ്യം ആധുനികതയുടെ സ്വാഭാവികമായ പ്രകാശനമായും കാണപ്പെട്ടു. ഒരുപക്ഷേ, അക്കാലത്തേയും, സ്വാതന്ത്ര്യാനന്തരമുള്ള ആദ്യതലമുറയിലേയും ചിത്രകാരന്മാർ തങ്ങളുടെ പ്രത്യേക അവസ്ഥാവിശേഷത്തിന്റെതന്നെ നിദർശനമായിക്കണ്ട് താദാത്മ്യപ്പെട്ടിരുന്നത് കൂടുതലും അമൃതാ ഷെർ – ഗിലിനോടായിരുന്നു. സഞ്ചാരികളുടെ വിവരണങ്ങളിലൂടെയും മറ്റും ഇന്ത്യയെപ്പറ്റി സ്വരൂപിച്ച വ്യാമുഗ്ധമായ കാൽപ്പനിക സങ്കൽപ്പവുമായി ഇവിടെ എത്തിയ അവർ നേരിൽ കണ്ടുമുട്ടിയ യാഥാർഥ്യം മറ്റൊന്നായിരുന്നു. ഇവിടത്തെ വാതിൽപ്പുറങ്ങളുടെ നിറവെളിച്ചവും, പച്ചത്തഴപ്പിന്റെ കുളിർമയും, കടുംവർണങ്ങളുടെ പൊലിമയും ഗാഢമായ ജീവനോത്സുകതയുടെ ഊഷ്മളത നിശ്വസിക്കുന്ന ഭൗതിക സാഹചര്യമായി അവരുടെ വൈദേശികമായ ഭൃഅഭിരുചികളെ ആകർഷിച്ചിരിക്കണം; പക്ഷേ, ആ മനുഷ്യരുടെ ജീവിതസാഹചര്യത്തിന്റെ ദൈന്യത ജീവിതപരാങ്മുഖതയോളമെത്തുന്ന മരവിപ്പായി നിലനിൽക്കുന്നതും ഒപ്പം അവർ കണ്ടറിഞ്ഞിരിക്കണം. അവരുടെ ചിത്രങ്ങളുടെ കാൽപ്പനികമായ വിഷാദഛായയും അവയിൽ ദൈന്യതയുടെ ഏകാന്തമായ നിഴൽരൂപങ്ങളായി പ്രത്യക്ഷപ്പെടുന്ന മനുഷ്യരും ഈ സംഘർഷം വെളിപ്പെടുത്തുന്നുണ്ട്. വൈയക്തികമായ ഈ സംഘർഷത്തിന്റെ വൈകാരികതയ്ക്കുള്ളിലാണ് ആ ചിത്രങ്ങൾ അവയുടെ ധാർമ്മികമായ പ്രകരണം കണ്ടെത്തുന്നത്. പോസ്റ്റ് ഇംപ്രഷണിസത്തിന്റെ ശൈലീസങ്കൽപ്പങ്ങളിലും, അവ സാന്ദർഭികമായുൾക്കൊണ്ടിരുന്ന പൗരസ്ത്യാഭിമുഖ്യത്തിലും വേരുറച്ചിരുന്ന അവരുടെ കലാപരിചയം, ഇന്ത്യൻ പൗരാണികകലയിൽ കണ്ടറിഞ്ഞ പല സമാനധർമങ്ങളുമായി പെട്ടെന്നുതന്നെ സാത്മ്യപ്പെട്ടു. ബംഗാൾ സ്കൂളിന് ഒരിക്കലും കണ്ടെത്താനോ,

സാർഥകമായി പ്രതികരിക്കാനോ ആവാത്തതായിരുന്നു ഇങ്ങനെ അവർ കണ്ടറിഞ്ഞ ഇന്ത്യൻ കലാപാരമ്പര്യത്തിന്റെ ആത്മവത്ത. ഉദാഹരണം, അജന്താശൈലി. അജന്താചിത്രങ്ങളിലെ രൂപകൽപ്പനയുടെ ഊഷ്മളങ്ങളായ വിഷയലോലുപത (sensuousness)യും, രൂപങ്ങളുടെ പൃഥുലഗുരുത്വം തൊട്ടറിയിക്കുന്ന ദ്വിമാനമായ രേഖാപരതയുടെ സൂക്ഷ്മതയും, മാസിനെയും ശ്ലിഷ്കതലങ്ങളെയും (contours)സമന്വയിപ്പിക്കുന്ന ചമത്കാരലേശമില്ലാത്ത സീമന്തരേഖയുടെ ആർജവവും ഉൾക്കാഴ്ചയോടെ തിരിച്ചറിയാനും സ്വാംശീകരിക്കാനും കഴിഞ്ഞ അവർ ശൈലീവൽക്കരണത്തിന് സമകാലികമായ ഒരു മാനമാണ് നൽകിയത്.

കടുത്ത നിറങ്ങളും, വെളിച്ചത്തിന്റെ അതിശയോക്തികരമായ വിനിയോഗവും, തുറന്നയഞ്ഞ സ്വാതന്ത്ര്യമായ ബ്രഷ് പ്രയോഗവും ചേർന്ന ഇംപ്രഷണിസത്തിന്റെ ഒരുതരം അക്കാദമിക് വകഭേദം അക്കാലത്ത് ആർട്ട് സ്കൂളുകളിൽവരെ എത്തിയിരുന്നു. പക്ഷേ, ഇംപ്രഷണിസത്തിലെ വർണമൂല്യങ്ങളുടെ സ്വകീയതയോ, വർണപംക്തികളുടെ സഞ്ചിതശോഭയോ അല്ല, വസ്തുസാദൃശ്യത്തിൽനിന്നും വേർപെട്ടിട്ടില്ലാത്ത പ്രാദേശികവർണത്തിന്റെതന്നെ കടുപ്പമേറിയ പ്രയോഗമായിരുന്നു മിക്കവാറും. അക്കാദമിക് സമ്പ്രദായത്തിൽ അംഗീകൃതമായിരുന്ന പഴയ എക്സോട്ടിക് വിഷയങ്ങളായ ഗ്രാമീണ ജീവിതവും, ഉത്സവങ്ങളും, ഗൃഹോപകരണങ്ങളും ഈ 'ആധുനിക' ശൈലിയിൽ പ്രദർശിപ്പിക്കപ്പെട്ടപ്പോൾ, അവയെ തിരിച്ചറിയാൻ അനായാസമായി കഴിഞ്ഞു എന്നതുകൊണ്ടുതന്നെ ഈ ചിത്രങ്ങൾക്ക് കാര്യമായ സ്വീകരണമുണ്ടായി. കാരണം, ഒരേ സമയം അടിസ്ഥാനപരമായി അക്കാദമിക് ആയി യഥാർഥവും, മുമ്പ് സൂചിപ്പിച്ചതുപോലെ 'ശൈലീവൽകൃത'വും ആയ രൂപകൽപ്പനയായിരുന്നു ഇവയിലെല്ലാം. ഈ ശൈലീവൽക്കരിച്ച രൂപകൽപ്പനയിൽ ക്യൂബിസ്റ്റ് മാനറിസങ്ങൾ കൂട്ടിച്ചേർക്കുന്ന ഒരു സമ്പ്രദായവും ഒപ്പം പ്രചരിച്ചിരുന്നു. അതേ ഗ്രാമീണകന്യകയോ, ദൃശ്യമോ തന്നെ രൂപനിർദേശത്തിൽനിന്നും വസ്തുസാദൃശ്യത്തിൽനിന്നും വ്യതിചലിക്കാതെ കോടിയും കോണിച്ചുമുള്ള രേഖകൾകൊണ്ട് ആംഗുലറാക്കി വികലീകരിച്ചും, ഡ്രേപ്പെറിയുടെ പരന്ന വീതിയേറിയ പാറ്റേണുകൾക്കനുസരിച്ച് തലങ്ങും വിലങ്ങുമായി കീറിമുറിച്ചും വർണങ്ങളുടെ പരന്ന ഖണ്ഡങ്ങളാക്കി വിഘടിപ്പിക്കുന്ന ഒരു രീതി. ഷെർ-ഗിലിൽനിന്നുണ്ടായ സ്വാധീനത്തിൽ, അവരുടേതിനേക്കാൾ പതിഞ്ഞ ഒരു വർണസ്ഥായിയിൽ, രേഖാപരമായ തരളതയും ചമത്കാരപ്പൊലിമയുംകൊണ്ട് ദുർബലമായ ഒരു ശൈലിയിൽ 'ഇന്ത്യൻ' വിഷയങ്ങൾ അവതരിപ്പിക്കാനുള്ള പ്രവണതയും പരക്കെയുണ്ടായിരുന്നു. പക്ഷേ, ഈ വിഷയം അപ്പോഴും നർത്തകിമാരും, വാദ്യോപകരണക്കാരും, ഗ്രാമീണദൃശ്യങ്ങളും ഒക്കെത്തന്നെ, ഹെബ്ഹാറിന്റെയും ചാവ്ഡയുടെയും ആദ്യകാല ചിത്രങ്ങൾ ഇവിടെ ഓർക്കാവുന്നതാണ്. നാൽപ്പതുകൾ മുതലുള്ള രണ്ടു ദശവത്സരക്കാലം ദേശീയരംഗത്ത് കൂടുതൽ സജീവവും പല മാറ്റങ്ങൾക്കും വഴിതെളിയി

ച്ചതും ബോംബെയുമായിരുന്നു. യുദ്ധകാലത്ത് അവിടെ സ്ഥിരതാമസ മാക്കിയ കുറെ വിദേശികളുടെ അനുഭാവപൂർവമായ സമീപനവും, അവ രിലൂടെ കൈവന്ന എക്സ്പ്രഷണിസം തുടങ്ങിയ മധ്യയൂറോപ്യൻ ശൈ ലികളുമായുള്ള പരിചയവും ഇതിൽ സാരമായ പങ്ക് വഹിച്ചിട്ടുണ്ട്. അക്കൂ ട്ടത്തിൽ, കൊകോഷ്കയെ ഓർമിപ്പിക്കുന്ന ഒരു ശൈലി പിന്തുടർന്നി രുന്ന വാൾട്ടർ ലാംഗാമർ എന്ന ഓസ്ട്രിയാക്കാരനും, പത്രലേഖകനായി കലാനിരൂപണം ചെയ്തിരുന്ന റൂഡി വോൺ ലെയ്ഡൻ എന്ന ജർമൻകാ രനും പ്രത്യേകം പരാമർശം അർഹിക്കുന്നു. ബേന്ദ്രയുടെ ആദ്യകാല പ്രകൃതിദൃശ്യങ്ങൾക്കു പിന്നിലും, അമ്പതുകളോടെ പക്വതയാർജിക്കുന്ന ഹുസൈൻ, സൂസ, ഗെയ്തോണ്ഡെ, പദംസീ തുടങ്ങിയവരുടെ ശൈലീ പരിണാമത്തിലും ഈ സാഹചര്യം നിർണായകംതന്നെ ആയിരുന്നു.

എന്തായാലും, ഈ ചിത്രകാരന്മാർ എല്ലാവരുംതന്നെ ബംഗാൾ സ്കൂളിന്റെ സ്വാധീനത്തിൽപ്പെടാതെയും അതിനെ ബോധപൂർവം നിഷേ ധിച്ചും രചനയിൽ ഏർപ്പെട്ടവരായിരുന്നു. അവർക്ക് തൊട്ടുമുന്നിലുണ്ടാ യിരുന്ന ഷെർ-ഗിലിന്റെയും ജാമിനിറോയിയുടെയും മാതൃകകൾക്ക് പുറമേ, കൈമറിഞ്ഞെത്തിയ വൈദേശിക ശൈലികളുടേയും പ്രേരണ ഈ നിലപാടിനെ സാധൂകരിക്കുന്നതായിരുന്നു. ആധുനികതയുടെ അഭി കാമ്യമായ പ്രലോഭനമായി ഇവ അനുഭവപ്പെട്ടിരുന്നുവെങ്കിലും, അവയോ ടുള്ള സമ്പർക്കപ്പെടൽ ആശങ്കയും സന്നിഗ്ധതയും ഉളവാക്കുന്നതുമാ യിരുന്നു. ഈ ആശയക്കുഴപ്പവും അവ്യവസ്ഥിതത്വവും ഇന്ത്യനും വൈദേശികവുമായ ശൈലികളുടെ പല പാകത്തിലുള്ള അസംബന്ധ മായ സങ്കരങ്ങളിൽ നിഴലിക്കുന്നുണ്ട്. കാര്യമാത്രശുഷ്കമായ അക്കാദ മിസവും കാവ്യാത്മകമായ ലളിതവൽക്കരണവും ആഖ്യാനാത്മകമായ ആകാരപരതയുടെ രേഖാപരമായ നിയതത്വവും എക്സ്പ്രഷണിസ്റ്റ് സ്പേയ്സിന്റെ സന്നിഗ്ദ്ധതയും, യഥാർഥമായ അവതരണത്തിന്റെ കാലി കതയും സ്പേയ്ഷ്യൽ അമൂർത്തതയും മറ്റും സന്ധിപ്പെടുത്താനുള്ള ശ്രമത്തിൽനിന്നുണ്ടായ വ്യാമിശ്രമായ ശൈലീസങ്കരങ്ങളായിരുന്നു അവയധികവും.

ഈ ലേഖനത്തിന്റെ ആദ്യഭാഗത്ത് (പേജ് 169-172) വിവരിച്ച ധർമ പരമായ ആശയക്കുഴപ്പം (role confusion) ഇവിടെ പരിഗണിക്കപ്പെടുന്ന കാലത്തെ കലാപ്രവർത്തനത്തെ എങ്ങനെ ഗ്രസിച്ചു എന്ന് നോക്കേണ്ട താണ്. ഇന്ത്യൻ ചിത്രകലയുടെ ആധുനിക ചരിത്രം ഭംഗപ്പെട്ടതും ശിഥി ലവുമായിരുന്നതിനാൽ, നിരന്തരമായ നിർദേശംകൊണ്ട് വ്യക്തിയുടെ 'ചിത്രകാരൻ' എന്ന സാമൂഹികധർമം നിർവചിക്കാൻപോന്ന, ചരിത്ര പരമായി നിലനിർത്തപ്പെട്ട ഒരു സാമൂഹികപ്രതിരൂപം അവന്റെ മുന്നിൽ ഉണ്ടായിരുന്നില്ലെന്ന് നേരത്തെ സൂചിപ്പിച്ചു. അവന്റെ നിയുക്തമായ തൊഴിലിൽ ഏർപ്പെടാൻ അവനെ സാമൂഹികമായി അധികാരപ്പെടുത്തു ന്ന, തൊഴിൽപരമായ അഭിജ്ഞാനതയ്ക്കും കർമപരമായ ആത്മബോ ധത്തിനും അവനെ അർഹനാക്കുന്ന ഈ വ്യവസ്ഥാപനപരമായ സമ്മ

തിയുടെ അഭാവത്തിൽ, അവന്റെ നിയുക്തവൃത്തിക്ക് സമൂഹത്തിന്റെ മൂല്യവിധാന ക്രമത്തിൽ സാർഥകമായ സ്ഥാനം കണ്ടെത്താനാവുമായിരുന്നില്ല. ബ്രിട്ടീഷ് ഭരണത്തിന്റെയും പുതിയ വിദ്യാഭ്യാസത്തിന്റെയും സ്വാധീനത്തിൽ ഇവിടത്തെ പ്രാക്തനമായ സംവൃതസമൂഹം (closed society), സമൂഹത്താൽ പോഷിപ്പിക്കപ്പെട്ട ഒരു കലയുൾപ്പെടെ, അതിന്റെ എല്ലാ ആന്തരിക സന്ധിബന്ധങ്ങളോടുംകൂടി തകർന്നുവീണു. സമൂഹത്തിന്റെ സ്ഥിരമായ ആവശ്യങ്ങളൊന്നും നിറവേറ്റാനാവാത്തതുകൊണ്ട് പഴയ പാരമ്പര്യത്തിലുള്ള കലാകാരന്മാർ ആലങ്കാരികവും പ്രയുക്തവുമായ മേഖലകളിലേക്ക് കൂട്ടായി വഴിമാറിപ്പോയി, അവിടെ ദുഷ്കരമായ ഒരുപജീവനം നയിച്ചുപോന്നു. ആർട്ട് സ്കൂൾ അഭ്യസിപ്പിച്ച പുതിയ കലാകാരന്മാർ ഇവരിൽനിന്നും വന്നവരായിരുന്നില്ല. പരിശീലനത്തിനുശേഷം സുരക്ഷിതമായ ഒരു രക്ഷാധികാരത്തിന്റെ സന്ദർഭവും അവർക്ക് ഉണ്ടായില്ല. ചിത്രകാരന്മാരായാലും, ശിൽപ്പികളായാലും, ഡിസൈനേഴ്സ് ആയാലും അവർ വ്യക്തിപരമായ പ്രയോക്താക്കളായിരുന്നു – സ്വന്തം ശ്രമത്തിലൂടെ ഒരു ആസ്വാദകലോകത്തെ അന്വേഷിക്കേണ്ടിയിരുന്നവർ.[1] മോഡേൺ റെവ്യൂ അക്കാലത്തെ കലാപ്രസിദ്ധീകരണങ്ങളിൽ ചിത്രകാരന്മാരും ശിൽപ്പികളും 'ഗോൾഡ് മെഡലിസ്റ്റ്' എന്നും മറ്റും സ്വയം വിശേഷിപ്പിച്ച്, 'ഓർഡർ അനുസരിച്ച് പോർട്രെയ്റ്റും പൂർണകായ പ്രതിമയും നിർമിച്ചുകൊടുക്കു'മെന്ന തരത്തിലുള്ള പരസ്യങ്ങൾ ചെയ്യുക അസാധാരണമായിരുന്നില്ല. അവരോടൊപ്പം വളർന്നുവന്ന ഇന്ത്യൻ കലാചരിത്രമാകട്ടെ ഏതാനും വ്യക്തികളെയും, അവരുടെനേട്ടങ്ങളെയും കേന്ദ്രീകരിച്ച് നിലവിൽ വന്നതായിരുന്നു. ഈ വ്യക്തികളെ ചുറ്റി വെളിയിലേക്ക്, അനുകർത്താക്കളിലൂടെയും ശിഷ്യന്മാരിലൂടെയും പ്രചരിച്ചുവന്ന ശൈലീഭേദങ്ങളാണ് പ്രസ്ഥാനങ്ങളായി വളർന്ന്, അവന്റെ മുന്നിൽ പ്രതിഷ്ഠിക്കപ്പെട്ട മാതൃകകൾ. സാമൂഹികമായ പ്രസക്തിതന്നെ നിഷേധിക്കപ്പെട്ട, സമൂഹത്തിന്റെ മൂല്യവിധാനക്രമത്തിൽ സാർഥകമായ സ്ഥാനം കണ്ടെത്താനാവാത്ത, തന്റെ നിയുക്തധർമം പിന്തുടരേണ്ട ചിത്രകാരൻ, ഈ ധർമപരമായ ആശയക്കുഴപ്പത്തിനിടയിലും, മൂല്യപരമായ അവ്യവസ്ഥിതത്വത്തിനിടയിലും എങ്ങനെയായിരിക്കും സ്വയം കണ്ടിരിക്കുക? ഒരു പ്രക്ഷോഭകാരിയായിട്ടോ? എങ്കിൽ, എന്തിനെതിരെയുള്ള പ്രക്ഷോഭം? അതോ, അന്യവൽക്കരിക്കപ്പെട്ട ഒരു കാൽപ്പനികവാദിയായിട്ടോ?

ബംഗാളിലുണ്ടായ കൊടുംക്ഷാമം, ഹിന്ദുമുസ്ലീം കലാപങ്ങൾ, സത്യഗ്രഹ സമരങ്ങളും മറ്റ് പ്രക്ഷോഭങ്ങളും, ലോകയുദ്ധം തുടങ്ങി പല ചലനങ്ങളാലും വിക്ഷുബ്ധമായ അന്നത്തെ സാമൂഹ്യസാഹചര്യം, കലാപരമായ ഉണർവിനോ ഉത്തേജനത്തിനോ തീർത്തും അനുകൂലമായിരിന്നില്ലയെന്ന് സമ്മതിക്കണം. എന്നാലും, ഈ യാഥാർഥ്യങ്ങളോടൊന്നും സാർഥകമായി സമ്പർക്കപ്പെടാനാവാതെ അവന് മുഖം തിരിച്ചുപിടിക്കേ

1. 'Modern Art in India and the West', K G Subramanyan. (മുമ്പ് ഉദ്ധരിച്ച ഗ്രന്ഥം)

ണ്ടിവന്നത്, സമൂഹത്തിന്റെ ആശയാഭിലാഷങ്ങളും വ്യഗ്രതകളും ഉൾക്കൊള്ളുന്ന, പൊതുവായി പങ്കിടുന്ന ഒരു യാഥാർഥ്യദർശനവുമായി സംവദിക്കാനാവുന്ന പ്രസക്തി തന്റെ തൊഴിൽപരമായ അഭിജ്ഞാനതയ്ക്കും, കർമപരമായ ആത്മബോധത്തിനും ഉള്ളിൽ അവന് സ്വയം കണ്ടെത്താനാവാത്തതുകൊണ്ടുതന്നെയായിരുന്നു. ഇത് ആസ്വാദകരുടെ അഭാവമായോ, പ്രോത്സാഹനത്തിന്റെയും പരിഗണനയുടെയും കുറവായോ ആയിരിക്കും അവൻ കരുതിയിട്ടുണ്ടാവുക. ബംഗാൾ സ്കൂൾ തുടങ്ങിവച്ച പാരമ്പര്യോപജീവനം ദേശീയപ്രസ്ഥാനത്തിന്റെ സമകാലീനതയിൽനിന്നും ബോധപൂർവം അകന്നുനിന്നിരുന്നുവെങ്കിലും, അതിന്റെ പൊതുഭാവങ്ങളും വികാരങ്ങളുമായി ബന്ധപ്പെട്ടുതന്നെയാണ് നിലനിന്നുപോന്നത്. ഇങ്ങനെ നോക്കുമ്പോൾ, സമകാലീന യാഥാർഥ്യങ്ങളോടൊപ്പം പാരമ്പര്യത്തെപ്പറ്റിയുള്ള പരിഗണനകളും അപ്രസക്തമായിരുന്ന നാൽപ്പതുകളിലെ ചിത്രകാരന് ആ ശൈലിയോടും അതിന്റെ ആദർശങ്ങളോടും തോന്നിയ വിമുഖത സ്വാഭാവികം മാത്രമാണ്. ഈ അവസ്ഥയിൽ നിന്നെല്ലാമുള്ള മോചനമായി പാശ്ചാത്യ ആധുനികതയോട് സമ്പർക്കപ്പെടാൻ അവൻ വ്യഗ്രത കാണിച്ചെങ്കിലും, അതിനോടുള്ള സമീപനത്തിലെ ആശങ്കയും സന്നിഗ്ധതയും നേരത്തെ വിവരിച്ച അക്കാലത്തെ ശൈലീസങ്കരങ്ങളിലെല്ലാം നിഴലിക്കുന്നുണ്ട്. ഈ ചിത്രകാരന്മാർക്കിടയിൽ ഷെർ–ഗിലിന് ലഭിച്ചിരുന്ന അംഗീകാരവും ഈ സന്ദർഭത്തിൽ യാദൃച്ഛികമല്ലെന്നു കാണാം. പാശ്ചാത്യോന്മുഖമായി രൂപപ്പെട്ട അവരുടെ യൂറേഷ്യൻ വ്യക്തിത്വം പാശ്ചാത്യപൗരസ്ത്യ ഭാവങ്ങളുടെ സമന്വയം എന്ന ആദർശത്തെയാവണം ഈ ചിത്രകാരന്മാർ പ്രതിനിധാനം ചെയ്തത്. അന്യവൽക്കരിക്കപ്പെട്ടതും, അരാഷ്ട്രവൽക്കരിക്കപ്പെട്ട (denationalised)തുമായ ഒരു വ്യക്തിത്വം. സ്വന്തം നാട്ടിൽ സ്വയം കണ്ടെത്തൽ നടത്തിയ ശ്രമത്തിലും ഈ ചിത്രകാരന്മാർ അവരുടെ അവസ്ഥയുടെ ഒരു പ്രതിഭാവം കണ്ടെത്തി താദാത്മ്യപ്പെട്ടിരിക്കണം. പൊതുവെയുള്ള ഈ ആശയക്കുഴപ്പവും, കലയുടെ സാർഥകതയെപ്പറ്റിത്തന്നെയുള്ള ആശങ്കയും ആർട്ട്സ്കൂളുകളെയും ബാധിച്ചിരുന്നു. ജാമിനിറോയിക്കും, ഷെർ–ഗിലിനും, ബംഗാൾ സ്കൂളിനുമിടയിൽ അവർ അനിശ്ചിതത്വത്തോടെയും ആത്മവിശ്വാസമില്ലാതെയും ഉഴറിക്കൊണ്ടിരുന്നു.

ഈ സന്ദർഭത്തിലാണ്, ലേഖനത്തിന്റെ ആദ്യഭാഗത്ത് (പേജ് 171–172) വിവരിച്ച നന്ദലാൽബോസ്, ജാമിനിറോയ്, റാംകിങ്കർ എന്നിവരുടെ സൃഷ്ടികൾ അവയുടെ രൂപപരമോ, ശൈലീപരമോ ആയ പരിഗണനകളെക്കാളേറെ, അവർ കലയോടും തങ്ങളുടെ കലാവൃത്തിയോടും പുലർത്തിയിരുന്ന വീക്ഷണം കൊണ്ടുമാത്രം ശ്രദ്ധേയമാവുന്നത്. അതായത്, അവർ ഓരോരുത്തരും തന്നിൽ അർപ്പിതമായിക്കണ്ട കലാകാരൻ എന്ന ധർമ (role)ത്തിന്റെ പ്രസക്തി.

ഈ അവസ്ഥയ്ക്ക് 'അമ്പതുകളുടെ ആദ്യം സ്വാതന്ത്ര്യപ്രാപ്തിയോടെ, പെട്ടെന്നാണ് മാറ്റമുണ്ടാകുന്നത്. അവൻ തന്നെ ചമച്ചെടുത്ത

സാംസ്കാരിക ഇമേജിന്റെ ഐതിഹ്യപ്രായവും അതിശയോക്തിപരവുമായ മാനങ്ങളിൽ സ്വയം പാകമാവാൻ ഇന്ത്യൻ ചിത്രകാരന് അസ്വാസ്ഥ്യം തോന്നിത്തുടങ്ങിയിരുന്നു. അവന്റെമേൽ വന്നുവീണ പാരമ്പര്യസംസ്കാരത്തിന്റെ ബാധ്യത പല കാരണത്താലും, അവന് താങ്ങാനാവുന്നതിലും ഏറെയാണെന്നും അനുഭവപ്പെട്ടു തുടങ്ങിയിരുന്നു. ഈ പാരമ്പര്യംതന്നെ അബനീന്ദ്രനാഥിനെയും ഹാവെലിനെയും സംബന്ധിച്ചിടത്തോളം ഗുപ്തകാലത്തെ ബുദ്ധശിൽപ്പങ്ങളിലും, മുഗൾമിനിയേച്ചറുകളിലും, അവർക്ക് ഉൾക്കൊള്ളാനാവാതിരുന്ന അജന്ത ചുമർചിത്രങ്ങളിലും ഒതുങ്ങിനിന്ന പരിമിതസങ്കൽപ്പമായിരുന്നു. മുൻതലമുറക്കാർ സ്വരൂപിച്ചിരുന്ന പാരമ്പര്യസങ്കൽപ്പത്തിന്റെ ലളിതവും ഭദ്രവുമായ ഐകരൂപ്യം, പിന്നീടുണ്ടായ ചരിത്രഗവേഷണങ്ങൾ വെളിച്ചത്ത് കൊണ്ടുവന്ന കലാപാരമ്പര്യത്തിന്റെ പ്രാദേശികവും ശൈലീപരവും ആചാരപരവുമായ നാനാത്വം അലോസരപ്പെടുത്തി. അബനീന്ദ്രനാഥിനെയും മറ്റും ആകർഷിച്ചത് ബുദ്ധശിൽപ്പങ്ങളുടെയും മുഗൾ മിനിയേച്ചറുകളുടെയും സ്ഫുടീകരിച്ച, കാവ്യാത്മകമായ സംയമമായിരുന്നുവെങ്കിൽ, പിന്നീട് അമൃതാ ഷെർ – ഗിലിനെ സംബന്ധിച്ചിടത്തോളം ഈ പാരമ്പര്യങ്ങളുടെയും അജന്തയുടെയും വ്യത്യസ്തസ്വഭാവങ്ങളാണ് പ്രചോദകമായിരുന്നത്. ഷെർ – ഗിൽതന്നെ അജന്തയുടേത് പോലൊരു ശൈലിയുമായി സമ്പർക്കപ്പെടേണ്ടിവരുന്നതിന്റെ സങ്കീർണതകളെപ്പറ്റി വിമർശനപരമായ ആത്മബോധത്തോടെ സംസാരിക്കുന്നുണ്ട്. മറുവശത്ത്, മുമ്പെന്നത്തെക്കാളും കൂടുതൽ ആധുനിക പാശ്ചാത്യകലയുമായുള്ള പരിചയം സുഗമമായി പുതിയ കലാശൈലികൾക്കൊപ്പം കലാസങ്കൽപ്പങ്ങളും വ്യാപകമായി പ്രചരിച്ചുതുടങ്ങി. നവോത്ഥാനശൈലിയുടെ ഗതാനുഗതികത്വവും പാരമ്പര്യോപജീവനത്തിന്റെ ശൈലീകൃതജാഡ്യതയും കണ്ടുമടുത്ത ഈ ചിത്രകാരന്മാർക്ക് ഇത് മോചനത്തിന്റെ സ്വാധീനമായിട്ടാണ് അനുഭവപ്പെട്ടത്. മുൻദശകത്തെ അപേക്ഷിച്ച്, നവോത്ഥാന പ്രവണതകളെ നിലനിർത്തിയിരുന്ന ആശയപശ്ചാത്തലവും വൈകാരിക കാലാവസ്ഥയും സംഗതമാവുന്നതോടെ, പാശ്ചാത്യകലയുമായുള്ള സമ്പർക്കം കൂടുതൽ നേരിട്ടും ആത്മവിശ്വാസത്തോടെയും ആവുന്നതായും കാണുന്നു. ബംഗാൾ നവോത്ഥാനശൈലി സാംസ്കാരിക ബ്യൂറോക്രസിയ്ക്കുള്ളിൽ പരിരക്ഷിക്കപ്പെട്ടുപോന്നിരുന്നെങ്കിലും, അതിൽനിന്നുള്ള വ്യതിയാനം കുറിച്ചത് രബീന്ദ്രനാഥും, ജാമിനിറോയിയും, ഷെർ – ഗിലും ആയിരുന്നു ഇക്കാലത്തെ ചിത്രകാരന്മാർക്ക് കൂടുതൽ പ്രേരകമായിരുന്നത്. അനുകരണങ്ങളുടെ ആധിക്യംമൂലം അവരുടെയൊക്കെ ശൈലികൾ ക്ലീഷെയായി മാറിക്കൊണ്ടുമിരുന്നു. 1943 ൽ രൂപംകൊണ്ട കൽക്കത്ത ഗ്രൂപ്പും '48–ൽ ബോംബെ പ്രോഗ്രസീവ് ആർട്ടിസ്റ്റ് ഗ്രൂപ്പും ഇക്കാലത്താണ് കൂടുതൽ സജീവമാകാൻ തുടങ്ങുന്നത്. രെതീൻ മൈത്ര, ഗോപാൽ ഘോഷ്, നിരോദ് മജൂംദാർ, പരിതോഷ് സെൻ, ശിൽപ്പിയായ പ്രദോഷ് ദാസ് ഗുപ്ത തുടങ്ങിയ കൽക്കത്ത കലാകാരന്മാരും, സൂസ, ഹുസൈൻ,

റാസ തുടങ്ങിയ ബോംബെ ചിത്രകാരന്മാരും കൂടാതെ ഈ ഗ്രൂപ്പുകളിൽപ്പെടാതെ പല സ്ഥലങ്ങളിലായി തയബ് മേത്ത, അക്ബർ പദംസീ, ഗെയ്ഥോർണ്ഡെ (ബോംബെ), രാം കുമാർ, സതീഷ് ഗുജ്റാൾ, സെയ്ലോസ് മുഖർജി, ശിൽപ്പിയായ ധൻരാജ് ഭഗത്, (ഡൽഹി), കെ സി എസ് പണിക്കർ, ശ്രീനിവാസലു (മദ്രാസ്) തുടങ്ങിയവരും പ്രവർത്തിച്ചിരുന്നു. ഇവരുടെയെല്ലാം രചനകൾ കൂടുതൽ ഊർജസ്വലമാവുന്നത് അമ്പതുകളോടെയാണ്.

ഇക്കാലത്തെ പാശ്ചാത്യ കലാരംഗത്തെപ്പറ്റിയുള്ള ചിന്തയും ഇവിടെ പ്രസക്തമാവുന്നു. യുദ്ധാനന്തരം പരക്കെ അനുഭവപ്പെട്ടിരുന്ന എല്ലാ മേഖലകളിലുമുള്ള പുതിയ ഉന്മേഷത്തിന്റെ ഭാഗമായിട്ടോ, ജീവിച്ചിരുന്ന കാലത്ത് കലാകാരന്മാരെ അവരർഹിക്കും പോലെ മാനിച്ചില്ല എന്ന കുറ്റബോധത്തിന്റെ തെറ്റുതിരുത്തൽ മനോഭാവംകൊണ്ടോ കലാപ്രവർത്തനങ്ങളിൽ പൊതുവെ ആവേശവും ഉത്സാഹവും വർധമാനമായിട്ടുണ്ടായിരുന്നു. ജീവിതകാലത്ത് അവഗണിക്കപ്പെട്ടിരുന്ന വാൻഗോഗിനെപ്പോലുള്ള ചിത്രകാരന്മാർ കലയ്ക്കുവേണ്ടി ജീവിക്കുകയും മരിക്കുകയും ചെയ്ത കാൽപ്പനികനായകന്മാരായി, അതോടൊപ്പംതന്നെ, ആധുനികതയുടെ ഐതിഹാസികമായ നേട്ടങ്ങളുടെ ഘട്ടം കഴിഞ്ഞുപോയി എന്ന തോന്നലും, അതോടെ അനുഭവപ്പെട്ട സർഗപരമായ തളർച്ചയും, അനിശ്ചിതത്വവും, ആന്റി – ആർട്ട് പ്രവണതകളുടെ തുടക്കവും 'കല' എന്ന പ്രക്രിയയുടെതന്നെ പ്രാഥമിക ധാരണകളിൽ മാറ്റം ആവശ്യപ്പെട്ടു. ഇംപ്രഷണിസ്റ്റുകൾ പിക്കാസോ വരെയുള്ള ആധുനികതയുടെ ആ നിർണായക അധ്യായത്തിന്റെ പാരമ്പര്യമുള്ള പാരിസുമായി കിടപിടിക്കാവുന്ന ഒരു ലോകകലാകേന്ദ്രമായി ന്യൂയോർക്ക് 'അബ്സ്ട്രാക്ട് എക്സ്പ്രഷണിസ'ത്തോടുകൂടി ശ്രദ്ധിക്കപ്പെടാൻ തുടങ്ങി. ബഹുജനമാധ്യമങ്ങളിലുണ്ടായ വിസ്ഫോടകമായ മാറ്റങ്ങളും, അന്തർദേശീയ പ്രദർശനങ്ങളുടെയും ഗ്യാലറികളുടെയും ശൃംഖലകളും, യൂറോപ്പിന്റെയും അമേരിക്കയുടെയും ആധുനിക കലയ്ക്ക് ഉണ്ടായി വന്ന പുതിയ ലോകവിപണിയും ഒക്കെ ഈ പശ്ചാത്തലത്തിന്റെ ഭാഗങ്ങളാണ്. ന്യൂയോർക്കും പാരീസും തമ്മിലുള്ള കിടമത്സരത്തിൽ രായ്ക്കുരാമാനം പൊന്തിവന്ന പ്രസ്ഥാനഭേദങ്ങൾക്കും, ഗ്യാലറികളുടെയും വിപണിയുടെയും അതിന്റെ വക്താക്കളായ നിരൂപകരുടേയും കൂട്ടായ 'കണ്ടെത്തലുകളാ'യ ചിത്രകാരന്മാർക്കും പിന്നിൽ രാഷ്ട്രീയമായും അല്ലാതെയുമുള്ള പലതരം ചരടുവലികളെപ്പറ്റിയുള്ള ആക്ഷേപങ്ങളും കേൾക്കാനുണ്ടായിരുന്നു.

ഈ പ്രകരണത്തിൽ, 'അമ്പതുകളോടെയാണ് അന്തർദേശീയതാവാദം (internationalism) ഒരു പദ്ധതിയായി പാശ്ചാത്യകലാരംഗത്ത് അവതരിപ്പിക്കപ്പെടുതന്ന്. എല്ലാ കലാപ്രവർത്തനത്തിന്റെയും, പ്രകാശനത്തിന്റെയും മാനങ്ങൾ ദേശാന്തരമാണെന്നും, ദേശീയ പരിഗണനകൾ സങ്കുചിതമായ തരംതിരിവുകളാണെന്നും, ലോകത്തെ ഒന്നായി ഏകോപിപ്പിക്കാൻപോന്ന ഒരേയൊരുപാധി 'കല' ആണെന്നുമായിരുന്നു ആ സിദ്ധാ

ന്തം. ഹെർബർട്ട് റീഡും, വിദൂരപൗരസ്ത്യക്ലാസിക്കൽ കലാചരിത്രകാരനായ മൈക്കൽ സള്ളിവനും, ഹരോൾഡ് റോസൻബർഗും ക്ലമന്റ് ഗ്രീൻബർഗും തുടങ്ങി പലരും ഇതിന്റെ വക്താക്കളായിരുന്നു. കാലികമായ ഒരു അന്തർദേശീയ അമൂർത്ത ശൈലിയുടെ 'ആധുനിക' ഭാവുകത്വം എല്ലാ നാട്ടുകാർക്കും ബാധകമാണെന്നും, ആ ഭാവുകത്വത്തിന്റെ മാനദണ്ഡമായ 'ആധുനികത'യ്ക്കൊത്ത് ഉയർന്നാൽ ലോക കലയുടെ മുഖ്യധാരയിൽ പങ്കുചേരാമെന്നും, അവരവരുടെ പേരും ഭാഗ്യവും ദേശാന്തര നിലവാരത്തിൽ തെളിയിക്കപ്പെടാമെന്നും ആയി. കലാപരമായ കാര്യങ്ങളിൽ സ്വന്തം നാടിന്റെ പിന്നോക്കാവസ്ഥയെപ്പറ്റിയും, ആധുനികതയോടുള്ള അവിടത്തെ മോശമായ പ്രതികരണത്തെപ്പറ്റിയും, ആസ്വാദനശേഷിയുടെ താഴ്ന്ന നിലവാരത്തെപ്പറ്റിയും പരിതപിച്ചിരുന്നവർക്ക് ലോകകലയുടെ 'തീർഥാടനകേന്ദ്രങ്ങളാ'യിരുന്ന ന്യൂയോർക്കിന്റെയും പാരിസിന്റെയും ആഹ്വാനം ഏറെ അഭികാമ്യമായി തോന്നി. ദേശീയതാ പ്രസ്ഥാനത്തിന്റെയും, അതിന്റെ പ്രകരണത്തിൽ ഉണ്ടായിവന്ന പ്രത്യേക വൈകാരിക പ്രതിസന്ധികളുടെയും ആക്കംകുറയുന്നതോടുകൂടി, അപ്പോൾ പ്രചരിച്ചുകൊണ്ടിരുന്ന പാശ്ചാത്യ കലാപരിചയത്തിലൂടെ ഇങ്ങനെയൊരു നിലപാടുമായി താദാത്മ്യപ്പെടുക സ്വാഭാവികമായിരുന്നു.

ഇവിടെ ഓർക്കേണ്ടത്, ഈ അന്തർദേശീയതാവാദം പഴയ സാർവലൗകികതയുടെ പുതിയൊരു ഭാഷ്യം മാത്രമാണെന്നതാണ്.[1] പക്ഷേ, ഇപ്പോൾ അത് ആധുനികത എന്നും പുരോഗതി എന്നുള്ള പരികൽപ്പനയിൽനിന്ന് ഭിന്നമല്ലാതായിരിക്കുന്നു എന്നു മാത്രം. പുരോഗതി (progress) എന്ന ഈ പരികൽപ്പന പത്തൊൻപതാം നൂറ്റാണ്ടിന്റെ ഉത്തരാർധത്തിലെ യൂറോപ്യൻ ബൂർഷ്വാ ലോകവീക്ഷണത്തിന്റെ ആശയപശ്ചാത്തലത്തോളം പിന്നോക്കം നീണ്ടുപോവുന്നു. മത്സരാധിഷ്ഠിതമായ സമ്പദ്‌വ്യവസ്ഥയിലും, സ്വതന്ത്രവ്യവസായത്തിലും, ലിബറലിസത്തിലും വേരുറച്ചിരുന്ന അവരുടെ ജീവിതവീക്ഷണം അതിന്റെ പ്രാഥമിക മൂല്യങ്ങളായി കണ്ടത് ശാസ്ത്രത്തെയും, പരിവർത്തനത്തെയും, പരിഷ്കരണ (innovation) ത്തെയുമായിരുന്നു. ശാസ്ത്രത്തിന്റെ നേട്ടങ്ങൾ ഭൗതികജീവിതത്തിന് ബാധകമാവുന്ന അതേ രീതിയിലാണ്, ആ മാറ്റങ്ങൾ ഏകപഥം(unilinear) എന്ന് കരുതിയ ചരിത്രഗതിയുടെ ചാലകശക്തിയാവുന്നതെങ്കിൽ അതായിരുന്നു പുരോഗതിയെന്ന് കരുതപ്പെട്ടിരുന്നത്. സോഷ്യൽ ഡാർവിനിസവും പോസിറ്റിവിസവും ഇതിന്റെ പ്രത്യയശാസ്ത്രപരമായ സ്ഥിരീകരണങ്ങളായിരുന്നു.[2] കലാപരമായ 'പുരോഗതി'യുടെ മാനദണ്ഡങ്ങൾ

1. ഉദാഹരണമായി, ഹെർബർട്ട് റീഡ് പറയുന്നു: 'സാർവലൗകികത 'ആഴത്തിനെ' സംബന്ധിക്കുന്ന കാര്യമാണ്, കലാകരന്റെ ദർശനത്തിന്റെയും സഹാനുഭവത്തിന്റെയും ആഴം; അന്തർദേശീയത 'പരപ്പിനെ' സംബന്ധിക്കുന്നതാണ് – കലാകാരൻ സംബോധനചെയ്യാൻ ഉദ്ദേശിക്കപ്പെടുന്ന സഹൃദയ ലോകത്തിന്റെ പരിധിയെകുറിക്കുന്നത്.' 'The Problems of Internationalism in Art,' *The Arts Magazine No 7, Oct. 1968.* ഒരു വേർതിരിവിന് വേണ്ടിയുള്ള നിർബന്ധപൂർവമായ വേർതിരിവിനിടയിലും, അവയ്ക്കു തമ്മിലുള്ള പരോക്ഷമായ സമാനതതന്നെയാണ് സൂചിപ്പിക്കപ്പെടുന്നത്.

2. ലേഖനത്തിന്റെ ആദ്യഭാഗത്ത് പേജ് 162 കാണുക.

ഈ പരിവർത്തനവും പരിഷ്കരണവും തന്നെയാണെങ്കിൽ, സമൂഹത്തിൽ വരാനിരിക്കുന്ന മാറ്റങ്ങളുടെ സ്പന്ദങ്ങളെ മുൻകൂട്ടി അറിയുന്നുവെന്ന് കരുതപ്പെടുന്ന കലാകാരൻ, ആ മാറ്റങ്ങളെ പ്രകാശിപ്പിക്കുന്ന പുതിയ കലയിലൂടെ അതിന്റെ നേതൃസ്ഥാനത്ത് സ്വയം അവരോധിക്കപ്പെട്ടു. ഇതാണ് കലാപരമായ അവോങ് ഗാർദ് സങ്കൽപ്പത്തിന്റെ ആശയ പശ്ചാത്തലം.

> ബൂർഷ്വാ സമൂഹവുമായി ബുദ്ധിപരമായി പൊരുത്തപ്പെടുന്ന (എന്നാൽ പലപ്പോഴും വിമർശനപരം കൂടിയായ) ഒരു കല സൃഷ്ടിക്കാനുള്ള ശ്രമത്തിന്റെ തകർച്ചയെയാണ് (അവോങ് ഗാർദ്) കുറിക്കുന്നത് – മുതലാളിത്ത ലോകത്തിന്റെ ഭൗതികയാഥാർഥ്യങ്ങളേയും, പോസിറ്റിവിസം വിഭാവനംചെയ്ത പ്രകൃതിശാസ്ത്രത്തെയും പുരോഗതിയെയും സന്ധാരണം ചെയ്യുന്ന ഒരു കല.[1]

'പുരോഗതി'യുടെ വിവക്ഷ കലാപരം കൂടിയായിരുന്നെങ്കിൽ, 'പുരോഗമനപരം' എന്നത് രാഷ്ട്രീയമായ നിലപാടിന്റെ സൂചനയാണ് ഏറിയ പങ്കും ഉൾക്കൊണ്ടിരുന്നത്. പക്ഷേ, പ്രൂധോണിനെപ്പോലെയുള്ള പല സോഷ്യലിസ്റ്റ് അരാജകവാദികളും ഇവയെ സമാനമായിക്കാണാനാണ് ഇഷ്ടപ്പെട്ടിരുന്നത്. പിൽക്കാലത്ത് പ്രതി – സംസ്കാരമെന്നോ, അണ്ടർഗ്രൗണ്ട് എന്നോ വിളിക്കപ്പെടുന്ന പ്രസ്ഥാനങ്ങളുടെ പ്രാഗ്രൂപമായിരുന്ന അവോങ്ഗാർദ് (അന്ന് ഈ വാക്ക് പ്രചാരത്തിലില്ലായിരുന്നുവെങ്കിലും) പലപ്പോഴും പുരോഗമനപരവും, അതുകൊണ്ടുതന്നെ വിപ്ലവകരവുമായിട്ടാണ് കണക്കാക്കപ്പെട്ടിരുന്നത്. വ്യക്തമായ രാഷ്ട്രീയ കാഴ്ചപ്പാട് ഒന്നും പ്രതിനിധാനം ചെയ്തിരുന്നില്ലെങ്കിലും, സ്വയം ഒരു പ്രതിസംസ്കാരമായി മാറിയ ഇവർക്ക് ബൂർഷ്വാസിയുടെ കപടമാന്യതയോടും, ബുദ്ധിപരമായ രണ്ടാംകിട നിലവാരത്തോടും, സമ്പാദ്യക്കൊതിയോടും തോന്നിയ എതിർപ്പിൽ അരാജകവാദികൾക്ക് ഒരു പൊതുനിലപാട് കണ്ടെത്താൻ കഴിഞ്ഞുവെന്നു മാത്രം, പക്ഷേ, പരിഷ്കരണവും പരിവർത്തനവും ഗുണപരമായ അർഥത്തിലുള്ള പുരോഗതിയാവുമ്പോൾ, വ്യവസ്ഥാപിതമായ എല്ലാറ്റിൽനിന്നുമുള്ള ബോധപൂർവമായ അപഭ്രംശം അനിവാര്യമാക്കിത്തീർത്ത ബൂർഷ്വാസമൂഹത്തിൽനിന്നുള്ള ഒറ്റപ്പെടലിനെ ബൂർഷ്വാമൂല്യമായ വ്യക്തിപരത (individualism) കൊണ്ടുതന്നെയാണ് അവർ നേരിട്ടതും. ക്ലാസിക്കൽ ലിബറലിസവും പ്രായോഗികതാവാദവും വ്യക്തി–സമൂഹബന്ധത്തിന്റെ ദ്വന്ദ്വാത്മകതയെ വിഭാവനം ചെയ്ത ലളിതമായ രീതിയും ഇതിനനുരോധമായിരുന്നു – ഒന്നുകിൽ സമൂഹത്തിൽ വിഴുങ്ങപ്പെട്ട, അതിൽ വകയടങ്ങുന്ന ഒരു സാധാരണ അംഗം: അല്ലെങ്കിൽ സമൂഹത്തെ തന്റെ ഇച്ഛാശക്തിക്കും മേധാബലത്തിനും വിധേയനാക്കാൻ കഴിയുന്ന അസാധാരണൻ.

1. *The Age of Capital: 1848-1875, Mentor, 1979.*

ഇങ്ങനെ ഒറ്റപ്പെട്ട, സ്വേച്ഛയാ നിഷ്കാസിതനായ, കലാകാരൻ എന്ന വ്യക്തി പ്രവാചകന്റെ – അറിവിന്റെയും, വെളിച്ചത്തിന്റേയും ക്രാന്തദർശിത്വത്തിന്റേയും ഉറവിടമായ പ്രവാചകൻ – പദവിയിൽ സ്വയം കാണാൻ തുടങ്ങുന്നതും ഇതോടെയാണ്. പക്ഷേ, കലാകാരൻ എന്ന അവന്റെ വ്യക്തിധർമം അപ്രസക്തമായ സമൂഹത്തിനെതിരെ മുഖംതിരിച്ച്, സംസ്കൃതിയുടെ ('പുരോഗതി'യുടെ) കാപട്യത്തിനെതിരെ പ്രകൃതിയുടെ നിഷ്കളങ്കതയെ പുൽകാനുള്ള വ്യഗ്രതയിൽ, അത് തന്നിൽത്തന്നെയാണെന്ന് ആശ്വസിച്ച് സ്വയം ഉൾവലിഞ്ഞ കാൽപ്പനിക കലാകാരന്റെ അവസ്ഥയല്ല ഇത്. നിഷേധിയും പ്രക്ഷോഭകാരിമായ ഈ കലാകാരൻ സമൂഹത്തിനുമേൽ ശിരസും ചുമലും ഉയർന്നുനിൽക്കുന്ന അസാധാരണനായ വ്യക്തിയാണ്. ആത്മകഥാപരമായ വിവരണങ്ങളിലൂടെയും, ഏറ്റുപറച്ചിലുകളിലൂടെയും, പ്രസിദ്ധീകാര്യങ്ങളായ കത്തുകളിലൂടെയും, വൈയക്തികാനുഭവത്തിന്റെയും രചനയുടെയും ഉച്ശൃംഖലത തുറന്നുകാട്ടുക ഇക്കാലത്ത് ഒരു പതിവായതും യാദൃച്ഛികമല്ല. അവയിലൂടൊക്കെ ഒളിഞ്ഞും തെളിഞ്ഞും സൂചിപ്പിക്കപ്പെടുന്നതാണ്. 'എഴുതുന്നതുതന്നെ ജീവിക്കയും ജീവിതംതന്നെ എഴുതുകയും'[1] ചെയ്യാനുള്ള മുൻകാലങ്ങളിലെ കാൽപ്പനിക കലാകാരന്റെ പ്രവണത ഇവിടെ പൂർവാധികമാവുന്നു. അവന്റെ സൃഷ്ടികൾക്ക് വെളിയിലായോ, അവയിൽനിന്ന് നേരിട്ടല്ലാതെയോ രൂപപ്പെട്ടുവരുന്ന കലാകാരൻ എന്ന അഭിജ്ഞാനതയുടെ സാമൂഹികമായ മാനത്തിലേക്ക് ഉൾച്ചേർന്നുകൊണ്ടിരുന്ന വ്യക്തിപരതാബോധത്തിന്റെ രോഗലക്ഷണമായിരുന്നു ഇത്. ബൂർഷ്വാമൂല്യങ്ങളിൽനിന്നുള്ള വ്യതിചലനത്തെയും, സമൂഹത്തിൽനിന്നുള്ള ഒറ്റപ്പെടലിനെയും വ്യക്തിവൈചിത്ര്യങ്ങളുടെ ബൊഹീമിയൻ പിത്തലാട്ടംകൊണ്ടും ജീനിയസ് എന്ന മിത്തുകൊണ്ടും കാൽപ്പനികവൽക്കരിച്ച്, അവന്റെ കലാവ്യത്തിയെയും അതിശയിച്ച് വളരുന്ന ഐതിഹ്യപ്രായമായ ഒരു മാനം കലാകാരൻ എന്ന അഭിജ്ഞാനതയ്ക്ക് വെട്ടിത്തിരിച്ച് എടുക്കുകയായിരുന്നു ഇതിലൂടെയെല്ലാം; പത്തൊൻപതാം നൂറ്റാണ്ടിന്റെ ഉത്തരാർധത്തിലെ പകുതിവെന്ത മനഃശാസ്ത്രസിദ്ധാന്തങ്ങളും, ബൊഹീമിയൻ ജീവിതത്തെപ്പറ്റിയുള്ള വിവരണങ്ങളും പ്രചരിപ്പിച്ചുകൊണ്ടിരുന്ന ഒന്നായിരുന്നു കലാകാരന്റെ ഈ ഇമേജ്. ഒരുവശത്ത്, ശൈലീപരവും രൂപപരവുമായ നവീനതയും പരിഷ്കരണോന്മുഖത (innovativeness)യും പുരോഗതിയെ കുറിക്കുന്ന സ്വതന്ത്രമൂല്യങ്ങളായി അവരോധിക്കപ്പെടുന്നതോടെ, ശുദ്ധകലാവാദമായും അയുക്തികതയായും, വൈയക്തിക ജടിലത (esotericism)യായും മാറാൻ അവോങ്ഗാർദിന് വളരെയൊന്നും സഞ്ചരിക്കേണ്ടിവന്നില്ല. മറുവശത്ത്, സാമൂഹികാംഗീകാരമുള്ള ചിഹ്നങ്ങളിലൂടെയും ലക്ഷണപ്രകാരങ്ങളിലൂടെയും കലാകാരനും സമൂഹവും തമ്മിൽ സംവേദനത്തിന്റെ തലത്തിൽ ഒരു കരാറായി നിലനിന്നുപോന്ന മാധ്യമം ഈ

1. 'Literature as an Institutions' - Harry Levin' *Sociology of Literature and Drama, (ed)* Elizabeth and Tom Burns: Penguin, 1973.

വൈയക്തികതയുടെ ആധിക്യത്തിൽ തകരുകയും ചെയ്യുന്നു. അങ്ങനെ സംവേദനം ഈ നിശ്ചിത സാമൂഹികാവസ്ഥയിൽ ഉൾപ്പെട്ടവരും അതിന് വെളിയിൽനിൽക്കുന്ന കലാകാരൻ എന്ന വ്യക്തിയും തമ്മിലുള്ള ഒരു നേരിടലിന്റേതായ എല്ലാ ആയാസവും ക്ലിഷ്ടതയും കലർന്ന ഒന്നാവുന്നു. ക്ലാസിക്കൽ കലയുടെ മൂല്യനിർണയത്തിൽ അന്യൂനത, പൂർണത തുടങ്ങിയവ ആദർശങ്ങളായിരുന്നുവെങ്കിൽ, ഇപ്പോൾ ആദർശനിഷേധം തന്നെ മൗലികത എന്ന പുതിയ മൂല്യമാവുന്നു. ഇത് കർത്തൃനിഷ്ഠത (subjectivity) യിൽനിന്ന് വ്യക്തിപരതരയിലേക്കുള്ള ദൂരമാണ്. പിൽക്കാലത്ത് ബൂർഷ്വാപ്രത്യയശസ്ത്രം രണ്ടു യുദ്ധങ്ങളും, മുതലാളിത്തത്തിന്റെ സാമൂഹികരാഷ്ട്രീയ സുസ്ഥിരതയുടെ തകർച്ചയുമടക്കമുള്ള പ്രതിസന്ധികളിലൂടെ കടന്നുപോയപ്പോൾ വ്യക്തിസ്വത്വത്തെ നിർവചിക്കുന്ന സാമൂഹികമായ അടിത്തറതന്നെ മാറുകയും, സ്വത്വബോധം മൂല്യവ്യർഥതയെ നേരിടുകയും, മനുഷ്യബന്ധങ്ങൾ വ്യവസ്ഥാപനവൽക്കരിക്കപ്പെടുകയും, വ്യക്തി അന്യവൽക്കരിക്കപ്പെടുകയും ചെയ്യുന്നതോടെ, അവോങ്ഗാർദിന്റെ ലോകവീക്ഷണത്തിൽ അയുക്തികതയും, നിരർഥകതയും അസംബന്ധതയും കൂടുതൽ 'പുരോഗമനപര'മായി മാറുന്നതും യാദൃച്ഛികമല്ല. മുൻകാലത്തെ പിന്നീട് സ്വതന്ത്ര്യമൂല്യങ്ങളായ അപൂർവത (singularity)യും അന്യാദൃശത്വ (uniqueness) വും അസാധാരണതയും ആയി മാറുന്നതും ഇവിടെയാണ്. ഒരർഥത്തിൽ, സാമൂഹികശാസ്ത്രപരമായി പറഞ്ഞാൽ, ഈ പ്രതിസന്ധികളിലൂടെ കടന്നുപോയ വ്യക്തിപരത നേരിട്ട സംഘർഷങ്ങളാണ് പാശ്ചാത്യ അന്തർധാര. ഇത് ബൂർഷ്വാ പ്രത്യയശാസ്ത്രത്തിലെ പുരോഗതി സങ്കൽപ്പത്തിന്റെയും വ്യക്തിപരതയുടെയും തകർച്ചയെ ആണ് കാണിക്കുന്നത്.

ഈ അന്തർദേശീയതാവാദത്തിൽ അടങ്ങിയിരുന്ന മറ്റൊരു ആശയപരമായ അന്തർധാരയായിരുന്ന സാർവലൗകികതയും ഇവിടെ പരിഗണനയർഹിക്കുന്നു. ഇംപ്രഷണിസത്തിന്റെ കാലം മുതൽതന്നെ ആധുനിക പാശ്ചാത്യ ശൈലികളുടെയും പരമ്പരാഗത പൗരസ്ത്യശൈലികളുടെയും പരസ്പരസമ്പർക്കത്തിന്റെയും തലങ്ങൾ കണ്ടെത്താനുള്ള പ്രവണത പല ശൈലീഭേദങ്ങൾക്കും നിയാമകമായിത്തീർന്നിട്ടുണ്ട്. മാറ്റത്തിന്റെയും പരിഷ്ക്കരണോന്മുഖത്വത്തിന്റെയും പാശ്ചാത്യമാനദണ്ഡങ്ങൾക്കൊത്ത് ഉയരാത്തതുകൊണ്ട് കാലത്തിൽ പിന്നോക്കം നിൽക്കുന്നുവെന്ന് കരുതപ്പെട്ട ജപ്പാന്റെയു മറ്റും കല, അവർ പിന്നിട്ട വളർച്ചയുടെ പൂർവഘട്ടങ്ങളെയാണ് പ്രതിനിധാനം ചെയ്തിരുന്നത്. ഇന്ത്യയെപ്പോലുള്ള കോളണികളുടെ അസംസ്കൃതവും പ്രാകൃതവുമായ പാഗൻ വസ്തുക്കളായിക്കാണാനാണ് കൊളോണിയൽ അധീശത്വത്തിന്റെ മതപരമായ പരിഗണനകൾ പ്രേരിപ്പിച്ചിരുന്നത്. പാശ്ചാത്യ – ഭൗതിക – നാഗരിക – യാന്ത്രിക സംസ്കാരത്തിൽനിന്ന് വളരെ 'പിന്നിൽ' നിൽക്കുന്ന അന്യസംസ്കാരങ്ങളോട് അവർക്കുണ്ടായിരുന്ന മനോഭാവം ദുരൂഹവിചിത്രവും ഭ്രമമോഹനവുമായ എന്തിനോടുമുള്ള വിദൂരമായ ഒരു

കാൽപ്പനിക അഭിവാഞ്ഛയായിരുന്നു ഏറിയ പങ്കും. ഒരു ഘട്ടത്തിൽവച്ച് വളർച്ച മുട്ടിപ്പോയെന്ന് കരുതപ്പെട്ട ജപ്പാന്റേയും മറ്റും കല ആദ്യമൊക്കെ പ്രതിനിധാനം ചെയ്ത ബാലിശത്വം പിന്നീട് ശൈശവ സഹജമായ നിഷ്കപടതയും സരളതയും നിലനിർത്തപ്പെടുന്ന കലയായിട്ടാണ് കാണപ്പെടുന്നത്. പത്തൊൻപതാം നൂറ്റാണ്ടിൽ പൊതുവെ അനുഭവപ്പെട്ടിരുന്ന സുവർണകാലത്തെപ്പറ്റിയുള്ള ആദർശാത്മക സങ്കൽപ്പങ്ങളും, ഏദൻ തോട്ടം നഷ്ടപ്പെട്ട ആദമിന്റെ ആദിരൂപപരമായ കളങ്കവുമായി പരിഷ്കൃത നാഗരിക സമൂഹത്തിലെ മനുഷ്യന്റെ അവസ്ഥയെ താദാത്മ്യപ്പെടുത്തുന്ന അവബോധ പ്രേരണകളും ഈ കാൽപ്പനികമായ സ്മരണാചതുരത്വത്തിന്റെ പിന്നിൽ വർത്തിച്ചിരിക്കണം.[1] എന്തായാലും, വസ്തുനിഷ്ഠ യാഥാർഥ്യത്തിന്റെ എസ്തെറ്റിക്കും അതു പ്രതിനിധാനം ചെയ്തിരിന്ന ഒരു ലോകവീക്ഷണവും മാറാൻ തുടങ്ങുന്നതിന് സമാന്തരമായിട്ടാണ് പാശ്ചാത്യേതരകലകളോടുള്ള സമീപനത്തിലും മാറ്റമുണ്ടാവുന്നത്. നവോത്ഥാനാനന്തരകലയുടെ വസ്തുനിഷ്ഠയാഥാതഥ്യം എന്ന പൂർവ കൽപ്പിതമായ പരിഗണന മുൻനിർത്തി നോക്കുമ്പോൾ, അതിൽനിന്നുള്ള വ്യതിയാനം പാശ്ചാത്യകലതന്നെ കാംക്ഷിക്കുന്ന അവസ്ഥാവിശേഷമായി കാണപ്പെട്ടു. ഈ വസ്തുനിഷ്ഠ യാഥാതഥ്യത്തിന്റെ പരഭാഗത്ത് നിർത്താൻപോന്ന സവിശേഷതളിലാണ് അവർ പാശ്ചാത്യേതരകലകളുടെയെല്ലാം തനതായ മൂല്യം കണ്ടെത്തിയത്. പരിഷ്കൃതവും ചരിത്രനിഷ്ഠമായ ആത്മബോധമുള്ളതുമായ പാശ്ചാത്യകല, അതിന്റെ ശിക്ഷിതപദ്ധതിയുടെ ബോധപൂർവമായ കൃത്യതയിൽനിന്ന് മാറാനും സ്വയം നവീകരിക്കാനുംവേണ്ടി, അപരിഷ്കൃതവും ചരിത്രനിഷ്ഠമല്ലാത്തതുമായ കലയുമായി സംശോധനാപരമായ നേരിടലിൽ (cathartic encounter) ഏർപ്പെടുന്നത് കലാചരിത്രത്തിൽ അസാധാരണമല്ല. നാടൻകലയും, നൈവും കുട്ടികളുടെ ചിത്രങ്ങളും, മനോരോഗികളുടെ ചിത്രങ്ങളും, പൗരസ്ത്യകലയും, ഗോഥിക് കലയും ഒക്കെ കാലാകാലങ്ങളിൽ ഈ രണ്ടാമത്തെ ഇനത്തിൽപ്പെട്ടവയുടെ ധർമമാണ് പാശ്ചാത്യകലയെ സംബന്ധിച്ചിടത്തോളം നിറവേറ്റിയിട്ടുള്ളത്.

തുടക്കത്തിൽവെറും ശൈലീപരമായ പൊരുത്തപ്പെടുത്തലിനുവേണ്ടി മാത്രമായിരുന്ന ഈ പ്രവണത, ഈ നൂറ്റാണ്ടിന്റെ ആദ്യംമുതൽ ഒരു പ്രത്യേക സാംസ്കാരിക നിർണയത്തിന് അനുരോധമായി ക്രമപ്രവൃദ്ധമാക്കുന്നതായി കാണാം. മുൻകാലങ്ങളിൽ ലിബറലിസത്തെയും, പോസിറ്റിവിസത്തെയും, മതേതരത്വത്തെയും, ഉയർത്തിപ്പിടിച്ചിരുന്ന യൂറോപ്യൻ ബൂർഷ്വാസിയുടെ പുരോഗമനപരമായ പങ്ക് അന്തർരാഷ്ട്രീയ രംഗത്ത് നഷ്ടപ്പെടാനും, അവർ യാഥാസ്ഥിതികത്വത്തെയും പിന്തിരിപ്പൻഭാവത്തെയും ആശ്ലേഷിക്കാനും തുടങ്ങിയ കുത്തകശക്തികൾ

1. "The late Neneteenth century Europian Critical Response to Japanese Art: Primitivist Leanings,' Elisa Evett.
Art History: vol. 6, No. 1; London; March 1983.

മൂന്നാംലോകരാജ്യങ്ങളിലെ വിപണികൾ കൊള്ളയടിക്കാനും, ആ രാജ്യങ്ങളിലെ സ്വാതന്ത്ര്യപ്രസ്ഥാനങ്ങളെ നിർജീവമാക്കാനും ഉദ്ദേശിച്ച് അന്തർദേശീയ ട്രസ്റ്റുകളും കാർട്ടലുകളും രൂപീകരിക്കുകയും 'കോസ്മോപൊളൈറ്റനിസം' എന്ന ആശയത്തിന് അനുഭാവപൂർവമായ പ്രചാരം നൽകുകയും ചെയ്തിരുന്നു. ഈ കോസ്മോപൊളൈറ്റനിസത്തിന്റെ കലാപരമായ അനുബന്ധം മാത്രമാണ് പാശ്ചാത്യേതര സംസ്കാരങ്ങളിൽ മുഴുവൻ അവയുടെ കലയ്ക്കുവേണ്ടി നടത്തപ്പെട്ട തിരച്ചിലും, അവയോടുണ്ടായ അനുഭാവപൂർവമായ സമീപനവും. മുമ്പ് അസംസ്കൃതവും പ്രാകൃതവുമായ പാഗൻ വസ്തുക്കളായി കാണപ്പെട്ടിരുന്നവ ഇപ്പോൾ ശ്രദ്ധിക്കപ്പെടാൻ തുടങ്ങുന്നത്. അവയെ സൃഷ്ടിച്ച സംസ്കാരത്തിനതീതമായ 'കല' എന്ന സാർവലൗകിക പ്രമാണത്തിന്റെ പേരിലാണ്. ഈയിടെ, എഴുപതുകളുടെ ആദ്യംപോലും, മൈക്കൽ സള്ളിവൻ[1] ആധുനിക പാശ്ചാത്യകലയെയും ക്ലാസിക്കൽ ചൈനീസ് കലയെയും താരതമ്യം ചെയ്യുമ്പോൾ ഇതേ പ്രേരണകൾ തന്നെയാണ് അതിന് പിന്നിലുമെന്ന് കാണാം:

അങ്ങനെയാണ് ഇന്ന് ആദ്യമായി, പാശ്ചാത്യ പൗരസ്ത്യ ചിത്രകാരന്മാർ, തങ്ങളുടെ പെട്ടെന്നുള്ള ചില ലക്ഷ്യങ്ങൾക്കുവേണ്ടി പരസ്പരം കടംകൊള്ളുന്നതിനു പകരം, ... കലയുടെതന്നെ അതിരുകളെ ഉല്ലംഘിക്കുന്ന ഒരു യാഥാർഥ്യദർശനത്തിൽ പൊതുവായ ഒരു തലം കണ്ടെത്തിയിരിക്കുന്നത്.

സാമൂഹികവും സാമ്പത്തികവും സാംസ്കാരികവുമായ വൈരുധ്യങ്ങളെ നിരാകരിച്ച് എത്തിച്ചേരുന്ന ഈ 'യാഥാർഥ്യദർശന'ത്തിൽ പൊതുവായുള്ളതലം കലയുടേതാണ് – ദേശീയമായ അസമത്വങ്ങളുടേയും വൈരുധ്യങ്ങളുടേയും 'അതിരുകളെ ഉല്ലംഘിച്ച്' വളരുന്ന കലയുടെ സാർവലൗകികത. മിൽട്ടൺ സി ആൽബ്രെഹ്ത്[2] ചൂണ്ടിക്കാണിക്കുന്നതുപോലെ, കലയുടെ സാർവലൗകികതയെപ്പറ്റിയുള്ള അവകാശവാദങ്ങൾ പ്രാഥമികമായും പാശ്ചാത്യപരികൽപ്പനകൾ മറ്റ് സംസ്കാരങ്ങളുടെ കൈത്തൊഴിൽ ഉൽപ്പന്ന (artefacts)ങ്ങളിലേക്ക് ആരോപിക്കാനുള്ള ശ്രമം മാത്രമാണ്. ഈ അവകാശവാദങ്ങൾ ലോകസാംസ്കാരിക യാഥാർഥ്യങ്ങളെക്കാളേറെ പാശ്ചാത്യസംസ്കാരത്തിന്റെ ദുരഭിമാനത്തെയും സാംസ്കാരിക നാനാത്വത്തെ അതിവർത്തിക്കുന്ന ഒരു സർവലോക ഐക്യത്തിനുവേണ്ടിയുള്ള പാശ്ചാത്യലോകത്തിന്റെ ആദർശാത്മകമായ ആഗ്രഹത്തെയും മാത്രമാണ് പ്രകടിപ്പിക്കുന്നത്.

...കല ഇപ്പോൾ സാർവലൗകികമായി മാറിയിരിക്കുന്നു. യൂറോപ്പിന്റെയും അമേരിക്കയുടെയും കലാപാരമ്പര്യത്തിൽനിന്നും ലോക

1. "Oriental Art and Twentieth- century Painting in the West'-Michael Sullivan, *Studio International,* October 1973.
2. "Art as Institution'þMilton C Albrecht *American Sociological Reivew,* June 1968.

> മെമ്പാടും പ്രക്ഷേപിക്കപ്പെട്ട ഒരു വിവക്ഷയോടുകൂടി. ഈ പ്രക്രിയ ലോകത്തോടുള്ള ഒരു പട്ടാള ആക്രമണത്തെയോ, രാഷ്ട്രീയ ആക്രമണത്തെയോ, അല്ല, കലാപരമായ ഒന്നിനെയാണ് പ്രതിനിധീകരിക്കുന്നത്.[1]

പിക്കാസോയുടെയും, അതിന്മുമ്പ് മത്തീസിന്റെയും ആഫ്രിക്കൻ കലാപ്രേമം, അതിന്റെ ശൈലീപരമായ നേട്ടങ്ങളെ മുഴുവൻ അംഗീകരിച്ചുകൊണ്ടുതന്നെ, ഈ സാംസ്കാരിക നിർണയത്തിന്റെ പ്രകരണത്തിൽ അല്ലാതെ കാണുക വിഷമം.

എന്തായാലും, അമ്പതുകളിലെ ഇന്ത്യൻ കലാരംഗത്ത് പ്രചരിച്ചുകൊണ്ടിരുന്ന പാശ്ചാത്യകലാചിന്തകളെയും ശൈലീപരമായ സ്വാധീനങ്ങളെയും കൂടുതൽ ന്യായീകരിക്കാനും സ്വാഭാവികമെന്ന് വരുത്തിത്തീർക്കാനും ഫലത്തിൽ ഈ അന്തർദേശീയതാ വാദത്തിന് കഴിഞ്ഞു. പുരോഗതിയെയും ആധുനികതയെയും ചുറ്റിപ്പറ്റിയുള്ള മൂല്യഗണനതന്നെയാണ് പരോക്ഷമായി ഇതിൽ അടങ്ങിയിരുന്നതെന്നത് ഇന്ത്യയെപ്പോലുള്ള രാജ്യങ്ങളെ സംബന്ധിച്ചിടത്തോളം പ്രത്യേകം പ്രധാനവുമാണ്. പാശ്ചാത്യമായ കലാസങ്കൽപ്പങ്ങളോടൊപ്പം പാശ്ചാത്യമായ മൂല്യഗണനയും ബാധകമാവുന്ന തരത്തിൽ ഇന്ത്യൻ കലാരംഗം അതിനോട് ചേർത്തുനിർത്തിയപ്പോൾ, ഇന്ത്യൻ, കലാചരിത്രത്തിനുതന്നെതീർത്തും ബാഹ്യവും സാംസ്കാരികേതരവുമായ മൂല്യസങ്കൽപ്പങ്ങളാണ് മുമ്പിൽ പ്രതിഷ്ഠിക്കപ്പെട്ടത്. രൂപപരവും ശൈലീപരവുമായ പുതുമയും പരിഷ്കരണോന്മുഖത്വവും എങ്ങനെയും നേടാനുള്ള നെട്ടോട്ടത്തിൽ പങ്കുചേർന്ന് സ്വന്തം വ്യക്തിത്വസവിശേഷത തെളിയിക്കാനുള്ള ബാധ്യത ഇന്ത്യൻ ചിത്രകാരനിലും വന്നുവീണു. വിപണിയുടെ ഗുണനിലവാരത്തിനനുസരിച്ച് വിലമതിക്കപ്പെടുന്ന ശൈലീപരമായ അസാധാരണതയും അപൂർവതയും എന്തുവിലകൊടുത്തും നേടേണ്ട വ്യക്തിപരതയുടെ മാനദണ്ഡമായി. ഡൽഹിയിലെ ശിൽപ്പി – ചക്രയും, ബോംബെയിലെ പ്രോഗ്രസീവ് ആർട്ടിസ്റ്റ് ഗ്രൂപ്പും, കൽക്കത്ത ഗ്രൂപ്പും കൂടാതെ ഒറ്റയ്ക്ക് പ്രവർത്തിക്കുന്ന മറ്റ് നിരവധി കലാകാരന്മാരും ചേർന്ന് സജീവമായ ഒരു രംഗമായിരുന്നു അമ്പതുകളുടേത്. ഈ ഒരു ദശവത്സരക്കാലം ബോംബെയ്ക്കായിരുന്നു പലതരത്തിലും മുൻനിരസ്ഥാനം. പക്ഷേ, ഈ ചിത്രകാരന്മാർക്കിടയിൽ പൊതുവായി പങ്കിടാവുന്ന ആശയങ്ങളോ, ജീവിതവീക്ഷണമോ അതുമായി ബന്ധപ്പെട്ട ശൈലീപരമായ ഐകരൂപ്യമോ ഉണ്ടായിരുന്നതായി തോന്നുന്നില്ല. അവർക്കുതൊട്ടുമുമ്പുണ്ടായിരുന്ന അരനൂറ്റാണ്ടുകാലത്തെ ഇന്ത്യൻ ചിത്രകലയുടെ പ്രേരകശക്തിയായിരുന്ന പുനരുദ്ധാരണപരമായ ആശയങ്ങളെയും, സാംസ്കാരിക സംശ്ലേഷണത്തെയും നിരാകരിക്കാനുള്ള വ്യഗ്രതയാണ് ഇവരെയെല്ലാം

1. മിൽട്ടൺ സി ആൽബ്രെഹ്ത്.

യോജിപ്പിച്ചു നിർത്തിയ ഒരു മാനസികാവസ്ഥ. അന്തർദേശീയ ആധുനികതയിലും, അങ്ങനെ ലോകകലയുടെ മുഖ്യധാരയിലും പങ്കുചേരാനായി ദേശീയ സംസ്കാരത്തോടും, സമകാലിക യാഥാർഥ്യങ്ങളോടും പരാങ്മുഖത പുലർത്താനും അവർ മടിച്ചില്ല. പുതുതായി കൈവന്ന ദേശീയ സ്വാതന്ത്ര്യവും, തുടർന്നുണ്ടായ വർഗീയകലാപങ്ങളും, വിഭജനകാലത്തെ യാതനകളും അക്കാലത്തെ സാഹിത്യത്തിലും സിനിമയിൽപ്പോലും പ്രതിഫലിക്കുമ്പോൾ, ചിത്രകാരന്മാർ മാറിവന്ന സാമൂഹിക സാഹചര്യങ്ങളോടും മനുഷ്യാവസ്ഥയോടും പുലർത്തിയ ഉദാസീനത പ്രത്യേകപരിഗണനയർഹിക്കുന്നു. (ഇതിന് ചുരുക്കം അപവാദങ്ങൾ, വിഭജനത്തെയും വർഗീയ കലാപങ്ങളേയും തുടർന്നുണ്ടായ മാനുഷികാവസ്ഥയുടെ, ഒരു പക്ഷേ, ഒരേയൊരു ചിത്രകാരനായ സതീഷ് ഗുജ്റാളും, തീക്ഷ്ണമായ സാമൂഹികാവബോധം പ്രകടിപ്പിച്ചിരുന്ന രാംകുമാറും മാത്രമാണ്. എന്നിട്ടും, ഗുജ്റാൾ താമസിയാതെതന്നെ അമൂർത്തതയിലേക്ക് വഴി മാറിപ്പോവുകയും ചെയ്യുന്നു). കഴിഞ്ഞ പതിറ്റാണ്ടിലും ഇന്ത്യൻ ചിത്രകാരൻ തന്റെ സാമൂഹികസാഹചര്യത്തോട് പ്രതികരിക്കാനാവാതെ പിന്തിരിഞ്ഞു നിന്നതായി നാം കണ്ടു. ചിത്രകാരൻ എന്ന അവന്റെ നിയുക്തവൃത്തിയിലൂടെ സമൂഹത്തെ സംബന്ധിക്കുന്ന ഒരു യാഥാർഥ്യദർശനവുമായി താദാത്മ്യപ്പെടാനും, ആ പ്രക്രിയ സമൂഹത്തിന്റെ മൂല്യവ്യവസ്ഥയിൽ സാർഥകമായ സ്ഥാനം കണ്ടെത്തുന്നതിലൂടെ തന്റെതന്നെ ധർമപരമായ അഭിജ്ഞാനതയും കർമപരമായ ആത്മബോധവും നിർവചിക്കപ്പെടാനും ആവാതിരുന്ന അതേ ധർമപരമായ ആശയക്കുഴപ്പംതന്നെയാണ് ഇപ്പോഴും നിലനിൽക്കുന്നത്. ചിത്രകാരൻ എന്ന അവന്റെ നിയുക്തവൃത്തിയെയും, അതിന്റെ പ്രമാണബദ്ധമായ മേഖലയുടെ വ്യവസ്ഥാപനപരമായ സമ്മതിയിലൂടെ അവൻ അർഹതനേടുന്ന കർമപരമായ ആത്മബോധത്തേയും നിർദേശിക്കേണ്ട ചരിത്രപരമായി തുടർച്ചയുള്ള ഒരു സാമൂഹികപ്രതിരൂപവും നിലനിന്നിരുന്നില്ല എന്നും സൂചിപ്പിച്ചു. (സാഹിത്യത്തിന്റെയും സംഗീതത്തിന്റെയും കാര്യത്തിൽ, അതിന്റെ പ്രയോക്താക്കൾക്ക് ഈ ധർമപരമായ ആശയക്കുഴപ്പം അനുഭവപ്പെട്ടിരുന്നില്ല എന്നതും പ്രത്യേകം ശ്രദ്ധേയമാണ്). ഈ അവ്യവസ്ഥിതത്വത്തിൽനിന്നും, അരക്ഷിതത്വത്തിൽനിന്നും പുറത്തുകടക്കാനുള്ള മാർഗമായി പാശ്ചാത്യകലയുമായുള്ള സമ്പർക്കം മിക്കവാറും എല്ലാ ചിത്രകാരന്മാരേയും പ്രലോഭിപ്പിച്ചിരുന്നു. പാശ്ചാത്യ കലയുമായുള്ള സംസർഗത്തിലൂടെ ഉരുത്തിരിഞ്ഞുവന്ന പല സങ്കൽപ്പങ്ങളിലും അവന്റെ നിലപാടുകൾക്കുള്ള സൗകര്യപൂർവമായ സാധൂകരണവും കണ്ടെത്തപ്പെട്ടു. ഉദാഹരണമായി, സാമൂഹികയാഥാർഥ്യങ്ങളോട് പ്രതികരിക്കാനാവാതിരുന്ന അവന്റെ ധർമപരമായ അപര്യാപ്തി, അക്കാലത്തെ എക്സ്പ്രഷണിസ്റ്റ് സിദ്ധാന്തങ്ങളിലും മറ്റും വളരെ പ്രകീർത്തിക്കപ്പെട്ടിരുന്ന കലാവൃത്തിയുടെ 'സ്വാതന്ത്ര്യ'ത്തേയും, രചനയുടെ വൈയക്തികമായ ഉച്ഛൃംഖലതയേയും, അന്തർമുഖമായ വികാരപരതയേയും ചുറ്റിപ്പറ്റിയുള്ള ധാരണകൾകൊണ്ട്

സാധൂകരിക്കപ്പെട്ടു. പിൽക്കാലത്ത്, ചിത്രകാരന്റെ വൈയക്തികമായ ജീവിതദർശനമായും ജീവിതതത്വചിന്തയാലും മറ്റും വിശേഷിപ്പിക്കപ്പെട്ടുവരുന്ന ഇത്തരം അവ്യക്തവും നിർവചിക്കപ്പെട്ടിട്ടില്ലാത്തതുമായ ധാരണകൾ, യഥാർഥത്തിൽ സാമൂഹികബന്ധങ്ങൾക്കുവേണ്ടിയും തൊഴിൽപരമായ ഐഡന്റിറ്റിയുടെ പ്രായോഗികാവശ്യങ്ങൾക്കുവേണ്ടിയും ബോധപൂർവമായി എടുത്തണിഞ്ഞ അയഥാർഥമായ പരിഗണനകളും സാങ്കൽപ്പിക പൂരണങ്ങളും ചേർന്ന ഒരുപിടി സ്വകാര്യമായ ഉന്മുഖത്വങ്ങൾ മാത്രമായിരുന്നു. അമ്പതുകൾമുതൽ ഇന്നോളം ഏത് ശരാശരി ഇന്ത്യൻ ചിത്രകാരന്റേയും 'ജീവിതദർശന'ത്തിൽ ഒന്നൊഴിയാതെ ആവർത്തിച്ചുകാണുന്ന സന്ദിഗ്ധോക്തികൾക്ക് തെറ്റാനാവാത്ത ഒരു പൊതു സ്വഭാവമുണ്ട് – ഒരുതരം ധാർമികമായ സാർവലൗകിക ഹ്യൂമനിസം, തത്വചിന്താപരമെന്ന് തോന്നിപ്പിക്കുന്ന ആദർശവാദം, സാമൂഹികതാഥാർഥ്യങ്ങളോടുള്ള പരാങ്മുഖതയും ഒപ്പം പാരമ്പര്യസങ്കീർത്തനവും, പ്രകടമായി അരാഷ്ട്രീയമെന്ന് തോന്നിപ്പിക്കുന്ന നിലപാട്, ഏതോ വിശിഷ്ടമായ ധാർമികവൃത്തിയാണ് കലയെന്ന് വരുത്തിക്കൂട്ടൽ തുടങ്ങിയവ. ഇത് 'ജീവിതദർശന'മാണെങ്കിൽ, വലിയ വിഭാഗം ഇന്ത്യൻ ചിത്രകാരന്മാരുടെ ജീവിതദർശനം മുറപ്രകാരം ഇതുതന്നെയാണ്. ഇവിടെ ശ്രദ്ധിക്കേണ്ടത്, ഈ സങ്കൽപ്പങ്ങളും ധാരണകളും ഒരു വർഗത്തിന്റെതന്നെ ചരിത്രപരമായി സൃഷ്ടിക്കപ്പെട്ട ഒരു മുൻകാല പ്രത്യയശാസ്ത്രത്തിന്റെ ഭാഗങ്ങളായിരുന്നുവെങ്കിൽ, ഇന്ന് അവ ഇന്ത്യൻ ചിത്രകാരന്റെ വ്യവസ്ഥാപനവൽക്കരിച്ച ധർമ (institutionalised role)ത്തെകുറിക്കുന്ന അംഗീകൃതവും സഹജവുമായ ഒരു നിലപാടുമാത്രമാണെന്നതാണ്. അഭിജ്ഞാനതാപ്രതിസന്ധിയുടെയും ധർമപരമായ ആശയക്കുഴപ്പത്തിന്റെയും പ്രകരണത്തിൽ സൗകര്യപൂർവം കൈക്കൊണ്ട ഈ നിലപാടുകളിലൂടെ സ്ഥിരീകരിക്കപ്പെട്ട ചിത്രകാരന്റെ ഈ പുതിയ സാമൂഹികമായ പ്രതിരൂപത്തിനുള്ളിൽ പാകമാവാനാണ് ഏറിയും കുറഞ്ഞും പലരും ഇന്നും ശ്രമിക്കുന്നത്. ഒരു ഫൈൻ ആർട്ട്സ് കോളേജിലെ പ്രവേശനപ്പരീക്ഷയ്ക്കിരിക്കുമ്പോൾത്തന്നെ, കലാകാരൻ ആവാനുള്ള തന്റെ തീരുമാനത്തോടൊപ്പം അയാൾ മുൻകൂറായി താദാത്മ്യപ്പെടുന്ന ഒന്നാണ് ഇന്നും ഈ പ്രതിരൂപം. കാരണം ഈ പ്രതിരൂപത്തെ ഇന്ന് നിലനിർത്തുന്ന ധാരണകളും സങ്കൽപ്പങ്ങളും ആർക്കും കൈയെത്തി എടുക്കാവുന്ന ജാർഗണുകൾ ആയതുതന്നെ.

> അങ്ങനെ ഏത് പ്രാദേശിക ഭാഷയിൽ നിന്നായാലും, ഏത് സാമൂഹികവും സാമ്പത്തികവുമായ പശ്ചാത്തലത്തിൽ നിന്നാണെങ്കിലും, ആധുനിക ഇന്ത്യൻ ചിത്രകാരൻ ആ തൊഴിലിന്റെ തെരഞ്ഞെടുപ്പ് ഒന്നുകൊണ്ടുമാത്രം ഒരു കൃത്രിമ 'സംസ്കാര'ത്തിന്റെ ഭാഗമാണ്. അവൻ അതിനെ എതിർത്തേക്കാം, അതിനെ അധിക്ഷേപിച്ചേക്കാം, എന്നാലും മണലാരണ്യത്തിലെ മരുപ്പച്ചയിലെന്നപോലെ അവൻ അതുകൊണ്ട് ചുറ്റപ്പെട്ടിരിക്കുന്നു. അത്തരം

> ഒരു സാഹചര്യത്തിൽ, അവന്റെ അന്യതാബോധം ലഘൂകരിക്കപ്പെടുന്നത്, സമാന മനസ്കരുമായി ഒരു സാങ്കൽപ്പിക 'സാഹോദര്യ'ത്തിലൂടെയാണ് – നാട്ടിൽത്തന്നെയുള്ള ചുരുക്കം പേരും വിദേശത്തുള്ളവരും, പുസ്തകങ്ങളിലൂടെ മാത്രം സമ്പർക്കപ്പെടാൻ കഴിഞ്ഞവർപോലും, ഈ കലാകാരന്മാർ അങ്ങനെ, ഒരു യുട്ടോപ്യൻ വരേണ്യവർഗമായി, കല സാമൂഹിക സമ്മർദങ്ങളെ അതിവർത്തിക്കുന്നുവെന്നും, അതിന്റെ പോഷണം സമാനമനസ്കരിൽ – അവർ എവിടെ ആയിരുന്നാലും – നിന്നാണെന്നും വിശ്വസിച്ചു കഴിഞ്ഞുകൂടുന്നു. അവരെ ചൂഴ്ന്ന് നിൽക്കുന്ന സംസ്കാരത്തിന്റെയും സമൂഹത്തിന്റെയും നിർദിഷ്ട സ്വഭാവത്തെ വിഗണിച്ചുകൊണ്ട് വരേണ്യസംസ്കാരത്തിന്റെ അപൂർവലബ്ധമായ പോഷണംകൊണ്ട് നിലനിൽക്കാമെന്ന ധാരണയിൽ.[1]

എന്തായാലും, പാശ്ചാത്യകലയുമായുള്ള സമ്പർക്കത്തിലൂടെ സ്വന്തം സെൻസിബിലിറ്റിയെ ഉൾക്കൊള്ളാനും അതുകൊണ്ട് സംപുഷ്ടമാക്കാനും കഴിയുന്ന വൈയക്തികമായ ഒരു ദൃശ്യഭാഷ – അതിലൂടെ സംവേദനം ചെയ്യേണ്ടതെന്തെന്ന് തീർച്ചയില്ലാതെതന്നെ – സ്വായത്തമാക്കാനുള്ള ശ്രമമായിരുന്നു അമ്പതുകളിൽ മുഖ്യമായും കണ്ടിരുന്നത്. പദംസീ, സൂസ, റാസ, കൃഷ്ണറെഡ്ഢി, രാംകുമാർ, അവിനാഷ് ചന്ദ്ര തീഷ് ഗുജ്റാൾ തുടങ്ങിയവർ സ്ഥിരതാമസത്തിനായിട്ടോ, കുറെ വർഷങ്ങളുടെ പഠനത്തിനും സന്ദർശനത്തിനുമായിട്ടോ വിദേശത്തു പോകുന്നതും ഈ സന്ദർഭത്തിലാണ്. ഇവരിൽ യൂറോപ്പിനും അമേരിക്കയ്ക്കും വെളിയിൽ, മെക്സിക്കോയിൽ പോകാൻ തീരുമാനിച്ച ഒരു ചിത്രകാരൻ ഗുജ്റാൾ മാത്രമാണ്. യൂറോ – അമേരിക്കൻ ആധുനികതയുടെ മുഖ്യ അക്ഷത്തിൽനിന്നും വിട്ടുമാറിനിൽക്കുന്ന മെക്സിക്കൻ ചുവർ ചിത്രകാരന്മാരുടെ, പ്രത്യേകിച്ചും ഒറെസ്കോയുടെ, തീക്ഷ്ണമായ സാമൂഹികാവബോധമുള്ള ജനകീയ ശൈലിയാണ് നേരത്തെ സൂചിപ്പിച്ച ഗുജ്റാളിന്റെ ചിത്രങ്ങൾക്കാധാരം.

ആയിടെ പ്രചാരത്തിലുണ്ടായിരുന്ന വിവിധങ്ങളായ എത്രയൊക്കെ ശൈലീഭേദങ്ങളുടെ സ്വാധീനത്തിനാണ് ഇന്ത്യൻ ചിത്രകാരന്മാർ വിധേയരായതെന്ന് ഇവിടെ അക്കമിട്ട് എണ്ണിപ്പറയേണ്ട ആവശ്യമില്ല. ക്യൂബിസത്തിന്റെ ആദ്യഘട്ടത്തിന് ശേഷമുള്ള പിക്കാസോയുടെ ശൈലിയും, എക്സ്പ്രഷണിസവും, പോൾക്ലീയുടെ കാലിഗ്രാഫിക് രേഖയും പ്രാധാന്യേന എടുത്തു പറയാവുന്നതാണ്. പക്ഷേ, പലപ്പോഴും ഇവയൊക്കെയും വെറും ശൈലീപരമായ മാനറിസങ്ങളായി ചുരുക്കിയെടുക്കുകയാണുണ്ടായത്. എക്സ്പ്രഷണിസം ഒരർഥത്തിൽ, കൂടുതൽ അപ

1. 'In Quest of Identity: Art and Idigenism in post-colonial culture with special reference to contemporary Indian painting'-Geeta Kapur, *Vrischik,* vol 3, Nos, 8-9, June/July 1972, Baroda.

ഗ്രഥനാത്മകമായ മറ്റ് പാശ്ചാത്യ ശൈലികളെ അപേക്ഷിച്ച്, ഇന്ത്യൻ ചിത്രകാരന് കൂടുതൽ സുഗമവും സ്വാഭാവികവുമായി കൈയ്ക്ക് ഇണങ്ങിയിരിക്കണം. ഇത് പലപ്പോഴും വർണങ്ങളുടെ വാരിത്തേയ്ക്കലിനും, ക്ലിഷ്ടമായ രേഖകൾക്കും, രൂപബോധക്കുറവിനും, തരംതാണ ഡ്രായിംഗിനുമുള്ള ഒരു ന്യായീകരണമായിട്ടാണ് അനുഭവപ്പെട്ടത്. ബ്രഷിന്റെയും ചായത്തിന്റെയും ചടുലാവേഗം (bravura) ഭൗതികാവസ്ഥയുടെതന്നെ ഒരു രൂപകമായി കാണാനും, രൂപത്തിന്റെ സന്ദിഗ്ധവും ദുരൂഹവുമായ ആവിഷ്കാരം കലയുടെതന്നെ ദുരൂഹതയായിക്കാണാനും ഉള്ള പ്രേരണ എക്സ്പ്രഷണിസ്റ്റ് എസ്തറ്റിക്കിന്റെതന്നെ സഹജഭാവമായിരുന്നല്ലോ. ഒരുതരം സ്ഫുടം ചെയ്യാത്ത എക്സ്പ്രഷണിസ്റ്റ് ഭാഷ, കൂടുതൽ സുഗമമായ നേരിട്ടുള്ള ഒന്നായതുകൊണ്ട്, ധർമസങ്കടങ്ങളിൽനിന്ന് പുറത്തുകടക്കാനുള്ള ഒരു മാർഗമായി ഉപയോഗിക്കപ്പെട്ടുപോകും എന്ന് പീറ്റർ ഡി ഫ്രാൻഷ്യ ചൂണ്ടിക്കാട്ടിയത് ഇവിടെ ഓർക്കാവുന്നതാണ്. അതുകൊണ്ട് ആകാരനിഷ്ഠമായ എക്സ്പ്രഷണിസത്തിലേക്ക് വഴുതിവീഴുന്നവൻ അമേച്ചറിനെപ്പോലെ പെയിന്റ് ചെയ്യാനുള്ള പ്രവണതയാണ് കാട്ടുക. ഒരു പരിധിവരെ, തീർത്തും ബോധപൂർവമായ 'പൊട്ടൻകളി' (acting dumb)യും അതുൾക്കൊള്ളുന്നു.[1] ഒരു ശൈലി എന്ന നിലയ്ക്ക് എക്സ്പ്രഷണിസത്തിന്റെ ഈ പ്രത്യേകത, അന്നത്തെ ഇന്ത്യൻ കലാരംഗത്ത് അതിനുണ്ടായിരുന്ന വ്യാപകമായ സ്വാധീനത്തെ വിശദീകരിക്കുന്നുണ്ട്.

നാൽപ്പതുകളിലെയും അമ്പതുകളിലെയും ഇന്ത്യൻ ചിത്രകലയെപ്പറ്റിയുള്ള തന്റെ നിരീക്ഷണങ്ങൾ ഉപസംഹരിക്കുന്നിടത്ത് കെ ജി സുബ്രഹ്മണ്യം ഇങ്ങനെ പറയുന്നു:

> അത് ബോധപൂർവകവും, ഒരു റിയലിസ്റ്റ് എസ്തെറ്റിക്കിൽ ഏതാണ്ടൊക്കെ അടിസ്ഥാനപ്പെടുത്തിയതെങ്കിലും, എക്ളെക്റ്റിക്കുമായിരുന്നു. പല ഇന്ത്യൻ ചിത്രകാരന്മാരും, ന്യായീകരണത്തോടെയോ അല്ലാതെയോ, പരമ്പരാഗത പൗരസ്ത്യസമ്പ്രദായങ്ങൾക്കും സമകാലീന പാശ്ചാത്യരീതികൾക്കും തമ്മിൽ പ്രാഥമികമായ സാധർമ്യങ്ങൾ ഉള്ളതായി അനുമാനിച്ചിരുന്നു. അങ്ങനെ അവർ പാശ്ചാത്യ കലയുമായി, പാശ്ചാത്യചിത്രകാരന്മാർ പൗരസ്ത്യകലയോടെന്നപോലെ, സാംസ്കാരിക സമ്പർക്കങ്ങൾക്കുവേണ്ടി സ്വയം സ്വീകരണ സജ്ജമാക്കി – രണ്ടുകൂട്ടരും പൊതുവായ ഒരു അന്തർദേശീയ ഇഡിയത്തിൽ ഏറെ വിശ്വാസമർപ്പിച്ചുകൊണ്ട്. പടിഞ്ഞാറൻ നാട്ടിൽ ഇത്തരം സാംസ്കാരിക സമ്പർക്കങ്ങൾ കലാസങ്കൽപ്പത്തിൽതന്നെ വിപ്ലവകരങ്ങളായ മാറ്റങ്ങൾക്കുള്ള പ്രേരണയായിരുന്നുവെങ്കിൽ, ഇന്ത്യയിൽ പൊതുവെ പറഞ്ഞാൽ ഇത്

1. 'A Social Art: Joseph Herman and Peter de Francia' എന്ന ലേഖനത്തിൽ ഉദ്ധരിക്കപ്പെട്ടത് Timothy Hyman. *London Magazine,* vol 18/No 1, April 1978.

> പലതരത്തിലുള്ള പൊരുത്തപ്പെടുത്തലുകളിലേക്കോ സന്ധിപ്പെടുത്തലുകളിലേക്കോ ആണ് നയിച്ചതെന്ന വ്യത്യാസം മാത്രം. ഇതിന് കാരണം മിക്കവാറും, ഇന്ത്യൻ ചിത്രകാരൻ ഒരു യാഥാതഥ്യത്തിന്റെ എസ്തെറ്റിക് സ്വീകരിച്ചുവെങ്കിലും, സ്ഥിതപ്രജ്ഞവും ദൃഢവുമായ വസ്തുനിഷ്ഠ യാഥാതഥ്യ (objective realism)ത്തിന്റെ നിലപാട് ഒരിക്കലും കൈക്കൊണ്ടിട്ടില്ല എന്നതാണ്. അതുകൊണ്ടുതന്നെ പിന്നീട് അതിന്റെ പരിമിതികളെ മുറിച്ചുകടക്കാനുള്ള സംഘർഷവും ഒരിക്കലുമുണ്ടായിട്ടില്ല. ഇതുതന്നെയാവണം പിന്നീട് വസ്തുനിരപേക്ഷമായ അമൂർത്തതയുടെ ചോദ്യങ്ങളെക്കുറിച്ചുള്ള വ്യഗ്രതയുടെ അഭാവത്തിനും (അല്ലെങ്കിൽ, കുറഞ്ഞ പക്ഷം അതിന്റെ വിരളതയ്ക്കെങ്കിലും) കാരണം. ദൃശ്യമായ ഉദ്ദീപനശേഷിയുള്ള ബിംബങ്ങൾ ചമച്ചെടുക്കുന്നതിൽ അവർ സംതൃപ്തരായിരുന്നു. വാസ്തവികതയിൽനിന്നുള്ള അവരുടെ വ്യതിയാനം തീക്ഷ്ണമോ പൂർണമോ ആയിരുന്നതുമില്ല. ഇംപ്രഷണിസ്റ്റുകളെപ്പോലെ പ്രോജ്ജ്വല വർണങ്ങൾ ഉപയോഗിക്കുമ്പോഴും, ക്യൂബിസ്റ്റുകളെപ്പോലെ പ്രതലങ്ങൾ തമ്മിൽ കോർത്തിണക്കുമ്പോഴും, അല്ലെങ്കിൽ രൂപങ്ങളുടെ ലളിതവൽക്കരണമോ വിലക്ഷണീകരണമോ രേഖാപരതയോ വർണവൈജാത്യമോ ഉപയോഗിക്കുമ്പോഴും, അവരുടെ ലക്ഷ്യവും താത്വികാനുമതികളും പാശ്ചാത്യരുടെ ഇതേ പ്രയോഗങ്ങളോട് യാതൊരു സമാനതയും വഹിച്ചിരുന്നില്ല. പാശ്ചാത്യർക്ക് അഞ്ചുനൂറ്റാണ്ടുകാലം അവരുടെ മനസിൽ കൊടികുത്തിവാണ പ്രതീതമാനമായ വസ്തുനിഷ്ഠ യാഥാർഥ്യ (illusionistic objective - realist)ത്തിന്റെ കലാസങ്കൽപ്പത്തെ താഴത്തിറക്കാനുള്ള ശ്രമത്തിന്റെ ഭാഗമായി ക്രമേണ രൂപപ്പെട്ടു വന്നവയായിരുന്നു അവ.[1]

ആധുനിക ഇന്ത്യൻ ചിത്രകലയുടെ പല ഘട്ടങ്ങളിലായി അനുഭവപ്പെട്ട പാശ്ചാത്യശൈലികളുമായുള്ള സമ്പർക്കപ്പെടൽ പലതരം ചോദ്യങ്ങളും സ്വാഭാവികമായി ഉയർത്തിയിട്ടുണ്ട്. പ്രത്യേകിച്ചും അമ്പതുകളോടെ ഇന്ത്യൻ കലാരംഗം ബോധപൂർവം പാശ്ചാത്യകലയോട് ചേർന്നുനിൽക്കുകയും അതിന്റെ മൂല്യഗണനകൾക്ക് സ്വയം വിധേയമാവുകയും ചെയ്യുന്നതോടെ. ഇന്ന് ഇന്ത്യൻ ചിത്രകാരന്റെ പ്രകരണം ദേശീയ പാരമ്പര്യത്തിന്റെയും അഭിജ്ഞാനതയുടെയും പരിഗണനകൾക്കുള്ളിൽ നിഷ്കർഷിക്കപ്പെട്ട ഐകരൂപ്യത്തിന്റേതായ ഒന്നല്ല. മറിച്ച് ശൈലീവൈജാത്യങ്ങളുടെയും ചിന്തകളുടെയും ബഹുലതയ്ക്കുള്ളിൽ ഇളകി നീങ്ങിക്കൊണ്ടിരിക്കുന്ന നാനാത്വത്തിന്റേതാണ്. ദേശീയ പരിഗണനകളുടെ നിഷ്കൃഷ്ടതയെല്ലാംതന്നെ ഒരു അന്തർദേശീയ അമൂർത്ത ശൈലിയുടെ തിരി

---

1. 'Modern Indian Art in the last three decades'-K G Subramanyam: *Moving Focus,* New Delhi, 1978.

ച്ചറിയാനാവാത്ത എക്ലെക്റ്റിക് നാനാത്വത്തിൽ മുങ്ങിപ്പോവുകയും ചെയ്യുന്നു. ഇവിടെ, സുബ്രഹ്മണ്യം ചൂണ്ടിക്കാണിച്ചതുപോലെ, ശൈലീപരമായ പൊരുത്തപ്പെടുത്തലുകൾക്കുവേണ്ടിയുള്ള സാംസ്കാരിക സമ്പർക്കങ്ങൾ വീണ്ടും ശ്രദ്ധയർഹിക്കുന്നു.

ഒരു ശൈലി അതിന്റെ വികാസപരിണാമങ്ങൾ സാധ്യമാക്കിത്തീർത്ത ഒരു സംസ്കാരത്തിന്റെ ലോകവീക്ഷണത്തിന്റെയും സാമൂഹിക സാഹചര്യങ്ങളുടെയും അന്തഃസത്ത ഉൾക്കൊള്ളുകയെന്നത് സ്വാഭാവികമാണ്. ഓരോ കലാപാരമ്പര്യവും അതത് കാലത്തെ ലക്ഷണപ്രകാരങ്ങളെയും, ദർശനശീലങ്ങളെ (habits of perception)യും സങ്കേതങ്ങളെയും കേന്ദ്രമാക്കിയാണ് രൂപംകൊള്ളുന്നത്. യാഥാർഥ്യത്തിന്റെ ദൃശ്യവേദ്യമായ അനുഭവവും, ലക്ഷണപ്രകാരങ്ങളുടെയും ദർശനശീലങ്ങളുടെയും ആകത്തുകയായ ഭാഷയും തമ്മിലുള്ള കരണ – പ്രതികരണങ്ങളിലൂടെ ഉയർന്നുവരുന്ന സംഘർഷങ്ങളെ രൂപപരമായ ചോദ്യങ്ങളിലൂടെ തിരിച്ചറിയുന്ന ചിത്രകാരൻ, അബോധ പ്രേരണകളിലൂടെയും ബോധപൂർവമായ തീരുമാനങ്ങളിലൂടെയും അവയുടെ ഉത്തരങ്ങളെ കൈയ്ക്ക് ഇണക്കിയെടുക്കുന്നതാണ് പുതിയ ഓരോ ശൈലിയും. പക്ഷേ, ഏത് ശൈലിയും സാർഥകമാവുന്നത് നിലനിൽക്കുന്ന ലക്ഷണപ്രകാരങ്ങളുടെ നിർദേശത്തിനുള്ളിൽ മാത്രമാണ്. ജോൺ ബെർജർ പറയുന്നതുപോലെ, ഒരു കലാസൃഷ്ടിക്കും യാഥാർഥ്യത്തിന്റെ സങ്കീർണതകളോട് ഒന്നാകെ നീതി പുലർത്തുവാനാവില്ല. ഓരോ കലാസൃഷ്ടിയും ഓരോ ലക്ഷണപ്രകാരത്തെ അധികരിച്ചുള്ള ഒരു ലളിതവൽക്കരണമാണ്. ലക്ഷണപ്രകാരങ്ങൾ തന്നെ അവ സൃഷ്ടിച്ച സമൂഹത്തിന്റെയോ വർഗത്തിന്റെയോ താൽപ്പര്യങ്ങൾക്കനുസരിച്ച് യാഥാർഥ്യത്തിന്റെ ഓരോ പ്രത്യേക വശങ്ങളിലാണ് ഊന്നൽ നൽകുന്നതും.[1] ഇങ്ങനെയൊരു ശൈലി, അതു നിലവിൽ വരാൻ കാരണമായ ലോകവീക്ഷണവും സാമൂഹികസാഹചര്യങ്ങളും നീങ്ങിപ്പോയിട്ടും അക്കാദമിക് നിബന്ധനകളായും പൊള്ളയായ കീഴ്‌വഴക്കമായും മാനറിസമായും നിലനിൽക്കാറുണ്ട്. ഒരു ശൈലിയുടെ ജൈവപരിണാമത്തിന്റെ ചരിത്രപരമായ താത്വികാനുമതി (historical rationale of a stylistic morphilogy)യ്ക്ക് വെളിയിൽ, അന്യമായൊരു സാമൂഹിക സാഹചര്യത്തിൽ, ആ സാഹചര്യത്തിന്റെ നിർദിഷ്ട യാഥാർഥ്യവുമായി ബന്ധപ്പെടാനും സാർഥകമായ സംവേദനം സാധിക്കാനും ആവാതെ വരുമ്പോൾ, പൊള്ളയായ മാനറിസമായി വേർതിരിഞ്ഞു നിൽക്കുകയേയുള്ളൂ. ഇങ്ങനെയൊരു ആവിഷ്കാരരീതി, അത് സന്ധാരണം ചെയ്യുന്ന ലോകവീക്ഷണവും അതിന് നിയാമകമായ ചരിത്രപരതയും എന്തെന്നറിയാതെ, പഠിച്ചുറപ്പിക്കുകയും കൈയ്ക്ക് ഇണക്കിയെടുക്കുകയും ചെയ്യാവുന്ന ചിട്ടപ്പടിയുള്ള 'ശൈലി'യായി കാണുന്ന രീതി ഇന്നും നമ്മുടെ ചിത്രകലാഭ്യസനത്തിന്റെ ഭാഗമാണല്ലോ. ഈ അർഥത്തിൽ പാശ്ചാത്യ യഥാ

1. *Problems of Socialist Art* John Berger, *Radical Perspectives in the Arts* (ed) Lee Baxandall, Penguin, 1973.

തഥ്യശൈലിയുടെ തരംതാണ ഒരു പ്രകാരഭേദത്തെ ഇന്ത്യൻ പുരാണ കഥാപാത്രങ്ങളുടെമേൽ ഏച്ചുകെട്ടിയ രവിവർമ്മയുടെയും ക്യൂബിസത്തിന്റെ ചില മാനറിസങ്ങളെ ഇന്ത്യൻ ഗ്രാമീണ ദൃശ്യങ്ങളുമായി വിളക്കിച്ചേർത്ത ജഹാംഗീർ സബാവാലയുടെയും മിനിമൽ അമൂർത്തതയുടെ ചില പ്രകടലക്ഷണങ്ങളെ ചില ഇന്ത്യൻ ചിഹ്നങ്ങളുമായി (താന്ത്രികമെന്ന് പറയപ്പെടുന്നവ) ഉപരിപ്ലവമായി സന്ധിപ്പെടുത്തുന്ന ഒരുവന്റേയും അവസ്ഥ ഒന്നുതന്നെയാണ്. ഇത് വിശദമാക്കാൻ ഏതെങ്കിലും ഒരു ആധുനിക പാശ്ചാത്യശൈലി, ഉദാഹരണമായി ക്യൂബിസംതന്നെ, അത് വിഭാവനം ചെയ്യുന്ന ഒരു യാഥാർഥ്യദർശനവും അതിന് നിയാമകമായ താത്വികാനുമതികളും മുൻനിർത്തി നിരീക്ഷിച്ചാൽമതി.

ശൈലീപരമായി പറഞ്ഞാൽ ക്യൂബിസം[1] നൂറ്റാണ്ടുകളായി വ്യവസ്ഥാപിതമായിരുന്ന നവോത്ഥാന പരിപ്രേക്ഷ്യ സങ്കൽപ്പത്തിന്റെയും അതിനെ നിലനിർത്തിയിരുന്ന എസ്തെറ്റിക് അനുമതികളുടെയും അന്ത്യം കുറിക്കുകയാണ് ചെയ്തത്. ചിത്രകലയിൽ അഞ്ചുനൂറ്റാണ്ട് നിലനിന്ന പ്രതീതമാനമായ വസ്തുനിഷ്ഠ യാഥാതഥ്യത്തിന്റെ എസ്തെറ്റിക് നിലനിന്ന അടിത്തറയാണ് ഇതോടെ ഇളക്കപ്പെട്ടത്. ഒരു ചിത്രം എന്തിന്റെ ചിത്രമാണ് എന്ന നൂറ്റാണ്ടുകളായി നിലനിന്ന ചോദ്യം അസംഗതമാവുന്നതും ഇതോടെയാണ്. യഥാർഥവും (the real) യാഥാർഥ്യവും (reality) അനന്യമായിക്കണ്ട ഒരു സംസ്കാരം അവ തമ്മിലുള്ള ബന്ധത്തെ നിർവചിക്കുകയും ഉപപാദിക്കുകയും ചെയ്ത രീതിയാണ് സാമാന്യേന പറഞ്ഞാൽ യാഥാതഥ്യം. തിരിച്ചറിയാനും വിശ്വസിക്കാനും കഴിയുന്ന വസ്തുസ്ഥിതിയുടെ നിശ്ചിതവും പരിമേയവും ക്രമാനുഗതവുമായ സയുക്തികത യാഥാർഥ്യമായും ആ വിധാനപദ്ധതിയുടെ കേന്ദ്രം ദൈവത്തിന്റെ പ്രതിരൂപത്തിലുള്ള മനുഷ്യനായും കണ്ട ഒരു ലോകവീക്ഷണത്തിൽനിന്നുമായിരുന്നു ആ ദൃശ്യഭാഷയുടെ പരാമൃഷ്ടതകൾ രൂപം കൊണ്ടിരുന്നത്. ടോളമിയുടെ പ്രപഞ്ചസിദ്ധാന്തപ്രകാരം പ്രപഞ്ചത്തിന്റെ കേന്ദ്രമായ ഭൂമിയിൽ, സൃഷ്ടിയുടെ ശ്രേണിയിൽ ഏറ്റവും സമുന്നതനായി, ദൈവത്തിന്റെ പ്രതിഛായയിൽ സ്വയം കണ്ട മനുഷ്യൻ, ഒരുവശത്ത് പുതിയ ശാസ്ത്രാവബോധത്തിന്റെ യുക്തിഭദ്രമായ ആത്മവിശ്വാസത്തിലും മറുവശത്ത് ഉൽപ്പത്തിയുടെയും സൃഷ്ടിയുടെയും മതപരമായ നിഗൂഢതകൾക്കുള്ളിലുമായിരുന്നു. എന്തായാലും സാമാന്യബോധത്തെയും യുക്തിപരതയെയും അടിസ്ഥാനമാക്കി അക്കാലത്ത് രൂപപ്പെട്ട പരാമൃഷ്ടതകളുടെ–യൂക്ലിഡിയൻ ത്രിമാന സ്പേയ്സും ഘടികാരസമയവും പോലെയുള്ള വ്യാവഹാരികതയുടെ അനുഭവവേദ്യതയിൽ നിന്നും പ്രകൃതിയെപ്പറ്റിയുള്ള സങ്കൽപ്പത്തിൽനിന്നും ചരിത്രസ്മൃതി

1. ഇവിടെ ക്യൂബിസം പൊതുവായ അർഥത്തിൽ മാത്രമാണുദ്ദേശിക്കുന്നത്. അനലിറ്റിക്, ഹെർമെറ്റിക്, സിന്തറ്റിക് തുടങ്ങിയ ഘട്ടങ്ങളോ, പിക്കാസോ മുതൽ ലെയ്ഷെ വരെയുള്ള ചിത്രകാരന്മാരുടെ വൈയക്തിക ശൈലീഭേദങ്ങളോ ഈ നിഗമനങ്ങൾക്ക് അപവാദമല്ലെങ്കിലും.

യിൽനിന്നും പൊതുവെ അംഗീകരിക്കപ്പെട്ടിരുന്ന നൈതികവും എസ്തെറ്റിക്കുമായ മൂല്യങ്ങളിൽനിന്നും രൂപപ്പെട്ട പരാമൃഷ്ടതകൾ–കാര്യകാരണബന്ധങ്ങൾ ഈ നൂറ്റാണ്ടിന്റെ ആദ്യദശകങ്ങളിൽത്തന്നെ ഒന്നൊന്നായി അറ്റുപോവാൻ തുടങ്ങിയിരുന്നു. യുക്തിയും സാമാന്യബോധവും തമ്മിലുള്ള ബന്ധം കുറഞ്ഞുവരികയും ഒടുവിൽ അത് ശിഥിലമാവുകയും ചെയ്യുന്നു. ആത്യന്തിക യാഥാർഥ്യത്തെപ്പറ്റി നിലനിന്ന സാമാന്യബോധത്തിന്റെ സങ്കൽപ്പം അസംഗതമാവുകയും അനുഭവവേദ്യമായ പുതിയ ഒരു 'യഥാർഥ' ലോകത്തെ 'പരിചയസമ്പന്നമായ' ഇന്ദ്രിയങ്ങൾ സ്വരൂപിച്ച യാഥാർഥ്യത്തിനു പകരം നിർത്തുകയോ, അതോട് കൂട്ടിച്ചേർക്കപ്പെടുകയോ ചെയ്യുന്നു. നോവലിലും മറ്റും യാഥാതഥ്യത്തിൽനിന്നുള്ള ഈ വ്യതിയാനം പ്രകടമാവുന്നതും ഇതിന് സമകാലികവും സമാന്തരവുമായിട്ടാണ്. സമൂഹം അതിന്റെ സുസംഘടിതമായ 'ബാത്സാക്കിയൻ' സ്വഭാവം കൈവിട്ടതോടുകൂടിയാണ്, ഒരു ചിത്രംപോലെയോ, തെരഞ്ഞെടുക്കാൻ പാകത്തിനുള്ള കൃത്യവും മാതൃകാപരവുമായ അസംഖ്യം അവാന്തരവിഭാഗങ്ങൾ ചേർന്ന ഒരു ഒറ്റ ജൈവരൂപമായോ യാഥാർഥ്യത്തെ കാണാൻ കഴിയാതെ വന്നപ്പോൾ മാത്രമാണ് നോവൽ റിയലിസം ഉപേക്ഷിച്ചത്.[1] ചിത്രകലയിലാവട്ടെ, യാഥാർഥ്യത്തിന്റെ സൂചകമായ യഥാതഥമായ പ്രതിരൂപങ്ങളും കലാപരമായ അർഥത്തിന്റെ സൂചിതവും തമ്മിലുള്ള ബന്ധത്തെ ഈ ദൃശ്യഭാഷയുടെ ഘടനയ്ക്കുള്ളിൽ സാർഥകമാക്കിയിരുന്ന പരാമൃഷ്ടതകൾ സംവേദനത്തിന്റെ പ്രാഥമിക വ്യവസ്ഥയായി തുടരാൻ ആവാതെവന്നപ്പോഴാണ്, ഒരു ചിത്രം എന്തിന്റെ ചിത്രമാണെന്ന ചോദ്യവും അസംഗതമായത്.

'യഥാർഥ'വും ദൃശ്യവേദ്യമായ യാഥാർഥ്യവും ചിത്രീകൃതമാവുന്ന പ്രതീതമാനമായ 'യാഥാതഥ്യ'വും അനന്യമായിക്കണ്ടിരുന്ന നവോത്ഥാന ഭാഷാഘടന, ചിത്രത്തെ തന്റെ മുന്നിൽ ഒരുക്കിവച്ചിരിക്കുന്ന യാഥാർഥ്യത്തിന്റെ ഒരു ദൃശ്യമായി 'അഭിമുഖീകരിക്കാനാണ്' ദ്രഷ്ടാവിനോട് ആവശ്യപ്പെടുന്നത്. ദ്രഷ്ടാവിന്റെ വ്യാവഹാരികമായ ത്രിമാനസ്പേയ്സിന്റെ തുടർച്ചയോ അനുബന്ധമോ ആയി ചിത്രതലത്തിനുള്ളിലേക്ക് അനുസ്യൂതമാക്കപ്പെട്ട പ്രതീതമാനമായ സ്പേയ്സ് യാഥാർഥ്യത്തെയും യാഥാതഥ്യത്തെയും അഭിന്നമാക്കുന്നതായിരുന്നു. ഈ സംക്രമണത്തിന്റെ അതിർത്തിയിൽ വർത്തിക്കുന്ന ദ്വിമാനമായ ചിത്രതലം സ്വകീയമായ മൂല്യമില്ലാത്ത ഒരു നിർഗുണവിതാനം മാത്രമാണ്. എപ്പോഴും ചിത്രത്തിന്റെ സ്പേയ്സിനു വെളിയിൽ, അകലത്തിന്റെയും ദൃശ്യകോടിയുടെയും നിർദിഷ്ടമായ സ്ഥാനത്തിനുള്ളിൽ, ദ്രഷ്ടാവ് ചിത്രത്തോടുള്ള പൂർവനിശ്ചിതമായ തന്റെ സ്ഥാനം കണ്ടെത്തുന്നു. സ്ഥലകാലമാനങ്ങളുടെ നിശ്ചിതമായ പരിമേയത്വത്തിന് വിധേയമായ ഒരു സീമിതഖണ്ഡമായി വകഞ്ഞുനിർത്തപ്പെട്ട ഈ ദൃശ്യത്തെ ദ്രഷ്ടാവ് അതിന് വെളിയിൽ, അതു

1. *The Novel as Literary Form and Social Institution* - Michel Zeraffa, *Sociology of Literature and Drama* (ed) E and Tom Burns; Penguin 1973.

തന്നെ പൂർവനിശ്ചിതമാക്കിയ തന്റെ സ്ഥാനത്തുനിന്ന് നേരിടുകയോ അഭിമുഖീകരിക്കുകയോ ആണ് ചെയ്യുന്നത്. ഒരുപക്ഷേ, ഇതിന് അനുരോധമായ ഒരു മനഃശാസ്ത്രസങ്കൽപ്പമാണ് പത്തൊമ്പതാം നൂറ്റാണ്ടുവരെയുള്ള സാഹിത്യത്തിലും നിലനിന്നിരുന്നത്. കഥാപാത്രവും ആത്മാവും ലോകത്തിനും യാഥാർഥ്യത്തിനും എതിരെ വിരുദ്ധധ്രുവങ്ങളെപ്പോലെ നേർക്കുനേർ വേർതിരിഞ്ഞുനിൽക്കുന്നു. ഇങ്ങനെ വിഘടിച്ചു നിൽക്കുന്ന കർത്താവും തമ്മിലും ഞാനും ഞാനല്ലാത്തതും തമ്മിലും ആന്തരികവും ബാഹ്യവുമായ ലോകങ്ങൾ തമ്മിലും ഉള്ള ദ്വൈധീഭാവത്തിന്റേതായ ബന്ധ (antithetical relation)ത്തെയായിരുന്നു ആ മനഃശാസ്ത്രം ആവിഷ്കരിച്ചത്. ഇങ്ങനെ, ബാഹ്യവും വസ്തുനിഷ്ഠവുമായ നിലനിൽപ്പ് ഒരു കാലത്ത്, ഒരു സ്ഥലത്ത്, ഒരു അകലത്തിന്റെയും ഒരു ദിശയുടെയും ബന്ധത്തിനുള്ളിൽ 'വസ്തു' പ്രത്യക്ഷമാകുന്ന ഏകമുഖമായ നിശ്ചിതത്വമായിരുന്നു. വസ്തുക്കൾ തമ്മിലുള്ള അകലംകൊണ്ടും മുൻ-പിൻ ക്രമംകൊണ്ടും ആപേക്ഷികമായ വലുപ്പംകൊണ്ടും ഏകോപിപ്പിക്കപ്പെട്ട നൈരന്തര്യമോ അവകൊണ്ട് നിറയ്ക്കപ്പെടുന്ന നിർഗുണമായ വിതാനമോ ആയ ഒരു സ്പേയ്സിനെതിരെയാണ് ഈ നിലനിൽപ്പ് സങ്കൽപ്പിക്കപ്പെട്ടിരുന്നത്. പക്ഷേ, വസ്തുക്കളെ വസ്തുക്കളായും സംഭവങ്ങളെ സംഭവങ്ങളായും നാം തിരിച്ചറിയുന്നത് സ്ഥല-കാലങ്ങളുടെ ഒരു ഖണ്ഡം മറ്റൊന്നുമായിച്ചേരുന്നതിനിടയ്ക്കുള്ള സ്ഥല-കാലബന്ധിയായ അതിർവരമ്പുകളെ തിരിച്ചറിയാൻ നാം കൂട്ടാക്കാത്തതുകൊണ്ടാണ്. ഇതിനെ സംബന്ധിക്കുന്നവ മാത്രമാണ് എല്ലാ സാംസ്കാരിക ലക്ഷണപ്രകാരങ്ങളും.[1] ലോകത്തെയും യാഥാർഥ്യത്തെയും മനസിലാക്കുന്ന പ്രക്രിയയിൽ നമ്മെ നയിക്കുന്ന ഈ സാംസ്കാരിക ലക്ഷണപ്രകാരങ്ങൾ, സ്ഥലകാലങ്ങളുടെ അനുഭവവേദ്യതയുടെയും ദർശനശീലത്തിന്റെയും നിയാമക സമ്പ്രദായങ്ങളെ ചുറ്റിയാണ് നിലനിൽക്കുന്നത്. ഈ സാംസ്കാരിക ലക്ഷണപ്രകാരങ്ങളും അവയുടെ പരാമൃഷ്ടതകളും ഏകോപിതവും സംസക്തവുമാക്കി നിർവചിച്ച സ്ഥല-കാലാനുഭവത്തിന്റെ പ്രകരണത്തിൽ മാത്രമാണ് വസ്തുവിന്റെ ഏകകാലവും ഏകസ്ഥലവുമായ സ്ഥിതത്വത്തിന്റെ പ്രത്യക്ഷഭാവമായ രൂപം കേവലമൂല്യമാവുന്നത്. ഈ സ്ഥല-കാലാനുഭവത്തിന്റെ അനുസ്യൂതത്വത്തെയും അതിനെതിരെ വസ്തു കൈവരിക്കുന്ന രൂപത്തിന്റെ കേവലമൂല്യത്തെയുമാണ് ക്യൂബിസം തകർത്തത്. സ്ഥല-കാലങ്ങളുടെ വ്യത്യസ്ത ഖണ്ഡങ്ങളുടെ പരസ്പരാധികരണത്തിന്റെയും പരസ്പര സംക്രമണത്തിന്റെയും വിഭിന്ന അക്ഷങ്ങളിൽ വ്യാപരിച്ചുനിൽക്കുന്ന വസ്തുവിന്റെ ബഹുമുഖവും സാപേക്ഷവുമായ നിലനിൽപ്പാണ് ക്യൂബിസം ആവിഷ്കരിച്ചത്. വസ്തുക്കൾ അവയുടെ സ്ഥിതവും നിശ്ചിതവുമായ രൂപബദ്ധത എന്ന അവസ്ഥ കൈവിട്ട്, സ്ഥല-കാലങ്ങളിൽ വ്യാപരിച്ചുനിൽക്കുന്ന

1. *Profanity and Context* - Edmund Leach, *New Scientist,* London October 20, 1977.

അവസ്ഥാന്തരത്തിന്റെ ചലനാത്മകത കൈവരിക്കുകയും ആ പ്രക്രിയ കാലം എന്ന ദൃശ്യവേദ്യതയുടെ മാനത്തെ ചിത്രത്തിന്റെ ഭാഗമാക്കുകയും ചെയ്യുന്നു. സ്പേയ്സിന്റെ തന്നെ ഗുണധർമമായ വസ്തുവും വസ്തുവിന്റെ നിലനിൽപ്പിന്റെ പ്രതിഭാവമായ സ്പേയ്സും ചലനാത്മകമായ സമ്പർക്കത്തിൽ ഏർപ്പെടുന്നു. അതോടൊപ്പംതന്നെ, ദൃശ്യവേദ്യത കർത്തൃകർമബന്ധത്തിന്റെ ചലനാത്മകമായ പ്രക്രിയയായി ഈ യാഥാർഥ്യദർശനത്തിൽ ത്രിമാനതയ്ക്ക് പുറമെയൊരു മാനമായി ഉൾച്ചേരുകയും ചെയ്യുന്നു. കാണപ്പെടുന്ന 'പ്രകൃതമായ യാഥാർഥ്യം,' കാണുക എന്ന 'പ്രക്രിയയായ' യാഥാർഥ്യം കൂടിച്ചേരുമ്പോൾ മാത്രമാണ് തന്റെ വിഷയങ്ങളോട് ഏറ്റവുമധികം 'വസ്തുനിഷ്ഠമായ സത്യസന്ധത' പുലർത്താൻ കഴിയുന്ന സമഗ്രാനുഭവമാകുന്നതെന്ന് സെയ്സാൻ തന്റേതായ വഴിയിലൂടെ തിരിച്ചറിഞ്ഞതാണ്. പക്ഷേ ഇവിടെ, വസ്തുനിഷ്ഠയാഥാർഥ്യത്തിന്റെ ദൃശ്യമാനമായ സ്ഥിതത്വം ദൃശ്യവേദ്യതയുടെ കർത്തൃനിഷ്ഠയാഥാർഥ്യവുമായി പ്രതികരിക്കുമ്പോൾ, അത് അനുക്ഷണപരിണാമിയായ 'പദാർഥ'ത്തിന്റെ സാന്ദ്രഘടനയാവുന്നു. സ്ഥലകാലങ്ങളുടെ ഏകമാനതയിൽ വസ്തു പ്രത്യക്ഷമാക്കുന്ന സ്ഥിതവും നിശ്ചിതവുമായ രൂപം എന്ന അവസ്ഥയെ കേവലമൂല്യമാക്കാതെ, സ്ഥല–കാല സാപേക്ഷമായ അവസ്ഥാന്തരത്തിന്റെ ചലനാത്മകമായ പ്രക്രിയ (process) ആവിഷ്കരിക്കുകയാണ് ക്യൂബിസം ചെയ്തത്. വസ്തുവിന്റെ രൂപപരമായ വിച്ഛിത്തിയും സ്പേയ്സിന്റെ ക്രമഭംഗവും ചിത്രത്തിന്റെ ദ്വിമാനതലത്തിൽനിന്ന് തുടങ്ങുകയും അവിടെത്തന്നെ സമന്വയിക്കപ്പെടുകയും ചെയ്യുന്ന ഘടനയുടെ അനുസ്യൂതത്വവും ക്രമവും ആയി മാറുന്നു. രൂപത്തിന്റെ സമഗ്രത വശങ്ങളും തലങ്ങളുമായി വിശ്ലഥമാക്കപ്പെടുന്ന വസ്തു, ഭൗതികവും വസ്തുനിഷ്ഠവുമായ തലത്തിലുള്ള പരിണാമോന്മുഖമായ പ്രക്രിയയിലൂടെ ഏകോപിപ്പിക്കപ്പെടുന്നു.

ഇവിടെയാണ് ക്യൂബിസം ഒരർഥത്തിലും ഒരു അമൂർത്തകലയോ, കർത്തൃനിഷ്ഠമായ ആന്തരിക ലോകത്തിന്റെ പ്രകാശനമോ അല്ല എന്നുള്ളത് പ്രത്യേകം ശ്രദ്ധേയമാവുന്നത്. നേരത്തെ സൂചിപ്പിച്ച കർത്താവും കർമവും തമ്മിലും ഞാനും ഞാനല്ലാത്തതും തമ്മിലും വ്യക്തി ആന്തരവൽക്കരിച്ചിരുന്ന ദ്വൈധീഭാവം, സാമൂഹികതലത്തിൽ കലാകാരൻ എന്ന വ്യക്തിയും സമൂഹവും തമ്മിലുള്ള സംഘർഷമായി കാൽപ്പനികതയുടെ കാലംമുതൽ നിലനിന്നിരുന്നു. താൻ ആന്തരവൽക്കരിച്ച ഈ സംഘർഷത്തിൽനിന്നും സ്വതന്ത്രനാവുന്നത്, കല എന്ന തന്റെ ഉന്നതനിയോഗത്തിന്റെ സാമൂഹികവും വസ്തുനിഷ്ഠവുമായ എല്ലാ വേരുകളും ഛേദിക്കുന്നതിലൂടെയാണെന്ന് സ്വയം കരുതിയ കലാകാരൻ, തന്നിലേക്കുതന്നെ ഉൾവലിഞ്ഞ് അതിരുകവിഞ്ഞ ആത്മലോലുപതയിലും സ്വകാര്യവെമ്പലുകളുടെ അതിശയോക്തികരമായി പെരുപ്പിച്ച ആന്തരികലോകത്തിലും മുഴുകുകയാണുണ്ടായത്. സാമൂഹികവും വസ്തുനിഷ്ഠവുമായ പ്രകരണത്തിൽനിന്നും വേർപെടുത്തപ്പെട്ട വ്യക്തിയുടെ അമൂർത്തവൽക്ക

രിക്കപ്പെട്ട കർത്തൃനിഷ്ഠത – ബോധാബോധവൃത്തികളുടെയും ഇച്ഛയുടെയും ആകത്തുകയായ കർത്തൃനിഷ്ഠത – അറിയപ്പെടാവുന്ന ഒരേയൊരു യാഥാർഥ്യമായി. ഈ കർത്തൃനിഷ്ഠത ദ്വന്ദ്വാത്മക ബന്ധത്തിൽ നിന്ന് വേർപെടുത്തി കേവലമൂല്യങ്ങളായി ആത്യന്തവൽക്കരിച്ച (hypostatise) സത്തയുടെ തലത്തിലുള്ള യാദൃച്ഛികത്വത്തിന്റെയും അയുക്തികതയുടെയും വിശേഷത്വത്തിന്റെയും പ്രകാശനവും പ്രകീർത്തനവും ആയിരുന്നു അക്കാലത്തെ എല്ലാ അമൂർത്തശൈലികളും. അക്കാലത്തെ കവിതയിൽനിന്നുള്ള ഒരുദാഹരണം നോക്കുക:

> ....വസ്തുക്കൾ സത്തയുടെ ചീളുകളായി
> ചിതറിനുറുങ്ങുന്നതുപോലെ,
> ഞാൻ ആത്മാവിനെ അല്ലികളായി,
> പല പല വ്യക്തികളായി വിടർത്തുന്നു.
> ....
> ഞാൻ എന്റെതന്നെ ചീന്തുകളായിരിക്കട്ടെ,
> അസ്ഫുടവും വിവിധവും[1]

വസ്തുവിന്റെ രൂപസമഗ്രതയെ അതിന്റെ തലങ്ങളും വശങ്ങളുമായി ശിഥിലമാക്കുന്ന ക്യൂബിസ്റ്റ് ദർശനവുമായി അടുത്ത സമാനത തോന്നിപ്പിക്കുന്നതാണ് ഈ വാങ്മയ ബിംബം. ആന്തരികവും ബാഹ്യവുമായ ലോകങ്ങൾ തമ്മിലുള്ള സംഘർഷത്തിൽനിന്നും അനുഭവപ്പെടുന്ന ആത്മവിച്ഛിത്തി എന്ന വൈയക്തിക യാഥാർഥ്യത്തിന്റെ പ്രത്യക്ഷഭാവമാണ് ഇവിടെ സത്തയുടെ അസ്ഫുടവും വിവിധവുമായ ചീളുകളായി കാണപ്പെടുന്ന വസ്തുനിഷ്ഠ യാഥാർഥ്യം. പക്ഷേ, വസ്തുനിഷ്ഠമായ സത്തയെ നിരാകരിച്ചോ, സത്തയുടെ തലത്തിലുള്ള കേവലവിശേഷത്വത്തെ വസ്തുനിഷ്ഠതയിൽനിന്ന് വേർപെടുത്തി ആത്യന്തവൽക്കരിച്ചോ എത്തിച്ചേരുന്ന കർത്തൃനിഷ്ഠ 'യാഥാർഥ്യ'ത്തിന്റെ അപൂർവതയും അയുക്തികതയുമല്ല ക്യൂബിസം പ്രതിപാദ്യമാക്കുന്നത്. ഇതുകൊണ്ടാണ്, അമൂർത്തതയുടെയും വ്യക്തിപരതയുടെയും ക്യൂബിസം ഉൾക്കൊള്ളുന്ന നിഷേധം ഒരു ദർശനമെന്നനിലയിൽ ഭൗതികവാദപരമായ മാനം ആർജിക്കുന്നത്. ഉദാഹരണമായി ഒരു താരതമ്യംകൂടി:

> യാഥാർഥ്യം കേവലമായ ഗുണാത്മകത (pure positivity)യാണെന്ന് ഗെയക്കോമെററി വിശ്വസിക്കുന്നു. സത്ത തീർച്ചയായും ഉണ്ടെന്നും പിന്നെ പൊടുന്നനെ ഒന്നുംതന്നെയില്ലെന്നും, പക്ഷേ, സത്തയിൽ നിന്ന് ശൂന്യതയിലേക്ക് വിഭാവനം ചെയ്യാവുന്ന യാതൊരു ദശാന്തരവുമില്ലെന്നും അദ്ദേഹം വിശ്വസിക്കുന്നു.

ഗെയക്കോമെററിയെ തന്റെ അസ്തിത്വവാദദർശനത്തിനുള്ളിൽ പിടിച്ചു നിർത്താനുള്ള ശ്രമത്തിൽ സാർത്ര് അദ്ദേഹത്തിന്റെ ശിൽപ്പങ്ങളെപ്പറ്റി

1. 'To the Blind and the Deaf I Leave', 'Fernando Pesson', *Selected Poems,* Penguin, 1974.

പറയുന്നതാണിത്. സാർത്ര് കാണുന്നതുപോലെയുള്ള ഒരു യാഥാർഥ്യ ദർശനം ഗെയക്കോമെററിയിൽ ആരോപിച്ചാലും ഇല്ലെങ്കിലും അതിൽനിന്നുള്ള വ്യത്യസ്തതയിൽ ക്യൂബിസത്തിന്റെ മൗലിക സ്വഭാവം എങ്ങനെ വെളിപ്പെടുന്നു എന്നതുമാണ് ഇവിടെ പ്രസക്തം. സത്തയും ശൂന്യതയും ഒരേ അവസ്ഥയുടെ ദശാന്തരങ്ങളാണെന്നും എന്നാൽ ആ ദശാന്തരത്തെ തന്നെ നിരാകരിക്കുന്ന കേവല ഗുണാത്മകത അവയുടെ ഇടയ്ക്കുള്ള സന്ദിഗ്ധാവസ്ഥ മാത്രമാണന്നും കാണുന്ന ദർശനം അക്കാലത്തെ മിക്ക അമൂർത്തശൈലികളെയും വ്യാഖ്യാനിച്ചേക്കാം. സത്തയ്ക്കും ശൂന്യതയ്ക്കും ഇടയിലുള്ള സന്ദിഗ്ധാവസ്ഥയെയല്ല, സത്തയും പരിണാമവും കർത്താവും കർമവും വൈരുധ്യാത്മകമായി സാപേക്ഷമായിത്തീരുന്ന പ്രക്രിയയെ ആണ് ക്യൂബിസം ആവിഷ്കരിച്ചത്. സ്ഥിതത്വവും ചലനാത്മകതയും അവസ്ഥയും അവസ്ഥാന്തരവും ക്രമവും ക്രമഭംഗവും വൈരുധ്യാത്മകമായി സഹഭാവമാർന്നിരിക്കുന്നതുകൊണ്ടാണ് ഇത് ഭൗതികവാദപരമായ യാഥാർഥ്യദർശനമാവുന്നത്.

പാശ്ചാത്യകലാചരിത്രത്തിന്റെ പ്രകരണത്തിനുള്ളിൽ ക്യൂബിസം ആർജിക്കുന്ന താത്വികാനുമതികളും അതു വിഭാവനം ചെയ്യുന്ന യാഥാർഥ്യദർശനവും പ്രത്യേക കാലഘട്ടത്തിലെ ഒരു സംസ്കാരത്തിന്റെ മുഴുവൻ അന്തഃസത്ത ഒരു ശൈലി എങ്ങനെ ഉൾക്കൊള്ളുന്നുവെന്ന് വെളിപ്പെടുത്തുന്നു. ഓരോ ശൈലിയും ഉൾക്കൊള്ളുന്ന യാഥാർഥ്യത്തോടുള്ള ഓരോ പ്രത്യേക ഉന്മുഖത്വത്തെയും ഒരു ഇഡിയത്തിന്റെ സാമാന്യവൽക്കരിച്ച സ്വഭാവത്തിൽ തിരിച്ചറിയാൻ കഴിയുന്ന വ്യത്യസ്ത സാഹചര്യത്തിലെ ഒരു ചിത്രകാരന്, ആ ശൈലിയുടെ താത്വികാനുമതികൾക്ക് വിധേയമായിത്തന്നെ തന്റെ ദർശനംകൊണ്ട് അതിനെ പുനർവ്യാഖ്യാനം ചെയ്യാനും കഴിയുന്നുണ്ട്. ചിത്രകലയുടെ ഭാഷാഘടനയ്ക്ക് വാഗ്രൂപഭാഷയുടെ നിയതത്വവും നിഷ്കൃഷ്ടതയും അതേ അളവിൽ ഇല്ലാത്തതുകൊണ്ട്, ഒരു ശൈലി എന്ന രീതിയിൽ അതിനോടു സമ്പർക്കപ്പെടുന്ന അന്യസംസ്കാരത്തിലെ ചിത്രകാരന്റെമേൽ അതിന്റെ താത്വികാനുമതികൾ ഒരു ബാധ്യതയാവണമെന്നുമില്ല. ജീവിതം തീർത്തും പ്രാദേശികവും ജീവിതത്തോടുള്ള നിലപാടുകളും ഉന്മുഖത്വങ്ങളും ഒരു വ്യവസ്ഥയെന്ന രീതിയിൽ ആ പ്രാദേശികതയ്ക്കുള്ളിൽ നിർവചിക്കപ്പെട്ടുമിരുന്ന മുൻകാലങ്ങളിൽ ശൈലീപരമായ വൈജാത്യങ്ങൾ വെട്ടിത്തിരിഞ്ഞു നിന്നിരുന്നതുപോലെ ആധുനിക കാലത്ത് ഉണ്ടാവുക വയ്യ. കാലത്തിന് പിന്നിലെന്നോ, ആധികാരികത കുറഞ്ഞതെന്നോ, മൗലികമല്ലാത്തതെന്നോ ഉള്ള ആധുനികതയുടെ പ്രഭവസ്ഥാനത്തുനിന്നും പ്രചരിച്ചിരുന്ന പരിഗണനകൾ, യൂറോപ്പിനെ കേന്ദ്രമായിക്കണ്ടിരുന്ന ഒരു ലോകത്തിന്റെ മാതൃകയ്ക്ക് ഇളക്കംതട്ടിയതോടെ ഇന്ന് ആരെയും അലോസരപ്പെടുത്താറില്ല. അമ്പതുകളിൽ ഇവിടെ പ്രചരിച്ചിരുന്ന പല ശൈലീഭേദങ്ങളും ആധുനികതയുടെ രൂപപരമായ ആകർഷണവും പ്രലോഭനവും മാത്രമായി ചുരുങ്ങിയത്, പലപ്പോഴും നിർദിഷ്ടസാഹചര്യത്തെപ്പറ്റിയുള്ള

ഒരു ദർശനവും അതിലൂടെ സാധിക്കാതെ വന്നതുകൊണ്ടാണ്. ഗഗനേന്ദ്ര നാഥ ടാഗോറിന്റെയും ജഹാംഗീർ സബാവാലയുടെയും ജോർജ് കെയ്റ്റിന്റെയും ക്യൂബിസ്റ്റ് മാനറിസങ്ങൾതന്നെ ഉദാഹരണം. അക്കാലത്തെ മിക്കവാറും എല്ലാ ഇന്ത്യൻ ചിത്രകാരന്മാരെയും ഏതെങ്കിലും പാശ്ചാത്യ ശൈലിയോട് ബന്ധിപ്പിച്ചു മാത്രമേ കാണാൻ കഴിയൂ എന്നിരുന്നാലും അത്രകൊണ്ടുമാത്രം അവരെല്ലാവരും രണ്ടാംകിടക്കാരാണെന്നോ, അവരുടെ കൃതികൾ ഉപപന്ന (derivative)മാണെന്നോ ഉള്ള നിഗമനം ചരിത്രപരമായിരിക്കയില്ല. സൂസയെയും ഹുസൈനെയും പോലുള്ള ചിത്രകാരന്മാർ അവരുടെ വൈയക്തികമായ ജീവിതവീക്ഷണവും സെൻസിബിലിറ്റിയുംകൊണ്ട് സമ്പുഷ്ടമാക്കാവുന്ന ഒരു ഇഡിയത്തിന്റെ സാധ്യതയാണ് എക്സ്പ്രഷണിസത്തിൽ കണ്ടെത്തിയത്. കാൽപ്പനിക തരളതയും ഫോക് ശൈലീകൃത ജാഡ്യതയും നിശ്ചേതനമാക്കിയിരുന്ന രൂപങ്ങളെ ഉർജസ്വലമാക്കാനും വികാരവാൽക്കരിക്കാനും എക്സ്പ്രഷണിസവുമായുള്ള സമ്പർക്കത്തിന് കഴിഞ്ഞുവെന്നത് തീർച്ച. ഇന്ത്യൻ ചിത്രകാരന്മാർ ഈ കാലഘട്ടത്തിൽ സ്വീകരിച്ച എക്സ്പ്രഷണിസ്റ്റും അമൂർത്തവുമായ ഭാഷാരീതികൾ ഇന്ത്യൻ പ്രകൃതത്തിനെതിരെ പ്രയോഗിച്ചു നോക്കിയപ്പോൾ, അവയുടെ സാധ്യതകളെത്തന്നെ വികസിപ്പിക്കുകയും ഗുണപരിണാമങ്ങൾക്ക് വിധേയമാവുകയും ചെയ്തു എന്ന് ഗുലാം ഷെയ്ഖ് ചൂണ്ടിക്കാണിക്കുന്നു.[1] ചിത്രതലത്തെ ചീന്തിവരഞ്ഞ് തുറിച്ചു നിൽക്കുന്ന ഉരഞ്ഞ രേഖകളും ഉയർന്ന സ്ഥായിയിലുള്ള മൂർച്ഛിച്ച വർണങ്ങളും ഉദ്വിഗ്നമായ രൂപവികലീകരണവും ചേർന്നു സൂസയുടെ ഇക്കാലത്തെ ചിത്രങ്ങളിൽ ക്രൈസ്തവബിംബങ്ങളും ഭാവങ്ങളും ആധുനിക മനുഷ്യന്റെ അവസ്ഥാവിശേഷത്തിന്റെ പ്രതിമാനങ്ങളായി മാറുന്നു.

അടുത്ത ദശകം ഈ പ്രവണതകളിൽനിന്ന് വലിയ തോതിലുള്ള തിരിച്ചുവരവിന് സാക്ഷ്യം വഹിച്ചു. കാരണങ്ങൾ പലതാവാം. ആധുനികതയെ അതിന്റെ പ്രഭവസ്ഥാനത്തുനിന്ന് മനസിലാക്കാനും ഉൾക്കൊള്ളാനുമാണ് മുമ്പ് അവർ ശ്രമിച്ചത്. പക്ഷേ, ആ ചിത്രങ്ങളോട് പാശ്ചാത്യ കലാലോകവും നിരൂപകരും തീർത്തും പ്രോത്സാഹജനകമായ രീതിയിലല്ല പ്രതികരിച്ചത്. പുരോഗതിയുടെയും നവീനതയുടെയും പിന്നാലെയുള്ള ഭ്രാന്തമായ നെട്ടോട്ടത്തിൽ അവർ പലപ്പോഴും പിന്തള്ളപ്പെടുകയും അവഗണിക്കപ്പെടുകയും ചെയ്യുന്നതായിട്ടായിരുന്നു ഫലത്തിൽ അനുഭവം. അടിക്കടി മാറിവരുന്ന ശൈലീഭേദങ്ങളുടെയും അഭിരുചികളുടെയും ഇടയ്ക്ക് നിലയുറപ്പിക്കാനാവാത്ത അസ്വാസ്ഥ്യവും ഏറെയുണ്ടായിരുന്നു. പാശ്ചാത്യകലാലോകത്ത് ഉപേക്ഷിക്കപ്പെട്ടുകഴിഞ്ഞ ശൈലികളുടെ ഒരുതരം അക്കാദമിക് വകഭേദമായിരുന്നു ഏറിയാൽ അതെന്ന് പല നിരൂപകരും പരിഹസിക്കയും പതിവായിരുന്നു. ഇത് പലപ്പോഴും പാശ്ചാത്യമായ രൂപങ്ങളും ശൈലികളും പാശ്ചാത്യേതരമായ പ്രകരണത്തിൽ പരീ

1. *New Contemporaries :* Exhibition Catalogue, Marg Publications, undated.

ക്ഷിക്കപ്പെട്ടപ്പോൾ തുറന്നുകാട്ടപ്പെട്ട അപ്രതീക്ഷിതമായ സാധ്യതകളെ അംഗീകരിക്കാനുള്ള നിരൂപകരുടെ വിമുഖതകൊണ്ടുതന്നെയാവണം. പുരോഗതിയുടെയും നവീനതയുടെയും പരിഗണനകളും മുൻവിധികളുമായി ഈ ചിത്രങ്ങളെ സമീപിച്ചപ്പോൾ അവ പലപ്പോഴും അപഹാസ്യമായി ചിത്രീകരിക്കപ്പെട്ടു. നാട്ടിൽത്തന്നെ ഉയർന്നു കേൾക്കാറുള്ള പ്രധാന പരാതി ഇന്നും അവ 'കാലത്തിനു പിന്നിൽ' ആണെന്നാണല്ലോ. പാശ്ചാത്യ കലാചരിത്രത്തിന്റെ മൂല്യസങ്കൽപ്പങ്ങളും വിപണിയുടെ ഗുണനിലവാരത്തിനനുസരിച്ചു 'ആധുനികത'യുടെ പരിഗണനകളും ഇന്ത്യൻ കലയ്ക്ക് ബാധകമായിത്തീർന്നപ്പോൾ, അവയ്ക്കൊപ്പം എത്താനുള്ള ശ്രമത്തിന്റെ വിഫലതയാവണം പലരെയും ആത്മ പരിശോധനയിലേക്ക് നയിച്ചത്. സുരക്ഷിതമായി നിലനിർത്തപ്പെട്ടിരുന്ന സുസജ്ജമായ ഒരു കലാവിപണിയിലേക്കോ കമേഴ്സ്യൽ ഗ്യാലറി സമ്പ്രദായത്തിലേക്കോ കടന്നുകയറി പേരും ഭാഗ്യവും തെളിയിച്ച് എങ്ങനെയും സാംസ്കാരിക ബ്യൂറോക്രസിയുടെ ഭാഗമായി മാറുക മാത്രമാണ് ലോകകലയുടെ 'മുഖ്യധാര'യിൽ പങ്കുചേരുക എന്നതിന് അർഥമെന്ന് നിരാശയോടെ പലരും മനസിലാക്കി.[1] അമ്പതുകളിൽ ലോകകലയുടെ താവളങ്ങളന്വേഷിച്ച് നാടുവിട്ട് കുടിയേറിപ്പാർത്തവരിൽ ഈ സംഘർഷം അനുഭവിച്ച പലരും ഏതാനും വർഷങ്ങൾക്കുള്ളിൽ മടങ്ങിയെത്തി.

അറുപതുകളിലെ പാശ്ചാത്യ കലാരംഗത്ത് മൂല്യങ്ങളിലും പരിഗണനകളിലും അനുഭവപ്പെട്ടിരുന്ന സാരമായ വ്യതിയാനങ്ങളും ഇവിടെ ശ്രദ്ധേയമാണ്.

> അറുപതുകളിൽ, അമ്പതുകളിലെപ്പോലെയല്ലാതെ, കലയെ ഒന്നാകെ ഒരു വഴിക്കു നയിക്കുന്ന പൊതുവായ ബന്ധമൊന്നും ഉണ്ടായിരുന്നില്ല. നാനാത്വം (pluralism) ആയിരുന്നു പുതിയ മുദ്രാവാക്യം. ഓപ്, പോപ്, ന്യൂ കോൺക്രീറ്റ് ആർട്ട്, ഹാർഡ് എഡ്ജ്, ഫോട്ടോ റിയലിസം തുടങ്ങിയ പ്രസ്ഥാനങ്ങൾ അന്തർദേശീയമായ സാധ്യതകൾ ഉൾക്കൊള്ളുന്നവയായിരുന്നു. ഒരു വാദഗതിയിൽനിന്ന് അടുത്തതിലേക്ക് ഉദാസീനമായി വിട്ടുമാറിപ്പോവാനും പൊതുവായി ബാധകമായ ഏതെങ്കിലുമൊരു കാഴ്ചപ്പാടിനെപ്പറ്റി അവഗണന പുലർത്താനും നിരന്തരമായ മാറ്റത്തിന്റെ പശ്ചാത്തലത്തിൽ എല്ലാ കാര്യങ്ങളും കാണാനും അത് ആളുകളെ പ്രേരി

1. അറുപതുകളുടെ ആദ്യം പാരീസിൽവച്ച് സൂസയും റാസയും പദംസീയും ചേർന്ന് നടത്താൻ തീരുമാനിച്ച ഒരു പ്രദർശനത്തിന് അതിന്റെ ഗ്യാലറി സംഘാടകർ 'യഥാർഥ ഹിന്ദു ചിത്രകാരന്മാർ' എന്ന് ക്ഷണപത്രികയിൽ അച്ചടിച്ചതും പിന്നീട് തങ്ങളാരും യഥാർഥ ഹിന്ദുക്കളല്ല എന്ന് ചൂണ്ടിക്കാണിച്ചപ്പോൾ 'ഇന്ത്യൻ' എന്ന് തിരുത്തിയതുമായ ഒരു സംഭവം സൂസ വിവരിക്കുന്നുണ്ട്.
'What is modern or contemporary or tribal or provincial about our art?' *The Times of India,* Sunday, Oct, 31, 1982.

> പ്പിച്ചു. ചിത്രകല ഇപ്പോഴും ഒരുതരം പൊതുവായ മേഖല ആയിരിക്കാം. പക്ഷേ, പുതിയ പരികൽപ്പനകൾ പരീക്ഷിച്ച് നോക്കി അവതരിപ്പിക്കപ്പെടുന്ന ഒരു രംഗം എന്ന നിലയ്ക്കുള്ള അതിന്റെ കാലം കഴിഞ്ഞിരിക്കുന്നു. ഏതെങ്കിലും ഒരു രാജ്യമോ മറ്റൊരു രാജ്യമോ എന്താണ് നേടുന്നത് എന്ന ചോദ്യവും തീർത്തും അപ്രസക്തമായി. വികാസത്തിന്റെ പരിചിതമായ സമ്പ്രദായങ്ങളിലേക്ക് ശ്രദ്ധയാകർഷിക്കുന്ന കേന്ദ്രങ്ങൾ എന്ന നില ഉപേക്ഷിച്ച്, പ്രധാന കലാകേന്ദ്രങ്ങൾ ഏതെങ്കിലും ഒരവസ്ഥയെയോ മറ്റൊരവസ്ഥയെയോ നോക്കിയറിയാനുള്ള ഉന്മുഖത്വസ്ഥാനങ്ങൾ (orientation points) മാത്രമായി. നഗരങ്ങളല്ല, ഭൂഖണ്ഡങ്ങൾ ആയിരുന്നു പ്രവണതകളെ നയിച്ചിരുന്നത്.[1]

ഈ അനിശ്ചിതത്വത്തിൽനിന്നും അരക്ഷിതത്വത്തിൽനിന്നും ഇന്ത്യൻ ചിത്രകാരൻ മോചിതനാവുന്നത് അവന്റെ ചുറ്റുപാടുകളോടും യാഥാർഥ്യത്തോടും സാർഥകമായി പ്രതികരിക്കാൻ സ്വയം സജ്ജനാവുന്നതോടെയാണ്. ഒരുവശത്ത്, മുമ്പു മുതൽ നിലനിന്നിരുന്ന ഭാരതീയതയെപ്പറ്റിയും അഭിജ്ഞാനതയെപ്പറ്റിയുമുള്ള, ചോദ്യങ്ങളുടെതന്നെ അവ്യവസ്ഥിതത്വത്തിൽനിന്നും അവ്യക്തതകളിൽനിന്നും മറുവശത്ത് ആധുനികതയുടെ പ്രലോഭനങ്ങളിൽനിന്നും സ്വതന്ത്രനാവുക എന്നായിരുന്നു അതിന് അർഥം. ആദ്യദശകങ്ങളിലെപ്പോലെ ആ ചോദ്യങ്ങളെത്തന്നെ ഒരു രക്ഷപ്പെടലായോ, അമ്പതുകളിലെപ്പോലെ ആ ചോദ്യങ്ങളിൽനിന്നുള്ള ഒരു രക്ഷപ്പെടലായോ അല്ല, അവയെ യാഥാർഥ്യവുമായി ബന്ധപ്പെടുത്തി പുനർനിർവചിക്കാനും അവയെപ്പറ്റി കൂടുതൽ സ്ഥിതപ്രജ്ഞവും വസ്തുനിഷ്ഠവുമായ ഒരു നിലപാട് കൈക്കൊള്ളാനും ഉള്ള ശ്രമം പുതിയ ഒരു ഉണർവിന് തുടക്കം കുറിച്ചു. ചിത്രകാരൻ എന്ന തന്റെ നിയുക്തവൃത്തിയിലൂടെത്തന്നെ ഈ ചോദ്യങ്ങളുടെ സങ്കീർണതകളും സന്ദിഗ്ധതകളും തിരിച്ചറിയാനും അവയെ നേരിടാനും തിരിച്ച് ഈ ശ്രമത്തിലൂടെത്തന്നെ തന്റെ നിയുക്തവൃത്തിയുടെ സാർഥകത തേടാനുമുള്ള ഈ പ്രവണത ഒരുപക്ഷേ, മുമ്പ് ഉണ്ടായിട്ടില്ലാത്തതാണ്. ഇക്കാലത്തിലൂടെ കടന്നുപോയ തന്റെ അനുഭവത്തെ ശ്രദ്ധേയനായ ഒരു ചിത്രകാരൻ വിശദീകരിക്കുന്നതിങ്ങനെയാണ്:

> പ്രദർശിപ്പിക്കാനോ വിൽക്കാനോ ഉള്ള വസ്തുക്കൾ ആയി ചിത്രങ്ങളെ ഞങ്ങൾ കാണാതായിക്കഴിഞ്ഞിരിക്കുന്നു. വിദേശത്ത് സംഭവിച്ചുകൊണ്ടിരിക്കുന്നതിനെപ്പറ്റി ഞങ്ങൾ ഇന്ന് ശ്രദ്ധാലുക്കളോ അസൂയാലുക്കളോ അല്ല. ഞങ്ങൾ ഇന്ന് തിരിച്ചെത്തിയിരിക്കുന്നു എന്ന് എനിക്ക് തോന്നുന്നു–ഇവിടെ ചെയ്യാൻ കഴിയുന്നതെന്തെന്ന്

1. *Contemporary Painting* - Paul Vogt, Translated by Robert Erich Wolf Harry N Abrams, 1981.

> കണ്ടെത്താനുള്ള പരിശ്രമത്തിൽ. മുമ്പത്തെ തലമുറ കലയുടെ ഭാഷയെപ്പറ്റിയായിരുന്നു വ്യഗ്രത പുലർത്തിയിരുന്നത്. എന്താണ് ആവിഷ്കരിക്കേണ്ടതെന്നതിനെപ്പറ്റിയും ഞങ്ങൾ ശ്രദ്ധിച്ചേ മതിയാവൂ. തലമൂത്ത ചിത്രകാരന്മാർ ആലേഖ്യപരത (painterliness) യെപ്പറ്റിയും ഏതെങ്കിലും സ്ട്രോക്കുകളെപ്പറ്റിയുമാണ് സംസാരിച്ചിരുന്നത്. പക്ഷേ, ഇന്ന് ചിത്രകല അമൂർത്തതയിൽനിന്നും യാഥാർഥ്യത്തിന്റെ ഒരു പ്രത്യേക ആവിഷ്കാര രീതിയിലേക്ക് നീങ്ങിപ്പോയിരിക്കുന്നു.[1]

മാധ്യമത്തിന്റെ പ്രയോഗത്തിലും രൂപബോധത്തിലും ഇന്ത്യൻ ചിത്രകാരന്മാർ മറ്റാരോടും ഒപ്പം നിൽക്കാവുന്ന ആർജവും കൃതഹസ്തതയും ഇതിനകം നേടിക്കഴിഞ്ഞിരുന്നു. പാശ്ചാത്യകലയോട് നേരിട്ടുള്ള പരിചയവും ആ കലാലോകത്തുനിന്നുള്ള അനുഭവപാഠങ്ങളും 'അനുകരണീയ'മായ ഒരാദർശമെന്ന മട്ടിൽ അതിനോട് മുമ്പ് തോന്നിയിരുന്ന ആവേശത്തിനും ഉത്സാഹത്തിനും മങ്ങലേൽപ്പിച്ചു. അമ്പതുകളിൽ സമകാലീനമായ ഒരവബോധത്തിന്റെയും വൈയക്തികമായ ഒരു ഭാവുകത്വത്തിന്റെയും ആവിഷ്കാര സാധ്യതകൾ ഉൾക്കൊള്ളുന്ന ഒരു ഭാഷയുടെ ആധുനികതയെപ്പറ്റിയായിരുന്നു പ്രധാന വ്യഗ്രത. ആ ഭാഷയുടെ സാധ്യതകൾ ഏറെക്കുറെ സ്വായത്തമാവുന്നതോടെ, പിന്നീട് സമകാലീന യാഥാർഥ്യത്തോടും ചുറ്റുപാടുകളോടുമുള്ള പ്രതികരണത്തെ സാർഥകവും സത്യസന്ധവുമായി എത്രത്തോളം ആ ഭാഷയ്ക്ക് സംവേദനം ചെയ്യാൻ കഴിയുമെന്ന ചിന്ത കുറെപ്പേർക്കെങ്കിലും സ്വാഭാവികമായി. പക്ഷേ, ഭാഷയെ സംബന്ധിച്ച ചോദ്യങ്ങൾ നിർണായകവും സങ്കീർണവുമായിത്തന്നെ അപ്പോഴും തുടർന്നു. ബിംബത്തിന്റെ രൂപസന്ധാരണത്തിലോ മൂർത്തവൽക്കരണത്തിലോ ഒരു 'അർഥം' കണ്ടെത്താവുന്നിടത്തോളമേ ഭാഷ പ്രസക്തമാവുന്നുള്ളൂ എന്ന് ചിത്രകാരൻ ഇപ്പോൾ അറിഞ്ഞുതുടങ്ങി. പരിഗണനകളിലുണ്ടായ ഈ പ്രവൃദ്ധമായ മാറ്റം ആകാരപരമായ ബിംബത്തെ അമൂർത്തതയുടെ കടന്നാക്രമണത്തിൽനിന്ന് പുനരുജ്ജീവിപ്പിക്കുകയും ക്രമാതീതമായും പാശ്ചാത്യമായിരുന്ന കലാസങ്കൽപ്പങ്ങളിൽനിന്നുള്ള വ്യതിയാനം കുറിക്കുകയും ചെയ്തു.[2]

ആകാരപരമായ ബിംബ(figurative image)ത്തെക്കുറിച്ചുള്ള ഈ പരാമർശം, സാന്ദർഭികമായി ഇവിടെ പ്രത്യേകം ശ്രദ്ധയർഹിക്കുന്നു. ഇന്ത്യൻ ചിത്രകലയിൽ ശ്രദ്ധേയമായ അമൂർത്ത ശൈലി ഒരുപക്ഷേ ഒരിക്കലും വേരോടിയിട്ടില്ല എന്നത് യാദൃച്ഛികമല്ല. യാഥാർഥ്യത്തിന്റെ ദൃശ്യവേദ്യമായ അനുഭവവും ഭാഷയും തമ്മിലുള്ള കരണ–പ്രതികരണങ്ങളുടെ നൂറ്റാണ്ടുകളുടെ ചരിത്രത്തിലൂടെയാണ് പാശ്ചാത്യകലയിൽ

1. 'I think we have returned home' : interview with Gulam Mohamed Sheikh, *The Times of India,* Sunday, Oct. 1, 1978.
2. *New Contemporaries* - Gulam Mohammed Sheikh.

ആകാരനിഷ്ഠതയും പ്രതിനിധാനപരത(representational)യും അമൂർത്തതയ്ക്ക് വഴിമാറിക്കൊടുത്തത്. ഈ വസ്തുനിഷ്ഠയാഥാതഥ്യത്തിന്റെ എസ്തെറ്റിക്കുമായി ആ ഭാഷയുടെ ഉള്ളിൽ കാലാകാലങ്ങളിലുണ്ടായ സംഘർഷങ്ങളിലൂടെ ഉരുത്തിരിഞ്ഞുവന്ന അമൂർത്തത ഇന്ത്യൻ ദർശന ശീലങ്ങൾക്കും ലക്ഷണപ്രകാരങ്ങൾക്കും സാംസ്കാരികാനുമതികൾക്കും എന്നും അന്യമായിരുന്നു. എക്സ്പ്രഷണിസംപോലൊരു ശൈലിയുടെ ആത്മവത്തയുമായി ഇന്ത്യൻ ചിത്രകാരന് സാത്മ്യപ്പെടാൻ കഴിഞ്ഞതും ആ ശൈലി തീർത്തും പാശ്ചാത്യേതരമായ ഒരു ഭാവുകത്വത്തിന്റെയും യാഥാർഥ്യദർശനത്തിന്റെയും വിവക്ഷകൾ ഉൾക്കൊള്ളാൻ സജ്ജമായതും ഇതുകൊണ്ടുതന്നെയാണ്. ഹുസൈനും സൂസയും പദംസീയുമടക്കമുള്ള പല ചിത്രകാരന്മാരും തുടക്കംമുതൽതന്നെ അമൂർത്തതയോട് വിമുഖത പുലർത്തിയവരായിരുന്നു. പാരമ്പര്യത്തെയും ആധുനികതയെയും പറ്റിയുള്ള അവ്യവസ്ഥിതമായ പരിഗണനകൾക്കിടയിലുണ്ടായ പലവിധ ആശയക്കുഴപ്പങ്ങളും അഭിജ്ഞാനതാപരമായ പ്രതിസന്ധികളും സാംസ്കാരികമായ ദിക്വിഭ്രാന്തിയുംകൊണ്ട് കലുഷമായിരുന്ന ഒരു കാലഘട്ടത്തിൽ ബിനോദ് ബിഹാരി മുഖർജി ചെയ്ത ചിത്രങ്ങൾ ഈ പ്രകരണത്തിലാണ് ശ്രദ്ധേയമാവുന്നത്. ബംഗാൾ സ്കൂളിന്റെ ആശയപശ്ചാത്തലത്തിൽ വളർന്നുവന്ന ബിനോദ് ബിഹാരി നാൽപ്പതുകളുടെ അവസാനം ചെയ്ത ഹിന്ദിഭവൻ ചുവർചിത്രം അക്കാലത്ത് നിലവിലുണ്ടായിരുന്ന കപടലളിതമായ ശൈലീവൽക്കരണങ്ങളെയോ, പ്രകടമായ ശൈലീപരമായ പൊരുത്തപ്പെടുത്തലുകളെയോ എളുപ്പവഴിയായി സ്വീകരിച്ച ഒന്നല്ല. മധ്യകാല ഭക്തിപ്രസ്ഥാനത്തിലെ കവികളെ പ്രതിപാദ്യമാക്കിയ ഈ ചുവർചിത്രത്തിന്റെ ശൈലി ഇന്ത്യൻ പാരമ്പര്യത്തിലെ ആകാരപരമായ ബിംബത്തിന്റെ ആർജവവും കരുത്തും മൗലികമായാവിഷ്കരിക്കുന്നതാണ്. ഒട്ടുംതന്നെ ആഖ്യാനപരമോ, സംഭവപരമോ (anecdotal), ചിത്രീകരണപരമോ അല്ലാത്ത ഇതിന്റെ ശൈലി, അതിന്റെ സ്പേയ്ഷ്യൽ ഘടനയിലും നിബന്ധശില്പത്തിലും അജന്തയുടെയും വിദൂരപൗരസ്ത്യകലയുടെയും സൂക്ഷ്മഭാവങ്ങളെ സ്വാംശീകരിച്ചതാണ്. ദൃഷ്ടിതലത്തിൽനിന്ന് നന്നെ ഉയർന്ന് മൂന്നു ചുവരുകളിലായി പരന്നുകിടക്കുന്ന അസാധാരണവലുപ്പമുള്ളതാണ് ഈ ചുവർചിത്രം. കെട്ടിട ഭാഗങ്ങളെയും മറ്റും വിരാമമാത്രകളാക്കി സൂചിപ്പിക്കപ്പെടുന്ന ആഖ്യാനത്തിന്റെ സന്ധികൾ, പല ക്രമത്തിൽ മുന്നോട്ടാഞ്ഞും പിന്നോട്ടു വലിഞ്ഞും ഒന്നിനുള്ളിൽ മറ്റൊന്നൊന്നെവണ്ണം നിബന്ധിക്കപ്പെട്ടിരിക്കുന്ന ചെറുതും വലുതുമായ സ്പേയ്ഷ്യൽ യൂണിറ്റുകളുമായി സമന്വയിക്കപ്പെട്ടിരിക്കുന്നു. ഫ്രെയിമുകളെക്കൊണ്ട് വേർതിരിക്കപ്പെട്ട സ്പേയ്സ് ഖണ്ഡങ്ങളെയും മധ്യസ്ഥിതത്വത്തെയും ഒഴിവാക്കി, ആഖ്യാനത്തിന്റെ പല തലങ്ങളിലായി വർത്തിക്കുന്ന ഈ സ്പേഷ്യൽ പ്രസക്തിക്കുള്ളിൽ ആ യൂണിറ്റുകളിൽ കയറിയും ഇറങ്ങിയും നിരനിരയായി നിബന്ധിച്ചിട്ടുള്ള രൂപങ്ങളുടെ വലുപ്പവും മാനവും (size and scale) തമ്മിൽ പ്രതി

പ്രവർത്തിച്ച് ആഖ്യാനത്തിന് ഋജുരേഖയുടേതല്ലാത്ത വേറൊരു അധിമാനം കൈവരികയും ചെയ്യുന്നു. ചിത്രനിബന്ധത്തിന്റെ ഒന്നാകെയുള്ള അഖണ്ഡസ്വഭാവവും ആഖ്യാനത്തിന്റെ ഒന്നൊന്നായുള്ള ഖണ്ഡശഗതിയും ഇങ്ങനെ സമന്വയിക്കപ്പെടുമ്പോൾ, ബിംബങ്ങളുടെ ഇളകിനീങ്ങുന്ന ധാരാവാഹിത്വമായിട്ടാണ് അത് അനുഭവപ്പെടുന്നത്. അംഗവിക്ഷേപങ്ങളുടെയും ശരീരചലനങ്ങളുടെയും ദിശാചലനങ്ങളെ ആഖ്യാനഗതിയുമായി ഏകോപിപ്പിച്ച് ഇതിന് അനുരോധമായ ഒരു വിന്യാസക്രമത്തിന് ഊന്നൽ നൽകപ്പെടുകയും ചെയ്യുന്നു. പെട്ടെന്ന് കൈയെത്തി എടുക്കാവുന്ന ചരിത്രപരമായ ഏതെങ്കിലും 'ഇന്ത്യൻ' ശൈലിയുമായുള്ള പ്രകടമായ പൊരുത്തപ്പെടുത്തലല്ല, ഇന്ത്യൻ കലയുടെ ദർശനശീലങ്ങളുടെയും ലക്ഷണപ്രകാരങ്ങളുടെയും ആത്മവത്തയുടെ സ്വാംശീകരണമാണ് ഈ ചിത്രം. അതുപോലെതന്നെ, ബംഗ്ലാദേശ് യുദ്ധകാലത്തെ മനുഷ്യയാതനകളുടെ പശ്ചാത്തലത്തിൽ കെ ജി സുബ്രഹ്മണ്യം ചെയ്ത ടെറാക്കോട്ട റിലീഫുകൾ ഇവിടെയാണ് ശ്രദ്ധയർഹിക്കുന്നത്. ഈ മൂന്നുനാല് ദശകങ്ങളുടെ ഇവിടെ വിവരിക്കപ്പെട്ട ചരിത്രപരമായ മുഖ്യ അക്ഷത്തിൽനിന്ന് എന്നും ഒഴിഞ്ഞുനിന്നിരുന്ന അദ്ദേഹം, ഇന്ത്യൻ കലയുടെ ആദ്യഘട്ടം മുതൽ നാടോടിപാരമ്പര്യത്തിന്റെ പ്രാദേശികമായ ഗ്രാമ്യസ്വഭാവം നിലനിർത്തിയിരുന്ന ടെറാക്കോട്ട മാധ്യമത്തിലേക്ക് തിരിഞ്ഞതും യാദൃച്ഛികമല്ല. കായികവും മാനസികവുമായ അധ്വാനങ്ങൾ പ്രാധാന്യേന വേർതിരിക്കപ്പെട്ടിട്ടില്ലാത്ത, വ്യക്തിപരത സമഷ്ടിബോധത്തിൽ സമന്വയിക്കപ്പെടുന്ന കരവേലക്കാരുടെ പാരമ്പര്യത്തിലെ സാംസ്കാരികമായ ഏകീഭാവത്തിന്റെ പ്രകാശനമായ അവരുടെ കലയോട്, ഒരു ആധുനിക ചിത്രകാരൻ സമ്പർക്കപ്പെടുമ്പോൾ പലപ്പോഴും ബോധപൂർവമായ ഒരു ഗ്രാമ്യപരതയുടെ മാനറിസങ്ങളിലായിരിക്കും എത്തിച്ചേരുക. സുബ്രഹ്മണ്യന്റെ കാര്യത്തിൽ, ശൈലീപരമായ പരിഗണനകൾക്ക് അപ്പുറമെത്തുന്ന ഒരു കലാസങ്കൽപ്പത്തിന്റെയും ചിത്രകാരൻ എന്ന തന്റെ ധർമത്തെപ്പറ്റിയുള്ള കാഴ്ചപ്പാടിന്റെയും സമഗ്രമായ ഏകീഭാവം ഒരു ജീവിതദർശനം തന്നെയാവുന്നതാണ് കാണുന്നത്. (ലേഖനത്തിന്റെ ആദ്യഭാഗത്ത് പേജ് 171 കാണുക). ഒരു ചുരുക്കെഴുത്തിന്റെ പ്രതീതിസാരവും പരികൽപ്പനാനിഷ്ഠവുമായ അമൂർത്തതയെ, തന്റെ രൂപദർശനത്തിന്റെ സാഹചര്യാധിഷ്ഠാനങ്ങളെ (environmental bases of form perception എന്ന സുബ്രഹ്മണ്യന്റെതന്നെ പ്രയോഗം) വ്യാഖ്യാനിക്കാനുപയോഗിക്കുന്ന അദ്ദേഹത്തിന്റെ ചമൽക്കാരലേശമില്ലാത്ത സ്വച്ഛന്ദമായ ശൈലി ആകാരപരമായ ബിംബത്തിന് ആധുനിക ഇന്ത്യൻ ചിത്രകലയിൽ ലഭിച്ച ഒരു സ്ഥിരീകരണമാണ്. ആകാരനിഷ്ഠമായ ഈ പ്രവണതയുടെ ചരിത്രപരമായ മുഖ്യധാരയിൽത്തന്നെയാണ് എഴുപതുകളിൽ ഗുലാം ഷേയ്ഖിന്റെയും സുധീർ പട്‌വർധന്റെയും ജീവ് പട്ടേലിന്റെയും ജോഗൻ ചൗധുരിയുടെയും ബികാസ് ഭട്ടാചാർജിയുടെയും ഭൂപൻ ഖക്കാറിന്റെയും രചനകൾ – അവയ്ക്കു തമ്മിലുള്ള വീക്ഷണപരവും ശൈലീപരവുമായ എല്ലാ വ്യത്യാസ

ങ്ങളെയും കണക്കിലെടുത്തുകൊണ്ടുതന്നെ – സ്ഥാനം പിടിക്കുന്നത്. ഇവരെയും മറ്റ് നിരവധി ചിത്രകാരന്മാരെയും ഇവിടെ ചർച്ച ചെയ്യാൻ സാധ്യമല്ല. പക്ഷേ, ഇതുമായി ബന്ധപ്പെട്ട മറ്റൊരു സവിശേഷതകൂടി എടുത്തുപറയേണ്ടതുണ്ട്. ബികാസും, ജീവ് പട്ടേലും രാമേശ്വർ ബ്രൂട്ടയും രാമചന്ദ്രനും അവരവരുടെ തീർത്തും വ്യത്യസ്തമായ ആകാരനിഷ്ഠ ശൈലികളിലൂടെ ആവിഷ്കരിക്കുന്ന ഭാവത്തിന് ഒരു സർറിയലിസ്റ്റ് സെൻസിബിലിറ്റിയുടെ സ്പർശമുണ്ട്. ഇവിടെ സർറിയലിസമെന്നുദ്ദേശിച്ചത് ആ യൂറോപ്യൻ പ്രസ്ഥാനവുമായി ബന്ധപ്പെട്ട, അതിന്റെ പ്രകട ലക്ഷണങ്ങൾ ശൈലീമുദ്ര ചാർത്തുന്ന ഒന്നിനെയല്ല. പാശ്ചാത്യ സർറിയലിസത്തിന് സഹജമായ അരാജകത്വവാദത്തോട് തത്വചിന്താപരമായി വേഴ്ചപ്പെടാൻ വിസമ്മതിക്കുന്ന രൂപപ്രതിരൂപഭേദങ്ങളുടെ സന്ദിഗ്ധതയിൽനിന്നും ദൃശ്യദ്വയാർഥങ്ങളുടെ നിരുക്തസ്വഭാവത്തിൽനിന്നും അകന്നു നിൽക്കുന്ന ഒരു സർറിയലിസ്റ്റ് ഇഡിയത്തിലൂടെ, പല മൂന്നാംലോക ചിത്രകാരന്മാർക്കും അവരുടെ 'രൂപദർശനത്തിന്റെ സാഹചര്യാധിഷ്ഠാനങ്ങളെ'ക്കുറിച്ചുള്ള ശക്തമായ പ്രസ്താവങ്ങളായി പ്രത്യക്ഷവൽക്കരിക്കാൻ കഴിയുന്നുണ്ട്. ദുശങ്കകളിലേക്കും അജ്ഞേയതയിലേക്കും തല വലിക്കാൻ ശാഠ്യംകൂട്ടുന്ന ഒരു മനസിന് കൈവിടാനാവാത്ത രോഗപ്രായമായ സ്വകാര്യവെമ്പലുകളുടെ ലോകം വിലക്ഷണീകരിച്ച യാഥാർഥ്യദർശനമല്ല അത്. ഇവരുടെ കൈകളിൽ വസ്തുനിഷ്ഠമായ സാമൂഹിക ബോധത്തിന്റെ തീക്ഷ്ണമായ സംവേദന സാധ്യതകൾകൊണ്ട് സർറിയലിസ്റ്റ് ഇഡിയത്തിനു പാശ്ചാത്യേതരമായ ഒരു മാനംതന്നെ കൈവന്നിട്ടുണ്ട്.[1] ഇക്കഴിഞ്ഞ ദശകങ്ങൾ മുതൽ ഇന്ത്യൻ ചിത്രകലയിലെ ശ്രദ്ധേയമായൊരു വിഭാഗമായി കണക്കാക്കാവുന്ന ഈ ശൈലിയും വസ്തുനിഷ്ഠമായ ആകാരസാപേക്ഷതയുടെ വ്യക്തതയെയും നിശ്ചിതത്വത്തെയും സമകാലിക യാഥാർഥ്യത്തോടുള്ള പ്രതികരണത്തെ സാർഥകമാക്കുന്നതാക്കിയിട്ടുണ്ട് – അതിനെ സർറിയലിസമെന്നോ മറ്റെന്തു തന്നെയോ വിളിച്ചാലും.

അറുപതുകളിലേക്ക് മടങ്ങിവരുമ്പോൾ, ഒരുവശത്ത് ഭാരതീയമായ 'ഉള്ളടക്കം' തേടിപ്പോകുന്നവർക്ക്, എപ്പോഴും എവിടെയും തയാറാക്കിവച്ചിരുന്ന തനി നാടനിലും പാരമ്പര്യ സമ്പ്രദായങ്ങളിലും അനായാസമായി അതിനെ കണ്ടെത്തി താദാത്മ്യപ്പെടാം. മറുവശത്ത്, കുറെക്കൂടി സാമൂഹികാവബോധമുള്ള മറ്റുചില ചിത്രകാരന്മാർ ഈ തനത് മേനിയിൽ മനംമയങ്ങാതെ, സാഹചര്യയാഥാർഥ്യങ്ങളോട് സാർഥകമായ സമ്പർക്കം സ്ഥാപിക്കാനുള്ള ശ്രമമായി അവരുടെ രചനകളെ കാണാൻ തുട

1. ഒരു സർറിയലിസ്റ്റായി എന്നും തുടർന്നുപോന്നിട്ടുള്ള ലൂയി ബുണ്യുവലിന്റെ സിനിമകളും അദ്ദേഹത്തിന് ദാലിയോടുണ്ടായ വിയോജിപ്പും ചൂണ്ടുന്നത് ഇതിലേക്കാണ്. സൈപ്രസ് ചിത്രകാരനായ സ്കോറ്റിനോസിന്റെ ക്യാൻവാസുകൾ ('82ൽ ഡൽഹിയിൽ നടന്ന അന്തർദേശീയ ത്രൈവാർഷിക പ്രദർശനത്തിൽ ഉണ്ടായിരുന്നവ) ഈ പ്രവണതയുടെ അടുത്തകാലത്തെ ഏറ്റവും ഉൽക്കൃഷ്ടങ്ങളായ നിദർശനങ്ങളാണ്.

ങ്ങുകയും ചെയ്യുന്നു. ഈ പ്രവണതകൾ പലയളവിൽ ഏറിയും കുറഞ്ഞും നിലനിന്നിരുന്നതുകൊണ്ട് കൃത്യമായ വ്യവച്ഛേദം പലരുടെയും കാര്യത്തിൽ സാധ്യവുമല്ല. ഉദാഹരണമായി, 1962 ൽ രൂപംകൊണ്ട 'ഗ്രൂപ്പ് 1890'യുടെ കാര്യമെടുക്കുക. പാശ്ചാത്യകലാസങ്കൽപ്പങ്ങളുടെ അതിപ്രസരത്തോടും അവയ്ക്ക് നൽകപ്പെട്ടിരുന്ന പ്രാമുഖ്യത്തോടും എതിർപ്പ് പ്രകടിപ്പിച്ചവരായിരുന്നുവെങ്കിലും അവർക്കിടയിൽ പൊതുവായ ആദർശങ്ങളോ വീക്ഷണമോ വളരെയൊന്നും ഉണ്ടായിരുന്നില്ല. അവരുടെ പ്രധാന വക്താവായ ജെ സ്വാമിനാഥൻ ഇന്ത്യൻ കലയിൽ നിന്നല്ലെങ്കിലും ഇന്ത്യൻ തത്വചിന്തയിൽനിന്നും ഉൾക്കൊണ്ട ചില ആശയങ്ങളെയാണ് പ്രേരണയായി സ്വീകരിച്ചതെങ്കിൽ, മറ്റുള്ളവർ വ്യത്യസ്തമായ സമീപനങ്ങളാണ് പുലർത്തിയിരുന്നത്. അവരിൽ ഗുലാം ഷേയ്ഖ് ആകാരനിഷ്ഠമായ ഒരു എക്സ്പ്രഷണിസ്റ്റ് ശൈലിയിൽ ഊഷ്മളവും വികാരവത്തും ഏറക്കുറെ കാൽപ്പനികവുമായ ഭാവങ്ങൾ പ്രകൃതിയെ പ്രതീകവൽക്കരിച്ചാണ് ആവിഷ്കരിച്ചിരുന്നത്. നേരത്തെ സൂചിപ്പിച്ച സർറിയലിസത്തിന്റെ പ്രകരണത്തിൽ നിർണായകമായ ഒരു സ്വാധീനമായിരുന്ന ജയറാം പട്ടേൽ ഭ്രമാത്മകതയുടെ ചടുലവും പ്രചണ്ഡവുമായ തമോലോകത്തെ താൻ ആന്തരവൽക്കരിച്ച യാഥാർഥ്യദർശനത്തിന്റെ മൂല്യവിപര്യയങ്ങൾക്കു നേരെയുള്ള ഇരുണ്ട പരിഹാസമാക്കി മാറ്റി. തന്റെ ചുറ്റും കാണുന്ന നാഗരിക മധ്യവർഗത്തിന്റെ ആഭാസവും മൂല്യശുഷ്കവുമായ ആധുനികത എന്ന സങ്കരസംസ്കാരത്തിന്റെ മടുപ്പും കൃത്രിമത്വവും നിറഞ്ഞ ജീവിത സന്ദർഭങ്ങളെ പ്രഹസനപരതയുടെ ശൈലിയിൽ ചിത്രീകരിച്ച ഭൂപൻ ഖക്കാർ, പാശ്ചാത്യ പോപ് കലാസങ്കൽപ്പങ്ങളോട് കുറഞ്ഞപക്ഷം ആശയപരമായിട്ടെങ്കിലും ബന്ധപ്പെട്ടിരുന്നു. 'ഗ്രൂപ്പ് 1890'യ്ക്ക് വെളിയിലുള്ള ചിത്രകാരന്മാരിൽ എ രാമചന്ദ്രൻ മ്യൂറലിന് സമാനമായി വലിപ്പമേറിയ ക്യാൻവാസുകളിൽ കാണുന്ന ഞെരിപിരികൊള്ളുന്ന രൂപങ്ങളുടെ എക്സ്പ്രഷണിസ്റ്റ് വികലീകരണവും വിക്ഷുബ്ധമായ സ്പേയ്ഷ്യൽ ഘടനയിലെ ഭാരിച്ച മാസുകളും ഇരുണ്ട സാമൂഹിക-രാഷ്ട്രീയ പ്രസ്താവങ്ങളുടെ തീക്ഷ്ണതയാണ് സാക്ഷ്യപ്പെടുത്തുന്നത്. ഈ സാമൂഹിക-രാഷ്ട്രീയാവബോധം വലിയൊരളവിൽ കൃഷണൻ ഖന്നയുടെയും രാം കുമാറിന്റെയും അക്കാലത്തെ ചിത്രങ്ങളെ സവിശേഷമാക്കിയിരുന്നു – ഒരാൾ ജോർജ് ഗ്രോസിനെ ഓർമിപ്പിക്കുന്ന ഒരു ശൈലിയിലും മറ്റേയാൾ താണസ്ഥായിയിലുള്ള അരണ്ട മഞ്ഞയും തവിട്ടും ചേർന്ന ഏറെക്കുറെ ഏകവർണമായ, അയഞ്ഞ ശിൽപ്പസന്ധിയോടുകൂടിയ ക്യൂബിസത്തിന്റെ വൈയക്തികമായ ഒരു പ്രകാരഭേദത്തിലും. വ്യാവസായിക തൊഴിലാളിയുടെ നഗരജീവിതത്തിലെ അന്യവൽക്കരണവും ഒറ്റപ്പെടലും ലോപിച്ചുവരുന്ന ആകാരപരമായ ബിംബത്തിന്റെ സാന്ദർഭികതയിലൂടെ ആവിഷ്കരിക്കുന്ന രാംകുമാറിന്റെ ചിത്രങ്ങളിൽ ക്യൂബിസത്തിന്റെ തീർത്തും പ്രാദേശികമായ ഒരു ഭാഷ്യത്തിന്റെ സംവേദന സാധ്യതകളാണ് കാണുന്നത്.

ഇതോടൊപ്പംതന്നെ, ആദ്യം മുതലേ നിലനിന്നുപോന്ന ചില പ്രവണതകൾ പുതിയ വേഷത്തിൽ അവതരിപ്പിക്കപ്പെടാനും തുടങ്ങി. പാശ്ചാത്യകലയിൽനിന്നും വ്യവച്ഛേദിച്ചുകാണിക്കാവുന്ന 'ഭാരതീയത'യും തനിനാടനും എപ്പോഴും കൈയെത്തി എടുക്കാൻ പാകത്തിൽ തയാറാക്കി വച്ചിരുന്നതിലേക്ക് തിരിച്ചു ചെല്ലാൻ ഇതൊരു നിമിത്തമായതുപോലെയായിരുന്നു പലർക്കും.

> പക്ഷേ, അവരിൽ (അറുപതുകളിലെ ഇന്ത്യൻ ചിത്രകാരന്മാർ) പലരുടെയും വീക്ഷണം അപ്പോഴും കലുഷമായിരുന്നു; വർത്തമാനകാലത്തിന്റെ യഥാർഥ സാഹചര്യത്തിനും ലോകവ്യാഖ്യാതാക്കളുടെ കെട്ടുകഥയായ ഒരു വ്യാമുഗ്ധസാഹചര്യത്തിനുമിടയിൽ അത് അനിശ്ചിതമായി ഉലഞ്ഞുകൊണ്ടിരുന്നു. ആയിടെ ഇന്ത്യ പാശ്ചാത്യ യുവത്വത്തിന്റെ ഒരു ശ്രദ്ധാകേന്ദ്രമായി പെട്ടെന്നു മാറി. അതിന്റെ ജടിലതകളിലും നിഗൂഢതകളിലും രതിവികൃതമായ പ്രതീകസഞ്ചയത്തിലും നിർവൃതികരമായ മതാചാരങ്ങളിലും അധ്യാനവും ആരാധനയും തമ്മിലും ഉദാത്തവും നിസാരവും തമ്മിലുമുള്ള അതിന്റെ സംയോഗത്തിലും തങ്ങൾ ജനിച്ചുവളർന്ന അസുരമായ ഒരു വ്യാവസായിക സാഹചര്യത്തിന്റെ വീർപ്പുമുട്ടലുകളിൽനിന്നും കാർക്കശ്യങ്ങളിൽനിന്നും ഒരു രക്ഷപ്പെടലിന്റെ പിത്തലാട്ടത്തിന് (carnival of an escape) വേണ്ട ഏറ്റവും ആകർഷകങ്ങളായ ചേരുവകൾ അവർ കണ്ടെത്തി. ഉള്ളിലെവിടെയോ യഥാർഥ താൽപ്പര്യത്തിന്റെ ഇഴകൾ കണ്ടേക്കാമെന്നതും ശരിയാണ്. പക്ഷേ, ഏറിയ പങ്കും ഇതൊരു പുതിയതരം എക്സോട്ടിസിസമാണ്. രഹസ്യാത്മകപ്രതീകം (esoteric symbol), രതിവികൃതമായ ഐഡിയോഗ്രാം, വർണപ്രത്യന്വയം (chromatic contrapposto) തുടങ്ങി ഈ എക്സോട്ടിസിസത്തിന്റെ ചിട്ടപ്പടിക്കുള്ള ചില പൂർവമാതൃകകളെ മുൻനിർത്തി അവരുടെ സാഹചര്യത്തെ കാണുന്നതിലൂടെ, അല്ലാതെ അതിലേക്ക് നേരിട്ടിറങ്ങി ച്ചെല്ലുന്നതിനുപകരം, അവരതിനെ വീണ്ടും തെറ്റിദ്ധരിക്കാൻ തുടങ്ങിയെന്ന് അറുപതുകളിലെ ഇന്ത്യൻ കലയിൽനിന്ന് സംശയിക്കേണ്ടിയിരിക്കുന്നു.[1]

അറുപതുകളിൽ തുടങ്ങിയ ഈ നവപാരമ്പര്യവാദം (neotraditionalism) ഏറിയകൂറും പാശ്ചാത്യനിലപാടുകളുടെ പ്രേരണയിൽനിന്നും പ്രോത്സാഹനത്തിൽനിന്നുമാണ് ആത്മവിശ്വാസം കൈക്കൊണ്ടതെന്നതിലും പ്രത്യേകതയൊന്നുമില്ല. കാരണം, എല്ലാക്കാലത്തും ഇന്ത്യൻ പാരമ്പര്യകലകളുടെ ഓരോ പ്രത്യേകവശം ശ്രദ്ധേയമായി വന്നപ്പോഴൊക്കെ അതി

1. 'Modern Art in India and the West - K G Subramonian, *Moving Focus :* New Delhi, 1978.

നുപിന്നിൽ പാശ്ചാത്യരുടെ അതാത് വശങ്ങളോടുണ്ടായ കമ്പം തന്നെയായിരുന്നു പ്രേരകമെന്ന് കാണാവുന്നതേയുള്ളൂ. ബംഗാൾ നവോത്ഥാന ചിത്രകാരന്മാരെന്ന് വിളിക്കപ്പെട്ടവർക്കുപോലും ഇന്ത്യൻ കലയുടെ ഇമേജ് പാശ്ചാത്യതാൽപ്പര്യങ്ങളിലുണ്ടായ ഓരോ ഭാവപ്പകർച്ചയ്ക്കും അനുസൃതമായി മാറിക്കൊണ്ടിരുന്നുവെന്ന് സുബ്രഹ്മണ്യൻ ചൂണ്ടിക്കാണിക്കുന്നു. യൂറോപ്യൻ ഉത്സാഹം മുഗൾ ചിത്രങ്ങളെ കേന്ദ്രീകരിച്ചായിരുന്നപ്പോൾ അവർ ഇന്ത്യൻ പാരമ്പര്യത്തിന്റെ പൂർവമാതൃകയായി മുഗൾ ശൈലിയെ ഉയർത്തിപ്പിടിച്ചു; അവിടന്നത് രാജ്പുത് ചിത്രങ്ങളിലേക്കും തുടർന്ന് അജന്ത ചുവർചിത്രങ്ങളിലേക്കും നീങ്ങിപ്പോയപ്പോൾ താൽപ്പര്യങ്ങളിൽ സമാനമായൊരു മാറ്റം ഇവിടെയുമുണ്ടായി. പിന്നീടത് നാടൻ കലയിലേക്കും നാടൻ മോട്ടിഫിലേക്കും തുടർന്ന് സ്ഥാനം മാറി. ഇന്ന് ഇന്ത്യൻ സംഗീതത്തോടും നൃത്തത്തോടും ആരാധനാപരമായ കൾട്ടുകളോടും ഉള്ള ആവേശം പാശ്ചാത്യനാടുകളിൽ വീശിയടിക്കുമ്പോൾ ജ്യാമിതിയും രതിവൈകൃതവും കൂട്ടിക്കുഴച്ച താന്ത്രികകലയാണ് ഇവിടെ നാട്ടുനടപ്പ്.[1] അങ്ങനെ പാശ്ചാത്യലോകത്ത് ഉണ്ടായിവന്ന പൗരസ്ത്യ ഭ്രമത്തിന്റെ പിത്തലാട്ടത്തിൽനിന്നും 'പ്രചോദിത'മായി ഇന്ത്യൻ പാരമ്പര്യത്തിൽ നടത്തിയ കണ്ടെത്തലാണ് അറുപതുകളിൽ ഇവിടെ നാടാകെ കേട്ടുതുടങ്ങിയ താന്ത്രിക 'കല.'

അറുപതുകളിലെ കലാലോകത്ത് പൊതുവെ നിലനിന്നിരുന്ന ആശയ പശ്ചാത്തലത്തിനെതിരെയാണ് ഇതിനെ കാണേണ്ടത്. ഭാരതീയമായ ഉള്ളടക്കത്തെയും ഭാവത്തെയും അന്വേഷിച്ചവർക്ക് വളരെയൊന്നും ആയാസപ്പെടാതെ തിരഞ്ഞെടുക്കാൻ പാകത്തിന്, അവയെ പലതരം ശൈലികളായി ഇനംതിരിച്ച് അടയാളപ്പെടുത്താമെന്നായി. ഒരു മുഗൾ അല്ലെങ്കിൽ രാജ്പുത് ശൈലി, ഒരു അജന്ത ചുവർചിത്രശൈലി, ഒരു ജൈന കൈയെഴുത്തുഗ്രന്ഥ ശൈലി, ഒരു ഒറീസപാത് ശൈലി, ഒരു തഞ്ചാവൂർ വിഗ്രഹശൈലി, അങ്ങനെയങ്ങനെ. അവയുടെ വിശേഷവിധികളെല്ലാം നിഷ്കർഷിക്കപ്പെട്ടു, അവയുടെ ന്യായീകരണങ്ങൾ വിശദമാക്കപ്പെട്ട, അവയിൽ മതപരമെന്നോ, അമൂർത്തമെന്നോ, ആശയനിഷ്ഠ (conceptual)മെന്നോ, ദ്വിമാനമെന്നോ, രേഖാപരമെന്നോ, വിഷയലോലുപമെന്നോ, താളാത്മകമെന്നോ, രഹസ്യാത്മകമെന്നോ, മാന്ത്രികമെന്നോ ഒക്കെ ചേരുംപടി എഴുതിത്തൂക്കി. അവ ഒറ്റതിരിച്ച് ചെറിയ അക്കാദമിക് കണ്ണാടിക്കൂടുകളിൽ വെടിപ്പായി പ്രദർശിപ്പിക്കപ്പെട്ടു. ഇന്ത്യൻ കലാചരിത്രത്തിന്റെ ഈടുവയ്പ് വിചിത്രകൗതുകമാർന്ന വാണിഭങ്ങളുടെ ഒരു വിൽപ്പനശാലപോലെ തോന്നിച്ചു.[2] സമകാലികമായ ഭാവമെന്നാൽ ഏതെങ്കിലും സമകാലീന കാര്യങ്ങളുടെ വസ്തുതാപരമായ അവതരണമെന്നും പാരമ്പര്യമെന്നാൽ ഏതെങ്കിലും ചരിത്രസമ്മതമായ സമ്പ്രദായങ്ങ

---

1. 'The Struggle for Image in Contemporary Art - K G Subramonian, *Moving Focus.*
2. The Image of the Indian Art Tradition - K G Subramonian, *Ibid.*

ളുടെ ശൈലീപരമായ അനുകരണമാണെന്നും കരുതിപ്പോന്ന മൗഢ്യത്തിന്റെ പുതിയൊരു പാഠഭേദമാണിതും. അറുപതുകളുടെ ആദ്യംതന്നെ നിരോദ് മജുംദാർ, ലക്ഷ്മൺ പൈ, ബിരൺദേ തുടങ്ങിയ ചിത്രകാരന്മാർ തങ്ങളുടെ ചിത്രങ്ങളിൽ 'ഇന്ത്യൻ അംശങ്ങൾ' ഉൾപ്പെടുത്താനുള്ള ശ്രമം, അവയ്ക്ക് അത്തരം പ്രകടമായ പേരുകൾ നൽകിയും മറ്റുമായിരുന്നു. ഇക്കാലത്തുതന്നെ താന്ത്രിക് കൈയെഴുത്ത് ഗ്രന്ഥചിത്രീകരണങ്ങളിലുള്ള തന്റെ താൽപ്പര്യം, അതേപ്പറ്റിയുള്ള സ്വാമിനാഥന്റെ പ്രസ്താവങ്ങളിൽ കാണാമായിരുന്നു. അറുപത്തിയഞ്ചിൽ പ്രദർശിപ്പിക്കപ്പെട്ട സ്വാമിനാഥന്റെ *സ്പേയ്സിന്റെ കളർ ജ്യോമെട്രി* എന്ന പരമ്പരയിലെ ചിത്രങ്ങളിൽ കാണുന്ന ചിത്രതലത്തിന്റെ വിഭജനരീതിയും മറ്റും ചില (താന്ത്രിക് എന്നു പിന്നീട് വിശേഷിപ്പിക്കപ്പെട്ട) കൈയെഴുത്തു ഗ്രന്ഥചിത്രീകരണ ശൈലിയുമായി സാധർമ്യം പുലർത്തുന്നതായും പറയാം. പക്ഷേ, അപ്പോഴൊന്നും താന്ത്രിക 'കല' പുതിയ ഒരു ജനുസായി അവതരിപ്പിക്കപ്പെട്ടിരുന്നില്ല. ഇക്കാലത്ത് മദ്രാസിൽ ശ്രീനിവാസലുവും കെ സി എസ് പണിക്കരും ഇതേ ഭാരതീയതയുടെ സൗകര്യപൂർവമായ വശങ്ങൾകൊണ്ടുതന്നെ 'പ്രചോദിത'രായി ചിത്രരചന നടത്തുന്നുണ്ടായിരുന്നു. ജാമിനി റോയ് നാല്പ്പതുകളിൽ ചെയ്തിരുന്ന ആ ശൈലി, കനത്ത ഒഴുക്കൻ സീമന്തരേഖകളുടെ സംക്ഷിപ്തമായ രൂപനിബന്ധവും വർത്തുളവും കോണിച്ചതുമായ രൂപങ്ങളുടെ ലളിതവൽക്കരണവും പരന്ന വർണവിതാനവും ചമൽക്കാരപൊടിപ്പുകളായിച്ചേർക്കുന്ന നാടൻ മോട്ടിഫുകൾ ചിത്രത്തിന്റെ സ്പേയ്സിനെ ചിത്രതലത്തിന്റെ പരന്ന ഡിസൈൻ ആക്കിമാറ്റുന്ന രീതിയും മറ്റും ചേർന്നു കുറെ മാനറിസങ്ങളായി മാറിക്കഴിഞ്ഞിരുന്നു. ഇങ്ങനെയൊരു ഫോക്കിഷ് മാനറിസത്തിന്റെ അനുകരണത്തിലൂടെ സമകാലിക വിഷയങ്ങളോ ദേവതാരൂപങ്ങളോ ചെയ്യുകയായിരുന്നു ശ്രീനിവാസലു. അറുപതുകളുടെ ആദ്യവർഷങ്ങളിലും പണിക്കർ ചെയ്തുപോന്ന *ഉദ്യാനപരമ്പര*യിൽ കാണുന്ന രൂപകൽപ്പനയിലെ ലളിതവൽക്കരണവും ശൈലീവൽക്കരണവും മുമ്പ് സൂചിപ്പിച്ചതുപോലെ, ചില ചരിത്ര സമ്മതങ്ങളായ ശൈലികളെ ഓർമിപ്പിക്കുന്നതിലൂടെ 'ഭാരതീയത' എന്ന മുഖമുദ്ര നേടാനുള്ള അക്കാലത്തെ പൊതുവായ ശ്രമങ്ങളിൽനിന്ന് ഏറെ വിഭിന്നമല്ല. ഇന്ത്യൻ കലയുടെ മൗലികമായ സവിശേഷതകളായി അദ്ദേഹം കണ്ടെത്തുന്ന ഈ 'ഭാരതീയത'യുടെ സ്വഭാവംതന്നെ ഇത് തെളിയിക്കുന്നുണ്ട്. ഉദാഹരണത്തിന്, "ദർശനത്തിനും ശ്രവണത്തിനും വിഷയമായവയിലാണ്, അനുഭൂതിക്കും അലൗകിക പ്രത്യക്ഷത്തിനും ഗോചരമായവയിലല്ല, യൂറോപ്യൻ കല വിശ്വാസമർപ്പിച്ച"[1]തെന്ന് പണിക്കർ പറയുമ്പോൾ, ഈ നൂറ്റാണ്ടിന്റെ ആദ്യദശകങ്ങൾ മുതൽ പ്രചരിച്ചിരുന്ന പതിവു പല്ലവിയുടെ വിശ്വാസം കുറഞ്ഞ ഒരു ആവർത്തനം മാത്രമാണത്. അതുപോലെതന്നെ "അങ്ങേ അറ്റ

1. *ഭാരതീയ പ്രതിമാശിൽപ്പം* – കെ സി എസ് പണിക്കർ, *മാതൃഭൂമി ആഴ്ചപ്പതിപ്പ്*, ഏപ്രിൽ 12, 1953.

ത്തോളം സാധാരണീകൃതമായ ഒരാദർശത്തിൽ സാർവലൗകികമായ 'വൈയക്തിക'ത്തെ ഉയർത്തി ലയിപ്പിക്കുവാനാണ് പൗരസ്ത്യശിൽപ്പി എല്ലാക്കാലത്തും പ്രയത്നിച്ചുപോന്നത്" എന്നും മദ്രാസിലെ നടരാജനും എലിഫൻറായിലെ ത്രിമൂർത്തിയും[1] "ശാശ്വത മനുഷ്യനെന്ന സങ്കൽപ്പത്തിന് ഉടൽ നൽകപ്പെട്ടതാണെ"ന്നും "ഒരു കുതിരയിലുള്ള 'അശ്വത്വം' മുഴുവൻ എടുത്തുടൽ നൽകിയതാണ് കോണാരക്കിലെ കുതിര"യെന്നും തുടർന്നുള്ള അദ്ദേഹത്തിന്റെ പ്രസ്താവങ്ങളിൽ കേൾക്കുന്നത് ഇന്ത്യൻ കലയെപ്പറ്റി അക്കാലത്ത് സഹജമായിരുന്ന ചില പൂർവധാരണകളെ അടിസ്ഥാനമാക്കിയുള്ള അതിലളിതവൽക്കരണങ്ങൾ മാത്രമാണ്. പാശ്ചാത്യചിന്തകന്മാർ ചമച്ചുകൂട്ടിയ ഐതിഹ്യപ്രായമായ ഒരു പാരമ്പര്യ സങ്കൽപ്പത്തിന്റെയും അതിന്റെ അംഗീകൃതലക്ഷണങ്ങളായി മുമ്പ് പ്രചരിച്ചിരുന്ന അലൗകികതയുടെയും ആത്മീയതയുടെയും പരിവേഷത്തിൽ നിന്നുമാണ് അറുപതുകളിലും അതിനുശേഷവും അദ്ദേഹം തന്റെ ചിത്രങ്ങളുടെ 'ഭാരതീയത' സൗകര്യപൂർവം ഏറ്റുവാങ്ങിക്കൊണ്ടിരുന്നത്. അറുപത്തിമൂന്നിലാണെന്ന് പറയപ്പെടുന്നു, അദ്ദേഹം *വാക്കുകൾ പ്രതീകങ്ങൾ* എന്ന പരമ്പര തുടങ്ങിയത്. ഈ പരമ്പര, അല്ലെങ്കിൽ അതേക്കുറിച്ചുള്ള അദ്ദേഹത്തിന്റെ പ്രസ്താവങ്ങൾ, താന്ത്രികത്തെപ്പറ്റിയുള്ള പരാമർശങ്ങൾ പ്രത്യക്ഷമായി ഉൾക്കൊള്ളാൻ തുടങ്ങിയത് പിന്നീട് മാത്രമാണ്. അറുപതുകളുടെ തുടക്കത്തിൽ താന്ത്രിക് എന്നു വിളിക്കപ്പെട്ടിരുന്ന ഒരേ ചിത്രകാരൻ ബീരൺ ദേ മാത്രമായിരുന്നു.[2]

ഒരു പ്രത്യേക കലാശൈലിയോ പ്രസ്ഥാനമോ ഒരു പുസ്തകത്തിന്റെ പ്രസാധനത്തോടുകൂടി നിലവിൽ വരുക എന്നത് ഒരുപക്ഷേ മറ്റെവിടെയും അറിവില്ലാത്തതാണ്. താന്ത്രികം എന്ന ഒരു ശൈലിയും അതിന്റെ ലക്ഷണങ്ങൾക്കൊപ്പിച്ചു ചെയ്യപ്പെടുന്ന ചിത്രങ്ങളും ആ പേരിൽ അറിയപ്പെടാൻ തുടങ്ങുന്നത് കൃത്യമായി പറഞ്ഞാൽ അറുപത്തിയേഴോടെ മാത്രമാണ്. അപ്പോഴാണ്, 1967–ൽ *തന്ത്രകല* എന്ന പുസ്തകവും തുടർന്ന് 71–ൽ *തന്ത്രആസന* എന്ന പുസ്തകവും അജിത്മുഖർജി പാരീസിൽനിന്ന് പ്രസിദ്ധപ്പെടുത്തുന്നത്. പാരമ്പര്യ ഇന്ത്യൻ കലകളെക്കുറിച്ചുള്ള തന്റെ പഠനത്തിനിടയ്ക്കാണ്; ഇതുവരെ ആരും തിരിച്ചറിയാതിരുന്ന താന്ത്രിക 'കല' എന്ന ആ പാരമ്പര്യനിധി കണ്ടെത്തിയതായി അജിത്മുഖർജി അവകാശപ്പെട്ടത്. പുസ്തകങ്ങളുടെ പ്രസാധനത്തോടൊപ്പം ഹേവാർഡ്, ഫിലാഡെൽഫിയാ തുടങ്ങിയ ഗ്യാലറികളിൽ താന്ത്രികമെന്നു അദ്ദേഹം വിശേഷിപ്പിക്കുന്ന ചിത്രങ്ങളുടെയും മറ്റ് വസ്തു വകകളുടെയും (കസേര, ശിവലിംഗം, സാളഗ്രാമം) പ്രദർശനവും സംഘടിപ്പിക്കപ്പെട്ടു. അതേപ്പറ്റി ലേഖനങ്ങളും റിവ്യൂകളും പല ആർട്ട് ജേണലുകളും പ്രസിദ്ധപ്പെടുത്തുകയും ചെയ്തു. പ്രാചീന താന്ത്രിക മതാനുഷ്ഠാനത്തെയും അതിന് ഇന്ത്യൻ തത്വചിന്തയിലും ജീവിതവീക്ഷണത്തി

1. ഇത് ത്രിമൂർത്തിയല്ല, ശിവമഹേശമൂർത്തിയാണെന്ന് ആർക്കുമറിയാം.
2. 'Tantric trend in contemporary Indian Painting' - Ratan Parimoo, *Studies in Modern Indian Art :* New Delhi, 1975.

ലുമെന്നപോലെ കലയിലുമുണ്ടായിരുന്ന നിർണായക സ്വാധീനത്തെയും പറ്റി ഗഹനമായ നിരീക്ഷണങ്ങൾ നടത്തിയിട്ടുള്ള സിമ്മറും കുമാര സ്വാമിയും സ്റ്റെല്ലാ ക്രാംറിഷും അടക്കം ഇന്നോളമുള്ള ഒരു ഇന്ത്യൻ കലാചരിത്രകാരനും ഈ ആചാരങ്ങളുടെ ഭാഗമായ യന്ത്രങ്ങളെയും മണ്ഡലങ്ങളെയും വേർതിരിച്ചെടുത്ത് ഒരു പ്രത്യേക കലാശൈലിയായി കണക്കാക്കാൻ കൂട്ടാക്കിയിട്ടില്ല. ക്ഷേത്രങ്ങളുടെ അധിഷ്ഠാനത്തിന്റെ വാസ്തുശിൽപ്പപരമായ ഡിസൈനിലും ഖജുരാഹോ തുടങ്ങിയ ശാക്തേയമതവുമായി ബന്ധമുള്ള ചുരുക്കം സ്ഥലങ്ങളിലെ റിലീഫുകളുടെ ലേഔട്ടിലും ചില ചക്രങ്ങൾ നിഗൂഹനം ചെയ്യപ്പെട്ടിട്ടുള്ളതായി ചൂണ്ടിക്കാണിക്കപ്പെട്ടിട്ടുണ്ട്. പക്ഷേ, മുഖർജിയുടെ പുസ്തകങ്ങളിൽ പരാമർശിക്കപ്പെടുന്നവയും ഈ പ്രദർശനങ്ങളിൽ സമാഹരിക്കപ്പെട്ടവയും ഇന്ത്യൻ കലാചരിത്രത്തിന്റെ കാലഗണന പ്രകാരം, അതാതുകാലത്തെ ക്ലാസിക്കൽ, ഫോക്, പ്രിമിറ്റീവ് എന്നീ ശൈലീപരമായ സവിശേഷതകൾ പുലർത്തുന്നവ മാത്രമാണ്. അതുപോലെതന്നെ, ആചാരപരമായി അവ ശൈവ, വൈഷ്ണവ, ബൗദ്ധ, ജൈന മതവിഭാഗങ്ങളിൽപ്പെടുന്നവയും. അദ്ദേഹത്തിന്റെ പ്രദർശനത്തിലുണ്ടായിരുന്ന ഒരു ജൈന തീർഥങ്കര ബിംബത്തിനുമേൽ ആരോപിക്കപ്പെടുന്ന താന്ത്രിക വിവക്ഷകൾക്ക് മറ്റെന്തു പ്രസക്തിയുണ്ടെങ്കിലും അതിന്റെ കാലത്തെ ജൈനകലാ സാകല്യത്തിൽനിന്ന് വ്യത്യസ്തമായി പ്രത്യേകമായൊരു ശൈലീവിഭാഗത്തെ പ്രതിനിധാനം ചെയ്യുന്ന എന്താണതിലുള്ളതെന്ന് വ്യക്തമല്ല. ശിവലിംഗവും സർപ്പവും തമ്മിലുള്ള ബന്ധം ശൈവസിദ്ധാന്തത്തിനും ഇന്ത്യൻ കലയുടെ ഐക്കണോഗ്രാഫിക്കും സംശയാതീതമായി അറിവുള്ളതാണ്. അത് മുഖർജിയുടെ പ്രദർശനത്തിൽ കുണ്ഡലിനിയായി മാറി. അതുപോലെ, ഒരു കസേരയ്ക്ക് ഉണ്ടെന്ന് പറയപ്പെടുന്ന താന്ത്രിക പ്രസക്തി ഇന്ത്യൻ കലാചരിത്രത്തിനോ, ശിൽപ്പശാസ്ത്രങ്ങൾക്കോ ഇന്നുവരെ അജ്ഞാതമാണ്. അമൂർത്തമായ കോസ്മൊളോജിക്കൽ ചാർട്ടുകളും പരികൽപ്പനാനിഷ്ഠമായ ക്ഷേത്രഗണിതരൂപത്തിലുള്ള ഡയഗ്രങ്ങളും ശരീരശാസ്ത്രപരമായ ചിത്രീകരണങ്ങളും സ്ത്രീപുരുഷസംയോഗത്തിന്റെ യഥാതഥമായ ചിത്രീകരണങ്ങളുമാണ് താന്ത്രിക് മതാനുഷ്ഠാനവുമായി ബന്ധപ്പെട്ടവ. അവയ്ക്കുതന്നെ താന്ത്രിക് മതാനുഷ്ഠാനത്തിന്റെ ചരിത്രപരമായ പ്രകരണത്തിലുള്ള പ്രസക്തി ഈ പുസ്തകങ്ങളിൽ വ്യാഖ്യാനിക്കപ്പെടുന്ന നിഗൂഢവൈചിത്ര്യത്തിൽനിന്നും രഹസ്യാത്മകതയിൽനിന്നും വളരെ അകലെയാണ്.[1] എന്തായാലും ഈ പുസ്തകങ്ങ

1. താന്ത്രിക മതത്തിന്റെ ചരിത്രപരമായ പശ്ചാത്തലത്തെക്കുറിച്ചുള്ള ഒരു ചർച്ച ഈ ലേഖനത്തിന്റെ പരിധിക്കുള്ളിൽ ശ്രമിച്ചിട്ടില്ല. അതിന്റെ സാമൂഹികവും അനുഷ്ഠാനപരവുമായ വശങ്ങളെപ്പറ്റിയും അതിന്റെ തത്വചിന്താപദ്ധതിയുടെ ഭൗതികവാദപരമായ അടിസ്ഥാനത്തെപ്പറ്റിയും ചരിത്രപരമായി നിഷ്കൃഷ്ടമായ ചില പഠനങ്ങൾ ചുവടെ ചേർത്തിട്ടുള്ള ഗ്രന്ഥങ്ങളിൽ കാണാം.
'Tantra : Obscure Cults and Agricultural Ritual' in *Lokayata* - D P Chattopadhyaya, New Delhi, 1959.

ളുടെ കലാചരിത്രപരമായ സുബദ്ധതയും സാധുതയും ഇനിയും തെളിയിക്കപ്പെട്ടിട്ടില്ല. മാത്രവുമല്ല, ഇവയുടെ പാരീസിൽനിന്നുള്ള പ്രസാധനവും തുടർന്നുള്ള പ്രദർശനങ്ങളും അവയെപ്പറ്റിവന്ന റിവ്യൂകളും ആസൂത്രിതമായ ഒരു പദ്ധതി പ്രകാരമാണെന്ന് വിശ്വസിക്കാനും കാരണങ്ങളുണ്ട്. ആധുനിക പാശ്ചാത്യ അമൂർത്തശൈലിയും താന്ത്രിക് ചിഹ്നങ്ങളും തമ്മിൽ താരതമ്യം ചെയ്യാനുള്ള ബോധപൂർവമായ ശ്രമം അക്കാലത്തുവന്ന റിവ്യൂകളിലും ലേഖനങ്ങളിലും ഒന്നൊഴിയാതെ കണ്ടിരുന്നത്, ഒരു പുതിയ 'ശൈലി'യുടെ സാധ്യതകളെപ്പറ്റിയുള്ള പരോക്ഷമായ മാർഗനിർദേശം പോലുമായിരുന്നു.

ഒരുപക്ഷേ, അജിത്മുഖർജിയുടെ താന്ത്രിക 'കല'യുടെ കണ്ടെത്തലും പാരീസിൽനിന്നുള്ള അവയുടെ പ്രസാധനവും ന്യൂയോർക്കിലും മറ്റ് അമേരിക്കൻ നഗരങ്ങളിലും നടന്ന അവയുടെ പ്രദർശനവും തീർത്തും യാദൃച്ഛികമല്ലെന്ന് മറ്റുചില വസ്തുതകൾ ശ്രദ്ധിച്ചാൽ മനസിലാവുന്നതേയുള്ളൂ. നേരത്തെ വിവരിച്ച അന്തർദേശീയതാവാദത്തിന്റെ അനുബന്ധമായ വേറൊരു സാംസ്കാരികധാര പാശ്ചാത്യ ചിന്തയുടെയും കലയുടെയും രംഗത്ത് മൂന്നു നാലു ദശകങ്ങളായി കാണാനുണ്ടായിരുന്നു. ശാസ്ത്രത്തിന്റെയും വ്യാവസായിക സംസ്കാരത്തിന്റെയും ക്രമാതീതമായ വളർച്ചയിൽ വീർപ്പുമുട്ടിയ നാഗരിക മുതലാളിത്തം, അവ ഉയർത്തിവിട്ട മൂല്യവ്യർഥതയുടെയും അമാനവീകരണത്തിന്റെയും ചോദ്യങ്ങളിൽനിന്ന് രക്ഷപ്പെടാനായി ശാസ്ത്രീയമായും ഭൗതികമായും അവികസിതമായ പാശ്ചാത്യേതര സംസ്കാരങ്ങളോട് ഒരു പ്രത്യേക ആഭിമുഖ്യം വളർത്തിയെടുത്തിരുന്നു. അവികസിതമായതുകൊണ്ടുതന്നെ, മാറ്റമില്ലാത്തതും ചിരന്തനവുമായ പൗരസ്ത്യസംസ്കാരങ്ങൾ, ലൗകികപരാങ്മുഖവും അതിഭൗതികവുമായ ആത്യന്തികവ്യഗ്രതകളും സത്യങ്ങളും കാത്തുസൂക്ഷിക്കുന്ന നിഗൂഢമായ ഒരു കലവറയായിട്ടായിരുന്നു പാശ്ചാത്യ വ്യാഖ്യാതാക്കളും സഞ്ചാരികളും ചിത്രീകരിച്ചിരുന്നത്. പത്തൊമ്പതാം നൂറ്റാണ്ടിലെ പൗരസ്ത്യഭ്രമം ഏറിയകൂറും അജ്ഞാതവും വിദൂരവുമായ ഒരു നാടിന്റെയും ജനതയുടെയും നിഗൂഢവിചിത്രവും ഐതിഹ്യപ്രായവുമായ ആചാരവിശേഷങ്ങളോടു തോന്നിയ കാൽപ്പനികാഭിനിവേശമായിരുന്നു. പക്ഷേ, ഈ നൂറ്റാണ്ടിന്റെ ആരംഭംമുതൽ പാശ്ചാത്യമായ എല്ലാറ്റിൽനിന്നും വിരുദ്ധമായ മൂല്യങ്ങളുടേതായ ഒരു ആദർശലോകമോ, ബദൽസംസ്കാരമോ എന്ന നിലയ്ക്കു പൗരസ്ത്യാഭിമുഖ്യം വൈകാരികമായ ഒരു ജീവിത സമീപനമായി മാറിക്കഴിഞ്ഞു. വിൽഹെം

'Material Milieu of Tantricism' - R S Sharma in *Indian Society : Historical Probings* (ed) R S Sharma and Veivekanad jha, New Delhi, 1974.

The Mother Goddess Kamakhya : Studies in the fusion of Aryan and Primitive beliefs of Assam (*Passim*) - Bani Kanta Kakati, Gauhati, 1948.

'The History and the Historical Significance of Indian Logic' - K K Dixit, *Enquiry :* New Delhi, winter 1964.

വോറിംഗറെ സംബന്ധിച്ചിടത്തോളം പ്രിമിറ്റീവ് മനുഷ്യന്റെ ആദിരൂപ പരമായ തനിമ ദർശിക്കാൻ കഴിയുന്നത് പൗരസ്ത്യമനുഷ്യനിലാണ് – യൂറോപ്പുകാരന്റെ ഭാവനാശക്തിക്കും യുക്തിചിന്തയ്ക്കും അപ്രാപ്യമായ, സത്തയുടെ അജ്ഞാത പ്രഹേളികകളിലേക്ക് സഹജഭാവമാർന്ന ഉൾക്കാഴ്ചയുള്ള പൗരസ്ത്യൻ! ഹെർമൻ ഹെസിന്റെ ഇന്ത്യൻ യാത്രയുടെ സാഹിതീയ ഫലമായ കൌണ്ട് എഡ്വാർഡ് കെയ്സർലിംഗിന്റെ ഡയറിയും ജർമൻ എക്സ്പ്രഷണിസ്റ്റ് കവിതകളിലുടനീളം കാണാവുന്ന പൗരസ്ത്യപ്രമേയങ്ങളും ഇതിന്റെ മറ്റ് തെളിവുകളാണ്. 1875 ൽ സ്ഥാപിക്കപ്പെട്ട തിയൊസോഫിക്കൽ സൊസൈറ്റിയും അതിന്റെ അനുബന്ധമായി രൂപംകൊണ്ട ആന്ത്രൊപ്പൊസോഫിക്കൽ സൊസൈറ്റിയും ആയിരുന്നു അക്കാലത്ത് സ്ഥാപിത മതങ്ങൾക്ക് വെളിയിൽ ഏറ്റവും പ്രചാരമുള്ള മതസമൂഹങ്ങൾ.[1] എല്ലാ മതങ്ങൾക്കും ബാധകമായ പ്രാഥമിക നിഗൂഢ സത്യം (basic esoteric truth) കണ്ടെത്താനുള്ള തിയോസഫിയുടെ ശ്രമം ബുദ്ധമതത്തിന്റെയും ഹിന്ദുമതത്തിന്റെയും ഉദ്ബോധനങ്ങളെയാണ് ആധാരമാക്കിയിരുന്നത്. ഇന്ത്യയിൽ ജനിച്ചുവളർന്ന അതിന്റെ അധ്യക്ഷയായിരുന്ന ആനി ബസന്റ്, ഒരു 'വിശ്വഗുരു'വായിത്തീരേണ്ട കൃഷ്ണമൂർത്തി എന്ന ഇന്ത്യൻ യുവാവുമൊപ്പം ലോകമൊട്ടുക്കും ചുറ്റി സഞ്ചരിച്ചു.[2] ക്യാൻഡിൻസ്കിയും മോൺഡ്രിയാനുമുൾപ്പെടെ പല പ്രസ്ഥാനങ്ങളിലുംപെട്ട ചിത്രകാരന്മാർ ആദ്യദശകങ്ങളിൽത്തന്നെ തിയോസഫിയുടെ വിശ്വാസികളായിരുന്നു. അചേതനത്തെയും സചേതനത്തെയും ഒന്നായിക്കാണാനിഷ്ടപ്പെട്ടിരുന്ന മോൺഡ്രിയാൻ, മനസും പദാർഥവും തമ്മിലുള്ള ഒരു ആത്മീയ സഹഭാവം (unio mystica) സാക്ഷാൽകരിക്കാൻ വ്യഗ്രത കൊണ്ടിരുന്നു. പ്രാപഞ്ചികമായ സൃഷ്ടിസ്ഥിതികളുടെ പ്രമാണങ്ങൾ ഗണിതശാസ്ത്രപരമായ ഘടനകളെ ആസ്പദമാക്കിയിരിക്കുന്നതിനാൽ, പുതിയ കലയുടെയും അടിസ്ഥാനമായി സ്വച്ഛന്ദമായ സംഖ്യാശാസ്ത്രപരമായ അനുപാതങ്ങൾ ഉണ്ടായിരിക്കണമെന്നദ്ദേഹം അനുമാനിച്ചിരുന്നു. ക്യാൻഡിൻസ്കിയുടെ കലാചിന്തകളിലും ഇത്തരത്തിലുള്ള അവ്യക്തവും നിർവചിക്കപ്പെട്ടിട്ടില്ലാത്തതുമായ ഒരു ആത്മീയാഭിമുഖ്യം കേൾക്കാനുണ്ട്. പക്ഷേ, പ്രധാന കാര്യം, അവ്യക്തവും നിർവചിക്കപ്പെട്ടിട്ടില്ലാത്തതുമാണെങ്കിലും ഈ ആത്മീയാഭിമുഖ്യത്തിന് ഒരു താത്വികാനുമതി (rationale)യും സിദ്ധാന്തരൂപവും കണ്ടെത്താനും അംഗീകൃത ശാസ്ത്രസത്യങ്ങളുടെ ന്യായീകരണം തേടാനുമുള്ള പ്രവണതയാണ്. കപടശാസ്ത്രത്തിന്റെ സാധുതയുമായി അവതരിപ്പിക്കപ്പെട്ട കാൾ യുങ്ങിന്റെ പകുതിവെന്ത സിദ്ധാന്തങ്ങൾക്ക് ഇക്കാലത്ത് കലാലോകത്ത് കിട്ടിയ ക്രമാതീതമായ അംഗീകാരം തെളിയിക്കുന്നതും മറ്റൊന്നല്ല. ഈ സിദ്ധാന്തങ്ങൾ ബൂർഷ്വാ പ്രത്യയശാസ്ത്രത്തിൽ കൂടുതൽ കൂടുതൽ ഉൾച്ചേർന്നുകൊണ്ടിരുന്ന അയുക്തികതയെയും അസംബന്ധത

1. *Expressionist Architecture* - Wolfang Pehnt : Thames and Hudron, 1973.
2. ibid.

യെയും വ്യക്തിപരതയുടെ തത്വശാസ്ത്രമാക്കുന്നതിൽ വഹിച്ച പങ്കും ശ്രദ്ധേയമാണ്. ഷോപ്പനറിലൂടെയും കീർക്കെ ഗോറിലൂടെയും നീഷെയിലൂടെയും കടന്നുവന്ന ബൂർഷ്വാ ആദർശവാദം, വ്യക്തിയുടെ മനോവൃത്തിയുടെയും ഇച്ഛയുടെയും നിശ്ചയത്തിന്റെയും ആകെത്തുകയായ കർത്തൃനിഷ്ഠത ഒരേയൊരു അറിയപ്പെടാവുന്ന യാഥാർഥ്യം (cognizable reality) ആക്കി മാറ്റി. അങ്ങനെ, വസ്തുനിഷ്ഠവും സാമൂഹ്യവുമായ പ്രകരണത്തിൽനിന്നും വ്യക്തി അമൂർത്തവൽക്കരിക്കപ്പെട്ടു കഴിയുമ്പോഴേക്ക്, വിശേഷത്വ (particularity)വും കർത്തൃനിഷ്ഠതയും കേവലമൂല്യങ്ങളായി അവരോധിക്കപ്പെട്ടു. ചിന്തയെ സത്തയിൽനിന്നും ക്രമാനുഗതത്വത്തെ ക്രമഭംഗത്തിൽനിന്നും പരിമേയത്തെ അപരിമേയത്തിൽനിന്നും വ്യക്തിയെ സമൂഹത്തിൽനിന്നും വേർതിരിച്ച് ഇക്കാലത്തെ ആദർശവാദികളായ ചിന്തകന്മാർ ഈ ദ്വന്ദ്വങ്ങൾ സഹഭാവമാർന്നിരിക്കുന്ന വൈരുധ്യാത്മകബന്ധത്തെ നിരാകരിക്കുകയും ഈ ദ്വന്ദ്വങ്ങളിൽ ഒന്നിനെ മറ്റതിനോട് തട്ടിച്ച് അതിനുപരിയായി കേവലവൽക്കരിക്കുക (hypostatise)യും ചെയ്തു. ഇങ്ങനെയുണ്ടായ അയുക്തികതയുടെ തത്വശാസ്ത്രം എല്ലാ കാരണബന്ധങ്ങളെയും നിഷേധിക്കുകവഴി സത്തയുടെ തലത്തിലുള്ള കേവലമായ വിശേഷത്വത്തെയും യാദൃച്ഛികത്വത്തെയും ക്രമഭംഗത്തെയും കുറിച്ചുള്ള ധാരണകൾക്ക് ഉപോൽബലകവുമായി ത്തീർന്നു. ഇതുതന്നെ ആയിരുന്നുതാനും ബൂർഷ്വാ പ്രത്യയശാസ്ത്രത്തിന്റെ ആണിക്കല്ലായിരുന്ന വ്യക്തിപരതാവാദത്തിന് ലഭിച്ച തത്വചിന്താപരമായ സ്ഥിരീകരണവും. മിത്തിനെയും ആദിരൂപത്തെയും സഞ്ചിതാബോധത്തെയും സ്വപ്നാനുഭവത്തെയും കുറിച്ചുള്ള യുങ്ങിന്റെ പരികൽപ്പനകൾ വ്യക്ത്യനുഭവത്തെ നിഗൂഢവൽക്കരിക്കുകയും ഈ നിഗൂഢവും അജ്ഞേയവും അയുക്തികവുമായ പ്രേരണകളുടെ സഞ്ചയമായി അമൂർത്തവൽക്കരിച്ച ഒരു കർത്തൃനിഷ്ഠതയെ ഒരേയൊരു യാഥാർഥ്യമാക്കുകയും ചെയ്തു. അഹേതുകവും അയുക്തികവുമായ സ്വപ്നാനുഭവത്തിന്റെയും അബോധതലങ്ങളുടെയും (ഫ്രോയിഡിന് ഇത് ഉപബോധമായിരുന്നല്ലോ) വ്യക്ത്യതീതമേഖലകളിൽ വ്യാപരിക്കുന്ന കർത്തൃനിഷ്ഠത ക്രമരാഹിത്യത്തെയും യാദൃച്ഛികത്വത്തെയും കേവല പ്രമാണങ്ങളാക്കി, വസ്തുനിഷ്ഠയാഥാർഥ്യത്തെയാകെ നിരാകരിക്കയായിരുന്നു. ഇങ്ങനെ, ബൂർഷ്വാ വ്യക്തിപരതയുടെ ഒരു ദശാസന്ധിയിൽ വളരെ ആവശ്യമുണ്ടായിരുന്ന ഒരു സ്ഥിരീകരണം നിറവേറ്റിക്കൊടുക്കുകയായിരുന്നു ഫലത്തിൽ യുങ്ങിന്റെ സിദ്ധാന്തങ്ങൾ ചെയ്തത്. എറിക് ന്യൂമൻ തുടങ്ങിയവരിലൂടെയും എറാനോസ് കോൺഗ്രസ് തുടങ്ങിയ പ്രസ്ഥാനങ്ങളിലൂടെയും പ്രചരിച്ചുവന്ന അദ്ദേഹത്തിന്റെ ചിന്താപദ്ധതി കൂടുതൽ കൂടുതൽ മാന്ത്രികവും ആശയക്ലിഷ്ടവും (occult and obscurantist) ആവുന്തോറും പൗരസ്ത്യാഭിമുഖ്യവും ഏറിവന്നു. സെൻബുദ്ധമതവും ഹിന്ദുമതവും ടിബറ്റൻ ബുദ്ധമതചിഹ്നങ്ങളായ മണ്ഡലങ്ങളും മറ്റും യുങ്ങിന്റെ സിദ്ധാന്തങ്ങളിലൂടെ ഒരു പുതിയ 'ശാസ്ത്രീയ' സാധുതയോ

ടുകൂടി പാശ്ചാത്യനാടുകളിൽ പ്രചരിച്ചുതുടങ്ങി. യേറ്റ്സിനേയും എസ്രാ പൗണ്ടിനേയും എലിയറ്റിനേയുംപോലുള്ള കവികളും ആൾഡസ് ഹക്സ്‌ലിയെപ്പോലുള്ള ചിന്തകന്മാരും ഇത്തരം പ്രവണതകളുടെ വക്താക്കളായിരുന്നു. സെൻബുദ്ധമതവും കാലിഗ്രഫിയും റെയ്ൻഹാർട്ട്, ഫ്രാൻസ് ക്ലെയ്ൻ തുടങ്ങി പല ചിത്രകാരന്മാരെയും ആകർഷിച്ചിട്ടുണ്ട്.

ഒരുപക്ഷേ, അറുപതുകളോടെ യൂറോപ്പിലെങ്ങും വീശിയടിച്ച പൗരസ്ത്യഭ്രമം ഇതിന്റെയൊക്കെ സ്വാഭാവിക പരിണതിയായിരുന്നു. പൗരസ്ത്യവിചിത്രനിഗൂഢതയും രഹസ്യാത്മകതയും ഉപരിപ്ലവമായ ഒരാകർഷണവും ആവേശവുമായി, പ്രതി–സംസ്കാരമെന്നോ, അണ്ടർഗ്രൗണ്ട് പ്രസ്ഥാനമെന്നോ സ്വയം വിശേഷിപ്പിച്ച അരാജക പ്രസ്ഥാനങ്ങളുടെ തത്വചിന്താപരമായ അടിത്തറയായിത്തീർന്നു. ഇന്ന് ഗൗരവമായ ഒരു പരാമർശവും അർഹിക്കാത്ത ബീറ്റിലുകളും ഹിപ്പിയിസവും ഹരേകൃഷ്ണയും മറ്റുമാണുദ്ദേശിക്കുന്നത്. ഹഠയോഗവും കാമശാസ്ത്രവും ജ്യോതിഷവും സിത്താറും ചേർന്ന ഇന്ത്യൻ സംസ്കാരത്തിന്റെ വിലോഭനീയവും ഐതിഹ്യപ്രായവുമായ ഒരു കയറ്റുമതി ഭാഷ്യം ബെസ്റ്റ് സെല്ലർ പുസ്തകങ്ങളിലൂടെ പ്രചരിച്ചുകൊണ്ടിരുന്നു. ഈ പരമ്പരയിൽത്തന്നെപെട്ട താന്ത്രികാചാരങ്ങൾ വിപുലമായിട്ടല്ലെങ്കിലും പാശ്ചാത്യലോകത്തിന് തീർത്തും അപരിചിതമല്ലായിരുന്നു. ജോൺ വുഡ്റോഫിനെപ്പോലുള്ള ഇന്ത്യയിലെത്തിയ ഇംഗ്ലീഷ് സിവിൾ ഉദ്യോഗസ്ഥന്മാരുടെ വിവരണങ്ങളിലൂടെ താന്ത്രികാചാരങ്ങൾ പാശ്ചാത്യലോകത്തിന് നേരത്തെതന്നെ പരിചിതമായിരുന്നു. (അവരൊന്നും താന്ത്രിക 'കല'യെപ്പറ്റി ഒരിടത്തും പറഞ്ഞിട്ടില്ല). പക്ഷേ, അവയേക്കാളധികം യുങ്ങിന്റെ സിദ്ധാന്തങ്ങളിലൂടെ പ്രചരിച്ച മണ്ഡലങ്ങളായിരുന്നു കാലികമായ സ്വാധീനമെന്ന് തോന്നുന്നു. ചിത്രകാരന്മാരുടെയിടയിൽ പരക്കെ പ്രചരിച്ചിരുന്ന മണ്ഡലസിദ്ധാന്തങ്ങളെയും അവരുടെ പൗരസ്ത്യഭ്രമത്തെയും നിശിതമായി പരിഹസിക്കുന്ന ഒരു ചിത്രം '56–ൽത്തന്നെ അഡ്റെയ്ൻഹാർട്ട് ചെയ്തിട്ടുണ്ട്.[1] അജിത് മുഖർജിയുടെ പുസ്തകങ്ങൾക്ക് കുറഞ്ഞത് പത്തുവർഷം മുമ്പുതന്നെ താന്ത്രികഭ്രമം പാശ്ചാത്യ അധോലോക സംസ്കാരത്തിൽ എങ്ങനെ അഭൂതപൂർവമായി പടർന്നുപിടിച്ചുവെന്നറിയാൻ, അമ്പതുകൾ മുതൽ ആ പേരിൽത്തന്നെയോ, അതിന്റെ പ്രകടമായ വിവക്ഷകളോടുകൂടിയോ നിർമിക്കപ്പെടാൻ തുട

---

1. 'A Portend of the Artist as a Young Mandala', Joke by Ad Reinhardt : *Art News;* May 1956.

ഇതിനെ ഒരു കാർട്ടൂണായി കണക്കാക്കിക്കൂടാ. ജോയ്സിന്റെ നോവലിനെ ഓർമിപ്പിക്കുന്ന ചിത്രത്തിന്റെ ശീർഷകവും യുങ്ങിന്റെ സ്പെല്ലിങ്ങും ശ്രദ്ധിക്കുക. ചിത്രത്തിന്റെ കേന്ദ്രം ഏതോ താന്ത്രികചക്രത്തെ ഓർമിപ്പിക്കുന്നു. ഈജിപ്ഷ്യൻ, അമെരിൻഡ്യൻ, ആഫ്രിക്കൻ, മയൻ തുടങ്ങിയ പ്രാചീനമോ, പ്രാകൃതമോ ആയ സംസ്കാരങ്ങളുടെ ചിഹ്നങ്ങളോടൊപ്പം താഴെ വലത്തായി കപാലമാലയണിഞ്ഞ് നാക്കു തുറിച്ചുനിൽക്കുന്ന കാളിയുടെ രൂപവുമുണ്ട് – കാളീഘട്ട് ചിത്രങ്ങളിൽ കാണുന്നതുപോലെ.

ങ്ങിയ നിരവധി അണ്ടർഗ്രൗണ്ട് സിനിമകൾ ശ്രദ്ധിച്ചാൽ മതി.[1] ഈ ചിത്രങ്ങളെല്ലാംതന്നെ അറുപതുകളിൽ അമേരിക്കയിലാണ് നിർമിക്കപ്പെട്ടതെന്നതും അവിടത്തെ ഉപസംസ്കാരത്തിനുണ്ടായിരുന്ന ഉപരിപ്ലവമായ പൗരസ്ത്യമതിഭ്രമത്തിന്റെ ഏറ്റവും പുതിയ കമ്പമായിരുന്നു താന്ത്രികമെന്നും ഇവയൊക്കെ അജിത് മുഖർജിയുടെ പുസ്തകങ്ങൾക്ക് മുമ്പു തന്നെ പ്രചാരത്തിലുണ്ടായിരുന്നുവെന്നതുമാണ് ഇവിടെ ശ്രദ്ധേയമായ കാര്യം. ചിന്താക്കുഴപ്പവും ആശയക്ലിഷ്ടതയും അവ്യക്തതയും പിടിപെട്ട ഈ മതിഭ്രമം, രതിവൈകൃതത്തിന്റെയും ആധ്യാത്മിക 'നിഗൂഢത'യുടെയും അയുക്തികതയുടെയും അംശങ്ങളിൽനിന്ന് സ്വരൂപിക്കാവുന്ന ഒരു കൾട്ട് മൂല്യത്തിന്റെ പരോക്ഷമായ സാധ്യതകൾ താന്ത്രിക

---

1. Lord Shiva's Dream Inauguration of the Pleasure Dome - Kenneth Auger (1966): Piece Mandala/End War (1966) - Paul Sharits: Razor Blades (1965-'68)-Paul Sharits; Yantra (1950-'60)-James Whitney; Lapis (1963-'66)-James Whitney; Mandala (1952-'53)-Jordan Belson; Samadhi (1966-'67)-Jordan Belson; Hare Krishna (1976)-Jonas Mekas.

   ഈ സിനിമകളൊന്നും കാണാനിടയായിട്ടില്ല. അന്തർദേശീയ സ്വതന്ത്ര സിനിമയെ പ്പറ്റിയുള്ള ഒരു പുസ്തകത്തിൽനിന്നാണീ വിവരങ്ങൾ. *Film is....* - Peter Dwoskin: Peter Owen, London, 1975. ഇതിൽനിന്നുള്ള വിവരണപ്രകാരം, *Piece of Mandala* എന്ന അഞ്ചുമിനിറ്റ് വർണചലച്ചിത്രത്തിൽ പ്രധാന ഇമേജ് സംഭോഗക്രിയയിലേർപ്പെട്ടിരിക്കുന്ന മിഥുനങ്ങളാണ് – ഇടവിട്ട് ശൂന്യമായ, വർണഫ്രെയിമുകളും. പോൾ ഷാരിട്സിന്റെ സിനിമകളിൽ ആവർത്തിച്ചു കാണുന്ന ഒരു 'പ്രമേയ'മാണ് മണ്ഡലം. 'Razor Blades' തുടങ്ങുന്നത് മണ്ഡലത്തിന്റെ ഒരു ബിംബവുമായാണ്. "മണ്ഡലം ദൃശ്യമായി കീറിത്തുറക്കപ്പെടുന്നു (മണ്ഡലത്തിന്റെ കേന്ദ്രബിന്ദുവിലൂടെ, ഒരു മുഖക്കണ്ണാടിയിലൂടെ ഒരുവൻ കടന്നുപോയിട്ടെന്നപോലെ ശുദ്ധഭാവനയുടെ ഛേദിക്കപ്പെട്ട ബോധത്തിന്റെ മേഖലയിൽ ചെന്നെത്തുന്നു). സിനിമയുടെ 'പ്രമേയം' ക്രമേണ വികസിക്കുന്തോറും അത് കൂടുതൽ കൂടുതൽ 'കേന്ദ്രീകൃത'മല്ലാതായിത്തീരുന്നു, കൂടുതൽ കൂടുതൽ അയുക്തികമായിയിത്തീരുന്നു......" എന്നാണ് ഷാരിട്സ് തന്നെ തന്റെ ഈ ചിത്രത്തെപ്പറ്റി പറയുന്നത്. ജെയിംസ് വിറ്റ്നിയുടെ 'ഘലുശ' ഒരു ബിന്ദുവിനെ കേന്ദ്രീകരിച്ച് പ്രസരിക്കുന്ന വർണപ്പൊട്ടുകളുടെ നിരന്തരമായ മാറ്റത്തെയും ചലനത്തെയും ഒരു മണ്ഡലത്തിന്റെ രൂപത്തിൽ ചേർത്തുനിർത്തിയതാണ്. ഈ ചിത്രത്തെ പാർക്കർ ടെയ്‌ലർ വിവരിക്കുന്നതിങ്ങനെയാണ്:

   ഇവിടെ ഒരു യന്ത്രത്തിന്റെ മാസ്മരബിംബം ഒരു ക്ലാസിക്കൽ രാഗത്തിന്റെ താളത്തിനൊത്ത് ഏകതാനമായി ത്രസിച്ചുകൊണ്ടിരിക്കുന്നതാണ് കാണുന്നത്. പലതരം വർണപ്പൊട്ടുകൾ ചേർന്ന വലയങ്ങളുടെ നിതാന്തമായ സങ്കോചവികാസവും എല്ലാംകൂടി സങ്കീർണമായ വിപരീതാന്വയ (counter-point)ത്തിൽ ചലിച്ചുകൊണ്ടിരിക്കുകയും സൂര്യധൂളിയെപ്പോലെ സാന്ദ്രമായി കാണപ്പെടുകയും ചെയ്യുന്നു. ഇതിന്റെ പ്ലാസ്റ്റിക് ശൈലി പോസ്റ്റ് ഇംപ്രഷണിസ്റ്റ് ചിത്രകാരന്മാരുടെ പോയിന്റിലിസവുമായി ചാർച്ചയുള്ളതാണ്. ശ്വാസഗതിയെ ഓർമിപ്പിക്കുന്ന നിരന്തരമായ വിജൃംഭണത്തിന്റെയും ശോഷണത്തിന്റെയും ഒരു കൈനെസ്തെറ്റിക് ഭാവം അതിനുണ്ട്. അങ്ങനെ, സ്ക്രീനിലെ ആ കൂറ്റൻ യന്ത്രം മനുഷ്യഹൃദയത്തിന്റെ ഒരു ബിംബമായി പെട്ടെന്ന് മാറുന്നു – ശരീരമാകെ ധാതുക്കളുടെ പ്രവാഹത്തെ നിയന്ത്രിച്ചുകൊണ്ട്.

   – പാർക്കർ ടെയ്‌ലർ

   Underground Film : Penguin, 1969.

   എക്കാലത്തെ പാശ്ചാത്യലോകത്തിന് ഈ യന്ത്രങ്ങളും മണ്ഡലങ്ങളും എന്തൊക്കെയാണ് പ്രതിനിധീകരിച്ചിരുന്നതെന്ന് ഈ പ്രസ്താവങ്ങൾ വ്യക്തമാക്കു

ത്തിൽ തിരിച്ചറിഞ്ഞിരുന്നു. ഈ സാധ്യതകൾക്ക് ഒരു ആധികാരികത യുടെ സ്ഥിരീകരണവും ഒരു ദർശന പദ്ധതിയുടെ ഔപചാരികമായ പദ വിയുംകൂടി മാത്രമേ ആവശ്യമായിരുന്നുള്ളൂ. ആ ധർമമാണ് '67-ൽ അജിത് മുഖർജിയുടെ പുസ്തകം പാശ്ചാത്യനാട്ടിൽ നിറവേറ്റിയത്. അടുത്ത ഘട്ടത്തിൽ, ഇത്തരം ഒരു കപട ദർശനപദ്ധതിയായി താന്ത്രികം എങ്ങനെ അവരോധിക്കപ്പെടുന്നു എന്നു കാണാൻ 'എഴുപതുകളുടെ ആദ്യംതന്നെ ഘടനാവാദവും ആപേക്ഷികസിദ്ധാന്തവും ദെക്കാർത്തും ബെർഗ്സണും കൂട്ടിക്കുഴച്ച് യന്ത്രതന്ത്രമന്ത്രങ്ങളെ ശാസ്ത്രീയമായി സാധൂകരിക്കാൻ നടന്ന ചില വികലശ്രമങ്ങൾ ശ്രദ്ധിച്ചാൽ മതി.[1] ശാസ്ത്രത്തിന്റെ ആധികാരികതകൊണ്ട് സാധൂകരണം തേടുന്ന ആത്മീ യത, ഒരുവശത്ത് അതിൽനിന്നും അഭിന്നമാവുന്നു. മറുവശത്ത്, ആത്മീ യതയുമായുള്ള സമാനതകൊണ്ട് ശാസ്ത്രസത്യങ്ങൾതന്നെ വീണ്ടും നിഗൂഢവൽക്കരിക്കപ്പെടുന്നു. പോസിറ്റിവിസത്തിന്റെയും സാമാന്യബോ ധത്തിന്റെ യുക്തിയുടെയും സയന്റിസത്തിന്റെയും മാനദണ്ഡങ്ങൾക്കു വിധേയമായ ഭൗതികതയുടെ തലം മാനവികതയ്ക്കു മുഴുവൻ നിയാമ കമായിക്കണ്ട ഒരു പ്രത്യയശാസ്ത്രത്തിന്റെ അനിവാര്യമായ പ്രതിസ ന്ധിയായിരുന്നു ഇത്. സയൻസ് നോവലുകളും സിനിമകളും 'ഫിസി ക്സിന്റെ താവോ'യും കാസ്റ്റിനാഡയുടെ പുസ്തകങ്ങളും തൃപ്തിപ്പെടു ത്തുന്നതും ഈ വ്യഗ്രതയെ ആണ്.

ന്നുണ്ട്. രതിവൈകൃതവും (*പീസ് മണ്ഡല* എന്ന സിനിമ); വ്യക്തത കുറഞ്ഞ, ചിന്താ ക്കുഴപ്പം പിടിച്ച ഏതോ ചില 'ആധ്യാത്മിക' പരികൽപ്പനകളും ('മണ്ഡലത്തിന്റെ കേന്ദ്രബിന്ദുവിലൂടെ കടന്ന് ഭേദിക്കപ്പെട്ട ബോധത്തിന്റെ മേഖലയെ' പ്രാപിക്കുക തുടങ്ങിയവ), അയുക്തികതയുടെ പ്രകീർത്തനവും (ഷാരിട്സിന്റെ വാക്കുകൾ) ഒക്കെ ച്ചേർന്ന ഈ ധാരണകൾക്ക് ഒരു ആധികാരികതയുടെ സ്ഥിരീകരണം മാത്രമാണാവ ശ്യമായിരുന്നത്. അതാണ് '67-ൽ അജിത് മുഖർജി നിറവേറ്റിയത്. പാർക്കർ ടെയില റിന്റെ മേലുദ്ധരിച്ച വിവരണത്തിലും മനുഷ്യശരീരത്തെയും പ്രപഞ്ചത്തെയും ബന്ധ പ്പെടുത്തിയുള്ള രൂപക കൽപ്പനകൾ ആധ്യാത്മികമായൊരു ഗൂഢവ്യാഖ്യാനത്തിന്റെ സാധ്യതകളെയാണ് ലാക്കാക്കുന്നത്. അതുപോലെതന്നെ രൂപപരവും ശൈലീപര വുമായി ഉപയോഗിക്കപ്പെടുന്ന വിശേഷണപദങ്ങൾ-പ്ലാസ്റ്റിക് ശൈലി, കൈനെസ്തെറ്റിക്, കൗണ്ടർ പോയിന്റ്-ആധുനികപാശ്ചാത്യകലാസങ്കൽപ്പങ്ങൾക്ക് നിരക്കുന്ന ഒരു സമാനതലം മണ്ഡലത്തിന്റെ രൂപത്തിനുതന്നെ (സിനിമയ്ക്കല്ല) ആരോപിക്കുന്നുമുണ്ട്.

1. ആദ്യകാലത്തെതന്നെ ഒരുദാഹരണം:
Structuralism in Yantra, Mantra and Tantra - Jean Letschert Rahasyadasa, 1971. അപ്രകാശിതം.
1971 മാർച്ചിൽ ശാസ്താംകോട്ടയിൽവച്ചുനടന്ന World Parliament of Religions for Unitive Understanding-ൽ അവതരിപ്പിക്കപ്പെട്ടതാണീ പ്രബന്ധം. ആശയക്കുഴപ്പവും സർവാബദ്ധവുമായ ഇതിന്റെ ഉള്ളടക്കം ഗൗരവമായ ഒരു പരാമർശവും അർഹിക്കു ന്നില്ല. പക്ഷേ, അതിലെ നിലപാടിന്റെ ശാസ്ത്രീയതയുടെ അവകാശവാദം സൂക്ഷി ക്കേണ്ടതുണ്ട്. ആധുനികശാസ്ത്രസിദ്ധാന്തങ്ങളെ അറിവില്ലാതെയും അതിലളിത വൽക്കരിച്ചും വികലമായും ആത്മീയ 'സത്യ'ങ്ങളുടെ അലംഘനീയതയ്ക്ക് തെളി വായി തീർത്തും അസ്ഥാനത്ത് ഉപയോഗിക്കുന്ന ആധ്യാത്മികവാദികളുടെ ഒരു പതിവ് സമ്പ്രദായത്തിൽപ്പെടുന്ന ഒന്നാണിതും.

ഇങ്ങനെയാണ് അറുപതുകളിലെ അമേരിക്കൻ യുവാക്കളുടെ അധോലോകസംസ്കാരം, അവരെ സംബന്ധിച്ചിടത്തോളം വളരെ പ്രസക്തമായിരുന്ന ഗൂഢമായ 'കൾട്ട് മൂല്യ'വും ലൈംഗികമായ അത്യാചാരങ്ങൾക്ക് ആത്മീയതയുടെ പരിവേഷവുമുള്ള ഒരു പുതിയ 'പൗരസ്ത്യ എക്സോട്ടിക്ക്'യെ പരിചയപ്പെടുന്നത്. ഇന്ത്യൻ ജീവിതത്തിലോ, കലയിലോ, ചിന്തയിലോ പ്രത്യേകിച്ചൊരു സ്വാധീനവും അല്ലാതായിക്കഴിഞ്ഞ ഒരു പ്രാക്തന മതാചാരം, നിറപ്പകിട്ടോടെ ആഘോഷപൂർവം ബെസ്റ്റ്സെല്ലർ പുസ്തകങ്ങളിലൂടെ ഇവിടെ പ്രചരിക്കാൻ തുടങ്ങി. നേരത്തെ സൂചിപ്പിച്ചതുപോലെ, പാരമ്പര്യത്തിന്റെ ചില പൂർവമാതൃകകളുടെ പേരിൽ കാലാകാലങ്ങളിൽ നിർവചിക്കപ്പെട്ടിരുന്ന ഇന്ത്യൻ കലയുടെ ഇമേജ് പാശ്ചാത്യതാൽപ്പര്യങ്ങളിലുണ്ടായ ഓരോ ഭാവപ്പകർച്ചയ്ക്കും അനുസൃതമായി മാറിക്കൊണ്ടിരുന്നു. അങ്ങനെ, മുഗൾ ചിത്രങ്ങളും രാജ്പുത് ചിത്രങ്ങളും തുടർന്ന് അജന്തയും അടുത്തകാലത്ത് നാടൻ കലകളുംവരെ കഴിഞ്ഞ്, ആ പരമ്പരയിൽതന്നെ അവതരിപ്പിക്കപ്പെട്ട താന്ത്രികം ഇന്ത്യൻ പാരമ്പര്യത്തിന്റെ ഏറ്റവും പുതിയ മുഖമുദ്രയായി കൊണ്ടാടപ്പെട്ടു. ഈ ബെസ്റ്റ്സെല്ലർ ഇറക്കുമതി ഭാഷ്യത്തിന് ചരിത്രപരമായി യഥാർഥമായ താന്ത്രികമതവുമായി യാതൊരു ബന്ധവുമില്ലെന്നുള്ളതും ശ്രദ്ധിക്കേണ്ടതാണ്. പാശ്ചാത്യലോകത്ത് ആയിടെ താന്ത്രികത്തോട് കാണപ്പെട്ടിരുന്ന അനുഭാവത്തിന്റെയും ആഭിമുഖ്യത്തിന്റെയും ശരിയായ സ്വഭാവം എന്തായിരുന്നുവെന്നും മറന്നുകൂടാ.

> വളരെ അടുത്തകാലത്ത് മാത്രമാണ് പാശ്ചാത്യനാട് ഇന്ത്യൻ കലയിൽ പരക്കെയുള്ള താൽപ്പര്യം പെട്ടെന്ന് വളർത്തിയെടുത്തത്; പക്ഷേ, ആ താൽപ്പര്യം സമകാലിക ചിത്രകലയോളം നീളുന്നില്ല. എല്ലാ കാര്യങ്ങളും അതിന് എതിരായാണ് വിരൽ ചൂണ്ടുന്നത്. മുൻതലമുറകൾ ഗാന്ധാരശിരസുകളും അജന്ത ചുവർചിത്രങ്ങളും ചോള വെങ്കലശിൽപ്പങ്ങളും മുഗൾ പോർട്രെയ്റ്റുകളും വിലമതിച്ചിരുന്നു-എല്ലാം ഏറെക്കുറെ പാശ്ചാത്യ ക്ലാസിക്കൽ രൂപങ്ങളുമായി സമാനപ്പെടുന്നവ. പക്ഷേ, യുദ്ധാനന്തരമുള്ള ഏറ്റവും വലിയ കണ്ടെത്തലുകൾ കൂടുതൽ പകിട്ടുള്ള, പച്ചയായ പോപ്പുലർ കലകളായിരുന്നു. സാധാരണക്കാരന്റെ മനസിൽ ഇന്ത്യ ഇന്ന് കൂടുതൽ കൂടുതൽ ഒരു നാടൻ സംസ്കാരത്തെയാണ് പ്രതിനിധീകരിക്കുന്നത്. താജ്മഹൽ അല്ല, നോക്കിനിൽക്കെ ഏതെങ്കിലും മരച്ചുവട്ടിൽ കെട്ടിപ്പൊക്കിയ ഒരു കോവിൽ; സാഞ്ചി ഉടൽ[1] അല്ല,

1. മൂന്നടിയോളം പൊക്കമുള്ള, കട്ടികുറഞ്ഞ കല്ലിലുള്ള, ശിരസും കൈകളും ഉടഞ്ഞുപോയ ഈ ശിൽപ്പം ഇപ്പോൾ വിക്ടോറിയ ആൻഡ് ആൽബർട്ട് മ്യൂസിയത്തിലാണുള്ളത്. സാഞ്ചിയിൽനിന്ന് കണ്ടെടുത്തതായതുകൊണ്ടു സാഞ്ചി ഉടൽ എന്നു വിളിക്കപ്പെടുന്ന ഈ ശിൽപ്പം ഒരു ബോധിസത്വ രൂപമാണെന്നും എ ഡി പത്താം നൂറ്റാണ്ടിലേതാണെന്നും ജോൺ ഇർവിൻ തിരിച്ചറിഞ്ഞിട്ടുണ്ട്. ക്ലാസിക്കൽ ശൈലിയുടെയും മധ്യകാലത്തിന്റെ ആലങ്കാരിക ശൈലിയുടെയും പരിവർത്തനദശയിലുള്ള ഈ ശിൽപ്പം ഇന്ത്യൻ ശിൽപ്പകലയുടെ ഒരു ഒറ്റ നിദർശനമായി കണക്കാക്കാം.

ഏതെങ്കിലും ഒരു കാടൻ കളിപ്പാട്ടം. കാളിഘട്ട് തെരുവുചിത്ര ങ്ങളും പാടുവാ ചുരുൾ ചിത്രങ്ങളും താന്ത്രിക് ഡയഗ്രങ്ങളും[1] ദേവതമാരുടെ പളപളപ്പുള്ള പുതിയ പ്രിന്റുകൾ[2]പോലും ഇന്നത്തെ യൊരു ശരാശരി ഇന്ത്യാഭ്രമക്കാരന്റെ ഉള്ളിലും ഏത് ആൽബം പെയിന്റിങ്ങിനെയുംകാൾ സ്ഥാനമുണ്ട്.[3]

ഇങ്ങനെ, കാളീഘട്ട്ബസാർ ചിത്രങ്ങളോടും പാടുവ ചുരുൾ ചിത്രങ്ങ ളോടും ശിവകാശി കലണ്ടർ ചിത്രങ്ങളോടും ഒപ്പം ഇന്ത്യൻ കലയുടെ പ്രാതിനിധ്യം വഹിക്കുന്ന ഏറ്റവും പുതിയ ഇനമായി താന്ത്രികം പാശ്ചാ ത്യരുടെ ഇന്ത്യാഭ്രമത്തിന് പഥ്യമായിക്കഴിഞ്ഞപ്പോൾ മാത്രമാണ് ഇന്ത്യ യിൽ ഇത് പ്രത്യക്ഷപ്പെടുന്നതെന്നത് യാദൃച്ഛികമല്ല. പക്ഷേ, രണ്ടു ദശക ങ്ങൾക്കുശേഷം ഇന്ന് അവരുടെ സമീപനത്തിൽവന്ന മാറ്റംകൂടി കണക്കി ലെടുക്കേണ്ടതാണ്. ആ "ഗോത്രസാധനങ്ങളൊക്കെയുണ്ടല്ലോ–തന്ത്രം, ഇസ്ലാമിക്, അമരിന്ത്യൻ തുടങ്ങിയവ – [ഹേവാർഡ് ഗ്യാലറി സന്ദർശി ക്കുന്ന] സ്കൂൾ കുട്ടികളുടെ പാർട്ടിക്ക് പറ്റിയതാണ്. ഒരുപക്ഷേ, അതിലു മേറെ കൊള്ളാവുന്നത് അതിൽ ഇടപാടുനടത്തുന്നവർക്കാണ്."[4] ഹേവാർ ഡ് ഗ്യാലറിയിലുള്ള ഇത്തരം ചിത്രങ്ങളെപ്പറ്റി ഒരു നിരൂപകൻ ഈയിടെ പറഞ്ഞതാണിത്.

ഒരു പൗരാണികമതാനുഷ്ഠാനം, ചരിത്രപരമായി അത് തീർത്തും മറ്റൊരു കഥയാണെങ്കിൽകൂടി, ഇന്ന് അറിയപ്പെടാൻ ഒരേയൊരു കാരണം അതിന്റെ പേരിൽ അറിയപ്പെടുന്ന ചിത്രകലയിലെ ഒരു ശൈലിയാണെന്ന് വരുന്നത് തമാശയാണ്. അങ്ങനെയാണെങ്കിൽ ഇന്നും സജീവമായി നില നിൽക്കുന്ന, സമകാലീന ജീവിതത്തിൽ കാര്യമായ പങ്കുമുള്ള വേറൊരു പൗരാണികസമ്പ്രദായമായ 'ആയുർവേദ'ത്തിന്റെ പേരിൽ എന്തുകൊണ്ട് ഒരു ആയുർവേദിക്കല ഉണ്ടാവുന്നില്ലെ?

ഇതറിയാൻ, അറുപതുകളുടെ ഒടുവിലും എഴുപതുകളുടെ ആദ്യവും താന്ത്രികം അത്ഭുതപൂർവമായ ഒരു പൗരസ്ത്യഭ്രമമായി പ്രചരിച്ചിരുന്ന കാലത്തുവന്ന ചില ലേഖനങ്ങൾ[5] ശ്രദ്ധിച്ചാൽ മതി. ഇവയിലെല്ലാം

---

1. ഇവിടെ താന്ത്രിക് ഡയഗ്രങ്ങൾ എന്ന് പരാമർശിക്കുന്നത് അറുപതുകളിൽ ആ പേരിൽ ചിലർ ഇവിടെ തുടങ്ങിയ ഒരു ശൈലിയിൽപ്പെടുന്ന ചിത്രങ്ങളെയല്ല. അജിത്മുഖർജി യുടെ പുസ്തകത്തോടും അദ്ദേഹം വിവിധ ഗ്യാലറികളിൽ സംഘടിപ്പിച്ച പ്രദർശന ത്തോടുംകൂടി പാശ്ചാത്യനാട്ടിൽ പ്രചാരത്തിൽവന്ന, പൗരാണിക താന്ത്രികാനുഷ്ഠാ നവുമായി ബന്ധമുണ്ടെന്ന് അവകാശപ്പെടുന്ന 16–17 നൂറ്റാണ്ടുകളിൽ രാജസ്ഥാൻ, ഒറീസ തുടങ്ങിയ സ്ഥലങ്ങളിൽ പ്രചാരത്തിലുണ്ടായിരുന്ന കൈയെഴുത്തുഗ്രന്ഥചി ത്രീകരണങ്ങളാണ്. അവിടുത്തെ പല ഗ്യാലറികളിലും അവയുടെ ശേഖരമുണ്ട്.
2. കലണ്ടർ ചിത്രങ്ങളാണ് പരാമർശം.
3. 'Indian Views' - Timothy Hyman, *London Magazine,* Vol 19/No.4, July 1979.
4. Nick Pyne in 'Gallery Interviews', *Studio International,* Vol. 195, No. 990, London 1/1980.
5. അക്കൂട്ടത്തിൽ ചിലതുമാത്രം താഴെക്കൊടുക്കുന്നു:
'Tantra Art' - Philip Rawson, Studio International, December '68;

ഒന്നൊഴിയാതെ സൂചിപ്പിക്കപ്പെടുന്നത് ആധുനിക പാശ്ചാത്യകലയ്ക്ക് മാർഗദർശകമാവാൻ പോന്ന ശൈലീപരമായ സാധ്യതകൾ ഉൾക്കൊള്ളുന്നവയാണ് താന്ത്രിക ബിംബങ്ങളുടെയും പ്രതീകങ്ങളുടെയും സഞ്ചയം എന്നാണ്. സമകാലീന പാശ്ചാത്യ ശൈലികൾക്കും താന്ത്രിക് മണ്ഡലങ്ങൾക്കും തമ്മിലുള്ള ദൃശ്യപ്പൊരുത്തം എത്ര ദൂരാന്വയത്തോടെയാണെങ്കിലും എല്ലാ ലേഖനങ്ങളിലും പണിപ്പെട്ട് ശ്രമിച്ചിട്ടുണ്ട്. താന്ത്രികം എന്ന ചരിത്രപരമായി യഥാർഥമായ മതത്തിന്റെ സാമൂഹികവും സാംസ്കാരികവുമായ എല്ലാ നിഷ്കൃഷ്ടവശങ്ങളെയും വിഗണിച്ച്, പിൽക്കാലത്തെ അതിന്റെയൊരു ജീർണവകഭേദത്തിലെ ലൈംഗികമായ അത്യാചാരത്തെയും രഹസ്യാത്മകമായ ആചാരവിധികളെയും മാത്രം മുൻനിർത്തി രൂപപ്പെടുത്തിയതാണ് ഇത്. "ആധുനിക ചിത്രകലയിലെ ഏറ്റവും ശ്രദ്ധേയമായവ ഏത് ലക്ഷ്യത്തെ മുൻനിർത്തിയാണ് നീങ്ങിക്കൊണ്ടിരിക്കുന്നത്" എന്ന് വെളിവാക്കുന്നതു ഫിലിപ്പ് റോസണെ സംബന്ധിച്ചിടത്തോളം പാശ്ചാത്യനാട്ടിൽ ഇതുവരെ അറിയപ്പെടാതിരുന്ന ഈ 'കലയുടെ സ്കൂൾ' ആണ്. സമീപസ്ഥമായ ദൃശ്യയാഥാർഥ്യങ്ങളുടെ ഒരു ലോകത്തെയല്ല, കാലത്തിനുള്ളിലെ ബന്ധങ്ങളുടെ ഒരു ലോകത്തെയാണ് അതു രൂപങ്ങളിലൂടെ വ്യാഖ്യാനിക്കാൻ ശ്രമിക്കുന്നതെന്നും അദ്ദേഹം പറയുന്നു. ഇവിടെ കേൾക്കുന്നത് ഇന്ത്യൻ കലകളെപ്പറ്റിയുള്ള അംഗീകൃത പാശ്ചാത്യവീക്ഷണത്തിന്റെ പല്ലവിതന്നെയാണ്. തുടർന്ന് അദ്ദേഹം, മണ്ഡലങ്ങൾ പുടപാകംചെയ്ത ആത്യന്തികമായ കെന്നെത്ത് നോളണ്ടിന്റെ ചിത്രങ്ങൾ വീണ്ടും പ്രതീകാത്മകതകൊണ്ട് സമ്പുഷ്ടമാക്കപ്പെട്ടതുപോലെയാണെന്നു പറയുന്നു. ഗുജറാത്തിൽനിന്ന് കിട്ടിയിട്ടുള്ള ചില സാളഗ്രാമങ്ങൾ ബ്രാങ്കൂസിയുടെയും ഗോട്ട്‌ലിബിന്റെയും മുന്നോടിയും അവരെ ഉല്ലംഘിക്കുന്നതുമാണ് റോസണിന്. മറ്റുചില മണ്ഡല ഡയഗ്രങ്ങൾ പോൾക്ലീയുടെ ചിന്തയെ ഗ്രസിച്ചിരുന്നതരം ഡയഗ്രങ്ങളുടെ ബിംബത്തിന്റെ കൂടുതൽ സാമാന്യവും കൂടുതൽ പൂർണവുമായി സാക്ഷാൽക്കരിക്കപ്പെട്ട പാഠഭേദങ്ങളാണെന്നും അദ്ദേഹം പറയുന്നു.

വേറൊരു നിരൂപകനായ റോബർട്ട് ഫ്രേസർ ഇത്തരം പ്രകടമായ സമാനതകൾ തേടിപ്പോകുന്നില്ലെങ്കിലും താന്ത്രികത്തിന് ആധുനിക പാശ്ചാത്യകലയിലുള്ള പ്രസക്തിയെ ചൂണ്ടിക്കാണിക്കുന്നത് ഒട്ടും വ്യത്യസ്തമായ രീതിയിലല്ല. "ഭാവിയുടെ കലയുടെ ലക്ഷ്യവും ഗതിയും സംബന്ധിച്ച പുതിയ സങ്കൽപ്പങ്ങൾ രൂപപ്പെടുത്തുന്നതിൽ ഒരു പ്രേരകമാവാൻ പോന്ന സംഭവമാണ് ഹേവാർഡ് ഗ്യാലറിയിൽ നടക്കുന്ന തന്ത്രപ്രദർശനം" എന്നാണ് അദ്ദേഹത്തിന്റെ നിരീക്ഷണം. തുടർന്നു ഫ്രേസർ പറയുന്നു:

'Tantra Art' - F N Souza, *Studio International,* Janauray '67. അജിത് മുഖർജിയുടെ റിവ്യൂ ആയ ഈ ലേഖനമാണ് ഒരുപക്ഷേ, അക്കാലത്തുവന്ന ഒരേയൊരു വിയോജകാഭിപ്രായം.
'Tantra Revealed' - Robert Frases, *Studio International,* December '71.
'Tantric Imagery : affinities with twentieth-century abstract art' - Virginia Whiles, *Studio International,* March '71.

ഹേവാർഡ് പ്രദർശനത്തിലും പുസ്തകങ്ങളിലും (അജിത് മുഖർജിയുടെ) ഉള്ള അതിരറ്റ ഈ താൽപ്പര്യത്തിന് കാരണം 'താന്ത്രിക' കല പാശ്ചാത്യമനുഷ്യന് അവന്റെതന്നെ സമകാലികകല അവഗണിച്ചുകളഞ്ഞ ഒരു ധർമം നിറവേറ്റുന്നു എന്ന വസ്തുതയാണ്. ഇതാ, സുപ്തമായ മാനുഷികോർജത്തിലും അതിന് പ്രപഞ്ചവുമായുള്ള ബന്ധത്തിലും വ്യാപരിക്കുന്ന ഒരു കലാരൂപം. 'താന്ത്രിക' കലയുടെ ഈ അന്തർമുഖത്വമാണ് ആളുകൾ പെട്ടെന്നുതന്നെ തിരിച്ചറിയുകയും താദാത്മ്യം പ്രാപിക്കുകയും ചെയ്യുന്നത്......

ലേഖനത്തിന്റെ മറ്റൊരുഭാഗത്ത്, ഇന്ത്യൻ ഫോക്കലകളുടെയും പ്രിമിറ്റിവ് കലകളുടെയും പഠനത്തിൽ എണ്ണപ്പെട്ട ഒരു പൂർവഗാമി എന്ന നിലയ്ക്ക് അജിത് മുഖർജി പ്രശസ്തനാണെന്നും നൂറ്റാണ്ടുകളായി നിലനിന്നുപോന്നിട്ടും ഇതുവരെ വ്യവച്ഛേദിച്ചുകാണാൻ കഴിയാതിരുന്ന ഈ കലാരൂപത്തെ തന്റെ പുസ്തകങ്ങളിലൂടെ അദ്ദേഹം ലോകത്തിന് ബോധ്യപ്പെടുത്തിക്കൊടുത്തുവെന്നും പ്രസ്താവിക്കുന്നു. അന്നും ഇന്നും ഇന്ത്യൻ കലാചരിത്രത്തെപ്പറ്റിയുള്ള ഗൗരവപൂർവമായ ഒരു പരിചിന്തനത്തിലും കടന്നുവരുന്ന ഒരു പേരല്ല മുഖർജിയുടേത് എന്ന് ആ വിഷയവുമായി ബന്ധപ്പെട്ടവർക്കറിയാം.

ഇനിയുമൊരു ലേഖനത്തിൽ ആധുനിക പാശ്ചാത്യ അമൂർത്തകലയും താന്ത്രികബിംബങ്ങളും തമ്മിലുള്ള സാധർമ്യമാണ് ചർച്ചചെയ്യപ്പെടുന്നത്. ഈ ലേഖനവും മുഖർജിക്ക് പ്രണാമം അർപ്പിച്ചാണ് തുടങ്ങുന്നത്. ഈ താരതമ്യ ശ്രമത്തിലെ ഏറ്റവും രസകരമായ വസ്തുത അതിലെ സന്ദിഗ്ധോക്തികളാണ്. ലുപ്തബിംബം (reductive imagery), നെഗറ്റീവ് ഭാഷ, ആവർത്തനം എന്നീ മൂന്ന് താന്ത്രികപരികൽപ്പനകളെ മുൻനിർത്തി ഇരുപതാം നൂറ്റാണ്ടിലെ അമൂർത്തകലയെ അതുമായി താരതമ്യം ചെയ്യാനുള്ള ശ്രമമാണെന്ന് ലേഖിക പറയുന്നു. ഡൊനാൾ ജഡിനെയും കാൾ ആൻഡ്രേയും മറ്റ് മിനിമലിസ്റ്റുകളെയും ബ്രാങ്കൂസിനെയും റോഥ്കോയേയും ന്യൂമാനെയും റെയ്ൻഹർട്ടിനെയും നിർലോപമായി ഉദാഹരിച്ചും ഉദ്ധരിച്ചും പണിപ്പെട്ട് നടത്തുന്ന ഓരോ താരതമ്യവും അവസാനിപ്പിക്കുന്നത്, അവരുടെ ശൈലികൾക്കും ആശയങ്ങൾക്കും താന്ത്രികകലയുമായി കാണുന്ന പ്രകടമായ സമാനതകൾ അപ്പാടെ വകവച്ചുകൊടുക്കാനാവില്ല എന്നു പറഞ്ഞിട്ടാണ്. ഇങ്ങനെ ചില സമാനതകൾ നിലനിൽക്കുന്നതായി മുൻകൂർ കൽപ്പിച്ചുണ്ടാക്കിയ പൂർവപക്ഷത്തെ ഓരോന്നായി പണിപ്പെട്ട് വിസ്തരിച്ച് ഒടുവിൽ, ഇത്തരം താരതമ്യം ഉപരിപ്ലവമാണെന്നു പറഞ്ഞ് ഓരോന്നുമവസാനിപ്പിക്കുന്ന ഈ ലേഖനം എന്താണ് പറയാനുദ്ദേശിക്കുന്നതെന്ന് വ്യക്തമല്ല. ബ്രാങ്കൂസിയും സാളഗ്രാമങ്ങളുമായുള്ള താരതമ്യം ഫിലിപ്പ് റോസണിന്റെ ലേഖനത്തിലെപ്പോലെതന്നെ ഇതിലുമുണ്ട്. മേൽപ്പറഞ്ഞവരെയെല്ലാം വിട്ട്, തുടർന്ന് ലേഖിക തന്റെ നിഷ്കൃഷ്ടമായ ചർച്ചയ്ക്ക് മാലേവിച്ചിനെയും

ക്യാൻഡിൻസ്കിയെയും ദ്യൂഷാമ്പിനെയും മോൺഡ്രിയാനേയുമാണ് അവലംബിക്കുന്നത് എന്നുപറയുന്നു. ലേഖനത്തിന്റെ ഈ ഭാഗത്തും ഇതേ സന്ദിഗ്ധോക്തികൾ തന്നെ തുടരുന്നു. പക്ഷേ, ലേഖനത്തിന്റെ ഭൂരിഭാഗവും ശ്രമകരമായി ഏച്ചുകൂട്ടാൻ നോക്കുന്ന സമാനതകൾ യാതൊരു സന്ദിഗ്ധതയുമില്ലാതെയാണ് വിസ്തരിച്ചുപപാദിക്കപ്പെടുന്നത് എന്നതാണ് രസകരം. മാലേവിച്ചിന്റെ 'ചതുരങ്ങളും' 'കുരിശുകളും' രൂപ പരമായി യന്ത്രങ്ങളോട് സമാനത പുലർത്തുന്നുവെന്നും ക്യാൻഡിൻസ് കിയുടെ ചിത്രങ്ങളിലെ 'മിത്തോളജിക്കൽ' സ്പേയ്സ് ഖജുരാഹോയി ലെയും കൊണാരക്കിലെയും താന്ത്രികശിൽപ്പങ്ങളുടെ സ്പേയ്സിനെ പ്രതിഫലിപ്പിക്കുന്നുവെന്നും തുടങ്ങി പല നിരീക്ഷണങ്ങളുടെയും ഉപരി പ്ലവത നടുക്കുന്നതാണ്.

ഇത്രയുംപറഞ്ഞത് അക്കാലത്ത് പാശ്ചാത്യനാട്ടിൽ താന്ത്രിക കല യോടുണ്ടായ ആവേശവും ഉത്സാഹവും എത്ര ഉപരിപ്ലവമായിരുന്നു എന്ന് തെളിയിക്കാൻ മാത്രമല്ല. അവർ ആധുനിക അമൂർത്ത ശൈലികളും താന്ത്രിക ഡയഗ്രങ്ങളും തമ്മിൽ കണ്ടെത്തിയ സമാനത പുതിയ ഒരു 'ശൈലിയുടെ' വിപണന സാധ്യതകൾക്ക് വേണ്ടിയുള്ള ആഹ്വാനമാ യിരുന്നെങ്കിൽ, നമ്മുടെ ചിത്രകാരന്മാർ എത്ര അനുസരണയോടെയാണ് അത് ചെവിക്കൊണ്ടത് എന്നു സൂചിപ്പിക്കാൻ കൂടിയാണ്. അങ്ങനെ അറു പതുകളുടെ ആദ്യം അന്തർദേശീയതാവാദത്തിൽനിന്നും പാശ്ചാത്യ അമൂർത്ത ശൈലികളുമായുള്ള സമ്പർക്കത്തിൽനിന്നും ആധുനികത യുടെ ശൈലീമുദ്രയുള്ള ഒരു ദൃശ്യഭാഷ രൂപപ്പെടുത്താനുള്ള ശ്രമത്തിൽ നിന്നും പിന്തിരിഞ്ഞ് ഭാരതീയ 'ഉള്ളടക്കം' അന്വേഷിച്ച പലർക്കും പെട്ടെന്ന് കൈയെത്തിപ്പിടിക്കാവുന്ന പാരമ്പര്യഖനിയിലെ ഏറ്റവും പുതിയ കണ്ടെത്തലായി താന്ത്രികം. പാശ്ചാത്യർക്ക് സമ്മതമായ ഇന്ത്യൻ വിചിത്രനിഗൂഢത എന്ന 'ഉള്ളടക്കവും' പാശ്ചാത്യ ആധുനിക തയുമായി പൊരുത്തപ്പെടുന്ന രൂപപരമായ സമാനതകളും തമ്മിൽ വിള ക്കിച്ചേർത്തു ഉണ്ടാക്കിയ ഈ ശൈലീസങ്കരം ഒരു പ്രസ്ഥാനമായി പടർ ന്നുപിടിക്കാൻ തുടങ്ങിയത്, അറുപതുകളുടെ അവസാനവും എഴുപതു കളുടെ ആദ്യവും പാശ്ചാത്യലോകത്ത് മേൽവിവരിച്ചതുപോലെ അതി നോടുണ്ടായ പ്രതികരണത്തിന്റെ വേലിയേറ്റം ഇവിടേക്ക് തിരിഞ്ഞടിച്ച പ്പോൾ മാത്രമാണ്. 1966 ൽ ഡൽഹിയിൽ നടന്ന ആദ്യത്തെ ആധുനിക അമേരിക്കൻ ചിത്രകലാപ്രദർശനം പോലെയുള്ള ഒറ്റപ്പെട്ട സംഭവങ്ങളും ഈ പ്രവണതകൾക്ക് ഉപോൽബലകമായി പലർക്കും അനുഭവപ്പെട്ടിരി ക്കാം. *അമേരിക്കൻ ചിത്രകലയുടെ രണ്ടു ദശകങ്ങൾ: 1946–66* എന്ന ആ പ്രദർശനത്തിലാണ് പിൽക്കാലത്ത് താന്ത്രിക 'ചിത്രകാരന്മാരായ' പല ഡൽഹി കലാകാരന്മാരും തങ്ങളുടെ ശൈലീമാതൃകകളായ മിനി മലും ഹാർഡ് എഡ്ജും കളർ ഫീൽഡും നേരിട്ട് ആദ്യമായി പരിചയ പ്പെടുന്നത് എന്നതും യാദൃച്ഛികമല്ല.

12

സാംസ്കാരിക വിമർശം

ടി കെ രാമചന്ദ്രൻ

ഒരാൾ തന്റെ കൈയിൽ നൂറു സ്വർണനാണയങ്ങളുണ്ടെന്ന് വിചാരിക്കുന്നു എന്നു കരുതുക. അയാളെ സംബന്ധിച്ചിടത്തോളം ഈ ധാരണ തികച്ചും ആത്മനിഷ്ഠവും അടിസ്ഥാനരഹിതവുമല്ലെന്നും അയാളതിൽ വിശ്വസിക്കുന്നുവെന്നും കരുതുക. എങ്കിൽപ്പിന്നെ, ഈ ഭാവനയിലെ സ്വർണനാണയങ്ങൾക്ക് അയാളെ സംബന്ധിച്ചിടത്തോളം യഥാർഥ നാണയങ്ങളുടെ മൂല്യം തന്നെയാണുള്ളത്. ഉദാഹരണത്തിന്, അയാൾ ഈ ഭാവനയുടെ ബലത്തിൽ കടങ്ങൾ വരുത്തിവെക്കും. അയാളുടെ ഭാവന, മാനവത മുഴുവൻ അവരുടെ ദൈവങ്ങളുടെ പേരിൽ കടംവരുത്തിവെച്ചിട്ടുള്ളതുപോലെ തന്നെയാവും പ്രവർത്തിക്കുക.

– മാർക്സ്, 1840–'41

വാഗർഥാ വിവസംപൃക്തൌ
വാഗർഥ പ്രതിപത്തയേ.....

വാക്കിനും അർഥത്തിനും ഇടയിൽ; ഇച്ഛയ്ക്കും കർമത്തിനുമിടയിൽ; വിസ്മയംപോലെ വിടർന്നുവന്ന പാതാളക്കുഴികളിലേക്ക് ഇടറിവീണുപോയ ഒരു തലമുറയുടെ സംവേദനം ശിഥിലമാവുന്നത് സ്വാഭാവികമാണ്. വിപ്ലവം പൂർത്തിയാവുകയാണെന്നും പഴയ വ്യവസ്ഥിതിയുടെ നിർദയാചാരങ്ങളും ഭീമശാസനങ്ങളും ഇന്നിനി വരാത്തവണ്ണം ചരിത്രത്തിന്റെ ചവറ്റുകൊട്ടയിൽ അപ്രത്യക്ഷമായിക്കഴിഞ്ഞുവെന്നും സ്വപ്നംകണ്ട ഒരു തലമുറ പെട്ടെന്ന്, ചോരയും ജീവനും ത്യജിച്ച് കുടങ്ങളിലടച്ച് കടലിലെറിഞ്ഞ ദുർഭൂതങ്ങൾ ഓരോന്നായി പകൽവെട്ടത്തിൽ ഉയർന്നുവരുന്നതുകണ്ട് ഉണരുമ്പോൾ, അവരുടെ കണ്ണുകളെത്തന്നെ

വിശ്വസിക്കാൻ മടിക്കുന്നതിൽ അത്ഭുതത്തിനവകാശമില്ല. 'ഏറ്റവും പുതിയത്' എന്ന് അവകാശപ്പെട്ടുകൊണ്ട് ജയഭേരി മുഴക്കിവരുന്ന ബീഭത്സമായ 'പഴയ'തിനെ ഉച്ചാടനം ചെയ്യാൻ അവർ ദുഃസ്വപ്നം കണ്ടുപേടിച്ച കൊച്ചുകുട്ടിയെപ്പോലെ രക്തസാക്ഷിത്വങ്ങളുടെയും ഗതകാല വിജയങ്ങളുടെയും ഓർമകൾ ഉരുക്കഴിച്ച് കഴിയാൻ നോക്കുന്നു. ഈ ഗൃഹാതുരത്വം ദ്വന്ദ്വസ്വഭാവമാർന്നതാണ്. നിശിതമായ വിമർശനാത്മകതയോടെ പുതിയ സമരങ്ങൾക്കുള്ള ഊർജമായി പരിവർത്തിപ്പിക്കപ്പെടുന്നില്ലെങ്കിൽ ഈ അപബോധം ഉപരിവർഗ പ്രത്യയശാസ്ത്രത്തിന്റെ സ്വാംശീകരണതന്ത്രങ്ങൾക്ക് ഇരയായിത്തീരും. ശിഥിലരൂപത്തിൽമാത്രം നിലനിൽക്കുന്ന അതിലെ സത്യാത്മകതപോലും അധീശവർഗപ്രത്യയശാസ്ത്രത്തിന്റെ ജടിലഭാഷണങ്ങൾക്ക് അകൃത്രിമമായ ഊഷ്മാവു പകർന്നുകൊടുക്കാൻ മാത്രമേ ഉപയുക്തമാവുകയുള്ളൂ. ഒരുകാലത്ത് വിപ്ലവകാരികളുടെ പുളകമായിരുന്ന കെ പി എ സി ഗാനങ്ങളുടെ ഈണങ്ങളെ എങ്ങനെ കമ്പോളസിനിമ വീര്യംകെടുത്തി സ്വാംശീകരിച്ചു എന്നതും പുന്നപ്ര–വയലാർ പോലെ വിസ്ഫോടകമായ വികാരങ്ങൾ ഉണർത്താൻ കെൽപ്പുണ്ടായിരുന്ന ഒരു സംഭവത്തെ അതിലെ രാഷ്ട്രീയത്തെ മുഴുവൻ ചോർത്തിക്കളഞ്ഞ് ബലാത്സംഗരംഗങ്ങളുടെയും അതിഭാവുകദൃശ്യങ്ങളുടെയും ഒരു ശൃംഖലയാക്കി ആലപ്പുഴയിലെ സിനിമാശാലകളിൽപ്പോലും അവതരിപ്പിക്കാൻ എങ്ങനെ കുഞ്ചാക്കോവിന് ധൈര്യം വന്നു എന്നതും ആ സിനിമയിലെ പാട്ടുകൾതന്നെ എങ്ങനെ ഇടതുപക്ഷയോഗങ്ങളിലെ ലൗഡ്സ്പീക്കറുകളിൽനിന്ന് 'കേളിയായി' കേൾക്കേണ്ട ഗതികേട് ഉണ്ടായിയെന്നതും ഗൗരവമായി പഠിക്കേണ്ട ഒരു സാംസ്കാരിക പ്രതിഭാസമാണ്. അവസാന വിശകലനത്തിൽ 'വയലാർ വഞ്ചനാദിനം' ആചരിച്ചു നടന്നിരുന്ന ഒരുത്തൻ അവിടെനിന്ന് അത്രയൊന്നും അകലെയല്ലാത്ത ഒരു നിയോജകമണ്ഡലത്തിൽനിന്ന് ജയിച്ചു എന്നതും ഇതുമായി ബന്ധപ്പെടുത്തി കാണേണ്ടിവരുന്നതുകൊണ്ട് ഇത് 'കേവല'മായ ഒരു സാംസ്കാരിക പ്രശ്നമല്ലെന്നും നാം മനസിലാക്കേണ്ടതാണ്. ഏതായാലും കോഴിക്കോട്ടുവച്ച് ഒരു 'സാംസ്കാരിക' സമ്മേളനത്തിൽ 'ഞാൻ ഒരു കർഷകനാണ്' എന്ന ആമുഖത്തോടെ പ്രസംഗം ആരംഭിച്ച ഒരു യുവാവ് (അയാൾ യഥാർഥത്തിൽ ഒരു ട്യൂട്ടോറിയൽ അധ്യാപകനായിരുന്നുവെന്ന് പിന്നീടാണ് മനസിലായത്) "എന്റെ ഗ്രാമത്തിൽ കെ പി എ സി യും കെ പി സി സി യും തമ്മിൽ ഒരു വ്യത്യാസമുണ്ടായിരുന്നില്ല" എന്നു പ്രഖ്യാപിക്കുന്നതു കേട്ടപ്പോൾ ദേഷ്യം പിടിച്ച്, 'താങ്കൾക്കെത്ര വയസായി?' എന്നു പരിഹസിക്കാനാണ് തോന്നിയത്. അന്നയാൾ പറഞ്ഞ മറുപടി ("പത്തൊമ്പതു വയസ്സ്") ഇന്നാലോചിക്കുമ്പോൾ അത്ര ബാലിശമായിരുന്നില്ലെന്നു തോന്നുന്നു. അനുഭവശകലങ്ങൾ വിസ്മൃതിയുടെ വായിൽനിന്ന് തട്ടിയെടുത്ത് ഭാവിയുടെ കരങ്ങളിലേക്ക് ഏൽപ്പിച്ചുകൊടുക്കുമ്പോൾ ആ കരങ്ങളിൽ അതു സുരക്ഷിതമാണോ എന്ന ചോദ്യം സ്വയം ചോദിക്കാനുള്ള ഉത്തരവാദിത്വബോധം

ഇന്ന് അത്യന്താപേക്ഷിതമാണ്. അതുകൊണ്ടാണ് 'ജടിലോക്തി' ശൈലിയുടെ മാത്രം പ്രശ്നമല്ലാതാവുന്നത്.

"ഞാൻ ഒരു വാക്ക് പ്രയോഗിക്കുമ്പോൾ ഞാൻ നിശ്ചയിക്കുന്ന അർഥമാണതിനുള്ളത്......'

–ഹംടി ഡംടി ആലിസിനോട്

ഹംടി ഡംടിയുടെ ഈ ആത്മവിശ്വാസം ഇന്നത്ര എളുപ്പമല്ലാത്തതുകൊണ്ട് വാക്കുകളുടെ അർഥവിവക്ഷകളെപ്പറ്റി ആശങ്കാകുലരാവാതിരിക്കാൻ ഒരു മാർക്സിസ്റ്റിനും ആവില്ല. എല്ലാം പ്രച്ഛന്നരൂപങ്ങളിൽ മാത്രം പ്രത്യക്ഷപ്പെടുന്ന ഈ വിചിത്രമായ ചരിത്രസന്ധിയിൽ പ്രത്യേകിച്ചും. അപ്പോൾ 'സാംസ്കാരിക വിമർശം' എന്ന പ്രയോഗംപോലും സംശയാസ്പദമല്ലേ എന്ന ആശങ്ക ന്യായമാണ് എന്നു തോന്നുന്നു. കാരണം, സാംസ്കാരിക വിമർശമെന്ന സംജ്ഞ തന്നെ, വിമർശനവിധേയമാക്കാവുന്ന ഒരു സംസ്കാരം നിലനിൽക്കുന്നുവെന്ന് ഭംഗ്യന്തരേണ അംഗീകരിക്കുന്നു. വർഗീയതയുടെ കൊടുവാളും പട്ടാളക്കാരന്റെ ബയണറ്റും ഒക്കെ സാംസ്കാരിക ചിഹ്നങ്ങളാവുന്ന കാടത്തം സർവവ്യാപിയായി നിലയുറപ്പിച്ചിട്ടുള്ള ഘട്ടങ്ങളിൽ, ഈ നിലപാടുതന്നെ ഫലത്തിൽ ആ കാടത്തത്തിന്റെ ന്യായീകരണമായിത്തീരുന്നു. "ഉള്ളതിനെ ഉള്ളതുപോലെ അംഗീകരിക്കുക" എന്ന സാമാന്യബുദ്ധിയുടെ നിർദോഷമായ യാഥാർഥ്യബോധം, മാറ്റത്തിനായി ഉയരേണ്ട വിമർശത്തിന്റെ വായ്ത്തലയുടെ മൂർച്ച മെല്ലെമെല്ലെ കെടുത്തിക്കളയുന്നു. നിലവിലുള്ള സാംസ്കാരികരൂപങ്ങൾക്കുള്ളിൽ ഒതുങ്ങിപ്പോവുന്ന വിമർശം ബൂർഷ്വാ അക്കാദമിക്ക് ശൈലിയിലുള്ള മൂല്യനിർണയങ്ങളായി സാംസ്കാരികച്ചന്തയുടെ വിലനിലവാരസൂചികാ പ്രക്ഷേപണങ്ങളായി അധഃപതിക്കുന്നു. ഉദാഹരണത്തിന്, കോട്ടയത്തുനിന്നുള്ള 'മ' പ്രസിദ്ധീകരണങ്ങൾ സൃഷ്ടിക്കുന്ന സാംസ്കാരികച്യുതിയെപ്പറ്റി രോഷാകുലനാകുന്ന 'ഇടതുപക്ഷ' വിമർശകൻ കോഴിക്കോട്ടെ 'മ' പ്രസിദ്ധീകരണങ്ങളുടെ കൂടുതൽ മാരകമായ പ്രത്യയശാസ്ത്രസ്വാധീനത്തിനുനേരെ കണ്ണടയ്ക്കാൻ നിർബന്ധിതനാവുന്നു. അല്ലെങ്കിൽ, 'കമ്പോള സിനിമയുടെ സംസ്കാരമലിനീകരണധർമത്തിനെതിനെ വിമർശമുന്നയിച്ച് കൃതകൃത്യതയോടെ തൃപ്തിയടയുന്ന സിനിമാനിരൂപകൻ, കമ്പോളസിനിമ V/S ആർട്ട് സിനിമയെന്ന പ്രത്യയശാസ്ത്രപരമായ സൂത്രവാക്യത്തിന് അടിമയാകുന്നു. കമ്പോള/ആർട്ട് സിനിമകളെ–ഗുണപരമായ വലിയ വ്യത്യാസങ്ങളില്ലാതെ–ഭരിക്കുന്ന അധീശവർഗ പ്രത്യയശാസ്ത്രത്തെ അബോധപൂർവമായെങ്കിലും അംഗീകരിക്കുന്നു. ഇനി "നിലനിൽക്കുന്ന എല്ലാറ്റിനെയും നിഷേധിക്കുക'' എന്ന പ്രകടമായും വിപ്ലവപരമായ നിലപാടിൽനിന്ന് ഒരാൾ സാംസ്കാരിക വിമർശത്തിനായി ഒരുങ്ങുകയാണെന്ന് സങ്കൽപ്പിക്കുക. അയാൾക്ക് തൊടുന്നതിനെയെല്ലാം വിൽപ്പനച്ചരക്കാക്കി മാറ്റുന്ന മുതലാളിത്ത വ്യവസ്ഥയുടെ വിഷമവൃത്തത്തിൽനിന്നു രക്ഷപ്പെടാനാവുമോ? 'ഇല്ല' എന്നാണ് എനിക്കു തോന്നുന്നത്. കാരണം, 'സംസ്കാരം ഇല്ലാ

ത്തത്' എന്ന് എന്തിനെയെങ്കിലും കുറിച്ച് വിധി പ്രസ്താവിക്കാൻ തികച്ചും ആത്മനിഷ്ഠമായ മാനദണ്ഡങ്ങളെ ആശ്രയിക്കാൻ അയാൾ നിർബന്ധിതനാവും. ഈ നിലപാട് പുറത്തെ സംസ്കാരശൂന്യതയെ തിരിച്ചറിയാൻ സഹായിക്കുന്ന ഒരു 'സംസ്കാരം' തനിക്കുണ്ടെന്ന വീമ്പു പറച്ചിലായി അധഃപതിക്കും. ഇത് തന്റെ സാമൂഹികമായ ഒറ്റപ്പെടലിനെ തന്നിൽനിന്നു മറച്ചുപിടിക്കാൻ മാത്രം സഹായിക്കുന്ന ആത്മവഞ്ചനയായിത്തീരും. ഇത്തരം മിഥ്യാധാരണകൾക്ക് അടിപെടുന്ന ഒരു ഇടതുപക്ഷ സാംസ്കാരിക പ്രവർത്തകൻ ഫലത്തിൽ താൻ പ്രതിനിധാനം ചെയ്യാൻ ശ്രമിക്കുന്ന ജനങ്ങളെ നിന്ദയോടെ മാത്രം കാണുന്ന അപകടകരമായ ഒരവസ്ഥ—താൻ എതിർക്കാൻ ശ്രമിക്കുന്ന ഉപരിവർഗത്തിന്റെ പ്രത്യയശാസ്ത്രലക്ഷ്യങ്ങളെ ഭംഗിയായി നിറവേറ്റിക്കൊടുക്കുന്ന ഒരുപകരണത്തിന്റെ അവസ്ഥ--യിലാവും എത്തിച്ചേരുക. മാധ്യമങ്ങൾ നടത്തുന്ന വൃത്താന്തമലിനീകരണത്തെ വിമർശിക്കുന്ന ലേഖനങ്ങൾ ഏറ്റവുമധികം വൃത്താന്തമലിനീകരണം നിർവഹിക്കുന്ന മുത്തശ്ശിപ്പത്രത്തിന്റെ 'വരാന്ത'യിൽ പ്രത്യക്ഷപ്പെടുന്നതും വിപ്ലവബോധം വർധിച്ച് ഒരു സത്യസന്ധനായ ഇടതുപക്ഷകലാകാരൻ, 'മദ്യപാനസംസ്കാരം വളർത്തുന്നവരെന്നും' 'കാക്കിയോട് നിരുപാധികമായ ഭയമുള്ളവരെന്നും' തൊഴിലാളികളെ അടച്ച് അപഹസിക്കുന്നതുമൊക്കെ ഈ മിഥ്യയുടെ ബഹിർസ്ഫുരണങ്ങളായി കാണാവുന്നതാണ്. സമൂഹത്തിന് പുറത്തു തമ്പുകെട്ടി ജീവിക്കാൻ ആർക്കും ആവില്ലെന്നതുകൊണ്ട്, ജയരാജന്മാരുടെയും പരമേശ്വരന്മാരുടെയുമൊക്കെ ഈ 'സത്യം, കാണുന്ന മട്ടിൽ പറയുന്ന ധീരത', ഭൂമിക്കുപുറത്ത് ഒരു പ്രലംബകം (fulcrum) കിട്ടിയാൽ ഞാൻ ഭൂമിയെ ഒരു വടികൊണ്ടു പൊന്തിച്ചേനെ എന്ന ആർക്കിമെഡീസിന്റെ പഴയ വീമ്പുപറച്ചിൽപോലെ അപഹാസ്യമാവുന്നു. ഇതുകൊണ്ടാണ് സാംസ്കാരികവിമർശത്തിൽ വൈരുധ്യാത്മകമായ ഒരു രീതിശാസ്ത്രം അനിവാര്യമായിത്തീരുന്നത്. അഡോണോ പറയുമ്പോലെ,

> വസ്തുക്കളുമായുള്ള നൈസർഗികമായ ബന്ധം ഉപേക്ഷിച്ചുകഴിഞ്ഞാൽ, ഒരു സിദ്ധാന്തത്തിനും അതെത്രമാത്രം സത്യമായിക്കൊള്ളട്ടെ, മിഥ്യയായി അധഃപതിക്കുകയെന്ന സാധ്യതയിൽനിന്ന് രക്ഷപ്പെടാനാവില്ല. (വിമർശനവിധേയമാക്കുന്ന) സാംസ്കാരികരൂപത്തിൽ ആമുഗ്ധനാവാതെ കഴിക്കേണ്ടതുപോലെതന്നെ ഈ കാര്യത്തിലും വൈരുധ്യവാദം ജാഗ്രത പുലർത്തണം. ബൗദ്ധികതയെ ഉദാത്തവൽക്കരിക്കാനുള്ള പ്രവണതയെയും ബൗദ്ധികതയെ അപഹസിക്കാനുള്ള പ്രവണതയെയും അത് ഒരുപോലെ സംശയിക്കണം. സംസ്കാരത്തിന്റെ വൈരുധ്യാത്മകമായ വിമർശം ഒരേസമയം സംസ്കാരത്തിൽ പങ്കുചേരുകയും അതിൽനിന്ന് (വിമർശനാത്മകമായ) ദൂരം പുലർത്തുകയും വേണം.

കേവലമായ ബുദ്ധിജീവി വിരോധത്തിന്റെ പല 'വിപ്ലവ'പ്രസ്താവ

ങ്ങളും "സംസ്കാരം എന്ന വാക്കുകേട്ടാൽ ഉടനെ തോക്കെടുക്കാനാണ് എനിക്കു തോന്നുന്നത്" എന്ന ഹിറ്റ്ലറുടെ സാംസ്കാരിക വകുപ്പ് വക്താവിന്റെ വാക്കുകളോട് എത്രമാത്രം അടുത്താണ് നിൽക്കുന്നത് എന്നതും ഈ വിപ്ലവവീര്യമില്ലാത്ത, നശ്വരമായ എലുമ്പിൻകൂടിന്റെയും ത്വങ്മാംസരക്താസ്ഥികളുടെയും പരിരക്ഷണത്തിൽ അമിതതാൽപ്പര്യം കാണിക്കുന്ന ജനങ്ങൾ എങ്ങനെ വീരനായകന്മാരാകാനാണ് എന്ന സംശയം, സമൂഹത്തെ കർമോത്സുകരായ ധീരനായകന്മാരും (active heroes) നിഷ്ക്രിയരായ ആൾക്കൂട്ടവും (passive masses) ആയി വിഭജിച്ചുകണ്ടിരുന്ന റഷ്യൻ നരോദ്നിക്കുകളുടെ നിലപാടിൽനിന്ന് വളരെയൊന്നും വ്യത്യസ്തമല്ല എന്നതും ചിന്തോദ്ദീപകമാണ്. "അവസാനം ചന്തയിൽ എത്തുകയെന്ന ദുർഗതിയിൽനിന്ന് ഇന്ന് ഒരു ചിന്താപദ്ധതിക്കും രക്ഷപ്പെടാനാവില്ല," എന്ന് അംഗീകരിക്കുമ്പോൾതന്നെ വിപ്ലവചിന്താപദ്ധതികൾ ചന്തയിലെത്തുന്നത് ചന്തയുടെതന്നെ അടിത്തറയെ തുരങ്കം വച്ചുകൊണ്ടാണ് എന്നു നാം മനസിലാക്കണം. മിഥ്യകളെ ഉച്ചാടനം ചെയ്യുന്ന, സമരസജ്ജമായ വൈരുധ്യവാദത്തിനു മാത്രമേ ഇന്നതു കഴിയൂ. അതുകൊണ്ടാണ് മാർക്സിസത്തിന്റെ വിപ്ലവാത്മകതയിൽ ചുവടുറപ്പിച്ചു നിൽക്കുന്ന ഒരു സാംസ്കാരിക വിമർശ പദ്ധതി ഇന്ന് ആവശ്യമായിത്തീർന്നിരിക്കുന്നത്.

"അവൻ ജീവിക്കാൻ പഠിച്ചവനാണ്"

'എല്ലാ മനുഷ്യരും തത്വചിന്തകരാണ്' എന്ന അന്റോണിയോ ഗ്രാംഷിയുടെ വാദം സൈദ്ധാന്തികരുടെ സുഘടിതമായ ചിന്താപദ്ധതികളുടെ സ്ഥൂലരൂപങ്ങളിൽ എന്നപോലെ ജനങ്ങളുടെ സാമാന്യബോധത്തിന്റെയും പ്രായോഗികബുദ്ധിയുടെയും സൂക്ഷ്മരൂപത്തിലും നിലനിൽക്കുന്ന പ്രത്യയശാസ്ത്രപരികൽപ്പനകളുടെ വിമർശത്തിന്റെ പ്രസക്തിയിലേക്കാണ് വിരൽ ചൂണ്ടുന്നത്. സാമാന്യബോധവും തത്വശാസ്ത്രജ്ഞന്മാരുടെ സിദ്ധാന്തരൂപങ്ങളും വിശാലമായ അർഥത്തിൽ പരസ്പരപൂരകങ്ങളാണ്. ഇങ്ങനെ നോക്കുമ്പോൾ നാം ചായക്കടച്ചർച്ചകളിലും യാത്രകൾക്കിടയിലെ ആകസ്മിക സംഭാഷണങ്ങളിലും ഒക്കെ പാതി മാത്രം ചെവികൊടുത്ത് കേട്ടിരിക്കുകയും ചിലപ്പോഴൊക്കെ തലകുലുക്കി അംഗീകരിച്ചു പിരിയുകയും ചെയ്യുന്ന അഭിപ്രായപ്രകടനങ്ങളെ കുറെക്കൂടി നിഷ്കൃഷ്ടമായ വിശകലനത്തിനു വിധേയമാക്കാൻ ബാധ്യസ്ഥരാണ് എന്നു വരുന്നു. പ്രാദേശികമായ ഉച്ചാരണവ്യതിയാനങ്ങളോടെ ഏതാണ്ട് സാർവത്രികമായി പറഞ്ഞു കേൾക്കാറുള്ള "അവൻ ജീവിക്കാൻ പഠിച്ചവനാണ്" എന്ന സാമാന്യബോധത്തിന്റെ വിലയിരുത്തൽ തന്നെ എടുത്തുനോക്കാം. തികച്ചും പ്രകടമായ അതിന്റെ സൂചിതാർഥത്തെ ഏതാണ്ട് പൂർണമായും മൂടിക്കളയാൻ പ്രാപ്തമാണ് അതു ദ്യോതിപ്പിക്കുന്ന നാനാർഥങ്ങളും മൂല്യസങ്കൽപ്പങ്ങളും. ഈ പ്രസ്താവന പുറത്തുവരുന്ന നിയതസാഹചര്യങ്ങളും പറയുന്ന ആളുടെ ഭാവഹാവാദി

കളും വരുത്തുന്ന അർഥമാറ്റങ്ങളാകട്ടെ ചർച്ചയെപ്പോലും അസാധ്യമാക്കുന്ന തരത്തിൽ വിപുലസാധ്യതകൾ ഉള്ളവയുമാണ്.

ഒന്നാമതായി, 'ജീവിക്കാൻ പഠിച്ചവൻ' എന്ന പ്രയോഗം ഒറ്റനോട്ടത്തിൽ മതിപ്പിനെ സൂചിപ്പിക്കുന്നതാണെന്ന് തോന്നാം. എന്നാൽ ഒന്നുകൂടി സൂക്ഷിച്ചുനോക്കുമ്പോൾ അത്ര നിർദോഷമാണോ ഈ പ്രസ്താവം എന്ന സംശയം ന്യായമായും ഉണ്ടാവുന്നു. ഏതോ അർഥത്തിൽ 'ജീവിതവിജയം' നമ്മുടെ സമൂഹത്തിൽ അത്ര നേരായ മാർഗത്തിലൂടെ നേടാവുന്ന ഒന്നല്ല എന്ന പ്രായോഗികബുദ്ധി--അയാൾ അത്രയൊന്നും നല്ലവനല്ല എന്ന സൂചന ഈ പ്രയോഗത്തിനു പിന്നിൽ ഒളിമിന്നുന്നതു കാണാം. "അവൾ' ജീവിക്കാൻ പഠിച്ചവളാണ്" എന്നൊന്ന് ഈ വാചകം അഴിച്ചു പണിതുനോക്കിയാൽ ഈ ദുഃസൂചന പ്രകടമാവും. ഈ ചൂഷക സമൂഹത്തിൽ 'കഴിഞ്ഞുകൂടിപ്പോവാൻ' ഒരാൾ സഹിക്കേണ്ടിവരുന്ന അവമതികളുടെയും കെട്ടേണ്ടിവരുന്ന വിചിത്ര വേഷങ്ങളുടെയും പറയേണ്ടിവരുന്ന നുണകളുടെയും ചെയ്യേണ്ടിവരുന്ന കള്ളത്തരങ്ങളുടെയും നഖചിത്രങ്ങൾ ആ വാക്കുകളിൽ അടങ്ങിക്കിടപ്പുണ്ട്. എന്നാൽ, ജീവിക്കാൻ പോലും നൈസർഗികതയെ വിലങ്ങിട്ടുനിർത്തി മുഖങ്ങളും ഭാവങ്ങളും അവസരോചിതമായി എടുത്തണിയാൻ 'പഠിക്കേണ്ട' സ്ഥിതി വരുത്തി വയ്ക്കുന്ന സാമൂഹികാവസ്ഥകളെപ്പറ്റിയുള്ള ഇതിലെ പ്രതിഷേധത്തിന്റെ ബീജരൂപം അധീശവർഗ പ്രത്യയശാസ്ത്രത്തിന്റെ ജഡഭാരത്തെ തട്ടിമാറ്റി വികസിക്കുന്നില്ല. അധീശവർഗത്തോടുള്ള ഈ വിധേയത്വമാണ്, ജീവിക്കാൻ പഠിച്ചവരോടുള്ള മതിപ്പിന്റെ രൂപത്തിൽ പ്രത്യക്ഷപ്പെടുന്നത്. അർഥതലത്തിലുള്ള അനിശ്ചിതത്വ (ambiguity)മായി അനുഭവപ്പെടുന്ന ഈ ദ്വന്ദ്വാത്മകത, വർഗവിദ്വേഷവും നിസ്സഹായതാബോധവും തമ്മിലുള്ള സംഘർഷത്തിന്റെ സൃഷ്ടിയാണ്. ചൂടുവെള്ളത്തിൽ വീണതുകൊണ്ട് പച്ചവെള്ളം കണ്ടാൽപോലും പേടിക്കുന്ന പൂച്ചകൾ, വേണ്ടകാലത്ത് രണ്ടു വാഴവെക്കാൻ മറന്നുപോയ കൃഷിക്കാരൻ എന്നിങ്ങനെ വൈവിധ്യമാർന്ന അനേകം പ്രതീകങ്ങളിൽ ഈ സംഘർഷങ്ങളുടെ വിരൽപ്പാടുകൾ പതിഞ്ഞുകിടപ്പുണ്ട്. സാമാന്യബോധത്തിന്റെയും പ്രായോഗിക ബുദ്ധിയുടെയും ഭാഷയെ വിമർശനാത്മകമായി അപഗ്രഥിക്കുക എന്നത് മാർക്സിസ്റ്റുകാരുടെ ഒരടിയന്തിര കടമയാക്കിത്തീർക്കുന്നത് ഇതാണ്.

കൊടികയറിനിൽക്കുന്ന കച്ചവടക്കാരുടെ പ്രത്യയശാസ്ത്രം

സാമാന്യബോധത്തിന്റെ കണ്ണിൽ 'ജീവിക്കാൻ പഠിച്ച'വന്റെ വിപരീതമാണ് 'പാവത്താൻ.' "അവൻ വല്ലാതെ സാധുവായിപ്പോയി" എന്ന സഹതാപ പ്രകടനം, "മണ്ടൻ, അവന്റെയൊക്കെ ഒരാദർശം" എന്ന വിജയികളുടെ ഔദ്ധത്യമായോ, "കഷ്ടം, എങ്ങനെ കഴിയേണ്ടവനാ ആ കുട്ടി; ഇങ്ങനെ പാവമായിപ്പോയല്ലോ!" എന്ന സഹജീവികളുടെ ആർദ്രതയായോ ഒക്കെയാണ് പ്രത്യക്ഷപ്പെടാറ്. കപടലോകത്തിലാത്മാർഥമായ ഹൃദയം ഉണ്ടായതുകൊണ്ട് പരാജയപ്പെടുന്ന അതിഭാവുകത ഇതിന്റെ

സംസ്കൃതഭാഷ്യം മാത്രമാണ്. സാഹിത്യത്തിലും സിനിമയിലുമെല്ലാം ശക്തമായ സാമൂഹ്യവിമർശനത്തിനുള്ള ആയുധമായി ഈ മന്ദബുദ്ധി കളായ കഥാപാത്രങ്ങൾ ഉപയോഗിക്കപ്പെട്ടിട്ടുണ്ട്. *സൗണ്ട് ആന്റ് ഫ്യൂറി*യിലെ ബെഞ്ചി, *ടിൻഡ്രമ്മി*ലെ ഓസ്കാർ, (റാൽഫ് എലിസൺന്റെ) *ഇൻവിസിബിൾ മാനി*ലെ നീഗ്രോകുട്ടി ഇവരെല്ലാം ഇത്തരത്തിലുള്ള വിമർശന ധർമമാണ് നിർവഹിക്കുന്നത്. മലയാളത്തിൽ ഒരുപക്ഷേ, ആദ്യ മായി ഇത്തരം ഒരു കഥാപാത്രം പ്രത്യക്ഷപ്പെടുന്നത് *ഇരുട്ടിന്റെ ആത്മാവി*ലാണ്–ഏറ്റവും പുതിയ പതിപ്പ് അടൂർ ഗോപാലകൃഷ്ണന്റെ *കൊടി യേറ്റ*ത്തിലും. ഒരു വ്യാഴവട്ടത്തിലേറെ അകലം ഈ പാത്രകൽപ്പനകൾ തമ്മിലില്ല. പക്ഷേ, ഈ രണ്ടു സൃഷ്ടികളിലും ഉൾച്ചേർന്നിട്ടുള്ള പ്രത്യയ ശാസ്ത്രധാരകൾ തമ്മിലുള്ള ദൂരം വിസ്മയാവഹമാണ്–ഒരർഥത്തിൽ കേരളത്തിലെ സാംസ്കാരികരംഗത്ത് പുരോഗമന–ഇടതുപക്ഷ ആശയ ങ്ങൾക്കു സംഭവിച്ചിട്ടുള്ള അപചയത്തിന്റെ അളവുകോൽപോലുമായി ഇതിനെ കാണാവുന്നതാണ്. *ഇരുട്ടിന്റെ ആത്മാവി*ലെ നായകൻ അമാന വീകൃതമായ തന്റെ സാമൂഹികമായ ചുറ്റുപാടുകളുമായി ഒത്തുപോവാൻ വിസമ്മതിക്കുന്ന 'നിഷേധിയാണ്.' അത്തരം വ്യവസ്ഥയുമായി സന്ധി ചെയ്യുന്നതിലും ഭേദം ഉന്മാദത്തിന്റെ ഇരുണ്ട മുറികളും കാൽചങ്ങലക ളുമാണ് എന്നു തീരുമാനിക്കാനുള്ള ധീരത പ്രകടിപ്പിക്കുന്നവനാണ്. പാവ ത്തത്തിൽനിന്ന് ഭ്രാന്തിലേക്കുള്ള അയാളുടെ പ്രയാണം, പണഭ്രാന്തിലും പ്രതാപഭ്രമത്തിലും ആണ്ടുപോകുന്ന ഒരു സമൂഹത്തിനെതിരായ പ്രതി ഷേധമാണ്. ഒരു ദുരന്തനാടകത്തിന്റെ ഗാംഭീര്യം അതിന്റെ കഥാംശത്തി നുണ്ട്. (സിനിമ എന്ന നിലയ്ക്കുള്ള അതിന്റെ മൂല്യം ഈ ചർച്ചയിൽ സംഗതമല്ല; അതിലേക്കു കടക്കുന്നുമില്ല.) എന്നാൽ, *കൊടിയേറ്റ*ത്തിലെ "കെട്ടിയവളെ പോറ്റാനറിയാത്ത", "വിളിക്കുന്നവർക്കൊക്കെവേണ്ടി എല്ലു മുറിയെ പണിയെടുത്തിട്ടും കണക്കുപറയാതെ കിട്ടിയതു വാങ്ങിച്ചു തൃപ്തിപ്പെടുന്ന", ലോറി കണ്ടതിലുള്ള അത്ഭുതത്തിൽ കോടിയുടുപ്പിൽ ചെളിതെറിക്കുമെന്നുപോലും മറന്നുനിൽക്കുന്ന പാവത്താനോ? എല്ലാ അർഥത്തിലും ഒരു കാർട്ടൂൺ ചിത്രമാണയാൾ––ജീവിക്കാൻ പഠിച്ച പുരു ഷന്മാരുടെയും അവരുടെ 'മിടുക്കി'കളായ വെപ്പാട്ടികളുടെയും ലോക ത്തിന് ചിരി പകരുന്ന ഒരു കോമാളി. *ഇരുട്ടിന്റെ ആത്മാവി*ന്റെ നിഷ്കള ങ്കതയും ഭാവനൈർമല്യവും കാരുണ്യശൂന്യമായ ഹിമയുഗങ്ങളിൽ വിറ ങ്ങലിച്ചു മരിക്കാതിരിക്കാൻ മനുഷ്യത്വം എടുത്തണിയുന്ന പുതപ്പായിരു ന്നുവെങ്കിൽ, *കൊടിയേറ്റ*ത്തിൽ ഈ ശുദ്ധത വിഡ്ഢിത്തത്തിന്റെ പര്യായ മായിത്തീരുന്നു. സിനിമയുടെ അന്ത്യത്തിൽ അടൂർ ഗോപാലകൃഷ്ണന്റെ കഥാപാത്രത്തിന് സംഭവിക്കുന്ന രൂപപരിണാമവും ശ്രദ്ധേയമാണ്. അയാൾ 'ജീവിതയാഥാർഥ്യങ്ങളു'മായി ഏറ്റുമുട്ടുന്നതോടെ, കുറെക്കൂടി കൃത്യമായി പറഞ്ഞാൽ, പുതുമണവാട്ടി സഹികെട്ട് വീട്ടിൽനിന്ന് അടി ച്ചിറക്കുന്നതോടെ 'ബുദ്ധി' പഠിക്കുന്നു. ഒരു ലോറിയിലെ 'കിളി'യായി അടിവെച്ചടിവെച്ച് സമൂഹത്തിൽ ഒരു മാന്യനായിത്തീരുന്നു. തന്റെ ആദ്യ

ത്തെ കോടിയുടുപ്പിനെപ്പോലും അന്യതാബോധത്തോടെ മാത്രം കാണാൻ കഴിഞ്ഞിരുന്ന അയാൾ ഭാര്യയ്ക്ക് വിശേഷദിവസങ്ങളിൽ ജൗളിത്തരങ്ങൾ വാങ്ങിക്കൊടുക്കാൻ മറക്കാത്ത ഒരു മാതൃകാപുരുഷ നാവുന്നു–പുരുഷത്വമുള്ള പുരുഷൻ. ഇങ്ങനെ ഒരു കഥാപാത്രത്തെ ആദർശവൽക്കരിക്കാൻ അടൂർ ഗോപാലകൃഷ്ണൻ മുതിർന്നതിൽ അത്ഭുതത്തിനവകാശമില്ല. എന്നാൽ *കൊടിയേറ്റം* ഒരുപക്ഷേ, ഏറ്റം ജന പ്രീതിനേടിയ “ആർട്ട് സിനിമ”യായി എന്നതും ഒരു ഇടതുപക്ഷ സർവീ സ് സംഘടനയുടെ സാംസ്കാരിക സമ്മേളനത്തിൽ ഒരു പുരോഗമന വാദിയായ ചെറുപ്പക്കാരൻ ഈ സിനിമയെ, “എങ്ങനെ ഒരു മന്ദബുദ്ധിയെ പ്പോലും സാമൂഹികബന്ധങ്ങൾ വളർത്തിയെടുക്കുന്നു” എന്നതിന്റെ നിദർശനമായും അതുകൊണ്ട് ‘സോദ്ദേശ്യ’ സൃഷ്ടിയായും വിശദീക രിച്ചുകൊണ്ട് ഒരു പ്രബന്ധം അവതരിപ്പിച്ചുവെന്നതും ഇടതുപക്ഷത്തിന്റെ അപചയത്തിന്റെ ആഴവും വ്യാപ്തിയും വെളിവാക്കുന്നുണ്ട്. ആ ചെറുപ്പ ക്കാരൻ *കൊടിയേറ്റം* സോദ്ദേശ്യ സൃഷ്ടിയാണെന്നു പറഞ്ഞത് ശരിയാ ണ്. (അല്ലെങ്കിൽ വർഗസമുദായത്തിൽ ഉദ്ദേശത്തിന്റെ, വർഗതാൽപ്പര്യ ത്തിന്റെ മുദ്ര പതിയാത്തതായി എന്താണുള്ളത്?) പക്ഷേ, ഒരുകാര്യം അയാൾ മറന്നുപോയി–ആരുടെ ഉദ്ദേശ്യം, കുറെക്കൂടി നിഷ്കൃഷ്ടമായി പറഞ്ഞാൽ, ഏതു വർഗത്തിന്റെ ഉദ്ദേശ്യം എന്ന ചോദ്യമുന്നയിക്കാൻ. ഈ ‘മറവി’യെ നിലനിർത്താനുള്ള കഴിവാണ് *കൊടിയേറ്റ*ത്തിന്റെ പ്രത്യ യശാസ്ത്രപരമായ മാരക പ്രലോഭനത്തിന്റെ അടിസ്ഥാനം. *അസുരവി ത്തി*ലെ, വീട്ടുവേലക്കാരിയെ ‘പിഴപ്പിച്ച്’ തടിതപ്പുന്ന കോളേജുകുമാര നിൽനിന്നും *ആരൂഢ*ത്തിലെ നഗരത്തിന്റെ കൃത്രിമമായ പകിട്ടുകളിൽ നിന്നു രക്ഷപ്പെടാനായി നാലക്കശമ്പളമുള്ള ജോലി വലിച്ചെറിഞ്ഞ് പാണ പ്പാട്ടും പറയപ്പാട്ടും പിന്നെ തന്റെ നീലി എന്ന പഴയ കാമുകിയും (പിന്നെ ആരൊക്കെ എന്നു വ്യക്തമല്ല) ഒക്കെയുള്ള ഗ്രാമഭംഗിയിലേക്ക് മടങ്ങി സംസ്കൃതം പഠിച്ചും ഭാര്യയുടെ കോൺവന്റു വിദ്യാഭ്യാസ ഹുങ്ക് ഒതു ക്കാൻ ശ്രമിച്ചുമൊക്കെ കഴിഞ്ഞുകൂടുന്ന “തമ്പുരാന്റെ” ജുഗുപ്സാവഹ മായ പാത്രസൃഷ്ടിയിലേക്കുള്ള ദൂരം; *മുടിയനായ പുത്രനിൽ*നിന്ന് *ഉത്ത രായണ*ത്തിലേക്കുള്ള ദൂരം, എന്നിങ്ങനെ പല മാനങ്ങളുപയോഗിച്ചും സാംസ്കാരിക രംഗത്തെ ഈ പ്രത്യയശാസ്ത്രപ്പകർച്ചകളെ അളക്കേണ്ട താണെന്നു തോന്നുന്നു. ഏതായാലും നീലിയെ മറവുചെയ്യാൻ തന്റെ കാഴ്ചവട്ടത്തു മണ്ണുപോലും നിഷേധിക്കുന്ന തമ്പുരാന്റെ “അടിസ്ഥാന വർഗസ്നേഹ”ത്തെ ദേശീയോദ്ഗ്രഥനത്തിനുള്ള അവാർഡു നൽകി അനുമോദിച്ച ഭരണകൂടം ഈ മാനദണ്ഡങ്ങളെപ്പറ്റി നല്ല ബോധം തന്നെ യാണ് പുലർത്തുന്നത് എന്നതിൽ സംശയമില്ല. ഈ പുതിയ മൂല്യങ്ങൾ ആരുടേതാണ്? ഊഹക്കച്ചവടവും കള്ളക്കടത്തും പൂഴ്ത്തിവെപ്പും അബ് കാരി കോൺട്രാക്ടുമൊക്കെക്കൊണ്ട് ‘ഒന്നുവെച്ചാൽ പത്ത്’ എന്ന നില യ്ക്ക് വളർന്ന് സംഘടിതരാവുന്ന ഒരു പുതിയ വ്യാപാരിവർഗത്തിന്റേ തെന്നു നിസ്സംശയം പറയാം. അവരുടെ പ്രത്യയശാസ്ത്രമാണ് *കൊടി*

*യേറ്റ*ത്തിലും കൊടികുത്തി നിൽക്കുന്നത്. പിന്നെ, അടൂർ ഗോപാലകൃഷ്ണന്റെ ശുദ്ധകല, സിനിമാറ്റിക് പ്രതിഭ–ഇവയൊക്കെ വെറുതെയാണോ എന്ന പണ്ഡിതനിരൂപകരുടെ കോപവചസുകൾ ഞാൻ മുന്നിൽ കാണുന്നുണ്ട്. എലികൾക്ക് പത്തായത്തിൽ കടക്കാൻ എന്തെങ്കിലും 'മോട്ടിവേഷൻ' വേണമല്ലോ!

ജടിലോക്തികളുടെ ലോകം

മാർക്സിന്റെ *വിശുദ്ധകുടുംബ*ത്തിൽ പ്രേമത്തെപ്പറ്റിയുള്ള എഡ്ഗാർ ബോവറുടെ ഉദാത്ത പ്രസ്താവങ്ങളെ വിശകലനം ചെയ്യുന്ന ഒരു ചെറിയ ഖണ്ഡമുണ്ട്. ജടിലോക്തിയെപ്പറ്റിയുള്ള ഈ വിശകലനത്തിന്റെ ആരംഭബിന്ദുവായി അതു സ്വീകരിക്കാമെന്നു തോന്നുന്നു. ദൈവീകമായ ഒരു പ്രേമസങ്കൽപ്പത്തിൽനിന്ന് ആരംഭിക്കുന്ന ബോവർ എങ്ങനെ പ്രേമഭാജനത്തെ ഒരു പിശാചായി കാണുന്ന അവസ്ഥയിലേക്ക് എത്തിപ്പെടുന്നു എന്ന് മാർക്സ് വിശദീകരിക്കുന്നുണ്ട്. ആദ്യമായി, പ്രേമിക്കുന്ന പെണ്ണിനെ പ്രേമമായി അമൂർത്തവൽക്കരിക്കുന്നു. പ്രേമത്തെ ഒരു ദേവതയായി സങ്കൽപ്പിക്കുന്നു. ഈ അമൂർത്തവൽക്കരണങ്ങളിലൂടെ പ്രേമഭാജനം ഒരമൂർത്ത ആശയമായി, ദൈവശാസ്ത്രപരമായ പരികൽപ്പനയായി മാറ്റപ്പെടുന്നു. പ്രേമിക്കുന്ന വ്യക്തി 'പ്രേമമുള്ള വ്യക്തിയാകുന്നു.' കർത്താവ് കർമമായി രൂപം മാറുന്നതോടെ വച്ചുമാറ്റൽ പ്രക്രിയ കേവലയുക്തിയുടെ പ്രശ്നമാകുന്നു. ദേവത ക്രൂരദേവതയാവുന്നു. "മനുഷ്യനെ പൂർണമായും ലഭിക്കുന്നതുവരെ തൃപ്തിവരാത്ത ദേവത"യെ പിശാചായി സങ്കൽപ്പിക്കുക എളുപ്പമാണല്ലോ. പ്രേമം പൂർണമായ 'ആത്മസമർപ്പണമാവുന്നതോടെ' ഫലത്തിൽ അത് 'യാതന'യാവുന്നു. ഈ പ്രേമപൂജയുടെ പരകോടി 'ആത്മബലി'യും. എഡ്ഗാറുടെ ഈ 'ഉദാത്തമായ പ്രേമസങ്കൽപ്പം' ഏറെ കാൽപ്പനികമായ പ്രേമഗീതങ്ങളിൽ അൽപ്പമാത്രമായ വ്യത്യാസങ്ങളോടെ പ്രത്യക്ഷപ്പെടുന്നുണ്ട് എന്നത് ശ്രദ്ധേയമാണ്. കീറ്റ്സിന്റെ *കരുണയില്ലാത്ത പെൺകുട്ടി* പെട്ടെന്ന് മനസിൽവരുന്ന ഒരുദാഹരണമാണ്. ഈ അമൂർത്തവൽക്കരണ പ്രക്രിയയിൽ അടങ്ങിയിരിക്കുന്ന മാരകസാധ്യതകൾ ഗൗരവമായ പഠനം അർഹിക്കുന്നുണ്ട്. 'അമൂർത്തമായ സാർവലൗകിക പ്രേമം' എങ്ങനെ മനുഷ്യത്വഹീനമായ അറുംകൊലകളെപ്പോലും ന്യായീകരിക്കാൻ സഹായകമാവുന്നു എന്നതിന് ഉദാഹരണങ്ങൾ സുലഭമാണ്. "ഉദാത്തമായത് പലപ്പോഴും വളരെ നീചമായതിന്റെ പുറംപൂച്ചാവാറുണ്ടെ"ന്ന അഡോണോയുടെ വാക്കുകൾ ഇവിടെ പ്രസക്തമാണ്. ഓഷ്വിറ്റ്സിലെ നരഹത്യകൾക്ക് മേൽനോട്ടം വഹിച്ചിരുന്ന നാസി ഉദ്യോഗസ്ഥൻ "താൻ തന്റെ ജോലി കൃത്യമായി നോക്കിയിരുന്ന ഒരു സാധാരണമനുഷ്യൻ മാത്രമാണെന്നും കുടുംബസ്നേഹിയും സംസ്കൃതചിത്തനും പട്ടിക്കുഞ്ഞുങ്ങളെ നോവിക്കുന്നതിൽപ്പോലും വിമുഖനുമാണെന്നും" ന്യൂറംബർഗ് വിചാരണയുടെ അവസാനംവരെ വാദിച്ചുനിന്നു എന്നതും ശ്രദ്ധേയമാണ്–ഈ അമൂർത്തവൽക്കരണങ്ങളാണ് ജടി

ലോക്തികളുടെ (മിത്തുകളുടെയും) അടിസ്ഥാനമായി വർത്തിക്കുന്നത്.

റൊളാങ് ബാർത്തിന്റെ Myth Today എന്ന ലേഖനത്തിൽ മിത്തുകൾ രൂപംകൊള്ളുന്ന പ്രക്രിയയെപ്പറ്റി നടത്തുന്ന നിരീക്ഷണങ്ങളും നമുക്ക് സഹായകമാണ്. ഫ്രഞ്ചുകൊടിക്കുതാഴെ സല്യൂട്ടടിച്ചു നിൽക്കുന്ന ഒരു നീഗ്രോയുടെ ചിത്രം പത്രപംക്തിയിൽ പ്രത്യക്ഷപ്പെടുമ്പോൾ സൃഷ്ടിക്കുന്ന പ്രത്യയശാസ്ത്രപരമായ അനുരണനങ്ങൾ അദ്ദേഹം വിശദീകരിക്കുന്നുണ്ട്. കൊളോണിയൽ ഭരണ നുകത്തിനടിയിൽ പീഡിതനായി ജീവിക്കുന്ന നീഗ്രോവംശജന്റെ യഥാർഥജീവിതം ചിത്രം ചോർത്തിക്കളഞ്ഞ് ഫ്രഞ്ച് അധികാരശക്തിയുടെ അപ്രമാദിത്തത്തെ പ്രതീകവൽക്കരിക്കാനുള്ള ഒരു കരുവായി മാറ്റുന്നു, ഈ ന്യൂസ്പേപ്പർ ചിത്രം. എന്നാൽ, ആ ചിത്രസന്ദർഭത്തിൽ താൽക്കാലികമായി വിസ്മരിക്കപ്പെടുന്ന നീഗ്രോവംശജരുടെ യഥാർഥ അവസ്ഥ പരോക്ഷമായി അവർക്കുമേലുള്ള ഫ്രഞ്ച് അധീശത്വത്തിന്റെ സാധൂകരണ ചിഹ്നമായി മാറുകയും ചെയ്യുന്നു. വസ്തുക്കളിൽനിന്നും വ്യക്തികളിൽനിന്നും അവരുടെ നിയതമായ ചരിത്രപശ്ചാത്തലം–യാഥാർഥ്യം–ചോർത്തിക്കളഞ്ഞ് അമൂർത്തമായ പ്രകൃതിയെ അതിലേക്ക് കുത്തിവെക്കുന്നതിലൂടെയാണ് മിത്തുകൾ സൃഷ്ടിക്കപ്പെടുന്നത്. ഇത് സ്വാഭാവികമാണ് എന്ന പ്രതീതി, ഇത് പ്രകൃതിനിയമമാണ് എന്ന വിധിവാദമായി രൂപം മാറുന്നതോടെ പ്രത്യയശാസ്ത്രമിത്തുകളുടെ നിർമിതി പൂർത്തിയാകുന്നു. അമൂർത്തവൽക്കരണത്തിലൂടെ കപടമായ ഒരു സമഗ്രതയിലേക്ക് ചേരാത്തതിനെ സമന്വയിപ്പിച്ച് അതിന് സത്യാത്മകതയുടെ പരിവേഷം നൽകുകയാണ് മിത്തുകളുടെ രീതിയെങ്കിൽ, അമൂർത്തവൽക്കരണ ഘട്ടത്തിനുശേഷം വസ്തുക്കളെയും വാക്കുകളെയും സംഭവങ്ങളെയും അവയുടെ ജൈവ സന്ദർഭത്തിൽനിന്ന് അടർത്തിയെടുത്ത് വ്യത്യസ്തമായ–പലപ്പോഴും വിപരീതംപോലുമായ–ആശയങ്ങളുടെയും വികാരങ്ങളുടെയും പ്രചാരണ മാധ്യമമായി മാറ്റുകയാണ് ജടിലോക്തികാരന്മാരുടെ രീതി. വാക്കുകൾക്ക് (സംഭവങ്ങൾക്കും) ഒരിക്കൽ ഉണ്ടായിരുന്ന വികാരോദ്ദീപനശക്തി ജടിലോക്തിയുടെ ധാരയിൽ അവ പ്രത്യക്ഷപ്പെടുമ്പോൾ ഒരു പരിവേഷമായി (ബെഞ്ചമിന്റെ ഭാഷയിൽ aura) പ്രവർത്തിക്കുന്നു. ഈ പരിവേഷം ജടിലോക്തിയുടെതന്നെ സാധൂകരണത്തെ സഹായിക്കുന്നു. ജർമൻ അസ്തിത്വവാദികളുടെ ജടിലോക്തിയെപ്പറ്റിയുള്ള അഡോണോയുടെ വിശകലനം (*The Jargon of Authenticity*, ലണ്ടൻ, 1973) പ്രത്യയശാസ്ത്രമിഥ്യയെ ദൂരീകരിക്കാനുള്ള ശ്രമങ്ങളിൽ ഏറെ സഹായകമാവും. പോൾ റിക്കോ ചൂണ്ടിക്കാട്ടിയിട്ടുള്ളതുപോലെ, ആധുനിക ഹെർമന്യൂട്ടിക് സിദ്ധാന്തം പഴയ അർഥത്തെ കണ്ടെത്തുന്നതിലും മിഥ്യയെ ദൂരീകരിക്കുന്നതിലും ഒരുപോലെ സഹായകമാണ്. ഇതിൽ മിഥ്യാദൂരീകരണപരമായ ഹെർമന്യൂട്ടിക് രീതികളും പഠനവിധേയമാക്കപ്പെടേണ്ടതുണ്ട് –സാഹിത്യവിമർശനം മുതൽ പത്രവാർത്തകൾവരെ ജടിലോക്തികളുടെ ഒരു വലിയ പ്രാകാരമായി വളർന്നുവരുന്ന മലയാളത്തിൽ പ്രത്യേകിച്ചും.

മിത്തും ജടിലോക്തിയും ഒരുപോലെ സത്യത്തെ മറച്ചുപിടിക്കുക എന്ന ഉപരിവർഗ പ്രത്യയശാസ്ത്ര ദൗത്യം നിർവഹിക്കുന്നതിന്റെ പ്രകടമായ ഒരുദാഹരണമാണ് *അരവിന്ദന്റെ ലോകവും അതിലെ മനുഷ്യരും.* വിശദമായ പഠനം ആവശ്യപ്പെടുന്ന ഈ ജടിലോക്തികളുടെ 'വലിയ ലോക'ത്തെപ്പറ്റി ചില സൂചനകൾ മാത്രമേ ഇവിടെ നൽകാൻ ശ്രമിക്കുന്നുള്ളൂ. ഈ ജടിലോക്തികളുടെ ലോകത്തിന്റെ താക്കോൽ *മാതൃഭൂമി* ആഴ്ചപ്പതിപ്പിൽ പ്രത്യക്ഷപ്പെട്ടിരുന്ന കാർട്ടൂൺപരമ്പര തന്നെയാണ്. അതിലെ ഗുരുജിയും രാമുവും ലീലയും അരവിന്ദന്റെ ചലച്ചിത്ര ലോകത്തിലും പ്രത്യക്ഷപ്പെടുന്ന 'ആദിബിംബങ്ങൾ' ആണ്. ഗുരുജിയുടെ ചെറുപ്പകാലങ്ങളിലുണ്ടായിരുന്ന ആദർശധീരതയെപ്പറ്റിയുള്ള അവ്യക്ത സൂചനകൾ പകർന്നുകൊടുക്കുന്ന സാധൂകരണത്തിന്റെ പരിവേഷമണിഞ്ഞ് പ്രത്യക്ഷപ്പെടുന്ന ജടിലോക്തികളുടെ വിഭ്രാത്മകത എടുത്തുമാറ്റിയാൽ ആ കാർട്ടൂൺ പരമ്പരയുടെ പ്രത്യയശാസ്ത്ര വിവക്ഷകൾ തികച്ചും സ്ഥൂലവും പ്രകടവുമാണ്. ആദർശശാലിയായ രാമു എന്ന തൊഴിൽരഹിത യുവാവ് ആദർശംകൊണ്ടു വയറു നിറയില്ലെന്നും പെങ്ങളെ കെട്ടിച്ചയയ്ക്കാനാവില്ലെന്നും മനസിലാക്കി മെല്ലെ അഴിമതിക്കാരനായ ഒരു വ്യവസായിപ്രമുഖനായി മാറുന്നു. *ഉഷ്ണമേഖല*യിലും *രക്തമില്ലാത്ത മനുഷ്യനി*ലും പിന്നെ ഒരായിരം ചവറു കൃതികളിലും ആവർത്തിക്കപ്പെടുന്ന ഒരു പ്രമേയമാണിതെന്ന് തിരിച്ചറിയാൻ പ്രയാസമില്ല. പക്ഷേ, ഈ ദുർബലമായ കഥാതന്തുവിനെ (*ഉത്തരായണ*ത്തിലെയും *പോക്കുവെയിലി*ലെയും കഥാബീജവും ഇതിന്റെ പതിപ്പുകൾ മാത്രമാണ്) താങ്ങിനിർത്താൻ അരവിന്ദൻ ഉപയോഗിക്കുന്ന തന്ത്രങ്ങളാണ് കൂടുതൽ ശ്രദ്ധേയം. 'പ്ലോട്ട്' എന്ന നിലയ്ക്ക് ചർച്ച ചെയ്യുകയാണെങ്കിൽ വലിയ പരസ്പരബന്ധമില്ലാത്ത സംഭവ ശൃംഖല–അഥവാ എപ്പിസോഡിക് പ്ലോട്ട്–യാണ് അരവിന്ദൻ സ്വീകരിക്കുന്ന ആഖ്യാനരീതി. ഇടയ്ക്കിടയ്ക്ക് ആവർത്തിക്കുന്ന ഓണക്കാലവും ഗാന്ധിജയന്തിയും റിപ്പബ്ലിക് ദിനവും ഈ സംഭവങ്ങളെ കൊളുത്തിയിടാനുള്ള ചട്ടക്കൂട് പ്രദാനം ചെയ്യുന്നു. *പോക്കുവെയിലി*ലെ ദിനരാത്രങ്ങളുടെ ഷോട്ടുകളും *കാഞ്ചനസീത*യിലെ ഋതുപരിണാമചക്രവും ഈ രീതിയുടെ വികാസം മാത്രമാണ്. ഈ ആവർത്തനസങ്കൽപ്പം പ്രത്യയശാസ്ത്രപരമായ ഒരു ദൗത്യം നിർവഹിക്കുന്നുണ്ട്: ഇത് സ്വാഭാവികമാണ്; ഇത് പ്രകൃതിയുടെ അലംഘനീയ ചലനക്രമമാണ് എന്ന സാന്ത്വനം. ഈ സാന്ത്വനമാണ് ഒറ്റയ്ക്കൊറ്റയ്ക്കെടുത്തു നോക്കിയാൽ വളരെ സുതാര്യമായ അതിലെ സംഭവങ്ങളുടെ പ്രത്യയശാസ്ത്രവിവക്ഷകളെ നിഗൂഹനം ചെയ്യുന്നത്. ഉദാഹരണത്തിന്, ലീല മെല്ലെ മെല്ലെ അപഥത്തിലേക്ക് ചരിച്ചു തുടങ്ങുന്നത് കാണുമ്പോഴും രാമു പ്രകടിപ്പിക്കുന്ന നിസ്സംഗത ഈ പരിവേഷമെടുത്തുകളഞ്ഞാൽ ആണത്തമില്ലായ്മയും മനുഷ്യത്വമില്ലായ്മയായും മനസിലാക്കപ്പെട്ടേനെ. അസൂയക്കാരനും കരിയറിസ്റ്റും സ്വാർഥിയുമായ സ്വാമി കഥാന്ത്യത്തിലും എൻ ജി ഒ ആയി തുടരുമ്പോൾ, രാമു 'ജീവിതവിജയ'ത്തിന്റെ പ്രതീക

മായിത്തീർന്നിരിക്കുന്നുവെന്നത് രാമുവിന്റെ നായക സ്വഭാവത്തിന് ഒരു മങ്ങലുമേൽക്കാനിടവരാതെ പരിരക്ഷിക്കുന്നത് ഗുരുജി തന്റെ 'വിപ്ലവ' പാരമ്പര്യത്തിൽനിന്ന് ആവാഹിച്ചെടുക്കുന്ന നിസ്സംഗതയുടെ തത്വശാസ്ത്രത്തിന്റെ അനുഗ്രഹാശിസുകൾകൊണ്ടാണ്. ഇന്നലെയുടെ മോഹഭംഗത്തിന്റെ നിസ്വാർഥ ത്യാഗത്തിന്റെ നോക്കുകുത്തികളായി പ്രത്യക്ഷപ്പെടുന്ന ഈ ഗുരുസ്ഥാനീയർ (*ഉത്തരായണ*ത്തിലെ മാഷ്, *പോക്കുവെയിലി*ലെ അച്ഛൻ) ഇന്നിന്റെ പ്രയോജനവാദത്തിന്റെയും സ്വാർഥതയുടെയും സാധൂകരണമായി നിൽക്കുന്നു. ഈ കഥാപാത്രങ്ങളാണ് അരവിന്ദന്റെ ചെറിയ ലോകത്തിലെ ഏറ്റവും വലിയ കള്ളസന്യാസിമാർ. അരവിന്ദന്റെ സിനിമകളെപ്പറ്റി തീരെ സംഭാഷണമില്ലാത്ത, ദൃശ്യമാത്ര പ്രധാനമായ രചനകൾ എന്നു പുകഴ്ത്തുന്നതും ഇകഴ്ത്തുന്നതുമായ വിശകലനങ്ങൾ ഈ വീക്ഷണകോണിൽനിന്നു നോക്കുമ്പോൾ ശരിയല്ല എന്നു തോന്നുന്നു. പലപ്പോഴും അരവിന്ദന്റെ ഷോട്ടുകൾ, വാക്കുകളിൽ പറഞ്ഞാൽ ജടിലോക്തിയായി പെട്ടെന്നു തിരിച്ചറിയാവുന്ന ആശയങ്ങളുടെ ദൃശ്യാവിഷ്കാരം മാത്രമാണ്. ഉദാഹരണത്തിന്, *പോക്കിവെയിലി*ലെ അന്ത്യരംഗങ്ങൾ തന്നെയെടുക്കുക. വസ്ത്രം മാറാനുള്ള അമ്മയുടെ നിർദേശം 'വാസാംസിജീർണാനി' എന്ന ഗീതാ ശ്ലോക ഭാഗത്തെയാണ് പെട്ടെന്ന് ഓർമിപ്പിക്കുന്നത്; ആവിഷ്കരിക്കുന്നതും പുതുവസ്ത്രമണിഞ്ഞ് ചുരുണ്ടുകൂടി ഭ്രൂണാവസ്ഥയിൽ ശയിക്കുന്ന നായകന്റെ രൂപം 'പുനരപി ജനനം, പുനരപി മരണം, പുനരപി ജനനീ ജഠരേ ശയനം' എന്ന ശങ്കരവാക്യത്തെയും. ഇത്തരം ഉദാഹരണങ്ങളുടെ പട്ടിക നീട്ടാവുന്നതാണ്. *ഉത്തരായണം, പോക്കുവെയിൽ* തുടങ്ങിയ പേരുകൾപോലും കഥയുടെ മുഴുവൻ സാധ്യതകളെയും ഒതുക്കിപ്പറയുന്ന ജടിലോക്തികളായി കാണാവുന്നതാണ്. ഈ ജടിലോക്തികളുടെ ലോകം, *കൊടിയേറ്റ*ത്തിന്റെയും *ആരൂഢ*ത്തിന്റേയുമൊക്കെ ലോകത്തിന്റെ പ്രത്യയശാസ്ത്രപരമായ നിലപാടുകൾക്ക് കൂടുതൽ 'ദാർശനിക'വും 'ആർഷസംസ്കാര'ത്തിൽ വേരൂന്നിനിൽക്കുന്നതുമായ സാധൂകരണമാണെന്നു മാത്രം. മലയാളത്തിലെ ആർട്ട്/കമ്പോള സിനിമകൾ കാണുമ്പോൾ, രസനിർവചനം 'വ്യാപാരി വ്യവസായി മുതലാളീ ഭാവസംയോഗാദ് രസനിഷ്പത്തി' എന്നാവണമെന്നു തോന്നുന്നു.

www.ingramcontent.com/pod-product-compliance
Ingram Content Group UK Ltd.
Pitfield, Milton Keynes, MK11 3LW, UK
UKHW042139021026
15589UKWH00003B/925

9 789382 167716